പരിശീലനം

Nadakkavu, Kozhikode, Kerala, 673011
www.insightpublica.com
e-mail: insightpublica@gmail.com
Title: **Pariseelanam**

(Malayalam)
Author: **Maxim Gorky**
Translation: Gopalakrishnan
First Insight Edition: June 2023
Book Design:kjvj@insight
Printed and Published by
InsightinPublica Printers & Publishers Pvt. Ltd.
ISBN 978-93-5517-185-6
₹ 690

പരിശീലനം

മാക്സിം ഗോർക്കി

വിവർത്തനം: ഗോപാലകൃഷ്ണൻ

INSIGHT PUBLICA®

റഷ്യൻ എഴുത്തുകാരനും, സോഷ്യലിസ്റ്റ് റിയലിസ്റ്റിക് സാഹിത്യ രൂപത്തിന്റെ സ്ഥാപകനും, രാഷ്ട്രീയപ്രവർത്തകനുമായിരുന്നു മാക്സിം ഗോർക്കി (1868 – 1936). അമ്മ എന്ന നോവൽ അദ്ദേഹത്തിന്റെ പ്രധാനപ്പെട്ട സൃഷ്ടികളിലൊന്നാണ്.

സോവിയറ്റ് സാഹിത്യത്തിന്റെ ശില്പിയും വിശ്വവിഖ്യാതങ്ങളായ നോവലുകളുടേയും ചെറുകഥകളുടേയും നാടകങ്ങളുടേയും രചയിതാവുമായ മാക്സിം ഗോർക്കി (1868-1936) ഈ പുസ്തകം എഴുതിയത് 1914-ലാണ്. തന്റെ ജീവിതവും ക്ലേശഭൂയിഷ്ഠമായ കൗമാരവും അദ്ദേഹം ഇതിൽ വിവരിക്കുന്നു.

കുഞ്ഞുന്നാളിൽത്തന്നെ അച്ഛനമ്മമാരെ നഷ്ടപ്പെട്ട കഥാനായകൻ അലോഷ പെഷ്ക്കോവ് 'അന്യമനുഷ്യരു'മായി ഇടപെടുന്നു. അവൻ ചെരിപ്പുകടയിലെ 'ബോയ്' ആയി ജോലിനോക്കുന്നു. ഒരു കഷണം റൊട്ടിക്കു വേണ്ടി ശകാരങ്ങൾ സഹിച്ചുകൊണ്ട് ബന്ധുവീട്ടിൽ പോയി 'ഡ്രാഫ്റ്റ്സ്മാൻ വേല' പഠിക്കുന്നു. വോൾഗയിലൂടെ സഞ്ചരിക്കുന്ന കപ്പലിൽ പാത്രം തേപ്പുകാരനായും വിശുദ്ധരൂപശില്പശാലയിലെ ചിത്രകാരന്മാരുടെ സഹായിയായും പണിയെടുക്കുന്നു.

ഈ പതിന്നാലുവയസ്സുകാരന്റെ മുമ്പിൽ ജീവിതം കാഴ്ചവയ്ക്കുന്നത് അപമാനങ്ങളും കഷ്ടപ്പാടുകളും മാത്രമല്ല. ഭാസുരമായ വികാരങ്ങളും കറപുരളാത്ത വിചാരങ്ങളുമുള്ള നല്ല മനുഷ്യരുമായും അവൻ പരിചയപ്പെടുന്നു. ചുറ്റുപാടുമുള്ള ലോകം നോക്കിക്കാണാനും പുസ്തകങ്ങളെ സ്നേഹിക്കാനും അറിവിനെ വിലമതിക്കാനും അവർ അവനെ പഠിപ്പിക്കുന്നു. പഠിക്കാനുള്ള അദമ്യമായ ദാഹം ആ ഇളം മനസ്സിൽ അങ്കുരിക്കുന്നു.

മാക്സിം ഗോർക്കിയുടെ 'ബാല്യകാലം', 'പരിശീലനം', 'എന്റെ സർവ്വകലാശാലകൾ' എന്നീ ആത്മകഥാപരമായ ഗ്രന്ഥത്രയത്തിൽ രണ്ടാമത്തേതാണ് ഈ പുസ്തകം. എന്നാൽ അതേസമയം തന്നെ ഇതൊരു സ്വയം സമ്പൂർണ്ണകൃതിയുമാണ്.

മാക്സിം ഗോർക്കി

I

ഞാനൊരു അപ്രണ്ടീസാണ്. പട്ടണത്തിലെ പ്രധാനതെരുവിലുള്ള "ഫാഷൻ ചെരിപ്പുകട" യിലെ "ബോയ്" ആയി ഞാൻ ജോലിനോക്കുന്നു.

ഉരുണ്ടിരിക്കുന്ന ഒരു കൊച്ചുമനുഷ്യനാണ് എന്റെ മുതലാളി. തവിട്ടു നിറമുള്ള മങ്ങിയ മുഖം. പച്ചപ്പല്ലുകൾ. വെള്ളമൂറുന്ന കലങ്ങിയ കണ്ണുകൾ. അയാൾ കുരുടനാണെന്ന് എനിക്കു തോന്നി. ഉറപ്പു വരുത്താൻവേണ്ടി ഞാൻ അയാളെ നോക്കി കൊഞ്ഞനം കാട്ടി.

"നീ മോന്ത ചുളിക്കണ്ട," അയാൾ ശാന്തമായും എന്നാലതേ സമയം ദൃഢസ്വരത്തിലും പറഞ്ഞു.

ആ കലങ്ങിയ കണ്ണുകൾ എന്നെ കാണുന്നുവെന്നത് ഒട്ടും സുഖമുള്ള കാര്യമല്ല. അവയ്ക്കു കാഴ്ചശക്തിയുണ്ടെന്ന് എനിക്കു വിശ്വാസം വരുന്നില്ല. ഒരുപക്ഷെ ഞാൻ കൊഞ്ഞനം കാട്ടിയെന്ന് മുതലാളി ഊഹിച്ചതാവും.

"ഞാൻ പറഞ്ഞില്ലേ, മോന്ത ചുളിക്കരുതെന്ന്?" തടിച്ച ചുണ്ടുകൾ കഷ്ടിച്ചുമാത്രം അനക്കിക്കൊണ്ട് അയാൾ കുറേക്കൂടി ശാന്തസ്വരത്തിൽ ആവർത്തിച്ചു.

"കൈ ചൊറിയാതെ നിൽക്ക്," അയാളുടെ വരണ്ട പതിഞ്ഞ ശബ്ദം എന്റെ അടുത്തേക്ക് ഇഴഞ്ഞെത്തി.

"പട്ടണത്തിലെ പ്രധാന തെരുവിലുള്ള ഒരു ഒന്നാംകിട ഷോപ്പിലാണു നീ ജോലി ചെയ്യുന്നതെന്ന് ഓർമ്മ വേണം. ബോയ് എപ്പോഴും വാതില്ക്കൽ ഒരു ബിംബം പോലെ നിൽക്കണം."

ബിംബം എന്നുവച്ചാലെന്താണെന്ന് എനിക്കു മനസ്സിലായില്ല. എനിക്കു കൈ ചൊറിയാതിരിക്കാൻ കഴിഞ്ഞില്ല. ചുവന്ന കുരുക്കളും വ്രണങ്ങളുംകൊണ്ട് കൈ രണ്ടും മുട്ടറ്റംവരെ മൂടിയിരിക്കുന്നു. ചൊറിച്ചിലുണ്ടാക്കുന്ന കൃമികൾ തൊലിക്കുള്ളിലിരുന്ന് ദുസ്സഹമായി കരളുകയാണ്.

"വീട്ടിലെന്തായിരുന്നു പണി?" എന്റെ കൈകളുടെനേരെ കണ്ണെറിഞ്ഞുകൊണ്ട് മുതലാളി ചോദിച്ചു.

എന്റെ മറുപടി കേട്ട് അയാൾ നരച്ച മുടി പൊതിഞ്ഞ ഉരുണ്ട തല ആട്ടിക്കൊണ്ട് ചങ്കിൽ കൊള്ളുന്ന വണ്ണം പറഞ്ഞു:

"കപ്പ വാരുന്നത് തെണ്ടുന്നതിലും കഷ്ടമാണ്. കക്കുന്നതിലും കഷ്ടമാണ്."

"ഞാൻ കട്ടിട്ടുമുണ്ട്," തെല്ലഭിമാനത്തോടെ ഞാൻ അറിയിച്ചു.

അതു കേട്ട മാത്രയിൽ അയാൾ മുൻകാലുകളിൽ നിൽക്കുന്ന പൂച്ചയെപ്പോലെ കൈ രണ്ടും മേശപ്പുറത്തു കുത്തി മുന്നോട്ടാഞ്ഞു. ശൂന്യമായ കണ്ണുകൾ ഭീഷണമായി എന്റെ മുഖത്തു നട്ടുകൊണ്ട് അയാൾ മുരണ്ടു:

"എന്ത്! നീ കട്ടിട്ടുണ്ടെന്നോ?"

ഞാൻ ആ സന്ദർഭങ്ങൾ വിവരിച്ചു.

"ഓ, അതിൽ കാര്യമില്ല. പക്ഷെ നീ ഇവിടുന്ന് ചെരിപ്പോ പണമോ മോഷ്ടിച്ചാലുണ്ടല്ലോ, മൂപ്പെത്തുന്നതിനു മുമ്പുതന്നെ നിന്നെ പിടിച്ചു ജയിലിലിടും."

അയാളിതു പറഞ്ഞതു തികച്ചും അക്ഷോഭ്യനായിട്ടാണ്. എങ്കിലും ഞാൻ പേടിച്ചുപോയി. എനിക്ക് അയാളോടുള്ള വെറുപ്പ് ഒന്നുകൂടി വർദ്ധിച്ചു.

മുതലാളിയെക്കൂടാതെ കടയിൽ രണ്ടു പേർകൂടി പണിയെടുത്തിരുന്നു. എന്റെ മച്ചുനനും യാക്കൊവിന്റെ മകനുമായ സാഷയായിരുന്നു ഒന്ന്. പ്രധാനവില്പനക്കാരനായിരുന്നു മറ്റേത്. ആർക്കും പിടികൊടുക്കാതെ വഴുതിമാറിപ്പോകുന്ന, ചുവന്നു തുടുത്ത നിറത്തിലുള്ള ഒരു മിടുക്കൻ. തവിട്ടുനിറത്തിലുള്ള ഫ്രോക്ക് കോട്ട്, മുൻഭാഗത്തു കഞ്ഞിപ്പശയിട്ടു തേച്ച ഷർട്ട്, നീളൻബൂട്ടുകൾക്കുള്ളിലേക്കു തിരുകാതെ അവയുടെ മീതേക്കൂടി ഞാത്തിയിട്ട കാൽച്ചട്ട, ടൈ—ഇതെല്ലാം ധരിച്ച് ഞെളിഞ്ഞു നടന്ന സാഷ എന്നെ കണ്ടതായി ഭാവിച്ചില്ല.

മുത്തച്ഛൻ എന്നെ കടയുടമസ്ഥന്റെ അടുത്തു കൊണ്ടുവന്നപ്പോൾ ജോലി പഠിക്കാൻ എന്നെ സഹായിക്കണമെന്നു സാഷയോടു പറയുകയുണ്ടായി. പ്രാധാന്യം നടിച്ച് മുഖം ചുളിച്ചുകൊണ്ട് അയാളപ്പോൾ പറഞ്ഞു:

“ആദ്യം ഇവൻ എന്നെ അനുസരിക്കാൻ പഠിക്കണം.”

എന്റെ തലയിൽ കൈ വച്ച് മുന്നോട്ടു തള്ളിക്കൊണ്ട് മുത്തച്ഛൻ പറഞ്ഞു:

“നീ അവനെ അനുസരിക്കണം. അവൻ പ്രായം കൊണ്ടും സ്ഥാനം കൊണ്ടും നിന്റെ മുകളിലാണ്.”

സാഷ കണ്ണുരുട്ടിക്കൊണ്ട് എന്നോടു പറഞ്ഞു:

“മുത്തച്ഛൻ പറഞ്ഞത് ഓർമ്മിച്ചോ!”

ആദ്യദിവസംതൊട്ടുതന്നെ സാഷ യാതൊരു ദാക്ഷിണ്യവുമില്ലാതെ തന്റെ മൂപ്പിൽനിന്നു മുതലെടുത്തു.

“കഷീരിൻ, നീ കണ്ണുരുട്ടാതെ!” കടയുടമസ്ഥൻ താക്കീതു നൽകി.

“ഞാനങ്ങിനെ ചെയ്തില്ലല്ലൊ.” തല താഴ്ത്തിക്കൊണ്ട് സാഷ പറഞ്ഞു. പക്ഷെ മുതലാളി പറഞ്ഞുതീർന്നില്ല: “നീ തല കുനിച്ചുപിടിക്കണ്ട. കടയിൽ വരുന്നവർ വിചാരിക്കും നീ വല്ല മുട്ടനാടുമാണെന്ന്.”

പ്രധാനവില്പനക്കാരൻ ഭവ്യതയോടെ ചിരിച്ചു. ഉടമസ്ഥൻ ചുണ്ടുകൾ കോട്ടി. ചുടുത്ത മുഖത്തോടെ സാഷ കൗണ്ടറിന്റെ പിന്നിലേക്കു വലിഞ്ഞു.

എനിക്ക് ഇത്തരം സംസാരം ഇഷ്ടപ്പെട്ടില്ല. അവർ പറഞ്ഞ പല വാക്കുകളും എനിക്കു മനസ്സിലായതുതന്നെയില്ല. ഇവർ തികച്ചും അന്യമായ ഒരു ഭാഷയാണു സംസാരിക്കുന്നതെന്നു പോലും ചിലപ്പോൾ തോന്നി.

ഏതെങ്കിലും സ്ത്രീ ചെരിപ്പു വാങ്ങാൻ കടയിലേക്കു കയറിയാലുടൻ ഉടമസ്ഥൻ കൈ കീശയിൽ നിന്നെടുത്ത് മെല്ലെ മീശയിൽ തൊട്ടു കൊണ്ട് ഇരുകവിളുകളിലും ഞൊറികൾ വിരിയുമാറ് ഒരു മധുരപ്പുഞ്ചിരി സമ്മാനിക്കും. എങ്കിലും ആ ശൂന്യനേത്രങ്ങളിൽ യാതൊരു ഭാവഭേദവു മുണ്ടാവില്ല. കൈമുട്ടുകൾ പള്ളയോടു ചേർത്തുപിടിച്ച്, കൈപ്പത്തികൾ ഭവ്യതയോടെ വിരിച്ചുപിടിച്ച്, പ്രധാനവില്പനക്കാരൻ വടിപോലെ നിലകൊള്ളും. സാഷ തന്റെ ഉന്തിയ കണ്ണുകൾ പുറത്തു കാട്ടാതിരി ക്കാനുള്ള ശ്രമത്തിൽ കണ്ണു ചിമ്മും. ഞാനാകട്ടെ, സൂത്രത്തിൽ കൈ ചൊറിഞ്ഞ്, വില്പനച്ചടങ്ങു വീക്ഷിച്ചുകൊണ്ട് വാതിൽക്കൽ തന്നെ നിൽക്കും.

കാലിലിട്ട് ഷൂസിന്റെ അളവു നോക്കാൻ ഒരു സ്ത്രീയുടെ മുമ്പിൽ മുട്ടുകുത്തിനിൽക്കുമ്പോഴെല്ലാം വില്പനക്കാരൻ ഒരു അത്ഭുതവിന്യാസ ത്തോടെ കൈവിരലുകൾ വിരിച്ചുപിടിക്കുന്നതു കാണാം. അയാളുടെ കൈകൾ വിറയ്ക്കും. കാലെങ്ങാനും ഒടിച്ചുകളഞ്ഞാലോ എന്നു

ഭയന്നിട്ടെന്ന വണ്ണം അതീവസൂക്ഷ്മതയോടെയാണ് അയാൾ സ്ത്രീകളുടെ പാദത്തിൽ തൊടുന്നത്. എന്നാൽ പലപ്പോഴും ആ പാദം ഒരു ഒഴുക്കൻ കഴുത്തുള്ള കുപ്പി കമഴ്ത്തിപ്പിടിച്ചാലെങ്ങിനെയോ അതുപോലെ കൊഴുത്തുരുണ്ടിരിക്കും.

ഒരിക്കൽ ഒരു സ്ത്രീ ഞെളിഞ്ഞുപിരിഞ്ഞ് കാൽ കുടഞ്ഞുമാറ്റി.

“നിങ്ങളെന്നെ ഇക്കിളി കൂട്ടുന്നു!” അവർ പറഞ്ഞു.

“അതു ഭവതിയോടുള്ള ബഹുമാനം കൊണ്ടാണ്,” വില്പനക്കാരൻ തൽക്ഷണം മറുപടി കൊടുത്തു.

ചെരിപ്പ വാങ്ങാൻ വരുന്ന സ്ത്രീകളുടെ മുമ്പിലുള്ള അയാളുടെ കുഴഞ്ഞാട്ടം അപഹാസ്യമായിരുന്നു. ചിരി പൊട്ടുന്നതിനു മുമ്പ് ഞാൻ തലതിരിക്കും. എങ്കിലും ഞാൻ വീണ്ടും തിരിഞ്ഞുനോക്കിപ്പോകും. വിൽപ്പനക്കാരന്റെ കാട്ടായങ്ങൾ എന്നെ അത്രകണ്ടു രസിപ്പിച്ചു. എന്നാലതേ സമയംതന്നെ അയാളോളം ഭവ്യമായി കൈവിരലുകൾ വിരിച്ചുപിടിക്കാനോ അയാളോളം സമർത്ഥമായി മറ്റുള്ളരുടെ പാദങ്ങളിൽ ചെരിപ്പണിയിക്കാനോ എനിക്കൊരിക്കലും സാധ്യമാവുകയില്ലെന്നു തോന്നി.

മുതലാളി പലപ്പോഴും കടയുടെ പിന്നിലുള്ള ചെറിയൊരു മുറിയിലേക്കു വിരമിച്ചിട്ട് സാഷയെ വിളിക്കും. വാങ്ങാൻ വരുന്ന സ്ത്രീയും വില്പനക്കാരനും തനിച്ചാവും. അയാളൊരിക്കൽ ഒരു ചുവന്ന മുടിക്കാരിയുടെ പുറങ്കാലിൽ സ്പർശിച്ചശേഷം തന്റെ കൈവിരലുകൾ കൂട്ടിപ്പിടിച്ച് അറ്റം ചുംബിക്കുന്നതു കണ്ടു.

“ഓ, നിങ്ങളൊരു വികൃതിയാണല്ലൊ, “ആ സ്ത്രീ കൊഞ്ചിപ്പറഞ്ഞു. അയാൾ കവിൾ വീർപ്പിച്ചുകൊണ്ട് ഒരു ശബ്ദം പുറപ്പെടുവിച്ച് തന്റെ ആസ്വാദനം രേഖപ്പെടുത്തി.

ഞാൻ പൊട്ടിച്ചിരിച്ചുപോയി. താഴെ വീഴാതിരിക്കാൻ ഞാൻ വാതിൽപിടിയിൽ കൈയൂന്നി, വാതിൽ തുറന്നു. എന്റെ തലയിടിച്ച് ചില്ല് താഴെ വീണു. വില്പനക്കാരൻ എന്നെ കാലുകൊണ്ട് തൊഴിക്കുകയും മുതലാളി കനത്ത സ്വർണ്ണമോതിരം കൊണ്ട് തലയ്ക്കു കിഴുക്കുകയും ചെയ്തു. സാഷ എന്റെ ചെവിക്കു പിടിക്കാൻ ശ്രമിച്ചു. അന്നു വൈകിട്ട് വീട്ടിലേക്കു മടങ്ങും വഴി അയാൾ എന്നെ കർശനമായി താക്കീതുചെയ്തു: “ഇങ്ങനെ പെരുമാറിയാൽ നിന്നെ ആട്ടിപ്പുറത്താക്കും. ഇത്ര ചിരിക്കാൻ മാത്രം എന്തുണ്ടായി?”

ചെരിപ്പ വാങ്ങാൻ വരുന്ന സ്ത്രീകൾക്കു വില്പനക്കാരനെ ഇഷ്ടപ്പെട്ടാൽ അതു കച്ചവടത്തിനു നല്ലതാണെന്ന് അയാൾ പറഞ്ഞുതന്നു.

“ഒരുത്തിക്കു ചെരിപ്പു വേണ്ടെങ്കിൽപോലും സുമുഖനായ ഒരു വിൽപ്പനക്കാരനെ ഒരു നോക്കുകൂടി കാണാൻ വേണ്ടി ഒരു ജോടി വാങ്ങിയെന്നിരിക്കും. നിനക്കതു മനസ്സിലാക്കാൻ വയ്യേ? നിനക്കുവേണ്ടി ഈ പാടെല്ലാം പെട്ടിട്ട്...”

അപ്പറഞ്ഞത് എന്നെ നോവിച്ചു. കടയിലുള്ളവരാരുംതന്നെ എനിക്കുവേണ്ടി പാടൊന്നും പെട്ടില്ല, വിശേഷിച്ച് സാഷ.

എന്നും രാവിലെ പാചകക്കാരി—മുൻകോപക്കാരിയായ ഒരു രോഗിണി—അയാളേക്കാൾ ഒരു മണിക്കൂർ മുമ്പ് എന്നെ വിളിച്ചുണർത്തും. ഞാൻ സമോവാർ കത്തിക്കും. എല്ലാ അടുപ്പുകളിലും വിറകു നിറയ്ക്കും. പാത്രം കഴുകും. മുതലാളിയുടേയും വില്പനക്കാരന്റേയും സാഷയുടേയും വസ്ത്രങ്ങൾ ബ്രഷ്ചെയ്തുവയ്ക്കും, ഷൂസ് മിനുക്കും. കടയിൽ വന്ന് തറ തൂത്തുവാരും. ചായ തിളപ്പിക്കും. കെട്ടുകൾ ആളുകളുടെ വീട്ടിൽ കൊണ്ടുക്കൊടുക്കും. അതുകഴിഞ്ഞ് പകർച്ച കൊണ്ടുവരാൻ വീട്ടിൽ പോകും. ഞാൻ ഈ പണികളിൽ മുഴുകിയിരിക്കുന്ന സമയത്ത് സാഷയായിരിക്കും എനിക്കു പകരം വാതിൽക്കൽ നിൽക്കുന്നത്. അതു തന്റെ അന്തസ്സിനു പോരാത്തതാണെന്നു കരുതി അയാൾ എന്റെ നേരെ ഒച്ചയെടുക്കും:

“കഴുത! നിനക്കുവേണ്ടി ഞാനാണു പണിയെടുക്കുന്നത്!”

കുനാവിനൊയിലെ മണൽനിരത്തുകളിലും കലങ്ങിയൊഴുകുന്ന ഒക്കാനദിയുടെ തീരത്തും പാടത്തും കാട്ടിലും രാവിലെ മുതൽ രാത്രിവരെ സ്വച്ഛമായി ജീവിച്ചുപരിചയിച്ച എനിക്ക് ഈ ജീവിതം വിരസവും ദുസ്സഹവുമായിത്തോന്നി. മുത്തശ്ശിയുടേയും കൂട്ടുകാരുടേയും അഭാവം എന്നെ വിഷമിപ്പിച്ചു. ഒന്നു സംസാരിക്കാൻ ആരുമില്ല. ചുറ്റും കണ്ട ജീവിതത്തിന്റെ ദൂഷിച്ച, നെറികെട്ട വശം എന്നിൽ അമർഷമുണർത്തി.

സ്ത്രീകൾ ചെരിപ്പൊന്നും വാങ്ങാതെ പോവുന്നത് അപൂർവ്വമല്ലായിരുന്നു. മുതലാളിയും രണ്ടു സഹായികളും അപ്പോൾ കോപിക്കും. ‘

“കഷീരിൻ, ഷൂസെടുത്തു വയ്ക്കൂ!” പഞ്ചാരപ്പുഞ്ചിരി കീശയിലിട്ടുകൊണ്ട് മുതലാളി കല്പിക്കും.

“ആ പോർക്ക് മുഞ്ഞിയും കാട്ടി വന്നുകയറിയിരിക്കുന്നു! വിഡ്ഢിത്തള്ള വീട്ടിലിരുന്നു മടുത്തിട്ട് ഷോപ്പിങ്ങിനിറങ്ങിയതാണ്. എടീ, നീ എന്റെ ഭാര്യയായിരുന്നെങ്കിൽ ഞാൻ കാണിച്ചുതരാമായിരുന്നു...”

മെലിഞ്ഞുണങ്ങി കറുത്ത കണ്ണുകളും വലിയ മൂക്കുമുള്ള ഒരു സ്ത്രീയായിരുന്നു, അയാളുടെ ഭാര്യ. ഒരു വേലക്കാരനോടെന്നപോലെ അവർ കാൽ തറയിൽ ചവുട്ടി അയാളുടെ നേരെ അട്ടഹസിക്കുമായിരുന്നു.

പലപ്പോഴും ചെരിപ്പ വാങ്ങാൻ വന്ന ഏതെങ്കിലും പരിചയക്കാരിയെ ആദരപുരസ്സരം വന്ദിച്ച്, മധുരമൊഴികൾ ചൊല്ലി യാത്രയാക്കിയശേഷം മുതലാളിയും സഹായികളും കൂടി അവരെപ്പറ്റി നാണംകെട്ട വൃത്തി കേടുകൾ പറഞ്ഞു രസിക്കും. റോഡിലേക്കോടിച്ചെന്ന് ആ സ്ത്രീയെ തടഞ്ഞുനിർത്തി അക്കേട്ടതെല്ലാം അവരോടു പറയാൻ എനിക്കു തോന്നിയിട്ടുണ്ട്.

മറ്റുള്ളവരെപ്പറ്റി അവർ കേൾക്കാതെ ദൂഷ്യം പറയാൻ പൊതുവിൽ ആളുകൾക്കിഷ്ടമാണെന്ന് എനിക്കറിയാം. എങ്കിലും ഭൂമുഖത്തെ ഏറ്റവും നല്ലവരും മറ്റുള്ളവരെപ്പറ്റി വിധികല്പിക്കാൻ നിയോഗിക്കപ്പെട്ടവരുമാണെന്ന മട്ടിൽ മുതലാളിയും കൂട്ടരും സകലരെക്കുറിച്ചും ഇടിച്ചുപറയുന്നതു കേൾക്കുന്നത് വിശേഷിച്ചും അരോചകമായിരുന്നു. മിക്കവരോടും അസൂയപ്പെട്ടിരുന്ന അവർ ആരേയും പുകഴ്ത്തിയില്ല. എല്ലാവരെക്കുറിച്ചും അവർക്ക് എന്തെങ്കിലുമൊരു അപവാദം അറിയാമായിരുന്നു.

ഒരു ദിവസം, തിളങ്ങുന്ന കണ്ണുകളും തുടുത്ത കപോലങ്ങളുമുള്ള ഒരു യുവതി കറുത്ത രോമക്കോളറോടുകൂടിയ ഒരു വില്ലസ് മേലങ്കിയുമണിഞ്ഞുകൊണ്ട് കടയിലേക്കു കടന്നുവന്നു. അവളുടെ മുഖം ആ രോമവലയത്തിനുള്ളിൽ ഒരു അത്ഭുതപുഷ്പം പോലെ വിടർന്നുനിന്നു. മേലങ്കി സാഷയുടെ കയ്യിലേക്കെറിഞ്ഞുകൊടുത്തപ്പോൾ അവളുടെ സൗന്ദര്യം കൂടുതൽ വർദ്ധിച്ചു. അവളുടെ കാതുകളിൽ വൈരക്കല്ലുകൾ തിളങ്ങി. നീലിമ കലർന്ന ചാരനിറത്തിലുള്ള ഇറുകിപ്പിടിച്ചുകിടന്ന കുപ്പായം അവളുടെ വടിവൊത്ത രൂപത്തെ എടുത്തുകാട്ടി. സുന്ദരിയായ വസിലീസയെ അനുസ്മരിപ്പിച്ച അവൾ ചുരുങ്ങിയതു് ഗവർണറുടെ ഭാര്യയെങ്കിലുമായിരിക്കുമെന്നു ഞാൻ തീർച്ചപ്പെടുത്തി. മധുമൊഴികൾ മന്ത്രിച്ചുകൊണ്ട് മുതലാളിയും സഹായികളും അവളുടെ മുമ്പിൽ അഗ്നിപൂജകരുടെ മട്ടിൽ സവിശേഷാദരവോടെ താണുവണങ്ങി. അവർ മൂന്നുപേരും കടയിൽ ഓടിനടന്നു. ചില്ലലമാരികളുടെ കണ്ണാടിയിൽ അവരുടെ പ്രതിബിംബങ്ങൾ മിന്നിമറഞ്ഞു. ചുറ്റുമുള്ള സർവ്വതും കത്തിജ്വലിച്ച്, ഉരുകിച്ചേർന്ന് പുതിയ പുതിയ രൂപഭാവങ്ങളാർജ്ജിക്കുമെന്നു തോന്നി.

ഒട്ടും സമയം കളയാതെ വിലകൂടിയ ഒരു ജോടി ഷൂസ് തിരഞ്ഞെടുത്തശേഷം അവൾ ഇറങ്ങിപ്പോയപ്പോൾ മുതലാളി നാക്കു നൊട്ടി ഒരു ഒച്ച കേൾപ്പിച്ചിട്ട് അടക്കിപ്പറഞ്ഞു:

“കുലട!”

“ഒറ്റ വാക്കിൽ പറഞ്ഞാൽ നടി,” വില്പനക്കാരൻ ഗർവ്വോടെ മന്ത്രിച്ചു.

അവളുടെ കാമുകരെക്കുറിച്ചും അഴിഞ്ഞാട്ടത്തെക്കുറിച്ചും അവർ പരസ്പരം പറഞ്ഞു രസിച്ചു.

ഉച്ചഭക്ഷണം കഴിഞ്ഞ് മുതലാളി കടയുടെ പിന്നിലുള്ള ചെറിയ മുറിയിൽ കിടന്നുറങ്ങുന്ന തക്കം നോക്കി ഞാൻ അയാളുടെ സ്വർണ്ണ വാച്ചു തുറന്ന് അതിനകത്ത് കുറച്ചു വിനാഗരിയൊഴിച്ചു. ഉറക്കമുണർന്ന ശേഷം അയാൾ കയ്യിൽ വാച്ചും പിടിച്ച് അമ്പരപ്പോടെ കടയിലേക്കു കയറിപ്പോകുന്നതു കണ്ട് ഞാൻ അത്യന്തം സന്തോഷിച്ചു.

“ഇതെന്തു കൂത്ത്! പെട്ടെന്ന് എന്റെ വാച്ച് വിയർക്കാൻ തുടങ്ങിയിരിക്കുന്നു! ഇങ്ങനെയൊരു സംഭവം ഇതേവരെയുണ്ടായിട്ടില്ല. വാച്ച് വിയർക്കുക! അതു വല്ല ദുശ്ശകുനവുമായിരിക്കുമോ?” അയാൾ പിറുപിറുത്തു.

കടയിലെ ബഹളവും വീട്ടിലെ പണിത്തിരക്കുമെല്ലാമുണ്ടായിട്ടും എനിക്കു കലശലായ മടുപ്പു തോന്നി. കടയിൽ നിന്ന് എന്നെ പറഞ്ഞയയ്ക്കാൻ എന്തു ചെയ്യണമെന്നു ഞാൻ കൂടെക്കൂടെ ആലോചിച്ചു.

മഞ്ഞിൽ പൊതിഞ്ഞ മനുഷ്യർ കടയുടെ വാതിലിനു മുമ്പിലൂടെ നിശ്ശബ്ദം കടന്നുപോയി. ഏതോ ശവമടക്കിനു പോവുകയാണെന്നു തോന്നി. വൈകിയതുകൊണ്ട് തിടുക്കത്തിൽ പോവുകയാണ്. കുതിരകൾ മഞ്ഞിനിടയിലൂടെ വിഷമിച്ചു വണ്ടികൾ വലിച്ചുകൊണ്ടോടി. നൊയ്മ്പുകാലമായതുകൊണ്ട് എല്ലാ ദിവസവും കടയുടെ പിന്നിലുള്ള പള്ളിയിൽനിന്നും വിരസമായ മണിയടിശബ്ദം കേട്ടുകൊണ്ടിരുന്നു. മണികളുടെ അവിരാമമായ മുഴക്കം തലയിണകൊണ്ടുള്ള താഡനം പോലെയാണ് തലയിൽ വന്നു കൊണ്ടത്. തല വേദനിച്ചില്ലെങ്കിലും ഒരു മന്ദിപ്പും മരവിപ്പും അനുഭവപ്പെട്ടു.

ഒരു ദിവസം ഞാൻ മുറ്റത്തുവെച്ച് പുതിയൊരു കെട്ട് ചരക്ക് അഴിച്ചുകൊണ്ടിരിക്കുമ്പോൾ പള്ളി സൂക്ഷിപ്പുകാരൻ എന്റെ അടുത്തു വന്നു. വളഞ്ഞുകൂനി നടക്കുന്ന ഒരു വൃദ്ധൻ. പഴന്തുണിപ്പാവകണക്ക് മാർദ്ദവമാർന്ന രൂപം. പട്ടികൾ കടിച്ചുകീറിയതുപോലെ കീറിപ്പറിഞ്ഞ വേഷം. “മോനേ, ഒരു ജോടി മഴച്ചെരിപ്പ് എനിക്കു മോഷ്ടിച്ചുതരാമോ?” അയാൾ ചോദിച്ചു.

ഞാനൊന്നും മിണ്ടിയില്ല. അയാൾ ഒരു ഒഴിഞ്ഞ വീഞ്ഞപ്പെട്ടിയുടെ പുറത്തിരുന്നു. ഒന്നു കോട്ടുവായിട്ട്, ചുണ്ടുകളുടെ മീതെ കുരിശുവരച്ച ശേഷം അയാൾ തന്റെ അപേക്ഷ ആവർത്തിച്ചു:

“എന്താ, മോഷ്ടിച്ചുതരാമോ?”

“മോഷ്ടിക്കാൻ പാടില്ല!” ഞാൻ അയാളെ അറിയിച്ചു.”

"എങ്കിലും ആളുകൾ മോഷ്ടിക്കുന്നുണ്ടല്ലോ. എന്റെ പ്രായത്തെ ഓർത്തെങ്കിലും നീ അതു ചെയ്യണം."

ചുറ്റിനും കണ്ട മറ്റുള്ളവരിൽനിന്നും വ്യത്യസ്തനായിരുന്ന അയാൾ എന്നത് എനിക്കിഷ്ടപ്പെട്ടു. ഞാൻ മോഷ്ടിക്കാനൊരുക്കമാണെന്നു അയാൾക്ക് പൂർണ്ണബോദ്ധ്യമുള്ളതുപോലെ തോന്നി. ഒരു ജോടി മഴച്ചെരിപ്പ് ജനലിലൂടെ ഇട്ടുകൊടുക്കാമെന്നു ഞാൻ സമ്മതിച്ചു.

"കൊള്ളാം," വിശേഷിച്ച് സന്തോഷമൊന്നും കാണിക്കാതെ അയാൾ ശാന്തമായി പറഞ്ഞു. "നീ എന്നെ പറഞ്ഞു കളിപ്പിക്കില്ലല്ലോ? ശരി, ശരി, നീ അത്തരക്കാരനല്ലെന്നു കണ്ടാലറിയാം."

ചെളിപിടിച്ച് നനഞ്ഞുകുഴഞ്ഞു കിടന്നിരുന്ന മഞ്ഞിൽ ബൂട്സിന്റെ മുൻഭാഗം ഉരച്ചുകൊണ്ട് അല്പസമയം മൗനമായി ഇരുന്നശേഷം അയാൾ കളിമണ്ണുകൊണ്ടുള്ള പൈപ്പു കത്തിച്ചിട്ട് പെട്ടെന്ന് എന്നെ ഭയപ്പെടുത്തി:

"ഞാൻ നിന്നെ പറ്റിക്കാൻ പറഞ്ഞതാണെങ്കിലോ? നീ തന്ന മഴചെരിപ്പും കൊണ്ട് ഞാൻ മുതലാളിയുടെ അടുത്തു പോയിട്ട് നീയത് എനിക്കു അര റൂബിളിനു വിറ്റതാണെന്നു പറഞ്ഞാൽ എന്തു ചെയ്യും? രണ്ട് റൂബിളിനു മേൽ വിലയുള്ള സാധനം നീ അര റൂബിളിനു വിറ്റിരിക്കുന്നു! മിട്ടായി വാങ്ങിത്തിന്നാൻ! എന്തു പറയുന്നു?"

ആ ഭീഷണി അയാൾ നിറവേറ്റിക്കഴിഞ്ഞെന്ന മട്ടിൽ ഞാനയാളെ പകച്ചുനോക്കി. അയാളാവട്ടെ, കണ്ണുകൾ ബൂട്സിൽ നട്ടുകൊണ്ട്, നീലപ്പുക ഊതിവിട്ടുകൊണ്ട്, അനുനാസികശബ്ദത്തിൽ ശാന്തനായി സംസാരിച്ചുകൊണ്ടിരുന്നു.

"പോയി എന്റെ ആ പയ്യൻ എത്രകണ്ടു കള്ളനാണെന്നു പരീക്ഷിച്ചു നോക്ക്!" എന്നും പറഞ്ഞു മുതലാളി തന്നെ എന്നെ നിന്റെ അടുത്തേക്കു വിട്ടതാണെങ്കിലോ? നീ എന്തു ചെയ്യും?"

"ഞാൻ മഴച്ചെരിപ്പ് തരില്ല," ഞാൻ അരിശത്തോടെ പറഞ്ഞു.

"നീ വാക്കു തന്ന സ്ഥിതിക്ക് തരാതിരിക്കാൻ പറ്റില്ല!"

അയാളെന്നെ കൈക്ക് പിടിച്ച് വലിച്ചടുപ്പിച്ചുനിർത്തി. തണുത്ത വിരൽ എന്റെ നെറ്റിയിൽ കൊട്ടിക്കൊണ്ട് അയാൾ ഇഴഞ്ഞ ശബ്ദത്തിൽ പറഞ്ഞു:

"എന്തുകൊണ്ടാണ് നീ ഒന്നുമാലോചിക്കാതെ 'ന്നാ എടുത്തോ!' എന്നങ്ങു പറഞ്ഞത്?"

"നിങ്ങൾ ചോദിച്ചില്ലേ?"

“എനിക്കെന്തെല്ലാം ചോദിക്കാം. ഞാൻ നിന്നോട് പള്ളി കവർച്ച ചെയ്യാൻ പറഞ്ഞാൽ നീയതു ചെയ്യുമോ? നീ ഇങ്ങനെ ആളുകളെ കണ്ണുമടച്ചങ്ങു വിശ്വസിച്ചാലോ, മണ്ടച്ചാരേ?”

എന്നെ തള്ളിമാറ്റിയിട്ട് അയാൾ എണീറ്റുനിന്നു.

“മോഷ്ടിച്ച മഴച്ചെരിപ്പൊന്നും എനിക്കു വേണ്ട. മഴച്ചെരിപ്പിടാൻ ഞാൻ അത്ര വലിയ തമ്പുരാനൊന്നുമല്ല. ഞാൻ വെറുതെ കളി പറഞ്ഞതാണ്. പക്ഷെ നീ ഇത്ര ശുദ്ധനായതുകൊണ്ട് പെരുന്നാൾ ദിവസം നിന്നെ മണിമേടയുടെ മുകളിൽ കയറിവരാൻ ഞാൻ സമ്മതിക്കാം. നിനക്ക് മണിയടിക്കാം. പട്ടണം നോക്കാം.”

“പട്ടണം എനിക്കറിയാം.”

“പക്ഷെ മണിമേടയുടെ മുകളിൽ നിന്നു നോക്കിയാൽ അതിനു കൂടുതൽ ചന്തമുണ്ട്.”

ബൂട്സിന്റെ അറ്റം മഞ്ഞിലാഴ്ത്തിക്കൊണ്ട് അയാൾ മെല്ലെ നടന്നു പോയി. ഒടുവിൽ, പള്ളിയുടെ മൂല തിരിഞ്ഞ് മറയുകയും ചെയ്തു. അയാൾ പോകുന്നതും നോക്കി നിൽക്കുമ്പോൾ ഞാൻ അസ്വസ്ഥതയോടെ ആലോചിച്ചു: കിളവൻ വെറുതെ കളി പറഞ്ഞതാണോ, അതോ മുതലാളി എന്നെ പരീക്ഷിക്കാൻ പറഞ്ഞുവിട്ടതാണോ? എനിക്കു കടയിലേക്കു മടങ്ങിപ്പോകാൻ ഭയം തോന്നി. ‘

“നാശം പിടിക്കാൻ നീ എത്ര സമയമാണെടുക്കുന്നത്?” മുറ്റത്തേക്കോടിവന്നു കൊണ്ട് സാഷ വിളിച്ചു കൂവി.

അരിശം കയറി ഞാൻ അയാളുടെ നേരെ കൊടിൽ വീശി.

അയാളും വില്പനക്കാരനും മുതലാളിയുടെ കടയിൽനിന്നു മോഷണം നടത്താറുണ്ടെന്ന് എനിക്കറിയാമായിരുന്നു. ഒരു ജോടി ഷൂസോ ബൂട്സോ അടുപ്പിന്റെ പുകക്കുഴലിനുള്ളിൽ ഒളിച്ചുവെച്ചിട്ട് കട അടയ്ക്കുന്ന സമയത്ത് അവരത് ഓവർക്കോട്ടിന്റെ കയ്യുള്ളിൽ ഒതുക്കികൊണ്ട് പുറത്തു കടക്കും. എനിക്കതു കണ്ട് അമർഷവും ഒപ്പം ഭയവും തോന്നി. മുതലാളിയുടെ താക്കീത് ഞാൻ മറന്നിട്ടില്ലായിരുന്നു.

“നീ കക്കുമോ?” ഞാൻ സാഷയോടു ചോദിച്ചു.”

“കക്കുന്നതു ഞാനല്ല, വില്പനക്കാരനാണ്,” അയാൾ പരുഷമായി പറഞ്ഞു. “ഞാനയാളെ സഹായിക്കുന്നുവെന്നേയുള്ളു. അയാളെന്നോടു പറയും: എന്നെ അനുസരിക്കണം. ഞാൻ അനുസരിച്ചേ പറ്റു. അല്ലെങ്കിൽ അയാൾ എനിക്കെതിരെ എന്തെങ്കിലും കുരുത്തക്കേട് ഒപ്പിക്കും. മുതലാളിയുടെ കാര്യം കള! അയാൾതന്നെ ഒരു കാലത്ത്

വില്പനക്കാരനായിരുന്നു. സൂത്രങ്ങളൊക്കെ അയാൾക്കറിയാം. പക്ഷെ നീ പുറത്ത് ഒരക്ഷരം മിണ്ടിപ്പോകരുത്!"

ഇതു പറയുമ്പോൾ അയാൾ കണ്ണാടിയിൽ നോക്കി വില്പനക്കാരനെപ്പോലെ അസ്വാഭാവികമായ മട്ടിൽ കൈവിരലുകൾ വിടർത്തിപ്പിടിച്ചുകൊണ്ട് ടൈ നേരെ വയ്ക്കുകയായിരുന്നു. തന്റെ പ്രായക്കൂടുതലും എന്റെ മേലുള്ള ആജ്ഞാധികാരശക്തിയും അയാൾ സദാ അനുസ്മരിപ്പിച്ചുകൊണ്ടിരുന്നു. അയാൾ എന്റെ നേരെ അട്ടഹസിക്കും. കൈ നീട്ടിപ്പിടിച്ച് വലിയ ഭാവത്തിൽ ആജ്ഞകൾ നൽകും. ശക്തിയും പൊക്കവും എനിക്കായിരുന്നു കൂടുതലെങ്കിലും എന്റെ ദേഹം മെലിഞ്ഞു നീണ്ട് വിലക്ഷണവും അയാളുടേത് പതുപതുത്ത് വഴുവഴുത്ത് ഒതുക്കമുള്ളതുമായിരുന്നു. ഫ്രോക്ക് കോട്ടും മറ്റും അണിഞ്ഞുനിൽക്കുമ്പോൾ അയാളെ കണ്ടാൽ മതിപ്പ് തോന്നുമെങ്കിലും അതോടൊപ്പം എന്തോ ഒരു പന്തികേടും അനുഭവപ്പെട്ടു. അയാൾക്കു പാചകക്കാരിയെ കണ്ണെടുത്താൽ കണ്ടുകൂടായിരുന്നു. ഒരു വിചിത്രസൃഷ്ടിയായിരുന്നു അവർ. നല്ലതോ ചീത്തയോ എന്നു തീരുമാനിക്കാൻ പ്രയാസം.

"പോരുകളാണ് എനിക്കു ജീവിതത്തിൽ ഏറ്റവും ഇഷ്ടം." കറുത്തു ജ്വലിക്കുന്ന കണ്ണുകൾ വിടർത്തിക്കൊണ്ട് അവർ പറയും. "പോരു നടത്തുന്നത് കോഴികളോ, പട്ടികളോ, മനുഷ്യരോ, ആരായാലും വേണ്ടില്ല!"

മുറ്റത്ത് കോഴികളോ പ്രാവുകളോ പോരു തുടങ്ങിയാൽ അവർ ജോലിനിർത്തിവച്ച് യുദ്ധം അവസാനിക്കുന്നതു വരെ മറ്റെല്ലാം മറന്ന് ജനാലയ്ക്കൽ നിലകൊള്ളും. വൈകിട്ട് അവർ സാഷയോടും എന്നോടും പറയും:

"നിങ്ങളെന്തിനാ കുഞ്ഞുങ്ങളെ, ഇവിടിരിക്കുന്നത്? പുറത്തിറങ്ങി അടിപിടി കൂടരുതോ?"

സാഷക്ക് ദേഷ്യം വരും.

"വിഡ്ഢിത്തള്ളേ! ഞാൻ കുഞ്ഞല്ല, രണ്ടാം വില്പനക്കാരനാണ്!"

"കണ്ടിട്ട് അങ്ങിനെയൊന്നും തോന്നുന്നില്ല. പെണ്ണു കെട്ടുന്നതുവരെ എനിക്കു നീ കുഞ്ഞുതന്നെയായിരിക്കും."

"വിഡ്ഢിത്തള്ള! തലയിൽ കളിമണ്ണാണ്!"

"ചെകുത്താനു ബുദ്ധിയുണ്ടെന്നുവച്ച് ദൈവത്തിനിഷ്ടമല്ല."

അവരുടെ സംസാരരീതിയാണ് സാഷയെ വിശേഷിച്ചും അരിശംകൊള്ളിച്ചത്. അയാൾ അവരെ കളിയാക്കുമ്പോൾ അവർ അയാളെ ദഹിപ്പിക്കുന്ന ഒരു നോട്ടം നോക്കിക്കൊണ്ട് പറയും:

"എടാ പാറ്റക്കുഞ്ഞേ, കർത്താവിന്റെ കൈപ്പിഴേ!"

അവരുടെ തലയിണയിൽ മൊട്ടുസൂചികൾ കുത്തിവയ്ക്കുകയോ ഉറങ്ങിക്കിടക്കുമ്പോൾ മുഖത്ത് കരിയോ മെഴുകോ വാരിത്തേയ്ക്കുകയോ അതുപോലെ മറ്റെന്തെങ്കിലും കുസൃതി ഒപ്പിക്കുകയോ വേണമെന്ന് സാഷ എന്നോട് ഒന്നിലധികം തവണ പറഞ്ഞുനോക്കി. പക്ഷെ എനിക്ക് തള്ളയെ പേടിയായിരുന്നു.

കെട്ടുറങ്ങാത്തവരായതുകൊണ്ട് അവരെന്നെ പിടികൂടുമെന്നു ഞാൻ ഭയപ്പെട്ടു. പലപ്പോഴും അവർ ഉണർന്ന് വിളക്കു കൊളുത്തിയിട്ട് വല്ല കോണിലേക്കും നോക്കി മിഴിച്ചിരിക്കുന്നതു കാണാം. ചിലപ്പോൾ അവർ അടുപ്പിനു പിന്നിലുള്ള എന്റെ മെത്തയ്ക്കരികിൽ വന്ന് എന്നെ കുലുക്കി വിളിച്ചിട്ട് അടക്കിപ്പറയും:

"ഉറക്കം വരുന്നില്ല, അല്യോഷ. വല്ലാതെ പേടി തോന്നുന്നു. എന്നോടു വല്ലതും പറഞ്ഞുകൊണ്ടിരിക്ക്." പാതിയുറക്കത്തിൽ ഞാൻ പറയുന്ന കഥയും കേട്ട് അവർ മുമ്പോട്ടും പിമ്പോട്ടും ആടിക്കൊണ്ട് നിശ്ശബ്ദം ഇരിക്കും. മെഴുകിന്റേയും കുന്തിരിക്കത്തിന്റേയും ഗന്ധം അവരുടെ ചൂടുള്ള ദേഹത്തുനിന്നു പ്രസരിക്കുന്നുണ്ടെന്നും അവർ അടുത്തുതന്നെ മരിച്ചു പോകുമെന്നും എനിക്കു തോന്നി. ഈ നിമിഷം തന്നെയാവാനും മതി. ഭയപ്പെട്ട് ഞാൻ ശബ്ദമുയർത്തും. അവർ ഉടനെ എന്നെ തടയും: '

"ശ് ശ്! ആ കഴുവേറികൾ ഉണരും. നീ എന്റെ കാമുകനാണെന്ന് അവർ വിചാരിക്കും."

കൈകൾ മുട്ടുകൾക്കിടയിൽ തിരുകി, എല്ലുന്തിയ കാലുകൾ അമർത്തിച്ചേർത്തുവച്ച്, കൂനിക്കൂടിയ ഒരേ ഇരിപ്പാണ് അവർ എപ്പോഴും ഇരിക്കുന്നത്. വീട്ടിൽ തുന്നിയ തടിച്ച കുപ്പായത്തിനടിയിൽ പോലും അവരുടെ പരന്ന നെഞ്ചത്തെ വാരിയെല്ലുകൾ, വീണ്ടുകീറിയ വീപ്പയെ ചുറ്റിയ പട്ടകൾ പോലെ എഴുന്നുനിന്നു. ഏറെനേരം മിണ്ടാതിരുന്ന ശേഷം അവർ പെട്ടെന്നു മന്ത്രിക്കും:

"ഞാൻ ചത്തെങ്കിൽ ഈ ദുരിതമെല്ലാം തീർന്നേനെ!"

ചിലപ്പോൾ അവർ ആരോടെന്നില്ലാതെ ചോദിക്കും:

"ശരിയാണ്, ഞാൻ ഇത്രയും കാലം ജീവിച്ചു. എന്നിട്ട്?"

എന്റെ കഥ ഇടയ്ക്കുവച്ചു നിർത്തിക്കൊണ്ടു അവർ പരുഷമായി പറയും: "കിടന്നുറങ്ങ്!"

മെത്തയിൽ നിന്നെണീറ്റ് അവരുടെ ചാര നിറമാർന്ന രൂപം അടുക്കളയിലെ ഇരുളിൽ ലയിക്കും.

സാഷ അവരെ, അവർ കേൾക്കാതെ, വിളിച്ചുപോന്നത് "കൂടോത്ര ക്കാരി" എന്നാണ്. ഞാനൊരിക്കൽ അയാളോടു പറഞ്ഞു:

"അവരുടെ മുഖത്തു നോക്കി വിളിക്ക്!"

"എനിക്ക് പേടിയാണെന്നു വിചാരിച്ചോ?"

എന്നാലുടൻ തന്നെ നെറ്റിചുളിച്ചുകൊണ്ട് അയാൾ തുടർന്നു: "ഇല്ല. ഞാൻ മുഖത്തു നോക്കി വിളിക്കില്ല. അവർ വാസ്തവത്തിൽ കൂടോത്രക്കാ രിയാണെങ്കിലോ?"

സകലരോടും അവജ്ഞയോടെയും ധിക്കാരപൂർവ്വവും പെരുമാറിയ അവർ എന്നോടും യാതൊരു ദാക്ഷിണ്യവും കാട്ടിയില്ല. രാവിലെ മണി ആറടിക്കുമ്പോൾ അവർ എന്നെ കാലിനു പിടിച്ചു വലിച്ചിട്ട് അട്ടഹസി ക്കും:

"കൂർക്കം വലിച്ചുറങ്ങിയതു മതി. എണീറ്റ് പോയി വിറക് കൊണ്ട്വാ! സമോവാർ തിളപ്പിക്ക്! ഉരുളക്കിഴങ്ങിന്റെ തൊലി കളയ്!"

ഒച്ച കേട്ട് സാഷ ഉണരും. '

"എന്തിനാ കിടന്ന് തൊള്ള തുറക്കുന്നത്?" അയാൾ ചിണുങ്ങും.

"എന്നെ ഉറങ്ങാൻ സമ്മതിക്കുന്നില്ലെന്നു മുതലാളിയോടു പറഞ്ഞേ ക്കാം."

അടുക്കളയിൽ തിരക്കിട്ടു നീങ്ങിക്കൊണ്ടിരിക്കുന്ന അവരുടെ അസ്ഥി മാത്രരൂപം ഉറക്കമില്ലായ്മയാൽ ചുവന്നു വീർത്ത കണ്ണുകൾ അയാളുടെ നേരെ മിന്നിച്ചുകൊണ്ടു പറയും:

"ഭ! കർത്താവിന്റെ കൈപ്പിഴേ, ഞാൻ നിന്റെ രണ്ടാനമ്മയായിരു ന്നെങ്കിൽ അടിച്ച് തൊലിയുരിഞ്ഞെടുത്തേനെ!"

"പോയി തുലയ്!" സാഷ പ്രാകി. പിന്നീട് കടയിലേക്കു പോകുന്ന വഴി അയാൾ എന്നോടു പറഞ്ഞു: തള്ളയെ ഇവിടന്ന് ഓടിക്കാനുള്ള വഴി നോക്കണം. അവർ കാണാതെ ഭക്ഷണത്തിൽ ഉപ്പ് വാരിയിടണം. എല്ലാറ്റിനും ഉപ്പധികമാണെന്ന് കാണുമ്പോൾ അവരെ പറഞ്ഞയച്ചോ ളും. ഉപ്പല്ലെങ്കിൽ മണ്ണെണ്ണയായാലും മതി. നിനക്കെന്താ, മടിയാണോ?"

"നിനക്കായിക്കൂടേ?"

"പേടിത്തുറി!" അയാൾ ചീറി.

പാചകക്കാരിത്തള്ള ഞങ്ങളുടെ കൺമുമ്പിൽ വച്ചുതന്നെയാണ് മരിച്ചത്. ഒരു ദിവസം സമോവാർ പൊക്കിയെടുക്കാൻ കുനിയുമ്പോൾ നെഞ്ചത്തു ആരോ തള്ളു കൊടുത്തതുപോലെ അവർ പെട്ടെന്നു നില ത്തേക്ക് മറിഞ്ഞു വീണു. കൈകൾ രണ്ടും മുന്നോട്ടു നീട്ടി വശം ചെരിഞ്ഞു കിടന്നിരുന്ന അവരുടെ കടവായിൽനിന്നു ചോര ഇറ്റിറ്റു വീണു.

അവർ മരിച്ചെന്ന ഞങ്ങൾക്കു രണ്ടുപേർക്കും തൽക്ഷണം മനസ്സിലായി. എങ്കിലും ഭയമൂകരായി ഞങ്ങൾ അവരെ തുറിച്ചുനോക്കിക്കൊണ്ട് അവിടെത്തന്നെ നിന്നു. അവസാനം സാഷ അടുക്കളയിൽ നിന്നോടിപ്പോയി. എന്തു ചെയ്യണമെന്ന രൂപമില്ലാതെ ഞാൻ ജനാലച്ചില്ലിൽ മുഖമമർത്തി തെരുവുവിളക്കിലേക്കു നോക്കി നിന്നു. മുതലാളി വന്നു. അവരുടെ സമീപം ഉൽക്കണ്ഠയോടെ കുനിഞ്ഞിരുന്ന് മുഖത്തു തൊട്ടുനോക്കിയശേഷം അയാൾ പറഞ്ഞു:

"വാസ്തവം തന്നെ. ചത്തുപോയി. ഇതെന്തു കഥ!" കോണിലിരുന്നിരുന്ന അത്ഭുതസിദ്ധിയുള്ള നിക്കൊലാ പുണ്യവാളന്റെ ചെറുരൂപത്തിനു നേരെ തിരിഞ്ഞു അയാൾ കുരിശു വരയ്ക്കാൻ തുടങ്ങി. പ്രാർത്ഥന കഴിഞ്ഞ് അയാൾ വാതിൽക്കലേക്കു നോക്കി വിളിച്ചുപറഞ്ഞു: "കഷീരിൻ! ഓടിപ്പോയി പോലീസിനെ വിവരമറിയിക്ക്!"

ഒരു പോലീസുകാരൻ വന്നു. കുറേ സമയം ചുറ്റിപ്പറ്റി നിന്നശേഷം ചില്ലറക്കാശും വാങ്ങി സ്ഥലം വിട്ടു. കുറച്ചു കഴിഞ്ഞ് ഒരു കുതിര വണ്ടിക്കാരനുമായി അയാൾ മടങ്ങിവന്നു. രണ്ടു പേരും കൂടി പാചകക്കാരിയെ തലയ്ക്കും കാലിനും പിടിച്ചു പുറത്തേക്കു ചുമന്നുകൊണ്ടു പോയി. മുതലാളിയുടെ ഭാര്യ കതകിനിടയിലൂടെ നോക്കിനിന്നു.

"തറ തേച്ചുകഴുക്!" അവർ എന്നോടു കല്പിച്ചു.

"തള്ള ചത്തത് വൈകുന്നേരമായതു നന്നായി," മുതലാളി പറഞ്ഞു.

അതെന്തുകൊണ്ടാണു നന്നായതെന്ന് എനിക്കു മനസ്സിലായില്ല.

"വിളക്കണയ്ക്കണ്ട," ഞങ്ങൾ ഉറങ്ങാൻ കിടന്നപ്പോൾ സാഷ പതിവില്ലാത്ത സൗമ്യതയോടെ പറഞ്ഞു.

"എന്താ, പേടിയാണോ?"

അയാൾ തലവഴി പുതച്ചിട്ട് കുറെയേറെ സമയം മിണ്ടാതെ കിടന്നു. എന്തിനോ ചെവിയോർക്കുന്ന മട്ടിൽ, എന്തിനോ കാത്തിരിക്കുന്ന മട്ടിൽ. ആ രാത്രിയും നിശ്ശബ്ദമായിരുന്നു. അടുത്ത നിമിഷത്തിൽ കൂട്ടമണിയടി കേൾക്കാമെന്നും പട്ടണവാസികൾ ഭയാക്രാന്തരായി പരക്കം പാഞ്ഞുനടക്കുമെന്നും എനിക്കു തോന്നി.

"നമുക്കു രണ്ടുപേർക്കും കൂടി അടുപ്പിൻതിണ്ണയുടെ മീതെ കിടക്കാം," പുതപ്പിനുള്ളിൽനിന്നു മുക്കു പുറത്തേക്കു തള്ളിക്കൊണ്ട് സാഷ മന്ത്രിച്ചു. "അവിടെ ചൂടാണ്."

അല്പസമയത്തെ മൗനത്തിനുശേഷം അയാൾ പറഞ്ഞു:

"കണ്ടില്ലേ? എത്ര പെട്ടെന്നാണ്?... കൂടോത്രക്കാരിയാണെന്ന് ഇപ്പോൾ ബോദ്ധ്യമായോ?... എനിക്കുറക്കം വരുന്നില്ല."

"എനിക്കും."

മരിച്ചവരുടെ പ്രേതങ്ങൾ കുഴിമാടങ്ങളിൽ നിന്നെണീറ്റുവന്ന് തങ്ങളുടെ വീടുകൾ തിരക്കിയും ബന്ധുക്കളെ തേടിയും പാതിരാവരെ പട്ടണത്തിൽ അലഞ്ഞുനടക്കുമെന്ന് അയാൾ പറഞ്ഞു.

"പട്ടണമേതാണെന്നു മാത്രമേ പ്രേതങ്ങൾ ഓർക്കൂ. തെരുവും വീടുമൊന്നും അവർക്ക് ഓർമ്മയില്ല."

നിശ്ശബ്ദതയ്ക്കും ഇരുട്ടിനും കട്ടി കൂടിയതുപോലെ തോന്നി. സാഷ തലയുയർത്തി.

"എന്റെ പെട്ടിക്കകത്തെ സാധനങ്ങൾ കാണണോ?"

അയാൾ ആ പെട്ടിയിൽ ഒളിച്ചുവച്ചിരിക്കുന്നതെന്താണെന്നറിയാൻ ഞാൻ മുമ്പുതന്നെ ആഗ്രഹിച്ചിരുന്നു. അയാളത് എപ്പോഴും പൂട്ടിയാണു വച്ചിരുന്നത്. അതിർകടന്ന ജാഗ്രതയോടെയാണ് അതു തുറന്നത്. ഞാനെങ്ങാനും എത്തിനോക്കാൻ ശ്രമിച്ചാൽ അയാൾ പരുഷമായി ചോദിക്കും:

"ഉം? നിനക്കെന്തു വേണം?"

ഇപ്പോൾ ഞാൻ പെട്ടി കാണണമെന്നു പറഞ്ഞപ്പോൾ അയാൾ മെത്തയിൽ എണീറ്റിരുന്നു. എപ്പോഴത്തേയും പോലെ ആജ്ഞാസ്വരത്തിൽ എന്നോട് പെട്ടിയെടുത്ത് കാൽക്കൽ കൊണ്ടുവയ്ക്കാൻ പറഞ്ഞു. അയാൾ അതിന്റെ താക്കോൽ വെന്തിങ്ങയോടൊപ്പം ഒരു മാലയിൽ കോർത്ത് കഴുത്തിലിട്ടിരുന്നു. അടുക്കളയിലെ ഇരുട്ടിലേക്കൊന്നു കണ്ണയച്ചശേഷം അയാൾ പ്രാധാന്യഭാവത്തിൽ നെറ്റി ചുളിച്ചുകൊണ്ട് പെട്ടിയുടെ പൂട്ടു തുറന്നു. പൊടിതട്ടാനെന്നവണ്ണം മൂടിയിൽ ഊതി. അവസാനം അയാൾ അതു തുറന്ന് ഏതാനും അടിവസ്ത്രങ്ങൾ പുറത്തെടുത്തു.

മരുന്നുഡപ്പികളും ചായ പൊതിഞ്ഞുവരുന്ന പലതരം വർണ്ണക്കടലാസുകളും ബൂട്ട് പോളിഷിന്റേയും മത്തിയുടേയും കാലിട്ടിന്നുകളും കൊണ്ട് പെട്ടിയുടെ പകുതിയോളം നിറഞ്ഞിരുന്നു.

"എന്താണിതെല്ലാം?"

"നീ കണ്ടോ."

പെട്ടി കാലുകൾക്കിടയിൽ അമർത്തിപ്പിടിച്ചുകൊണ്ട് അയാൾ അതിനുനേരെ കുനിഞ്ഞു അടക്കിയ ശബ്ദത്തിൽ പ്രാർത്ഥിക്കാൻ തുടങ്ങി:

"സ്വർഗ്ഗസ്ഥനായ പിതാവേ..."

പെട്ടിയ്ക്കുള്ളിൽ കളിപ്പാട്ടങ്ങൾ കാണുമെന്നാണ് ഞാൻ പ്രതീക്ഷിച്ചത്. എനിക്കു സ്വന്തമായി കളിപ്പാട്ടങ്ങൾ ഒരിക്കലുമുണ്ടായിരുന്നില്ല. പുറമേയ്ക്ക് ഞാൻ അവയോട് അവജ്ഞ നടിച്ചെങ്കിലും കളിപ്പാട്ടങ്ങളുള്ളവരോട് എനിക്ക് ഉള്ളിൽ അസൂയയായിരുന്നു. ഗൗരവക്കാരനായ സാഷ കളിപ്പാട്ടങ്ങൾ സൂക്ഷിക്കുന്നത് എനിക്കിഷ്ടപ്പെട്ടു. അയാൾ നാണിച്ച് അവ ഒളിച്ചുവച്ചിരിക്കുകയാണെങ്കിലും ആ നാണം എനിക്കു മനസ്സിലാക്കാൻ കഴിഞ്ഞു.

അയാൾ ആദ്യത്തെ കൂട്ടു തുറന്നു ഒരു കണ്ണടച്ചട്ടം പുറത്തെടുത്തു. അതു മൂക്കത്തു വച്ച് എന്നെ കർക്കശമായി നോക്കിക്കൊണ്ട് അയാൾ പറഞ്ഞു: '

"ചില്ലില്ലാത്തതു വകവയ്ക്കണ്ട. അതങ്ങിനെയാണു വേണ്ടത്."

"ഞാനൊന്നു വച്ചുനോക്കട്ടെ."

"നിന്റെ കണ്ണിനു പറ്റില്ല. ഇത് ഇരുണ്ട കണ്ണുകൾക്കുള്ളതാണ്. നിന്റേത് നിറം കുറഞ്ഞ കണ്ണാണ്," യജമാനൻ ചമഞ്ഞുകൊണ്ട് അയാൾ ഉറക്കെ പറഞ്ഞു. ഉടൻതന്നെ ഭയന്ന് അടുക്കളയിലേക്ക് ഒളിഞ്ഞുനോക്കുകയും ചെയ്തു. ബൂട്ട്പോളിഷ് ടിന്നുകളിലൊന്നിൽ പലതരം ബട്ടനുകളുണ്ടായിരുന്നു.

"എല്ലാം റോഡിൽ നിന്നു കിട്ടിയതാണ്" അയാൾ വീമ്പടിച്ചു. "ഞാൻ തന്നെ പെറുക്കിയെടുത്തതാണ്. മുപ്പത്തേഴെണ്ണമുണ്ട്."

മൂന്നാമത്തെ ഡപ്പിയിലുണ്ടായിരുന്നത് വലിയ കുറെ പിച്ചളപ്പിന്നുകളാണ്— വഴിയിൽനിന്നു പെറുക്കിയെടുത്തവതന്നെ. ചെരിപ്പാണികൾ, തേഞ്ഞതും ഒടിഞ്ഞതും മുഴുവനോടെയുള്ളതുമായ ഏതാനും ഷൂബക്കിളുകൾ, പിച്ചളകൊണ്ടുള്ള ഒരു വാതിൽപ്പിടി, സവാരിവടിയുടെ ആനക്കൊമ്പുകൊണ്ടുള്ള പിടി, സ്ത്രീകളുടെ മുടി കോതുന്ന ഒരു ചീപ്പ്, "സ്വപ്നവ്യാഖ്യാനവും ഭാഗ്യപ്രവചനവും" എന്ന പുസ്തകം, ഏറെക്കുറെ ഇത്തരത്തിൽത്തന്നെയുള്ള വേറെ കുറെ സാധനങ്ങൾ—ഇതൊക്കെയാണ് ആ പെട്ടിയിലുണ്ടായിരുന്നത്.

പഴന്തുണികളും എല്ലുകളും തിരയുന്നതിനിടയിൽ എനിക്ക് ഒരൊറ്റ മാസംകൊണ്ട് ഇതിന്റെ പത്തിരട്ടി ചവറ് ശേഖരിക്കാമായിരുന്നു. സാഷയുടെ നിധി കണ്ടപ്പോൾ എനിക്ക് വല്ലാത്ത നിരാശയും അമ്പരപ്പും അയാളോട് സഹതാപവും തോന്നി. അയാൾ ഓരോന്നുമെടുത്ത് ശ്രദ്ധയോടെ പരിശോധിച്ചു. അയാളുടെ വിരലുകൾ അവയെ സ്നേഹപൂർവ്വം തലോടി. അയാളുടെ തടിച്ച ചുണ്ടുകൾ പ്രാധാന്യഭാവത്തിൽ കൂർപ്പിച്ചുപിടിച്ചിരുന്നു. ഉന്തിനിന്ന കണ്ണുകൾ ശുഷ്ക്കാന്തി ദ്യോതിപ്പിച്ചു.

പക്ഷെ കണ്ണട അയാളുടെ കുട്ടിത്തം വിട്ടുമാറാത്ത മുഖത്തിന് അപഹാസ്യത പകർന്നു. "എന്തിനാണിതൊക്കെ?"

കണ്ണടച്ചട്ടത്തിലൂടെ എന്റെ നേരെ കണ്ണെറിഞ്ഞശേഷം അയാൾ ആ പ്രായത്തിനു സഹജമായ പരുക്കൻ ശബ്ദത്തിൽ ചോദിച്ചു:

"ഇതിൽനിന്നു വല്ലതും വേണോ?"

"വേണ്ട."

എന്റെ നിരസനവും അയാളുടെ നിധിയിലുള്ള താല്പര്യമില്ലായ്മയും അയാളെ നോവിച്ചതുപോലെ തോന്നി. ഒരു നിമിഷത്തെ മൗനത്തിനു ശേഷം അയാൾ പതുക്കെ പറഞ്ഞു:

"ഒരു ടൗവ്വലെടുത്തുകൊണ്ട് വാ. നമുക്കു എല്ലാം പൊടിതുടച്ചു വയ്ക്കാം."

സാധനങ്ങളെല്ലാം പൊടിതുടച്ച് പെട്ടിയിൽ തിരിച്ചെടുത്തുവച്ചതിനുശേഷം അയാൾ ചുമരിനഭിമുഖമായി വശം ചെരിഞ്ഞു കിടന്നു. മഴ പെയ്തുതുടങ്ങിയിരുന്നു. കാറ്റ് ജനലിനു നേരെ വന്നടിച്ചുകൊണ്ടിരുന്നു.

"തോട്ടത്തിലെ നിലം ഉണങ്ങിക്കഴിഞ്ഞാൽ ഞാൻ നിനക്ക് ഒരു കാര്യം കാട്ടിത്തരാം. നീ വാപൊളിച്ചുപോകും," തല തിരിക്കാതെ അയാൾ പറഞ്ഞു.

ഞാൻ മറുപടിയൊന്നും പറയാതെ മെത്തയിൽ കയറിക്കിടന്നു.

ഏതാനും നിമിഷങ്ങൾ കഴിഞ്ഞപ്പോൾ അയാൾ പെട്ടെന്നു ചാടിയെണീറ്റ് ചുമർ മാന്തിപ്പറിക്കാൻ തുടങ്ങി. ഭയാക്രാന്തനായി അയാൾ നിലവിളിച്ചു:

"എനിക്കു പേടിയാവുന്നു... ദൈവമേ, എനിക്കു വല്ലാതെ പേടിയാവുന്നു. കർത്താവേ, എന്താണിത്!"

ഞാനും പേടിച്ചു മരവിച്ചുപോയി. കോഴിപ്പോരുകൾ കാണുമ്പോൾ നിൽക്കുന്നതുപോലെ പാചകക്കാരിത്തള്ള ജനാലച്ചില്ലിൽ മുഖമമർത്തി എന്റെ നേരെ പുറം തിരിഞ്ഞ് ജനാലയ്ക്കൽ നിൽക്കുന്നുണ്ടെന്ന് എനിക്കു തോന്നി.

സാഷ വിതുമ്മിക്കരഞ്ഞുകൊണ്ട് ചുമരിൽ മാന്തിപ്പറിച്ചുകൊണ്ടിരുന്നു. അയാളുടെ കാലുകൾ കോച്ചിവലിച്ചുകൊണ്ടിരുന്നു. കാൽച്ചുവട്ടിൽ തീക്കനലാണെന്ന മട്ടിൽ ഞാൻ അടുക്കളയിലൂടെ പാഞ്ഞുചെന്ന് അയാളുടെ അരികിലണഞ്ഞു.

ഞങ്ങൾ കരഞ്ഞു കരഞ്ഞ് തളർന്നുറങ്ങി.

കുറച്ചു ദിവസങ്ങൾക്കുശേഷം ഏതോ ഒരു വിശേഷദിവസം കട ഉച്ചവരെ മാത്രമേ ഉണ്ടായിരുന്നുള്ളു. ഞങ്ങൾ അന്നു വീട്ടിലാണ്

ഉച്ചഭക്ഷണം കഴിച്ചത്. മുതലാളിയും ഭാര്യയും ഉച്ചയുറക്കത്തിനു വിരമിച്ചപ്പോൾ സാഷ നിഗൂഢസ്വരത്തിൽ എന്നോടു പറഞ്ഞു:

"വാ, പോകാം!"

കണ്ടാൽ വാപൊളിച്ചുപോകുന്ന ആ സാധനം കാണിക്കാൻ സാഷ എന്നെ കൂട്ടിക്കൊണ്ടുപോവുകയാണെന്നു ഞാൻ ഊഹിച്ചു.

ഞങ്ങൾ തോട്ടത്തിലേക്കിറങ്ങി. രണ്ടു വീടുകൾക്കിടയിലുള്ള ഇടുങ്ങിയ ഒരു സ്ഥലത്ത് പഴക്കം ചെന്ന പത്തുപതിനഞ്ചു ലിൻഡൻ മരങ്ങൾ നിന്നിരുന്നു. അവയുടെ കൂറ്റൻ തായ്ത്തണ്ടുകൾ പായൽ പൊതിഞ്ഞിരുന്നു. കറുത്ത നഗ്നശിഖരങ്ങൾ നിർജ്ജീവമായി ആകാശത്തേക്കുയർന്നുനിന്നു. ഒരൊറ്റ കാക്കക്കൂടുപോലും അവയ്ക്കിടയിൽ കണ്ടില്ല. ആ വൃക്ഷങ്ങൾ ശവപ്പറമ്പിലെ സ്മാരകശിലകൾപോലെ തോന്നിച്ചു. ആ ലിൻഡനുകളല്ലാതെ തോട്ടത്തിൽ മറ്റൊന്നും വളർന്നില്ല. ഒരു കുറ്റിച്ചെടിയോ ഒരു പുൽക്കൊടിയോ അവിടെങ്ങും കണ്ടില്ല. വഴിച്ചാലുകളിലെ മണ്ണ് കാരിരുമ്പുപോലെ കറുത്ത് കട്ടിയായിക്കിടന്നിരുന്നു. നിലത്ത് അഴുകിക്കിടന്നിരുന്ന കഴിഞ്ഞയാണ്ടത്തെ ഇലകൾക്കിടയിൽ അങ്ങിങ്ങു കാണപ്പെട്ട മണ്ണിന്റെ ശകലങ്ങൾ, കെട്ടിക്കിടക്കുന്ന വെള്ളത്തിനു മീതെയുള്ള നീർച്ചെടികളെപ്പോലെ പായൽകൊണ്ടു മൂടിയിരുന്നു.

സാഷ മൂല തിരിഞ്ഞ് റോഡരികിലുള്ള മതിലിനടുത്തേക്കു നടന്നു. ലിൻഡൻമരങ്ങളിലൊന്നിന്റെ ചുവട്ടിൽ ചെന്നു നിന്നിട്ട് അയാൾ അടുത്ത വീട്ടിലെ ജനലിനു നേരെ തുറിച്ചുനോക്കിക്കൊണ്ട് ഒരു നിമിഷം നിന്നു. പിന്നീട് കുനിഞ്ഞിരുന്ന് അയാൾ കൈകൊണ്ട് നിലത്തെ ഇലയെല്ലാം വടിച്ചുമാറ്റി. തടിച്ച ഒരു വേരും അതിനടുത്തായി ആഴത്തിൽ കുഴിച്ചിട്ടിരുന്ന രണ്ട് ഇഷ്ടികക്കല്ലുകളും പുറത്തു കണ്ടു. അയാൾ ഇഷ്ടികകൾ എടുത്തുമാറ്റി. പുരകളുടെ മേൽക്കൂരയിൽ വിരിക്കുന്ന ഇരുമ്പുതകിടിന്റെ ഒരു തുണ്ടാണ് അടിയിലുണ്ടായിരുന്നത്. തകിടിനുമടിയിൽ ചതുരത്തിലുള്ള ഒരു പലകക്കഷണവും. അവസാനം വേരിനടിയിലേക്കിറങ്ങിപ്പോകുന്ന വലിയൊരു ദ്വാരം ഞാൻ കണ്ടു.

സാഷ തീപ്പെട്ടിയുരച്ച് ഒരു മെഴുകുതിരിക്കുറ്റി കത്തിച്ചു. അത് കുഴിയിലേക്കു താഴ്ത്തിപ്പിടിച്ചുകൊണ്ട് അയാൾ പറഞ്ഞു:

"നോക്ക്. പേടിക്കണ്ട."

അയാൾതന്നെ പേടിച്ചിരിക്കുകയായിരുന്നുവെന്നു സ്പഷ്ടമായിരുന്നു. അയാളുടെ കയ്യിൽ പിടിച്ചിരുന്ന മെഴുകുതിരി വിറച്ചു. അയാളുടെ മുഖം വിളറിയിരുന്നു. ചുണ്ടുകൾ വിരൂപമായി തൂങ്ങിക്കിടന്നു.

കണ്ണുകൾ ആർദ്രമായിരുന്നു. മെഴുകുതിരി പിടിക്കാത്ത കൈ അയാൾ സൂത്രത്തിൽ പുറകിൽ പിടിച്ചു. അയാളുടെ ഭയം എന്നിലേക്കും സംക്രമിച്ചു. ആ ചെറിയ ഗുഹയുടെ കമാനമായി വർത്തിച്ച വേരിനടിയിലേക്ക് ഞാൻ അങ്ങേയറ്റം ജാഗ്രതയോടെ എത്തിനോക്കി. സാഷ നേരത്തെ കത്തിച്ച മൂന്നു തിരികൾ നീലവെളിച്ചം പകർന്നു. ആ ഗുഹയ്ക്ക് ഒരു സാധാരണതൊട്ടിയുടെ ആഴവും അതേക്കാൾ വിസ്താരവുമുണ്ടായിരുന്നു. ഭിത്തികളിൽ നിറമുള്ള കുപ്പിച്ചില്ലുകളും പിഞ്ഞാണക്കഷണങ്ങളും പതിച്ചിരുന്നു. നടുക്ക് ഒരു പീഠത്തിനു മുകളിലായി ചെറിയൊരു ശവപ്പെട്ടി ഇരുന്നിരുന്നു. ഈയക്കടലാസ് പതിച്ചിരുന്ന അതിന്റെ പകുതി ഭാഗം കസവുപോലെ തോന്നിച്ച ഏതോ തുണിക്കഷ്ണം കൊണ്ടു മൂടിയിരുന്നു. ആ പുതപ്പിനടിയിൽ നിന്ന് ഒരു കുരുവിയുടെ ചാരനിറത്തിലുള്ള കാലുകളും കൊക്കും പുറത്തേക്കുന്തി നിന്നു. പിച്ചളക്കരിശു വച്ച ചെറിയൊരു പീഠം തലയ്ക്കൽ ഉയർന്നു നിന്നിരുന്നു. സ്വർണ്ണവും വെള്ളിയും നിറത്തിലുള്ള മിട്ടായിപ്പൊതികൾകൊണ്ടലങ്കരിച്ച മെഴുകുതിരിക്കാലുകളിൽ കത്തിനിർത്തിയ മെഴുകുതിരിക്കുറ്റികൾ മൂന്നു ഭാഗത്തും എരിഞ്ഞുനിന്നു.

കൂർത്ത തീനാളങ്ങൾ ഗുഹാദ്വാരത്തിനുനേരെ ആഞ്ഞുവീശി. നാനാവർണ്ണത്തിലുള്ള പ്രകാശശകലങ്ങളും മിന്നലുകളും കൊണ്ട് ഗുഹാന്തർഭാഗം മങ്ങിത്തിളങ്ങി. മണ്ണിന്റേയും ഉരുകിയ മെഴുകിന്റേയും അഴുകിയ ഇലകളുടേയും ഗന്ധം അലയലയായി എന്റെ മുഖത്തടിച്ചു. ഒരു ചിതറിയ മഴവില്ലിന്റെ വർണ്ണപ്രകാശം എന്റെ കൺമുമ്പിൽ തത്തിക്കളിച്ചു. ഇതെല്ലാം കണ്ടപ്പോൾ അത്ഭുതം എന്റെ ഭയത്തെ ആട്ടിയോടിച്ചു.

"കൊള്ളാമോ?" സാഷ ചോദിച്ചു.

"എന്തിനാണിത്?"

"ഇതൊരു പ്രാർത്ഥനാമന്ദിരമാണ്," അയാൾ വിശദീകരിച്ചു.

"എന്താ, ഒത്തിട്ടില്ലേ?"

" അറിഞ്ഞുകൂടാ."

"കുരുവിയാണ് പ്രേതം. ഒരുപക്ഷെ ഇത് വല്ല ദിവ്യസ്മാരകമായി ത്തീർന്നെന്നുവരാം. കാരണം, ഈ കുരുവി ഒരു നിഷ്കളങ്കരക്തസാക്ഷിയാണ്."

"ചത്തുകിടക്കുമ്പോഴാണോ നിനക്കിതിനെ കണ്ടുകിട്ടിയത്?"

"അല്ല. അത് വിറകുപുരയിലേക്കു പറന്നുവന്നതാണ്. ഞാൻ എന്റെ തൊപ്പി വീശി പിടിച്ചിട്ട് ഞെക്കിക്കൊന്നു."

"എന്തിന്?"

"വെറുതെ."

അയാൾ എന്റെ കണ്ണുകളിലേക്ക് ഉറ്റുനോക്കിക്കൊണ്ട് വീണ്ടും ചോദിച്ചു:

"എന്താ, കൊള്ളാമോ?"

"ഇല്ല!"

അയാൾ ഗുഹയിലേക്കു കുനിഞ്ഞ് വേഗം തന്നെ പലകക്കഷണവും ഇരുമ്പുതകിടും ഇഷ്ടികകളും തിരിച്ചുവച്ചു.

നിവർന്നുനിന്ന് മുട്ടിലെ പൊടി തട്ടിക്കളയുന്നതിനിടയിൽ അയാൾ പരുഷമായി ചോദിച്ചു:

"എന്തുകൊണ്ടാ നിനക്കു പിടിക്കാഞ്ഞത്?"

"കുരുവിയെ ഓർത്തിട്ട്."

അയാൾ ഒരു കുരുടനെപ്പോലെ നിശ്ചലദൃഷ്ടികളാൽ എന്നെ തുറിച്ചു നോക്കി. എന്റെ നെഞ്ചത്തടിച്ചുകൊണ്ട് അയാൾ അട്ടഹസിച്ചു:

"വിഡ്ഢി! നിനക്ക് കുശുമ്പാണ്. അതുകൊണ്ടാണ് പിടിച്ചില്ലെന്നു പറഞ്ഞത്. കനാത്നയ തെരുവിലെ നിന്റെ തോട്ടത്തിൽ നീ ഇതിലും ഭംഗിയായി കാര്യങ്ങൾ നടത്തിയെന്നാണോ?"

"അതിനു സംശയമില്ല," ഞാൻ അവിടെ ഒരുക്കിയ വള്ളിക്കുടിലിനെ ഓർത്തുകൊണ്ട് ഞാൻ ഉറപ്പിച്ചു പറഞ്ഞു. സാഷ ഫ്രോക്ക്കോട്ട് ഊരി യെറിഞ്ഞു. കുപ്പായക്കൈ തെറുത്തുകയറ്റി, കൈപ്പടങ്ങളിൽ തുപ്പിക്കൊ ണ്ട് അയാൾ പറഞ്ഞു: '

"ശരി, എന്നാലങ്ങിനെ. നമുക്ക് അടിച്ച് തീരുമാനിച്ചുകളയാം."

എനിക്ക് അടികൂടാൻ അശേഷം ആഗ്രഹമില്ലായിരുന്നു. ആകെക്കൂടി എനിക്ക് കലശലായ മടുപ്പു തോന്നി. സാഷയുടെ രോഷാകുലമായ മുഖത്തു നോക്കാൻതന്നെ വിഷമം തോന്നി.

അയാൾ പാഞ്ഞുവന്ന് എന്റെ നെഞ്ചത്ത് തലകൊണ്ടിടിച്ചു. എന്നെ ഉരുട്ടിയിട്ട് പുറത്തു കയറിയിരുന്നുകൊണ്ട് അയാൾ അട്ടഹസിച്ചു:

"ജീവൻ വേണോ വേണ്ടയോ?"

എനിക്ക് അയാളേക്കാൾ ബലമുണ്ടായിരുന്നു. എനിക്ക് കോപ മടക്കാൻ കഴിഞ്ഞില്ല. അടുത്ത നിമിഷം അയാൾ കൈകൾകൊണ്ട് തലയും പൊത്തിപ്പിടിച്ച് നിലത്തു കമഴ്ന്നടിച്ചു കിടക്കുകയായിരുന്നു. ഞാൻ പരിഭ്രമിച്ചു. അയാളെ എണീപ്പിച്ചുനിർത്താൻ ശ്രമിച്ചപ്പോൾ അയാൾ എന്നെ തട്ടിമാറ്റി. അതോടെ എന്റെ സംഭ്രമം വർദ്ധിച്ചു. എന്തു

ചെയ്യണമെന്നറിയാതെ ഞാൻ മാറിനിന്നു. അയാൾ തല ഉയർത്തി എന്നോടു പറഞ്ഞു:

“നീ നോക്കിക്കൊ. ഞാൻ ഈ കിടപ്പു കിടക്കും. മുതലാളി വന്നു കാണട്ടെ. ഞാനെല്ലാം പറഞ്ഞുകൊടുക്കും. അപ്പോൾ അയാൾ നിന്നെ ഇവിടന്നോടിക്കും.”

അയാൾ പ്രാകുകയും ഭീഷണിപ്പെടുത്തുകയും ചെയ്തു. അതു കേട്ടപ്പോൾ എനിക്കു കലി കയറി. ഞാൻ ഗുഹയുടെ നേർക്ക് പാഞ്ഞുചെന്ന് ഇഷ്ടികകൾ എടുത്തു മാറ്റിയിട്ട് കുരുവിയുടെ പ്രേതത്തോടെ തന്നെ ശവപ്പെട്ടി മതിലിനപ്പുറത്തേക്കെറിഞ്ഞു. ഗുഹയ്ക്കകത്തെ സർവ്വതും വലിച്ചു പുറത്തിട്ട് ചവുട്ടിയരച്ചു.

“ന്നാ, കണ്ടോ!”

എന്റെ കോപാവേശത്തോടുള്ള സാഷയുടെ പ്രതികരണം വിചിത്രമായിരുന്നു. അയാൾ എണീറ്റിരുന്നു. വായ് പാതി തുറന്നു പിടിച്ച്, പുരികം ചുളിച്ച്, അയാൾ മൗനമായി എന്റെ ചെയ്തികൾ നോക്കി അവിടിരുന്നു. എല്ലാം തീർന്നപ്പോൾ അയാൾ ബദ്ധപ്പെടാതെ എഴുന്നേറ്റു നിന്നു. പൊടി തട്ടിക്കുടഞ്ഞ്, കോട്ട് ചുമലിലേക്കിട്ടിട്ട് അയാൾ പകയോടെ ശാന്തസ്വരത്തിൽ പറഞ്ഞു:

“നിനക്കിനി എന്താ വരാൻ പോകുന്നതെന്നു കണ്ടോ. കുറച്ചൊന്നു ക്ഷമിക്ക്. അതു ഞാൻ നിനക്കുവേണ്ടി പ്രത്യേകം ഉണ്ടാക്കിയതാണ്. കൂടോത്രമായിരുന്നു അത്, മനസ്സിലായോ?”

അയാളുടെ വാക്കുകളുടെ അടിയേറ്റ് ഞാൻ തളർന്നിരുന്നു പോയി. ഉള്ളിലാകെ ഒരു തണുപ്പും കിടുകിടുപ്പും. ഒന്നു തിരിഞ്ഞുനോക്കുക പോലും ചെയ്യാതെ അയാൾ നടന്നുപോയി. അയാളുടെ അക്ഷോഭ്യത എന്നെ നിശ്ശേഷം തളർത്തിക്കളഞ്ഞു.

നാളെ ഞാൻ ഈ പട്ടണത്തിൽ നിന്നോടിപ്പോകും. ഞാൻ തീരുമാനിച്ചു. മുതലാളിയിൽനിന്നും സാഷയിൽനിന്നും അയാളുടെ കൂടോത്രത്തിൽനിന്നും വിരസവും നിരർത്ഥകവുമായ ഈ ജീവിതത്തിൽനിന്നാകെത്തന്നെയും ഓടിപ്പോകും.

അടുത്ത ദിവസം പുതിയ പാചകക്കാരി എന്നെ വിളിച്ചുണർത്തിപ്പറഞ്ഞു:

“കർത്താവേ! നിന്റെ മോന്തയ്ക്കെന്തു പറ്റി?”

“കൂടോത്രം ഫലിച്ചുതുടങ്ങി,” ഇനി രക്ഷയില്ലെന്ന ബോധത്തോടെ ഞാൻ വിചാരിച്ചു.

പക്ഷെ പാചകക്കാരി നിർത്താതെ പൊട്ടിച്ചിരിക്കുന്നതു കണ്ട പ്പോൾ ഞാനും അറിയാതെ ചിരിച്ചുപോയി. ഞാൻ കണ്ണാടിയിൽ നോക്കി. മുഖത്ത് മുഴുവൻ കരി തേച്ചിരിക്കുന്നു.

"ഇതു സാഷയുടെ പണിയാണോ?"

"അല്ല, എന്റെ പണിയാണ്," പാചകക്കാരി പൊട്ടിച്ചിരിച്ചു കൊണ്ടു പറഞ്ഞു.

ഞാൻ ഷൂസ് പോളിഷുചെയ്യാൻ തുടങ്ങി. ഒരു ബൂട്ടിനകത്തേയ്ക്കു കയ്യിട്ടപ്പോൾ കയ്യിൽ മൊട്ടുസൂചി കുത്തി.

"ഇതാണ് നിന്റെ കുടോത്രം, അല്ലേ!"

എല്ലാ ഷൂസിനകത്തും സൂചികളും പിന്നുകളും ഒളിച്ചുവച്ചിരുന്നു. എങ്ങിനെയും എന്റെ കയ്യിൽ കുത്തിക്കയറുന്നവണ്ണം അത്ര സമർത്ഥമായിട്ടാണ് അവ ഒളിച്ചുവച്ചിരുന്നത്. ഞാൻ ഒരു മൊന്ത നിറയെ തണുത്ത വെള്ളമെടുത്ത്, അപ്പോഴും ഉറങ്ങിക്കിടന്നിരുന്നു. അഥവാ ഉറക്കം നടിച്ചു കിടന്നിരുന്ന, കുടോത്രക്കാരന്റെ തലവഴി ഒഴിച്ച് ചാരിതാർത്ഥ്യമടഞ്ഞു.

ഇതൊക്കെയായിട്ടും എനിക്ക് സന്തോഷം തോന്നിയില്ല. ആ ശവപ്പെട്ടിയും കുരുവിയും അതിന്റെ ചാരനിറത്തിലുള്ള ചുക്കിച്ചുളിഞ്ഞ നഖങ്ങളും ദയനീയമായി ഉന്തിനിന്ന മെഴുകുപോലത്തെ കൊക്കും എന്റെ കൺമുമ്പിൽനിന്നു മാഞ്ഞുപോയില്ല. ചുറ്റിനും നാനാവർണ്ണത്തിൽ തത്തിക്കളിക്കുന്ന പ്രകാശം ഒരു മഴവിൽ രചിക്കാൻ വൃഥാ ശ്രമിക്കുകയാണെന്നു തോന്നി. ശവപ്പെട്ടി വലുതായി വന്നു. നഖങ്ങൾ വളർന്ന് നീണ്ടുവന്ന് ജീവനോടെ വിറച്ചു.

അന്നു രാത്രി ഓടിപ്പോകണമെന്നാണു ഞാനുദ്ദേശിച്ചിരുന്നത്. എന്നാൽ ഉച്ചയ്ക്ക് ഭക്ഷണത്തിനു തൊട്ടുമുമ്പ് സ്റ്റൗവിന്റെ പുറത്തുവച്ച് സൂപ്പു ചൂടാക്കിക്കൊണ്ടിരുന്നപ്പോൾ ഞാൻ മറ്റെന്തോ ആലോചിച്ചുനിൽക്കുന്നതിനിടയിൽ സൂപ്പ് തിളച്ച് കവിഞ്ഞൊഴുകി. സ്റ്റൗ കെടുത്താനുള്ള തിടുക്കത്തിൽ ഞാൻ സൂപ്പിന്റെ പാത്രം എന്റെ കയ്യിലേക്കു തട്ടിമറിച്ചു. എന്നെ ആശുപത്രിയിലാക്കേണ്ടിവന്നു.

ആശുപത്രിയെന്ന ആ ഭയങ്കര പേടിസ്വപ്നം ഞാൻ ഓർക്കുന്നു. മഞ്ഞച്ച് ചാഞ്ചാടിക്കൊണ്ടിരുന്ന ആ ശൂന്യതയിൽ ചാരനിറത്തിലും വെളുത്ത നിറത്തിലുമുള്ള മൂടുപടങ്ങൾ ധരിച്ച രൂപങ്ങൾ കൂട്ടം കൂട്ടമായി നടക്കുകയും ഞരങ്ങുകയും കശുകശുക്കുകയും ചെയ്തു. മേൽമീശപോലുള്ള പുരികങ്ങളോടുകൂടിയ ഒരു ദീർഘകായൻ വടിയും താങ്ങി നടക്കുന്നതിനിടയിൽ കറുത്തു നീണ്ട താടി വിറപ്പിച്ചുകൊണ്ട് അലറിക്കൊണ്ടിരുന്നു:

"ഞാൻ ബിഷപ്പതിരുമേനിയോടു പറഞ്ഞുകൊടുത്തേക്കാം!"

കട്ടിലുകൾ ശവപ്പെട്ടികളേയും മുകളിലേക്ക് മൂക്കും നീട്ടി മലർന്നു കിടക്കുന്ന രോഗികൾ കുരുവികളുടെ പ്രേതങ്ങളേയും അനുസ്മരിപ്പിച്ചു. മഞ്ഞച്ചുമരുകൾ ആടി. മച്ച് കപ്പൽപ്പാപോലെ ഉലഞ്ഞു. വിങ്ങിപ്പൊങ്ങുന്ന തറയിൽ കട്ടിലുകൾ ചാഞ്ചാടി. സർവ്വതും ഭീതിദമായിത്തോന്നി. ജനാലകൾക്കു വെളിയിൽ വൃക്ഷങ്ങളുടെ നഗ്നശിഖരങ്ങൾ ആരോ വിറപ്പിക്കുന്ന ചാട്ടകളപ്പോലെ ഉന്തിനിന്നു.

ചുവന്ന മുടിയുള്ള ഒരു മെലിഞ്ഞ പ്രേതം വാതിൽക്കലേക്കു തുള്ളിച്ചാടി വന്നു. നീളം കുറഞ്ഞ കൈകളാൽ മൂടുപടം അമർത്തിച്ചുറ്റിക്കൊണ്ട് അയാൾ വിളിച്ചുകൂവി:

"ഭ്രാന്തന്മാരെ ഇവിടെ വേണ്ട!"

"ബിഷപ്പുതിരുമേനി!"താങ്ങുവടിക്കാരൻ അട്ടഹസിച്ചു.

ആശുപത്രിയിൽ ആളുകളെ പട്ടിണിക്കിട്ടു കൊല്ലുമെന്ന് മുത്തച്ഛനും മുത്തശ്ശിയും മറ്റെല്ലാവരും തന്നെ എപ്പോഴും പറയുമായിരുന്നു. അതുകൊണ്ട് എന്റെ കഥ കഴിയാറായെന്നു ഞാൻ തീരുമാനിച്ചു. മൂടുപടമണിഞ്ഞ ഒരു കണ്ണടക്കാരി വന്ന് എന്റെ കട്ടിലിന്റെ തലയ്ക്കലുള്ള സ്ലേറ്റിൽ ചോക്കുകൊണ്ട് എന്തോ എഴുതി, ചോക്കിന്റെ തരികൾ എന്റെ തലമുടിയിലേക്ക് അടർന്നു വീണു.

"നിന്റെ പേരെന്താ?" അവർ ചോദിച്ചു.

"എനിക്കു പേരില്ല."

"ഒരു പേരുമില്ലെന്നോ?"

"ഇല്ല."

"നീ വേലയൊന്നുമിറക്കണ്ട. നല്ല പിട തരും."

പിട കിട്ടുമെന്നു തീർച്ചയുള്ളതുകൊണ്ടാണ് ഞാൻ പേരു പറയാതിരുന്നത്. പൂച്ചയെപ്പോലെ ചിരിക്കൊണ്ട് അവർ പൂച്ചയെപ്പോലെതന്നെ ഒച്ച കേൾപ്പിക്കാതെ ഇറങ്ങിപ്പോയി.

രണ്ടു വിളക്കുകൾ കൊളുത്തി. ആരുടെയോ നഷ്ടപ്പെട്ട കണ്ണുകൾ പോലെ അവയുടെ മഞ്ഞ വെളിച്ചങ്ങൾ മച്ചിൽ നിന്നു തൂങ്ങിക്കിടന്നു. അന്ധമായി ചിമ്മിക്കൊണ്ട് അവ ആടിയാടി പരസ്പരം ഒട്ടിച്ചേരാൻ ശ്രമിച്ചു.

"നമുക്കു ചീട്ടു കളിക്കാം," കോണിൽ നിന്ന് ആരോ അഭിപ്രായപ്പെട്ടു.

"ഒറ്റക്കൈകൊണ്ട് ഞാൻ എങ്ങിനെ കളിക്കും?"

"ഓഹോ, അപ്പോൾ അവർ കൈ മുറിച്ചുകളഞ്ഞു. അല്ലേ?"

ചീട്ടു കളിച്ചതുകൊണ്ടാണ് അയാളുടെ കൈ മുറിച്ചുകളഞ്ഞതെന്ന് ഞാൻ തൽക്ഷണം അനുമാനിച്ചു. എന്നെ കൊല്ലുന്നതിനു മുമ്പ് അവർ എന്തൊക്കെ ചെയ്യുമോ ആവോ?

ആരോ എല്ലുകൾ പറിച്ചെടുക്കുന്നതുപോലെ എന്റെ കൈകൾ രണ്ടും നീറിപ്പുകഞ്ഞു. ഭയവും വേദനയും കൊണ്ട് ഞാൻ നിശ്ശബ്ദം കരഞ്ഞു. എന്റെ കണ്ണുനീർ ആരും കാണരുതെന്നു കരുതി ഞാൻ കണ്ണടച്ചു. പക്ഷെ അവ ചെന്നിയിലൂടെ ചെവിയിലേയ്ക്ക് ഒലിച്ചിറങ്ങി.

രാത്രിയായി. എല്ലാവരും അവരവരുടെ കട്ടിലുകളിലേക്ക് ഇഴഞ്ഞു കയറി, നരച്ച കമ്പിളിപ്പുതപ്പുകൾക്കുള്ളിൽ ഒളിച്ചിരുന്നു. ഓരോ നിമിഷം കഴിയുന്തോറും നിശ്ശബ്ദത വർദ്ധിച്ചു. ഒരു കോണിൽ മാത്രം ആരോ പിറുപിറുത്തു:

"ഇതുകൊണ്ടൊന്നും ഒരു ഫലവുമില്ല... അവനൊരു കൃമിയാണ്... അവളും കൃമിയാണ്."

എന്നെ വന്നു രക്ഷപ്പെടുത്തണമെന്നു യാചിച്ചുകൊണ്ട് മുത്തശ്ശിയ്ക്കൊരു കത്തെഴുതാൻ ഞാൻ ആഗ്രഹിച്ചു. പക്ഷെ ഈ കയ്യുംവച്ച് എഴുതാനാവില്ല. പോരെങ്കിൽ കടലാസുമില്ല. ഞാൻ അവിടന്ന് ഓടിപ്പോകാനുറച്ചു.

രാത്രി എന്നെന്നേക്കുമായി നിശ്ചലമായതുപോലെ തോന്നി. ഞാൻ ഒച്ച കേൾപ്പിക്കാതെ പതുക്കെ കട്ടിലിൽ നിന്നു കാലെടുത്തു താഴെ വച്ചു. ഇരട്ടപ്പാളികളുള്ള വാതിലിനടുത്തേക്കു നടന്നു. വാതിലിന്റെ ഒരു പാളി തുറന്നു കിടന്നിരുന്നു. ഇടനാഴിയിൽ പുകച്ചുരുളുകൾക്കിടയിൽ പ്രശ്നമായ ഒരു നരച്ച തല കണ്ടു. കുഴിഞ്ഞിറങ്ങിയ ഇരുണ്ട കണ്ണുകൾ എന്നെ തറച്ചുനോക്കി. എനിക്ക് ഒളിക്കാൻ സമയം കിട്ടിയില്ല.

"ആരാണവിടെ കറങ്ങിനടക്കുന്നത്? വാ ഇവിടെ!"

ആ ശാന്തമായ ശബ്ദത്തിൽ ഭീഷണി തൊട്ടുതീണ്ടിയിരുന്നില്ല. ഞാൻ അടുത്തു ചെന്ന് താടിരോമങ്ങൾ മുറ്റിനിന്ന ഒരു വട്ടമുഖത്തേക്കു നോക്കി. നാലു വശത്തേയ്ക്കും നീണ്ടുകിടന്ന നരച്ച മുടി അയാളുടെ തലയ്ക്കു രജതാഭമായൊരു പരിവേഷം ചാർത്തി. അയാളുടെ ബെൽട്ടിൽ നിന്ന് ഒരു താക്കോൽ വളയം തൂങ്ങിക്കിടന്നു. ആ മുടിയ്ക്കും താടിയ്ക്കും കുറേക്കൂടി നീളമുണ്ടായിരുന്നെങ്കിൽ കാഴ്ചയിൽ പത്രോസ് പുണ്യവാളനാണെന്നു തോന്നുമായിരുന്നു.

"കൈ പൊള്ളിയ പയ്യനല്ലേ നീ? രാത്രി സമയത്ത് കറങ്ങി നടക്കുന്നതെന്തിനാണ്? അതു ചട്ടത്തിനെതിരാണെന്നറിയില്ലേ?"

എന്റെ മുഖത്തേക്ക് പുക ഊതിവിട്ടിട്ട് അയാൾ ചൂടുള്ള കൈ ചുറ്റി എന്നെ അരികിലേക്ക് അണച്ചുനിർത്തി.

"പേടിയാണോ?"

"അതെ."

"ഇവിടെ ആദ്യം എല്ലാവർക്കും പേടിയാണ്. പക്ഷെ പേടിക്കാനൊന്നുമില്ല. പ്രത്യേകിച്ച് ഞാനുള്ളപ്പോൾ. ഞാൻ ഒരുത്തർക്കും ദോഷം വരാൻ സമ്മതിക്കില്ല. നിനക്ക് പുക വലിക്കണോ? വേണ്ടെങ്കിൽ വേണ്ട. നിനക്കതിനുള്ള പ്രായമായിട്ടില്ല. ഒന്നുരണ്ടു വർഷം കൂടി കഴിയട്ടെ. നിന്റെ അച്ഛനും അമ്മയും എവിടെ? അച്ഛനും അമ്മയും ഇല്ലെന്നോ? ഇല്ലെങ്കിൽ വേണ്ട. അവരില്ലെങ്കിലും കഴിയാം. പേടിത്തൊണ്ടനാവരുതെന്നു മാത്രം. മനസ്സിലായോ?"

എനിക്കു മനസ്സിലാവുന്ന ലളിതമായ വാക്കുകൾ സ്നേഹപൂർവ്വം പറയുന്ന ഒരാളെ ഞാൻ വളരെക്കാലത്തിനു ശേഷം കണ്ടുമുട്ടുകയാണ്. അതുകൊണ്ട് എനിക്ക് അയാളുടെ സംസാരം കേൾക്കാൻ എന്തെന്നില്ലാത്ത സുഖം തോന്നി.

അയാൾ എന്നെ എന്റെ കട്ടിലിലേക്കു കൂട്ടിക്കൊണ്ടു പോയി.

"കുറച്ചു നേരം എന്റെ കൂടെ ഇരിക്കാമോ?" ഞാൻ യാചിച്ചു.

"ഇരിക്കാം," അയാൾ സമ്മതിച്ചു.

"നിങ്ങളാരാണ്?"

"ഞാനോ? ഞാനൊരു പട്ടാളക്കാരനാണ്. കോക്കസസ്സുകാരനായ അസ്സൽ പട്ടാളക്കാരൻ. യുദ്ധം ചെയ്തിട്ടുണ്ട്. ഇല്ലാതെ പറ്റുമോ?" പട്ടാളക്കാരൻ ജീവിക്കുന്നതുതന്നെ യുദ്ധം ചെയ്യാനല്ലേ? ഹങ്കറിക്കാരോടും സിർക്കാസുകാരോടും പോളണ്ടുകാരോടുമൊക്കെ ഞാൻ യുദ്ധം ചെയ്തിട്ടുണ്ട്. യുദ്ധമുണ്ടല്ലോ, അനിയാ, അത് വലിയൊരു അനാവശ്യമാണ്." ഞാൻ ഒരു നിമിഷത്തേക്കു കണ്ണടച്ചു. കണ്ണ് തുറന്നപ്പോഴുണ്ട് പട്ടാളക്കാരന്റെ സ്ഥാനത്ത് മുത്തശ്ശി ഇരിക്കുന്നു. അയാൾ അവരുടെ അരികിൽ നിന്ന് പറയുകയായിരുന്നു:

"അപ്പോൾ അവരൊക്കെ മരിച്ചെന്നോ?"

സൂര്യൻ ഒരു കുസൃതിക്കുട്ടിയെപ്പോലെ മുറിയിൽ ഓടിക്കളിച്ചു. ഒരു നിമിഷം എല്ലാറ്റിലും പൊന്നു പൂശിയിട്ട് ഓടിമറയും. വീണ്ടും എത്തിനോക്കും. മുത്തശ്ശി എന്റെ നേർക്കു കുനിഞ്ഞുകൊണ്ടു ചോദിച്ചു: '

"എന്താടാ, പൊന്നുമോനേ? നിന്നെ അവർ നോവിച്ചോ? ഞാൻ ആ ചെമ്പൻ മുടിക്കാരൻ പുലിയോട് പറഞ്ഞതാണ്..."

“ഞാനിപ്പോൾത്തന്നെ സർവ്വതും മുറപോലെ ചെയ്തുതരാം,” എന്നും പറഞ്ഞ് പട്ടാളക്കാരൻ ഇറങ്ങിപ്പോയി.

“ആ പട്ടാളക്കാരൻ ബലഹോൻകാരനാണെന്ന തോന്നുന്നു,” കവിളത്തുനിന്ന കണ്ണുനീർ തുടച്ചുകളഞ്ഞുകൊണ്ട് മുത്തശ്ശി പറഞ്ഞു.

ഇതെല്ലാം സ്വപ്നമാണെന്നാണ ഞാൻ വിചാരിച്ചത്. അതുകൊണ്ട് ഞാൻ ഒന്നും മിണ്ടിയില്ല. ഡോക്ടർ വന്ന് പൊള്ളലേറ്റ ഭാഗത്ത് പുതിയ ബാൻഡേജ്ജുവച്ച് കെട്ടിത്തന്നു. ഞാനും മുത്തശ്ശിയും കൂടി ഒരു വണ്ടി പിടിച്ച് പട്ടണത്തിലൂടെ യാത്രയായി.

“നിന്റെ മുത്തശ്ശന തനിഭ്രാന്താണ്,” അവർ പറഞ്ഞു. “പണത്തിനോട് ഇങ്ങനെയുണ്ടോ ഒരു ആർത്തി! കണ്ടാൽ മനം പുരട്ടും! നിന്റെ മുത്തച്ഛന് ഇപ്പോൾ പുതിയൊരു കൂട്ടുകാരനെ കിട്ടിയിട്ടുണ്ട്. ഫ്ലിസ്റ്റ് എന്നാണ പേര്. ഒരു രോമപ്പണിക്കാരൻ. അയാൾ മുത്തച്ഛന്റെ സ്തോത്രപുസ്തകത്തിൽ നിന്ന് ഒരു നൂറു റൂബിൾ നോട്ട് കട്ടെടുത്തു. പിന്നീട് അവിടുണ്ടായ ഒരു പൂരം!”

സൂര്യൻ തെളിഞ്ഞു പ്രകാശിച്ചു. മേഘങ്ങൾ ആകാശത്തുകൂടി വെള്ളപ്പറവകളെപ്പോലെ ഒഴുകിപ്പോയി. തണുത്തുറഞ്ഞ വോൾഗയുടെ കുറുക്കെ പാകിയ പലകപ്പാലത്തിലൂടെ ഞങ്ങൾ കടന്നുപോയി. നദിയിൽ ഐസ് ഝംകാരത്തോടെ വിങ്ങി. വെള്ളത്തിന്റെ നേരിയ ഒരു പാളി പലകച്ചുവട്ടിൽ ചീറ്റിത്തെറിച്ചു. ചന്തപ്പള്ളിയുടെ ചുവന്ന താഴികക്കുടങ്ങളിന്മേലുള്ള പൊൻകുരിശുകൾ മിന്നിമറഞ്ഞു. പട്ടുപോലെ നനുത്ത വില്ലോമരക്കൊമ്പുകളുടെ ഒരു കെട്ടുമായി വിരിഞ്ഞ മുഖത്തോടു കൂടിയ ഒരു സ്ത്രീ ഞങ്ങളെ കടന്നുപോയി. വസന്തമായി! അടുത്തുതന്നെ ഈസ്റ്ററാവും!

എന്റെ ഹൃദയം ഒരു കുയിലിനെപ്പോലെ പാടി.

“എനിക്കെന്റെ മുത്തശ്ശിയോട് എത്ര സ്നേഹമാണെന്നോ!”

അവരതു കേട്ട് അത്ഭുതപ്പെട്ടില്ല. അവർ ‘ശാന്തസ്വരത്തിൽ പറഞ്ഞു:

“അത് നമ്മൾ ബന്ധുക്കളായതുകൊണ്ടാണ്. പക്ഷെ ഞാൻ വമ്പു പറയുകയില്ല—മാതാവു പ്രസാദിച്ച് എന്നെ അന്യർക്കുപോലും ഇഷ്ടമാണ്.”

ഒരു പുഞ്ചിരിയോടെ അവർ കൂട്ടിച്ചേർത്തു:

“പുത്രൻ ഉയിർത്തെണീക്കുന്നത് കണ്ട് മാതാവ് അടുത്തുതന്നെ സന്തോഷിക്കും. പക്ഷെ എന്റെ മോൾ വാര്യൂഷയെ ഓർക്കുമ്പോൾ...”

അവർ അർദ്ധോക്തിയിൽ വിരമിച്ചു.

II

മുത്തച്ഛൻ മുറ്റത്ത് കുനിഞ്ഞിരുന്ന് കൈക്കോടാലികൊണ്ട് ഏതോ കുറ്റി ചെത്തിക്കൂർമ്പിച്ചെടുക്കുന്ന സമയത്താണ് ഞാൻ കടന്നുചെന്നത്. എന്റെ തലയ്ക്കെറിയാനെന്നവണ്ണം അദ്ദേഹം കോടാലി ഓങ്ങി. പിന്നീട് തൊപ്പിയൂരി പരിഹാസസ്വരത്തിൽ പറഞ്ഞു:

"വന്ദനം, തിരുമനസ്സേ! സേവനം പൂർത്തിയായോ? ഇനി ഇഷ്ടം പോലെ ജീവിക്കാം. നിന്നെയൊക്കെ..."

"അതൊക്കെ ഞങ്ങൾക്കറിയാം," മുത്തശ്ശി കൈവീശിക്കൊണ്ട് ഇടയ്ക്കു കയറിപ്പറഞ്ഞു. ഞങ്ങൾ വീട്ടിനകത്തു കയറി. സമോവാർ തിളപ്പിക്കുന്നതിനിടയിൽ അവർ പറഞ്ഞു:

"മുത്തച്ഛനെ ഇത്തവണ ശരിക്കും കുത്തുപാള എടുപ്പിച്ചിരിക്കയാണ്. കയ്യിലുണ്ടായിരുന്ന പണം മുഴുവൻ മുത്തച്ഛന്റെ പേരിൽ മുടക്കാൻ വേണ്ടി നിക്കൊലായെ ഏല്പിച്ചു. അദ്ദേഹം അവന്റെ തലതൊട്ടപ്പനാണല്ലോ. രസീതൊന്നും വാങ്ങിയില്ല. അതെങ്ങിനെ സംഭവിച്ചെന്ന് എനിക്കറിഞ്ഞുകൂടാ. എന്തായാലും മുഴുവനും നശിച്ചെന്നറിയാം. പണം മുഴുവനും പോയി. ഇതെല്ലാം നമ്മൾ പാവങ്ങളെ സഹായിക്കാത്തതുകൊണ്ടാണ്, ഭാഗ്യം കെട്ടവരോട് അനുകമ്പ കാട്ടാത്തതുകൊണ്ടാണ്. അപ്പോൾ കർത്താവു വിചാരിച്ചു: ഞാൻ ആ കഷീരിൻവീട്ടുകാർക്ക് നന്മ ചെയ്തിട്ടെന്തു കാര്യം? ഉണ്ടായിരുന്നതത്രയും അദ്ദേഹം കൊണ്ടുപോവുകയും ചെയ്തു."

ചുറ്റുപാടും കണ്ണോടിച്ചിട്ട് അവർ തുടർന്നു:

"മൂപ്പീന്നിനെ ഒരുപാടു നോവിക്കരുതല്ലോ എന്നു കരുതി ഞാൻ കർത്താവിന്റെ മനസ്സു കുറച്ചൊന്നു മയപ്പെടുത്താൻ ശ്രമിക്കുകയാണ്. ഞാൻ കഷ്ടപ്പെട്ട് ഉണ്ടാക്കുന്ന പണത്തിൽ നിന്ന് രാത്രികാലങ്ങളിൽ ആരുമറിയാതെ ധർമ്മം കൊടുക്കുന്നുണ്ട്. വേണമെങ്കിൽ നമുക്ക് ഇന്നു രാത്രി പോകാം. എന്റെ കയ്യിൽ കുറച്ചു പണമുണ്ട്."

മുത്തച്ഛൻ മുറുമുറുത്തുകൊണ്ട് കയറിവന്നു.

"എല്ലാം തട്ടിയെടുക്കാനാണോ നോട്ടം?" അദ്ദേഹം ചോദിച്ചു.

"നിങ്ങടെയൊന്നും ഇവിടാർക്കും വേണ്ട," മുത്തശ്ശി പറഞ്ഞു. '

"വേണമെങ്കിൽ കൂടെ ഇരുന്നോ. നിങ്ങൾക്കും കൂടി തികയും."

മുത്തച്ഛൻ മേശയ്ക്കരികിലിരുന്നിട്ട് സൗമ്യമായി പറഞ്ഞു:

"കുറച്ച് എനിക്കും ഒഴിക്ക്."

മുറിയിലുള്ളതെല്ലാം മുമ്പത്തെപ്പോലെ തന്നെ ഇരുന്നിരുന്നു. അമ്മയുടെ മൂലമാത്രം ദൈന്യമായി ഒഴിഞ്ഞുകിടന്നു. മുത്തച്ഛന്റെ മെത്തയുടെ മുകളിലുള്ള ചുമരിൽ ഒരു കടലാസിൽ വലിയ അച്ചടി അക്ഷരത്തിൽ ഇങ്ങനെ എഴുതിവച്ചിരുന്നു: "ഈശോ, ഇവന്റെ ആത്മാവിനെ രക്ഷിക്കേണമേ! ആയുസ്സുള്ള കാലത്തോളം എന്നും എപ്പോഴും ഇവനോടു കരുണ കാട്ടേണമേ!"

"ഇതാരാണെഴുതിയത്?"

മുത്തച്ഛൻ മറുപടി പറഞ്ഞില്ല. അല്പസമയത്തെ മൗനത്തിനുശേഷം മുത്തശ്ശി പുഞ്ചിരിയോടെ പറഞ്ഞു:

"ആ കടലാസിന് നൂറു റൂബിൾ വിലയുണ്ട്."

"അതിന് നിനക്കെന്തു വേണം?" മുത്തച്ഛൻ ആക്രോശിച്ചു. "ഞാൻ മുഴുവനും കണ്ടവർക്ക് എടുത്തുകൊടുക്കും."

"കൊടുക്കാൻ ഇനി ഒന്നുമില്ലല്ലൊ. ഉണ്ടായിരുന്ന കാലത്ത് കൊടുത്തുമില്ല," മുത്തശ്ശി ശാന്തസ്വരത്തിൽ പറഞ്ഞു.

"മിണ്ടാതിരി!" മുത്തച്ഛൻ അലറി.

എല്ലാം മുറപോലെതന്നെ, പഴയപടിതന്നെ.

മൂലയ്ക്ക് പെട്ടിപ്പുറത്തെ തുണിക്കൂടയിൽ കിടന്നുറങ്ങിയിരുന്ന കോല്യ ഉണർന്ന് ഞങ്ങളെ നോക്കി. തടിച്ച കൺപോളകൾക്കടിയിൽ അവന്റെ കണ്ണുകളുടെ നീലപ്രകാശം കഷ്ടിച്ചു മാത്രമേ പുറത്തു കണ്ടുള്ളൂ. മുമ്പത്തേക്കാൾ വിളറി, നിസ്സംഗമായ ഒരു ക്ഷണഭംഗുരരൂപം. അവൻ എന്നെ തിരിച്ചറിഞ്ഞില്ല. മിണ്ടാതെ തിരിഞ്ഞുകിടന്ന് അവൻ കണ്ണടച്ചു.

തെരുവിൽ എന്നെ വരവേറ്റത് ഒരു വിഷാദവാർത്തയാണ്: വ്യാഹിർ മരിച്ചു—കഷ്ടാനുഭവ ആഴ്ചയിൽ അവനെ "വസൂരി കൊണ്ടുപോയി." ഹബി, പട്ടണത്തിലേക്കു താമസം മാറ്റി. യാസിനാവട്ടെ, കാലിനു സ്വാധീനം നഷ്ടപ്പെട്ടതുകൊണ്ട് നടക്കാൻ വയ്യാതായി. ഇക്കാര്യമെല്ലാം അറിയിച്ചിട്ട് കറുത്ത കണ്ണുള്ള കൊസ്ട്രോമ രോഷപൂർവ്വം പറഞ്ഞു:

"പിള്ളേര് എത്ര വേഗമാണു ചാവുന്നത്!"

"അതിന് വ്യാഹിർ മാത്രമല്ലേ ചത്തൊള്ളൂ?"

"അതുകൊണ്ടെന്താ? തെരുവിൽ കാണാതായാൽ ചത്തതിനു സമമാണ്. ഒരു കൂട്ടുകാരനെ കിട്ടി കുറച്ചൊന്നു പഴകുന്നതിനു മുമ്പുതന്നെ അവനെ ഒന്നുകിൽ വല്ല വേലയ്ക്കും പറഞ്ഞയയ്ക്കും. അല്ലെങ്കിൽ അവന്റെ കഥ കഴിയും. നിന്റെ അയലത്ത് ചെസ്നൊക്കോവുകാരുടെ വീട്ടിൽ പുതിയൊരു കൂട്ടർ താമസമായിട്ടുണ്ട്—യെവ്സ്യെയെൻകോയുടെ വീട്ടുകാർ. അവർക്കൊരു പയ്യനുണ്ട്. ന്യുഷ്ക്ക. കൊള്ളാം. ചുണയനാണ്. കൂടാതെ രണ്ടു പെൺപിള്ളേരുമുണ്ട്. ഒന്നു കൊച്ചാണ്. മറ്റേതിന് കാലിനൊരു ഞൊണ്ടുണ്ട്. വടിയൂന്നിയാണ് നടപ്പ്. കാണാൻ ചന്തമുണ്ട്.

തെല്ലിട മൗനം ഭജിച്ചിട്ട് അവൻ തുടർന്നു.

"എനിക്കും ചുർക്കയ്ക്കും അവളോടു പ്രേമമാണ്. ഞങ്ങൾ എപ്പോഴും വഴക്കാണ്."

"അവളോടോ?"

"അവളോടെന്തിന്? ഞങ്ങൾ തമ്മിൽത്തമ്മിൽ. അവളോട് വല്ലപ്പോഴുമേ വഴക്കുകൂട്ടൂ."

മുതിർന്ന ആൺകുട്ടികളെന്നല്ല പ്രായം ചെന്ന പുരുഷന്മാർ പോലും പ്രേമിക്കാറുണ്ടെന്ന് എനിക്കറിയാമായിരുന്നു. അതിന്റെ പരുപരുത്ത അർത്ഥം ഞാൻ മനസ്സിലാക്കിയിട്ടുമുണ്ടായിരുന്നു. എനിക്കിപ്പോൾ വിമ്മിഷ്ടം അനുഭവപ്പെട്ടു. കൊസ്ട്രോമയോട് സഹതാപം തോന്നി. അവന്റെ കോലം കെട്ട രൂപത്തിലേക്കും തീപാറുന്ന കറുത്ത കണ്ണുകളിലേക്ക് നോക്കാൻ വിഷമം തോന്നി.

അന്നുതന്നെ വൈകിട്ട് ഞാൻ മുടന്തുള്ള പെൺകുട്ടിയെ കണ്ടു. മുറ്റത്തേയ്ക്ക് പടിയിറങ്ങി വരുമ്പോൾ അവളുടെ കയ്യിൽ നിന്നു വടി താഴെ വീണു. ആ ശോഷിച്ച ദുർബ്ബലരൂപം വിളറിയ വിരലുകളാൽ കൈവരിയിൽ അള്ളിപ്പിടിച്ചുകൊണ്ട് നിസ്സഹായയായി നിന്നു. ഞാൻ വടിയെടുത്തു കൊടുക്കാൻ ആഗ്രഹിച്ചു. പക്ഷെ വച്ചുകെട്ടിയ കൈകൾ അനക്കാൻ ഞാൻ വിഷമിച്ചു. വളരെ നേരം ശ്രമിച്ചിട്ടും വടി എടുത്തുകൊടുക്കാൻ കഴിയാഞ്ഞ് എനിക്ക് ദേഷ്യം വന്നു. അവൾ ഒരു

ചെറുപുഞ്ചിരിയോടെ മുകളിൽ നിന്നതേയുള്ളൂ.

"കയ്ക്കെന്തു പറ്റി?"അവൾ ചോദിച്ചു.

"പൊള്ളി."

"എനിക്കാണെങ്കിൽ കാലിനു ഞൊണ്ടും. നീ ഈ മുറ്റത്തു തന്നെയാണോ താമസം? ആശുപത്രിയിൽ വളരെക്കാലം കിടന്നോ? ഞാനവിടെ വളരെക്കാലം കിടന്നു."

നെടുവീർപ്പോടെ അവൾ തുടർന്നു: "ഒരുപാടു നാൾ!"

കുതിരലാടത്തിന്റെ ആകൃതിയിലുള്ള നീലപ്പുള്ളികളോടുകൂടിയ പഴയതെങ്കിലും വൃത്തിയുള്ള ഒരു വെളുത്ത ഉടുപ്പാണ് അവൾ ധരിച്ചിരുന്നത്. ഭംഗിയായി കോതിവച്ച് അധികം നീളമില്ലാതെ വണ്ണത്തിൽ പിന്നിയിട്ട മുടി മാറത്തു ഞാന്നുകിടക്കുന്നു. ഗൗരവമാർന്ന വലിയ കണ്ണുകൾ. അവയുടെ പ്രശാന്തമായ അഗാധതകളിൽ കത്തിനിന്ന നീല ജ്വാലകൾ കൂർത്ത മൂക്കോടുകൂടിയ അവളുടെ ഒട്ടിയ മുഖത്ത് വെളിച്ചം വീശി. അവളുടെ പുഞ്ചിരി കാണാൻ ചന്തമുണ്ടായിരുന്നു. എങ്കിലും എനിക്കവളെ ഇഷ്ടപ്പെട്ടില്ല. ഒരു രോഗിണിയുടേതായ അവളുടെ ആകാരമാകെത്തന്നെ "ദയവുചെയ്തു എന്നെ ശല്യപ്പെടുത്തല്ലേ!"എന്നു യാചിക്കുന്നതുപോലെ തോന്നി.

എന്റെ കൂട്ടുകാർക്ക് എങ്ങിനെ ഇവളെ പ്രേമിക്കാൻ കഴിഞ്ഞു?

" എന്റെ കാലു വയ്യാതായിട്ട് വളരെക്കാലമായി, " അവൾ സ്വമേധയാ അറിയിച്ചു. അവളുടെ സ്വരത്തിൽ തെല്ലൊരു അഭിമാനം പോലും കലർന്നിരുന്നു. "ഞങ്ങളുടെ അയൽക്കാരി എന്നെ കൂടോത്രം ചെയ്തതാണ്. അവർ അമ്മയുമായി വഴക്കിട്ടു. അമ്മയോടു പക പോക്കാൻ എന്നെ കൂടോത്രം ചെയ്തു... ആശുപത്രിയിൽ ഭയങ്കരമായിരുന്നോ?"

"അതെ."

അവളുടെ സാന്നിദ്ധ്യം എന്നെ വിമ്മിഷ്ടപ്പെടുത്തി. ഞാൻ വീട്ടിനകത്തേക്കു പോയി.

പാതിരയടുപ്പിച്ച് മുത്തശ്ശി എന്നെ മെല്ലെ തട്ടിയുണർത്തി.

"നമുക്കു പുറപ്പെടാം. മറ്റുള്ളവർക്കു നന്മ ചെയ്താൽ നിന്റെ കൈ വേഗം ഉണങ്ങും."

ഞാനൊരു കുരുടനാണെന്ന മട്ടിൽ അവർ എന്നെ കയ്യു പിടിച്ച് ഇരുട്ടത്ത് നടത്തിക്കൊണ്ടു പോയി. രാത്രി കറുത്ത് ഈർപ്പമാർന്നിരുന്നു. കുത്തിയൊലിച്ചൊഴുകുന്ന നദിപോലെ കാറ്റ് ഇടവിടാതെ അടിച്ചുകൊണ്ടിരുന്നു. തണുത്ത മണൽ പാദങ്ങളിൽ അള്ളിപ്പിടിച്ചു. മുത്തശ്ശി

ഓരോരോ വീട്ടുകളുടെ ഇരുണ്ട ജനാലകളുടെ അടുത്തേക്കു സൂക്ഷിച്ചു ചെല്ലും. മൂന്നു തവണ കുരിശു വരച്ചിട്ട് അഞ്ചു കോപ്പെക്കും മൂന്നു ബിസ്ക്കറ്റും ജനാലപ്പടിയിൽ വയ്ക്കും. ഒരിക്കൽക്കൂടി കുരിശു വരച്ച് നക്ഷത്രവിഹീനമായ ആകാശത്തേയ്ക്ക് കണ്ണുയർത്തി ഇങ്ങനെ മന്ത്രിക്കും:

"സ്വർഗ്ഗസ്ഥയായ പരിശുദ്ധ മാതാവേ! ജനങ്ങളെ സഹായിക്കൂ! നിന്റെ മുമ്പിൽ എല്ലാവരും പാപികളാണ്!" ഞങ്ങൾ വീട്ടിൽനിന്ന് അകന്നകന്നു പോകുന്തോറും പരിസരങ്ങൾ കൂടുതൽ കൂടുതൽ ഇരുണ്ടും നിർജ്ജീവമായും കാണപ്പെട്ടു.

നിശാവാനത്തിന്റെ അടികാണാത്ത അഗാധതകൾ ചന്ദ്രനേയും നക്ഷത്രങ്ങളേയുമെല്ലാം എന്നെന്നേക്കുമായി വിഴുങ്ങിക്കഴിഞ്ഞെന്നു തോന്നി. ഒരു പട്ടി ഓടിവന്ന് ഞങ്ങളെ നോക്കി മുരണ്ടു. അതിന്റെ കണ്ണുകൾ ഇരുട്ടത്തു തിളങ്ങി. ഞാൻ പേടിച്ച് മുത്തശ്ശിയോട് ഒട്ടിനിന്നു. '

"പേടിക്കണ്ട," അവർ പറഞ്ഞു. "ഇതു വെറും പട്ടിയല്ലേ. ചെകുത്താൻ ഇനി ഇറങ്ങിവരില്ല. കോഴി കൂവിക്കഴിഞ്ഞു."

അവർ പട്ടിയെ വിളിച്ച് തലയിൽ തടവിക്കൊണ്ടു പറഞ്ഞു:

"എടാ പട്ടിക്കുട്ടി, നീ എന്റെ കൊച്ചുമോനെ പേടിപ്പിക്കല്ലേ!"

പട്ടി എന്റെ കാലുകളിൽ ഉരുമ്മി. ഞങ്ങൾ മൂന്നു പേരും മുന്നോട്ടു നടന്നു. മുത്തശ്ശി പന്ത്രണ്ടു തവണ ഓരോ ജനാലയ്ക്കൽ പോയി ജനാലപ്പടികളിൽ തന്റെ "നിശ്ശബ്ദകാരുണ്യം" കാഴ്ചവച്ചു. ആകാശം തെളിഞ്ഞുവന്നു. ചാരനിറമാർന്ന വീടുകൾ ഇരുട്ടിൽ എഴുന്നുനിന്നു. അപ്പോൾ നയപള്ളിയുടെ മണിമേട പഞ്ചസാരയുടെ വെളുപ്പോടെ ഉയർന്നുവന്നു. ശ്മശാനത്തിന്റെ ഇഷ്ടിക മതിൽ മരവുരിപ്പായപോലെ നേർത്തതാണെന്നു തോന്നി.

"ഈ കിളവി ക്ഷീണിച്ചു." മുത്തശ്ശി പറഞ്ഞു. "വീട്ടിലേക്കു മടങ്ങാൻ സമയമായി. പെണ്ണുങ്ങൾ ഉണർന്നു നോക്കുമ്പോൾ പരിശുദ്ധ മാതാവ് തങ്ങളുടെ കുഞ്ഞുങ്ങൾക്ക് ചെറിയൊരു വീതം വച്ചിട്ടുപോയിരിക്കുന്നതു കാണും. ഒന്നും തികയാത്ത സമയത്ത് അതെങ്കിലുമായി. അല്യോഷ! ആളുകൾ എത്ര കഷ്ടപ്പെട്ടാണ് കഴിയുന്നത്! ആരും അവരെ തിരിഞ്ഞു നോക്കുന്നില്ല!

ധനികന്നു ദൈവവിചാരമില്ല
അന്തിമവിധിദിനചിന്തയില്ല
ഏഴരോടിറ്റു കരുണയില്ല
സ്വർണ്ണക്കൊതിയല്ലാതൊന്നുമില്ല
നരകത്തിൻ തങ്കക്കനലുകളിൽ
പൊരിയുമവനെന്നു തീർച്ചതന്നെ!

“അതാണ കാര്യം! നമ്മൾ പരസ്പരം സ്നേഹിച്ച ജീവിച്ചാൽ ദൈവം നമ്മെയും സ്നേഹിക്കും. നീ പിന്നെയും എന്റെ കൂടെയുള്ളതിൽ എനിക്കു സന്തോഷമാണ്.”

എനിക്കും ആശ്വാസവും സന്തോഷവും തോന്നി. ഒരിക്കലും മറക്കാൻ കഴിയാത്ത എന്തോ ഒന്നിന്റെ സാമീപ്യം എനിക്ക് അവ്യക്തമായി അനുഭവപ്പെട്ടു. കുറുക്കന്റെ മുഖവും ക്ഷമ യാചിക്കുന്ന ദയാർദ്രദൃഷ്ടികളുമുള്ള തവിട്ടുനിറത്തിലുള്ള പട്ടി എന്റെ അരികിൽ നടന്നു.

“ഇതു നമ്മുടെ കൂടെയായിരിക്കുമോ താമസം?”

“എന്തുകൊണ്ടു പാടില്ല? അതാണതിനിഷ്ടമെങ്കിൽ അങ്ങിനെ. ഞാനതിന് ഒരു ബിസ്ക്കറ്റു കൊടുക്കാം. എന്റെ കയ്യിൽ രണ്ടെണ്ണം ബാക്കിയുണ്ട്. നമുക്ക് ഈ ബഞ്ചിൽ കുറച്ച സമയം ഇരിക്കാം. ഞാൻ ക്ഷീണിച്ചു.”

ഞങ്ങൾ ഒരു ഗേറ്റിനടുത്തു കിടന്നിരുന്ന ബഞ്ചിൽ ഇരുന്നു. ഉണങ്ങിയ ബിസ്ക്കറ്റ് കടിച്ച പറിച്ചുകൊണ്ട് പട്ടി കാൽക്കൽ കിടന്നു.

“ഈ വീട്ടിൽ താമസിക്കുന്നത് ഒരു ജൂതസ്ത്രീയാണ്. ഒമ്പതു മക്കളുണ്ട്. ഒക്കെ കൊച്ചുപിള്ളേര്. ‘നീ എങ്ങിനെ കഴിയുന്നു, മോ സേവ്ന?” എന്നു ഞാൻ ചോദിക്കുമ്പോൾ അവർ പറയും, “ദൈവം തുണയ്ക്കുന്നു. അല്ലാതെങ്ങിനെ കഴിയാൻ?”

മുത്തശ്ശിയുടെ ചൂടുപറ്റി ഇരുന്നിരുന്ന ഞാൻ വേഗം ഉറങ്ങിപ്പോയി.

ജീവിതം വീണ്ടും ദ്രുതഗതിയിലൊഴുകി. ഓരോ ദിവസത്തേയും ചിത്താനുഭവങ്ങളുടെ വിശാലധാരകൾ മനസ്സിനെ പിടിച്ചുനിർത്തുകയോ ഉലയ്ക്കുകയോ നൊമ്പരപ്പെടുത്തുകയോ ചിന്തിപ്പിക്കുകയോ ചെയ്യുന്ന പുതിയ പുതിയ കാര്യങ്ങൾ കാഴ്ചവച്ചുകൊണ്ടിരുന്നു.

ആ മുടന്തിപ്പെൺകുട്ടിയെ കഴിയുന്നത്ര കൂടുതൽ തവണ കാണാനുള്ള മോഹം താമസിയാതെ എന്നേയും കലശലായി ബാധിച്ചു. അവളെ കാണണം, അവളോടു സംസാരിക്കണം, അല്ലെങ്കിൽ അവളുമൊത്ത് ഗേറ്റിനടുത്തുള്ള ബഞ്ചിൽ മിണ്ടാതെ വെറുതെ ഇരിക്കണം. അവളടുത്തുള്ളപ്പോൾ മൗനമായി ഇരിക്കുന്നതുപോലും സുഖമാണ്. ഒരു കിളിയെപ്പോലെ നിഷ്കളങ്കയായിരുന്ന അവൾ ദോൻ നദീതീരത്തെ കൊസാക്കുകളുടെ ജീവിതം അത്യന്തം രസകരമായി വർണ്ണിച്ചു. ഒരു ക്ഷീരോല്പന്ന ശാലയിലെ മെക്കാനിക്കായിരുന്ന അമ്മാവന്റെ കൂടെ അവളവിടെ വളരെക്കാലം താമസിച്ചിട്ടുണ്ട്. ഒരു ഫിറ്ററായ അവളുടെ അച്ഛൻ പിന്നീട് നീഷ്നി നോവ്ഗൊറൊദിലേയ്ക്കു താമസം മാറ്റി.

“എന്റെ വേറൊരു അമ്മാവൻ സാക്ഷാൽ സാർചക്രവർത്തിയുടെ സേവകനാണ്.”

വിശേഷദിവസങ്ങളിൽ വൈകുന്നേരത്ത് ആ തെരുവിലുള്ള മുഴുവ നാളുകളും വീടുവിട്ടിറങ്ങിവരും. ചെറുപ്പക്കാർ സംഘഗാനങ്ങൾ പാടാൻ സെമിത്തേരിയിലും മുതിർന്ന പുരുഷന്മാർ മദ്യശാലകളിലും പോകും. പെണ്ണുങ്ങളും കുട്ടികളും മാത്രമാണ് തെരുവിൽ ശേഷിക്കുക. പെണ്ണുങ്ങൾ ബഞ്ചിലോ പടിവാതിലിനടുത്തുള്ള മണൽപ്പുറത്തോ ഇരുന്ന് ഉറക്കെ വർത്തമാനം പറയുകയും വഴക്കുകൂടുകയും ചെയ്യുന്നുണ്ടാവും. കുട്ടികൾ പന്തെറിഞ്ഞും “ഷർമാസ്ലോ” കളിച്ചും ഓടിനടക്കും. കളികൾ നോക്കിയി രിക്കുന്ന അമ്മമാർ നല്ല കളിക്കാരെ പ്രശംസിക്കും, മോശപ്പെട്ടവരെ ശകാരിക്കും. കർണ്ണകഠോരമായ ശബ്ദകോലാഹലം. അവിസ്മരണീ യമായ ഉല്ലാസപ്രകർഷം. മുതിർന്നവരുടെ സാന്നിദ്ധ്യം കുട്ടികളായ ഞങ്ങളെ ഉത്സാഹിപ്പിച്ചു. ഞങ്ങൾ കൂടുതൽ വീറോടും വാശിയോടും കൂടി കളിച്ചു. പക്ഷെ കളിയിൽ എത്രതന്നെ മുഴുകിയിരുന്നാലും ശരി, തരം കിട്ടുമ്പോൾ കൊസ്ട്രോമയും ചുർക്കയും ഞാനും മുടന്തുള്ള ബാലികയുടെ അടുത്തേയ്ക്ക് ഓടിച്ചെന്ന് അവരവരുടെ വൈഭവത്തെപ്പറ്റി വീമ്പടിക്കാതിരിക്കില്ല.

“ഞാൻ എല്ലാ കമ്പുകളും ഒറ്റ ഏറിന് എറിഞ്ഞുവീഴ്ത്തിയതു കണ്ടില്ലേ, ല്യദ്മീല?”

അവൾ മധുരമായ പുഞ്ചിരിയോടെ തല കുലുക്കും.

മുമ്പൊക്കെ ഞങ്ങളുടെ സംഘം കളിയിൽ എപ്പോഴും ഒരേ ഭാഗ ത്താവാൻ ശ്രമിച്ചിരുന്നു. എന്നാലിപ്പോൾ ചുർക്കയും കൊസ്ട്രോമയും എപ്പോഴും എതിർഭാഗത്താണു കളിച്ചത്. കരുത്തിലും വൈദഗ്ദ്ധ്യത്തിലും അവർ പരസ്പരം മത്സരിച്ചു. പലപ്പോഴും അത് അടികലശലിലും കണ്ണു നീരിലുമായിരിക്കും കലാശിക്കുന്നത്. ഒരിക്കൽ അവരുടെ മൽപ്പിടുത്തം മൂത്ത്, അവസാനം മുതിർന്നവർ ഇടപെടേണ്ടിവന്നു. പട്ടികളെയെന്ന പോലെ വെള്ളം കോരിയൊഴിച്ചാണ് അവരെ വേർപെടുത്തിയെടു ത്തത്.

ബഞ്ചിലിരുന്നിരുന്ന ല്യദ്മീല സ്വാധീനമുള്ള കാൽ നിലത്ത് ആഞ്ഞു ചവുട്ടിക്കൊണ്ടിരുന്നു. പോരുകാർ അടുത്തെത്തുമ്പോഴെല്ലാം അവൾ വടികൊണ്ട് അവരെ തള്ളിമാറ്റിയിട്ട് പേടിച്ച് വിളിച്ചുപറഞ്ഞു:

“നിർത്ത്!”

അവളുടെ മുഖം വിവർണ്ണമായി. അപസ്മാരം ബാധിച്ചതുപോലെ അവളുടെ പാട മൂടിയ കണ്ണുകൾ വിറച്ചു. മറെറാരു ദിവസം ചുർക്കയുടെ

ഭാഗക്കാരോട് പന്തേറുകളിയിൽ ലജ്ജാകരമാംവണ്ണം തോറ്റ കൊസ്രോമ ഒരു പലചരക്കുകടയിലെ ഓട്സ്പെട്ടിയുടെ പിന്നിൽ പതുങ്ങിയിരുന്ന് നിശ്ശബ്ദം കരയാൻ തുടങ്ങി. കുറച്ചൊക്കെ ഭയം തോന്നിക്കുന്ന ഒരു കാഴ്ചയായിരുന്നു അത്. അവൻ പല്ലു ഞെരിച്ചതിന്റെ ശക്തികൊണ്ട് താടിയെല്ലിലെ മാംസ പേശികൾ വീർത്തു നിന്നു. അവന്റെ ശോഷിച്ച മുഖം കല്ലായിപ്പോയോ എന്നു തോന്നി. എന്നാൽ അവന്റെ വ്യാകുലമായ കറുത്ത കണ്ണുകളിൽനിന്നു വലിയ ബാഷ്പബിന്ദുക്കൾ അടർന്നുവീണുകൊണ്ടിരുന്നു. ഞാൻ ആശ്വസിപ്പിക്കാൻ ശ്രമിച്ചപ്പോൾ അവൻ കണ്ണുനീരാൽ വീർപ്പുമുട്ടിയ ശബ്ദത്തിൽ പറഞ്ഞു:

"നീ നോക്കിക്കൊ. ഞാനവന്റെ തലമണ്ട എറിഞ്ഞു പൊട്ടിച്ചില്ലെങ്കിൽ കണ്ടോ!"

ചുർക്ക ഞെളിഞ്ഞു നടക്കാൻ തുടങ്ങി. തൊപ്പി ചെരിച്ചുവച്ച്, കൈ രണ്ടും പോക്കറ്റിൽ തിരുകി, കല്യാണമുറച്ച ചെറുപ്പക്കാരെപ്പോലെ തെരുവിന്റെ നടുവിലൂടെയാണു നടപ്പ്. പല്ലിനിടയിലൂടെ തുപ്പൽ ചീറ്റിത്തെറിപ്പിച്ചുകൊണ്ട് അവൻ പറഞ്ഞു:

"ഞാൻ അടുത്തുതന്നെ പുകവലി തുടങ്ങാൻ പോവുകയാണ്. രണ്ടു തവണ നോക്കിക്കഴിഞ്ഞു. പക്ഷെ മനം പുരട്ടുന്നു."

ഇതൊന്നും എനിക്കിഷ്ടപ്പെട്ടില്ല. കൂട്ടുകാർ കൈവിട്ടുപോവുകയാണെന്ന് എനിക്കു മനസ്സിലായി. ഇതിനെല്ലാം കാരണക്കാരി ല്യദ്മീലയാണെന്ന് എനിക്കു തോന്നി.

ഒരു ദിവസം വൈകിട്ട് ഞാൻ മുറ്റത്തിരുന്ന് അതേവരെ ശേഖരിച്ച എല്ലിൻ കഷണങ്ങളും പഴന്തുണികളും മറ്റു ചപ്പുചവറുകളും തരം തിരിക്കുകയായിരുന്നു. ആ സമയത്ത് ല്യദ്മീല വടി കുത്തി വേച്ചു വേച്ചു നടന്ന്, വലതുകൈ വീശി, അടുത്തു വന്നു.

മൂന്നു തവണ തല കുലുക്കി അഭിവാദനം ചെയ്തശേഷം അവൾ ചോദിച്ചു: "കൊസ്രോമയും കൂടെ വന്നിരുന്നോ?"

"ഉവ്വ്."

"ചുർക്കയോ?"

"ചുർക്കയ്ക്ക് ഇപ്പോൾ ഞങ്ങളോടു കൂട്ടില്ല. എല്ലാം നിന്റെ കുറ്റമാണ്. രണ്ടുപേരും നിന്നെ പ്രേമിക്കുന്നതുകൊണ്ടാണ് വഴക്കിടുന്നത്."

അവളുടെ മുഖം ചുവന്നു. എങ്കിലും അവൾ പരിഹാസസ്വരത്തിൽ പറഞ്ഞു:

"ഓഹോ, അങ്ങിനെയാണോ? അതിനു ഞാനെന്തു പിഴച്ചു?"

"അവർ നിന്നെ പ്രേമിക്കുന്നതെന്തിനാ?"

"ഞാൻ പറഞ്ഞില്ലല്ലോ പ്രേമിക്കാൻ," അവൾ ദേഷ്യത്തോടെ തിരിച്ചടിച്ചു. നടന്നകന്നു പോകുന്നതിനിടയിൽ അവൾ തുടർന്നു: "ഇതൊക്കെ അസംബന്ധമാണ്! എനിക്കും അവരേക്കാൾ പ്രായമുണ്ട്. വയസ്സ് പതിന്നാലായി. അവരവരേക്കാൾ പ്രായം കൂടിയ പെൺകുട്ടികളെ ആരും പ്രേമിക്കാറില്ല."

"നിനക്ക് കുറെ അറിയാം!" അവളെ നോവിക്കാൻ വേണ്ടി ഞാൻ പറഞ്ഞു. ഫ്ലിസ്റ്റിന്റെ പെങ്ങൾ പീടികക്കാരിയെ നോക്ക്. തനി കിളവി. എന്നിട്ടും ആൺപിള്ളേരുടെ കൂടെ നടക്കുന്നതു കണ്ടില്ലേ!"

വടി മണലിൽ ആഴത്തിലൂന്നിക്കൊണ്ട് ല്യദ്മീല, എന്റെ നേരെ തിരിഞ്ഞുനിന്നു.

"നിനക്കാണ് ഒരു ചുക്കുമറിഞ്ഞുകൂടാത്തത്," കണ്ണുനീരിൽ കുതിർന്ന ശബ്ദത്തിൽ അവൾ തിടുക്കത്തിൽ പറഞ്ഞു. അവളുടെ ഭംഗിയുള്ള കണ്ണുകളിൽ തീപാറി. "പീടികക്കാരി അഴിഞ്ഞു നടക്കുന്നവളാണ്. ഞാൻ അത്തരക്കാരിയാണെന്നാണോ നിന്റെ വിചാരം? ഞാൻ ഇപ്പോഴും ചെറുതാണ്. തൊടുക, പിച്ചുക, അത്തരം കാര്യങ്ങളൊന്നും എന്നോടു പാടില്ല. "കംചദൽക്ക"എന്ന പുസ്തകത്തിന്റെ രണ്ടാം ഭാഗം വായിച്ചിരുന്നെങ്കിൽ നീ ഇങ്ങനെയൊന്നും പറയില്ലായിരുന്നു!"

അവൾ വിതുമ്മിക്കൊണ്ട് പോയി. എനിക്കവളോടു സഹതാപം തോന്നി. എനിക്കിനിയും അറിഞ്ഞുകൂടാത്ത ഏതോ സത്യം അവളുടെ വാക്കുകളിലടങ്ങിയിട്ടുണ്ടെന്നു തോന്നി. എന്റെ കൂട്ടുകാർ അവളെ എന്തിനു പിച്ചണം? എന്നിട്ടും പറയുന്നത് അവളെ പ്രേമിക്കുന്നുണ്ടെന്നാണ്!

പിറ്റേന്ന് എന്റെ കുറ്റത്തിനുള്ള പ്രായശ്ചിത്തമെന്ന നിലയ്ക്ക് ഞാൻ ഏഴു കോപ്പെക്കിനു "ബാർലിപ്പഞ്ചസാര" വാങ്ങി. ല്യദ്മീലയ്ക്ക് ഏറ്റവും ഇഷ്ടപ്പെട്ട മധുരപലഹാരമാണതെന്ന് എനിക്കറിയാമായിരുന്നു.

"നിനക്കു വേണോ?"

"പൊക്കോ ഇവിടുന്ന്," അവൾ ദേഷ്യം നടിച്ച് പറഞ്ഞു. "ഞാൻ നിന്നോട് കൂട്ടുകൂടില്ല."

എങ്കിലും അടുത്ത നിമിഷം തന്നെ അവൾ മിട്ടായി വാങ്ങി. "നിനക്കിതൊരു കടലാസിൽ പൊതിയാമായിരുന്നു," അവൾ പറഞ്ഞു.

"നിന്റെ കയ്യിൽ എത്ര ചെളിയാണെന്ന് നോക്ക്."

"ഞാൻ കൈ കഴുകി. എന്നിട്ടും പോകുന്നില്ല."

അവൾ എന്റെ കൈ പിടിച്ച് നോക്കി. അവളുടെ കൈ വരണ്ട് ചൂടു പിടിച്ച് ഇരുന്നിരുന്നു.

" ഈ കൈ ഇനി എന്തിനു കൊള്ളാം."

"നിന്റെ വിരലുകളിലും പാടുകളുണ്ടല്ലൊ."

"അത് സൂചി കുത്തിയ പാടുകളാണ്. ഞാൻ ധാരാളം തുന്നുന്നുണ്ട്."

അല്പസമയം കഴിഞ്ഞ്, ചുറ്റുമൊന്നു കണ്ണോടിച്ചിട്ട് അവൾ പറഞ്ഞു:

"നമുക്ക് എവിടെങ്കിലും ഒളിച്ചിരുന്ന് 'കംചദൽക്ക' വായിക്കാം. എന്താ?"

പറ്റിയ ഇടം കണ്ടുപിടിക്കാൻ കുറെ സമയമെടുത്തു. അവസാനം കുളിപ്പുരയുടെ ചായിപ്പാണ് ഞങ്ങൾ തിരഞ്ഞെടുത്തത്. അവിടെ ഇരുട്ടാണെങ്കിലും ജനാലയ്ക്കരികിൽ ഇരിക്കാം. കുളിപ്പുരയ്ക്കും തൊട്ടപ്പുറത്തെ കശാപ്പുശാലയ്ക്കുമിടയിൽ ചപ്പും ചവറും നിറഞ്ഞു കിടന്നിരുന്ന സ്ഥലത്തേക്കാണ് ആ ജനാല തുറന്നത്. ആളുകൾ അങ്ങോട്ടു വരുന്നത് അപൂർവമായിരുന്നു.

ഞണ്ടുകാൽ ബഞ്ചിൽ നീട്ടിവച്ച്, സ്വാധീനമുള്ള കാൽ നിലത്തേയ്ക്കു തൂക്കിയിട്ട്, അവൾ ജനാലയ്ക്കു വശം ചെരിഞ്ഞ് ഇരുന്നു. കീറിപ്പറിഞ്ഞ ഒരു പഴഞ്ചൻ പുസ്തകത്താൽ മുഖം മറച്ചുകൊണ്ട് അവൾ ദുർഗ്രഹവും വിരസവുമായ അനേകം വാക്കുകൾ ഉദ്വേഗപൂർവ്വം ചൊരിഞ്ഞു. എന്റെ മനസ്സ് പിടഞ്ഞു. നിലത്ത് ചടഞ്ഞിരുന്ന എനിക്ക് അവളുടെ ഗൗരവം മുറ്റിയ കണ്ണുകളിലെ നീലജ്വാലകൾ പുസ്തകത്താളിലൂടെ തെന്നിനീങ്ങുന്നത് കാണാൻ കഴിഞ്ഞു. ചിലപ്പോൾ അവ ബാഷ്പകലുഷിതമാവും. പരിചിതമല്ലാത്ത പദങ്ങളുടെ ദുർഗ്രഹസമ്മിശ്രങ്ങൾ നാവിൽ നിന്നു വീഴുമ്പോൾ അവളുടെ ശബ്ദം വിറയ്ക്കും. ഞാൻ ആ പദങ്ങളിൽ കയറിപ്പിടിച്ചു. അവയെ പദ്യരൂപത്തിലാക്കാനുള്ള ശ്രമത്തിൽ ഞാനവയെ തിരിച്ചും മറിച്ചുമിട്ടു നോക്കി. അതു കാരണം പുസ്തകത്തിൽ പറയുന്ന കാര്യങ്ങൾ മനസ്സിലാക്കാൻ എനിക്കു തീരെ സാദ്ധ്യമാവാതെ വന്നു.

എന്റെ മടിയിൽ പട്ടിയുണ്ട്. ഞാനതിന്"കാറ്റ്" എന്നാണു പേരിട്ടിരിക്കുന്നത്. കാരണം അതിന്റെ രോമാവൃതമായ ദേഹത്തിനു നല്ല നീളമുണ്ട്. ഓട്ടത്തിനു നല്ല വേഗതയുണ്ട്. പോരെങ്കിൽ, പുകക്കുഴലിലൂടെ വരുന്ന ശരൽക്കാല മാരുതനെപ്പോലെയാണ് അതു മോങ്ങുന്നത്.

"നീ ശ്രദ്ധിക്കുന്നുണ്ടോ?" അവൾ ചോദിച്ചു.

ഞാൻ നിശ്ശബ്ദം തല കുലുക്കി. പദസമ്മിശ്രങ്ങൾ എന്നെ പൂർവ്വാധികം ഉദ്വേഗഭരിതനാക്കി. ആകാശത്തിലെ നക്ഷത്രങ്ങളെപ്പോലെ

ഓരോ വാക്കും മിന്നിത്തിളങ്ങുമാറ് അവയെ പാട്ടിലെ ശീലുകളുടെ രൂപത്തിൽ അടുക്കിയെടുക്കാനുള്ള എന്റെ ആഗ്രഹം ഉൽക്കടമായി.

നേരം ഇരുട്ടിയപ്പോൾ ല്യദ്മീല പുസ്തകം പിടിച്ചിരുന്ന വിളറിയ കൈ താഴെയിട്ടു.

“നല്ല സുഖമുണ്ട്, ഇല്ലേ?” അവൾ ചോദിച്ചു. “ഞാൻ പറഞ്ഞില്ലേ!”

അന്നത്തേതിനുശേഷം ഞങ്ങൾ കൂടെക്കൂടെ കുളിപ്പുരയുടെ ചായിപ്പിൽ പോയി ഇരിക്കും. താമസിയാതെ ല്യദ്മീല “കംചദൽക്ക” യുടെ വായന നിർത്തി. എന്നെ അത് അത്യന്തം സന്തോഷിപ്പിച്ചു. ആ അവസാനമില്ലാത്ത കഥയുടെ സാരമെന്തെന്നു ചോദിച്ചാൽ എനിക്കൊരക്ഷരം പറയാൻ കഴിയുമായിരുന്നില്ല. ഞങ്ങൾ വായന തുടങ്ങിയ രണ്ടാം ഭാഗത്തെത്തുടർന്ന് മൂന്നാം ഭാഗവുമുള്ളതുകൊണ്ടാണ് അവസാനമില്ലാത്തതെന്നു പറഞ്ഞത്. നാലാമതൊരു ഭാഗം കൂടിയുണ്ടെന്നാണ് ല്യദ്മീല പറഞ്ഞത്.

മഴദിവസങ്ങളിൽ അവിടം വിശേഷിച്ചും സുഖകരമായിരുന്നു. ശനിയാഴ്ചയാവരുതെന്നു മാത്രം. കുളിപ്പുര ചൂടാക്കുന്ന ദിവസമാണന്ന്.

മഴ തോരാതെ പെയ്യുമ്പോൾ ആരും പുറത്തിറങ്ങുകയില്ല. അതുകൊണ്ട് ഞങ്ങളുടെ ഇരുളടഞ്ഞ കോണിലേക്ക് ആരും എത്തിനോക്കാനിടയില്ല. ആരെങ്കിലും ഞങ്ങളെ കണ്ടുപിടിക്കുമോയെന്നു ല്യദ്മീലയ്ക്കു വലിയ പേടിയായിരുന്നു.

“അവരെന്തു വിചാരിക്കുമെന്നറിയാമോ?”അവൾ പതുക്കെ ചോദിച്ചു.

എനിക്കറിയാമായിരുന്നു. അതുകൊണ്ട് കണ്ടുപിടിക്കുമോയെന്ന ഭയം എനിക്കുമുണ്ടായിരുന്നു. ഞങ്ങൾ വർത്തമാനം പറഞ്ഞുകൊണ്ട് മണിക്കൂറുകളോളം അവിടിരിക്കും. ചിലപ്പോൾ ഞാനവളെ മുത്തശ്ശിയുടെ കഥകൾ പറഞ്ഞു കേൾപ്പിക്കും. അവൾ മിദ്‌വേദിത്സാനദിയുടെ തീരത്തു താമസിക്കുന്ന കൊസാക്കുകളുടെ ജീവിതം വിവരിക്കും.

“അവിടെ എന്തു സുഖമാണെന്നോ!”അവൾ നെടുവീർപ്പിടും.

“ഇവിടെ എന്തിരിക്കുന്നു? ഇവിടം പിച്ചക്കാർക്കു മാത്രമേ പറ്റൂ!”

വലുതാവുമ്പോൾ തീർച്ചയായും മിദ്‌വേദിത്സാനദി പോയിക്കാണണമെന്നു ഞാൻ ഉറച്ചു.

ഞങ്ങൾക്ക് അധികദിവസം കുളിപ്പുരയുടെ ചായിപ്പിലിരിക്കേണ്ടിവന്നില്ല. ല്യദ്മീലയുടെ അമ്മയ്ക്ക് ഒരു രോമപ്പണിക്കാരന്റെ അടുത്തു ജോലി കിട്ടി. അവർ രാവിലെ തന്നെ വീട്ടിൽ നിന്നു പോകും. സഹോദരി സ്കൂളിൽ പഠിക്കുന്നുണ്ട്. സഹോദരന് ഓട്ടുകമ്പനിയിൽ വേലയുണ്ട്. മഴദിവസങ്ങളിൽ ഞാൻ ല്യദ്മീലയുടെ അടുത്തു പോയി അവളെ

ഭക്ഷണം പാകം ചെയ്യാനും മുറികളും അടുക്കളയും വൃത്തിയാക്കാനും സഹായിക്കും.

"ഒരുമിച്ചുറങ്ങുന്നില്ലെന്നതൊഴിച്ചാൽ നമ്മൾ ഭാര്യയും ഭർത്താവും പോലെയാണ് താമസം," അവൾ ചിരിച്ചുകൊണ്ടു പറയും. "അതിലും സുഖമായിട്ടാണ്. ഭർത്താക്കന്മാർ ഭാര്യമാരെ സഹായിക്കാറില്ല."

കയ്യിൽ പണമുണ്ടെങ്കിൽ ഞാൻ മധുരപലഹാരമെന്തെങ്കിലും വാങ്ങിക്കൊണ്ടു വരും. അതും തിന്ന് ഞങ്ങൾ ചായ കുടിക്കും. പിന്നീട് പച്ചവെള്ളമൊഴിച്ച് സമോവാർ തണുപ്പിക്കും. ഞങ്ങൾ ചായകുട്ടിയ കാര്യം ല്യദ്മീലയുടെ ശുണ്ഠിക്കാരിയായ അമ്മ അറിയാതിരിക്കാൻ വേണ്ടിയാണത്, ഇടയ്ക്കു വല്ലപ്പോഴും മുത്തശ്ശി ഞങ്ങളെ കാണാൻ വരും. റേന്ത തുന്നുകയോ പൂക്കൾ തുന്നിപ്പിടിപ്പിക്കുകയോ ചെയ്തുകൊണ്ടിരിക്കുന്നതിനിടയിൽ അവർ സുന്ദരമായ കഥകൾ പറഞ്ഞുകേൾപ്പിക്കും. മുത്തച്ഛൻ പട്ടണത്തിലേക്കു പോകുമ്പോഴെല്ലാം ല്യദ്മീല ഞങ്ങളുടെ വീട്ടിൽ വരും. പിന്നീടവിടെ നടക്കുന്നത് സുഭിക്ഷമായ സദ്യയാണ്.

മുത്തശ്ശി പറയും:

"നമുക്കു പരമസുഖമാണ്, അല്ലേ? എന്റെ പണം കൊണ്ട് ഞാൻ എനിക്കിഷ്ടം പോലെ ചെയ്യും!"

ഞങ്ങളുടെ കൂട്ടുകെട്ടിനെ അവർ പ്രോത്സാഹിപ്പിച്ചു.

"ആൺകുട്ടിയും പെൺകുട്ടിയും കൂട്ട് കൂടുന്നതു നല്ലതാണ്. അവർ വിഡ്ഢിത്തമൊന്നും കാട്ടരുതെന്നു മാത്രം."

"വിഡ്ഢിത്തം കാട്ടുക" യെന്നുവച്ചാലെന്താണെന്ന് അവർ ഏറ്റവും ലളിതമായ വാക്കുകളിൽ ഞങ്ങൾക്കു വിശദമാക്കിത്തന്നു. അവർ അതു ഭംഗിയായി പറഞ്ഞു. ഉള്ളിൽ തട്ടി പറഞ്ഞു. പൂർണ്ണമായി വിടരുന്നതു വരെ പൂക്കളെ തൊട്ടുകൂടെന്ന് എനിക്കു മനസ്സിലായി. തൊട്ടാൽ അവ പരിമളം പരത്തുകയില്ല. കായ്ക്കുകയില്ല.

"വിഡ്ഢിത്തം കാട്ടാൻ" എനിക്കു താല്പര്യമില്ലായിരുന്നു. എങ്കിലും സാധാരണഗതിയിൽ മൗനം പാലിക്കുന്ന കാര്യങ്ങളെക്കുറിച്ച് ല്യദ്മീലയും ഞാനും തമ്മിൽ സംസാരിക്കുന്നതിന് ഇതൊരു തടസ്സമായിരുന്നില്ല. സ്വാഭാവികമായും ആവശ്യമുള്ളപ്പോൾ മാത്രമേ ഞങ്ങൾ അതെപ്പറ്റി സംസാരിച്ചുള്ളൂ. കാരണം സ്ത്രീപുരുഷബന്ധത്തിന്റെ പരുക്കൻവശം പലപ്പോഴും ഞങ്ങളുടെ കൺമുമ്പിൽ എടുത്തെറിയപ്പെടാറുണ്ടായിരുന്നു. അതു ഞങ്ങളെ ഗാഢമായി വേദനിപ്പിച്ചു.

ചുരുണ്ട മുടിയും മീശയും ഒരുതരം പ്രത്യേകവിജയഭാവത്തിൽ ഉയർത്തിപ്പിടിച്ച കനത്ത പുരികങ്ങളുമുള്ള സുമുഖനായ ഒരു

നാല്പതുകാരനായിരുന്ന ലുദ്മീലയുടെ പിതാവായ യെവ്സെയെൻകൊ. വല്ലാത്തൊരു മൗനിയായിരുന്നു അയാൾ. ആ നാവിൽനിന്ന് ഒരു വാക്കുപോലും കേട്ടതായി എനിക്കോർമ്മയില്ല. കുട്ടികളെ താലോലിക്കുമ്പോൾ അയാൾ ഊമയെപ്പോലെ ചില ശബ്ദങ്ങൾ കേൾപ്പിക്കും. ഭാര്യയെ തല്ലുന്നതു പോലും മിണ്ടാതെയാണ്.

വിശേഷദിവസങ്ങളിൽ വൈകുന്നേരമാകുമ്പോൾ അയാൾ നീലക്കുപ്പായവും വീതിയുള്ള വെൽവറ്റ്ട്രൗസറും തിളങ്ങുന്ന ബൂട്ടുകളുമണിഞ്ഞ്, തോളത്ത് വലിയൊരു അക്കോർഡിയണും തൂക്കിയിട്ട്, ഗാട്ടു നിൽക്കുന്ന പട്ടാളക്കാരനെപ്പോലെ, ഗേറ്റിൽ നില്പുണ്ടാവും. ആ സമയത്ത് ഗേറ്റിനു മുമ്പിലൂടെ "ഘോഷയാത്ര" തുടങ്ങുകയായി. ചെറുപ്പക്കാരികളും മുതിർന്ന സ്ത്രീകളും വാത്തകളെപ്പോലെ ഓരോരുത്തരായി കടന്നു പോകും. അവർ അയാളെ ഒളികണ്ണിട്ടു നോക്കുകയോ ദാഹാർത്തമായ കണ്ണുകളോടെ തുറിച്ചുനോക്കുകയോ ചെയ്യും. കീഴ്ച്ചുണ്ടും തള്ളി നിൽക്കുന്ന അയാളുടെ ഇരുണ്ട കണ്ണുകൾ അവരിലൂടെ പരതിനടക്കും. കണ്ണുകൾ തമ്മിലുള്ള ആ മൂകസംഭാഷണത്തിൽ, ഇതാണ് തങ്ങളുടെ വിധിയെന്ന മട്ടിൽ ആണിന്റെ മുമ്പിലൂടെയുള്ള പെണ്ണുങ്ങളുടെ ആ മന്ദഗമനത്തിൽ, ജുഗുപ്സാവഹമായ ഒരുതരം ശുനകത്വം നിഴലിച്ചിരുന്നു. അയാൾ വിരലൊന്നു ഞൊടിച്ചാൽ അവരിലാരു വേണമെങ്കിലും നിരത്തിലെ ആ ചെളിമണലിൽ സാഷ്ടാംഗം പ്രണമിക്കുമെന്നു തോന്നി.

"നാണം കെട്ട ജന്തു! കണ്ണും തള്ളി നോക്കുന്നതു കണ്ടില്ലേ!" ലുദ്മീലയുടെ അമ്മ പിറുപിറുത്തു. മെലിഞ്ഞുനീണ്ട്, അഴുക്കു പുരണ്ട നീണ്ടമുഖവും രോഗം പിടിച്ച് ചെറുതാക്കി വെട്ടിയ മുടിയുമായി അവർ ഒരു തേഞ്ഞ കുറ്റിച്ചൂൽ പോലെ ഇരുന്നിരുന്നു.

അടുത്തിരുന്ന ലുദ്മീല അതുമിതും ചോദിച്ച് അവരുടെ ശ്രദ്ധ തിരിക്കാൻ വിഫലശ്രമം നടത്തിക്കൊണ്ടിരുന്നു.

"എന്നെ ശല്യപ്പെടുത്താതെ, ഭാഗ്യംകെട്ട ചട്ടുകാലി!"വിമ്മിഷ്ടത്തോടെ കണ്ണു ചിമ്മിക്കൊണ്ട് അമ്മ പിറുപിറുത്തു. അവരുടെ ഇടുങ്ങിയ മംഗോളിയൻ കണ്ണുകൾ വിചിത്രമാംവണ്ണം വിളറിയും എന്തോ ഒന്നിൽ എന്നെന്നേക്കുമായി തറച്ചുപോയതുപോലെ നിശ്ചലമായും ഇരുന്നിരുന്നു."

"അമ്മ ദേഷ്യപ്പെടണ്ട. അതുകൊണ്ട് ഒരു ഗുണവുമില്ല," ലുദ്മീല പറഞ്ഞു. "ആ പാനെയ്ത്തുകാരി അണിഞ്ഞൊരുങ്ങി വരുന്ന വരവു കണ്ടോ!"

"നിങ്ങൾ മൂന്നുപേരുമില്ലായിരുന്നെങ്കിൽ ഞാൻ അതിലും നന്നായി അണിഞ്ഞൊരുങ്ങിയേനെ. നിങ്ങളൊക്കെക്കൂടി എന്നെ അസ്ഥിവരെ

തിന്നു കഴിഞ്ഞു," പാനെയ്ത്തുകാരന്റെ വിധവയുടെ ഭീമാകാരത്തെ നോക്കിക്കൊണ്ട് അമ്മ ബാഷ്പപൂരിതമായ ഹൃദയശൂന്യതയോടെ പറഞ്ഞു.

ആ സ്ത്രീ ഒരു ചെറിയ വീടുപോലെ ഇരുന്നിരുന്നു. അവരുടെ മാറിടം മട്ടുപ്പാവുപോലെ തള്ളിനിന്നു. അമർത്തിക്കെട്ടിയ പച്ചത്തുവാലയ്ക്കകത്തെ ചുവന്ന മുഖം, സൂര്യപ്രകാശത്തെ പ്രതിബിംബിപ്പിക്കുന്ന കിളിവാതിൽച്ചില്ലിനെ അനുസ്മരിപ്പിച്ചു.

യെവ്സെയെൻകൊ അക്കോർഡിയൺ നെഞ്ചത്തേക്കെടുത്തുവച്ച് വായന തുടങ്ങി. അതിൽനിന്നുതിർന്നുവീണ ഊറ്റമേറിയ സ്വരമാധുരി ശ്രോതാക്കളെ എങ്ങോട്ടെല്ലാമോ പിടിച്ചുവലിച്ചു. തെരുവിലുള്ള മുഴുവൻ കുട്ടികളും ഓടിയലച്ചു വന്ന് പാട്ടുകാരന്റെ കാൽക്കൽ വീണ് നിശ്ശബ്ദ നിർവൃതിയോടെ ആ സംഗീതത്തിൽ ലയിച്ചു.

"നോക്കിക്കൊ. ആരെങ്കിലും തന്റെ പുറം അടിച്ചുപൊളിച്ചില്ലെങ്കിൽ കണ്ടോ," യെവ്സെയെൻകൊയുടെ ഭാര്യ മുന്നറിയിപ്പ് നൽകി.

അയാൾ നിശ്ശബ്ദം അവരെയൊന്നു പാളിനോക്കിയതേയുള്ളൂ.

പാനെയ്ത്തുകാരന്റെ വിധവ ഒരു ചാക്കുകെട്ടുപോലെ ഫ്ലിസ്റ്റിന്റെ കടയുടെ മുമ്പിലുള്ള ബഞ്ചിലിരുന്ന് തല ഒരു വശത്തേക്കു കുനിച്ചുപിടിച്ച്, വികാരതരളിതയായി സംഗീതം ശ്രദ്ധിച്ചു.

ശ്മശാനത്തിനപ്പുറത്തുള്ള പാടങ്ങൾ അസ്തമനസൂര്യന്റെ അരുണാഭയിൽ കുളിച്ചുകിടന്നു. പകിട്ടേറിയ വസ്ത്രങ്ങളണിഞ്ഞ വലിയ മാംസപിണ്ഡങ്ങൾ ചുറ്റിനും ചുഴന്നു കറങ്ങുന്ന കുട്ടികളുമായി പുഴയിലൂടെയെന്നപോലെ നിരത്തിലൂടെ ഒഴുകി. ഊഷ്മളമായ വായുവിന് മാദകത്വമുണ്ടായിരുന്നു. വെയിലേറ്റു ചൂടായിക്കിടന്നിരുന്ന മണലിൽ നിന്ന് നിശിതമായ ഒരുതരം ഗന്ധം വമിച്ചു. കശാപ്പുശാലകളിൽ നിന്നുള്ള കൊഴുത്ത മണം, ചോരയുടെ മണം, വിശേഷിച്ചും തീക്ഷ്ണമായി അനുഭവപ്പെട്ടു. തോലുറയ്ക്കിടുന്നതിന്റെ ഉപ്പുരസമുള്ള നിശിതഗന്ധം തോൽപ്പണിക്കാരുടെ വീട്ടുമുറ്റങ്ങളിൽ നിന്ന് അടിച്ചുവന്നു. പെണ്ണുങ്ങളുടെ വർത്തമാനങ്ങളും ആണുങ്ങളുടെ കുടിച്ചുകുഴഞ്ഞ അട്ടഹാസങ്ങളും കുഞ്ഞുങ്ങളുടെ തുളച്ചുകയറുന്ന നിലവിളികളും അക്കോർഡിയന്റെ മുഴങ്ങുന്ന സ്വരവീചികളുമെല്ലാം കൂടി തുടിക്കുന്ന ഒരു താളലയം സൃഷ്ടിച്ചു. അക്ഷയപുഷ്ടിയുള്ള മണ്ണിന്റെ വീര്യമേറിയ നിശ്വാസമായിരുന്നു അത്. സർവ്വതും പരുപരുത്ത് നഗ്നമായി ഇരുന്നിരുന്നു. അവ ആ ഇരുണ്ട ജീവിതത്തിൽ, നിർലജ്ജമാംവണ്ണം മൃഗീയമായ ജീവിതത്തിൽ, ഉറച്ച വിശ്വാസം ഉളവാക്കി. സ്വന്തം ശക്തിയിൽ അഭിമാനം കൊണ്ട ആ ജീവിതം പുറത്തുചാടാൻ ഒരു പഴുതിനുവേണ്ടി ഭ്രാന്തെടുത്തു ശ്രമിച്ചു.

ആ ബഹളത്തിനിടയിൽ വിശേഷിച്ചും ഭയാനകമായ ചില വാക്കുകൾ ചങ്കിൽ തറയ്ക്കും, ഓർമ്മയിൽ കുടുങ്ങും::

"എല്ലാവരും കൂടി ഒന്നിച്ച് ഒരുത്തനെ ആക്രമിക്കരുത്. ഓരോരുത്തരായിട്ടാവട്ടെ."

"നമുക്കുതന്നെ നമ്മോട് അനുകമ്പ തോന്നിയില്ലെങ്കിൽ വേറെ ആർക്കു തോന്നാൻ?"

"ദൈവം പെണ്ണിനെ സൃഷ്ടിച്ചത് വെറുമൊരു നേരമ്പോക്കിനു വേണ്ടിയാണോ?"

നേരമിരുട്ടിത്തുടങ്ങി. വായു കൂടുതൽ നിർമ്മലമായി. ഒച്ചയും ബഹളവും അടങ്ങി. നിഴലുകളെടുത്തണിഞ്ഞ മരത്തടിവീടുകൾ വിങ്ങി വികസിച്ചു. കുട്ടികളിൽ ചിലരെ ഉറക്കാനായി വീടുകളിലേക്കു പിടിച്ചുവലിച്ചുകൊണ്ടുപോയി. മറ്റു ചിലർ വേലിയരികിൽത്തന്നെ അമ്മമാരുടെ കാൽക്കലോ മടിയിലോ കിടന്നുറങ്ങി. കുറേക്കൂടി മുതിർന്ന കുട്ടികൾ രാത്രിയിൽ കൂടുതൽ അടക്കവും അനുസരണയുമുള്ളവരായി. യെവ്സെയെൻകൊ ആരും കാണാതെ അപ്രത്യക്ഷനായി. അയാൾ ശൂന്യതയിൽ ലയിച്ചുപോയെന്നു തോന്നി. പാനെയ്ക്കുകാരന്റെ വിധവയേയും അവിടെങ്ങും കണ്ടില്ല. ശ്മശാനത്തിനു വളരെയകലെനിന്നെവിടന്നോ ആണ് അക്കോർഡിയന്റെ മുഴങ്ങുന്ന ശബ്ദം ഇപ്പോൾ കേട്ടത്. പൂച്ചയെപ്പോലെ മുതുകു വളച്ചുകൊണ്ട് ല്യദ്മീലയുടെ അമ്മ ബഞ്ചിൽ കുനിഞ്ഞുകൂടി ഇരുന്നു. മുത്തശ്ശി അയൽക്കാരിയുടെ വീട്ടിൽ ചായ കുടിക്കാൻ പോയി. അവരൊരു വയറ്റാട്ടിയും വിവാഹദല്ലാളുമായിരുന്നു. താറാവിന്റെ കൊക്കുപോലത്തെ മൂക്കും പുരുഷന്മാരുടേതുപോലെ പരന്നിരുന്ന മാറത്ത്"മരണത്തിൽനിന്നു രക്ഷപ്പെടുത്തിയതിനുള്ള" സ്വർണ്ണമെഡലുമുള്ള ഒരൊത്ത സ്ത്രീ, അവരൊരു കൂടോത്രക്കാരിയാണെന്നും പറഞ്ഞ് തെരുവിലുള്ള സകലർക്കും അവരെ ഭയമായിരുന്നു. ആളിക്കത്തിക്കൊണ്ടിരിക്കുന്ന ഒരു വീട്ടിനകത്തുനിന്ന് അവർ ഒരിക്കൽ മൂന്നു കുഞ്ഞുങ്ങളേയും ഒരു കേണലിന്റെ രോഗിണിയായ ഭാര്യയേയും ചുമന്നു പുറത്തുകൊണ്ടുവന്നുവത്രെ.

മുത്തശ്ശിയും അവരും കൂട്ടുകാരായിരുന്നു. തെരുവിൽ വച്ചു കണ്ടുമുട്ടുമ്പോഴെല്ലാം രണ്ടുപേരും ഒരു പ്രത്യേക സന്തോഷത്തോടെ ദൂരെനിന്നേ ചിരിക്കും.

കൊസ്ത്രോമയും ഞാനും ഞങ്ങളുടെ വീട്ടുപടിക്കലെ ബഞ്ചിൽ ല്യദ്മീലയോടൊപ്പം ഇരുന്നു. ചുർക്ക ല്യദ്മീലയുടെ അനിയനെ നേരത്തേ പോരിനു വിളിച്ചിരുന്നു. ഇപ്പോൾ അവർ ആ പൂഴിയിൽക്കിടന്ന് കെട്ടിമറിഞ്ഞ് മല്പിടിക്കുകയാണ്.

"നിർത്ത്!" ല്യദ്മീല ഭയചകിതയായി യാചിച്ചു.

കൊസ്രോമ, തന്റെ കറുത്ത കണ്ണുകൾകൊണ്ട് അവളെയൊന്നു ചെരിഞ്ഞു നോക്കിയശേഷം, അവളോട് നായാട്ടുകാരനായ കലിനിനെക്കുറിച്ചു പറഞ്ഞുകൊണ്ടിരുന്നു. നരച്ച തലയും കൗശലമാർന്ന കണ്ണുകളുമുള്ള ആ വൃദ്ധന്റെ ദുഷ്പേര് ആ പ്രദേശത്താകെ പരന്നിരുന്നു. അയാൾ ഈയിടെ മരിച്ചു. ശ്മശാനത്തിലെ മണലിൽ കുഴിച്ചിടുന്നതിനു പകരം അയാളുടെ ശവപ്പെട്ടി മറ്റു കുഴിമാടങ്ങളുടെ ഒരു വശത്തുമാറി തറയുടെ മുകളിൽ വച്ചിരിക്കുകയാണെന്നു കൊസ്രോമ പറഞ്ഞു. പൊക്കമുള്ള ഇരുമ്പുകാലുകളിന്മേൽ സ്ഥാപിച്ചിരിക്കുന്ന ആ കറുത്ത ശവപ്പെട്ടിയുടെ അടപ്പിന്മേൽ ഒരു കുരിശ്, കുന്തം, ചൂരൽ, രണ്ട് എല്ലുകൾ എന്നിവയുടെ രൂപങ്ങൾ വെളുത്ത ചായത്തിൽ വരച്ചുവച്ചിട്ടുണ്ട്.

എന്നും രാത്രി സമയത്ത് വൃദ്ധൻ ശവപ്പെട്ടിയിൽ നിന്നെണീറ്റുവന്ന് വെളുപ്പിന് കോഴി കൂവുന്നതുവരെ എന്തോ തിരക്കി ആ ശ്മശാനം മുഴുവൻ ചുറ്റിനടക്കുമത്രെ.

"പേടിപ്പിക്കുന്ന കാര്യമൊന്നും പറയാതെ!" ല്യദ്മീല യാചിച്ചു.

"എന്നെ വിട്!" അവളുടെ സഹോദരന്റെ പിടിയിൽ നിന്നു കുതറിമാറിക്കൊണ്ട് ചുർക്ക പറഞ്ഞു. കൊസ്രോമയുടെ നേരെ തിരിഞ്ഞ് അവൻ പരിഹാസസ്വരത്തിൽ പറഞ്ഞു: "നീ എന്തിനു നുണ പറയുന്നു? ശവപ്പെട്ടി കുഴിച്ചിടുന്നത് ഞാൻ എന്റെ കണ്ണുകൊണ്ട് കണ്ടതാണ്. മുകൾഭാഗം സ്മാരകക്കല്ലു വയ്ക്കാൻ ഒഴിച്ചിട്ടിരിക്കയാണ്. അയാളുടെ പ്രേതം രാത്രി ഇറങ്ങി നടക്കുന്നുണ്ടെന്ന കഥ ആ കുടിയൻ കൊല്ലൻ വെറുതെ ഉണ്ടാക്കിപ്പറഞ്ഞതാണ്!"

"ഇത്ര തീർച്ചയുണ്ടെങ്കിൽ നീ ഒരു രാത്രി സെമിത്തേരിയിലൊന്നു കഴിച്ചുകൂട്ട്!" അവനെ തിരിഞ്ഞുനോക്കുകപോലും ചെയ്യാതെ കൊസ്രോമ തിരിച്ചടിച്ചു.

അവർ തമ്മിൽ തർക്കമായി. വ്യാകുലയായി തലയാട്ടിക്കൊണ്ട്

ല്യദ്മീല അവളുടെ അമ്മയോടു ചോദിച്ചു:

"അമ്മേ, പ്രേതങ്ങൾ രാത്രി ഇറങ്ങി നടക്കുമോ?"

"നടക്കും," അകലെ എങ്ങോനിന്നു കേട്ട പ്രതിധ്വനിയെന്നവണ്ണം അവളുടെ അമ്മ പറഞ്ഞു.

പീടികയുടമസ്ഥന്റെ ഇരുപതു വയസ്സ് പ്രായമുള്ള മകൻ വല്ല്യൊക് അവിടെ എത്തി. ചുവന്നു തുടുത്ത കവിളുകളോടുകൂടിയ ഒരു പൊണ്ണത്തടിയൻ. ഞങ്ങളുടെ തർക്കം കേട്ട് അയാൾ പറഞ്ഞു:

“നേരം വെളുക്കുന്നതുവരെ ശവപ്പെട്ടിയുടെ പുറത്തു കിടക്കുന്നവന് ഞാൻ 20 കോപ്പെക്കും പത്തു സിഗററ്റും തരാം. ഇടയ്ക്ക് ഓടിപ്പോയാൽ ചെവി തിരുമ്മി പൊന്നാക്കും. എന്താ, സമ്മതിച്ചോ?”

ആരും ഒന്നും മിണ്ടിയില്ല. ല്യദ്മീലയുടെ അമ്മ മാത്രം പറഞ്ഞു:

“എന്തൊരു അസംബന്ധം! കുട്ടികളെക്കൊണ്ട് ഇങ്ങനെയൊക്കെ ചെയ്യിക്കാമോ!”

“ഒരു റൂബിള് തന്നാൽ ഞാൻ സമ്മതിച്ചു,” ചുർക്ക പിറുപിറുത്തു.

“ഇരുപതു കോപ്പെക്കിനു സമ്മതിക്കാൻ പേടിയാണ്, അല്ലേ?” കൊസ്ത്രോമ വൈരാഗ്യത്തോടെ പറഞ്ഞു. “ഒരു റൂബിൾ കൊടുക്കാമെന്നു പറ, വല്യ്യോക്. എന്നാലും അവൻ പോകില്ല. വെറുതെ പൊങ്ങച്ചം പറയുകയാണ്.”

“ശരി, ഒരു റൂബിൾ തരാം!”

ചുർക്ക നിലത്തുനിന്നെണീറ്റു. അവൻ ഒന്നും മിണ്ടാതെ വേലിയോടു ചേർന്ന് മെല്ലെ നടന്നുപോയി. കൊസ്ത്രോമ വായിൽ വിരലിട്ട് ചൂളം വിളിച്ചു. ല്യദ്മീല മനഃപ്രയാസത്തോടെ പറഞ്ഞു:

“ദൈവമേ! അവനെന്തിനിങ്ങനെ വീമ്പടിക്കുന്നു!”

“പേടിത്തൂറികൾ,” വല്യ്യോക് കളിയാക്കി. “തെരുവിലെ പോരാളിവീരന്മാരെ കണ്ടില്ലേ! വെറും പൂച്ചക്കുഞ്ഞുങ്ങളാണു നിങ്ങൾ.”

അയാളുടെ അധിക്ഷേപങ്ങൾ കേൾക്കുന്നത് വേദനാകരമായിരുന്നു. ആ പൊണ്ണത്തടിയനെ ഞങ്ങൾക്കിഷ്ടപ്പെട്ടില്ല. അയാളെപ്പോഴും കൊച്ചു കുട്ടികളെ കുസൃതികൾ കാട്ടാൻ ഇളക്കിവിടും. പെൺകുട്ടികളേയും മുതിർന്ന സ്ത്രീകളേയും കുറിച്ച് വേണ്ടാതീനങ്ങൾ പറഞ്ഞുകൊടുക്കും; അവരെ കളിയാക്കാൻ പഠിപ്പിക്കും. കുട്ടികൾ അയാളെ അനുസരിക്കുകയും അതിന് അനുഭവിക്കുകയും ചെയ്യു. എന്തുകൊണ്ടോ അയാൾക്ക് എന്റെ പട്ടിയോടു വിരോധമായിരുന്നു. കണ്ടുപോയാൽ കല്ലെറിയും. ഒരിക്കൽ അകത്തു സൂചി തിരുകിവച്ച ഒരു റൊട്ടിക്കഷ്ണം തിന്നാൻ ഇട്ടുകൊടുത്തു.

എന്നാൽ ചുർക്ക ഇങ്ങനെ അപമാനിതനായി പോകുന്നതു കാണാൻ കൂടുതൽ വിഷമം തോന്നി.

ഞാൻ വല്യ്യോക്കിനോടു പറഞ്ഞു:

“എനിക്കു താ റൂബിൾ, ഞാൻ പോകാം.”

എന്നെ വിരട്ടാനുദ്ദേശിച്ചുകൊണ്ടുള്ള ഒരു പരിഹാസച്ചിരിയോടെ അയാൾ റൂബിൾ ല്യദ്മീലയുടെ അമ്മയുടെ നേരെ നീട്ടി.

പക്ഷെ "എനിക്കു വേണ്ട, ഞാൻ വാങ്ങില്ല!"എന്നു ദേഷ്യപ്പെട്ടു പറഞ്ഞുകൊണ്ട് അവർ പോയി. ല്യദ്മീലയും പണം കൈപ്പറ്റാൻ വിസമ്മതിച്ചു. അതോടെ വല്യൊാക്കിന്റെ പരിഹാസം കൂടി. ഞാൻ പണമില്ലാതെതന്നെ പോകാൻ തുടങ്ങുകയായിരുന്നു. ആ സമയത്ത് മുത്തശ്ശി അവിടെത്തി. കാര്യമറിഞ്ഞപ്പോൾ അവർ റൂബിൾ കയ്യിൽ വാങ്ങിച്ചിട്ട് എന്നോട് ശാന്തസ്വരത്തിൽ പറഞ്ഞു:

"നീ കോട്ടിട്ടു വേണം പോകാൻ. കമ്പിളിപ്പുതപ്പുമെടുത്തോ, വെളുപ്പിന് തണുപ്പു കാണും."

അവരുടെ വാക്കുകൾ കേട്ടതോടെ ഭയങ്കരമായിട്ടൊന്നും സംഭവിക്കില്ലെന്ന പ്രത്യാശ എന്റെ ഉള്ളിൽ നിറഞ്ഞു.

നേരം വെളുക്കുന്നതുവരെ ഞാൻ ശവപ്പെട്ടിയുടെ പുറത്ത് കിടക്കുകയോ ഇരിക്കുകയോ ചെയ്യണമെന്നതായിരുന്നു വല്യൊാക് വച്ച നിബന്ധന. എന്തു സംഭവിച്ചാലും—കിളവൻ കലിനിൻ ഇഴഞ്ഞ് പുറത്തു വരാൻ നേരത്ത് ശവപ്പെട്ടി കുലുങ്ങിയാൽ പോലും—അവിടന്ന് അനങ്ങിപ്പോകരുത്. നിലത്തേക്കു ചാടിയിറങ്ങിയാൽ ഞാൻ പന്തയത്തിൽ തോൽക്കും.

"സൂക്ഷിച്ചോ!" വല്യൊാക് താക്കീതു നൽകി. "രാത്രി മുഴുവൻ എന്റെ കണ്ണ് നിന്റെ മേലായിരിക്കും!"

ഞാൻ ശ്മശാനത്തിലേക്കു പുറപ്പെട്ടപ്പോൾ മുത്തശ്ശി എന്റെ നേരെ കുരിശു വരച്ചിട്ട് ഉപദേശിച്ചു:

"വല്ലതും കണ്ടെന്നു തോന്നിയാൽ അനങ്ങരുത്. ദൈവമാതാവിനെ വിളിച്ച് ഉറക്കെ പ്രാർത്ഥിച്ചാൽ മതി."

ഞാൻ വേഗം നടന്നു. സംഗതി എത്രയും നേരത്തെ ഒന്നു തീർത്തുകിട്ടണമെന്ന വിചാരമേ എനിക്കുണ്ടായിരുന്നുള്ളൂ. വല്യൊാക്ക് കൊസ്രോമയും വേറെ ചില ബാലന്മാരും എന്നെ അനുഗമിച്ചു. കന്മതിൽ ചാടിക്കടക്കുമ്പോൾ കാല് പുതപ്പിലുടക്കി ഞാൻ താഴെ വീണു. ഉടൻതന്നെ മണൽ എന്നെ പൊക്കിയെറിഞ്ഞതുപോലെ ഞാൻ ചാടിയെണീറ്റു. മതിലിനപ്പുറത്തുനിന്ന് പൊട്ടിച്ചിരി കേട്ടു. എന്റെ ഉള്ളൊന്നു കാളി. നട്ടെല്ലിലൂടെ ഒരു കിരുകിരുപ്പ്.

ഞാൻ വേച്ചു വേച്ച് കറുത്ത ശവപ്പെട്ടിയുടെ അടുത്തെത്തി. അതിന്റെ ഒരു വശം മണൽ മൂടിക്കിടന്നിരുന്നു. മറുവശത്ത് അതിനെ താങ്ങി നിർത്തിയിരുന്ന തടിച്ചുകുറിയ കാലുകൾ വെളിക്കു കാണാം. ആരോ ആ ശവപ്പെട്ടി എടുത്തു പൊക്കാൻ ഒരു വിഫലശ്രമം നടത്തിയെന്നു തോന്നും. ഞാൻ അതിന്റെ വക്കത്ത് ഇരുന്നു ചുറ്റുമൊന്നു കണ്ണോടിച്ചു.

കുണ്ടും കുഴിയുമായിക്കിടന്നിരുന്ന ആ ശ്മശാനമൊട്ടാകെ ചാരനിറത്തിലു ള്ള കുരിശുകൾ ഇടതൂർന്നു പാകിയിരുന്നു. അവയുടെ നീളൻനിഴലുകൾ പരുപരുത്ത കുഴിമാടങ്ങളെ കെട്ടിപ്പുണരുന്ന എല്ലിൻ കൈകളാണെന്നു തോന്നി. ശോഷിച്ച ബർച്ചുമരങ്ങൾ കുരിശുകൾക്കിടയിൽ അങ്ങിങ്ങു നിന്നിരുന്നു. അവയുടെ ശിഖരങ്ങൾ ഒറ്റതിരിഞ്ഞു നിന്നിരുന്ന ശവക്കു ഴികളെ കൂട്ടിയിണക്കി. അവയുടെ നിഴലുകളുടെ വലക്കെട്ടിനിടയിലൂടെ കാട്ടുചെടികൾ ഉയർന്നുനിന്നു. ചാരനിറമാർന്ന ആ കുറ്റിച്ചെടികളായിരു ന്നു ഏറ്റവും ഭയാനകം—ശ്മശാനപ്പള്ളി ഒരു കൂറ്റൻ മഞ്ഞുകൂനപോലെ എഴുന്നുനിന്നു. നിശ്ചലമായ കാർമേഘങ്ങൾക്കിടയിലൂടെ കൃഷ്ണപക്ഷ ത്തിലെ ചന്ദ്രക്കല എത്തിനോക്കി.

യാസിന്റെ അച്ഛൻ, "ഗുണം പിടിക്കാത്ത മരങ്ങോടൻ," ശ്മശാനം കാവൽക്കാരൻ അലസമായി മണി അടിച്ചു. ഓരോ തവണ അയാൾ ചരടിൽ പിടിച്ചു വലിക്കുമ്പോഴും അത് മേൽക്കൂരയിലെ ഏതോ ഇരുമ്പു തകിടിൽ ഉടക്കി ദയനീയമായ ഒരു രോദനമുയർത്തും. തുടർന്ന് ചെറിയ മണിയുടെ ഹ്രസ്വമായ, വിരസമായ മുഴക്കം കേൾക്കാം.

"കർത്താവു നമ്മളെ ഉറക്കമില്ലാത്ത രാത്രികളിൽ നിന്നു രക്ഷിക്ക ട്ടെ'!" എന്ന് ആ കാവൽക്കാരൻ പറയാറുള്ളത് ഞാനോർത്തു.

എനിക്ക് കലശലായ ഭയവും എന്തുകൊണ്ടോ വീർപ്പുമുട്ടും അനുഭവ പ്പെട്ടു. രാത്രിക്ക് ഇളം തണുപ്പുണ്ടായിരുന്നെങ്കിലും ഞാനാകെ വിയർത്തു. കിളവൻ കലിനിൻ ശവപ്പെട്ടിയിൽനിന്ന് ഇഴഞ്ഞിറങ്ങാൻ തുടങ്ങിയാൽ എനിക്ക് കാവൽക്കാരന്റെ പുരയിൽ ഓടിയെത്താൻ സമയം കിട്ടുമോ?

ആ ശ്മശാനം എനിക്കു സുപരിചിതമായിരുന്നു. അതിലെ കുഴിമാട ങ്ങൾക്കിടയിലൂടെ യാസും മറ്റു കൂട്ടുകാരുമൊന്നിച്ച് ഞാൻ എത്രയോ തവണ ഓടിക്കളിച്ചിരിക്കുന്നു. കുറച്ചു മാറി പള്ളിക്കടുത്താണ് എന്റെ അമ്മയെ അടക്കം ചെയ്തിരിക്കുന്നത്.

എല്ലാവരും ഇനിയും ഉറക്കമായിട്ടില്ല. സെറ്റിൽമെന്റിൽ നിന്ന് പൊട്ടിച്ചിരികളും ഗാനശകലങ്ങളും കേട്ടു. എവിടെനിന്നോ—കുന്നു കളിൽ നിന്നോ റെയിൽവേയ്ക്കു മണലെടുക്കുന്ന കുഴികളിൽനിന്നോ അയൽ ഗ്രാമമായ കതിസൊവ്ക്കയിൽ നിന്നോ ആയിരിക്കാം—ഒരു അക്കോർഡിയന്റെ നിലവിളിയും തേങ്ങലും ചെവിയിലെത്തി. ഏതു സമയവും കുടിച്ചു ബോധമില്ലാതെ നടക്കുന്ന ഇരുമ്പുപണിക്കാരൻ മ്യാച്ചൊവ് ശ്മശാനമതിലിനപ്പുറത്തുകൂടി ആടിയാടി വന്നു. അയാളുടെ പാട്ടു കേട്ടപ്പോൾ എനിക്ക് ആളെ മനസ്സിലായി:

"കൊച്ചൊരു ദോഷമേ
അമ്മച്ചിക്കൊള്ളൂ
അച്ഛനെ മാത്രമേ
ഇഷ്ടമൊള്ളൂ..."

ജീവന്റെ ഈ അവസാനനിശ്വാസങ്ങൾ കേൾക്കാൻ സുഖം തോന്നി. എന്നാൽ ഓരോ മണിയടിക്കു ശേഷവും നിശ്ശബ്ദത വർദ്ധിച്ചുവന്നു. പുൽപ്പരപ്പിന്റെ മീതേക്കൂടി പടർന്നു പരന്നൊഴുകുന്ന പുഴയെപ്പോലെ അത് സർവ്വതിനേയും മുക്കിമറച്ചുകളഞ്ഞു. അതിരില്ലാത്ത, അടികാണാത്ത, ശൂന്യതയിൽ എന്റെ ആത്മാവ് നീന്തിത്തുടിച്ചു. ഇരുട്ടിൽ അണയുന്ന തീപ്പെട്ടിക്കൊള്ളിയുടെ നാളംപോലെ അത് ആ ശൂന്യതാ സാഗരത്തിൽ അലിഞ്ഞലിഞ്ഞില്ലാതായി. അഗമ്യങ്ങളായ നക്ഷത്രങ്ങൾ മാത്രമേ ആ സാഗരത്തിൽ ജീവിക്കുന്നുള്ളൂ. മിന്നിത്തിളങ്ങുന്നുള്ളൂ. ഭൂമുഖത്തുള്ള സർവ്വതും ഉന്മൂലനം ചെയ്യപ്പെട്ടുകഴിഞ്ഞു. അനാവശ്യമായിക്കഴിഞ്ഞു. മൃതമായിക്കഴിഞ്ഞു

പുതപ്പു പുതച്ച്, കാൽ മടക്കിവച്ച്, ഞാൻ പള്ളിയ്ക്കഭിമുഖമായി കൂനിക്കൂടി ഇരുന്നു. ഞാൻ ഓരോ തവണ അനങ്ങുമ്പോഴും ശവപ്പെട്ടി ഞരങ്ങി. മണൽ ഞെരിഞ്ഞു.

എന്റെ പിറകിലായി എന്തോ ഒന്ന് നിലത്ത് വന്നുവീണു. ഒരിക്കലല്ല. രണ്ടു തവണ. അല്പം കഴിഞ്ഞ് ഒരു ഇഷ്ടികക്കഷ്ണം ശവപ്പെട്ടിയുടെ അടുത്തു വീണു. എനിക്കു ഭയം തോന്നി. എന്നാൽ എന്നെ ഭയപ്പെടുത്താൻ വല്യ്യാക്കും കൂട്ടുകാരും മതിലിനപ്പുറത്തുനിന്ന് ഓരോന്ന് വലിച്ചെറിയുകയാണെന്നു ഞാൻ തൽക്ഷണം ഊഹിച്ചു. അടുത്ത് ആളുണ്ടെന്ന് അറിഞ്ഞതോടെ എനിക്ക് ആശ്വാസം തോന്നി.

ഞാൻ എന്റെ അമ്മയെ ഓർത്തു. ഒരിക്കൽ ഞാൻ പുകവലിക്കാൻ ഒരു ശ്രമം നടത്തിയപ്പോൾ അമ്മ എന്നെ അടിക്കാൻ തുടങ്ങി. ഞാൻ പറഞ്ഞു:

'എന്നെ ഉപദ്രവിക്കാതെ. അതില്ലാതെതന്നെ എനിക്കൊരു സുഖവും തോന്നുന്നില്ല. എനിക്കു മനം മറിയുന്നു.'

അടികൊണ്ടു കഴിഞ്ഞ് ഞാൻ അടുപ്പിന്റെ പുറകിൽ ഇരിക്കുകയായിരുന്നു. അപ്പോൾ അമ്മ മുത്തശ്ശിയോടു പറയുന്നതു കേട്ടു:

'ചെറുക്കന്റെ ഉള്ള് കല്ലുപോലാണ്. ആരോടും ഒരു സ്നേഹവുമില്ല.'

അമ്മ അപ്പറഞ്ഞത് എന്നെ വേദനിപ്പിച്ചു. അമ്മ എന്നെ ശിക്ഷിക്കുമ്പോഴെല്ലാം എനിക്കു അവരെ ഓർത്തു സഹതാപവും ലജ്ജയും തോന്നി. തക്ക കാരണമുണ്ടായിട്ട് അവർ എന്നെ ശിക്ഷിക്കുന്നത് അപൂർവ്വമായിരുന്നു.

വാസ്തവം പറഞ്ഞാൽ, ജീവിതത്തിൽ വേദനാജനകമായി പലതുമു ണ്ടായിരുന്നു. മതിലിനപ്പുറത്തു നിൽക്കുന്ന അക്കൂട്ടരെത്തന്നെ എടുക്കാം. ഞാൻ പേടിച്ചുപേടിച്ചാണ് ശ്മശാനത്തിൽ ഒറ്റയ്ക്കിരിക്കുന്നതെന്ന് അവർക്കും ഭംഗിയായിട്ടറിയാം. എന്നിട്ടും എന്നെ കൂടുതൽ ഭയപ്പെടു ത്താനാണ് അവരുടെ ശ്രമം. എന്തിന്?

'നിന്നെയൊക്കെ ചെകുത്താൻ പിടിക്കട്ടെ!' എന്ന് അവരോടു വിളി ച്ചുപറയാൻ ഞാൻ കൊതിച്ചു.

പക്ഷേ അത് ആപത്താണ് ചെകുത്താന് അതു ഇഷ്ടപ്പെടുമോയെന്ന് ആരു കണ്ടു? അവൻ അടുത്തുതന്നെ എവിടെയോ ഉണ്ടായിരിക്കണം.

മണൽ നിറയെ അഭ്രക്കഷണങ്ങളായിരുന്നു. നിലാവെളിച്ചത്തിൽ അവ മങ്ങിയ പ്രകാശത്തോടെ തിളങ്ങി. മുമ്പൊരിക്കൽ ഒക്കാനദിയിലെ വെള്ളത്തിലേക്കു നോക്കിക്കൊണ്ട് ഒരു ചങ്ങാടത്തിൽ കിടക്കുമ്പോൾ ചെറിയൊരു ജലജീവി പെട്ടെന്ന് എന്റെ കണ്ണിനു നേരെ മുമ്പിൽ പ്ര ത്യക്ഷപ്പെട്ടത് ഞാൻ ഓർത്തുപോയി. വശം ചെരിഞ്ഞു കിടന്നപ്പോൾ അത് മനുഷ്യന്റെ കവിൾത്തടംപോലെ ഇരുന്നിരുന്നു. പിന്നീടത് കൊച്ചു പക്ഷികളുടേതുപോലുള്ള വട്ടക്കണ്ണുകൾകൊണ്ട് എന്നെ നോക്കുകയും വായുവിലൂടെ വീഴുന്ന ഒരു മേപ്പിളിലപോലെ ചാഞ്ചാടിക്കൊണ്ട് വെള്ള ത്തിനടിയിലേക്ക് ഊളിയിട്ടു പോവുകയും ചെയ്തു.

എന്റെ ഓർമ്മശക്തി സജീവമായി പ്രവർത്തിക്കാൻ തുടങ്ങി. എന്റെ ജീവിതത്തിൽനിന്നുള്ള പല സംഭവങ്ങളേയും വാരിക്കൂട്ടിക്കൊണ്ട് അത് എന്റെ ഭീകരഭാവനകള തടുത്തുനിർത്തി.

ഇതാ ഒരു മുള്ളൻപന്നി അതിന്റെ ഉറപ്പുള്ള കൊച്ചുകാലുകളിന്മേൽ മണലിലൂടെ ഉരുണ്ടുരുണ്ടു വരുന്നു. അതിനെ കണ്ടപ്പോൾ ഞാൻ വീട്ടിലെ കുട്ടിച്ചാത്തനെ ഓർത്തുപോയി. ഇതേപോലെതന്നെ ചിടപി ടിച്ച ഒരു കൊച്ചുരൂപം

മുത്തശ്ശി അടുപ്പിനു മുമ്പിൽ കുനിഞ്ഞിരുന്ന് ഉരുവിടുന്ന വാക്കുകൾ ഞാൻ ഓർത്തു:

'കുട്ടിച്ചാത്താ, കുട്ടിച്ചാത്താ, പാറ്റകളെ ഓടിക്ക്!'

അങ്ങകലെ എനിക്ക് അദൃശ്യമായിരുന്ന പട്ടണത്തിനു മുകളിൽ ആകാശത്ത് വെള്ള കീറാൻ തുടങ്ങി. പുലർച്ചയിലെ കുളിര് കവിളത്തു കുത്തി. കൺപോളകൾ കനം തൂങ്ങി. ഞാൻ ചുരുണ്ടുകൂടിക്കിടന്ന് പുതപ്പ് തലവഴി ഇട്ടു. വരുന്നതുവരട്ടെ.!

മുത്തശ്ശിയാണ് എന്നെ ഉണർത്തിയത്. അവർ എന്റെ അടുത്തു വന്നു നിന്ന് പുതപ്പു വലിച്ചുമാറ്റിക്കൊണ്ടു പറഞ്ഞു

‘എണീക്ക്! തണുപ്പടിച്ചില്ലല്ലോ. ഉവ്വോ? പറ, എങ്ങിനിരുന്നു വല്ലാതെ പേടിച്ചോ?’

പേടിച്ചു. പക്ഷെ ആരോടും പറയരുത്. പിള്ളേര് അറിയരുത്.

‘അറിഞ്ഞാലെന്താ? അവർ അത്ഭുതത്തോടെ ചോദിച്ചു. ‘പേടിക്കാനൊന്നുമില്ലായിരുന്നെങ്കിൽ വീമ്പടിക്കാനും ഒന്നുമില്ല.’

ഞങ്ങൾ വീട്ടിലേക്കു മടങ്ങുന്ന വഴി അവർ സ്നേഹപൂർവ്വം പറഞ്ഞു.

‘എല്ലാം തന്നത്താൻ പരീക്ഷിച്ചുനോക്കണം, എന്റെ അരുമപ്രാവേ. എല്ലാം തന്നെ അറിഞ്ഞേ പറ്റൂ. തന്നത്താൻ പഠിച്ചില്ലെങ്കിൽ മറ്റാരും പഠിപ്പിച്ചുതരില്ല.’

വൈകുന്നേരത്തിനകം ഞാൻ ഞങ്ങളുടെ തെരുവിലെ വീരപുരുഷൻ ആയിക്കഴിഞ്ഞു. എല്ലാവരും ചോദിച്ചു.

‘ഭയങ്കരമായിരുന്നു, അല്ലേ?’

‘അതെ. ഭയങ്കരമായിരുന്നു!’ എന്നു ഞാൻ പറഞ്ഞപ്പോൾ അവർ തല കുലുക്കി ആശ്ചര്യപ്പെട്ടു: ‘ഹും! കണ്ടോ!’

പീടികയുടമസ്ഥൻ ഉത്തമബോദ്ധ്യത്തോടെ ഉറക്കെപ്പറഞ്ഞു

‘അപ്പോൾ കുലിനിൻ കുഴിയിൽനിന്നെണീറ്റുവരുന്നുണ്ടെന്നു പറഞ്ഞത് കള്ളമാണ്. എണീറ്റുവന്നെങ്കിൽ ഈ പയ്യനെ പേടിക്കുമായിരുന്നോ? ഇവനെ ശ്മശാനത്തിൽനിന്നു റാഞ്ചികൊണ്ടു പോയേനെ. എങ്ങോട്ടാണെന്ന് ആർക്കറിയാം!’

ല്യദ്മീല എന്നെ അത്ഭുതം കലർന്ന വാത്സല്യത്തോടെ നോക്കി. എന്റെ മുത്തച്ഛൻപോലും സന്തുഷ്ടനായതുപോലെ തോന്നി. കാരണം, അദ്ദേഹം കൂടെക്കൂടെ എന്നെ നോക്കി ചിരിക്കുന്നതു കണ്ടു. ചുർക്ക മാത്രം നിരുന്മേഷനായി പറഞ്ഞു:

‘അവന് അതിനു വിഷമമില്ല. അവന്റെ മുത്തശ്ശി ഒരു കൂടോത്രക്കാരിയാണ്!’

III

ഉഷസ്സിൽ തിരോഭവിക്കുന്ന കൊച്ചുനക്ഷത്രത്തെപ്പോലെ എന്റെ കുഞ്ഞനിയൻ കോല്യ ആരുമാരുമറിയാതെ മാഞ്ഞുപോയി. അവനും മുത്തശ്ശിയും ഞാനും ഉറങ്ങുന്നത് വിറകുപുരയിലായിരുന്നു. വിറകുകളുടെ മീതെ പഴന്തുണി വിരിച്ച് ഉറങ്ങും. പൊട്ടിപ്പൊളിഞ്ഞ ഭിത്തിയ്ക്കുപ്പുറത്താണ് വീട്ടുടമസ്ഥന്റെ കോഴിക്കൂട്. എന്നും വൈകുന്നേരം തീറ്റികഴിഞ്ഞ പിടക്കോഴികളുടെ സംതൃപ്തമായ കൂജനങ്ങളും ചിറകടിയും കേൾക്കാം. രാവിലെ പൂവന്റെ ഉച്ചത്തിലുള്ള കൂവൽകേട്ട് ഞങ്ങൾ ഉണരും.

'ഓ, നിന്നെ അറുക്കേണ്ടതാണ്.' ഉറക്കമുണർന്നുകൊണ്ട് മുത്തശ്ശി മുറുമുറുക്കും.

ഞാൻ നേരത്തെതന്നെ ഉണർന്നിട്ടുണ്ടാവും. ഭിത്തിയിലെ വിടവുകളിലൂടെ വരുന്ന വെയൽനാളങ്ങളും യക്ഷിക്കഥയിലെ വാക്കുകളെപ്പോലെ അവയിൽ തത്തിക്കളിക്കുന്ന വെള്ളിത്തരികളും കണ്ടുകൊണ്ട് ഞാൻ കിടക്കും. വിറകുകളുടെ ഇടയിലൂടെ ചുണ്ടെലികൾ ഓടുന്ന ശബ്ദം കേൾക്കാം. കറുത്ത പൊട്ടു കുത്തിയ കുഞ്ഞിച്ചിറകുകളോടുകൂടിയ ചുവന്ന കൊച്ചു വണ്ടുകൾ ഓടി നടക്കുന്നുണ്ടാവും.

ചിലപ്പോൾ കോഴിക്കാട്ടത്തിൽ ദുസ്സഹമായ ഗന്ധത്തിൽനിന്നു രക്ഷപ്പെടാൻവേണ്ടി ഞാൻ വിറകുപുരയ്ക്കകത്തുനിന്നിറങ്ങി അതിന്റെ കൂരയുടെ പുറത്ത് കയറിക്കിടക്കും. അയൽപക്കത്തെ വീടുകളിൽ ഉറക്കം കൊണ്ട് ചീർത്ത, കണ്ണില്ലാത്ത കൂറ്റൻ മനുഷ്യർ ഉണർന്നെണീക്കുന്നത് എനിക്കു കാണാം.

ജനാലകളൊന്നിൽനിന്ന് വള്ളക്കാരൻ ഫെർമാനൊവിന്റെ പപ്രശ്ശമായ തല എത്തിനോക്കുന്നു. മുഖംവീർപ്പിച്ച നടക്കുന്ന ആ മുഴക്കുടിയൻ തന്റെ വീർത്ത കണ്ണുകളുടെ കൊച്ചുപഴുതുകൾ സൂര്യനുനേരെ തിരിച്ച് പന്നിയെപ്പോലെ മുരളും. വിരളമായ ചെമ്പൻമുടി രണ്ടു കയ്യാലും തടവിക്കൊണ്ട് മുത്തച്ഛൻ മുറ്റത്തേയ്ക്ക് ഓടിയിറങ്ങുന്നതു കാണാം. തണുത്ത വെള്ളത്തിൽ കുളിക്കാൻ കുളിപ്പുരയിലേക്കു ബദ്ധപ്പെട്ടു പോവുകയാണ്. വീട്ടുടമസ്ഥന്റെ പാചകക്കാരിയായ വായാടിസ്ത്രീ കൂർത്ത മൂക്കും തേമൽ പിടിച്ച മുഖവുമായി ഒരു കുയിലിനെപ്പോലെ തോന്നിച്ചു. വീട്ടുടമസ്ഥൻ തന്നെ ഒരു കൊഴുത്ത വയസ്സൻ പ്രാവിനെപ്പോലെ ഇരുന്നിരുന്നു. സകലരും ഏതെങ്കിലും പക്ഷിയേയോ മൃഗത്തേയോ അനുസ്മരിപ്പിച്ചു.

തെളിഞ്ഞ സുന്ദരമായ പ്രഭാതമാണെങ്കിലും എനിക്കു കുറേശ്ശേ വിഷാദം തോന്നുന്നു. വിജനമായ പാടത്തുപോയി തനിച്ചിരിക്കാൻ ഞാൻ കൊതിക്കുന്നു. ഇത്ര പ്രസന്നമായ ദിവസത്തെ ആളുകൾ വഷളാക്കാതിരിക്കില്ലെന്ന് എനിക്കറിയാം.

ഒരു ദിവസം ഞാൻ പുരപ്പുറത്തു കിടക്കുമ്പോൾ മുത്തശ്ശി എന്നെ വിളിച്ച് മെത്തയുടെനേരെ നടയാട്ടിക്കൊണ്ട് പതുക്കെ പറഞ്ഞു.

'കോല്യ മരിച്ചുപോയി.'

ചുവന്ന ചീട്ടിത്തുണികൊണ്ടു പൊതിഞ്ഞ തലയിണയിൽനിന്ന് കമ്പിളിവിരിപ്പിലേയ്ക്ക് ഊർന്നുവീണു കിടന്നിരുന്ന ആ കുട്ടിയുടെ നഗ്നദേഹം നീലിച്ച് ഇരുന്നിരുന്നു. വീർത്ത വയറും ചൊറിപിടിച്ച കാലുകളും വെളിക്കു കാട്ടിക്കൊണ്ട് കുപ്പായം കഴുത്തിലേക്കു ചുരുണ്ടുകയറിക്കിടന്നിരുന്നു. എണീറ്റു നിൽക്കാൻ ശ്രമിച്ചതുപോലെ അവന്റെ കൈകൾ വല്ലാത്തൊരു രീതിയിൽ പുറകോട്ടു പിടിച്ചിരുന്നു. തല ഒരു വശത്തേയ്ക്ക് അല്പം ചെരിച്ചുവച്ചിട്ടുണ്ട്.

'ഇവന്റെ പ്രാണനെടുത്തതു നന്നായി.' മുടി ചീകുന്നതിനിടയിൽ മുത്തശ്ശി പറഞ്ഞു. 'ഈ ശേഷിയില്ലാത്ത കുഞ്ഞ് എങ്ങിനെ ജീവിക്കാൻ?'

മുത്തച്ഛൻ കയറിവന്നു. ചുറ്റും തത്തിനടന്നു അദ്ദേഹം കുട്ടിയുടെ അടഞ്ഞ കൺപോളകളിൽ സൂക്ഷിച്ചു തൊട്ടു.

'കൈ കഴുകാതെ തൊടരുത്?' മുത്തശ്ശി ശാസിച്ചു.

'പിറന്നു ജീവിച്ചു. ആഹാരം കഴിച്ചു. ഒക്കെ വെറുതെയായി.' മുത്തച്ഛൻ പിറുപിറുത്തു.

'ഇതെന്താണീ പറയുന്നത്!' മുത്തശ്ശി അദ്ദേഹത്തെ തടഞ്ഞു.

അദ്ദേഹം അവരെ ശൂന്യദൃഷ്ടികളോടെ നോക്കിയശേഷം മുറ്റത്തേക്കിറങ്ങിപ്പോയി.

‘എന്തു വേണമെങ്കിലും ചെയ്തോ.’ അദ്ദേഹം പറഞ്ഞു. ‘ഇവനെ അടക്കാൻ എന്റെ കയ്യിൽ കാശില്ല.’

‘ദരിദ്രവാസി!’

ഞാൻ ഇറങ്ങിപ്പോയി. വൈകുന്നേരത്തെ മടങ്ങിവന്നുള്ളൂ.

പിറ്റേന്നു രാവിലെ കോല്യയെ അടക്കം ചെയ്തു. അമ്മയെ കുഴിച്ചിട്ട അതേ കുഴി തുറന്നാണ് അവനേയും അടക്കിയത്. ഞാൻ പള്ളിയിൽ പോയില്ല. ആ സമയം മുഴുവൻ പട്ടിയോടും യാസിന്റെ അച്ഛനോടുമൊപ്പം കുഴിയുടെ അരികത്തിരുന്ന് കഴിച്ചുകൂട്ടി. യാസിന്റെ അച്ഛൻ കുഴിവെട്ടാൻ തുച്ഛമായ പണമേ വാങ്ങിയുള്ളൂ. അതെച്ചൊല്ലി അയാൾ എന്നോടു വീമ്പടിക്കുകയും ചെയ്തു.

‘നമ്മൾ തമ്മിലുള്ള അടുപ്പം ഓർത്തിട്ടാണ്. അല്ലെങ്കിൽ ഒരു റൂബിൾ തികച്ചും ചോദിച്ചേനെ.’

വല്ലാത്തൊരു ദുർഗ്ഗന്ധം വമിക്കുന്ന മഞ്ഞ കുഴിയിലേക്കു സൂക്ഷിച്ചുനോക്കിയപ്പോൾ പായൽപിടിച്ച കറുത്ത പലകകൾ കണ്ടു. പയ്യെ ഒന്നനങ്ങിയാൽ കുഴിയുടെ അടിയിലേക്കു മണൽ ചൊരിയുകയായി. മണൽ വീണ് ആ പലകകൾ മൂടട്ടെ എന്നു കരുതി ഞാൻ മനപ്പൂർവ്വം അനങ്ങി.

‘കുസൃതി കാട്ടാതെ വെറുതെ ഇരിക്ക്!’ പുക വലിക്കുന്നതിനിടയിൽ യാസിന്റെ അച്ഛൻ പറഞ്ഞു.

ചെറിയൊരു വെളുത്ത ശവപ്പെട്ടിയും ചുമന്നുകൊണ്ടു മുത്തശ്ശി വന്നു. ‘ഗുണംപിടിക്കാത്ത മരങ്ങോടൻ’ കുഴിയിലേക്കു ചാടിയിറങ്ങി. ശവപ്പെട്ടി അവരുടെ കയ്യിൽനിന്ന് ഏറ്റുവാങ്ങി പായൽപിടിച്ച പലകകളുടെ സമീപം വച്ചു. കുഴിയിൽനിന്നു ചാടിക്കയറിയിട്ട് അയാൾ കാലുകളും തൂമ്പയും കൊണ്ട് മണലിട്ടു മൂടിത്തുടങ്ങി. അയാളുടെ പൈപ്പ് ധൂപക്കുറ്റിപോലെ പുകഞ്ഞുകൊണ്ടിരുന്നു. മുത്തശ്ശിയും മുത്തച്ഛനും അയാളെ നിശ്ശബ്ദം സഹായിച്ചു. പാതിരിയും പിച്ചക്കാരും ആരുമുണ്ടായിരുന്നില്ല. കുരിശിൻകൂട്ടത്തിനു നടുവിൽ ഞങ്ങൾ നാലുപേർ മാത്രം.

കാവൽക്കാരനു പണം കൊടുക്കുമ്പോൾ മുത്തശ്ശി ശാസനാസ്വരത്തിൽ പറഞ്ഞു

‘പക്ഷെ നീ എന്റെ വാര്യയുടെ കൂടിളക്കി, അല്ലേ?’

‘എന്തു ചെയ്യാനാ? ഞാൻ അടുത്തുള്ള മണ്ണും കുറച്ചെടുത്തു. അതുകൊണ്ടു ദോഷമൊന്നുമില്ല.’

ശവക്കുഴിയുടെ മുമ്പിലുള്ള മണ്ണുവരെ താണുവണങ്ങിയശേഷം മുത്തശ്ശി ഗദ്ഗദത്തോടെ മടങ്ങിപ്പോയി. പഴകിത്തേഞ്ഞ ഫ്രോക്ക്

കോട്ടിൽ പിടിച്ചുവലിച്ചുകൊണ്ട്, തൊപ്പിയുടെ വക്കുകൊണ്ടു കണ്ണുകൾ മറച്ച്, മുത്തച്ഛൻ പുറകെ നടന്നു.

'ഉഴാത്ത മണ്ണിലാണ് വിത്തു വിതച്ചത്,' ഉഴവുചാലുകളിലൂടെ നടക്കുന്ന കാക്കയെപ്പോലെ മുമ്പോട്ടു വേഗം നടന്നുകൊണ്ട് മുത്തച്ഛൻ പെട്ടെന്നു പറഞ്ഞു.

'എന്താണു പറഞ്ഞത്?' ഞാൻ മുത്തശ്ശിയോടു ചോദിച്ചു.

'ദൈവത്തിനറിയാം. മുത്തച്ഛൻ മുത്തച്ഛന്റെ വഴിക്ക് ചിന്തിക്കുന്നു.'

പൊരിയുന്ന ചൂട്. ചൂടുള്ള മണലിൽ പാദങ്ങൾ അമർത്തിക്കൊണ്ട് മുത്തശ്ശി മെല്ലെ നടന്നു. ഇടയ്ക്കിടയ്ക്ക് നടപ്പു നിർത്തി. അവർ വിയർത്തൊലിക്കുന്ന മുഖം തുവാലകൊണ്ട് തുടച്ചു.

ഞാൻ വളരെ പ്രയാസപ്പെട്ട് ചോദിച്ചു:

'ആ കുഴിയിൽ കണ്ട കറുപ്പ്—അത് അമ്മയുടെ ശവപ്പെട്ടി ആയിരുന്നോ?

'അതെ. മുത്തശ്ശി കർക്കശസ്വരത്തിൽ പറഞ്ഞു. 'ആ കുഴിവെട്ടുകാരൻ വിഡ്ഢിയാണ്! ഒരു വർഷം തികഞ്ഞിട്ടില്ല. അപ്പോഴേക്കും വാര്യ ചീഞ്ഞഴുകിക്കഴിഞ്ഞു. മണലായിട്ടാണ് ഇങ്ങനെ. വെള്ളം താഴോട്ടുപോകും. കളിമണ്ണാണു ഭേദം.'

'എല്ലാവരും ചീഞ്ഞഴുകുമോ?'

'എല്ലാവരും. പുണ്യവാളന്മാർ മാത്രം അഴുകില്ല.'

'മുത്തശ്ശി അഴുകില്ല.'

അവർ നടപ്പുനിർത്തി. എന്റെ തലയിലെ തൊപ്പി നേരെ വച്ചശേഷം അവർ ഗൗരവസ്വരത്തിൽ പറഞ്ഞു:

'നീ അതെപ്പറ്റിയൊന്നും ആലോചിക്കണ്ട. അതു പാടില്ല. മനസ്സിലായോ?'

പക്ഷെ ഞാൻ ആലോചിച്ചുപോയി:

'മരണമെന്നു വച്ചാൽ എന്തൊരു വൃത്തികേടാണ്! എന്തൊരു അറപ്പും വെറുപ്പുമാണ് അത് ഉണർത്തുന്നത്!'

എനിക്കു മനസ്സിനു വല്ലാത്ത വിഷമം തോന്നി.

ഞങ്ങൾ വീടെത്തിയപ്പോഴേക്ക് മുത്തച്ഛൻ സമോവാർ തിളപ്പിച്ച് മേശയൊരുക്കിക്കഴിഞ്ഞിരുന്നു.

'നമുക്കു കുറച്ചു ചായ കുടിക്കാം. വല്ലാത്ത ചൂട്,' അദ്ദേഹം പറഞ്ഞു. 'ഞാൻ എന്റെ ചായ കൂട്ടാം—എല്ലാവർക്കുമായിട്ട്.'

അദ്ദേഹം മുത്തശ്ശിയുടെ അടുത്തു ചെന്ന് തോളത്തു തട്ടി.

'എന്തു പറയുന്നു?'

മുത്തശ്ശി കൈ വീശി

'കണ്ടില്ലേ. അതുതന്നെ!'

'അതാണു കാര്യം! ഇതെല്ലാം ദൈവകോപമാണ്! ദൈവം കുറേ ശ്ശേക്കുറേശ്ശെയായി എടുത്തുകൊണ്ടു പോവുകയാണ്. വീട്ടുകാർ ഒറ്റക്കെട്ടായി താമസിച്ചിരുന്നെങ്കിൽ.. കയ്യിലെ വിരലുകളെപ്പോലെ...'

അദ്ദേഹം ഇത്ര സൗമ്യവും ശാന്തവുമായി സംസാരിക്കുന്നത് വളരെക്കാലത്തിനുശേഷം ആദ്യമാണ്. ഞാൻ അദ്ദേഹത്തിന്റെ വാക്കുകൾ ശ്രദ്ധിച്ചു. അദ്ദേഹം എന്റെ മനോവേദന അകറ്റുമെന്നും കറുത്ത പലകത്തുണ്ടുകൾ വെളിക്കു കണ്ട ആ മഞ്ഞക്കുഴി മറക്കാൻ എന്നെ സഹായിക്കുമെന്നും ഞാൻ ആശിച്ചു.

പക്ഷെ മുത്തശ്ശി നിശിതമായി ഇടയ്ക്കു കയറിപ്പറഞ്ഞു.

'നിർത്തൂ. നിങ്ങൾ ആയുഷ്ക്കാലം മുഴുവൻ പറഞ്ഞിട്ടുള്ളതാണിത്. പക്ഷെ അതുകൊണ്ട് ആർക്കാണ് ഗുണം. ആയുഷ്ക്കാലം മുഴുവൻ നിങ്ങൾ ആളുകളെ കരണ്ടുതിന്നുകയായിരുന്നു. തുരുമ്പ് ഇരുമ്പിനെ കരളുന്നതുപോലെ.'

മുത്തച്ഛൻ മുത്തശ്ശിയെ നോക്കി ഒന്നു മുരണ്ടെങ്കിലും ഒന്നും മിണ്ടിയില്ല.

അന്നു വൈകീട്ട് പടിക്കൽ വച്ച് ഞാൻ ലുദ്മീലയോട് രാവിലെ കണ്ട കാര്യങ്ങൾ സങ്കടത്തോടെ പറഞ്ഞു. പക്ഷെ അതൊന്നും അവളുടെ മനസ്സിൽ തട്ടിയതായി തോന്നിയില്ല.

'അച്ഛനും അമ്മയും ഇല്ലാത്തതാണു നല്ലത്. എന്റെ അച്ഛനും അമ്മയും മരിച്ചുപോയിരുന്നെങ്കിൽ ഞാൻ എന്റെ അനിയത്തിയെ അനിയന്റെ കയ്യിൽ ഏല്പിച്ചിട്ട് ഒരു കന്യാസ്ത്രീ ആയേനെ. വേറെന്തു ചെയ്യാൻ? ചട്ടുകാലിയായ ഞാൻ ഒരിക്കലും കല്യാണം കഴിക്കില്ല. ജോലിചെയ്യാനും എന്നെക്കൊണ്ടാവില്ല. ചട്ടുകാലുള്ള കുഞ്ഞുങ്ങളെയായിരിക്കും ഞാൻ പ്രസവിക്കുന്നത്.'

ഞങ്ങളുടെ തെരുവിലുള്ള മറ്റെല്ലാ സ്ത്രീകളേയുംപോലെ വിവേകപൂർവ്വമാണ് അവൾ സംസാരിച്ചത്. പക്ഷെ ആ സായാഹ്നത്തിനുശേഷം എനിക്ക് അവളിലുള്ള താല്പര്യം നശിച്ചതുപോലെ തോന്നി. വാസ്തവം പറഞ്ഞാൽ, തുടർന്നങ്ങോട്ടുള്ള ജീവിതത്തിൽ ഞങ്ങൾ തമ്മിലുള്ള കൂടിക്കാഴ്ചകൾ കുറഞ്ഞുകുറഞ്ഞുവന്നു.

അനുജൻ മരിച്ച് ഏതാനും ദിവസങ്ങൾ കഴിഞ്ഞ് മുത്തച്ഛൻ എന്നോടു പറഞ്ഞു

'ഇന്നു നേരത്തെ കിടന്നുറങ്ങണം. ഞാൻ നിന്നെ വെളുപ്പിന് വിളിച്ചുണർത്തും. നമുക്ക് വിറകു വെട്ടാൻ കാട്ടിൽ പോകണം.'

'ഞാൻ മരുന്നുചെടികൾ പറിച്ചോളാം.' മുത്തശ്ശി പറഞ്ഞു.

ഫെർമരങ്ങളും ബർച്ചുമരങ്ങളും വളർന്നുനിന്നിരുന്ന കാട് സ്ഥിതിചെയ്തത് ഞങ്ങളുടെ സെറ്റിൽമെന്റിൽനിന്നു മൂന്നു കിലോമീറ്ററകലെയുള്ള ഒരു ചതുപ്പപ്രദേശത്താണ്. അതു നിറയെ മുൾച്ചെടികളും ഒടിഞ്ഞുവീണ കൊമ്പുകളുമായിരുന്നു. ഒരു വശം ഒക്കാനദിവരെയും മറുവശം മോസ്കോയിലേക്കുള്ള പെരുവഴിയും കടന്ന് അപ്പുറത്തേക്കും നീണ്ടുകിടന്നു. മാർദ്ദവമാർന്ന കുറ്റിച്ചെടികളുടെ മീതെ ഒരു കൂട്ടം പൈൻമരങ്ങൾ പൊക്കമുള്ള ഒരു കറുത്ത കൂടാരംപോലെ നിന്നിരുന്നു. സവ്യോലിന്റെ സട എന്ന പേരിലാണ് അതു അറിയപ്പെട്ടത്.

ആ വനസമ്പത്തു മുഴുവനും ഷുവാലൊവ് പ്രഭുവിന്റെ വകയായിരുന്നു. അദ്ദേഹം അതിനെ അവഗണിച്ചു. കുനാവിനൊപട്ടണവാസികൾ അതു തങ്ങളുടെ സ്വന്തമായി കരുതി. അവർ കുറ്റിച്ചെടികൾ ഒടിച്ചെടുത്തു. ഉണങ്ങിനിൽക്കുന്ന മരങ്ങൾ വെട്ടിയിട്ടു. പച്ചപിടിച്ചു നിൽക്കുന്നവയും ചിലപ്പോൾ അവരുടെ കോടാലിയ്ക്കിരയാവും. ശരൽക്കാലമാവുമ്പോൾ ഡസൻകണക്കിനാളുകൾ കയ്യിൽ കോടാലിയും അരയിൽ കയറുമായി ശൈത്യകാലത്തേക്കുള്ള വിറകു ശേഖരിക്കാനായി കാട്ടിലേക്കു തിരിക്കും.

പുലർച്ചയ്ക്ക് ഞങ്ങൾ മൂന്നുപേരും ഹിമബിന്ദുക്കളണിഞ്ഞ് രജതഹരിതമായിക്കിടക്കുന്ന പാടങ്ങളുടെ കുറുകെ കടന്നുപോയി. ഇടതുവശത്ത് ഒക്കാനദിയുടെ മീതെ, ദ്യാത്‌ലൊവി മലകളുടെ ചുവന്ന ചെരിവുകൾക്കു മീതെ, പച്ച പഴത്തോട്ടങ്ങളും സ്വർണ്ണത്താഴികക്കുടങ്ങളുമായി നിൽക്കുന്ന വെളുത്ത നിഷ്നിനോവ്ഗൊറൊദിന്റെ മീതെ, അലസമായ റഷ്യൻ സൂര്യൻ മന്ദംമന്ദം ഉയർന്നുവന്നു. കലങ്ങിയ വെള്ളത്തോടെ ശാന്തമായി ഒഴുകുന്ന ഒക്കാനദിയിൽനിന്ന് മന്ദമാരുതൻ ഉറക്കച്ചവോടെ വീശിക്കൊണ്ടിരുന്നു. സ്വർണ്ണനിറത്തിലുള്ള പൂങ്കുലകൾ തലയാട്ടി. ലൈലാക്പുഷ്പങ്ങൾ തുഷാരബിന്ദുക്കളാൽ കനംതൂങ്ങി മൂകമായി നിലംപതിച്ചു. നാനാവർണ്ണത്തിലുള്ള വാടാമല്ലികൾ പുൽത്തകിടികളിൽനിന്ന് എഴുന്നുനിന്നു. നിശാസുന്ദരികളായ കാർനേർഷൻപൂക്കൾ രക്തനക്ഷത്രങ്ങളായി പൊട്ടിവിരിഞ്ഞു.

ഇടതൂർന്ന ഇരുണ്ട പടയണികളെപ്പോലെ കാട് ഞങ്ങളുടെനേരെ മുന്നേറിക്കൊണ്ടിരുന്നു. ചിറകുവിരിച്ച ഫെർമരങ്ങൾ കൂറ്റൻ പറവകളെപ്പോലെയും ബർച്ചുമരങ്ങൾ തരുണീമണികളെപ്പോലെയും ഇരുന്നിരുന്നു. പാടത്ത് ചതുപ്പുനിലത്തിന്റെ തുളച്ചുകയറുന്ന ഗന്ധം അനുഭവപ്പെട്ടു.

ഇളംചുവപ്പ് നാക്കും നീട്ടി എന്റെ അരികിൽ നടന്നിരുന്ന പട്ടി ഇടയ്ക്ക് നിന്ന് മണം പിടിച്ചിട്ട് അതിന്റെ കുറുക്കൻതല സംശയത്തോടെ ആട്ടി.

മുത്തശ്ശിയുടെ കമ്പിളിക്കുപ്പായവും ഒരു പഴഞ്ചൻ തൊപ്പിയുമാണ് മുത്തച്ഛൻ ധരിച്ചിരുന്നത്. ആരെയോ പിടികൂടാനെന്നവണ്ണം തന്റെ മെലിഞ്ഞ കാലുകളിന്മേൽ പതുങ്ങിപ്പതുങ്ങി നടക്കുമ്പോൾ അദ്ദേഹത്തിന്റെ മുഖത്ത് ഒരു പുഞ്ചിരി കളിയാടുന്നുണ്ടായിരുന്നു. നീല ബ്ലൗസും കറുത്ത പാവാടയും തലയിലൊരു വെള്ളത്തുവാലയുമായിരുന്നു മുത്തശ്ശിയുടെ വേഷം. ഉരുണ്ടുരുണ്ട് ചുറുചുറുക്കോടെ നടന്നിരുന്ന അവരുടെ ഒപ്പമെത്താൻ ഞാൻ വിഷമിച്ചു.

കാടടുക്കുന്തോറും മുത്തച്ഛന്റെ ഉദ്വേഗം വർദ്ധിച്ചു. അദ്ദേഹം മുരളുകയും മൂക്കുവലിക്കുകയും ചെയ്തു . ആദ്യമാദ്യം നിറുത്തിനിറുത്തി അസ്പഷ്ടമായും പിന്നീട് തലയ്ക്കു മത്തുപിടിച്ചവനെപ്പോലെ ഉന്മേഷത്തോടെയും സുന്ദരമായും അദ്ദേഹം സംസാരിച്ചുതുടങ്ങി.

'കാടുകൾ ദൈവത്തിന്റെ പൂങ്കാവനങ്ങളാണ്. അവയെ ആരും നട്ടതല്ല. ദൈവത്തിന്റെ തിരുവായൂതിയ കാറ്റാണ് അവയ്ക്കു ജന്മം കൊടുത്തത്. ചെറുപ്പകാലത്ത് ഞാൻ തോണിക്കാരനായി ഷിഗുലിയിൽ കഴിച്ച കാലമുണ്ടല്ലോ, അലെക്സേയ്! ഞാൻ കണ്ടതും അനുഭവിച്ചതും കാണാനും അനുഭവിക്കാനുമുള്ള യോഗം നിനക്കില്ല. കസിമൊവ് തൊട്ട് മുറൊംവെരെ ഒത്താനദിയോടു ചേർന്നുകിടക്കുന്നത് കാടാണ്. വോൾഗയ്ക്കുപ്പുറത്തും കാടുതന്നെ. അങ്ങ് ഉറാൽ പർവ്വതങ്ങൾ വരെ! അവസാനമില്ലാത്ത ഒരു അത്ഭുതകാഴ്ചയായിരുന്നു അത്!'

മുത്തച്ഛനെ ഒന്നു പാളിനോക്കിയതിനുശേഷം മുത്തശ്ശി എന്നെനോക്കി കണ്ണിറുക്കി. അദ്ദേഹമാകട്ടെ, പുറ്റുകളിൽ തട്ടി വീഴാൻ ഭാവിച്ചുകൊണ്ട് മുന്നോട്ട് നടക്കുന്നതിനിടയിൽ വരണ്ട വാക്കുകൾ വാരി വിതറി എന്റെ ഓർമ്മയിൽ വിതച്ചു.

'ഞങ്ങൾ ഒരിക്കൽ സറാത്തൊവിൽനിന്ന് സൂര്യകാന്തിയെണ്ണ കയറ്റിയ ഒരു കെട്ടുവള്ളം മക്കാറിലെ ചന്തസ്ഥലത്തേയ്ക്ക് വലിച്ചുകൊണ്ടു പോവുകയായിരുന്നു. പുരോഹകാരനായ കിറില്ലൊ എന്നൊരുത്തനായിരുന്നു ഞങ്ങളുടെ മേസ്തിരി. ചരക്കുകളുടെ ചുമതലക്കാരനായി കസിമൊവുകാരനായ ഒരു താത്താറുകാരനുമുണ്ടായിരുന്നു. എന്റെ ഓർമ്മ ശരിയാണെങ്കിൽ അസഫ് എന്നായിരുന്നു അയാളുടെ പേര്. ഞങ്ങൾ ഷിഗുലിയിലെത്തിയപ്പോൾ അതിശക്തിയായി കാറ്റ് ഞങ്ങളുടെ മുഖത്തടിച്ചു. ഞങ്ങൾക്ക് ഒരിഞ്ച് മുന്നോട്ടുപോകാൻ കഴിഞ്ഞില്ല. ശക്തി മുഴുവൻ ചോർന്നുപോയി ഞങ്ങൾ ജീവശ്ശവങ്ങളുടെ പരുവത്തിലായി. അതുകൊണ്ട് ചൂടായിട്ട് എന്തെങ്കിലും പാകം ചെയ്തു

കഴിക്കാമെന്നു കരുതി ഞങ്ങൾ കരയിലേക്കു കയറി. മേമാസക്കാല മാണ്. വോൾഗ ഒരു കടലായി മാറിയിരിക്കുന്നു. വെളുത്ത തിരമാലകൾ അതിന്റെ വിരിമാറിൽ വിലസുന്നു. അതുകണ്ടാൽ ആയിരക്കണക്കിന് അരയന്നങ്ങൾ കാസ്പിയൻ കടലിലേക്ക് ഒഴുകിപ്പോവുകയാണെന്നു തോന്നും. വസന്തത്തിൽ പച്ചയണിഞ്ഞുനിൽക്കുന്ന ഷിഗുലിമലകൾ ആകാശത്തെ എത്തിപ്പിടിക്കാനെന്നവണ്ണം ഉയർന്നുനിൽക്കുന്നു. ആകാശത്ത് വെണ്മേഘങ്ങൾ മേഞ്ഞു നടക്കുന്നു. സൂര്യൻ ഭൂതലത്തി ലാകെ പൊന്നു പൂശിയിരിക്കുകയാണ്. ക്ഷീണം തീർക്കുന്നതിനിടയിൽ ഞങ്ങൾ ഇതെല്ലാം വേണ്ടുവോളം നുകർന്നു. ഞങ്ങളുടെ ഉള്ള് ഉരുകി. പുഴയിൽ തണുപ്പ്. കരയിലോ സുഖമുള്ള ചൂടും മണവും. വൈകുന്നേര മായപ്പോൾ ഞങ്ങളുടെ കിറില്ലൊ എണീറ്റുനിന്നു. കുറെ പ്രായംചെന്ന ഒരു ഗൗരവക്കാരനാണയാൾ. തൊപ്പി ഊരി കയ്യിൽ പിടിച്ചുകൊ ണ്ട് അയാൾ പറഞ്ഞു: 'കൂട്ടുകാരെ, ഞാൻ ഇനിമേലാൽ നിങ്ങളുടെ യജമാനനുമല്ല, വേലക്കാരനുമല്ല. നിങ്ങൾ തനിച്ചു പൊയ്ക്കോളിൻ.' ഞാൻ കാട്ടിലേക്കാണ്. ഞങ്ങൾ വായും പൊളിച്ച് ഇരുന്നു. ഇതെന്തു കൂത്ത്! മുതലാളിയുടെ മുമ്പിൽ ഉത്തരം പറയേണ്ടവൻ കൂടെയില്ലാതെ ഞങ്ങൾ എങ്ങിനെ പോകും? ആളുകൾ തലയില്ലാതെ നടക്കാറില്ല. വോൾഗയാണ്, ശരിതന്നെ.എന്നാലും വഴി തെറ്റിയെന്നിരിക്കും. വിവ രമില്ലാത്ത കാട്ടുമൃഗമാണ് മനുഷ്യൻ. അവൻ എന്തും ചെയ്തുകളയും. ഞങ്ങൾക്കു ഭയമായി. പക്ഷെ അയാൾ കുലുങ്ങിയില്ല. 'നിങ്ങളുടെ മേച്ചിൽക്കാരനായി ഇതുപോലെ ജീവിക്കാൻ ഇനി വയ്യ. ഞാൻ കാട്ടിൽ പോവുകയാണ്!' അയാൾ പറഞ്ഞു. ഞങ്ങളുടെ കൂട്ടത്തിൽ ചിലർ അയാളെ തല്ലാനും പിടിച്ചുകെട്ടാനും ഒരുങ്ങി. പക്ഷെ വേറേ ചിലർ അയാളുടെ വഴിക്കു ചിന്തിച്ചു 'വരട്ടെ!' അവർ പറഞ്ഞു താത്താ റുകാരൻ വിളിച്ചുപറഞ്ഞു 'ഞാനും കൂടെ പോവുകയാണ്!' ആകെ കുഴപ്പം. മുതലാളി താത്താറുകാരന് മുമ്പത്തെ രണ്ടു യാത്രയ്ക്കു പണം കൊടുത്തിട്ടില്ല. ഇതു മൂന്നാമത്തേതാണ്. പാതിവഴി എത്തിക്കഴിഞ്ഞു. അന്നത്തെ കാലത്ത് ധാരാളം പണം കിട്ടും. നേരം ഇരുട്ടുന്നതുവരെ ഞങ്ങൾ തൊള്ളയിട്ടു. രാത്രിയായപ്പോൾ ഏഴാള് ഞങ്ങളെ വിട്ടുപോയി. ബാക്കി ഞങ്ങൾ പതിനഞ്ചോ പതിനാറോ പേർ തനിച്ചായി. കാടെന്ന് വച്ചാൽ അതാണ്.!'

'അവർ കൊള്ളക്കാരാവാൻ പോയതാണോ?'

'കൊള്ളക്കാരാവാനായിരിക്കാം. അല്ലെങ്കിൽ സന്യാസിമാരാവാനാ യിരിക്കാം. അക്കാലത്ത് ആളുകൾ രണ്ടും തമ്മിൽ വലിയ വ്യത്യാസം കണ്ടില്ല.'

മുത്തശ്ശി കുരിശു വരച്ചു.

ഹാ! പരിശുദ്ധമാതാവേ! ആളുകളെപ്പറ്റി ആലോചിച്ചാൽ ഉള്ളുരുകിപ്പോകും.'

'ചെകുത്താൻ എങ്ങോട്ടാണ് പിടിച്ചുവലിക്കുന്നതെന്ന് അറിയാനുള്ള ബുദ്ധി നമുക്കെല്ലാവർക്കും തന്നിട്ടുണ്ട്.'

മുരടിച്ച ഫെർമരങ്ങളുടേയും ചതുപ്പുകുനകളുടേയും നടുവിൽ നനഞ്ഞുകിടന്നിരുന്ന ഒരു വഴിയിലൂടെ ഞങ്ങൾ കാട്ടിലേക്കു കയറി. പുരോഹിതകാരനായ കിറില്ലൊയപ്പോലെ എന്നെന്നേക്കുമായി കാടിനെ പ്രാപിക്കുന്നത് എത്ര നല്ലതാണെന്നു ഞാൻ ആലോചിച്ചു. കാട്ടിൽ വഴക്കില്ല. കുടിയില്ല, തൊള്ളതുറക്കലില്ല. അവിടെയായിരിക്കുമ്പോൾ മുത്തച്ഛന്റെ അത്യാർത്തിയും മണൽത്തിട്ടിലെ അമ്മയുടെ കുഴിമാടവും മറക്കാം. നൊമ്പരപ്പെടുത്തുകയും ഹൃദയത്തെ ദുർഭരമാക്കുകയും ചെയ്യുന്ന സർവ്വതും വിസ്മരിക്കാം.

നനവില്ലാത്ത ഒരിടത്തെത്തിയപ്പോൾ മുത്തശ്ശി പറഞ്ഞു:

'നമുക്ക് ഇരുന്നു വല്ലതും കഴിക്കാം.'

അവർ വട്ടിക്കകത്തുനിന്ന് കറുത്ത റൊട്ടി, ഉള്ളിയില, വെള്ളരിക്ക, ഉപ്പ്, തുണിയിൽ പൊതിഞ്ഞ കുറച്ചു പാൽക്കട്ടി, എന്നിത്രയും പുറത്തെടുത്തു. മുത്തച്ഛൻ അതെല്ലാം നോക്കി വിമ്മിഷ്ടത്തോടെ കണ്ണു ചിമ്മി.

'ഞാൻ തിന്നാൻ യാതൊന്നും കൊണ്ടുവന്നില്ല. കഷ്ടം!'

'ഇതു നമുക്കെല്ലാവർക്കും തികയും.'

ഉയരംകൂടിയ ഒരു പൈൻമരത്തിന്റെ ചെമ്പുനിറത്തിലുള്ള തടിയിൽ ചാരി ഞങ്ങൾ ഇരുന്നു. മരക്കറയുടെ ഗന്ധം വായുവിൽ നിറഞ്ഞുനിന്നു. പുൽക്കൊടികളെ വളച്ചുകൊണ്ട് പാടങ്ങളിൽനിന്ന് ഇളംകാറ്റടിച്ചു. ഇരുണ്ട നിറമുള്ള കൈ നീട്ടി മുത്തശ്ശി പലതരം മരുന്നുചെടികൾ പറിച്ചെടുത്തു. ചിലതിന്റെ ഔഷധിശക്തിയും വേറേ ചിലതിന്റെ മാന്ത്രികശക്തിയും അവർ എനിക്കു വിവരിച്ചുതന്നു.

മുത്തച്ഛൻ കുറ്റിച്ചെടികളുടെ കമ്പുകൾ അറുത്തെടുത്തു. അവയെല്ലാം ഒന്നിച്ച് ഒരിടത്തു കൂട്ടുകയെന്നതായിരുന്നു എന്റെ ജോലി. പക്ഷെ ഞാൻ ആരും കാണാതെ മുത്തശ്ശിയുടെ പിറകെ കുറ്റിക്കാട്ടുകളിലേക്കു പോയി. കൂറ്റൻ മരങ്ങൾക്കിടയിലൂടെ മന്ദംമന്ദം ഒഴുകിനടക്കുന്നതിനിടയിൽ അവർ ഇടയ്ക്കിടെ വെള്ളത്തിലേക്കു കൂപ്പുകുത്തുന്നതുപോലെ പൈൻമുള്ളുകൾ വീണുകിടക്കുന്ന നിലത്തേയ്ക്കു കുനിയും. ഈ സമയത്തെല്ലാം അവർ ആത്മഗതം ചെയ്തുകൊണ്ടിരുന്നു:

'ഇക്കൊല്ലം പതിവിലും നേരത്തെയാണ് കൂണുകൾ മുളച്ചിരിക്കു ന്നത്. കുറച്ചേ കാണൂ എന്നർത്ഥം. കർത്താവേ, അങ്ങ് പാവങ്ങളെ വേണ്ടപോലെ നോക്കുന്നില്ല. പാവങ്ങൾക്ക് കൂണും ഒരു വിശിഷ്ടഭോ ജ്യമാണ്.'

അവരുടെ കണ്ണിൽ പെടാതിരിക്കാൻ ശ്രദ്ധിച്ചുകൊണ്ട് ഞാൻ ഒച്ച വെക്കാതെ അവരെ അനുഗമിച്ചു. ദൈവത്തോടും തവളകളോടും പുല്ലു കളോടും മറ്റുമുള്ള അവരുടെ സ്വൈരസല്ലാപത്തിനു ഭംഗം വരുത്താൻ ഞാൻ ആഗ്രഹിച്ചില്ല.

പക്ഷെ അവർ എന്നെ കണ്ടു.

'മുത്തച്ഛന്റെ അടുത്തുനിന്ന് ഓടിപ്പോന്നു. അല്ലേ?'

പുല്ലുകൊണ്ടു ചിത്രവേലചെയ്ത മൃദുലമേലങ്കിയണിഞ്ഞുകിടക്കുന്ന കറുത്ത മണ്ണിലേക്കു കുനിഞ്ഞുകൊണ്ട് അവർ പ്രളയത്തിന്റെ കഥ പറഞ്ഞു. മനുഷ്യരോടു ദേഷ്യം സഹിക്കവയ്യാതെ ദൈവം ഭൂമിയെ മുഴുവനും വെള്ളത്തിലാഴ്ത്തി സകല ജീവജാലങ്ങളേയും മുക്കിക്കൊന്നു.

പക്ഷേ ദൈവമാതാവ് തക്ക സമയത്ത് എല്ലാ വിത്തുകളും ഒരു വട്ടിയിലാക്കി ഒളിച്ചുവച്ചു. പ്രളയം കഴിഞ്ഞ് അവർ സൂര്യന്റെ അടുത്ത് ചെന്ന് പറഞ്ഞു: 'ഭൂമിയിൽനിന്ന് അങ്ങറ്റമിങ്ങറ്റം വെള്ളം വറ്റിക്കൂ. സജ്ജനങ്ങൾ അങ്ങയെ വാഴ്ത്തും.' സൂര്യൻ ഭൂമിയിൽനിന്നു വെള്ളം വറ്റിച്ചു. ദൈവമാതാവ് ഒളിച്ചുവച്ചിരുന്ന വിത്തു വിതച്ചു. ദൈവം നോക്കുമ്പോഴു ണ്ട്, പുല്ലും കന്നുകാലികളും മനുഷ്യരുമെല്ലാമായി അതാ ഭൂമി വീണ്ടും തളിർത്തുനിൽക്കുന്നു! എന്റെ ഇച്ഛയെ ധിക്കരിക്കാൻ ആർക്കാണ് ഇത്ര ധൈര്യം വന്നത്? അദ്ദേഹം ചോദിച്ചു. ദൈവമാതാവ് സത്യം തുറന്നുപറഞ്ഞു. ഭൂമി തരിശായി കിടക്കുന്നതു കണ്ടിട്ട് അദ്ദേഹത്തിനു വിഷമം തോന്നിയിരുന്നു. അതുകൊണ്ട് അദ്ദേഹം പറഞ്ഞു: 'അമ്മ ചെയ്തതു നന്നായി'

എനിക്ക് ആ കഥ ബോധിച്ചു. പക്ഷെ അതോടൊപ്പം അതെന്നെ അത്ഭുതപ്പെടുത്തുകയും ചെയ്തു. ഞാൻ കാര്യമായി ചോദിച്ചു

'വാസ്തവത്തിൽ അങ്ങിനെയാണോ നടന്നത്? പ്രളയമുണ്ടായിട്ട് എത്രയോ കാലം കഴിഞ്ഞാണ് ദൈവമാതാവ് ജനിച്ചത്.'

ഇപ്പോൾ അത്ഭുതപ്പെട്ടത് മുത്തശ്ശിയാണ്.

'നിന്നോട് ഇതാരു പറഞ്ഞു?'

'സ്കൂളിലെ പാഠപുസ്തകത്തിലെഴുതിയിട്ടുണ്ട്.

അതു കേട്ടപ്പോൾ അവർക്കു സമാധാനമായി. അവരെന്നെ ഗുണ ദോഷിച്ചു

'നീ അതൊന്നും കാര്യമാക്കണ്ട. പുസ്തകത്തിൽ പറഞ്ഞിട്ടുള്ളത് മറന്നേക്ക്. പുസ്തകം പറയുന്നത് നുണയാണ്.'

അവർ ഉല്ലാസപൂർവ്വം ചെറുതായി ചിരിച്ചു.

'വിഡ്ഢികൾ ഓരോന്നുണ്ടാക്കിപ്പറയുന്നതു കണ്ടില്ലേ? ദൈവമുണ്ടായിരുന്നു, പക്ഷേ ദൈവമാതാവ് ഉണ്ടായിരുന്നില്ലത്രെ. പിന്നെവിടുന്നാണ് ദൈവമുണ്ടായത്?'

'എന്തോ, എനിക്കറിഞ്ഞുകൂടാ'

'അതുതന്നെ കാര്യം. പഠിച്ചുപഠിച്ച് 'എനിക്കറിഞ്ഞുകൂടാ' എന്നുവരെ എത്തി.'

'ദൈവമാതാവു ജനിച്ചത് ജൊവാക്കിമിൽനിന്നും അന്നയിൽനിന്നു മാണെന്നാണ് അച്ഛൻ പറഞ്ഞത്.

മുത്തശ്ശിക്കു കോപം വന്നു. എന്റെ കണ്ണിലേക്ക് പരുഷമായി നോക്കിക്കൊണ്ട് അവർ പറഞ്ഞു

'എന്നുവച്ചാൽ അവരുടെ പേര് മറിയ ജൊവാക്കിമൊവ്ന എന്നായിരുന്നുവെന്നോ? നീ അങ്ങിനെയെങ്ങാനും ആലോചിച്ചുപോയാൽ ഞാൻ നിന്റെ തുടയിലെ തൊലിയെടുക്കും.'

ഒരു മിനിട്ടു കഴിഞ്ഞ് അവർ വിശദമാക്കി

'ദൈവമാതാവ് എക്കാലത്തുമുണ്ടായിരുന്നു. മറ്റാരേക്കാളും മുമ്പ്. അവരിൽനിന്നാണു ദൈവം ജനിച്ചത്. അതു കഴിഞ്ഞാണ്...'

'അപ്പോൾ ക്രിസ്തുവോ?'

മുത്തശ്ശി അമ്പരപ്പോടെ കണ്ണടച്ചു.

'ക്രിസ്തുവോ? ശരിയാണ്...'

ഞാൻ ജയിച്ചെന്ന് എനിക്കു മനസ്സിലായി. ദൈവികരഹസ്യങ്ങളെ സംബന്ധിച്ചിടത്തോളം ഞാൻ അവരെ ചിന്താക്കുഴപ്പത്തിലാക്കി. അതോടെ എനിക്കും വിഷമം തോന്നി.

കാട്ടിനുള്ളിലേക്ക്, സൂര്യന്റെ പൊൻകതിരുകൾ തുളച്ചുകയറുന്ന നീലിമയാർന്ന മൂടലിലേക്ക്, ഞങ്ങൾ കൂടുതൽകൂടുതൽ കയറിച്ചെന്നു. ഊഷ്മളമായ, സുഖകരമായ, കാട്ടിൽ അസാധാരണമായ ഒരു ശബ്ദവിശേഷത്തിന്റെ നിശ്വാസം അനുഭവപ്പെട്ടും. സ്വപ്നത്തിൽ കാണുന്നതുപോലുള്ളതും സ്വപ്നമുണർത്തുന്നതുമായ ഒരു പ്രത്യേകതരം ശബ്ദമാണത്.

ക്രോസ്ബിൽപ്പക്ഷികളുടെ കൂജനം, ടിറ്റ്മൗസുകളുടെ മണിനാദം, കുയിലുകളുടെ പൊട്ടിച്ചിരി, ഓറിയോലുകളുടെ ചൂളംവിളി, കുഞ്ഞുമ്പുള്ള ഗോൾഡ്ഫിഞ്ചുകളുടെ നിലയ്ക്കാത്ത നാദം, പൈൻഫിഞ്ച് എന്ന വിചിത്രപക്ഷിയുടെ ധ്യാനനിരതമായ ഗാനം—എല്ലാം അവിടെകേട്ടു. മരതകവർണ്ണത്തിലുള്ള പോക്കാന്തവളകൾ കാൽച്ചുവട്ടിൽ ചാടിച്ചാടിനടന്നു. ഒരു പുൽപ്പാമ്പ് അതിന്റെ സങ്കേതമയ വേരുകൾക്കിടയിൽ നിന്ന് സ്വർണ്ണത്തല നീട്ടി. ഒരു അണ്ണാൻ എന്തോ കടിച്ചുപൊട്ടിക്കുന്ന ശബ്ദം കേട്ടു. പൈൻകൊമ്പുകൾക്കിടിയിൽ അതിന്റെ വെഞ്ചാമരം പോലെത്തെ വാൽ മിന്നിമറഞ്ഞു. വിശ്വസിക്കാനാവാത്തത്രയേറെ കാഴ്ചകളാണ് കൺമുമ്പിൽ പെടുന്നത്. പക്ഷെ ഇനിയുമിനിയും കാണാൻ, കാട്ടിനകത്തേയ്ക്കു കടന്നുചെല്ലാൻ, കൊതിച്ചുപോകുന്നു.

പൈൻമരങ്ങളുടെ താഴ്ത്തടികൾക്കിടയിൽ ഭീമാകാരത്തിലുള്ള സുതാര്യമനുഷ്യരൂപങ്ങൾ പ്രത്യക്ഷപ്പെട്ട് പച്ചച്ച ഗഹനതകളിലേക്കു മറഞ്ഞു. അവയുടെ വിടവുകളിലൂടെ ആകാശത്തിന്റെ നീലയും വെള്ളയും നുറുങ്ങുകൾ കണ്ടും. ബ്ലൂ ബെറികൾകൊണ്ടു കരയിട്ടതും ക്രാൻബറികൾ തുന്നിപ്പിടിപ്പിച്ചതുമായ പായലിന്റെ പതുപതുത്ത കമ്പളം കാൽച്ചുവട്ടിൽ വിരിച്ചിരുന്നു. പുല്ലിനിടയിൽ ബിൽബറികൾ ചോരത്തുള്ളികൾ പോലെ തിളങ്ങി. കൂണുകളുടെ കൊതിയൂറുന്നമണം മൂക്കിലടിച്ചു.

'പരിശുദ്ധമാതാവേ, ലോകത്തിന്റെ വെളിച്ചമേ,' മുത്തശ്ശി ദീർഘനിശ്വാസത്തോടെ പ്രാർത്ഥിച്ചു.

ചുറ്റുമുള്ള സർവ്വതും തനിക്കു സ്വന്തപ്പെട്ടതും വേണ്ടപ്പെട്ടതുമാണെന്ന മട്ടിലാണ് അവർ കാട്ടിലൂടെ നടന്നത്. കരടിയുടെ മട്ടിൽ നടന്നുപോകുമ്പോൾ അവർ എല്ലാം കണ്ടു. സർവ്വതും അവരുടെ ആരാധനയ്ക്കും കൃതജ്ഞതയ്ക്കും പാത്രമായി. അവരിൽനിന്ന് ഊഷ്മളത കാട്ടിലേക്കു പ്രസരിക്കുകയാണോ എന്നു തോന്നിപ്പോയി. അവരുടെ ചവിട്ടേറ്റതിനുശേഷം നിലത്തെ പായൽ വീണ്ടും നിവർന്നുനിൽക്കുന്നതു കാണാൻ എനിക്കു വിശേഷിച്ചും സന്തോഷം തോന്നി.

നടന്നുപോകുമ്പോൾ ഞാൻ ആലോചിക്കുകയായിരുന്നു: ഒരു കൊള്ളക്കാരനായി നടന്ന് പണക്കാരിൽനിന്നു തട്ടിപ്പറിച്ച് പാവങ്ങൾക്കു കൊടുത്താൽ എത്ര നന്നായിരിക്കും; പരസ്പരം അസൂയപ്പെടാതെ, തെണ്ടിപ്പട്ടികളെപ്പോലെ കുരച്ചുചാടാതെ, എല്ലാവരും ഉല്ലാസമായും സുഭിക്ഷമായും കഴിഞ്ഞിരുന്നെങ്കിൽ! മുത്തശ്ശിയുടെ ദൈവത്തിനടുത്തു ചെന്ന്, വിശുദ്ധമാതാവിനടുത്തുചെന്ന്, സത്യം മുഴുവൻ തുറന്നു പറഞ്ഞാൽ എത്ര നന്നായിരുന്നു! ആളുകൾ എത്ര ശോചനീയമായിട്ടാണ് ജീവിക്കുന്നത്! എത്ര നീചമായും ദ്രോഹബുദ്ധിയോടെയുമാണ്

വൃത്തികെട്ട മണലിൽ പരസ്പരം കുഴിച്ചിടുന്നത്! അനാവശ്യമായ എത്രയെത്ര കെടുതികളാണ് ഈ ഭൂമിയിലുള്ളത്! ഇതെല്ലാം ദൈവ മാതാവിനോടു പറയണം. ഞാൻ പറയുന്നതു വിശ്വാസമായെങ്കിൽ സർവ്വതും അഴിച്ചുപണിത് കൂടുതൽ മെച്ചമാക്കാനുള്ള ബുദ്ധി അവർ എനിക്കു പറഞ്ഞുതരട്ടെ. ആളുകൾ ഞാൻ പറയുന്നതു കേൾക്കട്ടെ, വിശ്വസിക്കട്ടെ. കൂടുതൽ നന്നായി ജീവിക്കാനുള്ള വഴി ഞാൻ തീർച്ചയായും കണ്ടെത്തും. ഞാനിപ്പോഴും ഒരു ബാലനായതുകൊണ്ടെന്താ? പണ്ഡിതന്മാർ ക്രിസ്തുവിന്റെ വചനങ്ങൾ ചെവിക്കൊണ്ടപ്പോൾ അദ്ദേഹത്തിന് എന്നേക്കാൾ ഒരു വയസ്സേ കൂടുതലുണ്ടായിരുന്നുള്ളൂ.

ചിന്തകളിൽ മുഴുകി ഒരു തവണ ഞാൻ ആഴമുള്ള ഒരു കുഴിയിൽ വീണുപോയി. ഉണങ്ങിയ വേരിൽ ഉരഞ്ഞ് എന്റെ പള്ള പോറി. തലയുടെ പിൻഭാഗത്തുനിന്നു കുറച്ചു തൊലി പൊളിഞ്ഞുപോയി. കുഴിയുടെ അടിയിൽ, തണുത്ത് മരക്കറപോലെ ഒട്ടുന്ന ചെളിയിലിരിക്കുമ്പോൾ അതിനകത്തുനിന്നു പുറത്തിറങ്ങാൻ എന്നെക്കൊണ്ടാവില്ലല്ലോ എന്നോർത്ത് ഞാൻ ലജ്ജിച്ചു. നിലവിളിച്ച് മുത്തശ്ശിയെ ഭയപ്പെടുത്താൻ ഞാനാഗ്രഹിച്ചില്ലെങ്കിലും ഗത്യന്തരമില്ലായിരുന്നു.

അവർ നിഷ്പ്രയാസം എന്നെ പുറത്തേക്കു വലിച്ചുകയറ്റി. കുരിശുവരച്ചുകൊണ്ട് അവർ പറഞ്ഞു

'കർത്താവിനു സ്തുതി! കുഴി ഒഴിഞ്ഞുകിടന്നതു ഭാഗ്യമായി. അതിനകത്ത് കരടിയുണ്ടായിരുന്നെങ്കിലോ?'

അവർ ഒപ്പം കരയുകയും ചിരിക്കുകയും ചെയ്തു. ഒരു അരുവിയുടെ അടുത്തേക്കു കൂട്ടിക്കൊണ്ടു പോയി എന്റെ ദേഹം കഴുകി വൃത്തിയാക്കിയതിനുശേഷം അവർ നീറ്റൽ കുറയ്ക്കാൻ ചില പച്ചിലകൾ എന്റെ മുറിവിൽ വച്ചിട്ട് അവരുടെ കുപ്പായംകൊണ്ട് കെട്ടി. വീടുവരെ നടക്കാനുള്ള ശേഷി എനിക്കില്ലാതിരുന്നതുകൊണ്ട് അവർ എന്നെ ഒരു റെയിൽവെ ഗാർഡിന്റെ വീട്ടിലേക്കു കൂട്ടിക്കൊണ്ടുപോയി.

ഏതാണ്ടെല്ലാ ദിവസവും ഞാൻ മുത്തശ്ശിയോടു പറയും

'നമുക്ക് കാട്ടിൽ പോകാം'

അവർ സസന്തോഷം സമ്മതിക്കും. അങ്ങിനെ ശരൽക്കാലം അവസാനിക്കാറാവുന്നതുവരെ ഞങ്ങൾ മരുന്നുചെടികളും ബെറിപ്പഴങ്ങളും കൂണുകളും അണ്ടികളും ശേഖരിച്ച് സമയം കഴിച്ചു.

'ഇത്തിക്കണ്ണികൾ!' മുത്തശ്ശി ആക്രോശിച്ചു. എന്നാൽ ഞങ്ങൾ അദ്ദേഹത്തിന്റെ ഭക്ഷണത്തിൽ തൊട്ടതേയില്ല.

കാട് എന്റെ ഉള്ളിൽ ആത്മീയസ്വസ്ഥതയും സുഖസംതൃപ്തിയും പകർന്നു. ഈ വികാരം എന്റെ വേദന കുറയ്ക്കുകയും അസുഖകരമായ സർവ്വതും മറക്കാൻ എന്നെ സഹായിക്കുകയും ചെയ്തു. അതേസമയം തന്നെ എന്റെ സംവേദനക്ഷമത അസാമാന്യമാംവണ്ണം വികസിച്ചു. എന്റെ കാഴ്ചശക്തിയും ശ്രവണശക്തിയും കൂടുതൽ നിശിതമായി. ഓർമ്മ ശക്തി കൂടുതൽ കൂർമ്മമായി. ചിത്താനുഭവങ്ങളുടെ കലവറ കൂടുതൽ ആഴം വച്ചു.

മുത്തശ്ശി എന്നെ പൂർവ്വാധികം അത്ഭുതപ്പെടുത്തിക്കൊണ്ടിരുന്നു. മറ്റെല്ലാവരേക്കാളും മുകളിൽ നിൽക്കുന്ന, ലോകത്തിൽവച്ചേറ്റവും കാരുണ്യവതിയും വിവേകശാലിനിയുമായിട്ടാണ് ഞാനവരെ എപ്പോഴും കരുതിപ്പോന്നത്. എന്റെ ഈ വിശ്വാസത്തെ അവർ നിരന്തരം ഉറപ്പി ച്ചുകൊണ്ടിരുന്നു.

ഒരു സായാഹ്നത്തിൽ ഞങ്ങൾ കൂണു പറിച്ച് വീട്ടിലേക്കു മടങ്ങുകയാ യിരുന്നു. കാടിന്റെ അറ്റത്തെത്തിയപ്പോൾ മുത്തശ്ശി ക്ഷീണം മാറ്റാനായി ഒരിടത്ത് ഇരുന്നു. കൂണ് ബാക്കി വല്ലതുമുണ്ടോയെന്നു നോക്കാൻ ഞാൻ മരങ്ങളുടെ ഇടയിലേക്കു കയറി.

പെട്ടെന്ന് അവരുടെ ശബ്ദം കേട്ടു. തിരിഞ്ഞുനോക്കിയപ്പോൾ കണ്ട കാഴ്ച ഇതാണ്: ഞങ്ങൾ ശേഖരിച്ച കൂണുകളുടെ വേരറുത്തുകളഞ്ഞുകൊ ണ്ട് അവർ ശാന്തമായി വഴിയിൽ ഇരിക്കുന്നു. തൊട്ടടുത്ത് ചാരനിറത്തി ലുള്ള ഒരു മെലിഞ്ഞ പട്ടി നാക്കും നീട്ടി നില്പുണ്ട്.

'പോ! പോ ഇവിടുന്ന്!' മുത്തശ്ശി പറഞ്ഞു. 'പൊക്കോ നിന്നെ ദൈവം തുണയ്ക്കും.'

ഈ സംഭവം നടക്കുന്നതിനു കുറച്ചു നാൾ മുമ്പ് വല്ല്യൊക്ക് എന്റെ പട്ടിയെ വിഷം കൊടുത്ത് കൊന്നിരുന്നു. അതുകൊണ്ട് ഈ പുതിയ പട്ടിയെ മെരുക്കിയെടുക്കാൻ ഞാൻ ആഗ്രഹിച്ചു. ഞാൻ വഴിയിലേ ക്കു ഓടിച്ചെന്നു. കഴുത്ത് തിരിക്കാതെ പട്ടി വിചിത്രമായ രീതിയിൽ മുതുകു വളച്ചുനിന്നു. വിശന്ന് ആർത്തിപൂണ്ട, ശൈത്യം ദ്യോതിപ്പിക്കുന്ന പച്ചക്കണ്ണുകൾകൊണ്ട് എന്നെ തുറിച്ചുനോക്കിയശേഷം അത് കാലു കൾക്കിടയിൽ വാലും മടക്കിവച്ച് കാട്ടിനുള്ളിലേക്ക് എടുത്തുചാടി. ആ ജന്തുവിന്റെ മട്ടും മാതിരിയും ഒരു പട്ടിയുടേതായിരുന്നില്ല. ഞാൻ ചൂളമ ടിച്ചപ്പോൾ അത് ഒരു വന്യജന്തുവിനെപ്പോലെ കുറ്റിക്കാട്ടിനിടയിലേക്ക് ഓടി മറഞ്ഞു.

'കണ്ടോ?' ഒരു പുഞ്ചിരിയോടെ മുത്തശ്ശി ചോദിച്ചു. 'ഞാനാദ്യം അതൊരു പട്ടിയാണെന്നു തെറ്റിദ്ധരിച്ചു. ഒന്നുകൂടി നോക്കിയ പ്പോൾ അതാ ചെന്നായുടേതുപോലെത്തെ ദംഷ്ട്രങ്ങൾ. കഴുത്തും

അതുപോലെതന്നെ. ഞാനൊന്നു പേടിച്ചു. ഞാൻ പറഞ്ഞു: ശരി, നീ ചെന്നായയാണെങ്കിൽ നിന്റെ പാട്ടിനു പൊക്കോ. ഭാഗ്യത്തിനു ചെന്നായ്ക്കൾ വേനൽക്കാലത്ത് ഉപദ്രവികളല്ല.'

അവർക്ക് ഒരിക്കലും കാട്ടിൽ വഴിതെറ്റാറില്ല. വീട്ടിലേക്കുള്ള വഴി അവർ തെറ്റാതെ കണ്ടെത്തും. ഏതുതരം കൂണ് എവിടെയാണു വളരുന്നതെന്ന് മരുന്നുചെടികളുടെ മണത്തിൽനിന്ന് അവർക്കറിയാം. കൂടെക്കൂടെ അവർ എന്റെ അറിവ് പരീക്ഷിക്കും.

'ഏതു മരത്തിന്റെ ചുവട്ടിലാണ് ചുവന്ന കൂണ് കാണുന്നത്?' 'നല്ല കൂണും വിഷമുള്ള കൂണും തിരിച്ചറിയുന്നതെങ്ങിനെ?' പന്നച്ചെടികളെ ഇഷ്ടപ്പെടുന്ന കൂണേതാണ്?'

മരത്തിന്റെ തൊലിയിൽ കാണുന്ന നേരിയൊരു പോറൽവച്ച് അണ്ണാന്റെ പൊള എവിടെയാണെന്ന് അവർ എനിക്കു കാട്ടിത്തരും. ഞാൻ മരത്തിൽ കയറി അതിന്റെ കൂട്ടിൽനിന്ന് ശൈത്യകാത്തേക്ക് ശേഖരിച്ചുവച്ചിട്ടുള്ള അണ്ടി മുഴുവൻ വാരിയെടുക്കും. ചിലപ്പോൾ പത്തുറാത്തൽ അണ്ടിവരെ കാണും.

ഒരിക്കൽ ഞാൻ ഈ ജോലിയിൽ മുഴുകിയിരിക്കുമ്പോൾ ഒരു വേട്ടക്കാരൻ എന്റെ ദേഹത്തിന്റെ വലതുഭാഗത്ത് ഇരുപത്തേഴ തരിയുണ്ടകൾ കയറ്റി. മുത്തശ്ശി ഒരു സൂചികൊണ്ട് പതിനൊന്നെണ്ണം തോണ്ടിയെടുത്തു. ബാക്കിയുള്ളവ വളരെക്കാലത്തേക്ക് എന്റെ തൊലിക്കടിയിൽ കിടന്നു. കാലക്രമേണയാണ് അവ പുറത്തുപോയത്.

ഞാൻ പുറത്തുകാട്ടാതെ വേദന സഹിക്കുന്നതുകണ്ട് മുത്തശ്ശി സന്തോഷിച്ചു.

'മിടുക്കൻ,' അവർ പറഞ്ഞു. 'സഹനശക്തിയുണ്ടെങ്കിൽ സാമർത്ഥ്യവുമുണ്ടാകും.'

കൂണും അണ്ടിയും വിറ്റ് പണം വല്ലതും മിച്ചം വന്നാൽ അവരുടനെ ജനാലപ്പടികളിൽ അവരുടെ നിശ്ശബ്ദകാരുണ്യം അർപ്പിക്കുകയായി. എന്നാൽ അതേ സമയത്ത് വിശേഷദിവസങ്ങളിൽപ്പോലും കീറിപ്പറഞ്ഞതും കൂട്ടിത്തുന്നിയതുമായ വസ്ത്രങ്ങൾ ധരിച്ചാണ് അവർ നടക്കുന്നത്.

'പിച്ചക്കാരേക്കാൾ കഷ്ടമായിട്ടാണ് നടപ്പ്. എനിക്കാണ് നാണക്കേട്'മുത്തച്ഛൻ പിറുപിറുക്കും.

''സാരമില്ല. ഞാൻ നിങ്ങളുടെ മോളുമല്ല, കെട്ടാൻ നിൽക്കുന്ന പെണ്ണുമല്ല.'

അവർ തമ്മിലുള്ള വഴക്ക് കൂടുതൽ പതിവായിത്തീർന്നു.

'ഞാൻ മറ്റുള്ളവരേക്കാൾ വലിയ പാപിയല്ല, മുത്തച്ഛൻ പരാതിപ്പെട്ടും. എന്നിട്ടും അവരേക്കാൾ കൂടുതൽ ശിക്ഷയനുഭവിക്കുന്നുണ്ട്.'

മുത്തശ്ശി അദ്ദേഹത്തെ വെറിപിടിപ്പിക്കും:

'ചെകുത്താനറിയാം, ഓരോരുത്തന്റേയും വില'

തനിച്ചാവുമ്പോൾ അവർ എന്നോടു പറയും

'മൂപ്പിന്നിന് ചെകുത്താനെ പേടിയാണ്. കാണാൻ വയ്യേ? ഈ പേടി കൊണ്ടാണ് ഇത്ര വേഗം വയസ്സാകുന്നത്. പാവം മനുഷ്യൻ!'

ആ വേനലിൽ എനിക്കു കൂടുതൽ മെയ്ക്കരുത്തുവച്ചെങ്കിലും കാട് എന്നെ ഒരു ഏകാന്തജീവിയാക്കി മാറ്റി. എന്റെ കൂട്ടുകാരോടും ല്യദ്മീലയോടും എനിക്കു മുമ്പത്തത്ര താല്പര്യം തോന്നിയില്ല. അവളുടെ ബുദ്ധിസാമർത്ഥ്യം എനിക്കു മടുത്തു.

ഒരു ദിവസം മുത്തച്ഛൻ പട്ടണത്തിൽനിന്നു സർവാംഗം നനഞ്ഞുകുളിച്ച് കയറിവന്നു. ശരൽക്കാലമാണ്. നല്ല മഴയും. വാതിൽപ്പടിയിൽനിന്ന് കുരുവിയെപ്പോലെ ദേഹം ഒന്നു കുടഞ്ഞിട്ട് അദ്ദേഹം വലിയൊരു കാര്യം നേടിയ മട്ടിൽ പറഞ്ഞു.

'എടാ, കള്ളക്കാളെ, നാളെ നീ പണിക്കു പോകണം!'

'എങ്ങോട്ട്?' മുത്തശ്ശി ദേഷ്യത്തോടെ ചോദിച്ചു.

'നിന്റെ അനിയത്തി മത്ര്യോനയുടെ അടുത്ത്. അവളുടെ മോന്റടുത്ത്.'

'നിങ്ങൾ തിരഞ്ഞെടുത്ത ഇടം ഗുണമില്ല.'

'ഒന്നു മിണ്ടാതിരി, മഠയി! അവൻ ഡ്രാഫ്റ്റ്സ്മാനാവില്ലെന്ന് ആരു കണ്ടു!'

മുത്തശ്ശി മൗനംപൂണ്ട് തലകുനിച്ചു.

പട്ടണത്തിലേക്കു മാറിത്താമസിക്കുന്ന വിവരം ഞാൻ അന്നു വൈകീട്ട് ല്യദ്മീലയെ അറിയിച്ചു.

'എന്നെയും അടുത്തുതന്നെ അങ്ങോട്ടു കൊണ്ടുപോകും.' അവൾ ചിന്താധീനയായി പറഞ്ഞു. 'എന്റെ കാൽ മുറിച്ചുകളയണമെന്നാണ് അച്ഛൻ പറയുന്നത്. കാൽ മുറിച്ചാൽ എന്റെ സുഖക്കേട് മാറുമത്രെ.'

വേനൽ കഴിഞ്ഞപ്പോഴേക്ക് അവൾ ശോഷിച്ചുപോയിരുന്നു. മുഖത്ത് ഒരു കരുവാളിപ്പ് വ്യാപിച്ചിരുന്നു. കണ്ണുകൾ കുറേക്കൂടി വിടർന്നിരുന്നു.

'നിനക്കു പേടിയുണ്ടോ?' ഞാൻ ചോദിച്ചു

'പേടിയുണ്ട്,' എന്നും പറഞ്ഞ് അവൾ നിശ്ശബ്ദം കരഞ്ഞു.

അവളെ ആശ്വസിപ്പിക്കാൻ ഞാൻ അശക്തനായിരുന്നു. പട്ടണത്തിലെ ജീവിതത്തെപ്പറ്റി എനിക്കുതന്നെ ഭയം തോന്നി. വിഷാദമൂകരായി ഞങ്ങൾ ദീർഘദൂരം തൊട്ടുതൊട്ടിരുന്നു.

വേനലായിരുന്നെങ്കിൽ മുത്തശ്ശിയെ അവരുടെ ബാല്യകാലത്തു ചെയ്തുപോലെ നാട്ടുതെണ്ടാൻ ഇറക്കാമായിരുന്നു. ല്യദ്മീലിയേയും കൂടെ കൊണ്ടുപോകാമായിരുന്നു. ഞാൻ അവളെ ചെറിയൊരു വണ്ടിയിലിരുത്തി വലിച്ചുകൊണ്ടു പോയേനെ...

പക്ഷേ ഇത് ശരൽക്കാലമാണ്. തെരുവിലൂടെ ഒരു ഈറൻകാറ്റടിച്ചു. ഒരിക്കലും തീരാത്ത കാർമേഘങ്ങൾ ആകാശത്തെമൂടി. ഭൂമിക്ക് മങ്ങലേറ്റു. അതു മലിനവും മ്ലാനവുമായിത്തീർന്നു.

IV

ഞാൻ വീണ്ടും പട്ടണത്തിൽ താമസം തുടങ്ങി. അനേകം പേരെ ഒന്നിച്ചടക്കാവുന്ന ശവപ്പെട്ടി പോലെ തോന്നിച്ച ഒരു വെളുത്ത ഇരുനിലക്കെട്ടിടത്തിൽ. വീട് പുതിയതായിരുന്നെങ്കിലും പിത്തം പിടിച്ചും പെട്ടെന്ന് പണക്കാരനായി തിന്നുതടിച്ച ഒരു പിച്ചക്കാരനെപ്പോലെ വിങ്ങിവീർത്തും ഇരുന്നിരുന്നു. വീടിന്റെ ഒരു വശം തെരുവിന് അഭിമുഖമായിരുന്നു. ഓരോ നിലയിലും എട്ടു ജനലുകളും വീടിന്റെ പൂമുഖമുണ്ടാവേണ്ട വശത്ത് നാല് ജനലുകളുമുണ്ട്. മുറ്റത്തേക്കുള്ള ഒരു ഇടുങ്ങിയ വഴിയിലേക്കാണ് താഴത്തെ ജനാലകൾ തുറക്കുന്നത്. മതിലിനപ്പുറത്ത് ഒരു അലക്കുകാരിയുടെ കൊച്ചുവീടും അഴുക്കുനിറഞ്ഞ ഇടുക്കുമുള്ളത് മുകളിലത്തെ ജനാലകളിലൂടെ നോക്കിയാൽ കാണാം.

ഞാൻ കണ്ടു പരിചയിച്ച തരത്തിലുള്ള തെരുവുകൾ അവിടെങ്ങുമില്ലായിരുന്നു. വീടിന്റെ മുമ്പിലൂടെ കടന്നുപോയത് വൃത്തികെട്ട ഇടുക്കാണ്. അതിനു കുറുകെ രണ്ടിടത്ത് വീതികുറഞ്ഞ ചിറകൾ കെട്ടിയിട്ടുണ്ട്. ഇടത്തോട്ട് അത് തടവുപുള്ളികളുടെ ഒരു കോളനിവരെ നീണ്ടുകിടക്കുന്നു. വീടുകളിൽനിന്നുള്ള ചപ്പും ചവറും കൊണ്ടിടുന്നത് ആ ഭാഗത്തായതുകൊണ്ട് അതിന്റെ അടിവശം കടും പച്ചനിറത്തിലുള്ള കൊഴുത്ത അഴുക്കു കെട്ടിക്കിടക്കുന്ന ചെളിക്കുണ്ടായി മാറിയിരിക്കുന്നു. വലതുവശത്ത് ഇടുക്ക് ചെന്നവസാനിക്കുന്നത് സ്വെസ്ദിൻ എന്നു പേരുള്ള ഒരു പൊട്ടക്കുളത്തിലാണ്. ഇടുക്കിന്റെ നടുഭാഗം ഞങ്ങളുടെ വീടിന്റെ നേരെ മുമ്പിലായിട്ടു വരും. അതിന്റെ പകുതിയോളം ചപ്പും ചവറും നിറഞ്ഞ്,

ചൊറിയണവും മറ്റും വളർന്ന്, കാട്ടുകയറിക്കിടന്നിരുന്നു. മറ്റേ പകുതി ദൊറിമെദോന്റ് പൊക്രോവ്സ്കി അച്ചൻ ഒരു തോട്ടമാക്കി മാറ്റിയിരിക്കുകയാണ്. തോട്ടത്തിൽ പച്ചച്ചായമടിച്ച നേർത്ത പലകകൾകൊണ്ടു പണിത ഒരു മണ്ഡപമുണ്ട്. കല്ലെടുത്തെറിഞ്ഞാൽ ആ പലകകൾ ഒച്ച വച്ച് വിണ്ടുകീറും.

ദുസ്സഹമാംവണ്ണം വിരസവും ധിക്കാരപൂർവ്വമെന്നവണ്ണം മലീമസവുമായിരുന്നു അവിടം. കളപിടിച്ചുകിടക്കുന്ന തറയിലെ കളിമണ്ണ് ശരൽക്കാലമായതോടെ ഒരുതരം ചുവന്ന ടാറുപോലെ പാദങ്ങളിൽ നിർദ്ദാക്ഷിണ്യം ഒട്ടിപ്പിടിച്ചു. ഇത്ര കുറച്ചിടത്ത് ഇത്രയേറെ അഴുക്ക് ഞാൻ ഇതിനുമുമ്പൊരിക്കലും കണ്ടിട്ടില്ല. പാടങ്ങളിലേയും കാട്ടുകളിലേയും നൈർമ്മല്യവുമായി പഴകിക്കഴിഞ്ഞ എനിക്ക് പട്ടണത്തിലെ ഈ കോണ് പറഞ്ഞറിയിക്കാനാവാത്തവണ്ണം ദുസ്സഹമായിത്തോന്നി.

പൊട്ടിപ്പൊളിഞ്ഞ, ചാരനിറമാർന്ന മതിലുകൾ ഇടുക്കിനപ്പുറത്ത് നീണ്ടുകിടന്നു. ചെരിപ്പുകടയിലെ 'ബോയ്' ആയി വേല ചെയ്യുമ്പോൾ ഞാൻ താമസിച്ചിരുന്ന തവിട്ടുനിറത്തിലുള്ള വീട് അവയ്ക്കിടയിൽ ഞാൻ കണ്ടെത്തി. ആ വീടിന്റെ സാമീപ്യം എന്നെ കൂടുതൽ വ്യാകുലപ്പെടുത്തി. ഞാൻ എന്തിന് വീണ്ടും അതേ തെരുവിൽ ജിവിക്കേണ്ടതായി വന്നു?

എന്റെ പുതിയ യജമാനനെ എനിക്കു നേരത്തെ പരിചയമുണ്ടായിരുന്നു. അയാളും അനുജനും കൂടി എന്റെ അമ്മയെ കാണാൻ വന്നിട്ടുണ്ട്. ആ അനുജനാണ് "അന്ദ്രേയ്പ്പാപ്പ, അന്ദ്രേയ്പ്പാപ്പ' എന്ന് ചിലച്ചുകൊണ്ടിരുന്നത്.

രണ്ടു പേർക്കും യാതൊരു മാറ്റവും വന്നിട്ടില്ല. കഴുകൻ കൊക്കുപോലെ വളഞ്ഞ മൂക്കും നീണ്ട മുടിയുമുള്ള മൂത്തയാൾക്ക് സൽപ്രകൃതം തോന്നിക്കുന്ന രമ്യഭാവമാണുള്ളത്. അനുജൻ വിക്തറിന് തേമൽപിടിച്ച അതേ അശ്വമുഖം തന്നെയാണ് ഇപ്പോഴും. അവരുടെ അമ്മ മുത്തശ്ശിയുടെ ഇളയ സഹോദരിയാണെങ്കിലും വലിയ ബഹളക്കാരിയാണ്. ബൺറൊട്ടി പോലെ വെളുത്തു കൊഴുത്ത ദേഹവും കറുത്തു വലിയ കണ്ണുകളുമുള്ള ഒരു സ്ത്രീയാണ് മൂത്തയാളിന്റെ ഭാര്യ.

ആദ്യത്തെ കുറച്ചു ദിവസങ്ങൾക്കുള്ളിൽത്തന്നെ അവർ രണ്ടു തവണ എന്നോടു പറഞ്ഞു:

"കറുത്ത മുത്തുകൾ പതിച്ച ഒരു പട്ടുടുപ്പ് ഞാൻ നിന്റെ അമ്മയ്ക്കു സമ്മാനിച്ചിട്ടുണ്ട്."

അവർ അങ്ങിനെയൊരു സമ്മാനം അമ്മയ്ക്കു കൊടുത്തെന്നോ അമ്മ അതു വാങ്ങിയെന്നോ വിശ്വസിക്കാൻ ഞാൻ എന്തുകൊണ്ടോ

ആഗ്രഹിച്ചില്ല. അടുത്ത തവണ അവർ എന്നെ ഉടുപ്പിന്റെ കാര്യം ഓർമ്മിപ്പിച്ചപ്പോൾ ഞാൻ അവരെ ഗുണദോഷിച്ചു:

"കൊട്ടത്തെന്നവച്ച് അതും പറഞ്ഞ് വീമ്പടിക്കരുത്."

അവർ ഞെട്ടി പുറകോട്ടു മാറി.

"എന്തു പറഞ്ഞു? നീ ആരോടാണ് സംസാരിക്കുന്നത്?"

അവരുടെ മുഖത്തു മുഴുവനും ചുവപ്പുപാടുകൾ പടർന്നു. കണ്ണുരുട്ടിക്കൊണ്ട് അവർ ഭർത്താവിനെ വിളിച്ചു.

കൈയിൽ ഒരു കോമ്പസ്സും ചെവിയുടെ കടയിൽ ഒരു പെൻസിലുമായി അയാൾ അടുക്കളയിൽ വന്നു. ഭാര്യയ്ക്കു പറയാനുള്ളതു മുഴുവനും കേട്ടശേഷം അയാൾ എന്നോടു പറഞ്ഞു:

"അവരോടു മര്യാദയോടെ സംസാരിക്കണം. ധിക്കാരത്തോടെ സംസാരിക്കരുത്."

പിന്നീട് അക്ഷമയോടെ ഭാര്യയുടെ നേരെ തിരിഞ്ഞ് അയാൾ പറഞ്ഞു:

"ഇത്തരം കൊച്ചു കാര്യങ്ങൾക്കായി എന്നെ ശല്യപ്പെടുത്തരുത്."

"ഇതു കൊച്ചു കാര്യമാണെന്നാണോ? നിങ്ങളുടെ തന്നെ ബന്ധുക്കൾ..."

"എന്റെ ബന്ധുക്കൾ പോയി തുലയട്ടെ!" എന്നും അട്ടഹസിച്ചുകൊണ്ട് അയാൾ ഓടിയിറങ്ങിപ്പോയി.

ഇവർ മുത്തശ്ശിയുടെ ബന്ധുക്കളാണെന്ന വസ്തുതയും എനിക്കിഷ്ടപ്പെട്ടില്ല. അന്യരേക്കാൾ മോശമായിട്ടാണ് ബന്ധുക്കൾ പരസ്പരം പെരുമാറുന്നതെന്നാണ് കണ്ടിടത്തോളം കൊണ്ടു ഞാൻ മനസ്സിലാക്കിയിട്ടുള്ളത്. ബന്ധത്തിൽ പെട്ടവരുടെ ദോഷങ്ങളും സ്വഭാവവൈചിത്ര്യങ്ങളും അന്യരേക്കാൾ നന്നായിട്ട് അവർക്കറിയാം. അവർ കൂടുതൽ നുണ പറഞ്ഞു നടക്കുന്നു. കൂടുതൽ തവണ പരസ്പരം കലഹിക്കുന്നു.

എനിക്കെന്റെ യജമാനനെ ഇഷ്ടപ്പെട്ടു. അയാൾ മുടി കുടഞ്ഞ് ചെവിയുടെ പിറകിലേയ്ക്ക് ഒതുക്കിവയ്ക്കുന്നതു കാണാൻ ചന്തമുണ്ട്. എന്തുകൊണ്ടോ അയാൾ എന്നെ "നല്ല കാര്യ"ത്തെ ഓർമ്മിപ്പിച്ചു. അയാൾ കൂടെക്കൂടെ ഉള്ളു തുറന്നു ചിരിക്കാറുണ്ട്. ആ സമയത്ത് അയാളുടെ ചാരനിറമാർന്ന കണ്ണുകൾ സൗമനസ്യത്തോടെ തിളങ്ങും. കഴുകക്കൊക്കുപോലത്തെ മൂക്കിന്റെ രണ്ടു വശത്തും പൊട്ടിവിടരുന്ന ചുളിവുകൾ കണ്ടാൽ ആരും ചിരിച്ചുപോകും.

“നിങ്ങളുടെ പോര് ഒന്നു നിർത്ത്, കാട്ടുകോഴികളേ!” കൊച്ച് അരിപ്പല്ലുകൾ കാട്ടി പുഞ്ചിരിച്ചുകൊണ്ട് അയാൾ അമ്മയോടും ഭാര്യയോടും പറയും.

അമ്മായി അമ്മയും മരുമകളും എല്ലാ ദിവസവും വഴക്കുകൂടി. എത്ര നിഷ്പ്രയാസമാണ്, എത്ര വേഗമാണ്, അവരുടെ വഴക്കു മൂക്കുന്നതെന്നു കണ്ട് ഞാൻ അത്ഭുതപ്പെടാറുണ്ട്. അതിരാവിലെതൊട്ട് രണ്ടുപേരും പുരയ്ക്കു തീപിടിച്ച മാതിരി ഉലഞ്ഞ മുടിയും അഴിഞ്ഞ വസ്ത്രങ്ങളുമായി മുറികളിലൂടെ പാഞ്ഞു നടക്കും. ദിവസം മുഴുവൻ അവർക്കു ബദ്ധപ്പാടാണ്. ഉച്ചക്ഷണത്തിനും വൈകിട്ടത്തെ ചായയ്ക്കും അത്താഴത്തിനും തീന്മേശയ്ക്കു പിന്നിൽ ഇരിക്കുമ്പോൾ മാത്രമാണ് അവർ വിശ്രമിക്കുന്നത്. തലയ്ക്കു പിടിക്കുന്നതുവരെ, തളർന്നു വയ്യാതാവുന്നതുവരെ, അവർ തിന്നുകയും കുടിക്കുകയും ചെയ്യും. ഉച്ചയ്ക്കു ഭക്ഷണത്തിനിരിക്കുമ്പോൾ അവർ ആഹാരകാര്യം എടുത്തിടും. ഒന്നും രണ്ടും പറഞ്ഞ് വലിയൊരു വഴക്കിനു വട്ടം കൂട്ടും. അമ്മായി അമ്മ എന്തുണ്ടാക്കിയാലും മരുമകൾ പറയും:

“എന്റെ അമ്മ ഇതുണ്ടാക്കുന്നത് ഇങ്ങനെയല്ല.”

“എന്നുവച്ചാൽ, ഇതിലും മോശമായിട്ടാണെന്ന്, അല്ലേ?”

“അല്ല. ഇതിലും നന്നായിട്ട്.”

“എന്നാൽ നിന്റെ അമ്മയുടെ കൂടെ പൊറുത്തോ.”

“ഇവിടെ ഞാനാണ് വീട്ടുകാരി.”

“അപ്പോൾ ഞാനാരാ?”

“നിർത്ത്, കാട്ടുകോഴികളേ!” ഭർത്താവ് ഇടപെടും. “നിങ്ങൾക്കെന്തു പറ്റി? ഭ്രാന്തു പിടിച്ചോ?”

പറഞ്ഞു മനസ്സിലാക്കാൻ കഴിയാത്തവണ്ണം വിചിത്രവും അപഹാസ്യവുമായിരുന്നു ആ വീട്ടിലുള്ള സർവ്വതും. ആ വീട്ടിലാകെയുള്ള ഒരേയൊരു കൊച്ച് ഇടുങ്ങിയ കക്കൂസിലൂടെ കടന്നുവേണം അടുക്കളയിൽ നിന്നു തീന്മുറിയിലേക്കു പോകാൻ. ഭക്ഷണവും സമോവാറും തീന്മേശയിലേക്കു കൊണ്ടുപോകേണ്ടത് അതിലൂടെയാണ്. പല നേരമ്പോക്കുകൾക്കും പരിഹാസ്യസംഭവങ്ങൾക്കും അത് ഇടയാക്കിയിട്ടുണ്ട്. കക്കൂസിലെ ടാങ്കിൽ വെള്ളം നിറയ്ക്കുന്നത് എന്റെ ജോലിയായിരുന്നു. കക്കൂസിന്റെ വാതിലിനെതിരെയുള്ള അടുക്കളയിൽ വീടിന്റെ ഇറയത്തേക്കു തുറക്കുന്ന ഒരു കതകുണ്ട്. അതിനടുത്തു കിടന്നാണ് എന്റെ ഉറക്കം. അടുക്കളയിലെ അടുപ്പിൽനിന്നുള്ള ചൂട് എന്റെ തലയിലടിക്കുമ്പോൾ പാദങ്ങൾ ഇറയത്തേക്കുള്ള വാതിലിനടിയിലൂടെ വരുന്ന കാറ്റേറ്റ് തണുത്തു മരവിക്കുന്നുണ്ടാവും. ചവുട്ടികൾ മുഴുവനും കാലിലിട്ടു മൂടിയാണ് ഞാൻ കിടന്നുറങ്ങുന്നത്.

ജനാലകൾക്കിടയിൽ തൂക്കിയിട്ട രണ്ടു നിലക്കണ്ണാടികൾ, "നിവ" മാസികക്കാർ സമ്മാനമായി അയച്ചുകൊടുത്ത സ്വർണ്ണച്ചട്ടമിട്ട ചിത്രങ്ങൾ, രണ്ടു ചീട്ടുകളി മേശകൾ, കുത്തനെയുള്ള ചാരുപലകകളോടു കൂടിയ പന്ത്രണ്ടു കസേരകൾ, ഇത്രയുമടങ്ങിയ വലിയ തളം ശൂന്യവും വിരസവുമായിരുന്നു. ചെറിയ സ്വീകരണമുറി നാനാവർണ്ണത്തിലുള്ള തുണിയടിച്ച കസേരാദികൾകൊണ്ടും സ്ത്രീധനത്തിന്റെ ഭാഗമായി കിട്ടിയ വെള്ളി ഉരുപ്പടികളും ചായക്കോപ്പകളും പ്രദർശിപ്പിക്കുന്ന അലമാരകൾ കൊണ്ടും നിറച്ചിരുന്നു. ഒന്നിനൊന്നു വലുതായ മൂന്ന് വിളക്കുകൾ ആ മുറിയെ അലങ്കരിച്ചു. ജനലില്ലാത്ത കിടപ്പറയിൽ ഒരു കൂറ്റൻമെത്തയും പെട്ടികളും തുണിയലമാരകളുമുണ്ടായിരുന്നു. അവയിൽനിന്ന് കാലിപ്പുകയിലയുടേയും ശീമന്തിച്ചെടിയുടേയും ഗന്ധം പ്രസരിച്ചു. ഈ മൂന്നു മുറികളും എപ്പോഴും ഒഴിഞ്ഞുകിടന്നു. ഞെങ്ങിഞെരുങ്ങിയും പരസ്പരം തടസ്സപ്പെടുത്തിയും വീട്ടുകാർ സമയം ചെലവഴിച്ചത് ചെറിയ തീന്മുറിയിലാണ്. രാവിലെ എട്ടുമണിക്ക് കാപ്പികുടി കഴിഞ്ഞാലുടൻ യജമാനനും സഹോദരനും മേശ നീട്ടിവലുതാക്കി അതിന്റെ പുറത്ത് വെള്ളക്കടലാസുതാളുകൾ വിരിക്കും. വരപ്പുപകരണങ്ങളും പെൻസിലുകളും കറുത്ത മഷി നിറച്ച പിഞ്ഞാണങ്ങളും കൊണ്ടുവന്നുവച്ച് അവർ മേശയുടെ രണ്ടറ്റത്തു നിന്നുകൊണ്ട് പ്രവർത്തനമാരംഭിക്കും. മേശ ഇളകുന്നതാണ്. പോരെങ്കിൽ, മുറി മുഴുവനും അതിനു വേണം. തൊട്ടിൽ മുറിയിൽ നിന്ന് ആയയും കൊച്ചെജമാനത്തിയും ഇറങ്ങിവരുമ്പോഴൊക്കെ അവർ ആ മേശയിൽ തട്ടാതിരിക്കില്ല.

"ഇങ്ങോട്ട് വന്നു ശല്യപ്പെടുത്തരുത്!" വിക്തർ ഒരിക്കൽ ഒച്ചയെടുത്തു.

യജമാനത്തി പരിഭവസ്വരത്തിൽ ഭർത്താവിനോടു പറഞ്ഞു:

"എന്റെനേരെ ഒച്ചയെടുക്കരുതെന്നു പറയൂ, വാസ്യ!"

"നീ മേശ കുലുക്കുകയുമരുത്," ഭർത്താവ് ശാന്തമായി പറഞ്ഞു.

"പക്ഷെ എനിക്കു വയറ്റിൽ കുഞ്ഞുണ്ട്. ഇവിടെ തീരെ ഇടമില്ല."

"ശരി, എന്നാൽ ഞങ്ങൾ തളത്തിൽ പോയി ജോലിചെയ്യാം."

"ദൈവമേ! ആരെങ്കിലും തളത്തിൽ ജോലി ചെയ്യുമോ?"

അടുക്കളയടുപ്പിലെ ചൂടു തട്ടി ചെമ്പരത്തിപോലെ ചുവന്ന മുഖവുമായി വൃദ്ധ മത്ര്യോന ഇവാനൊവ്ന കക്കൂസിന്റെ പടിവാതിൽക്കൽ വന്നു നിന്നു.

"ഇതു നോക്കൂ വാസ്യ," അവർ അട്ടഹസിച്ചു. "നീ പണിയെടുക്കുന്നു. അവൾക്ക് പെറ്റുകൂട്ടാൻ നാലു മുറി പോരത്രേ. നീ കെട്ടിയിരിക്കുന്നത് രാജകുമാരിയെയാണ്. തലയിലൊരു ചുക്കുമില്ലെന്നേയുള്ളൂ."

വിക്തർ പകയോടെ ചിരിച്ചു.

“ഒന്നു നിർത്തു!” ഭർത്താവ് ഉറക്കെപ്പറഞ്ഞു.

പക്ഷെ അമ്മായി അമ്മയുടെ നേരെ ശകാരത്തിന്റെ ഒരു പൂരം നടത്തിയശേഷം ഭാര്യ മേശപ്പുറത്ത് അലച്ചുവീണുകൊണ്ട് തേങ്ങി:

“ഞാൻ പോവും! ഞാൻ ചാവും!”

“നാശം പിടിക്കാൻ നിങ്ങളൊന്ന് എന്നെ ജോലി ചെയ്യാൻ സമ്മതിക്കുമോ?” മനക്ഷോഭത്താൽ മുഖം വിളറിയ ഭർത്താവ് അട്ടഹസിച്ചു. “ഇതൊരു ഭ്രാന്താലയമാണ്! നിങ്ങൾക്കു വേണ്ടിയാണ്, നിങ്ങളെ തീറ്റിപ്പോറ്റാൻ വേണ്ടിയാണ് ഞാനിവിടെ നിന്ന് നട്ടെല്ലൊടിക്കുന്നത്, കാട്ടുകോഴികളേ!”

ആദ്യമൊക്കെ ഈ കലഹങ്ങൾ കണ്ട് ഞാൻ ഭയന്നിരുന്നു. ഭാര്യ ഒരു പിച്ചാത്തിയെടുത്ത് കക്കൂസിൽക്കയറി കതകടച്ച് അലമുറയിട്ട ദിവസം ഞാൻ വിശേഷിച്ചും പേടിച്ചുപോയി. ഒരു നിമിഷത്തേക്ക് ആ വീടാകെ നിശ്ശബ്ദമായി. അടുത്ത നിമിഷം ഭർത്താവ് വാതിലിനുനേരെ ആഞ്ഞുതള്ളി. തള്ളിന്റെ ഊക്കുകൊണ്ട് അയാൾ വളഞ്ഞുപോയി. “ചാടിക്കയറ്!” അയാൾ എന്നോട് ആജ്ഞാപിച്ചു. “ചില്ല് പൊട്ടിച്ച് വാതിലിന്റെ കൊളുത്തുര്!”

ഞാൻ തൽക്ഷണം തന്നെ അയാളുടെ മുതുകത്ത് കയറി നിന്ന് വാതിലിനു മുകളിലുള്ള ചില്ല് പൊട്ടിച്ചു. പക്ഷെ അകത്തേക്കു കുനിഞ്ഞു കൊളുത്തുരാൻ തുടങ്ങിയപ്പോൾ ഭാര്യ പിച്ചാത്തിപ്പിടികൊണ്ട് എന്റെ തലയ്ക്കടിച്ചു. ഞാൻ ഒരു തരത്തിൽ കതക് തുറന്നു. യജമാനൻ ഭാര്യയെ കടന്നുപിടിച്ചു തീന്മുറിയിലേക്കു വലിച്ചിഴച്ചുകൊണ്ടുപോയി, കയ്യിൽ നിന്ന് കത്തി പിടിച്ചുവാങ്ങി. അടികൊണ്ട തല തടവിക്കൊണ്ട് അടുക്കളയിലിരിക്കുമ്പോൾ ഞാൻ പാടുപെട്ടത് വെറുതെയാണെന്ന് എനിക്കു മനസ്സിലായി. യാതൊരു മൂർച്ചയുമില്ലാത്ത ആ പിച്ചാത്തി കൊണ്ട് റൊട്ടി മുറിക്കാൻ പോലും എളുപ്പമല്ല. പിന്നല്ലേ കഴുത്ത്? ഞാൻ യജമാനന്റെ മുതുകത്തു കയറി നിൽക്കേണ്ട കാര്യവുമുണ്ടായിരുന്നില്ല. ഒരു കസേരയിൽ എണീറ്റു നിന്ന് ചില്ലു പൊട്ടിക്കാമായിരുന്നു. കൊളുത്തുരാൻ കൈക്ക് നീളക്കൂടുതലുള്ള മുതിർന്നയൊരാൾക്കായിരുന്നു കൂടുതലെളുപ്പം. അന്നത്തേതിനു ശേഷം വീട്ടിലെ വഴക്കുകൾ എന്നെ ഭയപ്പെടുത്തിയില്ല.

സഹോദരന്മാർ രണ്ടുപേരും പള്ളിയിലെ ഗായകസംഘത്തിലെ അംഗങ്ങളായിരുന്നു. ചിലപ്പോൾ അവർ ജോലി ചെയ്തുകൊണ്ടിരിക്കുന്നതിനിടയിൽ ഒച്ച താഴ്ത്തി പാടും. ജ്യേഷ്ഠൻ കനത്ത ശബ്ദത്തിൽ തുടങ്ങിവയ്ക്കും:

പ്രേയസിതന്നംഗുലീയം
വാരിധിയിലെറിഞ്ഞു ഞാൻ...
അനുജൻ മേൽസ്ഥായിയിൽ അടുത്ത വരികൾ പാടും:
ഐഹികമാം സുഖമാകെ
ഒപ്പം മറഞ്ഞു.

തൊട്ടിൽ മുറിയിൽനിന്ന് കൊച്ചെജമാനത്തിയുടെ പതിഞ്ഞ ശബ്ദം കേൾക്കാം

"എന്തു ഭ്രാന്താണീ കാട്ടുന്നത്? കുഞ്ഞ് ഉറങ്ങുകയാണെന്നറിഞ്ഞു കൂടേ?"

അല്ലെങ്കിൽ,

"വാസ്യ, പെണ്ണുകെട്ടിയ നിങ്ങൾ ഇത്തരം പാട്ട് പാടരുത്. പോരെങ്കിൽ പള്ളിയിൽ പ്രാർത്ഥനയ്ക്കുള്ള മണിയടിക്കാറായി."

"എങ്കിൽ ഞങ്ങൾ പള്ളിപ്പാട്ടു പാടാം."

പക്ഷെ തോന്നുന്ന ഇടത്ത് പാടാനുള്ളതല്ല പള്ളിപ്പാട്ടെന്ന് യജമാനത്തി ശഠിച്ചു. "വിശേഷിച്ചും ഇവിടെ," കക്കൂസിന്റെ വാതിലിനു നേരെ അർത്ഥഗർഭമായി തലയാട്ടിക്കൊണ്ട് അവർ കൂട്ടിച്ചേർത്തു.

"വീട്ടു മാറിയേ പറ്റൂ എന്നു ചുരുക്കം. കാര്യമെന്താ? ആർക്കറിയാം!" യജമാനൻ പിറുപിറുത്തു.

മേശ മാറുന്ന കാര്യവും അയാൾ ഇത്രതന്നെ സുലഭമായി പറയാറുണ്ടായിരുന്നു. പക്ഷെ പറഞ്ഞുതുടങ്ങിയിട്ട് കൊല്ലം മൂന്നായി.

ഇക്കൂട്ടർ മറ്റുള്ളവരെപ്പറ്റി പറയുന്നതു കേൾക്കുമ്പോൾ ഞാൻ ചെരിപ്പുകടയെ ഓർത്തുപോകും. അവിടെയും ഇത്തരം സംസാരം തന്നെയായിരുന്നു. ആ പട്ടണത്തിലെ ഏറ്റവും നല്ലവരായി ഈ വീട്ടുകാരും സ്വയം കരുതുന്നുണ്ടെന്ന് എനിക്കു വ്യക്തമായി. ഏറ്റവും ശരിയായ പെരുമാറ്റച്ചട്ടങ്ങൾ അവർക്കറിയാം. എനിക്കു ദുർഗ്രഹമായിരുന്ന ആ ചട്ടങ്ങൾ വച്ച് അവർ സകലരുടെ മേലും നിർദ്ദാക്ഷിണ്യം വിധിയെഴുതി. മറ്റുള്ളവരുടെ മേൽ വിധിയെഴുതുന്ന ഈ സ്വഭാവം കണ്ടപ്പോൾ എനിക്ക് അവരോടും അവരുടെ ചട്ടങ്ങളോടും എന്തെന്നില്ലാത്ത അമർഷം തോന്നി. ആ ചട്ടങ്ങൾ ലംഘിക്കുന്നതിൽ ഞാൻ സംതൃപ്തി പൂണ്ടു.

എനിക്കു പിടിപ്പതു പണിയുണ്ടായിരുന്നു. ഒരു വീട്ടുവേലക്കാരിയുടെ എല്ലാ ജോലികളും എനിക്കു ചെയ്യേണ്ടിവന്നു. ബുധനാഴ്ചകളിൽ അടുക്കളത്തറ ഉരച്ചുകഴുകുകയും സമോവാറും മറ്റു പിച്ചളപ്പാത്രങ്ങളും തേച്ചു മിനുക്കിവയ്ക്കുകയും വേണം. ശനിയാഴ്ചകളിൽ വീട്ടിലെ നിലവും രണ്ടു

കോണികളും കഴുകിത്തുടയ്ക്കണം. അടുപ്പിലേക്കുള്ള വിറക് വെട്ടിമുറിച്ച് കൊണ്ടുവരണം. പാത്രം കഴുകണം. പച്ചക്കറികൾ വൃത്തിയാക്കണം. കുടയും ചുമന്ന് യജമാനത്തിയുടെ കൂടെ ചന്തയിൽ പോകണം. പലവ്യഞ്ജനക്കടയിലേക്കും മരുന്നുകടയിലേക്കും ഓടണം.

എന്റെ തൊട്ടു മുകളിലുള്ള യജമാനത്തി—മുത്തശ്ശിയുടെ സഹോദരിയായ ബഹളക്കാരി—എന്നും രാവിലെ ആറു മണിക്ക് എഴുന്നേൽക്കും. പ്രഭാതകൃത്യങ്ങളെല്ലാം അതിവേഗം കഴിച്ച ശേഷം അവർ അടിയുടുപ്പുമാത്രമിട്ടുകൊണ്ട് വിശുദ്ധരൂപങ്ങളുടെ മുമ്പിൽ മുട്ടുകുത്തി നിന്ന് തന്റെ ജീവിതത്തെക്കുറിച്ചും പുത്രന്മാരെക്കുറിച്ചും മരുമകളെക്കുറിച്ചും ദൈവത്തോട് ദീർഘനേരം ആവലാതിപ്പെടും.

വിരലുകൾ കൂട്ടിപ്പിടിച്ച് നെറ്റിയിൽ തൊട്ടുകൊണ്ട് അവർ കണ്ണുനീരിൽ കുതിർന്ന ശബ്ദത്തിൽ പറയും: "കർത്താവേ! ഞാൻ യാതൊന്നും ചോദിക്കുന്നില്ല. എനിക്ക് യാതൊന്നും വേണ്ട. കുറച്ചു വിശ്രമം, കുറച്ചു മനസ്സമാധാനം—അതു മാത്രം മതി എനിക്ക്, എന്റെ ദൈവമേ!"

അവരുടെ നിലവിളികൾ കേട്ട് ഞാൻ ഉണരും. പുതപ്പിനിടയിലൂടെ അവരെ നോക്കിക്കൊണ്ടും അവരുടെ വികാരതപ്തമായ പ്രാർത്ഥനകൾ ഭയത്തോടെ കേട്ടുകൊണ്ടും ഞാൻ കിടക്കും. മഴവെള്ളം ഒലിച്ചുവീണ അടുക്കളജനാലച്ചില്ലിലൂടെ ശരൽക്കാലപ്രഭാതം കലങ്ങിയ കണ്ണുകളോടെ എത്തിനോക്കും. തണുത്ത പുലർവെട്ടത്തിൽ അവരുടെ ചാരനിറമാർന്ന രൂപം അസ്വസ്ഥമായി കുരിശുവരച്ചുകൊണ്ട് കുനിഞ്ഞുനിവർന്നു കൊണ്ടിരിക്കും. അവരുടെ കൊച്ചു തലയിൽ നിന്ന് ടുവാല അഴിഞ്ഞുപോകുമ്പോൾ നിറമില്ലാത്ത നേർത്ത മുടി തോളിലേയ്ക്ക് ഉതിർന്നു വീഴും. അഴിഞ്ഞുപോകുന്ന ടുവാല ഇടതുകൈകൊണ്ട് പരുഷമായി ഒതുക്കിവച്ചുകൊണ്ട് അവർ പിറുപിറുക്കും: '

"ഈ നശിച്ച കീറത്തുണി!"

നെറ്റിയിലും ഇരുതോളുകളിലും വയറ്റത്തും ശക്തിയായി അടിച്ചുകൊണ്ട് അവർ ചീറും:

"കർത്താവേ, എന്നോടു സ്നേഹമുണ്ടെങ്കിൽ എന്റെ ആ മരുമോളെ ശിക്ഷിക്കണം. എന്നെ അപമാനിച്ചതിനു മുഴുവനും അവളെക്കൊണ്ട് അനുഭവിപ്പിക്കണം. അങ്ങ് എന്റെ മോന്റെ കണ്ണ് തുറപ്പിക്കു. വിക്തറിന്റെയും കണ്ണു തുറപ്പിക്കു. അങ്ങ് വിക്തറെ സഹായിക്കു. അവനോടു ദയ കാട്ടു."

വിക്തറും അടുക്കളയിൽത്തന്നെയാണ് ഉറക്കം—അടുപ്പിനു മുകളിലുള്ള ഒരു പലകത്തട്ടിൽ. അമ്മയുടെ ആവലാതികൾ കേട്ടുണർന്നുകൊണ്ട് അയാൾ ഉറക്കപ്പിച്ചോടെ പറയും:

“അമ്മ പിന്നെയും ഈ കൊച്ചുവെളുപ്പാൻ കാലത്ത് വിളിച്ചുകൂവുക യാണ്! ഇതെന്തൊരു കഷ്ടമാണ്!”

“മോൻ ഉറങ്ങിക്കൊ,” അമ്മ ക്ഷമാപണസ്വരത്തിൽ മന്ത്രിക്കും. മുമ്പോട്ടും പിമ്പോട്ടും ആടിക്കൊണ്ട് അല്പസമയം നിശ്ശബ്ദം ഇരുന്ന ശേഷം അവർ പെട്ടെന്ന് വീണ്ടും പകയോടെ വിളിച്ചുപറയും: “അവറ്റ യുടെ എല്ലിലെ മജ്ജ മരവിച്ചുപോകട്ടെ! ചോര ഉണങ്ങിപ്പോകട്ടെ!”

എന്റെ മുത്തച്ഛൻ പോലും ഇത്ര ഭയങ്കരമായ പ്രാർത്ഥനകൾ നടത്താറില്ല.

പ്രാർത്ഥന കഴിഞ്ഞ് അവർ എന്നെ വിളിച്ചുണർത്തും. ‘

“എണീക്ക്. സുഖിച്ചുറങ്ങിയതു മതി. അതിനല്ല നിനക്കു ശമ്പളം തരുന്നത്. എണീറ്റ് സമോവാർ കത്തിക്ക്. വിറകു കൊണ്ടുവാ. നീ ഇന്നലെ വൈകിട്ട് വിറക് മുറിച്ചുവച്ചില്ല. അല്ലേ? കൊള്ളാം!”

കിളവിയുടെ ചീറലും മുറുമുറുക്കലും കേൾക്കരുതെന്നു കരുതി ഞാൻ എല്ലാം വേഗം ചെയ്തുതീർക്കാൻ ശ്രമിച്ചു. പക്ഷെ അവരെ തൃപ്തിപ്പെടു ത്താൻ സാദ്ധ്യമല്ലായിരുന്നു. ശൈത്യകാലക്കൊടുങ്കാറ്റുപോലെ അടു ക്കളയിലൂടെ പാഞ്ഞുനടന്നുകൊണ്ട് അവർ ചീറും:

“ശ് ശ്!’ഒച്ച കേൾപ്പിക്കരുത്, ചെകുത്താനെ! വിക്തറെ ഉണർത്തി യാൽ ഞാൻ കാണിച്ചുതരാം. കടയിലേക്കോട്!”

ഞായറാഴ്ചയൊഴിച്ചുള്ള ദിവസങ്ങളിലെ പ്രാതലിന് ഞങ്ങൾ രണ്ടു റാത്തൽ ഗോതമ്പുറൊട്ടിയും കൊച്ചെജമാനത്തിക്ക് രണ്ട് കോപ്പെക്കിനു ബണ്ണും വാങ്ങും. ഞാൻ റൊട്ടി വീട്ടിൽ കൊണ്ടുവന്നാലുടൻ പെണ്ണുങ്ങൾ രണ്ടുപേരും അത് സംശയദൃഷ്ടിയോടെ പരിശോധിക്കും. കയ്യിലെടുത്തു വച്ചു തൂക്കി നോക്കിയിട്ട് അവർ ചോദിക്കും:

“തൂക്കം തികയ്ക്കാൻ ഒരു കൊച്ചു കഷണം കൂടി ഉണ്ടായിരുന്നി ല്ലേ? സത്യം പറ. ശരി, നോക്കട്ടെ. നീ വാ തുറക്ക്!” എന്നിട്ട് അവർ വലിയൊരു കാര്യം നേടിയ മട്ടിൽ വിളിച്ചുപറയും: “ഇവനതു തിന്നു! പല്ലിനിടയിൽ റൊട്ടിത്തരികൾ കണ്ടില്ലേ!”

ഞാൻ സസന്തോഷം പണിയെടുത്തു. വീട്ടിലെ അഴക്ക് തൂത്ത് കളയുന്നതും നിലം തുടയ്ക്കുന്നതും പിച്ചളപ്പാത്രങ്ങളും വാതിൽപ്പിടികളും തേച്ചു മിനുക്കിവയ്ക്കുന്നതുമെല്ലാം എനിക്ക് ഇഷ്ടമുള്ള കാര്യങ്ങളായിരുന്നു. വീട്ടിൽ സ്വൈര്യമുള്ള അവസരത്തിൽ ഒന്നിലധികം തവണ പെണ്ണു ങ്ങൾ എന്നെപ്പറ്റി പറയുന്നതു കേട്ടിട്ടുണ്ട്:

“പണിയെടുക്കാൻ ഉത്സാഹമാണ്.”

"വൃത്തിയുണ്ട്."

"പക്ഷെ ധിക്കാരിയാണ്."

"അവനെ വളർത്തിയത് ആരാണെന്ന് ഓർക്കണം."

രണ്ടുപേരും എന്റെ ബഹുമാനം നേടാൻ ശ്രമിച്ചെങ്കിലും ഞാനവരെ അരക്കിറുക്കികളായിട്ടാണ് കരുതിയത്. എനിക്കവരോട് യാതൊരു അടുപ്പവും തോന്നിയില്ല. ഞാനവരെ അനുസരിച്ചില്ല. എപ്പോഴും അവരോട് തർക്കുത്തരം പറയുകയും ചെയ്തു. ചില അഭിപ്രായപ്രകടനങ്ങൾ എനിക്ക് എത്രമാത്രം അരോചകമാണെന്ന മനസ്സിലാക്കിയിട്ട് കൊച്ചെജമാനത്തി കൂടെക്കൂടെ എന്നോട് പറയും:

"നിന്നെ പിച്ചക്കാരുടെ വീട്ടിൽനിന്നാണ് ഞങ്ങൾ എടുത്തുകൊണ്ടു വന്നതെന്ന് ഓർമ്മ വേണം. ഞാനൊരിക്കൽ നിന്റെ അമ്മയ്ക്ക് കറുത്ത മുത്തുകൾ പതിപ്പിച്ച പട്ടുടുപ്പ് സമ്മാനിച്ചിട്ടുണ്ട്."

ഒരു ദിവസം ഞാൻ അവരോടു പറഞ്ഞു:

"നിങ്ങളുടെ ആ പട്ടുടുപ്പിനു പകരമായി എന്റെ തൊലിയുരിച്ചെടുക്കാനാണോ ഭാവം?"

"ദൈവമേ! ഇവൻ ഇക്കണക്കിനു വീടിനു തീവയ്ക്കുമല്ലോ!" അവർ ഭയചകിതയായി വിളിച്ചു കൂവി.

ഞാൻ അത്ഭുതപ്പെട്ടുപോയി. ഞാനെന്തിനു വീടിനു തീ വയ്ക്കണം?

രണ്ടുപേരും എന്നെപ്പറ്റി യജമാനനോടു പരാതിപ്പെട്ടുകൊണ്ടിരുന്നു. അയാൾ എന്നോട് പരുഷമായി പറയും: "ചെറുക്കാ, നീ സൂക്ഷിച്ചോ!"

പക്ഷെ ഒരു ദിവസം അയാൾ അലക്ഷ്യമായി ഭാര്യയോടും അമ്മയോടും പറഞ്ഞു:

"നിങ്ങൾ നല്ലയാളുകളാണ്. മാടിനെപ്പോലെയല്ലേ അവനെയിട്ടു പണിയെടുപ്പിക്കുന്നത്. വേറെ ആരാണെങ്കിലും പണ്ടേ ഓടിപ്പോയേനെ അല്ലെങ്കിൽ പണിയെടുത്ത് ചത്തേനെ."

പെണ്ണുങ്ങൾക്ക് അരിശം കയറി. കണ്ണു നിറഞ്ഞു. കലിതുള്ളി കാലിട്ടു ചവിട്ടിക്കൊണ്ട് ഭാര്യ അട്ടഹസിച്ചു "ഇവന്റെ മുമ്പിൽ വച്ചാണോ ഇങ്ങനെയൊക്കെ പറയുന്നത്. മുടിനീട്ടിയ വിഡ്ഢി! ഇതു കേട്ടുകഴിഞ്ഞു ഇവൻ എന്നെ വകവയ്ക്കുമോ? എന്റെ വയറ്റിൽ ഉള്ള കാര്യം ഓർക്കണം."

അമ്മ ആർത്തനാദത്തിൽ വിലപിച്ചു:

"വസീലി, ദൈവം നിന്നോടു പൊറുക്കട്ടെ. പക്ഷേ ഞാൻ ഇപ്പറയുന്നത് ഓർത്തോ: നീ ഈ ചെറുക്കനെ വഷളാക്കും!"

അവർ മുഖം വീർപ്പിച്ച് മുറി വിട്ടിറങ്ങിപ്പോയപ്പോൾ യജമാനൻ കർക്കശസ്വരത്തിൽ എന്നോടു പറഞ്ഞു:

"നീ കാരണം എന്തൊരു ബഹളമാണിവിടെ നടന്നതെന്നു കണ്ടോ, ചെകുത്താനെ? ഞാൻ നിന്നെ നിന്റെ മുത്തച്ഛന്റെ അടുത്തേക്കു തിരിച്ചയയ്ക്കും. നീ വീണ്ടും കപ്പ പെറുക്കാനിറങ്ങും."

അധിക്ഷേപം താങ്ങാനാവാതെ ഞാൻ തിരിച്ചടിച്ചു:

"നിങ്ങളുടെ കൂടെ കഴിയുന്നതിലും ഭേദം കപ്പ പെറുക്കുകയാണ്. ജോലി പഠിപ്പിക്കാനെന്നും പറഞ്ഞ് കൊണ്ടുവന്നിട്ട് നിങ്ങൾ എന്നെ എന്തു പഠിപ്പിച്ചു? ചവറു കൊണ്ടുക്കളയാനോ?"

യജമാനൻ സൂക്ഷിച്ച്, വേദനിപ്പിക്കാതെ, എന്റെ മുടിക്കു കയറിപ്പിടിച്ചിട്ട് എന്റെ കണ്ണുകളിലേക്കു നോക്കി പറഞ്ഞു:

"നീ ആളൊരു തെമ്മാടിതന്നെയാണല്ലോ! ഇതു പറ്റില്ല. അനിയാ. എന്നോടിതു വേണ്ട..."

അയാൾ എന്നെ പറഞ്ഞയയ്ക്കുമെന്നു ഞാൻ വിചാരിച്ചു. പക്ഷെ രണ്ടു ദിവസം കഴിഞ്ഞ്, ഒരു ചുരുൾ തടിച്ച കടലാസും പെൻസിലും സ്കെയിലും ടിസ്ക്വയറും കയ്യിൽ പിടിച്ചുകൊണ്ട് അയാൾ അടുക്കളയിലേക്കു കടന്നുവന്നു.

"നീ പിച്ചാത്തികൾ വൃത്തിയാക്കിക്കഴിഞ്ഞ് ഇതു വരയ്ക്ക്!" അയാൾ പറഞ്ഞു.

നിരവധി ജനാലകളും അലങ്കാരപ്പണികളുമുള്ള ഒരു ഇരുനിലമാളികയുടെ മുൻവശമാണ് ചിത്രത്തിൽ വരച്ചുകാണിച്ചിരുന്നത്.

"ഇതാ കോമ്പസ്സ്. നീ എല്ലാ വരകളും അളന്നെടുത്ത് കടലാസിൽ കുത്തിട്ട് അടയാളപ്പെടുത്തണം. എന്നിട്ട് സ്കെയിലുവച്ചു വരച്ച് കുത്തുകൾ യോജിപ്പിക്കണം. ആദ്യം നെടുകെ. അവ ക്ഷൈതിജ രേഖകളായിരിക്കും. പിന്നീട് കുത്തനെ. അവ ഊർധ്വാധരരേഖകളായിരിക്കും. ശരി, തുടങ്ങിക്കൊ."

വൃത്തിയുള്ള ജോലി കിട്ടിയതിലും പരിശീലനം തുടങ്ങിയതിലും ഞാൻ അതിയായി ആഹ്ലാദിച്ചു. പക്ഷെ യാതൊന്നും മനസ്സിലാവാതെ ഞാൻ ആ കടലാസുതാളിലും വരപ്പുസാമഗ്രികളിലും ഭയഭക്തികളോടെ പകച്ചു നോക്കി.

എങ്കിലും ഞാനുടനെ കൈ കഴുകി ജോലി പഠിക്കാൻ ഇരുന്നു. നെടുകെയുള്ള വരകളെല്ലാം അടയാളപ്പെടുത്തി അവയെ കൂട്ടിയോജിപ്പിച്ചു. കൊള്ളാം! പക്ഷെ എങ്ങിനെയോ മൂന്നു വരകൾ അധികമായി. അതു

കഴിഞ്ഞു ഞാൻ കുത്തനെയുള്ള വരകളെല്ലാം വരച്ചു. പക്ഷെ വീടിന്റെ ഛായയാകെ വിചിത്രമായി മാറിയിരിക്കുന്നതു കണ്ടു ഞാൻ അ ത്ഭുതപ്പെട്ടു. ജനാലകൾ ഇടയ്ക്കുള്ള ചുമരുകളുടെ സ്ഥാനത്തേയ്ക്കു മാറിയിരിക്കുന്നു. അവയിലൊരെണ്ണം വീടിനു പുറത്ത് വായുവിൽ തൂങ്ങിക്കിടക്കുകയാണ്. വീടിന്റെ പൂമുഖം രണ്ടാം നിലയിലേക്കു ചാടിക്കയറിയിരിക്കുന്നു. മേൽക്കൂരയ്ക്കു ചുറ്റുമുള്ള കുമ്മായപ്പണി മേൽക്കൂരയുടേയും മീതെയാണ്. ഉറക്കറയുടെ മീതെയുള്ള കിളിവാതിൽ പുകക്കുഴലിനു മുകളിലെത്തിയിരിക്കുന്നു.

കണ്ണുനീരിന്റെ വക്കത്തെത്തിക്കൊണ്ട് ഞാൻ ആ അപരിഹാര്യമായ വൈരൂപ്യത്തെ ദീർഘനേരം നോക്കി നിന്നു. ഇതെങ്ങിനെ സംഭവിച്ചുവെന്നു മനസ്സിലാക്കാൻ ഞാൻ ശ്രമിച്ചെങ്കിലും ഫലമുണ്ടായില്ല. അവസാനം എന്റെ ഭാവനകൊണ്ട് ദോഷം തീർക്കാൻ ഞാൻ നിശ്ചയിച്ചു. എല്ലാ കുമ്മായപ്പണികളിലും മേൽക്കൂരയുടെ വക്കത്തും ഞാൻ കാക്കകളേയും പ്രാവുകളേയും കുരുവികളേയും വരച്ചുവച്ചു. ജനാലകളുടെ മുമ്പിലുള്ള നിലത്തു കുറെ വളകാലന്മാരെ വരച്ചുവച്ചു. അവർ പിടിച്ചിരുന്ന കുടകൾ അവരുടെ വൈരൂപ്യത്തെ മുഴുവനും മറച്ചിരുന്നില്ല. ചെരിഞ്ഞ വരകളാൽ പടമാകെ മൂടിയശേഷം ഞാൻ അതും കൊണ്ട് യജമാനന്റെ അടുത്തു പോയി.

അയാൾ പുരികമുയർത്തി. മുടി ഉലച്ചുകൊണ്ട് അയാൾ നിരുന്മേഷനായി എന്നോടു ചോദിച്ചു:

“ഇതെന്തോന്നാണ്?”

“മഴ പെയ്യുകയാണ്,” ഞാൻ വിശദീകരിച്ചു. “മഴ പെയ്യുമ്പോൾ വീടുകൾ എപ്പോഴും ഏങ്കോണിച്ചിരിക്കും. മഴതന്നെ ഏങ്കോണിച്ചാണല്ലൊ ഇരിക്കുന്നത്. ദാ ഇതെല്ലാം പക്ഷികളാണ്. അവ കുമ്മായപ്പണികളിൽ ഒളിച്ചിരിക്കയാണ്. മഴപെയ്യുമ്പോൾ എപ്പോഴും അങ്ങിനെയാണ്. ആളുകൾ വീടുകളിലേയ്ക്കോടിപ്പോകുന്നതാണ് ഇക്കാണുന്നത്. ഇതാ ഒരു പ്രഭുകുമാരി താഴെ വീഴുന്നു. ഇതൊരു നാരങ്ങാക്കച്ചവടക്കാരനാണ്...”

“എനിക്കു നിന്നോട് അങ്ങേയറ്റം നന്ദിയുണ്ട്,” യജമാനൻ പറഞ്ഞു. മേശപ്പുറത്തേയ്ക്കു കുനിഞ്ഞുകിടന്ന് തന്റെ മുടിയിഴകളാൽ കടലാസുതാളിനെ തുത്തുകൊണ്ട് അയാൾ പൊട്ടിപ്പൊട്ടിച്ചിരിച്ചു.

“എടാ കാട്ടുകുരുവിക്കുഞ്ഞേ! നിന്നെ അടിച്ച് ചമ്മന്തിയാക്കേണ്ടതാണ്.”

“വീപ്പപോലുള്ള വയറും കുലുക്കിക്കൊണ്ട് കൊച്ചെജമാനത്തി കടന്നുവന്നു. എന്റെ വരപ്പിൽ നോക്കിയിട്ട് അവർ ഭർത്താവിനോടു പറഞ്ഞു:

“ഇവനു നല്ല വീക്കു വച്ചു കൊടുക്കൂ.”

പക്ഷെ അയാൾ സൗമ്യസ്വരത്തിൽ പറഞ്ഞു:

“സാരമില്ല. ഞാനും തുടക്കത്തിൽ ഇതിലും മെച്ചമായിരുന്നില്ല.”

എന്റെ വരപ്പിലെ തെറ്റുകൾ ചുവന്ന പെൻസിൽ കൊണ്ട് അടയാളപ്പെടുത്തിയശേഷം അയാൾ എനിക്ക് ഒരു കടലാസു കൂടി തന്നു.

“ഒന്നുകൂടി നോക്ക്. ശരിയാവുന്നതുവരെ നീയിത് വരയ്ക്കണം.”

എന്റെ രണ്ടാമത്തെ വരപ്പ് ആദ്യത്തേതിലും ഒത്തു. ഒരു ജനാല പൂമുഖവാതിലിന്മേലായിപ്പോയെന്നു മാത്രം. വീട് ഒഴിഞ്ഞുകിടക്കുന്നത് എനിക്കിഷ്ടപ്പെട്ടില്ല. അതുകൊണ്ട് ഞാൻ അതിൽ പലതരം ആളുകളെ പാർപ്പിച്ചു. കയ്യിൽ വിശറിയുമായി യുവതികളും സിഗററ്റു പുകച്ചുകൊണ്ട് യുവാക്കന്മാരും ജനാലകളുടെ പിന്നിൽ ഇരുന്നു. പുകവലിക്കാത്ത ഒരുത്തൻ തന്റെ മൂക്കിൽ തള്ളവിരൽ തൊടീച്ച് മറ്റുള്ളവരുടെ നേരെ ഗോഷ്ഠി കാട്ടി. പൂമുഖത്ത് ഒരു വണ്ടിക്കാരൻ നില്പുണ്ട്. അയാളുടെ കാൽച്ചുവട്ടിൽ ഒരു പട്ടി കിടക്കുന്നുണ്ട്.

“നീ പിന്നെയും ചീത്തയാക്കിയതെന്തിനാണ്?” യജമാനൻ കോപത്തോടെ ചോദിച്ചു.

വീട്ടിൽ ആളില്ലെങ്കിൽ ഒരു രസവുമില്ലെന്നു ഞാൻ പറഞ്ഞു. പക്ഷെ അയാൾ എന്നെ ശകാരിക്കാൻ തുടങ്ങി.

“നാശം പിടിക്കാൻ നിനക്കു പഠിക്കണമെന്നുണ്ടെങ്കിൽ പഠിക്ക്! ഇത് അധികപ്രസംഗമാണ്!”

അവസാനം, മൂലത്തോട് ഒത്തിരുന്ന ഒരു പകർപ്പ് ഞാൻ വരച്ചുണ്ടാക്കിയപ്പോൾ അയാൾ സന്തുഷ്ടനായി.

“കണ്ടോ, നിനക്കു കഴിഞ്ഞല്ലോ! ഇങ്ങനെ പോയാൽ നമുക്കു വേഗം കാര്യം സാധിക്കാം.”

അയാൾ എനിക്ക് അടുത്ത അഭ്യാസം തന്നു.

“നമ്മുടെ വീടിന്റെ ഒരു പ്ലാൻ വരയ്ക്ക്. മുറികളുടെ കിടപ്പെങ്ങിനെ, വാതിലുകളും ജനലുകളുമെവിടെ, ഓരോന്നിന്റെയും സ്ഥാനമേത്, എന്നെല്ലാം അടയാളപ്പെടുത്തിയിരിക്കണം. ഞാൻ പറഞ്ഞുതരില്ല. നീ തന്നെ ചെയ്യണം.” ഞാൻ അടുക്കളയിൽ പോയിരുന്ന് ആലോചിച്ചു: എവിടന്നു തുടങ്ങണം?

എന്നാൽ ആ നിമിഷത്തിൽ എന്റെ വരപ്പപഠനം അവസാനിച്ചു. വൃദ്ധ അടുത്തുവന്നു എന്നോട് വൈരാഗ്യത്തോടെ ചോദിച്ചു:

“നിനക്ക് ഡ്രാഫ്റ്റ്സ്മാനാവണം. അല്ലേ?”

മുടിക്കു കുത്തിപ്പിടിച്ചിട്ട് അവർ എന്റെ തല മേശപ്പുറത്ത് ശക്തിയായി ഇടിച്ചു. എന്റെ മൂക്കും ചുണ്ടും മുറിഞ്ഞു. അവർ ഓടിനടന്ന് എന്റെ വരപ്പ് വലിച്ചുകീറി. വരപ്പുസാമഗ്രികൾ നിലത്തെറിഞ്ഞു. കൈ രണ്ടും എളിയിൽ കുത്തി നിന്നുകൊണ്ട് അവർ വിജയധ്വനിയോടെ അട്ടഹസിച്ചു."

"നീ വരയ്ക്ക്, കാണട്ടെ. അതിവിടെ നടപ്പില്ല! സ്വന്തം അനുജനെ, സ്വന്തം കൂടപ്പിറപ്പിനെ, ഓടിച്ചിട്ട് വല്ലവനും ജോലി കൊടുക്കുമെന്നോ!"

യജമാനൻ ഓടിവന്നു. പുറകെ ഭാര്യയുമെത്തി. പിന്നീടവിടെ നടന്ന ഒരു ബഹളം! മൂന്നു പേരും പരസ്പരം തട്ടിക്കയറി. കാർക്കിച്ചുതുപ്പി. വിളിച്ചുകൂവി. പെണ്ണുങ്ങൾ കരഞ്ഞുകൊണ്ട് ഇറങ്ങിപ്പോയപ്പോഴാണ് ബഹളം ഒന്നടങ്ങിയത്. യജമാനൻ എന്നോടു പറഞ്ഞു:

"തൽക്കാലം നീ അതൊക്കെ കള. പഠിത്തം ഇപ്പോൾ വേണ്ട, അതിന്റെ ഫലമെന്താണെന്നു കണ്ടില്ലേ." പെണ്ണുങ്ങളുടെ ഒരിക്കലും തീരാത്ത ചെകിടടയ്ക്കുന്ന ആക്രോശങ്ങളുടെ മുമ്പിൽ നിസ്സഹായനും അസ്തശക്തനുമായ അയാളോട് എനിക്കു സഹതാപം തോന്നി.

ഞാൻ പഠിക്കുന്നതു കിളവിക്ക് ഇഷ്ടമല്ലെന്ന് എനിക്കു നേരത്തെ തന്നെ മനസ്സിലായി. അവർ ആവുന്നത്ര എന്നെ തടസ്സപ്പെടുത്തി. വരയ്ക്കാനിരിക്കുന്നതിനുമുമ്പ് ഞാൻ എപ്പോഴും അവരോടു ചോദിക്കും:"

"എനിക്കു ജോലി വല്ലതുമുണ്ടോ?"

"ഉള്ളപ്പോൾ പറയാം." അവർ ഈർഷ്യയോടെ പറയും. മേശയ്ക്കുടുത്തിരുന്ന് സമയം കളയാനല്ലാതെ നിന്നെ വേറെന്തിനു കൊള്ളാം!"

അല്പസമയം കഴിയുമ്പോഴേക്ക് അവർ എന്നെ എങ്ങോട്ടെങ്കിലും പറഞ്ഞയയ്ക്കും. അല്ലെങ്കിൽ പറയും:

"നീ ഇറയത്തെ കോണി ഇങ്ങനെയാണോ അടിച്ചുവാരുന്നത്? മൂലകളിലൊക്കെ ചെളിയും പൊടിയുമാണ്. പോയി ഒന്നുകൂടി തൂക്ക്!" ഞാൻ പോയി നോക്കുമ്പോൾ പൊടിയൊന്നും കാണുകയില്ല.

"നീ തർക്കുത്തരം പറയുകയാണോ?" അവർ ഒച്ചയെടുക്കും.

ഒരു ദിവസം അവർ എന്റെ എല്ലാ വരപ്പുകളിലും ക്വാസ്സ് ഒഴിച്ചു. മറ്റൊരു തവണ അവയുടെ മീതെ വിളക്കെണ്ണ തട്ടിയൊഴിച്ചു. ഒരു പെൺകുട്ടിയുടെ കുസൃതികളെപ്പോലെയിരുന്നു അവരുടെ കാട്ടായങ്ങൾ. കുട്ടികളുടെ കൗശലവും ഒളിച്ചുവയ്ക്കാനുള്ള കഴിവുകേടും അവർ പ്രദർശിപ്പിച്ചു. അവരെപ്പോലെ ഇത്ര വേഗവും എളുപ്പവും ക്ഷോഭിക്കുകയും എല്ലാറ്റിനേയും എല്ലാവരേയും പറ്റി പരാതി പറയാൻ ഇത്രയേറെ ഇഷ്ടപ്പെടുകയും ചെയ്ത മറ്റൊരാളെ ഇതിനു മുമ്പോ പിമ്പോ ഞാൻ

കണ്ടിട്ടില്ല. ആളുകൾ പൊതുവിൽ പരാതി പറയാൻ ഇഷ്ടപ്പെടുന്നവ രാണ്. എന്നാൽ പാട്ട് പാടുന്നത്ര ഉത്സാഹത്തോടെയാണ് അവരതു ചെയ്യുന്നത്.

മകനോടുള്ള അവരുടെ സ്നേഹം ഒരുതരം ഭ്രാന്തായിരുന്നു. അതിന്റെ ഊറ്റം എന്നെ രസിപ്പിക്കുകയും ഭയപ്പെടുത്തുകയും ചെയ്തു. ഉന്മത്തമായ ഊറ്റമായിട്ടു മാത്രമേ എനിക്കതിനെ വിശേഷിപ്പിക്കാൻ കഴിഞ്ഞുള്ളൂ. ചിലപ്പോൾ പ്രഭാതപ്രാർത്ഥനയ്ക്കു ശേഷം അവർ അടുപ്പിന്റെ മുകളിലേക്കു പിടിച്ചുകയറി അയാളുടെ പലകത്തട്ടിൽ കൈമുട്ടുകളമർത്തി നിന്നുകൊണ്ട് ആവേശപൂർവ്വം മന്ത്രിക്കും:

“എന്റെ ഭാഗ്യസന്താനം! വൈരക്കല്ലിന്റെ വിശുദ്ധിയും മാലാഹമാരുടെ ചിറകിന്റെ ലാഘവത്വവുമുള്ള, എന്റെ ചോരയും നീരുമായ പൊന്നുമോൻ! അവൻ ഉറങ്ങുകയാണ്. ഉറങ്ങിക്കോ, തങ്കം. സുന്ദരസ്വപ്നങ്ങൾകൊണ്ട് നിന്റെ ഹൃദയത്തെ ആടയണിയിക്ക്! സുന്ദരികളിൽ സുന്ദരിയായ ഒരു വധുവിനെ മനസാ വരിക്ക്! അവൾ രാജകുമാരിയായിരിക്കും. കുബേരയായിരിക്കും വാണിഭപുത്രിയായിരിക്കും. നിന്റെ ശത്രുക്കൾ ചാപിള്ളകളായി ജനിക്കട്ടെ! പെൺതാറാവുകൾ ആൺ താറാവിന്റെ പിറകെ പോകുന്നപോലെ പെൺകൊടികൾ നിന്റെ പിറകെ പറ്റംപറ്റമായി വരട്ടെ!”

എനിക്കത് വലിയ നേരമ്പോക്കായി തോന്നി. പകിട്ടേറിയ വേഷവും നീണ്ട മൂക്കും ദുശ്ശാഠ്യവും വങ്കത്തവുമെല്ലാം കൂടി വച്ചു നോക്കുമ്പോൾ മുരടനും മടിയനുമായ വിക്തറിന് മരംകൊത്തിയോടായിരുന്നു. കൂടുതൽ സാമ്യം.

ചിലപ്പോൾ അമ്മയുടെ കുശുകുശുപ്പുകൾ അയാളെ ഉണർത്തും. അയാൾ ഉറക്കപ്പിച്ചോടെ പിറുപിറുക്കും.

“എന്റെ മുഖത്തൊക്കെ തുപ്പൽ തെറിപ്പിക്കാതെ, പോയി തുലയാൻ പാടില്ലേ!... മനുഷ്യനെ ജീവിക്കാൻ സമ്മതിക്കില്ല!”

ചിലപ്പോൾ അവർ അനുസരണയോടെ ഇറങ്ങിപ്പോകും.

“ശരി, ഉറങ്ങിക്കൊ. ഉറങ്ങിക്കൊ. മുരടൻ!” അവർ ചിരിച്ചു കൊണ്ടു പറയും.

എന്നാൽ ചിലപ്പോൾ അവൾ കാലുകൾ കുഴഞ്ഞു അടുപ്പിൻതിണ്ണയുടെ വക്കത്ത് തളർന്നിരിക്കും. വാ പൊളിച്ച്, നാക്കു പൊള്ളിയതുപോലെ ഉറക്കെ ശ്വാസം കഴിച്ചുകൊണ്ട്, അവർ എരിവുള്ള വാക്കുകൾ എടുത്തെറിയും:

"എന്താടാ പറഞ്ഞത്? നീ നിന്റെ അമ്മയോടാണോ പോയി തുലയാൻ പറഞ്ഞത്, നായിന്റെ മോനെ? എന്റെ ആത്മാവിന്റെ കളങ്കമേ! ചെകുത്താൻ തന്നെ എന്റെ ഉള്ളിൽ നട്ട ശാപമേ! നീ ചാപിള്ളയായി ജനിച്ചിരുന്നെങ്കിൽ!"

തെരുവിലെ മദ്യപാനികളുടെ വൃത്തികെട്ട പുലഭ്യങ്ങളാണ് അവർ വിളമ്പിയത്. അതു കേൾക്കാൻ ഭയം തോന്നി. അവരുടെ ഉറക്കം ഹ്രസ്വവും അസ്വസ്ഥവുമായിരുന്നു. ചില രാത്രികളിൽ അവർ പല തവണ അടുപ്പിൻതിണ്ണയിൽ നിന്ന് ഇറങ്ങിവരും. സോഫയിൽ തട്ടി അതിലുറങ്ങിക്കിടക്കുന്ന എന്നെ ഉണർത്തും.

"എന്തു പറ്റി?"

"ശ് ശ്! മിണ്ടാതിരി!" കുരിശു വരച്ച് ഇരുട്ടിൽ എങ്ങോട്ടോ തുറിച്ചുനോക്കിക്കൊണ്ട് അവർ മന്ത്രിക്കും. "എന്റെ കർത്താവേ! പ്രവാചകനായ എലിജാ! വിശുദ്ധരക്തസാക്ഷിയായ വർവാറ! ഞങ്ങളെ അകാലമരണത്തിൽനിന്നു രക്ഷിക്കേണമേ!"

വിറയ്ക്കുന്ന കൈകൊണ്ട് അവർ മെഴുകുതിരി കൊളുത്തും. ഉരുണ്ട മൂക്കോട് കൂടിയ അവരുടെ മുഖം സ്തോഭത്താൽ വീർത്തിരിക്കും. സംഭ്രമംകൊണ്ടു ചിമ്മുന്ന ചാരനിറമാർന്ന കണ്ണുകൾ അരണ്ട വെളിച്ചത്തിൽ വികൃതമായിക്കാണുന്ന വസ്തുക്കളിലൂടെ ഉഴറിനടക്കും. അടുക്കള വലുതാണെങ്കിലും പെട്ടികളുടേയും അലമാരികളുടേയും ബാഹുല്യം മൂലം രാത്രിയിൽ അതിനു വലിപ്പം കുറവാണെന്നു തോന്നും. നിലാവെളിച്ചം അതിൽ സ്വൈര്യമായി പൊറുക്കുന്നു. വിശുദ്ധരൂപങ്ങളുടെ മുമ്പിലുള്ള കെടാവിളക്കുകളുടെ നാളങ്ങൾ വിറച്ചുകൊണ്ടിരിക്കും. ചുമരിന്മേൽ കറിക്കത്തികൾ ഹിമകണങ്ങളെപ്പോലെ തിളങ്ങും. തട്ടുകളിൽ നിന്നു തൂങ്ങിക്കിടക്കുന്ന പാത്രങ്ങൾ കണ്ണില്ലാത്ത ഭീകരമുഖങ്ങളെപ്പോലെ തോന്നിക്കും.

കരയിൽനിന്നു വെള്ളത്തിലേക്കിറങ്ങുന്നത്ര സൂക്ഷിച്ചാണ് വൃദ്ധ അടുപ്പിൻതിണ്ണയിൽ നിന്ന് ഇറങ്ങിവരുന്നത്. അവർ വെറുംകാലിൽ അടുക്കളയുടെ കോണിലേക്കു നടക്കും. അവിടെ കൈകഴുകാനുള്ള പാത്രത്തിന്റെ മുകളിലായി, ഒരു ചെവിയൻ മൊന്ത അറ്റുപോയ തലപോലെ തൂങ്ങിക്കിടപ്പുണ്ട്. തൊട്ടരികിൽ ഒരു തൊട്ടി വെള്ളവുമുണ്ട്.

ഒച്ചവച്ചു വെള്ളം കുടിച്ചശേഷം വൃദ്ധ ജനാലച്ചില്ലിൽ ഉറഞ്ഞുപിടിച്ചിരിക്കുന്ന മഞ്ഞിന്റെ നീലവലയിലേക്ക് തുറിച്ചുനോക്കും.

"കർത്താവേ, എന്നോട് കനിയേണമേ! എന്നോടു കനിയേണമേ!" അവർ ശ്വാസമടക്കി യാചിക്കും.

ചിലപ്പോൾ അവർ മെഴുകുതിരി കെട്ടുത്തിയിട്ട് മുട്ടുകുത്തി നിന്നു പരിഭവസ്വരത്തിൽ മന്ത്രിക്കും.

"ദൈവമേ, എന്നോട് ആർക്കുണ്ട് സ്നേഹം? എന്നെ ആർക്കു വേണം?"

അടുപ്പിൻ തിണ്ണയിൽ വീണ്ടും കയറിക്കിടന്നിട്ട് അവർ പുകക്കുഴലിനുനേരെ കുരിശു വരയ്ക്കുകയും അതിന്റെ മൂടി ശരിയ്ക്കടഞ്ഞിട്ടുണ്ടോ എന്നു തൊട്ടുനോക്കുകയും ചെയ്യും. കയ്യിൽ കരി പറ്റുമ്പോൾ അവർ പ്രാകും. ഉടൻ തന്നെ, ഏതോ അദൃശ്യശക്തിയുടെ ആഘാതമേറ്റിട്ടെന്ന വണ്ണം അവർ നിദ്രയിൽ ലയിക്കും. അവർ എന്നെ ശകാരിക്കുമ്പോഴെല്ലാം അവരെ മുത്തച്ഛൻ കല്യാണം കഴിക്കാത്തതു കഷ്ടമായിപ്പോയെന്നു ഞാൻ വിചാരിക്കും. അവർ അദ്ദേഹത്തെ നിലത്തു നിർത്തുമായിരുന്നില്ല. പക്ഷെ മുത്തച്ഛനെക്കൊണ്ട് അവരും പൊറുതിമുട്ടുമായിരുന്നു. അവരുടെ ദ്രോഹം ഞാൻ നിരന്തരം സഹിച്ചുപോന്നു. എങ്കിലും പഞ്ഞിപോലെ വീർത്ത അവരുടെ മുഖം വിഷാദപങ്കിലമായിരുന്ന ദിവസങ്ങളും ഉണ്ടായിരുന്നു. നിറകണ്ണുകളോടെ അവർ പറയും:

"എനിക്കു നല്ല സുഖമാണെന്നാണോ നിന്റെ വിചാരം! ഞാൻ എന്റെ മക്കളെ നൊന്തു പ്രസവിച്ചു. പോറ്റിവളർത്തി. ഒരു നിലയ്ക്കാക്കി. എന്നിട്ടോ? ഞാനവരുടെ അടുക്കളക്കാരിയെപ്പോലെയാണ് ജീവിക്കുന്നത്. ഇതു സുഖമാണെന്നാണോ വിചാരം? മോൻ അന്യ ഒരുത്തിയെ കൊണ്ടുവന്ന് അവൾക്ക് എന്റെ സ്ഥാനം കൊടുത്തു. അവന്റെ സ്വന്തം പെറ്റമ്മയുടെ! അതു നല്ലതാണോ? പറ!"

"അല്ല," ഞാൻ ആത്മാർത്ഥമായി പറഞ്ഞു.

അവർ എന്നിട്ട് മരുമകളെക്കുറിച്ച് നിർലജ്ജമായ ഒരു ശകാരവർഷം നടത്തി.

"ഞാൻ കുളിപ്പുരയിൽ അവളൊന്നിച്ചു പോയിട്ടുണ്ട്. അവളുടെ കോലം കണ്ടിട്ടുണ്ട്. ഇതു കണ്ടിട്ടാണോ അവൻ മയങ്ങിപ്പോയത്? ഇതാണോ അവന്റെ സുന്ദരി?"

സ്ത്രീപുരുഷബന്ധത്തെപ്പറ്റി ഏറ്റവും വൃത്തികെട്ട രീതിയിലാണ് അവർ എപ്പോഴും സംസാരിച്ചത്. ആദ്യമൊക്കെ അവരുടെ വാക്കുകൾ കേട്ടിട്ട് എനിക്ക് അറപ്പ് തോന്നി. പക്ഷെ താമസിയാതെ ഞാൻ അവരുടെ സംസാരം അതീവ താല്പര്യത്തോടെ ശ്രദ്ധിക്കാൻ തുടങ്ങി. ഏതോ തിക്ത സത്യം അതിന്റെ പിന്നിലുണ്ടെന്ന് എനിക്കു തോന്നി. "പെണ്ണിന്റെ ശക്തി അപാരമാണ്. അവൾ ദൈവത്തെത്തന്നെ ചതിച്ചവളല്ലേ!" മേശപ്പുറത്തടിച്ചുകൊണ്ട് അവർ ഉൽഘോഷിക്കും. "മനുഷ്യരെ മുഴുവൻ നരകത്തിലേക്കയയ്ക്കുന്നത് ഔവ്വയാണ്. ഓർത്തോ!"

സ്ത്രീകളുടെ ശക്തിയെപ്പറ്റി അവർക്ക് വാതോരാതെ സംസാരിക്കാൻ കഴിയും. എന്നാൽ അത്തരം സംസാരം കൊണ്ട് അവർ ആരെയോ ഭയപ്പെടുത്താൻ ശ്രമിക്കുകയാണെന്ന് എനിക്ക് എപ്പോഴും തോന്നി. ഔവ്വ ദൈവത്തെ വഞ്ചിച്ച കാര്യം അവർ പറഞ്ഞത് വിശേഷിച്ചും എന്റെ ഓർമ്മയിൽ തങ്ങിനിന്നു.

ഞങ്ങളുടെ വീട്ടുമുറ്റത്തു ഞങ്ങളുടെ വീടിനോളം തന്നെ വലിപ്പമുള്ള ഒരെടുപ്പുകുടിയുണ്ടായിരുന്നു. ആകെ എട്ടു ഫ്ളാറ്റുകളുള്ളതിൽ നാലെണ്ണത്തിൽ താമസിച്ചിരുന്നത് സൈനികോദ്യോഗസ്ഥന്മാരായിരുന്നു. അഞ്ചാമത്തേതിൽ താമസിച്ചത് റജിമെന്റിലെ പുരോഹിതനാണ്. സൈനിക പരിചാരകരേയും ഓർഡർലികളേയും കൊണ്ട് മുറ്റം എപ്പോഴും നിറഞ്ഞിരുന്നു. പാചകക്കാരികളും അലക്കുകാരികളും വീട്ടുവേലക്കാരികളും അവരെ കാണാൻ വരും. അടുക്കളകളെല്ലാം തന്നെ എപ്പോഴും പല തരം പ്രേമനാടകങ്ങളുടെ അരങ്ങുകളായിരുന്നു. കണ്ണുനീരും പുലഭ്യം പറച്ചിലും അടികലശലും അവയുടെ ഭാഗമായിരുന്നു. പട്ടാളക്കാർ തമ്മിൽ തമ്മിലും തോട്ടവെട്ടുകാരോടും വീട്ടുവേലക്കാരോടും അടിപിടി കൂടി. പെണ്ണുങ്ങൾക്കും അടി കിട്ടി. വിഷയലമ്പടത്വമെന്നും അഴിഞ്ഞാട്ടമെന്നും വിശേഷിക്കപ്പെടുന്നതെന്തോ അതിന്റെ—അരോഗദൃഢഗാത്രരായ ചെറുപ്പക്കാരുടെ അനിയന്ത്രിതമായ മൃഗീയാസക്തിയുടെ—കേളീരംഗമായിരുന്നു ഞങ്ങളുടെ മുറ്റം. പരുക്കൻ വിഷയാസക്തികൊണ്ടും നിരർത്ഥകമായ മൃഗീയതകൊണ്ടും വിജയിയുടെ വൃത്തികെട്ട വീമ്പടികൊണ്ടും സംപൂരിതമായ ആ ജീവിതത്തെപ്പറ്റി യജമാനന്റെ വീട്ടുകാർ ഉച്ചഭക്ഷണസമയത്തും ഇടനേരത്തും അത്താഴസമയത്തുമെല്ലാം വിസ്തരിച്ചും അവജ്ഞയോടെയും വർണ്ണിക്കുന്നതു ഞാൻ കേൾക്കാറുണ്ട്. മുറ്റത്തു നടക്കുന്ന സർവ്വതും വൃദ്ധയുടെ ചെവിയിലെത്തും. അവരതു പകനിറഞ്ഞ ആഹ്ലാദത്തോടെ വിസ്തരിക്കും.

ഈ കഥകൾ കേൾക്കുമ്പോൾ ചെറുപ്പക്കാരിയായ യജമാനത്തിയുടെ നിറഞ്ഞ ചുണ്ടുകളിൽ ഒരു പുഞ്ചിരി വിടരും. വിക്തർ ഉറക്കെ പൊട്ടിച്ചിരിക്കും. എന്നാൽ യജമാനൻ മുഖം ചുളിച്ചുകൊണ്ടു പറയും:

“ഒന്നു നിർത്തൂ, അമ്മേ.”

“ദൈവമേ! നീ എന്നെ ഒന്നു മിണ്ടാൻ കൂടി സമ്മതിക്കില്ലേ!” കാഥിക പരിഭവിക്കും.

വിക്തർ അവരെ പ്രോത്സാഹിപ്പിക്കും:

“കേൾക്കട്ടെ, അമ്മെ. എന്തിനു നാണിക്കണം. നമ്മൾ മാത്രമല്ലേയുള്ളൂ.”

അപ്രീതികലർന്ന ഒരു അനുകമ്പയാണ് മൂത്ത മകന് അമ്മയോടുണ്ടായിരുന്നത്. അയാൾ നിവൃത്തിയുണ്ടെങ്കിൽ അവരുടെ കൂടെ തനിച്ചിരിക്കില്ല. സന്ദർഭവശാൽ അങ്ങിനെ സംഭവിക്കുകയാണെങ്കിൽ അമ്മ ഭാര്യയെപ്പറ്റി പരാതികൾ ചൊരിഞ്ഞുതുടങ്ങും. അയാളോട് പണം ചോദിക്കാതെയുമിരിക്കില്ല. അയാൾ ധൃതിയിൽ രണ്ടോ മൂന്നോ റൂബിളുകളും കുറെ ചില്ലറയും അവരുടെ കയ്യിൽ വച്ചുകൊടുക്കും.

"അമ്മ ഈ പണം വാങ്ങിച്ചിട്ട് ഒരു കാര്യവുമില്ല." അയാൾ പറയും. "എനിക്കു തരാൻ വിഷമമുണ്ടായിട്ടല്ല. പക്ഷെ ഒരു കാര്യവുമില്ല."

"ധർമ്മക്കാർക്ക് കൊടുക്കാനാണ്... പള്ളിയിൽ കൊളുത്താൻ മെഴുകുതിരി വാങ്ങാനാണ്."

"എന്തു ധർമ്മക്കാർ! അമ്മ വിക്തറെ നശിപ്പിക്കും."

"നിനക്ക് നിന്റെ അനിയനോട് സ്നേഹമില്ല. അതു വലിയ പാപമാണ്!"

അയാൾ അക്ഷമയോടെ കൈ വീശിയിട്ട് അവിടന്ന് ഇറങ്ങിപ്പോകും.

വിക്തർ അമ്മയോടു പെരുമാറിയത് ധിക്കാരത്തോടും അവജ്ഞയോടും കൂടിയാണ്. അയാൾ ഒരു തീറ്റിപ്പണ്ടമായിരുന്നു. വിശപ്പൊഴിഞ്ഞ നേരമില്ല. ഞായറാഴ്ച ദിവസങ്ങളിൽ അമ്മ അപ്പം ചുടും. അവർ കുറച്ചെണ്ണമെടുത്ത് ഒരു ഭരണിയിലിട്ട് ഞാനുറങ്ങുന്ന സോഫയുടെ കീഴിൽ ഒളിച്ചുവയ്ക്കും. പള്ളിയിൽനിന്നു വന്നപാടെ വിക്തർ ഭരണി കയ്യിലാക്കിയിട്ട് പിറുപിറുക്കും:

"കുറച്ചുകൂടി എടുത്തുവയ്ക്കാൻ വയ്യായിരുന്നോ, പിശുക്കിത്തള്ളേ!"

"വല്ലവരും കാണുന്നതിനുമുമ്പ് വേഗമൊന്നു തിന്നുതീർക്ക്!"

"നിങ്ങൾ എനിക്കു വേണ്ടി കട്ടെടുത്തുവച്ച അപ്പമാണെന്നു ഞാൻ പറയും."

ഒരു ദിവസം ഞാൻ ഭരണിയിൽ നിന്ന് രണ്ടപ്പം എടുത്തു തിന്നു. അതിന് വിക്തർ എന്നെ തല്ലി. എനിക്ക് അയാളോടുള്ളത്രതന്നെ വിരോധം അയാൾക്ക് എന്നോടുമുണ്ടായിരുന്നു. അയാൾ എന്നെ പരിഹസിച്ചു. ദിവസം മൂന്നു തവണ അയാളുടെ ഷൂസ് മിനുക്കിച്ചു. തട്ടിൽ ഉറങ്ങാൻ കിടക്കുമ്പോൾ അയാൾ അഴിയിളക്കി മാറ്റിയിട്ട് വിടവിലൂടെ എന്റെ തലയ്ക്ക് ഉന്നം വച്ചുകൊണ്ട് തുപ്പും.

സകലരേയും "കാട്ടുകോഴികളേ" എന്നു വിളിച്ചുപോന്ന ജ്യേഷ്ഠനെ അനുകരിച്ചുകൊണ്ടാവാം, വിക്തറിനും ചില സ്ഥിരം പ്രയോഗങ്ങളുണ്ടായിരുന്നു. പക്ഷെ അവ അത്ഭുതകരമാംവണ്ണം അസംബന്ധവും കഴമ്പില്ലാത്തവയുമായിരുന്നു.

"അമ്മേ, അറ്റൻഷൻ! എന്റെ സോക്സെവിടെ?"

അയാൾ എന്നെ അർത്ഥമില്ലാത്ത ചോദ്യങ്ങൾകൊണ്ടു ശല്യപ്പെടുത്തി.

"അലക്സി, ഒന്നു പറഞ്ഞുതാ, എന്തുകൊണ്ടാണ് കാക്ക എന്നെഴുതിയിട്ട് കൊക്ക് എന്നു വായിക്കുന്നത്? എന്തുകൊണ്ട് തലതൊട്ടപ്പൻ എന്നതിനു പകരം തൊട്ടതലപ്പൻ എന്നായിക്കൂടാ? എന്തുകൊണ്ടു കണ്ടൻ പൂച്ചയുടെ ഭാര്യ കണ്ടിപ്പൂച്ചി ആയില്ല?"

അവരുടെയൊക്കെ സംസാരരീതി തന്നെ എനിക്കിഷ്ടപ്പെട്ടില്ല. എന്റെ മുത്തശ്ശിയുടേയും മുത്തച്ഛന്റെയും സുന്ദരമായ ഭാഷ കേട്ടു വളർന്ന എനിക്ക് ആദ്യമൊക്കെ "ഭയങ്കര തമാശ", "വല്ലാത്ത സന്തോഷം" എന്നുതുടങ്ങി ചേർച്ചയില്ലാത്ത വാക്കുകളുടെ കൂട്ടിച്ചേർപ്പുകൾ മനസ്സിലായതേയില്ല. തമാശ ഒരിക്കലും ഭയങ്കരമാവുകയില്ലെന്നും സന്തോഷം വല്ലാത്തതാവുകയില്ലെന്നും എനിക്കു തോന്നി.

"ഇങ്ങനെ സംസാരിക്കുന്നതു ശരിയാണോ?" ഞാൻ അവരോടു ചോദിച്ചു.

"ഇവൻ നമ്മെ പഠിപ്പിക്കാൻ വരുന്നതു കണ്ടില്ലേ!" അവർക്കു ശുണ്ഠി കയറി. "ഇവന്റെ ചെവി പറിച്ചെടുക്കുകയാണു വേണ്ടത്."

"ചെവി പറിക്കുന്നതും" ശരിയല്ലെന്ന് എനിക്കു തോന്നി. പുല്ലും പൂവും പഴവും പറിക്കാം. പക്ഷെ ചെവി എങ്ങിനെ പറിക്കും?

ചെവിയും പറിച്ചെടുക്കാൻ കഴിയുമെന്ന് അവർ എനിക്കു തെളിയിച്ചുതരാൻ ശ്രമിച്ചു. പക്ഷെ അതുകൊണ്ടൊന്നും എനിക്കു ബോദ്ധ്യം വന്നില്ല. ഞാൻ വിജയഭാവത്തിൽ വിളിച്ചുപറഞ്ഞു: '

"എന്നിട്ടും എന്റെ ചെവി പറിഞ്ഞില്ലല്ലൊ!"

ക്രൂരമായ വഷളത്തവും വൃത്തികെട്ട നാണക്കേടുമാണ് ഞാൻ ചുറ്റിനും കണ്ടത്. വ്യഭിചാരശാലകൾക്കും തെരുവുവേശ്യകൾക്കും യാതൊരു പഞ്ഞവുമില്ലാതിരുന്ന കുനാവിനൊയിലേക്കാൾ എത്രയോ കൂടുതലായിരുന്നു അത്. കുനാവിനൊയിലെ വഷളത്തത്തിന്റെയും വൃത്തികേടിന്റെയും പിന്നിൽ ആ വഷളത്തവും വൃത്തികേടും അനിവാര്യമാവാനുള്ള കാരണങ്ങൾ വ്യക്തമായിരുന്നു. അരിഷ്ടിച്ച ജീവിതവും ഭാരിച്ച അദ്ധ്വാനവും, എന്നാലിവിടെ ആളുകൾ സുഖസമൃദ്ധമായിട്ടാണു കഴിഞ്ഞുപോന്നത്. അദ്ധ്വാനത്തിന്റെ സ്ഥാനത്ത് ഇവിടെ കണ്ടത് ദുർഗ്രഹവും അനാവശ്യവുമായ ഒച്ചപ്പാടും ബഹളവുമാണ്. നിശിതവും അമർഷജനകവുമായ മടുപ്പ് അതിനെല്ലാം മീതെ നിഴൽവീശി നിന്നു.

എന്റെ ജീവിതം തെല്ലും സുഖകരമായിരുന്നില്ല. എന്നാൽ മുത്തശ്ശി എന്നെ കാണാൻ വരുന്ന അവസരങ്ങളിൽ എനിക്ക് അത്രപോലും സുഖം തോന്നിയില്ല. അവർ എപ്പോഴും പിൻവാതിലിലൂടെയാണ് അടുക്കളയിൽ പ്രവേശിച്ചത്. വിശുദ്ധരൂപങ്ങളുടെ മുമ്പിൽ കുരിശുവരച്ച ശേഷം അവർ അനുജത്തിയുടെ മുമ്പിൽ താണുവണങ്ങി. അനേകം മണ്ണു വരുന്ന ഒരു ഭാരം ദേഹത്തു വീണാലെങ്ങിനെയോ അതുപോലെയാണ് 'ആ വണക്കം എന്നെ അമർത്തി ഞെരിച്ചത്.

"ഓ, ആരിത്, അക്കുലിനയോ?" ശൈത്യം ദ്യോതിപ്പിക്കുന്ന സ്വരത്തിൽ യജമാനത്തി അലക്ഷ്യമായി ചോദിച്ചു. ഞാൻ മുത്തശ്ശിയെ തിരിച്ചറിഞ്ഞില്ല. ഭവ്യമായി ചുണ്ടു കടിച്ചുപിടിച്ചുകൊണ്ടുള്ള ആ നില്പ് അവരുടെ മുഖച്ഛായ തന്നെ മാറ്റിക്കളഞ്ഞു. വാതിൽക്കൽ മുഖം കഴുകാനുള്ള തൊട്ടിയുടെ സമീപത്തു കിടക്കുന്ന ബഞ്ചിൽ മെല്ലെ ഇരുന്ന് അവർ ഒരു അപരാധിനിയെപ്പോലെ മൗനം ഭജിച്ചു. സഹോദരിയുടെ ചോദ്യങ്ങൾക്ക് വിനീതമായി മറുപടി പറഞ്ഞു

എനിക്കതു തീരെ ഇഷ്ടപ്പെട്ടില്ല. ഞാൻ അവരോടു ദേഷ്യത്തോടെ ചോദിച്ചു:

"എന്തിനാണവിടെ കുത്തിയിരിക്കുന്നത്?"

എന്റെ നേരെ സ്നേഹപൂർവ്വം കണ്ണിറുക്കിക്കാട്ടിക്കൊണ്ട് അവർ ശാസനാസ്വരത്തിൽ പറഞ്ഞു:

"മിണ്ടാതിരി. നീയല്ല ഇവിടുത്തെ ഉടമസ്ഥൻ."

"അവൻ എപ്പോഴും വേണ്ടാത്തിടത്തു തലയിടും, അടിച്ചിട്ടും ചീത്ത പറഞ്ഞിട്ടും ഒരു വിശേഷവുമില്ല," പരാതികളുടെ കെട്ടഴിച്ചുകൊണ്ട് യജമാനത്തി തുടങ്ങി.

ചിലപ്പോൾ അവർ ജ്യേഷ്ഠത്തിയോട് പകയോടെ പറയും:

"അക്കുലിന, പിച്ച തെണ്ടിയാണ് ജീവിക്കുന്നത്, അല്ലേ?"

"അതത്ര മോശമല്ലല്ലൊ."

"നാണമില്ലെങ്കിൽ ഒന്നും മോശമല്ല."

"ക്രിസ്തുതന്നെ ഭിക്ഷയെടുത്താണു ജീവിച്ചതെന്നല്ലേ പറയുന്നത്."

"വങ്കന്മാരും ദൈവവിരോധികളുമാണ് അങ്ങിനെയൊക്കെ പറയുന്നത്. നിങ്ങൾ അതു കേട്ട് വിശ്വസിച്ചു. വിഡ്ഢിത്തള്ള! ക്രിസ്തു പിച്ചക്കാരനായിരുന്നില്ല. ദൈവപുത്രനായിരുന്നു. വേദപുസ്തകത്തിൽ പറഞ്ഞിട്ടുള്ളതു പോലെ അദ്ദേഹം വരും— ജീവിച്ചിരിക്കുന്നവരുടേയും മരിച്ചുപോയവരുടേയും മേൽ വിധിയെഴുതാൻ. മരിച്ചവരും പെട്ടും,

ഓർത്തോ! വെന്തു വെണ്ണീറായിപ്പോയാലും അദ്ദേഹത്തിൽ നിന്ന് ഒളിക്കാമെന്നു വിചാരിക്കണ്ട. നിങ്ങൾ കാണിച്ച അഹങ്കാരത്തിനു നിങ്ങളുടെയടുത്തു സഹായം ചോദിച്ചു വന്ന എന്നെ ആട്ടിയോടിച്ചതിന്, അദ്ദേഹം നിങ്ങൾക്കും വസീലിക്കും വേണ്ടതു തന്നോളും."

"എന്നാലാവുന്ന സഹായം ഞാൻ നിനക്ക് എപ്പോഴും ചെയ്തു തന്നിട്ടുണ്ട്," മുത്തശ്ശി സമചിത്തതയോടെ പറഞ്ഞു. "പക്ഷെ ദൈവം ഞങ്ങളെ ശിക്ഷിച്ചു, മനസ്സിലായോ..."

"നിങ്ങൾക്ക് ഇത്രയും കിട്ടിയാൽ പോരാ."

അവർ ദീർഘനേരം വായലച്ചുകൊണ്ടിരുന്നു. തന്റെ ഒരിക്കലും തളരാത്ത നാവുകൊണ്ട് മുത്തശ്ശിയെ പ്രഹരിച്ചുകൊണ്ടിരുന്നു. അവരുടെ ജല്പനം കേട്ടുകൊണ്ടു നിന്നപ്പോൾ, മുത്തശ്ശിക്ക് അതെങ്ങിനെ താങ്ങാൻ കഴിയുന്നുവെന്നു ഞാൻ അതിശയിച്ചു. അത്തരം നിമിഷങ്ങളിൽ എനിക്കവരോട് സ്നേഹം തോന്നിയില്ല.

കൊച്ചെജമാനത്തി മുറിയിൽ കയറിവന്ന് മുത്തശ്ശിയുടെ നേരെ സൗമനസ്യത്തോടെ തലയാട്ടി.

"തീന്മുറിയിലേക്കു വരൂ. സാരമില്ല, വരൂ!"

മുത്തശ്ശി അടുക്കളയിൽ നിന്നിറങ്ങിപ്പോകുമ്പോൾ കിളവി അലറി:

"കാലു തുടച്ചിട്ട് കയറ്!"

യജമാനൻ അവരെ ഉന്മേഷപൂർവ്വം സ്വാഗതം ചെയ്തു:

"ആരിത്, ജ്ഞാനിയായ അക്കുലിനയോ! എന്തുണ്ട് വിശേഷം? മൂപ്പിന്ന് കഷീരിൻ ജീവനോടെ തന്നെ ഇരിപ്പുണ്ടല്ലോ, ഇല്ലേ?"

മുത്തശ്ശി അയാൾക്ക് ഹൃദയംഗമമായ ഒരു പുഞ്ചിരി സമ്മാനിച്ചു.

"ഇപ്പോഴും നട്ടെല്ലൊടിച്ച് പണിയെടുക്കുകയാണോ?"

"പണി തന്നെ പണി! ജയിൽപ്പുള്ളിയെപ്പോലെ!"

ഊഷ്മളമായും വാത്സല്യമസൃണമായും എന്നാലതേ സമയം കൂടുതൽ പ്രായമുള്ള ഒരാളിന്റെ സ്വരത്തിലുമാണ് മുത്തശ്ശി അയാളോടു സംസാരിച്ചത്. ചിലപ്പോൾ അയാൾ എന്റെ അമ്മയെപ്പറ്റി പറയും.

"വർവാറ വസീല്യെവ്നയുണ്ടല്ലോ, എന്തൊരു സ്ത്രീയായിരുന്നു! എന്തൊരു തലയെടുപ്പ്!"

ഭാര്യ ഇടയ്ക്കു കയറി മുത്തശ്ശിയോടു പറഞ്ഞു:

"ഞാൻ അവർക്ക് ഒരു ഉടുപ്പ് കൊടുത്തത് ഓർക്കുന്നില്ലേ? മുത്തു പതിച്ച ഒരു കറുത്ത പട്ടുടുപ്പ്?"

"ഓർക്കുന്നുണ്ട്."

"കോടി മാഞ്ഞിരുന്നില്ല."

"കോടി... മോടി... ജീവിതമോ കാടി!"യജമാനൻ പിറുപിറുത്തു.

"എന്താണിപ്പറയുന്നത്?"ഭാര്യ സംശയത്തോടെ ചോദിച്ചു.

" ഞാനോ? ഓ, തന്നത്താൻ എന്തോ പറഞ്ഞതാണ്... സുദിനങ്ങൾ കടന്നുപോകുന്നു. സജ്ജനങ്ങൾ മറഞ്ഞുപോകുന്നു..."

"എന്തിനാണ് ഇങ്ങനെയൊക്കെ പറയുന്നതെന്ന് എനിക്കു മനസ്സിലാവുന്നില്ല," യജമാനത്തി മനഃപ്രയാസത്തോടെ പറഞ്ഞു.

പിന്നീട് അവർ മുത്തശ്ശിയെ കുഞ്ഞിനെ കാണിക്കാൻ കൊണ്ടുപോയി. ഞാൻ മേശപ്പുറത്തുനിന്നു ചായപ്പാത്രങ്ങൾ എടുത്തു മാറ്റുന്നതിനിടയിൽ യജമാനൻ ചിന്താധീനനായി പതുക്കെപ്പറഞ്ഞു: '

"നിന്റെ മുത്തശ്ശി വളരെ നല്ല സ്ത്രീയാണ്."

അത്രയും പറഞ്ഞതിന് എനിക്ക് അയാളോട് അകൈതവമായ കൃതജ്ഞത തോന്നി. ഞാനും മുത്തശ്ശിയും തനിച്ചായപ്പോൾ ഞാൻ അവരോട് ഉള്ളുനൊന്ത് ചോദിച്ചു:

"മുത്തശ്ശി എന്തിനിങ്ങോട്ടു പോരുന്നു? എന്തിന്? ഇവർ എത്തരക്കാരാണെന്നു കാണാൻ വയ്യേ?"

"എന്തു ചെയ്യാം, അല്യോഷ! ഞാൻ എല്ലാം കാണുന്നുണ്ട്." എന്നെ നോക്കി ഇതു പറയുമ്പോൾ അവരുടെ ഇമ്പമുള്ള മുഖത്ത് കരുണാർദ്രമായ ഒരു പുഞ്ചിരി കളിയാടുന്നുണ്ടായിരുന്നു. ഞാൻ ഉടൻതന്നെ ലജ്ജിച്ചു. അവർ എല്ലാം കാണുന്നുണ്ട്, എല്ലാം അറിയുന്നുണ്ട്—ഈ നിമിഷം എന്റെ മനസ്സിൽ നടക്കുന്നതുപോലും.

ചുറ്റും കണ്ണോടിച്ച് അടുത്താരും ഇല്ലെന്ന് ഉറപ്പുവരുത്തിയതിനു ശേഷം അവർ എന്നെ ആശ്ലേഷിച്ചിട്ട് ഉള്ളിൽത്തട്ടി പറഞ്ഞു:

"നീ ഇവിടില്ലെങ്കിൽ ഞാൻ ഒരിക്കലും വരുമായിരുന്നില്ല. എനിക്ക് അവരെ എന്തിനു വേണം? മുത്തച്ഛനാണെങ്കിൽ സുഖമില്ല. ഞാൻ മുത്തച്ഛനേയും നോക്കി ഇരിക്കുകയാണ്. പണിയൊന്നും ചെയ്യുന്നില്ല. അതുകൊണ്ടു കയ്യിൽ കാശുമില്ല. മോൻ മിഹൈലൊ അവന്റെ സാഷയെ വീട്ടിൽനിന്നും അടിച്ചിറക്കി. അതുകൊണ്ട് എനിക്ക് അവനെക്കൂടി തീറ്റിപ്പോറ്റണം. നിനക്ക് ആണ്ടിൽ ആറു റൂബിൾ ശമ്പളം തരാമെന്നാണ് ഇവർ പറഞ്ഞത്. ഞാനാലോചിച്ചു: അവർ ഒരു റൂബിളെങ്കിലും ഇപ്പോൾ തരാതിരിക്കുമോ? നീ ഇവിടെ വന്നിട്ട് മാസം ആറാകാൻ പോകുന്നു." അവർ കുനിഞ്ഞ് എന്റെ ചെവിയിൽ പറഞ്ഞു: "നിന്നെ

ശകാരിക്കണമെന്നാണ് അവർ എന്നോടു പറഞ്ഞത്, നീ അനുസരണയില്ലാത്തവനാണെന്നാണ്. എന്റെ കൊച്ചുപൈങ്കിളി, നീ കുറച്ചുനാൾ കൂടി ഇവിടെ കഴിയ്. ഒന്നുരണ്ടു കൊല്ലം കൂടി ഒന്നു ക്ഷമിക്ക്. നിന്റെ കാലുകൾക്കു കുറച്ചു ബലംവയ്ക്കട്ടെ... എന്താ സമ്മതിച്ചോ?"

ഞാൻ സമ്മതിച്ചു. പക്ഷെ അത് ഒട്ടും എളുപ്പമല്ലായിരുന്നു. വെറും വിശപ്പടക്കാൻ വേണ്ടി മാത്രമുള്ള ആ ശോച്യമായ മടുപ്പൻ ജീവിതം എന്നെ കശക്കി ഞെരിച്ചു. ഏതോ ദുസ്വപ്നത്തിലെന്നപോലെയാണ് ഞാൻ ജീവിച്ചത്.

ചിലപ്പോൾ എനിക്കു തോന്നും— ഇവിടന്ന് ഓടിപ്പോയാലെന്താ? പക്ഷെ ശപിക്കപ്പെട്ട ശൈത്യകാലം അതിന്റെ മൂർദ്ധന്യത്തിലെത്തിയിരുന്നു. രാത്രികാലങ്ങളിൽ കൊടുങ്കാറ്റടിച്ചു. കാറ്റ് തട്ടുമ്പുറത്ത് ഓരിയിട്ടു. കൊടും തണുപ്പിന്റെ പിടിയിലമർന്ന് പലകകൾ കിരുകിറുത്തു. എങ്ങോട്ട് ഓടിപ്പോകാൻ?

എനിക്ക് പുറത്തു പോയി കളിക്കാൻ അനുവാദമില്ലായിരുന്നു, സമയവുമില്ലായിരുന്നു. ശൈത്യകാലത്തെ നീളം കുറഞ്ഞ പകലുകൾ വീട്ടുവേലകളുടെ ചുഴലിക്കറക്കത്തിൽ മിന്നിമറഞ്ഞുകൊണ്ടിരുന്നു.

പക്ഷെ ഞാൻ പള്ളിയിൽ പോകണമെന്നു നിർബന്ധമായിരുന്നു—ശനിയാഴ്ച സായാഹ്നപ്രാർത്ഥനയ്ക്കും വിശേഷദിവസങ്ങളിൽ പാട്ടുകുർബാനയ്ക്കും.

എനിക്കു പള്ളിയിൽ പോകാൻ ഇഷ്ടമായിരുന്നു. ഏതെങ്കിലും ഇരുണ്ട ഒഴിഞ്ഞ കോണിൽ ഒതുങ്ങിമാറിനിന്നുകൊണ്ട് ഞാൻ വിശുദ്ധരൂപങ്ങളുടെ മുമ്പിലുള്ള യവനിക നോക്കി ആസ്വദിക്കും. മെഴുകുതിരിവെട്ടത്തിൽ അത് ചാരനിറമാർന്ന കൽത്തറയിലേക്കു കൊഴുത്ത സ്വർണ്ണച്ചാലുകളായി ഉരുകിയൊലിക്കുകയാണെന്നു തോന്നും. വിശുദ്ധചിത്രങ്ങളിലെ ഇരുണ്ട രൂപങ്ങൾ മെല്ലെ അനങ്ങും. രാജകവാടത്തിലെ സ്വർണ്ണക്കസവുവേലകൾ ഉല്ലാസപൂർവ്വം സ്പന്ദിക്കും. നീലിമയാർന്ന വായുവിൽ തൂങ്ങിക്കിടക്കുന്ന മെഴുകുതിരിനാളങ്ങൾ പൊന്നീച്ചകളേയും സ്ത്രീകളുടേയും പെൺകുട്ടികളുടേയും ശിരസ്സുകൾ പുഷ്പങ്ങളേയും അനുസ്മരിപ്പിക്കും

ചുറ്റുമുള്ള സർവ്വതും പാട്ടുകാരുടെ പാട്ടുമായി സമഞ്ജസമായി സമ്മേളിക്കും. സർവ്വതും ജീവിക്കുന്നത് വിചിത്രമായൊരു യക്ഷിക്കഥാജീവിതമാണ്. ടാറുപോലെ കൊഴുത്ത കൂരിരുട്ടത്ത് ചാഞ്ചാടുന്ന തൊട്ടിലെന്നവണ്ണം പള്ളിയാകെ മെല്ലെ ആടുകയാണ്.

ചിലപ്പോൾ എനിക്കു തോന്നും പള്ളി ഒരു തടാകത്തിനടിയിൽ

മുങ്ങിക്കിടക്കുകയാണെന്ന്, മറ്റെല്ലാറ്റിൽ നിന്നും വ്യത്യസ്തമായ ഒരു വിശേഷതരം ജീവിതം നയിക്കാൻ വേണ്ടി ലോകത്തിൽ നിന്ന് ഒളിച്ചു മാറിയിരിക്കുകയാണെന്ന്. കിത്തേഷ് എന്ന മായാനഗരത്തെക്കുറിച്ച് മുത്തശ്ശി പറയാറുള്ള കഥ കേട്ടതുകൊണ്ടാവാം എനിക്കങ്ങിനെ തോന്നിയത്. മനസ്സിനെ തഴുകുന്ന പള്ളിപ്പാട്ടുകളും അടക്കിപ്പറയുന്ന പ്രാർത്ഥനകളും ആരാധകരുടെ നെടുവീർപ്പുകളും കേട്ടു മയങ്ങിക്കൊണ്ട് ആ പരിസരത്തോടൊപ്പം ചാഞ്ചാടിക്കൊണ്ടിരിക്കുമ്പോൾ ഞാൻ ആ ശ്രുതി മധുരമായ ശോകകഥ തന്നത്താൻ ഉരുവിടും:

താത്താറുകളുടെ ദുഷ്ടക്കൂട്ടം
കിത്തേഷെന്നൊരു സുന്ദര നഗരം
ഉദയാർത്ഥനതൻ പാവനവേളയി
ലായുധമേന്തിച്ചുറ്റിവളഞ്ഞു.
ഹാ! ജഗദീശാ! നിന്നുടെ ദാസർ
ക്കാപത്തിൽ നീ തുണയേകണമേ!
പ്രാർത്ഥന ഞങ്ങൾ മുഴുമിക്കട്ടെ
നിൻ തിരുവചനം ചെവികൊള്ളട്ടെ!
താത്താറുകൾ നിൻ തിരുപീഠത്തെ
ഔദ്ധത്യത്തോടവഹേളിക്കാൻ
കന്യകമാരെയപമാനിക്കാൻ
കുഞ്ഞുങ്ങളെയറുകൊലചെയ്തീടാൻ
വൃദ്ധജനങ്ങളെ ഭേദ്യം ചെയ്യാൻ
ഇട നൽകരുതേ സർവ്വാധീശാ!
വിശ്വാസികളുടെയർത്ഥന കേട്ടു
സർവ്വാധീശ്വരനായ യഹോവ
ദൂതാധിപനാം മിക്കേയിലിനെ
അരികിൽ വിളിച്ചിട്ടിങ്ങനെയോതി
കിത്തേഷിന്നുടെ കീഴേയുള്ളൊരു
ഭൂമി പിടിച്ചുകുലുക്കുക വെക്കം
മുക്കുക ചെമ്മേ നഗരം പാടേ
നിലയില്ലാത്ത തടാകക്കീഴേ!
വിശ്രമമില്ലാതെപ്പൊഴുമെന്നുടെ
ഭക്തജനങ്ങൾ പ്രാർത്ഥിക്കട്ടെ
പുലരിതുടങ്ങീട്ടസ്തമനംവരെ
അതിരില്ലാതവരർത്ഥിക്കട്ടെ
നൂറ്റാണ്ടുകളല്ലായിരമായിര—
മാണ്ടുകളങ്ങിനെ പൊയ്ക്കൊള്ളട്ടെ!

തേനീച്ചക്കൂട് തേൻകൊണ്ടെങ്ങിനെയോ അതുപോലെ ഞാൻ അക്കാലത്ത് മുത്തശ്ശിയുടെ കവിതകൾ കൊണ്ടു നിറഞ്ഞു കവിഞ്ഞിരുന്നു. ഞാൻ ചിന്തിച്ചതുപോലും അവരുടെ കവിതകളുടെ രൂപത്തിലാണെന്നു തോന്നുന്നു.

ഞാനൊരിക്കലും പള്ളിയിൽ പ്രാർത്ഥിച്ചില്ല. മുത്തച്ഛന്റെ കോപാകുലമായ പ്രാർത്ഥനകളും ശോചനീയമായ സ്തോത്രങ്ങളും മുത്തശ്ശിയുടെ ദൈവത്തിന്റെ മുമ്പിൽ ഏറ്റുപറയാൻ ഞാൻ മടിച്ചു. എന്നെപ്പോലെതന്നെ മുത്തശ്ശിയുടെ ദൈവത്തിനും അവ ഇഷ്ടപ്പെടുകയില്ലെന്ന് എനിക്കു തീർച്ചയുണ്ടായിരുന്നു. മാത്രമല്ല, അവയെല്ലാം തന്നെ പുസ്തകത്തിൽ അച്ചടിച്ചുവച്ചിട്ടുള്ളവയായതുകൊണ്ട് എഴുത്തറിയാവുന്ന ഏതൊരാളേയും പോലെ ദൈവത്തിനും അതു കാണാപ്പാഠം അറിയാമായിരിക്കണം.

അതുകൊണ്ട് എപ്പോഴെങ്കിലും എന്റെ ഹൃദയം മധുരമായ വിഷാദംകൊണ്ടു ഞെരുങ്ങാനോ കൊച്ചുകൊച്ചു നൊമ്പരങ്ങളുടെ പോറലേൽക്കാനോ ഇടവന്നാൽ ഞാൻ എന്റെ പ്രാർത്ഥനകൾ സ്വന്തമായി ചമയ്ക്കാൻ ശ്രമിക്കും. എന്റെ ദുർവിധിയെക്കുറിച്ച് ഓർക്കുകയേ വേണ്ടൂ, വാക്കുകൾ അനായാസമായി ഉരുത്തിരിഞ്ഞുവരും.

ദൈവമേ ദുഃഖമിതെന്നു തീരും?
ഞാനൊന്നു വേഗം വലുതായെങ്കിൽ
ഇങ്ങനെ ജീവിക്കാനാവുകില്ല
ചാവുന്നതാണിതിലെത്ര ഭേദം!
ഇക്കൂട്ടരെന്നെ പഠിപ്പിക്കില്ല
മാനമായുള്ള തൊഴിലേതുമേ
മത്ര്യോനമുപ്പത്തി മൂതേവിയാ—
ണെന്റെനേർക്കെപ്പൊഴും ചീറുമവർ
ചാടിക്കടിക്കും ചെവി പിടിക്കും
ജീവിതമയ്യോ മഹാദുരിതം!

എന്റെ ഇത്തരം "പ്രാർത്ഥനകൾ" പലതും ഞാൻ ഇപ്പോഴും ഓർക്കുന്നുണ്ട്. കുട്ടിക്കാലത്തെ ബുദ്ധിയുടെ വ്യാപാരങ്ങൾ ആത്മാവിൽ ആഴത്തിൽ പതിയുന്നവയാണ്. പലപ്പോഴും അവ ആയുഷ്ക്കാലം മുഴുവൻ മായാതെ കിടക്കും.

പള്ളിയിലിരിക്കാൻ സുഖമാണ്. മുമ്പ് പാടത്തും കാട്ടിലുമെന്ന പോലെ ഞാനിപ്പോൾ അവിടെ സ്വൈര്യം കണ്ടെത്തി. എത്രയോ നൊമ്പരങ്ങളേറ്റും പരുപരുത്ത ജീവിതത്തിന്റെ കറ പുരണ്ടുമിരുന്നിരുന്ന എന്റെ

കുഞ്ഞുഹൃദയത്തെ വികാരോഷ്മളങ്ങളായ അവ്യക്തസ്വപ്നങ്ങൾ തഴുകി യാശ്വസിപ്പിച്ചു.

എങ്കിലും കൊടും തണുപ്പത്തോ ശീതക്കാറ്റ് പട്ടണത്തിലൂടെ വീശിയടിക്കുമ്പോഴോ മാത്രമേ ഞാൻ പള്ളിയിൽ പോകാറുള്ളൂ. അങ്ങിനെയുള്ള സമയങ്ങളിൽ ആകാശം തന്നെ തണുത്തുറഞ്ഞുപോയെന്നു തോന്നും. ഹിമമേഘങ്ങൾ ആകാശത്തു ചിന്നിച്ചിതറും. മഞ്ഞൊലിപ്പുകൾക്കടിയിൽ തണുത്തുറഞ്ഞുപോയ ഭൂമി ഇനിയൊരിക്കലും പുതുജീവൻ കൊള്ളുകയില്ലെന്നു തോന്നും.

പ്രശാന്തരാത്രികളിൽ ഏറ്റവും ഒഴിഞ്ഞ കോണുകൾ തേടി നഗരത്തിലൂടെ തെരുവുകൾ തോറും അലഞ്ഞുനടക്കാനാണ് ഞാൻ ഏറെ ഇഷ്ടപ്പെട്ടത്. ചിറകുമുളച്ചതു മാതിരി ഞാൻ ധൃതിയിൽ നടക്കും. ആകാശത്തിലെ ചന്ദ്രബിംബത്തെപ്പോലെ ഏകാകിയായി നടക്കുമ്പോൾ മഞ്ഞിലെ പ്രകാശസ്ഫുലിംഗങ്ങളെ അണച്ചുകൊണ്ടും തൂണുകളിലും വേലികളിലും വിചിത്രമാംവണ്ണം പിടച്ചുകയറിക്കൊണ്ടും എന്റെ നിഴൽ മുന്നിൽ നീങ്ങുന്നുണ്ടാവും. നിരത്തിന്റെ നടുവിലൂടെ രാത്രി പാറാവുകാരൻ കനത്ത ആട്ടിൻ തോൽക്കോട്ടുമണിഞ്ഞ് കയ്യിലൊരു കിലുക്കുവടിയുമായി നടന്നുവരും. അരികിൽ ഒരു പട്ടിയും കാണും. അയാളുടെ തടിച്ച രൂപം കണ്ടാൽ ഒരു പട്ടിക്കൂട് വീട്ടുമുറ്റത്തുനിന്ന് ഇഴഞ്ഞിറങ്ങി തെരുവിലൂടെ എങ്ങോട്ടോ പോവുകയാണെന്നും അതുകണ്ടമ്പരന്ന പട്ടി അനുഗമിക്കുകയാണെന്നും തോന്നും.

ചിലപ്പോൾ ചിരിച്ചുല്ലസിച്ചു പോകുന്ന പെൺകൊടികളേയും അവരുടെ കൂട്ടുകാരേയും കാണാം. അവരും പള്ളിയിലെ പ്രാർത്ഥനയിൽ നിന്ന് ഒളിച്ചോടിപ്പോവുകയാണെന്നു ഞാൻ വിചാരിക്കും.

വെളിച്ചമുള്ള ജനാലകളുടെ കിളിവാതിലുകളിലൂടെ ചില സമയത്ത് അസാധാരണമായ ചില ഗന്ധങ്ങൾ വായുവിലേക്കൊഴുകിവരും— മറ്റൊരുതരം ജീവിതത്തിന്റെ സൂചനകളും പേറിവരുന്ന പരിചിതമല്ലാത്ത നേരിയ ഗന്ധങ്ങൾ, മണം പിടിച്ചുകൊണ്ട് ജനാലച്ചുവട്ടിൽ ചെവിയോർത്തു നിൽക്കുമ്പോൾ ഞാൻ ഒരു ഊഹം നടത്താൻ ശ്രമിക്കും: എത്തരക്കാരാണ് ആ വീട്ടിൽ പാർക്കുന്നത്? എന്തൊരു തരം ജീവിതമാണ് അവർ നയിക്കുന്നത്? സായാഹ്നപ്രാർത്ഥനയുടെ ഈ സമയത്ത് ആഹ്ലാദനിർഭരമായ ശബ്ദകോലാഹലവും പൊട്ടിച്ചിരികളുമാണ് ഇവിടെ കേൾക്കുന്നത്. ഏതോ വിശേഷതരം ഗിത്താറിന്റെ തന്ത്രികളിൽനിന്നുള്ള സ്വരവീചികൾ ജനാലയിലൂടെ ഒഴുകിവരുന്നു.

തീഹൊനൊവ്സ്കയയെന്നും മർത്തീനൊവ്സ്കയയെന്നും പേരുള്ള വിജനമായ രണ്ടു തെരുവുകൾ കൂടിച്ചേരുന്നിടത്ത് നിന്നിരുന്ന

ഒരു ഉയരം കുറഞ്ഞ ഒരു ഒറ്റനിലക്കെട്ടിടം വിശേഷിച്ചും എന്റെ ശ്രദ്ധയാകർഷിച്ചു. ക്ഷാരബുധനാഴ്ചയ്ക്കു മുമ്പ് നിലാവുള്ള ഒരു രാത്രിയാണ് ഞാൻ അതു കാണാനിടയായത്. കരുത്തനും നല്ലവനുമായ ആരോ വായടച്ചു പിടിച്ച് പാടുന്നതുപോലുള്ള ഒരു അസാധാരണശബ്ദം നീരാവിയോടൊപ്പം കിളിവാതിലിലൂടെ പ്രവഹിച്ചു. വാക്കുകൾ വ്യക്തമായിരുന്നില്ലെങ്കിലും പാട്ട് വളരെയേറെ സുപരിചിതവും സുഗ്രഹവുമായിത്തോന്നി. തന്ത്രികളുടെ ശബ്ദം ഗാനധാരയുടെ ഇടയ്ക്കു കയറി ശല്യപ്പെടുത്തിയതുമൂലം അതു ശരിക്കു കേൾക്കാൻ കഴിഞ്ഞില്ല. ഒരു മരക്കുറ്റിയിലിരുന്നുകൊണ്ട് അതു ശ്രദ്ധിക്കുമ്പോൾ അന്യാദൃശവും ദുസ്സഹവുമായ ശക്തിവിശേഷത്തോടുകൂടിയ ഏതോ വയലിനിൽ നിന്നുതിർന്നുവീഴുന്നതാവണമതെന്നു ഞാൻ തീർച്ചപ്പെടുത്തി. അതു കേട്ടുകൊണ്ടിരിക്കുന്നത് വേദനാകരമായിരുന്നുവെന്നുതന്നെ പറയാം. ചിലപ്പോൾ ആ സംഗീതത്തിന്റെ ഊറ്റം കൊണ്ട് വീടാകെ കുലുങ്ങുകയാണെന്നും ജനാലച്ചില്ലുകൾ വിറകൊള്ളുകയാണെന്നും തോന്നി. മേൽക്കൂരയിൽനിന്നു മഞ്ഞുരുകി വീണു. എന്റെ കവിൾത്തടങ്ങളിലൂടെയും കണ്ണുനീർ ഒലിച്ചിറങ്ങി.

രാത്രി പാറാവുകാരൻ വരുന്നത് ഞാൻ അറിഞ്ഞില്ല. അയാൾ എന്നെ മരക്കുറ്റിയിൽ നിന്ന് തള്ളി മാറ്റിയിട്ടു ചോദിച്ചു:

"നീ എന്തിനാണിവിടെ ചുറ്റിപ്പറ്റി നിൽക്കുന്നത്?"

"സംഗീതം കേൾക്കാൻ..." ഞാൻ വ്യക്തമാക്കി.

"വേറൊന്നും വേണ്ടേ? സ്ഥലം വിട്!"

ഞാൻ വേഗം ആ ബ്ലോക്കിന് ഒരു ചുറ്റു ചുറ്റിയിട്ട് ആ വീടിന്റെ മുമ്പിൽ തിരിച്ചുവന്നു. പക്ഷെ സംഗീതം നിലച്ചിരുന്നു. കിളി വാതിലിലൂടെ നിരത്തിലേക്കൊഴുകിവന്ന ആഹ്ലാദഭരിതമായ ശബ്ദകോലാഹലങ്ങൾ കുറച്ചുമുമ്പ് കേട്ട വിഷാദനിർഭരമായ സംഗീതത്തിൽനിന്നു തുലോം വിഭിന്നമായിരുന്നു. ഞാനതു സ്വപ്നത്തിൽ കേട്ടതാണോ എന്നുപോലും തോന്നിപ്പോയി.

ഏതാണ്ടെല്ലാ ശനിയാഴ്ചയും ഞാൻ ആ വീടിന്റെ മുമ്പിലെത്തുമായിരുന്നു. എന്നാൽ വസന്തത്തിലൊരു ദിവസം മാത്രമേ ഞാൻ സെല്ലോയിൽനിന്നുള്ള സംഗീതം വീണ്ടും കേട്ടുള്ളൂ. ഏതാണ്ടു പാതിരാവരെ അത് അനുസ്യൂതം ഒഴുകിക്കൊണ്ടിരുന്നു. വീട്ടിൽ മടങ്ങിവന്നപ്പോൾ എനിക്ക് അടികിട്ടി.

ഹേമന്തനക്ഷത്രങ്ങൾക്കു കീഴെ വിജനങ്ങളായ തെരുവുകളിലൂടെയുള്ള എന്റെ ഈ രാത്രി സഞ്ചാരങ്ങൾ വളരെയേറെ വിജ്ഞാനപ്രദമായിരുന്നു. ഞാൻ മനപ്പൂർവ്വം നഗരപ്രാന്തത്തിലുള്ള തെരുവുകൾ

തിരഞ്ഞെടുത്തു. പ്രധാന വീഥികളിൽ ധാരാളം വിളക്കുകളുണ്ടായിരുന്നു. യജമാനന്റെ കൂട്ടുകാരാരെങ്കിലും എന്നെ കാണാനിടയായാൽ ഞാൻ പള്ളിയിൽ പോയില്ലെന്ന കാര്യം പുറത്താവും. പോരെങ്കിൽ മദ്യപാനികളുടേയും പോലീസുകാരുടേയും തെരുവുവേശ്യകളുടേയും ശല്യവുമുണ്ട്. ദൂരെയുള്ള തെരുവുകളിൽ താഴത്തെ നിലയിലെ ജനാലകളിലൂടെ അകത്തു നോക്കാം—അവയിൽ മഞ്ഞുറഞ്ഞുകൂട്ടുകയോ അകത്തുനിന്ന് കർട്ടനിടുകയോ ചെയ്തിട്ടില്ലെങ്കിൽ.

ആ ജാലകങ്ങളിലൂടെ ഞാൻ എന്തെല്ലാം രംഗങ്ങൾ കണ്ടിരിക്കുന്നു. ആളുകൾ പ്രാർത്ഥിക്കുന്നത്, ചുംബിക്കുന്നത്, അടികൂടുന്നത്. ചീട്ടുകളിക്കുന്നത്. ഒച്ചവയ്ക്കാതെ ഗൗരവമേറിയ സംഭാഷണത്തിൽ മുഴുകിയിരിക്കുന്നത്—എല്ലാം ഞാൻ കണ്ടിട്ടുണ്ട്. തെരുവിലെ ചിത്രപ്പെട്ടിയുടെ പഴുതിലൂടെ കാണുന്നതുപോലുള്ള മൂകമായൊരു മത്സ്യജീവിതം എന്റെ കൺമുമ്പിൽ ചുരുൾ നിവർന്നു.

ഒരു നിലവറയിലെ ജനാലയിലൂടെ ഞാൻ ഒരിക്കൽ രണ്ടു സ്ത്രീകൾ മേശയ്ക്കരികിലിരിക്കുന്നതു കണ്ടു. ഒരുവൾ തീരെ ചെറുപ്പമാണ്. അപരയ്ക്ക് അല്പം കൂടി പ്രായം വരും. എതിരെ മുടി നീട്ടിയ ഒരു വിദ്യാർത്ഥി കയ്യും കലാശവും കാട്ടി ഏതോ പുസ്തകം വായിച്ചുകേൾപ്പിക്കുന്നുണ്ട്. പ്രായം കുറഞ്ഞവൾ കർക്കശഭാവത്തിൽ നെറ്റിചുളിച്ചുകൊണ്ട് ദത്തശ്രദ്ധയായി കസേരയിൽ ചാരിയിരിക്കുന്നു. മറ്റേ സ്ത്രീ—പൂടപോലെ പൊങ്ങിയ മുടിയോടുകൂടിയ ഒരു കൃശഗാത്രി—പെട്ടെന്ന് കൈ കൊണ്ട് മുഖം പൊത്തി വിതുമ്മിക്കരഞ്ഞു. വിദ്യാർത്ഥി പുസ്തകം താഴെയിട്ടു. ചെറുപ്പക്കാരി മുറിയിൽ നിന്നോടിപ്പോയപ്പോൾ അയാൾ കൃശഗാത്രിയുടെ മുമ്പിൽ മുട്ടുകുത്തി നിന്ന് അവളുടെ കൈകളിൽ ചുംബിക്കാൻ തുടങ്ങി.

മറ്റൊരു ജനാലയിലൂടെ നോക്കിയപ്പോൾ ദീക്ഷ വളർത്തിയ ഒരു ഭീമകായൻ ചുവന്ന ബ്ലൗസു ധരിച്ച ഒരു സ്ത്രീയെ മടിയിലിരുത്തി കൊച്ചു കുട്ടിയെപ്പോലെ ആട്ടുന്നതു കണ്ടു. അയാൾ പാടുന്നുമുണ്ടായിരിക്കണം. കാരണം, അയാൾ വാപൊളിക്കുന്നതും കണ്ണുരുട്ടുന്നതും കാണാം. ആ സ്ത്രീ കുലുങ്ങിച്ചിരിക്കുന്നു. അയാളുടെ കൈകളിൽ മലർന്നു കിടന്നുകൊണ്ട് വായുവിൽ കാലിട്ടടിക്കുന്നു. അയാൾ അവരെ വലിച്ചു നേരെയിരുത്തിയിട്ട് വീണ്ടും പാടുന്നു. അവർ വീണ്ടും ചിരിക്കുന്നു. ഞാൻ ദീർഘനേരം അവരെ നോക്കി നിന്നു. അവരുടെ ഉല്ലാസപ്രകടനം രാത്രി മുഴുവൻ നീണ്ടുനിൽക്കുമെന്നു ബോദ്ധ്യമായപ്പോൾ ഞാൻ അവിടന്നു നടന്നു.

ഇത്തരം പല കാഴ്ചകളും എന്റെ ഓർമ്മയിൽ മായാതെ കിടപ്പുണ്ട്. പലപ്പോഴും അവയിൽ മതിമറന്നു ഞാൻ വീട്ടിലെത്താൻ വൈകും. വീട്ടുകാർക്കു സംശയം തോന്നും. അവർ എന്നെ ചോദ്യം ചെയ്യും:

"നീ ഏതു പള്ളിയിലാണ് പോയത്? ഏത് അച്ചനാണ് പ്രാർത്ഥന ചൊല്ലിയത്?"

അവർക്ക് പട്ടണത്തിലെ എല്ലാ പാതിരിമാരേയും അറിയാം. വേദപുസ്തകത്തിന്റെ ഏതു ഭാഗം എന്നു വായിക്കുമെന്നും അറിയാം. അതുകൊണ്ട് ഞാൻ നുണ പറഞ്ഞാൽ അവർക്ക് പിടികൂടാൻ എളുപ്പമാണ്.

മുത്തച്ഛന്റെ ദൈവത്തെയാണ്, ഭയഭീതിയോടെ വീക്ഷിക്കപ്പെടണമെന്ന് ആവശ്യപ്പെടുന്ന ഉഗ്രമൂർത്തിയെയാണ്, പെണ്ണുങ്ങൾ രണ്ടുപേരും ആരാധിച്ചത്. ആ ദൈവത്തിന്റെ പേർ എപ്പോഴും അവരുടെ നാവിൻ തുമ്പത്തുണ്ടായിരുന്നു. വഴക്കടിക്കുമ്പോൾ പോലും അവർ പരസ്പരം അട്ടഹസിക്കും:

"നോക്കിക്കോ! ദൈവം നിന്നെ ശിക്ഷിക്കും! കശക്കിഞെരിക്കും!"

നൊയമ്പുകാലത്തെ ആദ്യത്തെ ഞായറാഴ്ച വൃദ്ധ അപ്പം ചുട്ടപ്പോൾ അപ്പമെല്ലാം ചട്ടിയിൽ ഒട്ടിപ്പിടിച്ചു. തീയുടെ ചൂടേറ്റ് മുഖം ചുവന്ന അവർ രോഷാകുലയായി അട്ടഹസിച്ചു:

"നാശം!"

പെട്ടെന്ന്, അവർ ചട്ടി മണത്തുനോക്കി. അവരുടെ മുഖം കറുത്തു. ചട്ടി നിലത്തെറിഞ്ഞിട്ട് അവർ നിലവിളിച്ചു:

"കർത്താവേ! ചട്ടി അശുദ്ധമാണ്! അതിൽ കൊഴുപ്പ് പറ്റിയിരിക്കുന്നു. ഞാനത് പവിത്രതിങ്കളാഴ്ച കരിച്ച് ശുദ്ധമാക്കിയില്ല. ദൈവമേ!"

അവർ മുട്ടിൽ വീണ് കണ്ണുനീരോടെ യാചിച്ചു:

"കർത്താവേ! ഈ പാപിയോടു പൊറുക്കണേ! കനിവു കാട്ടണേ! വിഡ്ഢിയായ ഈ കിളവിയെ ശിക്ഷിക്കരുതേ!"

അശുദ്ധമാക്കപ്പെട്ട അപ്പങ്ങൾ പട്ടിക്കു കൊടുത്തു. ചട്ടി കരിച്ച് ശുദ്ധമാക്കി. പക്ഷെ അന്നത്തേതിനുശേഷം കൊച്ചെജമാനത്തി വൃദ്ധയെ ആ സംഭവം ഓർമ്മിപ്പിച്ചുകൊണ്ടിരുന്നു.

"നൊയമ്പുകാലത്ത് ശുദ്ധമാക്കാത്ത ചട്ടിയിൽ അപ്പം ചുട്ടവരാണു നിങ്ങൾ!" ശണ്ഠ കൂടുമ്പോഴെല്ലാം അവർ പറയും.

അവരുടെ എല്ലാ കുടുംബകാര്യങ്ങളിലേക്കും, അവരുടെ ജീവിതത്തിന്റെ എല്ലാ ഇരുണ്ട കോണുകളിലേക്കും, അവർ ദൈവത്തെ വലിച്ചിഴച്ചുകൊണ്ടുവന്നു. ഇത് അവരുടെ ശോച്യജീവിതത്തിന് പുറമേയ്ക്ക് ഒരു അർത്ഥവും പ്രാധാന്യവും പകർന്നുകൊടുത്തു. അവർ ഏതോ ഉന്നതശക്തിയെ സേവിക്കുന്നതിന് ഓരോ നിമിഷവും

ഉഴിഞ്ഞുവച്ചിരിക്കുകയാണെന്നു തോന്നി. ഓരോ നിസ്സാരകാര്യത്തിലേക്കും ദൈവത്തെ വലിച്ചിഴയ്ക്കുന്ന അവരുടെ സ്വഭാവം എന്നിലേക്കും പകർന്നു. ഞാൻ അറിയാതെ മുറിയുടെ മൂലകളിലേക്കു നോക്കിപ്പോകും. ഏതോ അദൃശ്യനേത്രം എന്നെ നിരീക്ഷിക്കുകയാണെന്ന് എനിക്കു തോന്നും. രാത്രിയിൽ ഭീതിയുടെ തണുത്ത പിടിയിൽ ഞാൻ അമരും. ഇരുണ്ട വിശുദ്ധരൂപങ്ങളുടെ മുമ്പിൽ കെടാവിളക്ക് എരിയുന്ന അടുക്കളക്കോണിൽനിന്നാണ് ആ ഭീതി പ്രസരിക്കുന്നത്. വിശുദ്ധരൂപങ്ങൾ വച്ചിട്ടുള്ള തട്ടിനരികിൽ ഒരു കടത്തുകാൽകൊണ്ടു വേർതിരിച്ച രണ്ടു ചട്ടങ്ങളോടുകൂടിയ വലിയൊരു ജനാലയുണ്ട്. ജനാലയ്ക്കപ്പുറത്തുള്ളത് നീലിമയാർന്ന അപാരശൂന്യതയാണ്. വീടും അടുക്കളയും ഞാനുൾപ്പെടെ സർവ്വതും ആ ശൂന്യതയുടെ വക്കത്തു നിൽക്കുകയാണെന്നും അല്പമൊന്നനങ്ങിയാൽ വെള്ളത്തിലെറിയുന്ന കല്ലുപോലെ എല്ലാം കൂടി ആ തണുത്ത നീലക്കയത്തിലേക്ക്, നിശ്ശബ്ദനിർജ്ജീവ മൂകതയിലേക്ക്, അടിതെറ്റി വീഴുമെന്നും തോന്നും. ഭയാനകമായ ലോകാവസാനവും കാത്ത് ഞാൻ പേടിച്ചു വിറങ്ങലിച്ച് മെത്തയിൽ ദീർഘനേരം അനങ്ങാതെ കിടക്കും.

ആ ഭയം എങ്ങിനെ എന്നെ വിട്ടുമാറിയെന്ന് ഓർക്കുന്നില്ല. എങ്കിലും അത് താമസിയാതെ വിട്ടുമാറുകതന്നെ ചെയ്തു. മുത്തശ്ശിയുടെ ദയാപരനായ ദൈവം എന്നെ ഇക്കാര്യത്തിൽ സഹായിച്ചെന്നു പറയേണ്ടതില്ലല്ലോ. മാത്രമല്ല, ലളിതമായ ഒരു സത്യം അന്നുപോലും എനിക്കനുഭവപ്പെട്ടിരുന്നു: ഞാൻ കുറ്റമൊന്നും ചെയ്തിട്ടില്ല. നിരപരാധിയാണെങ്കിൽ എന്നെ ശിക്ഷിക്കാൻ ഒരു നിയമവുമില്ല. മറ്റുള്ളവരുടെ പാപങ്ങൾക്ക് ഞാൻ ഉത്തരവാദിയല്ലല്ലോ.

ഞാൻ പ്രഭാതപ്രാർത്ഥനയ്ക്കും പോയില്ല—വിശേഷിച്ചും വസന്തത്തിൽ. വസന്തത്തിന്റെ അപ്രതിഹതശക്തി എന്നെ പള്ളിയിലേക്കു അടുപ്പിച്ചില്ല. അൾത്താരയിൽ മെഴുകുതിരി കത്തിച്ചുവയ്ക്കാൻ എന്നെ പണമേല്പിച്ചിട്ടുണ്ടെങ്കിൽ എന്നെ മഷിയിട്ടു നോക്കിയാൽ കാണില്ല. ഞാൻ അതു കൊടുത്ത് എല്ലിൻമുട്ടികൾ വാങ്ങി പ്രാർത്ഥനയുടെ സമയം മുഴുവൻ "ബാബ്കി" കളിക്കും. വീട്ടിലെത്തുമ്പോൾ നേരം വൈകും. ഒരു ദിവസം ഞാൻ തിരുവത്താഴ അപ്പത്തിനും പരേതാത്മാക്കൾക്കു വേണ്ടിയുള്ള പ്രാർത്ഥനയ്ക്കുമായി ഏല്പിച്ച പത്തു കോപ്പെക്കു മുഴുവനും ധൂർത്തടിച്ചു. അതുകൊണ്ട് അൾത്താരയിൽ നിന്നു ചെമ്മാച്ചൻ കൊണ്ടുവന്ന തട്ടത്തിൽ നിന്ന് മറ്റാരുടേയോ അപ്പം എടുക്കേണ്ടിവന്നു.

കളിക്കാൻ എനിക്ക് ഒടുങ്ങാത്ത കൊതിയായിരുന്നു. ഞാൻ ക്ഷീണം മറന്നു കളിച്ചു. എനിക്ക് നല്ല കരുത്തും ചുറുചുറുക്കുമുണ്ടായിരുന്നു.

താമസിയാതെ പന്തുകളിയിലും എല്ലിൻ മുട്ടികൊണ്ടുള്ള കളിയിലുമുള്ള എന്റെ പ്രാവീണ്യം ആ പ്രദേശത്താകെ പരന്നു.

നൊയമ്പുകാലത്ത് എന്നോട് തിരുവത്താഴകൂദാശയ്ക്ക് ഒരുങ്ങാൻ പറഞ്ഞു. ഞാൻ കുമ്പസാരത്തിന് അയൽപക്കത്തുള്ള ദൊറിമെദോന്ത് പൊക്രോവ്സ്കി അച്ചന്റെ അടുത്തു ചെന്നു. വലിയ ഗൗരവക്കാരനായി ട്ടാണ് ഞാൻ അദ്ദേഹത്തെ കരുതിപ്പോന്നത്. ഞാൻ അദ്ദേഹത്തോട് പല കൊള്ളരുതായ്മയും കാട്ടിയിട്ടുണ്ട്: അദ്ദേഹത്തിന്റെ തോട്ടത്തിലെ മണ്ഡപത്തിനുനേരെ കല്ലെറിയുകയും, അദ്ദേഹത്തിന്റെ കുട്ടികളോടു വഴക്കിടുകയുമൊക്കെ ചെയ്തിട്ടുണ്ട്. പൊതുവിൽ പറഞ്ഞാൽ, അദ്ദേ ഹത്തിന്റെ അപ്രീതിക്കിടനൽകിയ എന്റെ പല കുറ്റങ്ങളും അദ്ദേഹം എന്നെ ഓർമ്മിപ്പിക്കാൻ മതി. മിടിക്കുന്ന ഹൃദയവുമായി ആ ഇരുളടഞ്ഞ കൊച്ചു പള്ളിയിൽ കുമ്പസാരത്തിനുള്ള എന്റെ മുറയും കാത്തുനിൽക്കു മ്പോൾ അതെല്ലാം ഞാൻ ഓർത്തു.

എന്നാൽ സൗമനസ്യമാർന്ന ആശ്ചര്യപ്രകടനത്തോടെയാണ് അദ്ദേഹം എന്നെ സ്വീകരിച്ചത്.

“ആരിത്? നമ്മുടെ അയൽക്കാരനോ!... ശരി, മുട്ടുകുത്തി നിൽക്ക്! പാപങ്ങൾ ഏറ്റുപറ!”

കനത്ത ഒരു വില്ലൂസുകഷ്ണം കൊണ്ട് അദ്ദേഹം എന്റെ തല മൂടി. മെഴു കിന്റേയും കുന്തിരിക്കത്തിന്റെയും ഗന്ധം എന്നെ വീർപ്പുമുട്ടിച്ചു. പറയാൻ മടിച്ച വാക്കുകൾ ഉച്ചരിക്കാൻ ഞാൻ വിഷമിച്ചു.

“മൂത്തവരെ അനുസരിക്കാറുണ്ടോ?”

“ഇല്ല.”

“പറ: ഞാൻ പാപം ചെയ്തവനാണ്.”

ഞാൻ ഓർക്കാതെ പറഞ്ഞുപോയി:

“ഞാൻ തിരുവത്താഴ അപ്പം കട്ടെടുത്തു.”

“എന്താ പറഞ്ഞത്? എവിടെവച്ച്?” അല്പനേരം ആലോചിച്ച ശേഷം അച്ചൻ ബദ്ധപ്പെടാതെ ചോദിച്ചു.

“മൂന്നു പുണ്യവാളന്മാരുടെ പള്ളിയിൽ, പൊക്രോവ് പള്ളിയിൽ, നിക്കൊലാ പള്ളിയിൽ...”

“എന്ത്? എല്ലാ പള്ളികളിലുമോ? അതു നല്ലതല്ല, കുഞ്ഞേ അതു പാപമാണ്. മനസ്സിലായോ?”

“ ഉവ്വ്.”

“പറ: പാപം ചെയ്യു! എടാ മണ്ടച്ചാരേ, നീ തിന്നാനാണോ കട്ടത്?”

“ചിലപ്പോൾ ഞാൻ തിന്നിട്ടുണ്ട്. ചിലപ്പോൾ പന്തുകളിയിൽ തോറ്റ് കയ്യിലുള്ള പണം മുഴുവനും പോകും. തിരുവത്താഴത്തിന്റെ അപ്പം വീട്ടിൽ കൊണ്ടുകൊടുത്തേ പറ്റൂ. അതുകൊണ്ട് മോഷ്ടിക്കും.”

ദൊറിമെദോന്ത് അച്ചൻ അവ്യക്തമായി എന്തോ പിറുപിറുത്തു. ഏതാനും ചോദ്യങ്ങൾ കൂടി ചോദിച്ച ശേഷം അദ്ദേഹം പെട്ടെന്ന് പരുഷമായി ചോദിച്ചു:

“രഹസ്യമായി അടിച്ചിറക്കുന്ന പുസ്തകങ്ങൾ വല്ലതും നീ വായിച്ചിട്ടുണ്ടോ?”

എനിക്ക് ചോദ്യം മനസ്സിലായില്ല. ഞാൻ ചോദിച്ചു:

“എന്താ?”

“നിയമവിരുദ്ധപുസ്തകങ്ങൾ വല്ലതും നീ വായിച്ചിട്ടുണ്ടോ എന്നാണു ചോദിച്ചത്.”

“ഇല്ല, വായിച്ചിട്ടില്ല.”

“ശരി, നിന്റെ പാപങ്ങൾ പൊറുത്തിരിക്കുന്നു. എണീക്ക്!”

ഞാൻ അദ്ദേഹത്തിന്റെ മുഖത്തേക്ക് അത്ഭുതത്തോടെ നോക്കി. ആ മുഖം കരുണാർദ്രവും ചിന്താധീനവുമായിരുന്നു. ഞാൻ ലജ്ജിച്ചു. കുമ്പസാരിക്കാൻ വിടുമ്പോൾ പേടിച്ച് എല്ലാ പാപങ്ങളും ഏറ്റുപറയാൻ വേണ്ടി യജമാനത്തി എന്നെ ഭയാനകമായ പലതും പറഞ്ഞുധരിപ്പിച്ചിരുന്നു.

“ഞാൻ നിങ്ങളുടെ മണ്ഡപത്തിനു കല്ലെറിഞ്ഞിട്ടുണ്ട്,” ഞാൻ പറഞ്ഞു.

അച്ചൻ തല പൊക്കി.

“അതും നല്ലതല്ല! ഉം, പൊക്കോ!”

“പട്ടിയേയും എറിഞ്ഞു.”

“അടുത്തയാൾ വരട്ടെ!” എന്റെ പിന്നിലേക്കു കണ്ണുപായിച്ചു കൊണ്ട് ദൊറിമെദോന്ത് അച്ചൻ പറഞ്ഞു.

എന്നെ അപമാനിക്കുകയും കബളിപ്പിക്കുകയും ചെയ്തിരിക്കുന്നു വെന്ന ചിന്തയോടെ ഞാൻ അവിടന്നിറങ്ങിപ്പോന്നു. അത്രയേറെ സംഭ്രമത്തോടെയാണ് ഞാൻ കുമ്പസാരത്തിനു ചെന്നത്. എന്നിട്ടോ, ഭയാനകമല്ലെന്നതോ പോകട്ടെ, അതു രസകരം പോലുമല്ലെന്നു വന്നിരിക്കുന്നു. രഹസ്യപുസ്തകങ്ങളെക്കുറിച്ചുള്ള ചോദ്യമാണ് ആകെക്കൂടി രസകരമായിട്ടുണ്ടായിരുന്നത്. നിലവറയിൽ വച്ച് സ്ത്രീകളെ പുസ്തകം

വായിച്ച കേൾപ്പിച്ച വിദ്യാർത്ഥിയെ ഞാനോർത്തു. "നല്ല കാര്യ" ത്തേയും ഞാനോർത്തു. ദുർഗ്രഹങ്ങളായ ചിത്രങ്ങളോടു കൂടിയ കറുത്തു തടിച്ച പല പുസ്തകങ്ങളും അയാളുടെ പക്കലുമുണ്ടായിരുന്നു.

പിറ്റേന്ന് പതിനഞ്ചു കോപ്പെക്കും തന്ന് എന്നെ തിരുവത്താഴ കൂദാശയ്ക്കയച്ചു. ആ വർഷം ഈസ്റ്റർ പതിവിലും വൈകിയായിരുന്നു. മഞ്ഞ് ഉരുകിക്കഴിഞ്ഞിരുന്നു. നിരത്തുകൾ ഉണങ്ങിക്കഴിഞ്ഞിരുന്നു. അവയുടെ മീതെ പൊടിപടലങ്ങൾ പാറിനടന്നു. ഉല്ലാസകരമായ തെളിഞ്ഞ ദിവസം.

പള്ളിമതിലിനടുത്ത് കുറെ പണിക്കാർ വാശിപിടിച്ച് എല്ലിൻ മുട്ടികൾ കൊണ്ടു കളിക്കുകയാണ്. പള്ളിയിൽ പോകുന്നത് പിന്നീടാകാമെന്നു ഞാൻ തീരുമാനിച്ചു.

"കളിയിൽ എന്നേയും കൂട്ടാമോ?" ഞാൻ ചോദിച്ചു.

"ഒരു കളിക്ക് ഒരു കോപ്പെക്ക്," മുഖത്ത് വസൂരിക്കലയുള്ള ഒരു ചുവന്ന മുടിക്കാരൻ ഗമയോടെ അറിയിച്ചു.

ഗമ ഒട്ടും കുറയ്ക്കാതെ ഞാൻ പറഞ്ഞു:

"ഇടത്തുനിന്ന് രണ്ടാമത്തെ മുട്ടിക്ക് ഞാൻ മൂന്നു കോപ്പെക്കു പന്തയം വയ്ക്കാം."

"പണം കാണട്ടെ."

അങ്ങിനെ കളി തുടങ്ങി.

ഞാൻ കയ്യിലുള്ള പതിനഞ്ച് കോപ്പെക്കു മാറി എന്റെ മുട്ടിക്ക് മൂന്നു കോപ്പെക്ക് പന്തയം വച്ചു. അതിൽ എറിഞ്ഞുകൊള്ളിക്കുന്നവന് ആ പണം കിട്ടും. ഉന്നം പിശകുന്നവൻ എനിക്കു മൂന്നു കോപ്പെക്കു തരണം. ഭാഗ്യം എന്റെ ഭാഗത്തായിരുന്നു. രണ്ട് പേർ എറിഞ്ഞു. രണ്ടു പേർക്കും ഉന്നം തെറ്റി. മുതിർന്നയാൾക്കാരിൽ നിന്ന് ഞാൻ ആറു കോപ്പെക്കു സമ്പാദിച്ചിരിക്കുന്നു! എനിക്കു കൂടുതൽ ഉഷാറായി.

"അവനെ സൂക്ഷിക്കണം. അല്ലെങ്കിൽ കിട്ടിയ കാശും കൊണ്ട് കടന്ന് കളയും." കളിക്കാരിലൊരുവൻ പറഞ്ഞു. എനിക്കതു പിടിച്ചില്ല. ഞാൻ പടഹമടിക്കും പോലെ വിളിച്ചുപറഞ്ഞു:

"ഇടത്തെ അറ്റത്തെ മുട്ടിക്ക് ഒമ്പതു കോപ്പെക്ക്!"

മറ്റു കളിക്കാർ അതു കേട്ട് കുലുങ്ങിയില്ല. എന്റെ സമപ്രായക്കാരനായ ഒരു ബാലൻ മാത്രം മുന്നറിയിപ്പ് നൽകി:

"അവനെ സൂക്ഷിക്കണം! ഭാഗ്യമുള്ള ചെകുത്താനാണ്. എനിക്കവനെ അറിയാം."

“ചെകുത്താനാണെന്നാണോ? അതൊന്നു കാണണമല്ലൊ!” തോൽപ്പണിക്കാരന്റെ മണമുതിർത്ത ചടച്ചുണങ്ങിയ ഒരുത്തൻ പറഞ്ഞു.

അയാൾ സൂക്ഷിച്ച് ഉന്നം പിടിച്ചിട്ട് എന്റെ മുട്ടിയിൽ എറിഞ്ഞുകൊള്ളിച്ചു.

“ഇപ്പോഴെന്തു പറയുന്നു?”

“വലത്തെ അറ്റത്തെ മുട്ടിക്കു മൂന്നു കോപ്പെക്ക്,” ഞാൻ പറഞ്ഞു.

“അതും ഞാൻ അടിച്ചെടുക്കും.” അയാൾ വീമ്പടിച്ചു. പക്ഷെ ഇത്തവണ അയാൾക്ക് ഉന്നം പിഴച്ചു.

ഒരാൾ അടുപ്പിച്ച് മൂന്നു തവണയിൽ കൂടുതൽ വാതുവയ്ക്കാൻ പാടില്ലെന്നാണ് ചട്ടം. ഞാൻ മറ്റുള്ളവരുടെ പണം കൊണ്ടു വാതുവച്ച് നാലു കോപ്പെക്കു കൂടി സമ്പാദിച്ചു. പക്ഷെ വീണ്ടും എന്റെ ഊഴം വന്നപ്പോൾ കയ്യിലുള്ളതു മുഴുവനും നഷ്ടപ്പെട്ടു. പള്ളിയിലെ കുർബാന തീർന്ന സമയത്താണ് അതു സംഭവിച്ചത്. പള്ളിമണിയടിച്ചു. ആളുകൾ പള്ളിയിൽ നിന്നിറങ്ങിവരാൻ തുടങ്ങി.

“എന്താ മതിയായോ?” എന്നു ചോദിച്ചുകൊണ്ട് തോൽപ്പണിക്കാരൻ എന്റെ മുടിക്കു കടന്നുപിടിക്കാൻ തുടങ്ങിയെങ്കിലും ഞാൻ ഓടിപ്പോയി. ഭംഗിയായി വസ്ത്രധാരണം ചെയ്ത ഒരു ചെറുപ്പക്കാരന്റെ അടുത്തേക്ക് ഓടിച്ചെന്നുകൊണ്ട് ഞാൻ സവിനയം ചോദിച്ചു:

“കുർബാന കൂടിയോ?”

“അറിഞ്ഞിട്ടെന്തു വേണം?” അയാൾ സംശയദൃഷ്ടിയോടെ തിരിച്ചു ചോദിച്ചു.

കുർബാനകൊണ്ടതെങ്ങിനെ, അച്ചൻ എന്തു പറഞ്ഞു, കുർബാന കൊള്ളുന്നയാൾ എന്തു ചെയ്തു, എന്നെല്ലാം ഞാൻ അന്വേഷിച്ചു.

ആ ചെറുപ്പക്കാരൻ തല കുനിച്ചുപിടിച്ചുകൊണ്ട് എന്റെ നേരെ മൂരിക്കാളയെപ്പോലെ അമറി:

“എടാ, ദൈവനിഷേധി! നീ കുർബാനകൊള്ളാതെ ഒളിച്ചോടി, അല്ലേ? ഞാൻ നിനക്കു യാതൊന്നും പറഞ്ഞുതരില്ല. നിന്റെ അച്ഛൻ നിനക്കു നല്ല പിട വച്ചു തരട്ടെ!”

ഞാൻ വീട്ടിലേക്കോടിപ്പോയി. അവർ ചോദ്യം ചെയ്തുതുടങ്ങുമെന്നും ഞാൻ കുർബാന കൊള്ളാത്ത കാര്യം അറിയുമെന്നും എനിക്കു തീർച്ചയുണ്ടായിരുന്നു.

പക്ഷെ എന്നെ അനുമോദിച്ചശേഷം കിളവി ഒരൊറ്റ ചോദ്യമേ ചോദിച്ചുള്ളൂ.

"നീ ചെമ്മാച്ചന് എന്തു കൊടുത്തു?"

"അഞ്ചു കോപ്പെക്ക്," ഞാൻ എടുത്ത വായ്ക്ക് പറഞ്ഞു.

"മൂന്നു കോപ്പെക്കു മതിയായിരുന്നു. ബാക്കി ഏഴു കോപ്പെക്ക് നിനക്കെടുക്കാമായിരുന്നു. മരമണ്ടൻ!"

...വസന്തമാണ്! പുതിയ പുതിയ ഉടുപ്പുമണിഞ്ഞുവരുന്ന ഓരോ ദിവസവും മുൻദിവസത്തേക്കാൾ പ്രസന്നമാണ്, പ്രിയംകരമാണ്. ഇളം പുല്ലിൽ നിന്നും പുതുതായി പച്ചയണിഞ്ഞ ബർച്ചുമരങ്ങളിൽ നിന്നും മാദകമായൊരു സുഗന്ധം പ്രസരിക്കുന്നു. പാടത്തു പോയി ഊഷ്മളമായ മണ്ണിൽ മലർന്നുകിടന്നു വാനംപാടിയുടെ പാട്ടു കേൾക്കാൻ എനിക്കു അടക്കാനാവാത്ത മോഹം തോന്നി. എന്നിട്ടോ? ഞാനിവിടെ ശൈത്യകാലവസ്ത്രങ്ങൾ പൊടിതുടച്ചു പെട്ടിയിലൊതുക്കിയും പുകയില ഇടിച്ചുപൊടിച്ചും കസേരാദികളിലെ പൊടി തട്ടിക്കളഞ്ഞും രാവിലെ തൊട്ടു രാത്രിവരെ ഗർഹണീയവും അനാവശ്യവുമായ ജോലികളിൽ മുഴുകിയിരിക്കുകയാണ്.

ഒഴിവുസമയത്ത് ചെയ്യാൻ ഞാൻ ഒന്നും കണ്ടില്ല. ഞങ്ങളുടെ വിരസമായ നിരത്തിൽ എനിക്ക് ആകർഷകമായിട്ടൊന്നുമുണ്ടായിരുന്നില്ല. അതുവിട്ടു പോകാൻ എന്നെ അനുവദിച്ചതുമില്ല. തളർന്നവശരായവരും മുൻകോപികളുമായ തോട്ടവെട്ടുകാർ, അലങ്കോലമായി നടക്കുന്ന പാചകക്കാരികൾ, അലക്കുകാരികൾ— ഇവരെല്ലാമാണ് ഞങ്ങളുടെ അങ്കണത്തിലുള്ളത്. എല്ലാ രാത്രിയിലും അവർ പട്ടികളെപ്പോലെ നാണം കെട്ട രീതിയിൽ ഇണചേർന്നു. എന്റെ കണ്ണ് പൊട്ടിയിരുന്നെങ്കിൽ എന്നു പോലും ഞാൻ ആശിച്ചുപോയിട്ടുണ്ട്. അത്രയ്ക്ക് അറപ്പും വെറുപ്പുമാണ് എനിക്ക് അതിനോടു തോന്നിയത്.

ഞാൻ ഒരു കത്രിയും കുറെ വർണ്ണക്കടലാസുമെടുത്ത് തട്ടുമ്പുറത്തെ മുറിയിലേക്കു പോകും. പല രൂപങ്ങൾ വെട്ടിയെടുത്ത് കഴുക്കോലുകൾ അലങ്കരിക്കും. മടുപ്പ് അല്പമെങ്കിലും കുറഞ്ഞുകിട്ടുമല്ലോ. ആളുകൾ ഇത്രയേറെ കിടന്നുറങ്ങുകയോ ഇത്രയധികം കലഹിക്കുകയോ തങ്ങളുടെ ആവലാതികളുമായി ദൈവത്തെ ഇത്രയേറെ അലട്ടുകയോ കർക്കശമായ അഭിപ്രായ പ്രകടനങ്ങളാൽ മറ്റുള്ളവരെ ഇത്ര സുലഭമായി വേദനിപ്പിക്കുകയോ ചെയ്യാത്ത എങ്ങോട്ടെങ്കിലും ഓടിപ്പോകാനുള്ള ഉൽക്കടമായ മോഹം എന്നെ ആവേശിച്ചു.

ഈസ്റ്ററിനു മുമ്പുള്ള ശനിയാഴ്ച ഒറൻസ്കി മഠത്തിൽ നിന്ന് വ്ളദിമിറിലെ കന്യാമറിയത്തിന്റെ അത്ഭുതസിദ്ധിയുള്ള ആൾരൂപം ഞങ്ങളുടെ പട്ടണത്തിൽ കൊണ്ടുവന്നു. കന്യാമറിയം ജൂൺ പകുതിവരെ

പട്ടണത്തിലെ അതിഥിയായിരിക്കും. അതിനിടയിൽ അവർ ഇടവകയിലെ ഓരോ വീടും സന്ദർശിക്കും.

ഒരു പണി ദിവസം രാവിലെയാണ് അവരെ ഞങ്ങളുടെ വീട്ടിൽ കൊണ്ടുവന്നത്. ഞാൻ അടുക്കളയിലിരുന്ന് പിച്ചളപ്പാത്രങ്ങൾ തേച്ചു മിനുക്കുകയായിരുന്നു. അപ്പോഴാണ് അടുത്ത മുറിയിൽ നിന്ന് കൊച്ചെജമാനത്തിയുടെ ഭയവിഹ്വലമായ വിളി കേട്ടത്:

"പോയി മുൻവശത്തെ കതകു തുറക്ക്! ഒറൻസ്കിയിലെ കന്യാമറിയത്തെ കൊണ്ടുവരികയാണ്!"

മെഴുക്കും ഇഷ്ടികപ്പൊടിയും പറ്റി അഴുക്കായ കൈകളോടെ ഞാൻ താഴത്തേക്ക് ഓടിച്ചെന്ന് കതകു തുറന്നു. ഒരു കയ്യിൽ ദീപവും മറ്റേകയ്യിൽ ധൂപകലശവും പിടിച്ചുകൊണ്ട് ചെറുപ്പക്കാരനായ ഒരു സന്യാസി വാതിൽക്കൽ നിന്നിരുന്നു.

"എത്ര നേരം വേണം!" അയാൾ പിറുപിറുത്തു. "ഒന്നു സഹായിക്ക്."

ഞങ്ങളുടെ പട്ടണത്തിലെ രണ്ടു പേർ നല്ല ഘനമുള്ള ഒരു വിശുദ്ധരൂപവും ചുമന്ന് ഇടുങ്ങിയ കോണി കയറി. എന്റെ തോൾ അതിന്റെ ഒരു മൂലയ്ക്കടിയിൽ വച്ചും അഴുക്കായ കൈകൾ കൊണ്ടു താങ്ങിപ്പിടിച്ചും ഞാൻ അവരെ സഹായിച്ചു. പുറകിൽ കയറി വന്ന കുറെ തടിച്ച സന്യാസിമാർ കനത്ത ശബ്ദത്തിൽ വൈമനസ്യത്തോടെ ഉരുവിട്ടുകൊണ്ടിരുന്നു:

"നന്മ നിറഞ്ഞ മറിയമേ, ഞങ്ങളോടു കനിവു കാട്ടേണമേ..."

"ചെളിപറ്റിയ കൈകൾകൊണ്ടു ചുമന്നതിന് കന്യാമറിയം ദേഷ്യപ്പെട്ട് എന്റെ കൈകൾ ഉണക്കിക്കളയുമായിരിക്കും." ഞാൻ വിമ്മിഷ്ടത്തോടെ ആലോചിച്ചു.

ഒരു മൂലയ്ക്ക് വൃത്തിയുള്ള വിരിപ്പു വിരിച്ചിരുന്ന രണ്ടു കസേരകളിന്മേലായി വിശുദ്ധരൂപം വച്ചു. ചെറുപ്പക്കാരും സുമുഖന്മാരുമായ രണ്ടു സന്യാസിമാർ ഇരുവശത്തും നിന്ന് അതു താങ്ങിപ്പിടിച്ചു. തെളിഞ്ഞ കണ്ണുകളും ഇടതൂർന്ന മുടിയും സന്തോഷം തുളുമ്പുന്ന മുഖവുമെല്ലാം കൂടി അവർ ദൈവദൂതന്മാരെപ്പോലെ ഇരുന്നിരുന്നു.

പ്രാർത്ഥന ആരംഭിച്ചു.

"പരിശുദ്ധദൈവമാതാവേ..." മുടിയുടെ കാടിനിടയിൽ മറഞ്ഞിരുന്ന ചുവന്നുകൊഴുത്ത ചെവിയിൽ തെരുപ്പിടിച്ചുകൊണ്ട് വലിപ്പം കൂടിയ ഒരു പാതിരി തുളച്ചുകയറുന്ന ശബ്ദത്തിൽ പറഞ്ഞു തുടങ്ങി.

"നന്മനിറഞ്ഞ മറിയമേ, ഞങ്ങളോടു കനിവു കാട്ടേണമേ," സന്യാസിമാർ ചുണകെട്ട ശബ്ദത്തിൽ പാടി.

എനിക്കു കന്യാമറിയത്തെ ഇഷ്ടമായിരുന്നു. മുത്തശ്ശിയുടെ കഥകളിൽ കന്യാമറിയമാണ് പാവങ്ങളെ ആശ്വസിപ്പിക്കാൻ വേണ്ടി ഭൂമിയിൽ പൂക്കളും സന്തോഷവും വിതറിയത്, നന്മയും സൗന്ദര്യവുമാർന്ന സർവ്വതും വിതറിയത്. അവരുടെ കൈ മുത്താൻ എന്റെ മുറ വന്നപ്പോൾ, മുതിർന്നവർ എങ്ങിനെ ചെയ്യുന്നുവെന്നു ശ്രദ്ധിക്കാതെ ഞാൻ കമ്പിത ഗാത്രനായി ആ വിശുദ്ധരൂപത്തിന്റെ ചുണ്ടിൽ ചുംബിച്ചു.

ആരുടെയോ ബലിഷ്ഠകരങ്ങൾ എന്നെ കതകിനടുത്തുള്ള മൂലയിലേക്കു പിടിച്ചുതള്ളി. സന്യാസികൾ രൂപം ചുമന്നുകൊണ്ട് ഇറങ്ങിപ്പോയത് ഞാനോർക്കുന്നില്ല. പക്ഷെ യജമാനനും യജമാനത്തിമാരും നിലത്ത് ഞാനിരുന്നതിന്റെ ചുറ്റും നിന്നുകൊണ്ട് എനിക്കെന്തു സംഭവിക്കുമെന്നതിനെപ്പറ്റി ഉൽക്കണ്ഠയോടെ സംസാരിച്ചത് എനിക്കു നല്ല ഓർമ്മയുണ്ട്

"നമുക്ക് അച്ചനോടു ചോദിക്കാം. ഈവക കാര്യങ്ങളെപ്പറ്റി അദ്ദേഹത്തിനാണു നിശ്ചയം," യജമാനൻ പറഞ്ഞു. അയാൾ എന്നെ സൗമ്യമായി ശാസിച്ചു: "നീയൊരു പൊട്ടനാണ്. ചുണ്ടത്ത് ഉമ്മ വയ്ക്കരുതെന്നറിഞ്ഞുകൂടേ? പള്ളിക്കൂടത്തിൽ പഠിച്ചിട്ട് എന്താ വിശേഷം!"

ഞാൻ കുറെ ദിവസം എന്റെ ശിക്ഷയും കാത്ത് കഴിഞ്ഞു. ഞാൻ വിശുദ്ധരൂപം പിടിച്ചത് അശുദ്ധമായ കൈകൾ കൊണ്ടാണ്. മുത്തം കൊടുത്തത് അരുതാത്ത വിധത്തിലാണ്. എന്നെ വെറുതെ വിടില്ല, തീർച്ച.

പക്ഷെ ഞാൻ അറിയാതെ ചെയ്ത പാപങ്ങൾ, അകമഴിഞ്ഞ സ്നേഹം കൊണ്ടു ചെയ്ത പാപങ്ങൾ, കന്യാമറിയം പൊറുത്തെന്നു തോന്നി. നല്ല മനുഷ്യരിൽ നിന്ന് എനിക്ക് സുലഭമായി ലഭിച്ച ദണ്ഡനകൾക്കിടയിൽ കന്യാമറിയത്തിന്റെ ചെറിയ ശിക്ഷ ശ്രദ്ധിക്കപ്പെടാതെ പോയതാവാനും മതി.

കിളവിയെ ചൊടിപ്പിക്കാൻ വേണ്ടി ഞാൻ ഇടയ്ക്ക് സവിനയം പറയും:

"കന്യാമറിയം എന്നെ ശിക്ഷിക്കാൻ മറന്നെന്നാണ് തോന്നുന്നത്."

"വരട്ടെ, നീ കണ്ടോ," അവർ പറയും. "അതിന് ഇനിയും വൈകിയിട്ടില്ല."

ചായ പൊതിഞ്ഞുവരുന്ന ഇളം ചുവപ്പുനിറത്തിലുള്ള കടലാസുകളും ഈയക്കടലാസുകളും ഇലകളും മറ്റും കൊണ്ട് തട്ടിൻപുറത്തെ കഴുക്കോലുകൾ അലങ്കരിക്കുമ്പോൾ ഞാൻ കൽമിക്കുകാർ കുതിരപ്പുറത്തു സഞ്ചരിക്കുന്ന സമയത്തു ചെയ്യാറുള്ളതുപോലെ വായിൽ തോന്നിയത് പള്ളിപ്പാട്ടുകളുടെ രാഗത്തിൽ പാടും.

കയ്യിൽ കത്തിരയുമേന്തി
തട്ടുമ്പുറത്തിരിക്കുന്നു
വർണ്ണക്കടലാസു വെട്ടി
മുറിച്ചിടുന്നു
നായയായി ജനിച്ചെങ്കിൽ
തോന്നുന്നേടത്തോടിപ്പോകാം
ചീത്ത കേട്ടും ദേഷ്യം കണ്ടും
അമ്പേ മടുത്തു.

എന്റെ അലങ്കാരപ്പണികൾ കണ്ട് വൃദ്ധ മുറുമുറുത്തിട്ട് തലകുലുക്കി.

"നിനക്കിതുപോലെ അടുക്കള ഭംഗിയാക്കിയാലെന്താ?" അവർ ചോദിച്ചു.

ഒരു ദിവസം യജമാനൻ തട്ടുമ്പുറത്തു കയറിവന്നു. എന്റെ കരകൗശലം കണ്ട് നെടുതായൊന്നു നിശ്വസിച്ചിട്ട് അയാൾ പറഞ്ഞു:

"നീ വല്ലാത്തൊരുത്തനാണല്ലോ, പെഷ്ക്കോവ്. നീ ആരാവാനാണു പോകുന്നത്? മാജിക്കുകാരനോ? ഒരു പിടിയുമില്ല..."

അയാൾ എനിക്ക് നിക്കൊലായ് ഒന്നാമന്റെ കാലത്തുള്ള വലിയൊരു അഞ്ചുകോപ്പെക്കിന്റെ തുട്ട തന്നു.

ഞാൻ അത് നേർത്ത കമ്പി കെട്ടി എന്റെ വർണ്ണശബളമായ കരകൗശലസാമഗ്രികൾക്കിടയിൽ ഏറ്റവും കാണത്തക്ക ഇടത്ത് മെഡൽ പോലെ തൂക്കിയിട്ടു.

എന്നാൽ പിറ്റേന്നു നോക്കിയപ്പോൾ കോപ്പെക്കുമില്ല, കമ്പിക്കെട്ടുമില്ല. കിളവി അതു മോഷ്ടിച്ചതാണെന്ന് എനിക്ക് തീർച്ചയുണ്ടായിരുന്നു.

V

ആ വസന്തത്തിൽ ഞാൻ ഓടിപ്പോവുകതന്നെ ചെയ്തു. ഒരു ദിവസം രാവിലെ ഞാൻ പ്രാതലിനു റൊട്ടി വാങ്ങാൻ കടയിൽ ചെന്നപ്പോൾ കടക്കാരൻ ഭാര്യയുമായ വഴക്കിനിടയിൽ അവരെ തുലാക്കട്ടികൊണ്ട് നെറ്റിയിലിടിച്ചു. അവർ പുറത്തേക്കോടി നിരത്തിൽ വീണു. ആള് കൂടി. കടക്കാരിയെ വണ്ടിയിലേറ്റി ആശു പത്രിയിൽ കൊണ്ടുപോയി. ഞാൻ വണ്ടിയുടെ പിന്നാലെ ഓടി. എങ്ങിനെയോ ഞാനറിയാതെ തന്നെ ഞാൻ വോൾഗയുടെ കരയി ലെത്തി. കയ്യിൽ ഇരുപതു കോപ്പെക്കുമുണ്ട്

വസന്തദിനം വാത്സല്യപൂർവ്വം പുഞ്ചിരിച്ചു. വിശാലമായ വോൾഗാനദി കരകവിഞ്ഞൊഴുകി. ഭൂതലം വിറയാർന്ന് നീണ്ടുപരന്നു കിടന്നു. ഞാനോ, അതേവരെ ഒരു ചുണ്ടെലിയെപ്പോലെ മാളത്തിൽ കഴിയുകയായിരുന്നു. യജമാനന്റെ അടുത്തേക്ക് ഇനി മടങ്ങുകയില്ലെന്നു ഞാൻ നിശ്ചയിച്ചു. കനാവിനൊയിൽ താമസിക്കുന്ന മുത്തശ്ശിയുടെ അടു ത്തേക്കും പോവുകയില്ല. വാക്കു പാലിക്കാത്തതുകൊണ്ട് ഞാൻ അവരെ നേരിടാൻ ലജ്ജിച്ചു. പോരെങ്കിൽ, മുത്തച്ഛൻ എന്നെ പരിഹസിക്കുകയും ചെയ്യും.

രണ്ടുമൂന്നു ദിവസം ഞാൻ പുഴക്കരയിൽ അലഞ്ഞുതിരിഞ്ഞു നടന്നു. മഹാമനസ്ക്കരായ ചുമട്ടുകാരുടെ കൂടെ ഭക്ഷണം കഴിച്ചു. അവരൊ ന്നിച്ച് ജട്ടികളിൽ കിടന്നുറങ്ങി. അവസാനം അവരിലൊരാൾ പറഞ്ഞു:

"നീ ഇവിടെ കറങ്ങിനടന്നിട്ട് ഒരു ഗുണവുമില്ല. 'ദോബ്രി'യിൽ ചെല്ല്. അവർക്ക് പാത്രം കഴുകാൻ ഒരാളെ വേണം."

ഞാൻ ആ കപ്പലിൽ ചെന്നു. കറുത്ത പട്ടുതൊപ്പി ധരിച്ച ഉയരം കൂടിയ ഒരു താടിക്കാരൻ കണ്ണടച്ചില്ലിലൂടെ കലങ്ങിയ കണ്ണുകൾ എന്റെ നേർക്കു പായിച്ചുകൊണ്ട് ശാന്തസ്വരത്തിൽ പറഞ്ഞു:

"മാസം രണ്ടു റൂബിൾ. പാസ്പോർട്ടു താ."

എനിക്കു പാസ്പോർട്ടില്ലായിരുന്നു. ഒരു നിമിഷം ആലോചിച്ചിട്ട് കന്റീൻ നടത്തിപ്പുകാരൻ പറഞ്ഞു:

"പോയി അമ്മയെ വിളിച്ചുകൊണ്ടു വാ."

ഞാൻ മുത്തശ്ശിയുടെ അടുത്തേക്കോടി. അവർ എന്റെ പ്രവൃത്തി ശരി വയ്ക്കുകയും വാണിജ്യമണ്ഡലത്തിന്റെ ഓഫീസിൽ പോയി എനിക്കൊരു പാസ്പോർട്ട് എടുത്തുതരാൻ മുത്തച്ഛനെ പറഞ്ഞു സമ്മതിപ്പിക്കുകയും ചെയ്തു. മുത്തശ്ശി എന്റെ ഒപ്പം കപ്പലിൽ വന്നു.

"ശരി," ഞങ്ങളെ ഒന്നു നോക്കിയിട്ട് കന്റീൻനടത്തിപ്പുകാരൻ പറഞ്ഞു: "കയറി വാ."

അയാൾ എന്നെ കപ്പലിന്റെ അമരത്തേക്കു കൂട്ടിക്കൊണ്ടു പോയി. അവിടെ വെള്ളക്കോട്ടും വെള്ളത്തൊപ്പിയും ധരിച്ച ഭീമാകാരനായ ഒരു പാചകക്കാരൻ ചായ കുടിക്കുകയും ഒപ്പം തടിച്ചൊരു സിഗററ്റ് വലിക്കുകയും ചെയ്തുകൊണ്ട് മേശയ്ക്കരികിലിരുപ്പുണ്ടായിരുന്നു. കന്റീൻ നടത്തിപ്പുകാരൻ എന്നെ അയാളുടെ അടുത്തേക്കു തള്ളിവിട്ടു.

"പാത്രം കഴുകാനുള്ള പയ്യൻ"എന്നു പറഞ്ഞിട്ട് അയാൾ അപ്പോൾ ത്തന്നെ സ്ഥലം വിട്ടു. പാചകക്കാരൻ മൂക്കുകൊണ്ട് ഒരു ശബ്ദം കേൾപ്പിച്ചു. കറുത്ത മീശരോമങ്ങൾ തെറുത്തുപിടിച്ചുകൊണ്ട് അയാൾ പുറകെ വിളിച്ചുപറഞ്ഞു: "കാശു കുറച്ചു കൊടുത്താൽ മതിയെങ്കിൽ താൻ ചെകുത്താനെവരെ പണിയ്ക്കുവയ്ക്കുന്നവനാണ്."

പറ്റെ വെട്ടിയ കറുത്ത മുടിയാൽ ആവൃതമായ വലിയ തല കോപത്തോടെ പുറകോട്ടുപിടിച്ച്, ഇരുണ്ട കണ്ണുകളാൽ എന്നെ തുറിച്ചുനോക്കിക്കൊണ്ട് അയാൾ അലറി:

"നീയാരാടാ?"

എനിക്കയാളെ അശേഷം ഇഷ്ടപ്പെട്ടില്ല. വേഷം വെളുത്തതാണെങ്കിലും അയാൾ വൃത്തികെട്ടവനാണെന്ന് എനിക്കു തോന്നി. അയാളുടെ കൈവിരലുകൾ രോമാവൃതമായിരുന്നു. വലിയ ചെവികളിൽ നിന്ന് നീണ്ട രോമങ്ങൾ എഴുന്നുനിന്നു. "എനിക്കു വിശക്കുന്നു," ഞാൻ പറഞ്ഞു.

അയാൾ കണ്ണു ചിമ്മി. പെട്ടെന്ന് ആ മുഖത്തെ രൗദ്രഭാവം മാറി. മലർക്കെ വിരിഞ്ഞ പുഞ്ചിരിയിൽ അയാളുടെ തുടുത്ത കവിളിണകൾ അലയലയായി കാതുകളുടെ നേർക്കു പിൻവലിഞ്ഞു. വലിയ

കുതിരപ്പല്ലുകൾ പുറത്തു കണ്ടു. മീശരോമങ്ങൾ മൃദുവായി തൂങ്ങിക്കിടന്നു. അയാളിപ്പോൾ സൗമ്യശീലയായ ഒരു തടിച്ചകൊഴുത്ത കുടുംബിനിയെപ്പോലെ തോന്നിച്ചു.

ഗ്ലാസിൽ ബാക്കിയുണ്ടായിരുന്ന ചായ പുഴയിലേക്കൊഴിച്ചുകളഞ്ഞിട്ട് അയാൾ പുതിയൊരു ഗ്ലാസ് ചായ കൂട്ടി, എച്ചിലാകാത്ത ഒരു മുഴുവൻ ബൺറൊട്ടിയും വലിയൊരു കഷണം സോസേജ്ജും എന്റെ നേരെ നീക്കിവച്ചു.

"തിന്ന്! അച്ഛനമ്മമാരുണ്ടോ? കക്കാനറിയാമോ? പേടിക്കണ്ട, ഇവിടെ സകലരും കള്ളന്മാരാണ്. നിന്നെ പഠിപ്പിച്ചോളും."

കരയുന്ന മട്ടിലാണ് അയാൾ സംസാരിച്ചത്. മുഖം വടിച്ച് നീലിച്ചിരുന്നിരുന്ന അയാളുടെ വലിയ മുഖത്ത് മൂക്കിനടുത്തായി സിരകൾ കൂടിപ്പിണഞ്ഞ് ചുവന്ന ഒരു തഴമ്പുണ്ടായിരുന്നു. ചുവന്നു വീർത്ത മൂക്ക് മീശയിലേക്ക് ഇറങ്ങിക്കിടന്നു. തടിച്ച കീഴ്ച്ചുണ്ട് അവജ്ഞയോടെ തൂങ്ങിക്കിടന്നു. കടവായിൽ ഒരു സിഗററ്റ് പുകഞ്ഞുകൊണ്ടിരുന്നു. കണ്ടിട്ട് കുളിപ്പുരയിൽ നിന്നു കയറിവന്നതേയുള്ളുവെന്നു തോന്നി. കാരണം, ബർച്ചുകമ്പുകളുടേയും മുളകിട്ട ബ്രാൻഡിയുടേയും ഗന്ധം അയാളിൽനിന്നു പ്രസരിച്ചു. കഴുത്തിലും ചെന്നികളിലും വിയർപ്പുമുത്തുകൾ തിളങ്ങി.

ഞാൻ ചായ കുടിച്ചുതീർന്നപ്പോൾ അയാൾ എനിക്ക് ഒരു റൂബിളെടുത്തു തന്നു.'

"ഓടിപ്പോയി നിനക്ക് രണ്ട് ഏപ്രൺ വാങ്ങിക്കൊണ്ടു വാ. അല്ലെങ്കിൽ വേണ്ട. ഞാൻ തന്നെ വാങ്ങാം."

തലയിലെ തൊപ്പി നേരെ വച്ചതിനുശേഷം അയാൾ കരടിയെപ്പോലെ പാദങ്ങൾ നിലത്തുരച്ചുകൊണ്ട് കപ്പൽത്തട്ടിലൂടെ കുലുങ്ങിക്കുലുങ്ങി നടന്നു.

... നേരം രാത്രി. തെളിഞ്ഞു ശോഭിക്കുന്ന ചന്ദ്രബിംബം ആവിക്കപ്പലിനടുത്തുനിന്ന് ഇടതുവശത്തെ പുൽപ്പരപ്പുകളുടെ നേരെ പായുന്നു. പുകക്കുഴലിന്മേൽ വെളുത്ത വൃത്തങ്ങളുള്ള ഞങ്ങളുടെ പഴക്കംചെന്ന തവിട്ടുനിറത്തിലുള്ള ആവിക്കപ്പൽ രജതാഭമായ ജലപ്പരപ്പിനു മീതേകൂടി അലസമായി തുഴകളിളക്കി നീങ്ങുകയാണ്. ഇരുൾ മൂടിയ നദീതീരങ്ങൾ അതിനെ എതിരേൽക്കാൻ നിഴൽ വിരിച്ചുകൊണ്ട് മെല്ലെ ഒഴുകിവരുന്നു. കുടിലുകളിലെ ജനാലകളിൽ നിന്നുള്ള വെളിച്ചങ്ങൾ അതിൽ പൊട്ടുകുത്തുന്നു. ഗ്രാമത്തിൽനിന്നു പാട്ടു കേൾക്കാം. പെൺകുട്ടികൾ സംഘഗാനം പാടുകയാണ്. "ആയ് ലുലി" എന്ന പല്ലവിക്ക് "ഹല്ലെലൂയാ"യുടെ ധ്വനിയുണ്ട്.

നീളമുള്ള ഒരു വടം കെട്ടി ഒരു പത്തേമാരിയേയും വലിച്ചുകൊണ്ടാണ് ഞങ്ങളുടെ കപ്പൽ നീങ്ങുന്നത്. പത്തേമാരിക്കും തവിട്ടുനിറമാണ്. അതിന്റെ തട്ടിന്മേൽ വലിയൊരു ഇരുമ്പുകൂട്ടുണ്ട്. നാടുകടത്തപ്പെട്ടവരും കഠിനതടവിനു വിധിക്കപ്പെട്ടവരുമായ തടവുകാരാണ് ആ കൂട്ടിനകത്തുള്ളത്. അണിയത്ത് കാവൽ നിൽക്കുന്ന പാറാവുകാരന്റെ ബയനറ്റ് മെഴുകുതിരിപോലെ തിളങ്ങുന്നു. നീലാകാശത്തിലെ നക്ഷത്രങ്ങളും മെഴുകുതിരികൾ പോലെ തിളങ്ങുന്നു. നിലാവിൽ കുളിച്ചുകിടക്കുന്ന പത്തേമാരിയിൽ എല്ലാം നിശ്ചലമാണ്. കൂട്ടിലെ ഇരുമ്പഴികളുടെ പിന്നിൽ ചാരനിറം പൂണ്ട വട്ടനിഴലുകൾ കാണാം. വോൾഗയിലേക്കു നോക്കി കുനിക്കൂടിയിരിക്കുന്ന തടവുകാരാണവർ. വെള്ളം കളകളാരവത്തോടെ കടന്നുപോകുന്നു. അതും ഒരുപക്ഷെ തേങ്ങിക്കരയുകയാവാം. അല്ലെങ്കിൽ സങ്കോചത്തോടെ ചിരിക്കുകയാവാം. പരിസരമാകെത്തന്നെ പള്ളിയെ അനുസ്മരിപ്പിക്കുന്നു. എണ്ണയുടെ ഗന്ധം പോലും കുന്തിരിക്കത്തിന്റേതു പോലെ നിശിതമാണ്.

പത്തേമാരിയിലേക്കു നോക്കുമ്പോൾ ഞാൻ എന്റെ കുട്ടിക്കാലം ഓർത്തുപോകുന്നു. ആസ്ട്രഹാനിൽനിന്നു നിഷ്നിനോവ്ഗൊറൊദിലേക്കുള്ള യാത്രയും പൊയ്മുഖം വച്ചതുപോലുള്ള എന്റെ അമ്മയുടെ മുഖവും, കഠിനമെങ്കിലും രസകരമായ ഈ ജീവിതത്തിലേക്ക് എന്നെ ഇറക്കിവിട്ട മുത്തശ്ശിയുടെ രൂപവുമെല്ലാം എന്റെ ഓർമ്മയിൽ ഉയർന്നുവരുന്നു. മുത്തശ്ശിയെ ഓർക്കുമ്പോഴെല്ലാം ഞാൻ അപമാനകരവും ഗർഹണീയവുമായ സർവ്വതും മറക്കുന്നു. സർവ്വതും രൂപാന്തരപ്പെടുന്നു. കൂടുതൽ രസകരവും പ്രിയംകരവുമായിത്തീരുന്നു. മനുഷ്യർ കുറേക്കൂടി നല്ലവരും പ്രിയപ്പെട്ടവരുമായിത്തീരുന്നു.

രാത്രിയുടെ സൗന്ദര്യം എന്നെ കണ്ണുനീരിന്റെ വക്കത്തെത്തും വണ്ണം വികാരതരളിതനാക്കുന്നു. ആ പത്തേമാരി എന്റെ മനസ്സുലയ്ക്കുന്നു. ശവപ്പെട്ടി പോലെ ഇരുന്നിരുന്ന അതു നദിയുടെ ഈ വിരിമാറിൽ, ഈ ഊഷ്മളരാവിന്റെ ധ്യാനനിരതമായ മൂകതയിൽ, തികച്ചും അധികപ്പറ്റായി തോന്നുന്നു. തീരങ്ങളുടെ ഉയർന്നു താഴുന്ന രൂപരേഖകൾ എന്റെ ചങ്കിടിപ്പിന്റെ വേഗത കൂട്ടുന്നു. നല്ലവനും ആളുകൾക്കു വേണ്ടപ്പെട്ടവനുമാവണമെന്ന മോഹം എന്റെ ഉള്ളിൽ നാമ്പിടുന്നു.

ഞങ്ങളുടെ യാത്രക്കാർ വിശേഷതരക്കാരാണ്. സകലരും—പ്രായം കൂടിയവരും കുറഞ്ഞവരും ആണും പെണ്ണുമെല്ലാം—ഒരേപോലിരിക്കുന്നവരാണെന്ന് എനിക്കു തോന്നിപ്പോകുന്നു. ഞങ്ങളുടെ കപ്പൽ പതുക്കെയാണ് പോകുന്നത്. തിരക്കുള്ളവർ മെയിൽ കപ്പലിൽ പോകും. പണിയൊന്നുമില്ലാത്ത സ്വസ്ഥജീവികളാണ് ഞങ്ങളുടെ കപ്പലിൽ

സഞ്ചരിക്കുന്നത്. പ്രഭാതം മുതൽ പ്രദോഷം വരെ അവർ തിന്നുന്നു, കുടിക്കുന്നു, ധാരാളം പിഞ്ഞാണങ്ങളും കത്തികളും മുള്ളുകളും കരണ്ടികളും എച്ചിലാക്കുന്നു. ആ പിഞ്ഞാണങ്ങൾ കഴുകിവയ്ക്കലും കത്തിയും മുള്ളും തുടച്ചുമിനുക്കലുമാണ് എന്റെ പണി. രാവിലെ ആറുമണിതൊട്ട് ഏതാണ്ട് അർദ്ധരാത്രിവരെ ഞാൻ അതിൽ മുഴുകിയിരിക്കും. ഉച്ചതിരിഞ്ഞു രണ്ടു മുതൽ ആറുവരെയും രാത്രി പത്തു മുതൽ പന്ത്രണ്ടു വരെയും ജോലി കുറവാണ്. കാരണം, യാത്രക്കാർ ഭക്ഷണം കഴിഞ്ഞു ചായയും ബിയറും വോഡ്ക്കയും കുടിക്കുകയേയുള്ളൂ. ആ സമയത്തു കന്റീൻ ജോലിക്കാർക്ക് ഒഴിവാണ്. അവർ കുറേപ്പേർ ഫണലിനടുത്തുള്ള മേശയ്ക്കു ചുറ്റുമിരുന്ന് ചായ കുടിക്കും. പാചകക്കാരനായ സ്മുറി, അയാളുടെ സഹായിയാക്കൊവ് ഇവാനൊവിച്ച്, അടുക്കളപ്പാത്രങ്ങൾ കഴുകുന്ന മാക്സിം, ക്ഷൗരം ഉന്തിയ കവിളെല്ലുകളും മുഖത്ത് വസൂരിക്കലയും വഴുവഴുത്ത കണ്ണുകളുമുള്ള കപ്പൽത്തട്ടിലെ വിളമ്പുകാരൻ സെർഗേയ്—ഇവരെല്ലാമുണ്ട് അക്കൂട്ടത്തിൽ. പൂപ്പൽ പിടിച്ച് പച്ചച്ചിരിക്കുന്ന പല്ലുകൾ കാട്ടി തേങ്ങുന്ന മട്ടിൽ ചിരിച്ചുകൊണ്ട് യാക്കൊവ് ഇവാനൊവിച്ച് അശ്ലീലകഥകൾ പറഞ്ഞുകേൾപ്പിക്കും. സെർഗേയ് അയാളുടെ തവളവായിന്റെ രണ്ടറ്റവും ചെവിയോളം വലിച്ചുനീട്ടി ഇളിച്ചുകാട്ടും. അപ്രസന്നനായ മാക്സിം, എന്തു നിറമെന്നു തീർച്ചപറയാൻ നിവൃത്തിയില്ലാത്ത കർക്കശദൃഷ്ടികളോടെ അവരെ നോക്കിക്കൊണ്ട് മൗനം പൂണ്ടിരിക്കും.

“കാടന്മാർ! മൊർദോവിയക്കാർ!” പ്രധാന പാചകക്കാരൻ തന്റെ മുഴങ്ങുന്ന ശബ്ദത്തിൽ ഇടയ്ക്കിടെ ആക്രോശിക്കും.

എനിക്ക് ഈ ആളുകളെ ഇഷ്ടമല്ല. കഷണ്ടിക്കാരനായ തടിയൻ യാക്കൊവ് ഇവാനൊവിച്ച് പെണ്ണുങ്ങളെപ്പറ്റി മാത്രമേ സംസാരിക്കൂ. അതും സഭ്യമല്ലാത്ത രീതിയിൽ. നീലിച്ച പാടുകളുള്ള അയാളുടെ മുഖം നിർവികാരമാണ്. ഒരു കവിളത്ത് ഒരു അരിമ്പാറയുണ്ട്. അതിൽ നിന്ന് എഴുന്നുനിൽക്കുന്ന ചുവന്ന രോമങ്ങൾ അയാൾ കൂട്ടിപ്പിരിച്ചുകൊണ്ടിരിക്കും. മനുഷ്യപ്പറ്റുള്ള ഒരു സ്ത്രീ കപ്പൽത്തട്ടിൽ വന്നാൽ അയാൾ പഞ്ചപുച്ഛമടക്കി ഒരു പിച്ചക്കാരനെപ്പോലെ അവരുടെ പിന്നാലെ കൂടും. അവരോട് കെഞ്ചുന്ന മട്ടിൽ മധുരമായി സംസാരിക്കും. ചുണ്ടത്ത് ഊറിക്കൂടുന്ന തുപ്പൽ വൃത്തികെട്ട നാക്കുകൊണ്ട് നക്കിത്തുടച്ചെടുക്കും. ആരാച്ചാരന്മാർ ഇയാളെപ്പോലെതന്നെ വഴുവഴുത്ത തടിമാടന്മാരായിരിക്കുമെന്ന് എന്തുകൊണ്ടോ എനിക്കു തോന്നി.

“പെണ്ണിനെ നീറ്റിയെടുക്കാൻ അറിഞ്ഞിരിക്കണം.” അയാൾ സെർഗേയേയും മാക്സിമിനേയും ഉപദേശിച്ചു. അവർ മുഖം ചുവന്നു ദത്തശ്രദ്ധരായി അയാളുടെ വാക്കുകൾ കേട്ടു.

“കാടന്മാർ!” സ്മറി പുച്ഛത്തോടെ ആക്രോശിച്ചു. ആയാസപ്പെട്ട് എഴുന്നേറ്റുനിന്നിട്ട് അയാൾ എന്നോടു കല്പിച്ചു: “പെഷ്ക്കോവ്, വാ!”

അയാളുടെ മുറിയിലെത്തിയപ്പോൾ അയാൾ തുകൽച്ചട്ടയിട്ട ചെറിയൊരു പുസ്തകം എന്റെ കയ്യിൽ തന്നു. ശീതസംഭരണിയുടെ ഭിത്തിയോടു ചേർത്തിട്ടിരുന്ന പലകത്തട്ടിൽ നീണ്ടുനിവർന്നു കിടന്നു കൊണ്ടു അയാൾ പറഞ്ഞു: “അതു വായിച്ചുകേൾപ്പിക്ക്!”

ഞാനൊരു മക്രോണിച്ചാക്കിന്റെ പുറത്തിരുന്ന് അനുസരണയോടെ വായന തുടങ്ങി:

“നക്ഷത്രഖചിതമായ ഛത്രവിതാനം, നിരക്ഷരകക്ഷികളിൽനിന്നും പ്രവാചകരിൽ നിന്നും അവർ സ്വയം വിമോചിപ്പിച്ച സ്വർഗ്ഗവുമായുള്ള സൗകര്യപ്രദമായ സമ്പർക്കത്തെ വിവക്ഷിക്കുന്നു.”

സിഗററ്റിന്റെ പുകപടലം ഊതിവിട്ടുകൊണ്ട് സ്മറി മുരണ്ടു:

“ഒട്ടകങ്ങൾ! എഴുതിവച്ചിരിക്കുന്നതു കണ്ടില്ലേ...”

“അനാവൃതമായ ഇടതുമാറ് കളങ്കമില്ലാത്ത ഹൃദയത്തെ അർത്ഥമാക്കുന്നു.”

“ആരുടെ അനാവൃതമായ മാറാണ്?”

“അതു പറയുന്നില്ല.”

“പെണ്ണിന്റേതാണെന്നർത്ഥം. ഹും, വിടന്മാര്!”

തലയ്ക്കു കയ്യും കൊടുത്ത് അയാൾ കണ്ണടച്ചു കിടന്നു. എരിഞ്ഞുകൊണ്ടിരുന്ന സിഗററ്റ് കടവായിൽ നിന്നെടുത്ത് ആഞ്ഞു വലിച്ചപ്പോൾ അയാളുടെ നെഞ്ചിനകത്തു എന്തോ ചൂളം വിളിച്ചു. മുഖം പുകകൊണ്ടു മൂടി. ചിലപ്പോൾ അയാൾ ഉറങ്ങിപ്പോയെന്നു കരുതി ഞാൻ വായന നിർത്തി ആ ശപിക്കപ്പെട്ട പുസ്തകത്തിൽ മിഴിച്ചു നോക്കി ഇരിക്കും.

“വായിക്ക്!” അയാൾ കുരയ്ക്കും.

“ആരാധ്യപുരുഷൻ പ്രതിവചിച്ചു: നോക്കൂ, തപസ്വിയായ എന്റെ പ്രിയപ്പെട്ട സ്യവേറിയൻ...”

“സെവേറിയൻ.”

“സ്യവേറിയൻ എന്നാണ് ഇവിടെ എഴുതിയിരിക്കുന്നത്.”

“പോയി തുലയട്ടെ! അതിന്റെ ഒടുവിൽ കുറെ ശ്ലോകങ്ങളുണ്ട്. അവിടന്ന് കാച്ചിക്കോ.”

ഞാൻ അവിടന്ന് കാച്ചി.

ഞങ്ങൾതൻ കാര്യങ്ങളെല്ലാമറിയുമെ—
ന്നിങ്ങനെഗ്ഗർവ്വിക്കുമജ്ഞാനിവൃന്ദമേ!

ദുർബ്ബലമാനസരാകുമീ നിങ്ങൾക്കു
താപസന്മാരുടെ സങ്കീർത്തനങ്ങൾ തൻ
സാരമറിയാത്ത മൂഢരല്ലേ നിങ്ങൾ!

"നിർത്ത്!" സ്മൂറി കല്പിച്ചു. "ഇതു കവിതയാണോ? ആ പുസ്തകമിങ്ങു താ!"

അയാൾ ആ തടിച്ച നീലപുസ്തകം ദേഷ്യത്തോടെ മറിച്ചുനോക്കിയിട്ട് പലകത്തട്ടിനടിയിലേക്കെറിഞ്ഞു.

"വേറൊരെണ്ണമെടുക്ക്."

എന്റെ കഷ്ടകാലത്തിന് ഇരുമ്പുകെട്ടുകളോടുകൂടിയ അയാളുടെ വലിയ കറുത്ത പെട്ടിയിൽ പുസ്തകങ്ങൾ ധാരാളമുണ്ടായിരുന്നു. "ഓമിറിന്റെ കല്പനകൾ," "പീരങ്കിപ്പട്ടാളത്തിലെ ഓർമ്മകൾ," "സെഡെൻഗാലി പ്രഭുവിന്റെ കത്തുകൾ, "ക്ഷുദ്രജീവിയായ മൂട്ടയെപ്പറ്റി അതിനെ ഉന്മൂലനം ചെയ്യേണ്ടതിനേയും അതിന്റെ കെടുതികളെ നേരിടേണ്ടതിനെയും സംബന്ധിച്ച നിർദ്ദേശങ്ങൾ"— ഇവയെല്ലാം അക്കൂട്ടത്തിലുണ്ടായിരുന്നു. ആദിയും അന്തവുമില്ലാത്ത പുസ്തകങ്ങളും ഉണ്ടായിരുന്നു. ചിലപ്പോൾ പാചകക്കാരൻ എന്നോട് അവ മറിച്ചുനോക്കി തലക്കെട്ടുകൾ വായിക്കാൻ പറയും. ഞാൻ വായിച്ചുകേൾപ്പിക്കുമ്പോൾ അയാൾ രോഷപൂർവ്വം മുറുമുറുക്കും:

"കഴുവേറികൾ എന്തെല്ലാമാണ് എഴുതിവച്ചിരിക്കുന്നത്! കരണക്കുറ്റിക്കടിക്കുന്നതുപോലാണ്. എന്തിനാണെന്നു ചോദിച്ചാൽ അറിഞ്ഞു കൂടാ. ഗെർവാസിയത്രെ! എനിക്കെന്തിനാണീ ഒടുക്കത്തെ ഗെർവാസി? ഉംബ്രക്കുലം പോലും!"

വിചിത്രപദങ്ങളും അപരിചിതനാമങ്ങളും ദുസ്സഹമാംവണ്ണം എന്റെ ഓർമ്മയിൽ അള്ളിപ്പിടിച്ചു. അവയെ ഉരുവിട്ടുകൊണ്ടിരിക്കാൻ എന്റെ നാക്കു ചൊറിഞ്ഞു. ഒരു പക്ഷെ അവയുടെ ഉച്ചാരണം അർത്ഥം വെളിപ്പെടുത്തുമായിരിക്കും. ജനാലയ്ക്കു വെളിയിൽ വെള്ളത്തിന്റെ സംഗീതവും അലയടിയും അഭംഗുരം നടക്കുന്നു. എണീറ്റ് കപ്പൽത്തട്ടിലേക്കു പോകാൻ എനിക്കു കൊതിയാവുന്നു. അവിടെ കപ്പൽവേലക്കാർ ചാക്കുകെട്ടുകളുടെ പുറത്തിരുന്ന് പാട്ടുപാടുകയോ വെടിപറയുകയോ ചീട്ടുകളിച്ച് യാത്രക്കാരിൽ നിന്ന് പണം പിടുങ്ങുകയോ ആണ്. അവരുടെ കൂടെയിരുന്ന് അവരുടെ ലളിതമായ, മനസ്സിലാവുന്ന, സംസാരം കേൾക്കാൻ എത്ര രസമായിരിക്കും! കമായുടെ തീരത്തേക്കും, ചെമ്പുകമ്പികൾ പോലെ മേലോട്ടു വലിഞ്ഞുനിൽക്കുന്ന പൈൻ തടികളിലേക്കും, ഉടഞ്ഞ കണ്ണാടിക്കഷണങ്ങൾ പോലെ നീലാകാശത്തെ പ്രതിഫലിപ്പിക്കുന്ന കൊച്ചുകൊച്ചുതടാകങ്ങളെ അവശേഷിപ്പിച്ചുകൊണ്ട് നദീജലം പിൻവാങ്ങിയിട്ടുള്ള പുൽപ്പരപ്പുകളിലേക്കും കണ്ണയച്ചുകൊണ്ട്

വെറുതെയിരിക്കാൻ എത്ര രസമായിരിക്കും! ഞങ്ങളുടെ കപ്പൽ കരയിൽ നിന്നു അകന്നുമാറിയാണ് നീങ്ങുന്നത്. എങ്കിലും പ്രശാന്തമായ അസ്തമനവേളയിൽ അദൃശ്യമായ പള്ളിയിൽനിന്ന് ഒഴുകിയെത്തുന്ന മണിമുഴക്കം പട്ടണങ്ങളുടേയും മനുഷ്യരുടേയും ഓർമ്മകളുണർത്തുന്നു. റൊട്ടിക്കഷ്ണം പോലിരിക്കുന്ന ഒരു മീൻപിടുത്തത്തോണി ഓളങ്ങളുടെ മീതെ ചാഞ്ചാടുന്നു. അതാ ഒരു ഗ്രാമം കാണുന്നു. കുറെ ബാലന്മാർ വെള്ളത്തിൽ തുള്ളിക്കളിക്കുകയാണ്. ചുവന്ന കുപ്പായം ധരിച്ച ഒരു കൃഷീവലൻ മണൽ പരപ്പിന്റെ മഞ്ഞനാടയിലൂടെ നടന്നുപോകുന്നു. ദൂരെ നിന്നു നോക്കുമ്പോൾ എല്ലാം ആകർഷകമാണ്. സർവ്വവസ്തുക്കളും കളി പ്പാട്ടങ്ങളെപ്പോലെ കൗതുകകരമാംവണ്ണം ചെറുതായും വർണ്ണശബളമാ യും കാണപ്പെടുന്നു. സ്നേഹവും കാരുണ്യവും തുളുമ്പുന്ന എന്തെങ്കിലും കരയിലേക്കു വിളിച്ചുപറയാൻ ഞാൻ കൊതിക്കുന്നു—കരയിലേക്കും പത്തേമാരിയിലേക്കും.

തവിട്ടുനിറത്തിലുള്ള ആ പത്തേമാരി എന്നെ ഹഠാദാകർഷിച്ചു. കലക്കവെള്ളത്തിലൂടെ പതിഞ്ഞ മൂക്കു തള്ളിക്കൊണ്ടുള്ള അതിന്റെ വരവും നോക്കി എനിക്കും മറ്റെല്ലാം മറന്ന് ഒറ്റ ഇരിപ്പിൽ മണിക്കൂറുക ളോളം ഇരിക്കാൻ കഴിയും. പന്നിയെ കയറിട്ടു വലിക്കും പോലെയാണ് കപ്പൽ അതിനെ വലിച്ചുകൊണ്ടു നീങ്ങിയത്. വലി അയയുമ്പോൾ വടം വെള്ളത്തിലടിച്ചുകൊണ്ടിരിക്കും. വീണ്ടും വടം മുറുകും. വെള്ളമൊലിപ്പി ച്ചുകൊണ്ട് അത് പത്തേമാരിയെ മൂക്കിനു പിടിച്ചു വലിക്കും. മൃഗങ്ങളെ പ്പോലെ ആ ഇരുമ്പുകൂട്ടിനകത്തു ഇരിക്കുന്ന മനുഷ്യരുടെ മുഖങ്ങൾ ഒരു നോക്കു കാണാൻ ഞാൻ കൊതിച്ചു. പേർമിൽ വച്ച് അവരെ കരയ്ക്കിറക്കിയപ്പോൾ ഞാൻ പലകപ്പാലത്തിൽ കയറി നിന്നു. ചാരനി റത്തിലുള്ള ഡസൻകണക്കിനു രൂപങ്ങൾ കാൽച്ചങ്ങലയും കിലുക്കി, ഭാണ്ഡത്തിന്റെ ഭാരത്താൽ മുതുകു വളച്ച്, എന്റെ അടുത്തുകൂടി കടന്നു പോയി. അക്കൂട്ടത്തിൽ ആണും പെണ്ണുമുണ്ടായിരുന്നു. വൃദ്ധജനങ്ങളും ചെറുപ്പക്കാരുമുണ്ടായിരുന്നു. വിരൂപികളും അഴകുള്ളവരുമുണ്ടായിരുന്നു. അവരുടെ വേഷവും മൊട്ടയടിച്ച തലയുമൊഴിച്ചാൽ അവർ മറ്റെല്ലാവരേ യും പോലെതന്നെയായിരുന്നു. തീർച്ചയായും അവർ കൊള്ളക്കാരാണ്. പക്ഷെ കൊള്ളക്കാരെപ്പറ്റി പല നല്ല കാര്യങ്ങളും മുത്തശ്ശി എന്നോടു പറഞ്ഞിട്ടുണ്ട്.

അവരിലാരേക്കാളും ഭീകരനായ ഒരു കൊള്ളത്തലവനെപ്പോലെ ഇരുന്നിരുന്ന സ്മൂറി പത്തേമാരിയിലേക്കു നിരുന്മേഷമായി കണ്ണയച്ചു കൊണ്ടു പിറുപിറുത്തു:

“ദൈവം എനിക്ക് അങ്ങിനെയൊരു ഗതി വരുത്തല്ലേ!”

ഒരിക്കൽ ഞാൻ അയാളോടു ചോദിച്ചു:

“നിങ്ങൾ വെപ്പുകാരനും മറ്റുള്ളവർ കൊലപാതകികളും പിടിച്ചു പറിക്കാരുമായതെങ്ങിനെ?”

“ഞാൻ വെപ്പുകാരനല്ല, തയ്യാറിപ്പുകാരനാണ്. വയ്ക്കുന്നതു പെണ്ണുങ്ങളാണ്,” അയാളൊരു പുച്ഛച്ചിരിയോടെ പറഞ്ഞു. അല്പസമയം ആലോചിച്ചുനിന്ന ശേഷം അയാൾ തുടർന്നു:

“ആളുകൾ തമ്മിലുള്ള വ്യത്യാസം കിടക്കുന്നത് അവരുടെ തലയിലാണ്. ചിലർക്ക് കൂടുതൽ മൂള കാണും. വേറെ ചിലർക്ക് അത്ര കാണില്ല. ഇനിയുമൊരു കൂട്ടർ തനി മരത്തലയന്മാരായിരിക്കും. മൂള വേണമെങ്കിൽ പറ്റിയ പുസ്തകങ്ങൾ വായിക്കണം—കുടോത്രത്തെക്കുറിച്ചുമൊക്കെ. പുസ്തകങ്ങളെല്ലാം വായിക്കണം. എന്നാലേ പറ്റിയ പുസ്തകങ്ങളേതെന്ന് അറിയാൻ കഴിയൂ.”

അയാളെന്നോട് എപ്പോഴും പറയും:

“നീ വായിക്ക്! ഒരു പുസ്തകം വായിച്ചിട്ട് മനസ്സിലാവുന്നില്ലെങ്കിൽ ഏഴു തവണ വായിക്ക്. എന്നിട്ടും ഫലമില്ലെങ്കിൽ പന്ത്രണ്ടു തവണ വായിക്ക്.”

മിതഭാഷിയായ കന്റീൻ നടത്തിപ്പുകാരനടക്കം കപ്പലിലെ സകലരോടും സ്മൂറി തട്ടിക്കയറുമായിരുന്നു. കീഴ്ച്ചുണ്ട് അവജ്ഞയോടെ തള്ളിക്കൊണ്ട്, മീശ വിറപ്പിച്ചുകൊണ്ട്, മുഖത്തേക്കു ചരൽ തുപ്പുന്നതു പോലെയാണ് അയാൾ ആളുകളോടു സംസാരിക്കുന്നത്. എന്നാൽ എന്നോടുള്ള അയാളുടെ പെരുമാറ്റം വളരെയേറെ മയമായിട്ടും ശ്രുഷ്ക്കാന്തിയോടെയുമായിരുന്നു. എങ്കിലും എന്നെ കുറച്ചു ഭയപ്പെടുത്തിയ എന്തോ ഒന്ന് ആ ശ്രുഷ്ക്കാന്തിയിലുണ്ടായിരുന്നു. മുത്തശ്ശിയുടെ സഹോദരിയെപ്പോലെ പാചകക്കാരന് ലേശം കിറുക്കുണ്ടെന്ന് ചിലപ്പോൾ എനിക്കു തോന്നി.

ചിലപ്പോൾ അയാൾ പറയും:

“വായിച്ചതു മതി...”

മൂക്കിലൂടെ ഒച്ചവച്ചു ശ്വസിച്ചുകൊണ്ട് അയാൾ ഏറെനേരം കണ്ണടച്ചു കിടക്കും. അയാളുടെ കുടവയർ ഉയർന്നുതാണുകൊണ്ടിരിക്കും. മരിച്ചു കിടക്കുന്നവരുടേതുപോലെ കൈകൾ മാറത്തു പിണച്ചുവച്ചിരിക്കും. പൊള്ളലേറ്റ, രോമാവൃതങ്ങളായ കൈവിരലുകൾ അദൃശ്യസൂചികൾ കൊണ്ട് അദൃശ്യമായൊരു കാലുറ തുന്നുന്നതുപോലെ അനങ്ങിക്കൊണ്ടിരിക്കും. പെട്ടെന്ന് അയാൾ പിറുപിറുത്തുതുടങ്ങും:

“അതാണു കാര്യം. മൂള. അതുണ്ടെങ്കിൽ നിന്നുപിഴയ്ക്കാം. പക്ഷെ മനുഷ്യർക്കു മൂള തരുന്നത് പിശുക്കിപ്പിശുക്കിയാണ്. പോരെങ്കിൽ

അസമമായിട്ടും. എല്ലാവർക്കും ഒരുപോലെ മൂളയുണ്ടായിരുന്നെങ്കിൽ! പക്ഷെ അതല്ല സ്ഥിതി. ഒരുത്തന് കാര്യം മനസ്സിലാവും. വേറൊരുത്തന് മനസ്സിലാവില്ല. മനസ്സിലാക്കാൻ കൂട്ടാക്കാത്തവരുമുണ്ട്!"

വാക്കുകൾ വിക്കിവിക്കിപ്പറഞ്ഞുകൊണ്ട് അയാൾ തന്റെ പട്ടാള ജീവിതത്തിൽനിന്നുള്ള കഥകൾ വിവരിക്കും. ആ കഥകളിൽ എന്തെങ്കിലും കാര്യമുള്ളതായിട്ട് എനിക്കു തോന്നിയിട്ടില്ല. അവ വിരസങ്ങളായിരുന്നു. അയാൾ കഥ തുടങ്ങുന്നത് ആദ്യം മുതൽക്കായിരിക്കില്ല, ഓർക്കുന്നേടം തൊട്ടായിരിക്കും.

"റജിമെന്റ് കമാൻഡർ പട്ടാളക്കാരനെ വിളിച്ചുവരുത്തി ചോദിച്ചു: തന്നോട് ലെഫ്റ്റനന്റ് എന്താണു പറഞ്ഞത്? അയാൾ ഉള്ള കാര്യം മുഴുവനും ഉള്ളതുപോലെ പറഞ്ഞു. പട്ടാളക്കാരൻ നേരു പറഞ്ഞേ തീരൂ. ലെഫ്റ്റനന്റ് ചുമരിൽ നോക്കും പോലെ അയാളെ നോക്കിയിട്ട് തിരിഞ്ഞുനിന്ന് തല താഴ്ത്തുന്നു. അതാണു കാര്യം..."

പാചകക്കാരൻ കോപിച്ച് പുക ആഞ്ഞു വലിച്ചിട്ട് പിറുപിറുത്തു:

"ഇതു കേട്ടാൽ തോന്നും, എന്തു പറയണം, എന്തു പറയരുത്, എന്ന് എനിക്കറിയാമെന്ന്! ലെഫ്റ്റനന്റിനെ പിടിച്ചു ജയിലിലിട്ടു. അയാളുടെ അമ്മയുടെ കാര്യമാണെങ്കിൽ.. ദൈവമേ! എന്നെ ആരും ഒന്നും പഠിപ്പിച്ചിട്ടില്ല!"

വല്ലാത്ത ചൂട്. ചുറ്റുമുള്ള സർവ്വതും ഹുങ്കാരത്തോടെ മെല്ലെ കുടുങ്ങിക്കൊണ്ടിരുന്നു. മുറിയുടെ ഇരുമ്പുഭിത്തികൾക്കു വെളിയിൽ തുഴചക്രമടിച്ച് വെള്ളം തെറിച്ചു. കിളിവാതിലിനടുത്തുകൂടി ഒരു വിശാല പ്രവാഹമായി പുഴ ഒഴുകി. അകലെ പുൽപ്പരപ്പിന്റെ ഒരു തുണ്ടു ദൃശ്യമായി. മരങ്ങൾ മങ്ങിക്കാണപ്പെട്ടു. എന്റെ ചെവി എല്ലാത്തരം ശബ്ദങ്ങളും കേട്ട് പഴകിക്കഴിഞ്ഞിരുന്നു. ചുറ്റും നിശ്ശബ്ദത കളിയാടുകയാണെന്ന് എനിക്കു തോന്നി. കപ്പലിന്റെ അണിയത്ത് ഒരു ജോലിക്കാരൻ ഒരേ സ്വരത്തിൽ ഉരുവിട്ടുകൊണ്ടിരുന്നു:

"ഏ—ഴ്! ഏ—ഴ്!"

ഒന്നും കേൾക്കാതെ, ഒന്നും ചെയ്യാതെ, എല്ലാറ്റിൽനിന്നും അകന്നു മാറി നിൽക്കാൻ ഞാൻ ആഗ്രഹിച്ചു. അടുക്കളയിലെ ചൂടുള്ള കൊഴുത്ത ആ മണമേശാത്ത വല്ല തണലത്തുമിരുന്ന് ഈ വിവശമായ സ്വൈര്യ ജീവിതം ജലോപരിതലത്തിലൂടെ ഒഴുകി മറയുന്നത് പാതിമയക്കത്തിൽ അലസമായി നോക്കിക്കാണാൻ ഞാൻ കൊതിച്ചു.

"വായിക്ക്!" പാചകക്കാരൻ ദേഷ്യപ്പെട്ട് കല്പിച്ചു.

ഒന്നാം ക്ലാസിലെ വിളമ്പുകാർക്കുപോലും അയാളെ ഭയമായിരുന്നു.

സൗമ്യനും മിതഭാഷിയുമായ കന്റീൻ നടത്തിപ്പുകാരൻ തന്നെ അയാളെ പേടിക്കുന്നതുപോലെ തോന്നി.

"എടാ പന്നി!" സ്മൂറി കന്റീൻ ജോലിക്കാരോട് തട്ടിക്കയറും. "ഇവിടെ വാടാ, പെരുങ്കള്ളാ! കാട്ടാളന്മാർ! ഉംബ്രക്കുലം!"

കപ്പൽ ജോലിക്കാരും തീമൂട്ടുകാരും അയാളോടു ബഹുമാനം കാട്ടുകയും അയാളുടെ സേവ പിടിക്കുകയും ചെയ്തു. അയാൾ അവർക്ക് സൂപ്പിലെ ഇറച്ചിക്കഷ്ണം എടുത്തുകൊടുക്കും. നാട്ടുകാര്യങ്ങളും വീട്ടുകാര്യങ്ങളും അവരോടു ചോദിച്ചുമനസ്സിലാക്കും. കരിയും മെഴുക്കും പുരണ്ട ബ്യെലോറഷ്യൻ തീമൂട്ടുകാരെ കപ്പലിലെ അധഃകൃതരായിട്ടാണ് കരുതിപ്പോന്നത്. "യ" എന്ന മദ്ധ്യത്തിലൂന്നികൊണ്ടുള്ള അവരുടെ ഉച്ചാരണരീതി കാരണം റഷ്യാക്കാർ അവരെ "യഗുത്തുകൾ" എന്നു വിളിച്ച് കളിയാക്കും.

അതു കേൾക്കുമ്പോൾ സ്മൂറിക്ക് കലി കയറും. അയാളുടെ മുഖം ചുവക്കും. രോമങ്ങൾ എഴുന്നുനിൽക്കും. തീമൂട്ടുകാരോടും അയാൾ അലറും:

"നീയൊക്കെ എന്തിനാടാ ഇങ്ങനെ വാരാനായിട്ട് നിന്നുകൊടുക്കുന്നത്? ആ കറ്റ്സാപ്പ്[1]കളുടെ മോന്ത അടിച്ചു ചമ്മന്തിയാക്കരുതോ?"

കപ്പലിലെ ജോലിക്കാരുടെ ചുമതല വഹിക്കുന്ന സുമുഖനും ഗൗരവക്കാരനുമായ ഒരു ഉദ്യോഗസ്ഥൻ ഒരിക്കൽ അയാളോട് പറഞ്ഞു:

"യഗത്തുകളായാലും ഹൊഹോല്[2]കളായാലും ഒക്കെ ഒരുതരക്കാർ തന്നെ!"

പാചകക്കാരൻ അയാളെ ബെൽട്ടിനും പിടലിക്കും കുത്തിപ്പിടിച്ച് വായുവിലെടുത്തു പൊക്കി കുടഞ്ഞു.

"ചതച്ച് എല്ലു നുറുക്കിക്കളയും!" അയാൾ പറഞ്ഞു.

വഴക്കുകളും തുടർന്ന അടികലശലുകളും കപ്പലിൽ സാധാരണമായിരുന്നു. പക്ഷെ സ്മൂറിയെ കൈവയ്ക്കാൻ ആരും ധൈര്യപ്പെട്ടില്ല. ഒന്നാമത് അയാളുടെ ശക്തി അമാനുഷമായിരുന്നു. പോരെങ്കിൽ, അയാൾ കപ്പിത്താന്റെ ഭാര്യയുമായി ലോഹ്യത്തിലായിരുന്നു. ആണിന്റെ മുഖവും ബാലന്മാരുടേതുപോലെ നീളം കുറച്ച് വെട്ടിയ മുടിയുമുള്ള സുഭഗയായ ഒരു ദീർഘകായയായിരുന്നു അവർ.

കണക്കില്ലാതെ വോഡ്ക്ക കുടിക്കുമെങ്കിലും അയാളൊരിക്കലും വെളിവുകെട്ടില്ല. കുടി രാവിലെ തുടങ്ങും. നാല് തവണയായി ഒരു കുപ്പി

---

1 കറ്റ് സാപ്പ്—റഷ്യാക്കാർക്കുള്ള പരിഹാസപ്പേര്.

2 ഹൊഹോൽ—ഉക്രെയിൻകാർക്കുള്ള പരിഹാസപ്പേര്.

കാലിയാക്കും. കൂടാതെ, ദിവസം മുഴുവനും നീണ്ടുനിൽക്കുന്ന ബിയറുകുടി യുമുണ്ട്. ക്രമേണ അയാളുടെ മുഖം ചുവക്കും. ഇരുണ്ട കണ്ണുകൾ അത്ഭുതം കൊണ്ടെന്നപോലെ വികസിക്കും.

ചില സായാഹ്നങ്ങളിൽ അയാളുടെ വെളുത്ത ഭീമരൂപം വിദൂരത യിലേക്കു മ്ലാനമായി കണ്ണയച്ചുകൊണ്ട് കപ്പൽത്തട്ടിൽ മണിക്കൂറുകള ടുപ്പിച്ച് മൗനം പൂണ്ടിരിക്കുന്നതു കാണാം. അത്തരം സമയങ്ങളിൽ ആളുകൾക്ക് അയാളെ വിശേഷിച്ചും പേടിയാണ്. പക്ഷെ എനിക്ക് അയാളോട് സഹതാപം തോന്നും.

ചുവന്നു വിയർത്തൊലിച്ച മുഖവുമായി യാക്കൊവ് ഇവാനൊ വിച്ച് അടുക്കളയിൽ നിന്നിറങ്ങി വന്ന് കഷണ്ടിത്തല ചൊറിഞ്ഞുകൊണ്ട് അല്പസമയം നിന്നിട്ട് ആശവെടിഞ്ഞ മട്ടിൽ കൈവീശി അവിടന്ന് നിഷ്ക്രമിക്കും. അല്ലെങ്കിൽ ദൂരെ നിന്നും വിളിച്ചുപറയും:

“മീൻ ചീഞ്ഞുപോയി.”

“കണ്ടിച്ച് സൂപ്പിലിട്.”

“പുഴുങ്ങിയ മീൻ ആരെങ്കിലും ആവശ്യപ്പെട്ടാലോ?”

“പുഴുങ്ങിക്കൊടുക്ക്. തിന്നോളും.”

ചിലപ്പോൾ ഞാൻ ധൈര്യം സംഭരിച്ച് അടുത്തുചെല്ലും.

“ഉം? എന്തു വേണം?” ആയാസപ്പെട്ട് എന്റെ നേരെ തിരിഞ്ഞ് അയാൾ ചോദിക്കും.

“ഒന്നും വേണ്ട.”

“നല്ലത്.”

ഒരിക്കൽ ഞാൻ അയാളോട് ചോദിച്ചു:

“എന്തിനാണ് നിങ്ങൾ എല്ലാവരേയും ഇങ്ങനെ പേടിപ്പിക്കുന്നത്? നിങ്ങൾ ആള് നല്ലവനാണല്ലൊ.”

എന്റെ പ്രതീക്ഷയ്ക്കു വിപരീതമായി അയാൾ കോപിച്ചില്ല.

“ഞാൻ നിന്റെയടുക്കൽ മാത്രമാണ് നല്ലവൻ.”

ചിന്താധീനമായ, സൗമനസ്യമാർന്ന സ്വരത്തിൽ അയാൾ അപ്പോൾ ത്തന്നെ തുടർന്നു:

“ഒരുപക്ഷെ ഞാൻ എല്ലാവരുടെ അടുത്തും നല്ലവനായിരിക്കും. അതു പുറത്തു കാട്ടുന്നില്ലെന്നേയുള്ളൂ. നല്ലവനാണെന്നു പുറത്തു കാട്ടരുത്. കാട്ടിപ്പോയാൽ അവർ വച്ചേക്കുകയില്ല. നല്ലവനെന്നു പറയുന്നതും ച തുപ്പനിലത്തിനു നടുവിലെ പുൽമേട്ടുപോലെയാണ്. ആളുകൾ പിടച്ചു കയറി ചവുട്ടി മെതിക്കും. പോയി ബിയറെടുത്തുകൊണ്ടുവാ.”

ഗ്ലാസ്സുഗ്ലാസായി ഒരു കുപ്പി ബിയർ മുഴുവനും അകത്താക്കിയതിനു ശേഷം അയാൾ മീശ ഒന്നു നക്കിയിട്ട് പറഞ്ഞു: '

"ഇത്തിരികൂടി വലുതായിരുന്നെങ്കിൽ ഞാൻ നിനക്കു പലതും പറഞ്ഞു തരാമായിരുന്നു. ആളുകളോട്ടു പറയാൻ കൊള്ളാവുന്ന ചിലതൊക്കെ എനിക്കറിയാം. ഞാൻ മണ്ടനല്ല... നീ പുസ്തകം വായിക്കണം. അറിയേണ്ടതെല്ലാം പുസ്തകത്തിൽ പറഞ്ഞിട്ടുണ്ട്. പുസ്തകമെന്നു പറയുന്നത് അത്ര നിസ്സാരമല്ല. നിനക്കു ബിയർ വേണോ?"

"എനിക്കതിഷ്ടമല്ല."

"കൊള്ളാം. നീ കുടിക്കരുത്. കുടി നരകമാണ്. ചെകുത്താന്റെ പണിയാണ് വോഡ്ക്ക. ഞാൻ പണക്കാരനായിരുന്നെങ്കിൽ നിന്നെ സ്കൂളിലയയ്ക്കാമായിരുന്നു. പഠിപ്പില്ലാത്തവൻ വെറും മൂരിയാണ്. വണ്ടി വലിക്കാനോ ഇറച്ചിക്കോ കൊള്ളാം. വാലാട്ടാനല്ലാതെ അതിനു വേറെന്തറിയാം?"

കപ്പിത്താന്റെ ഭാര്യ അയാൾക്ക് ഗോഗൊലിന്റെ ഒരു പുസ്തകം വായിക്കാൻ കൊടുത്തു. "ഭീകരപ്രതികാരം" ഞാനയാളെ വായിച്ചു കേൾപ്പിച്ചു. എനിക്കത് വളരെയേറെ ബോധിച്ചു. പക്ഷെ സ്മൂറി രോഷപൂർവ്വം അട്ടഹസിച്ചു: "അസംബന്ധം! വെറും കെട്ടുകഥ! ഇതല്ലാതെ വേറേതരം പുസ്തകങ്ങളുണ്ട്. എനിക്കു തീർച്ചയറിയാം."

അയാൾ അതെന്റെ കയ്യിൽനിന്നും വാങ്ങി കപ്പിത്താന്റെ ഭാര്യയുടെ അടുത്തുനിന്ന് വേറൊരെണ്ണം കൊണ്ടുവന്നു.

"ന്നാ, ഇതു വായിക്ക്. തറാസ്... എന്താണയാളുടെ മുഴുവൻ പേര്?" അയാൾ നിരുന്മേഷനായി പറഞ്ഞു. "കഥ മനസ്സിലാക്ക്. നല്ലതാണെന്ന് ആ സ്ത്രീ പറയുന്നു. ആർക്ക് നല്ലത്? അവർക്ക് നല്ലതാണെന്നു വച്ച് എനിക്കു നല്ലതല്ലെങ്കിലോ? അവര് മുടി മുറിച്ചുകളഞ്ഞതു കണ്ടോ, ചെവിയും കൂടി മുറിച്ചുകളയാഞ്ഞതെന്ത്?"

തറാസ് ഒസ്താപ്പിനെ പോരിനു വിളിക്കുന്ന ഭാഗത്തെത്തിയപ്പോൾ പാചകക്കാരൻ ഉറക്കെ പൊട്ടിച്ചിരിച്ചു. "ഓഹോ, അങ്ങിനെയാണോ? നിനക്കു മൂളയുണ്ട് എനിക്കു കയ്യൂക്കുമുണ്ട്. എന്തെല്ലാമാണ് അവർ എഴുതിവച്ചിരിക്കുന്നത്! ഒട്ടകങ്ങൾ!"

അയാൾ വായന ശ്രദ്ധിച്ചു കേൾക്കുമെങ്കിലും ഇടയ്ക്കിടയ്ക്ക് മുറുമുറുക്കും:

"വിഡ്ഢിത്തം! ഒരുത്തനെ തോള് മുതൽ അരവരെ ഒറ്റ വെട്ടിനു കണ്ടിക്കാൻ സാദ്ധ്യമല്ല. അത് പറ്റാത്ത കാര്യമാണ്. ഒരുത്തനെ കുന്തത്തിൽ കുത്തിയെടുത്തു പൊക്കാനും സാദ്ധ്യമല്ല. കുന്തം ഒടിയും. പട്ടാളത്തിൽ പോയിട്ടുള്ള ഞാനാണു പറയുന്നത്."

അന്ദ്രേയുടെ വഞ്ചന അയാളെ അമർഷം കൊള്ളിച്ചു.

"ചെറ്റ!' അതും ഒരു പെണ്ണിനുവേണ്ടി! ഫൂ!"

പക്ഷെ തറാസ് മകനെ വെടിവച്ചപ്പോൾ പാചകക്കാരൻ പലകത്തട്ടിൽ നിന്നു കാലുകൾ താഴോട്ടു തൂക്കിയിട്ട്, കൈകൊണ്ട് വക്കത്ത് അമർത്തിപ്പിടിച്ച് പൊട്ടിക്കരഞ്ഞു. കണ്ണുനീർ കവിൾത്തടങ്ങളിലൂടെ മെല്ലെ ഒലിച്ചിറങ്ങി നിലത്തേക്ക് ഇറ്റിറ്റുവീണു. തേങ്ങിക്കൊണ്ട് അയാൾ പിറുപിറുത്തു:

"കർത്താവേ! കർത്താവേ!"

പെട്ടെന്ന് അയാൾ എന്റെ നേരെ ഒച്ചയെടുത്തു:

"വായിക്കെടാ, ചെകുത്താന്റെ മോനേ!"

വധിക്കപ്പെടുന്നതിനു തൊട്ടുമുമ്പ് "അച്ഛാ! അച്ഛൻ കേൾക്കുന്നുണ്ടോ?" എന്ന് ഒസ്താപ്പ് വിളിച്ചു ചോദിച്ചപ്പോൾ പാചകക്കാരൻ കൂടുതൽ മനോവേദനയോടെ, കൂടുതൽ ശക്തിയായി, കരഞ്ഞു.

"എല്ലാം തുലഞ്ഞു," സ്മൂറി വിതുമ്മി. "എല്ലാം. കഷ്ടം! കഥ അവസാനിച്ചോ? എന്തൊരു നശിച്ച ഇടപാട്! അവരായിരുന്നു മനുഷ്യർ! ആ തറാസുണ്ടല്ലോ—അവനൊരു ആണായിരുന്നു!"

അയാൾ പുസ്തകം എന്റെ കയ്യിൽനിന്നു വാങ്ങി ശ്രദ്ധിച്ചുനോക്കി. പുസ്തകത്തിന്റെ പുറംചട്ട അയാളുടെ കണ്ണുനീർ വീണ് കുതിർന്നു.

"നല്ല പുസ്തകം! ശരിക്കുമൊരു ഉത്സവം തന്നെ!"

ഞങ്ങൾ പിന്നീട് "ഐവാൻഹോ" വായിച്ചു. സ്മൂറിക്ക് റിച്ചാർഡ് പ്ലന്റാഗെനെറ്റിനെ വളരെ ബോധിച്ചു.

"രാജാവാണെങ്കിൽ അങ്ങിനെ വേണം!"അയാൾ മതിപ്പോടെ പറഞ്ഞു. പക്ഷെ എനിക്ക് ആ പുസ്തകം വിരസമായിത്തോന്നി.

പൊതുവിൽ ഞങ്ങളുടെ അഭിരുചികൾ തമ്മിൽ പൊരുത്തപ്പെട്ടില്ല. "അനാഥബാലനായ ടോം ജോൺസിന്റെ ചരിത്രം" എന്ന പുസ്തകത്തിന്റെ പഴയ വിവർത്തനമായ "തോമസ് ജോൺസിന്റെ കഥ" എനിക്ക് വളരെയേറെ രസിച്ചു.

"അസംബന്ധം!" സ്മൂറി പിറുപിറുത്തു. "ആ തോമസുമായിട്ട് എനിക്കെന്തു കാര്യം? എനിക്ക് അയാളെന്തിനാണ്? വേറേ തരം പുസ്തകങ്ങൾ കാണും.",

വേറേ തരം പുസ്തകങ്ങൾ, വിലക്കപ്പെട്ട രഹസ്യപുസ്തകങ്ങൾ, ഉള്ള കാര്യം എനിക്കറിയാമെന്ന് ഞാനൊരിക്കൽ അയാളോട് പറഞ്ഞു. നിലവറകളിലിരുന്നു രാത്രി സമയത്തു മാത്രമേ അവ വായിക്കാവൂ.

അയാളുടെ കണ്ണുകൾ വികസിച്ചു. മീശരോമങ്ങൾ എഴുന്നുനിന്നു.

"എന്തു പറഞ്ഞു? നീ എന്തൊക്കെ നുണയാടാ പറയുന്നത്?"

"ഞാൻ നുണ പറഞ്ഞതല്ല. കുമ്പസാരസമയത്ത് അച്ചൻ എന്നോട് ചോദിച്ചതാണ്. അതിനു മുമ്പ് ആളുകൾ അവ വായിച്ചു കരയുന്നതു ഞാൻ എന്റെ കണ്ണുകൊണ്ടു കണ്ടിട്ടുണ്ട്."

എന്റെ മുഖത്ത് പരുഷമായി നോക്കിക്കൊണ്ട് പാചകക്കാരൻ ചോദിച്ചു:

" ആരു കരഞ്ഞു?"

"വായിച്ചുകേട്ട ഒരു മാന്യസ്ത്രീ. വേറൊരുത്തി പേടിച്ചോടിപ്പോയി."

"നീ പിച്ചും പേയും പറയുകയാണ്,"കണ്ണു ചെറുതാക്കിക്കൊണ്ട് സ്മൂറി പറഞ്ഞു. ഒരു നിമിഷം ആലോചിച്ചിട്ട് അയാൾ തുടർന്നു:

"ശരിയാണ്, എന്തൊക്കെയോ രഹസ്യങ്ങൾ എവിടെല്ലാമോ ഉണ്ട്... ഉണ്ടാവാതിരിക്കില്ല... പക്ഷെ എനിക്കു പ്രായമായി... എന്റെ സ്വഭാവവും അതിനു പറ്റിയതല്ല... എങ്കിലും ആലോചിച്ചുനോക്കിയാൽ..."

ഇങ്ങനെ വാചാലമായി അയാൾക്ക് മണിക്കൂറുകളിട്ടുപ്പിച്ചു സംസാരിക്കാൻ കഴിയും.

ഞാനറിയാതെ തന്നെ പുസ്തകവായന എനിക്കൊരു ശീലമായി ത്തീർന്നു. തികഞ്ഞ സന്തുഷ്ടിയോടെയാണ് ഞാൻ പുസ്തകങ്ങൾ കയ്യിലെടുത്തത്. പുസ്തകങ്ങളിൽ പറയുന്ന കാര്യങ്ങൾ ജീവിതത്തിൽനിന്ന് ഹൃദ്യമാംവിധം വ്യത്യസ്തമായിരുന്നു. അത് ജീവിതത്തെ പൂർവ്വാധികം ദുർഭരമാക്കി.

സ്മൂറിക്കും പുസ്തകങ്ങളിലുള്ള താല്പര്യം വർദ്ധിച്ചു. പലപ്പോഴും അയാൾ എന്നെ ജോലിയ്ക്കിടയിൽ വച്ച് വിളിച്ചുകൊണ്ടു പോകും.

"പെഷ്ക്കോവ്! വന്ന് വായിച്ചുതാ!"

"ഒരുപാട് പാത്രം കഴുകാനുമുണ്ട്."

"മാക്സിം കഴുകിക്കോളും."

പ്രധാനപാത്രം തേപ്പുകാരനെക്കൊണ്ടു അയാൾ നിഷ്ക്കരുണം എന്റെ ജോലി ചെയ്യിച്ചു. അയാളാകട്ടെ, ഗ്ലാസുകളുടച്ച് പകരം വീട്ടി.

"ഞാൻ നിന്നെ കപ്പലിൽ നിന്നോടിക്കും," കന്റീൻ നടത്തിപ്പുകാരൻ ശാന്തമായി എന്നെ താക്കീതുചെയ്തു.

പാത്രം കഴുകിയ വെള്ളം വച്ചിരിക്കുന്ന തൊട്ടിയിൽ മാക്സിം ഒരു ദിവസം കരുതിക്കൂട്ടി കുറെ ഗ്ലാസുകൾ ഇട്ടേച്ചുപോയി. ഞാൻ തൊട്ടിയിലെ വെള്ളം പുഴയിലേക്ക് കമഴ്ത്തിയപ്പോൾ ഗ്ലാസുകളും പോയി.

"ഞാനാണ് കുറ്റക്കാരൻ, സ്മറി കന്റീൻകാരനോട്ടു പറഞ്ഞു. "എന്റെ ശമ്പളത്തിൽ പിടിച്ചോളൂ."

കന്റീൻ ജോലിക്കാർ എന്നെ അവിശ്വാസത്തോടെ നോക്കാൻ തുടങ്ങി.

"എടാ പുസ്തകപ്പുഴു, നിനക്കെന്തിനാടാ ശമ്പളം തരുന്നത്?" അവർ ചോദിക്കും.

മനപ്പൂർവ്വം പാത്രങ്ങൾ അഴുക്കാക്കിക്കൊണ്ട് അവർ എന്റെ ജോലി ആവുന്നേടത്തോളം വർദ്ധിപ്പിച്ചു. ഇങ്ങനെ പോയാൽ എനിക്കു ദോഷമായേ കലാശിക്കു എന്ന് എനിക്കു തോന്നി. എന്റെ അഭ്യൂഹം തെറ്റിയില്ല.

ഒരു സായാഹ്നത്തിൽ ഏതോ ചെറിയൊരു ജട്ടിയിൽ നിന്ന് ചുവന്നു തുടുത്ത മുഖമുള്ള ഒരു സ്ത്രീ ഞങ്ങളുടെ കപ്പലിൽ കയറി. മഞ്ഞത്തൂവാലയും റോസുനിറത്തിലുള്ള പുതിയൊരു ബ്ലൗസും ധരിച്ച ഒരു യുവതി കൂടെയുണ്ട്. രണ്ടുപേരും മദ്യപിച്ചിട്ടുണ്ടായിരുന്നു. മുതിർന്ന സ്ത്രീ പുഞ്ചിരിയോടെ എല്ലാവരേയും വണങ്ങുകയും ചെമ്മാച്ചനെപ്പോലെ വാക്കുകൾ ഈണത്തിൽ പറയുകയും ചെയ്തുകൊണ്ടിരുന്നു.

"ക്ഷമിക്കണം, ചങ്ങാതിമാരേ. ഞാൻ ലേശം സേവിച്ചിട്ടുണ്ട്. എന്നെ കോടതിയിൽ വിസ്തരിച്ച് വെറുതെ വിട്ടപ്പോൾ അതൊന്ന് ആഘോഷിച്ചതാണ്."

കൂടെയുള്ള യുവതിയുടെ മുഖത്തും പുഞ്ചിരിയുണ്ടായിരുന്നു. ചുറ്റും നിന്നിരുന്നവരെ മങ്ങിയ കണ്ണുകളോടെ നോക്കിക്കൊണ്ട് അവൾ സ്ത്രീയുടെ പള്ളയ്ക്കു കുത്തിക്കൊണ്ടിരുന്നു.

"നടക്ക്, മൂതേവി! നടക്ക്!"

രണ്ടാം ക്ലാസിൽ, യാക്കൊവ് ഇവാനൊവിച്ചും സെർഗേയും ഉറങ്ങുന്ന മുറിയ്ക്കെതിരെ, അവർക്ക് ഇരിക്കാനിടം കിട്ടി. സ്ത്രീ എങ്ങോട്ടോ പോയി. തവളവായും ഇളിച്ചുകാട്ടിക്കൊണ്ട് സെർഗേയ് യുവതിയുടെ തൊട്ടടുത്ത് ഇരിപ്പുപിടിച്ചു. അന്നത്തെ രാത്രിയിലെ പണിയും കഴിഞ്ഞ് ഞാൻ പതിവായി ഉറങ്ങുന്ന മേശപ്പുറത്ത് കയറിക്കിടന്നപ്പോൾ സെർഗേയ് വന്ന് എന്നെ കയ്യു പിടിച്ചു വലിച്ചു.

"വാടാ, എന്റെകൂടെ. നിന്നെ ഇന്ന് ഇണചേർക്കാൻ പോവുകയാണ്."

അയാൾ മൂക്കറ്റം കുടിച്ചിരുന്നു. ഞാൻ കുതറി മാറാൻ ശ്രമിച്ചപ്പോൾ അയാളെന്നെ അടിച്ചു.

"മര്യാദയ്ക്കു വന്നോ!"

മാക്സിം ഓടിയെത്തി. അയാളും കുടിച്ചിട്ടുണ്ട്. രണ്ടുപേരും കൂടി എന്നെ കപ്പൽത്തട്ടിൽ ഉറങ്ങിക്കിടക്കുന്ന യാത്രക്കാരുടെ ഇടയിലൂടെ വലിച്ചിഴച്ച് അവരുടെ മുറിയിലേക്കു കൊണ്ടുപോയി. പക്ഷെ വാതിലിനടുത്ത് സ്മൂറി നില്പുണ്ടായിരുന്നു. വാതിൽക്കൽ, കട്ടിളക്കാലും പിടിച്ചുകൊണ്ട് യാക്കൊവ് ഇവാനോവിച്ചു നില്പുണ്ട്. അയാളുടെ മുതുകത്ത് ഇടിച്ചുകൊണ്ട് യുവതി കുടിച്ചുകുഴഞ്ഞ ശബ്ദത്തിൽ നിലവിളിച്ചു:

"വിടെന്നെ!"

സ്മൂറി എന്നെ സെർഗേയുടേയും മാക്സിമിന്റെയും പിടിയിൽ നിന്നു പിടിച്ചുമാറ്റി. മുടിക്കു കുത്തിപ്പിടിച്ചുകൊണ്ട് അയാൾ അവരുടെ രണ്ടു പേരുടേയും തല ചേർത്തിടിച്ചിട്ട് ഒരൊറ്റ തള്ളുവച്ചുകൊടുത്തു. രണ്ടാളും കപ്പൽത്തട്ടിൽ കമഴ്ന്നടിച്ചുവീണു.

"കാട്ടാളന്മാർ!" എന്ന് ആക്രോശിച്ചുകൊണ്ട് അയാൾ യാക്കൊവിന്റെ മുഖത്തിനു നേരേ കതക് ആഞ്ഞടച്ചു. എനിക്കൊരു ഉന്തു തന്നുകൊണ്ട് അയാൾ കുരച്ചു:

"ഓടിക്കൊ!"

ഞാൻ അമരത്തേക്കോടി. രാത്രി മൂടിക്കെട്ടിയിരുന്നു. പുഴയ്ക്കു കറുപ്പായിരുന്നു. അമരത്തിന്റെ പിന്നിലായി ചാരനിറമാർന്ന രണ്ട് ചാലുകൾ അദൃശ്യതീരങ്ങളിലേക്കൊഴുകുന്നുണ്ട്. ആ ചാലുകളുടെ നടുവിൽ പത്തേമാരിയുണ്ട്. ചിലപ്പോൾ ചുവന്ന വെളിച്ചങ്ങൾ കാണാം— ഒരിക്കൽ വലതുവശത്താണെങ്കിൽ മറ്റൊരിക്കൽ ഇടതുവശത്ത്. അവ ഒന്നിനേയും പ്രകാശിപ്പിച്ചില്ല. പുഴയുടെ വളവുകളിൽ വച്ച് അവ പെട്ടെന്ന് മറയും. അതോടെ ഇരുട്ടിന്റെ കട്ടി കൂടിയതുപോലെ തോന്നും. മനസ്സിന്റെ ഭാരം കൂടും.

പാചകക്കാരൻ വന്ന് എന്റെ അടുത്ത് ഇരുന്നു. നെടുതായൊന്നു നിശ്വസിച്ചിട്ട് അയാൾ സിഗററ്റ് കൊളുത്തി.

"അവന്മാര് നിന്നെ അവളുടെ അടുത്തേക്കാണോ പിടിച്ചുവലിച്ചുകൊണ്ടു പോയത്? തെമ്മാടികൾ! നിന്നെ കടന്നുപിടിക്കുന്ന ഒച്ച ഞാൻ കേട്ടു."

"അവളെ രക്ഷപ്പെടുത്തിയോ?"

"അവളേയോ?" ആ യുവതിയെ പ്രാകിയിട്ട് അയാൾ വേദന യൂറുന്ന സ്വരത്തിൽ തുടർന്നു: "ഇവിടെ സകലരും ചെറ്റകളാണ്. നീ നാട്ടുമ്പുറത്ത് താമസിച്ചിട്ടുണ്ടോ?"

"ഇല്ല."

"നാട്ടുമ്പുറം കാമ്പുവരെ പുഴുത്തിരിക്കുകയാണ്. വിശേഷിച്ച് ശൈത്യകാലത്ത്."

സിഗററ്റുകുറ്റി പുഴയിലേക്കെറിഞ്ഞിട്ട് അയാൾ തുടർന്നു:

“ഈ പന്നികളുടെ ഇടയിൽ കിടന്ന് നീ നശിക്കും. എനിക്കും നിന്റെ കാര്യമോർത്ത് സങ്കടമാണ്, എന്റെ എലിക്കുഞ്ഞേ. എനിക്ക് എല്ലാവരുടെ കാര്യമോർത്തും സങ്കടമാണ്. ചിലപ്പോൾ എനിക്കുതന്നെ അറിഞ്ഞുകൂടാ ഞാൻ എന്താണു ചെയ്തു പോകുന്നതെന്ന്. മുട്ടുകുത്തി നിന്ന് അവരോട് ഇങ്ങനെ പറഞ്ഞാലെന്താണെന്നുവരെ തോന്നിപ്പോകും: ‘നിങ്ങളെന്താണീ കാണിക്കുന്നത്, നായിന്റെ മക്കളേ? നിങ്ങളുടെ കണ്ണു പൊട്ടിപ്പോയോ?” ഒട്ടകങ്ങൾ!”

കപ്പൽ നീട്ടിക്കൂവി. വടം വെള്ളത്തിലടിച്ചു. ജെട്ടിയുടെ സ്ഥാനം കാണിച്ചുകൊണ്ട് ഒരു റാന്തലിന്റെ വെട്ടം ഇരുട്ടത്ത് ആടി. ഇരുട്ടത്ത് വേറേയും ചില വെളിച്ചങ്ങൾ കണ്ടു.

“പിയാന്നി ബോർ,[3]” പാചകക്കാരൻ പിറുപിറുത്തു. “പിയാന്നയ' എന്നു പേരുള്ള പുഴയുമുണ്ട്. പട്ടാളത്തിൽ ‘പിയാൻകോവ്' എന്നൊരു സാർജന്റും ‘സപ്പിവോഹിൻ'[4] എന്നൊരു ഗുമസ്തനുമുണ്ടായിരുന്നു. ഞാൻ കരയ്ക്കു പോവുകയാണ്.”

കമാപ്രദേശത്തുള്ള ദൃഢഗാത്രരായ പെണ്ണുങ്ങൾ നീണ്ട ചുമട്ടുപലകകളിൽ വിറകുമേറ്റി വന്നു. ചുമടിന്റെ ഭാരത്താൽ മുതുകുവളച്ച് അവർ വിറകും ചുമന്നു പോകുന്നതിനിടയിൽ കപ്പൽജോലിക്കാർ അവരുടെ മാറത്തും കാലുകളിലും കയറിപ്പിടിക്കും. പെണ്ണുങ്ങൾ വിളിച്ചുകൂവിക്കൊണ്ട് അവരുടെ നേരെ തുപ്പും. മടക്കയാത്രയിൽ പെണ്ണുങ്ങൾ ഉന്തലിൽ നിന്നും പിച്ചലിൽനിന്നും രക്ഷപ്പെടാൻ ചുമട്ടുപലക വീശി തിരിച്ചടിക്കും. ഞാനിത് ഓരോ യാത്രയിലും എത്രയോ തവണ കണ്ടിരിക്കുന്നു. വിറകു കയറ്റുന്ന എല്ലാ ജട്ടികളിലും എപ്പോഴും സംഭവിക്കുന്നതാണിത്.

വളരെക്കാലമായി ആ കപ്പലിൽ താമസിക്കുന്നവനും നാളെയും വരുന്നയാഴ്ചയും അടുത്ത ശരൽക്കാലത്തും അതിലെന്തെല്ലാം നടക്കുമെന്നറിയാവുന്നവനുമായ ഒരു വൃദ്ധനാണു ഞാനെന്ന് എനിക്കു തോന്നി.

നേരം വെളുത്തു തുടങ്ങി. ജട്ടിയുടെ മുകളിലുള്ള ചെങ്കുത്തായ ചെരിവിൽ വലിയൊരു പൈൻകാടു കണ്ടു. പാടിയും കൂവിയും പെണ്ണുങ്ങൾ കുന്നു കയറി കാട്ടിലേക്കു പോവുകയാണ്. നീണ്ട ചുമട്ടുപലകകളുമേന്തിപ്പോകുന്ന അവർ പട്ടാളക്കാരുടെ പ്രതീതി ഉളവാക്കി.

---

3 “പിയാന്നിയ്” എന്നാൽ റഷ്യനിൽ കുടിയൻ എന്നർത്ഥം.

4“സപ്പിവാത്” എന്നാൽ കുടിച്ചുമദിക്കുകയെന്നർത്ഥം. (പരി.) ജോടി ജോടിയായി ചുറ്റുചുറ്റുക്കോടെ വിറകുപുരയുടെ നേരെ തത്തിത്തത്തി വന്ന് കുറത്ത ഗുഹയിലേക്കു വിറകുമുട്ടികൾ എടുത്തെറിയും.

എനിക്കു പൊട്ടിക്കരയണമെന്നു തോന്നി. നെഞ്ചിനകത്ത് ഊറിക്കൂടിയ കണ്ണുനീർ ഹൃദയത്തെ ഞെരുക്കി വേദനിപ്പിച്ചു.

പക്ഷെ കരയുന്നതു നാണക്കേടാണ്. അതുകൊണ്ട് ഞാൻ കപ്പൽത്തട്ടു കഴുകാൻ ബ്ല്യാഹിനെ സഹായിച്ചു.

ആരും ശ്രദ്ധിക്കാത്ത ഒരുത്തനായിരുന്നു ബ്ല്യാഹിൻ. അയാളുടെ വിളറിയ രൂപം വല്ല ഒഴിഞ്ഞ കോണിലും പോയി കൊച്ചു കണ്ണുകളും ചിമ്മി ഇരിക്കും. ഒരിക്കൽ അയാൾ എന്നോടു പറഞ്ഞു:

"ശരിക്കു പറഞ്ഞാൽ എന്നെ ബ്ല്യാഹിനെന്നല്ല വിളിക്കേണ്ടത്, വേറെ വല്ലതുമാണ്. കാരണം, എന്റെ അമ്മ പിഴയായിരുന്നു. എനിക്കൊരു പെങ്ങളുള്ളതും പിഴയാണ്. രണ്ടിന്റേയും തലേലെഴുത്ത് അതായിരുന്നുവെന്നു തോന്നുന്നു. എന്റനിയാ, ഈ തലേലെഴുത്തെന്നു പറയുന്നതും നമ്മളെയൊക്കെ തളച്ചിടുന്ന നങ്കൂരമാണ്. കെട്ടുപൊട്ടിച്ചു പോകണമെന്നുണ്ട്. പക്ഷെ എങ്ങിനെ പോകും?"

കപ്പൽത്തട്ട് തുത്തു വാരുന്നതിനിടയിൽ അയാൾ ശാന്തസ്വരത്തിൽ:

"പെണ്ണുങ്ങളെ വലവീശുന്നതു കണ്ടില്ലേ? ഏറെ ഊതിയാൽ നനഞ്ഞ വിറകും കത്തും. എനിക്കിതൊന്നും പിടിക്കുന്നില്ല, അനിയാ. എനിക്കിതിനോടൊന്നും യാതൊരു മതിപ്പുമില്ല. ഞാനൊരു പെണ്ണായി ജനിച്ചിരുന്നെങ്കിൽ ദൈവത്തിനാണെ ഞാൻ വല്ല കുളത്തിലും ചാടി ചത്തേനെ! അല്ലാതെ തന്നെ പുകയുകയാണ്. അപ്പോഴാണ് ഊതിക്കത്തിക്കുന്നത്! ഞാൻ പറയാം—സ്റ്റോപ്പെറ്റസുകാരെന്നു പറയുന്ന കൂട്ടരുണ്ടല്ലോ. അവർ വിഡ്ഢികളല്ല. സ്റ്റോപ്പെറ്റസുകാരെപ്പറ്റി കേട്ടിട്ടുണ്ടോ? അവർ ഷണ്ഡന്മാരാണ്. വിവരമുള്ളവർ. ശരിയായ വഴി തിരഞ്ഞെടുത്തു. നിസ്സാര കാര്യങ്ങൾ പോയി തുലയട്ടെ. ശുദ്ധിയോടെ ദൈവത്തെ സേവിക്കുക..."

വെള്ളക്കുഴികൾക്കിടയിലൂടെ പാവാടയും പൊക്കിപ്പിടിച്ചുകൊണ്ട് കപ്പിത്താന്റെ ഭാര്യ നടന്നുപോയി. അവരെപ്പോഴും അതിരാവിലെ ഉണരും. നീണ്ട് പ്രൗഢമായ രൂപവും ഒന്നുമൊളിച്ചുവയ്ക്കാത്ത ലാളിത്യമാർന്ന മുഖവുമാണ് അവരുടേത്. ഓടിച്ചെന്ന്, "എന്നോടെന്തെങ്കിലുമൊന്നു പറയൂ, പറയൂ,"എന്ന് അവരോട് ഉള്ളു തുറന്നു യാചിക്കാൻ ഞാൻ കൊതിച്ചു.

കപ്പൽ മെല്ലെ ജട്ടിയിൽ നിന്നകന്നു. കുരിശു വരച്ചുകൊണ്ട് ബ്ല്യാഹിൻ പറഞ്ഞു:

"നമ്മൾ പുറപ്പെട്ടു."

VI

സാറപ്പുളെത്തിയപ്പോൾ മാക്സിം കപ്പലിൽനിന്നിറങ്ങിപ്പോയി. ഒന്നും മിണ്ടാതെ, ആരോടും യാത്രപറയാതെ, ശാന്തനും ഗൗരവക്കാരനുമായിട്ടാണ് അയാൾ ഇറങ്ങിപ്പോയത്. അയാളുടെ പുറകെ ചിരിച്ചുകൊണ്ട് ഉല്ലാസവതിയായ സ്ത്രീയും അവരുടെ പുറകെ വീർത്ത കണ്ണുകളുമായി യുവതിയുടെ ഉലഞ്ഞുടഞ്ഞ രൂപവും നടന്നുപോയി. സെർഗേയ് വളരെനേരം കപ്പിത്താന്റെ മുറിയുടെ മുമ്പിൽ മുട്ടുകുത്തി നിന്ന് വാതിൽപ്പലകയിൽ ചുംബിക്കുകയും നെറ്റിയിടിക്കുകയും ചെയ്തു.

'എനിക്കു മാപ്പു തരൂ! എന്റെ കുറ്റമല്ല!' അയാൾ വിലപിച്ചു.

'മാക്സിമാണ് കുറ്റക്കാരൻ.'

കപ്പൽജോലിക്കാർക്കും വിളമ്പുകാർക്കുമെന്നല്ല, യാത്രക്കാരിൽ ചിലർക്കുപോലും അറിയാമായിരുന്നു. അയാൾ കളവു പറയുകയാണെന്ന്. എങ്കിലും അവർ അയാളെ പ്രോത്സാഹിപ്പിച്ചു:

'വിടരുത്! നിനക്കു മാപ്പു കിട്ടും!'

കപ്പിത്താൻ അയാളെ ആട്ടിപ്പുറത്താക്കുകയും തൊഴിച്ച് താഴെ വീഴ്ത്തുകയും ചെയ്തെങ്കിലും അവസാനം അയാൾക്കു മാപ്പു കൊടുത്തു. സെർഗേയ് അപ്പോൾത്തന്നെ, അടികൊണ്ട പട്ടിയെപ്പോലെ ആളുകളുടെനേരെ യാചന നിറഞ്ഞ നോട്ടമയച്ചുകൊണ്ട് കാപ്പിത്തട്ടങ്ങളുമായി കപ്പൽത്തട്ടിലൂടെ ഓടിനടന്നു.

മാക്സിമിന്റെ സ്ഥാനത്ത് വ്യാത്ക്കയിൽനിന്ന് ഒരുത്തനെ എടുത്തു.

മുമ്പ് പട്ടാളത്തിലുണ്ടായിരുന്ന അയാൾ കൊച്ചുതലയും ചെമ്പൻ കണ്ണുകളുമുള്ള ചെറിയൊരു മനുഷ്യനായിരുന്നു. പാചകക്കാരന്റെ സഹായി അയാളോട് ഉടനെ കുറെ കോഴികളെ അറുക്കാൻ പറഞ്ഞു. പട്ടാളക്കാരൻ രണ്ടെണ്ണത്തിനെ കൊന്നു. ബാക്കിയുള്ളവ കപ്പൽ ത്തട്ടിലൂടെ ഓടിനടന്നു. യാത്രക്കാർ പിടിക്കാൻ ശ്രമിച്ചെങ്കിലും മൂന്നു കോഴികൾ കപ്പലിൽനിന്നു പറന്നുപോയി. നിരാശ സഹിക്കവയ്യാതെ പട്ടാളക്കാരൻ അടുക്കളയ്ക്കടുത്തുള്ള ഒരു വിറകുകൂനയിലിരുന്ന് കരയാൻ തുടങ്ങി.

'നീ വിഡ്ഢിയാണോടാ?' സ്മേറി അത്ഭുതത്തോടെ ചോദിച്ചു. 'പട്ടാള ക്കാർ കരയുമോ?'

'എനിക്ക് യുദ്ധം ചെയ്യേണ്ടാത്ത ജോലിയായിരുന്നു,' പട്ടാളക്കാരൻ പതുക്കെ പറഞ്ഞു.

കഷ്ടകാലത്തിനാണ് അയാളതു പറഞ്ഞത്. അര മണിക്കൂറിനകം കപ്പലിലുള്ള സകലരും അയാളെ കളിയാക്കി ചിരിക്കാൻ തുടങ്ങി. അവർ ഓരോരുത്തരായി അടുത്തുവന്ന് അയാളെ തുറിച്ചുനോക്കി "ഇയാളാണോ?" എന്നു ചോദിക്കും. പരിഹസിച്ച് പൊട്ടിച്ചിരിക്കും.

ആദ്യമാദ്യം പട്ടാളക്കാരൻ ആ ആളുകളെ ശ്രദ്ധിച്ചില്ല. അവരുടെ പൊട്ടിച്ചിരികൾ കേട്ടതുമില്ല. പരുത്തിത്തുണികൊണ്ടുള്ള പഴയ ഷർട്ടിന്റെ കൈവച്ച് മുഖത്തെ കണ്ണുനീരൊപ്പിക്കൊണ്ട് അയാൾ അവി ടിരുന്നതേയുള്ളൂ. അയാൾ ആ കുപ്പായക്കയ്യുള്ളിൽ കണ്ണുനീർ ഒളിച്ചുവ യ്ക്കുകയാണെന്നു തോന്നി. പക്ഷെ താമസിയാതെ അയാളുടെ ചെമ്പൻ കണ്ണുകൾ രോഷപൂർവ്വം ജ്വലിച്ചു. വ്യാത്ക്കക്കാരുടെ പ്രത്യേകരീതിയിൽ അയാൾ ചറപറാ എന്ന് വാക്കുകൾ ചൊരിഞ്ഞു:

'എന്തിനാണ് എന്നെ കണ്ണും തള്ളി നോക്കുന്നത്? നിങ്ങളെയൊ ക്കെ കഷ്ണംകഷ്ണമായി അറത്തു മുറിക്കുകയാണു വേണ്ടത്.'

അതു കേട്ടപ്പോൾ ആളുകൾക്കു രസം മൂത്തു. പള്ളയ്ക്കു കുത്തുകയും കുപ്പായത്തിൽ പിടിച്ചുവലിക്കുകയും മറ്റും ചെയ്തുകൊണ്ട് അവർ ഉച്ച ഭക്ഷണത്തിന്റെ സമയം വരെ അയാളെ നിർദ്ദയം കളിയാക്കി. ഭക്ഷണത്തിനു ശേഷം ആരോ ഒരു മരത്തവിയുടെ പിടിയിൽ നാര ങ്ങാത്തൊലി കുത്തിവച്ച് ഏപ്രൺചരടിനോടു ചേർത്ത് അയാളുടെ പുറകിൽ കെട്ടിത്തൂക്കി. പട്ടാളക്കാരൻ നടക്കുമ്പോൾ തവി കിടന്നാടും. ആളുകൾ പൊട്ടിച്ചിരിച്ചു. കാരണമറിയാതെ അയാൾ കെണിയിലക പ്പെട്ട ചുണ്ടെലിയെപ്പോലെ വിരണ്ടുനടന്നു.

അയാളെ മൗനമായി, തികഞ്ഞ ഗൗരവത്തോടെ ശ്രദ്ധിച്ചുകൊണ്ടിരുന്ന സ്മൂറിയുടെ മുഖം ഒരു സ്ത്രീയുടേതുപോലെ മാർദ്ദവം പൂണ്ടു.

എനിക്ക് ആ പട്ടാളക്കാരനോടു സഹതാപം തോന്നി. ഞാൻ പാചകക്കാരനോടു ചോദിച്ചു:

'തവിയുടെ കാര്യം പറയട്ടെ?'

അയാൾ തലകുലുക്കി സമ്മതം തന്നു.

ആളുകൾ ചിരിക്കാനുള്ള കാരണം ഞാൻ പറഞ്ഞുകൊടുത്തപ്പോൾ പട്ടാളക്കാരൻ തവി വലിച്ചുപൊട്ടിച്ചെടുത്ത് നിലത്തെറിഞ്ഞ് ചവുട്ടിത്തേച്ചു. അയാൾ രണ്ടു കൈകൊണ്ടും എന്റെ മുടിക്കു കയറിപ്പിടിച്ചു. ഞങ്ങൾ മുഷ്ടിയുദ്ധം തുടങ്ങി. അതുകണ്ടു രസിച്ച കാണികൾ ഉടനെ ഞങ്ങളുടെ ചുറ്റും കൂടി.

സ്മൂറി അവരെ തള്ളിയകറ്റിയിട്ട് ഞങ്ങളെ പിടിച്ചുമാറ്റി. ആദ്യം എന്റെ ചെവി പിടിച്ചു തിരുമ്മിയശേഷം അയാൾ പട്ടാളക്കാരന്റെ ചെവിക്കു പിടിച്ചു. കുതറിമാറാനുള്ള ശ്രമത്തിൽ ആ കൊച്ചുമനുഷ്യൻ ഞെരിപിരിക്കൊള്ളുന്നതു കണ്ട് ആളുകൾ ആർത്തുവിളിക്കുകയും ചൂളമടിക്കുകയും നിലത്തു ചവുട്ടിത്തകർത്തുകൊണ്ട് ചിരിച്ചുമറിയുകയും ചെയ്തു.

'ഗാരിസണ് ഹുറാ! പാചകക്കാരന്റെ വയറ്റിലിടിക്ക്!'

ഈ മനുഷ്യപ്പറ്റത്തിന്റെ വന്യമായ ആഹ്ലാദോന്മാദം കണ്ടപ്പോൾ ഒരു വിറകിൻമുട്ടിയെടുത്ത് അവരുടെ തലതല്ലിപ്പൊളിക്കാൻ എനിക്കു തോന്നി.

പട്ടാളക്കാരനിൽനിന്നു പിടിവിട്ടുകൊണ്ട് സ്മൂറി കൈ രണ്ടും പുറകിൽ കെട്ടി ആളുകളുടെനേരെ കാട്ടുപന്നിയെപ്പോലെ തിരിഞ്ഞു. പല്ലിളിച്ചുകാട്ടി, മീശ തെറുത്തുപിടിച്ചുകൊണ്ട് അയാൾ ചീറി:

'ഓരോരുത്തരും അവനവന്റെ പണി നോക്ക്! സ്ഥലം വിട്! കാട്ടാളന്മാർ!'

പട്ടാളക്കാരൻ വീണ്ടും എന്റെമേൽ ചാടിവീണു. പക്ഷെ സ്മൂറി അയാളെ ഒരു കൈകൊണ്ടെടുത്തുപൊക്കി പമ്പിനടുത്തേക്കു നടന്നു. പഴന്തുണിപ്പാവയാണെന്ന മട്ടിൽ അയാളുടെ കൊച്ചുദേഹം തിരിച്ചും മറിച്ചും പിടിച്ചുകൊണ്ട് പാചകക്കാരൻ അയാളുടെ തലവഴി വെള്ളമൊഴിച്ചു.

ഏതാനും കപ്പൽജോലിക്കാരും അവരുടെ ചുമതലക്കാരനായ ഉദ്യോഗസ്ഥനും കപ്പിത്താന്റെ സഹായിയും ഓടിയെത്തി. അങ്ങിനെ വീണ്ടും ആളു കൂടി. മറ്റെല്ലാവരുടേയും തലയ്ക്കു മുകളിലായി എപ്പോഴത്തേയും പോലെ ശാന്തനും മൗനിയുമായി കന്റീൻനടത്തിപ്പുകാരൻ നിന്നിരുന്നു.

പട്ടാളക്കാരൻ വിറകുകൂനയുടെ മുകളിലിരുന്ന് വിറയ്ക്കുന്ന കൈകളാൽ ബൂട്ടുകൾ വലിച്ചൂരി. കാലിൽ ചുറ്റിയിരുന്ന പട്ടീസ് അയാൾ പിഴിയാൻ തുടങ്ങി. പക്ഷെ അവ നനഞ്ഞിരുന്നില്ല. അയാളുടെ അലങ്കോലപ്പെട്ട മുടിയിൽനിന്ന് വെള്ളം ഇറ്റിറ്റുവീണു. അതുകണ്ട് ആളുകൾ പിന്നെയും ചിരിച്ചു.

'നിങ്ങൾ നോക്കിക്കോ.' പട്ടാളക്കാരൻ നേർത്ത ശബ്ദത്തിൽ ഉറക്കെ പറഞ്ഞു. 'ഞാൻ ആ ചെറുക്കനെ കൊല്ലും.'

എന്റെ തോളത്തു പിടിച്ചുകൊണ്ട് സ്മൂറി കപ്പിത്താന്റെ സഹായിയോട് എന്തോ പറഞ്ഞു. കപ്പൽജോലിക്കാർ അവിടെ കൂടിനിന്നവരെ പിരിച്ചു വിട്ടു.

എല്ലാവരും പൊയ്ക്കഴിഞ്ഞപ്പോൾ സ്മൂറി പട്ടാളക്കാരനോടു ചോദിച്ചു:

'തന്നെ എന്താണു ചെയ്യേണ്ടത്?'

പട്ടാളക്കാരൻ ഒന്നും മിണ്ടിയില്ല. ഉന്മാദംപൂണ്ട കണ്ണുകളോടെ എന്നെ നോക്കുമ്പോൾ അയാളുടെ ദേഹം വിചിത്രമായി ഞെളിഞ്ഞു പിരിഞ്ഞുകൊണ്ടിരുന്നു.

'അറ്റൻഷൻ!' സ്മൂറി കല്പിച്ചു.

'മണ്ണാങ്കട്ട! ഇതു പട്ടാളമല്ല!' പട്ടാളക്കാരൻ പറഞ്ഞു.

പാചകക്കാരൻ എന്തു ചെയ്യേണ്ടു എന്നറിയാതെ കുഴങ്ങുകയാണെന്ന് എനിക്കു മനസ്സിലായി. അയാളുടെ വീർത്ത കവിളുകൾ ഒട്ടി താഴോട്ടു തൂങ്ങി. നിലത്തു തുപ്പിയിട്ട് അയാൾ എന്നേയും കൂട്ടി അവിടന്നുപോയി. സുബോധം നശിച്ചവനെപ്പോലെ അയാളെ അനുഗമിക്കുമ്പോൾ ഞാൻ കൂടെക്കൂടെ പട്ടാളക്കാരനെ തിരിഞ്ഞുനോക്കി. സ്മൂറി അമ്പരപ്പോടെ പിറുപിറുത്തു

'കണ്ടോ അവന്റെ ഒരഹങ്കാരം!'

സെർഗേയ് ഓടിവന്ന് എന്തുകൊണ്ടോ ശബ്ദമടക്കിപ്പറഞ്ഞു:

'അയാൾ കഴുത്തറുത്ത് ചാവാൻ പോവുകയാണത്രെ!'

'എന്ത്!' എന്ന് ആക്രോശിച്ചുകൊണ്ട് സ്മൂറി വന്നവഴി ഓടി.

കോഴികളെ വെട്ടാനും വിറകു കീറാനും ഉപയോഗിച്ചുവന്ന വലിയൊരു കത്തിയും കയ്യിൽ പിടിച്ചുകൊണ്ട് പട്ടാളക്കാരൻ വിളമ്പുകാരുടെ മുറിയിൽ നില്പുണ്ടായിരുന്നു. മൂർച്ചയില്ലാത്ത ആ കത്തിയുടെ വക്ക് അറക്കവാളിന്റേതുപോലെ വിണ്ടുകീറിയിരുന്നിരുന്നു. നനഞ്ഞൊലിച്ച തലയുമായി നിൽക്കുന്ന ആ വിചിത്രമനുഷ്യന്റെ ക്ഷുദ്രരൂപത്തെ നോക്കിക്കൊണ്ട് ആളുകൾ വാതിൽക്കൽ തിങ്ങിക്കൂടിനിൽപ്പുണ്ട്

കൂർത്ത കൊച്ചുമൂക്കോടു കൂടിയ മുഖം ജെല്ലിപോലെ വിറച്ചുകൊണ്ടിരുന്നു. വാ തുറന്നുപിടിച്ചിരുന്നു. ചുണ്ടുകൾ പിടഞ്ഞു. അയാൾ പിറുപിറുത്തുകൊണ്ടിരുന്നു:

'ദ്രോഹികൾ! ദ്രോഹികൾ!'

ഞാൻ എന്തോ ഒന്നിൽ ചാടിക്കയറി ആളുകളുടെ തലകൾക്കിടയിലൂടെ അവരുടെ മുഖങ്ങളിലേക്കു നോക്കി. ആളുകൾ പുഞ്ചിരിക്കുകയായിരുന്നു. 'നോക്ക്! നോക്ക്' എന്നും പറഞ്ഞ് അടക്കിച്ചിരിക്കുകയായിരുന്നു.

കുഞ്ഞുങ്ങളുടേതുപോലുള്ള ശോഷിച്ച കൈകൊണ്ട് അയാൾ ഷർട്ടിന്റെ അറ്റം ട്രൗസറിനകത്തേക്കു തിരുകിവയ്ക്കാൻ തുടങ്ങിയപ്പോൾ എന്റെ അടുത്തുനിന്നിരുന്ന ഒരു സുഭഗൻ ദീർഘനിശ്വാസത്തോടെ പറഞ്ഞു:

'ചാകാൻ പോകുന്നവൻ ട്രൗസർ വലിച്ചുകേറ്റുന്നതെന്തിനാ?'

ആളുകൾ കൂട്ടത്തലച്ചത്തിൽ ചിരിച്ചു. ഒരു കാര്യം വ്യക്തമായി. പട്ടാളക്കാരൻ ആത്മഹത്യ ചെയ്യുമെന്ന് ആരും വിശ്വസിച്ചില്ല. ഞാനും വിശ്വസിച്ചില്ല. എന്നാൽ അയാളെ ചെറുതായൊന്നു നോക്കിയിട്ട് സ്മൂറി ചുറ്റും കൂടിനിന്നവരെ തന്റെ കുടവയർകൊണ്ടു തള്ളിമാറ്റാൻ തുടങ്ങി.

'മാറിപ്പോകെടാ, വിഡ്ഢി!'

ബഹുവചനാർത്ഥത്തിലാണ് അയാൾ അതു പറഞ്ഞത്. ആൾക്കൂട്ടത്തിനടുത്തേക്കു ചെന്ന് അവരോടു മുഴുവനുമായിട്ട് അയാൾ പറയാറുണ്ട്:

'പോയി പണി നോക്കടാ, വിഡ്ഢി!'

കേട്ടാൽ ചിരിവരും. പക്ഷെ ഇന്ന് അപ്പറഞ്ഞത് സത്യമാണെന്നു തോന്നി. കാരണം, രാവിലെതൊട്ട് മുഴുവനാളുകളും ഒരൊറ്റ വിട്ടുവിഡ്ഢിയല്ലാതൊന്നുമായിരുന്നില്ല.

ആൾക്കൂട്ടത്തെ പിരിച്ചയച്ചശേഷം അയാൾ പട്ടാളക്കാരന്റെ അടുത്തുചെന്ന് കൈനീട്ടി.

'കത്തിയിങ്ങു താ.'

'എല്ലാവനും ഒന്നുതന്നെ,' എന്നും പറഞ്ഞ് പട്ടാളക്കാരൻ കത്തി കൊടുത്തു. പാചകക്കാരൻ അത് എന്നെ ഏല്പിച്ചിട്ട് പട്ടാളക്കാരനെ മുറിയിലേക്കു തള്ളി.

'കിടന്നുറങ്ങ്. തനിക്കെന്തുപറ്റി?'

പട്ടാളക്കാരൻ ഒരക്ഷരം മിണ്ടാതെ പലകത്തട്ടിൽ കയറിയിരുന്നു.

'ഇവൻ തനിക്കു തിന്നാൻ വല്ലതും കൊണ്ടുത്തരും. കുറച്ചു വോഡ്കയും. വോഡ്ക്ക കുടിക്കുമോ?'

'കുറച്ച്.'

'ഇവനെ തൊട്ടുപോകരുത്. ഇവനല്ല തന്നെ കുരങ്ങുകളിപ്പിച്ചത്, മനസ്സിലായോ? ഞാനാണ് പറയുന്നത് ഇവനല്ലെന്ന്.'

'എന്തിനാണ് അവർ എന്നെ ഇങ്ങനെ ദണ്ഡിപ്പിച്ചത്?' പട്ടാള ക്കാരൻ സൗമ്യമായി ചോദിച്ചു.

സ്മൂറി അല്പസമയത്തേക്ക് ഒന്നും പറഞ്ഞില്ല.

'എനിക്കറിയാമെന്നാണോ വിചാരം?' അവസാനം അയാൾ പറഞ്ഞു.

എന്റെകൂടെ അടുക്കളയിലേക്കു തിരിച്ചുപോകുന്നവഴി അയാൾ പറഞ്ഞു:

'വെറുമൊരു സാധുവിനെയാണ് അവർ ഉപദ്രവിച്ചത്. നീ കണ്ടില്ലേ? ആളുകൾ വിചാരിച്ചാൽ മനുഷ്യനെ ഭ്രാന്തു പിടിപ്പിക്കാൻ കഴിയും. മൂട്ടയെപ്പോലാണ്. കടി വിടില്ല. മൂട്ട സാരമില്ല. അവർ അതിലും ഭയങ്കരന്മാരാണ്.'

ഞാൻ കുറച്ചു റൊട്ടിയും ഇറച്ചിയും വോഡ്ക്കയുമായി പട്ടാളക്കാ രന്റെ അടുത്തു ചെല്ലുമ്പോൾ അയാൾ പലകത്തട്ടിലിരുന്ന് മുമ്പോട്ടും പുറകോട്ടും ആടി ഒരു പെണ്ണിനെപ്പോലെ നിശ്ശബ്ദം കരയുകയായിരുന്നു. പിഞ്ഞാണം മുമ്പിൽ വച്ചിട്ട് ഞാൻ പറഞ്ഞു:

'കഴിക്ക്'

'കതകടയ്ക്ക്'

'ഇരുട്ടാവും'

'അടയ്ക്ക്. അല്ലെങ്കിൽ അവന്മാർ പിന്നെയും വരും.'

ഞാൻ ഇറങ്ങിപ്പോയി. എനിക്ക് ആ പട്ടാളക്കാരനെ ഇഷ്ടപ്പെട്ടില്ല. അയാളോട് സഹതാപമോ അനുകമ്പയോ ഒട്ടും തോന്നിയതുമില്ല. അതെന്നെ അസ്വസ്ഥനാക്കി. മുത്തശ്ശി എന്നോട് എപ്പോഴും പറയു മായിരുന്നു

'ആളുകളോട് അനുകമ്പ വേണം. അവർ ഭാഗ്യംകെട്ടവരാണ്, കഷ്ട പ്പെടുന്നവരാണ്...'

'കൊണ്ടുക്കൊടുത്തോ?' ഞാൻ മടങ്ങിച്ചെന്നപ്പോൾ പാചകക്കാരൻ ചോദിച്ചു. 'അയാളെങ്ങിനെ?'

"കരയുകയാണ്."

'ഹും! നല്ല പട്ടാളക്കാരനാണ്!'

'എനിക്കയാളോട് ഒരു അനുകമ്പയും തോന്നുന്നില്ല.'

‘എന്തോന്നാണീ പറയുന്നത്?’

‘ആളുകളോട് അനുകമ്പ തോന്നേണ്ടതാണ്.’

എന്നെ കയ്യു പിടിച്ച് ചേർത്തുനിർത്തിക്കൊണ്ട് സ്റ്റൂറി ഗൗരവത്തിൽ പറഞ്ഞു: ‘അനുകമ്പ വിളിച്ചുവരുത്തേണ്ടതല്ല. നുണ പറയുന്നതു നല്ലതുമല്ല. മനസ്സിലായോ? നീ പഴങ്കഞ്ഞികുടിച്ചവനെപ്പോലാവരുത്. മനസ്സറിഞ്ഞു പ്രവർത്തിക്ക്.’

എന്നെ തള്ളിമാറ്റിയിട്ട് അയാൾ മ്ലാനമായി തുടർന്നു:

‘ഇത് നിനക്കു പറ്റിയ ഇടമല്ല. ന്നാ, ഈ സിഗററ്റു വലിച്ചോ’

യാത്രക്കാരുടെ പെരുമാറ്റം എന്റെ മനസ്സിനെ വല്ലാതെ ഉലച്ചുകളഞ്ഞു. അവർ ആ പട്ടാളക്കാരനെയിട്ട് കുരങ്ങുകളിപ്പിച്ചതിലും സ്റ്റൂറി അയാളുടെ ചെവിക്കു പിടിച്ചപ്പോൾ ആഹ്ലാദത്തോടെ ആർത്തുചിരിച്ചതിലുമെല്ലാം പറഞ്ഞറിയിക്കാനാവാത്തവണ്ണം നിന്ദ്യമായിട്ടെന്തോ ഉണ്ടായിരുന്നു. അത്രയേറെ ജുഗുപ്സാവഹവും ശോചനീയവുമായ ഒരു കാഴ്ച കണ്ട് അവർക്കെങ്ങിനെ രസിക്കാൻ കഴിഞ്ഞു അതിലിത്രമാത്രം ചിരിക്കാനെന്തിരിക്കുന്നു?

അതാ അവർ വീണ്ടും കപ്പൽത്തട്ടിൽ ഇരുന്നും കിടന്നും തിന്നുന്നു, കുടിക്കുന്നു, ചീട്ടുകളിക്കുന്നു, സ്വൈര്യമായും കാര്യഗൗരവത്തോടെയും സംസാരിക്കുന്നു, പുഴയിലേക്കു കണ്ണയയ്ക്കുന്നു. ഒരു മണിക്കൂർമുമ്പ് മതിമറന്ന് കൂവിവിളിച്ചതും ചൂളമടിച്ചതും ഇവരല്ല മറ്റാരോ ആയിരുന്നുവെന്നു തോന്നും. അവർ വീണ്ടും എപ്പോഴത്തേയുംപോലെ ശാന്തരും അലസരുമാണ്. കൊതുകകളെപ്പോലെയോ വെയിൽനാളത്തിലെ മൺതരികളെപ്പോലെയോ അവർ രാവിലെ മുതൽ രാത്രിവരെ കപ്പലിലൂടെ ഉന്തിയും തള്ളിയും മെല്ലെ കറങ്ങിനടന്നു. അതാ കുറേപ്പേർ ജട്ടിയിലിറങ്ങുന്നതിനു പ്രാരംഭമായി നടപ്പലകയുടെ അറ്റത്ത് തിക്കിത്തള്ളി നിൽക്കുന്നു, കുരിശുവരയ്ക്കുന്നു. അവർ കപ്പലിറങ്ങിപ്പോകുമ്പോൾ അതേപോലെതന്നെ വേഷം ധരിച്ച്, അതേപോലെതന്നെ ഭാരിച്ച ഭാണ്ഡങ്ങളുമേന്തി മുതുകും വളച്ച് വേറെ കുറേപ്പേർ കപ്പലിലേക്കു കയറിവരും.

ആളുകൾ ഇങ്ങനെ നിരന്തരമായി മാറിവരുന്നതു മൂലം കപ്പലിലെ ജീവിതത്തിൽ യാതൊരു മാറ്റവുമുണ്ടായില്ല. പഴയ യാത്രക്കാർ പറഞ്ഞ കാര്യങ്ങൾതന്നെയാണ് പുതിയവരും പറഞ്ഞത്: ഭൂമിയെപ്പറ്റി, വേലയെപ്പറ്റി, ദൈവത്തെപ്പറ്റി, പെണ്ണുങ്ങളെപ്പറ്റി. അവരുപയോഗിച്ച വാക്കുകൾപോലും ഒന്നായിരുന്നു.

“മനുഷ്യരിതെല്ലാം സഹിക്കണമെന്നാണ് ദൈവത്തിന്റെ ഇഷ്ടം. അതുകൊണ്ടു നമ്മൾ സഹിക്കുന്നു. എന്തു ചെയ്യാം, അതാണു നമ്മുടെ തലവിധി.”

ഇതെല്ലാം കേട്ടാൽ മടുപ്പും അമർഷവുമാണ തോന്നുക. വൃത്തികേട് സഹിക്കാൻ എന്നെക്കൊണ്ടാവില്ല. എന്നോടു ക്രൂരമായും അന്യായമായും പെരുമാറുന്നതും എനിക്ക് അസഹ്യമാണ്. കാരണം, അത്തരം പെരുമാറ്റം ഞാൻ അർഹിക്കുന്നില്ലെന്ന് എനിക്കു തീർച്ചയുണ്ട്. ആ പട്ടാളക്കാരനും അത് അർഹിക്കുന്നില്ല. ഒരുപക്ഷെ അയാളുടെ വിചിത്രമായ പെരുമാറ്റം കല്പിച്ചുകൂട്ടിയതാവാൻ മതി.

അവർ കൊള്ളരുതാത്ത സെർഗേയെ നിർത്തിയിട്ട് ഗൗരവക്കാരനും നല്ലവനുമായ മാക്സിമിനെ പറഞ്ഞുവിട്ടു. ഒരുത്തനെ ദണ്ഡിപ്പിച്ച് ഭ്രാന്തുപിടിപ്പിക്കാൻ കഴിയുന്ന ഇക്കൂട്ടർ എന്തുകൊണ്ടാണ് കപ്പൽജോലിക്കാരുടെ നിർമ്മര്യാദമായ കല്പനകൾ വണക്കത്തോടെ അനുസരിക്കുകയും അവരുടെ ശകാരങ്ങൾ യാതൊരു പരിഭവവും കൂടാതെ കേൾക്കുകയും ചെയ്യുന്നത്?

"തട്ടിന്റെ വക്കത്തു നിൽക്കാതെ മാറിപ്പോകിൻ!" ക്രൂരമായ, ഭംഗിയുള്ള കണ്ണുകൾ ചെറുതാക്കിക്കൊണ്ട് കപ്പൽജോലിക്കാരുടെ മേധാവി അട്ടഹസിക്കുന്നു. "കപ്പൽ കിടന്നുരുളുന്നതു കാണാൻ വയ്യേ? മാറിപ്പോകിനെടാ, ചെകുത്താന്മാരേ!"

ചെകുത്താൻമാർ അനുസരണയോടെ തട്ടിന്റെ മറുവശത്തേക്ക് ഓടുന്നു. അവിടന്നും അവരെ ആട്ടിൻപറ്റത്തെപ്പോലെ ആട്ടിയോടിക്കുന്നു.

"നാശങ്ങൾ!"

പകൽസമയത്ത് വെയിലടിച്ചു ചുട്ടുപഴുത്തിരിക്കുന്ന ഇരുമ്പുമേൽക്കെട്ടിയുടെ കീഴെ ചൂടുള്ള രാത്രിയിൽ കഴിച്ചുകൂട്ടുക ദുസ്സഹമാണ്. ആളുകൾ പാറ്റകളെപ്പോലെ കപ്പൽത്തട്ടിൽ ഇഴഞ്ഞുനിരങ്ങി തോന്നിയേടത്തു കിടന്നുറങ്ങും. ഓരോ ജെട്ടി അടുക്കുമ്പോഴും കപ്പൽജോലിക്കാരുടെ അടിയും തൊഴിയും അവരെ ഉണർത്തും.

"വഴിയിൽനിന്നു മാറിൻ! പോയി അവരവരുടെ സ്ഥാനത്തു കിടക്കിൻ!"

അവർ എണീറ്റ്, പിടിച്ചുതള്ളുന്നതെങ്ങോട്ടാണെന്നുവച്ചാലങ്ങോട്ട് ഉറക്കപ്പിച്ചോടെ വേച്ചുവേച്ചു പോകും.

കപ്പൽജോലിക്കാരും യാത്രക്കാരും തമ്മിൽ വേഷത്തിൽ മാത്രമേ വ്യത്യാസമുള്ളൂ. പക്ഷെ പോലീസുകാരുടെ മട്ടിലാണ് അവർ യാത്രക്കാരെ ഭരിക്കുന്നത്.

മനുഷ്യരിലേറ്റവും പ്രകടമായി കാണാവുന്നത് അവരുടെ അടക്കവും വണക്കവും സഹിഷ്ണുതയുമാണ്. ക്രൂരവും അർത്ഥമില്ലാത്തതും മിക്കപ്പോഴും രസകരമല്ലാത്തതുമായ കുസൃതികൾ കാട്ടുന്ന സന്ദർഭങ്ങളിൽ

സഹിഷ്ണുതയുടെ ഈ പുറംതോട് പൊടുന്നനെ ഉടഞ്ഞുപോകുന്നത് വിചിത്രവും ബീഭത്സവുമായ ഒരു കാഴ്ചയാണ്. തങ്ങളെ എങ്ങോട്ടാണു കൊണ്ടുപോകുന്നതെന്ന് ആളുകൾക്ക് അറിഞ്ഞുകൂടെന്ന് എനിക്കു തോന്നി. കപ്പലിൽനിന്നിറക്കിവിടുന്നതെവിടെയായാലും അവർക്കൊരുപോലാണ്. എവിടെ ഇറങ്ങിയാലും അവർ കരയിൽ അധികസമയം കാണുകയില്ല. ഒന്നല്ലെങ്കിൽ വേറൊരു കപ്പലിൽ അവർ പിന്നെയും കയറും. പിന്നെയും എങ്ങോട്ടെങ്കിലും പോകും. അവരെല്ലാവരുംതന്നെ വീടും കൂടുമില്ലാത്ത ഒരുതരം നാടുതെണ്ടികളാണ്. എല്ലാ നാടുകളും അവർക്ക് അന്യനാടുകളാണ്. അവരോ, ഒന്നൊഴിയാതെ അങ്ങേയറ്റത്തെ ഭീരുക്കളും.

ഒരിക്കൽ അർദ്ധരാത്രി കഴിഞ്ഞ് പീരങ്കിവെടി പൊട്ടുംപോലുള്ള ശബ്ദത്തോടെ യന്ത്രങ്ങളിലെന്തോ ഒരു പൊട്ടിത്തെറിയുണ്ടായി. എഞ്ചിൻ മുറിയിൽനിന്ന് എല്ലാ വിടവുകളിലൂടെയും ഇടതിങ്ങിവന്ന വെളുത്ത നീരാവി അതിവേഗം കപ്പൽത്തട്ടിനെ ആകെ മൂടി. ആരോ ചെവിപൊട്ടുന്നവണ്ണം അലറി.

"ഗവ്രീലൊ! ഒരു കഷണം കമ്പിളിശീലയും ചായില്യവും കൊണ്ടുവാ!"

എഞ്ചിൻമുറിയ്ക്കടുത്ത്, പാത്രം കഴുകുന്ന മേശയുടെ പുറത്താണ് എന്റെ ഉറക്കം. പൊട്ടിത്തെറിയും ഞടുക്കവും കാരണം ഞാൻ ഞെട്ടിയുണർന്നപ്പോൾ കപ്പൽത്തട്ടിൽ എല്ലാം ശാന്തമായിരുന്നു. യന്ത്രങ്ങൾ സീൽക്കാരത്തോടെ ആവിയുതിർക്കുകയും കൊട്ടുവടികൾ അതിവേഗം അടിക്കുകയും ചെയ്തുകൊണ്ടിരുന്നു. എന്നാൽ ഒരു മിനിട്ടിനകം തട്ടിലുള്ള മുഴുവൻ യാത്രക്കാരും ഏറ്റവും ഭയാനകമായ വിധത്തിൽ അലമുറയിടാൻ തുടങ്ങി.

അകന്നുകൊണ്ടിരുന്ന വെളുത്ത മൂടലിൽ അലങ്കോലപ്പെട്ട മുടിയുമായി പെണ്ണുങ്ങളും, പപ്രശ്ശരൂപവും ചത്ത മീനിന്റേതുപോലുള്ള വട്ടക്കണ്ണുകളുമായി ആണുങ്ങളും പരസ്പരം ഉരുട്ടിയിട്ടുകൊണ്ട് തട്ടിലൂടെ പരക്കം പാഞ്ഞു നടന്നു. എല്ലാവരും കെട്ടുകളും പെട്ടികളും ഭാണ്ഡങ്ങളും എങ്ങോട്ടോ വലിച്ചിഴയ്ക്കുന്നുണ്ട്, തട്ടിവീഴുന്നുണ്ട്, പിടിച്ചുതള്ളുന്നുണ്ട്, ദൈവത്തേയും നിക്കൊലായ് പുണ്യവാളനേയും വിളിച്ചു പ്രാർത്ഥിക്കുന്നുണ്ട്. വല്ലാത്തൊരു കാഴ്ച തന്നെ. എന്നാലതേസമയം രസകരവും. ഇനി എന്തു ചെയ്യുമെന്നറിയാൻവേണ്ടി ഞാൻ ആളുകളുടെ പുറകേ ഓടിനടന്നു.

രാത്രികാലത്ത് അപകടസൂചനയുടെ ഇതുപോലൊരു രംഗം ഞാൻ ആദ്യമായി കാണുകയാണ്. എനിക്ക് എങ്ങിനെയോ അപ്പോൾത്തന്നെ മനസ്സിലായി, ആളുകൾക്കു തെറ്റുപറ്റിയെന്ന്. കപ്പൽ വേഗത കുറയ്ക്കാതെ തന്നെ പൊയ്ക്കൊണ്ടിരുന്നു. വലത്തെ കരയിൽ, വളരെ അടുത്തായി,

കച്ചിവെട്ടുകാരുടെ തീക്കുണ്ഡങ്ങൾ കാണാം. മാനത്തുയർന്നുനിൽക്കുന്ന പൂർണ്ണചന്ദ്രൻ രാത്രിയെ പ്രഭാപൂരിതമാക്കിയിരിക്കുന്നു.

പക്ഷെ കപ്പൽത്തട്ടിൽ ആളുകൾ കൂടുതൽ സംഭ്രാന്തരായി ഓടിനടക്കുകയാണ്. ഉയർന്ന ക്ലാസുകളിലെ യാത്രക്കാർ ഇറങ്ങിവന്നുതുടങ്ങി. ആരോ വെള്ളത്തിലെടുത്തുചാടി. പുറകേ വേറെ ആളുകളും. രണ്ടു കൃഷിക്കാരും ഒരു സന്യാസിയുംകൂടി കപ്പൽത്തട്ടിലുറപ്പിച്ചുവച്ചിരുന്ന ഒരു ബഞ്ച് ഇളക്കിയെടുത്തു. കോഴികളെ ഇട്ടിരുന്ന വലിയൊരു കൂട് ആരോ അമരത്തലയ്ക്കൽനിന്ന് വെള്ളത്തിലെറിഞ്ഞു. കപ്പിത്താന്റെ പീഠത്തിലേക്കുള്ള പടവുകളുടെ സമീപത്തെ തട്ടിന്റെ നടുവിൽ മുട്ടുകുത്തിനിന്ന ഒരു കൃഷിക്കാരൻ ചുറ്റും ഓടിനടക്കുന്നവരെ വണങ്ങിക്കൊണ്ട് ഒരു ചെന്നായയെപ്പോലെ ഓരിയിട്ടുകൊണ്ടിരുന്നു:

"സത്യവിശ്വാസികളേ, ഞാൻ പാപിയാണ്!"

"തോണിയെവിടെ, ചെകുത്താന്മാരേ!" വെറുമൊരു കാൽച്ചട്ട മാത്രം ധരിച്ചിരുന്ന ഒരു തടിച്ച മാന്യൻ മുഷ്ടിചുരുട്ടി നെഞ്ചത്തിടിച്ച് വിളിച്ചുപറഞ്ഞു.

കപ്പൽജോലിക്കാർ ഓടിനടന്ന് ആളുകളെ പിടലിക്കു പിടിക്കുകയും തലയ്ക്കു കിഴുക്കുകയും വശത്തോട്ടു പിടിച്ചുതള്ളുകയും ചെയ്തു. ഉറക്കവേഷത്തിന്റെ മീതെ ഒരു കോട്ടുമെടുത്തിട്ടുകൊണ്ട് കുലുങ്ങിക്കുലുങ്ങിനടന്ന സ്മൂറി തൊള്ളതുറന്ന് എല്ലാവരോടുമായി പറഞ്ഞു:

"നിങ്ങൾക്കു നാണമില്ലേ! എന്തു പറ്റി? തലയ്ക്കു ഭ്രാന്തു പിടിച്ചോ? കപ്പൽ ഓട്ടം നിർത്തിയെന്നേയുള്ളൂ. അതാ കാണുന്നു കര! വെള്ളത്തിലേക്കെടുത്തുചാടിയ വിഡ്ഢികളെ കച്ചിവെട്ടുകാർ പൊക്കിയെടുത്തുകഴിഞ്ഞു. അതാ അവരെ കണ്ടില്ലേ? രണ്ടു തോണികളിൽ?"

മൂന്നാംക്ലാസ് യാത്രക്കാരെ അയാൾ മുഷ്ടിചുരുട്ടി നേരെ ഉച്ചിയിലിടിച്ചു. ഒരൊറ്റ ശബ്ദവും പുറപ്പെടുവിക്കാതെ അവർ ചാക്കുകെട്ടുകൾപോലെ തട്ടിൽ ചിതറിവീണു.

ബഹളം കെട്ടടങ്ങിയില്ല. അതിനുമുമ്പ് ശിരാവരണമണിഞ്ഞ ഒരു മാന്യമഹിള സ്മൂറിയുടെ നേരെ പാഞ്ഞുവന്ന് കയ്യിലുള്ള ടേബിൾ സ്പൂൺ അയാളുടെ മൂക്കിനുതാഴെ വീശിക്കൊണ്ട് ആക്രോശിച്ചു:

"താനെന്താടോ ഇക്കാട്ടുന്നത്?"

വിയർത്തൊലിച്ച ഒരു മാന്യൻ അവരെ തടഞ്ഞു. മീശയുടെ അറ്റം ചപ്പിക്കൊണ്ട് അയാൾ ഈർഷ്യയോടെ പറഞ്ഞു:

"ആ മരത്തലയനെ അയാളുടെ പാട്ടിനു വിട്ടേക്ക്!"

സ്കൂറി തോളിലക്കി. അമ്പരന്ന് കണ്ണു ചിമ്മിക്കൊണ്ട് അയാൾ എന്നോടു ചോദിച്ചു:

"എന്താണിത്? ആ പെൺപിറന്നോര് എന്തിനാണ് എന്റെ മെക്കിട്ടു കയറുന്നത് ? ഞാനവരെ നടാടെ കാണുകയാണ്."

വലിപ്പം കുറഞ്ഞ ഏതോ നാട്ടുമ്പുറത്തുകാരൻ മൂക്കിൽനിന്നു ചോര ചീറ്റിക്കളഞ്ഞുകൊണ്ട് അലറി:

"നിങ്ങളൊക്കെ മനുഷ്യരോ കൊള്ളക്കാരോ?"

ആ ഗ്രീഷ്മത്തിൽ ഞാൻ ഞങ്ങളുടെ കപ്പലിൽ ഇത്തരം വെപ്രാളം രണ്ടു തവണ കണ്ടു. രണ്ടു തവണയും അതിനു കാരണം എന്തെങ്കിലും അപകടമായിരുന്നില്ല. അപകടശങ്കയായിരുന്നു. മൂന്നാമതൊരിക്കൽ യാത്രക്കാർ രണ്ടു മോഷ്ടാക്കളെ പിടികൂടി. അതിലൊരുവൻ തീർത്ഥാടകന്റെ വേഷം ധരിച്ചിരുന്നു. ആളുകൾ അവരെ കപ്പൽജോലിക്കാർ കാണാത്ത ഒരിടത്തുകൊണ്ടുപോയി ഏതാണ്ടൊരു മണിക്കൂർ മുഴുവനും തല്ലി. അവസാനം കപ്പൽജോലിക്കാർ വന്ന് അവരെ രക്ഷപ്പെടുത്തിയപ്പോൾ ആൾക്കൂട്ടം അവരുടെ നേരെ ചീറി:

"കള്ളൻ കള്ളനെ ഒളിപ്പിച്ചുവയ്ക്കുമെന്നു ഞങ്ങൾക്കറിയാം."

"നിങ്ങൾതന്നെ തട്ടിപ്പുകാരാണ്. അതുകൊണ്ടാണ് തട്ടിപ്പുകാരെ വെറുതെ വിടുന്നത്."

ആ മോഷ്ടാക്കളെ തല്ലി ബോധം കെടുത്തിയിരുന്നു. ഇപ്പോഴും അവർക്ക് എണീറ്റുനിൽക്കാൻ ത്രാണിയുണ്ടായിരുന്നില്ല. കപ്പൽ അടുത്ത ജെട്ടിയിലടുത്തപ്പോൾ അവരെ പോലീസിലേല്പിച്ചു.

ഇത്തരം സംഭവങ്ങൾ പലതും നടന്നു. അവ എന്റെ മനസ്സിനെ വല്ലാതെ പിടിച്ചുലച്ചു. മനുഷ്യരെ മനസ്സിലാക്കാൻ ഞാൻ വിഷമിച്ചു. അവർ ജന്മനാ ദുഷ്ടരോ ശിഷ്ടരോ? സൗമ്യശീലരോ ഉപദ്രവികളോ? എന്തുകൊണ്ടാണ് അവർ ഇത്ര ക്രൂരമായ, ആർത്തിപൂണ്ട ദുഷ്ടതയും നിർലജ്ജമായ സൗമ്യതയുമുള്ളവരായത്?

ഞാൻ ഈ ചോദ്യം പാചകക്കാരനോടു ചോദിച്ചു. എന്നാൽ തന്റെ മുഖം സിഗററ്റിൽനിന്നുള്ള പുകപടലത്തിൽ പൊതിഞ്ഞുകൊണ്ട് അയാൾ ഈർഷ്യയോടെ പറഞ്ഞ മറുപടി ഇതാണ്:

"എന്തിനാണ് നീ അതെല്ലാമാലോചിച്ച് തല പുണ്ണാക്കുന്നത്?

മനുഷ്യരാരാ? മനുഷ്യർ! ഒരുത്തൻ ബുദ്ധിമാനായിരിക്കും. വേറൊരുത്തൻ മണ്ടനായിരിക്കും. നീ അതുമിതും പുലമ്പാതെ പുസ്തകം വായിക്ക്. ശരിയായിട്ടെഴുതിയ പുസ്തകമാണെങ്കിൽ എല്ലാമതിൽ പറഞ്ഞിരിക്കും."

മതഗ്രന്ഥങ്ങളും പുണ്യവാളന്മാരുടെ ജീവചരിത്രങ്ങളും അയാൾക്കിഷ്ടമായിരുന്നില്ല.

“അതൊക്കെ അച്ചൻമാർക്കോ അച്ചന്മാരുടെ മക്കൾക്കോ കൊള്ളാം.”അയാൾ പറയും.

ഒരു പുസ്തകം സമ്മാനിച്ച് അയാളെ സന്തോഷിപ്പിക്കാൻ ഞാൻ തീരുമാനിച്ചു. കസാനിൽ കപ്പലടുത്തപ്പോൾ ഞാൻ അഞ്ചു കോപ്പക്കു കൊടുത്ത് ജെട്ടിയിൽനിന്ന് ഒരു പുസ്തകം വാങ്ങി. ഒരു പട്ടാളക്കാരൻ മഹാനായ പീറ്ററെ രക്ഷിച്ച കഥ. പാചകക്കാരൻ കുടിച്ച് കോപിച്ചിരുന്ന സമയമായതുകൊണ്ട് ഞാൻ അത് അയാൾക്ക് അപ്പോൾ കൊടുത്തില്ല. പകരം, ഞാൻതന്നെ അതൊന്നു വായിച്ചുനോക്കി. എനിക്കത് വളരെ ബോധിച്ചു. എല്ലാം എത്രയോ ലളിതവും സുഗ്രഹവും രസകരവും സംക്ഷിപ്തവുമായി പറഞ്ഞിരിക്കുന്നു. പുസ്തകം എന്റെ ഗുരുനാഥന് വളരെയേറെ ഇഷ്ടപ്പെടുമെന്ന് എനിക്കുറപ്പുണ്ടായിരുന്നു.

എന്നാൽ ഞാനത് അയാൾക്കു സമ്മാനിച്ചപ്പോൾ അയാൾ ഒരക്ഷരം മിണ്ടാതെ അത് ചുരുട്ടിക്കൂട്ടി വെള്ളത്തിലെറിയുകയാണു ചെയ്തത്.

“അതാ കിടക്കുന്നു നിന്റെ പുസ്തകം. വിഡ്ഢി!” അയാൾ നിരുന്മേഷനായി പറഞ്ഞു. “ഞാൻ നിന്നെ ഒരു വേട്ടപ്പട്ടിയായി പരിശീലിപ്പിക്കുകയാണ്. പക്ഷെ നിനക്കിപ്പോഴും പക്ഷികളെ പിടിച്ചുതിന്നാനാണ് ഇഷ്ടം.”

കാൽ നിലത്ത് ആഞ്ഞു ചവുട്ടിക്കൊണ്ട് അയാൾ അട്ടഹസിച്ചു:

“എത്തരം പുസ്തകമാടാ അത്? ആ അസംബന്ധങ്ങളൊക്കെ ഞാൻ പണ്ടേണ്ട വായിച്ചിട്ടുണ്ട്! എന്താണതിലെഴുതിവച്ചിട്ടുള്ളത്? സത്യമാണോ? നീ പറ!”

“എനിക്കറിഞ്ഞുകൂടാ.”

“എന്നാലെനിക്കറിയാം. ഒരുത്തന്റെ തല വെട്ടിയാൽ അവൻ കോണിയിൽനിന്നു താഴെ വീഴും. അപ്പോൾ മറ്റുള്ളവർ വയ്ക്കോൽത്തുറുവിൽ പിടച്ചുകയറുകയില്ല. പട്ടാളക്കാർ മണ്ടന്മാരല്ല. അവർ വയ്ക്കോലിനു തീയിടും. അതോടെ കഥയും കഴിയും. മനസ്സിലായോ?”

“മനസ്സിലായി.”

“അതാണു കാര്യം! പീറ്റർ ചക്രവർത്തിയെപ്പറ്റി എനിക്കറിയാം. അദ്ദേഹത്തിന് അങ്ങിനെയൊന്ന് സംഭവിച്ചിട്ടേയില്ല. ശരി, നീ പോ!”

പാചകക്കാരൻ പറഞ്ഞത് സത്യമാണെന്ന് എനിക്കു മനസ്സിലായി. എങ്കിലും എനിക്ക് ആ പുസ്തകം ഇഷ്ടപ്പെട്ടു. ഞാനത് വീണ്ടും വാങ്ങി

രണ്ടാമതൊരിക്കൽക്കൂടി വായിച്ചുനോക്കി. അത്ഭുതമെന്നു പറയട്ടെ, ആ പുസ്തകം യഥാർത്ഥത്തിൽ ഗുണമില്ലാത്തതാണെന്ന് എനിക്കു മനസ്സിലായി. അതെന്നെ ലജ്ജിപ്പിച്ചു. ഞാൻ പാചകക്കാരനെ പൂർവ്വാധികം ശ്രദ്ധയോടും വിശ്വാസത്തോടുംകൂടി വീക്ഷിക്കാൻ തുടങ്ങി. അയാളാകട്ടെ, എന്തുകൊണ്ടോ കൂടെക്കൂടെ ഈർഷ്യയോടെ പറഞ്ഞു കൊണ്ടിരുന്നു:

“കഷ്ടം! നീ പഠിക്കുകയാണു വേണ്ടത്! ഇതു നിനക്കു പറ്റിയ ഇടമല്ല!”

എനിക്കു പറ്റിയ ഇടമല്ല അതെന്ന് എനിക്കും തോന്നി. സെർഗേയ് എന്നോട് നികൃഷ്ടമായിട്ടാണു പെരുമാറിയത്. അയാൾ എന്റെ മേശപ്പുറത്തുനിന്ന് ചായപ്പാത്രങ്ങൾ എടുത്തുകൊണ്ടുപോയി കന്റീൻനടത്തിപ്പുകാരന്റെ കണ്ണു വെട്ടിച്ച് യാത്രക്കാർക്കു വിൽക്കുന്നത് ചിലപ്പോഴൊക്കെ ഞാൻ തന്നെ കണ്ടിട്ടുണ്ട്. അതു മോഷണമാണെന്ന് എനിക്കറിയാമായിരുന്നു. സ്മൂറി എനിക്ക് ഒന്നിലധികം പ്രാവശ്യം മുന്നറിയിപ്പു തന്നിട്ടുള്ളതാണ്:

“നീ സൂക്ഷിച്ചോ! വിളമ്പുകാർ നിന്റെ മേശപ്പുറത്തു നിന്ന് ചായപ്പാത്രങ്ങളെടുക്കാതെ നോക്കണം.”

എനിക്കു ദോഷകരമായ വേറേയും പലതുണ്ടായിരുന്നു. കപ്പൽ അടുത്ത ജെട്ടിയിലടുക്കുമ്പോൾ ഇറങ്ങി കാട്ടിലേക്കോടിപ്പോകണമെന്ന് എനിക്കു പലപ്പോഴും തോന്നിയിട്ടുണ്ട്. സ്മൂറിയെ ഓർത്തു മാത്രമാണ് ഞാനങ്ങിനെ ചെയ്യാതിരുന്നത്. അയാൾക്ക് എന്നോടുള്ള വാത്സല്യം അനുദിനം വർദ്ധിച്ചുവന്നു. അതിനും പുറമെ കപ്പലിന്റെ അനുസ്യൂതചലനം എന്നെ വല്ലാതാകർഷിക്കുകയും ചെയ്തു. ജെട്ടികളിലുള്ള നില്പാണ് എനിക്കിഷ്ടപ്പെടാതിരുന്നത്. കമാനദിവിട്ട് ബ്യേലയയിലേക്കും വ്യാത്ക്കയിലേക്കും വോൾഗയിലേക്കുമെല്ലാം ബഹുദൂരം പോകാനിടയാക്കുന്ന എന്തെങ്കിലുമൊന്നു സംഭവിക്കാതിരിക്കില്ലെന്ന് ഞാൻ എപ്പോഴും പ്രതീക്ഷിച്ചു. അങ്ങിനെ ഞാൻ പുതിയ തീരങ്ങളും പട്ടണങ്ങളും കാണും, പുതിയ മനുഷ്യരെ കാണും.

പക്ഷെ അങ്ങിനെയൊന്നും സംഭവിച്ചില്ല. കപ്പലിലെ എന്റെ ജീവിതം അപ്രതീക്ഷിതവും ലജ്ജാകരവുമായ വിധത്തിൽ പര്യവസാനിക്കുകയാണുണ്ടായത്. ഞങ്ങൾ കസാനിൽനിന്നു നിഷ്നിയിലേക്കു പോകുന്നതിനിടയ്ക്ക് ഒരു ദിവസം വൈകീട്ട് കന്റീൻനടത്തിപ്പുകാരൻ എന്നെ വിളിപ്പിച്ചു. ഞാൻ ഹാജരായപ്പോൾ അയാൾ മുറിയുടെ കതകടച്ചിട്ട് കാർപ്പറ്റുകൊണ്ടു മൂടിയ ഒരു സ്റ്റൂളിൽ മ്ലാനവദനനായി ഇരിക്കുന്ന സ്മൂറിയോടു പറഞ്ഞു

"ഇതാ ആള്."

സ്മൂറി എന്നോടു പരുഷമായി ചോദിച്ചു:

"നീ സെർഗേയ്ക്ക് ചായപ്പാത്രങ്ങൾ എടുത്തുകൊടുത്തോ?"

"ഞാൻ കാണാത്ത തക്കം നോക്കി അയാൾതന്നെ എടുക്കുന്നതാണ്."

"നീ കാണുന്നില്ലെങ്കിലും നിനക്കറിയാം, അല്ലേ?" കന്റീൻനടത്തിപ്പുകാരൻ ശാന്തമായി ചോദിച്ചു.

സ്മൂറി മുഷ്ടിചുരുട്ടി തന്റെ കാൽമുട്ടിലിടിച്ചു. മുട്ട് ചൊറിഞ്ഞുകൊണ്ട് അയാൾ പറഞ്ഞു:

"വരട്ടെ, തിരക്കുകൂട്ടണ്ട."

അയാൾ ചിന്തയിലാണ്ടു. ഞാനും കന്റീൻനടത്തിപ്പുകാരനും പരസ്പരം നോക്കി. പക്ഷെ അയാളുടെ കണ്ണടയ്ക്കു പിന്നിൽ കണ്ണില്ലെന്ന് എനിക്കു തോന്നി.

ഒതുങ്ങി ജീവിക്കുകയും ഒച്ചകേൾപ്പിക്കാതെ നടക്കുകയും സ്വരം താഴ്ത്തി സംസാരിക്കുകയും ചെയ്യുന്ന ഒരു മനുഷ്യനാണയാൾ. വല്ലപ്പോഴും അയാളുടെ നിറംമങ്ങിയ താടിയും ശൂന്യമായ കണ്ണുകളും വല്ല കോണിൽനിന്നും എത്തിനോക്കിയാൽത്തന്നെ അടുത്ത നിമിഷത്തിൽ അവ അപ്രത്യക്ഷമാകും. ഉറങ്ങാൻ കിടക്കുന്നതിനു മുമ്പ് അയാൾ കെടാവിളക്ക് എരിഞ്ഞുകൊണ്ടിരിക്കുന്ന വിശുദ്ധരൂപത്തിന്റെ മുമ്പിൽ ദീർഘനേരം മുട്ടു കുത്തി നിൽക്കും. കതകിലെ "ഡൈമൻ" ആകൃതിയിലുള്ള തുളയിലൂടെ ഞാൻ അയാളെ നോക്കിനിന്നിട്ടുണ്ട്. പക്ഷെ അയാൾ പ്രാർത്ഥിക്കുന്നത് ഞാൻ ഇതേവരെ കണ്ടിട്ടില്ല. നെടുവീർപ്പിട്ടുകൊണ്ടും താടി തടവിക്കൊണ്ടും അയാൾ വിളക്കിലേക്കും വിശുദ്ധരൂപത്തിലേക്കും വെറുതെ നോക്കിനിൽക്കുന്നതു കാണാം.

മൗനം ഭഞ്ജിച്ചുകൊണ്ട് സ്മൂറി ചോദിച്ചു:

"സെർഗേയ് നിനക്കു പണം വല്ലതും തന്നോ?"

"ഇല്ല"

"ഒരിക്കലും?"

"ഒരിക്കലും."

"ഇവൻ നുണ പറയില്ല, " സ്മൂറി കന്റീൻനടത്തിപ്പുകാരനോടു പറഞ്ഞു. പക്ഷെ അയാൾ ശബ്ദമുയർത്താതെ പറഞ്ഞു:

"അതുകൊണ്ടെണ്ടന്താ."

"വാ," എന്റെ മേശയുടെ അടുത്തുവന്ന് എന്റെ തലയുടെ പിൻഭാഗത്ത് ഒരു ചൊട്ട തന്നിട്ട് പാചകക്കാരൻ പറഞ്ഞു. "മഠയൻ! ഞാനും മഠയനാണ്. നിന്റെ മേൽ ഒരു കണ്ണു വേണ്ടതായിരുന്നു."

നിഷ്നിയിൽ എത്തിയപ്പോൾ കന്റീൻനടത്തിപ്പുകാരൻ എനിക്കു കണക്കുതീർത്ത് പണം തന്നു. എട്ടു റൂബിളോളം കിട്ടി. എന്റെ ആദ്യത്തെ ഗണ്യമായ സമ്പാദ്യം.

യാത്ര പറയുമ്പോൾ സ്മൂറി മ്ലാനമായി പറഞ്ഞു:

"മേലിലെങ്കിലും രണ്ടു കണ്ണു തുറന്നുപിടിച്ചു വേണം നടക്കാൻ. മനസ്സിലായോ? ചുമ്മാ വായും പെളിച്ചു നടക്കരുത്."

പല നിറത്തിലുള്ള മുത്തുകൾ തുന്നിച്ചേർത്തുണ്ടാക്കിയ ഒരു പുകയിലസഞ്ചി അയാൾ എനിക്കു സമ്മാനിച്ചു.

"ന്നാ, ഇതെടുത്തോ. ഒന്നാന്തരം കൈവേലയാണിത്. എന്റെ തലതൊട്ടമകൾ എനിക്കായിട്ടുണ്ടാക്കിയതാണ്... ശരി, നമുക്കു പിരിയാം, നീ പുസ്തകങ്ങൾ വായിക്കണം. അതാണേറ്റവും നല്ലത്!"

രണ്ടു കൈകൊണ്ടും എടുത്തുപൊക്കി ഉമ്മവച്ചിട്ട് അയാൾ എന്നെ ജട്ടിയുടെ തറയിൽ ഉറപ്പിച്ചു നിർത്തി. എനിക്ക് അയാളെ ഓർത്തും എന്നെത്തന്നെ ഓർത്തും സങ്കടം തോന്നി. ആൾക്കൂട്ടത്തെ തള്ളിമാറ്റിക്കൊണ്ട് കനത്ത ചുവടുകൾ വച്ച് കപ്പലിലേക്കു മടങ്ങിപ്പോകുന്ന ഭീമാകാരനായ ആ ഏകാന്തമനുഷ്യനെ നോക്കിനിന്നപ്പോൾ ഞാൻ കണ്ണുനീരടക്കാൻ പണിപ്പെട്ടു.

അയാളെപ്പോലെതന്നെ ദയാശാലികളും ഏകാകികളും ജീവിതത്തിൽ നിന്ന് ഒറ്റപ്പെട്ടവരുമായ എത്രയെത്ര പേരെ ഞാൻ പിൽക്കാലത്ത് കണ്ടുമുട്ടിയിരിക്കുന്നു!

VII

മുത്തച്ഛനും മുത്തശ്ശിയും വീണ്ടും പട്ടണത്തിലേക്കു താമസം മാറ്റി. കോപംകൊണ്ട് നീറിപ്പുകയുന്ന നിലയിലാണ് ഞാൻ അവരുടെ അടുത്തേക്കു മടങ്ങിച്ചെന്നത്. എന്റെ ഹൃദയത്തിനു ഭാരം തോന്നി. എന്തു കാര്യത്തിനാണ് എന്നെ കള്ളനെന്നു മുദ്രകുത്തിയത്?

മുത്തശ്ശി എന്നെ വാത്സല്യപൂർവ്വം സ്വീകരിച്ചിട്ട് ഉടനെ സമോവാർ തിളപ്പിക്കാൻ പോയി. മുത്തച്ഛൻ എപ്പോഴത്തേയുംപോലെ പരിഹാസ സ്വരത്തിൽ ചോദിച്ചു:

"പെരുത്ത് സ്വർണ്ണം സമ്പാദിച്ചോ?"

"ഞാൻ സമ്പാദിച്ചതു മുഴുവനും എന്റെ വകയാണ്" ജനലിനരികിലിരുന്നുകൊണ്ട് ഞാൻ പറഞ്ഞു. ഞാൻ ഗമയോടെ പോക്കറ്റിൽനിന്ന് ഒരു കൂട് സിഗററ്റെടുത്ത് ഒരെണ്ണം കത്തിച്ചു.

"ഓഹോ!" എന്റെ ഓരോ ചലനവും ശ്രദ്ധിച്ചുകൊണ്ടിരുന്ന മുത്തച്ഛൻ പറഞ്ഞു. "നല്ല കൂത്ത്! അപ്പോൾ നീ ചെകുത്താന്റെ മരുന്നും സേവിച്ചു തുടങ്ങി, ഇല്ലേ? കുറച്ചു നേരത്തെ ആയിപ്പോയില്ലേ?"

"എനിക്കൊരു പുകയില സഞ്ചിപോലുമുണ്ട്" ഞാൻ വീമ്പടിച്ചു.

"സഞ്ചിയോ!" മുത്തച്ഛൻ കൂവി. "എന്താ നിന്റെ ഭാവം? എന്നെ പിരികേറ്റാനാണോ?"

ശോഷിച്ച, ഉറപ്പുള്ള കൈകൾ നീട്ടിപ്പിടിച്ചുകൊണ്ട്, മിന്നുന്ന പച്ചക്കണ്ണുകളുമായി, അദ്ദേഹം എന്റെനേരെ ചാടിവീണു. ഞാൻ ചാടിയെണീറ്റ്

തലകൊണ്ട് അദ്ദേഹത്തിന്റെ വയറ്റത്ത് ഒരൊറ്റ കുത്തുവച്ചുകൊടുത്തു. മൂപ്പീന്ന് നിലത്തിരുന്നുപോയി. വായും തുറന്നുപിടിച്ച് എന്നെ അത്ഭുതത്തോടെ മിഴിച്ചുനോക്കിക്കൊണ്ട് അദ്ദേഹം ഏതാനും വിറങ്ങലിച്ച നിമിഷനേരത്തേക്ക് അതേ ഇരുപ്പിൽ ഇരുന്നു.

"നീ നിന്റെ മുത്തച്ഛനെയാണ് ഇടിച്ചു താഴെയിട്ടത്, അല്ലേ? നിന്റെ പെറ്റമ്മയുടെ അച്ഛനെ?" അദ്ദേഹം വലിഞ്ഞുമുറുകിയ ശബ്ദത്തിൽ ചോദിച്ചു.

"എനിക്കു മുത്തച്ഛന്റെ അടികൊണ്ടു മതിയായി," ഞാൻ ചെയ്തത് അങ്ങേയറ്റം ജുഗുപ്സാവഹമായിപ്പോയെന്നു മനസ്സിലാക്കിക്കൊണ്ട് ഞാൻ പിറുപിറുത്തു.

അദ്ദേഹം നിലത്തുനിന്ന് നിഷ്പ്രയാസം എണീറ്റിട്ട് എന്റെ അടുത്തു വന്നിരുന്നു. എന്റെ കയ്യിലുള്ള സിഗററ്റു പിടിച്ചുവാങ്ങി ജനാലയിലൂടെ പുറത്തേക്കെറിഞ്ഞു.

"എടാ മരത്തലയാ! നീ ഇച്ചെയ്തതിന് നിന്റെ ആയുസ്സിലൊരിക്കലും ദൈവം പൊറുക്കില്ലെന്നറിഞ്ഞുകൂടേ?" ഭയചകിതമായ ശബ്ദത്തിൽ അദ്ദേഹം ചോദിച്ചു. മുത്തശ്ശിയുടെ നേരെ തിരിഞ്ഞിട്ട് അദ്ദേഹം പറഞ്ഞു: "നീയിതു കണ്ടോ? ഇവൻ എന്നെ തല്ലിയിരിക്കുന്നു! ഇവൻ! തല്ലിയിരിക്കുന്നു! ചോദിച്ചുനോക്ക്."

എന്നോടു ചോദിക്കാൻ മിനക്കെടാതെ അവർ നേരെ എന്റെ അടുത്തുവന്ന് മുടിക്കു കടന്നുപിടിച്ച് കുലുക്കാൻ തുടങ്ങി.

"അത്രയ്ക്കായോ! ന്നാ പിടിച്ചോ! ന്നാ!" അവർ പറഞ്ഞു.

അവരെന്നെ നോവിച്ചില്ലെങ്കിലും എന്റെ വികാരങ്ങൾക്കു ക്ഷതമേറ്റു. മുത്തച്ഛന്റെ പകയോടുകൂടിയ പൊട്ടിച്ചിരി എന്നെ വിശേഷിച്ചും വ്രണപ്പെടുത്തി. കസേരയിലിരുന്ന് തുള്ളിച്ചാടി മുട്ടിലടിച്ചുകൊണ്ട് അദ്ദേഹം ആർത്തുവിളിച്ചു:

"അങ്ങനെ വേണം! അങ്ങനെ വേണം!"

ഞാൻ കുതറിമാറി പൂമുഖത്തേക്കോടി ഒരു മൂലയിലേക്കു കമഴ്ന്നു വീണു. നിരാശനും ദുഃഖിതനുമായി ഞാൻ സാമോവാറിന്റെ മൂളലും കേട്ടുകൊണ്ട് അവിടെ കിടന്നു.

മുത്തശ്ശി അടുത്തുവന്ന് എന്റെ നേരെ കുനിഞ്ഞിട്ട് വളരെപ്പതുക്കെ മന്ത്രിച്ചു:

"നീ എന്നോടു ക്ഷമിക്ക്. ഞാൻ നിന്നെ നോവിച്ചില്ലല്ലൊ, ഉവ്വോ? വെറും പടമായിരുന്നു. മറ്റു മാർഗ്ഗമില്ലായിരുന്നു. എന്തൊക്കെപ്പറഞ്ഞാലും

നിന്റെ മുത്തച്ഛൻ വയസ്സനല്ലേ.നീ ബഹുമാനിക്കേണ്ടതാണ്. അദ്ദേഹത്തിന്റേയും എല്ലെല്ലാം ഒടിഞ്ഞിരിക്കുകയാണ്. സങ്കടംകൊണ്ട് ചങ്കുരുകുകയാണ്. നീ അദ്ദേഹത്തെ വേദനിപ്പിക്കരുത്. നീയിപ്പോൾ കൊച്ചു കുഞ്ഞല്ലെന്ന് നിനക്കറിയാമല്ലൊ. നീ ഒന്ന് മനസ്സിലാക്കണം. അല്യോഷ. അദ്ദേഹം ഒരു വലിയ കുഞ്ഞാണ്."

സുഖകരമായ ചൂടുവെള്ളംപോലെ അവരുടെ വാക്കുകൾ എന്നെ തഴുകി ഒഴുകിക്കൊണ്ടിരുന്നു. അവരുടെ സ്നേഹം നിറഞ്ഞ പതിഞ്ഞ ശബ്ദം എന്റെ വേദനയെ ആട്ടിയകറ്റി. എനിക്കു ലജ്ജ തോന്നി. ഞാൻ അവരെ ഇറുക്കി കെട്ടിപ്പിടിച്ചു. ഞങ്ങൾ ഉമ്മവച്ചു.

"നീ അദ്ദേഹത്തിന്റെ അടുത്തോട്ടു ചെല്ല്. സാരമില്ല, ചെല്ല്. നീ പെട്ടെന്ന് അദ്ദേഹത്തിന്റെ മുമ്പിലിരുന്ന് പുകവലിക്കരുതെന്നുമാത്രം. അദ്ദേഹം കുറേശ്ശെ പഴകട്ടെ..."

ഞാൻ മുറിയിൽ പ്രവേശിച്ചു. മുത്തച്ഛനെ നോക്കിയപ്പോൾ ചിരിയടക്കാൻ വിഷമിച്ചു. അദ്ദേഹം ഒരു കൊച്ചുകുഞ്ഞിനെപ്പോലെ സന്തുഷ്ടനായിരുന്നു. പ്രസന്നവദനനായി അദ്ദേഹം നിലത്ത് ചവുട്ടിത്തകർക്കുകയും ചുവന്ന രോമംകൊണ്ടു മൂടിയ കൈപ്പത്തികളാൽ മേശപ്പുറത്ത് ഇടിക്കുകയും ചെയ്തു.

"എന്താടാ മുട്ടനാടേ? ഇനിയും ഇടിക്കാനാണോ വന്നിരിക്കുന്നത്? നീയൊരു ആസാമിയാണ്. നിന്റെ അച്ഛനെപ്പോലെതന്നെ. ഒന്നു കുരിശുവരയ്ക്കുകപോലും ചെയ്യാതെ നേരെ വീട്ടിലേയ്ക്കു വന്നങ്ങു കേറിയേക്കുകയാണ്. എന്നിട്ടോ അപ്പോൾത്തന്നെ ഒരു സിഗററ്റുവലിയും. എടാ, കോപ്പെക്കിനു വിലയുള്ള ബോണപ്പാർട്ടേ!"

ഞാൻ ഒന്നും മിണ്ടിയില്ല. വാക്കിനു മുട്ടിയപ്പോൾ അദ്ദേഹവും ക്ഷീണിച്ച് മിണ്ടാതിരുന്നു. പക്ഷെ ചായകുടിക്കാൻ നേരത്ത് അദ്ദേഹം വീണ്ടും എന്നെ ഗുണദോഷിക്കാൻ തുടങ്ങി.

"കുതിരയ്ക്ക് കടിഞ്ഞാണെങ്ങിനെയോ അത്രതന്നെ ആവശ്യമാണ് മനുഷ്യന് ദൈവഭയം. നമ്മോട് സ്നേഹം കാട്ടാൻ ദൈവമല്ലാതെ മറ്റാരുമില്ല. മനുഷ്യനാണ് മനുഷ്യന്റെ ഏറ്റവും കൊടിയ ശത്രു."

മനുഷ്യർ ശത്രുക്കളാണെന്നു പറഞ്ഞതിൽ എന്തോ സത്യമുണ്ടെണ്ടന്ന് എനിക്കു തോന്നി. എന്നാൽ അദ്ദേഹം പറഞ്ഞ മറ്റൊന്നും എന്നെ സ്പർശിച്ചില്ല.

"നീ നിന്റെ മത്ര്യോന അമ്മായിയുടെ അടുത്ത് വീണ്ടും പോകണം. വസന്തത്തിൽ കപ്പലിൽ പണിക്കു പോകാം. പക്ഷെ ശൈത്യകാലത്ത് അവരുടെ കൂടെ കഴിയണം. വസന്തത്തിൽ അവരെ വിട്ടുപോകുന്ന കാര്യം അവരോടു പറയണ്ട."

“എന്തിന് ആളുകളെ പറ്റിക്കുന്നു?” എന്നെ മുടിക്കു പിടിച്ചുകുലുക്കിയതായി ഭാവിച്ചുകൊണ്ട് കുറച്ചുമുമ്പുമാത്രം മുത്തച്ഛനെ പറ്റിച്ച മുത്തശ്ശി ചോദിച്ചു.

“പറ്റിക്കാതെ ജീവിക്കാൻ സാദ്ധ്യമല്ല.” മുത്തച്ഛൻ ശഠിച്ചു. “കേൾക്കട്ടെ, ആരാണ് പറ്റിക്കാതെ ജീവിക്കുന്നത്?”

അന്നു സന്ധ്യയ്ക്ക് മുത്തച്ഛൻ സ്തോത്രം വായിച്ചുകൊണ്ടിരുന്ന സമയത്ത് മുത്തശ്ശിയും ഞാനുംകൂടി പടികടന്ന് വയലുകളിലേക്കിറങ്ങി. മുത്തച്ഛൻ ഇപ്പോൾ താമസിക്കുന്ന രണ്ടു ജനാലകളോടുകൂടിയ കൊച്ചുകുടിൽ കനാത്നയ തെരുവിന്റെ അറ്റത്തായി പട്ടണാതിർത്തിയിൽത്തന്നെയായിരുന്നു. അതേ തെരുവിൽ അദ്ദേഹത്തിന് പണ്ട് സ്വന്തമായിട്ടൊരു വീടുണ്ടായിരുന്നു.

“ഞങ്ങൾ പാർക്കാൻ കണ്ട സ്ഥലം നോക്ക്!” മുത്തശ്ശി ചിരിച്ചുകൊണ്ടു പറഞ്ഞു. ‘മൂപ്പീന്നിന് ഒരിടവും തൃപ്തിയല്ല. അതുകൊണ്ട് സ്ഥലം മാറിക്കൊണ്ടേയിരിക്കും. ഇതും അദ്ദേഹത്തിനു ബോധിച്ചിട്ടില്ല. പക്ഷെ എനിക്കു ബോധിച്ചു.”

ഫലപുഷ്ടിയില്ലാത്ത ശാദ്വലഭൂമി ഇടുക്കുകളാൽ വീണ്ടുകീറി രണ്ടു നാഴികയോളം ദൂരത്തിൽ മുമ്പിൽ നീണ്ടുകിടന്നു. അങ്ങേത്തലയ്ക്കലെ ബർച്ചുമരങ്ങൾ നിൽക്കുന്നത് കസാനിലേക്കുള്ള വഴിവക്കത്താണ്. ഇടുക്കുകളിൽനിന്ന് ഉന്തിനിന്ന കാട്ടുചെടികളുടെ വള്ളികൾ തണുത്ത അന്തിവെളിച്ചത്തിൽ രക്താഭിഷിക്തമായ ചാട്ടവാറുകൾപോലെ തോന്നിച്ചു. സായാഹ്നമന്ദമാരുതൻ ചാരനിറമാർന്ന പുൽക്കൊടികളെ തഴുകിയുലച്ചു. അടുത്ത ഇടുക്കിനപ്പുറത്ത് പട്ടണത്തിൽനിന്നു കാറ്റുകൊള്ളാനിറങ്ങിയ യുവമിഥുനങ്ങളുടെ അവ്യക്തരൂപങ്ങൾ പുൽക്കൊടികളെപ്പോലെ ചലിച്ചുകൊണ്ടിരുന്നു. പഴയ വിശ്വാസികളുടെ ശവപ്പറമ്പിന്റെ ചുവന്നമതിൽ വലതുഭാഗത്തു കാണാം. “ബുഗ്രോവ്സ്ക്കി ആശ്രമം” എന്ന പേരിലാണ് അതറിയപ്പെടുന്നത്. ഇടതുവശത്തു കാണുന്ന ഇരുണ്ട മരക്കൂട്ടം ജൂതശ്മശാനത്തെ കുറിക്കുന്നു. സർവ്വതും അനാഥമായി കാണപ്പെട്ടു. വീണ്ടുകീറിക്കിടന്ന ഭൂമിയോട് സർവ്വതും നിശ്ശബ്ദം ഇഴുകിച്ചേർന്നു. ഈ പട്ടണാതിർത്തിയിലെ കൊച്ചുവീടുകളുടെ ജനാലകൾ പൊടിപാറുന്ന നിരത്തിലേക്ക് സൗമ്യമായി കണ്ണയയ്ക്കുകയാണെന്നു തോന്നി. തീറ്റി കുറഞ്ഞതിനാൽ വലിപ്പം കുറഞ്ഞ കോഴികൾ ആ നിരത്തിലൂടെ അലഞ്ഞുനടന്നു. ഡെവിച്ചി കോൺവന്റിനടുത്തുകൂടി ഒരു പറ്റം പശുക്കൾ അമറിവിളിച്ചുകൊണ്ടു കടന്നുപോയി. അടുത്തെവിടെയോ ഉള്ള ഒരു പട്ടാളപ്പാളയത്തിൽനിന്ന് സൈനികസംഗീതം അലയടിച്ചെത്തി. കാഹളധ്വനി മുഴങ്ങി.

ഒരു കിന്നരപ്പെട്ടിയിൽ നിഷ്കരുണം പിടിച്ചുവലിച്ചുകൊണ്ട് അതുവഴി ആടിയാടിപ്പോയ ഒരു മദ്യപാനി പിറുപിറുത്തു:

"ഞാൻ നിന്റടുത്തെത്തും, തീർച്ച."

"വിഡ്ഢി," ചുവന്ന സൂര്യപ്രകാശത്തിനുനേരെ കണ്ണിറുക്കിക്കൊണ്ട് മുത്തശ്ശി പറഞ്ഞു. "നീ എവിടെ എത്താനാണ്? നീ വല്ലടത്തും ഉരുണ്ടു വീണ് ഉറങ്ങും. നീ ഉറങ്ങുന്ന തക്കം നോക്കി അവർ നിന്റെ സർവ്വതും ഉരിഞ്ഞെടുക്കും. നിനക്കാശ്വാസം തരുന്ന ആ കിന്നരപ്പെട്ടിപോലും നിനക്കു നഷ്ടപ്പെടും."

ഇടയ്ക്കിടെ ചുറ്റും കണ്ണോടിച്ചുകൊണ്ട് ഞാൻ മുത്തശ്ശിയോട് എന്റെ കപ്പൽജീവിതത്തെപ്പറ്റി പറഞ്ഞു. അതെല്ലാം കണ്ടതിനുശേഷം എനിക്ക് ഈ ചുറ്റുപാടുകൾ വിരസമായിത്തോന്നി. വറചട്ടിയിലെ മീനിനെപ്പോലെ ഞാൻ കിടന്നു പിടച്ചു. മുത്തശ്ശിയുടെ കഥകൾ ഞാൻ കേൾക്കാറുള്ളത്രതന്നെ ശ്രദ്ധയോടെ അവർ എന്റെ സംസാരം നിശ്ശബ്ദം കേട്ടു. സ്മൂറിയെപ്പറ്റി കേട്ടപ്പോൾ അവർ ഉശിരോടെ കുരിശു വരച്ചുകൊണ്ടു പറഞ്ഞു:

"നല്ല മനുഷ്യൻ. നന്മനിറഞ്ഞ മറിയമേ, അയാളെ സഹായിക്കൂ! നീ അയാളെ മറക്കരുത്. നല്ല കാര്യങ്ങൾ എപ്പോഴും ഓർമ്മയുടെ ചെപ്പിൽ സൂക്ഷിച്ചുവയ്ക്കണം. ചീത്ത കാര്യങ്ങൾ അങ്ങു വലിച്ചെറിഞ്ഞു കളഞ്ഞേക്കണം."

എന്നെ കപ്പലിലെ ജോലിയിൽനിന്നു പറഞ്ഞയച്ചതെന്തിനാണെന്ന് അവരോടു പറയാൻ എനിക്കു വല്ലാത്ത വിമ്മിഷ്ടം തോന്നി. എങ്കിലും പല്ലു കടിച്ചുപിടിച്ചുകൊണ്ട് ഞാനത് ഒരുതരത്തിൽ പറഞ്ഞൊപ്പിച്ചു. അവർക്കതു കേട്ടിട്ട് യാതൊരു കുലുക്കവുമുണ്ടായില്ല.

"നീ ഇപ്പോഴും കുഞ്ഞാണ്. ജീവിക്കാൻ ഇനിയും പഠിച്ചിട്ടില്ല." അവർ അലക്ഷ്യമായി പറഞ്ഞു.

"എല്ലാവരും തമ്മിൽത്തമ്മിൽ പറയുന്നതാണിത്—അവർ ജീവിക്കാൻ പഠിച്ചിട്ടില്ലെന്ന്. കൃഷിക്കാരും കപ്പൽജോലിക്കാരുമൊക്കെ ഇതു പറഞ്ഞു. മത്ര്യോന അമ്മായി മോനോടു പറയുന്നതും കേട്ടു. ഇതിൽ പഠിക്കാനെന്തിരിക്കുന്നു?"

മുത്തശ്ശി ചുണ്ടമർത്തിപ്പിടിച്ചുകൊണ്ട് തലകുലുക്കി.

"എന്തോ, എനിക്കറിഞ്ഞുകൂടാ."

"പക്ഷെ മുത്തശ്ശിയും പറയാറുണ്ടല്ലോ."

"പറഞ്ഞാലെന്താ?" അവർ ശാന്തമായി തിരിച്ചടിച്ചു. "പക്ഷെ നീ അതുകൊണ്ടെണ്ടാന്നും വിഷമിക്കണ്ട. നീ ഇപ്പോഴും കുഞ്ഞാണ്.

ഇനിയും ജീവിക്കാൻ പഠിക്കാറായിട്ടില്ല. അല്ലെങ്കിൽത്തന്നെ ആരാണു പഠിച്ചിട്ടുള്ളത്? കള്ളന്മാർ മാത്രമേ പഠിച്ചിട്ടുള്ളൂ. നിന്റെ മുത്തച്ഛന്റെ കാര്യം തന്നെ നോക്ക്. മിടുക്കുണ്ട്. അക്ഷരാഭ്യാസമുണ്ട്. അതുകൊണ്ടെ ണ്ടാന്നും ഒരു ഗുണവുമുണ്ടായില്ല."

"മുത്തശ്ശിയുടെ ജീവിതം സുഖമായിരുന്നോ?"

"എന്റെയോ? അതെ. സുഖമായിരുന്നു. മോശവുമായിരുന്നു. ഞാനെ ല്ലാത്തരത്തിലും ജീവിച്ചിട്ടുണ്ട്."

നീണ്ട നിഴലുകളെ പിന്നാലെ വലിച്ചിഴച്ചുകൊണ്ട് ആളുകൾ ഞങ്ങളെ മെല്ലെ കടന്നുപോയി. അവരുടെ കാൽച്ചുവട്ടിൽനിന്നു പുകപോലെ ഉയർന്ന പൊടിപടലം ആ നിഴലുകളെ കുഴിച്ചുമൂടി. സന്ധ്യാവേളയിലെ വിഷാദാത്മകതയ്ക്കു കനംവച്ചു. മുത്തച്ഛന്റെ പിറുപിറുക്കലുകൾ ജനാല യിലൂടെ കേട്ടു:

"ദൈവമേ, നിന്റെ കോപാഗ്നി എന്റെ മേൽ ചൊരിയരുതേ! എന്നെ ശിക്ഷിക്കരുതേ!"

മുത്തശ്ശി പുഞ്ചിരിച്ചു.

"ദൈവത്തിനു മടുത്തുകാണും." അവർ പറഞ്ഞു. "എന്നും സന്ധ്യയ്ക്ക് ഈ മോങ്ങലാണ്. എന്തിന്? വയസ്സിത്രയായി. ആവശ്യങ്ങളൊന്നുമില്ല. എന്നിട്ടും മുറുമുറുപ്പും പരാതിയുമേയുള്ളൂ! എന്നും സന്ധ്യയ്ക്ക് ഈ ശബ്ദം കേൾക്കുമ്പോൾ ദൈവം ചിരിച്ചുകൊണ്ടു പറയുമായിരിക്കും:

"അതാ ആ വസീലി കഷീരിൻ വീണ്ടും തുടങ്ങി!.."ശരി, വാ. നമുക്കു പോയി ഉറങ്ങാം.'

പാടുന്ന പക്ഷികളെ പിടിക്കാൻ ഞാൻ നിശ്ചയിച്ചു. കാലക്ഷേപ ത്തിനുള്ള നല്ലൊരു മാർഗ്ഗമാണതെന്ന് എനിക്കു തോന്നി. ഞാൻ പക്ഷികളെ പിടിക്കും. മുത്തശ്ശി വിൽക്കും. ഞാൻ ഒരു വലയും വളയവും കുറെ കെണികളും വാങ്ങി. കൂടുകളുണ്ടാക്കി. അങ്ങിനെ പുലർച്ചയ്ക്ക് ഗ്രീ ഷ്മാവസാനത്തെ കൂണുകളും ബെറിപ്പഴങ്ങളും അണ്ടികളുമന്വേഷിച്ച് മുത്തശ്ശി ഒരു ചാക്കും കുടയുമായി അടുത്തുള്ള കാട്ടിൽ ചുറ്റിനടക്കുന്ന സമയത്ത് ഞാനൊരു ഇടുക്കിലെ കുറ്റിക്കാട്ടിൽ ഒളിച്ചിരിക്കുകയാണ്.

സെപ്തംബർമാസത്തിലെ തളർന്ന സൂര്യൻ ഇപ്പോഴുദിച്ചുപൊങ്ങി യതേയുള്ളൂ. അതിന്റെ വിളറിയ കിരണങ്ങൾ ഇടയ്ക്ക് മേഘങ്ങളിൽ പൊലിഞ്ഞുപോവുകയും ഇടയ്ക്ക് എന്റെ കോണിലേക്ക് വെള്ളിവിശറി വീശുകയും ചെയ്യും. ഇടുക്കിനടിയിൽ നിഴലുകൾ ഇപ്പോഴും പതിയിരി പ്പുണ്ട്. വെളുത്ത മൂടൽമഞ്ഞ് മേലോട്ടുയരുന്നു. ഇടുക്കിന്റെ ഒരു വശം കളിമണ്ണു മൂടിയതാണ്. അത് ഇരുണ്ട്, നഗ്നമായി, കുത്തനെ നിൽക്കുന്നു.

ചെരിഞ്ഞിറങ്ങിക്കിടക്കുന്ന മറുവശത്ത് പുല്ലും കുറ്റിച്ചെടികളും ഇടതൂർന്ന് കാടുപിടിച്ചു നിൽക്കുന്നു. ആ കുറ്റിച്ചെടികളിലെ വർണ്ണാഭമായ ചുവപ്പും മഞ്ഞയും തവിട്ടും ഇലകൾ കാറ്റത്തടർന്നുവീണ് ഇടുക്കിൽ ചിതറിക്കിടക്കുന്നു.

ഇടുക്കിനടിയിലെ കളകൾക്കിടയിൽ ഗോൾഡ്ഫിഞ്ചുകളുടെ കൂജനം കേൾക്കാം. പരുക്കൻ ഇലപ്പടർപ്പുകൾക്കിടയിലൂടെ എനിക്കവയുടെ പ്രസരിപ്പാർന്ന കുഞ്ഞിത്തലകളിലെ ചുവന്ന പൂവുകൾ കാണാം. ചുറ്റിനും ടിറ്റ്മൗസുകൾ ജിജ്ഞാസയോടെ ചിലച്ചുകൊണ്ടിരിക്കുന്നു. വെളുത്ത കവിളും വീർപ്പിച്ചുകൊണ്ട് അവ കനാവിനൊയിലെ പെൺകിടാങ്ങൾ വിശേഷദിവസങ്ങളിൽ ചെയ്യുംപോലെ ഒച്ചവച്ച് കശപിശക്കൂട്ടുന്നു. അവയ്ക്ക് ചുണയും സാമർത്ഥ്യവും ധിക്കാരവും കൂടും. അവയ്ക്ക് എല്ലാമറിയണം, എല്ലാം തൊട്ടുനോക്കണം. അങ്ങിനെ അവ ഒന്നൊന്നായി കെണിയിൽ വീഴുന്നു. അവ അവിടെക്കിടന്നു കാട്ടുന്ന പരാക്രമങ്ങൾ കണ്ടുകൊണ്ടിരിക്കാൻ വിഷമമാണ്. പക്ഷെ എന്റെ മനസ്സ് അലിയുന്നില്ല. ഇതെന്റെ തൊഴിലാണ്. ഞാൻ ആ കിളികളെ പ്രത്യേകം തയ്യാറാക്കിയ കൂട്ടിലേക്കു മാറ്റി പുറത്തൊരു ചാക്കിട്ടു മൂടുന്നു. ഇരുട്ടത്ത് അവ അടങ്ങിയിരുന്നോളും.

വെയിൽ തട്ടി തിളങ്ങുന്ന ഒരു ഹോതോൺമരത്തിൽ ഒരു പറ്റം സിസ്കിനുകൾ പറന്നുവന്നിരിക്കുന്നു. സൂര്യപ്രകാശം കണ്ട് ആഹ്ലാദംപൂണ്ട ആ പറവകൾ ഒരു സംഘം പള്ളിക്കൂടപ്പിള്ളേരെപ്പോലെ മതിമറന്ന് ഒച്ചവയ്ക്കുന്നു. സ്വീറ്റ്ബ്രയറിന്റെ ചാഞ്ചാടിക്കൊണ്ടിരിക്കുന്ന ഒരു കൊമ്പത്ത് ഒരു ഷ്റൈക്കുപക്ഷി വന്നിരിക്കുന്നു. ചൂടുള്ള തെക്കൻ പ്രദേശത്തേക്കു പറക്കാൻ വൈകിപ്പോയ ആ പിടിപ്പുള്ള വീട്ടുകാരി കൊക്കുകൊണ്ട് ചിറകുകൾ ചീകിയൊതുക്കി കരിങ്കണ്ണുകളാൽ ഇരയെ തേടുന്നു. പെട്ടെന്ന് ഒരു വാനമ്പാടിയെപ്പോലെ പറന്നുയർന്നുകൊണ്ട് അത് ഒരു വണ്ടിനെ പിടിച്ച് ഒരു മുള്ളിൽ കൊരുക്കിവയ്ക്കുന്നു. ചാരനിറമാർന്ന തസ്ക്കരശിരസ്സ് വളയ്ക്കുകയും തിരിക്കുകയും ചെയ്തുകൊണ്ട് അതു വീണ്ടും കൊമ്പത്തിരിക്കുന്നു. ഒരു പൈൻഫിഞ്ച് നിശ്ശബ്ദം പറന്നുപോയി. അതിനെ പിടിക്കണമെന്നാണ് എന്റെ മോഹം. ഒരു ചെമ്പൻ ബുൾഫിഞ്ച് ഒരു ജനറലിന്റെ ഗമയോടെ പറ്റത്തിൽനിന്നു പറന്നുവന്ന് ഒരു ആൾഡർമരത്തിൽ ഇരുന്ന്, അതിന്റെ കറുത്ത കൊക്ക് മേലോട്ടും താഴോട്ടും ആട്ടിക്കൊണ്ട് അപ്രീതിയോടെ കൂവി.

സൂര്യനുയരുന്തോറും പക്ഷികളുടെ എണ്ണം കൂടുന്നു, അവയുടെ ഗാനം കൂടുതൽ ആഹ്ലാദഭരിതമാവുന്നു. ഇടുക്കു മുഴുവനും അവയുടെ സംഗീതമാധുരിയാൽ മാറ്റൊലിക്കൊള്ളുന്നു. കാററത്തുലയുന്ന

കുറ്റിച്ചെടികളുടെ മർമ്മരധ്വനി അനുസ്യൂതമായ പശ്ചാത്തലസംഗീതമു തിർക്കുന്നു. കിളികളുടെ നിർബ്ബന്ധപൂർവ്വമായ ശബ്ദാരവത്തിന് മൃദുലവും വിഷാദമധുരവുമായ ഈ മർമ്മരധ്വനിയെ മുക്കിക്കൊല്ലാനാവുന്നില്ല. ഞാൻ അതിൽ ഗ്രീഷ്മത്തിന്റെ വിരഹഗാനം കേൾക്കുന്നു. അത് എന്റെ ചെവിയിൽ ഏതോ വിശേഷപദങ്ങൾ ഓതുന്നു. അവ സ്വയമേവ കവിതയുടെ ഈരടികളായി ഉരുത്തിരിയുന്നു. കഴിഞ്ഞുപോയ ചില രംഗങ്ങൾ ഞാനറിയാതെതന്നെ എന്റെ ഓർമ്മയിലുയരുന്നു.

മുകളിൽനിന്നെവിടന്നോ മുത്തശ്ശി വിളിച്ചു:

"നീ എവിടെയാണ്?"

അവർ ഇടുക്കിന്റെ വക്കത്ത് ഇരിക്കുന്നുണ്ട്. അരികത്ത് വിരിച്ചിരിക്കു ന്ന തുവാലയിൽ റൊട്ടിയും വെള്ളരിക്കയും തർക്കാരിക്കിഴങ്ങും ആപ്പിളുമു ണ്ട്. ആ ധന്യഭോജ്യങ്ങളുടെയെല്ലാം നടുവിൽ അതിമനോഹരമായൊരു കൊച്ചു പളുങ്കുപാത്രം വെട്ടിത്തിളങ്ങുന്നു. നെപ്പോളിയന്റെ ശിരസ്സിന്റെ രൂപത്തിൽ കൊത്തിവച്ചതാണ് അതിന്റെ പളുങ്കടപ്പ്. ഏതോ സുഗ ന്ധദ്രവ്യങ്ങൾ ചേർത്ത് പ്രത്യേകം വാറ്റിയെടുത്ത വോഡ്ക്കയാണ് ആ പാത്രത്തിലുള്ളത്.

"കർത്താവേ, എന്തു സുഖമാണ്!"മുത്തശ്ശി കൃതജ്ഞതാസൂചകമായി മന്ത്രിച്ചു.

"ഞാനൊരു പാട്ടുണ്ടാക്കിയിട്ടുണ്ട്."

"വാസ്തവം?"

ഞാൻ അവരെ ഒരു ഈരടി ചൊല്ലിക്കേൾപ്പിച്ചു. അത് ഇതുപോലെ താണ്ടൊന്നായിരുന്നു:

ഹേമന്തമട്ടത്തെത്തി, സർവ്വതും നഗ്നം, സൂര്യ—

കാന്തിയാൽ ധന്യമാകും ഗ്രീഷ്മമോ മറഞ്ഞുപോയ്...

ഞാൻ ചൊല്ലിയതുമുഴുവനും കേൾക്കാതെ അവർ ഇടയ്ക്കു കയറിപ്പ റഞ്ഞു:

"ഇതുപോലൊരു പാട്ടുണ്ട്. അത് ഇതിലും നല്ലതാണ്."

സ്വരത്തിൽ ഏറ്റക്കുറച്ചിലുകൾ വരുത്താതെ അവർ ആ പാട്ടു പാടാൻ തുടങ്ങി:

മറയുന്നല്ലോ കഷ്ടം ഗ്രീഷ്മത്തിൻ കതിരവൻ
ക്ഷുരിതുൾ പരക്കുന്ന വിദൂരവനമാകെ
വാസന്തസന്തുഷ്ടി പൊയ്പോയൊരീയശരണ
ഏകാന്തകന്യകയായുഴറിയലയുന്നു.

രാവിലെ ഗ്രാമാതിർത്തി വിട്ടു ഞാൻ നടക്കുമ്പോൾ
ഓർമ്മയിലുണരുന്നെൻ മേമാസസവാരികൾ
ഒഴിഞ്ഞു കിടക്കുമോ പാടത്തിൻ വിരിമാറിൽ
കളഞ്ഞുപോയെന്നുടെ യൗവനസൗഭാഗ്യങ്ങൾ
തോഴിമാരേ! എൻപ്രിയസോദരിമാരേ! ആദ്യ——
ഹേമന്തമൃദുഹിമം മന്ദമായ് വർഷിക്കുമ്പോൾ
എന്നുടെ മാറിൽനിന്നു പറിച്ചെടുത്തു ചാരേ
വെണ്മഞ്ഞിലടക്കുകെൻ സന്തപ്തഹൃദയത്തെ.

ഒരു കവിയെന്ന നിലയ്ക്കുള്ള എന്റെ അഭിമാനബോധത്തിന് തെല്ലും ക്ഷതമേറ്റില്ല. എനിക്ക് അവരുടെ പാട്ട് വളരെയേറെ ഇഷ്ടപ്പെട്ടു. ആ പെൺകിടാവിനോട് എനിക്കു സഹതാപം തോന്നി.

"വിഷാദത്തിന്റെ പാട്ടെന്നുവച്ചാൽ ഇങ്ങിനെയിരിക്കും." മുത്തശ്ശി പറഞ്ഞു. "ആ പെണ്ണാണതു പാടിയത്. വസന്തം തൊട്ട് അവൾ തോഴനൊത്തു നടന്നു. പക്ഷെ ശൈത്യകാലം വന്നപ്പോൾ അവൻ അവളെ ഉപേക്ഷിച്ചുപോയി. ഒരുപക്ഷെ മറ്റു വല്ല പെണ്ണിന്റേയും കൂടെയായിരിക്കും. അവൾ ഉള്ളുനീറി കരയുകയാണ്. നേരിട്ടനുഭവപ്പെടാത്തതിനെപ്പറ്റി ഭംഗിയായി പറയാൻ സാദ്ധ്യമല്ല. അവൾ എത്ര നല്ല പാട്ടാണുണ്ടാക്കിയതെന്നു നോക്ക്."

ആദ്യത്തെ തവണ പക്ഷികളെ വിറ്റ് നാല്പതു കോപ്പെക്കു കിട്ടിയപ്പോൾ മുത്തശിയുടെ അത്ഭുതം കുറച്ചൊന്നുമായിരുന്നില്ല.

"ഇതു കണ്ടോ! ഞാൻ കരുതി, ഇത് വെറും പിള്ളേരുകളിയാണെന്ന്. എന്നിട്ടെന്താണുണ്ടായതെന്നു നോക്ക്!"

"മുത്തശ്ശി വിലകുറച്ചാണു വിറ്റത്."

"നേരോ?"

ചന്തദിവസങ്ങളിൽ അവർ ഒരു റൂബിളും ചിലപ്പോൾ അതിലേറെയും സമ്പാദിക്കും. അവരുടെ അത്ഭുതം പറഞ്ഞറിയിക്കാനാവില്ല. വെറും നിസ്സാരകാര്യങ്ങളിൽനിന്ന് പണമെത്രയുണ്ടാക്കാം!

"ഒരുത്തി ദിവസം മുഴുവനും തുണിയലക്കുകയോ നിലം കഴുകുകയോ ചെയ്താൽ കിട്ടുന്നത് 25 കോപ്പെക്കാണ്! അതു നീ ഓർക്കണം. ഇതൊട്ടും നല്ലതല്ല. പക്ഷികളെ കൂട്ടിലടയ്ക്കുന്നതും നല്ലതല്ല. നീ ഈ പണി നിർത്തണം. അല്യോഷ."

പക്ഷെ ഞാൻ പക്ഷിപിടുത്തത്തിൽ ഭ്രമിച്ചുവശായിക്കഴിഞ്ഞിരുന്നു. ഞാനത് അങ്ങേയറ്റം ആസ്വദിച്ചു. എനിക്കെന്റെ സ്വാശ്രയത്വം

ബലികഴിക്കാതെ കഴിഞ്ഞു. പക്ഷികളൊഴിച്ച് മറ്റാർക്കും ഞാൻ യാതൊരു ശല്യവും ചെയ്യത്തുമില്ല. ഞാൻ നല്ല സാമഗ്രികൾ സജ്ജമാക്കി. തഴക്കമുറ്റ പക്ഷിപിടുത്തക്കാരുമായുള്ള സംഭാഷണങ്ങളിൽനിന്നു ഞാൻ പലതും പഠിച്ചു. പക്ഷികളെ പിടിക്കാൻ മുപ്പതു വെഴ്സ്റ്റോളം ദൂരംവരെ ഞാൻ തനിച്ചു പോയിത്തുടങ്ങി. ക്സ്തോവ്സ്ക്കിവനത്തിലോ വോൾഗാതീരത്തോ ഉള്ള ഉയരംകൂടിയ പൈൻമരങ്ങളിൽ നിന്ന് ക്രോസ്ബില്ലുകളെ പിടിക്കാം. പക്ഷിപ്രേമികൾ വളരെയധികം വിലമതിക്കുന്ന ഒരു പ്രത്യേകയിനം ടിറ്റ്മൗലാണ് മറ്റൊന്ന്. നീണ്ട വാലുള്ള ആ വെള്ളപ്പക്ഷി ഒരു അപൂർവ്വസുന്ദരിയാണ്.

ചിലപ്പോൾ ഞാൻ വൈകിട്ട് ഇറങ്ങിത്തിരിച്ചാൽ രാത്രി മുഴുവനും കസാൻ റോഡിലൂടെ ഇഴഞ്ഞു വലിഞ്ഞു നടക്കും. പലപ്പോഴും ശരൽക്കാലത്തെ മഴയും നനഞ്ഞ് ആഴമുള്ള ചെളിയിലൂടെയായിരിക്കും നടപ്പ്. മെഴുകുശീലകൊണ്ടുള്ള ഒരു ചാക്ക് എന്റെ മുതുകത്തുണ്ടായിരിക്കും. പക്ഷികളെ പിടിക്കാനുള്ള കെണികളും കൂട്ടുകളുമെല്ലാമതിലുണ്ട്. കയ്യിൽ ഒരു തടിച്ച കമ്പുണ്ടായിരിക്കും. ആ ശരൽക്കാലാന്ധകാരത്തിൽ ശൈത്യവും ഭീതിയും അനുഭവപ്പെടും. വല്ലാത്ത ഭീതി! ഇടിവെട്ടേറ്റ പഴയ ബർച്ചുമരങ്ങൾ റോഡുവക്കത്തു നില്പുണ്ട്. അവയുടെ ഈറൻകൊമ്പുകൾ എന്റെ തലയ്ക്കുമീതെ സന്ധിക്കുന്നു. ഇടതുവശത്ത്, കുന്നുകളുടെ താഴെ, കറുത്ത വോൾഗയുടെ മീതേക്കൂടി അവസാനത്തെ കപ്പലുകളുടേയും പത്തേമാരികളുടേയും പാമരവിളക്കുകളിലെ വെളിച്ചങ്ങൾ വല്ലപ്പോഴും ഒഴുകിപ്പോയി അടികാണാത്ത കയത്തിലേക്കെന്നപോലെ തിരോഭവിക്കും. അവയുടെ സൈറൻ വിളികളും വെള്ളത്തിലടിക്കുന്ന തുഴച്ചക്രങ്ങളുടെ ശബ്ദവും എനിക്കു കേൾക്കാം.

ഞാൻ കടന്നുപോകുന്ന ഗ്രാമങ്ങളിൽ കാരിരുമ്പുപോലത്തെ മണ്ണിൽനിന്ന് കൂരകളുയർന്നുവരും. വിശന്നുവലഞ്ഞ പട്ടികൾ എന്റെ കാലിൽ കടിക്കാൻ രോഷപൂർവ്വം പാഞ്ഞുവരും. രാത്രിപാറാവുകാർ കിലുക്കുവടിയും തറയിലിടിച്ചുകൊണ്ട് ഭയവിഹ്വലമായ ശബ്ദത്തിൽ വിളിച്ചുചോദിക്കും:

"ആരവിടെ? ഈ നേരംകെട്ട നേരത്ത് ഏതവനെയാണ് ചെകുത്താൻ വിളിച്ചുകൊണ്ടു വന്നത്?"

കയ്യിൽനിന്നു കെണികൾ തട്ടിപ്പറിച്ചുകൊണ്ടുപോകുമോ എന്നായിരുന്നു എന്റെ ഭയം. അതുകൊണ്ട് പാറാവുകാർക്കു കൈമടക്കു കൊടുക്കാൻ വേണ്ടി ഞാനെപ്പോഴും അഞ്ചുകോപ്പെക്കിന്റെ തുട്ടുകൾ കരുതിവയ്ക്കും. ഫോക്കിനൊഗ്രാമത്തിലെ പാറാവുകാരനുമായി ഞാൻ ലോഹ്യത്തിലായി. എന്റെ ഈ പോക്കുവരവുകൾ അയാളെ അത്ഭുതപ്പെടുത്തി.

“നീ പിന്നെയും വന്നോ? യാതൊരു പേടിയുമില്ലാത്ത, അടങ്ങിക്കിടക്കാത്ത നിശാജീവിയാണല്ലോ നീ.”

നീഫൊന്ത് എന്നായിരുന്നു അയാളുടെ പേര്. ആ നരച്ച കൃശരൂപം കണ്ടാൽ ഏതോ പുണ്യവാളനാണെന്നു തോന്നും. പലപ്പോഴും അയാൾ ഒരു മുള്ളങ്കിയോ ആപ്പിളോ ഒരുപിടി പട്ടാണിപ്പയറോ കീശയിൽനിന്നെടുത്ത് എന്റെ കയ്യിൽ വച്ചുതന്നിട്ടു പറയും:

“ന്നാ. ഞാനിതു നിനക്കായി സൂക്ഷിച്ചുവച്ചിരുന്നതാണ്. സ്വാദോടെ തിന്നോ.”

ഗ്രാമാതിർത്തിവരെ അയാൾ എന്റെ കൂടെ വരും.

“നീ പോയിവാ. ദൈവം ഒപ്പമുണ്ടാവും.”

നേരം വെളുക്കുമ്പോഴേയ്ക്കു ഞാൻ കാട്ടിലെത്തും. കെണിയൊരുക്കി, ഇര തൂക്കിയിട്ട്, കാടിന്റെ അരികത്ത് പക്ഷികളുടെ വരവും കാത്തു കിടക്കും. ചുറ്റും നിശ്ശബ്ദമാണ്. അഗാധമായ ശിശിരനിദ്രയിലമർന്നിരിക്കുകയാണു സർവ്വതും. ചാരനിറമാർന്ന കുന്നിൻ നിരകളുടെ അടിവാരത്തിൽ വോൾഗാനദി വെട്ടിമുറിച്ച വിശാലമായ പുൽപ്പരപ്പുകളുടെ അവ്യക്തദൃശ്യം കാണാം. അവയുടെ അങ്ങേത്തല മൂടൽമഞ്ഞിൽ അലിഞ്ഞുമറയുന്നു. അങ്ങകലെ, പുൽപ്പരപ്പുകൾക്ക് അതിരിട്ടു നിൽക്കുന്ന കാടുകൾക്കുമപ്പുറത്ത്, കാടിന്റെ കറുത്ത സടകൾക്കു തീപിടിപ്പിച്ചുകൊണ്ട് സൂര്യൻ മന്ദംമന്ദം ഉദിച്ചുവരും. ആത്മാവിനെ ഇളക്കിമറിക്കുന്ന വിചിത്രമായൊരു ചലനം അതോടെ ആരംഭിക്കുകയായി. പുൽപ്പരപ്പുകളിൽനിന്ന് അതിവേഗം നീങ്ങുന്ന മൂടൽമഞ്ഞിൻമേൽ സൂര്യൻ വെള്ളി പൂശുന്നു. അതിനിടയിൽ കുറ്റിക്കാടുകളും വൃക്ഷങ്ങളും വയ്ക്കോൽത്തുറുകളും ഭൂതലത്തിൽനിന്നു മെല്ലെ ഉയർന്നുവരുന്നു. സൂര്യതാപമേറ്റ പുൽപ്പരപ്പുകൾ ചുവപ്പു കലർന്ന തങ്കവർണ്ണത്തിൽ നാനാവഴിക്കും ഉരുകിയൊലിക്കുകയാണെന്നു തോന്നിപ്പോകും. അതാ സൂര്യൻ തീരഭാഗത്തെ പ്രശാന്തജലപ്പരപ്പിൽ തൊട്ടുകഴിഞ്ഞു. അതിന്റെ സ്വർണ്ണവിരലുകൾ മുക്കിയ ഇടത്തേക്ക് പുഴയാകെ ഒഴുകിയെത്തിയതുപോലെ തോന്നും. കൂടുതൽകൂടുതൽ ഉയർന്നുപൊങ്ങിക്കൊണ്ടിരിക്കുന്ന സൂര്യബിംബം ആഹ്ലാദഭരിതമായി നാലുപാടും അനുഗ്രഹങ്ങൾ ചൊരിയുന്നു. തണുത്തുവിറയ്ക്കുന്ന ഭൂമിക്കു ചൂടു പകരുന്നു. ശിശിരത്തിന്റെ സുരഭിലമായ നിശ്വാസം ഭൂമിയിൽ നിന്നുതിരുന്നു. സുതാര്യവായുവിലൂടെ നോക്കുമ്പോൾ ഭൂമിയുടെ വലിപ്പം നിസ്സീമമാംവണ്ണം വർദ്ധിച്ചതുപോലെ തോന്നും. സർവ്വതും വിദൂരതയിലേക്ക് ഒഴുകുകയാണ്. ഭൂമിയുടെ നീലിമയാർന്ന വക്കിലേക്കു മാടിവിളിക്കുകയാണ്. അതേ സ്ഥലത്തുവെച്ച് ഞാൻ എത്രയോ തവണ സൂര്യോദയം കണ്ടിരിക്കുന്നു. എന്നാൽ ഓരോ

തവണയും പുതു സൗന്ദര്യമാർജ്ജിച്ച പുതിയൊരു ലോകം എന്റെ കൺമുമ്പിൽ ജന്മമെടുക്കും.

എനിക്കെന്തുകൊണ്ടോ സൂര്യനോട് പ്രത്യേകിച്ചൊരു സ്നേഹം തോന്നുന്നു. അതിന്റെ പേരുതന്നെ എനിക്കിഷ്ടമാണ്. എന്തോ ഒരു സ്വരമാധുര്യവും ധ്വനിസമ്പുഷ്ടിയും ആ വാക്കിൽ ഒളിഞ്ഞുകിടപ്പുണ്ട്. കണ്ണടച്ചുകൊണ്ട് ചൂടുള്ള ഒരു സൂര്യകിരണത്തിനുനേരെ മുഖം കാട്ടി നിൽക്കാനും വേലിയുടെ വിടവിലൂടെയോ മരക്കൊമ്പുകൾക്കിടയിലൂടെയോ വാൾമുന പോലെ തുളച്ചിറങ്ങുന്ന വെയിൽനാളത്തെ കൈക്കുമ്പിളിൽ പിടിക്കാനും എനിക്കിഷ്ടമാണ്. "സൂര്യനു മുമ്പിൽ തലകുനിക്കാത്ത മിഹയിൽ ചെർനീഗോവ്സ്കി പ്രഭുവിനോടും ഇടപ്രഭു ഫ്യോദൊറിനോടും" മുത്തച്ഛനു വലിയ ബഹുമാനമായിരുന്നു. പക്ഷെ ജിപ്സികളെപ്പോലെ കറുത്ത്, മൊർദോവിയൻ കർഷകരുടേതുപോലെ ദീനം വന്ന കണ്ണുകളുമായി നിൽക്കുന്ന ദുർമ്മുഖികളും ദുഷ്ടന്മാരുമായിട്ടാണ് ഞാൻ അവരെ മനസ്സിൽ കണ്ടത്. സൂര്യൻ പുൽപ്പരപ്പുകളുടെ മീതെ ഉയരുമ്പോൾ ഞാൻ അറിയാതെതന്നെ സന്തോഷംകൊണ്ടു പുഞ്ചിരിച്ചുപോകും.

കൊമ്പുകളിൽനിന്നു ഹിമകണങ്ങൾ കുടഞ്ഞുകളഞ്ഞുകൊണ്ട് കോണിഫെർ മരക്കാട് എന്റെ തലയ്ക്കു മുകളിൽ ഉലഞ്ഞാടുകയാണ്. മരത്തണലുകളിലുള്ള പന്നൽച്ചെടികളുടെ ചിറ്റിലപ്പടർപ്പുകളിൽ പൊടിമഞ്ഞ് വെള്ളിക്കസവു നെയ്തുചേർത്തിരിക്കുന്നതു കാണാം. മഴയത്തു വീണ മഞ്ഞപ്പുല്ലുകൾ ചലനമറ്റ് നിലത്തൊട്ടിക്കിടക്കുന്നു. എങ്കിലും സൂര്യകിരണം വന്നു പതിക്കുമ്പോൾ അവയിൽ നേരിയൊരു ചലനം കാണാം. ഒരുപക്ഷെ ജീവിക്കാനുള്ള അവസാനശ്രമമായിരിക്കാം.

പക്ഷികൾ ഉണർന്നുകഴിഞ്ഞു. പതുപതുത്ത ചാരപ്പന്തുകൾ കൊമ്പുകൾതോറും ചാടിച്ചാടിനടക്കുന്നു. അവയാണ് ടിറ്റ്മൗസുകൾ. തീനിറത്തിലുള്ള ക്രോസ്ബില്ലുകൾ പൈൻമരത്തലപ്പത്തിരുന്ന് പൈൻകാകൾ കൊത്തുന്നു. ഒരു കൊമ്പിന്റെ അറ്റത്തിരുന്ന് ആടിക്കൊണ്ട് ചിറകുമിനുക്കുന്ന ഒരു വെള്ളപ്പക്ഷി അതിന്റെ കരിങ്കണ്ണുകളാൽ എന്റെ വലയിലേക്കു സംശയത്തോടെ നോക്കുന്നുണ്ട്. ഒരു നിമിഷം മുമ്പ് ഗാഢമായ ധ്യാനത്തിൽ മുഴുകിയിരുന്ന ആ കാടാകെ പെട്ടെന്ന് നൂറുനൂറു കിളികളുടെ കളകളാവരത്താൽ ശബ്ദമുഖരിതമായത് എനിക്കനുഭവപ്പെടുന്നു. ജീവികളിൽവെച്ചേറ്റവും പരിശുദ്ധിയാർന്ന ഇവയുടെ സാരൂപ്യത്തിലാണല്ലൊ ഭൗമസൗന്ദര്യത്തിന്റെ ജനയിതാവായ മനുഷ്യൻ ചെറബ്ബുകളും എൽഫുകളും സെറഫുകളുമെല്ലാമടങ്ങുന്ന മാലാഖാഗണത്തെയാകെ സ്വസന്തുഷ്ടിക്കുവേണ്ടി സൃഷ്ടിച്ചത്.

പക്ഷികളെ പിടിക്കുന്നതു കഷ്ടമാണ്. അവയെ കൂട്ടിലടയ്ക്കുന്നതു ലജ്ജാവഹമാണ്. അവയെ വെറുതെ നോക്കിയിരിക്കുമ്പോൾ എനിക്കനുഭവപ്പെടുന്ന ആനന്ദത്തിനതിരില്ല. എങ്കിലും വേട്ടക്കാരന്റെ ഉത്സാഹവും പണമുണ്ടാക്കാനുള്ള വ്യഗ്രതയും എന്റെ അനുകമ്പയെ പിന്നോട്ടു തള്ളുന്നു.

പക്ഷികളുടെ കൗശലം എനിക്കു രസിച്ചു. ഒരു നീല ടിറ്റ്മൗസ് എന്റെ കെണി അതീവശ്രദ്ധയോടെ നോക്കി. അപകടം മനസ്സിലാക്കിയപ്പോൾ ഒരു വശത്തുകൂടി സൂക്ഷിച്ച് അടുത്തു ചെന്ന് മരയഴികൾക്കിടയിലൂടെ സമർത്ഥമായി ധാന്യം കൊത്തിയെടുത്തു. ടിറ്റ്മൗസുകൾ ബുദ്ധിശാലികളാണ്. അതിജിജ്ഞാസയാണ് അവയെ കുഴപ്പത്തിൽ ചാടിക്കുന്നത്. ബുൾഫിഞ്ചുകൾക്കു പ്രൗഢിയുണ്ടെങ്കിലും ബുദ്ധിയില്ല. സുഖിമാന്മാരായ പട്ടണവാസികൾ പള്ളിയിൽ പോകുംപോലെയാണ് അവ പറ്റത്തോടെ എന്റെ വലയിൽ വന്നു ചാടുന്നത്. ഞാൻ മൂടിയടയ്ക്കുമ്പോൾ അവ അത്ഭുതപ്പെട്ട് കണ്ണുരുട്ടുന്നു. തടിച്ച കൊക്കുകൾകൊണ്ട് എന്റെ വിരലിൽ കൊത്തുന്നു. അക്ഷോഭ്യമായും ഘനഗാംഭീര്യത്തോടെയുമാണ് ക്രോസ്ബിൽ വലയിലേക്കു നടന്നു കയറുന്നത്. മറ്റെല്ലാറ്റിൽ നിന്നും വിഭിന്നമായ ഒരു പക്ഷിയാണ് ഫിഞ്ച്. തടിച്ച വാലിന്മേലേക്ക് ചാഞ്ഞുകൊണ്ടും നീണ്ട കൊക്ക് ആട്ടിക്കൊണ്ടും അത് കെണിയുടെ മുമ്പിൽ വളരെനേരം ഇരിക്കും. മരങ്ങളുടെ തായ്ത്തടികളുടെ മീതേക്കൂടി മരംകൊത്തിയെപ്പോലെ ഓടിനടക്കുന്ന ആ പക്ഷി എപ്പോഴും ടിറ്റ്മൗസുകളുടെ പുറകേ കാണും. ചാരനിറത്തിലുള്ള ആ കൊച്ചുപക്ഷിയെ കണ്ടാൽ പേടി തോന്നും. ആരും സ്നേഹിക്കാതെ, ആരോടും സ്നേഹമില്ലാതെ, അത് ഒരുതരം ഏകാന്തജീവിതം നയിക്കുകയാണെന്നു തോന്നും. മാഗ്പൈയെപ്പോലെ അതിനും തിളക്കമുള്ള കൊച്ചുസാധനങ്ങൾ മോഷ്ടിച്ചെടുത്ത് ഒളിച്ചുവയ്ക്കാനിഷ്ടമാണ്.

ഉച്ചയോടെ ഞാൻ ജോലി തീർത്ത് കാടും വയലുകളും കടന്ന് വീട്ടിലേക്കു തിരിക്കും. ഗ്രാമങ്ങളിലെ പ്രധാനവീഥികളിലൂടെ പോയാൽ മറ്റു ബാലന്മാരോ ചെറുപ്പക്കാരോ എന്റെ പക്ഷിക്കൂടുകൾ തട്ടിപ്പറിക്കുകയും കെണികൾ നശിപ്പിക്കുകയും ചെയ്യുമെന്ന് കയ്പേറിയ അനുഭവത്തിൽ നിന്ന് എനിക്കറിയാം.

വൈകുന്നേരമാവുമ്പോഴേക്ക് ഞാൻ വിശന്നു തളർന്ന് വീടെത്തും. എങ്കിലും ഞാൻ ആ ദിവസം കുറേക്കൂടി വളർന്നിട്ടുണ്ടെന്ന്, എന്റെ അറിവും ശക്തിയും വർദ്ധിച്ചിട്ടുണ്ടെണ്ടന്ന്, എനിക്കു തോന്നും. ഈ ശക്തി എനിക്ക് മുത്തച്ഛന്റെ പരിഹാസം അക്ഷ്യോഭ്യമായി കേട്ടുകൊണ്ടിരിക്കാനുള്ള കഴിവു തന്നു. അതു കാണുമ്പോൾ അദ്ദേഹം ഘനമായി, ഗൗരവമായി, സംസാരിക്കാൻ തുടങ്ങും.

“നീ ഈ അസംബന്ധം ഒന്നു നിർത്ത്! നിർത്തിയേ പറ്റൂ. ആരും ഇതേവരെ പക്ഷികളെ പിടിച്ച് ഒരു നിലയിലെത്തിയിട്ടില്ല. നീ ഒരു ഇടം തിരഞ്ഞെടുക്ക്. അവിടിരുന്ന് നിന്റെ ബുദ്ധി വളർത്ത്. മനുഷ്യൻ ജീവിക്കുന്നത് നിസ്സാരകാര്യങ്ങൾക്കു വേണ്ടിയല്ല. അവൻ ദൈവത്തിന്റെ വിത്താണ്. അവൻ നല്ല ധാന്യമണികൾ വിളയിച്ചേ കഴിയൂ. മനുഷ്യൻ റൂബിളുപോലാണ്. വേണ്ടവണ്ണം ഉപയോഗിച്ചാൽ അതിന്റെ വില മൂന്നിരട്ടിയാവും. ജീവിക്കാൻ എളുപ്പമാണെന്നാണോ നിന്റെ വിചാരം? അല്ല. എളുപ്പമല്ലേയല്ല! മനുഷ്യരുടെ ലോകമെന്നു പറയുന്നത് ഇരുൾ മൂടിയ രാത്രിയാണ്. ഓരോരുത്തരും അവനവനുവേണ്ട വിളക്കു തെളിക്കണം. നമുക്കെല്ലാവർക്കും പത്തു വിരലാണുള്ളത്. പക്ഷേ ഏറ്റവും കൂടുതൽ കൈക്കലാക്കാനാണ് ഓരോരുത്തരുടേയും നോട്ടം. ഒന്നുകിൽ കരുത്തനായിരിക്കണം. കരുത്തില്ലെങ്കിൽ സൂത്രശാലിയായിരിക്കണം. കരുത്തില്ലാത്തവനു മേൽഗതിയില്ല. എല്ലാവരുമൊത്തു കഴിയണം. എന്നാൽ നീ തനിച്ചാണെന്ന് ഓർമ്മ വേണം. ആരു പറയുന്നതും കേട്ടോ, പക്ഷെ ആരേയും വിശ്വസിക്കരുത്. കണ്ണിനെ വിശ്വസിച്ചാൽ അളവു തെറ്റും. അധികം സംസാരിക്കരുത്. വീടും പട്ടണവുമെല്ലാമുണ്ടായത് വായിലെ നാക്കുകൊണ്ടല്ല, റൂബിളും ചുറ്റികയും കൊണ്ടാണ്. പേനും ആട്ടും മാത്രം സമ്പാദ്യമുള്ള ബഷ്ക്കീറുകാരനോ കൽമീക്കുകാരനോ അല്ല നീ...”

അദ്ദേഹത്തിന് ഇതേ മട്ടിൽ രാത്രി മുഴുവനും സംസാരിച്ചുകൊണ്ടിരിക്കാൻ കഴിയും. എനിക്ക് അതൊക്കെ മനപ്പാഠമായിക്കഴിഞ്ഞു. വാക്കുകൾ എനിക്കിഷ്ടപ്പെട്ടെങ്കിലും അവയുടെ അർത്ഥത്തെക്കുറിച്ച് എനിക്കു സംശയം തോന്നി. ദൈവവും മനുഷ്യരുമാണ് ജീവിതം ക്ലേശകരമാക്കുന്നതെന്നാണ് അദ്ദേഹം പറഞ്ഞിടത്തോളം കൊണ്ടു മനസ്സിലായത്.

റേന്തയ്ക്കുള്ള നൂൽ ചുറ്റിക്കൊണ്ട് മുത്തശ്ശി ജനാലയ്ക്കരികിൽ ഇരിക്കുന്നുണ്ടാവും. അവരുടെ ചുറുചുറുക്കാർന്ന കൈവിരലുകളിൽ തക്ലി മൂളിത്തിരിഞ്ഞുകൊണ്ടിരിക്കും. മുത്തച്ഛന്റെ സംസാരം കുറേസമയം നിശ്ശബ്ദം കേട്ടുകഴിഞ്ഞ് അവർ പറയും:

“എല്ലാം ദൈവമാതാവ് നിശ്ചയിക്കുന്നതുപോലെയേ നടക്കു.”

“എന്ത്?” മുത്തച്ഛൻ അലറും. “ദൈവമോ? ഞാൻ ദൈവത്തിന്റെ കാര്യം മറന്നിട്ടില്ല. ദൈവത്തെ എനിക്കറിയാം! എടീ വിഡ്ഢിത്തള്ളേ! ദൈവം ഈ ഭൂമിയിൽ വിഡ്ഢികളെ പാർപ്പിച്ചെന്നാണോ നീ പറയുന്നത്?”

...ഈ ഭൂമുഖത്ത് ഏറ്റവും സുഖമായി ജീവിക്കുന്നവർ കൊസാക്കുകളും പട്ടാളക്കാരുമാണെന്ന് എനിക്കു തോന്നി. ലളിതവും ഉല്ലാസകരവുമായ

ഒരു ജീവിതമാണ് അവരുടേത്. നല്ല കാലാവസ്ഥയുള്ള ദിവസങ്ങളിൽ അവർ അതിരാവിലെ ഞങ്ങളുടെ വീടിനെതിരെയുള്ള ഇടുക്കിനപ്പുറത്തു പ്രത്യക്ഷപ്പെടും. വെളുത്ത കുണ്ണകൾപോലെ പാടത്ത് ചിതറിപ്പരന്നിട്ട് അവർ രസകരവും സങ്കീർണ്ണവുമായ ഒരു കളി തുടങ്ങും. വെള്ളക്കുപ്പായമിട്ട ആ പ്രസരിപ്പേറിയ കരുത്തന്മാർ കയ്യിൽ തോക്കും പിടിച്ച് ഉല്ലാസപൂർവ്വം പാടത്തുകൂടി ഓടി ഇടുക്കിൽ മറയും. പെട്ടെന്ന് ഒരു കാഹളം മുഴങ്ങുന്നു. "ഹുറാ" വിളികളോടെ, ഭീതിദമായ പടഹധ്വനികളോടെ, അവർ വീണ്ടും പാടത്തിലൂടെ കുതിച്ചുപായുന്നു. ബയനറ്റുകളും നീട്ടിപ്പിടിച്ചുകൊണ്ട് അവർ നേരെ പാഞ്ഞുവരുന്നത് ഞങ്ങളുടെ വീടിനെ ലക്ഷ്യമാക്കിയാണ്. വയ്ക്കോൽത്തുറുകണക്കെ അവരിപ്പോൾ ഞങ്ങളുടെ വീടിനെ കുത്തിമറിച്ചിടുമെന്നു തോന്നിപ്പോകും.

ഞാനും "ഹുറാ" വിളിച്ചുകൊണ്ട് അവരുടെ പിന്നാലെ ഓടും. പെരുമ്പറകളുടെ ഭയാനകമായ മുഴക്കം കേൾക്കുമ്പോൾ എന്തെങ്കിലുമൊക്കെ നശിപ്പിക്കണമെന്ന അദമ്യമായൊരു ആഗ്രഹം എന്റെ ഉള്ളിലേക്ക് ഇരച്ചുവരും. ഒരു വേലി പിഴുതിളക്കാനോ ഒരു ബാലനെ തല്ലാനോ എന്റെ കൈ തരിക്കും.

വിശ്രമവേളകളിൽ പട്ടാളക്കാർ എന്നെ പുകവലിക്കാൻ ക്ഷണിക്കും. അവരുടെ ഭാരിച്ച തോക്കുകൾ കാട്ടിത്തരും. ചിലപ്പോൾ അവരിലാരെങ്കിലും ബയനറ്റ് എന്റെ വയറിനുനേരെ നീട്ടി രൗദ്രഭാവത്തിൽ അലറും:

"ആ പാറ്റക്കുഞ്ഞിന്റെ കുടലെടുക്ക്!"

ആ തിളങ്ങുന്ന ബയനറ്റ്, കൊത്താനോങ്ങുന്ന പാമ്പിനെപ്പോലെ വളഞ്ഞുപുളയുകയാണെന്നു തോന്നും. അതു കാണുമ്പോൾ കുറച്ചു പേടിയാവുമെങ്കിലും പേടിയേക്കാൾ രസമാണു തോന്നുക.

പെരുമ്പറയടിക്കുന്ന ഒരു മൊർദോവുകാരൻ എന്നെ പറകൊട്ടാൻ പഠിപ്പിച്ചു. ആദ്യം അയാൾ എന്റെ കൈകൾ പിടിച്ച് വേദനിക്കും വരെ ഞെരിച്ചു. എന്റെ വിരലുകൾക്കുള്ളിലേക്ക് കമ്പുകൾ തിരുകിവച്ചിട്ട് അയാൾ പറഞ്ഞു

"കൊട്ട്—ഒന്ന്—രണ്ട്, ഒന്ന്—രണ്ട്! ഠം—ഠഠ—ഠം! ഇടത്തേതു പതുക്കെ. വലത്തേത് ഉറക്കെ. ഠം—ഠഠ—ഠം!" പക്ഷിക്കണ്ണുകൾ വിടർത്തി അയാൾ കർക്കശസ്വരത്തിൽ അട്ടഹസിച്ചു.

കവാത്തു കഴിയുന്നതുവരെ ഞാൻ പട്ടാളക്കാരോടൊപ്പം പാടത്ത് ഓടിക്കൊണ്ടിരിക്കും. പിന്നീട് പട്ടണം മുഴുവനും കടന്ന് ബാരക്കിലെത്തുന്നതുവരെ അവരുടെ ഉച്ചത്തിലുള്ള പാട്ടുകൾ കേട്ടുകൊണ്ടും സൗമനസ്യം തുളുമ്പുന്ന മുഖങ്ങളിലേക്കു കണ്ണയച്ചുകൊണ്ടും ഞാനവരെ

അനുഗമിക്കും. ആ മുഖങ്ങളെല്ലാംതന്നെ കമ്മട്ടത്തിൽനിന്ന് അടിച്ചുവന്ന അഞ്ചുകോപ്പെക്ക് തുട്ടുകളെപ്പോലെ പുതുമയാർന്നിരുന്നു.

ഒരേപോലിരിക്കുന്നവരുടെ ഈ സാന്ദ്രസമൂഹം ഉല്ലാസഭരിതമായി നിരത്തിലൂടെ ഒഴുകിപ്പോകുന്നത് കണ്ണിനു കുളിരു നൽകുന്ന ഒരു കാഴ്ചയാണ്. പുഴയിലേക്കെന്നപോലെ അതിലേക്കു കൂപ്പുകുത്താനും കാട്ടിലേക്കെന്നപോലെ അതിനുള്ളിലേക്കു നൂന്നുകയറാനും അടക്കാനാവാത്ത മോഹം തോന്നും. ഈ മനുഷ്യർ ഒന്നിനേയും ഭയക്കുന്നവരല്ല. എന്തിനെ നോക്കുന്നതും കൂസലില്ലാതെയാണ്. അവർക്ക് എന്തും വെട്ടിപ്പിടിക്കാം, വിചാരിച്ചതെന്തും സാധിക്കാം. സർവ്വോപരി അവർ നിഷ്ക്കപടരും നല്ലവരുമാണ്.

എന്നാൽ ഒരു ദിവസം വിശ്രമവേളയിൽ ചെറുപ്പക്കാരനായ ഒരു എൻ.സി.ഓ. എനിക്കൊരു തടിച്ച സിഗററ്റു തന്നു.

"ന്നാ, വലിച്ചോ. ഇതൊരു വിശേഷതരം സിഗററ്റാണ്. മറ്റാരു ചോദിച്ചാലും കൊടുക്കില്ല. നീ മിടുക്കനായതുകൊണ്ട് നിനക്ക് മാത്രം തരുന്നതാണ്."

ഞാൻ സിഗററ്റു കൊളുത്തി. അയാൾ പുറകോട്ടു മാറി നിന്നു. പെട്ടെന്ന് ചുവന്നൊരു തീനാളം എന്റെ കണ്ണഞ്ചിച്ചു. എന്റെ വിരലുകളും മൂക്കും പുരികങ്ങളും പൊള്ളി. ചാരനിറത്തിലുള്ള പുകയുടെ കുത്തലേററ് ഞാൻ തുമ്മാനും ചുമയ്ക്കാനും തുടങ്ങി. കണ്ണു കാണാതെ, ഭയന്നുവിരണ്ട്, ഞാൻ നിന്നിടത്തുതന്നെ നിന്നു തുള്ളി. എന്റെ ചുറ്റും വട്ടത്തിൽ കൂടിനിന്ന പട്ടാളക്കാർ കാഴ്ചകണ്ട് ചിരിച്ചു രസിച്ചു. ഞാൻ വീട്ടിലേക്കു മടങ്ങി. പുറകിൽ അവരുടെ പൊട്ടിച്ചിരികളും ചൂളമടികളും ആട്ടിടയന്റെ ചാട്ടയടിപോലൊരു സീൽക്കാരശബ്ദവും കേട്ടു. എന്റെ വിരലുകൾ വേദനിച്ചു. മുഖം നീറി. കണ്ണുകളിൽനിന്ന് കണ്ണീരൊഴുകി. എന്നാൽ ആ വേദനയേക്കാളേറെ എന്റെ മനസ്സിനെ മഥിച്ചത് വല്ലാത്തൊരു അത്ഭുതമാണ്: അവരെന്തിനിത് എന്നോടു ചെയ്തു? എന്തുകൊണ്ട് നല്ല മനുഷ്യർക്ക് ഇതിലിത്ര രസം തോന്നി?

വീട്ടിലെത്തിയ ഉടനെ ഞാൻ തട്ടുമ്പുറത്തെ മുറിയിൽ പോയി. എന്റെ ഈ ചെറുപ്രായത്തിനിടയിൽ എനിക്കു കാണേണ്ടിവന്നിട്ടുള്ള ദുർഗ്രഹമായ ക്രൂരതകൾ മുഴുവനും ഓർത്തുകൊണ്ട് ഞാനവിടെ വളരെ നേരം ഇരുന്നു. സറപ്പൾകാരനായ, വലിപ്പംകുറഞ്ഞ ഒരു പട്ടാളക്കാരൻ എന്റെ ഓർമ്മയിൽ വിശേഷിച്ചും തെളിഞ്ഞുനിന്നു. അയാൾ എന്റെ മുമ്പിൽ ജീവനോടെ വന്നു നിൽക്കുകയാണെന്നു തോന്നി.

"ഇപ്പോൾ മനസ്സിലായോ?" അയാൾ ചോദിക്കുകയാണ്.

എന്നാൽ ഇതിനേക്കാൾ എത്രയോ ക്രൂരവും ഞെട്ടിപ്പിക്കുന്നതുമായ ഒരു ദൃശ്യത്തിന് ഞാൻ താമസിയാതെ സാക്ഷ്യം വഹിച്ചു.

പെച്ചേർസ്ക്കയ സ്ലോബോദയ്ക്കടുത്തുള്ള ബാരക്കുകളിലാണ് കൊസാക്കുകളുടെ താമസം. ഞാൻ അവിടെ കൂടെക്കൂടെ ചെല്ലും. അനായാസമായി കുതിരസവാരി നടത്തുകയും കൂടുതൽ ഭംഗിയായി വേഷം ധരിക്കുകയും ചെയ്യുമെന്നതു മാത്രമല്ല മറ്റു പട്ടാളക്കാരിൽനിന്നു കൊസാക്കുകൾക്കുള്ള വ്യത്യാസം. അവരുടെ സംസാരരീതിയും അവർ പാടുന്ന പാട്ടുകളുമെല്ലാം വേറെയാണ്. അവർ ഒന്നാംതരം നർത്തകരുമാണ്. ചില സായാഹ്നങ്ങളിൽ കുതിരകളെ തുടച്ചു വൃത്തിയാക്കിയതിനുശേഷം അവർ ലായങ്ങൾക്കരികിൽ വട്ടമിട്ടു നിൽക്കും. കൃശഗാത്രനായ ഒരു കൊസാക്കുകാരൻ തന്റെ ചുരുണ്ട ചെമ്പൻമുടി ഒന്നു കുടഞ്ഞു പുറകോട്ടിട്ടുകൊണ്ട് കുഴൽവാദ്യം കണക്കെ മേൽസ്ഥായിയിൽ പാടാൻ തുടങ്ങുന്നു. പിരിമുറുക്കത്തോടെ നീണ്ടുനിവർന്നു നിന്നുകൊണ്ട് അയാൾ പാടുന്നത് പ്രശാന്തമായ ദോനിനെക്കുറിച്ചോ നീലിമയാർന്ന ദാന്യൂബിനെക്കുറിച്ചോ ഉള്ള ശോകമൃദുലമായ ഒരു ഗാനമാണ്. പാടിപ്പാടി പലപ്പോഴും നിലത്തേക്കു ചത്തുവീഴുന്ന പുലർകാലക്കിളിയെപ്പോലെ അയാൾ കണ്ണുകൾ അടച്ചുപിടിച്ചിട്ടുണ്ട്. തുറന്നുകിടക്കുന്ന കുപ്പായക്കഴുത്തിനടിയിൽ കഴുത്തെല്ലുകൾ ഓട്ടുകടിവാളംപോലെ എഴുന്നുനിൽക്കുന്നുണ്ട്.അയാളുടെ രൂപമാകെത്തന്നെ ഓടുകൊണ്ടു വാർത്തെടുത്തതാണെന്നു തോന്നും. ഭൂമി ഇളകിമറിയുന്നുവെന്ന മട്ടിൽ ശോഷിച്ച കാലുകളിൽ ആടിക്കൊണ്ട്, കൈവീശിക്കൊണ്ട്, ദൃഷ്ടിഹീനനും ശബ്ദപൂർണ്ണനുമായി നിൽക്കുന്ന അയാൾ ഇപ്പോൾ മനുഷ്യനല്ലെന്നും കൊമ്പുവിളിക്കാരന്റെ ഊത്തുകുഴലോ ഇടയന്റെ ഓടക്കുഴലോ ആയിക്കഴിഞ്ഞെന്നും തോന്നും. അയാൾ പുറകോട്ടു മലർന്ന് പുലർകാലക്കിളിയെപ്പോലെ നിലത്ത് മരിച്ചുവീഴുമെന്നു ചിലപ്പോൾ എനിക്കു തോന്നിയിട്ടുണ്ട്. കാരണം, തന്റെ ആത്മാവു മുഴുവനും, തന്റെ ശക്തി മുഴുവനും, അയാൾ ആ പാട്ടിൽ ചെലുത്തിക്കഴിഞ്ഞു.

കൈകൾ കീശയിൽ തിരുകിക്കൊണ്ടോ വിരിഞ്ഞ മുതുകിനു പിന്നിൽ പിണച്ചുവച്ചുകൊണ്ടോ ചുറ്റും നിൽക്കുന്ന കൂട്ടുകാർ അയാളുടെ ഓട്ടുമുഖത്തേക്കും വായുവിൽ വീശുന്ന കൈകളിലേക്കും കർക്കശമായി നോക്കുന്നുണ്ട്. പള്ളിപ്പാട്ടുകാരുടെ മട്ടിൽ അവരും പ്രൗഢമായി, ശാന്തമായി, പാടുന്നുണ്ട്. അത്തരം നിമിഷങ്ങളിൽ അവരെല്ലാവരും—താടിയുള്ളവരും ഇല്ലാത്തവരുമെല്ലാം—വിശുദ്ധരൂപങ്ങളെപ്പോലെ തോന്നിക്കും. അതേ ഭയാനകതയും അകൽച്ചയുമാണ് അവർ ദ്യോതിപ്പിക്കുന്നത്. പെരുവഴിപോലെ സമനിരപ്പായി, വിശാലമായി,

വിവേകപൂരിതമായി, ആ ഗാനധാര അങ്ങിനെ നീണ്ടുനീണ്ടു പോകും. അതുകേട്ടുകൊണ്ടു നിൽക്കുമ്പോൾ സമയം പകലോ രാത്രിയോ, ഞാൻ ബാലനോ വൃദ്ധനോ എന്നൊന്നും എനിക്കോർമ്മയുണ്ടാവില്ല. ഞാൻ എല്ലാം മറക്കും. ഗായകരുടെ ശബ്ദം ക്രമേണ നിലയ്ക്കും. വയലേലകളിലൂടെ ഇഴഞ്ഞിഴഞ്ഞുവരുന്ന ശരൽക്കാലരാവിന്റെ അനുസ്യൂതചലനവും പുൽപ്പരപ്പുകളിലെ സ്വച്ഛജീവിതം സ്വപ്നംകണ്ടുകൊണ്ടു നിൽക്കുന്ന കുതിരകളുടെ നിശ്വാസങ്ങളും ഇപ്പോൾ കേൾക്കാം. അനിതസാധാരണമായ ഏതോ അനുഭൂതിവിശേഷത്തിന്റെ നിറവുകൊണ്ടും ഈ ഭൂമിയോടും ജനങ്ങളോടുമുള്ള മൂകവാത്സല്യം കൊണ്ടും എന്റെ ഹൃദയം വിങ്ങിപ്പൊട്ടാൻ വെമ്പുന്നു.

ഓട്ടുകൊണ്ടു വാർത്തെടുത്ത ആ കൊച്ചുകൊസാക്കുകാരൻ ഒരു മനുഷ്യനല്ലെന്ന് എനിക്കു തോന്നി, അതേക്കാൾ എത്രയോ അർത്ഥവത്തായ എന്തോ ഒന്നാണയാൾ—എല്ലാ മർത്ത്യരേക്കാളും ഉൽകൃഷ്ടനും ഉന്നതനുമായ ഏതോ ഇതിഹാസപുരുഷൻ. അയാളോടു സംസാരിക്കാൻ ഞാൻ അശക്തനായിരുന്നു. അയാൾ എന്നോട് എന്തെങ്കിലും ചോദിച്ചാൽ ഞാൻ സന്തോഷംപൂണ്ട് പുഞ്ചിരിക്കുമെങ്കിലും എന്തു പറയേണ്ടുവെന്നറിയാതെ മൗനം ദീക്ഷിക്കുകയേയുള്ളൂ. അനുസരണയുള്ള ഒരു നായയെപ്പോലെ ഞാൻ അയാളെ അനുഗമിക്കാൻ സന്നദ്ധനായിരുന്നു. അയാളെ കൂടെക്കൂടെ കാണണം, അയാളുടെ പാട്ടു കേൾക്കണം—അത്ര മാത്രം മതി.

ഒരിക്കൽ അയാൾ തന്റെ കൈവിരലിൽ കിടക്കുന്ന ഒഴുക്കൻ വെള്ളി മോതിരത്തിൽ നോക്കിക്കൊണ്ട് ലായത്തിന്റെ ഒരു കോണിൽ നിൽക്കുന്നതു കണ്ടു. അയാളുടെ ഭംഗിയുള്ള ചുണ്ടുകൾ അനങ്ങുന്നുണ്ടായിരുന്നു. കൊച്ചു ചെമ്പൻ മീശരോമങ്ങൾ വിറയ്ക്കുന്നുണ്ടായിരുന്നു. പരിഭവം കലർന്ന ഒരു വിഷാദഭാവമാണ് മുഖത്തു കണ്ടത്.

മറ്റൊരു ദിവസം ഒരു ഇരുണ്ട സായാഹ്നത്തിൽ ഞാൻ എന്റെ പക്ഷിക്കൂടുകളുമായി സ്താറയ സെന്നയ കവലയിലുള്ള ഒരു മദ്യശാലയിൽ ചെന്നു. അതിന്റെ ഉടമസ്ഥന് പാട്ടുപക്ഷികളെന്നുവച്ചാൽ ജീവനായിരുന്നു. അയാൾ പലപ്പോഴും അവയെ എന്റടുത്തുനിന്നു വാങ്ങാറുണ്ട്.

ബാറിനടുത്ത്, അടുപ്പിനും 'ഭിത്തിക്കും ഇടയ്ക്കുള്ള ഒരു മൂലയ്ക്ക് കൊസാക്കുകാരൻ ഇരിക്കുന്നതു കണ്ടു. അയാളുടെ ഇരട്ടി വലിപ്പമുള്ള ഒരു കൊഴുത്തുരുണ്ട സ്ത്രീ അടുത്തിരിപ്പുണ്ട്. അവരുടെ വട്ടമുഖം പതംവരുത്തിയ ആട്ടിൻതോൽപോലെ തിളങ്ങുന്നുണ്ടായിരുന്നു. ഒരു അമ്മയുടെ ഉൽക്കണ്ഠ നിറഞ്ഞ വാത്സല്യത്തോടെ അവർ അയാളെ നോക്കുന്നുണ്ട്. കുടിച്ചുമത്തനായിക്കഴിഞ്ഞിരുന്ന അയാൾ തന്റെ നീട്ടിപ്പിടിച്ച കാലുകൾ

നിലത്ത് അങ്ങോട്ടുമിങ്ങോട്ടും ഇഴച്ചുവലിച്ചുനീക്കിക്കൊണ്ടിരുന്നു. അയാൾ അവരെ ചവുട്ടി വേദനിപ്പിച്ചെന്നു തോന്നി. കാരണം, അവർ ഞെട്ടി മുഖം ചുളിച്ചുകൊണ്ട് അയാളോടു പതുക്കെ പറഞ്ഞു:

"വിഡ്ഢിത്തം കാട്ടാതെ!"

കൊസാക്കുകാരൻ വളരെ വിഷമിച്ച് പുരികങ്ങളുയർത്തിയെങ്കിലും അവയുടനെ വീണ്ടും താണു. അയാൾക്കു ചൂടെടുത്തു. അയാൾ കോട്ടും ഷർട്ടും തുറന്നിട്ടപ്പോൾ കഴുത്ത് പുറത്തുകണ്ടു. കൂടെയുള്ള സ്ത്രീ തലയിൽ കെട്ടിയിരുന്ന തുവാല തോളിലേക്ക് ഊർത്തിയിട്ടു. ബലമുള്ള വെളുത്ത കൈകൾ മേശപ്പുറത്തു വച്ചുകൊണ്ട് അവർ വിരൽമുട്ടുകൾ വെളുത്തു കാണത്തക്ക ശക്തിയോടെ കൈപ്പത്തികൾ ചുരുട്ടിപ്പിടിച്ചു. ആ രണ്ടു പേരെയും നോക്കുന്തോറും എനിക്കു തോന്നി, ഒരു സ്നേഹമയിയായ അമ്മയും അധികപ്രസംഗിയായ മകനും ഒന്നിച്ചിരിക്കുകയാണെന്ന്. ആ സ്ത്രീ അയാളെ വാത്സല്യപൂർവ്വം ശാസിച്ചുകൊണ്ടിരുന്നു. അയാൾ അനുസരണയോടെ മൗനം ഭജിച്ചതേയുള്ളൂ. അവരുടെ ന്യായമായ ശകാരങ്ങൾക്കു മറുപടിയായി അയാൾക്കൊന്നും പറയാനായില്ലായി രുന്നു.

പെട്ടെന്നയാൾ സൂചികുത്തേറ്റതുപോലെ ചാടിയെണീറ്റു. തൊപ്പി തലതിരിച്ചു വച്ചിട്ട് അത് അമർത്തിവയ്ക്കാനായിട്ട് കൈ പരത്തി അതിന്റെ മീതെ ഒന്നടിച്ചു. കോട്ടിന്റെ കുടുക്കിടാതെ അയാൾ കതകിനുനേരെ നടന്നു. സ്ത്രീയും എണീറ്റു.

"ഞങ്ങളിപ്പോൾത്തന്നെ മടങ്ങിവരും, കസ്മിച്ച്," അവർ മദ്യശാല യുടെ ഉടമസ്ഥനോടു പറഞ്ഞു.

അവരിറങ്ങിപ്പോയപ്പോൾ അവിടുണ്ടായിരുന്നവർ പൊട്ടിച്ചിരിച്ചു. കളിപറഞ്ഞു

"പൈലട്ട് മടങ്ങിവരുമ്പോൾ അവൾക്കു കിട്ടിക്കോളും!" ആരോ ഗൗരവസ്വരത്തിൽ പറഞ്ഞു.

ഞാനും പുറത്തിറങ്ങി അവരെ അനുഗമിച്ചു. പത്തു പന്ത്രണ്ടു ചുവടു മുമ്പിലായി അവർ ഇരുട്ടത്ത് നടന്നുപോവുകയാണ്. ചെളിനിറഞ്ഞ ഒരു കവല കുറുകെ കടന്ന് അവർ നേരെ വോൾഗയുടെ ഉയരംകൂടിയ തീരത്തെ ലക്ഷ്യമാക്കി നടന്നു. കൊസാക്കുകാരനെ താങ്ങിപ്പിടിച്ചു കൊണ്ട് ആ സ്ത്രീ വേച്ചുവേച്ചു നടക്കുന്നത് എനിക്കു കാണാം. അവരുടെ കാൽച്ചുവട്ടിൽ ചെളിതെറിക്കുന്ന ശബ്ദം എനിക്കു കേൾക്കാം.

"എങ്ങോട്ടാണു പോകുന്നത്? എങ്ങോട്ടാണെന്നു പറയൂ." സ്ത്രീ ശബ്ദ മടക്കി യാചനാസ്വരത്തിൽ ചോദിച്ചുകൊണ്ടിരുന്നു.

എനിക്കു പോകേണ്ട വഴി വേറെയായിരുന്നെങ്കിലും ഞാൻ ആ ചെളിയിലൂടെ അവരെ പിന്തുടർന്നു. ഇറങ്ങിക്കിടക്കുന്ന ഓരത്തിന്റെ മുകളിലുള്ള നടപ്പാതയിലെത്തിയപ്പോൾ കൊസാക്കുകാരൻ നടപ്പു നിർത്തി പുറകോട്ട് ഒരു ചുവടു വച്ചിട്ട് പെട്ടെന്ന് ആ സ്ത്രീയുടെ മുഖത്തടിച്ചു. അവർ അത്ഭുതത്തോടെയും ഭയത്തോടെയും നിലവിളിച്ചു:

"അയ്യോ! എന്താണിത്?"

ഞാനും വല്ലാതെ പേടിച്ചുപോയി. ഞാൻ അവരുടെ അടുത്തേക്ക് ഓടിച്ചെന്നു. എന്നാൽ അപ്പോഴേക്കും കൊസാക്കുകാരൻ സ്ത്രീയെ അരയ്ക്കു ചുറ്റിപ്പിടിച്ച് പൊക്കിയെടുത്ത് കൈവരിയുടെ അപ്പുറത്തേക്കെറിഞ്ഞു. കൂടെ അയാളും ചാടി. രണ്ടുപേരും ഒരു ഇരുണ്ട പിണ്ഡമായി പുല്ലിലൂടെ ഓരത്തേയ്ക്ക് ഉരുണ്ടിറങ്ങി. അത്ഭുതസ്തബ്ധനായി ശ്വാസമടക്കി നിന്ന ഞാൻ അങ്ങു താഴെ പിടിയും വലിയും നടക്കുന്നതിന്റേയും വസ്ത്രം വലിച്ചുകീറുന്നതിന്റേയും കൊസാക്കുകാരൻ കിതയ്ക്കുന്നതിന്റേയും ശബ്ദം കേട്ടു. സ്ത്രീ താണ സ്വരത്തിൽ പിറുപിറുത്തുകൊണ്ടിരുന്നു:

"ഞാൻ നിലവിളിക്കും! ഞാൻ നിലവിളിക്കും!"

അവർ ഉറക്കെ വേദനയോടെ ഞരങ്ങുന്നതു കേട്ടു. പിന്നീടെല്ലാം നിശ്ശബ്ദം. ഞാൻ ഒരു കല്ല് തപ്പിയെടുത്ത് പുഴയോരത്തിന്റെ നേർക്കെറിഞ്ഞു. കാട്ടുചെടികൾ ഉലയുന്നതൊഴിച്ച് മറ്റൊന്നും കേട്ടില്ല. മദ്യശാലയുടെ ചില്ലുവാതിൽ ഒച്ചയോടെ തുറന്നടഞ്ഞു. ഉരുണ്ടുവീണതുപോലെ ആരോ ഒന്നു മുരണ്ടു. വീണ്ടും നിശ്ശബ്ദത—ഭീതിദമായ നിശ്ശബ്ദത.

ഓരത്തിലേക്കുള്ള ഇറക്കത്തിൽ വലിയൊരു വെളുത്ത രൂപം പ്രത്യക്ഷപ്പെട്ടു. കാലിടറിക്കൊണ്ട്, വിതുമ്മിക്കൊണ്ട്, അത് മെല്ലെ കയറ്റം കയറിവരികയാണ്. അത് ആ സ്ത്രീയാണെന്നു ഞാൻ തിരിച്ചറിഞ്ഞു. ചെമ്മരിയാടിനെപ്പോലെ കൈകാലുകൾ കുത്തി കയറിവരുന്ന അവർ അരയ്ക്കു മേലോട്ട് നഗ്നയാണെന്നു ഞാൻ കണ്ടു. കൊഴുത്തുരുണ്ട വലിയ മുലകൾ വെളുത്തുതിളങ്ങി. അവർക്കു മൂന്നു മുഖമുണ്ടെണ്ടന്നു തോന്നി. അവർ അവസാനം കൈവരിക്കടുത്തെത്തി എന്റെ സമീപത്ത് ഇരുന്നു. ഓടിയണച്ച കുതിരയെപ്പോലെ കിതച്ചുകൊണ്ട് അവർ അഴിഞ്ഞുലഞ്ഞ തലമുടി ഒതുക്കിവയ്ക്കാൻ ശ്രമിച്ചു. അവരുടെ വെളുത്ത ദേഹത്ത് ചെളിയുടെ കറുത്ത പാടുകൾ തെളിഞ്ഞുകണ്ടു. മുഖം നക്കിത്തുടയ്ക്കുന്ന ഒരു പൂച്ചയുടെ അതേ കരചലനത്തോടെ അവർ വിതുമ്മിക്കരഞ്ഞുകൊണ്ട് കണ്ണുനീർ തുടച്ചുമാറ്റി. എന്നെ കണ്ടമാത്രയിൽ അവർ ചെറുതായി ഒരു ആശ്ചര്യശബ്ദം പുറപ്പെടുവിച്ചു.

"ദൈവമേ! നീയേതാ? നാണം കെട്ട ചെറുക്കാ, പൊക്കോ ഇവിടുന്ന്!"

അവിടന്നെണീറ്റുപോകാൻ ഞാൻ അശക്തനായിരുന്നു. അത്ഭുതവും അടക്കാനാവാത്ത സങ്കടവുംകൊണ്ട് ഞാൻ തരിച്ചിരുന്നുപോയി. മുത്തശ്ശിയുടെ സഹോദരിയുടെ വാക്കുകൾ ഞാനോർത്തു

“സ്ത്രീയെന്നു പറയുന്നത് ഒരു വല്ലാത്ത ശക്തിയാണ്. ഔവ്വ ദൈവത്തെത്തന്നെ പറ്റിച്ചില്ലേ?”

ആ സ്ത്രീ എണീറ്റു. ഉടുപ്പിന്റെ അവശിഷ്ടങ്ങൾകൊണ്ട് മാറു മറച്ചപ്പോൾ കാലുകൾ പുറത്തുകണ്ടു. അവർ വേഗം നടന്നുപോയി. വെളുത്ത ചില തുണിക്കഷണങ്ങൾ വീശിക്കൊണ്ട് കൊസാക്കുകാരൻ നദിയോരത്തു നിന്നു കയറിവന്നു. പതുക്കെയൊന്നു ചൂളം വിളിച്ചു ചെവിയോർത്തുനിന്നിട്ട് അയാൾ ഉല്ലാസസ്വരത്തിൽ പറഞ്ഞു:

“ദാര്യ! എന്താണിത്? ഒരു കൊസാക്കുകാരൻ എപ്പോഴും അവനു വേണ്ടതു എടുക്കും... എനിക്കു കുടിച്ചുവെളിവില്ലെന്നു നീ വിചാരിച്ചു. അല്ലെ? ഛേ, ഞാനങ്ങനെ വെറുതെ ‘ഭാവിച്ചതല്ലെ... ദാര്യ!”

അയാൾ നിലത്തു ഉറച്ചുനിന്നു. മദ്യലഹരി തൊട്ടുതീണ്ടാത്ത ശബ്ദത്തിൽ പരിഹാസച്ചുവ കലർന്നിരുന്നു. കുനിഞ്ഞ് കയ്യിലെ തുണിക്കഷണങ്ങൾകൊണ്ട് ബൂട്ടുകളിലെ ചെളി തുടച്ചുകളഞ്ഞിട്ട് അയാൾ വീണ്ടും പറഞ്ഞുതുടങ്ങി:

“ന്നാ! നിന്റെ ബ്ലൗസെടുത്തോ! ദാര്യ! നീ കെറുവിക്കല്ലെ!” അയാൾ ഉച്ചത്തിൽ അവരെ പുളിച്ച ചീത്ത വിളിച്ചു.

നിശയുടെ നിശ്ശബ്ദതയിൽ ഏകാന്തമായി മുഴങ്ങിയ—അപ്രതിഹതമായ ആജ്ഞാശക്തി സ്ഫുരിക്കുന്ന—ആ ശബ്ദം ശ്രദ്ധിച്ചുകൊണ്ട് ഞാൻ ആ ചുള്ളിക്കൂട്ടത്തിൽത്തന്നെ ഇരുന്നു.

കവലയിലെ വഴിവിളക്കുകളുടെ വെളിച്ചം എന്റെ കൺമുമ്പിൽ തത്തിക്കളിച്ചു. വലതുവശത്തെ ഇരുണ്ട മരക്കൂട്ടത്തിനിടയിൽ പ്രഭുകുമാരിവിദ്യാലയത്തിന്റെ വെളുത്ത കെട്ടിടം ഉയർന്നുകാണാം. വെളുത്ത കീറത്തുണികൾ വീശി വായിൽത്തോന്നിയ പുലഭ്യങ്ങൾ അലസമായി വിളിച്ചുപറഞ്ഞുകൊണ്ട് കൊസാക്കുകാരൻ കവല കടന്ന് ഒരു ദുഃസ്വപ്നംപോലെ മറഞ്ഞുപോയി.

താഴെ പമ്പ്ഹൗസിൽ നിന്ന് കുഴലിലൂടെ ആവി പോകുന്നതിന്റെ സീൽക്കാരം കേൾക്കാം. ഒരു കുതിരവണ്ടി പുഴയിലേക്കുള്ള ഇറക്കത്തിലൂടെ കടകടശബ്ദത്തോടെ ഇറങ്ങി. ചുറ്റും ഒരു ജീവിപോലുമില്ല. ഉള്ളിൽ വിഷവും കയ്യിൽ ഒരു തണുത്ത കല്ലുമായി ഞാൻ ആ നടപ്പാതയിലൂടെ നടന്നു. കൊസാക്കുകാരനെ എറിയണമെന്നു വിചാരിച്ചിട്ട് ഒത്തില്ല. സെന്റ്ജോർജ്ജ് പള്ളിയ്ക്കടുത്തുവച്ച് രാത്രിപാറാവുകാരൻ എന്നെ

തടഞ്ഞുനിർത്തി. ഞാനാരാണെന്നും എന്റെ മുതുകത്തെ ചാക്കിനക ത്തെന്താണെന്നും അയാൾ അമർഷത്തോടെ ചോദിച്ചു.

ഞാൻ കൊസാക്കുകാരന്റെ കാര്യം പറഞ്ഞപ്പോൾ അയാൾ പൊട്ടി ച്ചിരിച്ചു.

"നല്ല കാര്യം! കൊസാക്കുകാർ വലിയ കണിശക്കാരാണ്, എന്റനിയാ! അവരോടു ജയിക്കാൻ നമ്മെക്കൊണ്ടാവില്ല. ആ പെണ്ണ് ഏതായാലും പെഴയാണ്!"

അയാൾ പൊട്ടിച്ചിരിച്ചു. ഇത്ര ചിരിക്കാൻ എന്തിരിക്കുന്നുവെന്ന് അത്ഭുതപ്പെട്ടുകൊണ്ട് ഞാൻ മുന്നോട്ടു നടന്നു.

ഞാൻ ഭീതിയോടെ ആലോചിച്ചുപോയി: ആ സ്ത്രീ എന്റെ അമ്മയാ യിരുന്നെങ്കിലോ? എന്റെ മുത്തശ്ശിയായിരുന്നെങ്കിലോ?

VIII

ആദ്യത്തെ മഞ്ഞുപെയ്തപ്പോൾ മുത്തച്ഛൻ എന്നെ വീണ്ടും മുത്തശ്ശിയുടെ സഹോദരിയുടെ അടുത്തേക്കു കൂട്ടിക്കൊണ്ടുപോയി.

"നിനക്കതുകൊണ്ട് ദോഷമൊന്നും വരില്ല." അദ്ദേഹം പറഞ്ഞു.

ആ വേനലിൽ ഭയങ്കരമായ പലതും അനുഭവിച്ചറിഞ്ഞ എനിക്ക് കൂടുതൽ പ്രായവും കൂടുതൽ വിവരവും വച്ചിട്ടുണ്ടെണ്ടന്ന് തോന്നി. അതേ സമയത്ത് യജമാനന്റെ വീട്ടിലെ ജീവിതം പൂർവ്വാധികം മടുപ്പനായിത്തീരുകയാണു ചെയ്തത്. അവർ മുമ്പത്തെപ്പോലെതന്നെ കണ്ടമാനം വലിച്ചുവാരിത്തിന്ന് ദേഹം കേടാക്കി. മുമ്പത്തെപ്പോലെതന്നെ തങ്ങളുടെ രോഗങ്ങളെപ്പറ്റി പരസ്പരം വിസ്തരിച്ച് സമയം പോക്കി. വൃദ്ധ ഇപ്പോഴും ഭയാനകമായ പകയോടെ ദൈവത്തെ പ്രാർത്ഥിച്ചു. കൊച്ചെജമാനത്തിയുടെ ദേഹം പ്രസവത്തിനുശേഷം ചൊട്ടിയിട്ടുണ്ട്. അതുകൊണ്ടു നടക്കുമ്പോൾ മുമ്പത്തത്ര ഇടം വേണ്ട. എങ്കിലും ഗർഭമുണ്ടായിരുന്നപ്പോഴത്തെ അതേ പ്രൗഢിയോടും സൂക്ഷ്മതയോടുംകൂടിയാണ് ഇപ്പോഴും നടപ്പ്. കുഞ്ഞുങ്ങൾക്ക് ഉടുപ്പ് തുന്നിക്കൊണ്ടിരിക്കുമ്പോൾ അവർ പതിഞ്ഞ സ്വരത്തിൽ ഒരേ പാട്ടുതന്നെ പാടിക്കൊണ്ടിരിക്കും:

വാന്യ, വാന്യ, വാന്യൂഷാ
തങ്കം, വാന്യാ, പൊന്നനിയാ,
തെന്നുവണ്ടിയിലിരിക്കാം ഞാൻ
തള്ളട, മോനേ, പുറകേന്ന്...

ആരെങ്കിലും മുറിക്കകത്തേക്കു കടന്നാൽ അവരുടനെ പാട്ടു നിർത്തി ദേഷ്യപ്പെട്ട് ചോദിക്കും:

"എന്തുവേണം?"

അവർക്ക് ഇതല്ലാതെ മറ്റൊരു പാട്ടും അറിഞ്ഞുകൂടെന്ന് എനിക്കു തീർച്ചയായിരുന്നു.

സായംകാലങ്ങളിൽ യജമാനത്തിമാർ എന്നെ തീന്മുറിയിലേക്കു വിളിച്ചുവരുത്തിയിട്ട് കല്പിക്കും:

"കപ്പലിൽ നീ എങ്ങിനെയൊക്കെയാണു കഴിഞ്ഞതെന്നു പറ."

കക്കൂസിന്റെ കതകിനടുത്തു കിടക്കുന്ന കസേരിയിലിരുന്നുകൊണ്ട് ഞാൻ പറഞ്ഞുതുടങ്ങും. എന്റെ ഇഷ്ടത്തിനെതിരായി എന്നെ പിടിച്ചുവലിച്ചു കൊണ്ടുവന്നിട്ട ഈ ജീവിതത്തിനിടയിൽ മറ്റേ ജീവിതത്തെപ്പറ്റി അനുസ്മരിക്കുന്നത് എനിക്കു പ്രിയംകരമായിരുന്നു. സംസാരത്തിൽ മുഴുകി ഞാൻ എന്റെ ശ്രോതാക്കളെ മറക്കും—പക്ഷെ കുറച്ചു സമയത്തേക്കു മാത്രം. കാരണം, കപ്പലിൽ കയറിയിട്ടില്ലാത്ത ആ സ്ത്രീകൾ ചോദിച്ചുതുടങ്ങും:

"നിനക്കു പേടിയായില്ലേ?"

പേടിക്കാനെന്തിരിക്കുന്നുവെന്ന് എനിക്കു മനസ്സിലായില്ല.

"നിലയില്ലാത്തിടത്ത് കപ്പൽ മറിഞ്ഞ് മുങ്ങിയാലോ?"

യജമാനൻ പൊട്ടിച്ചിരിച്ചു. കപ്പലുകൾ മറിയാറില്ലെന്നും നിലയില്ലാത്തിടത്ത് മുങ്ങാറില്ലെന്നും എനിക്കറിയാം. പക്ഷെ ആ പെണ്ണുങ്ങളെ അതു പറഞ്ഞു ബോദ്ധ്യപ്പെടുത്താൻ എനിക്കു കഴിഞ്ഞില്ല. കപ്പലുകൾ വെള്ളത്തിൽ പൊങ്ങിക്കിടക്കുകയല്ലെന്നും നിരത്തിലൂടെ വണ്ടിച്ചക്രങ്ങൾ പോകുന്നതുപോലെ കപ്പലിന്റെ തുഴച്ചക്രങ്ങൾ പുഴയുടെ അടിത്തട്ടിലൂടെ ഉരുണ്ടുപോവുകയാണെന്നുമായിരുന്നു വൃദ്ധയുടെ ദൃഢവിശ്വാസം.

"ഇരുമ്പുകൊണ്ടുണ്ടാക്കിയതാണെങ്കിൽ എങ്ങിനെ പൊങ്ങിക്കിടക്കും? കോടാലി വെള്ളത്തിൽ പൊങ്ങിക്കിടക്കുന്നില്ലല്ലൊ."

"പക്ഷെ മൊന്ത പൊങ്ങിക്കിടക്കുന്നില്ലേ?"

"അതു കൊള്ളാം! മൊന്ത ഇത്തിരിയല്ലേയുള്ളൂ. പൊള്ളയുമാണ്."

ഞാൻ സ്മൂറിയെക്കുറിച്ചും അയാളുടെ പുസ്തകത്തെക്കുറിച്ചും പറഞ്ഞപ്പോൾ അവർ എന്നെ സംശയദൃഷ്ടിയോടെ നോക്കി. വിഡ്ഢികളും ദൈവവിരോധികളും മാത്രമേ പുസ്തകമെഴുതു എന്ന് വൃദ്ധ അഭിപ്രായപ്പെട്ടു.

"അപ്പോൾ സങ്കീർത്തനപുസ്തകമോ? ദാവീദുരാജാവോ?"

“സങ്കീർത്തനപുസ്തകം വിശുദ്ധപുസ്തകമാണ്. എന്നിട്ടും അതെഴുതിയതിന്ന് ദാവീദുരാജാവ് ദൈവത്തോടു മാപ്പുചോദിച്ചു.”

“അങ്ങിനെ എവിടെയാണു പറഞ്ഞിട്ടുള്ളത്?”

“എന്റെ ഈ കൈയിൽ. ഞാൻ നിന്റെ തലയ്ക്കിട്ടൊന്നു തരുമ്പോൾ മനസ്സിലാവും എവിടെയാണെന്ന്.”

അവർക്കെല്ലാമറിയാം. ഉത്തമബോദ്ധ്യത്തോടെയാണ് എന്തിനെക്കുറിച്ചും പറയുക. പറയുന്നതു മുഴുവനും അസംബന്ധമായിരിക്കും.

“പെച്ചോർക്ക തെരുവിലെ താത്താറുകാരൻ ചത്തപ്പോൾ അയാളുടെ ആത്മാവ് ടാറുപോലെ കറുത്തുകറുത്തു തൊണ്ടയിൽ നിന്ന് ഒഴുകിപ്പോയി.”

“ആത്മാവ് അരൂപിയാണല്ലൊ.” ഞാൻ പറഞ്ഞു

“ഞാൻ താത്താറുകാരന്റെ കാര്യമാണു പറഞ്ഞത്. വിഡ്ഢിച്ചെറുക്കാ!” അവർ അവജ്ഞയോടെ തിരിച്ചടിച്ചു.

കൊച്ചെജമാനത്തിക്കും പുസ്തകങ്ങളെ ഭയമായിരുന്നു

“പുസ്തകം വായിക്കുന്നതു വളരെ ചീത്തയാണ്, പ്രത്യേകിച്ചു ചെറുപ്പകാലത്ത്,” അവർ പറഞ്ഞു. “ഞങ്ങൾ താമസിച്ചിരുന്ന ഗ്രെബൊഷോക് തെരുവിൽ ഒരു പെണ്ണുണ്ടായിരുന്നു. നല്ല കുടുംബത്തിൽപ്പെട്ടവളാണ്. പക്ഷെ അവൾ പുസ്തകം വായിച്ചുവായിച്ച് അവസാനം ചെമ്മാച്ചനെ കേറി പ്രേമിച്ചു! ചെമ്മാച്ചന്റെ ഭാര്യ വിട്ടുകൊടുക്കുമോ? അവർ അവളെ നാണംകെടുത്തിയതിനു കണക്കില്ല. ഹോ! ഭയങ്കരം! അതും നടുറോഡിൽ നാട്ടുകാരുടെ മുമ്പിൽ വച്ച്!...”

ചിലപ്പോൾ ഞാൻ സ്മൂറിയുടെ പുസ്തകങ്ങളിലെ വാക്കുകളുപയോഗിക്കാറുണ്ട്. അവയിലൊന്നിൽ ഞാൻ ഈ വാചകങ്ങൾ വായിച്ചിരുന്നു. “കൃത്യമായിപ്പറഞ്ഞാൽ വെടിമരുന്ന് ആരും കണ്ടുപിടിച്ചതല്ല. ചെറുചെറു നിരീക്ഷണങ്ങളുടേയും കണ്ടെത്തലുകളുടേയും നീണ്ടൊരു പരമ്പരയുടെ അവസാനത്തിൽ അതു രംഗപ്രവേശം ചെയ്തു.”

ദുർഗ്രഹമായ ഏതോ കാരണത്താൽ ഈ വാക്കുകൾ എന്റെ മനസ്സിൽ ഒട്ടിനിന്നു. “കൃത്യമായിപ്പറഞ്ഞാൽ” എന്ന പ്രയോഗം എനിക്കു വിശേഷിച്ചും ഇഷ്ടപ്പെട്ടു. അതിനു നല്ല ഊറ്റമുണ്ടെണ്ടന്നു തോന്നി. അതെനിക്കു വരുത്തിവച്ച സങ്കടം കുറച്ചൊന്നുമല്ല. അതും പരിഹാസ്യമായ സങ്കടം. അത്തരം സങ്കടം ഉണ്ടോയെന്നു ചോദിച്ചാൽ, ഉണ്ട്.

ഒരു ദിവസം, കപ്പൽജീവിതത്തെപ്പറ്റി വേറെന്തെങ്കിലും പറയാൻ യജമാനത്തിമാർ ആവശ്യപ്പെട്ടപ്പോൾ എന്റെ മറുപടി ഇങ്ങനെയായിരുന്നു:

"കൃത്യമായിപ്പറഞ്ഞാൽ എനിക്കിനി പറയാനൊന്നുമില്ല."

അവർ അന്തംവിട്ടുപോയി. അവർ വിളിച്ചുകൂവി:

"എന്ത്? എന്താണു നീ പറഞ്ഞത്?"

അവർ നാലുപേരും പൊട്ടിപ്പൊട്ടി ചിരിക്കാൻ തുടങ്ങി.

"കൃത്യമായിപ്പറഞ്ഞാലത്രെ! കർത്താവേ!" അവർ ഉരുവിട്ടുകൊണ്ടിരുന്നു.

യജമാനൻപോലും എന്നോടു പറഞ്ഞു:

"നീ അപ്പറഞ്ഞതു മോശമായിപ്പോയി."

അതിനുശേഷം വളരെക്കാലത്തേക്ക് അവർ "കൃത്യമായിപ്പറഞ്ഞാൽ" എന്നത് എന്റെ ഒരു വട്ടപ്പേരാക്കി.

"എടാ, കൃത്യമായിപ്പറഞ്ഞാലേ! നീ ആ കൊച്ച് ഇരുന്നിടത്തെ നിലമൊന്നു തുടയ്ക്ക്'!"

ഈ അർത്ഥമില്ലാത്ത കളിയാക്കലുകൾ എന്നെ നൊമ്പരപ്പെടുത്തിയില്ലെങ്കിലും അത്ഭുതപ്പെടുത്തി.

ബുദ്ധിമന്ദിപ്പിക്കുന്ന ദുരിതത്തിന്റെ ഒരുതരം മൂടൽമഞ്ഞിലാണു ഞാൻ ജീവിച്ചത്. അതിൽനിന്നൊരു ആശ്വാസം കിട്ടാൻവേണ്ടി ഞാൻ കഴിയുന്നത്ര കഠിനമായി ജോലി ചെയ്തു. ജോലിക്കു പഞ്ഞമില്ലായിരുന്നു. വീട്ടിൽ കുഞ്ഞുങ്ങൾ രണ്ടുണ്ടായിരുന്നു. ഒരിക്കലും തൃപ്തിവരാത്ത യജമാനത്തിമാർ ആയമാരെ കൂടെക്കൂടെ പറഞ്ഞയച്ചതുകൊണ്ട് കുഞ്ഞുങ്ങളെ നോക്കുന്നത് ഒട്ടുമുക്കാലും എന്റെ ചുമതലയായിത്തീർന്നു. എന്നും ഞാൻ അവരുടെ മൂത്രത്തുണികൾ നനച്ചിടും. ആഴ്ചയിലൊരിക്കൽ "ജെൻഡാം" അരുവിയിൽ തുണിയലക്കാൻ പോകും. അതു കണ്ട് അലക്കുകാരിപ്പെണ്ണുങ്ങൾ എന്നെ കളിയാക്കും.

"നീ എന്തു കാര്യത്തിനാ പെണ്ണുങ്ങളുടെ പണിചെയ്യുന്നത്?"

ചിലപ്പോൾ അവരുടെ പരിഹാസം സഹിക്കവയ്യാതെ ഞാൻ അവരെ ഈറൻതുണി വീശി അടിക്കും. എനിക്കിങ്ങോട്ടും കിട്ടും. എങ്കിലും അവരുടെകൂടെ സമയംപോക്കാൻ രസമായിരുന്നു.

ഒക്കാനദിയുമായി സന്ധിക്കുന്ന ആഴമേറിയ ഒരിടുക്കിന്റെ ചുവട്ടിലാണ് ജെൻഡാം അരുവി ഒഴുകിയത്. ഇടുക്കിന്റെ ഇപ്പുറം പട്ടണവും അപ്പുറം സ്ലാവ് വംശജരുടെ പുരാതനദേവനായ യരിലൊയുടെ പേരുള്ള പാടവുമാണ്. സെമിക് പെരുന്നാളിന്റന്ന് (ഈസ്റ്റർ കഴിഞ്ഞുള്ള ഏഴാംവാരത്തിലെ വ്യാഴാഴ്ചദിവസം) പട്ടണവാസികൾ ഈ പാടത്ത് ഒന്നിച്ചുകൂടും. മുത്തശ്ശിയുടെ ചെറുപ്പകാലത്ത് ആളുകൾക്ക് യരിലൊയിൽ

വിശ്വാസമുണ്ടായിരുന്നുവെന്നും അവർ നേർച്ച നടത്തുമായിരുന്നുവെന്നും മുത്തശ്ശി എന്നോടു പറഞ്ഞിട്ടുണ്ട്. അവർ ഒരു വണ്ടിച്ചക്രത്തിൽ ടാർ പുരട്ടി തീകൊളുത്തിയിട്ട് ആർപ്പുവിളികളുടേയും പാട്ടുകളുടേയും അകമ്പടി യോടെ ഇറക്കത്തിലേക്ക് ഉരുട്ടിവിടും. ചക്രം ഒക്കാനദിയിലെത്തിയാൽ യരിലൊ നേർച്ച സ്വീകരിച്ചെന്നർത്ഥം. ആ വേനൽ പ്രസന്നവും സന്തോ ഷപ്രദവുമായിരിക്കും.

അലക്കുകാരികളിൽ മിക്കവരുടേയും താമസം യരിലൊ പാടത്താ യിരുന്നു. എല്ലാവർക്കും നല്ല ചുണയും മൂർച്ചയുമുള്ള നാക്കുമുണ്ട്. പട്ടണ ത്തിലെ ജീവിതത്തെപ്പറ്റി അവർക്ക് അകംപുറം അറിയാം. തങ്ങളുടെ യജമാനന്മാരായ കച്ചവടക്കാരേയും ഗൃഹസ്ഥന്മാരേയും പട്ടാള ഉദ്യോഗ സ്ഥന്മാരേയും പറ്റിയുള്ള അവരുടെ വർണ്ണനകൾ കേൾക്കാൻ രസമുണ്ട്. ശൈത്യകാലത്ത് അരുവിയിലെ തണുത്തുകോച്ചുന്ന വെള്ളത്തിൽ തുണി തിരുമ്മുന്നതു കട്ടപ്പമാണ്. പെണ്ണുങ്ങളുടെ കൈ മരവിച്ച് തൊലി പൊട്ടും. കാറ്റിൽനിന്നോ മഞ്ഞിൽനിന്നോ പറയത്തക്ക സംരക്ഷണ മൊന്നുമേകാത്ത പലകയടിച്ച പൊട്ടിപ്പൊളിഞ്ഞ മേൽക്കൂരക്കടിയിൽ അവർ മരത്തൊട്ടിയിലേക്കു കുനിഞ്ഞു നിന്ന് തുണി കഴുകും. അവരുടെ മുഖം ഹിമദംശനമേറ്റ് ചുവന്നുതുടുത്തിരിക്കും വേദനിച്ചു നീറുന്ന വിരലുകൾ മടങ്ങാൻ വിസമ്മതിക്കും. കണ്ണുകളിൽനിന്ന് കണ്ണുനീർ ഒഴുകും. ഇതൊ ക്കെയായാലും അവർ വാതോരാതെ സംസാരിച്ചുകൊണ്ടിരിക്കും. ഓരോരോ വിശേഷങ്ങൾ അന്യോന്യമറിയിക്കും. ഒരുതരം അസാമാ ന്യമായ ധീരതയോടെയാണ് അവർ സർവ്വരേയും സർവ്വതിനേയും വീക്ഷിച്ചത്.

ഏറ്റവും ഭംഗിയായി സംസാരിക്കാറുള്ളത് നതാല്യ കൊസ്ലോ വ്സ്ക്കയയാണ്. മുപ്പതുവയസ്സിലേറെ പ്രായമുള്ള ഒരു സ്ത്രീയാണവർ. പ്രസന്നമുഖം. ഉറച്ച ദേഹം. പരിഹാസം തുളുമ്പുന്ന കണ്ണുകൾ. നല്ല വഴക്കവും മൂർച്ചയുമുള്ള നാക്ക്. മറ്റു സ്ത്രീകൾ അവരുടെ സംസാരം സദാ ശ്രദ്ധിച്ചുകേൾക്കും., അവരുടെ ഉപദേശം തേടും. ജോലിയിലുള്ള സാമർ ത്ഥ്യവും ശുചിയായ വസ്ത്രധാരണവും മകളെ ജിംനേഷിയത്തിലയച്ചു പഠി പ്പിക്കുന്നതുമെല്ലാം മറ്റുള്ളവരുടെ ആദരവു നേടി. രണ്ടു തൊട്ടി നിറയെ നനഞ്ഞ തുണികളും ചുമന്ന് അവയുടെ ഭാരത്താൽ നടു വളച്ചുകൊണ്ട് വഴുവഴുക്കുന്ന വഴിയിലൂടെ അവർ ഇറങ്ങിവരുമ്പോൾ മറ്റു സ്ത്രീകൾ ഉന്മേ ഷപൂർവ്വം അഭിവാദ്യം ചെയ്യും, സൗഖ്യമന്വേഷിക്കും.

“മോളെങ്ങിനെ?”

“അവൾക്കു സുഖമാണ്. പഠിക്കുന്നുണ്ട്. കർത്താവിനു സ്തുതി.”

“അവളൊരു മാന്യസ്ത്രീയായില്ലെങ്കിൽ കണ്ടോ.”

“അതിനു വേണ്ടിയല്ലേ ഞാനവളെ പള്ളിക്കൂടത്തിലയച്ചത്. തമ്പുരാട്ടിക്ക് സ്വർണ്ണത്തലമുടി കിട്ടിയതെവിടുന്നാ? വെറും കീടങ്ങളായ നമ്മളിൽ നിന്നല്ലെ. വേറെവിടുന്നാ? അറിവു കൂടുന്തോറും കയ്യുകളിൽ കൂടുതലൊതുങ്ങും. ആരുടെ കയ്യിലാണോ കൂടുതലൊതുങ്ങുന്നത് അവരുടെ കാര്യങ്ങളെല്ലാം ഭംഗിയായി നടക്കും. ദൈവം നമ്മളെ ഇങ്ങോട്ടയച്ചത് വിവരമില്ലാത്ത കുട്ടികളായിട്ടാണ്. പക്ഷെ വിവരമുള്ള വയസ്സന്മാരും വയസ്സികളുമായി മടങ്ങിച്ചെല്ലണമെന്നാണ് ദൈവം നമ്മോടാവശ്യപ്പെടുന്നത്. അതുകൊണ്ട് പഠിച്ചേ പറ്റൂ.”

അവർ സംസാരിക്കുമ്പോൾ എല്ലാവരും മൗനം ദീക്ഷിക്കും. ഉത്തമ ബോദ്ധ്യത്തോടുകൂടിയ, അനർഗ്ഗളമായ ആ സംസാരം ദത്തശ്രദ്ധരായി കേട്ടുനിൽക്കും. മറ്റു സ്ത്രീകൾ അവർ കേൾക്കെ അവരെ പുകഴ്ത്തുകയും, അവർ കേൾക്കാതെ അവരുടെ സഹനശക്തിയെക്കുറിച്ചും ബുദ്ധിശക്തിയെക്കുറിച്ചും അത്ഭുതപ്പെടുകയും ചെയ്യും. എന്നാൽ ആരുംതന്നെ അവരെ അനുകരിക്കാൻ ശ്രമിച്ചില്ല. ബൂട്ടുകളുടെ മുകൾഭാഗത്തെ തോലുകൊണ്ട് അവർ കയ്യുറകളുണ്ടാക്കി. അവ ധരിക്കുമ്പോൾ മുട്ടറ്റം വരെ കുപ്പായക്കൈ തെറുത്തുവയ്ക്കാതെ കഴിക്കാം. കുപ്പായക്കൈ നനയുകയുമില്ല. അതു നല്ലൊരു ബുദ്ധിയാണെന്ന് സകലരും പറഞ്ഞു. പക്ഷെ ആരും അങ്ങിനെ ചെയ്തില്ല. ഞാൻ അത്തരം ഉറകൾ ധരിച്ചു ചെന്നപ്പോൾ അവരെല്ലാംകൂടി എന്നെ കളിയാക്കി.

“അയ്യയ്യേ! നീ പെണ്ണുങ്ങൾ കാണിക്കുന്നതു നോക്കി പഠിക്കുകയാണ്, അല്ലെ!”

അവരുടെ മകളെപ്പറ്റി പെണ്ണുങ്ങൾ പറയും:

“നല്ല അന്തസ്സുള്ള കാര്യമാണ്. പക്ഷെ ഒരുത്തികൂടി മാന്യസ്ത്രീയായെന്നുവെച്ച് എന്തു ഗുണം? ആർക്കറിയാം, ഒരുപക്ഷെ അവൾ പഠിത്തം മുഴുമിക്കുന്നതിനുമുമ്പുതന്നെ ചത്തുപോയെന്നു വരാം.”

“പഠിപ്പുള്ളവർക്കും ജീവിതം അത്ര എളുപ്പമല്ല. ബഹിലൊവുകാരുടെ മോളുടെ കാര്യമെടുക്കാം. അവൾ എത്ര കാലം പഠിച്ചു. എന്നിട്ടോ? ഒടുവിലൊരു അദ്ധ്യാപികയായി. അദ്ധ്യാപികയായോ—നിത്യകന്യകയായി ഇരുന്നതുതന്നെ.”

“സംശയമെന്താ! കല്യാണം കഴിക്കാൻ പഠിപ്പൊന്നും വേണ്ട. ആള് ഒരു ഉരുപ്പടിയായിരിക്കണം. അതു മതി.”

“പെണ്ണിന്റെ ബുദ്ധി തലയിലല്ല.”

അവർ തങ്ങളെപ്പറ്റിത്തന്നെ ഇങ്ങനെ നാണമില്ലാതെ സംസാരിക്കുന്നതു കേൾക്കുമ്പോൾ വിഷമവും വല്ലായ്മയും തോന്നും. പട്ടാളക്കാരും

കപ്പൽജോലിക്കാരും തോട്ടുവെട്ടുകാരും പെണ്ണുങ്ങളെപ്പറ്റി എന്തൊക്കെയാണു പറയുന്നതെന്ന് എനിക്കറിയാം. സ്വന്തം പൗരുഷത്വത്തെക്കുറിച്ചും പെണ്ണുങ്ങളെ കബളിപ്പിക്കാനുള്ള തങ്ങളുടെ വൈഭവത്തെക്കുറിച്ചും അവർ പരസ്പരം വീരവാദം മുഴക്കുന്നതു ഞാൻ കേട്ടിട്ടുണ്ട്. അവർക്ക് "അവളു"മാരോട് ഒരുതരം പകയാണുള്ളതെന്ന് എനിക്കു തോന്നി. എങ്കിലും ആണുങ്ങൾ വീമ്പടിക്കുന്നതു കേൾക്കുമ്പോഴെല്ലാം അവർ പറയുന്നതു സത്യത്തേക്കാളേറെ കെട്ടുകഥയാണെന്ന വിചാരം എന്റെ മനസ്സിലേക്കു കടത്തിവിടുന്ന എന്തോ ഒരു ധ്വനി ആ സംസാരത്തിലുണ്ടായിരിക്കും.

അലക്കുകാരിപ്പെണ്ണുങ്ങൾ അവരുടെ പ്രേമബന്ധങ്ങളെപ്പറ്റി തമ്മിൽത്തമ്മിൽ പറഞ്ഞില്ല. എന്നാൽ പരിഹാസത്തോടും പകയോടും കൂടിയാണ് അവർ പുരുഷൻമാരെപ്പറ്റി സംസാരിച്ചത്. കണക്കിലെടുക്കേണ്ട ഒരു ശക്തിയാണ് സ്ത്രീകളെന്നതു സത്യമാണെന്ന് അവർ സ്ഥിരീകരിച്ചു.

"എത്രയൊക്കെ ഒഴിഞ്ഞുമാറിയാലും അവസാനം പെണ്ണിന്റടുത്തു വരാതിരിക്കില്ല." നതാല്യ ഒരു ദിവസം പറഞ്ഞു. ഏതോ ഒരു കിളവി ഇടറിയ ശബ്ദത്തിൽ ഉറക്കെപ്പറഞ്ഞു:

"വാസ്തവം! സന്യാസിമാരും മുനിമാരുമൊക്കെ ദൈവത്തെ ഇട്ടെറിഞ്ഞ് നമ്മുടെ കൂടെ പോന്നില്ലേ?"

ഹേമന്തഹിമത്തിന്റെ നിർമ്മലാവരണത്തിനുപോലും മൂടാൻ കഴിയാത്ത ആ ഇടുക്കിൻചുവട്ടിലെ ചളിക്കുണ്ടിൽ, ചീറ്റിത്തെറിക്കുന്ന വെള്ളത്തിന്റെ ഗദ്ഗദങ്ങളുടേയും അലമ്പിയടിക്കുന്ന ഈറൻതുണികളുടെ താഡനങ്ങളുടേയും പശ്ചാത്തലത്തിൽ കേട്ട ആ സംസാരം—എല്ലാ വംശങ്ങളുടേയും ജനതകളുടേയും ഉത്ഭവത്തിനു നിദാനമായ ആ മഹാരഹസ്യത്തെപ്പറ്റി കേട്ട നിർലജ്ജമായ നീചസംസാരം—എന്നിൽ ഭയചകിതമായ അമർഷമുണർത്തി. ചുറ്റിനും കണ്ട ദുസ്സഹമായ "പ്രേമനാടകങ്ങളിൽ" നിന്ന് എന്റെ വികാരവിചാരങ്ങൾ ഞെട്ടിപ്പിന്തിരിഞ്ഞു. വളരെക്കാലത്തേക്ക് "പ്രേമ"ത്തെക്കുറിച്ചുള്ള എന്റെ ധാരണ ആ മലീമസമായ അപഥവേഴ്ചകളുമായി കൂടിക്കലർന്നു കിടന്നു.

ഇതൊക്കെയായിട്ടും ആ അലക്കുകാരികളോടൊപ്പം ഇടുക്കിലും ഓഫീസർമാരുടെ പരിചാരകരോടൊപ്പം അടുക്കളയിലും തോട്ടുവെട്ടുകാരോടൊപ്പം നിലവറയിലും കഴിയുന്നത് വീട്ടിലിരിക്കുന്നതിനേക്കാൾ എത്രയോ രസകരമായിരുന്നു. വീട്ടിലെ സംസാരത്തിലും ധാരണകളിലും സംഭവങ്ങളിലും മുഴച്ചുനിന്നിരുന്ന ഏകപ്രകാരതയും കൃത്രിമത്വവും, ഒരുതരം ജാഡ്യതയും വിരസതയുമാണുളവാക്കിയത്. തിന്നുക,

സുഖക്കേടാവുക, ഉറങ്ങുക, തിന്നാനും ഉറങ്ങാനും ബഹളം വച്ചൊരു ങ്ങുക—ഈയൊരു വിഷമവൃത്തത്തിൽ കിടന്നു തിരിയുകയായിരുന്നു എന്റെ യജമാനന്റെ വീട്ടുകാരുടെ ജീവിതം. അവർ പാപത്തേയും മരണത്തേയും കുറിച്ച് എപ്പോഴും സംസാരിച്ചു. അവർക്ക് അവയെ വലിയ ഭയമായിരുന്നു. അവ തങ്ങളെ ഞെരിച്ചരയ്ക്കുന്നതും സദാ കാത്തു കൊണ്ട് അവർ തിരുകല്ലിലെ ധാന്യമണികളെപ്പോലെ അവയോട് ഒട്ടിച്ചേർന്നിരുന്നു.

ഒഴിവുസമയത്ത് ഞാൻ ഏകാന്തത തേടി വിറകുപുരയിൽ പോയി വിറകു കീറും. പക്ഷെ എനിക്കു തനിച്ചിരിക്കാൻ കഴിയുന്നത് അപൂർവ്വ മാണ്. പട്ടാള ഓഫീസർമാരുടെ പരിചാരകർ കയറിവന്ന് ഞങ്ങളുടെ അങ്കണത്തിലെ വിശേഷങ്ങളെപ്പറ്റി സംസാരിച്ചുതുടങ്ങും.

മറ്റാരേക്കാളും കൂടുതൽ എന്നെ വന്നു കണ്ടത് യെർമോഹിനും സീദൊറൊവുമായിരുന്നു. ആദ്യത്തെയാൾ കലുഗക്കാരനായ ഒരു ദീർഘകായനാണ്. തടിച്ച, ഉറപ്പുള്ള മാംസപേശികൾകൊണ്ടു നെയ്തെടുത്തതു പോലുള്ള ദേഹം. ചെറിയൊരു കൂനുണ്ട്. കൊച്ചുതല. കലങ്ങിയ കണ്ണുകൾ. ആൾ അലസനും ദുസ്സഹമാംവണ്ണം മഠയനുമാണ്. ചുണകെട്ട, മന്ദമായ അംഗചലനങ്ങൾ. ഒരു സ്ത്രീയെ കണ്ടാൽ അയാൾ പിറുപിറുത്തുകൊണ്ട് അവരുടെ കാൽക്കൽ വീഴാൻ പോകുന്ന മട്ടിൽ മുന്നോട്ടായും. പാചകക്കാരികളേയും വീട്ടുവേലക്കാരികളേയും ഇത്ര വേഗം പാട്ടിലാക്കാൻ അയാൾക്കെങ്ങിനെ കഴിയുന്നുവെന്ന് ആ അങ്കണത്തിലുള്ളവർ അത്ഭുതപ്പെട്ടു. അവർക്കെല്ലാം അയാളോട് അസൂയയും കരടിയുടേതുപോലുള്ള അയാളുടെ കരുത്തിനെ ഭയവു മായിരുന്നു. തുലാസ്വദേശിയായ, ചടച്ചെല്ലുന്തിയ ഒരുത്തനായിരുന്നു സീദൊറൊവ്. വിഷാദമാണ് സ്ഥായീഭാവം. പതിഞ്ഞ സംസാരം, ഒച്ചയടക്കിയേ ചുമയ്ക്കൂ. സങ്കോചത്തോടെ ജ്വലിക്കുന്ന കണ്ണുകൾ ഇരുള ടഞ്ഞ കോണുകളിലേക്കു കൂടെക്കൂടെ പായുന്നതു കാണാം. പതിഞ്ഞ ശബ്ദത്തിൽ സംസാരിക്കുമ്പോഴായാലും മിണ്ടാതിരിക്കുമ്പോഴായാലും അയാളുടെ കണ്ണുകൾ ഏറ്റവും ഇരുണ്ട കോണിൽ തറച്ചിരിപ്പുണ്ടാവും.

“എന്താണു നോക്കുന്നത്?”

“വല്ല ചുണ്ടെലിയും ഓടിപ്പോകുമായിരിക്കും. എനിക്കു ചുണ്ടെലികളെ ഇഷ്ടമാണ്. നല്ല ചുറുചുറുക്കുള്ള, ഒതുക്കമുള്ള, ജന്തുക്കൾ.”

ഞാൻ ആ പരിചാരകർക്ക് അവരുടെ വീട്ടിലേക്കും കൂട്ടികാരികൾ ക്കുമുള്ള കത്തുകളെഴുതിക്കൊടുത്തു. എനിക്ക് ആ ജോലി ഇഷ്ടപ്പെട്ടു. സീദൊറൊവിനുവേണ്ടി കത്തെഴുതാനാണ് എനിക്കേറ്റവും കൂടുതൽ

സന്തോഷം തോന്നിയത്. എല്ലാ ശനിയാഴ്ചയും അയാൾ ഇുലയിലുള്ള കൊച്ചനിയത്തിക്കു കത്തെഴുതും.

എന്നെ അയാളുടെ അടുക്കളയിലേക്കു ക്ഷണിച്ചിട്ട് അയാൾ എന്റെ തൊട്ടടുത്തായി മേശയ്ക്കരികിൽ വന്നിരിക്കും. വടിച്ച തലയിൽ കൈപ്പത്തി അമർത്തിയുരച്ചുകൊണ്ട് അയാൾ എന്റെ കാതിൽ മന്ത്രിക്കും:

"ശരി. എഴുത്! ആദ്യം, തുടങ്ങേണ്ടതുപോലെ തുടങ്ങ്: 'എത്രയും പ്രിയപ്പെട്ട സഹോദരി അറിയാൻ! ഞാൻ നിനക്ക് ആയുരാരോഗ്യങ്ങൾ നേരുന്നു.' എന്നും മറ്റും. എഴുതിയോ? ശരി, ഇനി എഴുത്: 'എനിക്കു നീ അയച്ചുതന്ന റൂബിൾ കിട്ടി. നന്ദി. പക്ഷെ നീ അതു ചെയ്യരുതാത്തതാണ്. എനിക്കിവിടെ ഒന്നിന്റേയും കുറവില്ല. ഞങ്ങൾ സുഖമായി കഴിയുന്നു.' 'സുഖമായിട്ടല്ല കഴിയുന്നതെന്നത് വേറേ കാര്യം. വെറും നായ്ക്കളെപ്പോലാണു കഴിയുന്നത്. പക്ഷെ അത് അവളോടു പറയേണ്ട കാര്യമില്ല. 'സുഖമായി കഴിയുന്നു' എന്നുതന്നെ എഴുതിക്കോ. അവൾ കുഞ്ഞാണ്. പതിനാലു വയസ്സേയുള്ളു. അവളിതറിഞ്ഞിട്ടെന്തു വേണം? ബാക്കി, നിന്നെ പഠിപ്പിച്ചപോലൊക്കെ എഴുതിവയ്ക്ക്."

മണമുള്ള ചൂടുനിശ്വാസം എന്റെ ചെവിയിൽ വന്നു തട്ടുമാറ് എന്റെ ഇടത്തെ തോളിലേക്കു കുനിഞ്ഞുകിടന്നുകൊണ്ട് അയാൾ ദൃഢസ്വരത്തിൽ മന്ത്രിച്ചു:

"ആൺപിള്ളേർ അവളെ കെട്ടിപ്പിടിക്കാനും മുലയിൽ പിടിക്കാനും മറ്റും സമ്മതിക്കരുതെന്നു പറയ്.' എന്നിട്ടിങ്ങനെ എഴുത്: "ആരെങ്കിലും നിന്നോട് മധുരമായി സംസാരിച്ചാൽ അയാളെ വിശ്വസിക്കരുത്. നിന്നെ ചതിക്കാനും നശിപ്പിക്കാനുമാണ് അയാളുടെ നോട്ടം."

ചുമ അടക്കാനുള്ള കഠിനശ്രമത്തിൽ അയാളുടെ ചാരനിറമാർന്ന മുഖത്തേക്ക് ചോര ഇരച്ചുവന്നു. കവിളുകൾ വീർത്തു, കണ്ണുകൾ നിറഞ്ഞു. കസേരയിലേക്കു കുനിഞ്ഞിരുന്നപ്പോൾ അയാൾ എന്നെ തട്ടി.

"എന്റെ കൈ തട്ടല്ലെ."

"സാരമില്ല. എഴുത്: "ഏറ്റവും കൂടുതൽ സൂക്ഷിക്കേണ്ടത് മാന്യന്മാരെയാണ്. അവർ ആദ്യത്തെ തവണതന്നെ പെണ്ണിനെ ചതിക്കും. ആളുകളെ പറഞ്ഞു മയക്കിയെടുക്കാൻ അവർ വിരുതന്മാരാണ്. അവരെ വിശ്വസിച്ചുപോയാൽ നിനക്ക് വേശ്യാലയമല്ലാതെ ശരണമില്ല. നിനക്ക് ഒരു റൂബിൾ മിച്ചം വയ്ക്കാൻ കഴിഞ്ഞാൽ അതൊരു പാതിരിയെ ഏല്പിക്ക്. നല്ലവനാണെങ്കിൽ അയാളതു നിനക്കുവേണ്ടി സൂക്ഷിച്ചുവയ്ക്കും. നിലത്തെവിടെങ്കിലും കുഴിച്ചിടുകയാണു കുറേക്കൂടി നല്ലത്. പക്ഷെ ആരും കാണാതെ നോക്കണം. കുഴിച്ചിട്ട സ്ഥലം ഓർമ്മവേണം."

മുകളിലുള്ള കൊച്ചു ജനലിന്റെ വിജാഗരിയുടെ കറകറശബ്ദത്തിൽ ഇടയ്ക്കിടെ മുങ്ങിപ്പോയ ആ കുശുകുശുക്കൽ കേട്ടുകൊണ്ടിരിക്കാൻ വല്ലാത്ത വിഷമം തോന്നി. കരി പിടിച്ച അടുപ്പും പാത്രങ്ങളുടെ പുറത്ത് ഈച്ചകൾ കാഷ്ഠിച്ചുവച്ചിരിക്കുന്ന അലമാരിയും ഞാൻ കണ്ണോടിച്ചു നോക്കി. പറഞ്ഞറിയിക്കാനാവാത്തവണ്ണം മലീമസമായിരുന്ന ആ അടുക്കള നിറയെ മൂട്ടയായിരുന്നു. വറുത്തെണ്ണയുടേയും മണ്ണെണ്ണയുടേയും പുകയുടേയും നിശിതമായ ഗന്ധം അവിടെല്ലാം പ്രസരിച്ചു. അടുപ്പിനു മീതെ പാറ്റകളുടെ കിരുകിരുപ്പു കേൾക്കാം. എന്റെ ഉള്ള് വിഷാദംകൊണ്ടു നിറഞ്ഞു. ആ പാവപ്പെട്ട പട്ടാളക്കാരനോടും അയാളുടെ കൊച്ചനിയത്തിയോടും എനിക്ക് എന്തെന്നില്ലാത്ത സഹതാപം തോന്നി. ഞാൻ കണ്ണുനീരിന്റെ വക്കത്തെത്തി. മനുഷ്യർക്കെങ്ങിനെ ഇത്തരത്തിൽ ജീവിക്കാൻ കഴിയും?

സീദൊറൊവിന്റെ കുശുകുശുപ്പു വകവയ്ക്കാതെ ഞാൻ എന്തൊക്കെയോ എഴുതി. ജീവിതം എത്ര വിരസവും വേദനാകരവുമാണെന്നു ഞാനെഴുതി. അയാൾ ഒരു ദീർഘനിശ്വാസത്തോടെ എന്നോടു പറഞ്ഞു:

"നീ ഒരുപാടെഴുതിയല്ലൊ. നന്ദി! എന്തിനെയാണു പേടിക്കേണ്ടതെന്ന് ഇനി അവൾക്കു മനസ്സിലായിക്കോളും."

"ഒന്നിനേയും പേടിക്കരുത്," ഞാൻ ദേഷ്യത്തോടെ തിരിച്ചടിച്ചു. എന്നാൽ എനിക്കുതന്നെ പലതിനേയും ഭയമായിരുന്നു.

പട്ടാളക്കാരൻ ചിരിച്ചു. കണ്ഠശുദ്ധിവരുത്തിയിട്ട് അയാൾ പറഞ്ഞു:

"അസംബന്ധം! എങ്ങിനെ പേടിക്കാതിരിക്കും! മാന്യന്മാരെ പേടിക്കണ്ടേ? ദൈവത്തെ പേടിക്കണ്ടേ? അതുപോലെന്തെല്ലാമുണ്ട്!'

സഹോദരിയുടെ കത്തു കിട്ടുമ്പോൾ അയാൾ ഉൽക്കണ്ഠയോടെ പറയും:

"വേഗമൊന്നു വായിച്ചു കേൾപ്പിക്ക്."

വൃത്തികെട്ട കൈയക്ഷരത്തിൽ കുത്തിക്കുറിച്ച ലജ്ജാകരമാംവണ്ണം ഹ്രസ്വവും വിരസവുമായ ആ കത്ത് അയാൾ എന്നെക്കൊണ്ട് മൂന്ന് വട്ടമെങ്കിലും വായിപ്പിക്കും.

അയാൾ നല്ലവനും സൗമ്യശീലനുമായിരുന്നു. പക്ഷെ സ്ത്രീകളോടുള്ള ബന്ധത്തിൽ അയാളുടെ മനോഭാവം മറ്റുള്ളവരുടേതുപോലെതന്നെ പരുക്കനും പ്രാകൃതവുമായിരുന്നു. എന്റെ കൺമുമ്പിൽ വച്ചു പലപ്പോഴും അന്യാദൃശമായ വേഗതയോടെ വിടർന്നു പുഷ്പിച്ച അത്തരം ബന്ധങ്ങൾക്ക് അറിഞ്ഞും അറിയാതെയും ഒരു ദൃക്സാക്ഷിയായിത്തീർന്ന എനിക്ക് അയാളുടെ സമീപനരീതി കാണാൻ കഴിഞ്ഞു. അയാൾ തന്റെ യാതന

നിറഞ്ഞ പട്ടാളജീവിതത്തെക്കുറിച്ചുള്ള ആവലാതികൾ ചൊരിഞ്ഞ് ഒരു സ്ത്രീയുടെ അനുകമ്പ തട്ടിയുണർത്തുകയും സ്നേഹപ്രകടനങ്ങൾ കൊണ്ട് അവളെ ലഹരിപിടിപ്പിക്കുകയും ചെയ്യും. എല്ലാം കഴിഞ്ഞ് യെർമോഹിനോട് തന്റെ വിജയത്തെപ്പറ്റി വിവരിക്കുമ്പോൾ കയ്പുനീരിറക്കിയതുപോലെ മുഖം ചുളിച്ചുകൊണ്ട് അയാൾ കാർക്കിച്ചുതുപ്പും. അതു കാണുമ്പോൾ എനിക്കു കലശലായ സങ്കടവും ദേഷ്യവും വരും. ഞാൻ ആ പട്ടാളക്കാരനോടു ചോദിച്ചു: അവരെല്ലാം പെണ്ണുങ്ങളെ ഇങ്ങനെ നുണപറഞ്ഞ് പറ്റിക്കുകയും പിന്നീട് പരിഹസിക്കുകയും കളിപ്പണ്ടങ്ങളെപ്പോലെ കൈമാറുകയും പലപ്പോഴും പ്രഹരിക്കുകയും ചെയ്യുന്നത് എന്തിനാണ്?

അയാൾ പതുക്കെ ചിരിച്ചിട്ട് പറഞ്ഞു:

"നീ അത്തരം കാര്യങ്ങളൊന്നും ശ്രദ്ധിക്കണ്ട. അതൊക്കെ ചീത്തയാണ്. പാപമാണ്! നീ ഇപ്പോഴും കുഞ്ഞാണ്. നിനക്ക് അതറിയാനുള്ള പ്രായമായിട്ടില്ല."

എന്നാലൊരു ദിവസം എനിക്കു കുറേക്കൂടി കൃത്യമായ ഒരു മറുപടി കിട്ടി. ഞാനത് ഒരിക്കലും മറന്നിട്ടില്ല.

"ഞാൻ അവളെ പറ്റിക്കുകയാണെന്ന് അവൾക്കറിഞ്ഞുകൂടെന്നാണോ വിചാരം?" കണ്ണിറുക്കി ഒന്നു ചുമച്ചിട്ട് അയാൾ പറഞ്ഞു. "അവൾക്കു ഭംഗിയായിട്ടറിയാം! ഞാനവളെ പറ്റിക്കണമെന്നുതന്നെയാണ് അവളുടെ മോഹം. ഇക്കാര്യത്തിൽ സകലരും നുണയേ പറയൂ. അവർക്കു നാണമാണ്. കാരണം, ആർക്കും ആരോടും സ്നേഹമില്ല. അവർക്കിതൊരു തമാശ. അത്രയേയുള്ളൂ. എന്തൊരു നാണക്കേട്! നീ കുറച്ചൊന്നു ക്ഷമിക്ക്. നീയും ഇതെല്ലാം മനസ്സിലാക്കിക്കോളും. രാത്രിയാണ് അതിനുള്ള സമയം. പകലാണെങ്കിൽ ഇരുട്ടത്ത് വല്ല അറപ്പുരയിലും വച്ച്. ഇതിനല്ലേ ദൈവം ആദമിനേയും ഔവ്വയേയും പറുദീസയിൽനിന്നടിച്ചു പുറത്താക്കിയത്. നമ്മുടെ ദുര്യോഗങ്ങൾക്കെല്ലാം കാരണം ഇതല്ലെ."

പശ്ചാത്താപം കിനിയുന്ന വിഷാദശബ്ദത്തിൽ എത്ര ഭംഗിയായിട്ടാണ് അയാളതു പറഞ്ഞത്. അതു കേട്ടപ്പോൾ അയാളുടെ വേഴ്ചകൾ ഒട്ടുമുക്കാലും ഞാൻ ക്ഷമിച്ചു. യെർമോഹിനേക്കാൾ എനിക്ക് അടുപ്പം തോന്നിയത് അയാളോടാണ്. യെർമോഹിനെ ഞാൻ അങ്ങേയറ്റം വെറുത്തു. ഞാനയാളെ എല്ലാവിധത്തിലും ശല്യപ്പെടുത്താനും കളിയാക്കാനും ശ്രമിച്ചു. എന്റെ ശ്രമം വിജയിക്കാറുണ്ട്. പലപ്പോഴും അയാൾ മുറ്റത്ത് എന്റെ പിന്നാലെ പാഞ്ഞുവരും. ചുണയില്ലായ്മയൊന്നുകൊണ്ടു മാത്രമാണ് അയാൾക്ക് തന്റെ ദുരുദ്ദേശം സാധിക്കാതെ പോകുന്നത്.

“അതു വിലക്കപ്പെട്ടതാണ്,” സീദൊറൊവ് പറഞ്ഞു.

അതു വിലക്കപ്പെട്ടതാണെന്ന് എനിക്കറിയാമായിരുന്നു. എന്നാൽ മനുഷ്യരുടെ ദുഃഖത്തിനു മുഴുവൻ കാരണം അതാണെന്നു ഞാൻ വിശ്വസിച്ചില്ല. കാരണം, പ്രേമബദ്ധരുടെ കണ്ണുകളിൽ അനന്യസാധാരണമായൊരു ഭാവം ഞാൻ ദുർലഭമായിട്ടല്ലാതെ കണ്ടിട്ടുണ്ട്. അവരുടെ അസാമാന്യമായ മഹാമനസ്ക്കതയും എനിക്കനുഭവപ്പെട്ടിട്ടുണ്ട്. ആ ഹൃദയോത്സവം പ്രിയംകരമായ ഒരു കാഴ്ചയാണ്.

എന്നാൽ ജീവിതത്തിന്റെ വിരസതയും ക്രൂരതയും പൂർവ്വാധികം വർദ്ധിച്ചുവന്നതായി ഞാനോർക്കുന്നു. ഞാൻ ദിവസേന കാണുന്ന രൂപങ്ങളിലും ബന്ധങ്ങളിലും അത് എന്നെന്നേക്കുമായി ഘനീഭവിച്ചു കഴിഞ്ഞെന്ന് എനിക്കു തോന്നി. ഇപ്പോൾ നിലവിലുള്ളതിനേക്കാൾ—ഓരോ ദിവസവും മാറ്റമില്ലാതെ എന്റെ കൺമുമ്പിലൂടെ കടന്നുപോകുന്നതിനേക്കാൾ—മെച്ചപ്പെട്ട ഒരു ജീവിതം സാദ്ധ്യമാണോയെന്നു ഞാൻ ചിന്തിച്ചതുപോലുമില്ല.

എന്നാൽ പട്ടാളക്കാർ ഒരിക്കൽ എന്നോടു പറഞ്ഞ കാര്യം എന്റെ മനസ്സിനെ വല്ലാതെ ഉലച്ചു. പട്ടണത്തിലെ ഏറ്റവും നല്ല തയ്യൽക്കടയിലെ തുണിവെട്ടുകാരനാണ് വീടുകളിലൊന്നിൽ താമസിച്ചത്. സൗമ്യനും വിനയശീലനുമായ ആ മനുഷ്യൻ റഷ്യാക്കാരനായിരുന്നില്ല. മക്കളില്ലാത്ത ഒരു കൃശഗാത്രിയായിരുന്നു ഭാര്യ. അവൾ രാപകൽ പുസ്തകം വായിച്ചുകൊണ്ടിരിക്കും. ഞങ്ങളുടെ അങ്കണത്തിലെ ശബ്ദകോലാഹലത്തിനും ആ കെട്ടിടത്തിൽ താമസിച്ച മദ്യപാനികൾക്കുമെല്ലാമിടയിൽ അവർ അടങ്ങിയൊതുങ്ങി ഒഴിഞ്ഞുമാറി ജീവിച്ചു. അവർ വിരുന്നു വിളിക്കാറില്ല. വിശേഷദിവസങ്ങളിൽ തീയേറ്ററിൽ പോകുന്നതൊഴിച്ചാൽ എങ്ങും പോകാറുമില്ല.

‘ഭർത്താവ് അതിരാവിലെ പണിക്കു പോയാൽ പാതിരാ കഴിഞ്ഞേ മടങ്ങൂ. കാഴ്ചയ്ക്ക് വെറുമൊരു ബാലികയാണെന്നു തോന്നിച്ച ഭാര്യ ആഴ്ചയിൽ രണ്ടുതവണ ഉച്ചതിരിഞ്ഞ് ഗ്രന്ഥശാലയിൽ പോകും. കൊച്ചുകൊച്ചു ചുവടുകൾ വച്ച് ചെറിയൊരു മുടന്തോടെ അവൾ ഇടവഴിയിലൂടെ നടന്നുപോകുന്നത് ഞാൻ പലപ്പോഴും കണ്ടിട്ടുണ്ട്. സ്കൂൾ ബാലികയെപ്പോലെ പുസ്തകങ്ങൾ നാടയിട്ടു കെട്ടി ആട്ടിക്കൊണ്ട്, ഉറയണിഞ്ഞ കൈയും വീശി നടന്നുപോകുന്ന ആ രൂപം ലാളിത്യവും ഓമനത്തവും പ്രസന്നതയുമാർന്നതാണ്. ചടുലനയനങ്ങളോടുകൂടിയ ആ മുഖം ഒരു പക്ഷിയുടേതുപോലെയാണിരിക്കുന്നത്. കണ്ണാടിക്കൂട്ടിലെ കളിമൺശില്പംപോലെ സുന്ദരിയാണവൾ. അവളുടെ വലതുവശത്തെ വാരിയെല്ലുകളിലൊരെണ്ണം കുറവാണെന്നും അതുകൊണ്ടാണ് അവൾ

മുടന്തിനടക്കുന്നതെന്നും പട്ടാളക്കാർ പറഞ്ഞു. പക്ഷെ എനിക്കവളുടെ മുടന്ത് ഇഷ്ടപ്പെട്ടു. അത് തൽക്ഷണം തന്നെ അവളെ ഞങ്ങളുടെ അങ്കണത്തിലെ സൈനിക ഓഫീസർമാരുടെ ഭാര്യമാരിൽനിന്നു മാറ്റി നിർത്തി. തുളച്ചുകയറുന്ന ശബ്ദവും പകിട്ടേറിയ വേഷവും പാവാടയെ വിരിച്ചുനിർത്തുന്ന അരപ്പട്ടയുമെല്ലാമുണ്ടായിട്ടും ആ സ്ത്രീകൾ ഏതോ ഇരുളറയിൽ പലതരം നിരുപയോഗവസ്തുക്കൾക്കിടയിൽ ദീർഘകാലം മറന്നുകിടന്നിരുന്ന പഴഞ്ചരക്കുകളെപ്പോലെ തോന്നിച്ചു.

തുണിവെട്ടുകാരന്റെ ഭാര്യയായ ആ കൊച്ചുസ്ത്രീയെ ഒരു അരക്കിറുക്കിയായിട്ടാണ് അയൽക്കാർ കരുതിയത്. പുസ്തകവായന അവളുടെ സുബോധം അപഹരിച്ചെന്നും ഗൃഹഭരണത്തിന് അവൾ അപ്രാപ്തയാണെന്നും ആളുകൾ പറഞ്ഞു. കടയിൽപോയി സാമാനം വാങ്ങുന്നതും ‘ഭക്ഷണത്തിനുള്ള നിർദ്ദേശങ്ങൾ പാചകക്കാരിക്കു നൽകുന്നതും അവളുടെ ‘ഭർത്താവാണ്. അപ്രസന്നയും ‘ഭീമകായയുമായ ഒരു പരദേശിയായിരുന്നു പാചകക്കാരി. ഒരു കണ്ണ് ചുവന്ന് എപ്പോഴും വെള്ളമൊലിച്ചുകൊണ്ടിരുന്നു. ഇളം ചുവപ്പുനിറത്തിലുള്ള ചെറിയൊരു വിടവാണ് മറ്റേ കണ്ണിന്റെ സ്ഥാനത്തുണ്ടായിരുന്നത്. ഗൃഹനായികക്ക് പന്നിയിറച്ചിയും മാട്ടിറച്ചിയും തമ്മിൽ തിരിച്ചറിയാൻ പാടില്ലെന്നും ഒരിക്കൽ അയമോദകച്ചെടിക്കു പകരം ഹോഴ്സ്റാഡിഷ് വാങ്ങി നാണം കെട്ടെന്നും ആളുകൾ പറഞ്ഞു.

ഒന്നാലോചിച്ചുനോക്കൂ! ഇതിൽപരം ഒരു നാണക്കേടുണ്ടോ?

മൂന്നുപേരും ആ കെട്ടിടത്തിൽ അന്യരാണെന്നു തോന്നി. ശീതക്കാറ്റിൽനിന്നു രക്ഷനേടാനായി അഴുക്കുനിറഞ്ഞതും ഇടുങ്ങിഞെരുങ്ങിയതുമായ ഏതോ മനുഷ്യവാസസ്ഥലത്ത് ജനാലയിലൂടെ യദൃച്ഛയാ പറന്നുവീണ പക്ഷികളുടെ പ്രതീതിയാണ് അവരുളവാക്കിയത്.

തുണിവെട്ടുകാരന്റെ ഭാര്യയായ ആ കൊച്ചുസ്ത്രീയുമായി പട്ടാള ഓഫീസർമാർ നീചവും അപമാനകരവുമായ ഒരു വിനോദത്തിലേർപ്പെട്ടിരിക്കുകയാണെന്ന് പരിചാരകർ ഒരു ദിവസം എന്നോടു പറഞ്ഞു. അവളോടുള്ള പ്രേമവും തന്റെ ഹൃദയവേദനയും അവളുടെ സൗന്ദര്യവുമെല്ലാം വർണ്ണിച്ചുകൊണ്ട് ഏതാണ്ടെല്ലാ ദിവസവും അവരിലാരെങ്കിലുമൊരാൾ അവൾക്കു പ്രേമലേഖനമയയ്ക്കും. തന്നെ സ്വൈര്യം കെടുത്തരുതെന്ന് അപേക്ഷിച്ചുകൊണ്ടും മനോവേദനയുളവാക്കിയതിനു ഖേദം പ്രകടിപ്പിച്ചുകൊണ്ടും തന്നോടുള്ള പ്രേമത്തിൽനിന്നു വിടുതി നൽകാൻ ദൈവത്തോടു പ്രാർത്ഥിച്ചുകൊണ്ടും അവൾ മറുപടിയെഴുതും. അതു കിട്ടുമ്പോൾ ഓഫീസർമാർ ഒന്നിച്ചിരുന്ന് അതു വായിച്ചു ചിരിക്കും. അവർ കൂട്ടായി ആരെങ്കിലുമൊരാളിന്റെ പേരിൽ അവൾക്കു മറ്റൊരു പ്രേമലേഖനമെഴുതും.

എന്നോടു ഇക്കാര്യം പറഞ്ഞ പരിചാരകരും ഒരു പരിഹാസച്ചിരിയോടെ ആ സ്ത്രീയെ ശകാരിച്ചു.

“പാവം ചട്ടുകാലിപ്പെണ്ണ്! അവൾ വെറും വിഡ്ഢിയാണ്,” യെർമോഹിൻ ആഴമുള്ള ശബ്ദത്തിൽ പറഞ്ഞു. സീദൊറൊവ് പതിഞ്ഞ ശബ്ദത്തിൽ അയാളെ പിന്താങ്ങി.

“എല്ലാ പെണ്ണുങ്ങളുടേയും മോഹം നമ്മൾ അവരെ പറ്റിക്കണമെന്നാണ്. അവർക്കെല്ലാം മനസ്സിലാവുന്നുണ്ട്.”

താനൊരു പരിഹാസപാത്രമാവുകയാണെന്ന കാര്യം തുണിവെട്ടുകാരന്റെ ഭാര്യയ്ക്കു മനസ്സിലായിട്ടുണ്ടെന്നു ഞാൻ വിശ്വസിച്ചില്ല. അവളോടു ചെന്നു കാര്യം പറയാൻ ഞാൻ നിശ്ചയിച്ചു. ഒരു ദിവസം പാചകക്കാരി നിലവറയിലേക്കു പോയ തക്കം നോക്കി ഞാൻ പുറകുവശത്തെ കോണിയിലൂടെ ആ കൊച്ചുസ്ത്രീയുടെ വീട്ടിലേക്ക് ഓടിക്കയറി. അടുക്കളയിൽ ആരുമുണ്ടായിരുന്നില്ല. ഞാനുടനെ തീൻമുറിയിലേക്കു കടന്നു. ഒരു കയ്യിൽ സ്വർണ്ണം പൂശിയ ഒരു ഭാരിച്ച കപ്പും മറ്റേ കയ്യിൽ ഒരു പുസ്തകവുമായി തുണിവെട്ടുകാരന്റെ ഭാര്യ മേശയ്ക്കരികിലിരിപ്പുണ്ട്. ഭയന്ന് പുസ്തകം മാറോടു ചേർത്തുപിടിച്ചുകൊണ്ട് അവൾ താണ ശബ്ദത്തിൽ ചോദിച്ചു:

“ആരാണവിടെ? ആവ്ഗസ്ത! നീയാരാണ്?”

സംഭ്രമവിവശനായ ഞാൻ അവളോട് അടുക്കും ചിട്ടയുമൊന്നുമില്ലാതെ തിടുക്കത്തിൽ സംസാരിക്കാൻ തുടങ്ങി. കയ്യിലിരിക്കുന്ന പുസ്തകമോ കപ്പോ ഏതു നിമിഷവും അവൾ എന്റെ നേരെ വലിച്ചെറിയുമെന്നു ഞാൻ വിചാരിച്ചു. കടുംചുവപ്പുനിറത്തിലുള്ള വലിയൊരു കസേരയിൽ ഉപവിഷ്ടയായിരുന്ന അവൾ വക്കത്ത് തൊങ്ങലും കഴുത്തിലും കയ്യറ്റത്തും ലേസും വച്ചുപിടിപ്പിച്ച ഒരു നീല നിലയങ്കിയാണു ധരിച്ചിരുന്നത്. തവിട്ടുനിറത്തിലുള്ള മുടി അലയലയായി തോളത്തേക്ക് ഊർന്നുകിടന്നു. പള്ളിയിലെ രാജകവാടത്തിൽ കാണുന്ന ഒരു മാലാഖയെപ്പോലാണ് അവൾ ഇരുന്നിരുന്നത്. പുറകോട്ടു ചാഞ്ഞിരുന്നുകൊണ്ട് അവൾ ആദ്യം രോഷത്തോടെ എന്നെ വട്ടക്കണ്ണുകളാൽ തുറിച്ചുനോക്കിയെങ്കിലും താമസിയാതെ അവളുടെ ഭാവം മാറി. അത്ഭുതം കലർന്ന ഒരു പുഞ്ചിരി അവളുടെ മുഖത്തു പരന്നു.

പറയാനുള്ളതെല്ലാം പറഞ്ഞുകഴിഞ്ഞ് ഞാൻ പോകാൻ ഭാവിച്ചപ്പോൾ അവൾ തടഞ്ഞു:

“നിൽക്ക്!”

കപ്പ് ഒരു തട്ടത്തിൽവച്ച്, പുസ്തകം മേശപ്പുറത്തേക്കെറിഞ്ഞിട്ട് അവൾ കൈപ്പത്തികൾ ചേർത്തുപിടിച്ചുകൊണ്ട് ഒരു മുതിർന്നയാളിന്റെ കനത്ത ശബ്ദത്തിൽ പറഞ്ഞു:

"നീയൊരു വല്ലാത്ത കുട്ടിയാണല്ലൊ! ഇങ്ങടുത്തു വാ!"

ഞാൻ അറച്ചറച്ച് അടുത്തു ചെന്നു. അവൾ എന്റെ കരം ഗ്രഹിച്ച് തണുത്ത കൊച്ചുവിരലുകൾകൊണ്ട് തടവി.

"ആരും നിന്നെ പറഞ്ഞു പഠിപ്പിച്ച് അയച്ചതല്ലല്ലൊ, ആണോ?" അവൾ ചോദിച്ചു. "ശരി, ഞാൻ നിന്നെ വിശ്വസിക്കുന്നു. നീ സ്വമനസ്സാലെ വന്നു പറഞ്ഞതാണ്."

എന്റെ കൈയിൽനിന്നു പിടി വിട്ട് കണ്ണുകൾ പൊത്തിക്കൊണ്ട് അവൾ വേദനയൂറുന്ന സ്വരത്തിൽ പതുക്കെ പറഞ്ഞു:

"ആ വൃത്തികെട്ട പട്ടാളക്കാർ ഇങ്ങനെയൊക്കെയാണ് എന്നെപ്പറ്റി പറയുന്നത്, അല്ലെ!"

"നിങ്ങൾ ഇവിടുന്നു മാറിത്താമസിക്കുകയാണു നല്ലത്," ഞാൻ തികച്ചും ഗൗരവമായി നിർദ്ദേശിച്ചു.

"എന്തിന്?"

"അവർ നിങ്ങളെ നശിപ്പിക്കും."

അവൾ മധുരമായി പുഞ്ചിരിച്ചിട്ട് എന്നോടു ചോദിച്ചു:

"നീ സ്കൂളിൽ പോയിട്ടുണ്ടോ? പുസ്തകം വായിക്കാൻ ഇഷ്ടമാണോ?"

"പുസ്തകം വായിക്കാൻ സമയമില്ല".'

"വായിക്കാൻ ഇഷ്ടമാണെങ്കിൽ സമയവും കിട്ടും. ശരി, നിനക്കു നന്ദി!"

അവൾ എന്റെനേരെ അവളുടെ കൊച്ചുകൈ നീട്ടി. തള്ളവിരലിനും ചൂണ്ടുവിരലിനുമിടയ്ക്ക് ഒരു വെള്ളിനാണയമുണ്ടായിരുന്നു. ആ തണുത്ത പാരിതോഷികം വാങ്ങാൻ ഞാൻ ലജ്ജിച്ചു. എങ്കിലും അതു നിരസിക്കാൻ ഞാൻ ധൈര്യപ്പെട്ടില്ല. പുറത്തിറങ്ങുമ്പോൾ ഞാൻ അത് കോണിപ്പടിയുടെ തൂണിൽ വച്ചിട്ടുപോന്നു.

അഗാധവും നവ്യവുമായ ഒരനുഭൂതിയോടെയാണ് ഞാൻ ആ സ്ത്രീയോടു വിട വാങ്ങിയത്. എന്റെ മുമ്പിൽ പുലരി പൊട്ടിവിടർന്നതുപോലെ തോന്നി. ആ വിശാലമായ മുറിയുടേയും നീലവസ്ത്രമണിഞ്ഞ് ഒരു മാലാഖയെപ്പോലെ ഇരുന്നിരുന്ന തുണിവെട്ടുകാരന്റെ ഭാര്യയുടേയും ആഹ്ലാദഭരിതമായ ഓർമ്മകൾ അയവിറക്കിക്കൊണ്ട് ഞാൻ കുറേദിവസം കഴിച്ചുകൂട്ടി. അവിടെക്കണ്ട സർവ്വതിനും

അപരിചിതമായൊരു സൗന്ദര്യമുണ്ടായിരുന്നു. തങ്കവർണ്ണത്തിലുള്ള ഒരു തടിച്ച കംബളം അവളുടെ കാൽച്ചുവട്ടിൽ കിടന്നിരുന്നു. അവളുടെ സാമീപ്യത്തിൽനിന്നു ചൂടു പകർന്നെടുക്കാൻവേണ്ടി ഹേമന്തദിനം രജതാഭമായ ജനാലച്ചില്ലിലൂടെ എത്തിനോക്കി.

അവളെ ഒരുനോക്കുകൂടി കാണാൻ ഞാൻ കൊതിച്ചു. ഞാൻ പോയി അവളോട് പുസ്തകം ചോദിച്ചാലോ?

ഞാൻ പോയി. അവൾ അതേ സ്ഥാനത്തു തന്നെ ഇരിക്കുന്നതാണു വീണ്ടും കണ്ടത്. കയ്യിൽ പുസ്തകവുമുണ്ട്. എന്നാൽ ഇത്തവണ തവിട്ടുനിറത്തിലുള്ള ഒരു ടുവാല അവളുടെ മുഖത്ത് ചുറ്റിക്കെട്ടിയിരുന്നു. ഒരു കണ്ണ് വീർത്തിരുന്നു. കറുത്ത ചട്ടയോടുകൂടിയ ഒരു പുസ്തകം എടുത്തുതന്നിട്ട് അവൾ എന്തോ പിറുപിറുത്തു. കാർബോളിക് തൈലവും പെരുംജീരകവും മണക്കുന്ന ആ പുസ്തകവും പിടിച്ചുകൊണ്ട് ഞാൻ വിഷാദപൂർവ്വം മടങ്ങി. വീട്ടിലെത്തിയയുടനെ ഞാനത് ഒരു വൃത്തിയുള്ള കുപ്പായത്തിലും കടലാസിലും പൊതിഞ്ഞുവച്ചു. യജമാനത്തിമാരുടെ കണ്ണിൽപ്പെട്ടാൽ അവരതു കീറിക്കളയും.

വസ്ത്രാലങ്കാരമാതൃകകൾക്കും സമ്മാനങ്ങൾക്കും വേണ്ടി അവർ വീട്ടിൽ “നിവ” മാസിക വരുത്താറുണ്ടെങ്കിലും അതൊരിക്കലും വായിക്കാറില്ല. പടം മറിച്ചു നോക്കിക്കഴിഞ്ഞ് അവരത് കിടപ്പുമുറിയിലെ തുണിയലമാരയുടെ മുകളിൽ വയ്ക്കും. വർഷാവസാനത്തിൽ എല്ലാ ലക്കങ്ങളും കൂടി ഒന്നിച്ച് ബൈൻഡു ചെയ്ത് കട്ടിലിനടിയിൽ വയ്ക്കും. ‘ചിത്രാവലോകന’ത്തിന്റെ മൂന്നു സമാഹാരങ്ങൾ അവിടെ നേരത്തെ കിടപ്പുണ്ട്. ഞാൻ കിടപ്പുമുറിയുടെ തറ കഴുകുമ്പോഴെല്ലാം ആ പുസ്തകങ്ങൾ അഴുക്കുവെള്ളം വീണ് നനയും. യജമാനൻ ‘റഷ്യൻ കുറിയർ’ എന്ന പത്രം വരുത്തുന്നുണ്ട്. വൈകുന്നേരം അത് വായിച്ചിട്ട് അയാൾ നീരസത്തോടെ പറയും:

“ഇതൊക്കെ എന്തിന് എഴുതിവയ്ക്കുന്നുവെന്ന് ചെകുത്താനേ അറിയൂ. വായിക്കാൻ ഒരു രസവുമില്ല.”

ശനിയാഴ്ച, തട്ടുമ്പുറത്ത് തുണി തോരയിടുന്ന സമയത്ത് ഞാൻ പുസ്തകത്തിന്റെ കാര്യമോർത്തു. ഞാനത് പുറത്തെടുത്ത് പൊതിയഴിച്ച് ആദ്യത്തെ വരി വായിച്ചു:

“വീടുകൾ മനുഷ്യരെപ്പോലെയാണ്. ഓരോന്നിനും തനതായ രൂപമുണ്ട്.”

ആ പ്രസ്താവം എത്രമാത്രം സത്യമാണെന്ന് ഞാൻ അതിശയത്തോടെ ഓർത്തു. ജനാലയ്ക്കരികിൽ നിന്നുകൊണ്ട് ഞാൻ തുടർന്നുള്ള

വരികൾ വായിച്ചു. തണുപ്പ് ദുസ്സഹമാകുന്നതുവരെ ഞാൻ വായിച്ചു കൊണ്ടിരുന്നു. അന്നുവൈകീട്ട് യജമാനനും വീട്ടുകാരും പ്രാർത്ഥനയ്ക്കു പള്ളിയിൽ പോയപ്പോൾ ഞാൻ ആ പുസ്തകവുമെടുത്ത് അടുക്കളയിലേക്കു പോയി. ശരല്ക്കാലത്തെ പഴുത്തിലകളെപ്പോലെ മഞ്ഞച്ച് പഴകിദ്രവിച്ചിരുന്ന പുസ്തകത്താളുകളിൽ ഞാൻ എല്ലാം മറന്ന് ലയിച്ചിരുന്നു. പുതിയ പേരുകളും പുതിയ ബന്ധങ്ങളുമുള്ള മറ്റൊരു ലോകത്തേക്ക് അവ എന്നെ നിഷ്പ്രയാസം കൂട്ടിക്കൊണ്ടുപോയി. ഞാൻ കണ്ടുപരിചയിച്ചവരുമായി യാതൊരു സാമ്യവുമില്ലാത്ത ഉൽകൃഷ്ടവീരന്മാരേയും നീചരായ ദുഷ്ടന്മാരേയും ഞാനവിടെ കണ്ടുമുട്ടി. ക്സാവ്യെ ഡി മൊണ്ടെപെൻ എഴുതിയ നീണ്ടൊരു നോവലായിരുന്നു അത്. ആളുകളേയും സംഭവങ്ങളേയും കൊണ്ട് നിബിഡമായിരുന്ന ആ കൃതിയിൽ ചിത്രീകരിച്ചിരുന്നത് കുത്തിയൊലിച്ചൊഴുകുന്ന വിചിത്രമായൊരു ജീവിതത്തെയാണ്. കഥയിൽ സർവ്വതും അത്ഭുതകരമാംവണ്ണം ലളിതവും വ്യക്തവുമായിരുന്നു. നല്ലയാളുകളേയും ചീത്തയാളുകളേയും എടുത്തുകാട്ടുകയും, സ്നേഹിക്കാനും വെറുക്കാനും വായനക്കാരെ സഹായിക്കുകയും, കഥാപാത്രങ്ങളുടെ വിധിവൈജാത്യങ്ങളുടെ നൂലാമാലകളിലൂടെ അവരെ ആനയിക്കുകയും ചെയ്യുന്ന ഏതോ നിഗൂഢവെളിച്ചം അതിലെ വരികൾക്കിടയിൽ ഒളിഞ്ഞുകിടപ്പുണ്ടെണ്ടന്നു തോന്നി. ഇന്നയാളെ സഹായിക്കണമെന്നും ഇന്നയാളെ തടസ്സപ്പെടുത്തണമെന്നുമുള്ള മോഹം മനസ്സിൽ തിക്കിത്തള്ളി വന്നു. ഓർക്കാപ്പുറത്ത് തുറന്നുകാട്ടപ്പെട്ട ഈ ജീവിതമാകെ വെറും കടലാസിൽ മാത്രമാണുള്ളതെന്ന കാര്യം ഞാൻ മറന്നു. സംഘട്ടനത്തിലെ ജയാപജയങ്ങളുടെ നടുവിൽ സർവ്വതും വിസ്മരിക്കപ്പെട്ടു. പുസ്തകത്തിന്റെ ഒരു പുറം സന്തോഷമുണർത്തിയപ്പോൾ വേറൊരു പുറം സന്താപമുളവാക്കി.

വായനയിൽ നിശ്ശേഷം ലയിച്ചിരുന്ന ഞാൻ വാതിൽക്കൽ മണിയടിക്കുന്ന ശബ്ദം കേട്ടില്ല. മണിയടി കേട്ടപ്പോൾ അത് ആരടിക്കുന്നുവെന്നോ എന്തിനടിക്കുന്നുവെന്നോ പെട്ടെന്നു മനസ്സിലായതുമില്ല.

മെഴുകുതിരി കത്തിത്തീരാറായിരുന്നു. ഞാൻ രാവിലെ തുടച്ചുമിനുക്കിയ മെഴുകുതിരിക്കാൽ മെഴുകുകൊണ്ടു മൂടിയിരുന്നു. പ്രാർത്ഥനാദീപം അണയാതെ നോക്കേണ്ടത് എന്റെ ചുമതലയാണ്. എന്നാൽ അത് കൂട്ടിൽനിന്നു താഴെവീണ് അണഞ്ഞുപോയിക്കഴിഞ്ഞിരുന്നു. എന്റെ പാതകത്തിന്റെ തെളിവുകൾ പൂഴ്ത്തിവയ്ക്കാൻ ശ്രമിച്ചുകൊണ്ട് ഞാൻ അടുക്കളയിൽ ഓടിനടന്ന് പുസ്തകം അടുപ്പിനടിയിൽ തിരുകിവയ്ക്കുകയും പ്രാർത്ഥനാദീപം നേരെ വയ്ക്കാൻ തുടങ്ങുകയും ചെയ്തു. കിടപ്പുമുറിയിൽനിന്ന് ഓടിയിറങ്ങിവന്ന ആയ ചോദിച്ചു:

“നിനക്കു ചെവി കേട്ടുകൂടേ? മണിയടിക്കുന്നതു കേട്ടില്ലേ?”

ഞാൻ കതകു തുറക്കാനോടി.

“എന്താ ഉറക്കമായിരുന്നോ?” യജമാനൻ കയർത്തു. ഞാൻ കാരണം തണുപ്പടിച്ച് ജലദോഷം പിടിച്ചെന്ന് വിമ്മിഷ്ടപ്പെട്ട് കോണി കയറുന്നതിനിടയിൽ ഭാര്യ പരാതിപ്പെട്ടു. വൃദ്ധ എന്നെ ശകാരിച്ചു. അടുക്കളയിൽ കാലുവച്ചയുടനെ കത്തിത്തീർന്ന മെഴുകുതിരി അവരുടെ കണ്ണിൽപെട്ടു. ഞാൻ എന്തു ചെയ്യുകയായിരുന്നുവെന്നു ചോദിച്ചുകൊണ്ട് വൃദ്ധ എന്നെ അലട്ടാൻ തുടങ്ങി.

അവർ എന്റെ പുസ്തകം കണ്ടുപിടിക്കുമോ എന്ന ഭയംകൊണ്ട് ഞാൻ വളരെപ്പൊക്കത്തിൽ നിന്നു പൊടുന്നനെ താഴെ വീണവനെപ്പോലെ നാവനക്കാൻ അശക്തനായി സ്തംഭിച്ചുനിന്നു. വൃദ്ധയാകട്ടെ, ഞാൻ ഇക്കണക്കിനു പോയാൽ വീടിനു തീവയ്ക്കുമെന്നു വിളിച്ചുകൂവിക്കൊണ്ടിരുന്നു. യജമാനനും ഭാര്യയും അത്താഴത്തിനു വന്നപ്പോൾ കിളവി പറഞ്ഞു:

“കണ്ടോ, ഇവൻ ഒരു മെഴുകുതിരി മുഴുവനും കത്തിച്ചുകളഞ്ഞു. പുരയ്ക്കു തീവയ്ക്കലാവും അടുത്തത്.”

അത്താഴം കഴിച്ചുകൊണ്ടിരിക്കുമ്പോൾ നാലു പേരുംകൂടി ഞാൻ അറിഞ്ഞും അറിയാതെയും ചെയ്ത എല്ലാ കുറ്റങ്ങളും എണ്ണിപ്പറഞ്ഞുകൊണ്ട് എന്നെ ശകാരിക്കുകയും ഇങ്ങനെ പോയാൽ ഞാൻ നശിക്കുകയേയുള്ളൂവെന്ന് മുന്നറിയിപ്പു തരികയും ചെയ്തു. ദ്രോഹബുദ്ധിയോ സൗമനസ്യമോ രണ്ടുമല്ല, വെറും മടുപ്പൊന്നുമാത്രമാണ് അവരെക്കൊണ്ട് ഇങ്ങനെയെല്ലാം പറയിക്കുന്നതെന്ന് എനിക്കറിയാമായിരുന്നു. പുസ്തകത്തിലെ കഥാപാത്രങ്ങളുമായി തട്ടിച്ചുനോക്കുമ്പോൾ ഇവർ എത്രയോ അപഹാസ്യരും നിസ്സാരരുമാണെന്നു കണ്ട് ഞാൻ അത്ഭുതപ്പെട്ടു.

തീറ്റികഴിഞ്ഞ് കനംതൂങ്ങി തളർന്ന നിലയിൽ അവർ മെത്തകളിലേക്കു ചെരിഞ്ഞു. പകനിറഞ്ഞ കുറെ പരാതികൾ ദൈവത്തിന്റെ മുമ്പാകെ ചൊരിഞ്ഞശേഷം വൃദ്ധ അടുപ്പിൻതിണ്ണയിലേക്കു നിരങ്ങിക്കയറി മിണ്ടാതെ കിടന്നു. അടുപ്പിനടിയിൽനിന്നു പുസ്തകം പുറത്തെടുത്തുകൊണ്ട് ഞാൻ ജനാലയ്ക്കരികിൽ ചെന്നിരുന്നു. നിലാവുള്ള രാത്രിയായിരുന്നു. ചന്ദ്രബിംബം നേരെ ജനാലയ്ക്കഭിമുഖമായിരുന്നു. എങ്കിലും പുസ്തകത്തിലെ തീരെച്ചെറിയ അക്ഷരം വായിക്കാൻ സാദ്ധ്യമായിരുന്നില്ല. എനിക്കാണെങ്കിൽ വായിക്കാനുള്ള മോഹം അടക്കവയ്യാതായി. അടുക്കളത്തട്ടിൽനിന്ന് ഒരു ചെമ്പുപാത്രമെടുത്ത് ഞാൻ നിലാവെളിച്ചത്തെ അതിൽ തട്ടിച്ച് പുസ്തകത്തിലേക്കു പ്രതിഫലിപ്പിച്ചു. പക്ഷെ വെളിച്ചം

കുറഞ്ഞതല്ലാതെ കൂടിയില്ല. ഞാനുടനെ മൂലയ്ക്കു കിടന്നിരുന്ന ബഞ്ചിന്റെ പുറത്തു കയറിനിന്ന് പ്രാർത്ഥനാദീപത്തിന്റെ വെട്ടത്തിൽ വായിക്കാൻ തുടങ്ങി. ക്ഷീണംകൊണ്ട് ഞാൻ ആ ബഞ്ചിൽത്തന്നെ കിടന്ന് ഉറങ്ങിപ്പോയി. വൃദ്ധയുടെ നിലവിളികളും പ്രഹരങ്ങളുമാണ് എന്നെ ഉണർത്തിയത്. അടിയുടുപ്പു മാത്രം ധരിച്ച് വെറുംകാലിൽ നിന്നിരുന്ന അവർ അമർഷംകൊണ്ട് മുഖം ചുവന്ന്, മുടി കുടഞ്ഞ്, കയ്യിലിരിക്കുന്ന എന്റെ പുസ്തകം വീശി എന്റെ തോളത്ത് നോവുംവണ്ണം അടിച്ചു. പലകത്തട്ടിൽ കിടന്നിരുന്ന വിക്തർ കരഞ്ഞുപറഞ്ഞു:

"അമ്മച്ചി, ഇങ്ങനെ കിടന്നൊച്ചയിടല്ലെ! മനുഷ്യനെ കിടത്തിപ്പൊറുപ്പിക്കില്ല!"

"പുസ്തകത്തിന്റെ കഥ കഴിഞ്ഞു. അവർ അതിപ്പോൾ വലിച്ചു കീറും." ഞാൻ വിചാരിച്ചു.

പിറ്റേന്നു രാവിലെ ചായകുടി സമയത്ത് അവർ എന്നെ വിളിച്ച് വിസ്താരം തുടങ്ങി. യജമാനൻ കർക്കശസ്വരത്തിൽ ചോദിച്ചു:

"നിനക്കെവിടന്നു കിട്ടി ഈ പുസ്തകം?"

പെണ്ണുങ്ങൾ പരസ്പരം മത്സരിച്ച് എന്റെ നേരെ ഒച്ചയെടുത്തു. പുസ്തകം കയ്യിലെടുത്തു മണപ്പിച്ചിട്ട് വിക്തർ പറഞ്ഞു:

"കർത്താവെ, ഇതിൽ വാസനതൈലം മണക്കുന്നുണ്ടല്ലൊ."

പുസ്തകം പുരോഹിതന്റെ വകയാണെന്നു ഞാൻ പറഞ്ഞപ്പോൾ അവർ അത്ഭുതത്തോടെ അതിൽ വീണ്ടും നോക്കി. പുരോഹിതൻ നോവൽ വായിക്കുന്നത് അവർക്കു രസിച്ചില്ല. എങ്കിലും അവർ കുറച്ചൊന്നടങ്ങി. പക്ഷെ വായന അപകടകരവും ഹാനികരവുമാണെന്ന് യജമാനൻ എന്നോടു തറപ്പിച്ചു പറഞ്ഞു

"വായനക്കാരാണ് റെയിൽപാളം തകർത്ത് കൊല നടത്താൻ ശ്രമിച്ചത്. ആരെയാണെന്നോ?..."

കൊച്ചെജമാനത്തി രോഷപൂർവ്വം ഇടപെട്ടു. "നിങ്ങൾക്കു ഭ്രാന്തുണ്ടോ!" അവർ ഭയവിഹ്വലയായി ഭർത്താവിന്റെ നേരെ തട്ടിക്കയറി. "എന്തൊക്കെയാണ് അവനോടു പറയുന്നത്!"

ഞാൻ മൊൺടെപെന്റെ പുസ്തകവുമായി സീദൊറൊവിന്റെ അടുത്തുചെന്ന്, നടന്ന സംഭവം മുഴുവൻ വിവരിച്ചു. അയാൾ ഒരക്ഷരവും പറയാതെ പുസ്തകം കയ്യിൽ വാങ്ങി. ചെറിയൊരു പെട്ടി തുറന്ന് വൃത്തിയുള്ള ഒരു ടൗവ്വൽ എടുത്ത് പുസ്തകം പൊതിഞ്ഞിട്ട് അയാളത് പെട്ടിയ്ക്കുള്ളിൽ ഒളിച്ചുവച്ചു.

“നീ അവരു പറയുന്നതു ഗൗനിക്കണ്ട,” അയാൾ പറഞ്ഞു. “ഇവിടെ വന്നിരുന്നു വായിച്ചോ. ഞാൻ ഒരുത്തരോടും പറയില്ല. ഞാൻ ഇല്ലാത്തപ്പോഴാണു നീ വരുന്നതെങ്കിൽ താക്കോൽ വിശുദ്ധരൂപത്തിന്റെ പുറകിലുണ്ടാവും. പെട്ടി തുറന്ന് ഇഷ്ടംപോലെ വായിച്ചോ.”

പുസ്തകത്തോടുള്ള യജമാനന്മാരുടെ മനോഭാവം കണ്ടപ്പോൾ എന്റെ ദൃഷ്ടിയിൽ അത് അതിപ്രധാനവും ഭായനകവുമായൊരു നിഗൂഢത ആർജ്ജിച്ചു. ആരെയോ വധിക്കാനുള്ള ശ്രമത്തിൽ ചില വായനക്കാർ ഒരു റെയിൽപ്പാളം തകർത്തത് എന്നിൽ താല്പര്യമുണർത്തിയില്ല. എങ്കിലും കുമ്പസാരവേളയിലെ പുരോഹിതന്റെ ചോദ്യവും നിലവറയിലെ വിദ്യാർത്ഥിയുടെ വായനയും “വേണ്ടപ്പെട്ട പുസ്തകങ്ങളെ” ക്കുറിച്ചുള്ള സ്മൂറിയുടെ പരാമർശവും ഞാൻ മറന്നിരുന്നില്ല. “കറുത്ത പുസ്തക” ക്കാരും കൂടോത്രക്കാരുമായ ഫ്രീമേസൺസംഘക്കാരപ്പറ്റി മുത്തച്ഛൻ പറഞ്ഞത് ഞാനോർത്തു:

“റഷ്യൻ ജനതയെ ഒന്നടങ്കം റോമിലെ മാർപ്പാപ്പയ്ക്കും ജെസ്യൂട്ടുകൾക്കും കാഴ്ചവെയ്ക്കാൻ അലക്സാണ്ടർ പാവ്‌ലൊവിച്ചിന്റെ തിരുവാഴ്ചയിൻ കീഴിൽ പ്രഭുക്കൻമാർ കറുത്ത പുസ്തകക്കാരും ഫ്രീമേസൺസംഘക്കാരുമായി ഗൂഢാലോചന നടത്തി. ജനറൽ അറാക്ചെയേവ് അവരെ തുത്തുപെറുക്കി സ്ഥാനമാനങ്ങളൊന്നും നോക്കാതെ എല്ലാത്തിനേയും സൈബീരിയയിലേക്കയച്ചു. അവരവിടെ വെറും ക്രിമിനൽ പുള്ളികളെപ്പോലെ പണിയെടുത്ത് പുഴുക്കളെപ്പോലെ അഴുകിച്ചത്തു.”

“നക്ഷത്രഖചിതമായ ഉംബ്രക്കുലം,” “ഗെർവാസി,” “ഞങ്ങൾ തൻ കാര്യങ്ങളെല്ലാമറിയുമെന്നിങ്ങനെഗ്ഗർവ്വിക്കും അജ്ഞാനിവൃന്ദമേ! ദുർബ്ബലമാനസരാകുമീ നിങ്ങൾക്കു ദുർഗ്രഹമാണവ ശങ്കയില്ലേതുമേ!” എന്ന പ്രൗഢഗംഭീരമായ പരിഹാസപദങ്ങൾ—ഇവയെല്ലാം ഞാനോർത്തു

ഏതോ വലിയൊരു രഹസ്യത്തിന്റെ വക്കത്തെത്തി നിൽക്കുകയാണു ഞാനെന്ന് എനിക്കു തോന്നി. അതുകൊണ്ട് ചിത്തഭ്രമം പിടിപെട്ടവനെപ്പോലെയാണു ഞാൻ ജീവിച്ചത്. പുസ്തകം വായിച്ചുതീർക്കാൻ ഞാൻ കൊതിച്ചു. പട്ടാളക്കാരന്റെ അടുക്കയിൽവെച്ച് അതു നഷ്ടപ്പെട്ടുപോവുകയോ അയാളതു ചീത്തയാക്കുകയോ ചെയ്യുമെന്നു ഞാൻ ഭയന്നു. തുണിവെട്ടുകാരന്റെ ഭാര്യയോടു ഞാൻ എന്തു സമാധാനം പറയും?

ഞാൻ പട്ടാളക്കാരന്റെ അടുത്തേക്ക് ഓടിപ്പോവാതിരിക്കാൻ വൃദ്ധയുടെ കൂർമ്മദൃഷ്ടികൾ എന്നെ സദാ പിന്തുടർന്നു. അവർ എന്നെ അലട്ടിക്കൊണ്ടിരുന്നു:

"പുസ്തകപ്പുഴു! പുസ്തകങ്ങൾ വഴിപിഴപ്പിക്കുകയേയുള്ളൂ. പുസ്തകം വായിച്ചുവായിച്ച് ഒരുത്തി എവിടംവരെ എത്തിയെന്നു നോക്ക്. അവൾക്കു കടയിൽ പോകാനറിഞ്ഞുകൂടാ. ഓഫീസറന്മാരുമായിട്ടാണ് കൂട്ട്. അവളവരെ പട്ടാപ്പകൽ വിളിച്ചുകയറ്റുന്നുണ്ടെണ്ടുന്ന് എനിക്കറിഞ്ഞുകൂടേ!"

"അതു നുണയാണ്! അവൾക്ക് അത്തരം കൂട്ടൊന്നുമില്ല!" എന്നു വിളിച്ചുപറയാൻ ഞാൻ ആഗ്രഹിച്ചു. പക്ഷെ പുസ്തകം അവളുടെ വകയാണെന്ന് വൃദ്ധ ഊഹിച്ചാലോ എന്ന് ഭയന്ന് ഞാൻ അവളെ താങ്ങിപ്പറയാൻ ധൈര്യപ്പെട്ടില്ല.

കുറേ ദിവസത്തേക്ക് ഞാൻ അങ്ങേയറ്റം മനോവേദന സഹിച്ചു. മൊൺടെപെന്റെ പുസ്തകത്തിന് എന്തു സംഭവിക്കുമെന്ന ഉൽക്കണ്ഠ എന്നെ അന്യമനസ്കനും നിദ്രാവിഹീനനുമാക്കിത്തീർത്തു. ഒരു ദിവസം തുണിവെട്ടുകാരന്റെ വീട്ടിലെ പാചകക്കാരി എന്നെ മുറ്റത്തു തടഞ്ഞുനിർത്തിയിട്ട് പറഞ്ഞു:

"നീ പുസ്തകം മടക്കിക്കൊണ്ടുവരണം."

വീട്ടുകാർ ഉച്ചഭക്ഷണം കഴിഞ്ഞ് ഉറങ്ങുന്ന സമയം നോക്കി ഞാൻ ഇടിഞ്ഞ മനസ്സോടും അങ്കലാപ്പോടുംകൂടി തുണിവെട്ടുകാരന്റെ ഭാര്യയുടെ സന്നിധിയിൽ ഹാജരായി.

ആദ്യത്തെ തവണത്തെപ്പോലെതന്നെയാണ് അവൾ എന്റെ കൺമുമ്പിൽ പ്രത്യക്ഷപ്പെട്ടത്. വേഷം വേറയായിരുന്നുവെന്നു മാത്രം. ചാരനിറത്തിലുള്ള പാവാടയും കറുത്ത വില്ലൂസുപട്ടിന്റെ ബ്ലൗസും കഴുത്തിൽ വൈഡൂര്യംകൊണ്ടുള്ള ഒരു കുരിശുരൂപവുമാണ് ഇപ്പോൾ അവൾ ധരിച്ചിരുന്നത്. അവളൊരു ബുൾഫിഞ്ച് കിളിയെ അനുസ്മരിപ്പിച്ചു.

എനിക്കു പുസ്തകം വായിച്ചുതീർക്കാൻ കഴിഞ്ഞില്ലെന്നും എന്നെ പുസ്തകം വായിക്കാൻ സമ്മതിക്കുകയില്ലെന്നും ഞാൻ അവളോടു പറഞ്ഞപ്പോൾ അതോർത്തുള്ള നൊമ്പരംകൊണ്ടും അവളെ ഒരിക്കൽക്കൂടി കാണാൻ കഴിഞ്ഞതിലുള്ള സന്തോഷംകൊണ്ടും എന്റെ കണ്ണുനിറഞ്ഞു.

"എന്തൊരു വിഡ്ഢികൾ!" നേർത്ത പുരികങ്ങളുയർത്തിക്കൊണ്ട് അവൾ പറഞ്ഞു. "നിന്റെ യജമാനന് ലക്ഷണമൊത്ത മുഖമാണല്ലോ ഉള്ളത്. നീ ഏതായാലും വിഷമിക്കണ്ട. ഞാനൊരു വഴി കാണാം. അയാൾക്കെഴുതാം.'

അതു കേട്ടപ്പോൾ ഞാൻ പേടിച്ചു. പുസ്തകം പുരോഹിതന്റെ വകയാണെന്ന് യജമാനനോടു കളവു പറഞ്ഞ കാര്യം ഞാൻ അവളെ അറിയിച്ചു.

"അയ്യോ എഴുതരുത്," ഞാൻ യാചിച്ചു. "അവർ നിങ്ങളെ കളിയാക്കും, ചീത്ത പറയും. ഈ കെട്ടിടത്തിലെ ആർക്കും നിങ്ങളെ കണ്ടുകൂടാ. നിങ്ങൾ വിഡ്ഢിയാണെന്നും നിങ്ങൾക്കൊരു വാരിയെല്ലു കുറവാണെന്നും പറഞ്ഞ് എല്ലാവരും ചിരിക്കുകയാണ്."

എന്റെ വാക്കുകൾ അണപൊട്ടിയൊഴുകി. പറഞ്ഞുതീർന്ന മാത്രയിൽ അവ അവളെ നൊമ്പരപ്പെടുത്തുമല്ലോ എന്നു ഞാനോർത്തു. അവൾ മേൽച്ചുണ്ടു കടിച്ചു. കുതിരപ്പുറത്തിരിക്കുംപോലെ എളിയിലൊന്നടിച്ചു. ഭൂഗർഭത്തിലോട്ടു താണുപോയെങ്കിൽ എന്നാശിച്ചുകൊണ്ട് ഞാൻ തല കുനിച്ചു നിന്നു. പക്ഷെ അവൾ ഒരു കസേരയിലമർന്നിരുന്നുകൊണ്ട് പൊട്ടിച്ചിരിച്ചു.

"എന്തൊരു വിഡ്ഢികൾ! എന്തൊരു വിഡ്ഢികൾ! പക്ഷെ എന്തു ചെയ്യാം!" എന്നെ സാകൂതം നോക്കിക്കൊണ്ട് അവൾ സ്വഗതമായി പറഞ്ഞു. നെടുതായൊന്നു നിശ്വസിച്ചിട്ട് അവൾ എന്നോടു പറഞ്ഞു:

"നീയൊരു വല്ലാത്ത കുട്ടിതന്നെയാണ്, സംശയമില്ല."

ഞാൻ അവളുടെ സമീപത്തുള്ള കണ്ണാടിയിലേക്കു നോക്കിയപ്പോൾ ഉന്തിയ കവിളെല്ലുകളും പരന്ന മൂക്കും നെറ്റിയിൽ വലിയൊരു വടുവും വളരെ നാളായി വെട്ടാതെ അലങ്കോലപ്പെട്ടുകിടക്കുന്ന മുടിയുമുള്ള ഒരു മുഖമാണു കണ്ടത്. ഇതാണോ അവൾ പറഞ്ഞ "വല്ലാത്ത കുട്ടി?" തീർച്ചയായും ഈ വല്ലാത്ത കുട്ടിക്ക് കളിമൺശില്പം പോലിരിക്കുന്ന ആ കൃശാംഗിയുമായി യാതൊരു സാദൃശ്യവുമില്ല.

"കഴിഞ്ഞ തവണ ഞാൻ തന്ന പണം നീ എടുത്തില്ലല്ലോ. എന്താ അത്?"

"എനിക്കു വേണ്ടായിരുന്നു."

അവൾ നെടുവീർപ്പിട്ടു.

"എന്തു ചെയ്യാം! അവർ നിന്നെ വായിക്കാൻ സമ്മതിച്ചാൽ നീ വരണം. ഞാൻ നിനക്കു പുസ്തകം തരാം."

നിലക്കണ്ണാടിയുടെ തട്ടിൽ മൂന്നു പുസ്തകങ്ങൾ കിടപ്പുണ്ടായിരുന്നു. ഞാൻ മടക്കിക്കൊടുത്തതായിരുന്നു കൂട്ടത്തിലേറ്റവും തടിച്ചത്. ഞാനതിനെ വിഷാദപൂർവ്വം നോക്കി. തുണിവെട്ടുകാരന്റെ 'ഭാര്യ ഇളം ചുവപ്പാർന്ന കൊച്ചുകൈ നീട്ടിക്കൊണ്ടു പറഞ്ഞു:

“ശരി, നീ പോയിവാ!”

സൂക്ഷിച്ച് അവളുടെ കയ്യിലൊന്നു തൊട്ടിട്ട് ഞാൻ വേഗം പുറത്തിറങ്ങി.

ഒരുപക്ഷെ അവൾക്കൊരു ചുക്കമറിഞ്ഞുകൂടെന്ന് ആളുകൾ പറയുന്നത് വാസ്തവമായിരിക്കുമോ? ഇപ്പോൾത്തന്നെ അവൾ ഇരുപതു കോപ്പെക്കിന്റെ ചില്ലറത്തുട്ടിനെ കൊച്ചുപിള്ളേരെപ്പോലെ പണമെന്നു വിളിച്ചില്ലേ?

പക്ഷെ എനിക്കതിഷ്ടപ്പെട്ടു.

IX

വായനക്കമ്പം എനിക്കു വരുത്തിവച്ച അപമാനവും മനോവേദനയും ഉൽക്കണ്ഠയും ഓർക്കുമ്പോൾ സങ്കടവും ഒപ്പം ചിരിയും വരുന്നു.

തുണിവെട്ടുകാരന്റെ ഭാര്യയുടെ പുസ്തകങ്ങൾ വളരെ വിലപിടിച്ചതാണെന്ന് എനിക്കു തോന്നി. അവയെ കിളവി അടുപ്പിലിട്ടു ചുട്ടുമോ എന്നായിരുന്നു എന്റെ ഭയം. ഞാൻ അതുകൊണ്ട് അവയെ മറക്കാൻ ശ്രമിച്ചു. പകരം രാവിലത്തെ ചായയ്ക്കു റൊട്ടി വാങ്ങാറുള്ള കടയിൽനിന്ന് നിറപ്പകിട്ടുള്ള കൊച്ചുകൊച്ചുപുസ്തകങ്ങൾ വാങ്ങി വായിക്കാൻ തുടങ്ങി.

അറപ്പുളവാക്കുന്ന ഒരു മനുഷ്യനായിരുന്നു കടയുടമസ്ഥൻ. വിയർത്തൊട്ടുന്നതും പതുപതുത്തു തൂങ്ങുന്നതുമായ വെളുത്ത മുഖം നിറയെ ലസികഗ്രന്ഥിരോഗം വന്ന വടുക്കളും കലകളുമാണ്. തടിച്ച ചുണ്ടുകൾ, വിളറിയ കണ്ണുകൾ, കുറിയ വിരലുകളോടുകൂടിയ തടിച്ച കൈകൾ.

വൈകുന്നേരമാവുമ്പോഴേക്ക് ഞങ്ങളുടെ തെരുവിലെ കൗമാരപ്രായക്കാരായ ആൺകുട്ടികളുടേയും കളിമട്ടു മാറാത്ത പെൺകുട്ടികളുടേയും സംഗമസ്ഥാനമായിത്തീരും ആ കട. എന്റെ യജമാനന്റെ അനുജൻ ഏതാണ്ടെല്ലാ ദിവസവും വൈകീട്ട് ബിയർ കുടിക്കാനും ചീട്ടു കളിക്കാനും അവിടെ പോകാറുണ്ട്. അയാളെ അത്താഴത്തിനു വിളിച്ചുകൊണ്ടുവരാൻ എന്നെ പലപ്പോഴും അങ്ങോട്ടയച്ചിട്ടുണ്ട്. കടയുടമസ്ഥന്റെ മടിയിയായ ഭാര്യ ചായംപുരട്ടി ചുവപ്പിച്ച മുഖവുമായി കടയുടെ പിറകിലൂടെ ഇടുങ്ങിഞെരുങ്ങിയ മുറിയിൽ വിക്തറിന്റേയോ

മറ്റേതെങ്കിലും ചെറുപ്പക്കാരന്റേയോ മടിയിൽ ഇരിക്കുന്നത് ഞാൻ ഒന്നിലധികം തവണ കണ്ടിട്ടുണ്ട്. കടക്കാരന് അതിൽ വിരോധമുള്ള തായി തോന്നിയില്ല. പതിവുകാരെ പരിചരിക്കുന്നതിൽ അയാളെ സഹായിക്കുന്ന സഹോദരിയെ പാട്ടുകാരോ പട്ടാളക്കാരോ ഇഷ്ടമുള്ള മറ്റാരെങ്കിലുമോ കെട്ടിപ്പിടിച്ചാലും അയാൾക്കു വിരോധമില്ല. കടയിൽ വിൽക്കാൻ സാമാനങ്ങൾ അധികമൊന്നുമുണ്ടായിരുന്നില്ല. അതു പുതുതായി തുടങ്ങിയതാണെന്നും വേണ്ടവണ്ണം നടത്താൻ തനിക്കിനി യും സമയം കിട്ടിയിട്ടില്ലെന്നുമാണ് കടയുടമസ്ഥൻ പറഞ്ഞ ന്യായം. എന്നാൽ അയാളത് ശരൽക്കാലത്തുതന്നെ തുറന്നുവെന്നതാണ് വാസ്തവം. അയാൾ കടയിൽ വരുന്നവരെ അശ്ലീലചിത്രങ്ങൾ കാണി ക്കുകയും തെറിക്കവിതകൾ ഇഷ്ടമുള്ളവരെ അവ പകർത്തിയെടുക്കാൻ അനുവദിക്കുകയും ചെയ്തു.

ഞാൻ മീഷ യെവ്സ്കിഗ്നേയെവിന്റെ കഴമ്പില്ലാത്ത പുസ്തകങ്ങൾ വായിച്ചു. ഓരോന്നിനും ഓരോ കോപ്പെക്കുവച്ച് കൊടുക്കേണ്ടിവന്നു. അത് കൂടിപ്പോയെന്ന് എനിക്കു തോന്നി. പുസ്തകങ്ങൾ എനിക്കു രസിച്ചതുമില്ല. “ഗുവാക്ക് അഥവാ അജയ്യമായ വിശ്വസ്തത,”’വെനീസു കാരനായ ഫ്രൻസിൽ,””റഷ്യാക്കാരും കബർഡീൻകാരും തമ്മിലുള്ള യുദ്ധം, അഥവാ പതിയുടെ കുഴിമാടത്തിൽ മരിച്ചുവീണ മുഹമ്മദീയ സുന്ദരി”—ഇത്തരം പുസ്തകങ്ങൾ എന്നെ തൃപ്തിപ്പെടുത്തിയില്ലെന്നു തന്നെയല്ല, പലപ്പോഴും എന്നെ അരിശം കൊള്ളിക്കുകയും ചെയ്തു. അസംഭാവ്യകാര്യങ്ങളെപ്പറ്റി വിരസഭാഷയിൽ വിവരിച്ചുകൊണ്ട് അവ എന്നെ കുരങ്ങുകളിപ്പിക്കുകയാണെന്നു തോന്നി

“സ്ത്രെത്സി,” “യൂറി മിലൊസ്ലാവ്സ്ക്കി,” “ഗൂഢസന്യാസി,” “യപ്പഞ്ച എന്ന താത്താർ അശ്വാരോഹൻ,” തുടങ്ങിയ പുസ്തകങ്ങൾ എനിക്കു കൂടുതലിഷ്ടപ്പെട്ടു. അവ മനസ്സിൽ എന്തോ ഒന്ന് അവശേഷി പ്പിച്ചു. എന്നാൽ ഞാൻ അതിലേറെ ആസ്വദിച്ചത് “പുണ്യവാളന്മാരുടെ ജീവചരിത്ര”മാണ്. അത് ഗൗരവതരവും വിശ്വാസപ്രദവും പലപ്പോഴും സ്തോഭജനകവുമായിരുന്നു. രക്തസാക്ഷികളായ എല്ലാ പുരുഷന്മാരും “നല്ല കാര്യ”ത്തേയും, എല്ലാ സ്ത്രീകളും മുത്തശ്ശിയേയും സഭാദ്ധ്യക്ഷന്മാർ, നല്ല സമയത്തു കാണുന്ന മുത്തച്ഛനേയും എന്തുകൊണ്ടോ അനുസ്മരി പ്പിച്ചു.

തട്ടുമ്പുറത്തെ മുറിയിലോ വിറകു കീറാൻ പോകുന്ന സമയത്ത് വിറകുപുരയിലോ ഇരുന്നാണ് ഞാൻ പുസ്തകം വായിച്ചത്. യാതൊരു സൗകര്യവുമില്ലാത്ത, തണുത്തുകോച്ചുന്ന ഇടങ്ങളായിരുന്നു രണ്ടും. പുസ്തകം വിശേഷിച്ചും രസകരമോ ധൃതിയിൽ വായിച്ചുതീർക്കേണ്ടതോ

ആണെങ്കിൽ ഞാൻ രാത്രി എണീറ്റ് മെഴുകുതിരി കത്തിച്ച് വായിക്കും. പക്ഷെ രാത്രിസമയത്ത് മെഴുകുതിരിയുടെ നീളം കുറയുന്നത് കിളവി കണ്ടുപിടിച്ചു. അവർ ഒരു മരപ്പൂളുകൊണ്ട് അതിന്റെ നീളമളക്കാൻ തുടങ്ങി. പൂള് എവിടെങ്കിലും ഒളിച്ചുവയ്ക്കും. മിക്കപ്പോഴും ഞാൻ ആ മരപ്പൂള് കണ്ടുപിടിച്ച്, രാത്രി കത്തിച്ച മെഴുകുതിരിയുടെ നീളത്തിനൊപ്പം ചെത്തിച്ചെറുതാക്കും. എന്നാൽ എന്നെങ്കിലും എനിക്കങ്ങിനെ ചെയ്യാൻ പററാതെ വരികയും രാവിലെ മെഴുകുതിരിയുടേയും മരപ്പൂളിന്റേയും നീളം തമ്മിൽ വ്യത്യാസം കാണുകയും ചെയ്താൽ വൃദ്ധ അടുക്കളയിൽ വലിയ ബഹളം കൂട്ടിക്കളയും, വിക്തർ തന്റെ മെത്തയിൽ കിടന്നുകൊണ്ട് അരിശത്തോടെ അലറും:

“ഇങ്ങനെ കിടന്നു കുരയ്ക്കല്ലെ, അമ്മച്ചി! മനുഷ്യനെ കിടത്തിപ്പൊറുപ്പിക്കില്ല! അവൻ മെഴുകുതിരി കത്തിക്കുന്നുണ്ടെണ്ടന്നതിന് എന്താ സംശയം! കാരണം അവൻ പുസ്തകം വായിക്കുന്നുണ്ടെണ്ടന്നതുതന്നെ. അവൻ കടയിൽനിന്നു പുസ്തകം വാങ്ങുന്നതു ഞാൻ കണ്ടിട്ടുണ്ട്. തട്ടുമ്പുറത്തെ മുറിയിൽ ചെന്നു നോക്കു.”

വൃദ്ധ അങ്ങോട്ടോടി. കണ്ണിൽപ്പെട്ട ചെറിയൊരു പുസ്തകം തുണ്ടുതുണ്ടായി വലിച്ചുകീറി.

സ്വാഭാവികമായും അതെന്നെ നോവിച്ചു. പക്ഷെ എന്റെ വായനക്കൊതി വർദ്ധിച്ചതേയുള്ളൂ. പുണ്യവാളന്മാരാരെങ്കിലും ആ വീട്ടിൽ വന്നു കയറാനിടയായാൽ എന്റെ യജമാനത്തിമാർ തൽക്ഷണം തന്നെ അദ്ദേഹത്തെ പഠിപ്പിക്കാനും തങ്ങളുടെ രീതികളിലേക്കു മാറ്റിയെടുക്കാനും തുടങ്ങുമെന്ന് എനിക്കു തീർച്ചയുണ്ടായിരുന്നു. മറ്റൊന്നും ചെയ്യാനില്ലാത്തതുകൊണ്ടു മാത്രമാണ് അവരങ്ങിനെ ചെയ്യുന്നത്. മറ്റുള്ളവരെ കുറ്റപ്പെടുത്തലും ശകാരിക്കലും കളിയാക്കലും അവർ എന്നു നിർത്തുന്നുവോ അന്നവർ സംസാരിക്കാൻതന്നെ മറന്നുപോകും. സ്വയമറിയാതെ തന്നെ അവർ ഊമകളായി മാറും. മനുഷ്യന് തന്നെപ്പറ്റിത്തന്നെ ബോധമുണ്ടാവണമെങ്കിൽ മറ്റുള്ളവരുമായി എന്തെങ്കിലുമൊരു ബന്ധം വേണം. ഗുരുവും ശിക്ഷകനുമെന്നല്ലാതെ മറ്റൊരു തരത്തിലും അന്യരോടു പെരുമാറാൻ എന്റെ യജമാനന്റെ വീട്ടുകാർക്ക് അറിഞ്ഞുകൂടായിരുന്നു. ഇനി അവരെപ്പോലെതന്നെ ജീവിക്കാമെന്നു വച്ചാൽ, വിചാരങ്ങളിലും വികാരങ്ങളിലുമൊക്കെ അവരെ അനുകരിക്കാമെന്നു വച്ചാൽ, അവർ അതിനും കുറ്റപ്പെടുത്തും. അത്തരക്കാരായിരുന്നു അവർ.

പുസ്തകം വായിക്കാൻ ഞാൻ പല സൂത്രങ്ങളും പ്രയോഗിച്ചു. പലതവണ വൃദ്ധ എന്റെ പുസ്തകങ്ങൾ നശിപ്പിച്ചു. അവസാനം നാല്പത്തേഴ കോപ്പെക്കെന്ന ഭീമമായ തുകയ്ക്ക് ഞാൻ കടയുടമസ്ഥനു

കടക്കാരനായി! പണം ഉടനെ കൊടുത്തില്ലെങ്കിൽ റൊട്ടി വാങ്ങാൻ വീട്ടുകാർ ഏല്പിക്കുന്ന പണത്തിൽനിന്ന് അതു പിടിക്കുമെന്ന് അയാൾ ഭീഷണിപ്പെടുത്തി.

"അപ്പോൾ എന്താണുണ്ടാവുകയെന്നറിയാമോ?" പരിഹാസസ്വരത്തിൽ അയാൾ ചോദിച്ചു.

എനിക്കയാളോട് എന്തെന്നില്ലാത്ത അറപ്പു തോന്നി. അതു മനസ്സിലാക്കിയിട്ടാവണം, പലതരം ഭീഷണികളാൽ എന്നെ ദണ്ഡിപ്പിക്കുന്നത് അയാളെ വിശേഷിച്ചും രസിപ്പിച്ചു. ഞാൻ കടയിലേക്കു കയറുമ്പോഴെല്ലാം വട്ടുവീണ മുഖം ഇളിച്ചുകാട്ടിക്കൊണ്ട് അയാൾ സൗമന്യത്തോടെ ചോദിക്കും:

"തരാനുള്ള പണം കൊണ്ടുവന്നിട്ടുണ്ടോ?"

"ഇല്ല."

അതു കേൾക്കുമ്പോൾ അയാളുടെ ഭാവം മാറും. അയാളുടെ മുഖം ചുളിയും.

"ഇല്ലെന്നോ? ഞാൻ നിന്നെ എന്തു ചെയ്യാനാണ്? പിടിച്ചു പോലീസിലേല്പിക്കട്ടെ? ദുർഗ്ഗുണപരിഹാരപാഠശാലയിലേക്ക് അയപ്പിക്കട്ടെ?"

പണം കിട്ടാൻ ഒരു മാർഗ്ഗവുമില്ലായിരുന്നു. എന്റെ ശമ്പളം മുത്തച്ഛനെയാണ് ഏല്പിക്കുന്നത്. എന്തു ചെയ്യണമെന്നറിയാതെ ഞാൻ വിഷമിച്ചു. കുറച്ചുകൂടി ക്ഷമിക്കണമെന്നു കടയുടമസ്ഥനോടു പറഞ്ഞപ്പോൾ, പതുപതുത്ത് മെഴുക്കുപുരണ്ട് അപ്പംപോലിരുന്നിരുന്ന കൈ നീട്ടിക്കൊണ്ട് അയാൾ പറഞ്ഞു:

"ഇതിൽ മുത്തിയാൽ ഞാൻ ക്ഷമിക്കാം."

ഞാൻ മേശപ്പുറത്തുനിന്ന് ഒരു തുലാക്കട്ടിയെടുത്ത് അയാളുടെ തലയ്ക്കോങ്ങിയപ്പോൾ അയാൾ തല വെട്ടിച്ചിട്ട് വിളിച്ചുകൂവി:

"ഹേ! നീ എന്താണു കാണിക്കുന്നത്? ഞാൻ കളി പറഞ്ഞതല്ലെ."

അയാൾ കാര്യമായി പറഞ്ഞതാണെന്ന് എനിക്ക് അറിയാമായിരുന്നു. അയാളുടെ ശല്യമൊഴിക്കാൻ പണം മോഷ്ടിക്കാൻതന്നെ ഞാൻ നിശ്ചയിച്ചു. രാവിലെ യജമാനന്റെ വസ്ത്രങ്ങൾ പൊടിതുടച്ച് വൃത്തിയാക്കുമ്പോൾ കീശയിൽ ചില്ലറ കിടക്കുന്നതു ഞാൻ പലപ്പോഴും കണ്ടിട്ടുണ്ട്. ചിലപ്പോൾ അതു നിലത്തു വീഴും. ഒരു ദിവസം ഒരു നാണയത്തുട്ട് കോണിച്ചുവട്ടിലുള്ള വിറകിൻകൂട്ടത്തിനിടയിലേക്ക് ഉരുണ്ടുപോയി. ഞാൻ അക്കാര്യം യജമാനനോട് അപ്പോൾ പറയാൻ മറന്നു. കുറേ ദിവസം കഴിഞ്ഞ് ഓർത്തപ്പോൾ വിറകിനിടയിൽനിന്നു തപ്പിയെടുത്ത്

ഞാനത് അയാളെ ഏല്പിച്ചു. അതുകണ്ട് ഭാര്യ പറഞ്ഞു:

"കണ്ടോ? പണം കീശയിലിട്ടേച്ച് പോരുമ്പോൾ എണ്ണിനോക്കണം."

"ഓ, ഇവൻ കട്ടെടുക്കില്ലെന്ന് എനിക്കറിയാം." എന്റെനേരെ നോക്കി ചിരിച്ചുകൊണ്ട് യജമാനൻ പറഞ്ഞു.

മോഷ്ടിക്കാൻ തീരുമാനിച്ച ഈയവസരത്തിൽ ഞാൻ ആ വാക്കുകളും എന്നെ വിശ്വസിച്ചുകൊണ്ടുള്ള ആ പുഞ്ചിരിയും ഓർത്തു. ഓർത്തപ്പോൾ മോഷ്ടിക്കാൻ വിഷമം തോന്നി. ഒന്നിലധികം തവണ ഞാൻ അയാളുടെ കീശയിൽനിന്നു ചില്ലറ എടുത്തു. എണ്ണിനോക്കി, എന്നിട്ടു തിരിച്ചിട്ടു. മൂന്നുദിവസം എന്റെ ഉള്ളിൽ ഈ വടംവലി നടന്നു. പെട്ടെന്ന് കാര്യത്തിന് വളരെ എളുപ്പത്തിലും വേഗത്തിലും പരിഹാരമുണ്ടായി. ഓർക്കാപ്പുറത്ത് യജമാനൻ എന്നോടൊരിക്കൽ ചോദിച്ചു:

"നിനക്ക് എന്തുപറ്റി, പെഷ്ക്കോവ്? മുഷിഞ്ഞോ? അതോ അസുഖം വല്ലതുമുണ്ടോ?"

എന്റെ സങ്കടം മുഴുവനും ഞാൻ അയാളോടു തുറന്നുപറഞ്ഞു. അയാൾ നെറ്റി ചുളിച്ചു.

"പുസ്തകം നിന്നെകൊണ്ടു ചാടിക്കുന്നതെവിടെയാണെന്നു കണ്ടോ?" അയാൾ പറഞ്ഞു. "എന്തായാലും അതുകൊണ്ട് ദ്രോഹമേ ഉണ്ടാകൂ".'

എനിക്ക് അമ്പതു കോപ്പെക്കു തന്നിട്ട് അയാൾ കർശനമായി താക്കീതുചെയ്തു:

"എന്റെ ഭാര്യയോടോ അമ്മയോടോ ഒരക്ഷരം മിണ്ടിപ്പോകരുത്, അവരറിഞ്ഞാൽ പിന്നെ ചെവി കേൾക്കണ്ട!"

സൗമനസ്യമാർന്ന ഒരു ചിരിയോടെ അയാൾ ഇത്രയുംകൂടി പറഞ്ഞു:

"നീ വലിയ വാശിക്കാരനാണല്ലോടാ! സാരമില്ല. അതു നല്ലതാണ്. പക്ഷെ പുസ്തകം വിട്ടുകള! ആണ്ടു പിറക്കുമ്പോൾ ഞാൻ നല്ലൊരു പത്രം വരുത്താം. നീ അതു വായിച്ചോ..."

അങ്ങിനെ എന്നും വൈകീട്ട് ചായയ്ക്കും അത്താഴത്തിനുമിടയ്ക്കുള്ള സമയത്ത് ഞാൻ വീട്ടുകാരെ 'മോസ്ക്കോ പത്രിക' വായിച്ചുകേൾപ്പിച്ചു. വാഷ്ക്കോവ്, റൊക്ഷാനിൽ, റുദ്നിക്കോവ്സ്ക്കി, എന്നിവരുടെ നോവലുകളും, മട്ടുപ്പുകൊണ്ടു വീർപ്പുമുട്ടുന്നവരെ ഉദ്ദേശിച്ചെഴുതിയ അത്തരം മറ്റു കൃതികളും അതിൽ പ്രസിദ്ധീകരിച്ചുവന്നു.

ഉറക്കെ വായിക്കാൻ എനിക്കു തീരെ ഇഷ്ടമല്ല. അങ്ങിനെ വായിക്കുന്നത് എനിക്കു ശരിക്കു മനസ്സിലാവുകയില്ല. പക്ഷെ വീട്ടുകാർ ഏതാണ്ട് ഭക്തിനിർഭരമായ ഉത്സാഹത്തോടെ ചെവികൂർപ്പിച്ച് വായന കേൾക്കും.

നായകനോടു പ്രവർത്തിച്ച ദ്രോഹത്തെച്ചൊല്ലി ആശ്ചര്യപ്രകടനങ്ങൾ നടത്തും. എന്നിട്ട് അഭിമാനപൂർവ്വം പരസ്പരം പറയും.

"ഇതൊന്നുമറിയാതെ നമ്മൾ ഇവിടെ സ്വൈര്യമായും സ്വസ്ഥമായും ജീവിക്കുകയാണ്. കർത്താവിനു സ്തുതി!"

അവർ സംഭവങ്ങൾ കൂട്ടിക്കുഴയ്ക്കും. പേരുകേട്ട കൊള്ളക്കാരനായ ചുർക്കിന്റെ വീരപരാക്രമങ്ങൾ വണ്ടിക്കാരനായ ഫോമ ക്രൃച്ചിനയുടെ മേൽ ആരോപിക്കും. പേരുകൾ എപ്പോഴും കൂട്ടിക്കുഴയ്ക്കും. ഞാൻ അവ തിരുത്തുമ്പോൾ അവർ അത്ഭുതത്തോടെ പറയും:

"ചെറുക്കന് എന്തൊരു ഓർമ്മശക്തിയാണ്!"

"മോസ്ക്കോ പത്രിക" ഇടക്കിടയ്ക്ക് ലിയൊനിദ് ഗ്രവെയുടെ കവിതകൾ പ്രസിദ്ധപ്പെടുത്താറുണ്ട്. എനിക്കവ വളറെയേറെ ഇഷ്ടപ്പെട്ടു. ഞാൻ അവയിൽ കുറെയെണ്ണം എന്റെ നോട്ടുപുസ്തകത്തിൽ പകർത്തിയെടുത്തു. പക്ഷെ യജമാനത്തിമാർ കവിയെപ്പറ്റി പറഞ്ഞത് ഇങ്ങനെയാണ്:

"നോക്കണേ വയസ്സുകാലത്ത് ഒരു കവിതയെഴുത്ത്!"

"കുടിയനും അരക്കിറുക്കനുമല്ലേ. പിന്നെങ്ങിനെയായാൽ അയാൾക്കെന്താ!"

സ്ത്രുഷ്ക്കിന്റേയും മെമെന്റൊ—മോറി പ്രഭുവിന്റേയും കവിതകൾ എനിക്കിഷ്ടപ്പെട്ടു. പക്ഷെ കവിതകളെന്നു പറയുന്നത് വെറും അസംബന്ധമാണെന്നു പെണ്ണുങ്ങൾ രണ്ടുപേരും തറപ്പിച്ചുപറഞ്ഞു.

"കോമാളികളും നാടകക്കാരും മാത്രമേ കവിത പറയൂ."

ആ കുടുസ്സായ കൊച്ചുമുറിയിൽ വീട്ടുകാരുടെ കണ്ണിനു നേരെമുമ്പിൽ ഇരിക്കേണ്ടിവന്ന ആ ഹേമന്തസായാഹ്നങ്ങൾ ദുസ്സഹങ്ങളായിരുന്നു. ജനാലയ്ക്കു വെളിയിലുള്ളത് നിർജ്ജീവമായ രാത്രിയാണ്. ഇടയ്ക്കിടയ്ക്ക് കൊടുംമഞ്ഞിന്റെ കിരുകിരുപ്പു കേൾക്കാം. ആളുകൾ മേശയ്ക്കരികിൽ, ഐസിലിട്ട മീനുകളെപ്പോലെ, മൂകരായിരിക്കുകയാണ്. ചിലപ്പോൾ കാറ്റ് ചുമരുകളിലും ജനാലച്ചില്ലുകളിലും മാന്തിപ്പറിക്കും, പുകക്കുഴലുകളിലൂടെ ഉച്ചത്തിലോരിയിടും, അവയുടെ മൂടികളിൽ ആഞ്ഞടിക്കും, കുട്ടികളുടെ മുറിയിൽനിന്ന് കരച്ചിൽ കേൾക്കാം. വല്ല ഇരുണ്ട കോണിലും പോയി നിന്ന് ചെന്നായെപ്പോലെ ഓരിയിടാൻ ഞാൻ കൊതിച്ചു.

ഉടുപ്പു തുന്നിക്കൊണ്ടോ കാലുറകൾ തയ്ച്ചുകൊണ്ടോ മേശയുടെ ഒരറ്റത്ത് പെണ്ണുങ്ങൾ ഇരിക്കുന്നു. മറ്റേ അറ്റത്ത് കുനിഞ്ഞിരിക്കുന്ന വിക്തർ മനസ്സില്ലാമനസ്സോടെ ഏതോ വരപ്പു പകർത്തുകയാണ്. ഇടയ്ക്കിടയ്ക്ക് അയാൾ അട്ടഹസിക്കും:

“മേശ കലുക്കല്ലേ! മനുഷ്യരെ കിടത്തിപ്പൊറുപ്പിക്കില്ല!”

ഒരു വശത്തു മാറി വലിയൊരു തയ്യൽച്ചട്ടത്തിന്റെ മുമ്പിലിരുന്നു കൊണ്ട് യജമാനൻ കുറുക്കിഴയിട്ട് ഒരു മേശവിരിയിൽ ചിത്രത്തുന്നൽ ചെയ്യുകയാണ്. ചുവന്ന ഞണ്ടുകളും നീല മത്സ്യങ്ങളും മഞ്ഞത്തുമ്പികളും തവിട്ടുനിറമുള്ള ശാരദദലങ്ങളും അയാളുടെ വിരലുകൾക്കിടയിൽ നിന്ന് ഉരുത്തിരിഞ്ഞുവന്നു. അയാൾ തന്നെയാണ് അവയെല്ലാം വരച്ചുണ്ടാക്കിയത്. അതിന്റെ പണി തുടങ്ങിയിട്ട് ഇതു മൂന്നാമത്തെ ഹേമന്തമാണ്. അയാൾക്കു ശരിക്കും മടുത്തിരിക്കുന്നു. പലപ്പോഴും പകൽസമയത്ത് ഞാൻ വെറുതെ ഇരിക്കുകയാണെങ്കിൽ അയാൾ പറയും:

“പെഷ്ക്കോവ്, ആ മേശവിരിയിൽ നിന്റെ കൈവിരുതൊന്നു പ്രയോഗിക്ക്!”

തടിച്ച സൂചിയുമെടുത്ത് ഞാൻ എന്റെ കൈവിരുതു പ്രയോഗിക്കും. യജമാനനെ ഓർത്ത് എനിക്കു സങ്കടം തോന്നി. ആവുംവിധത്തിൽ അയാളെ സഹായിക്കാൻ ഞാൻ എപ്പോഴും സന്നദ്ധനായിരുന്നു. ഈ വരപ്പും ചിത്രത്തയ്യലും ചീട്ടുകളിയുമെല്ലാം ഇട്ടെറിഞ്ഞ് അയാൾ എന്നെങ്കിലുമൊരു ദിവസം രസകരമായ മറ്റു വല്ലതും ചെയ്തുതുടങ്ങുമെന്ന് എനിക്കു തോന്നി. പണിയെടുത്തുകൊണ്ടിരിക്കുന്നതിനിടയിൽ പെട്ടെന്ന് അതെല്ലാം നിർത്തിവച്ച്, മുമ്പു കണ്ടിട്ടില്ലാത്ത മട്ടിൽ അതിലേക്ക് അത്ഭുതത്തോടെ തുറിച്ചുനോക്കുമ്പോൾ അയാൾ ചിന്തിക്കുന്നത് ആ രസകരമായ മറ്റു വല്ലതിനേയും കുറിച്ചായിരിക്കും. നെറ്റിയിലേക്കും കവിൾത്തടങ്ങളിലേക്കും ഊർന്നുവീണ മുടിയുമായി നിൽക്കുന്ന അയാളെ അപ്പോൾ കണ്ടാൽ ആശ്രമത്തിലേക്ക് ആദ്യമായി കടന്നു ചെല്ലുന്ന ഒരു യുവസന്ന്യാസിയാണെന്നു തോന്നും.

“എന്താണ് ആലോചന?” ഭാര്യ ചോദിക്കും.

“ഓ പ്രത്യേകിച്ചൊന്നുമില്ല,” എന്നു പറഞ്ഞുകൊണ്ട് അയാൾ പണി തുടരും.

ഞാൻ നിശ്ശബ്ദം അത്ഭുതപ്പെടും. ഒരാൾ എന്താലോചിക്കുന്നുവെന്നു ചോദിക്കാൻ എങ്ങിനെ കഴിയും ? ആ ചോദ്യത്തിന് എങ്ങിനെ മറുപടി പറയും? ഒരാൾ ഒരേ സമയത്ത് പലതിനെക്കുറിച്ചും ആലോചിക്കും. ഇപ്പോൾ കൺമുമ്പിൽ കാണുന്നതിനെക്കുറിച്ചും ഇന്നലെ കണ്ടതിനെക്കുറിച്ചും ഒരു വർഷം മുമ്പു കണ്ടതിനെക്കുറിച്ചുമെല്ലാം ആലോചിക്കും. എല്ലാം അസ്പഷ്ടവും അനിയതവുമാണ്. സദാ നീങ്ങുകയും മാറിമറിയുകയും ചെയ്തുകൊണ്ടിരിക്കുന്നവയാണ്.

'മോസ്ക്കോപത്രിക'യിലെ ലേഖനങ്ങൾ വായിക്കാൻ ഒരു സായാഹ്നം മുഴുവൻ വേണ്ട. കിടപ്പുമുറിയിലെ കട്ടിലിനടിയിൽ കിടക്കുന്ന മാസികകൾ വായിക്കാമെന്നു ഞാൻ നിർദ്ദേശിച്ചു. കൊച്ചെജമാനത്തി അവിശ്വാസത്തോടെ പറഞ്ഞു:

"അതിലൊക്കെ വായിക്കാനെന്തിരിക്കുന്നു? വെറും പടങ്ങൾ മാത്രമേയുള്ളൂ."

പക്ഷെ കട്ടിലിനടിയിൽ 'ചിത്രാവലോകന' ത്തിനു പുറമെ 'ജ്വാല' യുമുണ്ടായിരുന്നു. അതിൽനിന്ന് ഞങ്ങൾ സാലിയാസെഴുതിയ 'ത്യാത്തിൻ—ബാൾട്ടിയിസ്ക്കി പ്രഭു' എന്ന കഥ വായിക്കാൻ തുടങ്ങി. മഠയനായ കഥാനായകനെ യജമാനന് വളരെയങ്ങിഷ്ടപ്പെട്ടു. ആ പ്രഭുകുമാരന്റെ നിർഭാഗ്യപരാക്രമങ്ങൾ കേട്ട് ചിരിച്ചുചിരിച്ച് യജമാനന്റെ കണ്ണുകളിൽ വെള്ളമൂറി.

"നല്ല തമാശ!" അയാൾ പറയും.

"ഒക്കെ നുണ!" തന്റെ അഭിപ്രായസ്വാതന്ത്ര്യം പ്രകടിപ്പിക്കാൻ വേണ്ടി ഭാര്യ പറയും.

കട്ടിൽക്കീഴിലെ മാസികാശേഖരങ്ങൾകൊണ്ട് എനിക്കു വലിയൊരു ഗുണം കിട്ടി. അവയെ അടുക്കളയിൽ കൊണ്ടുപോയി രാത്രി വായിക്കാനുള്ള അവകാശം ഞാൻ നേടിയെടുത്തു.

എന്റെ ഭാഗ്യത്തിന്, ആയ കുടിച്ചു വെളിവു കെട്ട സംഭവത്തിനുശേഷം കുഞ്ഞുങ്ങളുടെ മുറിയിലാണ് കിളവിയുടെ ഉറക്കം. ഞാൻ വായിക്കുന്നതിനോട് വിക്തർക്ക് എതിർപ്പൊന്നുമില്ല. എല്ലാവരും ഉറക്കം പിടിക്കുമ്പോൾ അയാൾ ഒച്ച കേൾപ്പിക്കാതെ വസ്ത്രം മാറി പുറത്തു കടക്കും. നേരം വെളുത്തിട്ടേ മടങ്ങൂ. യജമാനത്തി മെഴുകുതിരി എടുത്തുകൊണ്ടു പോകുന്നതുകൊണ്ട് എനിക്കു വായിക്കാൻ വെളിച്ചമില്ല. മെഴുകുതിരി വാങ്ങാൻ കയ്യിൽ പണവുമില്ല. ഞാൻ അതുകൊണ്ട് മെഴുകുതിരിക്കാലുകളിൽ പറ്റിപ്പിടിച്ചിരിക്കുന്ന മെഴുകെല്ലാം അടർത്തിയെടുത്ത്, മീൻ വരുന്ന കാലി ടിന്നിനകത്ത് ആരും കാണാതെ ഇട്ടുവച്ചു. അതിന്റെ മീതെ കുറച്ചു വിളക്കെണ്ണയൊഴിച്ച് നൂല്പ് പിരിച്ചൊരു തിരിയുമുണ്ടാക്കി. പുകഞ്ഞ് കത്തുന്ന ആ വിളക്ക് ഞാൻ അടുപ്പിന്റെ മുകളിൽ വച്ചു.

തടിച്ച പുസ്തകത്തിന്റെ താളൊന്നു മറിക്കുമ്പോഴേയ്ക്ക് ചുവപ്പുനിറമാർന്ന കൊച്ചു തീനാളം ഉലഞ്ഞ് കെടാൻ ഭാവിക്കും. വല്ലാത്ത മണമുതിർക്കുന്ന മെഴുകിലേക്ക് തിരി താണുകൊണ്ടിരുന്നു. പുക എന്റെ കണ്ണിൽ കുത്തി. എന്നാൽ ആ ചിത്രങ്ങൾ നോക്കുകയും അവയ്ക്കിടയിലെ വിശദീകരണക്കുറിപ്പുകൾ വായിക്കുകയും ചെയ്തപ്പോൾ എനിക്കുണ്ടായ

ആനന്ദാനുഭൂതിയുമായി തട്ടിച്ചുനോക്കുമ്പോൾ ആ ശല്യങ്ങളെല്ലാം നിസ്സാരമായിരുന്നു.

മായാനഗരങ്ങളും ഉന്നതശൃംഗങ്ങളും നയനമനോഹരങ്ങളായ കടലോരങ്ങളുമെല്ലാമുള്ള അതിവിശാലമായൊരു ലോകം എന്റെ കൺമുമ്പിൽ ചുരുൾനിവർന്നു. ജീവിതം അത്ഭുതകരമാംവണ്ണം വൈപുല്യ മാർജ്ജിച്ചു. ജനബഹുലവും നഗരസമ്പന്നവും വൈവിധ്യപൂർണ്ണവുമായ ഭൂമി പൂർവ്വാധികം ആകർഷകമായിത്തോന്നി. വോൽഗാനദിയ്ക്കപ്പുറത്തുള്ള വിദൂരതയിലേക്ക് ഇപ്പോൾ കണ്ണയച്ചപ്പോൾ അവിടം വെറും ശൂന്യതയല്ലെന്ന് എനിക്കു മനസ്സിലായി. മുമ്പൊക്കെ അങ്ങോട്ടുനോക്കുമ്പോൾ എനിക്ക് എന്തെന്നില്ലാത്തൊരു മടുപ്പ് അനുഭവപ്പെടുമായിരുന്നു. ഇടയ്ക്കിടയ്ക്ക് കുറ്റിക്കാടുകളുടെ കരിമ്പാട്ടുകളുമായി നീണ്ടുപരന്നു കിടക്കുന്ന പുൽപ്പരപ്പുകൾ. അവയുടെ അറ്റത്ത് കുതവെട്ടിയ മതിൽപോലെ കിടക്കുന്ന കറുത്ത കാട്. അതിനു മുകളിൽ മൂടിക്കെട്ടിയ തണുത്ത ആകാശം. ഭൂമി ഏകാന്തശൂന്യമായി കിടന്നു. എന്റെ ഹൃദയവും ശൂന്യമായിരുന്നു. നേരിയൊരു വിഷാദം മാത്രം അതിൽ സ്പന്ദിച്ചുകൊണ്ടിരുന്നു. എല്ലാ ആശയും അപ്രത്യക്ഷമായി. ചിന്തിക്കാനൊന്നുമില്ല. എനിക്ക് കണ്ണൊന്നടച്ചാൽ മാത്രം മതി. ഹൃദയത്തിൽനിന്ന് ഉള്ളതെല്ലാം ചോർത്തിക്കളയുന്ന വിഷാദമൂകമായ ഈ പാഴ്ഭൂമിയിൽ ആശയ്ക്കിടമില്ല.

ചിത്രങ്ങളുടെ അടിക്കുറിപ്പുകൾ അന്യനാടുകളെക്കുറിച്ചും അന്യജനതകളെക്കുറിച്ചും ലളിതമായ ഭാഷയിൽ പ്രതിപാദിച്ചു. നടന്നുകഴിഞ്ഞതും നടന്നുകൊണ്ടിരിക്കുന്നതുമായ പല സംഭവങ്ങളേയും വിവരിച്ചു. അവയിൽ പലതും എനിക്കു മനസ്സിലായില്ല. അതെന്നെ ഈർഷ്യപ്പെടുത്തി. “മെറ്റാഫിസിക്സ്,””കിലിയസം,””ചാർട്ടിസ്റ്റ് “ തുടങ്ങിയ പദങ്ങൾ ഇടയ്ക്കിടയ്ക്ക് എന്റെ തലച്ചോറിലേക്കു തുളച്ചുകയറി. അവ എന്നെ കലശലായി അലട്ടി. ഭീമാകാരം ആർജ്ജിച്ചുകൊണ്ട് മറ്റെല്ലാറ്റിനേയും നിഷ്പ്രഭമാക്കി. ആ വാക്കുകളുടെ അർത്ഥമറിയാത്തിടത്തോളം കാലം മറ്റൊന്നും മനസ്സിലാവുകയില്ലെന്ന് എനിക്കു തോന്നി. എല്ലാ രഹസ്യങ്ങളുടേയും പടിവാതിൽക്കൽ അവ കാവൽ നിൽക്കുകയാണ്. പലപ്പോഴും പല വാചകങ്ങളും അതേപടി എന്റെ ഓർമ്മയിൽ ദീർഘകാലം തങ്ങിനിൽക്കും—ഉള്ളംകയ്യിൽ തറച്ചുകയറുന്ന ആരുപോലെ. മറ്റൊന്നിനെക്കുറിച്ചും ചിന്തിക്കാൻ അവ സമ്മതിക്കില്ല.

വിചിത്രമായ ചില വരികൾ വായിച്ചത് ഞാനോർക്കുന്നു:

ഇരുണ്ട മരുഭൂമിയിലൂടെ ഇരുമ്പുകവചവും ധരിച്ച്
ശ്മശാനമൂകതയും രൗദ്രതയും പേറി
ഹൂണരാജാവായ അറ്റില കുതിച്ചുവരുന്നു.

പിന്നാലെ പാഞ്ഞുവരുന്ന പടയാളികളുടെ കറുത്ത മേഘം ഗർജ്ജിച്ചു:

റോമെവിടെ? മഹോത്തരറോമെവിടെ?

റോം ഒരു നഗരമാണെന്ന് എനിക്കറിയാമായിരുന്നു. പക്ഷെ ആരാണീ ഹൂണന്മാർ? അതറിഞ്ഞേ തീരൂ.

നല്ല സമയം നോക്കി ഞാൻ യജമാനനോടു ചോദിച്ചു.

"ഹൂണന്മാരോ?" അയാൾ അത്ഭുതത്തോടെ ആവർത്തിച്ചു. "ചെകുത്താനറിയാം വല്ല പിച്ചക്കാരുമായിരിക്കും."

അയാൾ പ്രതികൂലഭാവത്തിൽ തല കുലുക്കി.

"നീ തലയ്ക്കകത്ത് എന്തെല്ലാം അസംബന്ധമാണ് കുത്തിനിറച്ചിരിക്കുന്നത്! ഇതു നല്ലതല്ല, പെഷ്ക്കോവ്!"

നല്ലതോ ചീത്തയോ ആകട്ടെ, എനിക്ക് അതു അറിയണം.

പട്ടാളറെജിമെന്റിലെ പുരോഹിതനായ സെലൊവ്യോവിന് ഹൂണന്മാരാരാണെന്ന് അറിയാമായിരിക്കണമെന്നു ഞാൻ ഊഹിച്ചു. മുറ്റത്തുവച്ചു കണ്ടപ്പോൾ ഞാൻ അയാളോട് അക്കാര്യം ചോദിച്ചു.

സദാ അനാരോഗ്യവാനും മുൻകോപിയുമായി കാണപ്പെട്ട ആ മനുഷ്യന് വിളറിയ മുഖവും പുരികമില്ലാത്ത ചുവന്ന കണ്ണുകളും മഞ്ഞച്ച ചെറിയൊരു ഊശാൻതാടിയുമുണ്ടായിരുന്നു. കറുത്ത വടി മണ്ണിൽ കുത്തിക്കൊണ്ട് അയാൾ ചോദിച്ചു:

"നിനക്ക് അതറിഞ്ഞിട്ടെന്തു വേണം?"

എന്റെ ചോദ്യത്തോടുള്ള ലെഫ്റ്റനന്റ് നെസ്തെറൊവിന്റെ പ്രതികരണം രൂക്ഷമായ ഒരു പൊട്ടിത്തെറിയായിരുന്നു:

"എന്ത്?"

മരുന്നുകടയിൽപോയി എന്നോടെപ്പോഴും സ്നേഹപൂർവ്വം പെരുമാറുന്ന കടക്കാരനോട് ചോദിച്ചറിയാമെന്നു ഞാൻ നിശ്ചയിച്ചു. വിവരമുള്ളയാളാണെന്ന് മുഖം കണ്ടാലറിയാം. വലിയ മൂക്കത്ത് സ്വർണ്ണച്ചട്ടമുള്ള ഒരു കണ്ണടയുണ്ട്.

"കിർഗീസുകാരെപ്പോലുള്ള ഒരു നാടോടിവർഗ്ഗക്കാരായിരുന്നു ഹൂണന്മാർ," മരുന്നുകടക്കാരനായ പാവെൽ ഗോൾഡ്ബർഗ്ഗ് പറഞ്ഞുതന്നു. "അവരിപ്പോഴില്ല. ആ വർഗ്ഗമേ നശിച്ചു."

എനിക്കു നിരാശയും ദേഷ്യവും തോന്നി—ഹൂണന്മാർക്കു വംശനാശം സംഭവിച്ചതുകൊണ്ടല്ല, എന്നെ ഇത്രയേറെ ദണ്ഡിപ്പിച്ച ആ വാക്കിന് ഇത്ര ലളിതവും നിഷ്പ്രയോജനവുമായ അർത്ഥമാണല്ലോ ഉള്ളതെന്നോർത്ത്.

എങ്കിലും ഗുണന്മാരോട് എനിക്കു നന്ദി തോന്നി. അവരുമായുള്ള സമ്പർക്കത്തിനു ശേഷം വാക്കുകൾ എന്നെ അലട്ടാതായി. മാത്രമല്ല, അറ്റില കാരണം എനിക്ക് മരുന്നുകടക്കാരൻ ഗോൾഡ്ബർഗ്ഗമായി പരിചയപ്പെടാനും കഴിഞ്ഞു.

ഗഹനങ്ങളായ എല്ലാ വാക്കുകളുടേയും ലളിതമായ അർത്ഥം ആ മനുഷ്യന് അറിയാമായിരുന്നു. ഏതു രഹസ്യത്തിന്റേയും ചാവി അയാളുടെ കയ്യിലുണ്ട്. രണ്ടു വിരലുകളുയർത്തി കണ്ണട നേരെവച്ച്, തടിച്ച ചില്ലുകളിലൂടെ എന്റെ കണ്ണുകളിലേക്ക് ഉറ്റുനോക്കിക്കൊണ്ട് എന്റെ നെറ്റിയിൽ ആണിയടിച്ചു കയറ്റുന്നതുപോലെ അയാൾ സംസാരിച്ചുതുടങ്ങും:

“എന്റെ ചങ്ങാതി, വാക്കുകളെന്നു പറയുന്നതു മരത്തിലെ ഇലകൾ പോലെയാണ്. എന്തുകൊണ്ടാണ് ഇലകൾ ഇങ്ങനെയായത് എന്നറിയണമെങ്കിൽ മരം എങ്ങിനെ വളരുന്നുവെന്ന് അറിഞ്ഞിരിക്കണം. നീ പഠിക്കണം. എന്റെ ചങ്ങാതി, പുസ്തകങ്ങൾ നല്ലൊരു പൂന്തോട്ടം പോലെയാണ്. സുഖകരവും ഗുണപ്രദവുമായ സർവ്വതും അതിലുണ്ട്.”

നെഞ്ചെരിച്ചിൽ ഒരിക്കലും വിട്ടുമാറാത്ത വീട്ടിലെ മുതിർന്നവർക്ക് സോഡയും മഗ്നീഷ്യയും കുഞ്ഞുങ്ങൾക്ക് ബേബെറി എണ്ണയും വിരേചനൗഷധങ്ങളും വാങ്ങാൻവേണ്ടി ഞാൻ കൂടെക്കൂടെ മരുന്നുകടയിലേക്ക് ഓടാറുണ്ട്. മരുന്നുകടക്കാരന്റെ കാര്യമാത്രപ്രസക്തമായ പ്രബോധനങ്ങൾ പുസ്തകങ്ങളോട് കൂടുതൽ ഗൗരതരമായ ഒരു മനോഭാവം എന്നിൽ വളർത്തി. ഒരു മദ്യപാനിക്ക് വോഡ്ക്ക എങ്ങിനെയൊ അതേപോലെ അവ ഞാനറിയാതെതന്നെ എനിക്ക് അനുപേക്ഷണീയമായിത്തീർന്നു.

അവ എനിക്കു മറ്റൊരു ലോകം കാട്ടിത്തന്നു—മനുഷ്യരെ വീരകൃത്യങ്ങളിലേക്കും കൊട്ടുംപാതകങ്ങളിലേക്കും തള്ളിവിടുന്ന ഊറ്റമേറിയ അഭിലാഷങ്ങളുടേതും വികാരങ്ങളുടേതുമായ ഒരു ലോകം. എന്റെ ചുറ്റിനുമുള്ളവർ വീരകൃത്യങ്ങൾക്കും പാതകങ്ങൾക്കും ഒരുപോലെ അപ്രാപ്തരാണെന്ന് എനിക്കറിയാമായിരുന്നു. പുസ്തകങ്ങളിൽ എഴുതിവച്ചിട്ടുള്ളതിൽനിന്നെല്ലാം അകന്നുമാറിയാണ് അവർ ജീവിക്കുന്നത്. അവരുടെ ജീവിതത്തിൽ രസകരമായിട്ടെന്തെങ്കിലും കണ്ടെത്താൻ വിഷമമാണ്. ഒരു കാര്യം എനിക്കു വ്യക്തമായിരുന്നു—അവരെപ്പോലെ എനിക്കു ജീവിക്കണ്ട. തീർച്ച

പ്രാഗിലും ലണ്ടനിലും പാരീസിലുമൊന്നും ചപ്പുംചവറും നിറഞ്ഞ ഓടകളും ചാലുകളും നഗരമദ്ധ്യത്തിലില്ലെന്ന് ചിത്രങ്ങളുടെ അടിക്കുറിപ്പുകളിൽനിന്നു ഞാൻ മനസ്സിലാക്കി. വളവില്ലാത്ത വീതിയേറിയ നിരത്തുകളാണ് അവിടങ്ങളിലുള്ളത്. കെട്ടിടങ്ങളും പള്ളികളും വേറേ

മാതിരിയാണ്. ശൈത്യകാലമായ ആറുമാസം മുഴുവനും ആളുകൾ വീട്ടിനകത്ത് അടച്ചിരിക്കുന്നില്ല. ഉപ്പിലിട്ട മുട്ടക്കൂസും കൂണും ഓട്സ്മാവും അറയ്ക്കുന്ന ചണയെണ്ണ കലർത്തിയ ഉരുളക്കിഴങ്ങുമൊഴികെ മറ്റൊന്നും തിന്നുകൂടാത്ത നോമ്പുകാലവും അവിടില്ല. നോമ്പുകാലത്ത് പുസ്തകം വായിച്ചുകൂടാ. "ചിത്രാവലോകനം" എന്റടുത്തുനിന്ന് എടുത്തുകൊണ്ടു പോയി. ശൂന്യമായ നോമ്പുകാലജീവിതം എന്നെ ഗ്രസിച്ചു. പുസ്തകങ്ങളിൽ വായിച്ചറിഞ്ഞ ജീവിതവുമായി അതിനെ ഒന്ന് താരതമ്യപ്പെടുത്തി നോക്കാൻ എനിക്കിപ്പോൾ കഴിഞ്ഞു. അതോടെ അത് പൂർവ്വാധികം വിരസവും വികൃതവുമായിത്തോന്നി. വായിച്ചുകൊണ്ടിരുന്നപ്പോൾ എനിക്കു മുമ്പത്തേക്കാൾ ശക്തിയും ആരോഗ്യവും അനുഭവപ്പെട്ടു. ഞാൻ വാശിയോടും ചുണയോടുംകൂടി പണിയെടുത്തു. കാരണം എനിക്കൊരു ലക്ഷ്യമുണ്ടായിരുന്നു എത്രയും നേരത്തെ പണി തീർക്കുന്നോ അത്രയും കൂടുതൽ സമയം വായിക്കാം. ഇപ്പോൾ പുസ്തകമില്ലാതെ വന്നപ്പോൾ ഞാൻ അലസനും അശ്രദ്ധനുമായിത്തീർന്നു. മുമ്പൊരിക്കലും അനുഭവപ്പെടാത്ത വല്ലാത്തൊരു മറവി ഒരു മാറാരോഗംപോലെ എന്നെ പിടികൂടി.

ആ വിരസദിനങ്ങൾക്കിടയിലാണ് ഒരു നിഗൂഢസംഭവം നടന്നത്. ഒരു ദിവസം രാത്രി എല്ലാവരും ഉറങ്ങാൻ കിടന്നു കഴിഞ്ഞപ്പോൾ പെട്ടെന്ന് പള്ളിയിൽ കൂട്ടമണിയടിക്കാൻ തുടങ്ങി. എല്ലാവരും അപ്പോൾത്തന്നെ ഉണർന്നെണീറ്റ് കയ്യിൽക്കിട്ടിയ വസ്ത്രവുമെടുത്തിട്ട് ജനാലകളുടെ നേർക്കു പാഞ്ഞു.

"അപകടസൂചനയാണോ? തീപിടുത്തമാണോ?" അവർ പരസ്പരം ചോദിച്ചു

മറ്റു വീടുകളിലെ ആളുകളും അനങ്ങുന്നതും കതകു തുറന്നടയ്ക്കുന്നതും കേൾക്കാം. ആരോ കുതിരയുടെ കടിഞ്ഞാണും പിടിച്ച് മുറ്റത്തുകൂടി ഓടുന്നത് കണ്ടു. പള്ളി കൊള്ളയടിച്ചെന്ന് യജമാനത്തിയായ വൃദ്ധ വിളിച്ചുപറഞ്ഞു. യജമാനൻ ഉടനെ അവരുടെ വാ പൊത്തി.

"മിണ്ടാതിരിക്കു. അമ്മേ. അപകടസൂചനയല്ലെന്ന് കേട്ടാലറിഞ്ഞുകൂടേ!"

"എന്നാൽ മെത്രാൻ മരിച്ചിട്ടുണ്ട്."

കിടക്കുന്ന തട്ടിൽനിന്ന് വിക്തർ ഇറങ്ങിവന്നു.

"നടന്നതെന്താണെന്ന് എനിക്കറിയാം," വസ്ത്രം ധരിക്കുന്നതിനിടയിൽ അയാൾ പറഞ്ഞു.

തട്ടമ്പുറത്തു പോയി ആകാശം ചുവന്നിട്ടുണ്ടോ എന്നു നോക്കാൻ യജമാനൻ എന്നോടു പറഞ്ഞു. ഞാൻ തട്ടമ്പുറത്തേക്കോടിക്കയറി ജനാലയിലൂടെ മേൽക്കൂരയിലിറങ്ങി ചുറ്റും നോക്കി. ആകാശത്തു ചുവപ്പു കണ്ടില്ല. എങ്കിലും തണുത്തുറഞ്ഞ നിശ്ചലാകാശത്തിൽ കൂട്ടമണി മുഴങ്ങിക്കൊണ്ടേയിരുന്നു. ആളുകൾ ഓടുന്നതു കാണാൻ വയ്യെങ്കിലും അവരുടെ കാൽച്ചുവട്ടിൽ മഞ്ഞു ഞെരിയുന്നതു കേൾക്കാം. ഹിമവണ്ടികളുടെ കിറുകിറുപ്പും കേട്ടു. പള്ളിമണി കൂടുതൽ ഭീഷണമായി മുഴങ്ങി. ഞാൻ താഴോട്ടോടിയിറങ്ങി.

"തീപിടുത്തമല്ല."

"പിന്നെന്താണ് ദൈവമേ!" കോട്ടും തൊപ്പിയും ധരിച്ചു കഴിഞ്ഞിരുന്ന യജമാനൻ പറഞ്ഞു. അയാൾ സങ്കോചത്തോടെ ബൂട്ടുകളിലേക്ക് കാൽ തിരുകിക്കയറ്റി.

"അയ്യോ പോകരുത്! പോകരുത്!" ഭാര്യ യാചിച്ചു.

"അസംബന്ധം!"

വസ്ത്രമണിഞ്ഞുകഴിഞ്ഞിരുന്ന വിക്തർ "കാര്യമെന്താണെന്ന് എനിക്കറിയാം," എന്നു പറഞ്ഞ് സകലരേയും ശല്യപ്പെടുത്തി.

സഹോദരന്മാർ ഇറങ്ങിക്കഴിഞ്ഞപ്പോൾ എന്നോട് സമോവാർ കത്തിക്കാൻ പറഞ്ഞിട്ട് പെണ്ണുങ്ങൾ രണ്ടുപേരും ജനാലകൾക്കു പിന്നിൽ സ്ഥലം പിടിച്ചു. എന്നാൽ ഏതാണ്ടപ്പോൾത്തന്നെ യജമാനൻ വാതിൽക്കൽ മണിയടിച്ചു. ഒന്നും മിണ്ടാതെ കോണിയിലൂടെ ഓടിക്കയറി കതകു തള്ളിത്തുറന്നുകൊണ്ട് അയാൾ കർക്കശസ്വരത്തിൽ അറിയിച്ചു:

"സാർചക്രവർത്തിയെ കൊന്നു!"

"അയ്യോ കൊന്നോ!" വൃദ്ധ നിലവിളിച്ചു.

"അതെ, കൊന്നു. എന്നോടു ഒരു ഓഫീസർ പറഞ്ഞതാണ്. ഇനി എന്തൊക്കെയാണോ ആവോ സംഭവിക്കാൻ പോകുന്നത്!"

അല്പംകഴിഞ്ഞപ്പോൾ വിക്തർ മണിയടിച്ചു. കോട്ടും തൊപ്പിയും ഊരുന്നതിനിടയിൽ അയാൾ ഈർഷ്യയോടെ പറഞ്ഞു:

"ഞാൻ വിചാരിച്ചു യുദ്ധം തുടങ്ങിയെന്ന്."

പിന്നീട് എല്ലാവരും ഇരുന്ന് ചായ കുടിക്കുകയും സ്വരംതാഴ്ത്തി കരുതലോടെ സംസാരിക്കുകയും ചെയ്തു. നിരത്ത് നിശ്ശബ്ദമായിക്കഴിഞ്ഞു. പള്ളിയിലെ മണിയടി നിന്നു. രണ്ടുദിവസം മുഴുവനും അവർ കുശുകുശുക്കുകയും എങ്ങോട്ടൊക്കെയോ പോവുകയും ആരെല്ലാമോ അവരെ

കാണാൻ വരികയും അവർ എന്തൊക്കെയോ വിസ്തരിച്ചു സംസാരിക്കു കയും ചെയ്തു. സംഭവിച്ചതെന്താണെന്നു മനസ്സിലാക്കാൻ ഞാൻ വളരെ ശ്രമിച്ചുനോക്കി. പക്ഷെ വീട്ടുടമസ്ഥർ പത്രങ്ങൾ ഞാൻ കാണാതെ ഒളിച്ചുവച്ചു. സാറിനെ കൊന്നതെന്തിനാണെന്നു സീദൊറൊവിനോടു ചോദിച്ചപ്പോൾ അയാൾ പതുക്കെപ്പറഞ്ഞു:

"അതെപ്പറ്റി മിണ്ടിക്കൂടാ."

നിത്യജീവിതത്തിന്റെ ക്ലേശങ്ങൾക്കിടയിൽ ആ സംഭവം വേഗം വിസ്മരിക്കപ്പെട്ടു. ഏറെത്താമസിയാതെ എനിക്ക് തികച്ചും അരോചക മായ ഒരനുഭവമുണ്ടായി.

ഒരു ഞായറാഴ്ച ദിവസം ഉച്ചയ്ക്ക് വീട്ടുകാർ പള്ളിയിൽ പൊയ്ക്കഴി ഞ്ഞപ്പോൾ ഞാൻ സമോവാർ കത്തിച്ചിട്ട് മുറികൾ തൂത്തുവാരാൻ പോയി. മൂത്ത കുഞ്ഞ് ആ സമയത്ത് അടുക്കളയിൽ കടന്നുവന്ന് സമോവാറിന്റെ നാളിയടപ്പ് ഊരിയെടുത്ത് മേശയ്ക്കടിയിലിരുന്നു കളി തുടങ്ങി. സമോവാറിന്റെ പുകക്കുഴൽ നിറയെ കനലായിരുന്നു. വെള്ളം ചോർന്നുപോയപ്പോൾ, വിളക്കിവച്ചിരുന്ന പുകക്കുഴൽ ഇളകിപ്പോന്നു. സമോവാറിൽനിന്ന് പതിവില്ലാത്തൊരു ആക്രോശവും സീൽക്കാരവും മറ്റേ മുറിയിൽനിന്നേ ഞാൻ കേട്ടു. ഓടിവന്ന് അടുക്കളയിൽ നോക്കി യപ്പോൾ കണ്ട കാഴ്ച! അത് ആകെ കരുവാളിച്ച് തുള്ളപ്പനി പിടിപെ ട്ടതുപോലെ വിറച്ചുതുള്ളുന്നു. നാളി സമോവാറിൽനിന്ന് ഇളകിപ്പോന്ന് വിഷണ്ണമായി തൂങ്ങിക്കിടക്കുന്നു. തുറന്നുപോയ അടപ്പ് ഒരു വശത്തേക്കു ചെരിഞ്ഞിരിക്കുന്നു. ഉരുകിയ വെള്ളോട് പിടികളിൽനിന്നു ഇറ്റിറ്റുവീഴുന്നു. ആ കറുത്തു കരുവാളിച്ച സമോവാർ കുടിച്ചു ലക്കുകെട്ടിരിക്കുകയാണെ ന്ന് ഒറ്റനോട്ടത്തിൽ തോന്നും. ഞാൻ തണുത്ത വെള്ളം ഒഴിച്ചപ്പോൾ അത് ചീറി ദയനീയമായി നിലത്തേക്കു മറിഞ്ഞു.

ആ നിമിഷത്തിലാണ് വാതിൽക്കൽ മണിയടി കേട്ടത്. ഞാൻ കതകു തുറന്നു സമോവാറിലെ വെള്ളം തിളച്ചോ എന്ന വൃദ്ധയുടെ ചോദ്യത്തിന് തിളച്ചു എന്ന് ഒറ്റവാക്കിൽ മറുപടി പറഞ്ഞു.

ഭയംകൊണ്ടും ലജ്ജകൊണ്ടും പറഞ്ഞുപോയ ആ മറുപടി ധിക്കാര മായി വ്യാഖ്യാനിക്കപ്പെടുകയും അത് ശിക്ഷയുടെ മാറ്റു കൂട്ടുകയും ചെയ്തു. എനിക്ക് അടി കിട്ടി. വൃദ്ധ പൈൻമരത്തിന്റെ കുറെ വാരികളെടുത്തുകൂട്ടി ക്കെട്ടി. അതുവച്ചാണ് എന്നെ തല്ലിയത്. എനിക്ക് അത്ര ഭയങ്കരമായി വേദനിച്ചില്ലെങ്കിലും അടി കഴിഞ്ഞപ്പോൾ അസംഖ്യം ആരുകൾ എന്റെ തൊലിയ്ക്കടിയിലേക്ക് തറച്ചുകയറിയിരുന്നു. വൈകുന്നേരമാ യപ്പോഴേക്ക് എന്റെ പുറം നീരുവന്ന് വീർത്ത് തലയിണപോലായി.

പിറ്റേന്ന് ഉച്ചയ്ക്ക് യജമാനന് എന്നെ ആശുപത്രിയിലേക്കു കൊണ്ടുപോകേണ്ടിവന്നു.

കണ്ടാൽ ചിരിവരുംവണ്ണം ചടച്ചുനീണ്ട ഡോക്ടർ എന്നെ പരിശോധിച്ചുകഴിഞ്ഞ് ആഴമുള്ള സ്വരത്തിൽ ശാന്തമായി പറഞ്ഞു:

"ക്രൂരത കാട്ടിയതായി എനിക്കു രേഖപ്പെടുത്തിയേ പറ്റൂ."

യജമാനന്റെ മുഖം ചുവന്നു. പാദങ്ങൾ അനക്കിക്കൊണ്ട് അയാൾ ഡോക്ടറോട് എന്തോ കുശുകുശുത്തു. പക്ഷെ അദ്ദേഹം അയാളുടെ തലയ്ക്കുമീതേക്കൂടി കണ്ണയച്ചുകൊണ്ട് അറത്തുമുറിച്ചു പറഞ്ഞു:

"സാദ്ധ്യമല്ല. എനിക്കതിനു അവകാശമില്ല."

എന്റെനേരെ തിരിഞ്ഞു അദ്ദേഹം ചോദിച്ചു:

"നീ പരാതി ബോധിപ്പിക്കുന്നുണ്ടോ?"

എന്റെ പുറം വല്ലാതെ വേദനിച്ചു. എങ്കിലും ഞാൻ പറഞ്ഞു:

"ഇല്ല. വേഗം വല്ലതും ചെയ്യൂ."

അവർ എന്നെ വേറൊരു മുറിയിലേക്കു കൊണ്ടുപോയി ഒരു മേശപ്പുറത്തുകിടത്തി. സുഖകരമായ തണുപ്പുള്ള കൊടിലുകൊണ്ട് ആരുകൾ വലിച്ചെടുക്കുന്നതിനിടയിൽ ഡോക്ടർ തമാശ പറഞ്ഞുകൊണ്ടിരുന്നു:

"നിന്റെ തൊലി ഒരു പരുവമാക്കിയിട്ടുണ്ടല്ലോ. ചങ്ങാതി. ഇനി അതിൽ വെള്ളം കേറില്ല."

എന്നെ വല്ലാതെ ഇക്കിളിപ്പെടുത്തിക്കൊണ്ട് അദ്ദേഹം ജോലി തുടർന്നു. പണി പൂർത്തിയായപ്പോൾ അദ്ദേഹം പറഞ്ഞു:

"നാല്പത്തിരണ്ട് ആരുകളാണ്, ചങ്ങാതി, ഞാൻ എടുത്തുകളഞ്ഞത്! നിനക്ക് കൂട്ടുകാരോട് വീമ്പടിക്കാൻ വകയായി. കെട്ടു മാറ്റാൻ നാളെ ഇതേ സമയത്ത് വരണം. നിനക്ക് കൂടെക്കൂടെ അടി കിട്ടാറുണ്ടോ?"

"മുമ്പത്തത്രയില്ല." ഒരു നിമിഷം ആലോചിച്ചിട്ട് ഞാൻ പറഞ്ഞു.

തന്റെ ആഴമുള്ള ശബ്ദത്തിൽ ഡോക്ടർ പൊട്ടിച്ചിരിച്ചു.

"എല്ലാം നന്നായിവരികയാണെന്നു വിചാരിച്ചോ, ചങ്ങാതി!"

എന്നെ യജമാനന്റെ അടുത്ത് തിരികെ ഏല്പിച്ചിട്ട് അദ്ദേഹം പറഞ്ഞു:

"ഇതാ പിടിച്ചോളൂ. ആള് ജോറായി. കെട്ടു മാറ്റാൻ നാളെ ഇങ്ങോട്ടയയ്ക്കണം. ഇവന് നർമ്മബോധമുള്ളത് നിങ്ങളുടെ ഭാഗ്യമെന്നു വിചാരിച്ചോളൂ."

കുതിരവണ്ടിയിൽ കയറി വീട്ടിലേക്കു മടങ്ങുമ്പോൾ യജമാനൻ പറഞ്ഞു:

"എനിക്കും അടി കിട്ടിയിട്ടുണ്ട്. പെഷ്ക്കോവ്. എന്തു ചെയ്യാം!പൊതിരെ തല്ലിയിട്ടുണ്ട്. നിനക്ക് ഒന്നുമില്ലെങ്കിലും ഞാനുണ്ടല്ലോ സങ്കടപ്പെടാൻ. എനിക്ക് ആരുമില്ലായിരുന്നു. ഒരൊറ്റ കുഞ്ഞുമില്ലായിരുന്നു. ആളുകളുടെ കൂട്ടംതന്നെ എവിടെയും. പക്ഷെ കുറച്ചൊരു അനുകമ്പ കാട്ടാൻ ഒരു നായിന്റെ മോനുമില്ല. കാട്ടുകോഴികൾ!"

വഴിനീളെ അയാൾ ഇങ്ങനെ ദേഷ്യപ്പെട്ട് സംസാരിച്ചുകൊണ്ടിരുന്നു. എനിക്കു അയാളെ ഓർത്ത് കഷ്ടം തോന്നി. മനുഷ്യത്വത്തോടെ എന്നോടു സംസാരിച്ചതിൽ അയാളോട് അളവറ്റ നന്ദി തോന്നി.

ഒരു വീരപുരുഷനു ചേർന്ന സ്വീകരണമാണ് എനിക്കു വീട്ടിൽ ലഭിച്ചത്. ഡോക്ടർ എങ്ങിനെ ആരെടുത്തു കളഞ്ഞു, എന്തുപറഞ്ഞു, എന്നെല്ലാം പെണ്ണുങ്ങൾ എന്നെക്കൊണ്ട് വിസ്തരിച്ചു പറയിപ്പിച്ചു. ഇടക്കിടയ്ക്കുള്ള ആശ്ചര്യപ്രകടനങ്ങളോടെ അവർ നൊട്ടിനുണഞ്ഞും നെറ്റിചുളിച്ചും എല്ലാം ആസ്വദിച്ചുകേട്ടു. രോഗം, വേദന, പലവിധ അസ്വാരസ്യങ്ങൾ, എന്നിവയിലെല്ലാം അവർക്കുള്ള അനാരോഗ്യകരമായ താല്പര്യം എന്നെ അത്ഭുതപ്പെടുത്തി.

പരാതി ബോധിപ്പിക്കാൻ ഞാൻ കൂട്ടാക്കിയില്ലെന്നറിഞ്ഞപ്പോൾ അവർ അതീവസന്തുഷ്ടരായി. ആ തക്കം നോക്കി തുണിവെട്ടുകാരന്റെ ഭാര്യയുടെ അടുത്തുനിന്നു പുസ്തകം വാങ്ങി വായിക്കാൻ ഞാൻ അനുവാദം ചോദിച്ചു. അവർ അനുവാദം നിഷേധിച്ചില്ല. എങ്കിലും വൃദ്ധ ആശ്ചര്യത്തോടെ ഉൽഘോഷിച്ചു:

"നീയൊരു ചെകുത്താൻ തന്നെ!"

അടുത്ത ദിവസം ഞാൻ തുണിവെട്ടുകാരന്റെ ഭാര്യയുടെ മുമ്പിൽ ഹാജരായി. അവൾ സ്നേഹപൂർവ്വം പറഞ്ഞു:

"നീ സുഖക്കേടായി ആശുപത്രിയിലാണെന്നാണല്ലോ ഞാൻ കേട്ടത്! ആളുകൾ പറയുന്നതു നുണയാണെന്ന് ഇപ്പോൾ മനസ്സിലായോ?"

ഞാൻ ഒന്നും മിണ്ടിയില്ല. സത്യം പറയാൻ ഞാൻ ലജ്ജിച്ചു. കർക്കശവും സങ്കടകരവുമായ അക്കാര്യം അവളെന്തിനറിയണം? അവൾ മറ്റുള്ളവരെപ്പോലെ അല്ലാത്തതുതന്നെ എന്നെ സന്തുഷ്ടനാക്കി. ദൂമപിതാവ്), പൊൻസോൺ—ദെ ടെറൈൽ, മൊന്തേപെൻ, സക്കൊണെ, ഗബോറിയൊ, എമാർ, ബ്വാറൊബെ എന്നിവരുടെ തടിച്ച കൃതികൾ ഞാൻ വീണ്ടും വായിക്കാൻ തുടങ്ങി. ഞാൻ അവ വളരെ വേഗം ഒന്നൊന്നായി വിഴുങ്ങി. ഞാൻ സന്തുഷ്ടനായി. അനന്യസാധാരണമായ ഒരു ജീവിതത്തിൽ ഭാഗഭാക്കാണു ഞാനെന്ന് എനിക്കു തോന്നി. അത്

എന്നിൽ മധുരതരമായൊരു സ്തോഭമുണർത്തി. ഉന്മേഷവും ഊർജ്ജ സ്വലതയും പകർന്നു. ഞാൻ തട്ടിക്കൂട്ടിയുണ്ടാക്കിയ വിളക്ക് വീണ്ടും പുകയാൻ തുടങ്ങി. ഞാൻ രാത്രി മുഴുവൻ വായിച്ച് നേരം വെളുപ്പിച്ചു. എന്റെ കണ്ണുകൾ നീറി. വൃദ്ധ സൗമ്യമായി പറഞ്ഞു.

"എടാ പുസ്തകപ്പുഴു! നീ സൂക്ഷിച്ചോ! ഇങ്ങനെ പോയാൽ നിന്റെ കണ്ണു പൊട്ടും!"

വളരെത്താമസിയാതെ എനിക്ക് ഒരു കാര്യം ബോദ്ധ്യമായി. സംഭവങ്ങളും അവ നടക്കുന്ന രാജ്യങ്ങളും പട്ടണങ്ങളുമൊക്കെ വേറെ യാണെങ്കിലും രസകരങ്ങളായ ഈ പുസ്തകങ്ങളിലെല്ലാറ്റിലും പറയുന്ന സംഗതി ഒന്നാണ്. നല്ലയാളുകൾ എപ്പോഴും ചീത്തയാളുകളുടെ ദ്രോഹം സഹിച്ച് കഷ്ടപ്പെടുന്നു. ചീത്തയാളുകൾ എപ്പോഴും നല്ലയാളുകളേക്കാൾ 'ഭാഗ്യവാന്മാരും സമർത്ഥന്മാരുമാണ്. എങ്കിലും ഏതോ അഗോചരശ ക്തി അവസാനം ദുർജ്ജനങ്ങളെ കീഴടക്കുന്നു. സജ്ജനങ്ങൾ അനി വാര്യമായും വിജയിക്കുന്നു. എല്ലാ ആണുങ്ങളും പെണ്ണുങ്ങളും എപ്പോഴും ഒരേ വാക്കുകളിൽ പരമാർശിക്കുന്ന "പ്രേമം" എനിക്കു മടുത്തു. ആ ഏകപ്രകാരത വിരസമായിരുന്നുവെന്നു മാത്രമല്ല, അവ്യക്തമായ ചില സംശയങ്ങൾ എന്നിലുണർത്തുകയും ചെയ്തു.

ചിലപ്പോൾ ആദ്യത്തെ കുറെ പേജുകൾ വായിച്ചുകഴിയുമ്പോൾത്ത ന്നെ കഥാവസാനത്തിൽ ആരു ജയിക്കും, ആരു തോൽക്കും, എന്ന് ഞാൻ ഊഹാപോഹം നടത്തും. കഥയുടെ തുമ്പു കിട്ടിയാലുടനെ ഞാൻ സ്വന്തം ഭാവനാശക്തി ഉപയോഗിച്ച് അതിന്റെ കുരുക്കഴിക്കാൻ തുടങ്ങും. പുസ്തകം മാറ്റിവച്ച് ഒരു ഗണിതശാസ്ത്രപ്രശ്നം കൈകാര്യം ചെയ്യുംപോലെ ഞാൻ അതെപ്പറ്റി ആലോചിക്കും. പലപ്പോഴും എന്റെ ഉത്തരം ശരിയായി വരും. കഥാപാത്രങ്ങളിൽ ആരെല്ലാം സ്വർഗ്ഗത്തിൽ പോകുമെന്നും ആരെയൊക്കെ നരകത്തിലേക്കു തള്ളുമെന്നും ഞാൻ കൃത്യമായി ഊഹിച്ചിരിക്കും.

എന്നാൽ ഇതിനെല്ലാമപ്പുറത്ത് എന്നെ സംബന്ധിച്ചിടത്തോളം അതിപ്രധാനമായ, ജീവത്തായ, ഒരു സത്യം ഞാൻ കണ്ടെത്തി. മറ്റൊരു തരം ജീവിതത്തിന്റേയും മറ്റൊരുതരം ബന്ധങ്ങളുടേയും രൂപരേഖ എനിക്കു ഗോചരമായി. പാരീസിലെ കുതിരവണ്ടിക്കാരും തൊഴിലാളി കളും പട്ടാളക്കാരും "അലവലാതികളും" നിഷ്നിനോവ്ഗൊറൊദിലും കുസാനിലും പേർമിലുമുള്ളവരെപ്പോലെയല്ലെന്ന് എനിക്കു മനസ്സിലായി. അവർ കുറേക്കൂടി തന്റേടത്തോടെയാണ് മുകളിലുള്ളവരോടു സംസാരി ക്കുന്നത്. കുറേക്കൂടി സ്വച്ഛമായും സ്വതന്ത്രമായുമാണ് അവരുടെ മുമ്പിൽ പെരുമാറുന്നത്. ഇതാ ഒരു പട്ടാളക്കാരൻ. പക്ഷെ എനിക്കു പരിചയമുള്ള

ഒരൊറ്റ പട്ടാളക്കാരനും—സീദൊറൊവേ, കപ്പലിലെ പട്ടാളക്കാരനോ, യെർമോഹിൻ അത്രപോലുമോ—അയാളെപ്പോലല്ല ഇരിക്കുന്നത്. അയാൾ അവരിലാരേക്കാളും കൂടുതൽ മനുഷ്യനാണ്. സ്മൂറിയുമായിട്ട് അയാൾക്കു കുറച്ചു സാമ്യമുണ്ട്. അത്രയ്ക്കു കാർക്കശ്യവും മൃഗീയതയുമില്ലെന്നു മാത്രം. ഇതാ ഒരു കടയുടമസ്ഥൻ, എന്റെ പരിചയത്തിൽപ്പെട്ട ഏതൊരു കടക്കാരനേക്കാളും കൊള്ളാവുന്നവനാണയാൾ. പുസ്തകങ്ങളിലെ പുരോഹിതരും എനിക്കറിയാവുന്നവരിൽനിന്നു വ്യത്യസ്തരായിരുന്നു. അവർക്ക് ആളുകളോട് കുറേക്കൂടി സ്നേഹവും അനുകമ്പയുമുണ്ട്. പൊതുവിൽ പറഞ്ഞാൽ പുസ്തകങ്ങളിൽ വിവരിച്ചിട്ടുള്ളതുവച്ചു നോക്കുമ്പോൾ അന്യനാട്ടുകളിലെ ജീവിതമാകെത്തന്നെ എനിക്കറിയാവുന്ന ജീവിതത്തേക്കാൾ രസകരവും അനായാസവും മെച്ചപ്പെട്ടതുമാണ്. അവിടെ ആളുകൾ ഇത്ര സുലഭമായും മൃഗീയമായും അടിപിടി കൂടാറില്ല. കപ്പൽയാത്രക്കാർ പട്ടാളക്കാരനോടു ചെയ്തപോലെ മനുഷ്യനെ ഇട്ട് വട്ടുതട്ടുന്നില്ല. എന്റെ യജമാനത്തിയായ വൃദ്ധയെപ്പോലെ ഇത്രയേറെ പകയോടെ ദൈവത്തെ പ്രാർത്ഥിക്കുന്നില്ല.

അല്പന്മാരും ദുരാഗ്രഹികളുമായ ദുഷ്ടന്മാരെ വിവരിക്കുമ്പോൾ, വിശദീകരിക്കാനാവാത്ത ക്രൂരതയും മറ്റുള്ളവരെ നിന്ദിക്കാനുള്ള വ്യഗ്രതയും അവരുടെ സ്വഭാവലക്ഷണങ്ങളായി പുസ്തകങ്ങളിൽ പറഞ്ഞിട്ടില്ലെന്നത് ഞാൻ പ്രത്യേകം ശ്രദ്ധിച്ചു. അവ എനിക്കെത്രയോ സുപരിചിതമാണ്. ഞാൻ എത്രയോ തവണ കണ്ടിരിക്കുന്നു. പുസ്തകങ്ങളിലെ ദുഷ്ടന്മാരുടെ ക്രൂരതയ്ക്ക് ഒരു പ്രായോഗികസ്വഭാവമുണ്ടായിരുന്നു. ഒട്ടുമിക്കപ്പോഴും അതു മനസ്സിലാക്കാനും കഴിയുമായിരുന്നു. എന്നാൽ ഉദ്ദേശമില്ലാത്തതും അർത്ഥമില്ലാത്തതുമായ ക്രൂരതയാണ്, വെറും രസത്തിനു വേണ്ടിയുള്ള ക്രൂരതയാണ്, ഞാൻ കണ്ടിട്ടുള്ളത്.

ഓരോ പുതിയ പുസ്തകം വായിക്കുന്തോറും റഷ്യയിലേയും ഇതരരാജ്യങ്ങളിലേയും ജീവിതങ്ങൾ തമ്മിലുള്ള അന്തരം കൂടുതൽ കൂടുതൽ വ്യക്തമായിത്തീർന്നു. അത് എന്നിൽ നേരിയൊരു അസംതൃപ്തി ഉളവാക്കി. ആ മുഷിഞ്ഞുമഞ്ഞച്ച താളുകളിൽ പറഞ്ഞിട്ടുള്ളതു മുഴുവനും സത്യമാണോയെന്നു ഞാൻ സംശയിച്ചു.

അങ്ങനെയിരിക്കുമ്പോഴാണ് ഗൊൻകൂറിന്റെ "സെംഗന്നൊ സഹോദരന്മാർ" എന്റെ കയ്യിൽവന്നു പെട്ടത്. ഞാനത് ഒറ്റ രാത്രികൊണ്ട് വായിച്ചുതീർത്തു. ആ അനുഭൂതിയുടെ പുതുമ എന്നെ അത്ഭുതാധീനനാക്കി. ആ ലളിതമായ ശോകകഥ ഞാൻ ഒരിക്കൽകൂടി വായിച്ചു. സങ്കീർണ്ണമോ പുറമേയ്ക്ക് രസകരമോ ആയ യാതൊന്നും അതിലില്ലായിരുന്നു. ഒറ്റ നോട്ടത്തിൽ അത് 'പുണ്യവാളന്മാരുടെ ജീവചരിത്രം' പോലെ ശുഷ്കവും

കാര്യമാത്രപ്രസക്തവുമാണെന്നു തോന്നി. മോടിയൊന്നുമില്ലാത്ത അറുത്തുമുറിച്ച ശൈലി എനിക്കു ആദ്യം ഇഷ്ടപ്പെട്ടില്ല. എങ്കിലും ആ സരളപദങ്ങളും വീര്യമേറിയ പ്രയോഗങ്ങളും ഉള്ളിൽത്തട്ടുന്നവയായിരുന്നു. കായികാഭ്യാസികളായ ആ സഹോദരന്മാരുടെ നാടകീയമായ ജീവിതകഥ എത്ര ഹൃദയസ്പൃക്കായിട്ടാണു വർണ്ണിച്ചിരിക്കുന്നത്! സന്തോഷാധിക്യത്താൽ എന്റെ കൈകൾ വിറച്ചു. കാലൊടിഞ്ഞ സാധുവായ അഭ്യാസി, തന്റെ സഹോദരൻ തങ്ങളുടെ ഇഷ്ടകല രഹസ്യമായി പരിശീലിക്കുന്ന തട്ടുമ്പുറത്തെ മുറിയിലേക്കു കയറിപ്പോകുന്ന രംഗം വായിച്ചപ്പോൾ കരഞ്ഞുകരഞ്ഞ് എന്റെ ചങ്കുപൊട്ടിപ്പോകുമെന്നു തോന്നി.

തുണിവെട്ടുകാരന്റെ ഭാര്യക്ക് ആ വിശിഷ്ടഗ്രന്ഥം മടക്കിക്കൊടുക്കുമ്പോൾ അതേ തരം വേറൊരെണ്ണം തരണമെന്നു ഞാൻ അപേക്ഷിച്ചു.

"അതേ തരമെന്നു വച്ചാൽ?" അവൾ ചിരിച്ചുകൊണ്ടു ചോദിച്ചു.

അവളുടെ ചിരി എന്നെ കുഴക്കി. വേണ്ടതെന്താണെന്നു വ്യക്തമാക്കാൻ എനിക്കു കഴിഞ്ഞില്ല. അപ്പോൾ അവൾ പറഞ്ഞു:

"ഇത് ഒരു രസവുമില്ലാത്ത പുസ്തകമാണ്. നീ ക്ഷമിക്ക്. ഞാൻ നിനക്ക് കുറേക്കൂടി രസമുള്ള ഒരു പുസ്തകം തരാം."

കുറച്ചുദിവസം കഴിഞ്ഞ് അവൾ എനിക്ക് ഗ്രീൻവുഡ് എഴുതിയ "ഒരു തെണ്ടിച്ചെറുക്കന്റെ യഥാർത്ഥകഥ" വായിക്കാൻ തന്നു. പുസ്തകത്തിന്റെ പേര് കണ്ട് ഞാൻ കുറച്ചൊന്നു വല്ലാതായി. എങ്കിലും ആദ്യത്തെ പുറം വായിച്ചപ്പോൾത്തന്നെ ഞാൻ ആനന്ദാതിരേകംകൊണ്ടു പുഞ്ചിരിച്ചുപോയി. ആ പുഞ്ചിരി വിട്ടുമാറാതെതന്നെ ഞാൻ പുസ്തകത്തിന്റെ അവസാന വരിവരെ വായിച്ചു. ചിലഭാഗങ്ങൾ രണ്ടും മൂന്നും തവണ വായിച്ചു.

അപ്പോൾ മറുനാടുകളിലും ബാലന്മാരുടെ ജീവിതം ചിലപ്പോൾ ക്ലേശകരമാണ്! എന്റെ സ്ഥിതി അത്രയും മോശമല്ല. അതുകൊണ്ട് നിരാശപ്പെടേണ്ടതില്ല.

ഗ്രീൻവുഡിന്റെ പുസ്തകം എനിക്കു വളരെയേറെ ഉത്സാഹം പകർന്നുതന്നു. താമസിയാതെ യഥാർത്ഥത്തിൽ "വേണ്ടപ്പെട്ട" ഒരു പുസ്തകം എന്റെ കയ്യിൽ വന്നുചേർന്നു—"എജെനീ ഗ്രൻദേ"

വൃദ്ധനായ ഗ്രൻദേ വ്യക്തമായും മുത്തച്ഛനെ അനുസ്മരിപ്പിച്ചു. എനിക്ക് പുസ്തകം ഇത്ര ചെറുതായിപ്പോയല്ലോ എന്നോർത്തു സങ്കടവും അതിൽ ഇത്രയേറെ സത്യമടങ്ങിയിട്ടുണ്ടല്ലോ എന്നോർത്ത് അത്ഭുതവും തോന്നി. ആ സത്യം എനിക്കു നിത്യജീവിതത്തിൽ സുപരിചിതമായിരുന്നെങ്കിലും പുസ്തകം അതിനെ സൗമ്യവും ശാന്തവുമായ തികച്ചും പുതിയൊരു

വെളിച്ചത്തിൽ എടുത്തുകാട്ടി. ഗൊൻക്കൂറിന്റെ നോവലൊഴിച്ചാൽ ഞാൻ അതേവരെ വായിച്ച എല്ലാ പുസ്തകങ്ങളും എന്റെ യജമാനത്തിമാരെപ്പോലെ കർശനവും ഉത്ക്രോശപൂർവ്വവുമായ വിധത്തിൽ ആളുകളുടെമേൽ വിധിയെഴുതുകയാണു ചെയ്തിട്ടുള്ളത്. പലപ്പോഴും നമുക്ക് അവയിലെ ദുഷ്ടന്മാരോട് അനുഭാവവും ശിഷ്ടന്മാരോടു മടുപ്പും തോന്നിപ്പോകും. ബുദ്ധിയും ആയാസവും എത്രതന്നെ വ്യയം ചെയ്താലും മനുഷ്യന് ഉദ്ദിഷ്ടകാര്യം സാധിക്കാതെ വരുന്നതു കാണുമ്പോൾ സങ്കടം തോന്നും. പുസ്തകത്തിന്റെ ആദ്യാവസാനം ഒരു കന്മതിൽപോലെ വഴി തടഞ്ഞു നിൽക്കുന്നത് ഈ ശിഷ്ടന്മാരല്ലാതെ മറ്റാരുമല്ല. ദുഷ്ടന്മാരുടെ ദുരുദ്ദേശങ്ങൾ ഈ കന്മതിലിൽ തട്ടി തകരുമെന്നതിനു സംശയമില്ല. എങ്കിലും നമുക്ക് സ്നേഹം തോന്നുന്ന ഒരു വസ്തുവല്ല കല്ല്. ഒരു മതിൽ എത്രതന്നെ സുശക്തവും സുന്ദരവുമാണെങ്കിലും അതിനപ്പുറത്തു നില്ക്കുന്ന ആപ്പിൾ പറിക്കാനാണ് ഉദ്ദേശമെങ്കിൽ ആരും മതിലിനെ നോക്കി രസിക്കാറില്ല. ഏറ്റവും വിലപ്പെട്ടതും ചൈതന്യവത്തുമായത് ആ സജ്ജനങ്ങളുടെ പിന്നിലെവിടെയോ മറഞ്ഞുകിടക്കുകയാണെന്ന് എനിക്കു തോന്നി.

ഗോൻക്കൂറിന്റേയും ഗ്രീൻവുഡിന്റേയും ബൽസാക്കിന്റേയും കൃതികളിൽ ദുർജ്ജനങ്ങളോ സജ്ജനങ്ങളോ രണ്ടുമില്ലായിരുന്നു. അത്ഭുതകരമായ ചൈതന്യമാർന്ന വെറും സാധാരണക്കാരാണ് അവയിലുണ്ടായിരുന്നത് അവർ പറയുന്നതും ചെയ്യുന്നതുമെല്ലാം അങ്ങിനെയല്ലാതെ മറ്റൊരു വിധത്തിൽ പറയാനോ ചെയ്യാനോ സാദ്ധ്യമല്ലെന്ന കാര്യത്തിൽ ആർക്കും സംശയമുണ്ടാവില്ല.

"വേണ്ടപ്പെട്ട നല്ല പുസ്തകം" പകരുന്ന അനല്പമായ നിർവൃതി എനിക്കനുഭവപ്പെട്ടത് അങ്ങിനെയാണ്. പക്ഷെ അവ എവിടുന്നു കിട്ടാനാണ്? തുണിവെട്ടുകാരന്റെ ഭാര്യക്കു സഹായിക്കാനാവില്ല.

അഴ്സേൻ ഹൂസ്സേയുടെ "പനിനീരും സ്വർണ്ണവും ചോരയും നിറഞ്ഞ കൈകൾ" എന്ന പുസ്തകവും ബെലോയുടേയും പോൾ ഡി കോക്കിന്റേയും പോൾ ഫെവാലിന്റേയും നോവലുകളും തന്നിട്ട് അവൾ പറയും:

"ഇതാ, ഇതൊരു നല്ല പുസ്തകമാണ്."

ഞാനാണെങ്കിൽ അവ വായിച്ചുതീർക്കാൻ തന്നെ വിഷമിച്ചു.

മരിയേത്തിന്റേയും വെർണറുടേയും നോവലുകൾ അവൾക്കിഷ്ടപ്പെട്ടു. എനിക്ക് അവ വിരസമായിത്തോന്നി. ഷ്പിൽഹാഗെന്റെ കൃതികളും എനിക്കു രസിച്ചില്ല. എന്നാൽ ഔവർബാഹിന്റെ കഥകൾ ഞാൻ വളറെയേറെ ആസ്വദിച്ചു. സ്യൂവിനേക്കാളും ഹ്യൂഗോയേക്കാളും

എനിക്കിഷ്ടപ്പെട്ടത് വാൾട്ടർ സ്കോട്ടിനെയാണ്. അനുപമനായ ബൽസാക്കിന്റെ കഥകളെപ്പോലെ വികാരോദ്ദീപകങ്ങളും ആനന്ദസന്ദായകങ്ങളുമായ പുസ്തകങ്ങളായിരുന്നു എനിക്കു വേണ്ടത്. കളിമൺ ശില്പം പോലിരുന്നിരുന്ന ആ സ്ത്രീയോടും എനിക്കു മുമ്പത്തത്ര ഇഷ്ടം തോന്നിയില്ല.

വൃത്തിയുള്ള ഷർട്ടുമിട്ട്, മുടി ചീകി, കാഴ്ചയ്ക്ക് ഒരു വർക്കത്തൊക്കെ വരുത്താൻ കഴിയുന്നതും ശ്രമിച്ചുകൊണ്ടാണ് ഞാൻ എപ്പോഴും ആ സ്ത്രീയെ കാണാൻ പോകുന്നത്. എന്റെ ശ്രമം ഫലിച്ചോ എന്നു സംശയമാണ്. എങ്കിലും എന്റെ നല്ല വേഷം കാണുമ്പോൾ, സദാ ഉത്സവപ്രതീതി പ്രസരിപ്പിച്ചുകൊണ്ടുള്ള ആ ശുഭ്രവദനത്തിലെ ശൈത്യമാർന്ന പുഞ്ചിരി കൂടാതെ അവൾ കുറേക്കൂടി ലളിതമായും സൗഹൃദഭ്രുപേണയും എന്നോടു സംസാരിക്കുമെന്നു ഞാൻ പ്രതീക്ഷിച്ചു. പക്ഷെ ഒരു പുഞ്ചിരി സമ്മാനിച്ചുകൊണ്ട് പരിക്ഷീണമായ മധുരസ്വരത്തിൽ അവൾ ചോദിക്കും:

“നീയതു വായിച്ചോ? ഇഷ്ടപ്പെട്ടോ?”

“ഇല്ല.”

നേർത്ത പുരികങ്ങൾ ലേശമുയർത്തി എന്നെ ഒന്നു നോക്കിയിട്ട് അവൾ ഒരു ദീർഘനിശ്വാസത്തോടെ സുപരിചിതമായ അനുനാസിക സ്വരത്തിൽ പറയും:

“എന്തുകൊണ്ടാണ് ഇഷ്ടപ്പെടാത്തത്?”

“ഞാൻ അതെപ്പറ്റി നേരത്തേ വായിച്ചിട്ടുണ്ട്.”

“അതെപ്പറ്റിയെന്നു വച്ചാൽ?”

“പ്രേമത്തെപ്പറ്റി.”

നെറ്റി ചുളിച്ച്, ചിരി വരാതെ ചിരിച്ചിട്ട് അവൾ പറയും:

“അതു കൊള്ളാം! പ്രേമത്തെക്കുറിച്ചല്ലേ എല്ലാ പുസ്തകങ്ങളിലും എഴുതിവച്ചിരിക്കുന്നത്!”

വലിയൊരു ചാരുകസേരയിലിരിക്കുന്ന അവൾ രോമച്ചെരിപ്പണിഞ്ഞ കൊച്ചുപാദങ്ങൾ ആട്ടി, കോട്ടുവായിട്ട്, നീല നിലയങ്കി തോളിലേക്കു കുറേക്കൂടി വലിച്ചിട്ടുകൊണ്ട് മടിയിലിരിക്കുന്ന പുസ്തകത്തിന്റെ പുറംചട്ടയിൽ ഇളംചുവപ്പാർന്ന വിരലുകൾകൊണ്ട് താളം പിടിക്കും.

എനിക്കവളോടു പറയണമെന്നുണ്ട്:

“നിങ്ങൾക്ക് ഇവിടം വിട്ടു പൊയ്ക്കൂടേ? ഓഫീസറന്മാർ ഇപ്പോഴും

കുറിപ്പെഴുതി നിങ്ങളെ കളിയാക്കുന്നതു കാണാൻ വയ്യേ?"

പക്ഷെ എനിക്കതു പറയാൻ ധൈര്യമില്ല. കയ്യിൽ 'പ്രേമ'ത്തെക്കു റിച്ചുള്ള തടിച്ചൊരു പുസ്തകവും ഉള്ളിൽ നൈരാശ്യവും പേറി ഞാൻ അവിടന്നിറങ്ങിപ്പോരും.

അങ്കണത്തിൽ ആ സ്ത്രീയെക്കുറിച്ചുള്ള കിംവദന്തികൾ കൂടുതൽ കൂടുതൽ അവഹേളനപരവും കുത്സിതവുമായിത്തീർന്നു. സത്യമാവാനിട യില്ലാത്ത ആ വൃത്തികെട്ട സംസാരം കേൾക്കുന്നത് എനിക്ക് അത്യന്തം വേദനാകരമായിരുന്നു. അവളുടെ സന്നിധിയിലല്ലാത്തപ്പോൾ എനിക്ക് അവളെ ഓർത്ത് സങ്കടവും ഭയവും തോന്നി. പക്ഷെ അവളുടെ മുമ്പിൽ നിൽക്കുമ്പോൾ, ആ കൂർമ്മദൃഷ്ടികളും പൂച്ചയുടേതുപോലെ വഴക്കമു ള്ള കൊച്ചുശരീരവും സദാ ഉത്സവപ്രതീതി ദ്യോതിപ്പിക്കുന്ന മുഖവും കാണുമ്പോൾ, എന്റെ അനുകമ്പയും ഭയവുമെല്ലാം പുകപോലെ ഓടിമറയും.

വസന്തത്തിൽ അവൾ പെട്ടെന്ന് എവിടെയോ പോയി. കുറച്ചു ദിവസം കഴിഞ്ഞ് ഭർത്താവും താമസം മാറ്റി.

അവരുടെ വീട് ഒഴിഞ്ഞുകിടന്നപ്പോൾ ഞാൻ അവിടെപ്പോയി നോക്കി. ചിത്രങ്ങൾ തൂങ്ങിക്കിടന്നിരുന്ന ഇടങ്ങളിൽ ചതുരപ്പാടുക ളും ആണിയടിച്ച ദ്വാരങ്ങളും വളഞ്ഞ ആണികളുമായി ഭിത്തികൾ ശൂന്യമായി കാണപ്പെട്ടു. പല നിറത്തിലുള്ള തുണിക്കഷണങ്ങളും കടലാസു തുണ്ടുകളും ഒഴിഞ്ഞ മരുന്നുഡപ്പികളും വാസനതൈലങ്ങ ളുടെ കുപ്പികളും ചായമടിച്ച തറയിൽ ചിതറിക്കിടപ്പുണ്ട്. അക്കൂട്ടത്തിൽ വലിയൊരു പിച്ചളബ്രോച്ചും കണ്ടു.

എനിക്കു വിഷാദം തോന്നി. തുണിവെട്ടുകാരന്റെ കൃശാംഗിയായ 'ഭാര്യയെ ഒരിക്കൽക്കൂടി കണ്ട് നന്ദിപറയാൻ ഞാൻ കൊതിച്ചു.

X

ഉണിവെട്ടുകാരനും ഭാര്യയും സ്ഥലംവിടുന്നതിനു മുമ്പുതന്നെ കറുത്ത കണ്ണുകളുള്ള ഒരു മാന്യയുവതി കൊച്ചുമകളും അമ്മയുമായി ഞങ്ങളുടെ വീടിന്റെ താഴത്തെ നിലയിൽ താമസം തുടങ്ങി. ആംബർ ക്കുഴലിൽ തിരുകിയ സിഗററ്റും വലിച്ച് എപ്പോഴും നടക്കുന്ന തലനരച്ച ഒരു വൃദ്ധയായിരുന്നു അമ്മ. പ്രൗഢിയോടെ പെരുമാറുകയും ആഴവും ഇമ്പവുമുള്ള ശബ്ദത്തിൽ സംസാരിക്കുകയും ചെയ്യുന്ന ഒരു അതിസു ന്ദരിയായിരുന്നു യുവതി. തല കുറച്ചൊന്നു പൊക്കിപ്പിടിച്ച്, കണ്ണുകൾ ചെറുതാക്കിയുള്ള അവരുടെ നോട്ടം കണ്ടാൽ ആളുകൾ വളരെ ദൂരെ നിൽക്കുകയാണെന്നും അവരെ ശരിക്കു കാണാൻ വയ്യെന്നും തോന്നും. പരിചാരകനായ തുഫ്യായെവ് എന്ന പട്ടാളക്കാരൻ ഏതാണ്ടെല്ലാ ദിവസവും ചടച്ച കാലുകളോടുകൂടിയ,തവിട്ടുനിറത്തിലുള്ള ഒരു കുതിരയെ വീടിന്റെ പൂമുഖത്തു കൊണ്ടുവരും. ഉരുക്കിന്റെ നിറത്തിലുള്ള നീണ്ടൊരു വെൽവറ്റുടുപ്പും വെളുത്ത കയ്യുറകളും മഞ്ഞ ബൂട്ടുകളും അണിഞ്ഞ് യുവതി ഇറങ്ങിവരും. ഒരു കയ്യിൽ ഉടുപ്പിന്റെ തലപ്പും വൈഡൂര്യം പതിച്ച ചാട്ട ക്കമ്പും പിടിച്ചിരിക്കും. മറ്റേ കൈകൊണ്ട് അവർ കുതിരയുടെ മൂക്കിൽ വാത്സല്യപൂർവ്വം തടവും. അതിന്റെ ദേഹമാകെ വിറയ്ക്കും. പല്ലിളിച്ച്, കണ്ണുരുട്ടി, അത് കുളമ്പുകൊണ്ട് മെല്ലെ തറ മാന്തും.

ചന്തത്തിൽ വളച്ചുപിടിച്ച കഴുത്തിൽ അമർത്തിത്തട്ടിക്കൊണ്ട് അവർ മൃദുസ്വരത്തിൽ മന്ത്രിക്കും:

"റോബി! റോബി!"

ത്രഫ്യായെവിന്റെ കാൽമുട്ടിൽ ചവുട്ടി ജീനിപ്പുറത്തേക്ക് നിഷ്പ്രയാസം ചാടിക്കയറി ഇരുന്നിട്ട് അവർ കുതിരയെ തോട്ടവക്കത്തുടെ ഓടിച്ചുപോകും. അവർ ജനിച്ചതുതന്നെ ജീനിപ്പുറത്താണെന്ന് ആ ഇരിപ്പു കണ്ടാൽ തോന്നും.

എപ്പോഴും പുതുമ തോന്നിക്കുന്നതും ഹൃദയത്തെ മത്തുപിടിപ്പിക്കുന്നതുമായ ഒരുതരം അസുലഭസൗന്ദര്യത്തിന്റെ ഉടമയായിരുന്നു അവർ. അവരെ നോക്കുമ്പോൾ ദിയാന പുവത്യേയും മാർഗൊ രാജ്ഞിയും ലവല്യേറും ചരിത്രാഖ്യായികകളിലെ കഥാനായികമാരായ മറ്റു സുന്ദരികളും അവരെപ്പോലെതന്നെയായിരുന്നിരിക്കണമെന്ന് എനിക്കു തോന്നി.

ഞങ്ങളുടെ പട്ടണത്തിൽ നിർത്തിയിട്ടുള്ള പട്ടാളഡിവിഷനിലെ ഓഫീസറന്മാർ എപ്പോഴും അവരുടെ ചുറ്റും കാണും. സായാഹ്നങ്ങളിൽ അവർ യുവതിയുടെ വീട്ടിൽ വന്ന് പിയാനൊയും വയലിനും ഗിത്താറും വായിക്കും., പാട്ടു പാടും, നൃത്തം ചെയ്യും. മേജർ ഒലെസൊവാണ് മറ്റാരേക്കാളും കൂടുതൽ തന്റെ കുറിയ കാലുകളിൽ അവരുടെ മുമ്പിൽ തത്തിത്തത്തി നടന്നത്. നരച്ച മുടിയും കപ്പലിലെ എഞ്ചിൻതൊഴിലാളിയുടേതുപോലെ വഴുവഴുത്ത ചുവന്ന മുഖവുമുള്ള ഒരു തടിയനായിരുന്നു അയാൾ. ഭംഗിയായി ഗിത്താർ വായിക്കുന്ന അയാൾ ആ യുവതിയുടെ വിനീതനും വിശ്വസ്തനുമായ ഭൃത്യനെപ്പോലെയാണു പെരുമാറിയത്.

ചുരുണ്ട മുടിയും കൊഴുത്തുരുണ്ട ദേഹവുമുള്ള അഞ്ചു വയസ്സായ മകളും ഒരു കൊച്ചുസുന്ദരിയായിരുന്നു. ആ വലിയ നീലക്കണ്ണുകൾ ഗൗരവപൂർണ്ണവും പ്രശാന്തവും പ്രതീക്ഷാനിർഭരവുമായിരുന്നു. അവളുടെ ഗൗരവത്തിൽ ശിശുസഹജമല്ലാത്ത എന്തോ ഒന്നുണ്ടായിരുന്നു.

പ്രഭാതം മുതൽ പ്രദോഷം വരെ മുത്തശ്ശി വീട്ടുകാര്യങ്ങളിൽ വ്യാപൃതയായിരിക്കും. മുഖം വീർപ്പിച്ച് മൗനിയായി നടക്കുന്ന ത്രഫ്യായെവും കോങ്കണ്ണുള്ള ഒരു പരിചാരികയും സഹായത്തിനുണ്ട്. കുട്ടിയെ നോക്കാൻ ആയയില്ലായിരുന്നു. അവൾ അതുകൊണ്ട് മുതിർന്നവരുടെ പറയത്തക്ക മേൽനോട്ടമൊന്നുമില്ലാതെയാണു വളർന്നത്. ദിവസം മുഴുവനും വരാന്തയിലോ എതിർവശത്തു കിടക്കുന്ന വിറകിൻകൂനയിലോ കളിച്ചുകൊണ്ടിരിക്കും. വൈകുന്നേരം പലപ്പോഴും ഞാൻ അവളുടെ കൂടെ കളിക്കാറുണ്ട്. എനിക്ക് ആ കുട്ടിയോട് എന്തെന്നില്ലാത്ത സ്നേഹം തോന്നി. അവൾ എന്നോട് വളരെവേഗം അടുത്തു. ഞാൻ പറഞ്ഞു കൊടുക്കുന്ന മുത്തശ്ശിക്കഥകളും കേട്ട് അവൾ എന്റെ കയ്യിൽക്കിടന്ന് ഉറങ്ങും. ഞാൻ അവളെ എടുത്തുകൊണ്ടുപോയി മെത്തയിൽ കിടത്തും. ഇതിങ്ങനെ തുടർന്ന് അവസാനം ഞാൻ വന്നു യാത്രചോദിച്ചാലേ അവൾ കിടന്നുറങ്ങൂഎന്നായി. ഞാൻ അവളുടെ കിടപ്പുമുറിയിലേക്കു

കടന്നുചെല്ലുമ്പോൾ കൊഴുത്ത കുഞ്ഞിക്കൈ ഗൗരവത്തിൽ നീട്ടിപ്പിടിച്ച് അവൾ പറയും:

"നാളെ കാണാം! മുത്തശ്ശി, ഇനിയെന്താണു പറയേണ്ടത്?"

"നിന്നെ ദൈവം കാക്കും, എന്ന്," വായിലൂടെയും കൂർത്ത മൂക്കിലൂടെയും പുക വിട്ടുകൊണ്ട് മുത്തശ്ശി പറയും.

"നാളെവരെ നിന്നെ ദൈവം കാക്കും. ഞാൻ ഉറങ്ങാൻ പോവുകയാണ്." ലേസു പിടിപ്പിച്ച പുതപ്പ് വാരിപ്പുതച്ചുകൊണ്ട് അവൾ പറയും.

"നാളെവരെയല്ല, എപ്പോഴും," മുത്തശ്ശി തിരുത്തും.'

"നാളെ എപ്പോഴും വരില്ലേ?"

"നാളെ" എന്ന വാക്കിനോട് അവൾക്കു വലിയ പ്രിയമായിരുന്നു. അവൾക്കിഷ്ടമുള്ളതെല്ലാം അവൾ ഭാവിയിലേക്കു മാറ്റിവെച്ചു. ഒരു പൂങ്കുലയോ കുറെ ചുള്ളിക്കമ്പുകളോ മണ്ണിൽ കുത്തിനിർത്തിയിട്ട് അവൾ പറയും:

"നാളെ ഇതൊരു തോട്ടമാകും."

"നാളെ ഞാനൊരു കുതിരയെ വാങ്ങി അമ്മച്ചിയെപ്പോലെ സവാരി ചെയ്യും."

അവൾക്കു നല്ല ബുദ്ധിയുണ്ടായിരുന്നെങ്കിലും പ്രസരിപ്പു കുറവായിരുന്നു. പലപ്പോഴും ഓടിച്ചാടി കളിച്ചുകൊണ്ടിരിക്കുന്നതിനിടയിൽ അവൾ പെട്ടെന്ന് ചിന്താധീനയായി എന്നോടു ചോദിക്കും:

"പള്ളിയിലെ അച്ചന്മാർ പെണ്ണുങ്ങളെപ്പോലെ മുടി നീട്ടുന്നതെന്തിനാണ്?"

ഒരു ദിവസം അവളെ ചൊറിയണം കടിച്ചു. അവൾ വിരലാട്ടിക്കൊണ്ട് അതിനെ താക്കീതു ചെയ്തു:

"സൂക്ഷിച്ചോ, അല്ലെങ്കിൽ ഞാൻ ദൈവത്തോടു പ്രാർത്ഥിക്കും. ദൈവം നിന്നെ കഷ്ടപ്പെടുത്തും. ദൈവത്തിന് ആരെ വേണമെങ്കിലും കഷ്ടപ്പെടുത്താം. അമ്മച്ചിയെപ്പോലും ശിക്ഷിക്കാം."

ചിലയവസരങ്ങളിൽ സൗമ്യമായൊരു വിഷാദഭാവം അവളെ പിടികൂടും. എന്നോട് പറ്റിച്ചേർന്നിരുന്ന് പ്രതീക്ഷാനിർഭരമായ നീലക്കണ്ണുകളാൽ ആകാശത്തേക്കു നോക്കിക്കൊണ്ട് അവൾ പറയും:

"മുത്തശ്ശി വഴക്കു പറയാറുണ്ട്, പക്ഷെ അമ്മച്ചി ഒരിക്കലും വഴക്കു പറയില്ല. ചിരിക്കുകയേയുള്ളൂ. അമ്മച്ചിയോട് എല്ലാവർക്കും സ്നേഹമാണ്. എന്താണുവെച്ചാൽ അമ്മച്ചിക്കു സമയമേയില്ല. എപ്പോഴും

വിരുന്നുകാരാണ്. അവർ അമ്മച്ചിയെ കാണാനാണു വരുന്നത്. എന്താ ന്നുവച്ചാൽ അമ്മച്ചിയെ കാണാൻ നല്ല ചന്തമുണ്ട്. അമ്മച്ചി തങ്കമാണ്. ആ ഒലെസൊവ് എപ്പോഴും പറയും: അമ്മച്ചി തങ്കമാണെന്ന്."

ആ കുഞ്ഞിന്റെ വർത്തമാനം കേട്ടുകൊണ്ടിരിക്കാൻ എന്തു രസമാണ്! എനിക്കു പരിചയമില്ലാത്ത ഒരു ലോകത്തെക്കുറിച്ചാണ് അവൾ പറയു ന്നത്. അമ്മയെപ്പറ്റി സംസാരിക്കാൻ അവൾക്കു എപ്പോഴും വലിയ ഉത്സാഹമാണ്. പുതിയൊരു ജീവിതം എന്റെ കൺമുമ്പിൽ മെല്ലെ ചുരുൾ നിവർന്നു. മാർഗൊരാജ്ഞിയുടെ കഥ ഞാൻ വീണ്ടും ഓർത്തു. എനിക്കു പുസ്തകങ്ങളിലുള്ള വിശ്വാസവും ജീവിതത്തിലുള്ള താല്പര്യവും വർദ്ധിച്ചു.

ഒരു ദിവസം വൈകീട്ട്, കാറ്റുകൊള്ളാൻ പോയ യജമാനനും വീട്ടുകാരും മടങ്ങിവരുന്നതും കാത്ത് ഞാൻ വരാന്തയിൽ ഇരിക്കുക യായിരുന്നു. കുഞ്ഞ് എന്റെ മടിയിലിരുന്നു മയങ്ങുന്നുണ്ട്. ആ സമയത്ത് അവളുടെ അമ്മ കുതിരയോടിച്ചു വന്നു. ജീനിയിൽനിന്ന് അനായാസ മായി ചാടിയിറങ്ങിയിട്ട് അവർ തല ഉയർത്തിപ്പിടിച്ചുകൊണ്ടു ചോദിച്ചു:

"അവൾ ഉറങ്ങുകയാണോ?"

"അതെ."

"അതു ശരി..."

പട്ടാളക്കാരൻ തുഫ്യായെവ് ഓടിവന്ന് കുതിരയെ ഏറ്റുവാങ്ങി. ചാട്ടക്കമ്പ് അരപ്പട്ടയിലേക്കു തിരുകിവച്ചിട്ട് കൈ നീട്ടിപ്പിടിച്ചുകൊണ്ട് യുവതി പറഞ്ഞു:

"അവളെ ഇങ്ങു താ!"

"ഞാനെടുത്തോളാം."

"വേണ്ട!" വരാന്തയുടെ പടിക്കെട്ടിൽ കാൽ ആഞ്ഞുചവുട്ടിക്കൊണ്ട് അവർ കുതിരയോടെന്നപോലെ എന്റേനേരെ ഒച്ചയെടുത്തു.

കുഞ്ഞ് ഉണർന്നു. കണ്ണു ചിമ്മി. അമ്മയെ കണ്ടയുടനെ അവൾ കൈ നീട്ടി. അവർ രണ്ടുപേരും അകത്തു കയറി.

എന്റേനേരെ ഒച്ചയിടുന്നത് എനിക്കു പുത്തരിയായിരുന്നില്ലെങ്കിലും ആ സ്ത്രീയും ഒച്ചയിടുന്നവരാണെന്നറിഞ്ഞപ്പോൾ എനിക്കു വിഷമം തോന്നി. അവർ പതുക്കെപ്പറഞ്ഞാലും ആരും അനുസരിക്കും.

അല്പം കഴിഞ്ഞപ്പോൾ കോങ്കണ്ണുള്ള പരിചാരിക എന്നെ വന്നു വിളിച്ചു. എന്നോടു യാത്രപറയാതെ കുഞ്ഞ് ഉറങ്ങാൻ കൂട്ടാക്കുന്നില്ല.

എനിക്കു കുറച്ചൊരു അഭിമാനം തോന്നാതിരുന്നില്ല. ഞാൻ സ്വീകരണമുറിയിലേക്കു കയറിച്ചെന്നു. യുവതി കുഞ്ഞിനെ മടിയിലിരുത്തി ചുറ്റുചുറുക്കോടെ അവളുടെ ഉടുപ്പൂരുകയാണ്.

"ഇതാ അവൻ വന്നു," അവർ പറഞ്ഞു. "നിന്റെ രാക്ഷസച്ചെറുക്കൻ."

"അവൻ രാക്ഷസച്ചെറുക്കനല്ല, എന്റെ കൂട്ടുകാരനാണ്."

"ഓഹോ, അങ്ങിനെയാണോ? വളരെ നല്ലത്. നിന്റെ കൂട്ടുകാരന് നമുക്കൊരു സമ്മാനം കൊടുക്കാം. എന്താ വേണോ?"

"വേണം. കൊടുക്കണം."

"ശരി, നീ പോയി ഉറങ്ങ്. ഞാൻ കൊടുത്തോളാം"

"നാളെക്കാണാം." കൈ നീട്ടിപ്പിടിച്ചുകൊണ്ട് കുഞ്ഞ് പറഞ്ഞു. "നാളെവരെ നിന്നെ ദൈവം കാക്കും."

യുവതി ആശ്ചര്യപ്പെട്ടു.

"ആരാണ് നിന്നെ ഇങ്ങനെ പറയാൻ പഠിപ്പിച്ചത്?'മുത്തശ്ശിയാണോ? " അവർ ചോദിച്ചു.

"അതെ."

അവൾ പൊയ്ക്കഴിഞ്ഞ് യുവതി എന്നെ കൈകാട്ടി വിളിച്ചു.

"ഞാൻ നിനക്ക് എന്തു സമ്മാനമാണു തരേണ്ടത്?"

എനിക്കു സമ്മാനമൊന്നും വേണ്ടെന്നും വല്ല പുസ്തകവും വായിക്കാൻ തന്നാൽ കൊള്ളാമെന്നും ഞാൻ പറഞ്ഞു.

ചൂടുള്ള, വാസനയുള്ള, ആ വിരലുകൾകൊണ്ട് എന്റെ താടിപിടിച്ചുയർത്തിയിട്ട് അവർ ഇമ്പമുള്ള ഒരു പുഞ്ചിരിയോടെ ചോദിച്ചു:

"ഓഹോ, നിനക്കു പുസ്തകം വായിക്കാൻ ഇഷ്ടമാണോ? നീ എന്തൊക്കെ പുസ്തകങ്ങൾ വായിച്ചിട്ടുണ്ട്?"

പുഞ്ചിരി അവരുടെ സൗന്ദര്യത്തിന്റെ മാറ്റുകൂട്ടി. ഞാൻ സംഭ്രമത്തോടെ ചില നോവലുകളുടെ പേരു പറഞ്ഞു.

"നിനക്ക് അവയിൽ എന്താണ് ഇഷ്ടപ്പെട്ടത്?"മേശപ്പുറത്തു താളം പിടിച്ചുകൊണ്ട് അവർ ചോദിച്ചു.

ഏതോ പൂക്കളുടെ നിശിതമധുരമായ പരിമളം അവരിൽനിന്നു പ്രസരിച്ചു. കുതിരവിയർപ്പിന്റെ ഗന്ധവും അതിൽ വിചിത്രമാംവണ്ണം കലർന്നിരുന്നു. നീണ്ട കൺപീലികൾക്കിടയിലൂടെ അവർ ചിന്താധീനവും ഗൗരവതരവുമായ ഒരു നോട്ടം എന്റെ നേർക്കയച്ചു. അതേവരെ ആരും എന്നെ അങ്ങിനെ നോക്കിയിട്ടില്ല.

മാർദ്ദവവും ഭംഗിയുമുള്ള ഗൃഹോപകരണങ്ങളുടെ ബാഹുല്യം നിമിത്തം മുറി ഒരു പക്ഷിക്കൂടുപോലെ കടുസ്സായി തോന്നി. ചെടികളുടെ ഇടതൂർന്ന ഇടപ്പടർപ്പുകൾ ജനാലകളെ മറച്ചു. മഞ്ഞുപോലെ വെളുത്ത അടുപ്പിന്റെ കല്ലുകൾ സന്ധ്യാവെളിച്ചത്തിൽ മിന്നി. കറുത്തുതിളങ്ങുന്ന ഒരു പിയാനൊ അതിനടുത്തു കിടപ്പുണ്ട്. മങ്ങിയ സ്വർണ്ണച്ചട്ടമടിച്ചതും പുരാതന സ്ലാവ് ലിപിയിലെഴുതിയതുമായ ഒരുതരം ഇരുണ്ട മുദ്രപ്പത്രങ്ങൾ ഭിത്തിയിൽ കണ്ടു. വലിയൊരു മുദ്രയോടുകൂടിയ തൊങ്ങൽ ഓരോന്നിൽനിന്നു തൂങ്ങിക്കിടപ്പുണ്ട്. ആ വസ്തുക്കളെല്ലാം എന്നെപ്പോലെതന്നെ ഭയഭക്തികളോടെയാണ് ആ സ്ത്രീയെ വീക്ഷിച്ചത്.

ജീവിതം വളരെയേറെ വിഷമകരവും വിരസവുമാണെന്നും പുസ്തകം വായിച്ചിരിക്കുമ്പോൾ അതൊക്കെ മറക്കുമെന്നും ഞാൻ എന്നാലാവും വിധം വിശദമാക്കി.

“ഓ, അങ്ങിനെയാണോ?” എന്നു ചോദിച്ചുകൊണ്ട് അവരെണീറ്റു. “മോശമില്ലല്ലൊ! നീ പറഞ്ഞതിൽ കാര്യവുമുണ്ട്. പക്ഷെ എന്തു ചെയ്യാം! നിനക്കു പുസ്തകം തരാൻ എനിക്കു സന്തോഷമേയുള്ളു. പക്ഷെ ഇപ്പോൾ എന്റെ കയ്യിലില്ല. എങ്കിലും തൽക്കാലത്തേക്ക് ഇതെടുത്തോ.”

മഞ്ഞ പുറംചട്ടയോടുകൂടിയ ഒരു പഴഞ്ചൻ പുസ്തകം അവർ സോഫയിൽനിന്നെടുത്തുതന്നു.

“ഇതു വായിച്ചുകഴിയുമ്പോൾ ഞാൻ അടുത്ത ഭാഗം തരാം. ആകെ നാലു ഭാഗങ്ങളുണ്ട്.’

മെഷ്ചേർസ്ക്കിപ്രഭു എഴുതിയ “സെന്റ് പീറ്റേഴ്സ്ബർഗ്ഗിലെ രഹസ്യങ്ങ”ളും എടുത്ത് ഞാൻ അവിടന്നിറങ്ങി. ഞാൻ അത് വളരെ ശ്രദ്ധയോടെ വായിച്ചെങ്കിലും സെന്റ്പീറ്റേഴ്സ്ബർഗ്ഗിലെ രഹസ്യങ്ങൾ മാഡ്രിഡിലേയോ ലണ്ടനിലേയോ പാരീസിലേയോ രഹസ്യങ്ങളുമായി തട്ടിച്ചുനോക്കുമ്പോൾ എത്രയോ വിരസമാണെന്ന് ആദ്യത്തെ പേജുകളിൽനിന്നുതന്നെ വ്യക്തമായി. ആ പുസ്തകത്തിൽ ആകെക്കൂടി എനിക്കു രസിച്ചത് സ്വാതന്ത്ര്യത്തേയും കുറുവടിയേയും സംബന്ധിച്ച കെട്ടുകഥയാണ്.

“ഞാൻ നിന്നേക്കാൾ മുകളിലാണ്.” സ്വാതന്ത്ര്യം പറഞ്ഞു. “കാരണം എനിക്കു നിന്നേക്കാൾ ബുദ്ധിയുണ്ട്.’

പക്ഷെ കുറുവടി പറഞ്ഞു:

“ഞാനാണ് നിന്നേക്കാൾ മുകളിൽ. കാരണം, എനിക്കു നിന്നേക്കാൾ ശക്തിയുണ്ട്.”

അവർ കുറേനേരം തർക്കിച്ചു. വാക്കേറ്റം കയ്യേറ്റമായി. കുറുവടി സ്വാതന്ത്ര്യത്തെ അടിച്ചുവീഴ്ത്തി. അവൾ ആശുപത്രിയിൽവച്ച് ഊർദ്ധ്വം വലിച്ചെന്നാണ് എന്റെ ഓർമ്മ.

ആ പുസ്തകത്തിലെ കഥാപാത്രങ്ങളിലൊരാൾ ഒരു നാസ്തിവാദിയായിരുന്നു. ഒന്നു നോക്കിയാൽത്തന്നെ കോഴി ദഹിച്ചുപോകുന്നത്ര ഭയങ്കരനാണ് നാസ്തിവാദിയെന്നാണ് മെഷ്ചേർസ്ക്കിപ്രഭുവിന്റെ പക്ഷം. നാസ്തിവാദിയെന്ന വാക്ക് അപമാനകരവും അവലക്ഷണവുമായിത്തോന്നിയെന്നതിനപ്പുറം എനിക്കൊന്നും മനസ്സിലായില്ല. അതെന്നെ നിരാശനാക്കി. നല്ല പുസ്തകങ്ങൾ വായിച്ചുമനസ്സിലാക്കാൻ എനിക്കു കഴിവില്ലെന്നു വന്നിരിക്കുന്നു. അതൊരു നല്ല പുസ്തകമാണെന്ന കാര്യത്തിൽ എനിക്കു സംശയമില്ലായിരുന്നു. ഇത്ര സുന്ദരിയും പ്രൗഢയുമായ ഒരു മാന്യമഹിള ചീത്ത പുസ്തകങ്ങൾ വായിക്കുമോ!

"ഇഷ്ടപ്പെട്ടോ?"മെഷ്ചേർസ്ക്കിയുടെ മഞ്ഞപ്പുസ്തകം ഞാൻ മടക്കിക്കൊടുത്തപ്പോൾ അവർ ചോദിച്ചു.

ഇഷ്ടപ്പെട്ടില്ലെന്നു പറയാൻ എനിക്കു വല്ലാത്ത സങ്കോചം തോന്നി. അവർക്കതു രസിച്ചില്ലെങ്കിലോ എന്നു ഞാൻ ഭയന്നു.

പക്ഷെ അവർ ചിരിച്ചതേയുള്ളൂ. കർട്ടൻ മാറ്റി കിടപ്പുമുറിയിലേക്കു മറഞ്ഞിട്ട് അവർ അല്പസമയം കഴിഞ്ഞ് നീലത്തുകൽബയന്റിട്ട ഒരു കൊച്ചുപുസ്തകവുമായി മടങ്ങിവന്നു.

"ഇതു നിനക്കിഷ്ടപ്പെടും. മുഷിക്കരുത്!"

പുഷ്ക്കിന്റെ ഒരു കവിതാസമാഹാരമായിരുന്നു അത്. ഞാനത് ഒരൊറ്റ ഇരിപ്പിന് വായിച്ചുതീർത്തു. അനുപമസുന്ദരമായ ഒരിടം കണ്ടെത്തുമ്പോഴത്തെ ആർത്തി എന്നെ ഗ്രസിച്ചു. ഒരേ സമയത്ത് അവിടം മുഴുവൻ ഓടിക്കാണാൻ നാം കൊതിച്ചുപോകും. ചതുപ്പുനിലങ്ങൾ നിറഞ്ഞ കാട്ടിലൂടെ വളരെനേരമായി നടക്കുന്ന ഒരാൾ, വെയിലിൽ കുളിച്ച് പൂവിട്ടുനിൽക്കുന്ന ഒരു വെളിമ്പ്രദേശത്തേക്കു പൊടുന്നനെ കടന്നാലുണ്ടാകുന്ന അനുഭൂതിയാണത്. അതിന്റെ മായാജാലം നുകർന്നുകൊണ്ട് ഒരു നിമിഷം നിന്നിട്ട് അയാൾ ആഹ്ലാദോന്മത്തനായി അവിടെല്ലാം ഓടിനടക്കും. പാദങ്ങൾ പശിമയുള്ള പുല്ലിൽ ഓരോ തവണ സ്പർശിക്കുമ്പോഴും അവാച്യമായൊരു നിർവൃതി അനുഭവപ്പെടും.

പുഷ്ക്കിന്റെ കവിതകളുടെ സരളതയും സംഗീതാത്മകതയും എന്നെ അത്ഭുതസ്തബ്ധനാക്കി. ഗദ്യം അസ്വാഭാവികമാണെന്ന് വളരെക്കാലത്തേക്ക് എനിക്കു തോന്നി. അതു വായിക്കാൻ തന്നെ ഞാൻ വിഷമിച്ചു. മുത്തശ്ശി പറഞ്ഞുതന്ന ഏറ്റവും നല്ല കഥകൾ

ആറ്റിക്കുറുക്കിയെടുത്തതുപോലിരുന്നിരുന്ന "റുസ്ലാനും ലുദ്മീലയും" എന്ന മഹാകാവ്യത്തിന്റെ ആമുഖം. ചില വരികളിൽ പ്രകാശിപ്പിച്ചിട്ടുള്ള കടഞ്ഞെടുത്ത സത്യം എന്നെ ആശ്ചര്യപരതന്ത്രനാക്കി.

അതാ, ആ അപരിചിതവഴിത്താരകളിൽ
അജ്ഞാതമൃഗങ്ങളുടെ കാല്പാടുകൾ...

ആ ഇമ്പമുള്ള ഈരടികൾ ഉരുവിട്ടപ്പോൾ, എനിക്കേറ്റവും സുപരിചിതങ്ങളായ വഴിത്താരകൾ ഒട്ടുമിക്കവാറും കണ്ണിൽപെടാതെ മറഞ്ഞു കിടക്കുന്നതും നിഗൂഢങ്ങളായ കാല്പാടുകൾ പതിഞ്ഞ ഇടങ്ങിൽ ചതഞ്ഞുകിടക്കുന്ന പുൽക്കൊടികളിൽ രസത്തുള്ളികൾപോലെ കനമുള്ള ഹിമകണങ്ങൾ പറ്റിപ്പിടിച്ചിരിക്കുന്നതുമെല്ലാം ഞാൻ ഭാവനയിൽ കണ്ടു. സ്വരസമ്പുഷ്ടങ്ങളായ ആ വരികൾ ഓർക്കാൻ അത്ഭുതകരമാംവണ്ണം എളുപ്പമായിരുന്നു. സർവ്വാലങ്കാരഭൂഷിതമായിട്ടാണ് അവ എന്തും പ്രകാശിപ്പിച്ചത്. ഞാൻ ആനന്ദത്തിൽ ആറാടി. ജീവിതം അനായാസവും സുഖകരവുമായിത്തീർന്നു. പുതിയൊരു ജീവിതത്തിന്റെ കാഹളധ്വനിയാണ് ഞാൻ ആ കവിതകളിൽ കേട്ടത്. എഴുത്തും വായനയും അറിയാവുന്നത് എന്തൊരു ഭാഗ്യം!

എനിക്ക് പുഷ്കിന്റെ അതിസുന്ദരങ്ങളായ കവനകഥകൾ അദ്ദേഹത്തിന്റെ ഇതരകൃതികളേക്കാൾ ഹൃദ്യവും സുഗ്രഹവുമായിത്തോന്നി. കുറേ പ്രാവശ്യം വായിച്ചുകഴിഞ്ഞപ്പോൾ എനിക്കവ മനപ്പാഠമായി. ഉറങ്ങാൻ കിടക്കുമ്പോൾ ഞാൻ കണ്ണടച്ച് അവ ഉരുവിടും. അങ്ങിനെയങ്ങ് ഉറങ്ങിപ്പോവും. ചിലപ്പോൾ ഞാൻ അവയെ ഓഫിസറന്മാരുടെ പരിചാരകരായ പട്ടാളക്കാരെ ചൊല്ലികേൾപ്പിക്കും. അതുകേട്ട് അവർ പൊട്ടിച്ചിരിക്കും. ആഹ്ലാദത്തോടെ പ്രാകും. സീദൊറൊവ് എന്റെ തല തടവിക്കൊണ്ട് പതുക്കെപ്പറയും:

"എത്ര ഇമ്പമായിരിക്കുന്നു അല്ലേ!"

യജമാനന്റെ വീട്ടുകാർ എന്റെ ഈ ഉദ്വേഗം കാണാതിരുന്നില്ല. വൃദ്ധ എന്നെ ശകാരിച്ചു.

"തെമ്മാടി വായനതന്നെ വായന! സമോവാർ തേച്ചുമിനുക്കിയിട്ട് ദിവസം നാലായി. ഞാനൊരു ചപ്പാത്തിക്കോലെടുത്ത്..."

ചപ്പാത്തിക്കോലെടുത്താൽ എനിക്കെന്താ! തിരിച്ചങ്ങോട്ട് ഞാനൊരു ഈരടി എറിഞ്ഞു:

കുത്സിതമായ കറുത്ത ആത്മാവുമായി
വൃദ്ധയായ ദുർമ്മന്ത്രവാദിനി...

യുവതിയെക്കുറിച്ചുള്ള എന്റെ മതിപ്പ വർദ്ധിച്ചു. ഇത്തരം പുസ്തകങ്ങളാണ് അവർ വായിക്കുന്നത്! ഇത് ചില്ലുകൂട്ടിലെ കളിമൺശില്പമൊന്നുമല്ല!

ഞാൻ അവിടെച്ചെന്ന് സങ്കടത്തോടെ പുസ്തകം മടക്കിക്കൊടുത്തപ്പോൾ അവർ പൂർണ്ണബോദ്ധ്യത്തോടെ പറഞ്ഞു:

"നിനക്ക് ഇത് ഇഷ്ടപ്പെട്ടു അല്ലെ? നീ പുഷ്ക്കിനെപ്പറ്റി കേട്ടിട്ടുണ്ടോ?"

ഇല്ലെന്നു ഞാൻ പറഞ്ഞു. മാസികകളിലൊരെണ്ണത്തിൽ ഞാൻ അദ്ദേഹത്തെക്കുറിച്ച് എന്തോ വായിച്ചിരുന്നെങ്കിലും അവർ എന്താണു പറയാൻ പോകുന്നതെന്നു കേൾക്കാൻ ഞാൻ ആഗ്രഹിച്ചു.

പുഷ്ക്കിന്റെ ജീവിതത്തേയും അന്ത്യത്തേയും കുറിച്ച് ചെറിയൊരു വിവരണം നൽകിയശേഷം അവർ വാസന്തദിനത്തെപ്പോലെ മന്ദസ്മിതം തൂകിക്കൊണ്ടു പറഞ്ഞു

"സ്ത്രീയെ പ്രേമിക്കുന്നത് എത്രമാത്രം അപകടമാണെന്ന് ഇപ്പോൾ മനസ്സിലായോ?"

അത് നിസ്സംശയമായും അപകടകരവും എന്നാലതേസമയം ആനന്ദപ്രദവുമാണെന്നാണ് ഞാൻ വായിച്ചിട്ടുള്ള എല്ലാ പുസ്തകങ്ങളിലും പറഞ്ഞിട്ടുള്ളത്.

"അപകടമാണെങ്കിലും സകലരും പ്രേമിക്കുന്നുണ്ടല്ലോ." ഞാൻ പറഞ്ഞു. "സ്ത്രീകളും അതുമൂലം കഷ്ടപ്പെടുന്നുണ്ട്.'

എല്ലാവരേയും നോക്കുന്നതുപോലെ കൺപീലികൾക്കിടയിലൂടെ എന്റെ നേരെ ഒരു നോട്ടമയച്ചിട്ട് അവർ ഗൗരവസ്വരത്തിൽ പറഞ്ഞു:

"ഓഹോ അങ്ങിനെയാണോ? നീ പറയുന്നതെന്താണെന്നു നീ മനസ്സിലാക്കിയിട്ടുണ്ടോ? ഉണ്ടെങ്കിൽ നീ അത് ഒരിക്കലും മറക്കാതിരിക്കട്ടെ!"

ഏതു കവിതകളാണ് എനിക്കു കൂടുതലിഷ്ടപ്പെട്ടതെന്ന് അവർ ചോദിച്ചു.

ഉത്സാഹഭരിതമായ അംഗവിക്ഷേപങ്ങളോടെ ഓർമ്മയിൽനിന്ന് ഉരുവിട്ടുകൊണ്ട് ഞാൻ അവരോട് എന്തെല്ലാമോ പറഞ്ഞു. ഞാൻ പറഞ്ഞതത്രയും അവർ മൗനമായും ഗൗരവമായും കേട്ടു. പിന്നീട് മുറിയിൽ ഉലാത്തിക്കൊണ്ട് അവർ ചിന്താധീനമായ സ്വരത്തിൽ പറഞ്ഞു:

"എന്റെ കൊച്ചുകുരങ്ങേ! നീ സ്ക്കൂളിൽപോയി പഠിക്കണം. ഞാൻ ആലോചിക്കട്ടെ. നിന്റെ യജമാനന്മാർ നിന്റെ ബന്ധുക്കളാണോ?"

ആണെന്നു കേട്ടപ്പോൾ ഞാനാണു കുറ്റക്കാരനെന്ന മട്ടിൽ അവർ "ഓ! എന്ന് ഉൽഘോഷിച്ചു.

അവരെനിക്കു "ബെറഞ്ചേയുടെ ഗീതങ്ങൾ" തന്നു. സ്വർണ്ണവക്കും ചുവന്ന തുകലിന്റെ പുറംചട്ടയിൽ കൊത്തുപണികളുമുള്ള അതിമനോഹരമായൊരു പതിപ്പായിരുന്നു അത്. കടുത്ത ദുഃഖവും അളവറ്റ സന്തോഷവും വിചിത്രമാംവണ്ണം ഇടകലർന്നിരുന്ന ആ ഗാനങ്ങൾ എന്നെ നിശ്ശേഷം ആനന്ദോന്മത്തനാക്കി.

"വൃദ്ധയാചക"നിലെ കയ്പേറിയ ഈ വരികൾ വായിച്ചപ്പോൾ എന്റെ സിരകളിലെ ചോര മരവിച്ചു:

ഞാനൊരു കീടമോ, നിങ്ങൾക്കു ശല്യമോ?
ശങ്കിക്ക വേണ്ട, കരുണയെന്യെ,
കണ്ടാലുടനുടച്ചൊരീ ക്ഷുദ്രജീവിയെ
വെക്കം ചവുട്ടിയരച്ചുകൊൾക!
എൻ വന്യശക്തി സഫലമാക്കീടുവാൻ
എന്നെപ്പഠിപ്പിച്ചിരുന്നുവെങ്കിൽ
ഈ നിന്ദ്യകീടമുറുമ്പായി മാറി, യെൻ—
ഭ്രാതരെപ്പുൽകിയൊടുങ്ങിയേനെ.
ഇപ്പോഴിതാ, നരരാശിയെ പ്രാകിക്കൊ—
ണ്ടീ വൃദ്ധഭിക്ഷു മരിച്ചീടുന്നു!

അതിന്റെ തൊട്ടുപിന്നാലെയുള്ള "ഭർത്തൃവിലാപം " എന്ന കവിത വായിച്ചപ്പോൾ ചിരിച്ചുചിരിച്ചു എന്റെ കണ്ണിൽ വെള്ളമൂറി.

സൗഭാഗ്യജീവിതമെന്ന കല
സാധാരണർക്കെളുപ്പം പഠിക്കാം

എന്ന ബെറഞ്ചേയുടെ വാക്കുകൾ എന്റെ ഓർമ്മയിൽ വിശേഷിച്ചും തങ്ങിനിന്നു.

ബെറഞ്ചേ എന്നിൽ അടക്കാനാവാത്ത ഉത്സാഹമുണർത്തി. കുസൃതി കാട്ടാനും കുത്തുവാക്കു പറയാനുമുള്ള മോഹം അങ്കുരിപ്പിച്ചു. വളരെ വേഗം ഞാൻ അതിൽ പ്രാവീണ്യം നേടുകയും ചെയ്തു. അദ്ദേഹത്തിന്റെ കവിതകളും ഞാൻ മനപ്പാഠമാക്കി. കുറച്ചൊരു ഒഴിവു കിട്ടുമ്പോൾ ഞാൻ ഓഫീസറന്മാരുടെ അടുക്കളകളിലേക്ക് ഓടിച്ചെന്ന് പരിചാരകരായ പട്ടാളക്കാരെ അവ ആവേശപൂർവ്വം ചൊല്ലിക്കേൾപ്പിക്കും.

എന്നാൽ വേഗംതന്നെ എനിക്ക് ആ പതിവ് ഉപേക്ഷിക്കേണ്ടിവന്നു. കാരണം,

പതിനേഴകാരിയാം പെൺകൊടിക്കു
ചേരാത്ത തൊപ്പിയുണ്ടോ?

എന്ന വരികൾ പെൺകുട്ടികളെക്കുറിച്ച് അങ്ങേയറ്റം നിന്ദ്യമായ ചർച്ചയ്ക്കിടയാക്കി. അതിന്റെ അപമാനം സഹിക്കവയ്യാതെ ഞാൻ നിയന്ത്രണം വിട്ട് ഒരു പാത്രമെടുത്ത് യെർമോഹിന്റെ തലയ്ക്കടിച്ചു. സീദൊറൊവും മറ്റു പട്ടാളക്കാരും എന്നെ അയാളുടെ കരടിപ്പിടുത്ത ത്തിൽ നിന്നു രക്ഷിച്ചു. എങ്കിലും ഓഫീസറന്മാരുടെ അടുക്കളകളിലേ ക്കുള്ള പോക്ക് ഞാൻ അതോടെ മതിയാക്കി.

നടക്കാൻ പോകാൻ എനിക്ക് അനുവാദമില്ലായിരുന്നു, സമയ വുമില്ലായിരുന്നു. എന്റെ ജോലി കൂടി. വീട്ടുവേലക്കാരിയുടേയും മുറ്റം തൂപ്പുകാരന്റേയും "കയ്യാൾപ്പയ്യന്റേ" യും പതിവുജോലികൾക്കു പുറമേ വലിയൊരു പലകയിൽ കാലിക്കൊത്തുണി ആണിയടിച്ചുറപ്പിക്കുക, യജമാനന്റെ വരപ്പുകൾ അതിൽ ഒട്ടിച്ചുവയ്ക്കുക, ഭവനിർമ്മാണസംബന്ധ മായ അടങ്കലുകളുടെ പകർപ്പെടുക്കുക, കൺട്രാക്ടർമാരുടെ ബില്ലുകൾ ശരിയാണോയെന്നു പരിശോധിക്കുക തുടങ്ങിയ ജോലികൾ എനിക്കു നിത്യവും ചെയ്യേണ്ടിവന്നു. യജമാനൻ ഒരു യന്ത്രംപോലെ രാവിലെ തൊട്ട് രാത്രിവരെ പണിയെടുത്തു.

മേളസ്ഥലത്തെ പൊതുക്കെട്ടിടങ്ങളെല്ലാം കച്ചവടക്കാരുടെ സ്വകാ ര്യസ്വത്തായി മാറിയത് അക്കാലത്താണ്. പീടികനിരകൾ പുതുക്കിപ്പ ണിയാനുള്ള ശ്രമം തിടുക്കത്തിൽ നടന്നു. പഴയ കടകൾ നന്നാക്കാനും പുതിയവ പണിയാനുമുള്ള കരാറുകൾ യജമാനൻ ഏറ്റെടുത്തു. "പതിഞ്ഞ കമാനങ്ങൾ അഴിച്ചുപണിയുക, ഡോർമർ ജന്നലുകൾ വയ്ക്കുക" തുടങ്ങിയ വയ്ക്കുള്ള പ്ലാനുകൾ അയാൾ തയ്യാറാക്കി. വരപ്പുകളും ഒരുകുട്ടിൽ ഇരുപ ത്തഞ്ചു റൂബിളിന്റെ ഒരു നോട്ടുമായി ഞാൻ വൃദ്ധനായ വാസ്തുശില്പിയുടെ അടുത്തു ചെല്ലും. പണം കൈപ്പററിയശേഷം അയാൾ വരപ്പുകളുടെ പുറത്തു എഴുതും: "കെട്ടിടവുമായി വരപ്പുകൾ ഒത്തുനോക്കി. ചുവടെ ഒപ്പി ട്ടയാളിന്റെ നേരിട്ടുള്ള മേൽനോട്ടത്തിലാണ് മുഴുവൻ ജോലിയും നടന്നി ട്ടുള്ളത്." അയാൾ ആ കെട്ടിടം കണ്ടിട്ടുതന്നെയില്ല എന്നതാണു സത്യം. അനാരോഗ്യം മൂലം വീട്ടിനു പുറത്തിറങ്ങാൻ വയ്യാത്ത ആ മനുഷ്യന് പണികളുടെ മേൽനോട്ടം വഹിക്കാൻ സാദ്ധ്യവുമായിരുന്നില്ല.

മേള ഇൻസ്പെക്ടറേയും വേണ്ടപ്പെട്ട മറ്റു ചിലരേയും ഞാൻ കൈമ ടക്കുകൾ ഏല്പിച്ചു. പകരം അവരിൽനിന്ന്, യജമാനന്റെ ഭാഷയിൽ പറഞ്ഞാൽ, "പലതരം നിയമലംഘനങ്ങൾക്കുള്ള അനുമതികൾ" ലഭിച്ചു. യജമാനനും വീട്ടുകാരും വൈകീട്ട് വിരുന്നിനു പോകുന്ന സന്ദർ ഭങ്ങളിൽ അവർ മടങ്ങിവരുന്നതുവരെ മുറ്റത്ത് കാത്തിരിക്കാനുള്ള

അവകാശമാണ് ഇതിനൊക്കെക്കൂടി എനിക്കു കിട്ടിയ പ്രതിഫലം. വല്ലപ്പോഴുമേ അവർ വിരുന്നിനു പോകൂ. പക്ഷെ പോയാൽ പാതിരയ്ക്കു മുമ്പ് തിരിച്ചെത്തുകയില്ല. എന്റെ മാന്യയുവതിയുടെ വീടിന്റെ ജനാലക ളിലേക്കു നോക്കിക്കൊണ്ടും അവിടന്നു കേൾക്കുന്ന ഉല്ലാസകരമായ സംസാരവും സംഗീതവും ശ്രദ്ധിച്ചുകൊണ്ടും ഞാൻ വരാന്തയിലോ എതിർവശത്തെ വിറകുകൂനയിലോ കുറെ മണിക്കൂർ സമയം ഇരിക്കും.

ജനാലകൾ തുറന്നുകിടപ്പുണ്ടാവും. ഓഫീസറന്മാരുടെ വടിവൊത്ത രൂപങ്ങൾ മുറികളിലൂടെ നീങ്ങുന്നതും, കൊഴുത്തുരുണ്ട മേജർ ഓടിന ടക്കുന്നതും, അത്ഭുതകരമായ ലാളിത്യവും സൗകുമാര്യവുമാർന്ന വസ്ത്ര ങ്ങളുമണിഞ്ഞ് ആ മാന്യയുവതി ഒഴുകിനടക്കുന്നതും യവനികകളുടെ ഇഴകളിലൂടെയും പൂച്ചെടികളുടെ ഇലപ്പടർപ്പുകളിലൂടെയും എനിക്കു കാണാം.

ഞാൻ മനസ്സിൽ അവരെ “മാർഗൊ രാജ്ഞി” എന്നു വിളിച്ചു.

“അപ്പോൾ ഇതാണ് ഫ്രെഞ്ചു നോവലുകളിൽ പറയുന്ന ഉല്ലാസജീ വിതം!” ജനാലയിലേക്കു കണ്ണയച്ചുകൊണ്ട് ഞാൻ ആലോചിക്കും. എനിക്കെപ്പോഴും കുറച്ചു സങ്കടം തോന്നും. പൂവിന്റെ ചുറ്റും പറന്നു നടക്കുന്ന വണ്ടുകളെപ്പോലെ ആ പുരുഷന്മാരെല്ലാം മാർഗൊരാ ജ്ഞിയെ ചുറ്റിപ്പറ്റി നിൽക്കുന്നതു കണ്ടപ്പോൾ എന്റെ ബാലസഹജമായ അസൂയ തലപൊക്കി.

നെറ്റിയിലൊരു വട്ടവും കുഴിഞ്ഞ കണ്ണുകളുമുള്ള, ഉയരം കൂടിയ, ഗൗരവക്കാരനായ ഒരു ഓഫീസർ അക്കൂട്ടത്തിലുണ്ടായിരുന്നു. അയാൾ മറ്റുള്ളവരേക്കാൾ ദുർലഭമായിട്ടാണ് അവരെ സന്ദർശിക്കുന്നത്. വരു മ്പോഴെല്ലാം വയലിനും കൂടെക്കൊണ്ടുവരും. എത്ര സുന്ദരമായിട്ടാണ് അയാളതു വായിക്കുന്നത്! വഴിപോക്കർ അതുകേട്ട് നിന്നുപോകും. ഞങ്ങളുടെ തെരുവിലുള്ളവർ പുറത്തിറങ്ങി വന്ന് വിറകുകൂനയിലിരുന്നു ശ്രദ്ധിക്കും. എന്റെ യജമാനന്റെ വീട്ടുകാർപോലും വീട്ടിലുള്ള സമയമാ ണെങ്കിൽ ജനാല തുറന്നിടും. ആ സംഗീതകുശലനെ പ്രശംസിക്കും. പള്ളിയിലെ ചെമ്മാച്ചനെ ഒഴിച്ച് മറ്റാരെയെങ്കിലും അവർ പ്രശംസിച്ച തായി എനിക്കോർമ്മയില്ല. കൊഴുപ്പുള്ള മീൻ അകത്തു വച്ച് ചുട്ടെടുത്ത അപ്പമാണ് അവർക്കു സംഗീതത്തേക്കാളേറെ രുചിക്കുന്നതെന്നു എനിക്കറിയാം.

ചിലപ്പോൾ, ഒരു പ്രത്യേകരീതിയിൽ ശ്വാസം വിട്ടുകൊണ്ടും നെറ്റിയിൽ കയ്യമർത്തിക്കൊണ്ടും അയാൾ പരുക്കൻശബ്ദത്തിൽ പാടുകയോ കവിത ചൊല്ലുകയോ ചെയ്യും. ഒരു ദിവസം, ഞാൻ കൊച്ചുപെൺകുട്ടിയുമായി ജനാലയുടെ ചുവട്ടിലിരുന്നു കളിക്കുമ്പോൾ

മാർഗൊരാജ്ഞി അയാളോടു പാട്ടു പാടാൻ അപേക്ഷിക്കുന്നതു കേട്ടു. കുറെയേറെ സമയത്തേക്ക് അയാൾ വഴങ്ങിയില്ല. അവസാനം ആറ്റിക്കുറുക്കിയ രൂപത്തിൽ അയാൾ ഇങ്ങനെ പറഞ്ഞു:

ഗാനത്തിനു സൗന്ദര്യത്തെ വേണം, പക്ഷെ
സൗന്ദര്യത്തിനു ഗാനത്തെ വേണ്ട...

എനിക്ക് ആ വരികൾ വളരെ ഇഷ്ടപ്പെട്ടു. എന്തുകൊണ്ടോ എനിക്ക് ആ ഓഫീസറോട് സഹതാപം തോന്നി.

മുറിയിൽ ആരുമില്ലാത്തപ്പോൾ ആ മാന്യയുവതി പിയാനോ വായിക്കുന്നതു നോക്കിനിൽക്കാനാണ് ഞാൻ മറ്റെന്തിനേക്കാളുമേറെ ഇഷ്ടപ്പെട്ടത്. ആ സംഗീതം എന്റെ തലയ്ക്കു പിടിച്ചു. ആ ജനാലയും അതിന്റെ പിന്നിൽ വിളക്കിന്റെ മഞ്ഞവെട്ടത്തിൽ കാണുന്ന അവരുടെ കോമളാകാരവും അവരുടെ പ്രൗഢവദനത്തിന്റെ പാർശ്വദൃശ്യവും പിയാനൊക്കട്ടകളുടെ മീതേക്കൂടി പറവകളെപ്പോലെ പാറിനടക്കുന്ന വെളുത്ത കൈകളുമൊഴിച്ച് മറ്റൊന്നും ഞാൻ കണ്ടില്ല.

അവരെ നോക്കിക്കൊണ്ടും വിഷാദമധുരമായ ആ സംഗീതം കേട്ടുകൊണ്ടും നിൽക്കുമ്പോൾ എന്റെ ഭാവന ചിറകു വിടർത്തും. എന്നെങ്കിലുമൊരിക്കൽ ഞാൻ നിധി കണ്ടെടുത്തി അതു മുഴുവനും അവർക്കു ദാനം ചെയ്യും. അവർ ധനാഢ്യയാകട്ടെ! ഞാൻ സ്കോബെലവായിരുന്നെങ്കിൽ തുർക്കികളോടു വീണ്ടും യുദ്ധം ചെയ്ത് തടവുകാരെ പണംകൊടുത്തു മോചിപ്പിച്ച് നഗരത്തിലെ ഏറ്റവും നല്ല സ്ഥലമായ ഒത്കോസിൽ ഒരു മാളിക പണിത് എന്റെ മാന്യ യുവതിക്കു സമ്മാനിച്ചേനെ. അവർ ഈ തെരുവിൽനിന്നും ഈ വീട്ടിൽനിന്നും ഒന്നു മാറിയാൽ മാത്രം മതി. ഇവിടെ സകലരും അവരെപ്പറ്റി വൃത്തികെട്ട അനാവശ്യങ്ങൾ പറഞ്ഞു നടക്കുകയാണ്.

ഞങ്ങളുടെ അങ്കണത്തിൽ പാർക്കുകയും പണിയെടുക്കുകയും ചെയ്യുന്ന സകലരും—വിശേഷിച്ച് എന്റെ യജമാനന്റെ വീട്ടുകാർ—തുണിവെട്ടുകാരന്റെ ഭാര്യയെപ്പറ്റിപ്പറഞ്ഞത്രതന്നെ മോശമായും നീചമായുമാണ് മാർഗൊരാജ്ഞിയെപ്പറ്റിയും പറഞ്ഞത്. നാലുപാടും നോക്കി, സ്വരം താഴ്ത്തി, സൂക്ഷിച്ചാണവർ സംസാരിച്ചതെന്നു മാത്രം.

ഒരുപക്ഷെ അവരൊരു കലീനന്റെ വിധവയായതുകൊണ്ടാവാം ആളുകൾ അവരെ ഭയന്നത്. റഷ്യൻ ചക്രവർത്തിമാരായിരുന്ന ഗൊദുനോവും അലെക്സേയും മഹാനായ പീറ്ററും യുവതിയുടെ ഭർത്താവിന്റെ പൂർവികർക്കു നൽകിയ തിട്ടൂരങ്ങളാണ് അവരുടെ മുറിയുടെ ഭിത്തിയിൽ തൂങ്ങിക്കിടന്നിരുന്നത്. അക്ഷരാഭ്യാസമുള്ളവനും

സദാ വേദപുസ്തകം വായിച്ചുകൊണ്ടിരിക്കുന്നവനുമായ തുഫ്യായെവാണ് എന്നോട് ഇക്കാര്യം പറഞ്ഞത്. വൈഡൂര്യം പതിച്ച ചാട്ടക്കമ്പുകൊണ്ട് അടികിട്ടുമോയെന്ന് ആളുകൾ ഭയന്നതാവാനും മതി. ആ സ്ത്രീ അതുവച്ച് ഒരു പ്രധാനപ്പെട്ട ഉദ്യോഗസ്ഥനെ അടിച്ചിട്ടുണ്ടത്രെ.

പക്ഷെ ആളുകൾ കുശുകുശുത്ത വാക്കുകൾ ഉറക്കെപ്പറഞ്ഞവയേക്കാൾ ഒട്ടും മെച്ചമായിരുന്നില്ല. വിദ്വേഷത്തിന്റേതായ ഒരു ധൂമപടലത്തിലാണ് ആ മാന്യയുവതി ജീവിച്ചത്. അതെന്നെ വേദനിപ്പിക്കുകയും അമ്പരിപ്പിക്കുകയും ചെയ്തു. ഒരിക്കൽ പാതിരാകഴിഞ്ഞ് മടങ്ങിവരുന്ന വഴി മാർഗൊരാജ്ഞിയുടെ കിടപ്പുമുറിയുടെ ജനാലയിലൂടെ എത്തിനോക്കിയപ്പോൾ, വെറുമൊരു അടിയുടുപ്പുമാത്രം ധരിച്ച് അവർ സോഫയിൽ ഇരിക്കുന്നതും മേജർ മുട്ടുകുത്തിനിന്ന് അവരുടെ കാലിലെ നഖംവെട്ടുന്നതും പാദങ്ങൾ കഴുകിത്തുടയ്ക്കുന്നതും താൻ കണ്ടുവെന്ന് വിക്തർ പറഞ്ഞു.

വൃദ്ധ കാർക്കിച്ചുതുപ്പുകയും അയാളെ ശകാരിക്കുകയും ചെയ്തു. കൊച്ചെജമാനത്തിയുടെ മുഖം ചുവന്ന് ചോരനിറമായി.

"ഛീ! വിക്തർ! നിനക്കു നാണമില്ലേ! കഷ്ടം! എത്ര ആഭാസമായിട്ടാണ് ഈ മാന്യന്മാർ ജീവിക്കുന്നത്!"

യജമാനൻ മൗനമായി പുഞ്ചിരിച്ചു. ആ മൗനത്തിന് എനിക്കയാളോടു നന്ദി തോന്നി. എങ്കിലും ആ അട്ടഹാസങ്ങളിലും ആക്രോശങ്ങളിലും അയാളും പങ്കുചേരുമെന്നു ഞാൻ ഭയന്നു. പലതരം ആശ്ചര്യപ്രകടനങ്ങളോടെ പെണ്ണുങ്ങൾ വിക്തറോട് യുവതിയുടെ ഇരിപ്പിനെപ്പറ്റിയും കാൽമുട്ടിന്മേലുള്ള മേജറുടെ നില്പിനെപ്പറ്റിയും കുത്തിക്കുത്തി ചോദിച്ചു. വിക്തർ പുതിയ പുതിയ വിശദാംശങ്ങൾ അവരുടെ മുമ്പിലേക്കെറിഞ്ഞുകൊടുത്തു.

"മുഖമാകെ ചുവന്നിരുന്നു. നാക്ക് പുറത്തേക്ക് തൂങ്ങിക്കിടന്നിരുന്നു."

മേജർ യുവതിയുടെ നഖം വെട്ടിക്കൊടുത്തതിൽ ലജ്ജാകരമായി ഞാനൊന്നും കണ്ടില്ല. പക്ഷെ അയാളുടെ നാക്ക് പുറത്തേക്കു തൂങ്ങിക്കിടന്നിരുന്നുവെന്നു ഞാൻ വിശ്വസിച്ചില്ല. നിന്ദ്യമായൊരു പൊളിയാണതെന്ന് എനിക്കു തോന്നി.

"ഇത്രയ്ക്ക് ആഭാസമാണെങ്കിൽ പിന്നെന്തിനാണ് ജനലിലൂടെ ഒളിഞ്ഞുനോക്കിയത്? നിങ്ങളൊരു കുഞ്ഞല്ലല്ലൊ." ഞാൻ വിക്തറോടു പറഞ്ഞു.

അവരെന്നെ ശകാരിച്ചെന്നു പറയേണ്ടതില്ലല്ലൊ. പക്ഷെ ആ ശകാരം ഞാൻ ഗൗനിച്ചില്ല. എനിക്ക് ഒരൊറ്റ ആഗ്രഹമേ ഉണ്ടായിരുന്നുള്ളൂ. താഴത്തേക്ക് ഓടിച്ചെന്ന് ആ മാന്യയുവതിയുടെ മുമ്പിൽ മേജറെപ്പോലെ മുട്ടുകുത്തി നിന്ന് അവരോടു യാചിക്കണം:

“ദയവുചെയ്ത് ഇവിടുന്നൊന്നു പോകൂ!”

മറ്റൊരു തരം ജീവിതവും മറ്റൊരു തരം മനുഷ്യരും വികാരങ്ങളും വിചാരമുണ്ടെന്ന് മനസ്സിലായിക്കഴിഞ്ഞതോടെ എനിക്ക് ആ കെട്ടിടത്തോടും അതിലെ നിവാസികളോടും പൂർവ്വാധികം വെറുപ്പ തോന്നി. ദുഷിച്ച അപവാദങ്ങളുടെ മലീമസമായ ചിലന്തിവല ആ കെട്ടിടത്തെ മുഴുവനും കുരുക്കിയിട്ടു. ഒരൊറ്റയാൾക്കുപോലും അതിൽനിന്നു രക്ഷ കിട്ടിയില്ല. പട്ടാളറജിമെന്റിലെ പുരോഹിതൻ—രോഗിയായ ആ സാധുമനുഷ്യൻ—വിഷയലമ്പടനും മദ്യപാനിയുമാണെന്നു പരക്കെ അറിയപ്പെട്ടു. എന്റെ ഉടമസ്ഥരുടെ അഭിപ്രായത്തിൽ അവിടുത്തെ എല്ലാ ഓഫീസറന്മാരും അവരുടെ ഭാര്യമാരും പാപപങ്കിലമായ ജീവിതമാണു നയിച്ചത്. പെണ്ണുങ്ങളെപ്പറ്റിയുള്ള പട്ടാളക്കാരുടെ മട്ടുപ്പൻസംസാരം എനിക്കു വെറുത്തുതുടങ്ങിയിരുന്നു. പക്ഷെ എനിക്കേറ്റവും വെറുപ്പുതോന്നിയത് എന്റെ യജമാനന്റെ വീട്ടുകാരോടാണ്. മറ്റുള്ളവരെക്കുറിച്ചുള്ള അവരുടെ നിർദ്ദയമായ വിധിയെഴുത്ത് എത്രമാത്രം കഴമ്പില്ലാത്തവയാണെന്ന് എനിക്കു ഭംഗിയായിട്ടറിയാമായിരുന്നു. മറ്റുള്ളവരുടെ കുറ്റങ്ങൾ കണ്ടുപിടിക്കുകയെന്നതാണ് പണം മുടക്കാതെ ഏർപ്പെടാവുന്ന ഒരേയൊരു വിനോദം. അതുകൊണ്ട് അയൽക്കാരെ വാക്കുകൾകൊണ്ടു ഭേദ്യം ചെയ്യുന്നതിൽ മാത്രം യജമാനന്റെ വീട്ടുകാർ രസം കൊണ്ടു. തങ്ങൾ നയിച്ചുപോന്ന ഭക്തിസമ്പൂർണ്ണവും ആയാസകരവും വിരസവുമായ ജീവിതത്തിന് അവർ മറ്റുള്ളവരോടു പകപോക്കുകയാണെന്നു തോന്നി.

മാർഗൊരാജ്ഞിയെപ്പറ്റി അവർ വേണ്ടാതീനങ്ങൾ പറഞ്ഞപ്പോൾ ബാലസഹജമല്ലാത്ത വികാരവിക്ഷോഭമാണ് എനിക്കനുഭവപ്പെട്ടത്. ആ അപവാദകരോടുള്ള വെറുപ്പുകൊണ്ട് എന്റെ ഹൃദയം വിങ്ങിപ്പൊട്ടി. അവരെ സ്വൈര്യംകെടുത്താനും അവരുടെ ശത്രുത സമ്പാദിക്കാനും എനിക്ക് അടക്കാനാവാത്ത മോഹം തോന്നി. എന്നാൽ ചിലപ്പോൾ എനിക്ക് എന്നോടും മുഴുവനാളുകളോടും എന്തെന്നില്ലാത്ത അനുകമ്പ തോന്നും. ആ മൂകാനുകമ്പ വെറുപ്പിനേക്കാൾ ദുസ്സഹമായിരുന്നു.

എന്റെ രാജ്ഞിയെക്കുറിച്ച് അവർക്കറിയാവുന്നതിലും കൂടുതൽ കാര്യങ്ങൾ എനിക്കറിയാം. അവരും അതറിഞ്ഞേക്കുമോ എന്നായിരുന്നു എന്റെ ഭയം.

ഞായറാഴ്ച രാവിലെ പാട്ടുകുർബാനയ്ക്കുവേണ്ടി വീട്ടുകാർ പള്ളിയിൽ പോകുമ്പോൾ ഞാൻ യുവതിയുടെ അടുത്തു ചെല്ലും. അവർ എന്നെ കിടപ്പുമുറിയിലേക്കു വിളിക്കും. തങ്കനിറത്തിലുള്ള പട്ടുതുണിയടിച്ച കൊച്ചുകസേരയിൽ ഞാൻ ഉപവിഷ്ടനാകും. കുഞ്ഞ് എന്റെ മടിയിൽക്കയറി ഇരിപ്പു പിടിക്കും. വായിച്ച പുസ്തകങ്ങളെപ്പറ്റി ഞാൻ അവളുടെ

അമ്മയോടു വിവരിക്കും. കൊച്ചുകൈപ്പത്തികളിൽ കവിളമർത്തിക്കൊണ്ട് ആ വിശാലമായ മെത്തയിൽ കിടക്കുമ്പോൾ ആ മുറിയിലെ മറ്റെല്ലാറ്റിനേയുംപോലെ സ്വർണ്ണാഭമായ ഒരു പുതപ്പ് അവരുടെ ദേഹത്തെ മറിച്ചിരിക്കും. പിന്നിയിട്ട ഇരുണ്ട മുടി തവിട്ടുനിറത്തിലുള്ള തോളിന്റെ മീതേക്കൂടി മുമ്പോട്ടു വീണുകിടപ്പുണ്ടാവും. ചിലപ്പോൾ അത് മെത്തയുടെ വക്കും കവിഞ്ഞ് നിലത്തേക്കു ഞാന്നുകിടക്കും.

സൗമ്യദൃഷ്ടികളോടെ എന്റെ മുഖത്തു നോക്കിക്കൊണ്ട് എന്റെ സംസാരം കേട്ട് കിടക്കുമ്പോൾ അവർ നേരിയൊരു പുഞ്ചിരിയോടുകൂടി പറയും:

"ഓ അങ്ങിനെയാണോ?"

ആ ഉദാരമായ പുഞ്ചിരിപോലും ഒരു മഹാറാണിയുടെ കൃപാകടാക്ഷമായിട്ടാണു ഞാൻ കണ്ടത്. അവരുടെ ശബ്ദം ആഴമേറിയതും കരുണാർദ്രവുമായിരുന്നു. അവരെപ്പോഴും പറയുന്നത് ഒരേ കാര്യമാണെന്ന് എനിക്കു തോന്നി

"ഞാൻ മറ്റാരേക്കാളും അപരിമേയമാംവണ്ണം മികച്ചവളും പവിത്രയുമാണെന്ന് എനിക്കറിയാം. അവരിലാരേയും എനിക്കു വേണ്ട."

ചിലപ്പോൾ അവർ ഉയരംകുറഞ്ഞ ചെറിയൊരു കസേരയിൽ നിലക്കണ്ണാടിയുടെ മുമ്പിലിരുന്ന് മുടി കോതുമ്പോഴായിരിക്കും ഞാൻ കടന്നു ചെല്ലുന്നത്. മുത്തശ്ശിയുടേതുപോലെ നീണ്ട് ഇടതൂർന്ന മുടി അവരുടെ മടിയിലേക്കും കസേരക്കൈകളിലേക്കും പുറകോട്ട് ഏതാണ്ട് നിലംവരെയും ഞാന്നുകിടപ്പുണ്ടാവും. കണ്ണാടിയിൽ അവരുടെ ഇരുണ്ട ഉറപ്പുള്ള മുലകൾ കാണാം. അവർ മുലക്കച്ചയും കാലുറയും ധരിക്കുന്നത് എന്റെ മുമ്പിൽ വച്ചാണ്. പക്ഷെ അവരുടെ നഗ്നത എന്നിൽ യാതൊരു ദുർവികാരങ്ങളും ഉണർത്തിയില്ല. അവരുടെ സൗന്ദര്യത്തിൽ ഞാൻ ആഹ്ലാദവും അഭിമാനവും കൊണ്ടു. പുഷ്പങ്ങളുടെ പരിമളമാണ് അവരിൽ നിന്നെപ്പോഴും പ്രസരിച്ചത്. അവരെക്കുറിച്ചുള്ള എന്തെങ്കിലും ദുർവിചാരങ്ങൾക്കെതിരായ രക്ഷാകവചമായിരുന്നു അത്.

കരുത്തനും ആരോഗ്യവാനുമായിരുന്ന എനിക്ക് സ്ത്രീപുരുഷബന്ധത്തിന്റെ രഹസ്യം അറിയാമായിരുന്നു. എന്നാൽ ആളുകൾ അതെപ്പറ്റി എന്റെ മുമ്പിൽവച്ചു സംസാരിച്ചത് അങ്ങേയറ്റം ഹൃദയശൂന്യമായും വിദ്വേഷപൂർണ്ണമായ ആഹ്ലാദത്തോടെയും ക്രൂരതയോടെയും വൃത്തികെട്ട രീതിയിലുമായതുകൊണ്ട് ആ സ്ത്രീ ഒരു പുരുഷന്റെ ആശ്ലേഷത്തിലിരിക്കുന്നത് എനിക്ക് വിഭാവനം ചെയ്യാൻ കഴിഞ്ഞില്ല. അവരുടെ ഉടലിന്റെ ഉടമസ്ഥനെന്ന നിലയ്ക്ക് അവരെ കൂസലില്ലാതെ നിർലജ്ജം

സ്പർശിക്കാൻ ആർക്കും അവകാശമില്ലെന്ന ഞാൻ കരുതി. അടുക്കള പ്രേമവും വിറകുപുരപ്രേമവും മാർഗൊരാജ്ഞിക്ക് അജ്ഞാതമാണെന്നും കുറേക്കൂടി ഉന്നതമായ ആനന്ദവും മറ്റൊരു തരം പ്രേമവുമാണ് അവർക്കറിയാവുന്നതെന്നും ഞാൻ ദൃഢമായി വിശ്വസിച്ചു.

എന്നാൽ ഒരു ദിവസം വൈകുന്നേരം അവരുടെ സ്വീകരണമുറിയിലേക്കു കടന്നുചെന്നപ്പോൾ കിടപ്പുമുറിയുടെ കർട്ടന്റെ പിന്നിൽനിന്ന് അവരുടെ മണിനാദം പോലുള്ള പൊട്ടിച്ചിരിയും അർത്ഥനാസ്വരത്തിലുള്ള ഒരു പുരുഷശബ്ദവും ഞാൻ കേട്ടു.

"ധൃതികൂട്ടല്ലെ!... ദൈവമേ! എനിക്കു വിശ്വാസം വരുന്നില്ല!"

ഞാൻ അവിടന്ന് അപ്പോൾ ഇറങ്ങിപ്പോകേണ്ടതാണെന്ന് എനിക്കറിയാമായിരുന്നു. പക്ഷെ ഞാനതിന് അശക്തനായിരുന്നു.

"ആരാണത്?" അവർ വിളിച്ചുചോദിച്ചു. "ഓ നീയാണോ? കയറിവാ."

മുറിയിലെ വായു പൂക്കളുടെ സൗരഭ്യം കൊണ്ടു സാന്ദ്രമായിരുന്നു. ജനാലകളിൽ കർട്ടനിട്ടിരുന്നതിനാൽ അവിടം ഇരുൾമൂടിയിരുന്നു. പുതപ്പ് കഴുത്തറ്റം വലിച്ചിട്ട് മാർഗൊരാജ്ഞി മെത്തയിൽ കിടക്കുന്നു. അരികിൽ, ഭിത്തിയോടു ചേർന്ന്, വയലിൻ വായനക്കാരനായ ഓഫീസർ ഇരിപ്പുണ്ട്. ഒരു ഷർട്ടു മാത്രമേ ധരിച്ചിട്ടുള്ളു. നെഞ്ച് തുറന്നു കിടന്നിരുന്നു. അയാളുടെ നെഞ്ചത്തുമുണ്ട് ഒരു വടു. വലത്തെ തോൾ മുതൽ മുലക്കണ്ണുവരെ കടുംചുവപ്പുനിറത്തിൽ നീണ്ടുകിടന്നിരുന്ന ആ വടു മുറിയിലെ അരണ്ട വെളിച്ചത്തിൽപോലും വ്യക്തമായി കാണാമായിരുന്നു. ഓഫീസറുടെ മുടി അപഹാസ്യമാംവണ്ണം അലങ്കോലപ്പെട്ടു കിടന്നിരുന്നു. വടുവീണ, വിഷാദമാർന്ന ആ മുഖത്ത് ഞാൻ ആദ്യമായി ഒരു പുഞ്ചിരി കണ്ടു. വിചിത്രമായൊരു പുഞ്ചിരിയായിരുന്നു അത്. എന്റെ രാജ്ഞിയുടെ സൗന്ദര്യം ആദ്യമായി കാണുന്നതുപോലെയാണ് അയാളുടെ വലിയ സ്ത്രൈണദൃഷ്ടികൾ അവരെ നോക്കിയത്.

"ഇതെന്റെ സ്നേഹിതനാണ്," മാർഗൊരാജ്ഞി പറഞ്ഞു. അവർ അപ്പറഞ്ഞത് എന്നോടോ അയാളോടോ എന്നു മനസ്സിലായില്ല.

"നീയെന്താ ഇത്ര പേടിച്ചുപോയത്?" അവരുടെ ശബ്ദം ദൂരെയെങ്ങോനിന്നു വരുന്നതുപോലെ തോന്നി. "ഇങ്ങടുത്തു വാ.."

ഞാൻ അടുത്തുചെന്നപ്പോൾ അവർ ചൂടുള്ള, നഗ്നമായ കൈത്തണ്ട എന്റെ കഴുത്തിൽ ചുറ്റിക്കൊണ്ടു പറഞ്ഞു

"വലുതാവുമ്പോൾ സുഖമെന്തെന്ന് നീയുമറിയും. നീ പോ!"

പുസ്തകം ഷെൽഫിൽവച്ച്, വേറൊന്ന് എടുത്ത്, ഞാൻ പുറത്തിറങ്ങി.

എന്റെ ഉള്ളിൽ എന്തോ ഒന്നു ഞെരിഞ്ഞുപൊടിഞ്ഞു. എന്റെ രാജ്ഞിയും മറ്റു സ്ത്രീകളെപ്പോലെയാണു പ്രേമിക്കുന്നതെന്ന് നിമിഷനേരത്തേക്കുപോലും ഞാൻ വിശ്വസിച്ചില്ല. ഓഫീസറെക്കുറിച്ചും എനിക്കങ്ങിനെ ചിന്തിക്കാൻ കഴിഞ്ഞില്ല. അയാളുടെ ആ പുഞ്ചിരി ഞാൻ മനസ്സിൽ കണ്ടു. ഒരു കൊച്ചുകുഞ്ഞിന്റേതുപോലെ ആഹ്ലാദവും ആശ്ചര്യവും നിറഞ്ഞ ഒരു പുഞ്ചിരിയായിരുന്നു അത്. ആ വിഷാദമാർന്ന മുഖത്തുവന്ന മാറ്റം അത്ഭുതകരമായിരുന്നു. അയാളവരെ പ്രേമിക്കുന്നുണ്ടാവണം. ആരാണവരെ പ്രേമിക്കാത്തത് ? അവരും തന്റെ പ്രേമം അയാളിൽ നിർലോഭം ചൊരിഞ്ഞുകാണണം. അത്ര ഇമ്പമായിട്ടാണ് അയാൾ വയലിൻ വായിക്കുന്നത്. അത്ര വികാരനിർഭരമായിട്ടാണ് അയാൾ കവിത ചൊല്ലുന്നത്.

എന്നാൽ എനിക്കിങ്ങനെ ആശ്വാസം കണ്ടെത്തേണ്ടിവന്നുവെന്നതിൽനിന്നു തന്നെ എല്ലാം പന്തിയല്ലെന്ന് എനിക്കു വ്യക്തമായി. ഞാൻ കണ്ട കാഴ്ചയോടും മാർഗൊരാജ്ഞിയോടുതന്നെയുമുള്ള എന്റെ മനോഭാവത്തിൽ എന്തോ പിശകുണ്ടെന്നു എനിക്കു മനസ്സിലായി. എന്തോ ഒന്നു കൈവിട്ടുപോയതുപോലെ എനിക്കു തോന്നി. കുറേ ദിവസങ്ങൾ ഞാൻ അഗാധമായ മനോവ്യഥയിൽ കഴിച്ചുകൂട്ടി.

ഒരു ദിവസം ഞാൻ കണ്ടമാനം കുസൃതി കാട്ടി. പുസ്തകമെടുക്കാൻ യുവതിയുടെ അടുത്ത് ചെന്നപ്പോൾ അവർ കുപിതയായി പറഞ്ഞു:

“നീ ഒരു മഹാതെമ്മാടിയാണെന്നാണല്ലോ ഞാൻ കേട്ടത്. ഞാനിത് ഒരിക്കലും വിചാരിച്ചില്ല.”

അതുകേട്ടപ്പോൾ എനിക്കു സഹിച്ചില്ല. അവരെപ്പറ്റി ആളുകൾ ദൂഷ്യം പറയുന്നതു കേൾക്കുമ്പോൾ ഞാൻ എത്രമാത്രം മനപ്രയാസമാണ് അനുഭവിക്കുന്നതെന്നും ജീവിതംതന്നെ എനിക്കെത്രമാത്രം അരോചകമായിത്തോന്നാറുണ്ടെന്നും ഞാനവരോടു പറയാൻ തുടങ്ങി. എന്റെ തോളത്തു കൈവച്ചുകൊണ്ട് എതിരെ നിന്നിരുന്ന അവർ ആദ്യം ഞാൻ പറയുന്നതു ഗൗരവപൂർവ്വം ശ്രദ്ധിച്ചു കേട്ടെങ്കിലും താമസിയാതെ ഒരു പൊട്ടിച്ചിരിയോടെ എന്നെ മെല്ലെ തള്ളിമാറ്റി.

“നിർത്ത്! എനിക്കതൊക്കെ അറിയാം. മനസ്സിലായോ? സർവ്വതും അറിയാം!”

പിന്നീട് എന്റെ കൈ രണ്ടും ഗ്രഹിച്ചിട്ട് അവർ വാത്സല്യപൂർവ്വം പറഞ്ഞു:

“ആ അനാവശ്യങ്ങൾ നീ എത്രയും കുറച്ചു ഗൗനിക്കുന്നോ അത്രയും നിനക്കു നല്ലത്. നീ കൈ ശരിക്കു കഴുകാറില്ലല്ലോ.”

അവരത്ത പറയേണ്ട കാര്യമില്ലായിരുന്നു. പിച്ചളപ്പാത്രങ്ങൾ തുടച്ചു മിനുക്കുകയും നിലം ഉരച്ചുകഴുകുകയും മൂത്രത്തുണി തിരുമ്മിയിടുകയും ചെയ്താൽ അവരുടെ കഷ്ടം എന്റേതിനേക്കാൾ മെച്ചമായിരിക്കുമെന്നു തോന്നുന്നില്ല.

"ഒരാൾ ജീവിക്കാൻ പഠിച്ചുപോയോ, സകലർക്കും അയാളോടു വെറുപ്പും അസൂയയുമാണ്. പഠിച്ചില്ലെങ്കിലോ, സകലർക്കും അയാളോട് അവജ്ഞയാണ്," അവർ ചിന്താധീനയായി പറഞ്ഞു. എന്നെ അരികിലണച്ചുകൊണ്ട് അവർ ഒരു പുഞ്ചിരിയോടെ എന്റെ കണ്ണുകളിലേക്കു ചുഴിഞ്ഞുനോക്കി.

"നിനക്കെന്നോടു സ്നേഹമുണ്ടോ?" അവർ ചോദിച്ചു.

"ഉണ്ട്."

"വളരെ?"

"അതെ."

"അതെന്താ?"

"അറിഞ്ഞുകൂടാ."

"നന്ദി. നീയൊരു തങ്കമാണ്. എന്നെ സ്നേഹിക്കുന്നത് എനിക്കിഷ്ടമാണ്."

അവർ ചെറുതായി ചിരിച്ചു. മറ്റെന്തോകൂടി പറയാൻ ഭാവിച്ചതാണ്. എങ്കിലും അവർ നെടുവീർപ്പിട്ടുകൊണ്ട് വളരെ നേരത്തേക്ക് മൗനംപൂണ്ട് നിന്നതേയുള്ളൂ. എന്റെ കയ്യിൽനിന്നു പിടി വിട്ടതുമില്ല.

"നീ എന്നെ കൂടെക്കൂടെ വന്നുകാണണം. ഇടകിട്ടുമ്പോഴൊക്കെ വാ."

ഞാൻ ആ ക്ഷണം പ്രയോജനപ്പെടുത്തി. അവരുമായുള്ള സമ്പർക്കത്തിൽനിന്ന് എനിക്കു വളരെയേറെ ഗുണമുണ്ടായി. യജമാനന്റെ വീട്ടുകാർ ഉച്ചയുറക്കത്തിനു വിരമിക്കുമ്പോൾ ഞാൻ താഴത്തേക്ക് ഓടിച്ചെല്ലും. യുവതി വീട്ടിലുണ്ടെങ്കിൽ ഞാൻ ഒരു മണിക്കൂറോ ചിലപ്പോൾ അതിൽ കൂടുതലോ സമയം അവരൊന്നിച്ചു ചെലവഴിക്കും.

"നീ റഷ്യൻ പുസ്തകങ്ങൾ വായിക്കണം. നമ്മുടെ തന്നെ ജീവിതം. റഷ്യൻ ജീവിതം, അറിഞ്ഞിരിക്കണം," ഇളംചുവപ്പാർന്ന ചടുലമായ വിരലുകളാൽ സുരഭിലമായ കാർകൂന്തലിൽ സ്ലൈഡുകൾ തിരുകിക്കയറ്റുന്നതിനിടയിൽ അവർ പറയും.

റഷ്യൻ എഴുത്തുകാരുടെ പേരുകൾ എണ്ണിപ്പറഞ്ഞുകൊണ്ട് അവർ ചോദിക്കും:

"നീ ഓർക്കുമോ?"

ചിന്താഭാരത്തോടും നേരിയൊരു ഈർഷ്യയോടും കൂടി അവർ കൂടെക്കൂടെ പറയും:

"നീ സ്കൂളിൽ ചേർന്നു പഠിക്കണം. ഞാനത് എപ്പോഴും മറന്നുപോകും. എന്തൊരു കഷ്ടം!"

കയ്യിൽ പുതിയൊരു പുസ്തകവും ഉള്ളാകെ ശ്രദ്ധികലശം ചെയ്തതുപോലൊരു അനുഭൂതിയുമായിട്ടാണ് ഞാൻ അവരുടെ മുറിയിൽനിന്നിറങ്ങി മുകളിലോട്ട് ഓടിപ്പോകുന്നത്.

അക്സാക്കൊവിന്റെ "കുടുംബപുരാവൃത്തം", "വനത്തിൽ" എന്ന രസകരമായ റഷ്യൻ കവിത, "ഒരു നായാട്ടുകാരന്റെ കുറിപ്പുകൾ" എന്ന ഒന്നാന്തരം പുസ്തകം, ഗ്രെബെൻകയുടേയും സോല്ലൊഗുബിന്റേയും ഏതാനും കൃതികൾ, വെനെവിത്തിനോവിന്റേയും ഒദൊയെവ്സ്കിയുടേയും ത്യുത്ച്ചെവിന്റേയും കവിതകൾ—ഇത്രയും ഞാൻ വായിച്ചുതീർത്തു. ക്ഷുദ്രവും കയ്പേറിയതുമായ യാഥാർത്ഥ്യത്തിന്റെ ഉമിയും തവിടും കളഞ്ഞുകൊണ്ട് അവ എന്റെ ആത്മാവിനെ കഴുകിയെടുത്തു. നല്ല പുസ്തകങ്ങളെന്നുവച്ചാലെന്തെന്ന് എനിക്കിപ്പോൾ മനസ്സിലായി. അവ ഒഴിച്ചുകൂടാനാവാത്തതാണെന്ന് എനിക്കു ബോദ്ധ്യമായി. ഈ ലോകത്ത് ഞാൻ ഏകനല്ലെന്നും എന്റെ ജീവിതം വ്യർത്ഥമാവുകയില്ലെന്നുമുള്ള പ്രശാന്തമായൊരു ദൃഢവിശ്വാസം അവ എന്നിൽ ഉദ്ദീപിപ്പിച്ചു.

മുത്തശ്ശി എന്നെ കാണാൻ വന്നപ്പോൾ മാർഗൊരാജ്ഞിയെക്കുറിച്ച് ആനന്ദപരവശമായൊരു വിവരണം ഞാനവർക്കു നൽകി. ഒരു നുള്ള് പൊടിവലിച്ചിട്ട് മുത്തശ്ശി പറഞ്ഞു:

"അതു കൊള്ളാമല്ലൊ! നല്ല മനുഷ്യർ ധാരാളമുണ്ട്. അവരെ തിരഞ്ഞാൽ മതി. കണ്ടെത്താതിരിക്കില്ല."

ഒരു ദിവസം അവർ അഭിപ്രായപ്പെട്ടു:

"ഞാൻ അവരെ പോയിക്കണ്ട് നിന്റെ പേരിൽ നന്ദിപറയട്ടെ?"

"വേണ്ടവേണ്ട."

"വേണ്ടെങ്കിൽ വേണ്ട... കർത്താവെ! എല്ലാം എത്ര സുഖകരമായിരിക്കുന്നു! ഇങ്ങനെ നൂറ്റാണ്ടുകൾ തന്നെ ജീവിക്കാൻ എനിക്കു സമ്മതമാണ്.!"

ഞാൻ സ്കൂളിൽ ചേർന്നു പഠിക്കുന്നതു കാണാനുള്ള അവസരം മാർഗൊരാജ്ഞിക്കു ലഭിച്ചില്ല. പെന്തെകോസ്തുദിവസം നടന്ന സംഭവം

എന്നെ കുഴപ്പത്തിൽ ചാടിച്ചു.

പെരുന്നാളിനു കുറെ ദിവസം മുമ്പുതന്നെ എന്റെ കൺപോളകളിൽ നീരുവന്ന് എനിക്കു കണ്ണു തീരെ തുറക്കാൻ വയ്യെന്നായി. എനിക്കു കണ്ണു കാണാൻ പാടില്ലാതാവുമോ എന്ന് യജമാനന്റെ വീട്ടുകാർ ഭയന്നു. ഞാനും വല്ലാതെ പേടിച്ചുപോയി. അവർ എന്നെ പരിചയത്തിലുള്ള ഒരു കണ്ണുവൈദ്യനെ കാണിച്ചു. ഹെന്റിഹ് റൊദ്സേവിച്ച് എന്നായിരുന്നു അയാളുടെ പേര്, അയാൾ എന്റെ കൺപോളകളുടെ അകം കീറി. കണ്ണുകളുടെ പുറത്തൊരു കെട്ടുമായി ഞാൻ കുറെ ദിവസം വേദനയും സഹിച്ച് ഇരുട്ടത്തു കിടന്നു. പെന്തെക്കോസ്തിന്റെ തലേന്നാൾ കണ്ണിലെ കെട്ടഴിച്ചു. എന്നെ ജീവനോടെ കുഴിച്ചിട്ട കുഴിമാടത്തിൽനിന്ന് ഉയിർത്തെഴുന്നേറ്റവനെപ്പോലെ ഞാൻ മെത്തയിൽനിന്നെണീറ്റു. കണ്ണു കാണാതാവുന്നതിനേക്കാൾ ഭയങ്കരമായിട്ടൊന്നുമില്ല. പറഞ്ഞറിയിക്കാൻ വയ്യാത്തത്ര കടുത്ത ഒരു അത്യാഹിതമാണത്. ലോകത്തിന്റെ പത്തിലൊമ്പതു ഭാഗവും അതു മനുഷ്യനു നഷ്ടപ്പെടുത്തുന്നു.

ഉല്ലാസകരമായ പെന്തെകോസ്തുദിവസം എന്റെ അസുഖം പ്രമാണിച്ച് ഉച്ചയ്ക്കുശേഷം എല്ലാ വീട്ടുവേലകളിൽനിന്നും എന്നെ ഒഴിവാക്കിയിരുന്നു. ഞാൻ അടുക്കളകൾതോറും കയറിയിറങ്ങി പരിചാരകരായ പട്ടാളക്കാരെ സന്ദർശിച്ചു. ഗൗരവക്കാരനായ തുഫ്യായെവൊഴികെ മറ്റെല്ലാവരും കുടിച്ചു ലക്കു കെട്ടിരുന്നു. വൈകുന്നേരം യെർമോഹിൻ സിദൊറൊവിനെ ഒരു വിറകുതടികൊണ്ടു തലയ്ക്കടിച്ചു. അയാൾ ബോധംകെട്ട് വാതിൽക്കൽ വീണു. ഭയന്നുവശായ യെർമോഹിൻ ഇടുക്കിലേക്കോടി.

സീദൊറൊവിനെ തല്ലിക്കൊന്നുവെന്ന വാർത്ത അതിവേഗം അങ്കണമാകെ പരന്നു. അടുക്കളയ്ക്കും പൂമുഖത്തിനുമിടയ്ക്കുള്ള വാതിൽക്കൽ അനക്കമറ്റു കിടക്കുന്ന പട്ടാളക്കാരനെ തുറിച്ചുനോക്കിക്കൊണ്ട് ചെറിയൊരു ആൾക്കൂട്ടം വരാന്തയിൽ തിങ്ങിക്കൂടി നിന്നു. പോലീസിനെ വിളിക്കണമെന്ന് ആളുകൾ കുശുകുശുത്തു. പക്ഷെ ആരും വിളിക്കാൻ പോയില്ല. പട്ടാളക്കാരനെ തൊടാൻ ആരും ധൈര്യപ്പെട്ടില്ല.ഇളം നീലനിറത്തിലുള്ള പുതിയൊരു ഉടുപ്പും ചുമലിലൊരു വെളുത്ത ഷാളും ധരിച്ച് അലക്കുകാരി നതാല്യ കൊസ്ലോവ്സ്കയ അവിടെ എത്തി. ആളുകളെ കോപത്തോടെ തള്ളിമാറ്റിക്കൊണ്ട് അവർ പൂമുഖത്തേക്കു കടന്നുചെന്ന് നിലത്തു ചടഞ്ഞിരുന്നു.

“വിഡ്ഢികളേ! ഇയാൾക്കു ജീവനുണ്ട്!” അവർ ഉറക്കെ വിളിച്ചു പറഞ്ഞു. “വെള്ളം കൊണ്ടുവാ!”

“നീ വേണ്ടാത്തിടത്തു തലയിടണ്ട!” ആളുകൾ അവരോടു പറഞ്ഞു.

“വെള്ളം കൊണ്ടുവരാനാണു പറഞ്ഞത്! “ തീപിടുത്തമുണ്ടാകുമ്പോളെന്നപോലെ അവർ അട്ടഹസിച്ചു. ചുറുചുറുക്കോടെ തന്റെ പുതിയ ഉടുപ്പ് മുട്ടിന്റെ മുകളിലേക്കു തെറുത്തുകയറ്റുകയും അടിയുടുപ്പ് താഴോട്ടു വലിച്ചിടുകയും ചെയ്തിട്ട് അവർ പട്ടാളക്കാരന്റെ ചോരയൊലിക്കുന്ന തല മടിയിലെടുത്തുവച്ചു.

കാണികൾ അപ്രീതിയോടെയും ഭീതിയോടെയും പിരിഞ്ഞുപോയി. അലക്കുകാരിയുടെ വെളുത്ത വട്ടമുഖത്ത് അശ്രുപൂർണ്ണമായ കണ്ണുകൾ രോഷപൂർവ്വം തിളങ്ങുന്നത് പൂമുഖത്തെ അരണ്ട വെളിച്ചത്തിൽ ഞാൻ കണ്ടു. ഞാൻ ഒരു തൊട്ടി വെള്ളം കൊണ്ടുവന്നു. അതു സീദൊറൊവിന്റെ തലയിലും നെഞ്ചത്തുമൊഴിക്കാൻ അവർ പറഞ്ഞു.

“പക്ഷെ എന്റെ ഉടുപ്പു നനയ്ക്കരുത്. ഞാൻ വിരുന്നുപോവുകയാണ്,” അവർ മുന്നറിയിപ്പു നൽകി.

പട്ടാളക്കാരനു ബോധം തെളിഞ്ഞു. മങ്ങിയ കണ്ണുകൾ തുറന്ന് അയാൾ ഞരങ്ങി.

“ഇയാളെ എടുത്തു പൊക്ക്,” അയാളുടെ ഇരുകക്ഷങ്ങളിലും താങ്ങിക്കൊണ്ടും ഉടുപ്പിൽ അഴുക്കുപററാതിരിക്കാൻ ദൂരെ മാറ്റിപ്പിടിച്ചുകൊണ്ടും അവർ പറഞ്ഞു. ഞങ്ങൾ അയാളെ അടുക്കളയിലേക്കു എടുത്തുകൊണ്ടുപോയി മെത്തയിൽ കിടത്തി. നനഞ്ഞ തുണികൊണ്ട് അയാളുടെ മുഖം തുടച്ചിട്ട് പുറത്തിറങ്ങിപ്പോകുമ്പോൾ അവർ പറഞ്ഞു:

“നീ തുണി നനച്ച് തലയിൽ ഒപ്പിക്കൊണ്ടിരിക്ക്. ഞാൻ പോയി മറ്റേ വിഡ്ഢിയെ അന്വേഷിക്കട്ടെ. ചെകുത്താന്മാർ കുടിച്ചുകുടിച്ച് ജയിലിൽ കേറുന്ന ലക്ഷണമാണ്.”

ചോരപറ്റിയ അടിപ്പാവാട ഊരിമാററി തൊഴിച്ച് ഒരു മൂലയിലിടുകയും, പടപടപ്പു മാറാത്ത കോടിയുടുപ്പ് സൂക്ഷിച്ച് വലിച്ചു നേരെയിടുകയും ചെയ്തശേഷം അവർ ഇറങ്ങിപ്പോയി.

സീദൊറൊവ് മൂരി നിവർത്തി, എക്കിളിട്ടു, ഞരങ്ങി. അയാളുടെ തലയിൽനിന്ന് ഇരുണ്ട നിറത്തിലുള്ള ചോര എന്റെ നഗ്നമായ പാദത്തിൽ ഇറ്റിറ്റുവീണുകൊണ്ടിരുന്നു. എനിക്കു അറപ്പുതോന്നിയെങ്കിലും പേടിച്ച് ഞാൻ കാൽ മാറ്റിയില്ല.

എനിക്കു വല്ലാത്ത നിരാശ തോന്നി. പുറത്ത് സർവ്വതും ഒരു വിശേഷദിവസത്തെ വിളിച്ചറിയിച്ചു. വരാന്തകളും പടിവാതിലുകളും ബർച്ചുതൈകൾകൊണ്ട് അലങ്കരിച്ചിരുന്നു. മേപ്പിളിന്റേയും റോവന്റേയും കൊമ്പുകൾ ഓരോ തൂണിലും വച്ചുകെട്ടിയിരുന്നു. തെരുവാകെ

ഉല്ലാസത്തിന്റെ തളിരണിഞ്ഞു നിന്നു. സർവ്വതും പുതുമയാർന്ന്, താരുണ്യമാർന്ന്, കാണപ്പെട്ടു. ഈ വസന്തോത്സവം വളരെക്കാലത്തേക്ക് ഇങ്ങനെതന്നെ തുടരുമെന്നും ഇനിമേൽ ജീവിതം കൂടുതൽ നിർമ്മലവും ഭാസുരവും ഉന്മേഷപ്രദവുമായിരിക്കുമെന്നും അന്നു രാവിലെതന്നെ എനിക്കു തോന്നിയിരുന്നു.

പട്ടാളക്കാരൻ ഛർദ്ദിച്ചു. ചൂടുള്ള വോഡ്ക്കയുടേയും ഉള്ളിയിലയുടേയും വീർപ്പുമുട്ടിക്കുന്ന ദുർഗന്ധം അടുക്കളയിൽനിറഞ്ഞു. പരന്ന മൂക്കുകളുമായി അവ്യക്തമായ വലിയ മുഞ്ഞികൾ ഇടയ്ക്കിടെ ജനാലച്ചില്ലിൽ പതിഞ്ഞു കണ്ടു. ഇരുവശത്തും വിരിച്ചുപിടിച്ചിരുന്ന കൈപ്പത്തികൾ കണ്ടിട്ട് ബീഭത്സങ്ങളായ ചെവികളാണെന്നു തോന്നി.

വെളിവു വീണപ്പോൾ പട്ടാളക്കാരൻ പിറുപിറുത്തു:

"എനിക്കെന്തു പറ്റി? ഞാൻ ഉരുണ്ടുവീണോ? യെർമോഹിനോ? നല്ല കൂട്ടുകാരൻ!"

അയാൾ ചുമയ്ക്കാൻ തുടങ്ങി. ഒരു കുടിയന്റെ കണ്ണുനീരൊഴുക്കിക്കൊണ്ട് അയാൾ വിലപിച്ചു:

"എന്റെ അനിയത്തി! എന്റെ കൊച്ചനിയത്തി!"

വഴവഴുത്ത് നനഞ്ഞുനാറുന്ന ദേഹവുമായി അയാൾ എണീറ്റുനിന്നു. തല കറങ്ങി വീണ്ടും മെത്തയിൽ വീണു. ഭയാനകമാംവണ്ണം കണ്ണുരുട്ടിക്കൊണ്ട് അയാൾ പറഞ്ഞു:

"എന്നെ കൊന്നുകഴിഞ്ഞു!"

എനിക്കതു കേട്ട് ചിരിവന്നു.

"നീ എന്താടാ ചെകുത്താനേ, ചിരിക്കുന്നത്?" മങ്ങിയ കണ്ണുകളോടെ എന്നെ തുറിച്ചുനോക്കിക്കൊണ്ട് പട്ടാളക്കാരൻ ചോദിച്ചു. "എന്നെ ഇവിടെ കൊന്നിട്ടിരിക്കുമ്പോൾ നീ ചിരിക്കുകയാണോ?"

രണ്ടു കൈകൾകൊണ്ടും എന്നെ തള്ളിമാറ്റിയിട്ട് അയാൾ പ്രാസമൊപ്പിച്ച് എന്തെല്ലാമോ പുലമ്പി.

"ഓടടാ ചെന്നായേ!" അയാൾ പിറുപിറുത്തു.

"അസംബന്ധം പറയാതെ മിണ്ടാതിരി!" ഞാൻ പറഞ്ഞു.

അയാൾ കലികയറി അലറി.

"എന്നെ കൊന്നിട്ടിരിക്കുമ്പോൾ നീയ്..."

ആ ഭാരിച്ച, വൃത്തികെട്ട, തളർന്ന കൈവീശി അയാൾ എന്റെ കണ്ണിലടിച്ചു. നിലവിളിച്ച് കണ്ണുപൊത്തിക്കൊണ്ട് ഞാൻ മുറ്റത്തേക്കോടി.

അവിടെവച്ച് നതാല്യയെ കണ്ടുമുട്ടി. "നടക്കെടാ, കുതിരേ!" എന്നും പറഞ്ഞ് അവർ യെർമോഹിനെ പിടിച്ചുവലിച്ചുകൊണ്ടുവരികയായിരുന്നു.

"നിനക്കെന്തുപറ്റി?" എന്നെ കണ്ട മാത്രയിൽ അവർ ചോദിച്ചു.

"അയാൾ തല്ലുകൂടാൻ വരികയാണ്," ഞാൻ പറഞ്ഞു.

"തല്ലുകൂടാൻ വരികയോ!" അവർ അത്ഭുതത്തോടെ ചോദിച്ചു. യെർമോഹിനെപ്പിടിച്ച് ഒരു വലി വലിച്ചിട്ട് അവർ അയാളോടു പറഞ്ഞു:

"നീ കർത്താവിനു സ്തുതി പറഞ്ഞോ!"

തണുത്ത വെള്ളംകൊണ്ടു കണ്ണു കഴുകിയിട്ട് അടുക്കളയുടെ വാതിൽക്കൽ വന്നു നോക്കിയപ്പോൾ പട്ടാളക്കാർ രണ്ടുപേരും വഴക്കു മറന്ന് കെട്ടിപ്പിടിച്ചു കരയുന്നതാണു ഞാൻ കണ്ടത്. അവർ നതാല്യയേയും ആശ്ലേഷിക്കാൻ ശ്രമിച്ചെങ്കിലും ആ സ്ത്രീ അവരെ തള്ളിമാറ്റി.

"മാറിപ്പോകിനെടാ, നായ്ക്കളേ!" അവർ ചീറി. "നിങ്ങടെ കൊടിച്ചികളിലൊരുത്തിയാണു ഞാനെന്നു വിചാരിച്ചോ? നിങ്ങളുടെ യജമാനന്മാർ വരുന്നതിനു മുമ്പ് കുറച്ചൊന്നു മയങ്ങിക്കൊ. ഉം, വേഗമാവട്ടെ! അല്ലെങ്കിൽ കാര്യം കുഴപ്പമാകും."

ആ സ്ത്രീ രണ്ടു പേരേയും കൊച്ചുകുട്ടികളെപ്പോലെ പിടിച്ചുകിടത്തി—ഒരുത്തനെ കട്ടിലിലും മറ്റേയാളെ നിലത്തും. രണ്ടുപേരും കൂർക്കംവലിച്ചുതുടങ്ങിയപ്പോൾ അവർ പൂമുഖത്തേക്കിറങ്ങിവന്നു.

"എന്റെ ഉടുപ്പുനോക്ക്! എല്ലാം ചുളുങ്ങി നാശമായി. ഞാൻ വിരുന്നുപോകാൻ ഇറങ്ങിയതാണ്. അവൻ നിന്നെ തല്ലിയോ? കഴുത! വോഡ്ക്ക അകത്തു ചെന്നാൽ ഇങ്ങിനിരിക്കും! നീ കുടിക്കരുത്. എന്റെ കുഞ്ഞേ. ഒരിക്കലും കുടിക്കരുത്."

ഞാൻ ഗേറ്റിനടുത്തു കിടന്നിരുന്ന ബഞ്ചിൽ അവരുടെ അരികത്ത് ഇരുന്നു. കുടിയന്മാരെ ഇത്ര പേടിയില്ലാതായത് എങ്ങിനെയാണെന്ന് ഞാൻ അവരോടു ചോദിച്ചു.

"കുടിയന്മാരല്ലാത്തവരേയും എനിക്കു പേടിയില്ല. ഞാൻ അവരെ ദാ ഇവിടെ നിർത്തും," ചുരുട്ടിപ്പിടിച്ച ചുവന്ന മുഷ്ടി കാട്ടിക്കൊണ്ട് അവർ പറഞ്ഞു. "പണ്ട് എന്റെ കെട്ടിയോൻ ജീവിച്ചിരുന്നപ്പോൾ കുടിച്ചു ലക്കില്ലാതെ കയറിവരുമായിരുന്നു. ഞാൻ അയാളെ കയ്യും കാലും കെട്ടിയിടും. അയാൾ ഉറങ്ങുന്ന സമയത്ത് കാൽശറായി ഊരിമാറ്റി ഒന്നാന്തരം വടികൊണ്ട് കൊടുക്കും നല്ല വീക്ക്. ഞാൻ പറയും: 'താൻ കുടിക്കരുത്! കുടിച്ചു വെളിവു കെടരുത്! തനിക്കൊരു കെട്ടിയോളുള്ളപ്പോൾ തന്നെ സുഖിപ്പിക്കേണ്ടത് അവളാണ്, കുപ്പിയല്ല.' ഞാൻ എന്റെ കൈ കുഴയുന്നതുവരെ തല്ലും. അതുകഴിഞ്ഞാൽ അയാൾ പഞ്ചപാവമാണ്.

പറഞ്ഞാലെന്തും കേൾക്കും."

"നിങ്ങൾക്കു നല്ല ശക്തിയുണ്ടല്ലോ." സാക്ഷാൽ ദൈവത്തെ കബളിപ്പിച്ച ഔവ്വയെന്ന സ്ത്രീയെ ഓർത്തുകൊണ്ട് ഞാൻ പറഞ്ഞു.

നതാല്യ ഒരു ദീർഘനിശ്വാസത്തോടെ പറഞ്ഞു:

"പെണ്ണിന് ആണിനേക്കാൾ ശക്തി വേണം. രണ്ടുപേർക്കും കൂടി വേണ്ട ശക്തി അവൾക്കു വേണം. പക്ഷെ കർത്താവ് അത് തട്ടിയെടുത്തു. കെട്ടിയോന്മാരെ നമ്പാൻ വയ്യ!"

അവർ ശാന്തമായും പകയില്ലാതെയുമാണു സംസാരിച്ചത്. മുഴുത്ത മാറിൽ കൈ പിണച്ചുവച്ചുകൊണ്ട് വേലിയിൽ ചാരിയിരിക്കുമ്പോൾ അവരുടെ കണ്ണുകൾ ചപ്പുംചവറും നിറഞ്ഞുകിടക്കുന്ന ചിറയിൽ ശോകാത്മകമായി തങ്ങിനിന്നു. അവരുടെ വിവേകപൂർവ്വകമായ സംസാരം കേട്ടുകൊണ്ടിരുന്ന ഞാൻ സമയം പോയതറിഞ്ഞില്ല. പെട്ടെന്ന്, യജമാനനും അയാളുടെ കൈയിൽ പിടിച്ചുകൊണ്ട് ഭാര്യയും ചിറയുടെ അങ്ങേത്തലയ്ക്കൽനിന്നു നടന്നുവരുന്നതു കണ്ടു. പൂവനേയും പിടക്കോഴിയേയുംപോലെ പ്രൗഢിയോടെ മന്ദംമന്ദം നടന്നുവന്ന അവർ ഞങ്ങളെ കണ്ടപ്പോൾ എന്തോ കുശുകുശുത്തു.

ഞാൻ ഓടിച്ചെന്ന് മുൻവശത്തെ കതകു തുറന്നു. കോണി കയറുമ്പോൾ യജമാനത്തി വിഷംപുരട്ടിയ സ്വരത്തിൽ പറഞ്ഞു:

"നീ അലക്കുകാരിയുമായിട്ട് സൊള്ളുകയാണ്, അല്ലേ? താഴത്തെ തമ്പുരാട്ടിയിൽനിന്നും ഇതാണോ നീ പഠിച്ചത്?"

അപ്പറഞ്ഞത് അങ്ങേയറ്റം അസംബന്ധമായിരുന്നതുകൊണ്ട് എനിക്കു വിഷമം തോന്നിയില്ല. ഒരു ചെറുചിരിയോടെ യജമാനൻ പറഞ്ഞതാണ് എന്നെ കൂടുതൽ വേദനിപ്പിച്ചത്:

"അതിനെന്താ! അവനതിനു സമയമായില്ലേ!"

പിറ്റേന്നു രാവിലെ വിറകെടുക്കാൻ വിറകുപുരയിൽ കടന്നപ്പോൾ പൂച്ചയ്ക്കു കയറിയിറങ്ങാനായി കതകിൽ തുളച്ചിരുന്ന ദ്വാരത്തിനടുത്ത് ഒരു ഒഴിഞ്ഞ പേഴ്സ് കിടക്കുന്നതു കണ്ടു. ഞാൻ ആ പേഴ്സ് സീദൊറൊവിന്റെ കയ്യിൽ പലപ്പോഴും കണ്ടിട്ടുള്ളതാണ്. ഞാൻ ഉടൻതന്നെ അത് അയാൾക്കു കൊണ്ടുകൊടുത്തു.

"പണമെവിടെ?" പേഴ്സിനകത്ത് തപ്പിനോക്കിയിട്ട് അയാൾ ചോദിച്ചു. "ഒരു റൂബിളും മുപ്പതു കൊപ്പെക്കും. ഇങ്ങെടുക്ക്."

അയാളുടെ തലയിൽ ഒരു ടൗവ്വൽ ചുറ്റിക്കെട്ടിയിരുന്നു. മുഖം മഞ്ഞച്ച് ഒട്ടിയിരുന്നിരുന്നു. അയാൾ നീരുവന്ന കണ്ണുകൾ രോഷപൂർവ്വം ചിമ്മി.

കാലിപ്പേഴ്സാണ് എനിക്കു കണ്ടുകിട്ടിയതെന്ന് അയാൾ വിശ്വസിച്ചില്ല.

യെർമോഹിൻ കയറിവന്നു. ഞാൻ ആ പണം കട്ടെടുത്തതാണെന്ന് തന്റെ കൂട്ടുകാരനെ പറഞ്ഞു ബോദ്ധ്യപ്പെടുത്താൻ അയാൾ ശ്രമിച്ചു. എന്റെനേരേ തലയാട്ടിക്കൊണ്ട് അയാൾ പറഞ്ഞു:

"ഇവനാണതു കട്ടെടുത്തത്. ഇവൻതന്നെ. ഇവനെപ്പിടിച്ച് ഇവന്റെ യജമാനനെ ഏല്പിക്കാം. ഒരു പട്ടാളക്കാരൻ മറ്റൊരു പട്ടാളക്കാരന്റെ പണം മോഷ്ടിക്കില്ല!"

പണം മോഷ്ടിച്ചതും പേഴ്സ് ഞങ്ങളുടെ വിറകുപുരയിൽ കൊണ്ടിട്ടതും അയാളാണെന്ന് അതുകേട്ടപ്പോൾ എനിക്കു സംശയം തോന്നി. ഞാൻ എടുത്ത വായ്ക്ക് അയാളുടെ മുഖത്തുനോക്കിപ്പറഞ്ഞു:

"പച്ചക്കള്ളം! താനാണ് കട്ടെടുത്തത്!"

ഭീതിയും കോപവുംകൊണ്ട് അയാളുടെ മുഖം വികൃതമാവുന്നതു കണ്ടപ്പോൾ എന്റെ ഊഹം ശരിയാണെന്ന് എനിക്കുറപ്പായി.

"തെളിയിക്ക്!" അയാൾ നേർത്ത സ്വരത്തിൽ കൂവിവിളിച്ചു.

ഞാനെങ്ങിനെ തെളിയിക്കും? ഒരു ആക്രോശത്തോടെ യെർമോഹിൻ എന്നെ മുറ്റത്തേക്കു വലിച്ചിറക്കി. തൊള്ളയിട്ടുകൊണ്ട് സീദോറൊവും അനുഗമിച്ചു. തലകൾ ജനാലകളിലൂടെ എത്തിനോക്കി. ശാന്തമായി സിഗററ്റു വലിച്ചുകൊണ്ട് മാർഗൊരാജ്ഞിയുടെ അമ്മ ഞങ്ങളെ നോക്കിനിന്നു. എന്റെ രാജ്ഞിയുടെ കണ്ണിൽ ഞാൻ അധഃപതിച്ചിരിക്കുന്നുവെന്നു മനസ്സിലായപ്പോൾ എനിക്കു ഭ്രാന്തിളകി.

പട്ടാളക്കാർ എന്നെ കയ്യു പിടിച്ച് യജമാനന്റേയും വീട്ടുകാരുടേയും മുമ്പിൽ ഹാജരാക്കിയതും എനിക്കെതിരായ കുറ്റാരോപണം കേട്ട് അവർ തമ്മിൽത്തമ്മിൽ നോക്കി തലയാട്ടിയതും ഞാനോർക്കുന്നു. കൊച്ചെജമാനത്തി നിശ്ശങ്കം പറഞ്ഞു:

"ഇവന്റെ പണിയാണ്, സംശയമില്ല. ഇന്നലെ രാത്രി ഇവൻ പടിക്കലിരുന്ന് അലക്കുകാരിയുമായി സൊള്ളുന്നതു ഞാൻ കണ്ടതാണ്. ഇവന്റെ കയ്യിൽ പണമുണ്ടായിരുന്നിരിക്കണം. പണമില്ലാതെ അവളുടെ അടുത്തുനിന്ന് ഒന്നും കിട്ടില്ല."

"ശരിയാണ്!" യെർമോഹിൻ താങ്ങിപ്പറഞ്ഞു.

എനിക്കു തല ചുറ്റുന്നതുപോലെ തോന്നി. ഒടുങ്ങാത്ത കോപം എന്നിലേക്കിരച്ചുകയറി. ഞാൻ കൊച്ചെജമാനത്തിയുടെ നേരെ ഒച്ചയെടുത്തു. അതിന്റെ പേരിൽ പൊതിരെ തല്ലുകിട്ടുകയും ചെയ്തു.

എന്നാൽ മാർഗൊരാജ്ഞി എന്നെപ്പറ്റി എന്തു വിചാരിക്കുമെന്ന ചിന്തയാണ് ആ പ്രഹരങ്ങളേക്കാൾ എന്നെ ദണ്ഡിപ്പിച്ചത്. ഞാൻ അവരുടെ കണ്ണിൽ എങ്ങിനെ സ്വയം ന്യായീകരിക്കും? എനിക്ക് ഇതിൽപരം ഒരപമാനം വരാനില്ല.

ഭാഗ്യവശാൽ പട്ടാളക്കാർ ആ സംഭവത്തെപ്പറ്റി ആ അങ്കണം മുഴുവനും തെരുവു മുഴുവനും അതിവേഗം പറഞ്ഞുപരത്തി. അന്നു രാത്രി തട്ടുമ്പുറത്തു കിടക്കുമ്പോൾ ഞാൻ നതാല്യ കൊസ്ലോവ്സ്ക്കയയുടെ അട്ടഹാസം താഴെക്കേട്ടു:

"ഞാനെന്തിനു മിണ്ടാതിരിക്കണം? ഇല്ല എന്റെ തങ്കക്കുട്ടൻ ഇങ്ങു വാ. വരാനാണു പറഞ്ഞത്. മര്യാദയ്ക്കു വന്നില്ലെങ്കിൽ ഞാൻ നിന്റെ യജമാനനോടു പോയിപ്പറയും. അയാള് നിന്നെ വരുത്തും!"

ആ ബഹളം എന്നെ സ്പർശിക്കുന്നതാണെന്ന് എനിക്കു തൽക്ഷണം മനസ്സിലായി. അവർ ഞങ്ങളുടെ വീടിന്റെ മുമ്പിൽ വന്നു നിന്നാണ് ഒച്ച യിട്ടത്. അവരുടെ ശബ്ദത്തിന്റെ മുഴക്കവും അതിലെ വിജയധ്വനിയും കൂടിക്കൂടി വന്നു.

"താൻ ഇന്നലെ എത്ര പണമാണ് എന്നെ കാട്ടിയത്? തനിക്കത് എവിടുന്നാണു കിട്ടിയത്? പറ. കേൾക്കട്ടെ."

എനിക്കു സന്തോഷംകൊണ്ടു വീർപ്പു മുട്ടി. സീദൊറൊവിന്റെ ആർത്തനാദം ഞാൻ കേട്ടു:

"ഛീ! യെർമോഹിൻ! കഷ്ടം! കഷ്ടം!"

"എന്നിട്ട് പഴിയും തല്ലും പയ്യന്!"

താഴോട്ട് ഓടിയിറങ്ങി ആനന്ദനൃത്തം ചെയ്യാനും കൃതജ്ഞതാ സൂചകമായി ആ അലക്കുകാരിയുടെ കവിളത്തു ഉമ്മവയ്ക്കാനും ഞാൻ കൊതിച്ചു. എന്നാൽ ആ സമയത്ത്—ജനാലയുടെ പിന്നിൽനിന്നാ വണം—കൊച്ചെജമാനത്തിയുടെ അട്ടഹാസം കേട്ടു:

"പയ്യനെ തല്ലിയത് അവന്റെ വായിലെ നാക്കിനാണ്. അവൻ കള്ള നാണെന്ന് നീയല്ലാതെ മറ്റാരും വിചാരിച്ചില്ല. മൂതേവി!"

"മൂതേവി നിങ്ങളാണ്, തടിച്ചിപ്പശു!"

അവരുടെ വഴക്ക് എന്റെ കാതുകൾക്ക് സംഗീതമായിരുന്നു. വേദന യുടേയും നതാല്യയോടുള്ള കൃതജ്ഞതയുടേയും ചുടുകണ്ണീർ ഹൃദയത്തെ ഞെരുക്കി. അതിനെ അടക്കാനുള്ള ശ്രമത്തിൽ എനിക്കു വീർപ്പുമുട്ടി.

യജമാനൻ മെല്ലെ തട്ടുമ്പുറത്തെ മുറിയിലേക്കു കയറിവന്ന് എനിക്ക രികിലായി ഉത്തരത്തിന്മേൽ ഇരുന്നു.

“എന്താ പെഷ്ക്കോവ്, നിന്റെ കഷ്ടകാലം, അല്ലെ?” തലമുടി മാടിയൊതുക്കിക്കൊണ്ട് അയാൾ പറഞ്ഞു.

ഞാൻ ഒന്നും മിണ്ടാതെ തല തിരിച്ചു.

“പക്ഷെ നിന്റെ വായിലെ നാക്ക് കുറെ കൂടിപ്പോകുന്നുവെന്നു പറയാതെ നിവൃത്തിയില്ല,” അയാൾ തുടർന്നു.

“എനിക്കു ഭേദമായാലുടനെ ഞാൻ ഇവിടുന്നു പോവുകയാണ്,” ഞാൻ ശാന്തമായി പറഞ്ഞു.

അയാൾ പുകവലിച്ചുകൊണ്ട് കുറേ സമയം മൗനമായി ഇരുന്നു. പിന്നീട് സിഗററ്റിന്റെ അറ്റത്തു സൂക്ഷിച്ചു നോക്കിക്കൊണ്ട് അയാൾ സ്വരം താഴ്ത്തി പറഞ്ഞു:

“അതു നിന്റിഷ്ടം. നീയിപ്പോൾ ഒരു കൊച്ചുകുട്ടിയല്ല. നല്ലതേതാണെന്ന് തന്നത്താൻ നിശ്ചയിച്ചാൽ മതി.”

അയാൾ എണീറ്റ് ഇറങ്ങിപ്പോയി. എപ്പോഴുമെന്നപോലെ എനിക്ക് അയാളെ ഓർത്ത് സങ്കടം തോന്നി.

നാലുദിവസം കഴിഞ്ഞ് ഞാൻ ആ വീട്ടിലെ പണി വിട്ടു. മാർഗൊ രാജ്ഞിയോടു യാത്ര പറയണമെന്ന് ഞാൻ അതിയായി ആഗ്രഹിച്ചെങ്കിലും അവരെ പോയി കാണാൻ ഞാൻ ധൈര്യപ്പെട്ടില്ല. നേരു പറഞ്ഞാൽ, അവരെനിക്ക് ആളയയ്ക്കുമെന്നു ഞാൻ പ്രതീക്ഷിച്ചു.

പെൺകുട്ടിയോടു യാത്ര പറയുമ്പോൾ ഞാൻ പറഞ്ഞു: “അമ്മയോടു പറയണം, എനിക്കവരോട് അങ്ങേയറ്റം നന്ദിയുണ്ടെണ്ടന്ന്. നീ പറയുമോ?”

“പറയാം,” സ്നേഹപൂർവ്വമായൊരു മധുരപ്പുഞ്ചിരിയോടെ അവൾ പറഞ്ഞു. “നമുക്ക് നാളെക്കാണാം.”

ഞാനവളെ ഇരുപതു വർഷത്തിനുശേഷം വീണ്ടും കണ്ടു. അവൾ ഒരു ജെൻഡാം ഉദ്യോഗസ്ഥന്റെ ഭാര്യയായിരുന്നു.

XI

ഞാൻ വീണ്ടും പാത്രം തേപ്പുകാരനായി. ഇത്തവണ "പേർമ്" എന്ന കപ്പലിലാണു ജോലി കിട്ടിയത്. അരയന്നത്തെപ്പോലെ വെളുത്ത്, വേഗതയുള്ള വലിയൊരു കപ്പലായിരുന്നു അത്. ഇപ്പോൾ ഞാനൊരു "അടുക്കളപ്പാത്രംതേപ്പുകാരൻ" അഥവാ "അടുക്കളപ്പയ്യൻ" ആണ്. ശമ്പളം മാസം ഏഴു റൂബിൾ. പാചകക്കാരനെ സഹായിക്കലാണ് ജോലി.

പന്തുപോലത്തെ കഷണ്ടിത്തലയുമായി ധാർഷ്ട്യത്തോടെ ഉരുണ്ടുരുണ്ടു നടക്കുന്ന ഒരു തടിയനായിരുന്നു കന്റീൻനടത്തിപ്പുകാരൻ. പൊരിയുന്ന വെയിലത്ത് തണലന്വേഷിച്ചുനടക്കുന്ന പന്നിയെപ്പോലെ അയാൾ സദാസമയവും കൈ പുറകിൽ കെട്ടി കപ്പൽത്തട്ടിലൂടെ ചുറ്റി നടക്കുന്നുണ്ടാവും. കാന്റീനിൽ വിളമ്പുകാർക്ക് ഭക്ഷണമെടുത്തുകൊടുക്കുന്നത് അയാളുടെ ഭാര്യയാണ്. നാല്പതുകഴിഞ്ഞ ആ സ്ത്രീ മുമ്പൊരു സുന്ദരിയായിരുന്നെങ്കിലും ഇപ്പോൾ ആ സൗന്ദര്യം മങ്ങിയിരിക്കുന്നു. വാരിക്കോരിത്തേച്ച പൗഡർ മുഖത്തുനിന്നടർന്നുവീണ് കടുംനിറത്തിലുള്ള ഉടുപ്പിൽ വെളുത്ത പൊടിയായി ഒട്ടിപ്പിടിച്ചിരിക്കുന്നതു കാണാം.

അടുക്കളയിൽ ഭരണം നടത്തുന്നത് പാചകക്കാരനായ ഇവാൻ ഇവാനൊവിച്ചാണ്. ആളുകൾ അയാളെ കരടിക്കുട്ടിയെന്നു കളിയാക്കി വിളിച്ചു. കൊഴുത്തു കുറിയ ദേഹം. വളഞ്ഞ മൂക്ക്. പരിഹാസം സ്ഫുരിക്കുന്ന കണ്ണുകൾ. ഒരു പച്ചപ്പരിഷ്ക്കാരിയുടെ മട്ടാണ്. കഞ്ഞിപ്പശയിട്ടു

തേച്ച കോളറേ എപ്പോഴും ധരിക്കൂ. എല്ലാ ദിവസവും മുഖം വടിക്കുന്നതു കൊണ്ട് കവിളത്ത് ഒരു നീലിമ കാണാം. ഇരുണ്ട മീശയുടെ രണ്ടറ്റവും മേലോട്ടു വളച്ചുവച്ചിരിക്കുന്നു. വെറുതെ ഇരിക്കുമ്പോൾ അയാൾ തന്റെ പൊള്ളലേറ്റ് ചുവന്ന വിരലുകളാൽ മീശ പിരിച്ചുകൊണ്ട് വട്ടത്തിലുള്ള ചെറിയൊരു കണ്ണാടിയിൽ നോക്കി രസിക്കുന്നതു കാണാം.

കപ്പലിലെ ഏറ്റവും ശ്രദ്ധേയനായ മനുഷ്യൻ തീമൂട്ടുകാരനായ യാക്കൊവ് ഷുമൊവായിരുന്നു. വിരിഞ്ഞ ചുമലുകളോടെ ഒട്ടൊരു ചതു രാകൃതിയിലുള്ള രൂപം. പതിഞ്ഞ മൂക്കോടുകൂടിയ മുഖം തുമ്പാത്തല പോലെ പരന്നിരുന്നു. കരടിക്കണ്ണുകൾ കനത്ത പുരികങ്ങൾക്കു താഴെ മറഞ്ഞുകിടന്നിരുന്നു. ചതുപ്പുനിലങ്ങളിലെ പായൽപോലിരുന്ന ചുരുണ്ട താടിരോമങ്ങൾ കവിൾത്തടങ്ങളെ പൊതിഞ്ഞിരുന്നു. തലയിൽ ഒരു തൊപ്പിപോലെ ഇടതൂർന്നു നിന്നിരുന്ന ചുരുളൻമുടിയിലൂടെ തന്റെ വളഞ്ഞ വിരലുകൾ കടത്താൻ അയാൾ പണിപ്പെട്ടു.

പണംവച്ചു ചീട്ടുകളിക്കുന്നതിൽ വിരുതനായിരുന്ന അയാൾ വലിയൊരു തീറ്റിപ്പണ്ടമായിരുന്നു. ഇറച്ചിക്കഷണത്തിനോ എല്ലിൻമു ട്ടിക്കോ വേണ്ടി കെഞ്ചിക്കൊണ്ട് അയാൾ, വിശന്ന നായയെപ്പോലെ സദാസമയവും അടുക്കളയെ ചുറ്റിപ്പറ്റി നടക്കും. വൈകീട്ട് കരടിക്കു ട്ടിയുമൊന്നിച്ച് ചായ കുടിക്കുമ്പോൾ അയാൾ തന്റെ അസാമാന്യ ജീവിതകഥ വിവരിക്കും.

കുട്ടിക്കാലത്ത് അയാൾ ര്യസാൻ പട്ടണത്തിലെ ആട്ടിടയന്റെ സഹായിയായിരുന്നു. അങ്ങിനെയിരിക്കെയാണ് അതുവഴി വന്ന ഒരു സന്ന്യാസി അയാളെ മയക്കി ഒരു മഠത്തിലേക്കു കൊണ്ടുപോയത്. അയാളവിടെ അന്തേവാസിയായി നാലുവർഷം കഴിച്ചുകൂട്ടി.

“പെൻസക്കാരിയായ ഒരു തീർത്ഥാടക മഠത്തിൽ വന്നില്ലായി രുന്നെങ്കിൽ ഞാനിന്നും ദൈവത്തിന്റെ കറുത്ത നക്ഷത്രമായി ഒരു സന്ന്യാസിയായിത്തുടർന്നേനെ.” അയാൾ ഫലിതരൂപത്തിൽ പറഞ്ഞു. “ആളൊരു രസികത്തിയായിരുന്നു. അവളെന്റെ തല തിരി ച്ചുകളഞ്ഞു. ‘താൻ എത്ര നല്ലവനാണ്. എത്ര കരുത്തനാണ്,’ അവൾ പറയുകയാണ്. ‘ഞാനോ, കെട്ടിയോൻ ചത്ത് തനിച്ചു കഴിയുകയാണ്. താൻ എന്റെകൂടെ വരില്ലേ ? തനിക്ക് എന്റെ പുരയിടം സൂക്ഷിപ്പുകാര നാവാം. എനിക്കു സ്വന്തം വീടുണ്ട്. കോഴിത്തൂവലിന്റേയും പൂടയുടേയും കച്ചവടമുണ്ട്.”

“ഞാൻ സമ്മതിച്ചു. അവൾ എന്നെ അവളുടെ പുരിയിടം സൂക്ഷി പ്പുകാരനാക്കി. ഞാൻ അവളെ എന്റെ വെപ്പാട്ടിയുമാക്കി. അങ്ങിനെ മൂന്നുകൊല്ലം കുശാലായിക്കഴിഞ്ഞു.”

“തനിക്കു നുണ പറയാൻ യാതൊരു ക്ലേശവുമില്ലല്ലോ,” തന്റെ മൂക്കത്തെ ഒരു മുഖക്കുരുവിൽ ഉൽക്കണ്ഠയോടെ നോക്കിക്കൊണ്ട് കരടിക്കുട്ടി ഇടയ്ക്കു പറഞ്ഞു. “നുണ പറയുന്നതിനു കാശുകിട്ടുമായിരുന്നെങ്കിൽ താൻ കുറെ സമ്പാദിച്ചേനെ.”

യാക്കൊവ് ചവച്ചുകൊണ്ടിരുന്നു. അയാളുടെ കവിളത്തെ നരച്ച മുടിച്ചുരുളുകളും രോമാവൃതങ്ങളായ കാതുകളും അനങ്ങിക്കൊണ്ടിരുന്നു. പാചകക്കാരൻ പറഞ്ഞതു കേട്ടശേഷം അയാൾ മുമ്പത്തെപ്പോലെതന്നെ ഒരേ സ്വരത്തിലുള്ള, തിടുക്കത്തിലുള്ള സംസാരം തുടർന്നു:

“അവൾക്ക് എന്നേക്കാൾ പ്രായമുണ്ടായിരുന്നു. എനിക്കു മുഷിഞ്ഞു. മടുത്തു. ഞാൻ അവളുടെ അനന്തരവളെ പാട്ടിലാക്കി. അതറിയേണ്ട താമസം അവളെന്നെ കൊങ്ങയ്ക്കു പിടിച്ചു പടിക്കു പുറത്തു തള്ളി.”

“തനിക്ക് അതിലും നല്ലോരു സമ്മാനം കിട്ടാനില്ല.” യാക്കൊവിന്റെ അതേ കളിമട്ടിൽ പാചകക്കാരൻ പറഞ്ഞു.

ഒരു പഞ്ചസാരക്കട്ടയെടുത്ത് വായ്ക്കകത്താക്കിയശേഷം തീമൂട്ടുകാരൻ തുടർന്നു:

“കുറേക്കാലം ഞാൻ കാറ്റത്ത് അങ്ങുമിങ്ങും പറന്നു നടന്നു. പിന്നീട് വ്ളദിമിറുകാരനായ ഒരു വയസ്സൻ കച്ചവടക്കാരന്റെ കൂടെ കൂടി. ഞങ്ങൾ രണ്ടുപേരുംകൂടി ഊരു മുഴുവൻ ചുറ്റിയിട്ടുണ്ട്. അങ്ങ് ബാൾക്കൻപർവ്വതങ്ങൾവരെ പോയി. സാക്ഷാൽ തുർക്കികൾ, റുമേനിയാക്കാർ, ഗ്രീക്കുകാർ, പലതരക്കാരായ ആസ്ത്രിയാക്കാർ—എന്നുവേണ്ട, ഞങ്ങൾ കണ്ടുമുട്ടാത്ത ആളുകളില്ല. ഒരു കൂട്ടരുടെ കയ്യിൽനിന്നു ചരക്കുവാങ്ങി വേറൊരു കൂട്ടർക്കു വിൽക്കും.”

“എന്നിട്ട് മോഷ്ടിച്ചില്ലേ?” പാചകക്കാരൻ ഗൗരവസ്വരത്തിൽ ചോദിച്ചു.

“കിളവനോ? ഇല്ലില്ല. അയാൾ എന്നോടു പറഞ്ഞതെന്താണെന്നോ? ‘അന്യനാട്ടുകളിൽ പോകുമ്പോൾ നെറിയോടെ നടക്കണം. ചില്ലറ മോഷണത്തിനുപോലും തല വെട്ടും.—അതാണ് അവിടങ്ങളിലെ നാട്ടുനടപ്പ്.’ ഞാൻ മോഷണം നടത്താൻ ശ്രമിച്ചുവെന്നത് നേരാണ്. പക്ഷെ ഫലിച്ചില്ല. ഒരു കച്ചവടക്കാരന്റെ ലായത്തിൽനിന്ന് ഒരു കുതിരയെ ഇറക്കിക്കൊണ്ടുവരാൻ ശ്രമിച്ചു. പക്ഷെ അപ്പോഴേക്കും അവരെന്നെ പിടികൂടി. പൊതിരെ തല്ലിയെന്നു പറയേണ്ടതില്ലല്ലോ. എന്നിട്ട് പോലീസിലേല്പിച്ചു. ഞങ്ങൾ രണ്ടാളുണ്ടായിരുന്നു. ശരിക്കുള്ള, ന്യായപ്രകാരമുള്ള, കുതിരമോഷ്ടാവായിരുന്നു മറ്റേത്. ഞാൻ ഒരു രസത്തിന് കൂടെപ്പോയെന്നു മാത്രം. ഞാൻ ആ കച്ചവടക്കാരനുവേണ്ടി

പണിയെടുക്കുന്ന സമയത്താണ് സംഭവം നടക്കുന്നത്. അയാളുടെ പുതിയ കുളിപ്പുരയിൽ അടുപ്പുകെട്ടാൻ എന്നെയാണ് ഏർപ്പെടുത്തിയിരുന്നത്. കച്ചവടക്കാരൻ സുഖക്കേടു പിടിച്ച് കിടപ്പിലായി. അയാൾ എന്നെ ദുസ്വപ്നം കണ്ടു. അയാൾ പേടിച്ചുവിരണ്ട് മേലധികാരികളോടു പോയിപ്പറഞ്ഞു: 'അവനെ വിട്ടയയ്ക്കു'—എന്നുവച്ചാൽ എന്നെ. 'അവനെ വിട്ടയയ്ക്കു. ഞാൻ അവനെ ദുസ്വപ്നം കാണുന്നു. അവനു മാപ്പുകൊടുത്തില്ലെങ്കിൽ ഞാൻ ചത്തുപോകും. അവൻ മന്ത്രവാദിയാണ്.' ഞാൻ മന്ത്രവാദിയാണത്രെ! ആ കച്ചവടക്കാരൻ ഒരു പ്രമാണിയായിരുന്നു. അവരെന്നെ വിട്ടയച്ചു.'

"തന്നെ വിട്ടയയ്ക്കരുതായിരുന്നു. മൂന്നുദിവസം ആറ്റിൽ കെട്ടിത്താഴ്ത്തണമായിരുന്നു. എങ്കിൽ തന്റെ പിള്ളകളിയെല്ലാം ഒലിച്ചു പോയേനെ." പാചകക്കാരൻ പറഞ്ഞു.

യാക്കൊവ് തൽക്ഷണംതന്നെ ആ വാക്കുകളിൽ കയറിപ്പിടിച്ചു.

"താൻ അപ്പറഞ്ഞതു നേരാണ്, തുറന്നു പറഞ്ഞാൽ, ഒരു ഗ്രാമത്തിനു മുഴുവനും വേണ്ട പിള്ളകളി എന്റെ കയ്യിലുണ്ട്."

പാചകക്കാരൻ കോളറിനടിയിൽ വിരലിട്ടുകൊണ്ട് ദേഷ്യത്തോടെ അതിൽ പിടിച്ചുവലിച്ചു. അയാൾ തല കുലുക്കി നീരസത്തോടെ പറഞ്ഞു:

"എന്തൊരസംബന്ധം! ഇയാളെപ്പോലൊരു ജയിൽപ്പുള്ളി ഇതാ ഈ ഭൂമിയിൽ ജീവിക്കുന്നു, വലിച്ചുവാരിത്തിന്നുന്നു, കുടിക്കുന്നു, കറങ്ങി നടക്കുന്നു. എന്തിനുവേണ്ടി? എടോ, താൻ പറ. താൻ എന്തിനാണു ജീവിക്കുന്നത്?"

പഞ്ചസാരക്കട്ട കടിച്ചുപൊട്ടിച്ചുകൊണ്ട് തീമൂട്ടുകാരൻ പറഞ്ഞു:

"എന്തോ, എനിക്കറിഞ്ഞുകൂടാ. മറ്റുള്ളവരെപ്പോലെ ഞാനും ജീവിക്കുന്നു. ഒരുത്തൻ കിടക്കുന്നു. വേറൊരുത്തൻ നടക്കുന്നു. ഗുമസ്തൻ ഇരിക്കുന്നു. പക്ഷെ എല്ലാവനും തിന്നണം."

ഇതുകേട്ട് പാചകക്കാരന്റെ കോപം വർദ്ധിച്ചതേയുള്ളൂ.

"നീ പന്നിയാണെടാ! എത്തരം പന്നിയാണെന്നു പറഞ്ഞറിയിക്കാൻ വയ്യ! നിന്നെയൊരു പന്നിക്കു തിന്നാനിട്ടു കൊടുക്കണം. അതാണു വേണ്ടത്."

"താനെന്താ ചാടിക്കടിക്കാൻ വരുന്നത്?" യാക്കൊവ് അത്ഭുതത്തോടെ ചോദിച്ചു. "നമ്മളൊക്കെ ഒരേ ഓക്കുമരത്തിന്റെ കായ്കളാണ്. താൻ വെറുതെ ദേഷ്യപ്പെടണ്ട. അതുകൊണ്ടൊന്നും ഞാൻ നന്നാവുകയില്ല."

പെട്ടെന്നുതന്നെ എനിക്ക് ആ മനുഷ്യനോട് വളരെയേറെ അടുപ്പം തോന്നി. ഒരിക്കലും കുറയാത്ത അത്ഭുതത്തോടെയാണ് ഞാൻ അയാളെ ഉറ്റുനോക്കിയത്. വായും പൊളിച്ചാണ് ഞാൻ അയാളുടെ സംസാരം കേട്ടത്. സ്വന്തം അനുഭവജ്ഞാനത്തിന്റെ ഭദ്രമായൊരു കലവറ അയാളിൽ കുടികൊള്ളുന്നുണ്ടെണ്ടന്ന് എനിക്കു തോന്നി. ഉപചാരമൊന്നും കൂടാതെയാണ് അയാൾ ആരോടും സംസാരിക്കുന്നത്. തടിച്ച പുരികങ്ങൾക്കിടയിൽനിന്നും ആ കണ്ണുകൾ ആരെ നോക്കുന്നതും കൂസലില്ലാതെയാണ്. കപ്പിത്താനോ കന്റീൻനടത്തിപ്പുകാരനോ ഒന്നാം ക്ലാസിലെ യാത്രക്കാരോ ആരുമാവട്ടെ, അവരെയെല്ലാം അയാൾ കണ്ടത് തന്നോടും മറ്റു കപ്പൽജോലിക്കാരോടും വിളമ്പുകാരോടും മൂന്നാംക്ലാസ് യാത്രക്കാരോടുമൊപ്പം ഒരേ തട്ടിലാണ്.

ചിലപ്പോൾ അയാൾ തന്റെ നീണ്ട കുരങ്ങുകൈകൾ പുറകിൽ കെട്ടിക്കൊണ്ട് കപ്പിത്താന്റെയോ ചീഫ് എഞ്ചിനീയറുടെയോ മുമ്പിൽ നിൽക്കുന്നതു ഞാൻ കണ്ടിട്ടുണ്ട്. ജോലിയിൽ മടികാണിച്ചതിനോ ചീട്ടുകളിയിൽ വല്ലവരിൽനിന്നും പണം മുഴുവനും നിർദ്ദയം അടിച്ചെടു ത്തതിനോ അവർ ശകാരിക്കുന്നതും കേട്ട് അയാൾ വാപൂട്ടി നിൽക്കും. ആ ശകാരം ഏൽക്കുന്നില്ലെന്നും കപ്പൽ അടുത്ത ജട്ടിയിലടുക്കുമ്പോൾ ഇറക്കിവിടുമെന്ന 'ഭീഷണി അയാളെ ഭയപ്പെടുത്തുന്നില്ലെന്നും കണ്ടാ ലറിയാം.

"നല്ല കാര്യ"ത്തെപ്പോലെതന്നെ മറ്റുള്ളവരിൽ കാണാത്ത എന്തോ ഒന്ന് അയാളിലുണ്ടായിരുന്നു. താനൊരു പ്രത്യേകജീവിയാണെന്നും മറ്റുള്ളവർക്കു തന്നെ മനസ്സിലാവില്ലെന്നും അയാൾക്കുതന്നെ വിശ്വാ സമുള്ളതുപോലെ തോന്നി.

അയാൾ മുഖം വീർപ്പിച്ചോ ചിന്തയിൽ മുഴുകിയോ ഇരിക്കുന്നത് ഞാൻ ഒരിക്കൽപോലും കണ്ടിട്ടില്ല. അധികസമയം അടുപ്പിച്ച് മിണ്ടാ തിരിക്കുന്നതും കണ്ടിട്ടില്ല. അയാളുടെ ഇംഗിതത്തിനെതിരായിട്ടെന്നു പോലും തോന്നുമാറ് വാക്കുകൾ അയാളുടെ വായിൽനിന്നു തോരാതെ പ്രവഹിച്ചുകൊണ്ടിരിക്കും. അയാളെ ശകാരിക്കുമ്പോഴോ, അല്ലെങ്കിൽ രസകരമായ വല്ല കഥയും കേൾക്കുമ്പോഴോ, താൻ കേട്ടത് തന്നത്താൻ ഉരുവിടുകയാണെന്നോ തനിക്കു പറയാനുള്ളത് പതുക്കെപ്പറയുകയാ ണെന്നോ ഉള്ള മട്ടിൽ അയാളുടെ ചുണ്ടനങ്ങുന്നുണ്ടാവും എല്ലാ ദിവസവും പണി കഴിഞ്ഞ് അയാൾ വിയർത്തൊലിച്ച് എണ്ണ പുരണ്ട ദേഹവുമായി താഴത്തെ അറയിൽനിന്ന് വെറുംകാലുകളിൽ കയറിവരും. ചുരുണ്ട രോമങ്ങൾ കാടുപിടിച്ചുകിടക്കുന്ന നെഞ്ച് പുറത്ത് കാട്ടിക്കൊണ്ട് ബെൽ റ്റിട്ടു മുറുക്കാത്ത നനഞ്ഞ ഷർട്ട് തുറന്നുകിടപ്പുണ്ടാവും. താമസിയാതെ

അയാളുടെ പരുക്കൻ ശബ്ദം ഒരേ സ്വരത്തിൽ മഴത്തുള്ളികളെപ്പോലെ വാക്കുകൾ ചിതറുന്നത് കപ്പൽത്തട്ടിൽ കേൾക്കാം.

"നമസ്ക്കാരം, അമ്മേ! എങ്ങോട്ടു പോകുന്നു? ചിസ്തൊപ്പോളിലേക്കോ? എനിക്കറിയാം അവിടം. പണക്കാരനായ ഒരു താത്താറുകാരൻ കൃഷിക്കാരനുവേണ്ടി ഞാനവിടെ പണിയെടുത്തിട്ടുണ്ട്. പേര് ഉസാൻ ഗുബായ്ദുലിൻ. മൂപ്പിന്നിന് ഭാര്യമാർ മൂന്നുണ്ടായിരുന്നു. ചുവന്ന മുഖമുള്ള ഒരു കുറ്റിയാൻ. ഭാര്യമാരിൽ ഒരുത്തി താത്താറുകാരിയായ ഒരു കൊച്ചു രസികത്തിയായിരുന്നു. ഞാൻ അവളോട് പാപം ചെയ്തിട്ടുണ്ട്."

അയാൾ സകലയിടത്തും പോയിട്ടുണ്ട്. കണ്ടുമുട്ടിയ സകല പെണ്ണുങ്ങളോടും പാപം ചെയ്തിട്ടുണ്ട്. ജീവിതത്തിലൊരിക്കൽപോലും ശകാരമോ അധിക്ഷേപമോ അനുഭവിക്കേണ്ടിവന്നിട്ടില്ലെന്ന മട്ടിൽ തികച്ചും സൗമ്യമായും ശാന്തമായുമാണ് അയാൾ ഇതൊക്കെ പറയുന്നത്. അല്പം കഴിഞ്ഞ് അയാളുടെ ശബ്ദം അമരത്തെങ്ങോനിന്നു കേൾക്കാം:

"ആരുണ്ട് ചീട്ടുകളിക്കാൻ?... ചീട്ടുകളി സുഖമുള്ള കാര്യമാണ്. വെറുതെ ഇരുന്നോളുക. കച്ചവടക്കാരനെപ്പോലെ പണം വാരിയെടുത്തോളുക."

നല്ലത്, മോശം, വഷള് എന്നിങ്ങനെയുള്ള വാക്കുകൾ അയാൾ ദുർലഭമായിട്ടേ ഉപയോഗിക്കാറുള്ളു എന്നു ഞാൻ ശ്രദ്ധിച്ചു. രസികൻ,സുഖമുള്ളത്,കൗതുകമുള്ളത് എന്നിങ്ങനെയുള്ള വാക്കുകളാണ് അയാൾ എപ്പോഴും ഉപയോഗിക്കുന്നത്. അയാളുടെ ഭാഷയിൽ സുന്ദരിയായ ഒരു സ്ത്രീ ഒരു "കൊച്ചുരസികത്തി"യാണ്. സൂര്യപ്രകാശമുള്ള ദിവസം "സുഖമുള്ള ദിവസ"മാണ്. അയാൾ കൂടെക്കൂടെ പറയും:

"മണ്ണാങ്കട്ട!"

അയാളെ മടിയനായിട്ടാണ് സകലരും കരുതിയത്. എന്നാൽ വീർപ്പുമുട്ടിക്കുന്ന, നാറുന്ന, തീമൂട്ടറയിലെ ചൂളകളിൽ അയാൾ മറ്റാരേയുംപോലെ ആത്മാർത്ഥമായി പണിയെടുക്കുന്നുണ്ടെണ്ടന്ന് എനിക്കു തോന്നി. എന്നാൽ മറ്റു തീമൂട്ടുകാരെപ്പോലെ ജോലിയെടുത്തു ക്ഷീണിച്ചതായി അയാൾ പരാതിപ്പെടുന്നത് ഞാൻ കേട്ടിട്ടേയില്ല.

ഒരു ദിവസം വൃദ്ധയായ ഒരു യാത്രക്കാരിയുടെ പണസഞ്ചി ആരോ മോഷ്ടിച്ചു. സ്വച്ഛവും പ്രശാന്തവുമായ ഒരു സായാഹ്നത്തിലാണ് സംഭവം നടന്നത്. എല്ലാവരും സന്മനസ്സുള്ളവരായി കാണപ്പെട്ടു. കപ്പിത്താൻ വൃദ്ധയ്ക്ക് അഞ്ചു റൂബിൾ കൊടുത്തു. യാത്രക്കാർ ഒരു പിരിവു നടത്തി. പണമേല്പിച്ചപ്പോൾ അവർ കരിശുവരച്ച് താണുവണങ്ങിക്കൊണ്ടു പറഞ്ഞു:

"കുഞ്ഞുങ്ങളേ, നിങ്ങളെനിക്ക് പണസഞ്ചിയിലുണ്ടായിരുന്നതിനേക്കാൾ മൂന്നു റൂബിളും പത്തു കോപ്പെക്കും അധികം തന്നല്ലൊ."

ആരോ ഉല്ലാസപൂർവ്വം വിളിച്ചുപറഞ്ഞു:

"അതുംകൂടി എടുത്തോ, അമ്മൂമ്മേ. അതു കൊട്ടിഘോഷിച്ചിട്ടെന്തു കാര്യം? മൂന്നു റൂബിൾ ഒരിക്കലും അധികപ്പറ്റാവില്ല."

ആരോ നല്ലൊരഭിപ്രായം തട്ടിവിട്ടു:

"പണം മനുഷ്യരല്ല, ഒരിക്കലും അധികപ്പറ്റാവില്ല."

പക്ഷെ യാക്കൊവ് വൃദ്ധയുടെ അടുത്തു ചെന്ന് ഗൗരവമായി പറഞ്ഞു:

"അധികംവന്ന പണം എനിക്കു താ. ഞാൻ അതുകൊണ്ടു ചീട്ടു കളിച്ചോളാം."

അയാൾ തമാശ പറയുകയാണെന്നു കരുതി ആളുകൾ ചിരിച്ചു. പക്ഷെ അയാൾ തികഞ്ഞ ഗൗരവത്തോടെ അവരോടു നിർബ്ബന്ധമായിപ്പറഞ്ഞു:

"ഇങ്ങെടുക്ക്, അമ്മൂമ്മേ. കുഴിയിലേക്കു കാലും നീട്ടിയിരിക്കുന്ന നിങ്ങൾക്കെന്തിനാ പണം?"

ആളുകൾ അയാളെ ചീത്ത പറഞ്ഞ് ഓടിച്ചു. അയാൾ തലകുലുക്കിക്കൊണ്ട് അത്ഭുതത്തോടെ എന്നോടു പറഞ്ഞു:

"വല്ലാത്ത മനുഷ്യർ! അവരെന്തിനാ മറ്റുള്ളവരുടെ കാര്യത്തിൽ തലയിടുന്നത്? അധികം വന്ന പണം വേണ്ടെന്ന് അവർ തന്നെ പറഞ്ഞതല്ലെ. എനിക്ക് ആ മൂന്നു റൂബിൾ സുഖമുള്ള കാര്യമായേനെ."

പണം കാണുന്നതുതന്നെ അയാൾക്കൊരു ആനന്ദമായിരുന്നുവെന്നു തോന്നി. വർത്തമാനം പറഞ്ഞുകൊണ്ടിരിക്കുന്നതിനിടയിൽ അയാൾ വെള്ളിയുടേയോ ചെമ്പിന്റേയോ ഒരു തുട്ടെടുത്ത് ട്രൗസറിലുരച്ചു മിനുക്കിയിട്ട് കൂർത്ത മൂക്കിന്റെ മുമ്പിൽ പിടിച്ചു നോക്കുന്നതു കാണാം. പക്ഷെ അയാൾ ഒരു പണക്കൊതിയനായിരുന്നില്ല.

ഒരു ദിവസം അയാൾ എനിക്കറിഞ്ഞുകൂടാത്ത ഏതോ ചീട്ടുകളിക്ക് എന്നെ ക്ഷണിച്ചു.

"നിനക്കറിഞ്ഞുകൂടെന്നോ?" അയാൾ അത്ഭുതപ്പെട്ടു. "അതെങ്ങിനെ? നീ പഠിപ്പുള്ളവനാണല്ലൊ. ഞാൻ പഠിപ്പിച്ചുതരാം. വാ, നമുക്ക് വെറുതെ ഒരു രസത്തിനു കളിക്കാം. പഞ്ചാരക്കട്ടയാണ് പന്തയം."

അയാൾ എന്റടുത്തുനിന്ന് അര റാത്തൽ കട്ടപ്പഞ്ചസാര സമ്പാദിച്ചു. കട്ടകൾ ഓരോന്നോരോന്നായി അയാൾ വായിലിട്ടുകൊണ്ടിരുന്നു. എനിക്കു കളി മനസ്സിലായെന്ന് ഉറപ്പായപ്പോൾ അയാൾ പറഞ്ഞു:

"ഇനി നമുക്ക് പണംവച്ച് കാര്യമായി കളിക്കാം. നിന്റെ കയ്യിൽ പണം വല്ലതുമുണ്ടോ?"

"അഞ്ചു റൂബിളുണ്ട്."

"എന്റെ കൈയിൽ രണ്ടിൽ ചില്വാനമുണ്ട്."

അയാളെന്നെ തോല്പിച്ചെന്നു പറയേണ്ടതില്ലല്ലോ. കളി ജയിക്കണമെന്ന വാശിയോടെ ഞാൻ അഞ്ചു റൂബിളിന് എന്റെ ഓവർക്കോട്ട് പണയം വച്ചു. അതും നഷ്ടപ്പെട്ടു. എന്റെ പുതിയ ജോഡി ബൂട്ടുകൾ മൂന്നു റൂബിളിനു പണയം വച്ചു. അതും പോയി. അപ്പോൾ യാക്കൊവ് അതൃപ്തിയോടെ, ദേഷ്യത്തോടെയെന്നു തന്നെ പറയാം, എന്നോടു പറഞ്ഞു:

"നിനക്കു കളിക്കാനറിഞ്ഞുകൂടാ. വല്ലാത്ത എടുത്തുചാട്ടക്കാരനായിപ്പോയി. നീ നിന്റെ കോട്ടും ബൂട്ടുകളുമെടുത്തോ. എനിക്കു വേണ്ട. ദാ, നിന്റെ പണവും പിടിച്ചോ—നാലു റൂബിളുണ്ട്. നിനക്കു വിരോധമില്ലെങ്കിൽ ഗുരുദക്ഷിണയായിട്ട് ഒരു റൂബിൾ ഞാനെടുക്കുകയാണ്."

എനിക്കയാളോടു നന്ദി തോന്നി.

"മണ്ണാങ്കട്ട!" എന്റെ നന്ദിപ്രകടനത്തിനു മറുപടിയായി അയാൾ പറഞ്ഞു. "കളിയെന്നുവച്ചാൽ കളിയാണ്, നേരമ്പോക്കാണ്. പക്ഷെ തല്ലുകൂടാൻ പോകുമ്പോലെയാണ് നിന്റെ പുറപ്പാട്. തല്ലുകൂടുമ്പോൾ പോലും ചൂടാകേണ്ട കാര്യമില്ല. കണക്കുകൂട്ടിക്കൊണ്ട് കയറിയടിക്കണം. ചൂടായിട്ടെന്തു കാര്യം? നിനക്കു ചെറുപ്പമാണ്. നല്ല ആത്മനിയന്ത്രണം വേണം. ഉന്നം ഒരിക്കൽ പിഴച്ചു, അഞ്ചാമതും പിഴച്ചു, ഏഴാമതും പിഴച്ചു, എന്നുവരാം. സാരമില്ല. ഒരടി പുറകോട്ടു വച്ചിട്ട് വീണ്ടും കയറിയടിക്ക്. അതാണു കളി!"

എനിക്ക് അയാളോടുള്ള ഇഷ്ടം കൂടിവരികയും ഒപ്പം കുറഞ്ഞുവരികയും ചെയ്തു. ചിലപ്പോൾ അയാളുടെ വർത്തമാനം കേട്ടാൽ മുത്തശ്ശിയെ ഓർത്തുപോകും. എന്നെ ആകർഷിച്ച പലതും അയാളിലുണ്ടായിരുന്നു. എന്നാൽ അയാളുടെ ജീവിതഗതിയിൽനിന്നൊട്ടാകെ രൂപം കൊണ്ടതായിത്തോന്നിയ, ആളുകളോടുള്ള തികഞ്ഞ അലക്ഷ്യമനോഭാവം എനിക്ക് അരോചകമായിത്തോന്നി.

ഒരു ദിവസം അസ്തമനസമയത്ത് രണ്ടാം ക്ലാസ് യാത്രക്കാരിലൊരാൾ—പേർമ്കാരനായ ഒരു തടിയൻ കച്ചവടക്കാരൻ—കുടിച്ചു ലക്കുകെട്ട് വെള്ളത്തിൽ വീണു. മരണപരാക്രമത്തോടെ കയ്യിട്ടടിക്കുന്ന ആ രൂപം കപ്പലിന്റെ പിന്നിലെ തീനിറത്തിലുള്ള വെള്ളച്ചാലിൽ അകപ്പെട്ടു. വേഗംതന്നെ എഞ്ചിൻ നിർത്തി. കപ്പൽ നിശ്ചലമായി. അസ്തമനകാന്തിയിൽ ചോരച്ചുവപ്പാർന്ന നുരയും പതയും തുഴച്ചക്രങ്ങൾക്കടിയിൽനിന്നു

മേലോട്ടു തെറിച്ചു. ആ നുരഞ്ഞുപതയുന്ന ചോരക്കുഴമ്പിൽ അമരത്തി ന്റെ വളരെപ്പിറകിലായി ഒരു ഇരുണ്ട രൂപം പിടഞ്ഞുകൊണ്ടിരുന്നു. ഹൃദയഭേദകങ്ങളായ ആർത്തനാദങ്ങൾ ജലപ്പരപ്പിൽനിന്നുയർന്നു. യാത്രക്കാരും അലറിവിളിച്ചു. തിക്കിത്തള്ളി അവർ അമരത്തലയ്ക്കൽ കൂടിനിന്നു. മുങ്ങിച്ചാവാൻപോകുന്നയാളിന്റെ ഒരു കൂട്ടുകാരൻ—ചുവന്നു തുടുത്ത ആ കഷണ്ടിക്കാരനും മൂക്കറ്റം കുടിച്ചിട്ടുണ്ട്—ആൾക്കൂട്ടത്തെ തള്ളിമാറ്റിക്കൊണ്ട് അലറി:

"വഴി താ! ഞാനയാളെ ഇപ്പോൾ പിടിച്ചുകയറ്റാം!"

രണ്ടു കപ്പൽജോലിക്കാർ അതിനകംതന്നെ വെള്ളത്തിൽചാടി. മുങ്ങിച്ചാവാൻ പോകുന്നയാളിന്റെ അടുത്തേക്കു നീന്തുന്നുണ്ടായിരുന്നു. ഒരു ലൈഫ്ബോട്ട് വെള്ളത്തിലിറക്കുന്നുണ്ടായിരുന്നു. കപ്പൽജോലി ക്കാരുടെ അട്ടഹാസങ്ങൾക്കും പെണ്ണുങ്ങളുടെ നിലവിളികൾക്കുമെല്ലാം മുകളിൽ യാക്കൊവിന്റെ അക്ഷോഭ്യമായ പരുക്കൻശബ്ദം കേട്ടു:

"അയാളേതായാലും മുങ്ങിച്ചാവും. കാരണം, മേത്ത് കോട്ടുണ്ട്. നീണ്ട ഉടുപ്പുകളാണ് ഇട്ടിരിക്കുന്നതെങ്കിൽ മുങ്ങിച്ചാവുമെന്നു തീർച്ചയാണ്. പെണ്ണുങ്ങൾ ആണുങ്ങളേക്കാൾ വേഗം മുങ്ങിച്ചാവുന്നതെന്തുകൊ ണ്ടാണെന്നോ? അവരുടെ പാവാടയാണ് കാരണം. ഒരുത്തി വെള്ള ത്തിൽ വീഴേണ്ട താമസം, അവൾ തുലാക്കട്ടിപോലെ നേരെയങ്ങ് താണുപോകും. കണ്ടോ, അയാൾ മുങ്ങിച്ചത്തുകഴിഞ്ഞു. ഞാൻ അപ്പോഴേ പറഞ്ഞില്ലേ?"

കച്ചവടക്കാരൻ യഥാർത്ഥത്തിൽ മുങ്ങിമരിച്ചുകഴിഞ്ഞിരുന്നു. ഒന്നു രണ്ടു മണിക്കൂർ തിരഞ്ഞിട്ടും അയാളുടെ ജഡം കണ്ടുകിട്ടിയില്ല. ലഹരി വിട്ടുകഴിഞ്ഞിരുന്ന അയാളുടെ കൂട്ടുകാരൻ അമരത്തലയ്ക്കൽ ഇരുന്ന് വിഷാദപൂർവ്വം പിറുപിറുത്തു:

"എന്തൊരു കഷ്ടം! ഇനി എന്തു ചെയ്യും? ഞാൻ അയാളുടെ വീട്ടുകാ രോട് എന്തു പറയും? അയാളുടെ വീട്ടുകാര്..."

കൈ പുറകിൽ കെട്ടി അയാളുടെ മുമ്പിൽ നിന്നുകൊണ്ട് യാക്കൊവ് അയാളെ ആശ്വസിപ്പിക്കാൻ തുടങ്ങി:

"സാരമില്ല, കച്ചവടക്കാരാ! എവിടെവച്ചു ചാവാനാണ് തലേലെഴു ത്തെന്ന് ആർക്കും അറിഞ്ഞുകൂടാ. മനുഷ്യൻ കൂണു തിന്ന് ചാവുന്നില്ലേ? ആയിരക്കണക്കിന് ആളുകൾ കൂണു തിന്നിട്ട് ആരോഗ്യം വർദ്ധിപ്പിക്കു ന്നു. ഒരുത്തൻ മാത്രം ചാവുന്നു. അതിനുതക്ക എന്തിരിക്കുന്നു കൂണിൽ?"

കച്ചവടക്കാരന്റെനേരെ ഉമിത്തരികൾപോലെ വാക്കുകൾ തെറിപ്പി ച്ചുകൊണ്ട് അയാളുടെ വീതിയേറിയ ദൃഢരൂപം ഒരു തിരികല്ലുകണക്കെ

അവിടെ നിന്നു. തന്റെ വലിയ കൈപ്പത്തിയാൽ താടിയിൽനിന്നു കണ്ണുനീർ തുടച്ചുകളഞ്ഞുകൊണ്ട് കച്ചവടക്കാരൻ നിശ്ശബ്ദം കരഞ്ഞു. എന്നാൽ യാക്കൊവ് പറഞ്ഞതിന്റെ പൊരുളെന്താണെന്നു മനസ്സിലായപ്പോൾ അയാൾ നിലവിളിച്ചു.

"നീ പോടാ ചെകുത്താനേ! നീ എന്തിനാണ് എന്റെ ആത്മാവിനെ ഇട്ട് കശക്കുന്നത്? ദൈവവിശ്വാസികളേ, ഇവനെ പിടിച്ചുകൊണ്ടു പോ. അല്ലെങ്കിൽ ഞാൻ വല്ലതും ചെയ്തുപോകും!"

യാക്കൊവ് ക്ഷോഭിക്കാതെ അവിടന്നു പോയി. പോകുന്നവഴി അയാൾ പറഞ്ഞു:

"വല്ലാത്ത മനുഷ്യര്! ഗുണം ചെയ്താലും കുറ്റം!"

ചിലപ്പോൾ എനിക്കു തോന്നും ആ തീമൂട്ടുകാരൻ ഒരു മണ്ടനാണെന്ന്. എന്നാൽ ആ മഠയത്തരം വെറും നാട്യമാണെന്നാണ് മിക്കപ്പോഴും എനിക്കു തോന്നിയിട്ടുള്ളത്. അയാൾ എവിടെല്ലാം പോയിട്ടുണ്ടെന്നും എന്തെല്ലാം കണ്ടിട്ടുണ്ടെന്നും അയാളോടു ചോദിച്ചറിയാൻ ഞാൻ കലശലായി ആഗ്രഹിച്ചു. പക്ഷെ എന്റെ ആഗ്രഹം വളരെക്കുറച്ചേ സഫലമായുള്ളൂ. തല മലർത്തിപ്പിടിച്ച്, ഇരുണ്ട കരടിക്കണ്ണുകൾ പാതിയടച്ച്, മാംസളമായ മുഖം തടവിക്കൊണ്ട് അയാൾ ഇഴഞ്ഞ സ്വരത്തിൽ തന്റെ ഓർമ്മകൾ അയവിറക്കും:

"എന്റനിയാ, എങ്ങോട്ടു തിരിഞ്ഞാലും ആളുകളുടെ കശകശയാണ്—ഉറുമ്പുകളെപ്പോലെ. അതും കൂട്ടംകൂട്ടമായിട്ട്. കൃഷിക്കാരാണ് ഏറ്റവും കൂടുതലെന്നു പറയാനില്ലല്ലൊ. ശരൽക്കാലത്തെ ഇലകളെപ്പോലെ ഭൂമി മുഴുവനും ചിതറിക്കിടക്കുകയാണ്. ബൾഗേറിയക്കാരെ കണ്ടോ എന്നോ? കണ്ടു. ബൾഗേറിയക്കാരേയും ഗ്രീക്കുകാരേയും സെർബുകാരേയും റുമേനിയക്കാരേയും പലതരം ജിപ്സികളേയുമൊക്കെ കണ്ടു. എന്തെല്ലാം തരക്കാർ! ആളുകൾ എത്തരക്കാരാണെന്നാണോ ചോദിച്ചത്? എന്തു പറയാനാണ്? പട്ടണങ്ങളിൽ പട്ടണക്കാർ. നാട്ടുമ്പുറങ്ങളിൽ നാട്ടുമ്പുറത്തുകാർ. ഇവിടുത്തെപ്പോലെതന്നെ. വളരെയേറെ സാമ്യമുണ്ട്. ചിലർ വർത്തമാനം പറയുന്നതുപോലും നമ്മളെപ്പോലാണ്. അത്രയ്ക്ക് ഒത്തുവരില്ലെന്നു മാത്രം. ഉദാഹരണത്തിന് താത്താറുകാരും മോർദോവിയക്കാരും അങ്ങിനെയാണ്. ഗ്രീക്കുകാർക്ക് നമ്മളെപ്പോലെ സംസാരിക്കാനറിഞ്ഞുകൂടാ. വായിൽ തോന്നിയത് വിളിച്ചുപറയും. കേട്ടാൽ വാക്കുകളാണെന്നു തോന്നും. പക്ഷെ അർത്ഥം പിടികിട്ടില്ല. ആംഗ്യഭാഷയിൽ വേണം അവരോടു സംസാരിക്കാൻ. അവരുടെ ഭാഷ മനസ്സിലാവുന്നുണ്ടെന്നായിരുന്നു എന്റെ മൂപ്പീന്നിന്റെ ഭാവം. കറമറ, കലിമെറ എന്നൊക്കെ പിറുപിറുത്തുകൊണ്ടു നടക്കും. മൂപ്പിന്ന്

സൂത്രക്കാരനായിരുന്നു. അവരെ ശരിക്കും ഊറ്റിപ്പിഴിഞ്ഞെടുത്തു. എന്ത്? അവർ എത്തരക്കാരായിരുന്നുവെന്നാണോ പിന്നെയും ചോദ്യം? മണ്ടച്ചാരേ, ആളുകൾക്ക് എത്തരക്കാരാവാം! അവർ കുറുമ്പന്മാരായിരുന്നു. റുമേനിയക്കാരും കറുത്താണ്. രണ്ടുകൂട്ടരുടേയും മതം ഒന്നാണ്. ബൾഗേറിയക്കാരും കറുത്താണെങ്കിലും അവർ നമ്മളെപ്പോലെയാണ് പ്രാർത്ഥിക്കുന്നത്. പക്ഷെ ഗ്രീക്കുകാരുണ്ടല്ലോ, അവർ തുർക്കികളെപ്പോലാണ്."

അയാൾ എന്നോടു മുഴുവനും പറഞ്ഞിട്ടില്ലെന്നും അയാൾ പറയാനാഗ്രഹിക്കാത്ത എന്തോ ചിലതുകൂടിയുണ്ടെണ്ടന്നും എനിക്കു തോന്നി.

ഗ്രീസിന്റെ തലസ്ഥാനം ഏതെൻസാണെന്നും അതിപുരാതനമായ ഒരു മനോഹരനഗരമാണതെന്നും സചിത്രമാസികകളിൽനിന്നു ഞാൻ മനസ്സിലാക്കിയിട്ടുണ്ട്. പക്ഷെ അവിശ്വാസത്തോടെ തലകുലുക്കിക്കൊണ്ട് യാക്കൊവ് ഏതൻസിന്റെ നിലനില്പിനെത്തന്നെ നിഷേധിച്ചു.

"നിന്നോടു നുണ പറഞ്ഞതാണ്, അനിയാ. ഏതൻസ് എന്നൊന്നില്ല. ഉള്ളത് ഏതോൻ ആണ്. പക്ഷെ അതു പട്ടണമല്ല, പർവ്വതമാണ്. അതിന്റെ മുകളിലൊരു മഠമുണ്ട്. അത്രയേയുള്ളൂ കാര്യം. ഏതോൻ പുണ്യപർവ്വതം എന്നാണ് അതിന്റെ പേര്. അതിന്റെ പടങ്ങളുണ്ട്. മൂപ്പീന്ന് അവ കച്ചവടം ചെയ്യുമായിരുന്നു. ഡാന്യൂബ് നദിയുടെ തീരത്ത് ബേൽഗൊറൊദ് എന്നൊരു പട്ടണമുണ്ട്. നമ്മുടെ യാരോസ്ലാവ്ലിനേയോ നീഷ്നിനോവ്ഗൊറൊദിനേയോ പോലെ ഒരെണ്ണം. അവരുടെ പട്ടണങ്ങളെപ്പറ്റി അത്രയ്ക്കൊന്നും പറയാനില്ല. പക്ഷെ അവരുടെ ഗ്രാമങ്ങളുണ്ടല്ലോ. അതു കാര്യം വേറെ! അവരുടെ പെണ്ണുങ്ങളും എന്തൊരു രസികത്തികളാണ്! ഒരുത്തി കാരണം ഞാനവിടെ തങ്ങിപ്പോയേനെ. എന്തായിരുന്നു അവളുടെ പേര്?"

അയാൾ കൈപ്പത്തികൾ മുഖത്ത് അമർത്തിയുരച്ചു. താടിരോമങ്ങൾ ചെറുതായി കിരുകിരുത്തു. അയാൾ അടക്കിച്ചിരിച്ചപ്പോൾ ഉടഞ്ഞ മണിയുടെ നാദംപോലൊരു ശബ്ദം തൊണ്ടയുടെ അടിയിലെങ്ങോ നിന്നുകേട്ടു.

"ഇങ്ങനെയുണ്ടോ ഒരു മറവി! ഞങ്ങൾ രണ്ടുപേരും കൂടി... ഒന്നും പറയണ്ട. ഞാൻ യാത്ര പറഞ്ഞപ്പോൾ അവൾ കരഞ്ഞു. നീ വിശ്വസിക്കുമോ—ഞാൻപോലും കരഞ്ഞു."

ശാന്തമായി, നിർലജ്ജമായി, അയാൾ പെണ്ണുങ്ങളോട് ഇടപെടേണ്ട വിധത്തെപ്പറ്റി എന്നെ പഠിപ്പിക്കാൻ തുടങ്ങി.

കപ്പലിന്റെ അമരത്തലയ്ക്കൽ ഞങ്ങൾ ഇരിക്കുമ്പോൾ ചന്ദ്രികാർച്ചിതമായ ഊഷ്മളരാത്രി ഞങ്ങളുടെനേരെ ഒഴുകിവന്നു. ഇടതുവശത്ത് രജതാഭമായ ജലപ്പരപ്പിനപ്പുറത്ത് കുന്നുകളിൽ, തടവിലാക്കപ്പെട്ട നക്ഷത്രങ്ങളെപ്പോലെ മഞ്ഞവിളക്കുകൾ അങ്ങുമിങ്ങും മിന്നിക്കൊണ്ടിരുന്നു. ചുറ്റുപാടും സർവ്വതും ചലിക്കുന്നു, ഉണർന്നു സ്പന്ദിക്കുന്നു, പ്രശാന്തമെങ്കിലും നിശിതമായൊരു ജീവിതം നയിക്കുന്നു. ആ വിഷാദമധുരമായ നിശ്ശബ്ദതയിൽ അയാളുടെ പരുക്കൻവാക്കുകൾ അടർന്നടർന്നു വീണുകൊണ്ടിരുന്നു:

"ഉറക്കമുണർന്ന് അവൾ കൈകൾ വിരിച്ചുപിടിച്ചു..."

യാക്കൊവ് പറഞ്ഞ കഥ നിർലജ്ജമായിരുന്നെങ്കിലും അരോചകമായിരുന്നില്ല. അതിൽ വീമ്പടിയോ ക്രൂരതയോ ഉണ്ടായിരുന്നില്ല. ഒരുതരം ശുദ്ധഗതിയും ലേശമൊരു വിഷാദവുമാണ് അതിൽ ധ്വനിച്ചത്. ആകാശത്തിലെ ചന്ദ്രബിംബവും നിർലജ്ജമാംവണ്ണം നഗ്നമായിരുന്നു. അതും എന്റെ ഉള്ളിൽ എന്തോ ഒരു വിഷാദത്തിന്റെ സ്പന്ദനമുളവാക്കി. നല്ലതു മാത്രമേ, ഏറ്റവും നല്ലതു മാത്രമേ, എന്റെ ഓർമ്മയിൽ വന്നുള്ളൂ—മാർഗൊരാജ്ഞി, പിന്നെ, അവിസ്മരണീയമാംവണ്ണം സത്യസന്ധമായ ആ ഈരടികൾ.

ഗാനത്തിനു സൗന്ദര്യത്തെ വേണം,

പക്ഷെ സൗന്ദര്യത്തിനു ഗാനത്തെ വേണ്ട.

ഉറക്കച്ചടവിനെയെന്നപോലെ എന്റെ ചിന്താപരതയെ കുടഞ്ഞുകളഞ്ഞുകൊണ്ട് ഞാൻ യാക്കൊവിനോട് അയാളുടെ ജീവിതത്തെപ്പറ്റിയും അയാൾ കണ്ട കാര്യങ്ങളെപ്പറ്റിയും പറയാൻ വീണ്ടും അഭ്യർത്ഥിച്ചു.

"നീ വല്ലാത്തൊരുത്തൻതന്നെ," അയാൾ പറഞ്ഞു. "ഞാനെന്തു പറയാനാണ്? ഞാൻ എല്ലാം കണ്ടിട്ടുണ്ട്. മഠമോ? ഉവ്വ്, മഠം കണ്ടിട്ടുണ്ട്. മദ്യശാലയോ? അതും കണ്ടിട്ടുണ്ട്. മാന്യന്മാരുടെ ജീവിതവും നാട്ടുമ്പുറത്തുകാരുടെ ജീവിതവും കണ്ടിട്ടുണ്ട്. ധൂർത്തടിച്ചും അരിഷ്ടിച്ചും ജീവിച്ചിട്ടുണ്ട്."

അപകടം പിടിച്ച, ആടുന്ന ഒരു പാലത്തിലൂടെ ആഴമേറിയ ഒരു അരുവി കുറുകെ കടക്കുന്ന മട്ടിൽ അയാൾ മെല്ലെ തന്റെ ഭൂതകാലം അനുസ്മരിച്ചു:

"ഇതുതന്നെയെടുക്കാം. കുതിരയെ മോഷ്ടിച്ചതിന് ഞാൻ ലോക്കപ്പിലിരിക്കുകയാണ്. ഇത്തവണ സൈബീരിയയിലേക്ക് അയച്ചതുതന്നെ, ഞാൻ വിചാരിച്ചു. പക്ഷെ പോലീസുദ്യോഗസ്ഥനുണ്ടല്ലോ, പുതിയ വീട്ടിലെ അടുപ്പ് വല്ലാതെ പുകയുന്നുവെന്നും പറഞ്ഞ് പ്രാകുകയാണ്.

ഞാൻ അയാളോടു പറഞ്ഞു, 'ഏമാന്നേ, ഞാനതു നന്നാക്കിത്തരാം." അയാൾ എന്നെ ചാടിക്കടിക്കാൻ വന്നു. "നീ മിണ്ടാതിരിയെടാ! ഈ പട്ടണത്തിലെ ഏറ്റവും നല്ല അടുപ്പുകെട്ടുകാരൻ വിചാരിച്ചിട്ടുപോലും പറ്റാത്ത കാര്യമാണ്." ഞാൻ പറഞ്ഞു:"ചിലപ്പോൾ ഒരു പിച്ചക്കാരന് പ്രമാണിയേക്കാൾ മിടുക്കുണ്ടെണ്ടന്നു വരാം." മുമ്പിൽ സൈബീരിയയാണ്. അതുകൊണ്ടാണ് ഞാൻ ഇത്ര ചങ്കൂറ്റത്തോടെ പറഞ്ഞത്. "ശരി," അയാൾ പറഞ്ഞു. "പക്ഷെ അടുപ്പ് കൂടുതൽ പുകഞ്ഞാൽ നിന്നെ ഇടിച്ച് ചമ്മന്തിയാക്കും." രണ്ടുദിവസംകൊണ്ട് ഞാൻ അടുപ്പ് നന്നാക്കിക്കൊടുത്തു. അയാൾക്കുണ്ടായ അത്ഭുതം! അയാൾ എന്റെ നേരെ കുരച്ചുചാടി. 'എടാ കഴുതേ! മരത്തലയാ! നീ ഒരൊന്നാന്തരം അടുപ്പുകെട്ടുകാരനാണ്. എന്നിട്ടാണ് കുതിരമോഷണത്തിനു നടക്കുന്നത്. അതെന്താ നീ പറ."എന്റെ മണ്ടത്തരംകൊണ്ടാണ്, ഏമാന്നേ," ഞാൻ പറഞ്ഞു. "നേരാണ്," അയാൾ പറഞ്ഞു. "വെറും മണ്ടത്തരം. കഷ്ടം! എനിക്കു നിന്നോട് അനുകമ്പ തോന്നുന്നു." ഇതു പറയുന്നതാരാ? ഒരു പോലീസുദ്യോഗസ്ഥൻ. അനുകമ്പ തോന്നേണ്ട തൊഴിലല്ല അയാളുടേത്. എന്നിട്ടും അയാൾക്കെന്നോട് അനുകമ്പ തോന്നി."

"എന്നിട്ടോ?" ഞാൻ ചോദിച്ചു.

"എന്നിട്ടൊന്നുമില്ല. അയാൾക്ക് എന്നോട് അനുകമ്പ തോന്നി. വേറെന്താ?"

"നിങ്ങളോടെന്തിന് അനുകമ്പ തോന്നണം? നിങ്ങൾ പാറപോലൊരുത്തനാണല്ലോ."

യാക്കൊവ് സൗമനസ്യത്തോടെ ചിരിച്ചു.

"നീ വല്ലാത്തൊരുത്തൻതന്നെ! പാറയാണുപോലും. പക്ഷെ പാറയോടും അനുകമ്പ തോന്നേണ്ടതാണ്. പാറയ്ക്കും അതിന്റേതായ ജോലിയുണ്ട് പാറക്കല്ലുകൊണ്ടല്ലേ നിരത്തുകൾ പാകുന്നത്? എന്തിനോടും അനുകമ്പ തോന്നണം. എല്ലാറ്റിനുമുണ്ട് എന്തെങ്കിലുമൊരു ഉപയോഗം. മണലുതന്നെ നോക്ക്. അതു വല്ലതുമാണോ പക്ഷെ അതിലും പുല്ല് മുളയ്ക്കുന്നു."

ആ തീമൂട്ടുകാരൻ ഈ രീതിയിൽ സംസാരിക്കുമ്പോൾ എനിക്കു പിടികിട്ടാത്ത എന്തൊക്കെയോ കാര്യങ്ങൾ അയാൾക്കറിയാമെന്ന് എനിക്കു വിശേഷിച്ചും ബോദ്ധ്യമാകും.

"വയ്പുകാരനെക്കുറിച്ച് നിങ്ങൾക്കെന്തു തോന്നുന്നു?" ഞാൻ ചോദിച്ചു.

"ആര്? കരടിക്കുട്ടിയോ?"യാക്കൊവ് അലക്ഷ്യമായി പറഞ്ഞു. "എന്തു തോന്നാൻ? തോന്നാൻമാത്രം ഒന്നുമില്ലല്ലോ."

അപ്പറഞ്ഞത് നേരായിരുന്നു. വലിയ കണിശക്കാരനായിരുന്ന ഇവാൻ ഇവാനൊവിച്ചിന്റെ മിനുമിനുത്ത രൂപത്തിൽ ചിന്തകൾക്കു പറ്റിപ്പിടിച്ചിരിക്കാൻ ഇടമില്ലായിരുന്നു. ഞാൻ അയാളിൽ താല്പര്യപ്രദമായിട്ടൊന്നേ കണ്ടുള്ളൂ: തീമൂട്ടുകാരനോടുള്ള വിരോധം. പാചകക്കാരൻ എപ്പോഴും അയാളുടെനേരെ തട്ടിക്കയറും. അതേസമയം, എപ്പോഴും ചായ കുടിക്കാൻ ക്ഷണിക്കുകയും ചെയ്യും.

ഒരു ദിവസം അയാൾ യാക്കൊവിനോടു പറഞ്ഞു:

"അടിയായ്മയുടെ കാലവും ഞാൻ തന്റെ യജമാനനും ആയിരുന്നെങ്കിൽ ഞാൻ തന്നെ ആഴ്ചയിൽ ഏഴുദിവസവും മുക്കാലിയിൽ കെട്ടി അടിച്ചേനെ, കുഴിമടിയാ!"

"ഏഴുദിവസം കുറച്ചു കൂടിപ്പോയി," യാക്കൊവ് ഗൗരവമായി അഭിപ്രായപ്പെട്ടു.

ഇങ്ങനെ ശകാരിക്കുമെങ്കിലും, എന്തുകൊണ്ടാണെന്ന് അറിഞ്ഞില്ല, പാചകക്കാരൻ യാക്കൊവിന് എപ്പോഴും എന്തെങ്കിലും തിന്നാൻ കൊടുക്കും.

"തിന്നട, തീറ്റിപ്പണ്ടമേ,' അയാൾ പറയും.

"നിങ്ങളുടെ ദയകൊണ്ട് എനിക്കു ധാരാളം ശക്തി ശേഖരിച്ചുവയ്ക്കാൻ കഴിയുന്നുണ്ട്, ഇവാൻ ഇവാനൊവിച്ച്," തിരക്കുകൂട്ടാതെ ഭക്ഷണം ചവച്ചുകൊണ്ട് യാക്കൊവ് പറയും.

"എടാ മടിയാ, തനിക്കെന്തിനാ ശക്തി?"

"എന്തിനാണെന്നോ? ഇനിയും എത്രയോ കാലം ജീവിക്കാനുണ്ട്."

"താനെന്തിനാ ജീവിക്കുന്നത്, ചെകുത്താനേ?"

"ചെകുത്താന്മാർക്കും ജീവിക്കണ്ടേ? താൻ പറ, ജീവിക്കുന്നത് ഒരു രസമല്ലേ? ജീവിതമെന്നു പറയുന്നത് വളരെയേറെ സുഖമുള്ള ഒരു സംഗതിയാണ്, ഇവാൻ ഇവാനൊവിച്ച്."

"താനൊരു മൂഢനാണ്."

"അതെന്തോന്ന്?"

"മൂ—ഢ—ൻ."

"അതെന്തൊരു വാക്കപ്പാ!" യാക്കൊവ് ആശ്ചര്യപ്പെട്ടു. കരടിക്കുട്ടി എന്നോടു പറഞ്ഞു:

"ഇതു നോക്ക്. നശിച്ച അടുപ്പിനടുത്തു നിന്ന് നമ്മൾ പൊരിയുമ്പോൾ ഇയാൾ പന്നിയെ മാതിരി ചവച്ചുംകൊണ്ട് ഇരിക്കുന്നതു കണ്ടോ."

"ഓരോരുത്തരുടേയും തലേലെഴുത്ത് ഓരോന്നാണ്." യാതൊരു കുലുക്കവുമില്ലാതെ ഭക്ഷണം ചവച്ചുകൊണ്ട് തീമൂട്ടുകാരൻ പറഞ്ഞു.

അടുക്കളയിലെ അടുപ്പിനടുത്തേക്കാൾ ചൂടും പ്രവർത്തിക്കാൻ ബുദ്ധിമുട്ടും ചൂളയുടെ മുമ്പിലാണെന്ന് എനിക്കറിയാം. യാക്കൊവിന്റെ കൂടെ പണിയെടുക്കാൻ ഞാൻ ഒന്നുരണ്ടു തവണ ശ്രമിച്ചുനോക്കിയിട്ടുള്ളതാണ്. അയാൾ തന്റെ ജോലിയുടെ പ്രയാസങ്ങൾ പാചകക്കാരനു പറഞ്ഞുകൊടുക്കാത്തത് എനിക്കു വിചിത്രമായിത്തോന്നി. ഇല്ല, ഈ മനുഷ്യനു മാത്രമറിയാവുന്ന എന്തൊക്കെയോ ഉണ്ട്, സംശയമില്ല.

കപ്പിത്താൻ, മെക്കാനിക്ക്, കപ്പൽജോലിക്കാരുടെ ചുമതല വഹിക്കുന്ന ഉദ്യോഗസ്ഥൻ, എന്നല്ല, മടിയന്മാരല്ലാതെ ആരൊക്കയുണ്ടോ ,അവരെല്ലാം അയാളെ ശകാരിച്ചു. അവർ എന്തുകൊണ്ടാണ് അയാളെ പറഞ്ഞുവിടാത്തതെന്ന് ഞാൻ അത്ഭുതപ്പെട്ടു. അയാളോടുള്ള മറ്റു തീമൂട്ടുകാരുടെ പെരുമാറ്റം വളരെ ഭേദമായിരുന്നു. എങ്കിലും അയാളുടെ വായാടിത്തവും ചീട്ടുകളിക്കമ്പവും അവർപോലും കളിയാക്കും. ഞാൻ അവരോടു ചോദിച്ചിട്ടുണ്ട്:

"യാക്കൊവ് നല്ലവനാണോ?"

"യാക്കൊവോ? മോശമില്ല. പരിഭവമെന്തെന്ന് അറിഞ്ഞുകൂടാത്ത ഒരുത്തൻ. അയാളോട് എന്തും കാട്ടാം. തീക്കനലുകൾ അയാളുടെ കുപ്പായത്തിനകത്തിട്ടാലും അയാൾ പരിഭവിക്കില്ല."

ചൂളകളിലെ കഠിനാദ്ധ്വാനവും ഒട്ടുങ്ങാത്ത വിശപ്പുമുണ്ടായിട്ടും യാക്കൊവിന് ഉറക്കം കുറവായിരുന്നു. പണികഴിഞ്ഞാലുടനെ അയാൾ അഴുക്കുപറ്റി, വിയർത്തൊലിച്ച്, പലപ്പോഴും വസ്ത്രം മാറാതെതന്നെ നേരെ കപ്പൽത്തട്ടിലേക്കു കയറിവരും. യാത്രക്കാരുമായി വർത്തമാനം പറഞ്ഞുകൊണ്ടോ ചീട്ടുകളിച്ചുകൊണ്ടോ രാത്രി മുഴുവൻ അവിടിരിക്കും.

താഴിട്ട് പൂട്ടിവച്ചിരിക്കുന്ന ഒരു പെട്ടിയായിട്ടാണ് ഞാൻ അയാളെ കണ്ടത്. എനിക്ക് അവശ്യം വേണ്ട എന്തോ ഒന്ന് അതിൽ ഒളിച്ചുവച്ചിട്ടുണ്ടെന്ന് എനിക്ക് തോന്നി. ആ താഴു തുറക്കാനുള്ള ചാവി കണ്ടെത്താൻ ഞാൻ വാശിയോടെ ശ്രമിച്ചു.

"നിനക്ക് എന്താടാ, അനിയാ, വേണ്ടത്? എനിക്ക് മനസ്സിലാവുന്നില്ല." പുരികങ്ങൾക്കു താഴെ മറഞ്ഞുകിടക്കുന്ന കണ്ണുകളാൽ എന്നെ സാകൂതം നോക്കിക്കൊണ്ട് അയാൾ പറയും. "ലോകത്തെക്കുറിച്ച് അറിയണോ? ഞാൻ ലോകം മുഴുവനും സഞ്ചരിച്ചിട്ടുണ്ടെണ്ടന്നതു സത്യമാണ്. അതുകൊണ്ടെണ്ടന്താ? നീ വല്ലാത്തൊരുത്തൻതന്നെ! ശരി, കേട്ടോ, എനിക്ക് ഒരിക്കലുണ്ടായ ഒരനുഭവം പറയാം."

അയാൾ പറഞ്ഞ കഥ ഇതാണ്: ഒരിക്കൽ ഒരു ഉൾനാടൻ പട്ടണത്തിൽ ചെറുപ്പക്കാരനും ക്ഷയരോഗിയുമായ ഒരു ജഡ്ജിയും ജർമ്മൻകാരിയായ ഭാര്യയുമുണ്ടായിരുന്നു. ആരോഗ്യവതിയായിരുന്നെങ്കിലും ആ സ്ത്രീക്ക് മക്കളില്ലായിരുന്നു. അവൾ ഒരു കച്ചവടക്കാരനെ പ്രേമിച്ചു. അയാൾക്കു സുന്ദരിയായ ഒരു ഭാര്യയും മൂന്നു കുട്ടികളുമുണ്ട്. ജർമ്മൻകാരിക്കു തന്നോടു പ്രേമമാണെന്നു മനസ്സിലായപ്പോൾ കച്ചവടക്കാരൻ അവളെയൊന്നു പറ്റിക്കാൻ നിശ്ചയിച്ചു. രാത്രി തോട്ടത്തിൽ വരാൻ അവളെ ക്ഷണിച്ചിട്ട് അയാൾ അവിടെ കുറ്റിച്ചെടികൾക്കിടയിൽ തന്റെ രണ്ടു സ്നേഹിതന്മാരെ ഒളിച്ചിരുത്തി.

"മോശമുണ്ടോ! ജർമ്മൻകാരി വന്നു—ആകെ വികാരവിവശയായി. 'ഞാനിതാ വന്നു. എന്നെ സ്വീകരിക്കു' എന്ന മട്ടിൽ. പക്ഷെ അയാൾ പറഞ്ഞു: എനിക്കു ഭവതിയെ സ്വീകരിക്കാൻ നിവൃത്തിയില്ല. എനിക്കു ഭാര്യയുണ്ട്. പക്ഷെ ഞാൻ ഭവതിക്കുവേണ്ടി എന്റെ രണ്ടു സ്നേഹിതരെ കൊണ്ടുവന്നിട്ടുണ്ട്. ഒരാൾ അവിവാഹിതനും മറ്റേയാൾ വിഭാര്യനുമാണ്. ജർമ്മൻകാരി 'അയ്യോ!' എന്നു നിലവിളിച്ച് അയാൾക്കിട്ട് ഒറ്റ അടി. അയാൾ ബഞ്ചിന്റെ പുറത്തുകൂടി കരണം മറിഞ്ഞു വീണു. അവൾ അയാളുടെ മുഖത്ത് ഷൂസിട്ട് ചവുട്ടി, തൊഴിച്ചു. അവളെ അവിടെ കൂട്ടിക്കൊണ്ടു വന്നത് ഞാനാണ്. ഞാൻ അന്ന് ജഡ്ജിയുടെ വേലക്കാരനായിരുന്നു. വേലിയുടെ വിടവിലൂടെ ഒളിഞ്ഞു നോക്കിയപ്പോൾ ഞാൻ അവിടെ നടക്കുന്ന പൂരം മുഴുവൻ കണ്ടു. ആ സമയത്ത് കച്ചവടക്കാരന്റെ കൂട്ടുകാർ കുറ്റിച്ചെടികളുടെ ഇടയിൽനിന്ന് ഓടിവന്ന് അവളെ കടന്നുപിടിച്ചു. മുടിക്കു പിടിച്ച് വലിച്ചിഴച്ചു. ഞാൻ വേലിചാടി വന്ന് അവരെ തള്ളിമാറ്റി. 'ഇതു മര്യാദയല്ല, മാന്യരേ,' ഞാൻ പറഞ്ഞു. 'ഇവർ നല്ല മനസ്സോടെയാണ് അയാളുടെ അടുത്തു വന്നത്. എന്നിട്ട് അയാൾ ഇവരെ അപമാനിച്ചിരിക്കുന്നു." ഞാൻ അവളെ വിളിച്ചുകൊണ്ടുപോയി. അവന്മാർ ഒരു കല്ലെടുത്ത് എന്റെ തലയ്ക്കടിച്ചു. ആ സ്ത്രീക്ക് വലിയ മനപ്രയാസമായിപ്പോയി. എന്തു ചെയ്യണമെന്നറിയാതെ അവൾ മുറ്റത്ത് അങ്ങോട്ടുമിങ്ങോട്ടും ഉലാത്തിക്കൊണ്ടിരുന്നു. എന്നിട്ട് അവൾ എന്നോടു പറഞ്ഞു: "ഞാൻ ഇവിടന്നു പോകും,' യാക്കൊവ്. എന്റെ നാട്ടുകാരുടെ അടുത്തേക്കു തിരിച്ചുപോകും. ഭർത്താവു മരിച്ചാലുടനെ ഞാൻ പോകും.' 'ശരിയാണ്' ഞാൻ പറഞ്ഞു. "നിങ്ങൾ പോവുകതന്നെ വേണം.' ജഡ്ജി മരിച്ചു. അവൾ പോവുകയും ചെയ്തു. സ്നേഹമുള്ള ഒരുത്തി. ബുദ്ധിയും വേണ്ടുവോളമുണ്ടായിരുന്നു. ആ ജഡ്ജിയും സ്നേഹമുള്ള ഒരു മനുഷ്യനായിരുന്നു. അയാളുടെ ആത്മാവിനു ശാന്തി!"

കഥയുടെ അർത്ഥം മനസ്സിലാവാത്തതുകൊണ്ട് ഞാനൊന്നും പറഞ്ഞില്ല. പരിചിതമായ എന്തോ ഒരു നിർദ്ദയത്വവും അപഹാസ്യതയും എനിക്കനുഭവപ്പെട്ടു. പക്ഷെ പറയാനെന്തിരിക്കുന്നു?

"കഥ ഇഷ്ടപ്പെട്ടോ?" യാക്കൊവ് ചോദിച്ചു. ഞാൻ ദേഷ്യത്തോടെ എന്തോ പിറുപിറുത്തു. പക്ഷെ അയാൾ അക്ഷോഭ്യനായി വിശദീകരിച്ചുതന്നു:

"മൂക്കറ്റം തിന്നു സുഖിച്ച് പ്രതാപത്തിൽ കഴിയുന്ന ഇത്തരക്കാരുണ്ടല്ലൊ. അങ്ങിനെയിരിക്കുമ്പോൾ അവർക്കു തോന്നും, കുറച്ചൊന്നു രസിക്കണമെന്ന്. പക്ഷെ അതിന് എന്തു ചെയ്യണമെന്ന് അവർക്കു പിടിയില്ല. അവർ കനമുള്ളവരാണ്, കച്ചവടക്കാരാണ്. കച്ചവടം ചെയ്യാൻ നല്ല മൂള വേണം. പക്ഷെ മൂള ചെലുത്തി കുറേക്കാലം ജീവിക്കുമ്പോൾ മുഷിയും. കുറച്ചൊന്നു രസിക്കാൻ തോന്നും."

കപ്പലിന്റെ അമരത്തിനു പിന്നിൽ നുരയും പതയുമായി പുഴ കുത്തിയൊലിച്ച് ഒഴുകിക്കൊണ്ടിരുന്നു. പതഞ്ഞൊഴുകുന്ന വെള്ളത്തിന്റെ സീൽക്കാരം കേൾക്കാം. കറുത്ത തീരങ്ങൾ മെല്ലെ പിൻവാങ്ങിക്കൊണ്ടിരിക്കുന്നു. കപ്പൽത്തട്ടിൽനിന്ന് യാത്രക്കാരുടെ കൂർക്കംവലി കേൾക്കാം. ചടച്ച് ഉയരംകൂടിയ ഒരു സ്ത്രീ ബഞ്ചുകളുടേയും ഉറങ്ങിക്കിടക്കുന്നവരുടേയും ഇടയിലൂടെ പതുക്കെ നടന്നുപോകുന്നതു കണ്ടു. കറുത്ത ഉടുപ്പിട്ടിരിക്കുന്ന അവർ നരച്ച തല മൂടിയിട്ടില്ല. തീമൂട്ടുകാരൻ എന്നെ തോളുകൊണ്ടു മെല്ലെ തട്ടിയിട്ട് ഒച്ചയടക്കി പറഞ്ഞു:

"നോക്ക്. ദുഃഖിച്ചു നടക്കുന്നതു കണ്ടോ."

മറ്റുള്ളവരുടെ ദുഃഖത്തിൽ അയാൾ രസംകൊള്ളുന്നതുപോലെ തോന്നി.

അയാൾ എന്നോട് ധാരാളം കഥകൾ പറഞ്ഞിട്ടുണ്ട്. എല്ലാം ഞാൻ ആർത്തിയോടെ കേട്ടിട്ടുമുണ്ട്. ആ കഥകൾ മുഴുവനും എനിക്ക് ഓർമ്മയുണ്ടെങ്കിലും ഉന്മേഷപ്രദമായ ഒരെണ്ണംപോലും അയാൾ പറഞ്ഞതായി ഞാനോർക്കുന്നില്ല. പുസ്തകങ്ങളേക്കാൾ നിർവികാരമായിട്ടാണ് അയാൾ സംസാരിക്കുന്നത്. പുസ്തകങ്ങളിൽ പലപ്പോഴും ഗ്രന്ഥകാരന്റെ വികാരങ്ങൾ—അയാളുടെ രോഷവും സന്തോഷവും സന്താപവും പരിഹാസവും—എനിക്കനുഭവപ്പെടാറുണ്ട്. യാക്കൊവ് ഒരിക്കലും പരിഹസിക്കുകയോ വിധിയെഴുതുകയോ ചെയ്തില്ല. പ്രത്യക്ഷത്തിൽ യാതൊന്നും അയാളെ സന്തോഷിപ്പിച്ചതുമില്ല. വേദനിപ്പിച്ചതുമില്ല. കോടതിയിലെ വാദിയേയും പ്രതിയേയും ന്യായാധിപനേയുമെല്ലാം ഒരുപോലെ കാണുന്ന നിസ്സംഗനായ ഒരു സാക്ഷിയെപ്പോലാണ്

അയാൾ സംസാരിച്ചത്. ഈ നിസ്സംഗത എന്നെ നോവിക്കുകയും അമർഷം കൊള്ളിക്കുകയും ചെയ്തു. എനിക്ക് യാക്കൊവിനോടു വിരോധം തോന്നി.

ബോയിലറിനടിയിലുള്ള ചൂളയിലെ തീനാളങ്ങൾപോലെ ജീവിതം അയാളുടെ കൺമുമ്പിൽ എരിഞ്ഞുകത്തുമ്പോൾ അയാൾ തന്റെ കരടിക്കയ്യിൽ ഒരു കൊട്ടുവടിയുമായി ചൂളയുടെ മുമ്പിൽ നിൽക്കുകയാണ്, ഇന്ധനത്തിന്റെ പ്രവാഹവേഗത കൂട്ടുകയോ കുറയ്ക്കുകയോ ചെയ്തുകൊണ്ട് ബർണറിന്റെ കുഴലിൽ മെല്ലെ മുട്ടുകയാണ്.

"നിങ്ങളെ ആരെങ്കിലും നോവിച്ചിട്ടുണ്ടോ?"

"എന്നെ ആര് നോവിക്കാനാണ്? ഏതൊരുത്തനേയും അടിച്ചിടാനുള്ള ശക്തി എനിക്കുണ്ട്."

"ഞാൻ അതല്ല ഉദ്ദേശിച്ചത്. നിങ്ങളുടെ ആത്മാവിനെ ആരെങ്കിലും നോവിച്ചിട്ടുണ്ടോ?"

"ആത്മാവിനെ നോവിക്കാൻ സാദ്ധ്യമല്ല. ആത്മാവിൽ നോവ് ഏൽക്കുകയില്ല." അയാൾ പറഞ്ഞു. "മനുഷ്യരുടെ ആത്മാവിൽ ഒന്നു തൊടാൻപോലും ഒക്കില്ല—ഒന്നുകൊണ്ടും."

കപ്പൽത്തട്ടിലെ യാത്രക്കാർ, കപ്പൽജോലിക്കാർ എന്നുവേണ്ട സകലരും ആത്മാവിനെപ്പറ്റി സംസാരിക്കാറുണ്ടായിരുന്നു. ഭൂമിയെക്കുറിച്ചും ജോലിയെക്കുറിച്ചും ഭക്ഷണത്തെക്കുറിച്ചും സ്ത്രീകളെക്കുറിച്ചും പറയുന്നത്ര സുലഭമായും നിർലോഭമായുമാണ് അവർ ആത്മാവിനെക്കുറിച്ചും സംസാരിച്ചത്. സാധാരണക്കാരുടെ വർത്തമാനത്തിൽ കൂടെക്കൂടെ കേൾക്കാറുള്ള ഒരു വാക്കാണ് "ആത്മാവ്." ഒരു അഞ്ചുകോപ്പെക്ക് തുട്ടിനോളം തന്നെ വിപുലമായ പ്രചാരം അതിനുണ്ട്. മനുഷ്യരുടെ ചപലമായ നാവുകളിൽ ആ വാക്ക് ഇത്ര ദൃഢമായി ഒട്ടിപ്പിടിച്ചിരിക്കുന്നത് എനിക്കിഷ്ടപ്പെട്ടില്ല. കളിയായിട്ടോ കാര്യമായിട്ടോ തെറി പറയുന്നതിനിടയിൽ ഒരുത്തൻ ആത്മാവിനെ പ്രാകുന്നതു കേൾക്കുമ്പോൾ എന്റെ ചങ്കു പൊളിയും.

സ്നേഹത്തിന്റേയും ആനന്ദത്തിന്റേയും സൗന്ദര്യത്തിന്റേയും നിഗൂഢകലവറയായ ആത്മാവിനെപ്പറ്റി എത്ര കരുതലോടെയാണ് മുത്തശ്ശി സംസാരിക്കുന്നതെന്ന് ഞാനോർത്തു. ഒരു നല്ല മനുഷ്യൻ മരിച്ചുകഴിഞ്ഞാൽ വെളുത്ത മാലാഖകൾ അയാളുടെ ആത്മാവിനെ നീലാകാശത്തിലേക്കു വഹിച്ചുകൊണ്ടുപോയി മുത്തശ്ശിയുടെ കാരുണ്യമൂർത്തിയായ ദൈവത്തെ ഏല്പിക്കുമെന്ന് എനിക്ക് തീർച്ചയുണ്ടായിരുന്നു. അദ്ദേഹം അതിനെ വാത്സല്യപൂർവ്വം സ്വീകരിക്കും.

"കളങ്കമേശാത്ത എന്റെ തങ്കം, നീ അവിടെ കഷ്ടപ്പെട്ടോ? ദുഃഖിച്ചോ?" എന്നും പറഞ്ഞ് അദ്ദേഹം ആ ആത്മാവിന് സെറാഫിമുകളുടെ ആറു വെള്ളച്ചിറകുകൾ നൽകും.

മുത്തശ്ശിയേപ്പോലെതന്നെ കരുതലോടെയും ദുർലഭമായും വൈമനസ്യത്തോടെയുമാണ് യാക്കൊവ് ഷ്മൊവ്വും ആത്മാവിനെപ്പറ്റി സംസാരിച്ചത്. ചീത്തപറയുമ്പോൾ അയാൾ ഒരിക്കലും ആത്മാവിനെ പ്രാകാറില്ല. മറ്റുള്ളവർ അങ്ങിനെ ചെയ്യുന്നതു കേട്ടാൽ അയാൾ മിണ്ടാതെ തന്റെ ചുവന്ന കാളക്കഴുത്ത് കുനിക്കും. എന്താണീ ആത്മാവ് എന്നു ഞാൻ ചോദിക്കുമ്പോൾ അയാൾ പറയും:

"അതൊരു ചൈതന്യമാണ്. ദൈവത്തിന്റെ നിശ്വാസമാണ്."

ആ മറുപടി എന്നെ തൃപ്തിപ്പെടുത്തുകയില്ല. ഞാൻ എടുത്തെടുത്തു ചോദിക്കുമ്പോൾ അയാൾ തലകുനിച്ചുകൊണ്ടു പറയും:

"എന്റനിയാ, പാതിരിമാർക്കുപോലും ആത്മാവിനെപ്പറ്റി വലുതായിട്ടൊന്നും അറിഞ്ഞുകൂടാ. അത് വലിയൊരു രഹസ്യമാണ്."

അയാൾ എന്റെ മനസ്സിൽ വിടാതെ പിടിച്ചുനിന്നു. അയാളെ മനസ്സിലാക്കാൻ ഞാൻ ആവതു ശ്രമിച്ചെങ്കിലും ഫലമുണ്ടായില്ല. അയാളെ ഒഴിച്ച് മറ്റൊന്നും എനിക്ക് കാണാൻ കഴിഞ്ഞില്ല. അയാളുടെ ഭീമരൂപം മറ്റെല്ലാറ്റിനേയും മറച്ചുകളഞ്ഞു.

സംശയകരമായ സ്നേഹത്തോടെയാണ് കന്റീൻനടത്തിപ്പുകാരന്റെ ഭാര്യ എന്നോടു പെരുമാറിയത്. എന്നും രാവിലെ കയ്യും മുഖവും കഴുകാൻ ഞാൻ അവർക്കു വെള്ളമൊഴിച്ചു കൊടുക്കണം. വാസ്തവത്തിൽ അത് ലൂഷയുടെ ജോലിയാണ്. രണ്ടാം ക്ലാസിലെ പരിചാരികയാണ് അവൾ. നല്ല വൃത്തിയും വെടിപ്പുമുള്ള, ഉന്മേഷവതിയായ ഒരു കൊച്ചു പെണ്ണ്. അരയ്ക്കു മുകളിൽ വിവസ്ത്രയായി നിൽക്കുന്ന കന്റീൻകാരന്റെ ഭാര്യയുടെ തൊട്ടടുത്ത് ആ കുടുസ്സായ മുറിയിൽ നിൽക്കുമ്പോൾ, പുളിച്ച മാവുപോലെ പതുപതുത്ത് മഞ്ഞച്ചിരിക്കുന്ന അവരുടെ ദേഹം ഞാൻ അറപ്പോടെ കാണും. മാർഗൊരാജ്ഞിയുടെ തവിട്ടുനിറമാർന്ന കടഞ്ഞെടുത്ത ദേഹം ഞാൻ ഓർത്തുപോകും. കന്റീൻകാരന്റെ ഭാര്യ എന്തെല്ലാമോ ചിലച്ചുകൊണ്ടിരിക്കും. പരിഭവവും പരാതിയും കോപവും പരിഹാസവുമെല്ലാം അതിൽ മാറിമാറി നിഴലിക്കും.

അവർ പറയുന്നതെന്താണെന്നു ഞാൻ ശ്രദ്ധിച്ചില്ലെങ്കിലും അതിന്റെ പൊരുൾ എനിക്ക് ഊഹിക്കാൻ കഴിഞ്ഞു. നീചവും ലജ്ജാകരവുമായ ഒന്നായിരുന്നു അത്. പക്ഷെ എന്നെ അത് തെല്ലും സ്പർശിച്ചില്ല. കാന്റീൻകാരന്റെ ഭാര്യയിൽനിന്നെന്നു തന്നെയല്ല ആ കപ്പലിൽ നടക്കുന്ന

സർവ്വതിൽനിന്നും ഞാൻ മനസാ വളരെ അകലെയായിരുന്ന പായൽ പിടിച്ചു കിടക്കുന്ന വലിയൊരു പാറയുടെ പിന്നിലായിരുന്നു ഞാൻ. രാപകൽ എങ്ങോ ഒഴുകിപ്പോകുന്ന ആ ലോകത്തെയൊട്ടാകെത്തന്നെ ആ പാറ എന്നിൽനിന്നു മറച്ചുപിടിച്ചു.

"നമ്മുടെ ഗവ്രീലൊവ്നയ്ക്ക് (കന്റീൻകാരന്റെ ഭാര്യ) നിന്നോട് കലശലായ പ്രേമമാണല്ലോ," ലൂഷയുടെ പരിഹാസവാക്കുകൾ സ്വപ്നത്തിലെന്നപോലെ ഞാൻ കേട്ടു. "വിട്ടുകളയണ്ട. സുഖിച്ചോ."

അവൾ മാത്രമല്ല എന്നെ കളിയാക്കിയത്. കന്റീൻജോലിക്കാർക്കെല്ലാവർക്കും ആ സ്ത്രീയുടെ ദൗർബ്ബല്യം അറിയാമായിരുന്നു. പാചകക്കാരൻ മുഖംചുളിച്ചുകൊണ്ടു പറഞ്ഞു:

"പെൺപിറന്നോര് എല്ലാത്തിന്റേയും സ്വാദു നോക്കിക്കഴിഞ്ഞു. ഇനി അവർക്കു വേണ്ടത് കേക്കാണ്! പെഷ്ക്കോവ്, നീ സൂക്ഷിച്ചോ. ഇല്ലെങ്കിൽ കുഴപ്പത്തിൽ ചാടും."

യാക്കൊവ് അച്ഛനെപ്പോലെ എന്നെ ഗുണദോഷിച്ചു:

"നിനക്കു രണ്ടുമൂന്നു വയസ്സുകൂടി ഉണ്ടായിരുന്നെങ്കിൽ ഞാൻ പറയുന്നത് മറ്റൊന്നായിരിക്കും. പക്ഷെ നിന്റെ ഈ പ്രായത്തിൽ നീ വഴങ്ങാതിരിക്കുന്നതാണു നല്ലത്. പിന്നെ നിന്റിഷ്ടം!"

"കള!" ഞാൻ പറഞ്ഞു. "വെറും ചവറ്!"

"പിന്നല്ലാതെ."

പക്ഷെ അല്പം കഴിഞ്ഞ് തന്റെ ചിടപിടിച്ച മുടിയിലൂടെ വിരലോടിച്ചുകൊണ്ട് അയാൾ വാക്കുകളുടെ കൊച്ചുകൊച്ചു മുത്തുകൾ വാരിവിതറാൻ തുടങ്ങി.

"പക്ഷെ അവരുടെ വശവും കാണണം. അതൊരു മട്ടപ്പൻ വശമാണ്. തണുപ്പൻ വശമാണ്. ഒരു നായ്ക്കുപോലും അതിനെ തഴുകുന്നത് ഇഷ്ടമാണ്. പിന്നെ മനുഷ്യരുടെ കാര്യം പറയാനുണ്ടോ. കുണിനു മഴ വേണമെന്നതുപോലതന്നെ ഒരു സ്ത്രീയ്ക്ക് സ്നേഹവും വാത്സല്യവും കൂടിയേ കഴിയൂ. അവളൊരുപക്ഷെ ലജ്ജിക്കുന്നുണ്ടാവും. പക്ഷെ എന്തു ചെയ്യാനാണ്? ഉടൽ ഒന്നേ ചോദിക്കുന്നുള്ളൂ: സ്നേഹം."

അയാളുടെ ഒട്ടുമുക്കാലും അദൃശ്യമായിരുന്ന കണ്ണുകളിലേക്കു ചുഴിഞ്ഞു നോക്കിക്കൊണ്ട് ഞാൻ ചോദിച്ചു:

"നിങ്ങൾക്ക് അവരോട് അനുകമ്പ തോന്നുന്നുണ്ടോ?"

"എനിക്കോ? അതിന് അവർ എന്റെ അമ്മയല്ലല്ലോ. അമ്മമാരോടുപോലും അനുകമ്പ കാട്ടുന്നില്ല. നീ വല്ലാത്തൊരുത്തൻ തന്നെ!"

ഉടഞ്ഞ മണിയുടെ മുഴക്കം പോലെ അയാൾ ചെറുതായി ചിരിച്ചു.

ചിലപ്പോൾ അയാളെ നോക്കുമ്പോൾ, നിശ്ശബ്ദശൂന്യതയിലേക്ക്, അടികാണാത്ത കയത്തിലേക്ക്, ഇരുട്ടിലേക്ക്, കൂപ്പുകുത്തി വീണ പ്രതീതിയാണ് എനിക്കുണ്ടാകാറ്.

"മറ്റെല്ലാവർക്കും ഭാര്യമാരുണ്ട്, നിങ്ങളെന്താ, യാക്കൊവ്, പെണ്ണുകെട്ടാത്തത്?"

"ഞാനെന്തിനു പെണ്ണുകെട്ടണം? എനിക്ക് എപ്പോൾ വേണമെങ്കിലും പെണ്ണുകിട്ടും. ദൈവം പ്രസാദിച്ച് അതിനു വിഷമമില്ല. പെണ്ണുകെട്ടിയാൽ പിന്നെ വീട്ടിലിരുന്ന് കൃഷിചെയ്യണം. എന്റെ ഭൂമിയാണെങ്കിൽ ഗുണമില്ല. അതും, കുറച്ചേയുള്ളൂ. ഉള്ളത് അമ്മാവൻ തട്ടിയെടുക്കുകയും ചെയ്തു. ചേട്ടൻ പട്ടാളത്തിൽനിന്നു മടങ്ങിവന്നപ്പോൾ അമ്മാവനുമായി വഴക്കിട്ടു. കോടതിയിൽ കേസായി. ഒരു ദിവസം അമ്മാവന്റെ തലയ്ക്ക് വടിയെടുത്തടിച്ചു. ചോരയൊഴുകി. അതിന്റെ പേരിൽ ചേട്ടനെ ഒന്നരവർഷം ജയിലിലിട്ടു. അതു കഴിഞ്ഞോ? ജയിലിൽനിന്നിറങ്ങിയാൽ പിന്നെ വഴി ഒന്നേയുള്ളൂ. വീണ്ടും ജയിലിലേക്ക്. ചേട്ടന്റെ ഭാര്യ ഒരു കൊച്ചുരസികത്തി ആയിരുന്നു. പക്ഷെ പറഞ്ഞിട്ടെന്തു ഗുണം? പെണ്ണുകെട്ടിയാൽ പിന്നെ സ്വന്തം പട്ടിക്കൂടിന്റെ നാഥനായി കഴിഞ്ഞോളണം. പട്ടാളക്കാരനാണെങ്കിൽ, അവന്റെ ജീവന്റെ പോലും നാഥനല്ല."

"നിങ്ങൾ ദൈവത്തെ പ്രാർത്ഥിക്കാറുണ്ടോ?"

"ഇതെന്തൊരു ചോദ്യം! പ്രാർത്ഥിക്കാറുണ്ട്, സംശയമെന്താ!"

"എങ്ങിനെ?"

"എല്ലാ വിധത്തിലും"

"എന്തെല്ലാം കീർത്തനങ്ങൾ അറിയാം?"

"എനിക്കു കീർത്തനമൊന്നും അറിഞ്ഞുകൂടാ. ഞാൻ നേരെ പറയും: യേശുമിശിഹായേ! ജീവിച്ചിരിക്കുന്നവരോടു കരുണ കാട്ടണേ, മരിച്ചുപോയവർക്കു ശാന്തി നൽകണേ, രോഗത്തിൽനിന്നു കാത്തുകൊള്ളണേ, കർത്താവേ... അങ്ങിനെ വേറെ ചിലതും."

"വേറെ ഏത്?"

"ചിലതൊക്കെ. എന്തു പറഞ്ഞാലും ദൈവം കേൾക്കും."

സ്നേഹത്തോടും രസകരമായ തമാശകൾ കാട്ടുന്ന ബുദ്ധിയുള്ള ഒരു പട്ടിക്കുട്ടിയോടെന്നപോലെ ഒട്ടൊരു കൗതുകത്തോടുംകൂടിയാണ് അയാൾ എന്നോടു പെരുമാറിയത്. ചില രാത്രികളിൽ ഞങ്ങൾ രണ്ടുപേരും അടുത്തടുത്ത് ഇരിക്കും. പെട്രോളിന്റേയും തീയുടേയും

ഉള്ളിയുടേയും ഗന്ധം അയാളിൽനിന്നു പ്രസരിക്കുന്നുണ്ടാവും. അയാൾക്ക് ഉള്ളി വലിയ ഇഷ്ടമായിരുന്നു. ആപ്പിളുപോലെ പച്ചയ്ക്കു കടിച്ചുതിന്നും. അങ്ങിനെയിരിക്കുമ്പോൾ അയാൾ പെട്ടെന്നു പറയും:

“അല്യോഷ, നീ കുറച്ചു കവിത ചൊല്ലിക്കേൾപ്പിക്ക്!”

എനിക്കു പല കവിതകളും കാണാപ്പാഠമറിയാമായിരുന്നു. പോരെങ്കിൽ, തടിച്ചൊരു നോട്ടുബുക്കിൽ എനിക്കിഷ്ടപ്പെട്ടവ ഞാൻ പകർത്തി വച്ചിട്ടുമുണ്ട്. ഞാൻ അയാളെ “റുസ്ലാനും ലുദ്മീലയും” ചൊല്ലി ക്കേൾപ്പിക്കും. തന്റെ കർക്കശമായ ശ്വാസോച്ഛ്വാസം അടക്കിക്കൊണ്ട് അയാൾ നിശ്ചേഷ്ടനായി, അന്ധനും മൂകനുമായി, അതു കേൾക്കും. പിന്നീടയാൾ പതുക്കെ പറയും:

“നല്ല സുഖമുള്ള കഥ. വെടിപ്പായി പറഞ്ഞിരിക്കുന്നു. ഇതു നിന്റെ സ്വന്തമാണോ? ആര്? പുഷ്ക്കിനോ? മുഹിൻ—പുഷ്ക്കിൻ എന്നു പേരുള്ള ഒരു പ്രഭുവുണ്ട്. ഞാൻ അയാളെ കണ്ടിട്ടുണ്ട്.’

“ഇത് അതല്ല. അദ്ദേഹത്തെ വളരെക്കാലം മുമ്പ് കൊന്നു.”

“എന്തിന്?”

മാർഗൊരാജ്ഞിയിൽനിന്നു കേട്ട കഥ ഞാൻ അയാളെ ചുരുക്കത്തിൽ ധരിപ്പിച്ചു. പറഞ്ഞ് അവസാനിപ്പിച്ചപ്പോൾ അയാൾ ശാന്തമായി പറഞ്ഞു:

“എത്ര പേരാണ് പെണ്ണുങ്ങൾ കാരണം നശിക്കുന്നത്!”

പലപ്പോഴും ഞാൻ അയാൾക്ക് പുസ്തകങ്ങളിൽ വായിച്ചിട്ടുള്ള കഥകൾ പറഞ്ഞുകൊടുക്കും. അവയെല്ലാം കൂടിക്കലർന്ന് ഒരു നീണ്ട കഥയായി ഉരുത്തിരിയും. ആളിക്കത്തുന്ന വികാരങ്ങളും ഉന്മത്തമായ സാഹസങ്ങളും കുലീനരായ കഥാപാത്രങ്ങളും അവിശ്വസനീയമായ വിജയങ്ങളും ദ്വന്ദ്വയുദ്ധങ്ങളും മരണങ്ങളും സദ് വചനങ്ങളും ദുഷ്കൃത്യങ്ങളും കൊണ്ടു നിറഞ്ഞുകവിഞ്ഞ സംക്ഷുബ്ധവും അതിസുന്ദരവുമായ ഒരു ജീവിതത്തിന്റെ കഥയായിരിക്കും അത്. എന്റെ കണ്ണിൽ റൊക്കാംബോൾ, ല്യമോളിന്റേയും ഹന്നിബാളിന്റേയും കൊലോന്നയുടേയും ധീരോദാത്തത ആർജ്ജിച്ചു. ലൂയി പതിനൊന്നാമന് ഗ്രാന്ദേയുടെ പിതാവിന്റെ ഗുണഗണങ്ങൾ കൈവന്നു. അശ്വസൈന്യാധിപനായ ഒത്‌ലെത്തായെവും ഹെൻ റി നാലാമനും ഒന്നായിത്തീർന്നു. ഭാവനയുടെ ചോദനയാൽ ഞാൻ കഥാപാത്രങ്ങളുടെ സ്വഭാവവിശേഷങ്ങളും സംഭവങ്ങളും കാലക്രമവുമെല്ലാം മാറ്റിമറിച്ചു. ഞാൻ സൃഷ്ടിച്ച ആ ലോകത്തിൽ ഞാൻ സ്വച്ഛമായി യഥേഷ്ടം വിഹരിച്ചു—മനുഷ്യരെ ഇട്ട് പന്താടുന്ന മുത്തച്ഛന്റെ ദൈവത്തെപ്പോലെ. ഉള്ളത് ഉള്ളതുപോലെ കാണുന്നതിന്

എന്നെ തടസ്സപ്പെടുത്താതെതന്നെ, ജീവനുള്ള മനുഷ്യരെ മനസ്സിലാക്കാനുള്ള എന്റെ ആഗ്രഹത്തെ തെല്ലും തണുപ്പിക്കാതെതന്നെ, പുസ്തകങ്ങളുടേതായ ആ അനിയതപ്രപഞ്ചം ജീവിതത്തിൽ സാംക്രമികമായിത്തീർന്നിട്ടുള്ള നിരവധി മാലിന്യങ്ങളിൽനിന്നും വിഷമയമായ നീചത്തങ്ങളിൽനിന്നും എന്നെ രക്ഷിച്ചുകൊണ്ട് സുതാര്യമെങ്കിലും അവേധ്യമായൊരു തിരസ്ക്കരിണി എന്റെ ചുറ്റും സൃഷ്ടിച്ചു.

പുസ്തകങ്ങൾ എന്നെ പലതിലും അദൃശ്യനാക്കിത്തീർത്തു. ആളുകൾ പ്രേമിക്കുന്നതും ദുഃഖിക്കുന്നതും കണ്ടുമനസ്സിലാക്കിയ എനിക്ക് വേശ്യാലയത്തിൽ പോകുന്നത് അചിന്ത്യമായിരുന്നു. ക്ഷുദ്രമായ വ്യഭിചാരം എന്നിൽ അറപ്പും അത് മധുരമായി കരുതുന്നവരോടു വെറുപ്പും ഉളവാക്കി. സാഹചര്യങ്ങളുടെ നിർബ്ബന്ധത്തിന് ഒരുകാലത്തും വഴങ്ങരുതെന്ന് റൊക്കാംബോൾ എന്നെ പഠിപ്പിച്ചു. സുപ്രധാനമായ ഏതെങ്കിലും മഹൽകാര്യത്തിനുവേണ്ടി ജീവിതം ഉഴിഞ്ഞുവയ്ക്കാനുള്ള വാഞ്ഛ ദ്യൂമയുടെ കഥാപാത്രങ്ങൾ എന്നിൽ നട്ടുവളർത്തി. ഉല്ലാസപ്രിയനായ ഹെൻറി നാലാമനായിരുന്നു എന്റെ ഇഷ്ടകഥാപാത്രം. അദ്ദേഹത്തെ മനസ്സിൽ കണ്ടുകൊണ്ടാണ് ബെറഞ്ചേ ഈ വരികളെഴുതിയതെന്ന് എനിക്കു തോന്നി:

> സാധുജനക്ഷേമപാലൻ
> മന്നവേന്ദ്രൻ മദ്യപ്രിയൻ
> രാജ്യമാകെ സുഖിക്കുമ്പോൾ
> രാജനെന്തേ സുഖിച്ചൂടാ?

ജനങ്ങൾക്കു പ്രിയംകരനായ ഒരു ദയാശാലിയായിട്ടാണ് നോവലുകൾ ഹെൻറി നാലാമനെ ചിത്രീകരിച്ചിരുന്നത്. സൂര്യോപമനായ ആ തേജസ്വി ലോകത്തിൽവച്ചേറ്റവും സുന്ദരമായ നാട് ഫ്രൻസാണെന്ന ദൃഢവിശ്വാസം എന്നിൽ ജനിപ്പിച്ചു. ധീരോദാത്തതയുടെ നാടാണത്. പട്ടാംബരമണിഞ്ഞവരും കർഷകക്കുപ്പായമണിഞ്ഞവരും ഒരുപോലെ ആഭിജാത്യമാർജ്ജിച്ചിട്ടുള്ള നാടാണത്. ആർത്തന്യാനിനോളം തന്നെ കലീനയോദ്ധാവാണ് ആൻഷ് പിറ്റു. ഹെൻറി കൊല്ലപ്പെട്ടപ്പോൾ ഞാൻ മനംനൊന്തു കരഞ്ഞു. റവല്യാക്കിനോടുള്ള വെറുപ്പുകൊണ്ട് ഞാൻ പല്ലു ഞെരിച്ചു. ഞാൻ തീമൂട്ടുകാരനെ പറഞ്ഞുകേൾപ്പിച്ച മിക്ക കഥകളുടേയും നായകൻ ഹെൻറിയായിരുന്നു. ഫ്രാൻസിനേയും ഹെൻറിയേയും യാക്കൊവിനും ഇഷ്ടപ്പെട്ടെന്നു തോന്നി.

"ആ ഹെൻറിരാജാവ് നല്ലോരുത്തനായിരുന്നു. അയാളൊന്നിച്ച് ഏതു ബാലികേറാമലയിലും കയറാം. ഇഷ്ടമുള്ളതെന്തും ചെയ്യാം," അയാൾ പറഞ്ഞു.

അയാൾ ഒരിക്കലും ആശ്ചര്യപ്രകടനം നടത്തുകയോ ഇടയ്ക്കുകയറി ചോദ്യങ്ങൾ ചോദിക്കുകയോ ചെയ്യാറില്ല. പുരികം വളച്ച് മൗനമായി കഥ കേട്ട് ഇരിക്കുമ്പോൾ അയാളുടെ മുഖത്ത് ഒരേയൊരു ഭാവമാണ്. പായൽമൂടിക്കിടക്കുന്ന ഒരു പുരാതനശിലപോലിരിക്കും അത്. പക്ഷേ എന്തെങ്കിലും കാരണവശാൽ ഞാൻ ഇടയ്ക്കൊന്നു നിർത്തിയാൽ അയാൾ ഉടനെ ചോദിക്കും:

"കഥ തീർന്നോ?"

"തീർന്നില്ല."

"എന്നാൽപിന്നെ നിറുത്തരുത്!"

ഒരിക്കൽ, ഫ്രഞ്ചുകാരെപ്പററി സംസാരിക്കുമ്പോൾ അയാൾ പറഞ്ഞു:

"നല്ല കുളുർമ്മയുള്ള ജീവിതം."

"എന്നുവച്ചാൽ?"

"നീയും ഞാനും ജീവിക്കുന്നത് പൊരിയുന്ന ചൂടിലാണ്, പണിയെടുത്താണ്. പക്ഷേ അവരോ? സുഖമായി, കുളുർമ്മയായി, ജീവിക്കുന്നു. പണിയൊന്നുമില്ല. കുടിച്ചുമദിച്ച് നടന്നാൽ മതി. പരമസുഖം!"

"അവരും പണിയെടുത്തിരുന്നു."

"നീ പറയുന്ന കഥകളിൽ അതു കാണുന്നില്ലല്ലോ." തീമൂട്ടുകാരൻ ന്യായമായും ചൂണ്ടിക്കാട്ടി. ഞാൻ വായിച്ചിട്ടുള്ള മിക്ക പുസ്തകങ്ങളിലും കുലീനജാതരായ കഥാനായകൻമാർ പണിയെടുക്കുന്നതിനെക്കുറിച്ചോ എന്തു ജോലി ചെയ്താണ് ജീവിക്കുന്നതെന്നതിനെക്കുറിച്ചോ ഒരക്ഷരം പറഞ്ഞിട്ടില്ലെന്നു പെട്ടെന്നു ഞാനോർത്തു.'

"ഞാൻ കുറച്ചൊന്നു മയങ്ങട്ടെ," എന്നും പറഞ്ഞ് യാക്കൊവ് ഇരുന്ന ഇരുപ്പിൽതന്നെ നേരെ പുറകോട്ട് മലർന്നുകിടന്നു. അടുത്ത നിമിഷത്തിൽ അയാൾ സുഖമായി കൂർക്കം വലിക്കുന്നതു കേട്ടു.

കമാനദിയുടെ തീരങ്ങൾ തവിട്ടുനിറമാർജ്ജിക്കുകയും മരങ്ങൾ പൊന്നാടയണിയുകയും വിളറിയ സൂര്യകിരണങ്ങൾ ചെരിഞ്ഞുപതിയുകയും ചെയ്ത ശരൽക്കാലത്ത് യാക്കൊവ് അപ്രതീക്ഷിതമായി കപ്പലിലെ ജോലി ഉപേക്ഷിച്ചുപോയി. പോകുന്നതിന്റെ തലേന്നുപോലും അയാൾ എന്നോടു പറഞ്ഞതാണ്:

"മറ്റന്നാൾ നമ്മൾ പേർമിലെത്തും, അല്യോഷ. നമുക്കു രണ്ടു പേർക്കുംകൂടി ഒരു കുളിപ്പുരയിൽ പോയി മതിയാവോളം ഒരു ആവിക്കുളി നടത്താം. അവിടന്ന് നേരേ പോകുന്നതെങ്ങോട്ടാണെന്നോ? പാട്ടുപെട്ടിയുള്ള ഒരു മദ്യശാലയിലേക്ക്, സുഖമുള്ള കാര്യമാണത്. പാട്ടുപെട്ടി

തിരിക്കുന്നതും നോക്കിയിരിക്കാൻ രസമാണ്."

പക്ഷെ സറപ്പൂളിലെത്തിയപ്പോൾ പതുപതുത്ത ദേഹവും സ്ത്രീകളുടേതുപോലെ രോമമില്ലാത്ത മുഖവുമുള്ള ഒരു തടിയൻ കപ്പലിൽ കയറി. നീളൻകോട്ടും ചെവിമൂടികളോടുകൂടിയ കുറുക്കൻരോമത്തൊപ്പിയും സ്ത്രീകളോടുള്ള സാദൃശ്യം വർദ്ധിപ്പിച്ചു. അയാൾ ഉടനെ അടുക്കളയ്ക്കടുത്തായി ചൂടുള്ള ഒരിടത്തു കിടന്നിരുന്ന മേശയ്ക്കരികിൽ ചെന്നിരുന്ന് ചായ കൊണ്ടുവരാൻ പറഞ്ഞു. കോട്ടും തൊപ്പിയും ഊരാതെ, കുടുകുടാ വിയർത്തൊഴുകിക്കൊണ്ട്, അയാൾ തിളച്ച ചായമൊത്തിക്കുടിക്കാൻ തുടങ്ങി.

ശരൽക്കാലമേഘങ്ങൾ ചാറ്റൽമഴ ചൊരിഞ്ഞു. അയാൾ കള്ളിത്തുവാലകൊണ്ട് മുഖം തുടയ്ക്കുമ്പോൾ മഴ തെല്ലൊന്ന് അടങ്ങുന്നുണ്ടെന്നും അയാൾ കൂടുതൽ വിയർത്തൊലിക്കുന്തോറും മഴയുടെ ശക്തിയും കൂടി വരികയാണെന്നും തോന്നി.

കുറച്ചുകഴിഞ്ഞപ്പോൾ യാക്കൊവ് ആ മനുഷ്യന്റെ അടുത്തുചെന്ന് ഇരുന്നു. അവർ രണ്ടുപേരുംകൂടി ഒരു പഞ്ചാംഗത്തിലെ ഭൂപടം പരിശോധിക്കാൻ തുടങ്ങി. യാത്രക്കാരൻ അതിലൂടെ വിരലോടിച്ച് എന്തോ കാണിച്ചുകൊടുത്തു. തീമൂട്ടുകാരൻ ശാന്തമായി പറഞ്ഞു:

"ഇതാണോ? സാരമില്ല മണ്ണാങ്കട്ട!"

"കൊള്ളാം," കാൽച്ചുവട്ടിൽ തുറന്ന് ഇരുന്നിരുന്ന തുകൽ സഞ്ചിയിലേക്ക് പഞ്ചാംഗം തിരുകിക്കയറ്റിക്കൊണ്ട് യാത്രക്കാരൻ നേർത്ത ശബ്ദത്തിൽ പറഞ്ഞു. സ്വരമടക്കി സംസാരിച്ചുകൊണ്ട് അവർ ചായ കുടിച്ചു.

യാക്കൊവ് പണിക്കു കയറുന്നതിനുമുമ്പ് ഞാൻ ആ യാത്രക്കാരനെപ്പറ്റി അയാളോടു ചോദിച്ചു. അയാൾ ഒരു ചെറുചിരിയോടെ പറഞ്ഞു:

"കണ്ടിട്ട് ഒരു ഷണ്ഡനാണെന്നു തോന്നുന്നു, അല്ലേ? എന്നുവച്ചാൽ വരിയുടച്ചവനാണെന്നർത്ഥം. അങ്ങു ദൂരെ സൈബീരിയയിലാണ് സ്വദേശം. വല്ലാത്തൊരുത്തൻ. പ്ലാനനുസരിച്ചാണ് ജീവിക്കുന്നത്."

കുളമ്പിന്റെ ഉറപ്പുള്ള കറുത്ത ഉപ്പൂറ്റികളമർത്തി അയാൾ കപ്പൽത്തട്ടിലൂടെ നടന്നു. കുറച്ചുടി നടന്നിട്ട് അയാൾ തിരിഞ്ഞുനിന്നു. വാരിയെല്ലുകൾ ചൊറിഞ്ഞുകൊണ്ട് അയാൾ പറഞ്ഞു:

"ഞാൻ അയാളുടെ കീഴിൽ പണിയെടുക്കാൻ പോവുകയാണ്. പേർമിലെത്തിയാലുടൻ ഞാൻ കപ്പലിൽനിന്നിറങ്ങും. നമ്മൾ പിരിയുകയാണ്, അല്യോഷ. ഞങ്ങൾ കുറേ ദൂരം തീവണ്ടിയിൽ പോകും. പിന്നെ പുഴവഴി. അതും കഴിഞ്ഞ് കുതിരപ്പുറത്ത്. എല്ലാംകൂടി അഞ്ചാഴ്ച എടുക്കും

അങ്ങ് എത്തിപ്പറ്റാൻ. ആളുകൾ എത്ര ദൂരെയാണ് ഇഴഞ്ഞെത്തിയിരിക്കുന്നതെന്നു നോക്ക്!"

"നിങ്ങൾക്ക് അയാളെ പരിചയമുണ്ടോ?" യാക്കൊവിന്റെ അപ്രതീക്ഷിതമായ തീരുമാനം കേട്ട് അത്ഭുതപരതന്ത്രനായ ഞാൻ ചോദിച്ചു.

"അതെങ്ങിനെ? ഞാൻ അയാളെ മുമ്പു കണ്ടിട്ടില്ല. അയാളുടെ നാട്ടിൽ പോയിട്ടുമില്ല."

പിറ്റേന്നു രാവിലെ മെഴുക്കുപറ്റിയ ഇറക്കം കുറഞ്ഞ ഒരു ആട്ടിൻതോൽക്കോട്ടും ഒരുകാലത്ത് "കരടിക്കുട്ടി"യുടെ വകയായിരുന്ന ഒരു കീറിപ്പൊളിഞ്ഞ വയ്ക്കോൽത്തൊപ്പിയും പഴഞ്ചൻ മരവുരിച്ചെരിപ്പും ധരിച്ച് അയാൾ ഇറങ്ങിവന്നു. ഇരുമ്പുവിരലുകളാൽ എന്റെ കൈപിടിച്ചമർത്തിക്കൊണ്ട് അയാൾ പറഞ്ഞു:

"നീ വരുന്നോ എന്റെ കൂടെ? ഞാൻ പറഞ്ഞാൽ ആ ഷണ്ഡൻ നിന്നേയും എടുത്തോളും. എന്താ പറയണോ? അധികപ്പറ്റായത് മുറിച്ചുകളഞ്ഞ് കാശുതരും. ഒരുത്തനെ കശാപ്പുചെയ്യാൻ കിട്ടിയാൽ അവർക്ക് അതൊരു ഉത്സവമാണ്. സമ്മാനവും തരും."

നിർജ്ജീവമായ കണ്ണുകളാൽ യാക്കൊവിനെ തുറിച്ചുനോക്കിക്കൊണ്ട് കക്ഷത്തിലൊരു വെളുത്ത ഭാണ്ഡവുമായി ഷണ്ഡൻ കൈവരി പിടിച്ചു നില്പുണ്ടായിരുന്നു. അയാളുടെ ഭാരിച്ച രൂപം മുങ്ങിച്ചത്തവരുടേതുപോലെ വിങ്ങി വീർത്തിരുന്നിരുന്നു. ഞാൻ അയാളെ ഒച്ചയടക്കി പ്രാകി. തീമൂട്ടുകാരൻ വീണ്ടും എന്റെ കരം ഗ്രഹിച്ചു.

"അയാളെ വെറുതെ വിട്ടേക്ക്! മണ്ണാങ്കട്ട! ഓരോരുത്തനും അവനവന്റെ വഴിക്ക് ദൈവത്തെ പ്രാർത്ഥിക്കുന്നു. അതിനു നമുക്കെന്താ! നമുക്കു പിരിയാം. നീ സുഖമായിരിക്ക്!"

അതും പറഞ്ഞ്, വലിയൊരു കരടിയെപ്പോലെ കുലുങ്ങിക്കുലുങ്ങി നടന്നുകൊണ്ട് യാക്കൊവ് ഇറങ്ങിപ്പോയി. എന്റെ മനസ്സിൽ വിരുദ്ധവികാരങ്ങൾ മല്ലിട്ടു. എനിക്ക് അയാളോട് ഒരേസമയം അനുകമ്പയും അമർഷവും തോന്നി. തെല്ലൊരു അസൂയയോടും സംഭ്രമത്തോടുംകൂടി ഞാനിങ്ങനെ ചിന്തിച്ചതായി ഓർക്കുന്നു: ഇത്ര വിദൂരവും അജ്ഞാതവുമായ ഒരിടത്തേയ്ക്ക് എന്തിനയാൾ പോയി?

ഈ യാക്കൊവ് ഷുമൊവ് തന്നെ എത്തരക്കാരനാണ്?

XII

ശരൽക്കാലം അവസാനിക്കാറായപ്പോൾ കപ്പൽഗതാഗതം നിന്നു. വിശുദ്ധരൂപങ്ങൾ വരയ്ക്കുന്ന ഒരു പണിശാലയിൽ ഞാൻ ജോലി പഠിക്കാൻ ചേർന്നു. മദ്യപ്രിയയായിരുന്ന ചെറിയൊരു വൃദ്ധയായിരുന്നു അതിന്റെ ഉടമസ്ഥ. ഞാൻ ചേരുന്നതിന്റെ രണ്ടാം ദിവസം അവർ എന്നോടു പറഞ്ഞു:

"ഇപ്പോൾ പകൽ കുറവും രാത്രി കൂടുതലുമാണ്. നീ അതുകൊണ്ട് എന്നും രാവിലെ കടയിൽപോയി വില്പനയിൽ സഹായിക്കണം. പഠിക്കുന്നത് വൈകിട്ടാവാം."

അവർ എന്നെ പ്രസരിപ്പുള്ള, ചെറുപ്പക്കാരനായ ഒരു വില്പനക്കാരനെ കൂട്ടിയേല്പിച്ചു. ആളൊരു സുന്ദരവിഡ്ഢിയായിരുന്നു. പുലർച്ചയ്ക്ക് തണുത്ത ഇരുട്ടത്ത് ഞങ്ങൾ രണ്ടുപേരും നിദ്രാധീനമായ ഇലിയിൻകാ തെരുവിലൂടെ പട്ടണം മുറിച്ചുകടന്ന് താഴത്തങ്ങാടിയിലെത്തും. അവിടെ കമാനനിരകളായി പണിതിട്ടുള്ള പീടികകളുടെ രണ്ടാംനിലയിലാണ് ഞങ്ങളുടെ കട. ആ ഇരുണ്ട കൊച്ചുമുറി പണ്ടെങ്ങോ ഒരു കലവറയായിരുന്നു. ഒരു ഇരുമ്പുവാതിലുണ്ട്. ചെറിയൊരു ജനാലയുള്ളത് ഇരുമ്പുമേൽക്കൂരയോടുകൂടി നിരയുടെ നെടുനീളത്തിലുള്ള ബാൽക്കണിയിലേക്കാണു തുറക്കുന്നത്. ഞങ്ങളുടെ കട നിറയെ വലുതും ചെറുതുമായ വിശുദ്ധരൂപങ്ങളും അവയുടെ ചട്ടങ്ങളുമാണ്. ചിലത് ഒഴുക്കനാണ്. ചിലതിൽ പലതരം കൊത്തുപണികളുണ്ട്. കൂടാതെ മഞ്ഞത്തോലിന്റെ പുറംചട്ടയോടുകൂടിയതും പഴയ സ്ലാവ് ലിപിയിൽ അച്ചടിച്ചതുമായ കുറെ

മതഗ്രന്ഥങ്ങളും ഞങ്ങളുടെ കടയിൽ വില്പനയ്ക്കുണ്ടായിരുന്നു. രൂപങ്ങളും പുസ്തകങ്ങളും വിൽക്കുന്ന മറ്റൊരു കടയാണ് ഞങ്ങളുടെ തൊട്ടടുത്തുള്ളത്. ആ കട നടത്തുന്ന കറുത്ത താടിക്കാരൻ വോൾഗയ്ക്കപ്പുറത്ത് കെർഷെ നെത്സ്നദിയുടെ തീരപ്രദേശത്തൊട്ടാകെ വിശ്രുതനായിരുന്ന ഒരു പഴയവിശ്വാസിയായ മതഭ്രാന്തന്റെ ബന്ധുവാണ്. അയാൾക്ക് എന്റെ പ്രായത്തിലുള്ള ഒരു മകനുണ്ട്. ചടച്ചുണങ്ങിയ ദേഹവും ഒരു വൃദ്ധന്റേതുപോലത്തെ ചാരനിറമാർന്ന കൊച്ചുമുഖവും ചുണ്ടെണ്ടെലിയുടേതുപോലെ പരതിനടക്കുന്ന കണ്ണുകളുമുള്ള ഒരു ബാലൻ.

കട തുറന്നാലുടൻ ഞാൻ അടുത്തുള്ള മദ്യശാലയിലേക്കോടിപ്പോയി തിളച്ച വെള്ളം കൊണ്ടുവരണം. ചായകുടി കഴിഞ്ഞാൽ പൊടി തട്ടിക്കുടഞ്ഞ് കടയാകെ തുത്തുവെടിപ്പാക്കണം. അടുത്ത ജോലി വരാന്തയിലിറങ്ങി നിൽക്കലാണ്. വാങ്ങാൻ വരുന്നവർ അയൽക്കാരന്റെ കടയിലേക്കു കയറാതെ നോക്കണം.

"വാങ്ങാൻ വരുന്നവർ വിഡ്ഢികളാണ്," വില്പനക്കാരൻ എന്നോടു പറഞ്ഞു. "വാങ്ങുന്നത് എവിടന്നായാലും അവർക്കൊരുപോലാണ്. വില കുറവായിരിക്കണമെന്നേയുള്ളൂ. അവർക്ക് നല്ലതും ചീത്തയും തിരിച്ചറിഞ്ഞുകൂടാ."

വിശുദ്ധ രൂപങ്ങളുടെ പലകകളിൽ ചുറ്റുചുറുക്കോടെ തട്ടിക്കൊണ്ട് അയാൾ തന്റെ വിജ്ഞാനം എനിക്കു പകർന്നു തരും:

"ഇതു നോക്ക്. ഒന്നാന്തരം ഉരുപ്പടി. വില കുറവാണ്—അഞ്ചിഞ്ച് വീതിയും ഏഴിഞ്ചു നീളവും. ഈ വിലയ്ക്ക് ഒരു നഷ്ടവുമില്ല. ദാ അതു നോക്ക്—പത്തിഞ്ചു വീതിയും പന്ത്രണ്ടിഞ്ചു നീളവും. വില ഒട്ടും കൂടുതലല്ല. പുണ്യവാളന്മാർ ആരൊക്കെയാണെന്നറിയാമോ നീ ഓർമ്മവച്ചോ—കുടിയന്മാർക്ക് വൊനിഫാത്തി; പല്ലുവേദനയ്ക്കും അകാലമരണത്തിനും രക്തസാക്ഷിയായ വർവാറ; പനിക്കും സന്നിപാതത്തിനും പുണ്യപുരുഷനായ വസീലി. കന്യാമറിയം തന്നെ എന്തെല്ലാം തരമുണ്ടെണ്ടന്നറിയാമോ? കേൾക്ക്: ദുഃഖിതയായ കന്യാമറിയം, മൂന്നു കയ്യുള്ള കന്യാമറിയം, വിലപിക്കുന്ന കന്യാമറിയം, ദുഃഖം ശമിപ്പിക്കുന്ന കന്യാമറിയം; കസാനിലേത്, പൊക്രോവിലേത്, സെമിസ്ത്രെൽനയിലേത്..."

വലിപ്പവും ചിത്രരചനയുടെ മേന്മയും നോക്കി ഓരോരോ രൂപത്തിനു നിശ്ചയിച്ചിട്ടുള്ള വിലയെത്രയാണെന്ന് ഞാൻ വേഗം മനപ്പാഠമാക്കി. കന്യാമറിയത്തിന്റെ വിവിധരൂപങ്ങൾ തിരിച്ചറിയാനും ഞാൻ പഠിച്ചു. പക്ഷെ പുണ്യവാളന്മാരുടെ സിദ്ധികൾ ഓർമ്മയിൽ വയ്ക്കാൻ എളുപ്പമായിരുന്നില്ല.

കടയുടെ വാതിൽക്കൽ ഞാൻ എന്തെങ്കിലും ആലോചിച്ച നിൽക്കു ന്നതു കണ്ടാലുടൻ വില്പനക്കാരൻ എന്റെ അറിവു പരീക്ഷിക്കും:

"പ്രസവവേദന മാറ്റുന്നത് ആരാണ്?"

എന്റെ ഉത്തരം ശരിയല്ലെങ്കിൽ അയാൾ അവജ്ഞയോടെ പറയും:

"നിനക്കെന്തിനാ തല തന്നിരിക്കുന്നത്?"

വരുന്നവരെക്കൊണ്ട് ചരക്കു വാങ്ങിപ്പിക്കാൻ അതിലേറെ വിഷമ മായിരുന്നു. വിശുദ്ധരൂപങ്ങളിൽ കണ്ട വിരൂപമുഖങ്ങൾ എനിക്കിഷ്ട പ്പെട്ടില്ല. അവയെ വിൽക്കാൻ എളുപ്പമല്ലായിരുന്നു. മുത്തശ്ശി പറഞ്ഞു തന്ന കഥകളിൽനിന്ന് ഞാൻ കന്യാമറിയത്തെ മനസ്സിൽ കണ്ടത് യൗവനയുക്തയും സൽപ്രകൃതയുമായ ഒരു സുന്ദരിയായിട്ടാണ്. മാസിക ചിത്രങ്ങളിൽ കണ്ട കന്യാമറിയവും അതുപോലെയാണ് ഇരുന്നിരു ന്നത്. എന്നാൽ നീണ്ടുവളഞ്ഞ മൂക്കും മരംപോലത്തെ കൈകളുമുള്ള കർക്കശയായ വൃദ്ധയായിട്ടാണ് വിശുദ്ധരൂപങ്ങളിൽ അവരെ ചിത്രീ കരിച്ചിരുന്നത്.

ചന്തദിവസങ്ങളായ ബുധനാഴ്ചയും വെള്ളിയാഴ്ചയും ഞങ്ങളുടെ കച്ചവടം തകൃതിയായി നടന്നു. കൃഷിക്കാർ, വൃദ്ധകൾ, ചിലപ്പോൾ കുടും ബങ്ങൾ അപ്പാടെതന്നെ, പടികയറി വന്നുകൊണ്ടിരുന്നു. എല്ലാവരും വോൾഗയ്ക്കപ്പുറത്തുനിന്നു വരുന്ന പഴയവിശ്വാസികളാണ്, സംശയാലു ക്കളും അപ്രസന്നരുമായ വനവാസികളാണ്. ആട്ടിൻതോൽക്കോട്ടും വീട്ടിൽത്തുന്നിയ തടിച്ച വസ്ത്രങ്ങളും എടുത്തുചുറ്റിയ ഒരു ഭീമകായൻ താഴെ വീണുപോകുമോയെന്നു ഭയന്നിട്ടെന്നവണ്ണം ബാൽക്കണിയി ലൂടെ സൂക്ഷിച്ച് പതുക്കെപ്പതുക്കെ നടന്നുവരുന്നത് ഞാൻ കണ്ടിട്ടുണ്ട്. അയാളെ സമീപിക്കാൻ എനിക്കു ലജ്ജയും സങ്കോചവും തോന്നും. അയാളുടെ വഴി മുടക്കി നില്ക്കാൻ, ആ കുറ്റൻ ബൂട്ടുകളുടെ ചുറ്റും തത്തിന ടന്ന് ഒരു കൊതുകിനെപ്പോലെ ചിണുങ്ങാൻ, എനിക്കു വിഷമം കുറച്ചല്ല.

"ബഹുമാനപ്പെട്ട സർ, അങ്ങേയ്ക്ക് എന്തുവേണം? വ്യാഖ്യാനങ്ങളോ ടുകൂടിയ സങ്കീർത്തനപുസ്തകങ്ങൾ, സാരസംഗ്രഹങ്ങൾ, പ്രാർത്ഥനാ ഗ്രന്ഥങ്ങൾ, യെഫ്രെം സിറിന്റേയും കിരീലിന്റേയും പുസ്തകങ്ങൾ— ഇതിലേതു വേണം? ദയവുചെയ്ത് ഒന്നു കയറിനോക്കു. എല്ലാത്തരം വിശുദ്ധരൂപങ്ങളുമുണ്ട്. ഏതു വിലയ്ക്കുള്ളത് വേണമെങ്കിലുമുണ്ട്. ഇരുണ്ട ചായത്തിലെഴുതിയ മികച്ച കലാശില്പങ്ങൾ. കൂടാതെ പുണ്യവാളന്മാരു ടേയും കന്യാമറിയത്തിന്റേയും ഏതു രൂപം വേണമെങ്കിലും ആവശ്യപ്ര കാരം പ്രത്യേകം വരച്ചുതരികയും ചെയ്യാം. അതല്ല, ആരുടെയെങ്കിലും രക്ഷകപുണ്യവാളന്റേയോ കുടുംബപുണ്യവാളന്റേയോ രൂപമാണോ

വേണ്ടത് ? ഞങ്ങളുടേതാണ് റഷ്യയിലെ ഏറ്റവും നല്ല ശില്പശാല! ഈ പട്ടണത്തിലെ ഏറ്റവും വലിയ കട!"

ഞാൻ പറയുന്നതൊന്നും അയാളുടെ തലയിൽ കടക്കുകയില്ല. പട്ടിയെ നോക്കുംപോലെ കുറേസമയം മൗനമായി എന്നെ നോക്കി നിന്നിട്ട് അയാൾ പെട്ടെന്ന് മരംപോലത്തെ കൈവച്ച് എന്നെ തള്ളി മാറ്റിക്കൊണ്ട് അടുത്ത കടയിലേക്കു കയറും. ഞങ്ങളുടെ വില്പനക്കാരൻ തന്റെ വലിയ ചെവികൾ തിരുമ്മിക്കൊണ്ട് ദേഷ്യത്തോടെ പിറുപിറുക്കും:

"നീ അയാളെ വിട്ടുകളഞ്ഞല്ലൊ! ഒരു വില്പനക്കാരൻ വന്നിരിക്കുന്നു!"

ഒരു മൃദുലശബ്ദം പഞ്ചാരവാക്കുകൾ മൊഴിയുന്നത് അടുത്ത കടയിൽ നിന്നു കേൾക്കാം:

"പ്രിയപ്പെട്ട മനുഷ്യാ, ഞങ്ങളിവിടെ കച്ചവടം ചെയ്യുന്നത് ആട്ടിൻ തോലല്ല, തോൽച്ചെരിപ്പുമല്ല. ദൈവത്തിന്റെ ആശീർവാദങ്ങളാണ്. ഏതു സ്വർണ്ണത്തേക്കാളും വെള്ളിയേക്കാളും വിലപിടിച്ചതാണവ. അവയ്ക്കു വില കല്പിക്കാനാവില്ല..."

"നാശം!" ഞങ്ങളുടെ വില്പനക്കാരൻ അസൂയയും പ്രശംസയും കലർന്ന സ്വരത്തിൽ മന്ത്രിക്കും. "അയാൾ ആ നാട്ടുമ്പുറത്തുകാരന്റെ കണ്ണിൽ പൊടിയിടുന്നത് എത്ര സമർത്ഥമായിട്ടാണെന്നു നോക്ക്. നീയത് കേട്ടു പഠിക്ക്!"

പഠിക്കാൻ ഞാൻ ആത്മാർത്ഥമായി ശ്രമിച്ചു. ഏതു കാര്യമായാലും വേണ്ടില്ല. ഒരു കാര്യത്തിനു തുനിഞ്ഞിറങ്ങിയാൽ അതു നന്നായി ചെയ്യണമെന്ന് എനിക്കു നിർബ്ബന്ധമുണ്ടായിരുന്നു. പക്ഷെ ആളുകളെ മയക്കിയെടുത്ത് അവരെക്കൊണ്ട് സാധനങ്ങൾ വാങ്ങിപ്പിക്കുന്ന കാര്യത്തിൽ ഞാൻ പരാജയപ്പെട്ടു. മിതഭാഷികളും നിരുന്മേഷരുമായ ആ കൃഷിക്കാരോടും സദാ ഭയചകിതരായി കാണപ്പെട്ട മൂഷികസദൃശരായ ആ വൃദ്ധകളോടും എനിക്കു സഹതാപം തോന്നി. വിശുദ്ധരൂപങ്ങളുടെ യഥാർത്ഥ വില എത്രയാണെന്ന് അവരുടെ ചെവിയിൽ ഓതിക്കൊടുക്കാൻ ഞാൻ ആഗ്രഹിച്ചു. ഇരുപതു കോപ്പെക്ക് അവർക്കപ്പോൾ ലാഭിക്കാൻ കഴിയും. അവരെല്ലാവരും പാവങ്ങളും പട്ടിണിക്കാരുമാണെന്ന് എനിക്കു തോന്നി. ഒരു സങ്കീർത്തനപുസ്തകത്തിന് മൂന്നര റൂബിൾ കൊടുക്കാൻ അവർക്കെങ്ങിനെ കഴിയുമെന്നു ഞാൻ അത്ഭുതപ്പെട്ടു. മറ്റേതു പുസ്തകത്തേക്കാളും കൂടുതൽ വിറ്റഴിഞ്ഞത് അതാണ്.

പുസ്തകങ്ങളെക്കുറിച്ചും വിശുദ്ധരൂപങ്ങളിലെ ചിത്രവേലകളുടെ മേന്മയെക്കുറിച്ചും അവർക്കുള്ള പരിജ്ഞാനം എന്നെ അത്ഭുതപ്പെടുത്തി. ഒരുദിവസം തല നരച്ച ഒരു വൃദ്ധനെ ഞങ്ങളുടെ കടയിലേക്കു കയറ്റാൻ ഞാൻ ശ്രമിച്ചപ്പോൾ അയാൾ പറഞ്ഞു:

“നിങ്ങളുടെ ശില്പശാലയാണ് റഷ്യയിൽ വച്ച് ഏറ്റവും മികച്ചതെന്നു നീ പറഞ്ഞതു സത്യമല്ല, കുട്ടി. മോസ്ക്കോയിൽ റൊഗോഷിന്റെ വക ഒന്നുണ്ട്. അതാണ് ഏറ്റവും മികച്ചത്.”

നാണംകെട്ട ഞാൻ വഴിമാറിക്കൊടുത്തു. അയാൾ അടുത്ത കടയിലും കയറാതെ പതുക്കെ നടന്നുപോയി.

“നിന്റെ കള്ളി പൊളിഞ്ഞു. അല്ലേ?” വില്പനക്കാരൻ പകയോടെ പറഞ്ഞു.

“റൊഗോഷിന്റെ പണിശാലയെപ്പറ്റി നിങ്ങൾ എന്നോടു പറഞ്ഞിരുന്നില്ലല്ലോ.”

വില്പനക്കാരൻ പ്രാകാൻ തുടങ്ങി.

“പമ്മിപ്പമ്മി തൊഴിലൊന്നുമില്ലാതെ നടക്കുന്നവന്മാരുണ്ടല്ലോ. അവൻമാർക്ക് എല്ലാമറിയാം. എല്ലാം മനസ്സിലാവുന്നുണ്ട്. വിഷപ്പാമ്പുകൾ!”

ഗർവ്വിഷ്ഠനും സുഖലോലുപനുമായ ആ സുന്ദരവിഡ്ഢിക്ക് നാട്ടുമ്പുറത്തുകാരെ കണ്ണെടുത്താൽ കണ്ടുകൂടായിരുന്നു. ഒരിക്കൽ അയാൾ എന്നോടു പറഞ്ഞു:

“ഞാൻ ബുദ്ധിയുള്ളവനാണ്. ശുചിത്വവും സുഗന്ധവും ഇഷ്ടപ്പെടുന്നവനാണ്. കുന്തിരിക്കവും യൂഡികൊളോണുമെല്ലാം എനിക്കിഷ്ടമാണ്. അങ്ങിനെയുള്ള ഞാൻ കടയുടമസ്ഥയ്ക്ക് അഞ്ചു കോപ്പെക്കു കിട്ടാൻവേണ്ടി ഈ നാട്ടുമ്പുറത്തുകാരുടെ മുമ്പിൽ ഓച്ഛാനിച്ചുനിൽക്കണമെന്നു വച്ചാലോ! ഞാനത് എങ്ങിനെ സഹിക്കും? ആരാണീ നാട്ടുമ്പുറത്തുകാരൻ? നാറുന്ന തോല്! ഞാഞ്ഞൂല്! അല്ലാതെന്താ! അവന്മാരുടെ മുമ്പിലാണ്...”

കോപാവേശത്താൽ അയാൾക്കു തുടരാൻ കഴിഞ്ഞില്ല.

എനിക്കു നാട്ടുമ്പുറത്തുകാരെ ഇഷ്ടമായിരുന്നു. യാക്കൊവിലുണ്ടായിരുന്നതുപോലെ എന്തോ ഒരു നിഗൂഢത അവരിലോരോരുത്തരിലുമുണ്ടെണ്ടന്ന് എനിക്കു തോന്നി.

ആട്ടിൻതോൽക്കോട്ടിന്റെ മീതെ ഒരു മേലങ്കിയും എടുത്തണിഞ്ഞുകൊണ്ട് ഒരു സ്ഥൂലരൂപം കടയിൽ വന്നു കയറും. നീണ്ട രോമമുള്ള തൊപ്പിയൂരി, പ്രാർത്ഥനാദീപം കത്തിക്കൊണ്ടിരിക്കുന്ന കോണിലേക്കു നോക്കി രണ്ടു വിരലുകളാൽ കുരിശുവരയ്ക്കും. പവിത്രീകരിക്കപ്പെടാത്ത രൂപങ്ങൾ കണ്ണിൽപെടാതിരിക്കാൻ അയാൾ ശ്രദ്ധിക്കും. ചുറ്റും മൗനമായി ഒന്നു കണ്ണോടിച്ചശേഷം അയാൾ പറയും:

"വ്യാഖ്യാനത്തോടുകൂടിയ ഒരു സങ്കീർത്തനപുസ്തകം കാണട്ടെ."

മേലങ്കിയുടെ കയ്യുകൾ തെറുത്തുകയറ്റി അയാൾ മണ്ണിന്റെ നിറമുള്ള വെടിഞ്ഞ ചുണ്ടുകൾ നിശ്ശബ്ദം അനക്കിക്കൊണ്ട് പുസ്തകത്തിന്റെ തലക്കെട്ടെഴുതിയിട്ടുള്ള പുറം വളരെ സമയമെടുത്തു വായിക്കും

"ഇതിലും പഴയതുണ്ടോ?"

"പഴയതിന് ആയിരം റൂബിൾ വിലവരുമെന്ന് അറിയാമല്ലോ."

"അറിയാം."

വിരലിന്റെ അറ്റം നക്കി താള് മറിക്കുമ്പോൾ വിരൽ തൊട്ട ഇടത്ത് ഒരു ഇരുണ്ട പാട് ശേഷിക്കും. അയാളുടെ ഉച്ചിയിലേക്ക് അമർഷ ത്തോടെ നോക്കിക്കൊണ്ട് വില്പനക്കാരൻ പറയും:

"വേദപുസ്തകങ്ങൾക്കെല്ലാം ഒരേ പഴക്കമാണ്. കർത്താവു വാക്കു മാറ്റിയിട്ടില്ല."

"അറിയാം. കേട്ടിട്ടുണ്ട്. കർത്താവും മാറ്റിയിട്ടില്ല. പക്ഷെ നിക്കൺ മാറ്റിയിട്ടുണ്ട്."

പുസ്തകം അടച്ചുവച്ചിട്ട് അയാൾ മിണ്ടാതെ ഇറങ്ങിപ്പോകും.

കാട്ടിൽ കിടക്കുന്ന ഈ മനുഷ്യർ ചിലപ്പോൾ വില്പനക്കാരനുമായി തർക്കിക്കുന്നതു ഞാൻ കേട്ടിട്ടുണ്ട്. വിശുദ്ധലിഖിതങ്ങളെക്കുറിച്ച് അയാ ളേക്കാൾ നന്നായിട്ട് അവർക്കറിയാമെന്ന് എനിക്കു ബോദ്ധ്യമാകും.

"ദൈവവിശ്വാസമില്ലാത്ത കാടന്മാർ!" വില്പനക്കാരൻ പ്രാകും.

പുതിയ പുസ്തകങ്ങൾ നാട്ടുമ്പുറത്തുകാർക്ക് രുചിക്കുന്നില്ലെങ്കിലും അവർ അവയെ ആദരവോടെ നോക്കുന്നതും കയ്യിൽനിന്നു പറന്നുപൊ യ്ക്കളയുമെന്നു ഭയന്നിട്ടെന്നപോലെ വളരെ സൂക്ഷിച്ച് തൊട്ടുനോക്കുന്നതും ഞാൻ കണ്ടിട്ടുണ്ട്. അതെന്നെ അത്യധികം സന്തുഷ്ടനാക്കി. കാരണം, ഞാൻ പുസ്തകത്തെ കാണുന്നത് ഒരു അത്ഭുതവസ്തുവായിട്ടാണ്. അതെഴുതിയ ആളിന്റെ ആത്മാവ് അതിനകത്ത് അടങ്ങിയിട്ടുണ്ട്. പുസ്തകം തുറക്കുമ്പോൾ ഞാൻ ആ ആത്മാവിനെ തുറന്നുവിടുന്നു. അത് ഞാനുമായി നിഗൂഢസല്ലാപത്തിലേർപ്പെടുന്നു.

മതപരിഷ്കർത്താവായ നിക്കന്റെ കാലത്തിനു മുമ്പുള്ള പുരാതന ഗ്രന്ഥങ്ങളോ, ഇർഗിസിലേയോ കെർഷെനെത്സിലേയോ സന്യാസി കളുടെ മനോഹരമായ കൈപ്പടയിൽ എഴുതിയുണ്ടാക്കിയ അത്തരം പുസ്തകങ്ങളുടെ പട്ടികകളോ ആ വൃദ്ധന്മാരും വൃദ്ധകളും ഞങ്ങളുടെ കടയിൽ പലപ്പോഴും വില്പനയ്ക്കു കൊണ്ടുവരാറുണ്ട്. ദ്മിത്രി റൊസ്തോ വ്സ്കിയുടെ പരിഷ്ക്കരിച്ച പതിപ്പിനു മുമ്പുള്ള "പുണ്യവാളജീവചരിത്ര"

ങ്ങളുടെ പ്രതികൾ, പ്രാചീനകാലത്തെഴുതിയ വിശുദ്ധരൂപങ്ങൾ, കുരിശുരൂപങ്ങൾ, പളുങ്കുപൂശിയ പിച്ചളത്തകിടുകൊണ്ടുള്ള മടക്കുചിത്രങ്ങൾ, കടലോരപ്രദേശത്തുനിന്നുള്ള ലോഹശില്പങ്ങൾ, മോസ്ക്കോയിലെ മാടമ്പിമാർ പ്രീതിപാത്രങ്ങളായ മദ്യശാലക്കാർക്കു സമ്മാനിച്ച വെള്ളിത്തവികൾ—ഇവയെല്ലാം അവർ കൊണ്ടുവന്നു. ചുറ്റും കണ്ണോടിച്ചുകൊണ്ട് വളരെ ഗോപ്യമായിട്ടാണ് അവർ അവ പുറത്തെടുത്തത്.

ഞങ്ങളുടെ വില്പനക്കാരനും തൊട്ടപ്പുറത്തെ കടക്കാരനും ഇത്തരം വസ്തുക്കൾക്കുവേണ്ടി അങ്ങേയറ്റം ശുഷ്കാന്തിയോടെ കാത്തിരുന്നു. കഴിയുന്നത്ര ലാഭത്തിൽ അവ കൈക്കലാക്കുന്ന കാര്യത്തിൽ അവർ പരസ്പരം മത്സരിച്ചു. വെറും പത്തു റൂബിൾ കൊടുത്തു വാങ്ങുന്ന അതിവിശിഷ്ടങ്ങളായ പ്രാചീനകലാശില്പങ്ങൾ അവർ പിന്നീട് പഴയവിശ്വാസികളായ ധനാഢ്യർക്ക് പരശതം റൂബിളിനു വിററഴിക്കും.

"ആ കുട്ടിച്ചാത്തൻമാരേയും ക്ഷുദ്രോത്രക്കാരികളേയും നോട്ടമിട്ടോ," വില്പനക്കാരൻ എന്നെ ഉപദേശിക്കും. "അവർ ഭാഗ്യവുംകൊണ്ടു വരുന്നവരാണ്."

നല്ലൊരു കോളു കിട്ടിയാൽ അയാൾ പുരാണങ്ങളേയും വിശുദ്ധരൂപങ്ങളേയും മറ്റും പററി നല്ല അറിവുള്ള പ്യോത്തർ വസീല്യെവിച്ചിന്റെ അടുത്തേക്ക് എന്നെ അയയ്ക്കും.

ബുദ്ധി സ്ഫുരിക്കുന്ന കണ്ണുകളും പ്രീതി തോന്നുന്ന മുഖവും പുണ്യപുരുഷനായ വസീലിയുടേതുപോലെ നീണ്ട താടിയുമുള്ള ഉയരംകൂടിയ ഒരു വൃദ്ധനായിരുന്നു അയാൾ. ഒരു പാദത്തിലെ വിരലുകൾ മുറിച്ചുകളഞ്ഞിരുന്നതിനാൽ എപ്പോഴും നീണ്ടൊരു വടിയും കുത്തിയാണ് നടപ്പ്. വേനലായാലും ശൈത്യകാലമായാലും പാതിരിയുടെ ളോഹപോലുള്ള നേർത്ത ഒരു ഓവർക്കോട്ടും കലംകമഴ്ത്തിവച്ചതുപോലുള്ള ഒരു വെൽവെറ്റ് തൊപ്പിയുമാണ് വേഷം. സാധാരണഗതിയിൽ അയാൾ ചുറുചുറുക്കോടെ നീണ്ടുനിവർന്നാണ് നടക്കാറുള്ളതെങ്കിലും കടയിൽ കാലുകുത്തുന്ന നിമിഷത്തിൽ അയാളുടെ ചുമലുകൾ ഒന്ന് ഇടിയും. നടുവൊന്നു കുനിയും. നെടുവീർപ്പിട്ടുകൊണ്ട് അയാൾ പഴയവിശ്വാസികളെപ്പോലെ രണ്ടുവിരലുകളാൽ പലതവണ കുരിശുവരയ്ക്കും. ആ സമയത്തൊക്കെ അയാളുടെ ചുണ്ടുകൾ പ്രാർത്ഥനകൾ ജപിക്കുന്നുണ്ടാവും. കലാശില്പങ്ങൾ കൊണ്ടുവരുന്നവരുടെ വിശ്വാസം തൽക്ഷണംതന്നെ പിടിച്ചുപറ്റാൻ പോന്നതായിരുന്നു ഈ ഭക്തിപ്രകടനവും വാർദ്ധക്യലക്ഷണവും.

"എന്തൊരു ദുഷ്കർമ്മത്തിനാണ് നിങ്ങൾ എന്നെ വിളിച്ചുവരുത്തിയത്?" വൃദ്ധൻ ചോദിക്കും.

"ഇയാൾ ഒരു രൂപം കൊണ്ടുവന്നിട്ടുണ്ട്. സ്ട്രോഗനൊവ് എഴുതിയതാണെന്നു പറയുന്നു."

"ആര്?"

"സ്ട്രോഗനൊവ്."

"എനിക്ക് ശരിക്കു ചെവികേട്ടുകൂടാ. നിക്കന്റെ കൂട്ടർ പരത്തുന്ന ദൈവദൂഷണം കേൾക്കാതിരിക്കാൻ കർത്താവ് എന്റെ ചെവിയടച്ചിരിക്കയാണ്."

തൊപ്പിയൂരിയിട്ട് അയാൾ ആ രൂപം മലർത്തിപ്പിടിച്ച് അതിൽ തറച്ചു നോക്കും. അതിന്റെ വശങ്ങളും ചേർപ്പുകളുമെല്ലാം പരിശോധിച്ചിട്ട് കണ്ണു ചെറുതാക്കി അയാൾ മന്ത്രിക്കും:

"നാസ്തികപ്പരിഷ! ആ നിക്കന്റെ കൂട്ടർ ചെയ്തിരിക്കുന്നതു കണ്ടോ. പ്രാചീനകലാശില്പങ്ങളോടു നമുക്കുള്ള മതിപ്പ് അവർ ഭംഗിയായി മനസ്സിലാക്കിയിട്ടുണ്ട്. ചെകുത്താൻ അവരെ കളവു കാട്ടാൻ പഠിപ്പിച്ചിട്ടുമുണ്ട്. എത്ര വിദഗ്ദ്ധമായിട്ടാണ് അവർ ഇക്കാലത്ത് വിശുദ്ധരൂപങ്ങളെ അനുകരിക്കുന്നത്! അവരുടെ കൈവിരുത് അപാരം തന്നെ! ഒറ്റനോട്ടത്തിൽ ചിത്രം സത്യത്തിൽ സ്ട്രോഗനൊവേ ഉസ്റ്റ്യുഗോ വരച്ചതാണെന്നു തോന്നും. എന്തിന്, ഒരു സുസ്ദൽ രചനയാണെന്നുതന്നെ തോന്നും. പക്ഷെ ഉൾക്കണ്ണുകൊണ്ടു നോക്കുന്ന നിമിഷംതന്നെ മനസ്സിലാവും, അത് വ്യാജനിർമ്മിതമാണെന്ന്."

"വ്യാജനിർമ്മിതം' എന്നു അയാൾ പറഞ്ഞാൽ, അമൂല്യമായ ഒരു അപൂർവ്വശില്പമാണ് ആ രൂപമെന്നർത്ഥം. എന്തുവില പറയണമെന്ന് വില്പനക്കാരനു സൂചന നൽകുന്ന കുറെ സ്ഥിരം പ്രയോഗങ്ങളുണ്ട്. "ദുഃഖവും നിരാശയും" എന്നു പറഞ്ഞാൽ പത്തു റൂബിളാണെന്നും "നിക്കൺ കടുവ" ' എന്നു പറഞ്ഞാൽ ഇരുപത്തഞ്ചു റൂബിളാണെന്നും എനിക്കറിയാം. വിൽക്കാൻ വരുന്നവരെ അവർ കബളിപ്പിക്കുന്നത് ലജ്ജാകരമായ ഒരു കാഴ്ചയായിരുന്നു. എന്നാലതേസമയം തന്നെ വൃദ്ധന്റെ സമർത്ഥമായ കരുനീക്കങ്ങൾ എന്റെ ജിജ്ഞാസയുണർത്തി.

"നിക്കൺ കടുവയുടെ ദുഷ്ടക്കുഞ്ഞുങ്ങളായ നിക്കണൈറ്റുകാരെ ചെകുത്താൻ എന്തെല്ലാമാണു പഠിപ്പിച്ചിരിക്കുന്നത്! ദാ ഇതുതന്നെ നോക്കു. അടിസ്ഥാനം നോക്കിയാൽ വ്യാജമല്ലെന്നു തോന്നും. വസ്ത്രങ്ങൾ വരച്ചിരിക്കുന്നത് ഒരേ കൈയാണ്. പക്ഷെ മുഖത്തേയ്ക്കൊന്നു നോക്കു. അതു വേറെ ബ്രഷാണ്. പഴയ ചിത്രകാരന്മാരുണ്ടല്ലോ— മതവിരോധിയായ സിമൊൻ ഉഷക്കോവ് പോലും. രൂപം മുഴുവനും അവർതന്നെയാണു വരയ്ക്കുന്നത്—വസ്ത്രവും മുഖവുമെല്ലാം. പലക

ചിന്തേരിടുന്നതും അടിസ്ഥാനചായമിടുന്നതുമെല്ലാം അവർതന്നെയാണ്. പക്ഷെ ഇക്കാലത്തെ വരപ്പുകാർക്ക് അതിനുള്ള കഴിവില്ല. വിശുദ്ധരൂപമെഴുതൽ ഒരു ദിവ്യകൃത്യമായിരുന്നു. ഇന്നത് വെറും ചിത്രരചനയായി."

രൂപം മേശപ്പുറത്തു വച്ച് തൊപ്പി ധരിച്ചിട്ട് അയാൾ പറയും:

"പാപികൾ!"

എന്നുവച്ചാൽ "വാങ്ങിക്കോ" എന്നർത്ഥം.

വൃദ്ധന്റെ വാചാലതയിലും അഗാധപരിജ്ഞാനത്തിലും അടിതെററി വീണുപോകുന്ന വിക്രയി ആദരപുരസ്സരം ചോദിക്കും:

"ഈ രൂപത്തിന്റെ കാര്യമോ?"

"അത് നിക്കന്റെ ശിഷ്യന്മാരുടെ പണിയാണ്."

"അതെങ്ങിനെ? ഞങ്ങളുടെ മുതുമുത്തച്ഛന്മാർ ഈ രൂപത്തെ നോക്കിയാണല്ലോ പ്രാർത്ഥിച്ചത്."

"നിക്കൺ ജീവിച്ചത് നിങ്ങളുടെ മുതുമുത്തച്ഛന്മാരേക്കാൾ മുമ്പാണ്."

വിശുദ്ധരൂപമെടുത്ത് പൊക്കിപ്പിടിച്ചുകൊണ്ട് വൃദ്ധൻ നിശിതമായി പറയും:

"അവരുടെ ഉന്മേഷം കണ്ടോ? ഇത് വിശുദ്ധരൂപമാണെന്ന് ആരു പറഞ്ഞു? ഇതു വെറുമൊരു ചിത്രമാണ്. അന്ധമായൊരു കലാശില്പം. നിക്കന്റെ ശിഷ്യന്മാരുടെ തോന്നിവാസം. ഇതിൽ ആത്മാവില്ല! ഞാനെന്തിനു കള്ളം പറയണം? വിശ്വാസത്തിന്റെ പേരിൽ ദണ്ഡനയനുഭവിച്ച ഒരു കിളവനാണു ഞാൻ. അടുത്തുതന്നെ ഞാൻ ദൈവസന്നിധി പൂകും. എന്റെ ആത്മാവിനെ വിറ്റിട്ട് എനിക്കൊന്നും നേടാനില്ല!"

വാർദ്ധക്യവിവശനായി, തന്റെ അഭിപ്രായത്തോടു കാണിച്ച അവിശ്വാസത്തിൽ പരിഭവം പൂണ്ട്, അയാൾ കടയിൽനിന്നിറങ്ങും. പീടികക്കാരൻ കുറച്ചു റൂബിൾ കൊടുത്ത് വിശുദ്ധരൂപം കൈക്കലാക്കും. അതു കൊണ്ടുവന്നയാൾ പ്യോത്തർ വസീല്യെവിച്ചിനെ താണു വണങ്ങിയശേഷം ഇറങ്ങിപ്പോകും. ചായയ്ക്ക് ചൂടുവെള്ളം കൊണ്ടുവരാൻ ഞാൻ മദ്യശാലയിലേക്കോടും. മടങ്ങിവരുമ്പോൾ വൃദ്ധൻ പഴയ ഉല്ലാസത്തോടും പ്രസരിപ്പോടുംകൂടി ഇരിക്കുന്നതു കാണാം. അപ്പോൾ കച്ചവടം നടത്തിയ വിശുദ്ധരൂപത്തിൽ വാത്സല്യപൂർവ്വം ഉറ്റുനോക്കിക്കൊണ്ട് അയാൾ വില്പനക്കാരനോടു പറയും:

"ആ രൂപത്തിലേക്കൊന്നു നോക്ക്. എത്ര ലക്ഷണമൊത്ത മുഖം! ദൈവഭീതിയോടെയാണ് അത് വരച്ചിരിക്കുന്നത്. മനുഷ്യന്റെ എല്ലാ അംശങ്ങളും നീക്കം ചെയ്തിരിക്കുന്നു..."

“ഇത് ആരു വരച്ചതാണ്?” ഉദ്വേഗത്തോടെ ചാടിയെണീറ്റ് വില്പനക്കാരൻ ചോദിക്കും.

“അതു തനിക്കറിയാൻ ഇനിയും സമയമായിട്ടില്ല.”

“അറിയാവുന്നവർ ഇതിനെന്തു തരും?”

“എന്തോ ഞാൻ ആരെയെങ്കിലും കാണിക്കാം.”

“അയ്യോ, പ്യോത്തർ വസീല്യെവിച്ച്...”

“ഞാനിതു വിറ്റഴിച്ചാൽ, അമ്പതു റൂബിൾ തനിക്ക്. ബാക്കിമുഴുവനും എനിക്ക്.”

“അയ്യോ...”

“അയ്യോ എന്നൊന്നും പറയേണ്ട.”

ചായകുടിച്ചുകൊണ്ട്, ചതിയന്മാരുടെ കണ്ണുകളാൽ പരസ്പരം അളന്നുനോക്കിക്കൊണ്ട്, അവർ നിലജ്ജം വിലപേശും. വില്പനക്കാരൻ തികച്ചും വൃദ്ധന്റെ വരുതിയിലാണെന്ന് എനിക്കറിയും. മൂപ്പീന്ന് ഇറങ്ങിപ്പോയതിനുശേഷം അയാൾ എന്നോടു പറയും:

“നീ ഉടമസ്ഥയോട് ഇതെപ്പറ്റി ഒരക്ഷരം മിണ്ടിപ്പോകരുത്'!”

വിശുദ്ധരൂപം വില്ക്കാനുള്ള ഏർപ്പാടുകൾ നടത്തുന്നതിനിടയിൽ വില്പനക്കാരൻ ചോദിക്കും:

“പട്ടണത്തിലെ വിശേഷങ്ങൾ എന്തൊക്കെയാണ്, പ്യോത്തർ വസീല്യെവിച്ച്?”

മഞ്ഞച്ച കൈകൊണ്ട് താടിയൊന്നു തടവി, വഴുവഴുത്ത ചുണ്ടുകൾ വെളിക്കു കാട്ടി, വൃദ്ധൻ വിശേഷം പറഞ്ഞുതുടങ്ങും. ധനികവ്യാപാരികളുടെ ജീവിതത്തെക്കുറിച്ചും, വ്യാപാര വിജയങ്ങളെക്കുറിച്ചും, രോഗങ്ങൾ, വിവാഹങ്ങൾ, കാമക്കുത്തുകൾ, ഭാര്യാഭർത്താക്കൻമാരുടെ ദുർന്നടപ്പുകൾ, എന്നിവയെക്കുറിച്ചുമെല്ലാം അയാൾ വിവരിക്കും. തഴക്കമുറ്റ ഒരു പാചകക്കാരി ദോശ ചുട്ടെടുക്കുന്നത്ര ചുറുചുറുക്കോടെ ഈ കഥകൾ വിളമ്പിയിട്ട് അയാൾ അവയുടെ പുറത്ത് സീൽക്കാരസ്വരത്തിലുള്ള പൊട്ടിച്ചിരിയുടെ ചാറൊഴിക്കും. വില്പനക്കാരന്റെ വട്ടമുഖം അസൂയയും ആനന്ദനിർവൃതിയുംകൊണ്ട് ചുവന്നുതുടുക്കും. അയാളുടെ സ്വപ്നമൂറുന്ന കണ്ണുകൾ മങ്ങും. നെടുതായി നിശ്വസിച്ചുകൊണ്ട് അയാൾ പറയും:

“അവരാണ് ജീവിക്കുന്നത്! ഞാനിവിടെ...”

“ഓരോരുത്തരുടേയും തലവിധി ഓരോന്നാണ്,” വൃദ്ധന്റെ ശബ്ദം മുഴങ്ങി. “ഒരുത്തന്റേത് മാലാഖമാർ കൊച്ചുവെള്ളിച്ചുറ്റികകൊണ്ടും

വേറൊരുത്തന്റേത് ചെകുത്താൻമാർ മഴുവിന്റെ മൂട്ടുകൊണ്ടും അടിച്ചാണ് കരുപ്പിടിപ്പിക്കുന്നത്."

ദൃഢകായനായ ആ വൃദ്ധന് എല്ലാമറിയാം. ആ പട്ടണത്തിലെ ജീവിതത്തിൽ, അവിടത്തെ കച്ചവടക്കാരുടേയും ഗൃഹസ്ഥന്മാരുടേയും പുരോഹിതന്മാരുടേയും കരകൗശലക്കാരുടേയും രഹസ്യങ്ങളിൽ, അയാൾക്കറിയാൻ വയ്യാത്തതായിട്ട് ഒന്നുമില്ല. പരുന്തിന്റെ കൂർമ്മ ദൃഷ്ടിക്കു പുറമെ ചെന്നായുടേയും കുറുക്കന്റേയും ഏതോ അംശം കൂടി അയാളിലുണ്ടായിരുന്നു. അയാളെ പ്രകോപിപ്പിക്കാൻ ഞാൻ എപ്പോഴും ആഗ്രഹിച്ചിരുന്നെങ്കിലും മൂടലിലൂടെയെന്നവണ്ണം ദൂരെനിന്ന് എന്റെ നേർക്കയയ്ക്കുന്ന ആ നോട്ടം എന്നെ നിരായുധനാക്കി. അയാളെ സമീപിക്കുന്ന ആരേയും വിഴുങ്ങിക്കളയുന്ന ഒരു അഗാധഗർത്തം അയാളുടെ ചുറ്റിനുമുണ്ടെന്ന് എനിക്കു തോന്നി. തീമൂട്ടുകാരനായ യാക്കൊവ് ഷ്ലമൊവ്വമായി അയാൾക്ക് എന്തോ ഒരു രക്തബന്ധമുണ്ടെന്നും തോന്നി.

വൃദ്ധൻ കേൾക്കെയും കേൾക്കാതെയും അയാളുടെ ബുദ്ധിവൈഭവത്തെപ്പറ്റി വില്പനക്കാരൻ ആശ്ചര്യംകൊള്ളുമായിരുന്നെങ്കിലും എന്നെപ്പോലെ അയാൾക്കും മൂപ്പീന്നിനെ പ്രകോപിപ്പിക്കാൻ ചിലപ്പോൾ ആഗ്രഹം തോന്നാറുണ്ട്.

"നിങ്ങൾ ആളുകളെ പറ്റിക്കുകയല്ലേ ചെയ്യുന്നത് ?"വൃദ്ധന്റെ മുഖത്ത് കൂസലില്ലാതെ നോക്കിക്കൊണ്ട് ഒരിക്കൽ അയാൾ ചോദിച്ചു.

"ആളുകളെ പറ്റിക്കാത്തതായി ദൈവം മാത്രമേയുള്ളൂ." അലസമായൊരു പരിഹാസപ്പുഞ്ചിരിയോടെ വൃദ്ധൻ പറഞ്ഞു. "നമ്മളെല്ലാവരും വിഡ്ഢികളുടെ പുറത്താണ് ജീവിക്കുന്നത്. ഒരു വിഡ്ഢിയെ പറ്റിക്കാൻ കഴിഞ്ഞില്ലെങ്കിൽപിന്നെ അയാളെക്കൊണ്ട് എന്തു ഗുണം?"

വില്പനക്കാരനു ദേഷ്യം വന്നു.

"നാട്ടുമ്പുറത്തുകാരെല്ലാവരും വിഡ്ഢികളൊന്നുമല്ല. നാട്ടുമ്പുറത്തുകാരിൽനിന്നല്ലേ കച്ചവടക്കാരുണ്ടാവുന്നത്?"

"കച്ചവടക്കാരുടെ കാര്യമല്ലല്ലോ നമ്മൾ പറയുന്നത്. വിഡ്ഢികൾ ഒരിക്കലും തട്ടിപ്പുകാരാവില്ല. വിഡ്ഢികൾ പുണ്യവാളന്മാരാണ്. അവരുടെ തലച്ചോർ ഉറങ്ങുകയാണ്."

വാക്കുകൾ വലിച്ചിഴച്ചുകൊണ്ടുള്ള വൃദ്ധന്റെ സംസാരം കേട്ടാൽ ദേഷ്യം തോന്നും. ചളിനിലത്തിനു നടുവിലുള്ള ഒരു കുന്നിൽ കയറി നിൽക്കുകയാണ് അയാളെന്നു തോന്നി. അയാളെ പ്രകോപിപ്പിക്കുക അസാദ്ധ്യമാണ്. ഒന്നുകിൽ അയാൾ കോപത്തിന് അതീതനാണ്. അതല്ലെങ്കിൽ അതു മറച്ചുവയ്ക്കാൻ അയാൾക്കറിയാം.

എന്നാൽ പലപ്പോഴും അയാൾ എന്നെ ദേഷ്യപ്പെടുത്താൻ ശ്രമിക്കാറുണ്ട്. മുഖം അടുപ്പിച്ചുപിടിച്ച്, താടിയ്ക്കുള്ളിൽ പുഞ്ചിരി ഒളിച്ചുകൊണ്ട് അയാൾ ചോദിക്കും:

"എന്താണ് ആ ഫ്രഞ്ച് എഴുത്തുകാരന്റെ പേര്? പോനോസോ?"

പേരുകൾ വളച്ചൊടിക്കുന്ന ഈ നികൃഷ്ടസ്വഭാവം കാണുമ്പോൾ എനിക്കു കലി കയറും. എങ്കിലും ഞാൻ സ്വയം നിയന്ത്രിച്ചുകൊണ്ട് പറയും:

"പൊൻസോൻ—ഡി—തെറയിൽ."

"ഏതു തറയിൽ?"

"ചുമ്മാ വിഡ്ഢിവേഷം കെട്ടാതെ. നിങ്ങൾ കുഞ്ഞല്ല."

"ശരിയാണ്, കുഞ്ഞല്ല. നീ ആരുടെ പുസ്തകമാണു വായിക്കുന്നത്?"

"യെഫ്രെം സിറിന്റെ."

"ആരാണ് കൂടുതൽ നന്നായിട്ടെഴുതുന്നത്? കഥയെഴുത്തുകാരോ ഇയാളോ?"

ഞാനൊന്നും മിണ്ടിയില്ല.

"ഈ കഥയെത്തുകാർ കൂടുതലെഴുതുന്നതും എന്തിനെക്കുറിച്ചാണ്?" അയാൾ വിടാൻ ഭാവമില്ല.

"ജീവിതത്തിൽ നടക്കുന്ന എല്ലാ കാര്യങ്ങളെക്കുറിച്ചും."

"എന്നുവച്ചാൽ പട്ടികളേയും കുതിരകളേയും പറ്റി. അല്ലേ? അവ നടക്കുന്നുണ്ടല്ലോ."

വില്പനക്കാരൻ പൊട്ടിച്ചിരിക്കും. ഞാൻ കോപമടക്കാൻ പണിപ്പെടും. അവിടന്ന് ഓടിപ്പോകാമെന്നു വച്ചാൽ വില്പനക്കാരൻ ചോദിക്കും:

"ഉം? എങ്ങോട്ടാണ്?"

വൃദ്ധൻ എന്റെ സഹനശക്തി പിന്നെയും പരീക്ഷിക്കും:

"എടാ വായനക്കാരാ, നീ ഈ കടംകഥയ്ക്ക് ഉത്തരം പറ: നിന്റെ മുമ്പിൽ ഉടുതുണിയില്ലാതെ ആയിരം പേർ നില്പുണ്ടെന്നിരിക്കട്ടെ. അഞ്ഞൂറ് ആണും അഞ്ഞൂറു പെണ്ണും. അക്കൂട്ടത്തിൽ ആദമും ഔവ്വായുമുണ്ട്. നീ അവരെ എങ്ങിനെ തിരിച്ചറിയും?"

കുറേനേരം കുത്തിക്കുത്തി ചോദിച്ചിട്ട് അവസാനം അയാൾതന്നെ വിജയഭാവത്തോടെ ഉത്തരം പറയും:

"എടാ മരത്തലയാ! അവരെ കർത്താവു സൃഷ്ടിച്ചതാണ്. അമ്മയുടെ വയറ്റിൽ പിറന്നതല്ല. എന്നുവച്ചാൽ അവർക്ക് പൊക്കിളില്ലായിരുന്നുവെന്നർത്ഥം!"

മൂപ്പീന്നിന് ഇത്തരം "കടംകഥകൾ" ധാരാളം അറിയാമായിരുന്നു. അവ എടുത്തുവിളമ്പി അയാളെന്നെ നിരന്തരം ദണ്ഡിപ്പിക്കാറുണ്ട്.

കടയിൽ പണിക്കു ചേർന്ന ദിവസങ്ങളിൽ വിൽപ്പനക്കാരന് ഞാൻ മുമ്പ് വായിച്ച ചില പുസ്തകങ്ങളിലെ കഥകൾ പറഞ്ഞുകൊടുക്കുകയുണ്ടായി. ഇപ്പോൾ എനിക്ക് അതിന് പശ്ചാത്തപിക്കേണ്ടിവന്നു. മനപ്പൂർവ്വം വളച്ചൊടിച്ചും സഭ്യമല്ലാത്ത വ്യാഖ്യാനം നൽകിയും അയാൾ ആ കഥകൾ പ്യോത്തർ വസീല്യെവിച്ചിനെ പറഞ്ഞുകേൾപ്പിച്ചു. നാണംകെട്ട ചോദ്യങ്ങൾ ഇടയ്ക്കിടെ ചോദിച്ചുകൊണ്ട് വൃദ്ധൻ അയാളെ പ്രോത്സാഹിപ്പിച്ചുകൊണ്ടിരുന്നു. എന്റെ പ്രിയപ്പെട്ട യെഷെനീ ഗ്രന്ദേയേയും ലുദ്മീലയേയും ഹെൻറി നാലാമനേയും അവരുടെ നാണംകെട്ട നാവുകൾ മാലിന്യത്തിൽ അഭിഷേകം ചെയ്തു.

ദ്രോഹബുദ്ധികൊണ്ടല്ല, വെറും മട്ടുപ്പുകൊണ്ടാണ് അവരിങ്ങനെ ചെയ്യുന്നതെന്ന് എനിക്കറിയാമായിരുന്നു. എന്നുവച്ച് അത് എനിക്കുതെല്ലും ആശ്വാസമരുളിയില്ല. സ്വയം സൃഷ്ടിച്ച ചെളിയിൽ അവർ പന്നികളെപ്പോലെ കിടന്നുരുണ്ടു. അന്യവും ദുർഗ്രഹവും അതുകൊണ്ടു തന്നെ അപഹാസ്യവുമായ സുന്ദരവസ്തുക്കളെ കളങ്കപ്പെടുത്തുന്നതിന്റെ ആനന്ദാനുഭൂതിയാൽ അവർ മുക്രയിട്ടു.

ആ അങ്ങാടിയും അവിടത്തെ കച്ചവടക്കാരും പീടികജോലിക്കാരുമെല്ലാംതന്നെ ഒരു വിചിത്രജീവിതമാണു നയിച്ചുപോന്നത്. ബാലിശവും ബുദ്ധിഹീനവും ക്രൂരവുമായ വിനോദങ്ങളിൽ അവർ രസംകൊണ്ടു. പട്ടണത്തിൽ ആദ്യമായി വരുന്ന ഒരു നാട്ടുമ്പുറത്തുകാരൻ വഴിചോദിച്ചാൽ അവർ അയാളെ വേറൊരു വഴിക്കു പറഞ്ഞയയ്ക്കും. ഇതൊരു സ്ഥിരം പതിവായതോടെ രസകരമല്ലാതായി. കച്ചവടക്കാർ രണ്ടെലികളെ പിടിച്ച് വാലുകൾ കൂട്ടിക്കെട്ടും. അവ പരസ്പരം കടിച്ചുകീറുകയും മാന്തിപ്പറിക്കുകയും വിപരീതദിശകളിലേക്കു വലിക്കുകയും ചെയ്യുന്നത് അവർ നോക്കി രസിക്കും. ചിലപ്പോൾ അവർ ആ സാധുജന്തുക്കളുടെ ദേഹത്ത് മണ്ണെണ്ണ ഒഴിച്ച് തീകൊളുത്തും. അതുമല്ലെങ്കിൽ ഒരു പട്ടിയുടെ വാലിന്റെ അറ്റത്ത് തകരം കെട്ടിത്തൂക്കും. പട്ടി ഭയന്നുവിരണ്ട് നിലവിളിച്ചുകൊണ്ട് തകരവും വലിച്ചിഴച്ച് എങ്ങോട്ടെങ്കിലും ഓടിമറയും. കാണികൾ അതു നോക്കി ആർത്തുചിരിക്കും.

അവർ അത്തരം പല തമാശകളും കാട്ടാറുണ്ട്. സകലരും—വിശേഷിച്ച് ഗ്രാമപ്രദേശങ്ങളിൽനിന്നു വരുന്നവർ—ജീവിക്കുന്നതുതന്നെ ആ അങ്ങാടിയിലുള്ളവരുടെ നേരമ്പോക്കിനുവേണ്ടി മാത്രമാണെന്നു തോന്നി. ആളുകളെ പരിഹസിക്കാനും ഉപദ്രവിക്കാനും നോവിക്കാനും അവർ വ്യഗ്രത കാട്ടി. ഞാൻ വായിച്ച പുസ്തകങ്ങളിലൊന്നും തന്നെ

ഈയൊരു വൈകല്യത്തെക്കുറിച്ചു മിണ്ടാത്തത് എനിക്കു വിചിത്രമായിത്തോന്നി.

അവിടെ നടന്ന ഒരു സംഭവം വിശേഷിച്ചും ഗർഹണീയമായിരുന്നു.

ഞങ്ങളുടെ കടയുടെ താഴെ കമ്പിളിയും രോമവും വിൽക്കുന്ന ഒരു പീടികയുണ്ട്. അവിടത്തെ ജോലിക്കാരൻ വലിയൊരു തീറ്റിപ്പണ്ടമാണെന്ന കാര്യം അങ്ങാടിയാകെ പ്രസിദ്ധമായിരുന്നു. ആളുകൾ അവരുടെ പട്ടികളുടെ രൗദ്രതയേയോ കുതിരകളുടെ ശക്തിയേയോ പറ്റി വീമ്പടിക്കുന്നതുപോലെ പീടികയുടമസ്ഥൻ തന്റെ ജോലിക്കാരന്റെ ഭക്ഷണശേഷിയെപ്പറ്റി വീരവാദം മുഴക്കാറുണ്ട്. പലപ്പോഴും അയാൾ അയൽക്കാരുമായി വാതുവയ്ക്കും.

"മീഷ പത്തു റാത്തൽ പന്നിയിറച്ചി രണ്ടു മണിക്കൂർകൊണ്ട് അകത്താക്കുമെന്നു ഞാൻ വാതുവയ്ക്കാം. പത്തു റൂബിൾ പന്തയം."

മീഷ അതിനു പോന്നവനാണെന്ന് അവർക്കെല്ലാമറിയാം. അവർ പറഞ്ഞു:

"പന്തയമൊന്നും വേണ്ട. ഞങ്ങൾ പന്നിയിറച്ചി വാങ്ങിക്കൊടുക്കാം. അവനതു തിന്നട്ടെ. നമുക്കു നോക്കി രസിക്കാം."

"പക്ഷെ ഇറച്ചിതന്നെയായിരിക്കണം. എല്ലു പാടില്ല."

ചെറിയൊരു തർക്കം നടന്നു. അവസാനം ഇരുണ്ട കലവറയിൽ നിന്ന് താടിവളർത്താത്ത, കവിളെല്ലുന്തിയ, ചടച്ച ഒരു രൂപം ഇറങ്ങി വന്നു. അങ്ങിങ്ങ് കമ്പിളിരോമങ്ങൾ വച്ചുപിടിപ്പിച്ചതും ചുവന്ന അരക്കച്ചയോടുകൂടിയതുമായ നീളംകൂടിയ ഒരു തുണിക്കോട്ടാണ് ധരിച്ചിരിക്കുന്നത്. കൊച്ചു തലയിൽനിന്ന് ആദരവോടെ തൊപ്പിയൂരിക്കൊണ്ട് അയാൾ പരുക്കൻ കുറ്റിരോമങ്ങൾ വളർന്നുമുറ്റിനിൽക്കുന്ന യജമാനന്റെ ചോരച്ചുവപ്പാർന്ന വട്ടമുഖത്തേക്ക് സങ്കോചത്തോടെ നോക്കി.

"ഈ ഇറച്ചി അകത്താക്കാമോ?"

"എത്ര സമയംകൊണ്ട്?" കാര്യമാത്രപ്രസക്തമായ നേർത്ത ശബ്ദത്തിൽ മീഷ ചോദിച്ചു.

"രണ്ടു മണിക്കൂർകൊണ്ട്."

"അതു പ്രയാസമാണ്."

"നിനക്കോ? അതു കള!"

"രണ്ടു കോപ്പ ബിയറുകൂടി ആവാമോ?"

"സമ്മതിച്ചു." യജമാനൻ പറഞ്ഞു. അയൽക്കാരുടെനേരെ തിരിഞ്ഞ് അയാൾ വീമ്പടിച്ചു:

“ഇവൻ വെറുംവയറ്റിലാണ് തുടങ്ങുന്നതെന്നു ധരിക്കരുത്. രാവിലെ രണ്ടു റാത്തൽ റൊട്ടിയും ഉച്ചയ്ക്കു സുഖമായ ശാപ്പാടും കഴിച്ചിട്ടുണ്ട്.”

ഇറച്ചി കൊണ്ടുവന്നു. കാണികൾ ചുറ്റും കൂടി. കച്ചവടക്കാരാണ് എല്ലാവരും. തടിച്ച രോമക്കോട്ടുകൾ ഇറുക്കിച്ചുറ്റിയ ആ രൂപങ്ങൾ കണ്ടാൽ കുറ്റൻ തുലാക്കട്ടികളാണെന്നു തോന്നും. കുടവയറന്മാരാണവർ. മടുപ്പുകൊണ്ടു മങ്ങിയ കൊച്ചുകണ്ണുകൾ കൊഴുപ്പിൽ ആണ്ടിറങ്ങിക്കിടക്കുന്നു.

കോട്ടിൻ കൈകളുടെ ഉള്ളിലേക്കു കൈതിരുകിക്കൊണ്ട് അവർ കയ്യിലൊരു കത്തിയും വലിയൊരു വരകുറൊട്ടിയുമായി നിൽക്കുന്ന തീറ്റിക്കൊതിയന്റെ ചുറ്റും വട്ടമിട്ട് ഇടതിങ്ങി നിന്നു. തിടുക്കത്തിൽ പലതവണ കുരിശുവരച്ചശേഷം അയാൾ കമ്പിളിരോമത്തിന്റെ ഒരു കൂനയുടെ പുറത്ത് ഇരുന്നു. ഇറച്ചി ഒരു വീഞ്ഞപ്പെട്ടിയുടെ പുറത്തു വച്ചിട്ട് അതിനെ നിർവികാരമായി നോക്കി.

കട്ടികുറഞ്ഞ ഒരു കഷണം റൊട്ടിയും തടിച്ചൊരു കഷണം ഇറച്ചിയും മുറിച്ചെടുത്ത് സൂക്ഷ്മതയോടെ ചേർത്തുവച്ചിട്ട് അയാൾ അവ രണ്ടു കൈയിലും പിടിച്ച് വായുടെ നേരെ കൊണ്ടുചെന്നു. അയാളുടെ ചുണ്ടുകൾ വിറച്ചു. നീണ്ട ശ്വാനനാക്കുകൊണ്ട് ചുണ്ടു നക്കിയപ്പോൾ മൂർച്ചയുള്ള കൊച്ചുപല്ലുകൾ പുറത്തുകണ്ടു. പട്ടിയെപ്പോലെ ആ ഇറച്ചിക്കഷണത്തിൽ അയാൾ പല്ലമർത്തി.

“തുടങ്ങി!”

“സമയം നോക്ക്!”

ആ തീറ്റിപ്പണ്ടത്തിന്റെ മുഖത്തും ചവയ്ക്കുന്ന താടിയെല്ലുകളിലും ഇരു ചെവികളുടേയും മുമ്പിൽ ഓടിനടക്കുന്ന ഉരുളകളിലും താളക്രമത്തിൽ പൊങ്ങിത്താഴുന്ന കൂർത്ത താടിയിലും എല്ലാ കണ്ണുകളും തറച്ചുനിന്നു. ഇടയ്ക്കിടെ അവരുടെ അഭിപ്രായപ്രകടനങ്ങൾ കേട്ടു:

“ചവയ്ക്കുന്നതു കണ്ടോ—കരടിയെപ്പോലെ.”

“കരടി ചവയ്ക്കുന്നതു കണ്ടിട്ടുണ്ടോ?”

“ഇതു കേട്ടാൽ തോന്നും, കാട്ടിലാണ് എന്റെ താമസമെന്ന്. അതൊരു ചൊല്ലാണ്, കരടിയെപ്പോലെ ചവയ്ക്കുന്നുവെന്ന്.”

“പന്നിയെപ്പോലെ ചവയ്ക്കുന്നു എന്നാണ് ചൊല്ല്.”

“പക്ഷെ പന്നി പന്നിയെ തിന്നില്ലല്ലൊ.”

അവർ ചിരിവരാതെ ചിരിച്ചു. ഏതോ വിരുതൻ തട്ടിവിട്ടു:

“പന്നി എന്തും തിന്നും—സ്വന്തം കുഞ്ഞിനേയും പെണ്ണുങ്ങളേയും ഒക്കെ തിന്നും.”

തീറ്റിക്കൊതിയന്റെ മുഖം ക്രമേണ ചുവന്നുവന്നു. ചെവി നീലനിറമായി. കുഴിഞ്ഞ കണ്ണുകൾ പുറത്തേക്കു തള്ളിവന്നു. അയാൾ ശ്വാസം കഴിക്കാൻ വിഷമിച്ചു. എങ്കിലും അയാളുടെ താടിയെല്ലുകൾ താളം തെറ്റാതെ ചലിച്ചുകൊണ്ടിരുന്നു.

“വേഗമാവട്ടെ മീഷ. സമയം തീരാറായി.” ആളുകൾ അയാളെ പ്രോത്സാഹിപ്പിച്ചു. ബാക്കിയുള്ള ഇറച്ചിക്കഷണത്തെ അസ്വസ്ഥമായി കണ്ണുകൊണ്ട് അളന്നിട്ട് അയാൾ ബിയറെടുത്ത് ഒരിറക്ക് കുടിച്ചു. വീണ്ടും ചവ തുടങ്ങി. കാണികളുടെ ഉദ്വേഗം വർദ്ധിച്ചു. മീഷയുടെ യജമാനന്റെ കയ്യിലിരിക്കുന്ന വാച്ചിലേക്ക് അവർ കൂടെക്കൂടെ നോക്കി.

“അയാൾ വാച്ചിലെ സൂചി പുറകോട്ടു തിരിച്ചുവയ്ക്കാതെ നോക്കണം. ആ വാച്ചിങ്ങു മേടിച്ചോ,” ആളുകൾ പരസ്പരം മുന്നറിയിപ്പു നൽകി.

“മീഷയെ സൂക്ഷിച്ചോ. അവൻ കുറെ എടുത്ത് കോട്ടിന്റെ കൈക്കുള്ളിലേക്കിടാൻ മതി.”

“അവൻ സമയത്തിനു തിന്നുതീർക്കില്ല!”

“ഇരുപത്തഞ്ചു റൂബിൾ പന്തയം!” മീഷയുടെ യജമാനൻ വെല്ലുവിളിച്ചു. “മീഷ, നീ എന്നെ ചതിക്കല്ലേ!”

കാണികൾ പ്രോത്സാഹനാർത്ഥം ആർത്തുവിളിച്ചെങ്കിലും ആരും അയാളുടെ വെല്ലുവിളി സ്വീകരിച്ചില്ല.

ഈ സമയത്തൊക്കെ മീഷ ചവച്ചുകൊണ്ടിരുന്നു. അയാളുടെ മുഖം ഏതാണ്ട് പന്നിയിറച്ചിപോലായി. അയാളുടെ കൂർത്ത മൂക്ക് ദയനീയമായി ചൂളംവിളിച്ചു. അയാളെ നോക്കാൻതന്നെ ഭയം തോന്നി. അയാൾ ഏതു സമയവും പൊട്ടിക്കരയുമെന്ന്, “എന്നോടു കരുണ കാട്ടൂ!” എന്നു യാചിക്കുമെന്ന്, ഞാൻ വിചാരിച്ചു. അതല്ലെങ്കിൽ, വിഴുങ്ങിയ ഇറച്ചി തൊണ്ടയിൽ കുടുങ്ങി അയാൾ കാണികളുടെ കാൽക്കൽ വീണ് മരിക്കുമെന്നു ഞാൻ ഭയന്നു.

അവസാനം അയാൾ അതു മുഴുവനും തിന്നുതീർത്തു. മത്തുപിടിച്ച കണ്ണുകളോടെ ചുറ്റും നോക്കിക്കൊണ്ട് അയാൾ തളർന്ന ശബ്ദത്തിൽ പറഞ്ഞു:

“കുടിക്കാൻ വല്ലതും താ!”

യജമാനൻ വാച്ചിൽ നോക്കി മുറുമുറുത്തു:

“നാലു മിനിട്ടു വൈകി, കഴുവേറി!”

"ഞങ്ങൾ വാതുവയ്ക്കാഞ്ഞതു കഷ്ടമായിപ്പോയി. അല്ലെങ്കിൽ താൻ തോറ്റേനെ," ആളുകൾ അയാളെ കളിയാക്കി.

"എന്തായാലും അവനൊരു മൃഗംതന്നെ!"

"എന്നാൽ അവനെ സർക്കസ്സിൽ ചേർക്കണം."

"എന്തെല്ലാം വൈകൃതങ്ങളെയാണ് കർത്താവു പടച്ചുവിടുന്നത്."

"നമുക്കു ചായ കുടിക്കാം, എന്താ?"

കെട്ടുവള്ളങ്ങളെപ്പോലെ അവർ മദ്യശാലയിലേക്ക് ഒഴുകി.

കാരിരുമ്പുപോലിരിക്കുന്ന ഈ കനമുള്ള മനുഷ്യരെ ആ സാധുവിന്റെ ചുറ്റും തിങ്ങിക്കൂടാൻ പ്രേരിപ്പിച്ചതെന്താണെന്ന് എനിക്കു മനസ്സിലായില്ല. അറപ്പുളവാക്കുന്ന അയാളുടെ തീറ്റിക്കൊതിയിൽ ഇത്ര ആസ്വാദ്യകരമായിട്ട് അവർ എന്തു കണ്ടു?

ഇരുണ്ട്, മ്ലാനമായിക്കിടന്നിരുന്ന പീടികനിരയുടെ ഇടുങ്ങിയ വരാന്തയിൽ കമ്പിളിരോമക്കെട്ടുകളും ആട്ടിൻതോലും ചണവും കയറും രോമച്ചെരിപ്പുകളും കുതിരക്കോപ്പുകളും ചിതറിക്കിടന്നു. നിരത്തിലെ അഴുക്കുപറ്റി കറുത്തും കാലപ്പഴക്കത്താൽ പൊട്ടിപ്പൊളിഞ്ഞും ഇരുന്നിരുന്ന തടിച്ച കോലംകെട്ട ഇഷ്ടികത്തൂണുകൾ വരാന്തയെ നിരത്തിലെ നടപ്പാതയിൽനിന്നു വേർതിരിച്ചു. ആ ഇഷ്ടികകളും അവയ്ക്കിടയിലെ വിടവുകളും ഞാൻ ഒരായിരം തവണയെങ്കിലും എണ്ണിക്കാണണം. ആ വികൃതരൂപങ്ങളുടെ അരോചകമായ ജാലരചന എന്റെ ഓർമ്മയിൽ പതിഞ്ഞുകിടന്നു.

വഴിപോക്കർ നടപ്പാതയിലൂടെ തിരക്കുകൂടാതെ നടന്നുപോയി. ചരക്കുകളുമേറ്റി കുതിരവണ്ടികളും തെന്നുവണ്ടികളും നിരത്തിലൂടെ ബദ്ധപ്പെടാതെ കടന്നുപോയി. നിരത്തിന്റെ അങ്ങേത്തലയ്ക്കൽ ചുവന്ന ഇഷ്ടികകൊണ്ടു നിർമ്മിച്ച രണ്ടു കടകൾക്കു നടുവിലായി ഒരു ചതുരാങ്കണമുണ്ട്. ഭാണ്ഡപ്പെട്ടികളും കച്ചിയും ചരക്കു പൊതിയുന്ന കടലാസുമെല്ലാം ചളിപിടിച്ച മഞ്ഞുമൂടി, ചവുട്ടിമെതിക്കപ്പെട്ട്, നിലത്തു മുഴുവൻ ചിന്നച്ചിതറിക്കിടക്കുന്നു.

ഈ നിരന്തരചലനമുണ്ടായിട്ടും മനുഷ്യരും കുതിരകളുമടക്കം സർവ്വതും നിശ്ചലമാണെന്നും അദൃശ്യശൃംഖലകളാൽ കെട്ടിയിടപ്പെട്ട് ഒരേ ഇടത്തുതന്നെ അലസമായി ചുറ്റിത്തിരിഞ്ഞുകൊണ്ടിരിക്കുകയാണെന്നും തോന്നി. ശബ്ദദാരിദ്ര്യം ഈ ജീവിതത്തെ ഒട്ടുമുക്കാലും മൂകമാക്കിയിരിക്കുന്നതായി പെട്ടെന്ന് എനിക്കനുഭവപ്പെട്ടു. തെന്നുവണ്ടികൾ കിറുകിറുക്കുകയും പീടികവാതിലുകൾ ഒച്ചവച്ച് അടയുകയും അപ്പക്കച്ചവടക്കാർ വിളിച്ചുപറഞ്ഞു നടക്കുകയുമെല്ലാം ചെയ്യുന്നുണ്ടെങ്കിലും

മനുഷ്യശബ്ദങ്ങൾ എത്രയും വിരസവും നിർജ്ജീവവും അഭിന്നവുമായിരുന്നതിനാൽ കാതുകൾ അവ കേൾക്കാതായി.

പള്ളിമണികൾ വിലാപാത്മകമായി അടിച്ചുകൊണ്ടിരുന്നു. അവയുടെ മടുപ്പൻ ശബ്ദം എന്റെ ചെവിയിൽ എപ്പോഴും മുഴങ്ങുന്നുണ്ട്. അങ്ങാടിയുടെ മീതേക്കൂടി അത് പ്രഭാതം മുതൽ പ്രദോഷം വരെ വായുവിൽ അനുസ്യൂതം ഒഴുകയാണെന്നു തോന്നി. എല്ലാ വികാരവിചാരങ്ങളിലൂടെയും തുളച്ചുകയറിക്കൊണ്ട് അത് മനോമുദ്രകളെയാകെ പിച്ചളക്കീടനിട്ടു മൂടി.

മലിനമായ ഹിമപ്പുതപ്പിനടിയിലെ ഭൂമി, മേൽക്കൂരകളിൽ കൂടിക്കിടക്കുന്ന ചാരനിറമുള്ള മഞ്ഞ്, കെട്ടിടങ്ങളുടെ മാംസച്ചുവപ്പാർന്ന ഇഷ്ടികകൾ, എന്നു വേണ്ട സർവ്വതിൽനിന്നും പ്രസരിച്ചത് അരോചകമായൊരു തണുപ്പൻ മടുപ്പാണ്. മടുപ്പ് പുകക്കുഴലുകളിലൂടെ ചാരനിറമുള്ള പുകച്ചുരുളുകളായി ഉയരുകയും നരച്ച് ശൂന്യമായി താണുകിടക്കുന്ന ആകാശത്തിലൂടെ ഇഴഞ്ഞുപോവുകയും ചെയ്തു. കുതിരകളുടെ പള്ളകളിൽനിന്നും മനുഷ്യരുടെ നാസാദ്വാരങ്ങളിൽനിന്നും വമിച്ചതും മടുപ്പാണ്. അതിന് ഒരു പ്രത്യേകഗന്ധമുണ്ടായിരുന്നു. വിയർപ്പിന്റേയും കൊഴുപ്പിന്റേയും പുകയുടേയും ചണക്കുരുഎണ്ണയുടേയും മെഴുക്കുപുരണ്ട അപ്പങ്ങളുടേയും നിർജ്ജീവമായ, ദുർഭരമായ, ഒരുതരം ഗന്ധമായിരുന്നു അത്. ചൂടും ഇറുക്കവുമുള്ള തൊപ്പിപോലെ തലയിൽ അമർന്ന് പറ്റിപ്പിടിച്ചിരുന്ന ആ ഗന്ധം രോമകൂപങ്ങളിലൂടെ ആണ്ടിറങ്ങി, തലയ്ക്ക് വല്ലാത്തൊരുതരം മത്തു പിടിപ്പിച്ചു. കണ്ണടച്ചുപിടിക്കാനും ഉറക്കെ അലറിവിളിച്ചുകൊണ്ട് എങ്ങോട്ടെങ്കിലും ഓടിപ്പോയി ആദ്യം കാണുന്ന കന്മതിലിൽ തലതല്ലാനും മോഹം തോന്നി.

കച്ചവടക്കാരുടെ മുഖങ്ങൾ ഞാൻ പലപ്പോഴും ശ്രദ്ധിച്ചിട്ടുണ്ട്. അമിതഭക്ഷണത്തിന്റെ ചെടിപ്പും കൊഴുത്ത ചോരയുടെ തുടിപ്പും സ്ഫുരിക്കുന്ന, ഹിമദംശനമേറ്റ ആ മുഖങ്ങൾ നിദ്രയിലെന്നവണ്ണം നിശ്ചലങ്ങളാണ്. കരയിലേക്കെടുത്തിട്ട മത്സ്യങ്ങളെപ്പോലെ വാ മലർക്കെത്തുറന്നുകൊണ്ട് അവർ കൂടെക്കൂടെ കോട്ടുവായിടും.

ഗ്രീഷ്മത്തിൽ കച്ചവടക്കാരുടെ കണ്ണുകൾക്ക് ചൈതന്യവും ഒട്ടൊരു ചന്തവും പകർന്നുകൊടുത്ത ജാഗ്രതയും കൗശലവുമാർന്ന തിളക്കം കച്ചവടം മന്ദീഭവിച്ചിരിക്കുന്ന ശൈത്യകാലത്ത് ഉണ്ടായിരിക്കില്ല. ഭാരിച്ച രോമക്കോട്ടുകൾ അവരുടെ അംഗചലനങ്ങളെ തടസ്സപ്പെടുത്തുകയും അവരെ ഭൂമിയോട് ഒട്ടിച്ചുനിർത്തുകയും ചെയ്തു. അവരുടെ സംസാരം അലസമായിരുന്നു. പക്ഷെ ദേഷ്യം വന്നാൽ തർക്കമായി. തങ്ങൾ ജീവനോടെ ഇരിക്കുന്നുണ്ടെണ്ടന്ന് പരസ്പരം ബോദ്ധ്യപ്പെടുത്താൻവേണ്ടി

മാത്രം അവരങ്ങിനെ കരുതിക്കൂട്ടി ചെയ്യുന്നതാണെന്ന് എനിക്കു തോന്നി.

ഈ മട്ടപ്പ് അവരെ വീർപ്പുമുട്ടിക്കുന്നതും കശക്കിഞെരിക്കുന്നതും ഞാൻ വ്യക്തമായി കണ്ടു. അതിനെ നേരിടാനുള്ള വ്യർത്ഥമായ സാഹസികശ്രമമെന്ന നിലയ്ക്കു മാത്രമേ അവരുടെ ക്രൂരവും നിരർത്ഥകവുമായ വിനോദങ്ങളെ എനിക്കു കാണാൻ കഴിഞ്ഞുള്ളൂ.

ഞാൻ ചിലപ്പോൾ ഇതേപ്പറ്റി പ്യോത്തർ വസീല്യെവിച്ചിനോടു സംസാരിക്കാറുണ്ട്. പൊതുവിൽ എന്നോടുള്ള അയാളുടെ പെരുമാറ്റം പരിഹാസം കലർന്നതാണെങ്കിലും എന്റെ പുസ്തകപ്രേമം അയാൾക്കിഷ്ടപ്പെട്ടു. വല്ലപ്പോഴും അയാൾ എന്നോട് കാര്യമായും ഉണദോഷിക്കുന്ന മട്ടിലും സംസാരിക്കാറുണ്ട്.

“കച്ചവടക്കാരുടെ ജീവിതം എനിക്കിഷ്ടപ്പെടുന്നില്ല” ഞാൻ പറഞ്ഞു.

കുറച്ചു താടിരോമങ്ങളെടുത്ത് വിരലിൽ ചുറ്റിക്കൊണ്ട് അയാൾ പറഞ്ഞു:

“അവർ ജീവിക്കുന്നതെങ്ങിനെയാണെന്ന് നീ എവിടന്നറിഞ്ഞു? അതോ നീ കൂടെക്കൂടെ അവരെ ചെന്നു കാണാറുണ്ടോ? ഇതൊരു തെരുവാണ്, എന്റെ കുഞ്ഞേ. ആളുകൾ തെരുവിൽ ജീവിക്കുന്നില്ല. അവർ തെരുവിൽ കച്ചവടം നടത്തുന്നു, ധൃതിപിടിച്ച് അതിലൂടെ നടന്നുപോകുന്നു—അവരവരുടെ വീട്ടുകളിലേക്ക്! തെരുവിൽ അവർ തുണിചുറ്റിയാണു നടക്കുന്നത്. ആ തുണിയുടെ അടിയിൽ അവർ എത്തരക്കാരാണെന്നറിയാൻ ഒരു മാർഗ്ഗവുമില്ല. മനുഷ്യൻ തുറന്നു ജീവിക്കുന്നത് അവന്റെ വീട്ടിൽ മാത്രമാണ്—അവന്റെ നാലു ചുമരുകൾക്കുള്ളിൽ. അവിടെ അവൻ എങ്ങിനെ ജീവിക്കുന്നുവെന്നറിയാൻ ഒരു വഴിയുമില്ല.”

“പക്ഷെ ഇവിടായാലും വീട്ടിലായാലും അവരുടെ വിചാരങ്ങൾ ഒന്നല്ലേ?”

“അയൽക്കാരൻ എന്തു വിചാരിക്കുന്നുവെന്ന് ആർക്കു പറയാൻ കഴിയും?” എന്നെ നിശിതമായി നോക്കിക്കൊണ്ട് വൃദ്ധൻ കനത്ത സ്വരത്തിൽ പറഞ്ഞു. “വിചാരങ്ങൾ പേൻപോലെയാണ്, അവയെ എണ്ണാൻ സാദ്ധ്യമല്ല, എന്ന് പ്രായമുള്ളവർ പറയാറുണ്ട്. ഒരുപക്ഷെ ഒരുത്തൻ വീട്ടിൽ വന്നുകയറിയാലുടൻ മുട്ടുകുത്തി കണ്ണുനീരൊഴുക്കിക്കൊണ്ട് ദൈവത്തോട് പ്രാർത്ഥിക്കുമായിരിക്കും: “അങ്ങയുടെ പുണ്യദിനത്തിൽ പാപം ചെയ്തതിന്, കർത്താവേ, എന്നോട് പൊറുക്കേണമേ!” എന്ന്. ഒരുപക്ഷെ അയാളുടെ വീട് അയാൾക്കൊരു മഠമായിരിക്കും. അയാൾ അവിടെ ദൈവവുമൊത്ത് തനിച്ചു താമസിക്കുകയാവും. ഓരോ

എട്ടുകാലിയ്ക്കുമുണ്ട് അതിന്റെ മൂല. വല കെട്ടിക്കോ. പക്ഷെ സ്വന്തം തൂക്കം അറിഞ്ഞിരിക്കണം. എങ്കിലേ വല താങ്ങൂ."

ഗൗരവമായി സംസാരിക്കുമ്പോൾ, പ്രധാനപ്പെട്ട ഏതോ രഹസ്യം പകരുന്നതുപോലെ അയാളുടെ ശബ്ദം കുറേക്കൂടി ആഴം വയ്ക്കും.

"നീ കാര്യങ്ങളെപ്പറ്റി ന്യായവിചാരം ചെയ്യുകയാണ്. നിനക്ക് അതിനുള്ള പ്രായമായിട്ടില്ല. നിന്റെ പ്രായത്തിൽ നീ ജീവിക്കേണ്ടത് തലച്ചോറ് ഉപയോഗിച്ചല്ല, കണ്ണ് ഉപയോഗിച്ചാണ്. എന്നുവച്ചാൽ കണ്ണു തുറന്നു നോക്കണം. മനസ്സിലാക്കിവയ്ക്കണം. വായടച്ചുപിടിക്കണം. ബിസിനസ്സ് നടത്താൻ ബുദ്ധി വേണം. പക്ഷെ ആത്മാവിനു വേണ്ടത് വിശ്വാസമാണ്. പുസ്തകം വായിക്കുന്നതു നല്ല കാര്യമാണ്. പക്ഷെ എല്ലാറ്റിനുമുണ്ട് ഒരതിര്. ചിലർ വായിച്ചുവായിച്ച് ചിത്തഭ്രമം പിടിക്കുന്നു, ദൈവത്തെ മറക്കുന്നു."

ഈ മനുഷ്യനു മരണമില്ലെന്ന് എനിക്കു തോന്നി. അയാൾക്കു പ്രായംകൂടുന്നതോ മറ്റെന്തെങ്കിലും മാററം സംഭവിക്കുന്നതോ എനിക്ക് ഊഹിക്കാൻ കഴിഞ്ഞില്ല. പേരെടുത്ത കച്ചവടക്കാരേയും കൊള്ള ക്കാരേയും കള്ളനാണയമടിക്കാരേയും കുറിച്ചുള്ള കഥകൾ പറയാൻ അയാൾക്കിഷ്ടമാണ്. ഞാൻ അത്തരം ധാരാളം കഥകൾ മുത്തച്ഛന്റെ അടുത്തുനിന്ന് കേട്ടിട്ടുണ്ട്. മുത്തച്ഛൻ അവ കുറേക്കൂടി ഭംഗിയായി പറയുകയും ചെയ്യും. പക്ഷെ എല്ലാ കഥകളിലേയും ആശയം ഒന്നുതന്നെ: ധനമാർജ്ജിക്കുന്നത് എപ്പോഴും ദൈവത്തിനെതിരായും മനുഷ്യനെതി രായും പാപം ചെയ്തിട്ടാണ്. പ്യോത്തർ വസീല്യെവിച്ചിന് മനുഷ്യരോടു യാതൊരു സഹതാപവുമുണ്ടായിരുന്നില്ല. എങ്കിലും ദൈവത്തെപ്പറ്റി അയാൾ സംസാരിക്കുന്നത് കണ്ണുകൾ താഴ്ത്തിപ്പിടിച്ച് നെടുതായി നിശ്വ സിച്ചുകൊണ്ടാണ്.

"ആളുകൾ ദൈവത്തെ കബളിപ്പിക്കുന്നതെങ്ങിനെയാണെന്നു നോക്ക്. പക്ഷെ കർത്താവായ യേശുക്രിസ്തു എല്ലാം കാണുന്നുണ്ട്. അദ്ദേഹം അവരോട് കരഞ്ഞുപറയുന്നു: "കഷ്ടം, എന്റെ ആളുകളേ, ഭാഗ്യം കെട്ടവരേ! നിങ്ങളെ കാത്തിരിക്കുന്നതു നരകമാണ്!"

ഒരിക്കൽ ഞാൻ ധൈര്യം സംഭരിച്ച് അയാളോടു പറഞ്ഞു:

"പക്ഷെ നിങ്ങളും നാട്ടുമ്പുറത്തുകാരെ പറ്റിക്കുന്നില്ലേ."

അയാൾ കോപിച്ചില്ല.

"ഹും! ഞാൻ അതിനും മാത്രം എന്തു ചെയ്യുന്നു?" അയാൾ പറഞ്ഞു. "നാലോ അഞ്ചോ റൂബിൾ തട്ടിയെടുക്കുന്നു. അതിലപ്പുറമൊന്നുമില്ല."

ഞാൻ വായിക്കുന്നതു കണ്ടാൽ അയാൾ എന്റെ കയ്യിൽനിന്നു

പുസ്തകം വാങ്ങിയിട്ട് അതിന്റെ ഉള്ളടക്കത്തെപ്പറ്റി ചോദിക്കും. സംശയവും അത്ഭുതവും കലർന്ന സ്വരത്തിൽ അയാൾ വില്പനക്കാരനോടു പറയും:

"ഇതു കണ്ടോ! ഈ കൊച്ചുതെമ്മാടിക്ക് പുസ്തകം വായിച്ചാൽ മനസ്സിലാവുന്നുണ്ട്!'

തെളിച്ച്, ഓർമ്മയിൽ തങ്ങിനിൽക്കുന്നവണ്ണം, അയാൾ എനിക്കു പലതും പറഞ്ഞുതന്നു:

"എന്റെ വാക്കുകൾ ശ്രദ്ധിച്ചോ. നിനക്ക് അവ ഉപകരിക്കും. കിറിൽ എന്നുപേരുള്ള രണ്ടു പേരുണ്ടായിരുന്നു. രണ്ടാളും ബിഷപ്പന്മാരായിരുന്നു. ഒരാൾ അലക്സാൺഡ്രിയയിലേത്. മറ്റേയാൾ യെറുസലത്തിലേത്. ശപിക്കപ്പെട്ട നാസ്തികനായ നെസ്തറേയും അവന്റെ അശ്ലീലസിദ്ധാന്തങ്ങളേയും എതിർത്തത് ഒന്നാമത്തെ കിറിലാണ്. കന്യാമറിയം കേവലം ഒരു മനുഷ്യസ്ത്രീയായിരുന്നുവെന്നും അതുകൊണ്ട് അവർക്കു ദൈവത്തെ പ്രസവിക്കാൻ സാദ്ധ്യമല്ലെന്നും അവർ പ്രസവിച്ചത് ലോകരക്ഷകനായ ക്രിസ്തുവെന്ന മനുഷ്യനെയാണെന്നുമാണ് അവൻ പഠിപ്പിച്ചത്. അങ്ങിനെ വരുമ്പോൾ നമ്മൾ അവരെ വിളിക്കേണ്ടത് ദൈവമാതാവെന്നല്ല, ക്രിസ്തുവിന്റെ മാതാവെന്നാണ്. മനസ്സിലായോ ? ദൈവനിന്ദ എന്നു പറയുന്നത് ഇതാണ്. യെറുസലത്തിലെ കിറിൽ പോരാടിയത് അറിയ എന്ന നാസ്തികനോടാണ്..."

ക്രൈസ്തവസഭാചരിത്രത്തെക്കുറിച്ചുള്ള അയാളുടെ വിജ്ഞാനത്തോട് എനിക്കു വലിയ മതിപ്പു തോന്നി. പാതിരിയുടേതുപോലുള്ള മാർദ്ദവമാർന്ന കൈകൊണ്ട് താടി തടവി അയാൾ വീമ്പടിക്കും:

"ഇത്തരം കാര്യങ്ങളിൽ ഞാനൊരു പടനായകനാണ്. നിക്കൺ പക്ഷക്കാരായ പണ്ഡിതന്മാരുടെ വിഷം പുരണ്ട നാവുകളോടു പടവെട്ടാൻ പെന്തെകോസ്തുദിവസം മോസ്ക്കോയിൽ പോയവനാണ് ഞാൻ. അക്കൂട്ടത്തിൽ ളോഹയിട്ടവരും ഇടാത്തവരുമുണ്ടായിരുന്നു. പ്രൊഫസറന്മാരോടുപോലും ഞാൻ തർക്കിച്ചിട്ടുണ്ട്. എന്റെ നാവിന്റെ അടിയേറ്റ് ഒരു പാതിരിയുടെ മൂക്കിൽനിന്നു ചോരയൊലിച്ചെന്നു പറഞ്ഞാൽ മതിയല്ലോ! അങ്ങിനെയിരിക്കും!"

അയാളുടെ കപോലങ്ങൾ തുടുത്തു. കണ്ണുകൾ തിളങ്ങി.

എതിരാളിയുടെ മൂക്കിൽനിന്നു ചോരയൊലിച്ചത് തന്റെ വിജയത്തിന്റെ ഉച്ചകോടിയായും തന്റെ കീർത്തിയുടെ പൊൻകിരീടത്തിലെ ഉജ്ജ്വലരത്നമായും അയാൾ കരുതുന്നുണ്ടാവണം. കാരണം, അയാൾ അതെപ്പറ്റി വാചാലമായി സംസാരിച്ചു:

“ആളൊരു സുന്ദരനായിരുന്നു. ഒരു ആജാനുബാഹു. അയാൾ പീഠത്തിൽ നിൽക്കുമ്പോൾ അതാ മൂക്കിൽനിന്നു ചോര ഇറ്റിറ്റുവീഴുന്നു. പക്ഷെ തന്റെ നാണക്കേട് അയാളറിയുന്നില്ല. ഒരു സിംഹത്തിന്റെ ശൗര്യമുണ്ടായിരുന്നു ആ പാതിരിക്ക്. പള്ളിമണിപോലെ മുഴക്കമുള്ള ശബ്ദവും. പക്ഷെ ഞാൻ പതുക്കെ അയാളുടെ ആത്മാവിൽത്തന്നെ, ആ വാരിയെല്ലുകൾക്കിടയിൽത്തന്നെ, എന്റെ വാക്കുകൾ കഠാരപോലെ കുത്തിയിറക്കി. അയാളാണെങ്കിൽ, നികൃഷ്ടമായ ദൈവദൂഷണം പറഞ്ഞുപറഞ്ഞ്, തൊട്ടാൽ പൊള്ളുന്ന അടുപ്പുപോലെ കയറിയങ്ങു ചൂടായി. അതൊരു കാലമായിരുന്നു!...”

പഴയ വിശ്വാസികളായ വേറേയും മതസിദ്ധാന്തികൾ ഞങ്ങളുടെ കടയിൽ ഇടയ്ക്കൊക്കെ വരാറുണ്ട്. പഹോമിയാണ് ഒരാൾ—കുടവയറും പതുപതുത്ത ദേഹവുമുള്ള പൊണ്ണത്തടിയനായ ഒരു ഒറ്റക്കണ്ണൻ. മെഴുക്കുപറ്റിയ ഒരു പഴഞ്ചൻ കോട്ടുമിട്ട് അയാൾ പന്നി മുക്രയിടുന്നതുപോലുള്ള ഒരുതരം ശബ്ദം കേൾപ്പിച്ചുകൊണ്ടിരിക്കും. ലൂക്കിയാനാണ് പിന്നൊന്ന്. ചുണ്ടെലിയുടേതുപോലെ മിനുസമാർന്ന കൊച്ചുദേഹവും സൗമ്യമായ പെരുമാറ്റവും പ്രസരിപ്പുള്ള ഒരു വൃദ്ധൻ. കാഴ്ചയ്ക്ക് വണ്ടിക്കാരനെപ്പോലിരിക്കുന്ന ദുർമ്മുഖനായ ഒരു ഭീമകായൻ എപ്പോഴും കൂടെകാണും. കറുത്ത താടിയോടും ചലനമറ്റ കണ്ണുകളോടും കൂടിയ അപ്രീതികരമെങ്കിലും സുന്ദരമായ ആ മുഖത്ത് ജീവനില്ല.

മിക്കപ്പോഴും അവർ പഴയ പുസ്തകങ്ങളും വിശുദ്ധരൂപങ്ങളും ധൂപക്കുറ്റികളും ചിലതരം പാത്രങ്ങളും വിൽക്കാൻ കൊണ്ടുവരാറുണ്ട്. ചിലപ്പോൾ വേറെ ആരെങ്കിലും കൂടെക്കാണും. വോൾഗയ്ക്കപ്പുറത്തുനിന്നു വരുന്ന ആ വൃദ്ധന്റേയോ വൃദ്ധയുടേയോ കയ്യിലും എന്തെങ്കിലുമൊക്കെ വിൽക്കാനുണ്ടായിരിക്കും. വില്പന കഴിഞ്ഞാൽ, വേലിപ്പുറത്തിരിക്കുന്ന കാക്കകളെപ്പോലെ മേശയ്ക്കു പിന്നിൽ ഇരുന്ന് ബൺറൊട്ടിയും പഞ്ചസാരപൊതിഞ്ഞ പഴങ്ങളും കൂട്ടി ചായ കുടിക്കുന്നതിനിടയിൽ അവർ നിക്കൺപക്ഷക്കാരായ സഭക്കാരുടെ ദ്രോഹങ്ങൾ വിവരിക്കും. ഒരിടത്ത് അന്വേഷണം നടത്തി വിശുദ്ധഗ്രന്ഥങ്ങൾ കണ്ടുകെട്ടിയതും വേറൊരിടത്ത് പോലീസ് വന്ന് തങ്ങളുടെ പ്രാർത്ഥനാമന്ദിരം അടച്ചുപൂട്ടി അതിലുണ്ടായിരുന്നവരെ നൂറ്റിമൂന്നാം വകുപ്പനുസരിച്ച് കോടതി കയറ്റിയതുമെല്ലാം അവർ വിസ്തരിക്കും. നൂറ്റിമൂന്നാംവകുപ്പ് അവരുടെ ഒരു സ്ഥിരം സംഭാഷണവിഷയമായിരുന്നു. പക്ഷെ ശൈത്യകാലത്തെ ഉറമഞ്ഞോളം തന്നെ അനിവാര്യമായ എന്തോ ഒന്നാണതെന്ന മട്ടിൽ തികച്ചും അക്ഷോഭ്യമായിട്ടാണ് അവർ അതെപ്പറ്റി സംസാരിച്ചത്.

പോലീസ്, അന്വേഷണം, കോടതി, ജയിൽ, സൈബീരിയ എന്നിങ്ങനെയുള്ള വാക്കുകൾ—വിശ്വാസത്തിന്റെ പേരിൽ തങ്ങൾക്ക് അനുഭവിക്കേണ്ടിവരുന്ന യാതനകളെ വിവരിക്കുമ്പോൾ അവർ നിരന്തരം പ്രയോഗിച്ചുവന്ന ഈ വാക്കുകൾ—എന്റെ ഹൃദയത്തിൽ കനൽക്കട്ടകളെപ്പോലെ വന്നു വീണ്, ആ വൃദ്ധജനങ്ങളോടുള്ള സഹാനുഭൂതിയും സൗമനസ്യവും കൊളുത്തിവിട്ടു. ലക്ഷ്യത്തിനുവേണ്ടി അടിപതറാതെ പൊരുതുന്നവരെ ആദരിക്കാനും ആത്മധൈര്യത്തെ വിലമതിക്കാനും ഞാൻ വായിച്ച പുസ്തകങ്ങൾ എന്നെ പഠിപ്പിച്ചിരുന്നു

പഴയ വിശ്വാസത്തിന്റെ ഈ പ്രവാചകന്മാരിൽ കണ്ട എല്ലാ ന്യൂനതകളും ഞാൻ മറന്നു. അവരുടെ പ്രശാന്തമായ വാശി മാത്രമേ എനിക്കനുഭവപ്പെട്ടുള്ളൂ. തങ്ങളുടെ ലക്ഷ്യം ശരിയാണെന്ന അചഞ്ചലവിശ്വാസവും അതിനുവേണ്ടി എന്തും സഹിക്കാനുള്ള സന്നദ്ധതയും ആ വാശിയുടെ പിന്നിൽ മറഞ്ഞുകിടപ്പുണ്ടെണ്ടന്ന് എനിക്കു തോന്നി.

പിൽക്കാലത്ത് സാധാരണക്കാർക്കിടയിലും ബുദ്ധിജീവികൾക്കിടയിലും പഴയവിശ്വാസികളായ പലരേയും കണ്ടുമുട്ടാനിടവന്നപ്പോൾ, തങ്ങൾ നിൽക്കുന്നിടത്തിനപ്പുറത്തേക്ക് എങ്ങോട്ടും പോകാനില്ലാത്തവരും പോകാനാഗ്രഹിക്കാത്തവരുമായ ആളുകളുടെ നിഷ്ക്രിയത്വം മാത്രമാണ് ഈ വാശിയെന്നും, പഴഞ്ചൻ വാക്കുകളുടേയും കാലഹരണപ്പെട്ട ധാരണകളുടേയും നൂലാമാലകളിൽ കുടുങ്ങികിടക്കുകയാണവരെന്നും എനിക്കു ബോദ്ധ്യമായി. അവരുടെ ഇച്ഛാശക്തി നിർവീര്യമായിക്കഴിഞ്ഞു. ഭാവിയെ ലക്ഷ്യമാക്കി വികസിക്കാൻ അതിനു കെല്പില്ല. തങ്ങൾ നിന്നു പഴകിക്കഴിഞ്ഞ ഇടത്തുനിന്ന് അവർക്കു പെട്ടെന്നൊരു തള്ളു കൊടുത്താൽത്തന്നെ മലഞ്ചെരിവിലെ പാറക്കഷണത്തെപ്പോലെ അവർ യാന്ത്രികമായി താഴോട്ട് ഉരുണ്ടുപോവുകയേയുള്ളൂ. ഭൂതകാലസ്മരണകളുടെ നിർജ്ജീവശക്തിയും യാതനയോടും മർദ്ദനത്തോടുമുള്ള അനാരോഗ്യകരമായ ആസക്തിയുമാണ് മൃതചിന്താഗതികളുടെ ശ്മശാനത്തിൽ അവരെ കെട്ടിയിട്ടിരിക്കുന്നത്. യാതന സഹിക്കാൻ അവസരമില്ലെങ്കിൽ അവർ കഴമ്പെല്ലാം വറ്റിപ്പോയി കാറ്റുള്ള ഒരു പ്രസന്നദിനത്തിലെ കാർമേഘങ്ങളെപ്പോലെ അപ്രത്യക്ഷമാകും.

അവർ ഇത്ര ആവേശത്തോടും ദുരഭിമാനത്തോടുംകൂടി സ്വയം ബലിയർപ്പിച്ചത് ഒരു ഉറച്ച വിശ്വാസത്തിനുവേണ്ടിയാണെന്ന കാര്യത്തിൽ സംശയമില്ല. പക്ഷെ പൊടിയും ചെളിയും കുഴഞ്ഞുപിടിച്ചിരിക്കുന്നതു കൊണ്ടു മാത്രം കാലപ്പഴക്കത്താൽ നിശ്ശേഷം പിഞ്ഞിക്കീറിപ്പോവാത്ത ഒരു പഴന്തുണിപോലാണത്. മുൻവിധികളുടേയും മാമൂലുകളുടേയും ഇറുകിയ കട്ടുകുപ്പായമിട്ടു ശീലിച്ച അവരുടെ വികാരങ്ങളും വിചാരങ്ങളും ചിറകൊടിഞ്ഞ് വികലമായിട്ടും അല്ലലില്ലാതെ ജീവിക്കുന്നു.

ശീലംകൊണ്ട് ആർജ്ജിക്കുന്ന ഈ വിശ്വാസം നമ്മുടെ ജീവിതത്തിലെ ഏറ്റവും ഖേദകരവും ഏറ്റവും ദൂഷിച്ചതുമായ പ്രതിഭാസങ്ങളിലൊന്നാണ്. അത്തരം വിശ്വാസത്തിന്റെ അതിരുകൾക്കുള്ളിൽ പുതുതായ എന്തും ഒരു കന്മതിലിന്റെ തണലിലെന്നപോലെ വളരെപ്പതുക്കെയും വിളറിവികൃതമായും മാത്രമേ വളരൂ. വിശ്വാസത്തിന്റെ ആ ഇരുട്ടിലേക്ക് സ്നേഹത്തിന്റെ വളരെക്കുറച്ച് കിരണങ്ങളേ കടന്നുചെല്ലുന്നുള്ളൂ. അതേസമയം വിദ്വേഷത്തിന്റെ കൂടപ്പിറപ്പുകളായ പകയുടേയും വൈരാഗ്യത്തിന്റേയും അസൂയയുടേയും കിരണങ്ങൾ ക്രമാധികം കടന്നുചെല്ലുന്നുമുണ്ട്. ജീർണ്ണതയുടെ നേരിയൊരു തിളക്കം മാത്രമാണ് അത്തരം വിശ്വാസത്തിൽനിന്നു പ്രസരിക്കുന്നത്.

പക്ഷെ ക്ലേശഭൂയിഷ്ഠമായ അനേകവർഷത്തെ ജീവിതത്തിനുശേഷം മാത്രമേ, ആത്മാവിൽ സ്ഥാനം പിടിച്ചിരുന്ന പലതും തച്ചുടയ്ക്കുകയും ഓർമ്മയിൽനിന്നു പലതും പിഴുതെറിയുകയും ചെയ്ത ശേഷം മാത്രമേ, എനിക്ക് ഇക്കാര്യം ബോദ്ധ്യമായുള്ളൂ. ചുറ്റുപാടുമുള്ള വിരസവും കാപട്യപൂർണ്ണവുമായ ജീവിതത്തിനിടയിൽ പഴയവിശ്വാസത്തിന്റെ ഈ പ്രബോധകരെ ആദ്യമായി കണ്ടുമുട്ടിയപ്പോൾ അനല്പമായ ആത്മധൈര്യമുള്ളവരും ഭൂമിയിൽവച്ചേറ്റവും നല്ല മനുഷ്യരുമാണവരെന്ന് എനിക്കു തോന്നി. അവരിൽ ഏതാണ്ടെല്ലാവരേയും തന്നെ വിചാരണ ചെയ്തിട്ടുണ്ട്, ജയിലിലടച്ചിട്ടുണ്ട്, പട്ടണങ്ങളിൽനിന്ന് ആട്ടിപ്പുറത്താക്കിയിട്ടുണ്ട്, നാടുകടത്തപ്പെട്ട മറ്റു തടവുകാരോടൊപ്പം അവസാനമില്ലാതെ വഴിനടത്തിയിട്ടുണ്ട്. അങ്ങേയറ്റത്തെ ജാഗ്രത പാലിച്ചുകൊണ്ട് പാത്തും പതുങ്ങിയുമാണ് അവർ എല്ലാവരും ജീവിച്ചത്.

നിക്കൺപക്ഷക്കാർ ആത്മാവിനോടു ചെയ്യുന്ന "ദ്രോഹ"ത്തെപ്പറ്റി ആവലാതിപ്പെടുമ്പോൾത്തന്നെ ഈ വൃദ്ധജനങ്ങൾ പൂർണ്ണമനസ്സോടെയെന്നുമാത്രമല്ല, സസന്തോഷമെന്നുതന്നെ പറയാം. പരസ്പരം ആക്രമിക്കുന്നതു ഞാൻ കണ്ടിട്ടുണ്ട്.

മദ്യപിച്ച് മത്തുപിടിച്ചിരിക്കുമ്പോൾ ഒറ്റക്കണ്ണനായ പഹോമിക്ക് തന്റെ അന്യാദൃശമായ ഓർമ്മശക്തിയെക്കുറിച്ചു വീമ്പടിക്കാൻ ഇഷ്ടമാണ്. ജൂതപണ്ഡിതന്മാർക്ക് "തൽമൂദ" എന്നപോലെ ചില വിശുദ്ധഗ്രന്ഥങ്ങൾ അയാളുടെ "വിരലിന്റെ തുമ്പത്താ"ണ്. പുസ്തകത്തിലെ ഏതു പേജിൽ വേണമെങ്കിലും തൊട്ടുകാണിച്ചിട്ട് അയാൾ വിരൽതൊട്ടിരിക്കുന്ന വാക്കുതൊട്ട് പതിഞ്ഞ അനുനാസികസ്വരത്തിൽ ഓർമ്മയിൽനിന്നു ചൊല്ലിത്തുടങ്ങും. അയാൾ എപ്പോഴും നിലത്തുനോക്കിയാണ് ഇരിക്കുന്നത്. നഷ്ടപ്പെട്ടുപോയ ഏതോ അമൂല്യവസ്തു തപ്പിയെടുക്കാനെന്ന മട്ടിൽ അയാളുടെ ഒറ്റക്കണ്ണ് സംഭ്രമത്തോടെ നിലത്ത്

പരതിനടക്കുന്നുണ്ടാവും. തന്റെ വൈഭവം കാണിക്കാൻ അയാൾ മിക്കപ്പോഴും ഉപയോഗിക്കുന്നത് മിഷെത്സ്കി പ്രഭുവിന്റെ "റഷ്യയിലെ മുന്തിരികൾ" എന്ന ഗ്രന്ഥമാണ്. "ശ്രേഷ്ഠരും നിർഭയരുമായ രക്തസാക്ഷികൾ അങ്ങേയറ്റത്തെ ക്ഷമയോടും ധീരതയോടും കൂടി സഹിച്ച യാതനകളെ"ക്കുറിച്ചാണ് അയാൾക്കു വിശേഷിച്ചും നന്നായിട്ടറിയാവുന്നത്. അയാളെന്തെങ്കിലും തെറ്റു വരുത്തിയാൽ കയറിപ്പിടികൂടാൻ പ്യോത്തർ വസീല്യെവിച്ച് എപ്പോഴും കാത്തിരിക്കും.

"തെറ്റ്! അത് സംഭവിച്ചത് പരിശുദ്ധനായ കിപ്രിയാനല്ല, വിവേകിയായ ഡെനിസിനാണ്."

"ഏതു ഡെനിസ്? ഡിയൊനിസിയസ് എന്നാണു പേര്.

"താൻ വാക്കിൽപ്പിടിച്ച് ഉരുണ്ടുകളിക്കണ്ട."

"താൻ എന്നെ പഠിപ്പിക്കാനും വരണ്ട."

ഒരു മിനിട്ടു കഴിയുകയില്ല. അതിനകംതന്നെ രണ്ടുപേരും കോപാവേശവുംകൊണ്ട് മുഖം ചുവന്ന് പരസ്പരം തുറിച്ചുനോക്കും. ഒരാൾ പറയും:

"എടാ തീറ്റിപ്പണ്ടമേ, നാണംകെട്ട മൃഗമേ, നിന്റെ കുടവയർ നോക്ക്!"

സംഖ്യകൾ കണക്കുകൂട്ടിപ്പറയുന്ന മട്ടിൽ പഹോമി തിരിച്ചടിക്കും:

"നീയൊരു മുട്ടനാടാണ്, പെണ്ണുങ്ങളുടെ പുറകെ നടക്കുന്ന വിഷയലമ്പടനാണ്."

കയ്യും കെട്ടി പകയോടെ പുഞ്ചിരിച്ചുകൊണ്ട് നിൽക്കുന്ന വില്പനക്കാരൻ സ്കൂൾബാലൻമാരെയെന്നപോലെ പഴയവിശ്വാസത്തിന്റെ ആ കാവൽഭടന്മാരെ പ്രോത്സാഹിപ്പിക്കും:

"വിടരുതവനെ! ഇനിയും!"

ഒരിക്കൽ വൃദ്ധന്മാർ രണ്ടുപേരും തമ്മിൽ അടികലശൽതന്നെ നടന്നു. പ്യോത്തർ വസീല്യെവിച്ച് പഹോമിയയെ കരണക്കുറ്റിക്ക് ഒരടിവച്ചുകൊടുത്ത് കടയിൽനിന്നോടിച്ചു. ക്ഷീണിച്ച് നെറ്റിയിലെ വിയർപ്പുതുടച്ചുകളഞ്ഞുകൊണ്ട് അയാൾ പുറകെ വിളിച്ചുപറഞ്ഞു:

"നീ കണ്ടോ, ഈ പാപം നിനക്കായിരിക്കും. നീയാണ് എന്നെക്കൊണ്ട് ഈ പാപം ചെയ്യിച്ചത്. പോയി തുലയ്!"

വിശ്വാസത്തിനു വേണ്ടത്ര ഉറപ്പില്ലെന്നും "നിഷേധവാദ"ത്തിലേക്ക് അധഃപതിക്കുന്നുവെന്നും പറഞ്ഞ് തന്റെ കൂട്ടുകാരായ സകലരേയും കുറ്റപ്പെടുത്താൻ അയാൾ വിശേഷിച്ചും ഇഷ്ടപ്പെട്ടു.

"ആ അലക്സാണ്ടറാണ്, ആ കൊക്കരയ്ക്കുന്ന കോഴിയാണ്, ഇതെല്ലാം കുത്തിപ്പൊക്കുന്നത്!"

"നിഷേധവാദം," അയാളെ അമർഷം കൊള്ളിക്കുകമാത്രമല്ല, ഭയപ്പെടുത്തുകപോലും ചെയ്യുവെന്നു തോന്നി. പക്ഷെ ആ സിദ്ധാന്തത്തിന്റെ പൊരുളെന്താണെന്നു ചോദിച്ചപ്പോൾ അത്ര വ്യക്തമായ മറുപടിയല്ല അയാൾ നൽകിയത്.

"നാസ്തികത്വത്തിൽത്തന്നെ ഏറ്റവും ദൂഷിച്ചതാണ് നിഷേധവാദം. അതിൽ ദൈവത്തിന് ഇടമില്ല. മനസ്സൊഴിച്ച് മറ്റൊന്നുമില്ല. കൊസാക്കുകളെത്തന്നെ എടുക്കാം. അവർക്കു ബൈബിൾ മാത്രമാണ് പ്രമാണം. ബൈബിൾ എവിടന്നു വന്നു? സറാത്തൊവിലെ ജർമ്മൻകാരിൽനിന്ന്. ലൂതറിൽനിന്ന്. ലൂതറെപ്പറ്റി ഒരു ചൊല്ലുണ്ട്: "ആ പേര് അയാൾക്കു ചേർന്നതാണ്. ലൂതർ എന്ന പേരിന്റെ മൂലം ലൂസിഫറാണ്. കാമാർത്തൻ. കാമാർത്തനായ ലൂതർ." ജർമ്മൻകാർക്കുതന്നെ ആഭാസന്മാരെന്നും പേരുണ്ട്. ഇതെല്ലാം വരുന്നത് പടിഞ്ഞാറുനിന്നാണ്. അവിടത്തെ നാസ്തികപ്പരിഷയിൽനിന്നാണ്."

തന്റെ മുടന്തുകാൽ തറയിൽ ആഞ്ഞുചവുട്ടിക്കൊണ്ട് അയാൾ ശൈത്യം ദ്യോതിപ്പിക്കുന്ന സ്വരത്തിൽ നിശിതമായി പറയും:

"അവന്മാരെയാണ് തുരന്നു പുറത്തു ചാടിക്കേണ്ടത്. അവന്മാരെയാണ് വകവരുത്തേണ്ടത്, ചിതയിലിട്ടു ചുടേണ്ടത്. ഞങ്ങളെയല്ല. ഞങ്ങൾ അനാദികാലംമുതലേ റഷ്യാക്കാരാണ്. ഞങ്ങളുടേത് തനി പൗരസ്ത്യവിശ്വാസമാണ്. നാരായവേരുവരെ റഷ്യനാണ് അത്. മറ്റേതു മുഴവനും പടിഞ്ഞാറൻ ചരക്കാണ്, സ്വതന്ത്രചിന്തയുടെ വികൃതസന്തതിയാണ്. ജർമ്മൻകാരിൽനിന്നും ഫ്രഞ്ചുകാരിൽനിന്നും വന്നതാണത്. അവരിൽനിന്ന് എന്തെങ്കിലും നന്മ പ്രതീക്ഷിക്കാമോ? അവർ 1812—ൽ ചെയ്തതെന്താണെന്നു നോക്ക്..."

ആവേശം കയറി, താനൊരു ബാലനോടാണു സംസാരിക്കുന്നതെന്ന കാര്യമേ മറന്ന്, ബലിഷ്ഠമായ കൈയാൽ എന്റെ ബെൽട്ടിൽ കടന്നുപിടിച്ച് ഇടയ്ക്ക് തന്റെനേരെ വലിച്ചടുപ്പിക്കുകയും ഇടയ്ക്ക് തള്ളിമാറ്റുകയും ചെയ്തുകൊണ്ട് അയാൾ ചൂടോടെ, യൗവനയുക്തമായ ഉഷാറോടെ, സംസാരം തുടരും:

"മനുഷ്യരുടെ വിവേകം അതിന്റെതന്നെ ഭാവനാസൃഷ്ടികളുടെ കൊട്ടുംകാട്ടിലൂടെ അന്ധമായി അലഞ്ഞുതിരിയുകയാണ്. ദൈവം ദാനം തന്ന മനുഷ്യാത്മാവിനെ ചെകുത്താന്റെ പ്രേരണയാൽ നശിപ്പിച്ചുകൊണ്ട് അത് ഭീകരനായൊരു ചെന്നായെപ്പോലെ അലഞ്ഞുനടക്കുകയാണ്. ചെകുത്താന്റെ ഈ ദാസന്മാർ എന്തെല്ലാമാണ് കെട്ടിച്ചമച്ചതെന്നോ? നിഷേധവാദത്തിന്റെ ആചാര്യന്മാരുടെ അനുശാസനങ്ങൾ കേൾക്കണോ ? സാത്താൻ ദൈവപുത്രനാണത്രെ! യേശുക്രിസ്തുവിന്റെ

ജ്യേഷ്ഠസഹോദരനാണത്രെ! എന്താ? പോരേ? മേലധികാരികളെ അനുസരിക്കരുത്. പണിയെടുക്കരുത്, ഭാര്യയേയും മക്കളേയും ഉപേക്ഷിക്കണം—ഇതെല്ലാമാണ് അവർ പഠിപ്പിക്കുന്ന മറ്റു കാര്യങ്ങൾ. മനുഷ്യർ ചെയ്യേണ്ടതായിട്ടൊന്നുമില്ല. യാതൊരു ക്രമവും ചിട്ടയും വേണ്ട. മനുഷ്യർ ഇഷ്ടംപോലെ ജീവിച്ചോട്ടെ, ചെകുത്താൻ കാട്ടിക്കൊടുക്കുന്ന വഴിയെ പൊയ്ക്കോട്ടെ. വീണ്ടും അതാ ആ അലക്സാണ്ടർ, ആ നികൃഷ്ടകീടം...”

ചിലപ്പോൾ വില്പനക്കാരൻ എന്നെ എന്തെങ്കിലും കാര്യത്തിനു വിളിക്കും. വരാന്തയിൽ തനിച്ചായ വൃദ്ധൻ ശൂന്യതയിലേക്ക് വാക്കുകൾ എടുത്തെറിഞ്ഞുകൊണ്ടിരിക്കും:

“കഷ്ടം! ചിറകൊടിഞ്ഞ ആത്മാക്കളേ! കണ്ണുകാണാത്ത പട്ടിക്കുട്ടികളേ! ഞാൻ എവിടെപ്പോയി അഭയം തേടണം?”

തല മലർത്തിപ്പിടിച്ച് കൈപ്പത്തികൾ കാൽമുട്ടുകളിൽ അണച്ചു വച്ചുകൊണ്ട് അയാൾ നരച്ച ഹേമന്തവാനത്തിലേക്കു തുറിച്ചുനോക്കി ഇരിക്കും.

ക്രമേണ അയാൾ എന്നോട് കുറേക്കൂടി ദയയോടും ശുഷ്ക്കാന്തിയോടുംകൂടി പെരുമാറാൻ തുടങ്ങി. ഞാൻ പുസ്തകം വായിച്ചുകൊണ്ടിരിക്കുന്നതു കണ്ടാൽ തോളത്തു മെല്ലെ തട്ടിക്കൊണ്ട് അയാൾ പറയും:

“വായിച്ചോ, കുട്ടി വായിച്ചോ. നിനക്കതു പ്രയോജനപ്പെടും! നീ തലയുള്ളവനാണെന്നു തോന്നുന്നു. നീ മൂത്തവരെ അനുസരിക്കാത്തത് കഷ്ടമായിപ്പോയി. സകലരോടും കയറി ഇടയും. ഈ മുഠാളത്തരവും വച്ച് നടന്നാൽ നിനക്ക് എവിടംവരെ പോകാമെന്നാണു വിചാരം? ജയിലിലല്ലാതെ മറ്റെങ്ങും എത്തുകയില്ല. പുസ്തകം വായിച്ചോ. പക്ഷെ ഒന്നോർമ്മ വേണം. പുസ്തകത്തിൽ പറഞ്ഞിട്ടുള്ള കാര്യങ്ങൾ കണ്ണുമടച്ച് വിഴുങ്ങരുത്. മൂള ഉപയോഗിക്കണം. “ഹ്ലിസ്റ്റി” എന്ന കൂട്ടരുടെ ഇടയിൽ ദാനിയൽ എന്നു പേരുള്ള ഒരു ഗുരുവുണ്ടായിരുന്നു. പുസ്തകങ്ങളൊന്നും ആവശ്യമില്ല, പഴയതും പുതിയതും ഒന്നും വേണ്ട, എന്നും പറഞ്ഞ് അദ്ദേഹം എല്ലാംകൂടിയെടുത്ത് ആറ്റിലെറിഞ്ഞു. അതും വിഡ്ഢിത്തമാണ്. ആളുകളിൽ ചിന്താക്കുഴപ്പം സൃഷ്ടിച്ചുകൊണ്ടു നടക്കുന്ന നീചനായ അലക്സാണ്ടറാണ് പിന്നൊരുത്തൻ...”

ഈ അലക്സാണ്ടറെപ്പറ്റി അയാൾ കൂടെക്കൂടെ പറയും. ഒരു ദിവസം മുഖത്ത് വ്യാകുലഭാവത്തോടെയാണ് അയാൾ കടയിൽ വന്നുകയറിയത്. വന്നപാടെ അയാൾ വില്പനക്കാരനോട് കർക്കശസ്വരത്തിൽ പറഞ്ഞു:

"അലക്സാണ്ടർ വസീലിയെവ് ഇവിടുണ്ട്—പട്ടണത്തിൽ ഇന്നലെ എത്തി. ഞാൻ എത്ര തിരഞ്ഞിട്ടും കണ്ടുകിട്ടിയില്ല. ഒളിച്ചുനടക്കുകയാണ്! ഞാൻ കുറച്ചു സമയം ഇവിടെ ഇരിക്കാം. ഒരുപക്ഷെ ഇവിടെ വരാൻ മതി.."

വിൽപനക്കാരൻ അപ്രീതിയോടെ പറഞ്ഞു:

"എനിക്ക് ഒന്നും അറിഞ്ഞുകൂടാ, ഒരുത്തനേയും അറിഞ്ഞുകൂടാ."

വൃദ്ധൻ തലകുലുക്കിക്കൊണ്ടു പറഞ്ഞു:

"ശരിയാണ്. തനിക്ക് സകലരും ഒന്നുകിൽ വാങ്ങുന്നവർ, അല്ലെങ്കിൽ വിൽക്കുന്നവർ, മറ്റാരുമല്ല. ഒരു ഗ്ലാസ് ചായയെങ്കിലും താ!"

ഞാൻ വലിയൊരു പിച്ചളപ്പാത്രം നിറയെ ചൂടുവെള്ളവുമായി മടങ്ങി വന്നപ്പോൾ വേറേ ചിലരെക്കൂടി കടയിൽ കണ്ടു. സുസ്മേരവദനായിരിക്കുന്ന വൃദ്ധനായ ലൂക്കിയാനാണ് ഒരാൾ. കതകിന്റെ പിന്നിൽ ഇരുണ്ട ഒരു കോണിലായി പരിചയമില്ലാത്ത ഒരാൾ ഇരിപ്പുണ്ട്. നീളംകൂടിയ കമ്പിളിബൂട്ടുകളും പച്ചനിറത്തിലുള്ള അരക്കച്ച കെട്ടിയ തടിച്ച കോട്ടും നെറ്റിയിലേക്ക് ഇറക്കിവച്ച തൊപ്പിയുമാണ് ധരിച്ചിരിക്കുന്നത്. എനിക്ക് ആ മുഖം ഇഷ്ടപ്പെട്ടില്ല. കണ്ടിട്ട് അടക്കവും ഒതുക്കവുമുള്ള ഒരുത്തനാണെന്നു തോന്നി. ജോലി നഷ്ടപ്പെട്ടതിൽ ഇച്ഛാഭംഗപ്പെട്ടിരിക്കുന്ന ഒരു വില്പനക്കാരനെപ്പോലെയാണ് അയാൾ ഇരുന്നിരുന്നത്.

അയാളിരിക്കുന്ന ഭാഗത്തേക്കു നോക്കാതെ പ്യോത്തർ വസീല്യെവിച്ച് നിശിതസ്വരത്തിൽ എന്തോ ഘനമായി പറഞ്ഞുകൊണ്ടിരുന്നു. കോച്ചിവലിച്ചിട്ടെന്നപോലെ നവാഗതൻ വലതുകൈ പൊടുന്നനെ അനക്കിക്കൊണ്ട് തൊപ്പി തള്ളിമാറ്റിക്കൊണ്ടുമിരുന്നു. കരിശുവരയ്ക്കാനെന്ന മട്ടിൽ അയാൾ കൈ പൊക്കി തൊപ്പിയിലൊന്നു തള്ളും, പിന്നൊന്നുകൂടി. പുറകോട്ടു നീങ്ങിനീങ്ങി അത് തലയുടെ പിന്നിൽ തൂങ്ങിക്കിടക്കും. ഉടൻതന്നെ അയാളതു മുന്നോട്ടു വലിച്ച് നെറ്റിയിലേക്ക് ഇറക്കിവയ്ക്കും. ഈ അപസ്മാരചേഷ്ടകൾ കണ്ടപ്പോൾ ഞാൻ മണ്ടൻ ഇഗോഷയേയും അയാളുടെ "കീശയിലെ മരണ"ത്തേയും ഓർത്തുപോയി.

"നമ്മുടെ ആറ്റിലെ കലക്കുവെള്ളം കൂടുതൽ കലക്കിക്കൊണ്ട് മീനുകൾ പലതും നീന്തിനടക്കുന്നുണ്ട്." പ്യോത്തർ വസീല്യെവിച്ച് പറഞ്ഞു.

പീടികജോലിക്കാരന്റെ ഛായയുള്ള മനുഷ്യൻ തെല്ലും ക്ഷോഭിക്കാതെ ശാന്തമായി ചോദിച്ചു:

"നിങ്ങൾ എന്നെപ്പറ്റിയാണോ പറഞ്ഞത്?"

“ആണെന്നു വച്ചോ.”

അപ്പോൾ അയാൾ സ്വരംതാഴ്ത്തിയാണെങ്കിലും ഉള്ളിൽത്തട്ടുന്നവണ്ണം പറഞ്ഞു:

“ഹേ മനുഷ്യാ, നിങ്ങൾ നിങ്ങളെപ്പറ്റിത്തന്നെ എന്തായിരിക്കും പറയുന്നത്?”

“ഞാൻ എന്നെപ്പറ്റി ദൈവത്തോടു മാത്രമേ പറയാറുള്ളൂ. അത് എന്റെ കാര്യം.”

“അല്ല, മനുഷ്യാ, അത് എന്റേയും കാര്യമാണ്.” അപരിചിതൻ ഗാംഭീര്യത്തോടെ തറപ്പിച്ചുപറഞ്ഞു. “നിങ്ങൾ സത്യത്തിന്റെ മുമ്പിൽ മുഖം തിരിക്കരുത്. അഹന്തകൊണ്ട് അന്ധനാവുകയുമരുത്. ദൈവത്തോടും മനുഷ്യരോടും ചെയ്യുന്ന വലിയൊരു പാപമാണത്.”

അയാൾ പ്യോത്തർ വസീല്യെവിച്ചിനെ “മനുഷ്യാ” എന്നു സംബോധന ചെയ്തത് എനിക്കിഷ്ടപ്പെട്ടു. അയാളുടെ ശാന്തഗംഭീരമായ ശബ്ദം എന്റെ ഹൃദയത്തെ സ്പർശിച്ചു. നല്ലൊരു പുരോഹിതൻ പ്രാർത്ഥന ചൊല്ലും പോലെയാണ് അയാൾ സംസാരിച്ചത്. മുഖത്തിന്റെ മുമ്പിൽ കൈ വീശിക്കൊണ്ട് അയാൾ കസേരയിൽ മുമ്പോട്ട് കൂടുതൽക്കൂടുതൽ ആഞ്ഞു.

“താനെന്തിന് എന്റെമേൽ വിധിയെഴുതണം? ഞാൻ തന്നേക്കാൾ വലിയ പാപിയല്ല.”

“സമോവാർ തിളച്ചുമറിയുന്നതു നോക്ക്!” ലൂക്കിയാൻ അവജ്ഞയോടെ പറഞ്ഞു. പക്ഷെ അതൊന്നും ശ്രദ്ധിക്കാതെ അപരിചിതൻ തുടർന്നു:

“പരിശുദ്ധാത്മാവിന്റെ നീരുറവ കൂടുതൽ കലക്കുന്നതാരാണെന്ന് ദൈവത്തിനേ അറിഞ്ഞുകൂടൂ. ഒരുപക്ഷെ നിങ്ങളായിരിക്കും ആ പാപം ചെയ്യുന്നത്—പുസ്തകവായനക്കാരും പഠിത്തക്കാരുമായ നിങ്ങൾ. ഞാൻ പുസ്തകവായനക്കാരനുമല്ല, പഠിത്തക്കാരനുമല്ല. ജീവനുള്ള വെറുമൊരു സാധുമനുഷ്യൻ.”

“നല്ല സാധുവാണ്! ഞാൻ കുറെ കേട്ടിരിക്കുന്നു!”

“നിങ്ങളാണ്, പുസ്തകവായനക്കാരും പരീശന്മാരുമായ നിങ്ങളാണ്, ആളുകളുടെ മനസ്സു കലക്കുന്നത്. നേരായ ചിന്തകളെ വികൃതപ്പെടുത്തുന്നത്. ഇനി ഞാൻ പ്രചരിപ്പിക്കുന്നതെന്താണെന്നു പറയൂ. കേൾക്കട്ടെ.”

“നാസ്തികത്വം!” പ്യോത്തർ വസീല്യെവിച്ച് പറഞ്ഞു. പക്ഷെ അപരൻ കൈപ്പത്തിയിൽ എഴുതിയിരിക്കുന്നതു വായിക്കാനെന്ന മട്ടിൽ അതു മുഖത്തിനു നേരെ പിടിച്ചുകൊണ്ട് ആവേശപൂർവം സംസാരിച്ചു:

“ഒരു തൊഴുത്തിൽനിന്നു മറ്റൊന്നിലേക്കു മാറ്റിക്കെട്ടിയാൽ ആളുകളുടെ സ്ഥിതി മെച്ചപ്പെട്ടുമെന്നാണോ നിങ്ങളുടെ വിചാരം? ഞാൻ പറയും, ഇല്ലെന്ന്. ഞാൻ പറയും: ഹേ മനുഷ്യാ നീ സ്വതന്ത്രനാകൂ! നിന്റെ വീടും കുടുംബവും സ്വത്തുമൊക്കെ ദൈവത്തിന്റെ മുമ്പിൽ എന്താണ്? അല്ലയോ മനുഷ്യാ, ആളുകൾ പരസ്പരം തല്ലാനും കൊല്ലാനും ഇടയാകുന്ന സർവ്വതിൽനിന്നും നീ സ്വതന്ത്രനാകൂ! സ്വർണ്ണവും വെള്ളിയും സമ്പത്തുമൊക്കെ നീ വലിച്ചു ദൂരെയെറിയൂ! അവ വെറും പൂഴിയാണ്, ചവറാണ്, ആത്മാവിനു മോക്ഷം കിട്ടുന്നത് ഭൂമിയിലെ വയൽപ്പരപ്പുകളിലല്ല, പറുദീസയിലെ താഴ്‌വരകളിലാണ്!ഞാൻ പറയുന്നു: സർവ്വതും വർജ്ജിക്കൂ! നിങ്ങളെ ഈ ലോകത്തോടു ബന്ധിച്ചു നിർത്തുന്ന എല്ലാ ചങ്ങലകളും പൊട്ടിച്ചെറിയൂ. ക്രിസ്തുവിന്റെ ശത്രു തീർത്തതാണ് അവയൊക്കെ... പതറാത്ത ആത്മാവുമായി ഞാൻ നേർവഴിക്കു പോകുന്നു. ഞാൻ ഈ ഇരുണ്ട ലോകത്തെ വർജ്ജിക്കുന്നു...”

“ഭക്ഷണവും വെള്ളവും ഉടുതുണിയും—അതും വർജ്ജിക്കുന്നുണ്ടോ അതൊക്കൊ ഈ ലോകത്തിലേതല്ലേ!” വൃദ്ധൻ പകയോടെ ചോദിച്ചു.

പക്ഷെ അതു കേട്ടിട്ടൊന്നും അലക്സാണ്ടർ കുലുങ്ങിയില്ല. പൂർവ്വാധികം ആത്മാർത്ഥത സ്ഫുരിക്കുന്ന സ്വരത്തിൽ അയാൾ സംസാരം തുടർന്നു. ആ ശബ്ദം ഉച്ചത്തിലല്ലായിരുന്നെങ്കിലും അയാൾ കാഹളം മുഴക്കുകയാണെന്നു തോന്നി.

“ഹേ മനുഷ്യാ! നിനക്കു വിലപ്പെട്ടതായിട്ട് എന്തുണ്ട്? വിലപ്പെട്ടതായിട്ട് ഒന്നേയുള്ളൂ—ദൈവം. അദ്ദേഹത്തിന്റെ തിരുസന്നിധിയിൽ നിഷ്കളങ്കനായി നിൽക്കുക. ആത്മാവിൽനിന്ന് ഐഹികബന്ധങ്ങൾ മുഴുവനും വിടുർത്തിക്കൊണ്ട് ദൈവത്തെ ദർശിക്കുക. നീ തനിച്ച്, ദൈവം തനിച്ച്! അങ്ങിനെ വേണം ദൈവസന്നിധാനത്തിലെത്താൻ. ആ തിരുസന്നിധിയിലേക്കുള്ള ഒരേയൊരു വഴി അതാണ്. മോക്ഷം കിട്ടണമെങ്കിൽ അച്ഛനേയും അമ്മയേയും ഉപേക്ഷിക്കണം, സർവ്വതും ഉപേക്ഷിക്കണം, പ്രലോഭനത്തിന് ഇടനൽകുന്ന കണ്ണുകൾ തുരന്നുകളയുകപോലും വേണം, എന്നു പറയുന്നതു വെറുതെയല്ല. ദൈവത്തിനുവേണ്ടി നിന്റെ ദേഹം നശിപ്പിച്ച് ദേഹിയെ രക്ഷിക്കുക. അപ്പോൾ നിന്റെ ആത്മാവ് നിത്യമായി ജ്വലിച്ചുകൊണ്ടിരിക്കും...”

“താൻ പോയി തുലയ്!” എന്നും പറഞ്ഞ് പ്യോത്തർ വസീല്യെവിച്ച് എണീറ്റു. ‘ഞാൻ കരുതി, കഴിഞ്ഞ കൊല്ലത്തേക്കാൾ തനിക്കു കുറച്ചെങ്കിലും വിവരം വച്ചിട്ടുണ്ടെണ്ടന്ന്. പക്ഷെ താൻ കൂടുതൽ വഷളായിരിക്കുകയാണ്.”

വൃദ്ധൻ ഞൊണ്ടിഞൊണ്ടി വരാന്തയിലേക്കിറങ്ങി. അതു കണ്ട് അലക്സാണ്ടർ സംഭ്രമിച്ചു. തെല്ലൊരു അത്ഭുതത്തോടെ അയാൾ തിടുക്കത്തിൽ ചോദിച്ചു:

"പോവുകയാണോ? അതെന്താ?"

സൗമ്യശീലനായ ലൂക്കിയാൻ സാന്ത്വനരൂപത്തിൽ കണ്ണിറുക്കിക്കാട്ടിയിട്ട് പറഞ്ഞു:

"സാരമില്ല, സാരമില്ല."

അലക്സാണ്ടർ ഉടനെ അയാളുടെ നേരെ തട്ടിക്കയറി.

"താനും ഐഹികകാര്യങ്ങളിൽ മുഴുകി നടക്കുന്നവനാണ്, വെറുതെ വായലച്ചു നടക്കുന്നവനാണ്. എന്തിനാണത് പറയൂ..."

അയാളെ നോക്കി പുഞ്ചിരിച്ചുകൊണ്ട് ലൂക്കിയാനും ഇറങ്ങിപ്പോയി. അലക്സാണ്ടർ വില്പനക്കാരന്റെ നേരെ തിരിഞ്ഞ് ഉത്തമബോദ്ധ്യത്തോടെ പറഞ്ഞു:

"എന്റെ ആത്മബലം അവർക്കു താങ്ങാൻ കഴിഞ്ഞില്ല. അതുകൊണ്ടാണ് അവർ തീയിൽനിന്നു പുകപോലെ പാഞ്ഞുപോയത്."

വില്പനക്കാരൻ അയാളെ അപ്രസന്നമായി നോക്കിക്കൊണ്ട് ശുഷ്ക്ക സ്വരത്തിൽ പറഞ്ഞു:

"ഞാൻ ഈവക കാര്യങ്ങളെക്കുറിച്ച് തലപുണ്ണാക്കാറില്ല."

അലക്സാണ്ടർ അതുകേട്ട് അമ്പരന്നതുപോലെ തോന്നി. തൊപ്പി വലിച്ചുവച്ചുകൊണ്ട് അയാൾ പിറുപിറുത്തു.

"നിങ്ങൾക്കെങ്ങിനെ തല പുണ്ണാക്കാതിരിക്കാൻ കഴിയും? തല പുണ്ണാക്കേണ്ട കാര്യങ്ങളാണിവ."

ഏതാനും നിമിഷംകൂടി അയാൾ തല കുനിച്ചുപിടിച്ചുകൊണ്ട് മൗനമായി ഇരുന്നു. മറ്റു രണ്ടു വൃദ്ധൻമാർ അയാളെ വിളിച്ചു. മൂന്നുപേരും യാത്രപറയാതെ ഇറങ്ങിപ്പോയി.

ഇരുട്ടത്ത് ഇടയ്ക്കിടെ ആളുകയും അടങ്ങുകയും ചെയ്യുന്ന അഗ്നികുണ്ഡം പോലെയാണ് ആ അപരിചിതൻ എന്റെ മുമ്പിൽ പ്രത്യക്ഷപ്പെട്ടത്. അയാളുടെ ഇഹലോകവർജ്ജനത്തിൽ കുറച്ചൊക്കെ സത്യമുണ്ടെന്ന് എനിക്കു തോന്നി.

വൈകീട്ട് കുറച്ചൊരു ഒഴിവു കിട്ടിയപ്പോൾ ഞാൻ അയാളെപ്പറ്റി ഇവാൻ ലരിയോനിച്ചിനോടു പറഞ്ഞു. ശാന്തസ്വഭാവിയും സ്നേഹശീലനുമായ ആ മനുഷ്യൻ ഞങ്ങളുടെ പണിശാലയിലെ പ്രധാനശില്പിയായിരുന്നു. എനിക്കു പറയാനുള്ളതു മുഴുവനും കേട്ടുകഴിഞ്ഞ് അദ്ദേഹം പറഞ്ഞു:

"അയാളൊരു നാടോടിയായിരിക്കണം. അങ്ങിനെയൊരു കൂട്ടരുണ്ട്. അവർ യാതൊന്നും അംഗീകരിക്കാത്തവരാണ്."

"അവരെങ്ങിനെ ജീവിക്കുന്നു?"

"നാടായ നാടു മുഴുവൻ അലഞ്ഞുനടന്നിട്ട്. അങ്ങിനെയാണ് അവർക്ക് നാടോടികൾ എന്ന പേരു കിട്ടിയത്. ഈ ലോകവും അതിലുള്ള സർവ്വതും വർജ്ജിക്കണമെന്നാണ് അവർ പറയുന്നത്. പോലീസ് അവരെ അപകടകാരികളെന്ന നിലയിൽ പിടികൂടുന്നു."

എന്റെ ജീവിതം ക്ലേശകരമായിരുന്നെങ്കിലും ലോകത്തുള്ള സർവ്വതും വർജ്ജിക്കാൻ എങ്ങിനെ സാദ്ധ്യമാവുമെന്ന് എനിക്കു മനസ്സിലായില്ല. ഞാൻ അക്കാലത്ത് ചുറ്റുപാടുമുള്ള ജീവിതത്തിൽ രസകരവും പ്രിയംകരവുമായി പലതും കണ്ടു. അലക്സാണ്ടറുടെ രൂപം എന്റെ ഓർമ്മയിൽ നിന്ന് വേഗംതന്നെ മാഞ്ഞുപോയി.

എങ്കിലും ഇടയ്ക്കിടെ ചില അശുഭമുഹൂർത്തങ്ങളിൽ അയാൾ പ്രത്യക്ഷപ്പെടും. പാടങ്ങളുടെ നടുവിലുള്ള ചാരനിറമാർന്ന വഴിത്താരയിലൂടെ അയാൾ കാടിനെ ലക്ഷ്യമാക്കി നടക്കുകയാണ്. അദ്ധ്വാനത്തിന്റെ ചെളിപുരളാത്ത വെളുത്ത കൈകൊണ്ട് തൊപ്പി പൊടുന്നനെ പുറകോട്ടു തള്ളി അയാൾ പിറുപിറുക്കും:

"ഞാൻ നേർവഴിയിലൂടെയാണു സഞ്ചരിക്കുന്നത്. എനിക്കു യാതൊന്നും വേണ്ട. എല്ലാ ബന്ധങ്ങളും മുറിച്ചുകളയുക!..."

അയാളുടെ അരികിൽ ഞാൻ എന്റെ അച്ഛനെ കാണും—മുത്തശ്ശി സ്വപ്നത്തിൽ കണ്ട അതേ രൂപത്തിൽ: കയ്യിലൊരു വടിയുണ്ട്. ഒരു പാണ്ടൻനായ നാവും നീട്ടി പുറകെ ഓടുന്നുണ്ട്.

XIII

പകുതിഭാഗം കല്ലുകൊണ്ടു പണിത ഒരു കെട്ടിടത്തിലെ രണ്ടു മുറികളിലാണ് വിശുദ്ധരൂപരചനാശാല പ്രവർത്തിച്ചത്. ഒരു മുറിയിലെ മൂന്നു ജനാലകൾ മുറ്റത്തേക്കും രണ്ടെണ്ണം തോട്ടത്തിലേക്കും തുറക്കുന്നു. മറ്റേ മുറിയിൽ രണ്ടു ജനാലകളുള്ളതിൽ ഒന്ന് തോട്ടത്തിനും മറ്റേത് തെരുവിനും അഭിമുഖമാണ്. ജനാലകൾ കൊച്ചു സമചതുരങ്ങളാണ്. കാലപ്പഴക്കത്താൽ മഴവില്ലിന്റെ നിറമാർജ്ജിച്ചിരുന്ന അവയിലെ ചില്ലുകളിലൂടെ ശൈത്യകാലത്തെ നേരിയ പ്രകാശം അരിച്ചരിച്ചു കയറി.

രണ്ടു മുറികളിലും മേശകൾ നിരനിരയായി ഇട്ടിരുന്നു. ഓരോ മേശയ്ക്കരികിലും ഒന്നോ ചിലപ്പോൾ രണ്ടോ വിശുദ്ധരൂപചിത്രകാരന്മാർ കുനിഞ്ഞിരിക്കുന്നതു കാണാം. വെള്ളം നിറച്ച സ്ഫടികഗോളങ്ങൾ മച്ചിൽ നിന്നു ചരടുകെട്ടി തൂക്കിയിട്ടിട്ടുണ്ട്. വിളക്കുകളിലെ വെളിച്ചം അവയിലൂടെ കടന്ന് തണുത്ത വെളുത്ത കിരണങ്ങളായി വിശുദ്ധരൂപങ്ങളുടെ ചതുരപ്പലകകളിൽ പതിക്കുന്നു.

പണിശാലയിൽ ചൂടും ഞെരുക്കവും അനുഭവപ്പെട്ടു. “ദൈവത്തിന്റെ ചിത്രമെഴുതുന്ന” പത്തിരുപതുപേർ പാലെഹിൽനിന്നും ഹൊലുയിൽ നിന്നും മ്സേതറായിൽനിന്നുമായി അവിടുണ്ട്. കഴുത്തു തുറന്ന വരയൻ ഷർട്ടും കിടക്കത്തുണികൊണ്ടുള്ള കാൽച്ചട്ടയുമാണ് എല്ലാവരുടേയും വേഷം. പലർക്കും പാദരക്ഷകളില്ലായിരുന്നു. ഉള്ളവരുടേതുതന്നെ പൊട്ടിപ്പൊളിഞ്ഞിരുന്നു. മുറിപ്പുകയിലയുടെ പുകപടലങ്ങൾ ചിത്രകാരന്മാരുടെ ശിരസ്സുകളെ പൊതിഞ്ഞിരുന്നു. ഉണങ്ങുന്ന ഒലിവെണ്ണയുടേയും

അരക്കിന്റേയും ചീഞ്ഞ മുട്ടയുടേയും നിശിതഗന്ധം അവിടമാകെ നിറഞ്ഞു നിന്നു. ചുട്ടുപ്പൊള്ളുന്ന ടാറുപോലെ വ്ളദീമിർഭാഗത്തുള്ള ഒരു നാടോടി പ്പാട്ട് അന്തരീക്ഷത്തിലൂടെ ഒഴുകി:

“ചെക്കനെവളെ മയക്കിയെടുത്തിട്ടു—
മക്ഷരം മിണ്ടാത്ത നാണമില്ലാത്തവർ”

നിരുന്മേഷങ്ങളായ ഇത്തരം വേറെ പാട്ടുകളും അവർ പാടാറുണ്ടായി രുന്നെങ്കിലും ഇതാണവർ കൂടുതലും പാടുന്നത്. പാട്ടിന്റെ വലിഞ്ഞിഴഞ്ഞ ഈണം ചിന്തകളുടെ വ്യാപാരത്തേയോ ബ്രഷുകളുടെ ചലനത്തേയോ വിഘാതപ്പെടുത്തിയില്ല. നേർത്ത എർമിൻരോമം കൊണ്ടുള്ള ആ ബ്രഷുകൾ പുണ്യവാളന്മാരുടെ വിശുദ്ധവസ്ത്രങ്ങളുടെ ഞൊറികളിൽ ചായം പൂശിക്കൊണ്ടും എല്ലുന്തിയ മുഖങ്ങളിൽ യാതനയുടെ ചുളിവുകൾ ചേർത്തുകൊണ്ടും രൂപങ്ങളുടെ മീതെ നിർബാധം ചലിച്ചുകൊണ്ടിരിക്കും. ജനാലയുടെ താഴെ കൊത്തുപണിക്കാരനായ ഗോഗൊലെവ് ചുറ്റിക വച്ച് മുട്ടിക്കൊണ്ടിരിക്കും. ചുവന്ന വലിയ മൂക്കുള്ള മദ്യപാനിയായ ഒരു വൃദ്ധനാണയാൾ. പാട്ടിന്റെ അലസമായ ധാരയിലേക്ക് അവിരാമം നുഴഞ്ഞുകയറിക്കൊണ്ടിരുന്ന ആ ശുഷ്ക്കമായ ചുറ്റികയടികൾ മരം കരണ്ടുതിന്നുന്ന പുഴുവിനെ അനുസ്മരിപ്പിച്ചു.

ഈ വിശുദ്ധരൂപങ്ങൾ വരയ്ക്കുന്നതിൽ ആർക്കും താല്പര്യമില്ലായിരുന്നു. ഏതോ ഒരു ദുഷ്ടബുദ്ധി ഈ ജോലിയെ സൗന്ദര്യം തൊട്ടുതീണ്ടാത്ത പ്രവൃത്തികളുടെ നീണ്ടൊരു ശ്രേണിയായി വിഭജിച്ചുവച്ചിട്ടുള്ളതുകാരണം അതിനോടു സ്നേഹമോ താല്പര്യമോ തോന്നാൻ സാദ്ധ്യമല്ല. നീചനും ദ്രോഹബുദ്ധിയും കോങ്കണ്ണനുമായ പൻഫീൽ എന്ന മരയാശാരി സൈപ്രസ്സ്—ലിൻഡൻ വൃക്ഷങ്ങളുടെ പല വലിപ്പത്തിലുള്ള പലകകൾ കൊണ്ടുവന്ന് ചിന്തേരിട്ടു മിനുക്കി പശതേച്ചു വയ്ക്കും. ക്ഷയരോഗി യായ ദവീദൊവ് അടിസ്ഥാനനിറം പുരട്ടും. അയാളുടെ സ്നേഹിതൻ സൊറോക്കിൻ പലക സ്വർണ്ണംപൂശാൻ ഒരുക്കിവയ്ക്കും. മില്യാഷിൻ ഏതെങ്കിലും മൂലചിത്രം നോക്കി പെൻസിൽകൊണ്ട് ഒരു രൂപരേഖ വരച്ചുണ്ടാക്കും. വൃദ്ധനായ ഗോഗൊലെവ് സ്വർണ്ണം പൂശുകയും അതിൽ പലതരം കൊത്തുപണികൾ നടത്തുകയും ചെയ്യും. “സാധാരണ” ചിത്ര കാരന്മാർ പശ്ചാത്തലത്തിലുള്ള പ്രകൃതിദൃശ്യങ്ങളും പുണ്യവാളന്മാരുടെ വസ്ത്രങ്ങളും വരയ്ക്കും. തലയും കയ്യുമില്ലാത്ത ആ രൂപങ്ങൾ “മുഖചിത്രകാ രന്മാ”രേയും കാത്ത് ചുമരിൽ ചാരിനിൽക്കും.

പള്ളികളിലെ തിരുയവനികകൾക്കും അൾത്താരകവാടങ്ങൾക്കും വേണ്ടിയുള്ള വലിയ വിശുദ്ധരൂപങ്ങൾ മുഖവും കൈകാലുകളും ഇല്ലാതെ വെറും മേലങ്കികളോ കവചങ്ങളോ മാലാഖമാരുടെ നീളംകുറഞ്ഞ

കുപ്പായങ്ങളോ അണിഞ്ഞ് അങ്ങിനെ നിൽക്കുന്നത് തികച്ചും അരോചകമായ ഒരു കാഴ്ചയായിരുന്നു. കടുംനിറങ്ങൾ പൂശിയ ആ പലകകളിൽനിന്ന് ഉതിർത്തത് മരണമാണ്. അവയെ ചൈതന്യവത്താക്കേണ്ടതെന്തോ അത് അവയിൽ ഇല്ലായിരുന്നു. പക്ഷെ അത് മുമ്പവിടെ ഉണ്ടായിരുന്നുവെന്നും 'ഭാരിച്ച ചട്ടം മാത്രം അവശേഷിപ്പിച്ചുകൊണ്ട് അത്ഭുതകരമാംവണ്ണം രക്ഷപ്പെട്ടതാണെന്നും തോന്നി.

"മുഖ" ചിത്രകാരന്മാരുടെ ജോലി കഴിയുമ്പോൾ വക്കത്തെ കൊത്തുപണികളിൽ പളുങ്കുപൂശാൻവേണ്ടി വിശുദ്ധരൂപം ഒരു പണിക്കാരനെ ഏല്പിക്കും. അന്തർലേഖനം ചെയ്യാൻ പ്രത്യേകം ചിത്രകാരന്മാരുണ്ട്. അതും പൂർത്തിയായാൽ വിശുദ്ധരൂപം ശില്പശാലയുടെ തലവനായ ഇവാൻ ലരിയോനിച്ചിന്റെ കൈകളിലെത്തും. അദ്ദേഹമാണ് അതിൽ വാർണിഷ് പൂശുന്നത്.

അദ്ദേഹം ആളൊരു സൗമ്യശീലനായിരുന്നു. ചാരനിറമാർന്ന മുഖം, നനുത്ത് പട്ടുപോലിരിക്കുന്ന നരച്ച താടി. വിശേഷിച്ചും ആഴംതോന്നിക്കുന്ന, വിഷാദം തുളുമ്പുന്ന, ചാരക്കണ്ണുകൾ. സൗമ്യമായ പുഞ്ചിരി. പക്ഷെ തിരിച്ചങ്ങോട്ടു പുഞ്ചിരിക്കാൻ നമുക്കു സങ്കോചം തോന്നും. സ്തൂപബന്ധിതനായ സിമ്യോനിന്റെ വിശുദ്ധരൂപത്തോട് അദ്ദേഹത്തിനു സാദൃശ്യമുണ്ടായിരുന്നു. ചടച്ചുണങ്ങിയ അതേ രൂപം. ചുമരുകൾക്കും ആളുകൾക്കും അപ്പുറം വിദൂരതയിലേക്കു നോക്കിനിൽക്കുമ്പോൾ മുഖത്ത് ചിന്താധീനമായ അതേ ഭാവം.

ഞാൻ പണിശാലയിൽ ചേർന്ന് ഏതാനും ദിവസം കഴിഞ്ഞ് ഒരിക്കൽ പതാകചിത്രകാരനായ കപ്പെൻദ്യുഹിൻ മദ്യപിച്ചു കയറിവന്നു. സുമുഖനും ബലവാനുമായ ഒരു കൊസാക്കുകാരനായിരുന്നു അയാൾ. പല്ലു ഞെരിച്ച്, ഭംഗിയുള്ള സ്ത്രൈണദൃഷ്ടികൾ ചെറുതാക്കി, അയാൾ ഒരക്ഷരം മിണ്ടാതെ സകലരേയും ഇരുമ്പുമുഷ്ടികൊണ്ട് ഇടിക്കാൻ തുടങ്ങി. നിലവറയിലെ ചുണ്ടെലികളുടെ ഇടയിലേക്ക് പൂച്ചയെ ഇറക്കി വിട്ടാലെങ്ങിനെയോ അതുപോലെ ആ ചുറുചുറുക്കുള്ള ഹ്രസ്വകായൻ പണിശാലയിലാകെ ഓടിനടന്നു. ഭയന്നുവിരണ്ട ജോലിക്കാർ മൂലകളിൽപോയി ഒളിച്ചിരുന്ന്, "അടിയവനെ!" എന്നു പരസ്പരം വിളിച്ചു പറഞ്ഞു.

"മുഖ" ചിത്രകാരനായ യെവ്ഗെനി സിത്താനൊവ് അവസാനം ഒരു സ്റ്റൂളെടുത്ത് തലയ്ക്കടിച്ച് ആ മദയാനയെ അടക്കിനിർത്തി. കൊസാക്കുകാരൻ നിലത്തേക്കു തളർന്ന് ഇരുന്നു. ബാക്കിയുള്ളവർ ഞൊടിയിടയിൽ അയാളെ മലർത്തിക്കിടത്തി ടൗവ്വലുകൾകൊണ്ട് കൈകാലുകൾ കെട്ടി. അയാൾ തന്റെ വ്യാഘ്രദംഷ്ടകൾകൊണ്ട് അവ കടിച്ചുകീറി.

അതുകണ്ടപ്പോൾ യെവ്ഗെനിക്കു കലികയറി. അയാൾ മേശപ്പുറത്ത് ചാടിക്കയറി കൊസാക്കുകാരന്റെ ദേഹത്തേക്കു ചാടിവീഴാൻ തയ്യാറായി കൈമുട്ടുകൾ പള്ളയോടു ചേർത്തുനിന്നു. അയാളുടെ വൻഭാരത്തിനടിയിൽ കപ്പെൻദ്യൂഹിന്റെ ചങ്ക് ഞെരിഞ്ഞരഞ്ഞുപോയേനെ. പക്ഷെ ആ നിമിഷത്തിൽ കോട്ടും തൊപ്പിയും ധരിച്ച് ലരിയോനിച്ച് കടന്നുവന്നു. സിത്താനൊവിനെ വിരലാട്ടി താക്കീതുചെയ്തിട്ട് അദ്ദേഹം മറ്റുള്ളവരോട് ശാന്തവും കാര്യമാത്രപ്രസക്തവുമായ സ്വരത്തിൽ പറഞ്ഞു:

"ഇയാളെ വരാന്തയിലേക്കു കൊണ്ടു പോകൂ. തലയിലെ മത്തു വിടട്ടെ."

അവർ കൊസാക്കുകാരനെ പണിശാലയുടെ പുറത്തേക്കു വലിച്ചു നിരക്കിക്കൊണ്ടുപോയി. മേശകളും കസേരകളും യഥാസ്ഥാനങ്ങളിലിട്ട്, വീണ്ടും പണി തുടങ്ങി. തങ്ങളുടെ കൂട്ടുകാരന്റെ മെയ്ബലത്തെപ്പറ്റിയും അയാൾ അടികലശലിൽ കൊല്ലപ്പെടാനുള്ള സാദ്ധ്യതയെക്കുറിച്ചും അവർ പരസ്പരം പറഞ്ഞു.

"അയാളെ കൊല്ലാൻ എളുപ്പമല്ല," നല്ല പരിചയമുള്ള വേലയെപ്പറ്റി പറയുന്നത്ര ശാന്തമായി സിത്താനൊവ് പറഞ്ഞു.

ഞാൻ ലരിയോനിച്ചിനെ ഒളിഞ്ഞുനോക്കി. കരുത്തരും അടക്കമില്ലാത്തവരുമായ ഇക്കൂട്ടർ അദ്ദേഹത്തെ ഇത്ര നിഷ്പ്രയാസം അനുസരിക്കാനുള്ള കാരണം ഞാൻ ഊഹിക്കാൻ ശ്രമിച്ചു.

എങ്ങിനെ പണിയെടുക്കണമെന്ന് അദ്ദേഹം എല്ലാവർക്കും കാണിച്ചുകൊടുത്തു. ഏറ്റവും തഴക്കംചെന്ന ജോലിക്കാർപോലും അദ്ദേഹത്തിന്റെ ഉപദേശം സസന്തോഷം ചെവിക്കൊണ്ടു. അദ്ദേഹം ഏറ്റവും കൂടുതൽ സമയവും വാക്കുകളും ചെലവഴിച്ചത് കപ്പെൻദ്യൂഹിനെ പഠിപ്പിക്കാനാണ്.

"കപ്പെൻദ്യൂഹിൻ, താനൊരു ചിത്രകാരനാണെന്നാണു പറയുന്നത്. എന്നുവച്ചാൽ ഇറ്റാലിയൻ മാതൃകയിൽ ചൈതന്യം പകർന്നുകൊണ്ടു ചിത്രമെഴുതണമെന്നർത്ഥം. എണ്ണച്ചായചിത്രങ്ങൾക്ക് ഊഷ്മളവർണ്ണങ്ങളുടെ ഏകാത്മകത ആവശ്യമാണ്. പക്ഷെ താൻ എത്രമാത്രം വെളുപ്പാണ് വാരിത്തേച്ചിരിക്കുന്നതെന്നു നോക്ക്. കന്യാമറിയത്തിന്റെ കണ്ണുകൾ ഇത്രയേറെ ശൈത്യമാർന്നിരിക്കുന്നത് അതുകൊണ്ടാണ്. കവിൾത്തടങ്ങൾ ആപ്പിൾപ്പഴംപോലെ ചുവന്നുരുണ്ടിരിക്കുന്നു. പക്ഷെ കണ്ണുകൾ അവയ്ക്ക് അനുയോജ്യമല്ല. അവയുടെ സ്ഥാനവും ശരിയല്ല. ഒരെണ്ണം മൂക്കിനോടു വേണ്ടതിലേറെ അടുത്തും മറ്റേത് ചെന്നിയുടെ

നേരെ മാറിയും ഇരിക്കുന്നു. ഫലമോ? നിഷ്കളങ്കവും വിശുദ്ധവുമായ ഭാവത്തിനു പകരം മുഖത്തു കാണുന്നത് കൗശലവും ഐഹികത്വവു മാണ്. താൻ ജോലിയിൽ വേണ്ടത്ര ശുഷ്ക്കാന്തി കാട്ടുന്നില്ല, കപ്പെൻ ദ്യൂഹിൻ."

മുഖം ചുളിച്ചുകൊണ്ട് കൊസാക്കുകാരൻ ഇപ്പറഞ്ഞതെല്ലാം കേട്ടു. പിന്നീട് അയാളുടെ സ്ത്രൈണദൃഷ്ടികൾ നിർലജ്ജം പുഞ്ചിരിച്ചു. മദ്യപാനം തെല്ലു കർക്കശമാക്കിയ ഇമ്പമുള്ള ശബ്ദത്തിൽ അയാൾ പറഞ്ഞു:

"കഷ്ടം, ഇവാൻ ലരിയോനിച്ച്, ഈ പണി എനിക്കു പറഞ്ഞിട്ടുള്ള തല്ല. പാട്ടുകാരാനാവാൻ ജനിച്ചവനാണു ഞാൻ.. വന്നു പെട്ടിരിക്കു ന്നതോ—ഒരു സന്ന്യാസിമഠത്തിൽ!"

"മനസ്സിരുത്തി ശ്രമിച്ചാൽ എന്തും വശമാക്കാം."

"ഞാനെന്തിന് ഇതൊക്കെ ചെയ്യുന്നു? ഞാനൊരു വണ്ടിക്കാര നാവേണ്ടതാണ്. നല്ല ഉശിരൻ കുതിരകളെ കെട്ടിയ ഒരൊന്നാന്തരം വണ്ടിയും വേണം! ഹാ!"

അയാൾ തൊള്ള തുറന്ന് നീട്ടിപ്പാടി:

ചെമ്പൻകുതിരകൾ മൂന്നും പൂട്ടിയ
ശകടം പായും ശരവേഗത്തിൽ
നിശയുടെയിരുളിൽ കൊടിയൊരു മഞ്ഞിൽ
പ്രേയസിയുടെ പ്രിയസന്നിധി പൂകും.

ഇവാൻ ലരിയോനിച്ച് ഒരു പുഞ്ചിരിയോടെ പരാജയം സമ്മതി ച്ചു. വിഷാദം സ്ഫുരിക്കുന്ന കരുവാളിച്ച മൂക്കത്ത് കണ്ണട നേരേവച്ചിട്ട് അദ്ദേഹം മുറിയിൽനിന്നിറങ്ങിപ്പോയി. എട്ടുപത്തു ശബ്ദങ്ങൾ ആ ഗാനം ഏറ്റുപാടി. അവ എല്ലാംകൂടി ഊറ്റമേറിയ ഒരു നാദധാരയിൽ ലയിച്ചു ചേർന്നു. അത് ആ പണിശാലയെ അപ്പാടെതന്നെ വായുവിലേ ക്കെടുത്തുപൊക്കി മെല്ലെ താരാട്ടുകയാണെന്നു തോന്നി.

ശീലംകൊണ്ടാ കുതിരകളറിയും
പ്രിയതമതന്നുടെ ഗേഹം തിട്ടം.

ജോലി പഠിക്കാനെത്തിയിട്ടുള്ള പാഷ്ക്ക ഒദിൻത് സോവ് മുട്ടയിലെ കരു വേർതിരിച്ചെടുക്കുന്ന പണി നിർത്തിവച്ച് രണ്ടു കയ്യിലും ഓരോ മുട്ടത്തോടും പിടിച്ചുകൊണ്ട് കീഴ്സ്ഥായിയിൽ ഒന്നാംതരമായി പാടി ആ സംഘഗാനത്തിനു നേതൃത്വം നൽകി.

ആ ശബ്ദലഹരിയിൽ മതിമറന്ന്, അവർ ഒരൊറ്റ ശ്വാസത്തോടെ, ഒരൊറ്റ വികാരത്തോടെ, കൊസാക്കുകാരന്റെ മുഖത്തു കണ്ണും നട്ടുനിന്നു.

പാട്ടുപാടുന്ന സമയത്ത് അയാളാണ് ആ പണിശാലയുടെ മേലധികാരി. എല്ലാവരും ഉറ്റുനോക്കുന്നത് അയാളെയാണ്. പറക്കാൻ ഭാവിക്കുന്ന മട്ടിലുള്ള അയാളുടെ കൈവീശലുകളിലാണ് എല്ലാ കണ്ണുകളും. പെട്ടെന്നു പാട്ടുനിർത്തി, “സർവ്വതും അടിച്ചുടയ്ക്ക്!”എന്ന് അയാൾ വിളിച്ചുപറഞ്ഞാൽ ഏറ്റവും ഇരുത്തംവന്നവരടക്കം സകലരും അല്പസമയംകൊണ്ട് അവിടമാകെ തവിടുപൊടിയാക്കുമെന്ന കാര്യത്തിൽ എനിക്കു സംശയമില്ല.

അയാൾ ദുർലഭമായിട്ടേ പാടാറുള്ളൂ. പക്ഷെ അയാളുടെ പ്രചണ്ഡമായ ഗാനങ്ങൾക്ക് അപ്രതിഹതമായ ഒരു വിജയധ്വനി എപ്പോഴുമുണ്ടായിരുന്നു. എത്ര മനസ്സിടിഞ്ഞവരേയും അയാൾ തട്ടിയുണർത്തും. ഓരോരുത്തരും അവരാലാകാവുന്നതിന്റെ പരമാവധി ആയാസം ചെലുത്തും. അങ്ങിനെ അവരുടെ സങ്കലിതശക്തിയിലൂടെ അവരൊരു ഊറ്റമേറിയ ഓർഗനായി രൂപാന്തരപ്പെടും.

ആ പാട്ടുകൾ കേൾക്കുമ്പോൾ എനിക്ക് ആ ഗായകനോടും ആളുകളുടേമേൽ അയാൾക്കുള്ള ഹൃദയാവർജ്ജകമായ സ്വാധീനശക്തിയോടും എന്തെന്നില്ലാത്ത അസൂയതോന്നും. അത്യന്തം സ്തോഭജനകവും ഭയാനകവുമായ എന്തോ ഒന്ന് എന്റെ ഹൃദയത്തിലേക്ക് ഒഴുകിവരും. വേദനാജനകമായി അതു വിങ്ങിവീർക്കും. പൊട്ടിക്കരഞ്ഞുകൊണ്ട് ആ പാട്ടുകാരോടു വിളിച്ചുപറയാൻ ഞാൻ കൊതിക്കും:

“ഞാൻ നിങ്ങളെ എത്രമാത്രം സ്നേഹിക്കുന്നു!”

ദേഹം മുഴുവൻ രോമം മൂടി. ക്ഷയരോഗംപിടിച്ച് മഞ്ഞച്ചിരിക്കുന്ന ദവീദൊവും മുട്ടയിൽനിന്നു വിരിഞ്ഞുവന്ന കാക്കക്കുഞ്ഞിനെപ്പോലെ വാ പൊളിക്കും.

പക്ഷെ കൊസാക്കുകാരൻ തുടങ്ങിവയ്ക്കുമ്പോൾ മാത്രമേ അവർ പ്രചണ്ഡമായ അത്തരം ഉല്ലാസഗാനങ്ങൾ പാടൂ. “മനസ്സാക്ഷിയില്ലാത്ത മനുഷ്യർ”, “വനത്തിലൂടെ”, “അലക്സാണ്ടർ ഒന്നാമന്റെ മരണത്തെ കുറിച്ച്” “നമ്മുടെ അലക്സാണ്ടർ സൈന്യം സന്ദർശിക്കാനെത്തുന്നു” എന്നു തുടങ്ങുന്ന പാട്ട്—ഇത്തരം വലിഞ്ഞിഴഞ്ഞ ശോകഗാനങ്ങളാണ് അവർ സാധാരണ പാടാറ്.

പണിശാലയിലെ ഏറ്റവും നല്ല “മുഖ” ചിത്രകാരനായ ഷീഹരെവിന്റെ നിർബ്ബന്ധം മൂലം അവർ പലപ്പോഴും പള്ളിപ്പാട്ടുകൾ പാടും. പക്ഷെ ആ ഉദ്യമം വിജയിക്കുന്നത് അപൂർവ്വമാണ്. തനിക്ക് മാത്രം മനസ്സിലാവുന്ന ഏതോ പ്രത്യേക താളലയത്തിനുവേണ്ടി സദാ ശഠിക്കുന്ന ആ മനുഷ്യൻ മറ്റെല്ലാവരേയും കുറ്റപ്പെടുത്തിക്കൊണ്ടിരിക്കും.

നാല്പത്തഞ്ചു വയസ്സിനോടടുത്തു പ്രായമുള്ള ഒരു കൃശഗാത്രനായിരുന്നു അയാൾ. ജിപ്സികൾക്കു സവിശേഷമായ കറുത്തുചുരുണ്ട മുടി അയാളുടെ കഷണ്ടിത്തലയ്ക്കു ചുറ്റും അർദ്ധചന്ദ്രാകൃതിയിൽ വളർന്നുനിന്നിരുന്നു. ഇടതൂർന്ന് കറുത്ത് മേൽമീശപോലിരിക്കുന്ന പുരികങ്ങൾ. റഷ്യൻ ലക്ഷണമില്ലാത്ത ആ തവിട്ടുനിറമാർന്ന ശോഷിച്ച മുഖത്തിന് കൂർത്തു നിബിഡമായ താടി നിസ്സംശയമായും ഒരു ഭൂഷണമായിരുന്നെങ്കിലും കഴുകച്ചുണ്ടുപോലെ വളഞ്ഞ ആ മൂക്കിനു താഴെ എഴുന്നുനിന്ന പരുപരുത്ത മീശരോമങ്ങളെ പുരികങ്ങൾ അധികപ്പറ്റാക്കിയിരിക്കുന്നുവെന്നു തോന്നി. അയാളുടെ നീലക്കണ്ണുകൾ ഒരുപോലായിരുന്നില്ല. ഇടത്തേത് വലത്തേതിനേക്കാൾ പ്രകടമായിത്തന്നെ വലുതായിരുന്നു.

"പാഷ്ക്ക!" എന്നെപ്പോലെതന്നെ ജോലി പഠിക്കാനെത്തിയിട്ടുള്ള ബാലനെ അയാൾ തന്റെ കൂർത്ത ശബ്ദത്തിൽ വിളിച്ചു. "കർത്താവിന്റെ നാമം വാഴ്ത്തപ്പെടട്ടെ" എന്ന പാട്ടുപാട്. നിങ്ങളൊക്കെ കേൾക്ക്."

ഏപ്രണിൽ കൈ തുടച്ചിട്ട് പാഷ പാടിത്തുടങ്ങി:

"കർത്താവിന്റെ നാമം..."

"വാഴ്ത്തപ്പെടട്ടെ," പല ശബ്ദങ്ങളും കൂടെപ്പാടി.

ഷീഹരെവ് ഉദ്വോഗത്തോടെ അട്ടഹസിച്ചു:

"സിത്താനൊവ്, കുറേക്കൂടി പതുക്കെ! ആത്മാവിന്റെ അടിത്തട്ടുവരെ ശബ്ദം താഴട്ടെ!"

വീപ്പയിലടിക്കുംപോലുള്ള ശബ്ദത്തിൽ സിത്താനൊവ് പാടി:

"കർത്താവിന്റടിമകൾ..."

"ഛീ! അങ്ങനെയല്ല! ആ ഭാഗം അങ്ങ് മുഴങ്ങണം. ഭൂമി കിടന്നു വിറയ്ക്കണം, ജനലും വാതിലും തനിയേ തുറക്കണം!"

ദുർഗ്രഹമായ ഏതോ മനസ്തോഭത്താൽ ഷീഹരെവ് ആകെ ഞെരിപിടിക്കൊണ്ടു. അയാളുടെ അസാധാരണ പുരികങ്ങൾ ഉയർന്നു താണുകൊണ്ടിരുന്നു. തൊണ്ടയിടറി. വിരലുകൾ അദൃശ്യതന്ത്രികൾ മീട്ടി.

"കർത്താവിന്റടിമകൾ എന്നാണ്, മനസ്സിലായോ?" അയാൾ അർത്ഥഗർഭമായി പറഞ്ഞു. "പുറംതോടും കടന്ന് അങ്ങ് കാമ്പുവരെ നിങ്ങൾക്കത് അനുഭവപ്പെടണം. അല്ലയോ അടിമകളേ! നിങ്ങൾ കർത്താവിനെ വാഴ്ത്തുവിൻ! നിങ്ങൾക്കത് എന്തുകൊണ്ടു മനസ്സിലാവുന്നില്ല?"

"ഞങ്ങൾക്ക് ആ ഭാഗം ഒരിക്കലും ശരിയാവുകയില്ലെന്നു നിങ്ങൾക്കു തന്നെ അറിയാമല്ലോ." സിത്താനൊവ് നയത്തിൽ പറഞ്ഞു.

"എന്നാൽ നിർത്തിൻ!"

തെല്ലൊരു പരിഭവത്തോടെ ഷീഹരെവ് വീണ്ടും ജോലി തുടങ്ങി. ആ പണിശാലയിലെ ഏറ്റവും നല്ല ചിത്രകാരനാണ് അയാൾ. ബിസാൻതൈൻ, ഫ്ര്യാഷ്സ്കി, ഇറ്റാലിയൻ—ഇതിലേതു ശൈലിയിൽ വേണമെങ്കിലും മുഖം വരയ്ക്കാൻ അയാൾക്കു കഴിയും. പള്ളിയിലെ തിരുയവനികയുടെ പണി ഏറ്റെടുക്കുമ്പോഴെല്ലാം ലരിയോനിച്ച് ഷീഹരെവിന്റെ ഉപദേശം തേടാറുണ്ട്. വിശുദ്ധരൂപങ്ങളുടെ മൂലചിത്രങ്ങളെക്കുറിച്ച് സൂക്ഷ്മജ്ഞാനമുള്ള ഒരാളാണയാൾ. ഫ്യോദൊറോവിലേയും സ്മൊലേൻസ്കിലേയും കസാനിലേയും കന്യാമറിയങ്ങളെപ്പോലെ അത്ഭുതസിദ്ധിയുള്ള വിശുദ്ധരൂപങ്ങളുടെ വിലപിടിച്ച എല്ലാ പകർപ്പുകളും അയാളുടെ കയ്യിലൂടെയാണ് കടന്നുപോകുന്നത്. പക്ഷെ ആ മൂലചിത്രങ്ങൾ നോക്കി അയാൾ ഉറക്കെ പരാതിപ്പെടും:

"ഈ മൂലങ്ങളോട് നമ്മളെ കെട്ടിയിട്ടിരിക്കയാണ്. അതെ, കെട്ടിയിട്ടിരിക്കയാണെന്നുതന്നെ പറയാം."

പണിശാലയിൽ പ്രധാനസ്ഥാനമാണ് അലങ്കരിക്കുന്നതെങ്കിലും അയാൾ മറ്റുള്ളവരേക്കാൾ വിനീതനായിരുന്നു. ജോലി പഠിക്കാൻ വന്നിട്ടുള്ള പാവലിനോടും എന്നോടും സ്നേഹപൂർവ്വമാണ് അയാൾ പെരുമാറിയത്. അയാൾ മാത്രമേ തന്റെ കല ഞങ്ങളെ പഠിപ്പിക്കാൻ എന്തെങ്കിലും താല്പര്യം കാട്ടിയുള്ളൂ.

മനസ്സിലാക്കാൻ വിഷമമുള്ള ഒരു മനുഷ്യനായിരുന്നു അയാൾ. ആകെക്കൂടിയെടുത്താൽ ആള് ഉന്മേഷവാനായിരുന്നില്ല. ചിലപ്പോൾ ബധിരമൂകനെപ്പോലെ ഒരക്ഷരം മിണ്ടാതെ ഒരാഴ്ച മുഴുവനും പണിയെടുത്തുവെന്നിരിക്കും. നടാടെ കാണുന്ന മട്ടിൽ അത്ഭുതവും അപരിചിതത്വവും കലർന്ന നോട്ടമാണ് അയാൾ ഞങ്ങൾക്കെല്ലാവർക്കും സമ്മാനിക്കുന്നത്. പാടാൻ വലിയ ഇഷ്ടമാണെങ്കിലും അത്തരം ദിവസങ്ങളിൽ അയാൾ പാടുകയില്ല. മറ്റുള്ളവർ പാടുന്നത് അയാൾ കേൾക്കുന്നില്ലെന്നു തന്നെ തോന്നും. എല്ലാവരും അയാളെ ഒഴിഞ്ഞുനോക്കുകയും അയാൾ കാണാതെ കണ്ണിറുക്കുകയും ചെയ്യും. അയാളാകട്ടെ, താഴത്തെ അറ്റം കാൽമുട്ടുകളിലും നടുഭാഗം മേശയുടെ വക്കത്തും കൊള്ളിച്ച് ചെരിച്ചുവച്ചിരിക്കുന്ന വിശുദ്ധരൂപപ്പലകയുടെ നേരെ കുനിഞ്ഞ് ഇരിപ്പുണ്ടാവും. കയ്യിലെ നേർത്ത ബ്രഷ് തന്റേതുപോലെതന്നെ ഇരുണ്ട് അകൽച്ച സ്ഫുരിക്കുന്ന ഒരു മുഖം നിഷ്ക്കർഷയോടെ വരയ്ക്കുന്നുണ്ടാവും.

പെട്ടെന്ന് അയാൾ പരിഭവസ്വരത്തിൽ അറുത്തുമുറിച്ച് പറയും:

"പ്രെദ്തെച്ച" എന്നുവച്ചാലെന്താണ്? പഴയ സ്ലാവ്ഭാഷയിൽ

“തെച്ച” എന്നാൽ “പോവുക” എന്നർത്ഥം. “പ്രെദ്” എന്നുവച്ചാൽ “മുമ്പെ.” അപ്പോൾ “പ്രെദ്തെച്ച” എന്നാൽ “മുമ്പെ പോകുന്നവൻ,” അഥവാ “മുൻഗാമി” എന്നർത്ഥം അല്ലാതൊന്നുമല്ല.”

എല്ലാവരും നിശ്ശബ്ദം പുഞ്ചിരിച്ചുകൊണ്ട് അയാളുടെനേരെ പാളിനോക്കും. അയാളുടെ നാവിൽനിന്നുതിർന്നുവീഴുന്ന വിചിത്രപദങ്ങൾ ആ നിശ്ശബ്ദതയിൽ മുഴങ്ങിക്കേൾക്കാം:

“ഇദ്ദേഹത്തെ വരയ്ക്കേണ്ടത് ആട്ടിൻതോൽ ചുറ്റിയിട്ടല്ല. ചിറകുകളോടെയാണ്.”

“ആരോടാണീ സംസാരിക്കുന്നത്?” വല്ലവരും ചോദിച്ചെന്നിരിക്കും.

അയാൾ ഒന്നും മിണ്ടുകയില്ല. ചോദ്യം കേൾക്കാത്തതാവാം. അല്ലെങ്കിൽ മറുപടി പറയാൻ ഇഷ്ടപ്പെടാത്തതാവാം. പ്രതീക്ഷ തളംകെട്ടിനിൽക്കുന്ന നിശ്ശബ്ദതയിലൂടെ അയാളുടെ വാക്കുകൾ വീണ്ടും ഒഴുകിവരും:

“അവരുടെ പുണ്യജീവചരിത്രങ്ങൾ നാം അറിഞ്ഞിരിക്കേണ്ടതാണ്. പക്ഷെ ആ വിശുദ്ധഗ്രന്ഥങ്ങൾ അറിയാവുന്നവർ ആരുണ്ട്? നമുക്കെന്തറിയാം? ചിറകൊടിഞ്ഞു ജീവിച്ചുപോകുന്നു. ആത്മാവ് എവിടെ? അതാണു ഞാൻ ചോദിക്കുന്നത്. നമ്മുടെ കയ്യിൽ മൂലചിത്രങ്ങളുണ്ട്, സമ്മതിച്ചു. പക്ഷെ ഹൃദയമില്ല.”

ഇതു കേൾക്കുമ്പോൾ സിത്താനൊവിന്റെയൊഴിച്ച് മറ്റെല്ലാവരുടേയും ചുണ്ടത്ത് ഒരു പരിഹാസപ്പുഞ്ചിരി കളിയാടും. മിക്കപ്പോഴും ആരെങ്കിലും പിറുപിറുക്കും:

“ശനിയാഴ്ച കുടിദിവസമാണ്.”

നീണ്ട ദേഹവും ഉറച്ച മാംസപേശികളും മീശയോ പുരികമോ ഇല്ലാത്ത വട്ടമുഖവുമുള്ള ഇരുപത്തിരണ്ടുകാരനായ ഒരു ചെറുപ്പക്കാരനാണ് സിത്താനൊവ്. അയാൾ വിഷാദപൂർവം, ഗൗരവപൂർവ്വം, വല്ല മൂലയിലേക്കും നോക്കിയിരിക്കും.

ഒരിക്കൽ ഫ്യോദൊറൊവിലെ ദൈവമാതാവിന്റെ രൂപം പൂർത്തിയാക്കി മേശപ്പുറത്തു വച്ചിട്ട് ഷീഹരെവ് ഉദ്വേഗത്തോടെ ഉറക്കെ ഉൽഘോഷിച്ചത് ഞാനോർക്കുന്നു:

“തീർത്തു മാതാവേ! അവിടുന്നൊരു പാനപാത്രമാണ്, അടിയില്ലാത്ത പാനപാത്രം! ആളുകൾ ഉള്ളുരുകി വാർക്കുന്ന ചുടുകണ്ണീർ ഇനി അതിലേക്കൊഴുകിക്കൊള്ളും.”

ആരുടേയോ കോട്ടെടുത്ത് തോളത്തിട്ടുകൊണ്ട് അയാൾ ഇറങ്ങിപ്പോയി. മദ്യശാലയിലേക്കുള്ള പോക്കാണ്. ചെറുപ്പക്കാർ പൊട്ടിച്ചിരിച്ചു, ചൂളം വിളിച്ചു. കുറേക്കൂടി പ്രായമുള്ളവർ അസൂയയോടെ നെടുവീർപ്പിട്ടു. സിത്താനൊവ് മാത്രം ആ വിശുദ്ധരൂപത്തിന്റെ അടുത്തുചെന്ന് അതിൽ സശ്രദ്ധം നോക്കിയിട്ടു പറഞ്ഞു:

"തീർച്ചയായും അയാൾ കുടിക്കും. താൻ വരച്ച രൂപത്തെ വിട്ടുപിരിയേണ്ടിവരുന്നതിലുള്ള മനോവേദനകൊണ്ടാണ് അയാൾ കുടിക്കുന്നത്. എല്ലാവർക്കും അതു മനസ്സിലാവില്ല."

ഷീഹരെവിന്റെ മദ്യക്കുത്തുകൾ എപ്പോഴും തുടങ്ങുന്നത് ഒരു ശനിയാഴ്ച ദിവസമായിരിക്കും. മദ്യാസക്തനായ ഒരു പണിക്കാരന്റെ വെറുമൊരു വൈകല്യമല്ല അത്. അതിന്റെ ആരംഭം ഇങ്ങനെയായിരിക്കും: രാവിലെ അയാൾ ഒരു കുറിപ്പെഴുതി പാവെലിനെ എങ്ങോട്ടോ പറഞ്ഞയയ്ക്കും. ഉച്ചയ്ക്കുള്ള ഇടവേളയ്ക്കു തൊട്ടുമുമ്പ് അയാൾ ലരിയോനിച്ചിനോടു പറയും:

"ഞാനിന്നു കുളിപ്പുരയിൽ പോകും."

"വളരെ സമയത്തേക്കാണോ?"

"അങ്ങിനെ ചോദിച്ചാൽ..."

"ഏതായാലും ചൊവ്വാഴ്ചയ്ക്കപ്പുറം പോകരുത്."

ഷീഹരെവ് സമ്മതാർത്ഥത്തിൽ കഷണ്ടിത്തല കുലുക്കും. അയാളുടെ പുരികം വിറയ്ക്കും

കുളിപ്പുരയിൽനിന്നു മടങ്ങിവന്നാൽ അയാൾ കഞ്ഞിപ്പശയിട്ട പടിയുള്ള കുപ്പായമിട്ട്, കഴുത്തിലൊരു സ്കാർഫും കെട്ടി, സാറ്റിൻതുണികൊണ്ടുള്ള വെയിസ്റ്റ് കോട്ടിൽ നീണ്ടൊരു വെള്ളിത്തുടലും തൂക്കിയിട്ട്, ഒരു പച്ചപ്പരിഷ്ക്കാരിയെപ്പോലെ അണിഞ്ഞൊരുങ്ങും. ഇറങ്ങിപ്പോകുന്നതിനുമുമ്പ് അയാൾ പാവെലിനോടും എന്നോടും പറയും:

"ഇന്നു വൈകീട്ട് പണിശാല വെടിപ്പാക്കിവയ്ക്കാൻ പ്രത്യേകം ശ്രദ്ധിക്കണം. നീണ്ട മേശ ഉരച്ചുകഴുകണം."

ഒരു ഉത്സവത്തിന്റെ ഉത്സാഹത്തിമിർപ്പ് എല്ലാവരിലേക്കും പടർന്നുപിടിക്കും. ചിത്രകാരന്മാർ മേശകൾ വൃത്തിയാക്കിവച്ച് കുളിപ്പുരയിലേക്ക് ഓടും. തിരക്കിട്ട് അത്താഴം കഴിക്കും. അത്താഴം കഴിയുമ്പോഴേക്ക് ബിയറും വീഞ്ഞും ഉപദംശങ്ങളുമായി ഷീഹരെവ് പ്രവേശിക്കുന്നു. പ്രകൃതിയുടെ വികൃതിയാണോ എന്നു തോന്നുമാറ് ഭീമാകാരമായ ഒരു സ്ത്രീ പുറകെയുണ്ട്. ആറടി അഞ്ചിഞ്ചു പൊക്കമുള്ള അവരുടെ മുമ്പിൽ ഞങ്ങളുടെ കസേരകളും സ്റ്റൂളുകളും വെറും കളിപ്പാട്ടങ്ങളെപ്പോലെ

തോന്നിച്ചു. ദീർഘകായനായ സിത്താനൊവ്പോലും അവരുടെ തോളോളം വരില്ല. നല്ല അവയവപ്പൊരുത്തമുണ്ടെണ്ടങ്കിലും അവരുടെ മാറിടം ക്രമാധികം മുഴച്ചുനിന്നു. മന്ദവും അചതുരവുമായ അംഗചല നങ്ങൾ. വയസ്സു നാല്പതു കഴിഞ്ഞെങ്കിലും വലിയ കുതിരക്കണ്ണുകളോ ടുകൂടിയ ആ നിർവികാരമുഖം ഇപ്പോഴും വാട്ടംതട്ടാതെ മിനുസമായി ഇരിക്കുന്നു. അവരുടെ കൊച്ചുവായ് വിലകുറഞ്ഞ പാവയുടേതുപോലെ മുഖത്ത് വരച്ചുവച്ചിരിക്കുകയാണെന്നു തോന്നി. പുഞ്ചിരിയോടെ ചൂടുള്ള വലിയ കൈപ്പത്തി എല്ലാവരുടെ നേരെയും നീട്ടിക്കൊണ്ട് അവർ ആവശ്യമില്ലാതെ ഓരോന്നു പറഞ്ഞുകൊണ്ടിരുന്നു:

"സുഖമാണോ? ഇന്നു നല്ല തണുപ്പുള്ള ദിവസമാണ്. നിങ്ങളുടെ മുറിയിൽ വല്ലാത്ത മണം. ചായത്തിന്റേതായിരിക്കും. എന്താ സുഖമാണോ?"

നിറഞ്ഞൊഴുകുന്ന വലിയൊരു പുഴയെപ്പോലെ ശാന്തഗംഭീരമായ ആ മുഖത്തു നോക്കുന്നതു സന്തോഷപ്രദമാണെങ്കിലും ആവശ്യമില്ലാതെ അവർ ഓരോന്നു പറയുന്നതു കേട്ടാൽ മടുപ്പു തോന്നും. കവിൾവീർപ്പിച്ചു കൊണ്ടാണ് അവർ ഓരോ വാക്കും ഉച്ചരിക്കുന്നത്. ചുവന്ന് ചോരപോ ലിരിക്കുന്ന ആ കപോലങ്ങൾ കുറേക്കൂടി ഉരുണ്ടുവരും.

ചെറുപ്പക്കാർ അടക്കിച്ചിരിച്ചുകൊണ്ട് പരസ്പരം കുശുകുശുത്തു:

"ശരിക്കുമൊരു മോട്ടോർകാർപോലുണ്ട്."

"അല്ല, മണിമേടയാണ്!"

അവർ ചുണ്ടുകൾ കൂർപ്പിച്ച്, മാറിടത്തിനുതാഴെ കൈകൾ പിണച്ചുവ ച്ച്, മേശപ്പുറത്തെ സമോവാറിനു പിന്നിലായി ഉപവിഷ്ടയായി. സൽപ്ര കൃതം ദ്യോതിപ്പിക്കുന്ന കുതിരക്കണ്ണുകളാൽ അവർ ഓരോരുത്തരേയും മാറിമാറി നോക്കി.

എല്ലാവരും അവരോടു ബഹുമാനം കാട്ടി. ചെറുപ്പക്കാർക്കു തെല്ലൊരു ഭയവുമുണ്ടായിരുന്നു. ഒരുത്തൻ അവരുടെ ഭീമാകാരത്തെ ആർത്തിയോടെ തുറിച്ചുനോക്കും. പക്ഷെ അവരുടെ സർവ്വാശ്ലേഷ കമായ നോട്ടമേൽക്കാനിടയായാൽ അയാളുടനെ നാണിച്ച് മുഖം കുനിച്ചുകളയും. ഷീഹരെവും അവരോടു പെരുമാറുന്നത് ആദരവോടും ഉപചാരത്തോടും കൂടിയാണ്. "അയൽക്കാരി" എന്നാണു സംബോധന ചെയ്യുന്നത്. മേശപ്പുറത്തുനിന്ന് അവർക്കു ഭക്ഷണം എടുത്തുകൊടുക്കു മ്പോഴൊക്കെ ഷീഹരെവ് താണുവണങ്ങും.

"നിങ്ങൾ എന്റെ കാര്യത്തിൽ വിഷമിക്കണ്ട." അവർ മധുരമായി ഇഴച്ചുപറയും. "നിങ്ങൾ എത്രയാണ് ബുദ്ധിമുട്ടുന്നത്!"

അവരൊരിക്കലും തിടുക്കം കാട്ടാറില്ല. കൈമുട്ടുകൾ പള്ളയോടു ചേർത്തുപിടിച്ചിരുന്നതുകൊണ്ട് കൈകൾ മുട്ടിനു താഴോട്ടുമാത്രമേ ചലിക്കാറുള്ളൂ. ചൂടാറാത്ത റൊട്ടിയുടെ ഗന്ധം അവരുടെ സ്ഥൂലശരീരത്തിൽനിന്നു പ്രസരിച്ചു.

ആനന്ദനിർവൃതിയിൽ വിക്കിക്കൊണ്ട് വൃദ്ധനായ ഗോഗൊലെവ് ആ സ്ത്രീയുടെ സൗന്ദര്യത്തെ സ്തുതിക്കാൻ തുടങ്ങി. പ്രാർത്ഥന ചൊല്ലുന്ന ചെമ്മാച്ചനാണയാളെന്ന മട്ടിൽ തല ആദരവോടെ കുനിച്ചുപിടിച്ചുകൊണ്ട്. അവർ അതെല്ലാം കേട്ടു. അയാൾ വാക്കുകിട്ടാതെ കുഴങ്ങിയപ്പോൾ അവർ തന്നെപ്പറ്റി പറഞ്ഞു:

"കൊച്ചുന്നാളിൽ എനിക്കു യാതൊരു സൗന്ദര്യവുമില്ലായിരുന്നു. ഒരു സ്ത്രീയുടെ ജീവിതമെന്തെന്ന് അനുഭവിച്ചറിഞ്ഞതിനുശേഷമാണ് ഞാൻ ഈ രൂപത്തിലായത്. മുപ്പതു വയസ്സായപ്പോൾത്തന്നെ ഞാൻ ഒരു സുന്ദരിയായി. വലിയവലിയ തറവാടുകളിൽ ജനിച്ചവർപോലും എന്നെ ശ്രദ്ധിക്കാൻ തുടങ്ങി. ഒരു പ്രഭു എനിക്കൊരു കുതിരവണ്ടിപോലും വാഗ്ദാനം ചെയ്തതാണ്..."

മദ്യം തലയ്ക്കുപിടിച്ചു കഴിഞ്ഞിരുന്ന കപ്പെൻദ്യൂഹിൻ അലങ്കോലപ്പെട്ട മുടിയുമായി അവരെ അപ്രീതിയോടെ നോക്കിക്കൊണ്ട് പരുക്കൻ സ്വരത്തിൽ ചോദിച്ചു:

"എന്തിന്റെ പേരിൽ?"

"ഞങ്ങളുടെ പ്രേമത്തിന്റെ പേരിൽ," അവർ പറഞ്ഞു.

"പ്രേമമോ!" തെല്ലൊരു അമ്പരപ്പോടെ കപ്പെൻദ്യൂഹിൻ പറഞ്ഞു.

"അതിലെന്തു പ്രേമം!"

"പ്രേമമെന്നു വച്ചാൽ എന്താണെന്ന് നിങ്ങളെപ്പോലെ സുന്ദരനായ ഒരു ചെറുപ്പക്കാരനു തീർച്ചയായിട്ടും അറിയാം," അവർ നേരേ പറഞ്ഞു.

എല്ലാവരും പൊട്ടിച്ചിരിച്ചു. സിത്താനൊവ് കപ്പെൻദ്യൂഹിനോട് കുശുകുശുത്തു:

"മറയി! മടുപ്പു സഹിക്കവയ്യാതെ വരുമ്പോൾ മാത്രമേ ഇത്തരക്കാരെ പ്രേമിക്കാൻ കഴിയൂ എന്ന് ആർക്കാണ് അറിഞ്ഞുകൂടാത്തത്!"

വീഞ്ഞു കുടിച്ച് അയാളുടെ മുഖം വിവർണ്ണമായിരുന്നു. ചെന്നികളിൽ വിയർപ്പുമുത്തുകൾ തിളങ്ങി. ബുദ്ധിയുള്ള കണ്ണുകൾ ആപൽസൂചനയോടെ ജ്വലിച്ചു. വിരൂപമായ മൂക്ക് അനക്കി, വെള്ളമൂറുന്ന കണ്ണുകൾ വിരൽത്തുമ്പുകൾകൊണ്ടു തുടയ്ക്കുന്നതിനിടയിൽ വൃദ്ധൻ ഗോഗൊലെവ് ചോദിച്ചു:

"എത്ര പ്രസവിച്ചു?"

"ഒന്ന്."

മേശയുടെ മുകളിലും അടുപ്പിനു പിന്നിലുള്ള മൂലയിലും ഓരോ വിളക്കു തൂങ്ങിക്കിടപ്പുണ്ട്. അവയുടെ അരണ്ട വെളിച്ചമെത്താത്ത പണിശാലയിലെ കോണുകളിലെ കനത്ത നിഴലുകളിൽനിന്ന് തലയില്ലാത്ത രൂപങ്ങൾ മിഴിച്ചുനോക്കി. കൈകളുടേയും തലകളുടേയും സ്ഥാനമെടുത്ത നരച്ച നിഴലുകൾ വിചിത്രമായൊരു പ്രതീതിയുളവാക്കി. നിറം ചാർത്തിയ ഉടയാടകൾ ഈ ഇരുണ്ട മുറികളിലിട്ടെറിഞ്ഞുകൊണ്ട് പുണ്യവാളന്മാരുടെ ഗാത്രങ്ങൾ ആരും കാണാതെ എങ്ങോട്ടോ ഓടിമറഞ്ഞെന്നു തോന്നി. മേലോട്ടു വലിച്ചുപൊക്കി മച്ചിൽ കൊളുത്തിയിട്ട സ്ഫടികഗോളങ്ങൾ പുകപടലങ്ങൾക്കിടയിൽ നീലിമയോടെ തിളങ്ങി.

എല്ലാവരേയും സൽക്കരിച്ചുകൊണ്ട് ഷീഹരെവ് മേശയ്ക്കുചുറ്റും അസ്വസ്ഥനായി നടന്നു. അയാളുടെ കഷണ്ടിത്തല ഓരോരുത്തരുടേയും നേരെ കുനിഞ്ഞുകൊണ്ടിരുന്നു. ശോഷിച്ച വിരലുകൾ അനുസ്യൂതം ചലിച്ചുകൊണ്ടിരുന്നു. ആള് മുമ്പത്തേക്കാൾ മെലിഞ്ഞിട്ടുണ്ട്. കഴുകച്ചുണ്ടുപോലത്തെ മൂക്ക് കൂടുതൽ കൂർത്തിട്ടുണ്ട്. വെളിച്ചത്തിനെതിരെ നിൽക്കുമ്പോൾ കറുത്തുനീണ്ട അതിന്റെ നിഴൽ അയാളുടെ കവിളത്തു പതിഞ്ഞുകിടന്നു.

"കൂട്ടുകാരേ, നിറച്ചു തിന്നുക! കുടിക്കുക!" മുഴങ്ങുന്ന ശബ്ദത്തിൽ അയാൾ പറഞ്ഞു.

അയാളുടെ കൂടെ വന്ന സ്ത്രീ ആതിഥ്യം ചമഞ്ഞുകൊണ്ട് ഈണത്തിൽ പറഞ്ഞു:

"അയൽക്കാരാ, എന്തിനാണിങ്ങനെ ബുദ്ധിമുട്ടുന്നത്? കയ്പും രുചിയും എല്ലാവർക്കുമുണ്ട്. തിന്നാൻ തോന്നുന്നതിലും കൂടുതൽ ആരും തിന്നില്ല"

"മതിയാവോളം ആസ്വദിച്ചോളിൻ, കൂട്ടുകാരേ," ഷീഹരെവ് ഉദ്വേഗപൂർവ്വം പറഞ്ഞു. "നമ്മളൊക്കെ കർത്താവിന്റെ അടിമകളാണ്. നമുക്ക് 'കർത്താവിന്റെ നാമം വാഴ്ത്തപ്പെടട്ടെ' എന്ന പാട്ടു പാടാം."

പാട്ട് ഒരു പരാജയമായിരുന്നു. മൂക്കറ്റം തിന്നും കുടിച്ചും എല്ലാവർക്കും ഒരു പതം വന്നുകഴിഞ്ഞിരുന്നു. കപ്പെൻദ്യൂഹിൻ ഒരു അക്കോർഡിയൺ കൈക്കലാക്കി. പ്രായംകുറഞ്ഞ വിക്തർ സലവ്യതിൻ, കാക്കയെപ്പോലെ കറുത്തിരിക്കുന്ന ഒരു ഗൗരവക്കാരൻ, ഒരു ഡമരുവിൽ താളം പിടിച്ചു. വക്കത്തെ മണികളുടെ കിലുകിലാരവത്തോടൊപ്പം അത് ധും ധും എന്നു മുഴങ്ങി.

“ഒരു റഷ്യൻ നൃത്തം!” ഷീഹരെവ് ആജ്ഞാപിച്ചു. “അയൽക്കാരി, ദയവു ചെയ്ത്...”

“അയ്യോ!” എന്നും പറഞ്ഞ് സ്ത്രീ ഒരു നെടുവീർപ്പോടെ എണീറ്റു. “നിങ്ങൾ എത്ര ബുദ്ധിമുട്ടുന്നു!”

അവർ തറയുടെ മദ്ധ്യത്തിലേക്കു നടന്നുചെന്ന് ഒരു മണിമേടപോലെ നിലകൊണ്ടു. തവിട്ടുനിറത്തിലുള്ള വീതിയേറിയ പാവാടയും മഞ്ഞ ബ്ലൗസും തലയിലൊരു ചുവന്ന തുവാലയുമാണ് അവർ ധരിച്ചിരുന്നത്.

അക്കോർഡിയൺ ഒരു തകർപ്പൻ ശ്രുതി മീട്ടി. മണികൾ കിലുങ്ങി. വിഷമിച്ച് ശ്വാസംവലിക്കുന്നതുപോലുള്ള കനത്തുപതിഞ്ഞ ശബ്ദം ഡമരുവിൽനിന്നുയർന്നു. കേൾക്കാൻ സുഖമുള്ള ശബ്ദമായിരുന്നില്ല അത്. ഭ്രാന്തുപിടിച്ച ഏതോ മനുഷ്യൻ തേങ്ങിക്കരഞ്ഞുകൊണ്ട് ചുമരിൽ തല തല്ലുകയാണെന്നു തോന്നി.

ഷീഹരെവിനു നൃത്തം ചെയ്യാൻ വശമില്ലായിരുന്നു. അയാൾ തിളങ്ങുന്ന ബൂട്ടുകളുടെ ഉപ്പൂറ്റി നിലത്തടിച്ച് പാദം വെറുതെ ചലിപ്പിച്ചു കൊണ്ടിരിക്കും. ഇടയ്ക്ക് സംഗീതത്തിന്റെ താളമൊന്നും നോക്കാതെ മുട്ടനാടിനെപ്പോലെ ഒന്നു ചാടും. ആ പാദങ്ങൾ അയാളുടേതല്ലെന്നു തോന്നി. എട്ടുകാലിയുടെ വലയിലകപ്പെട്ട കടന്നലിനെപ്പോലെയോ മുക്കുവന്റെ വലയിലകപ്പെട്ട മീനിനെപ്പോലെയോ അയാളുടെ ദേഹം ‘ഭയാനകമാംവണ്ണം ഞെളിഞ്ഞുപിരിയും. കണ്ടാൽ സങ്കടം തോന്നും. പക്ഷെ എല്ലാവരും—തലയ്ക്കു മത്തു പിടിച്ചവർപോലും—അയാളുടെ തുള്ളലും വിറയലും സശ്രദ്ധം വീക്ഷിക്കും. എല്ലാവരുടേയും നോട്ടം അയാളുടെ മുഖത്തും കൈകളിലുമാണ്. ഷീഹരെവിന്റെ മുഖത്തെ ഭാവവ്യത്യാസങ്ങൾ അത്ഭുതകരമായിരുന്നു. അത് ഒരിക്കൽ സൗമ്യവും സങ്കോചപൂർണ്ണവുമാണെങ്കിൽ പെട്ടെന്ന് അഭിമാനവിജൃംഭിതമാകും. കുറച്ചു കഴിയുമ്പോൾ അത് കാർക്കശ്യം പൂണ്ട് ചുളിഞ്ഞിരിക്കും. അതാ അയാൾ അമ്പരന്നു നിലവിളിച്ചുകൊണ്ട് ഒരു നിമിഷത്തേക്കു കണ്ണടയ്ക്കുന്നു. വീണ്ടും കണ്ണു തുറക്കുന്നതോടെ അയാൾ വിഷാദാധീനനാകുന്നു. മുഷ്ടിചുരുട്ടിക്കൊണ്ട് അയാൾ പതുക്കെപ്പതുക്കെ സ്ത്രീയുടെ അടുത്തേക്കു നീങ്ങുന്നു. പെട്ടെന്ന്, നിലത്ത് ആഞ്ഞുചവിട്ടിയശേഷം അയാൾ അവരുടെ മുമ്പിൽ മുട്ടുകുത്തി നിൽക്കുന്നു. കൈ രണ്ടും വിരിച്ചുപിടിച്ചുകൊണ്ട് പുരികമുയർത്തി അവർക്കു ഹൃദ്യമായൊരു പുഞ്ചിരി സമ്മാനിക്കുന്നു. അവർ ദാക്ഷിണ്യഭാവത്തോടെ അയാളെ നോക്കി മന്ദഹസിച്ചിട്ട് ശാന്തമായി താക്കീതു ചെയ്യും:

“അയൽക്കാരാ, നിങ്ങൾ ക്ഷീണിക്കും!”

അവർ മഹാമനസ്കതയോടെ കണ്ണടയ്ക്കാൻ ശ്രമിക്കുമെങ്കിലും മൂന്നു കോപ്പെക്ക് തുട്ടിന്റെ വട്ടമുള്ള ആ കണ്ണുകൾ അടയാൻ കൂട്ടാക്കുകയില്ല. ആ മുഖത്ത് അപ്പോഴുണ്ടാകുന്ന ചുളിവുകൾ തെല്ലും സുഖകരമായ ഒരു കാഴ്ചയല്ല.

അവർക്കും നൃത്തം ചെയ്യാനറിഞ്ഞുകൂടാ. ആ സ്ഥൂലദേഹം ഉലച്ചു കൊണ്ട് അവർ മെല്ലെ, നിശ്ശബ്ദം, മുറിയിലൂടെ നീങ്ങിക്കൊണ്ടിരിക്കും. ഇടതുകയ്യിൽ പിടിച്ചിരിക്കുന്ന തുവാല അവർ അലസമായി വീശും. ഒക്കത്തു കുത്തിയിരിക്കുന്ന വലതുകൈ പിടിയുള്ള ഒരു കൂറ്റൻ ഭരണിയുടെ പ്രതീതി ഉളവാക്കി.

ആ പ്രതിമയുടെ ചുറ്റും വട്ടമിട്ടുകൊണ്ടിരുന്ന ഷീഹരെവിന്റെ മുഖത്തു കൂടി വിരുദ്ധവികാരങ്ങൾ മിന്നിപ്പാഞ്ഞു. ഒരാളല്ല, പലതരക്കാരായ പത്തുപേരാണ് നൃത്തം ചെയ്യുന്നതെന്നു തോന്നി. ഒരാൾ വിനയാന്വിതനും ലജ്ജാശീലനുമാണെങ്കിൽ മറ്റൊരാൾ കോപാകുലനും ഭീകരനുമാണ്. മൂന്നാമത്തെയാൾ പേടിച്ചു നിലവിളിച്ചുകൊണ്ട് ഗർഹണീയയായ ആ ഭീമാകാരയിൽനിന്ന് ഓടിയൊളിക്കാൻ ശ്രമിക്കുന്നു. പെട്ടെന്നതാ മുറിവേറ്റ നായയെപ്പോലെ പല്ലിളിച്ചുകാട്ടി ഞെളിഞ്ഞുപിരിഞ്ഞുകൊണ്ട് മറ്റൊരു രൂപം പ്രത്യക്ഷപ്പെടുന്നു. ഈ വികലനൃത്തം എന്റെ മനസ്സിടിച്ചു. പട്ടാളക്കാരുടേയും അലക്കുകാരികളുടേയും അടുക്കളവേലക്കാരികളുടേയും ശ്വാനപ്രേമങ്ങളുടേയും അശുഭസ്മരണകളെ അത് എന്നിലുണർത്തി.

സീദൊറൊവിന്റെ പ്രശാന്തമായ വാക്കുകൾ ഞാൻ ഓർത്തു:

“ഈവക കാര്യങ്ങളെപ്പറ്റി എല്ലാവരും നുണയേ പറയൂ. അവർക്കു നാണക്കേടാണ്. കാരണം, സത്യത്തിൽ ആർക്കും സ്നേഹമില്ല. അവരതു വെറും നേരമ്പോക്കിനുവേണ്ടി ചെയ്യുന്നതാണ്.”

“ഈവക കാര്യങ്ങളെപ്പറ്റി എല്ലാവരും നുണയേ പറയൂ.” എന്നു വിശ്വസിക്കാൻ ഞാൻ ഇഷ്ടപ്പെട്ടില്ല. അപ്പോൾ മാർഗൊ രാജ്ഞിയോ? ഷീഹരെവും തീർച്ചയായും നുണപറയുകയില്ല. സിത്താനൊവ് ഒരു തെരുവുവേശ്യയെ പ്രേമിക്കുന്ന കാര്യവും എനിക്കറിയാം. അവൾ അയാൾക്കൊരു ഗുഹ്യരോഗം സമ്മാനിച്ചതാണ്. പക്ഷെ കൂട്ടുകാർ ഉപദേശിച്ചതുപോലെ അയാൾ അവളെ തല്ലിയില്ല. പകരം ഒരു മുറിയെടുത്ത് അവളെ അതിൽ താമസിപ്പിച്ച് ചികിത്സിപ്പിച്ചുകൊണ്ടിരിക്കുന്നു. ഒരു പ്രത്യേകവാത്സല്യത്തോടും സങ്കോചത്തോടും കൂടിയാണ് അയാൾ എപ്പോഴും അവളെപ്പറ്റി പരാമർശിക്കുന്നത്.

മുഖത്ത് ജീവനില്ലാത്ത പുഞ്ചിരിയും കയ്യിൽ വീശുന്ന തുവാലയുമായി ആ ‘ഭീമഗാത്രി ഇപ്പോഴും ഉലഞ്ഞാടിക്കൊണ്ടിരുന്നു. ഷീഹരെവ്

അവർക്കു ചുറ്റും വിറച്ചുതുള്ളിക്കൊണ്ടിരുന്നു. അവരെ രണ്ടുപേരേയും നോക്കുമ്പോൾ ഞാൻ ആലോചിച്ചുപോയി: ദൈവത്തെത്തന്നെ കബളിപ്പിച്ച ഔവ്വ ഈ കുതിരയെപ്പോലെ ആവുമോ ഇരുന്നിരുന്നത്? എനിക്ക് ആ സ്ത്രീയോടു വെറുപ്പു തോന്നിത്തുടങ്ങി.

തലയില്ലാത്ത വിശുദ്ധരൂപങ്ങൾ ഇരുണ്ട ചുമരുകളിൽനിന്നു തുറിച്ചു നോക്കി. ഇരുണ്ട രാത്രി ജനാലച്ചില്ലുകളോടു പററിക്കിടന്നു. വീർപ്പുമുട്ടിക്കുന്ന പണിശാലയിൽ വിളക്കുകൾ മങ്ങിക്കത്തി. പ്രക്ഷാളനത്തിനുള്ള ചെമ്പുപാത്രത്തിൽനിന്ന് വെള്ളം തൊട്ടിയിലേക്ക് അതിവേഗം ഇറ്റിറ്റു വീഴുന്ന ശബ്ദം മുറിയിലെ സംസാരത്തിന്റേയും ചവിട്ടിത്തകർക്കലിന്റേയുമെല്ലാം ഇടയ്ക്കു കേൾക്കാം.

ഞാൻ പുസ്തകങ്ങളിൽ വായിച്ചിട്ടുള്ളതിൽനിന്നും എത്രയോ വിഭിന്നമായൊരു ജീവിതം! രണ്ടും തമ്മിലുള്ള അന്തരം എത്ര ഭീകരമാണ്! താമസിയാതെ എല്ലാവർക്കും മുഷിഞ്ഞു. സലവ്യത്തിന്റെ കയ്യിലേക്ക് അക്കോർഡിയൺ വലിച്ചെറിഞ്ഞിട്ട് കപ്പെൻദ്യൂഹിൻ വിളിച്ചു പറഞ്ഞു:

“വരിൻ! ഈ പലകകളിൽനിന്നു പുക പറക്കണം!”

വാൻക ത്സിഗനോക്കിനെപ്പോലെ വായുവിലൂടെ പറന്നുപോകുന്ന മട്ടിലാണ് അയാൾ നൃത്തം ചെയ്തത്. പാവെൽ ഒദിൻത്സോവും സൊറോക്കിനും പാദങ്ങൾ അതിവേഗം ചലിപ്പിച്ചു. ക്ഷയരോഗിയായ ദവീദൊവ്പോലും നിലത്ത് കാലുകൾ വലിച്ചിഴച്ചുകൊണ്ടു നീങ്ങി. പൊടിയും പുകയും വോഡ്ക്കയുടെ നിശിതഗന്ധവും ഊറയ്ക്കിട്ടതോലുപോലിരിക്കുന്ന പുകച്ച പന്നിയിറച്ചിയുടെ മണവുമെല്ലാംകൂടി ഏറ്റപ്പോൾ അയാൾക്കു ചുമയടക്കാൻ കഴിഞ്ഞില്ല.

ആട്ടവും പാട്ടും തൊള്ളതുറക്കലുമെല്ലാം നിർബാധം തുടർന്നു. എന്നാലതേസമയംതന്നെ തങ്ങൾ ഉല്ലസിക്കുകയാണെന്ന് ഓരോരുത്തർക്കും ഓർമ്മയുണ്ടായിരുന്നു. പ്രസരിപ്പും സഹനശക്തിയും ആർക്കാണു കൂടുതലെന്ന് അവർ പരസ്പരം പരീക്ഷിച്ചുനോക്കുകയാണെന്നു തോന്നി.

കുടിച്ചു ലക്കുകെട്ടുകഴിഞ്ഞിരുന്ന സിത്താനൊവ് ഓരോരുത്തരുടേയും അടുത്തുചെന്നു ചോദിച്ചു:

“ഇതുപോലൊരുത്തിയെ അയാൾക്ക് എങ്ങിനെ പ്രേമിക്കാൻ കഴിയും?”

അയാൾ ഏതു നിമിഷവും പൊട്ടിക്കരയുമെന്നു തോന്നി.

മെലിഞ്ഞ തോളിളക്കിക്കൊണ്ട് ലരിയോനിച്ച് പറഞ്ഞു:

“മറ്റാരേയുംപോലെ അവരുമൊരു സ്ത്രീ. അതിനു തനിക്കെന്തോ?”

പക്ഷെ അവരുടെ സംസാരവിഷയമായ രണ്ടുപേരും താമസിയാതെ അപ്രത്യക്ഷരായി. ഷീഹരെവ് ഇനി പണിശാലയിലേക്കു മടങ്ങിവരുന്നത്

രണ്ടോ മൂന്നോ ദിവസം കഴിഞ്ഞായിരിക്കും. കളിപ്പുരയിലെ സന്ദർശനം കഴിഞ്ഞാൽ അയാൾ തന്റെ മൂലയിൽ പോയി ഇരുന്ന് ഒരു രണ്ടാഴ്ചത്തേക്ക് ആരോടും മിണ്ടാതെ, ആരോടും അടുക്കാതെ, ഘനഗാംഭീര്യത്തോടെ തന്റെ ജോലിയിൽ മുഴുകും.

"അവർ പോയോ?" വിഷാദംപൂണ്ടതും തെല്ലൊരു നീലിമ കലർന്നതുമായ ചാരക്കണ്ണുകൾ മുറിയിലുടനീളം പായിച്ചുകൊണ്ട് സിത്താനൊവ് ചോദിച്ചു. അയാളുടെ ചന്തമില്ലാത്ത മുഖം ഒരു വൃദ്ധന്റേതുപോലെ ഇരുന്നിരുന്നു. എങ്കിലും ആ കണ്ണുകൾ നിർമ്മലവും കരുണാർദ്രവുമായിരുന്നു.

അയാൾ എന്നോടു സ്നേഹപൂർവ്വമാണു പെരുമാറിയത്. അതിനു ഞാൻ കടപ്പെട്ടിരിക്കുന്നത് കവിതകളെഴുതിവച്ചിരിക്കുന്ന എന്റെ തടിച്ച നോട്ടുപുസ്തകത്തോടാണ്. അയാൾ ദൈവത്തിൽ വിശ്വസിച്ചില്ല. ആ പണിശാലയിൽ ലരിയോനിച്ചൊഴിച്ച് ആർക്കാണ് ദൈവത്തോടു സ്നേഹവും വിശ്വാസവുമുള്ളതെന്നു പറയാൻ പ്രയാസമായിരുന്നു. തൊഴിലാളികൾ അവരുടെ മുതലാളിയെപ്പറ്റി പറയുന്നതെങ്ങിനെയോ അതേപോലെ ചെറിയൊരു പരിഹാസച്ചുവയോടെയാണ് അവരെല്ലാവരും ദൈവത്തെപ്പറ്റി സംസാരിച്ചത്. എന്നാലതേസമയം തന്നെ അവർ കരിശുവരച്ചശേഷമേ ഭക്ഷണം കഴിക്കൂ. പ്രാർത്ഥന ചൊല്ലിയിട്ടേ ഉറങ്ങാൻ കിടക്കൂ. ഞായറാഴ്ചതോറും അവരെല്ലാവരും മുടങ്ങാതെ പള്ളിയിൽ പോയി.

സിത്താനൊവ് മാത്രം ഇതൊന്നും ചെയ്തില്ല. അയാളെ ഒരു നിരീശ്വരവാദിയായിട്ടാണ് മറ്റുള്ളവർ കരുതിയത്.

"ദൈവമില്ല." അയാൾ പറയും.

"പിന്നെല്ലാം എവിടുന്നു വന്നതാണ്?"

"അറിഞ്ഞുകൂടാ."

"ദൈവമില്ലാതെ വരുന്നതെങ്ങിനെ?" എന്നു ഞാനൊരിക്കൽ ചോദിച്ചപ്പോൾ അയാൾ വിശദമാക്കി:

"ദൈവമെന്നുവച്ചാൽ ഉയർച്ച."

ഇത്രയും പറഞ്ഞിട്ട് അയാൾ തന്റെ നീണ്ട കൈ തലയ്ക്കു മുകളിലേക്കു നീട്ടിക്കാണിച്ചു. തുടർന്ന്, നിലത്തേക്കു ചൂണ്ടിക്കൊണ്ട് അയാൾ പറഞ്ഞു:

"മനുഷ്യനെന്നു വച്ചാലോ? താഴ്ച. ശരിയല്ലേ? പക്ഷെ "ദൈവം മനുഷ്യനെ സൃഷ്ടിച്ചിരിക്കുന്നത് സ്വന്തം ഛായയിലാണ്' എന്നൊരു ചൊല്ലുണ്ട്. ഗോഗൊലെവിനെ സൃഷ്ടിച്ചിരിക്കുന്നത് ആരുടെ ഛായയിലാണ്?"

ആ ചോദ്യം എന്നെ കുഴക്കി. പ്രായാധിക്യമുണ്ടെങ്കിലും വെടിപ്പില്ലാത്തവനും മുഴുക്കുടിയനുമായ ഗോഗൊലെവ് ഓണന്റെ പാപം

ചെയ്യുവനാണ്. കൂടാതെ മുത്തശ്ശിയുടെ സഹോദരിയേയും വ്യാത്ക്ക സ്വദേശിയായ യെർമോഹിനെന്ന പട്ടാളക്കാരനേയും ഞാൻ ഓർത്തു. ദൈവത്തോട് എന്തു സാദൃശ്യമാണ് അവർക്കുള്ളത്?

"ആളുകൾ പന്നികളാണെന്ന് ആർക്കാണറിഞ്ഞുകൂടാത്തത്," സിത്താനൊവ് പറഞ്ഞു. ഉടൻതന്നെ എന്നെ സമാശ്വസിപ്പിക്കാൻവേണ്ടി അയാൾ ഇത്രയും കൂട്ടിച്ചേർത്തു:

"സാരമില്ല, മക്സീമിച്ച്, കൂട്ടത്തിൽ നല്ലവരുമുണ്ട്, സംശയമില്ല!"

അയാളുടെ സാമീപ്യത്തിൽ എനിക്കു തികഞ്ഞ സ്വച്ഛത അനുഭവപ്പെട്ടു. ഒരു കാര്യം അറിഞ്ഞുകൂടെങ്കിൽ അയാൾ തുറന്നുപറയും:

"അറിഞ്ഞുകൂടാ. അതെപ്പറ്റി ആലോചിച്ചിട്ടില്ല."

ഇതും അസാധാരണമായിരുന്നു. ഞാൻ അതേവരെ കണ്ടിട്ടുള്ള സകലരും എല്ലാമറിയുന്നവരും എല്ലാറ്റിനെക്കുറിച്ചും അഭിപ്രായം പറയുന്നവരുമായിരുന്നു.

ഉള്ളിൽത്തട്ടുന്ന ഒന്നാംതരം കവിതകൾക്കു പുറമെ അയാളുടെ നോട്ടുപുസ്തകത്തിൽ ലജ്ജാകരങ്ങളായ അനേകം അശ്ലീലപദ്യങ്ങൾ കണ്ടപ്പോൾ എനിക്ക് അത്ഭുതം തോന്നി. ഞാൻ അയാളോടു പുഷ്ക്കിനെപ്പറ്റി പറഞ്ഞപ്പോൾ ആ നോട്ടുപുസ്തകത്തിൽ പകർത്തിവച്ച "ഗവ്രിലിയാദ" എന്ന കവിത അയാൾ എനിക്കു കാട്ടിത്തന്നു.

"പുഷ്ക്കിന്റെ കവിതയിൽ വെറും നേരമ്പോക്കേയുള്ളൂ. പക്ഷെ ബെനെദിക്തോവിന്റെ കവിതയുണ്ടല്ലോ. അതു ശ്രദ്ധിക്കേണ്ടതാണ്, മക്സീമിച്ച്!"

അയാൾ കണ്ണടച്ചുപിടിച്ചുകൊണ്ട് പതിഞ്ഞ ശബ്ദത്തിൽ ചൊല്ലിത്തുടങ്ങും:

നോക്കിരസിക്കു കാമിനിതന്നുടെ
വശ്യതയാർന്നൊരു വക്ഷോജം...

എന്തുകൊണ്ടാണെന്നറിഞ്ഞില്ല, മൂന്നു വരികൾ അയാൾ പ്രത്യേകിച്ചൊരു ആഹ്ലാദത്തോടും അഭിമാനത്തോടും കൂടിയാണു ചൊല്ലുന്നത്:

കൂർത്തൊരു ഗരുഡക്കണ്ണിനുപോലും
തപ്തകവാടം ഭേദിച്ചവളുടെ
ഹൃദയം കാണാൻ കെല്പില്ല

"മനസ്സിലായോ?"

അയാളെ ഇത്രയേറെ രസിപ്പിച്ചതെന്താണെന്നു മനസ്സിലാക്കാൻ എനിക്കു കഴിഞ്ഞില്ലെന്ന കാര്യം തുറന്നുപറയാൻ ഞാൻ ലജ്ജിച്ചു.

XIV

പണിശാലയിലെ എന്റെ ചുമതലകൾ വിഷമം പിടിച്ചവയായിരുന്നില്ല. രാവിലെ മറ്റുള്ളവർ ഉണരുന്നതിനുമുമ്പ് എണീറ്റ് ചിത്രകാരന്മാർക്കു ചായ കുടിക്കാൻ സമോവാർ ചൂടാക്കണം. അവർ അടുക്കളയിലിരുന്നു ചായകുടിക്കുന്ന സമയത്ത് പാവലും ഞാനും മുറികൾ തൂത്തുവാരും. ചായക്കൂട്ടുകളിൽ ചേർക്കാൻവേണ്ടി മുട്ടയിലെ വെള്ളയും കരുവും വേർതിരിക്കും. അതുകഴിഞ്ഞാൽ ഞാൻ താഴത്തങ്ങാടിയിലെ കടയിലേക്കു പുറപ്പെടും. വൈകീട്ട് മടങ്ങിവന്നശേഷം ചായങ്ങൾ കൂട്ടിക്കലർത്തണം. ചിത്രകാരന്മാരുടേയും മറ്റും ജോലി 'നോക്കിമനസ്സിലാക്കണം.' ആദ്യമൊക്കെ ഞാൻ അതീവതാല്പര്യത്തോടെ അത് 'നോക്കിമനസ്സിലാക്കി' പക്ഷെ ജോലിയുടെ പ്രത്യേകം പ്രത്യേകം ഭാഗങ്ങൾ മാത്രം ചെയ്തുപോന്ന അവരിൽ മിക്കവർക്കും അതിൽ താല്പര്യമില്ലെന്നും ഒടുങ്ങാത്ത മടുപ്പ് അവരെ കലശലായി ദണ്ഡിപ്പിക്കുന്നുണ്ടെന്നും എനിക്കു താമസിയാതെ ബോദ്ധ്യമായി.

വൈകുന്നേരം ഒഴിവുള്ളപ്പോൾ ഞാൻ അവരോട് എന്റെ കപ്പൽ ജീവിതത്തെക്കുറിച്ചു വിവരിക്കും. പുസ്തകങ്ങളിൽ വായിച്ചിട്ടുള്ള കഥകൾ അവർക്കു പറഞ്ഞുകൊടുക്കും. അങ്ങിനെ ഞാനറിയാതെതന്നെ എനിക്ക് ആ പണിശാലയിൽ കാഥികനും പുസ്തകവായനക്കാരനുമെന്ന നിലയ്ക്ക് ഒരു പ്രത്യേക സ്ഥാനം ലബ്ധമായി.

എന്റത്ര ലോകം കണ്ടിട്ടുള്ളവരോ കാര്യങ്ങളറിയാവുന്നവരോ ആയി അക്കൂട്ടത്തിലാരുമില്ലെന്ന് എനിക്ക് താമസിയാതെ മനസ്സിലായി. കുട്ടിക്കാലത്തുതന്നെ അവരിൽ മിക്കവരും തങ്ങളുടെ തൊഴിലിന്റെ

ഇടുങ്ങിയ കൂട്ടിനകത്ത് കൊട്ടിയടയ്ക്കപ്പെട്ടുകഴിഞ്ഞിരുന്നു. അവർ അന്നു തൊട്ട് അതിനകത്തുതന്നെ ഇരിക്കുകയാണ്. ആ പണിശാലയിൽ ഷീഹരെവ് മാത്രമേ മോസ്ക്കോ കണ്ടിട്ടുള്ളൂ. ഗാംഭീര്യത്തോടെ നെറ്റി ചുളിച്ചുകൊണ്ട് അയാൾ അതെപ്പറ്റി പറയും:

"കരഞ്ഞുപിഴിഞ്ഞാലൊന്നും മോസ്ക്കോയിൽ രക്ഷയില്ല. അവിടെ രണ്ടു കണ്ണും തുറന്നുതന്നെ പിടിക്കണം!"

ഷുയയ്ക്കോ വ്ളദീമിറിനോ അപ്പുറം മറ്റാരും പോയിട്ടില്ല. ഞാൻ കസാനെപ്പറ്റി പറഞ്ഞാൽ അവർ ചോദിക്കും:

"അവിടെ റഷ്യാക്കാർ ധാരാളമുണ്ടോ? പള്ളികളുണ്ടോ?"

പേർമ് സൈബീരിയയിലാണെന്നാണ് അവരുടെ ധാരണ. സൈബീരിയ ഉറാൽ പർവ്വതനിരകൾക്കപ്പുറത്താണെന്നു പറഞ്ഞാൽ അവർക്കു വിശ്വാസം വരില്ല.

"ഉറാൽസിലെ പലതരം മീൻ കാസ്പിയൻ കടലിൽനിന്നല്ലേ കൊണ്ടുവരുന്നത്? അപ്പോൾ ഉറാൽസ് ആ കടലിന്റെ തീരത്തായിരിക്കണമല്ലോ."

ഇംഗ്ലണ്ട് മഹാസമുദ്രത്തിനപ്പുറത്താണെന്നും ബോണപ്പാർട്ട് കലൂഗയിലെ ഒരു പ്രഭുവംശത്തിൽ പിറന്നവനാണെന്നും അവർ ശഠിക്കുമ്പോൾ അവരെന്നെ കളിയാക്കുകയാണോ എന്നു ഞാൻ സംശയിച്ചിട്ടുണ്ട്. ഞാൻ എന്റെ കണ്ണുകൊണ്ടു കണ്ട കാര്യങ്ങളെപ്പറ്റി പറയുന്നത് അവർ മിക്കവാറും വിശ്വസിക്കാറില്ല. എന്നാൽ സംഭ്രമജനകങ്ങളും സങ്കീർണ്ണങ്ങളുമായ കഥകൾ കേൾക്കാൻ അവർക്കു വലിയ താല്പര്യമാണ്. പ്രായംചെന്നവർപോലും സത്യത്തേക്കാൾ ഇഷ്ടപ്പെട്ടത് മിഥ്യയാണ്. കഥ എത്രകണ്ട് അവിശ്വസനീയമാണോ, അത് യാഥാർത്ഥ്യത്തിൽ നിന്ന് എത്രകണ്ട് അകന്നാണോ, അത്രകണ്ട് ശ്രദ്ധയോടും ശുഷ്കാന്തിയോടുംകൂടി അവരതു കേട്ടുകൊണ്ടിരിക്കുന്നത് ഞാൻ കണ്ടിട്ടുണ്ട്. പൊതുവിൽ അവർക്ക് യാഥാർത്ഥ്യത്തിൽ യാതൊരു താല്പര്യവുമില്ലായിരുന്നു. ഇന്നത്തെ ദാരിദ്ര്യവും വൈരൂപ്യവും കാണാനിഷ്ടപ്പെടാതെ അവർ സ്വപ്നമൂറുന്ന കണ്ണുകളുമായി നാളെയെ ഉറ്റുനോക്കി.

യഥാർത്ഥജീവിതവും പുസ്തകങ്ങളിൽ പറഞ്ഞിട്ടുള്ളതും തമ്മിലുള്ള വൈപരീത്യം വേണ്ടത്ര നിശിതമായി അനുഭവപ്പെട്ടുകഴിഞ്ഞിരുന്ന എന്നെ ഇത് കുറച്ചൊന്നുമല്ല അത്ഭുതപ്പെടുത്തിയത്. ജീവനുള്ള മനുഷ്യർ ഇതാ എന്റെ മുമ്പിലുണ്ട്. പക്ഷെ അവരെപ്പോലിരിക്കുന്ന ഒരുത്തരേയും ഞാൻ പുസ്തകങ്ങളിൽ കണ്ടിട്ടില്ല. സ്മുറി, തീമൂട്ടുകാരനായ യാക്കൊവ്, അലക്സാണ്ടർ, ഷീഹരെവ്, അലക്കുകാരിയായ നതാല്യ—ഇവരാരും പുസ്തകങ്ങളുടെ ഏടുകളിലില്ല.

ഗൊലിത്സിൻസ്ക്കിയുടെ ഒരു കീറിപ്പറിഞ്ഞ കഥാസമാഹാരവും ബുൾഗാറിന്റെ 'ഇവാൻ വിഷിഗിനും' ബ്രാംബിയൂസ്സ്സഭുവിന്റെ ഒരു കൃതിയും ദവീദൊവിന്റെ പെട്ടിയിൽ കിടന്നിരുന്നു. ഞാൻ അവയെല്ലാം പണിശാലയിലെ ജോലിക്കാരെ വായിച്ചുകേൾപ്പിച്ചു. എല്ലാവർക്കും ആ കഥകൾ ഒട്ടേറെ ഇഷ്ടപ്പെട്ടു.

"വായന ഒച്ചയും ബഹളവുമൊക്കെ ത്തുത്തുകളയുന്നു. അതു നല്ലതാണ്," ലരിയോനിച്ച് പറഞ്ഞു.

ഞാൻ പുസ്തകങ്ങൾ തിരയാൻ തുനിഞ്ഞിറങ്ങി. കയ്യിൽ കിട്ടിയതെല്ലാം അവരെ വായിച്ചുകേൾപ്പിച്ചു. ആ സായാഹ്നങ്ങൾ അവിസ്മരണീയമായിരുന്നു. പാതിരായ്ക്കെന്നപോലെ നിശ്ശബ്ദത കളിയാടുന്ന പണിശാല. മേശകളുടെ മീതെ തൂങ്ങിക്കിടക്കുന്ന സ്ഫടികഗോളങ്ങൾ തണുത്ത വെള്ളിനക്ഷത്രങ്ങളാണ്. അവയുടെ കിരണങ്ങൾ മേശകളിലേക്കു കുനിഞ്ഞിരിക്കുന്ന ശിരസ്സുകളിൽ പതിക്കുന്നു. ആ ശിരസ്സുകളിൽ ചിലതിൽ മുടി പപ്രശ്ശമായി കിടക്കുന്നു, ചിലതിൽ കഷണ്ടി കയറിയിരിക്കുന്നു. ശാന്തവും ചിന്താധീനവുമായ മുഖങ്ങൾ. ഇടയ്ക്ക് വല്ലവരും ഗ്രന്ഥകാരനേയോ കഥാനായകനേയോ പ്രശംസിച്ചുകൊണ്ട് ഒന്നുരണ്ടു വാക്കു പറഞ്ഞെന്നിരിക്കും. സൗമ്യരും ശ്രദ്ധാലുക്കളുമായ ഈ മനുഷ്യർക്ക് അവരുടെ പകലത്തെ രൂപമേയല്ല. ഈ സായാഹ്നവേളകളിൽ എനിക്ക് അവരോട് അനല്പമായ സ്നേഹം തോന്നി. അവർക്കെന്നോട്ടും അടുപ്പം തോന്നി. എന്റെ സ്ഥാനം കണ്ടെത്തിയതായി എനിക്കനുഭവപ്പെട്ടു.

"ശൈത്യകാലത്ത് കൊട്ടിയടച്ചിരുന്ന ജനാലകൾ തുറന്ന വസന്തത്തിൽ ആദ്യമായി ശുദ്ധവായു മുറിയ്ക്കകത്തേക്ക് കടത്തിവിടുമ്പോഴത്തെ സുഖമാണ് ഈ പുസ്തകങ്ങൾ വായിച്ചുകേട്ടപ്പോൾ ഞങ്ങൾക്കു തോന്നിയത്." സിത്താനൊവ് ഒരു ദിവസം പറഞ്ഞു.

പുസ്തകങ്ങൾ കിട്ടാൻ പ്രയാസമായിരുന്നു. വായനശാലയിൽ ചേരുന്ന കാര്യം ആരും ആലോചിച്ചില്ല. ഒരു ഭിക്ഷുവിനെപ്പോലെ കാണുന്നവരോടെല്ലാം ഞാൻ പുസ്തകം യാചിച്ചു. അഗ്നിശമന നിലയത്തിന്റെ മേധാവി ഒരു ദിവസം എനിക്ക് ലേർമൊന്തൊവിന്റെ ഒരു പുസ്തകം തന്നു. അതു വായിച്ചപ്പോഴാണ് കവിതയുടെ ഊറ്റത്തെക്കുറിച്ചും മനുഷ്യരുടെമേലുള്ള അതിന്റെ വമ്പിച്ച സ്വാധീനശക്തിയെക്കുറിച്ചും ഞാൻ ബോധവാനായത്.

'പിശാച്' എന്ന കവിതയുടെ ആദ്യത്തെ വരി കേട്ടപ്പോൾത്തന്നെ സിത്താനൊവ് പുസ്തകത്തിലേക്കും പിന്നീട് എന്റെ മുഖത്തേക്കും കണ്ണയച്ചിട്ട് ബ്രഷ് മേശപ്പുറത്തു വച്ചതും ആ നീണ്ട കൈകൾ

കാൽമുട്ടുകൾക്കിടയിൽ തിരുകിക്കൊണ്ട് മുഖത്തൊരു പുഞ്ചിരിയോടെ കസേരയിലിരുന്ന് മുമ്പോട്ടും പിമ്പോട്ടും ആടിയതും ഞാനോർക്കുന്നു. കസേര കിറുകിറുത്തു.

"ശ്ശ് ഒച്ചവയ്ക്കല്ലെ!" ലരിയോനിച്ച് പറഞ്ഞു. അദ്ദേഹവും ബ്രഷ് താഴെവച്ചിട്ട് സിത്താനൊവിന്റെ മേശയുടെ അടുത്തേക്കു വന്നു. അവിടിരുന്നാണു ഞാൻ വായിച്ചത്.

ആ കവിത എന്നെ വല്ലാതെ ഉലച്ചു. മധുരമായൊരു വേദന എന്റെ ഉള്ളിൽ ഊറിക്കൂടി. എന്റെ തൊണ്ട ഇടറി. കണ്ണിൽ വെള്ളം നിറഞ്ഞതുകാരണം വരികൾ കാണാൻ ഞാൻ വിഷമിച്ചു. എന്നാൽ ആ മുറിയിലെ നിശ്ശബ്ദവും ജാഗരൂകവുമായ ചലനം അതിലേറെ ഹൃദയസ്പർശകമായിരുന്നു. പരിസരമാകെ വിങ്ങിപ്പൊങ്ങുകയാണെന്നും സുശക്തമായൊരു കാന്തം ആ മനുഷ്യരെ എന്നിലേക്കു പിടിച്ചുവലിക്കുകയാണെന്നും തോന്നി. ഞാൻ ഒന്നാംഭാഗം വായിച്ചുതീർന്നപ്പോൾ അവർ ഏതാണ്ടെല്ലാവരുംതന്നെ നെറ്റിച്ചുളിച്ചും പുഞ്ചിരിച്ചും പരസ്പരം തോളത്തു കയ്യിട്ടുകൊണ്ടും മേശയ്ക്കു ചുറ്റും തിങ്ങിക്കൂടിനിന്നു.

"ബാക്കികൂടി വായിക്ക്," എന്റെ തല പിടിച്ച് പുസ്തകത്തിനുനേരെ കുനിച്ചുകൊണ്ട് ഷീഹരെവ് പറഞ്ഞു.

വായന പൂർത്തിയായപ്പോൾ അയാൾ പുസ്തകം കയ്യിലെടുത്തു. തലക്കെട്ടു വായിച്ചു. പുസ്തകം കക്ഷത്തിലൊതുക്കിക്കൊണ്ട് അയാൾ പറഞ്ഞു:

"നീയിത് ഇനിയും വായിക്കണം. നാളെ. പുസ്തകം ഞാൻ സൂക്ഷിച്ചുവയ്ക്കാം."

അയാൾ നടന്നുപോയി പുസ്തകം തന്റെ മേശയുടെ വലിപ്പിനകത്ത് പൂട്ടിവച്ചശേഷം വീണ്ടും ജോലിയിലേർപ്പെട്ടു. പണിശാലയിലൊട്ടാകെ നിശ്ശബ്ദത വ്യാപിച്ചു. ആളുകൾ ഒച്ചകേൾപ്പിക്കാതെ അവരവരുടെ സ്ഥാനങ്ങളിൽ ചെന്നിരുന്നു. സിത്താനൊവ് ജനാലയ്ക്കടുത്തുപോയി അതിന്റെ ചില്ലിൽ തലയമർത്തിക്കൊണ്ട് അനങ്ങാതെ നിന്നു. ഷീഹരെവ് വീണ്ടും ബ്രഷു താഴെവച്ചിട്ട് കർക്കശസ്വരത്തിൽ പറഞ്ഞു:

"ദൈവത്തിന്റെ അടിമകളേ, ജീവിതമെന്നുവച്ചാൽ അതാണ്!"

തോളിളക്കി തല കുനിച്ചുകൊണ്ട് അയാൾ തുടർന്നു:

"എനിക്ക് ആ പിശാചിനെ വരയ്ക്കാൻപോലും കഴിയും. രോമാവൃതമായ കറുത്ത ദേഹം. തീയുടെ ചുവപ്പാർന്ന ചായില്യച്ചിറകുകൾ. പൗർണ്ണമിരാത്രിയിലെ മഞ്ഞുപോലെ നേരിയൊരു നീലിമകലർന്ന വെളുത്ത മുഖവും കൈകാലുകളും."

അത്താഴസമയംവരെ അയാളെ അസാധാരണമായൊരു അസ്വസ്ഥത ബാധിച്ചിരുന്നു. അയാൾ സ്റ്റൂളിലിരുന്ന് വട്ടം തിരിയുകയും വിരലുകൾകൊണ്ടു താളം പിടിക്കുകയും ചെയ്തു. പിശാചിനേയും ഔവ്വയേയും സ്ത്രീകളേയും പറുദീസയേയും പുണ്യവാളന്മാരുടെ പാപകർമ്മങ്ങളേയും കുറിച്ച് അയാൾ അസ്പഷ്ടമായി എന്തൊക്കെയോ പിറുപിറുത്തുകൊണ്ടിരുന്നു.

“അതെ, അതു മുഴുവനും സത്യമാണ്!” അയാൾ തറപ്പിച്ചു പറഞ്ഞു. “പുണ്യവാളൻമാർക്ക് പതിതകളുമൊത്ത് പാപം ചെയ്യാമെങ്കിൽ ഒരു നിഷ്ക്കളങ്കയെ വശീകരിക്കുന്നതിൽ പിശാച് തീർച്ചയായും അഭിമാനം കൊള്ളും!”

ആരും ഒന്നും പറഞ്ഞില്ല. ഒരുപക്ഷെ അവരെല്ലാവരും എന്നെപ്പോലെ സംഭാഷണ വിമുഖരായിരുന്നിരിക്കണം. കൂടെക്കൂടെ നാഴികമണിയിലേക്കു നോക്കിക്കൊണ്ട് അവർ വൈമനസ്യത്തോടെ പണിയെടുത്തു. ഒമ്പതടിച്ച നിമിഷത്തിൽത്തന്നെ എല്ലാവരും ജോലി നിർത്തി.

സിത്താനൊവും ഷീഹരെവും മുറ്റത്തേക്കിറങ്ങി. ഞാനും കൂടെച്ചെന്നു. നക്ഷത്രങ്ങളെ നോക്കി സിത്താനൊവ് പറഞ്ഞു:

വിജനങ്ങളായ ശൂന്യതകളിലൂടെ
സാർത്ഥവാഹകസംഘങ്ങൾ അലഞ്ഞുനടക്കുന്നു...

“തനിക്ക് ഇതുപോലെ വല്ലതും ചിന്തിക്കാനൊക്കുമോ?”

“എനിക്ക് ഒരൊറ്റ വാക്കുപോലും ഓർമ്മയില്ല.” തണുത്തുവിറച്ചുകൊണ്ട് ഷീഹരെവ് പറഞ്ഞു. “എനിക്കൊന്നും ഓർമ്മയില്ല. എങ്കിലും എല്ലാം എന്റെ കൺമുമ്പിൽ കാണുന്നുണ്ട്. ചെകുത്താനോടു സഹതാപം തോന്നിക്കാൻ ഒരു മനുഷ്യനെക്കൊണ്ടു കഴിഞ്ഞത് അത്ഭുതമായിരിക്കുന്നു. തനിക്കു സഹതാപം തോന്നുന്നില്ലേ?”

“തോന്നുന്നുണ്ട്,” സിത്താനൊവ് സമ്മതിച്ചു.

“മനുഷ്യനെന്നുവച്ചാൽ അതാണ്!” ഓർമ്മയിൽ പതിയുംവണ്ണം ഷീഹരൊവ് ഉൽഘോഷിച്ചു.

വരാന്തയിലേക്കു മടങ്ങുമ്പോൾ അയാൾ എന്നെ താക്കീതുചെയ്തു:

“ഈ പുസ്തകത്തെപ്പറ്റി കടയിലെ ആരോടും മിണ്ടിപ്പോകരുത്. മക്സീമിച്ച്. ഇതൊരു വിലക്കപ്പെട്ട പുസ്തകമാണെന്ന കാര്യത്തിൽ സംശയമില്ല.”

എനിക്കു വലിയ സന്തോഷമായി. അപ്പോൾ കുമ്പസാരസമയത്ത് പുരോഹിതൻ എന്നോടു ചോദിച്ചത് ഇത്തരം പുസ്തകങ്ങളെപ്പറ്റിയാണ്!

പതിവുള്ള ഒച്ചപ്പാടും വർത്തമാനവുമൊന്നും കൂടാതെ അത്താഴം കഴിഞ്ഞു. എല്ലാവരേയും ഇരുത്തി ചിന്തിപ്പിക്കുന്ന ഏതോ പ്രധാന സംഭവം അവിടെ നടന്നതുപോലെ തോന്നി. അത്താഴം കഴിഞ്ഞ് എല്ലാവരും ഉറങ്ങാൻ കിടന്നപ്പോൾ ഷീഹരെവ് പുസ്തകം പുറത്തെടുത്തിട്ട് എന്നോടു പറഞ്ഞു:

"ദാ ഒന്നുകൂടി വായിക്ക്. ധൃതികൂട്ടണ്ട. പതുക്കെ മതി."

കുറേപ്പേർകൂടി മെത്തയിൽനിന്ന് നിശ്ശബ്ദം എണീറ്റുവന്ന് അടിക്കുപ്പായം മാത്രമിട്ടുകൊണ്ട് മേശയ്ക്കു ചുറ്റും ചമ്രം പടിഞ്ഞ് ഇരുന്നു.

ഞാൻ വായിച്ചുതീർന്നപ്പോൾ മേശപ്പുറത്തു താളം പിടിച്ചുകൊണ്ട് ഷീഹരെവ് വീണ്ടും പറഞ്ഞു:

"ജീവിതമെന്നുവച്ചാൽ അതാണ്! ഹാ! പിശാചേ! പിശാചേ! നിനക്കെന്തൊക്കെ അനുഭവിക്കേണ്ടിവന്നു!"

സിത്താനൊവ് എന്റെ തോളിന്റെ പിന്നിലൂടെ എത്തിവലിഞ്ഞ് ചില വരികൾ വായിച്ചു.

അയാൾക്കുടനെ ചിരി പൊട്ടി.

"ഞാനത് എന്റെ നോട്ടുപുസ്തകത്തിൽ പകർത്തും," അയാൾ പറഞ്ഞു.

ഷീഹരെവ് എണീറ്റ് പുസ്തകവുമെടുത്ത് തന്റെ മേശയുടെ അടുത്തേക്കു നടന്നു. പക്ഷെ പെട്ടെന്ന് ഇടയ്ക്കു നിന്നിട്ട് അയാൾ ക്ഷോഭവും പരിഭവവും മുറ്റിയ സ്വരത്തിൽ പറഞ്ഞു:

"കണ്ണുകാണാത്ത പട്ടിക്കുഞ്ഞുങ്ങളെപ്പോലെയാണ് നമ്മൾ ജീവിക്കുന്നത്. എന്തിനുവേണ്ടിയാണെന്ന് ആർക്കും അറിഞ്ഞുകൂടാ. നമ്മളെ ദൈവത്തിനും വേണ്ടാ, ചെകുത്താനും വേണ്ട. നമ്മളെങ്ങിനെ ദൈവത്തിന്റെ അടിമകളാവും? ജോബ് ഒരു അടിമയായിരുന്നു. പക്ഷെ കർത്താവുതന്നെ അവനോടു സംസാരിച്ചു! മോശെയോടും കർത്താവു സംസാരിച്ചു പക്ഷെ നമ്മൾ ആരുടേതാണ്?"

പുസ്തകം മേശയ്ക്കകത്തു പൂട്ടിവച്ചിട്ട് അയാൾ കോട്ടും തൊപ്പിയും ധരിച്ചു.

"മദ്യശാലയിലേക്കു വരുന്നോ?" അയാൾ സിത്താനൊവിനോടു ചോദിച്ചു.

"ഞാൻ എന്റെ പെണ്ണിന്റെ അടുത്തേക്കു പോവുകയാണ്." സിത്താനൊവ് ശാന്തമായി പറഞ്ഞു.

അവർ പൊയ്ക്കഴിഞ്ഞ് ഞാൻ കതകിനടുത്തായി നിലത്ത് പാവെൽ ഒദിൻത്സോവിന്റെ തൊട്ടടുത്തു കിടന്നു. കുറേനേരം തിരിയുകയും മറിയുകയും നെടുവീർപ്പിടുകയും ചെയ്തിട്ട് അവൻ പെട്ടെന്ന് ഒച്ചയടക്കി കരയാൻ തുടങ്ങി.

"ഉം? എന്തു പറ്റി?"

"എനിക്ക് അവരെ ഓർത്തിട്ട് വല്ലാതെ സങ്കടം വരുന്നു." അവൻ പറഞ്ഞു. "ഞാൻ അവരൊന്നിച്ച് കഴിയാൻ തുടങ്ങിയിട്ട് നാലു വർഷമായി. എനിക്ക് അവരെയെല്ലാവരേയും അടുത്തറിയാം."

എനിക്കും അവരോട് അനുകമ്പ തോന്നി. അവരെപ്പറ്റി ഓരോന്ന് കുശുകുശുത്തുകൊണ്ട് ഞങ്ങൾ വളരെനേരം ഉറങ്ങാതെ കിടന്നു. ഓരോരുത്തരുടേയും സൽഗുണങ്ങൾ ഞങ്ങൾ അനുസ്മരിച്ചു. ഞങ്ങളുടെ ബാലസഹജമായ സഹതാപത്തിന് ആഴം കൂട്ടിയ എന്തെങ്കിലുമൊന്ന് അവരിലെല്ലാവരിലുംതന്നെ ഞങ്ങൾ കണ്ടെത്തി.

പാവെൽ ഒദിൻത്സോവും ഞാനും ഉറ്റചങ്ങാതിമാരായിത്തീർന്നു. പിൽക്കാലത്ത് അയാൾ ഒരൊന്നാന്തരം ചിത്രകാരനായി വളർന്നെങ്കിലും തന്റെ തൊഴിലിൽ അധികകാലം ഉറച്ചുനിന്നില്ല. മുപ്പതു വയസ്സായപ്പോഴേക്ക് അയാളൊരു മുഴക്കുടിയനായി മാറിക്കഴിഞ്ഞിരുന്നു. കുറേക്കാലം കഴിഞ്ഞ് അയാൾ മോസ്ക്കോയിലെ ഹിത്രോവ് കമ്പോളത്തിൽ തെണ്ടി നടക്കുന്നതു ഞാൻ കണ്ടു. അയാൾ ടൈഫസ് രോഗം പിടിപെട്ട് മരിച്ചുപോയെന്ന് ഈയിടെ കേട്ടു. എന്റെ ആയുസ്സിനിടയിൽ എത്രയെത്ര നല്ല മനുഷ്യരാണ് യാതൊരു പ്രയോജനവുമില്ലാതെ നാശമടഞ്ഞിട്ടുള്ളതെന്ന് ഓർത്താൽ പേടിയാകും. എവിടെയും മനുഷ്യർ ശക്തിക്ഷയിച്ച് മരിക്കുന്നുണ്ട്. അതു സ്വാഭാവികവുമാണ്. പക്ഷെ റഷ്യയിലെപ്പോലെ ഇത്ര വേഗത്തിലും ഇത്ര അർത്ഥശൂന്യമായും മറ്റൊരിടത്തും ആളുകൾ അസ്തശക്തരാവാറില്ല.

അന്നു പാവെൽ എന്നേക്കാൾ രണ്ടു വയസ്സിനു മൂപ്പുള്ള, ഉരുണ്ട തലയോടുകൂടിയ ഒരു ബാലനായിരുന്നു. നല്ല ചുണയനും സമർത്ഥനും സത്യസന്ധനുമായിരുന്നുവെന്നതിനു പുറമെ അവന് കലാവാസനയുമുണ്ടായിരുന്നു. പൂച്ചകളേയും പട്ടികളേയും പക്ഷികളേയും വരയ്ക്കാൻ അവനു നല്ല വശമാണ്. പണിശാലയിലെ ചിത്രകാരന്മാരുടെ ഹാസ്യചിത്രങ്ങൾ അവൻ നിഷ്പ്രയാസം വരയ്ക്കും. അവർക്ക് എപ്പോഴും പക്ഷികളുടെ രൂപമാണ് അവൻ നൽകുന്നത്. ഒറ്റക്കാലിൽ ദുഃഖിച്ചുനിൽക്കുന്ന ഒരു കാട്ടുകോഴിയായിരിക്കും സിത്താനൊവ്. പപ്രശ്ലമായ വാലുമായി തലയിൽ പൂവില്ലാതെ നിൽക്കുന്ന ഒരു പൂവൻകോഴിയായിരിക്കും ഷിഹരെവ്. ഭയന്നുവിരണ്ട കൊച്ചുകുളക്കോഴിയാണ് രോഗിയായ

ദവീദൊവ്. കൊത്തുപണിക്കാരനായ വൃദ്ധൻ ഗോഗൊലെവിന്റെ ഹാസ്യ ചിത്രമാണ് അവൻ ഏറ്റവും നന്നായി വരയ്ക്കുന്നത്. വലിയ ചെവികളും ഭയാനകമായ മൂക്കും ആറു വിരലുകളോടുകൂടിയ കൊച്ചുപാദങ്ങളുമുള്ള ഒരു വവ്വാലായിരിക്കും അയാൾ. കറുത്തിരുണ്ട മുഖത്തിൽനിന്നു വെളുത്ത വട്ടക്കണ്ണുകൾ മിഴിച്ചുനോക്കുന്നു. കുത്തനെ നിർത്തിയ പയർമണികൾ പോലിരിക്കുന്ന കൃഷ്ണമണികൾ അയാളുടെ മുഖത്തിന് ജാഗരൂകതയും ഒരു തെമ്മാടിയുടെ ഭാവവും നൽകുന്നു.

പാവെൽ ആ ഹാസ്യചിത്രങ്ങൾ കാണിച്ചപ്പോൾ ചിത്രകാരന്മാർ കോപിച്ചില്ല. പക്ഷെ ഗോഗൊലെവിന്റെ ഹാസ്യചിത്രം കണ്ടിട്ട് എല്ലാവർക്കും അറപ്പുതോന്നി. അവർ പാവെലിനോട് കാര്യമായി പറഞ്ഞു:

"നീ അത് കീറിക്കളയുന്നതാണു നല്ലത്. മൂപ്പീന്ന് കണ്ടാൽ നിന്നെ വെറുതെ വിടില്ല."

വൃത്തികെട്ട്, നാറി, സദാ കുടിച്ചു ലക്കില്ലാതെ നടക്കുന്ന ആ വൃദ്ധന്റെ കൈമുതലുകളായിരുന്നു വാശിയേറിയ ദൈവ'ഭക്തിയും ഒടുങ്ങാത്ത ദ്രോഹബുദ്ധിയും. പണിശാലയിലുള്ള സകലരെപ്പറ്റിയും അയാൾ കടയിലെ വില്പനക്കാരനോടു ഏഷണി പറയും. ആ മനുഷ്യനാവട്ടെ, ഉടമസ്ഥയ്ക്ക് അവരുടെ അനന്തിരവളെ അയാൾക്കു കല്യാണം കഴിച്ചുകൊടുക്കാൻ ഉദ്ദേശമുള്ളതുകൊണ്ട് ഇപ്പോൾത്തന്നെ ആ സ്ഥാപനത്തിന്റേയും അതിലെ ജോലിക്കാരുടേയും മേലധികാരി ചമഞ്ഞാണു നടപ്പ്. പണിശാലയിലുള്ളവർക്ക് അയാളെ കണ്ണെടുത്താൽ കണ്ടുകൂടായിരുന്നെങ്കിലും ഒപ്പം ഭയവുമുണ്ടായിരുന്നു. അക്കാരണത്താൽത്തന്നെ അവർ ഗോഗൊലെവിനേയും ഭയന്നു.

പാവെൽ ആ കൊത്തുപണിക്കാരനെ അവിരാമം ശല്യപ്പെടുത്തിക്കൊണ്ടിരുന്നു. ഗോഗൊലെവിനു നിമിഷനേരത്തെ സ്വൈര്യം കൊടുക്കാതിരിക്കുകയെന്നതാണ് അവന്റെ ജീവിതലക്ഷ്യമെന്നു തോന്നി. ഞാനും അവന് വേണ്ട ഒത്താശ ചെയ്തുകൊടുത്തു. ഏതാണ്ടെല്ലായ്പ്പോഴും തന്നെ നിഷ്ക്കരുണവും കർക്കശവുമായിരുന്ന ഞങ്ങളുടെ ചെയ്തികൾ പണിശാലയിലുള്ളവരെ രസിപ്പിച്ചെങ്കിലും അവർ ഞങ്ങളെ താക്കീതു ചെയ്തു:

"സൂക്ഷിച്ചോളിൻ, പിള്ളേരെ! ആ വണ്ടത്താൻ കുസ്മ നിങ്ങളെ വെറുതെ വിടില്ല!"

പണിശാലയിലുള്ളവർ വില്പനക്കാരനു നൽകിയ വട്ടപ്പേരായിരുന്നു "വണ്ടത്താൻ കുസ്മ."

പക്ഷെ ഞങ്ങൾ ആ താക്കീതുകളെയൊന്നും വകവെച്ചില്ല.

പലപ്പോഴും കൊത്തുപണിക്കാരൻ ഉറങ്ങിക്കിടക്കുമ്പോൾ ഞങ്ങൾ അയാളുടെ മുഖത്ത് ചായം തേച്ചുവയ്ക്കും. ഒരിക്കൽ അയാൾ കുടിച്ചു വെളിവില്ലാതെ കിടക്കുന്ന സമയത്ത് ഞങ്ങൾ കൊഴുക്കട്ടപോലിരിക്കുന്ന അയാളുടെ മൂക്കിൽ സ്വർണ്ണം പൂശി. മൂന്നു ദിവസം മുഴുവനും അയാൾക്ക് രോമകൂപങ്ങളിൽനിന്ന് സ്വർണ്ണമെട്ടുത്തുകളയാൻ കഴിഞ്ഞില്ല. എന്നാൽ ആ വൃദ്ധനെ കോപാന്ധനാക്കുന്ന ഓരോ തവണയും ഞാൻ പണ്ടത്തെ കപ്പലും വ്യാത്ക്കസ്വദേശിയായ പട്ടാളക്കാരന്റെ കൊച്ചുരൂപവും ഓർത്തുപോകും. എനിക്ക് മനസ്സാക്ഷിക്കുത്ത് അനുഭവപ്പെടും. പ്രായമേറെയായെങ്കിലും ഗോഗൊലെവ് കരുത്തനായിരുന്നു. അയാൾ പലപ്പോഴും ഞങ്ങളെ ഓർക്കാപ്പുറത്ത് പിടികൂടി പൊതിരെ തല്ലാറുണ്ട്. ഓരോ തവണയും തല്ലു കഴിഞ്ഞ് അയാൾ യജമാനത്തിയോടു പോയി പരാതിപ്പെടും.

അവരും എല്ലാ ദിവസവും മദ്യം സേവിച്ചുപോന്നതിനാൽ എപ്പോഴും ഉല്ലാസവതിയും സൗമനസ്യയുമായി കാണപ്പെട്ടു. ചീർത്ത കൈകൾ മേശപ്പുറത്തു ഇടിച്ച് തൊള്ളയിട്ടുകൊണ്ട് അവർ ഞങ്ങളെ വിരട്ടാൻ നോക്കി:

"ചെകുത്താന്മാര് പിന്നെയും കുരുത്തക്കേട് കാണിച്ചോ! അയാള് പ്രായമായ ഒരുത്തൻ. നിങ്ങളെ അയാളെ ബഹുമാനിക്കേണ്ടതല്ലേ. ആരാണ് അയാളുടെ വീഞ്ഞുകോപ്പയിൽ മഷിയൊഴിച്ചത്?"

"ഞങ്ങളാണ്."

യജമാനത്തി കണ്ണുചിമ്മി.

"കർത്താവെ, അവരത് സമ്മതിക്കുന്നുമുണ്ട്! അധികപ്രസംഗികൾ! പ്രായംചെന്നവരെ ബഹുമാനിക്കണം!"

അവർ ഞങ്ങളെ അടിച്ചോടിക്കുകയും അന്ന് വൈകീട്ട് വില്പനക്കാരനോടു പരാതിപ്പെടുകയും ചെയ്തു. അയാൾ എന്നോട് പരുഷമായി പറഞ്ഞു:

"എന്താണിത്? നീ പുസ്തകം വായിക്കുന്നവനാണ്. വേദപുസ്തകം പോലും വായിക്കും. എന്നിട്ടും കയ്യിൽ കുരുത്തക്കേടേയുള്ളൂ. സൂക്ഷിച്ചോ. അനിയാ!"

തികച്ചും പരിതാപാർഹയായ ഒരു ഏകാന്തജീവിയായിരുന്നു യജമാനത്തി. ചിലപ്പോൾ മധുരമുള്ള വീഞ്ഞ് ക്രമാധികം സേവിച്ചശേഷം അവർ ജനാലയ്ക്കരികിലിരുന്നു പാടും:

എന്നോടാർക്കും ദയയില്ല
എൻസങ്കടമറിയാനാരുണ്ട്

ഉള്ളിൽ നീറിപ്പുകയും ദുഃഖം
പകരാനിവൾക്കാരുണ്ട്...

തേങ്ങിക്കൊണ്ട് അവർ വാർദ്ധക്യത്തിന്റെ വിറ ബാധിച്ച ശബ്ദത്തിൽ നീട്ടി മോങ്ങും:

"അ-യ്യോ!!!"

ഒരുദിവസം അവർ കയ്യിലൊരു പാൽമൊന്തയുമായി കോവണിയിറങ്ങുന്നതു കണ്ടു. പെട്ടെന്ന് കാലു കുഴഞ്ഞ് അവർ കോണിപ്പിടിയിലേക്കു വീണു. പടിതോറും തട്ടിമുട്ടി ഇറങ്ങുമ്പോഴും അവർ മൊന്ത കയ്യിൽ വിടാതെ പിടിച്ചിട്ടുണ്ട്. പാലു മുഴുവനും തുളുമ്പി ഉടുപ്പിൽ വീണു. അവർ മൊന്തയെ ശകാരിച്ചു:

"എന്താടാ നാശമേ, നിന്റെ ഭാവം?"

വണ്ണമില്ലെങ്കിലും പതുപതുത്ത് ഇരുന്നിരുന്ന അവർ ഒരു വയസ്സൻ പൂച്ചയെ അനുസ്മരിപ്പിച്ചു. അതിന് എലിയെപ്പിടിക്കാൻ വയ്യാതായിരിക്കുന്നു. അനങ്ങാനാവത്തവണ്ണം തിന്നുചെടിച്ചിരിക്കുന്ന അതിന് പഴയ കാലത്തെ പരാക്രമങ്ങളുടെ മധുരസ്മരണകൾ അയവിറക്കിക്കൊണ്ട് കുറുങ്ങിക്കിടക്കാനേ ഇപ്പോൾ കഴിയുന്നുള്ളൂ.

"നോക്ക്," ചിന്താധീനനായി നെറ്റിചുളിച്ചുകൊണ്ട് സിത്താനൊവ് പറയും. "ഒരു കാലത്ത് വലിയ സ്ഥാപനമായിരുന്നു. ഒന്നാന്തരം പണിശാല. വിവരമുള്ള ഒരുത്തനാണ് അതെല്ലാം നോക്കിനടത്തിയത്. പക്ഷെ ഇപ്പോൾ ഒക്കെ നശിച്ചു. കാശു മുഴുവൻ ചെന്നു വീഴുന്നത് ആ വണ്ടത്താൻ കുസ്മയുടെ കീശയിലാണ്. എങ്ങിനെ ഞങ്ങൾ പണിയെടുത്തു! ഒക്കെ, കണ്ടവനു വേണ്ടി! അതോർക്കുമ്പോൾത്തന്നെ ഉള്ളിലെന്തോ അറ്റുപോയതുപോലെ തോന്നുന്നു. പണിയെല്ലാം ഇട്ടെറിഞ്ഞ് പുരപ്പുറത്തു കയറി വേനൽക്കാലം മുഴുവനും ആകാശത്തേക്കു നോക്കിക്കൊണ്ട് വെറുതെ കിടക്കാൻ തോന്നും."

പാവെൽ ഒദിൻത്സോവും സിത്താനൊവിനെപ്പോലെ ചിന്തിക്കാൻ തുടങ്ങി. മുതിർന്നവരെപ്പോലെ സിഗററ്റും പുകച്ചുകൊണ്ട് അവൻ ദൈവത്തെക്കുറിച്ചും മദ്യപാനത്തെക്കുറിച്ചും പെണ്ണുങ്ങളെക്കുറിച്ചും അദ്ധ്വാനത്തിന്റെ വ്യർത്ഥതയെക്കുറിച്ചും വേദാന്തം പറഞ്ഞു. കുറേപ്പേർ എന്തെങ്കിലുമുണ്ടാക്കിയാൽ അതിന്റെ ഗുണം മനസ്സിലാക്കാതെ മറ്റുള്ളവർ അതിനെ നശിപ്പിക്കുന്നു.

അത്തരം സന്ദർഭങ്ങളിൽ അവന്റെ പ്രിയപ്പെട്ട കൂർത്ത കൊച്ചുമുഖം ചുളിഞ്ഞ് വയസ്സന്മാരുടേതുപോലാവും. കാൽമുട്ടുകളിൽ കയ്യമണച്ച്

നിലത്തുവിരിച്ചിരിക്കുന്ന മെത്തയിൽ ചടഞ്ഞിരുന്നുകൊണ്ട് അവൻ മഞ്ഞിന്റെ ഭാരംകൊണ്ട് കുനിനിൽക്കുന്ന വിറകുപുരയുടെ മേൽക്കൂരയിലേക്കും ഹേമന്തവാനത്തിലെ നക്ഷത്രങ്ങളുടെ നേർക്കും ജനാലകളുടെ നീലച്ചതുരങ്ങളിലൂടെ ദീർഘനേരം നോക്കിയിരിക്കും.

പണിശാലയിലെ ചിത്രകാരന്മാർ ഉറക്കത്തിൽ കൂർക്കം വലിക്കുന്നു, പിറുപിറുക്കുന്നു. ആരോ ദുസ്വപ്നം കണ്ട് എന്തൊക്കെയോ പുലമ്പുന്നു. മുകളിൽ ഒരു പലകത്തട്ടിൽ കിടക്കുന്ന ദവീദൊവ് തന്റെ ആയുസ്സിന്റെ ശേഷഭാഗം ചുമച്ചുതുപ്പിക്കളയുന്നു. "ദൈവത്തിന്റെ അടിമകളായ" കപ്പെൻദ്യൂഹിനും സൊറോക്കിനും പെർഷിനും തൊട്ടുതൊട്ടായി ഒരു മൂലയ്ക്കു മലർന്നടിച്ചു കിടപ്പുണ്ട്. നിദ്രയും മദ്യലഹരിയും അവരെ പരസ്പരം ബന്ധിച്ചിട്ടിരിക്കയാണ്. തലയും കൈകാലുകളുമില്ലാത്ത വിശുദ്ധരൂപങ്ങൾ ചുമരുകളിൽനിന്ന് എത്തിനോക്കുന്നു. ഒലിവെണ്ണയുടേയും ചീഞ്ഞ മുട്ടയുടേയും തറയിലെ വിടവുകളിലടിഞ്ഞുകൂടിയിട്ടുള്ള അഴുക്കിന്റേയും ദുർഗ്ഗന്ധം മൂലം വല്ലാത്തൊരു വീർപ്പുമുട്ട് അനുഭവപ്പെടുന്നു.

"എനിക്ക് ഇവരോടൊക്കെ തോന്നുന്ന അനുകമ്പയ്ക്ക് അതിരില്ല!" പാവെൽ മന്ത്രിച്ചു "കർത്താവേ!"

അവരോടുള്ള അനുകമ്പ എന്നേയും പൂർവ്വാധികം അസ്വസ്ഥനാക്കി. ഞാൻ നേരത്തെ പറഞ്ഞതുപോലെ അവരെല്ലാവരും തന്നെ നല്ലവരാണെന്നാണ് ഞങ്ങൾക്കു രണ്ടുപേർക്കും തോന്നിയത്. പക്ഷെ അവരുടെ ജീവിതം മോശപ്പെട്ടതും അവർക്കു തീരെ യോജിക്കാത്തതും ദുസ്സഹമാംവണ്ണം വിരസവുമായിരുന്നു. ശൈത്യകാലത്തെ കൊടുങ്കാറ്റടിച്ച് വീടുകളും മരങ്ങളും ഭൂമുഖത്തുള്ള സർവ്വതും കോച്ചിവിറച്ച് നിലവിളിക്കുകയും നോമ്പുകാലം വിളിച്ചറിയിച്ചുകൊണ്ട് പള്ളിമണികൾ മ്ലാനമായി മുഴങ്ങുകയും ചെയ്യുമ്പോൾ ഈയംപോലെ ഭാരിച്ച മടുപ്പ് പണിശാലയിലേക്ക് അലയലയായി ഒഴുകിവന്ന് ചിത്രകാരന്മാരെ ഞെക്കിഞെരിക്കും. അവരിലുള്ള ചൈതന്യം മുഴുവനും നശിപ്പിക്കും. അവരെ മദ്യശാലകളിലേക്കും വോഡ്ക്കയെപ്പോലെതന്നെ മറവിയുടെ സാന്ത്വനമരുളുന്ന സ്ത്രീകളുടെ കരങ്ങളിലേക്കും തള്ളിവിടും.

അത്തരം സായാഹ്നങ്ങളിൽ വായനകൊണ്ടു ഫലമില്ല. അപ്പോൾ പാവെലും ഞാനും നേരമ്പോക്കിനു വേറേ ഉപായങ്ങൾ കണ്ടുപിടിക്കും. മുഖത്ത് കരിയും ചായവും തേച്ച്, ചണനാരുകൊണ്ടുള്ള കൃത്രിമമുടിയും താടിമീശയും വച്ചുകെട്ടി, ഞങ്ങൾ സ്വയംകൃതങ്ങളായ പല ഫലിതനാടകങ്ങളും കളിച്ചു. മടുപ്പിനോട് ധീരമായി പടവെട്ടിക്കൊണ്ട് ഞങ്ങൾ ആളുകളെ ചിരിപ്പിച്ചു. "മഹാനായ പീറ്റർചക്രവർത്തിയെ ഒരു

പട്ടാളക്കാരൻ രക്ഷിച്ച കഥ" ഓർമ്മയിൽ വന്നപ്പോൾ ഞാൻ ഉടനെ അതു സംഭാഷണരൂപത്തിലാക്കി. ദവീദൊവിന്റെ പലകത്തട്ടിൽ കയറിനിന്ന് ഞങ്ങൾ അത് അഭിനയിച്ചു. ഞങ്ങളുടെ ഭാവനയിൽ മാത്ര മുണ്ടായിരുന്ന സ്വീഡൻകാരുടെ തലകൾ ഞങ്ങൾ ഉത്സാഹപൂർവ്വം അരിഞ്ഞുവീഴ്ത്തി. കാണികൾ ആർത്തുചിരിച്ചു.

ചീനക്കാരുടെ ചെകുത്താനായ ത്സിൻഗി—യൂ—തോംഗിന്റെ കഥ അവർക്കു വിശേഷിച്ചും രസിച്ചു. നന്മചെയ്യാനാഗ്രഹിച്ച ആ ഭാഗ്യംകെട്ട ചെകുത്താന്റെ ഭാഗമഭിനയിച്ചത് പാവെലാണ്. മറ്റു 'ഭാഗങ്ങളെല്ലാം ഞാനും. ഞാൻ ആൺവേഷവും പെൺവേഷവും കെട്ടി. ഓരോരോ സാധനങ്ങളായിട്ടും "പുണ്യാത്മാവാ" യിട്ടുമെന്നു വേണ്ട, നന്മചെയ്യാനുള്ള ഓരോ വിഫലശ്രമത്തിനു ശേഷവും നിരാശനായ ചീനച്ചെകുത്താൻ വിശ്രമത്തിനുപയോഗിച്ച കല്ലായിട്ടുപോലും ഞാൻ അഭിനയിച്ചു.

കാണികൾ പൊട്ടിച്ചിരിച്ചു. ആളുകളെ ചിരിപ്പിക്കാൻ എത്ര എളുപ്പമാണെന്ന് ഞാൻ അത്ഭുതപ്പെട്ടു. അതെന്നെ വേദനിപ്പിച്ചു.

"ഹേ കോമാളികളേ!" അവർ വിളിച്ചുപറഞ്ഞു 'കോപ്രാട്ടിക്കാരേ!"

എന്നാൽ കൂടുതലഭിനയിക്കുംതോറും ഒരു ചിന്ത എന്റെ ഉള്ളിൽ കൂടുതൽ വാശിയോടെ സ്ഥാനംപിടിച്ചു: ഇവരുടെ ആത്മാവിന് അടുത്തനുഭവപ്പെടുന്നത് സന്തോഷത്തേക്കാളേറെ സന്താപമാണ്.

ആഹ്ലാദത്തെ നമ്മൾ അധികകാലം കൂടെ പൊറുപ്പിക്കാറില്ല, വിലമതിക്കാറുമില്ല. റഷ്യാക്കാരെ ആലസ്യത്തിലാഴ്ത്തുന്ന വിഷാദഭാരത്തിനൊരു പ്രതിവിധിയെന്ന നിലയ്ക്ക് വളരെ ക്ലേശിച്ച് നാം അതിനെ വിളിച്ചുവരുത്തുകയാണു ചെയ്യുന്നത്. സ്വന്തമായിട്ടൊരു അസ്തിത്വമോ നിലനിൽക്കാനാഗ്രഹമോ ഇല്ലാതെ വിഷാദദിനങ്ങളുടെ വിളികേട്ട് മാത്രം വന്നെത്തുന്ന ആഹ്ലാദത്തെ വിശ്വസിക്കാൻ കൊള്ളില്ല.

പലപ്പോഴും റഷ്യാക്കാരുടെ ആഹ്ലാദം അപ്രതീക്ഷിതമായും പ്രത്യക്ഷത്തിൽ ഗോചരമല്ലാത്ത വിധത്തിലും മൃഗീയനാടകമായി പരിണമിക്കാറുണ്ട്. തന്നെ വരിഞ്ഞുകെട്ടിയിരിക്കുന്ന ചങ്ങലക്കെട്ടുകളെ പൊട്ടിച്ചെറിയാൻ പോകുന്ന ഒരു ബന്ധിതനായി നൃത്തം ചെയ്തുകൊണ്ടിരിക്കുന്നതിനിടയിലായിരിക്കും പെട്ടെന്ന് ആ നർത്തകനിലെ മൃഗം പുറത്തുചാടുന്നത്. മൃഗീയമായ മനോവേദനയോടെ അത് സർവ്വരുടേയും സർവ്വതിന്റേയും നേരെ അലറിച്ചാടുന്നു, പിച്ചിച്ചീന്തുന്നു, കടിച്ചുപറിക്കുന്നു, തച്ചുടയ്ക്കുന്നു...

ബാഹ്യപ്രേരണകളാൽ വിളിച്ചുവരുത്തപ്പെട്ട ഈ കൃത്രിമാഹ്ലാദം എന്നെ അങ്ങേയറ്റം അമർഷംകൊള്ളിച്ചു. മനഃക്ഷോഭത്താൽ ഞാൻ

എന്നെത്തന്നെ മറക്കും. ആ നിമിഷത്തിലെ മനോധർമ്മമനുസരിച്ച് ഞാൻ എന്തെങ്കിലുമൊക്കെ പറഞ്ഞുകേൾപ്പിക്കുകയും അഭിനയിച്ചു കാണിക്കുകയും ചെയ്യും. സ്വച്ഛവും അകൃത്രിമവുമായ ആഹ്ലാദം അവരിൽ തട്ടിയുണർത്താൻ ഞാൻ എത്ര ഉൽക്കടമായി ആഗ്രഹിച്ചു! എന്റെ ശ്രമം ഒരളവുവരെ വിജയിക്കും. പണിശാലയിലുള്ളവർ എന്നെ പ്രശംസിക്കും. അത്ഭുതം പ്രകടിപ്പിക്കും. പക്ഷെ ഞാൻ ആട്ടിപ്പായിച്ചെന്നുതോന്നിയ മ്ലാനത വീണ്ടും ഉരുണ്ടുകൂടി വന്ന് മുമ്പത്തേത്രതന്നെ ശക്തിയായി ഞെരിച്ചമർത്തും.

ലരിയോനിച്ച് സ്നേഹപൂർവ്വം പറയും:

"നീയൊരു കൊച്ചുതെമ്മാടിതന്നെ! കർത്താവു നിന്നെ അനുഗ്രഹിക്കട്ടെ!"

"ഞങ്ങളുടെ മനസ്സൊന്നു കുളിർത്തു," അദ്ദേഹത്തെ പിന്താങ്ങിക്കൊണ്ട് ഷീഹരെവ് പറയും "നിനക്കു വല്ല സർക്കസ്സിലോ നാടകക്കമ്പനിയിലോ പോയി ചേർന്നുകൂടേ? നീ ഒരൊന്നാന്തരം വിദൂഷകനാവും!"

ആ പണിശാലയിലുള്ളവരിൽ കപ്പെൻദ്യൂഹിനും സിത്താനൊവും മാത്രമേ തിയേറ്ററിൽ പോകൂ. നോമ്പുകാലത്തും ക്രിസ്തുമസ്സിനുമാണവർ പോകാറ്. ആ പാപം തീർക്കാൻ, പവിത്രീകരിക്കപ്പെട്ട ഹിമദ്വാരത്തിൽ കുളിച്ചുമുങ്ങണമെന്ന് പ്രായംകൂടിയ ചിത്രകാരന്മാർ അവരെ ഉപദേശിച്ചു. സിത്താനൊവ് എന്നോട് എപ്പോഴും പറയും:

"ഇതെല്ലാം കളഞ്ഞ് ഒരു നടനാക്."

യാക്കൊവ്ലെവ് എന്ന നടന്റെ ശോകാത്മകമായ ജീവചരിത്രം അയാൾ എന്നോട് വികാരവിവശനായി വിവരിക്കും

"നിനക്കും അതുപോലെയൊക്കെയാവാം."

"ആഭാസ"യെന്ന് അയാൾ വിശേഷിപ്പിച്ച മേരി സ്റ്റുവർട്ട് രാജ്ഞിയുടെ കഥ പറയാൻ അയാൾക്കു വലിയ താല്പര്യമായിരുന്നു. "സ്പാനിഷ്പ്രഭു"വിന്റെ കഥ അയാളെ വിശേഷിച്ചും കോൾമയിർക്കൊള്ളിച്ചു.

"ആ ദോൻ സിസാർ ഡി ബസാനുണ്ടല്ലോ, അതിൽപരം ഉൽകൃഷ്ടനായ ഒരു മനുഷ്യനില്ല, മക്സീമിച്ച്. ഒരു അസാമാന്യമനുഷ്യൻതന്നെ!"

"സ്പാനിഷ്പ്രഭു" വിന്റെ ഒരംശം അയാളിൽത്തന്നെ കുടികൊണ്ടിരുന്നു. ഒരു ദിവസം മണിമേടയുടെ മുമ്പിലുള്ള കവലയിൽവച്ച് മൂന്ന് അഗ്നിശമനജോലിക്കാർ കൂടി ഒരു കൃഷിക്കാരനെ കയ്യേറ്റം ചെയ്തു. പത്തുനാല്പതുപേർ കാഴ്ച കാണാൻ ചുറ്റും കൂടി. അവർ ജോലിക്കാരെ പ്രോത്സാഹിപ്പിച്ചു. സിത്താനൊവ് വഴക്കിനിടയിൽ ചാടിവീണ് തന്റെ നീണ്ട

കൈ വീശി കയ്യേറ്റക്കാരെ അടിച്ചുമാറ്റി, കൃഷിക്കാരനെ എടുത്തുപൊക്കി ആൾക്കൂട്ടത്തെ ഏല്പിച്ചിട്ട് അയാൾ വിളിച്ചു പറഞ്ഞു:

“കൊണ്ടുപോകിൻ ഇവിടന്ന്!”

പക്ഷെ ഒറ്റയ്ക്ക് മൂന്നാളെ നേരിട്ടുകൊണ്ട് അയാൾ അവിടെത്തന്നെ നിന്നു. അഗ്നിശമനശാല പത്തു ചുവടപ്പുറത്താണ്. ആ ജോലിക്കാർക്കു വേണമെങ്കിൽ സഹായത്തിന് ആളെ വിളിക്കാമായിരുന്നു. സിത്താനൊവിനെ അടിച്ചവശനാക്കാമായിരുന്നു. പക്ഷെ അയാളുടെ ഭാഗ്യത്തിന് അവർ പേടിച്ചോടിപ്പോയി.

“നായിന്റെ മക്കൾ!” അയാൾ പുറകെ വിളിച്ചുപറഞ്ഞു.

ഞായറാഴ്ചദിവസങ്ങളിൽ ചെറുപ്പക്കാർ പീറ്റർ—പോൾസെമിത്തേരിയുടെ പിന്നിൽ തടികൂട്ടിയിട്ടിരിക്കുന്ന മൈതാനത്തു പോയി സാനിട്ടറി ബ്രിഗേഡുകാരോടും അയൽഗ്രാമങ്ങളിൽനിന്നു വരുന്ന കൃഷിക്കാരോടും മുഷ്ടിയുദ്ധം നടത്താറുണ്ട്. ബ്രിഗേഡുകാരുടെ കൂട്ടത്തിൽ പേരുകേട്ട ഒരു തല്ലുകാരനുണ്ടായിരുന്നു—കൊച്ചു തലയും ദീനംവന്ന കണ്ണുകളുമുള്ള ‘ഭീമകായനായ ഒരു മൊർദോവിയക്കാരൻ. അയാൾ തന്റെ കൂട്ടുകാരുടെ മുമ്പിലായി കാലും കവച്ചു നിൽക്കും. മുഷിഞ്ഞ കുപ്പായക്കൈകൊണ്ട് നീരൊലിക്കുന്ന കണ്ണുകൾ തുടച്ചിട്ട് അയാൾ സൗമനസ്യത്തോടെ വിളിച്ചുപറയും:

“വരുന്നുണ്ടെങ്കിൽ വാ! അല്ലെങ്കിൽ എനിക്കിവിടെ നിന്ന് തണുപ്പടിക്കും!”

ഞങ്ങളുടെ കൂട്ടത്തിൽനിന്ന് കപ്പെൻദ്യൂഹിനാണ് അയാളോട്ടു മല്ലിടാൻ പോകാറ്. പക്ഷെ മൊർദൊവിയക്കാരനാണ് എപ്പോഴും ജയിക്കുന്നത്.

“ആ മൊർദോവിയക്കാരനെ അടിച്ചു താഴെയിട്ടില്ലെങ്കിൽ ജീവിച്ചിട്ടു കാര്യമില്ല.” ചോരയണിഞ്ഞ് കിതച്ചുകൊണ്ട് കപ്പെൻദ്യൂഹിൻ പറയും.

അവസാനം അതായിത്തീർന്നു അയാളുടെ ജീവിതലക്ഷ്യം. അയാൾ മദ്യപാനം നിശ്ശേഷം നിർത്തി, ധാരാളം ഇറച്ചി തിന്നു, എന്നും രാത്രി ഉറങ്ങുന്നതിനുമുമ്പ് ദേഹത്ത് അടിമുടി മഞ്ഞ് ഉരച്ചുതേച്ചു. മാംസപേശികളുറയ്ക്കാനായി രണ്ടു മന്നുവരുന്ന ഭാരക്കട്ടികളെടുത്തു പൊക്കി പലതവണ കുരിശുവരച്ചു. പക്ഷെ ഇതുകൊണ്ടൊന്നും ഫലമുണ്ടായില്ല. അവസാനം അയാൾ കയ്യുറകൾക്കുള്ളിൽ ഈയക്കട്ടകൾ തുന്നിപ്പിടിപ്പിച്ചു.

“ഇന്ന് ആ മൊർദോവിയക്കാരന്റെ കഥ കഴിയും,” അയാൾ സിത്താനൊവിനോട് വീമ്പടിച്ചു.

"വേഗം എടുത്തു മാറ്റിക്കോ. അല്ലെങ്കിൽ ഞാൻ പറഞ്ഞുകൊടുക്കും," സിത്താനൊവ് പരുഷമായി താക്കീതുചെയ്തു.

അയാളതു ചെയ്യുമെന്നു കപ്പെൻദ്യൂഹിൻ വിശ്വസിച്ചില്ല. പക്ഷേ മൽപ്പിടുത്തം തുടങ്ങുന്നതിനുതൊട്ടുമുമ്പ് സിത്താനൊവ് പെട്ടെന്നു മൊർദോവിയക്കാരനോടു പറഞ്ഞു:

"വരട്ടെ വസീലി ഇവാനൊവിച്ച്! കപ്പെൻദ്യൂഹിനോട് ആദ്യം ഞാൻ മല്ലു പിടിക്കാം."

കൊസാക്കുകാരന്റെ മുഖം ചുവന്നു. അയാൾ ഉറക്കെ പറഞ്ഞു:

"തന്നോടു മല്ലു പിടിക്കാൻ ഞാനില്ല. താൻ മാറിനിൽക്ക്!"

"താൻ എന്നോടുതന്നെ മല്ലു പിടിക്കും," സിത്താനൊവ് പറഞ്ഞു. ദഹിപ്പിക്കുന്ന നോട്ടത്തോടെ അയാൾ കൊസാക്കുകാരനോടടുത്തു. കപ്പെൻദ്യൂഹിൻ ഒരു നിമിഷം അറച്ചുനിന്നു. കയ്യുറ വലിച്ചൂരി കോട്ടിനു ള്ളിലേക്കു തിരുകിയിട്ട് അയാൾ വേഗം സ്ഥലം വിട്ടു.

രണ്ടു ഭാഗക്കാരും അത്ഭുതപ്പെട്ടു. അവർക്കതിഷ്ടപ്പെട്ടില്ല. കാഴ്ചയ്ക്കു മാന്യനെന്നു തോന്നിച്ച ഒരു മനുഷ്യൻ സിത്താനൊവിനോടു കോപിച്ചു പറഞ്ഞു:

"നിങ്ങളുടെ വീട്ടുവഴക്ക് പൊതുസ്ഥലത്തു വച്ച് അടിച്ചുതീർക്കുന്നത് ചട്ടത്തിനെതിരാണ്, ഹേ."

നാലു വശത്തുനിന്നും ആളുകൾ സിത്താനൊവിനെ ശകാരിച്ചു. വളരെ നേരത്തേക്ക് അയാൾ ഒന്നും മിണ്ടിയില്ല. അവസാനം ആ മാന്യനോടായിട്ട് അയാൾ പറഞ്ഞു:

"ഞാനൊരു കൊലപാതകം ഒഴിവാക്കിയതാണെങ്കിലോ?"

മാന്യന് അപ്പോൾത്തന്നെ കാര്യം പിടികിട്ടി. ബഹുമാനപൂർവ്വം തൊപ്പി ലേശം പൊക്കിയിട്ട് അയാൾ പറഞ്ഞു:

"അതാണു കാര്യമെങ്കിൽ ഞങ്ങളിതാ നന്ദി പറയുന്നു."

"പക്ഷെ, അമ്മാവാ, ദയവുചെയ്ത് പറഞ്ഞുനടക്കരുത്."

"എന്തു കാര്യത്തിന്? കപ്പെൻദ്യൂഹിൻ ഒരു അപൂർവ്വപോരാളിയാണ്. എപ്പോഴും തോറ്റാൽ ആർക്കും കലി വന്നുപോകും. അതു മനസ്സിലാക്കാ വുന്നതേയുള്ളൂ. എങ്കിലും മേലാൽ മൽപ്പിടുത്തം തുടങ്ങുന്നതിനുമുമ്പ് ഞങ്ങൾ അയാളുടെ കയ്യുറ നോക്കിക്കോളാം."

"നിങ്ങളുടെ ഇഷ്ടംപോലെ."

മാന്യൻ പൊയ്ക്കഴിഞ്ഞപ്പോൾ ഞങ്ങളുടെ ഭാഗക്കാർ സിത്താനൊ വിന്റെ നേരെ തട്ടിക്കയറി.

"താനെന്താണീ കാട്ടിയത്, മണ്ടച്ചാരേ? കൊസാക്കുകാരൻ ജയിച്ചേനെ. പക്ഷെ ഇപ്പോൾ നമ്മളാണു തോററിരിക്കുന്നത്."

ഞങ്ങൾ ഉത്സാഹപൂർവ്വം അയാളെ വളരെനേരം ഇടതടവില്ലാതെ ശകാരിച്ചുകൊണ്ടിരുന്നു.

ഒന്നു നെടുവീർപ്പിട്ടശേഷം സിത്താനൊവ് പറഞ്ഞു:

"നിങ്ങളൊക്കെ വെറും ചവറുകളാണ്."

പെട്ടെന്ന്, ആരും പ്രതീക്ഷിച്ചിരിക്കാതെ, അയാൾ മൊർദോവിയക്കാരനെ പോരിനു വിളിച്ചു. ആ ഭീമകായൻ തയ്യാറെടുത്തു നിന്നു. അയാൾ തമാശയായി തട്ടിവിട്ടു:

"ഒന്നു ചൂടാകാനായിട്ട് രണ്ടു പിടി പിടിച്ചുകളയാം!"

കുറേപ്പേർ ഉടനെ കൈകോർത്തു പിടിച്ച്, പിന്നിൽ നിന്നിരുന്നവരെ പുറകോട്ടു തള്ളിമാറ്റിക്കൊണ്ട് വലിയൊരു വട്ടമുണ്ടാക്കി.

ജാഗ്രതയോടെ മുഖത്തോടു മുഖം നോക്കിക്കൊണ്ട്, ഇടതുകൈ ചുരുട്ടി മാറോടു ചേർത്തുപിടിച്ചുകൊണ്ട്, നീട്ടിപ്പിടിച്ച വലതുമുഷ്ടികളുമായി മൽപ്പിടുത്തക്കാർ രണ്ടുപേരും തത്തിത്തത്തി നിന്നു. സിത്താനൊവിന്റെ കൈകൾക്കാണു നീളക്കൂടുതലെന്ന് തഴക്കമുറ്റ കാണികൾ തൽക്ഷണം ശ്രദ്ധിച്ചു. പോരാളികളുടെ കാൽച്ചുവട്ടിൽ ഞെരിയുന്ന മഞ്ഞിന്റെ കിറു കിറുപ്പൊഴിച്ചാൽ അവിടമാകെ നിശ്ശബ്ദത പരന്നു.പിരിമുറുക്കം താങ്ങാനാവാതെ ആരോ കൊതിയോടെ പറഞ്ഞു:

"ഒന്നു തുടങ്ങിയിരുന്നെങ്കിൽ!"

സിത്താനൊവ് വലതുകൈ വീശി. അടി തടയാൻ മൊർദോവിയക്കാരൻ ഇടതുകൈ പൊക്കിയ സമയത്ത് സിത്താനൊവിന്റെ ഇടത്തെമുഷ്ടി നേരെ അയാളുടെ വയറ്റത്തുതന്നെ ആഞ്ഞുപതിഞ്ഞു. ഒന്നു മുരണ്ടുകൊണ്ട് അയാൾ പിൻവാങ്ങി.

"ചെറുപ്പമാണെങ്കിലും മണ്ടനല്ല," അയാൾ സംതൃപ്തിയോടെ പറഞ്ഞു.

അവർ പരസ്പരം ചാടിവീണ് നെഞ്ചത്ത് മുഷ്ടി ചുരുട്ടി ഇടി തുടങ്ങി. അല്പസമയത്തിനുള്ളിൽ രണ്ടു ഭാഗക്കാരും ഉദ്വേഗപൂർവ്വം ആർത്തുവിളിച്ചു:

"ഇടിക്കവനെ, വരപ്പുകാരാ! അവന്റെ മോന്തയിൽത്തന്നെ വരച്ചുകൊടുക്ക്!"

മൊർദോവിയക്കാരനു സിത്താനൊവിനേക്കാൾ മെയ്ബലം വളരെക്കൂടുതലുണ്ടായിരുന്നെങ്കിലും ചുറുചുറുക്ക് കുറവായിരുന്നു. അങ്ങോട്ടുകൊടുക്കുന്ന ഓരോ ഇടിക്കും രണ്ടും മൂന്നും ഇടിവച്ച് ഇങ്ങോട്ടു കിട്ടി. പക്ഷെ

ആ താഡനങ്ങളൊന്നും അയാൾക്ക് ഏശുന്നില്ലെന്ന തോന്നി. അയാൾ സദാസമയം അലറിവിളിക്കുകയും എതിരാളിയെ കളിയാക്കുകയും ചെയ്തുകൊണ്ടിരുന്നു. പെട്ടെന്ന് അയാൾ താഴെനിന്ന് കക്ഷം നോക്കി അതിശക്തമായ ഒരു ഇടി ഇടിച്ച് സിത്താനൊവിന്റെ വലതുകൈയിന്റെ കുഴ തെറ്റിച്ചു.

"പിടിച്ചു മാറ്റിൻ! മൽപ്പിടുത്തം സമജോടിയിൽ പിരിഞ്ഞു!" പലരും ഒരേ സമയത്ത് വിളിച്ചുപറഞ്ഞു. കാണികൾ ഓടിച്ചെന്ന് പോരാളികളെ പിടിച്ചുമാറ്റി.

"വരപ്പുകാരന് ആത്രയ്ക്കു ബലമില്ലെങ്കിലും ചുറുചുറുക്കുണ്ട്," മൊർദോവിയക്കാരൻ സൗമനസ്യത്തോടെ പറഞ്ഞു. "അയാൾ ഭാവിയിൽ നല്ലൊരു മൽപ്പിടുത്തക്കാരനാവും. ഞാൻ എല്ലാവരോടുമായി പറയുകയാണ്."

കണ്ടുനിന്നിരുന്ന ബാലന്മാർ പരസ്പരം കെട്ടിമറിഞ്ഞു. ഞാൻ സിത്താനൊവിനെ ഒരു മർമ്മാണിവൈദ്യന്റെ അടുത്തേക്ക് കൂട്ടിക്കൊണ്ടുപോയി. അയാളുടെ പ്രവൃത്തി എനിക്കയാളോടുള്ള മതിപ്പും സ്നേഹവും ബഹുമാനവും വർദ്ധിപ്പിച്ചു.

അയാൾ പൊതുവിൽ വളരെയേറെ സത്യസന്ധനും നീതിമാനുമായിരുന്നു. താനതിനു ബാദ്ധ്യസ്ഥനാണെന്ന് അയാൾ കരുതുന്നതുപോലെ തോന്നി. എന്നാൽ വഴക്കാളിയായ കപ്പെൻദ്യൂഹിൻ അയാളെ എപ്പോഴും കളിയാക്കും:

"ഇതൊക്കെ വെറും പടമല്ലേടോ? താൻ തന്റെ ആത്മാവിനെ സമോവാർപോലെ തുടച്ചുമിനുക്കി. 'കണ്ടോ എത്ര ഭംഗിയായി വെട്ടിത്തിളങ്ങുന്നു'വെന്നും പറഞ്ഞ് പൊക്കിക്കാട്ടി നടക്കുകയാണ്. പക്ഷെ തന്റെ ആത്മാവുണ്ടല്ലൊ, വെറും പിച്ചളയാണ്. വെറുതെയല്ല തന്റെ കൂടെയിരുന്നാൽ മനുഷ്യനു മടുപ്പുവരുന്നത്!"

സിത്താനൊവ് ക്ഷോഭിക്കുകയില്ല. അയാൾ മൗനമായി തന്റെ പണി തുടരും. അതല്ലെങ്കിൽ ലേർമൊന്തൊവിന്റെ കവിതകൾ തന്റെ നോട്ടുപുസ്തകത്തിൽ പകർത്തിക്കൊണ്ടിരിക്കും. ഒഴിവുസമയം മുഴുവനും അയാൾ അതിനുവേണ്ടിയാണ് വിനിയോഗിക്കുന്നത്. ഞാനൊരിക്കൽ അയാളോടു ചോദിച്ചു:

"നിങ്ങളുടെ കയ്യിൽ പണമുണ്ടല്ലോ. ഒരു പുസ്തകം വാങ്ങിക്കൂടേ?"

"അതു പറ്റില്ല." അയാൾ പറഞ്ഞു. "സ്വന്തം കൈപ്പടയിൽ പകർത്തുന്നതാണ് കൂടുതൽ നല്ലത്."

പൊടിപ്പും തൊങ്ങലും വച്ച് മനോഹരമായ കൈപ്പടയിൽ ഒരു പുറം പകർത്തിയിട്ട് മഷിയുണങ്ങാൻ കാത്തിരിക്കുന്ന സമയത്ത് അയാൾ പതിഞ്ഞ ശബ്ദത്തിൽ വായിക്കും:

നിർവ്യാജമോദവും നിത്യസൗന്ദര്യവും
തൊട്ടുതീണ്ടാത്തൊരീ വിൺതലത്തെ
ഖേദമില്ലാതെ, യുള്ളൊട്ടും മിടിക്കാതെ
ദർശിക്ക നീയൊന്നു മാറിനിന്ന്!

കണ്ണുകൾ ചെറുതാക്കിക്കൊണ്ട് അയാൾ പറയും: "അതു സത്യമാണ്! കവിക്ക് ആ സത്യം എത്ര ഭംഗിയായി കാണാൻ കഴിഞ്ഞു!"

കപ്പെൻദ്യൂഹിനോടുള്ള സിത്താനൊവിന്റെ പെരുമാറ്റം എന്നെ അത്ഭുതപ്പെടുത്തി. മദ്യം തലയ്ക്കു പിടിക്കുമ്പോഴെല്ലാം ആ കൊസാക്കു കാരൻ സിത്താനൊവിനോട് വഴക്കിനു ചെല്ലും.

"മാറിപ്പോ! എന്നെ തൊട്ടുപോകരുത്!" എന്നൊക്കെപ്പറഞ്ഞ് സിത്താനൊവ് അയാളെ പിന്തിരിപ്പിക്കാൻ ശ്രമിക്കും.

അവസാനം സിത്താനൊവ് ആ കുടിയനെ പിടിച്ച് നിർദ്ദയം പ്രഹരിച്ചുതുടങ്ങും. സാധാരണഗതിയിൽ ഒരു കാഴ്ച കാണുന്ന സന്തോഷത്തോടെ അടികലശൽ നോക്കി രസിക്കുന്ന ചിത്രകാരന്മാർക്കുപോലും കണ്ടുനിൽക്കാനാവാത്തത്ര നിർദ്ദയമായിട്ടാണ് അയാൾ അടിക്കുന്നത്. അവർ ഇടപെട്ട് രണ്ടുപേരേയും പിടിച്ചുമാറ്റും.

"സിത്താനൊവിനെ തക്കസമയത്ത് തടഞ്ഞില്ലെങ്കിൽ അയാൾ അടിച്ചുകൊന്നതുതന്നെ. വരുംവരായ്കകളൊന്നും ആലോചിക്കില്ല." അവർ പറയും.

സുബോധമുള്ളപ്പോൾപോലും കപ്പെൻദ്യൂഹിൻ സിത്താനൊവിനെ അവിശ്രാന്തം അലട്ടിക്കൊണ്ടിരുന്നു. ആ കൊസാക്കുകാരൻ സിത്താനൊവിന്റെ കവിതാക്കമ്പത്തേയും നിർഭാഗ്യകരമായ പ്രേമത്തേയും കളിയാക്കി. അയാളുടെ അസൂയ ഉണർത്താൻ വ്യർത്ഥമായ പല ആഭാസശ്രമങ്ങളും നടത്തി. ഈ കളിയാക്കലുകളെല്ലാം കേട്ടിട്ടും സിത്താനൊവ് ക്ഷോഭിക്കാറില്ല. അയാൾ ഒന്നും മിണ്ടാതെ വെറുതെ ഇരിക്കുകയേയുള്ളൂ. ചിലപ്പോൾ കപ്പെൻദ്യൂഹിന്റെ ചിരിയിൽ പങ്കുകൊള്ളുകപോലും ചെയ്യും.

അവർ തൊട്ടുതൊട്ടാണ് കിടന്നുറങ്ങുന്നത്. പാതിരാവരെ അവർ ഓരോന്നു കുശുകുശുത്തുകൊണ്ട് കിടക്കും.

ഈ നിശാസംഭാഷണങ്ങൾ എന്റെ ജിജ്ഞാസയുണർത്തി. ഇത്രയേറെ വിഭിന്നപ്രകൃതരായ ഈ രണ്ടു മനുഷ്യർക്കു രമ്യമായി

സംസാരിക്കാൻ എന്തിരിക്കുന്നു? പക്ഷെ ഞാനടുത്തു ചെന്നാൽ കൊസാക്കുകാരൻ ചോദിക്കും:

"നിനക്കെന്തു വേണം?"

സിത്താനൊവ് എന്നെ കണ്ട ഭാവമേ നടിക്കില്ല.

പക്ഷെ ഒരിക്കൽ അവരെന്നെ അടുത്തു വിളിച്ചു.

"മക്സീമിച്ച്, " കൊസാക്കുകാരൻ പറഞ്ഞു. "നിന്റെ കയ്യിൽ ധാരാളം പണമുണ്ടെങ്കിൽ നീ എന്തു ചെയ്യും?"

"പുസ്തകം വാങ്ങും."

"വേറെന്തു ചെയ്യും?"

"എന്തോ, അറിഞ്ഞുകൂടാ."

"ഹും!" എന്നു മുരണ്ടുകൊണ്ട് കപ്പെൻദ്യുഹിൻ നിരാശയോടെ തല തിരിച്ചു.

"കണ്ടോ?" സിത്താനൊവ് ശാന്തമായി പറഞ്ഞു. "പ്രായംകൂടിയ വരാകട്ടെ, കുറഞ്ഞവരാകട്ടെ, ആർക്കും അത് അറിഞ്ഞുകൂടാ. ഞാൻ തന്നോടു പറഞ്ഞില്ലേ, പണമുള്ളതുകൊണ്ടു മാത്രമായില്ല. അതെങ്ങിനെ പ്രയോഗിക്കുന്നുവെന്നതാണ് കാര്യം."

"നിങ്ങൾ എന്തിനെപ്പറ്റിയാണ് സംസാരിക്കുന്നത്?" ഞാൻ ചോദിച്ചു.

"ഉറക്കം വരാത്തതുകൊണ്ട് ഓരോന്ന് പറഞ്ഞുകൊണ്ടിരിക്കുന്നുവെ ന്നേയുള്ളൂ," കൊസാക്കുകാരൻ പറഞ്ഞു.

അവരുടെ തുടർന്നുള്ള സംഭാഷണം ശ്രദ്ധിച്ചപ്പോൾ, ആളുകൾ പകൽസമയത്തു പറയുന്ന കാര്യങ്ങൾ തന്നെയാണ് ഇവർ രാത്രിയിൽ പറയുന്നതെന്ന് എനിക്കു മനസ്സിലായി—ദൈവത്തേയും നീതിയേയും സന്തുഷ്ടിയേയും പറ്റി, പെണ്ണുങ്ങളുടെ കൗശലത്തേയും ഭോഷത്തത്തേ യും പറ്റി, പണക്കാരുടെ അത്യാർത്തിയെപ്പറ്റി, ജീവിതമാകെത്തന്നെ ദുർഗ്രഹമാംവണ്ണം കൂടിക്കുഴഞ്ഞുകിടക്കുന്നതിനെപ്പറ്റി.

ഞാൻ ഈ സംഭാഷണങ്ങൾ എപ്പോഴും ശ്രദ്ധിച്ചുകേൾക്കും. അവ എന്റെ ഹൃദയത്തെ പിടിച്ചുലച്ചു. ജീവിതം മോശമാണെന്നും കൂടുതൽ മെച്ചമായി ജീവിക്കേണ്ടതാണെന്നും ഏതാണ്ടെല്ലാ മനുഷ്യരും പറയു ന്നുണ്ടെന്ന കാര്യം എന്നെ സന്തോഷിപ്പിച്ചു. എന്നാലതേസമയം തന്നെ കൂടുതൽ മെച്ചമായി ജീവിക്കണമെന്ന ആഗ്രഹം ഒരുത്തരിലും യാതൊരു ബാദ്ധ്യതയും അർപ്പിച്ചില്ലെന്നും പണിശാലയിലെ ജീവി തത്തിലോ അവിടുള്ളവർ തമ്മിലുള്ള ബന്ധത്തിലോ യാതൊരുതരത്തി ലുള്ള മാറ്റവുമുണ്ടാക്കിയിട്ടില്ലെന്നും എനിക്കു കാണാൻ കഴിഞ്ഞു. ഈ

സംസാരങ്ങളെല്ലാം ജീവിതത്തിലേക്കു വെളിച്ചം വീശുകയും അതിന്റെ പിന്നിൽ മറഞ്ഞുകിടക്കുന്ന മ്ലാനമായ ശൂന്യത എനിക്കു കാണിച്ചുതരികയും ചെയ്തു. കാറ്റത്ത് ഒഴുകിനടക്കുന്ന കുളത്തിലെ കരിയിലകളെപ്പോലെ ഈ ശൂന്യതയിൽ മനുഷ്യർ എന്തു ചെയ്യേണ്ടുവെന്നറിയാതെ ക്ഷോഭിച്ച് ഒഴുകിനടക്കുകയാണ്. അർത്ഥശൂന്യമായ ഈ ഞെരുക്കം തങ്ങളെ വീർപ്പുമുട്ടിക്കുന്നവെന്നു പറയുന്ന അതേ മനുഷ്യർതന്നെയാണ് ഇങ്ങനെ ഒഴുകിനടക്കുന്നത്.

പണിശാലയിലുള്ളവർ എപ്പോഴും വീരവാദം പറയുകയോ പശ്ചാത്തപിക്കുകയോ വല്ലവരേയും കുറ്റപ്പെടുത്തുകയോ നിസ്സാരകാര്യങ്ങളെച്ചൊല്ലി വാശിയോടെ വഴക്കടിക്കുകയോ പരസ്പരം വേദനിപ്പിക്കുകയോ ചെയ്തുകൊണ്ടിരുന്നു. പരലോകത്തിൽ തങ്ങൾക്കെന്തു സംഭവിക്കുമെന്നതിനെക്കുറിച്ച് അവർ ഊഹാപോഹങ്ങൾ നടത്തിക്കൊണ്ടിരുന്നു. എന്നാലതേസമയം പണിശാലയിൽ കതകിനടുത്ത് പ്രക്ഷാളനപാത്രത്തിനു താഴെയായി തറപ്പലകയൊരെണ്ണം ദ്രവിച്ചുപോയിരിക്കുന്നു. അഴുകിയ മണ്ണിന്റെ മണമുള്ള തണുത്ത ഈറൻവായു ആ ദ്വാരത്തിലൂടെ അടിച്ചുവന്ന് ഞങ്ങളുടെ പാദങ്ങളെ മരവിപ്പിച്ചു. പാവെലും ഞാനുംകൂടി കുറെ കച്ചിയും പഴന്തുണിയും തിരുകി ആ ദ്വാരമടച്ചു. തറപ്പലക മാറിവയ്ക്കുന്നതിനെപ്പറ്റി അവിടുള്ളവർ പലവട്ടം സംസാരിച്ചെങ്കിലും ദ്വാരം വലുതായിക്കൊണ്ടിരുന്നു. കൊടുങ്കാറ്റടിക്കുന്ന ദിവസങ്ങളിൽ ഊത്തുകുഴലിലൂടെയെന്നവണ്ണമാണ് കാറ്റ് അതിലൂടെ അടിച്ചുകയറുന്നത്. ആളുകൾക്ക് ചുമയും ജലദോഷവും പിടിപെടും. കാറ്റോട്ടത്തിനുവേണ്ടി വച്ചിട്ടുള്ള കിളിവാതിലിന്റെ വിജാഗിരി അരോചകശബ്ദത്തോടെ കിറുകിറുത്തുകൊണ്ടിരുന്നു. ജോലിക്കാർ അതിനെ പ്രാകി. പക്ഷെ ഞാനതിന് എണ്ണയിട്ടപ്പോൾ ഷീഹരെവ് ചെവിയോർത്തിട്ട് പറഞ്ഞു:

"ആ കിറുകിറുപ്പ് മാറിയപ്പോൾ മടുപ്പു കൂടി."

കുളിപ്പുരയിൽനിന്നു മടങ്ങിവന്നാൽ അവർ നേരെ പൊടിപിടിച്ച് അഴുക്കായിരിക്കുന്ന മെത്തകളിലേക്കു വീഴും. ഇവിടെ അഴുക്കും നാറ്റവും ആരും ഗൗനിച്ചില്ല. ജീവിതത്തെ കൂടുതൽ ക്ലേശകരമാക്കുന്ന കൊച്ചുകൊച്ചുകാര്യങ്ങൾ വേണ്ടുവോളമുണ്ടായിരുന്നു. അവയിൽ പലതും ദുരീകരിക്കാവുന്നതേയുള്ളൂ. പക്ഷെ ആരും അതിനു മിനക്കെട്ടില്ല.

അവർ പലപ്പോഴും പറയും:

"മനുഷ്യരോട് ആർക്കുമില്ല അനുകമ്പ. ദൈവത്തിനുമില്ല. അവരവർക്കുമില്ല."

എന്നാൽ അഴുക്കും പ്രാണികളും ദണ്ഡിപ്പിച്ചുകൊണ്ടിരുന്ന ആസന്നമരണനായ ദവീദൊവിനെ പാവെലും ഞാനുംകൂടി മേൽക്കഴുകിച്ചപ്പോൾ

അവരെല്ലാവരും ഞങ്ങളെ കളിപ്പുരജോലിക്കാരെന്നു വിളിച്ച് പരിഹസിക്കുകയും പേൻകളഞ്ഞു കൊടുക്കാൻ വേണ്ടി അവരുടെ കുപ്പായങ്ങൾ ഊരിത്തരികയും പൊതുവിൽ അങ്ങേയറ്റം ലജ്ജാകരവും വിചിത്രവുമായ ഒരു പ്രവൃത്തിയാണു ഞങ്ങൾ ചെയ്യുന്നതെന്ന മട്ടിൽ പെരുമാറുകയും ചെയ്യു.

ക്രിസ്തുമസ്സുതൊട്ട് നോമ്പുകാലംവരെ ദവീദൊവ് കുത്തിക്കുത്തിച്ചുമച്ചുകൊണ്ട് അയാളുടെ പലകത്തട്ടിൽ കിടന്നു. അയാൾ കട്ടകട്ടയായി തുപ്പിയ ചോരയും കഫവും കൈകഴുകുന്ന തൊട്ടിയിൽ വീഴാതെ നിലത്തു വീണു. രാത്രിസമയത്ത് അയാൾ ഉറക്കത്തിൽ നിലവിളിച്ച് ഞങ്ങളെ ഉണർത്തി.

ഏതാണ്ടെല്ലാ ദിവസവും മറ്റുള്ളവർ പറഞ്ഞു:

"അയാളെ ആശുപത്രിയിലാക്കണം."

പക്ഷെ പാസ്പോർട്ട് പുതുക്കാത്തതുകാരണം ദവീദൊവിനെ ആശുപത്രിയിലെടുക്കില്ലെന്ന് ആദ്യം പറഞ്ഞു. കുറച്ചു ദിവസം കഴിഞ്ഞപ്പോൾ അയാളുടെ സ്ഥിതി മെച്ചപ്പെട്ടു. അവസാനം എല്ലാവരുംകൂടി തീരുമാനിച്ചു:

"എന്തായാലും അടുത്തുതന്നെ ചാവും."

അയാൾതന്നെ ഉറപ്പുതന്നു:

"ഇനി വലിയ താമസമുണ്ടാവില്ല."

സൗമ്യമായൊരു നർമ്മബോധം അയാൾക്കുണ്ടായിരുന്നു. പണിശാലയിലെ മ്ലാനത കുറയ്ക്കാൻ അയാളും ആവതു ശ്രമിച്ചു. ആ ഇരുണ്ട എല്ലുന്തിയ മുഖം താഴോട്ടു തൂക്കിയിട്ടുകൊണ്ട് അയാൾ സീൽക്കാരത്തോടെ പറയും:

"ഹേ നാട്ടുകാരേ! മുകളിലെ പലകത്തട്ടിലേക്ക് ആരോഹണം ചെയ്യുവന്റെ ശബ്ദം കേട്ടുകൊൾക!"

എന്നിട്ട് ഗാംഭീര്യമാർന്ന സ്വരത്തിൽ അയാൾ ശോകാത്മകമായ വല്ല അസംബന്ധവും വിളമ്പും:

പലകത്തട്ടിൽ വസിക്കും ഞാൻ
വെളുപ്പിനെന്നും ഉണരുന്നു
ഉണരുമ്പോഴുമുറങ്ങുമ്പോഴും
പാറ്റകളെന്നെ തിന്നുന്നു.

"അയാൾക്കിപ്പോഴും യാതൊരു കുസലുമില്ല," മറ്റുള്ളവർ അയാളെ പ്രശംസിക്കും.

ചിലപ്പോൾ പാവെലും ഞാനും അയാളുടെ പലകത്തട്ടിലേക്കു കയറിച്ചെല്ലും. വിളിച്ചുവരുത്തിയ ഉന്മേഷത്തോടെ അയാൾ ഞങ്ങളെ സ്വാഗതം ചെയ്യും:

“നിങ്ങളെ എന്തു തന്നു സൽക്കരിക്കണം, വിരുന്നുകാരേ? നല്ലൊരു കൊഴുത്ത എട്ടുകാലിയായാലോ?”

വളരെ നാൾ കിടന്നിട്ടാണ് അയാൾ മരിച്ചത്. അത് അയാൾക്കു സഹിച്ചില്ല.

“എന്തൊക്കെയായിട്ടും ചാവുന്നില്ല. എന്തൊരു കഷ്ടം!” അമർഷം മറച്ചുവയ്ക്കാതെ അയാൾ പറയും.

മരണത്തിന്റെ മുമ്പിൽ അയാൾ കാണിച്ച കൂസലില്ലായ്മ പാവെലിനെ ‘ഭയപ്പെടുത്തി. അവൻ രാത്രി എന്നെ വിളിച്ചുണർത്തിയിട്ട് മന്ത്രിക്കും:

“മക്സീമിച്ച്! അയാൾ മരിച്ചെന്നു തോന്നുന്നു... അയാൾ വല്ല രാത്രിയിലുമായിരിക്കും മരിക്കുന്നത്. നമ്മൾ കിടക്കുന്നത് അയാളുടെ നേരെ ചുവട്ടിലും! കർത്താവേ, എനിക്കു ചത്തവരെ പേടിയാണ്!”

ചിലപ്പോൾ അവൻ പറയും:

“അയാളെന്തിനു ജീവിച്ചു? വയസ്സ് ഇനിയും ഇരുപതു തികഞ്ഞിട്ടില്ല. അതിനുമുമ്പെ ചാവുകയാണ്!”

ചന്ദ്രികയുള്ള ഒരു രാത്രിയിൽ അവൻ എന്നെ കുലുക്കിവിളിച്ചു. അവന്റെ കണ്ണുകൾ ഭയംകൊണ്ട് തള്ളിനിന്നിരുന്നു.

“അതു കേൾക്ക്,” അവൻ പറഞ്ഞു.

മുകളിലത്തെ പലകത്തട്ടിൽ വിമ്മിഷ്ടത്തോടെ ശ്വാസം വലിച്ചുകൊണ്ടു കിടക്കുന്ന ദവീദൊവ് തിടുക്കത്തിലും എന്നാലതേസമയം തെളിച്ചും പറയുന്നതു കേട്ടു:

“ഇങ്ങു താ! താ എനിക്ക്!”

പിന്നീട് അയാൾ എക്കിളിടാൻ തുടങ്ങി.

“അയാൾ ചാവുകയാണ്. ദൈവത്തിനാണെ സത്യം. അല്ലെങ്കിൽ കണ്ടോ!” പാവെൽ വെപ്രാളത്തോടെ പറഞ്ഞു.

പകൽ മുഴുവനും മുറ്റത്തെ മഞ്ഞ് വണ്ടിയിലേറ്റി പാടത്തു കൊണ്ടിട്ട് വല്ലാതെ തളർന്നിരുന്ന ഞാൻ ഉറങ്ങാൻ കൊതിച്ചു. പക്ഷെ പാവെൽ യാചിച്ചു:

“ദയവുചെയ്ത് ഉറങ്ങരുത്! കർത്താവിനെ ഓർത്ത് ഉറങ്ങരുത്!”

പെട്ടെന്ന് മുട്ടുകുത്തി നിന്നിട്ട് അവൻ സംഭ്രാന്തിയോടെ വിളിച്ചു കൂവി:

"എണീക്കിൻ! ദവീദൊവ് മരിച്ചു!"

ആരൊക്കെയോ ഉണർന്നു. ചിലർ മെത്തയിൽനിന്നെണീറ്റിട്ട് കാര്യമെന്താണെന്ന് ഈർഷ്യയോടെ തിരക്കി.

കപ്പെൻദ്യൂഹിൻ പലകത്തട്ടിലേക്ക് ചാടിക്കയറിയിട്ട് അത്ഭുതത്തോടെ പറഞ്ഞു:

"ശരിതന്നെ, ചത്തെന്നാണു തോന്നുന്നത്. പക്ഷെ ഇപ്പോഴും കുറേശ്ശേ ചൂടുണ്ട്."

എല്ലാവരും മൗനം പൂണ്ടു. ഷീഹരെവ് കുരിശു വരച്ചു. പുതപ്പ് ഒന്നുകൂടി വലിച്ചിട്ടുകൊണ്ട് അയാൾ പരേതന്റെ ആത്മാവിനു ശാന്തി നേർന്നു.

"അയാളെ വരാന്തയിലേക്കു മാറ്റുകയല്ലേ നല്ലത്?" ആരോ അഭിപ്രായപ്പെട്ടു.

തട്ടിൽനിന്ന് ഇറങ്ങിവന്ന് ജനാലയിലൂടെ വെളിയിലേക്കൊന്നു കണ്ണയച്ചിട്ട് കപ്പെൻദ്യൂഹിൻ പറഞ്ഞു:

"നേരം വെളുക്കുന്നതുവരെ അയാൾ അവിടെത്തന്നെ കിടക്കട്ടെ. ജീവിച്ചിരുന്നപ്പോൾ പോലും അയാൾ ആരേയും ബുദ്ധിമുട്ടിച്ചില്ല."

തലയിണയിൽ മുഖമമർത്തിക്കൊണ്ട് പാവെൽ വിതുമ്മിക്കരഞ്ഞു.

സിത്താനൊവ് ഉണർന്നതു പോലുമില്ല.

XV

പാടത്ത് മഞ്ഞുരുകി. ആകാശത്ത് ഹേമന്തമേഘങ്ങളുരുകി മഞ്ഞും മഴയുമായി ഭൂമിയിൽ പെയ്തു. സൂര്യൻ അതിന്റെ ദിവസപ്രദക്ഷിണത്തിന് കൂടുതൽ സമയമെടുത്തു. വായു കൂടുതൽ ഊഷ്മളമായി. വസന്തം വന്നെങ്കിലും അത് പട്ടണത്തിനു വെളിയിലുള്ള പാടങ്ങളിലെവിടെയോ കളിയായി ഒളിച്ചിരിക്കുകയാണെന്നും ഏതു നിമിഷവും പട്ടണത്തിലേക്ക് ഓടിയെത്തുമെന്നും തോന്നി. തെരുവുകൾ ചുവന്ന ചെളികൊണ്ടു മൂടി. കൊച്ചുകൊച്ചരുവികൾ കളകളാരവത്തോടെ നടപ്പാതകളുടെ അരികിലൂടെ ഒഴുകി. അറെസ്താൻസ്ക്കയ കവലയിൽ മഞ്ഞുരുകിയ ഇടങ്ങളിൽ കുരുവികൾ ഉല്ലാസപൂർവ്വം തത്തിനടന്നു. കുരുവികളുടെ അടക്കമില്ലായ്മ മനുഷ്യരിലും കാണപ്പെട്ടു. വസന്തത്തിന്റെ മർമ്മരത്തിനു മുകളിൽ നൊയമ്പുകാലത്തെ വിളിച്ചറിയിച്ചുകൊണ്ട് പള്ളിമണികൾ മുഴങ്ങി. ഹൃദയത്തെ മൃദുവായി ഉലച്ചുകൊണ്ട് അവ രാവിലെതൊട്ട് രാത്രിവരെ അനുസ്യൂതം അടിച്ചുകൊണ്ടിരുന്നു. വയസ്സായവരുടെ സംസാരത്തിലെന്നപോലെ ആ മണിയടികളിൽ എന്തോ പരിഭവം മറഞ്ഞു കിടന്നിരുന്നു. അവ ശൈത്യമാർന്ന വിഷാദത്തോടെ 'കഴിഞ്ഞു! കഴിഞ്ഞു! കഴിഞ്ഞു!' എന്ന് ഉരുവിട്ടുകൊണ്ടിരിക്കുകയാണെന്നു തോന്നി.

എന്റെ പേരുകാരനായ പുണ്യവാളന്റെ ദിവസം പണിശാലയിലുള്ളവർ ദിവ്യപുരുഷനായ അലെക്സേയുടെ അതിമനോഹരമായി വരച്ച ചെറിയൊരു രൂപം എനിക്കു സമ്മാനിച്ചു. ആ സമയത്ത് ഷീഹരെവ് നടത്തിയ പ്രൗഢവും സുദീർഘവുമായ പ്രസംഗം ഞാനൊരിക്കലും മറക്കില്ല.

“നീയാരാണ്?” മേശപ്പുറത്ത് താളം പിടിച്ചുകൊണ്ട്, പുരികമുയർത്തിക്കൊണ്ട്, അയാൾ ചോദിച്ചു. “വെറും പതിമൂന്നു വയസ്സുള്ള ഒരു അനാഥബാലൻ. എന്നിട്ടും നിന്റെ നാലിരട്ടി പ്രായമുള്ള ഞാൻ നിന്നെ അനുമോദിക്കുന്നു. എന്തിനാണെന്നോ? നീ ജീവിതത്തിൽ നിന്നു പിന്തിരിയാതെ അതിന്റെ മുഖത്തുതന്നെ നോക്കി നിൽക്കുന്നതുകൊണ്ട്. എപ്പോഴും അങ്ങിനെതന്നെ നിൽക്കണം.”

അയാൾ ദൈവത്തിന്റെ അടിമകളെക്കുറിച്ചും ദാസന്മാരെക്കുറിച്ചും സംസാരിച്ചു. അടിമകളും ദാസന്മാരും തമ്മിലുള്ള വ്യത്യാസമെന്താണെന്ന് എനിക്കു മനസ്സിലായില്ല. അയാൾക്കുതന്നെ അതു വ്യക്തമായിരുന്നോയെന്നു സംശയമാണ്. അയാളുടെ പ്രസംഗം വിരസമായിരുന്നു. ആളുകൾ അയാളെ കളിയാക്കി. ഞാനാകട്ടെ, കയ്യിൽ വിശുദ്ധരൂപവും പിടിച്ചുകൊണ്ട് വികാരതരളിതനായി, എന്തു ചെയ്യേണ്ടു എന്നറിയാതെ കുഴങ്ങിനിന്നു. അവസാനം കപ്പെൻദ്യൂഹിൻ സഹികെട്ട് പ്രാസംഗികന്റെ നേരെ വിളിച്ചുപറഞ്ഞു:

“ഈ ശവസംസ്ക്കാരപ്രസംഗം ഒന്നു നിർത്താമോ? അവന്റെ ചെവിപോലും നീലനിറമായി!”

എന്റെ തോളത്തടിച്ചുകൊണ്ട് അയാളും എന്നെ പ്രശംസിച്ചു.

“നീ എല്ലാവരുടേയും ബന്ധുവാണെന്നതാണ് നിനക്കുള്ള ഏറ്റവും വലിയ ഗുണം. പക്ഷെ അതുകൊണ്ടൊരു ദോഷവുമുണ്ട്. കാരണമുള്ളപ്പോൾപോലും നിന്നെ തല്ലാനും ദേഷ്യപ്പെടാനും വിഷമമാണ്.”

എല്ലാവരും എന്നെ സൗമനസ്യത്തോടെ നോക്കുകയും എന്റെ സങ്കോചത്തെ സ്നേഹപൂർവ്വം കളിയാക്കുകയും ചെയ്തു. ഇതിങ്ങനെ കുറച്ചുകൂടി നീണ്ടുപോയിരുന്നെങ്കിൽ ഇവർക്കെല്ലാം വേണ്ടപ്പെട്ടവനാണെല്ലോ ഞാനെന്ന സന്തോഷത്താൽ ഞാനൊരുപക്ഷെ പൊട്ടിക്കരഞ്ഞുപോയേനെ. പക്ഷെ അന്നു രാവിലെതന്നെയാണ് കടയിലെ വില്പനക്കാരൻ എന്റെനേരെ തലയാട്ടിക്കൊണ്ട് പ്യോത്തർ വസീല്യെവിച്ചിനോടു പറഞ്ഞത്:

“ഗുണമില്ലാത്ത ചെക്കൻ. ഒരു വകയ്ക്കു കൊള്ളില്ല.”

ഞാൻ അന്നു രാവിലെ പതിവുപോലെ കടയിൽ പോയിരുന്നു. പക്ഷെ ഉച്ചതിരിഞ്ഞ് വിൽപ്പനക്കാരൻ എന്നോടു പറഞ്ഞു:

“നീ വീട്ടിൽപ്പോയി കളപ്പുരയുടെ പുറത്തുള്ള മഞ്ഞ് കോരിമാറ്റി അറയ്ക്കകത്തു കൊണ്ടിടണം.”

എന്റെ പേരുകാരനായ പുണ്യവാളന്റെ ദിവസമാണന്നെന്ന് അയാൾക്കറിഞ്ഞുകൂടായിരുന്നു. ആർക്കും അറിഞ്ഞുകൂടെന്നാണു ഞാൻ

വിചാരിച്ചത്. പണിശാലയിലെ അനുമോദനങ്ങൾ കഴിഞ്ഞയുടനെ ഞാൻ ഉടുപ്പുമാറ്റി മുറ്റത്തേക്കോടി കളപ്പുരയുടെ മേൽക്കൂരയിൽ പിടച്ചുകയറി. ആ ഹേമന്തത്തിൽ സമൃദ്ധമായി വീണുകിടന്നിരുന്ന മഞ്ഞ് കോരിമാറ്റാൻ തുടങ്ങി. പക്ഷെ ഉദ്വേഗം മൂലം അറയുടെ വാതിൽ തുറക്കാൻ ഞാൻ മറന്നുപോയി. അത് ഞാൻ കോരിയിട്ട മഞ്ഞിനടിയിലായി. താഴെയിറങ്ങിയപ്പോഴാണ് എനിക്ക് അബദ്ധം മനസ്സിലായത്. ഞാൻ ഉടൻതന്നെ വാതിലിന്റെ മുമ്പിൽനിന്ന് മഞ്ഞു മാറ്റാൻ തുടങ്ങി. പക്ഷെ അത് നനഞ്ഞ് അമർന്നുകിടന്നിരുന്നു. മരത്തിന്റെ കൈക്കോട്ടുകൊണ്ട് അത് കോരിമാറ്റാൻ എളുപ്പമല്ലായിരുന്നു. ഇരുമ്പുകൊണ്ടുള്ളത് വീട്ടിലൊട്ടുണ്ടായിരുന്നുമില്ല. കൈക്കോട്ടൊടിഞ്ഞതും വില്പനക്കാരൻ വന്നു കയറിയതും ഒപ്പമായിരുന്നു. “സന്തോഷത്തിന്റെ തൊട്ടുപുറകേതന്നെ സന്താപവുമുണ്ടായിരിക്കും” എന്ന റഷ്യൻ പഴമൊഴി അന്വർത്ഥമായി.

“എന്താണിത്!” എന്റെ അടുത്തേക്കു വന്നു വില്പനക്കാരൻ കോപത്തോടെ പറഞ്ഞു. “നല്ല പണിക്കാരനാണ്! നിന്റെ മരത്തലയിൽ ഞാനൊരു വീക്കുവച്ചു തരും.”

അയാൾ കൈക്കോട്ടിന്റെ ഒടിഞ്ഞുപോയ പിടിയെടുത്ത് എന്റെ നേരെ ഓങ്ങി. ഞാൻ ഒഴിഞ്ഞുമാറിക്കൊണ്ട് ദേഷ്യപ്പെട്ട് പറഞ്ഞു:

“നിങ്ങളുടെ മുറ്റം തൂപ്പുകാരനായിട്ടല്ല ഞാൻ ഇവിടെ വന്നത്.”

അയാൾ ആ പിടി എന്റെ കാലിലെറിഞ്ഞു. ഞാൻ ഒരുപിടി മഞ്ഞെടുത്ത് അയാളുടെ മുഖത്തു പൊത്തി. തുപ്പിച്ചീറ്റിക്കൊണ്ട് അയാൾ ഓടിപ്പോയി. ഞാൻ ജോലി നിർത്തി പണിശാലയിലേക്കു മടങ്ങി. അല്പം കഴിഞ്ഞപ്പോൾ വില്പനക്കാരന്റെ പ്രതിശ്രുതവധു കോവണിയിറങ്ങി ഓടിവന്നു. ജീവനില്ലാത്ത മുഖം നിറയെ മുഖക്കുരുവുള്ള ഒരു പിരുപിരുപ്പുകാരിയായിരുന്നു അവൾ.

“മക്സീമിച്ച്, നിന്നെ മുകളിൽ വിളിക്കുന്നു.”

“ഞാൻ വരുന്നില്ല!” ഞാൻ പറഞ്ഞു.

ലരിയോനിച്ച് അത്ഭുതത്തോടെ ചോദിച്ചു: “എന്ത്? നീ പോകില്ലെന്നോ?”

ഞാൻ അദ്ദേഹത്തോട് കാര്യം പറഞ്ഞു. വ്യാകുലഭാവത്തോടെ നെറ്റിചുളിച്ചുകൊണ്ട് മുകളിലേക്കു കയറിപ്പോകുന്നതിനുമുമ്പ് അദ്ദേഹം എന്നോടു ശബ്ദമടക്കി പറഞ്ഞു:

“നീ ആ ചെയ്തത് കുറെ കടന്നുപോയി.”

വില്പനക്കാരനെതിരായ ശകാരവാക്കുകൾ പണിശാലയിലുടനീളം ഒരുതരം ഹുങ്കാരംപോലെ മുഴങ്ങി.

“നിന്നെ പറഞ്ഞുവിടുമെന്ന തീർച്ചയാണ്, “ കപ്പെൻദ്യഹിൻ പറഞ്ഞു.

എനിക്ക് അതു കേട്ട് ഭയം തോന്നിയില്ല. വില്പനക്കാരനുമായുള്ള എന്റെ ബന്ധം നേരത്തെതന്നെ അങ്ങേയറ്റം വഷളായിക്കഴിഞ്ഞിരുന്നു. അയാൾക്ക് എന്നോടുള്ള വാശിയേറിയ വെറുപ്പ് കൂടുതൽ കൂടുതൽ രൂക്ഷമായിവന്നു. എനിക്ക് അയാളോടും വല്ലാത്ത അസഹ്യത തോന്നി. പക്ഷെ എന്നോടുള്ള അയാളുടെ വിചിത്രമായ പെരുമാറ്റം എന്നെ അമ്പരപ്പിച്ചു.

തൂത്തുവാരുമ്പോൾ എന്റെ കണ്ണിൽ പെടാൻവേണ്ടി അയാൾ കരുതിക്കൂട്ടി കടയുടെ തറയിൽ ചില്ലറത്തുട്ടുകൾ വിതറും. ഞാൻ എപ്പോഴും അവ പെറുക്കിയെടുത്ത് ഭിക്ഷകൊടുക്കാനുള്ള കിണ്ണത്തിലിടും. അയാളുടെ ഉദ്ദേശം അവസാനം മനസ്സിലായപ്പോൾ ഞാൻ അയാളോടു പറഞ്ഞു:

“ആ തുട്ടുകൾ എനിക്കെറിഞ്ഞുതന്നിട്ട് ഒരു പ്രയോജനവുമില്ല.”

തീരെ പ്രതീക്ഷിച്ചിരിക്കാതെ ഞാനിതു പറഞ്ഞപ്പോൾ അയാളുടെ മുഖം ചുവന്നു. അയാൾ എന്റെനേരെ ചീറി:

“നീ എന്നെ പഠിപ്പിക്കാൻ വരികയാണോടാ? ഞാനെന്താണു ചെയ്യുന്നതെന്ന് എനിക്കറിയാം!” കുറച്ചു കഴിഞ്ഞപ്പോൾ അയാൾ ഇത്രയും കൂടി പറഞ്ഞു:

“ഞാൻ എറിഞ്ഞുതരുന്നതൊന്നുമല്ല. അറിയാതെ വീണുപോകുന്നതാണ്.”

ഞാൻ കടയിലിരുന്ന് പുസ്തകം വായിക്കാൻ അയാൾ സമ്മതിച്ചില്ല.

“അതു നിന്നെപ്പോലുള്ളവർക്കു പറ്റിയതല്ല.” അയാൾ പറഞ്ഞു.

“എടാ ഇത്തിക്കണ്ണി, നീ വലിയ മതപണ്ഡിതനാവാനാണോ ഭാവം?”

എന്നെ ചില്ലറത്തുട്ടുമായി കയ്യോടെ പിടിക്കാനുള്ള ശ്രമം അയാൾ തുടർന്നു. ഞാൻ തറ തൂക്കുന്നതിനിടയിൽ ഒരെണ്ണമെങ്ങാനും വല്ല വിടവിലേക്കും ഉരുണ്ടുപോയാൽ അതു ഞാൻ മോഷ്ടിച്ചതാണെന്ന് അയാൾ പറയുമെന്ന് എനിക്കു മനസ്സിലായി. ഈ കളി മതിയാക്കണമെന്ന് ഞാൻ അയാളോട് ഒരിക്കൽക്കൂടി പറഞ്ഞു. എന്നാൽ അതേദിവസം ചായപ്പാത്രത്തിൽ തിളച്ച വെള്ളവുമായി മദ്യശാലയിൽനിന്നു മടങ്ങിവരുന്നവഴി തൊട്ടടുത്ത കടയിലെ വില്പനക്കാരനോട് അയാൾ പറയുന്നതു കേട്ടു:

“ഒരു സങ്കീർത്തനപുസ്തകം മോഷ്ടിച്ചുതരാൻ താനവനോടു പറ. ഞങ്ങൾക്ക് അതു അടുത്തുതന്നെ മൂന്നു പെട്ടി നിറയെ വരുന്നുണ്ട്.”

എന്നെപ്പറ്റിയാണ് അവർ സംസാരിക്കുന്നതെന്ന് എനിക്കു മനസ്സിലായി. ഞാൻ കടയിലേക്കു കയറിയപ്പോൾ രണ്ടു പേരുടെ മുഖത്തും ഒരു ജാള്യത കണ്ടു.

കൗശലം നിറഞ്ഞ കണ്ണുകളോടുകൂടിയ ചടച്ചുണങ്ങിയ ഒരു ദുർബ്ബലനായിരുന്നു അടുത്ത കടയിലെ വില്പനക്കാരൻ. അയാൾ ഇതാദ്യമായിട്ടല്ല ആ കടയിൽ ജോലിചെയ്യുന്നത്. സമർത്ഥനായ വില്പനക്കാരനാണെങ്കിലും ആളൊരു മുഴുക്കുടിയനായിരുന്നു. കുടിച്ചു വെളിവുകെടുമ്പോൾ ഉടമസ്ഥൻ അയാളെ പിരിച്ചുവിടുകയും പിന്നീട് തിരിച്ചെടുക്കുകയും ചെയ്യും. യജമാനന്റെ ഏതൊരു ഹിതവും അക്ഷരം പ്രതി അനുസരിക്കുന്ന ഒരു എളിയ ദാസനായി പുറമേയ്ക്കു നടിക്കുമെങ്കിലും സർവ്വജ്ഞന്റെ മട്ടിലുള്ള ഒരു പരിഹാസപ്പുഞ്ചിരി ആ താടിക്കുള്ളിൽ സദാ ഒളിഞ്ഞുകിടന്നിരുന്നു. കുത്തുവാക്കു പറയാൻ അയാൾക്കു വലിയ ഇഷ്ടമാണ്. ഉറപ്പുള്ള വെളുത്ത പല്ലുകളാണെങ്കിലും ദന്തരോഗം പിടിപെട്ടവരുടേതുപോലെ അയാളുടെ വാ നാറും.

മുമ്പൊരിക്കൽ എനിക്ക് അയാളുടെ അടുത്തുനിന്ന് വല്ലാത്തൊരു അനുഭവമുണ്ടായിട്ടുണ്ട്. ഒരു ദിവസം അയാൾ എന്റെ അടുത്തേക്ക് സ്നേഹപൂർവ്വം ചിരിച്ചുകൊണ്ടു വന്നു. പെട്ടെന്ന് എന്റെ തൊപ്പി തട്ടിത്തെറിപ്പിച്ചുകൊണ്ട് അയാൾ എന്റെ മുടിക്കു കുത്തിപ്പിടിച്ചു. ഞങ്ങൾ തമ്മിൽ പിടിയും വലിയുമായി. വരാന്തയിൽനിന്ന് അയാൾ എന്നെ തള്ളി കടയ്ക്കകത്തു കയറ്റി. വലിയ കുറെ വിശുദ്ധരൂപങ്ങൾ നിലത്തു ചാരിവച്ചിട്ടുണ്ടായിരുന്നു. അവയിലേക്ക് എന്നെ തള്ളിയിടാനായിരുന്നു അയാളുടെ ശ്രമം. അതു ഫലിച്ചെങ്കിൽ ഞാൻ നിസ്സംശയമായും ചില്ലു തകർക്കുകയും കൊത്തുപണികൾ പൊട്ടിക്കുകയും ആ വിലപിടിച്ച ചിത്രങ്ങൾ കേടുവരുത്തുകയും ചെയ്തേനെ. അയാൾക്കു ബലം കുറവായതുകൊണ്ട് എനിക്ക് അയാളെ എളുപ്പം തോല്പിക്കാൻ കഴിഞ്ഞു. തന്റെ ചതഞ്ഞ മൂക്കും തിരുമ്മിക്കൊണ്ട് ആ താടിക്കാരൻ നിലത്തിരുന്ന് പൊട്ടിക്കരയുന്നതു കണ്ട് ഞാൻ അമ്പരന്നുപോയി.

പിറ്റേന്നു രാവിലെ ഞങ്ങളെ രണ്ടുപേരേയും തനിച്ചാക്കിയിട്ട് കടയുടമസ്ഥർ എവിടെയോ പോയപ്പോൾ മൂക്കിന്റെ പാലത്തിലും ഒരു കണ്ണിന്റെ താഴെയും തിണർത്തുകിടന്ന ഭാഗം തടവിക്കൊണ്ട് അയാൾ രമ്യമായി പറഞ്ഞു:

“ഞാൻ നിന്റെ മെക്കിട്ടു കയറിയത് എനിക്കിഷ്ടമുണ്ടായിട്ടാണെന്നാണോ നിന്റെ വിചാരം! ഞാൻ മണ്ടനല്ല. നീ എന്നെ തോല്പിക്കുമെന്ന് എനിക്കറിയാമായിരുന്നു. ഞാൻ ബലമില്ലാത്തവനും കുടിയനുമാണ്. യജമാനൻ പറഞ്ഞിട്ടാണ് ഞാൻ ചെയ്തത്. “പോയി അവനെ തള്ളിയിട്ടു

വാ. വഴക്കിനിടയിൽ അവൻ അവരുടെ കടയിൽ കഴിയുന്നത്ര നാശം വരുത്തിവയ്ക്കാൻ നീ പ്രത്യേകം ശ്രദ്ധിക്കണം. അവർക്കു നഷ്ടം വരട്ടെ." ഇതാണ് എന്നോടു പറഞ്ഞത്. ഞാൻ സ്വമനസ്സാലെ ഒരിക്കലും ചെയ്യുമായിരുന്നില്ല. നീ എന്റെ മോന്ത ഏതു പരുവത്തിലാക്കിയെന്നു നോക്ക്."

അയാൾ പറഞ്ഞതു ഞാൻ വിശ്വസിച്ചു. എനിക്ക് അയാളോട് അനുകമ്പ തോന്നി. അയാളെ തല്ലുന്ന ഒരുത്തിയോടൊപ്പം അർദ്ധപ്പട്ടിണിയിലാണ് അയാൾ കഴിയുന്നതെന്ന് എനിക്കറിയാമായിരുന്നു. എങ്കിലും ഞാൻ ചോദിച്ചു:

"ഒരുത്തനു വിഷം കൊടുക്കാൻ തന്നോടു പറഞ്ഞാലോ? താൻ അനുസരിക്കുമോ?"

"അയാൾ എന്നെക്കൊണ്ട് അതും ചെയ്യിക്കും," ദയനീയമായ ഒരു പുഞ്ചിരിയോടെ അയാൾ പതുക്കെ പറഞ്ഞു. "അയാൾ അതിനുപോന്നവനാണ്."

മറ്റൊരവസരത്തിൽ അയാൾ എന്നോടു പറഞ്ഞു:

"എനിക്ക് ഒരു കൊച്ചുകോപ്പെക്കുപോലും സ്വന്തമായിട്ടില്ല. വീട്ടിൽ പട്ടിണിയാണ്. പെൺപിറന്നോർ എനിക്കു സ്വൈര്യം തരുന്നില്ല. നിങ്ങളുടെ കലവറയിൽനിന്ന് ഒരു പടം മോഷ്ടിച്ചുതന്നാൽ ഞാൻ അതു കൊണ്ടുപോയി വിറ്റോളാം. നിനക്കു സമ്മതമാണോ അല്ലെങ്കിൽ ഒരു സങ്കീർത്തനപുസ്തകമായാലും മതി."

പണ്ടത്തെ ചെരിപ്പുകടയും പള്ളികാവൽക്കാരന്റെ അപേക്ഷയും ഞാനോർത്തു. ഇയാളെന്നെ ഒറ്റിക്കൊടുക്കുമെന്നു തീർച്ചയാണ്. ഞാൻ വിചാരിച്ചു. എങ്കിലും അയാളുടെ അപേക്ഷ നിരസിക്കാൻ എനിക്കു മനസ്സു വന്നില്ല. ഞാൻ അയാൾക്കു ഒരു വിശുദ്ധരൂപമെടുത്തു കൊടുത്തു. ഏതാനും റൂബിൾവിലവരുന്ന സങ്കീർത്തനപുസ്തകം മോഷ്ടിക്കുന്നത് വലിയൊരു പാതകമാണെന്ന് എന്തുകൊണ്ടോ എനിക്കു തോന്നി. എന്തു ചെയ്യാം! സന്മാർഗ്ഗബോധത്തിന്റെ പിന്നിൽ എന്തെങ്കിലുമൊരു കണക്കുകൂട്ടൽ എപ്പോഴും ഒളിഞ്ഞുകിടപ്പുണ്ട്. പരിപാവനവും കളങ്കമറ്റതുമായ നമ്മുടെ ക്രിമിനൽ കോഡ് ഈ കൊച്ചുരഹസ്യം വളരെ വ്യക്തമായി തുറന്നുകാട്ടുന്നുണ്ട്. ഈ കൊച്ചുരഹസ്യത്തിന്റെ പിന്നിൽ ഒളിച്ചിരിക്കുന്നത് സ്വകാര്യസ്വത്തെന്ന ഭീമമായ അനീതിയാണ്.

സങ്കീർത്തനപുസ്തകത്തിന്റെ മോഷണത്തിന് എന്നെ പ്രേരിപ്പിക്കാൻ വില്പനക്കാരൻ ആ ദയനീയനായ മനുഷ്യനോടു പറയുന്നതു കേട്ടപ്പോൾ ഞാൻ ഭയന്നു. ഞാൻ അയാളുടെ ചെലവിൽ കാണിച്ച

മഹാമനസ്ക്കതയെക്കുറിച്ച് അടുത്ത കടയിലെ വില്പനക്കാരൻ പറഞ്ഞ് അയാൾ അറിഞ്ഞിട്ടുണ്ടാവുമെന്ന വ്യക്തമായിരുന്നു.

മറ്റുള്ളവരുടെ ചെലവിൽ മഹാമനസ്ക്കത കാട്ടുന്നതിലുള്ള അല്പത്തവും എനിക്കെതിരായ ഈ ക്ഷുദ്രമായ ഗൂഢാലോചനയുമെല്ലാം കൂടിയായപ്പോൾ എനിക്ക് എന്നോടും മറ്റുള്ളവരോടും എന്തെന്നില്ലാത്ത അമർഷവും വെറുപ്പും തോന്നി. പുതിയ സങ്കീർത്തനപുസ്തകങ്ങൾ വരുന്നതുവരെ ഞാൻ കലശലായ മനോവേദന അനുഭവിച്ചു. അവസാനം അവ വന്നുചേർന്നു. ഞാൻ കലവറയിലിരുന്ന് പുസ്തകക്കെട്ടഴിക്കുമ്പോൾ അടുത്ത കടയിലെ വില്പനക്കാരൻ കയറിവന്ന് എന്നോട് ഒരു സങ്കീർത്തനപുസ്തകം ചോദിച്ചു.

"താൻ ഇവിടുത്തെയാളോട് വിശുദ്ധരൂപത്തിന്റെ കാര്യം പറഞ്ഞോ?" ഞാൻ ചോദിച്ചു.

"പറഞ്ഞു," നിരാശയോടെ അയാൾ സമ്മതിച്ചു. "എനിക്കൊന്നും ഒളിച്ചുവയ്ക്കാൻ കഴിയില്ല. അനിയാ."

ഞാൻ ഞെട്ടിപ്പോയി. ഞാൻ നിലത്തിരുന്ന് അയാളുടെ മുഖത്തേക്കു മിഴിച്ചുനോക്കി. ധൃതിയിൽ എന്തെല്ലാമോ പിറുപിറുത്തുകൊണ്ട് ജാള്യതയോടെ നിന്ന അയാളുടെ രൂപം അത്യന്തം പരിതാപാർഹമായിരുന്നു.

"നിന്റെയാൾ കാര്യം ഊഹിച്ചതാണ്. അതല്ലെങ്കിൽ എന്റെയാൾ ഊഹിച്ചിട്ട് അയാളോടു പറഞ്ഞതാവും.."

ഞാൻ കുഴപ്പത്തിൽ ചാടിക്കഴിഞ്ഞെന്ന് എനിക്കു മനസ്സിലായി. ഞാൻ ഇവരുടെ കെണിയിൽ വീണുകഴിഞ്ഞു. പ്രായംകുറഞ്ഞ കുറ്റവാളികൾക്കുള്ള കോളനിയിലേക്ക് എന്നെ അയയ്ക്കുമെന്നു തീർച്ച. എങ്കിലങ്ങിനെതന്നെ! മുങ്ങിച്ചാവുകയാണെങ്കിൽ ആഴമുള്ളിടത്തുതന്നെയാവട്ടെ. ഞാൻ സങ്കീർത്തനപുസ്തകം ഒരെണ്ണമെടുത്ത് വില്പനക്കാരന്റെ കയ്യിലേക്കു വച്ചുകൊടുത്തു. അയാളത് കോട്ടിന്റെ ഉള്ളിൽ ഒളിച്ചുവച്ചുകൊണ്ട് ഇറങ്ങിപ്പോയി. പക്ഷെ അല്പസമയം കഴിഞ്ഞ് അയാൾ മടങ്ങിവന്നു. പുസ്തകം എന്റെ കാല്ക്കൽ വീണു. തിരിച്ചുപോകുന്നവഴി അയാൾ പറഞ്ഞു:

"എനിക്കു വേണ്ട. നീയെന്നെ നശിപ്പിക്കും!"

അയാൾ പറഞ്ഞതിന്റെ അർത്ഥം എനിക്കു മനസ്സിലായില്ല. ഞാനെങ്ങിനെ അയാളെ നശിപ്പിക്കും? എന്തായാലും അയാൾ പുസ്തകമെടുക്കാത്തതിൽ ഞാൻ വളരെ സന്തോഷിച്ചു. ആ സംഭവത്തിനുശേഷം ഞങ്ങളുടെ വില്പനക്കാരന് എന്നോടുള്ള വൈരാഗ്യവും സംശയവും വർദ്ധിച്ചു.

ലരിയോനിച്ച് കോവണികയറുമ്പോൾ ഞാൻ ഇതെല്ലാം ഓർത്തു. താമസിയാതെ മടങ്ങിവന്ന അദ്ദേഹം പൂർവ്വാധികം നിരുന്മേഷനും മൗനിയുമായി കാണപ്പെട്ടു. അത്താഴത്തിന് അല്പം മുമ്പ് ഞങ്ങൾ രണ്ടുപേരും തനിച്ചായപ്പോൾ അദ്ദേഹം എന്നോടു പറഞ്ഞു:

"നിന്നെ കടയിലെ ജോലിയിൽനിന്ന് ഒഴിവാക്കി പണിശാലയിൽ മാത്രമായി നിർത്താൻ ഞാൻ പറഞ്ഞുനോക്കി. പക്ഷെ ഫലമുണ്ടായില്ല. കുസ്മയ്ക്കു സമ്മതമല്ല. അയാൾക്കു നിന്നോടു ഭയങ്കര വൈരാഗ്യമാണ്..."

എനിക്ക് ആ വീട്ടിൽ മറ്റൊരു ശത്രുകൂടിയുണ്ടായിരുന്നു—വില്പനക്കാരന്റെ പ്രതിശ്രുതവധുവായ പിരുപിരുപ്പുകാരി. പണിശാലയിലെ എല്ലാ ചെറുപ്പക്കാരും അവളുമായി സൊള്ളുകയും വരാന്തയിൽ കാത്തിരുന്ന് കെട്ടിപ്പിടിക്കുകയുമൊക്കെ ചെയ്യാറുണ്ട്. അവൾ യാതൊരു നീരസവും കാട്ടാറില്ല. പട്ടിക്കുട്ടികളെപ്പോലെ ചെറിയ ചില ശബ്ദങ്ങൾ കേൾപ്പിക്കുകയേയുള്ളൂ. രാവിലെ തൊട്ട് രാത്രിവരെ അവൾ ചവച്ചുകൊണ്ടിരിക്കുന്നതു കാണാം. അവളുടെ കീശകളിൽ എപ്പോഴും ബിസ്ക്കറ്റും മിട്ടായിയും കുത്തിനിറച്ചിരിക്കും. ആ ജീവനില്ലാത്ത മുഖത്തേക്കും പരതിനടക്കുന്ന ചാരക്കണ്ണുകളിലേക്കും നോക്കാൻ അറപ്പു തോന്നും. അവൾ ഏതു സമയവും പാവെലിനോടും എന്നോടും അർത്ഥം വച്ച കടംകഥകൾ ചോദിക്കും. ഉച്ചരിക്കാൻ വിഷമമുള്ളതും ഒന്നിച്ചുചേരുമ്പോൾ അശ്ലീലാർത്ഥം വരുന്നതുമായ വാക്കുകൾ വിളമ്പും.

പ്രായംചെന്ന ജോലിക്കാരിലൊരാൾ അവളോട് ഒരിക്കൽ പറഞ്ഞു:

"നീയൊരു നാണമില്ലാത്ത പെണ്ണാണ്."

അതിനു മറുപടിയായി അവൾ യാതൊരു കൂസലുമില്ലാതെ ഒരു തെറിപ്പാട്ടിൽനിന്നു രണ്ടു വരി ചൊല്ലി:

നാണമുള്ളൊരു പെണ്ണിനെ

തിരിഞ്ഞുനോക്കാനാളില്ല.

ഇതുപോലൊരു പെണ്ണിനെ ഞാൻ ഇതിനുമുമ്പു കണ്ടിട്ടില്ല. എനിക്ക് അവളോട് അറപ്പുതോന്നി. അവളുടെ നാണംകെട്ട കൊഞ്ചിക്കുഴയലുകൾ എന്നെ ഭയപ്പെടുത്തി. എനിക്ക് അവ രുചിക്കുന്നില്ലെന്നു കണ്ടപ്പോൾ അവൾക്കു കൂടുതൽ വാശിയായി.

ഒരിക്കൽ പാവെലും ഞാനും ഉപ്പിലിട്ട വെള്ളരിക്ക നിറച്ച വീപ്പകൾ ആവിയിൽ വയ്ക്കാൻ അവളെ സഹായിച്ചുകൊണ്ട് നിലവറയിൽ നിൽക്കുകയായിരുന്നു. അപ്പോൾ അവൾ പറഞ്ഞു:

"വേണമെങ്കിൽ ഞാൻ നിങ്ങളെ ഉമ്മവയ്ക്കാൻ പഠിപ്പിക്കാം."

"എനിക്കു നിന്നേക്കാൾ ഭംഗിയായിട്ടറിയാം." പാവെൽ ഒരു ചെറു ചിരിയോടെ പറഞ്ഞു. കെട്ടാനിരിക്കുന്ന ചെറുക്കനെ പോയി ഉമ്മവ ച്ചോളാൻ ഞാൻ അല്പം നിർമ്മര്യാദമായിത്തന്നെ അവളോടു പറഞ്ഞു. അവൾക്കു ദേഷ്യം വന്നു.

"നീ വെറും കാടനാണ്. ഒരു പെണ്ണ് കുറച്ചു സ്നേഹം കാട്ടുമ്പോൾ നിനക്കു പുച്ഛമാണ്, അല്ലേ." അവൾ വിരലാട്ടിക്കൊണ്ട് ഇത്രയും കൂടി പറഞ്ഞു:

"നീ നോക്കിക്കൊ. ഞാനിതു മറക്കില്ല!"

പാവെൽ എന്നെ താങ്ങിപ്പറഞ്ഞു:

"നിന്റെ വേലത്തരങ്ങളെങ്ങാനും അറിഞ്ഞാൽ അയാൾ നിന്നെ വച്ചേക്കുകയില്ല."

അവൾ മുഖക്കുരു നിറഞ്ഞ മുഖം അവജ്ഞയോടെ ചുളുക്കി.

"എനിക്ക് അയാളെ പേടിയില്ല. ഇത്രയും സ്ത്രീധനം കൊടുത്താൽ എനിക്ക് അയാളേക്കാൾ എത്രയോ നല്ല ഭർത്താക്കൻമാരെ എത്രവേ ണമെങ്കിലും കിട്ടും. കല്യാണം കഴിക്കുന്നതുവരെ മാത്രമേ ഒരു പെണ്ണിന് കുറച്ചൊന്നു രസിക്കാൻ കഴിയൂ."

അവൾ പാവെലിനോട് കൊഞ്ചിക്കുഴയാൻ തുടങ്ങി. അന്നുതൊട്ട് അവൾ എന്നെപ്പറ്റി എപ്പോഴും എന്തെങ്കിലും നുണ പറഞ്ഞുകൊടുത്തു കൊണ്ടിരുന്നു.

കടയിലെ ജോലി കൂടുതൽ കൂടുതൽ ദുസ്സഹമായിത്തീർന്നു. അവിടത്തെ എല്ലാ മതഗ്രന്ഥങ്ങളും ഞാൻ വായിച്ചുകഴിഞ്ഞു. മതസി ദ്ധാന്തികളുടെ ചർവ്വിതചർവ്വണം ചെയ്യപ്പെട്ട വാദമുഖങ്ങൾ ഞാൻ കേട്ടുമടുത്തു. ഇരുണ്ട മനുഷ്യജീവിതത്തെക്കുറിച്ച് അറിവുള്ളവനും രസക രമായും ആവേശകരമായും അഭിപ്രായപ്രകടനം നടത്താൻ കഴിവുള്ളവ നുമായ പ്യോത്തർ വസീല്യെവിച്ച് മാത്രമാണ് എന്നെ ആകർഷിച്ചത്. ഇതുപോലെതന്നെ ഏകാന്തനും പ്രതികാരവ്യഗ്രനുമായിട്ടായിരിക്കും പ്ര വാചകനായ യെലിസേയ് ഭൂമയിൽ സഞ്ചരിച്ചിരുന്നതെന്ന് ചിലപ്പോൾ എനിക്കു തോന്നി.

പക്ഷെ ആളുകളെപ്പറ്റിയും എന്റെ മനസ്സിൽ തോന്നുന്ന കാര്യങ്ങ ളെപ്പറ്റിയും ഞാൻ എപ്പോഴെല്ലാം ആ വൃദ്ധനോട് തുറന്നുസംസാരി ച്ചിട്ടുണ്ടോ, അപ്പോഴെല്ലാം അയാൾ അതു മുഴുവനും ശ്രദ്ധിച്ചുകേട്ടിട്ട് അതേപടി വില്പനക്കാരനോടു ചെന്നു പറയും. വില്പനക്കാരൻ എന്നെ ശകാരിക്കുകയോ പരിഹസിക്കുകയോ ചെയ്യും.

കവിതകളും പുസ്തകങ്ങളിൽനിന്നുള്ള ഉദ്ധാരണങ്ങളും പകർത്തിയെഴുതിവച്ചിട്ടുള്ള ഒരു നോട്ടുപുസ്തകത്തിൽ ഞാൻ ചിലപ്പോഴെല്ലാം അയാൾ പറഞ്ഞ കാര്യങ്ങളും എഴുതിവയ്ക്കാറുണ്ടെണ്ടന്ന് ഒരു ദിവസം ഞാൻ വൃദ്ധനോടു പറഞ്ഞു. അയാൾ അതുകേട്ട് പേടിച്ചു. വേഗം എന്റെ നേരെ കുനിഞ്ഞിട്ട് അയാൾ പരിഭ്രാന്തിയോടെ ചോദ്യങ്ങൾ വർഷിച്ചു:

"നീ എന്തു കാര്യത്തിനാണ് അങ്ങിനെ ചെയ്യുന്നത്? അതു വെറുതെയാണ്, കുഞ്ഞേ, ഓർക്കാനാണെന്നോ? വേണ്ട, അതു പാടില്ല! നീയൊരു വല്ലാത്ത തെമ്മാടിതന്നെ. നീ ആ കുറിപ്പുകളെല്ലാം എനിക്കു തരണം, കേട്ടോ?"

നോട്ടുപുസ്തകം അയാളെ ഏൽപിക്കുകയോ അതല്ലെങ്കിൽ കത്തിച്ചുകളയുകയോ ചെയ്യണമെന്ന് അയാൾ എന്നെ വളരെനേരം നിർബ്ബന്ധിച്ചുകൊണ്ടിരുന്നു. പിന്നീട് അയാൾ മനഃക്ഷോഭത്തോടെ വില്പനക്കാരനോട് കുശുകുശുക്കാൻ തുടങ്ങി.

വീട്ടിലേക്കു മടങ്ങുന്ന വഴി വില്പനക്കാരൻ എന്നോടു പറഞ്ഞു:

"നീ എന്തൊക്കെയോ കുറിച്ചുവയ്ക്കുന്നുണ്ടെണ്ടന്നു കേട്ടല്ലോ. അതു നിർത്തുകയാണു നല്ലത്. മനസ്സിലായോ? ഡിറ്റക്റ്റീവുകൾ മാത്രമേ അങ്ങനെയൊക്കെ ചെയ്യൂ."

"അപ്പോൾ സിത്താനൊവോ?" ഞാൻ ഓർക്കാതെ പറഞ്ഞുപോയി. "അയാളും കുറിച്ചുവയ്ക്കുന്നുണ്ടല്ലോ."

"അയാളുമുണ്ടോ? കോലൻ കഴുത!"

നീണ്ടൊരു മൗനത്തിനുശേഷം അയാൾ പതിവില്ലാത്ത സൗമ്യതയോടെ പറഞ്ഞു:

"നീ നിന്റെ നോട്ടുപുസ്തകം എന്നെ കാണിച്ചുതരണം. സിത്താനൊവിന്റേയും. ഞാൻ നിനക്ക് അര റൂബിൾ തരാം. പക്ഷെ സൂത്രത്തിൽ വേണം. സിത്താനൊവ് അറിയരുത്."

അയാളുടെ ആഗ്രഹം ഞാൻ നിറവേറ്റുമെന്നു തീർച്ചയുള്ളതുകൊണ്ടാവണം, കൂടുതലൊരു വാക്കുപോലും പറയാതെ അയാൾ ആ കൊച്ചുകാലുകൾ നീട്ടി തിടുക്കത്തിൽ നടന്നുപോയി.

വീട്ടിലെത്തിയ ഉടനെ ഞാൻ സിത്താനൊവിനെ വില്പനക്കാരൻ പറഞ്ഞ കാര്യം അറിയിച്ചു. അയാൾ നെറ്റിചുളിച്ചു.

"നീ എന്തിനാ അയാളോടു പറയാൻ പോയത്? അയാളിനി വല്ലവരെക്കൊണ്ടും നമ്മുടെ രണ്ടുപേരുടേയും നോട്ടുപുസ്തകങ്ങൾ കട്ടെടുപ്പിച്ച് കയ്യിലാക്കും. നീ നിന്റെ നോട്ടുപുസ്തകം ഇങ്ങു താ. ഞാനത് ഒളിച്ചുവയ്ക്കാം.

അയാൾ നിന്നെ അടുത്തുതന്നെ പറഞ്ഞുവിട്ടില്ലെങ്കിൽ കണ്ടോ!"

എനിക്ക് അക്കാര്യത്തിൽ സംശയമില്ലായിരുന്നു. അതുകൊണ്ട് മുത്തശ്ശി പട്ടണത്തിൽ മടങ്ങിയെത്തിയാലുടൻ ഈ ജോലി ഉപേക്ഷിച്ചു പോകാൻ ഞാൻ നിശ്ചയിച്ചു. ആരുടെയോ പെൺമക്കളെ റേന്തയുന്നൽ പഠിപ്പിക്കാനുള്ള ക്ഷണം കിട്ടി അവർ ശൈത്യകാലം മുഴുവനും ബലാഹനയിലായിരുന്നു താമസം. മുത്തച്ഛൻ വീണ്ടും കനാവിനൊയിൽത്തന്നെ പാർത്തു. ഞാൻ അദ്ദേഹത്തെ കാണാൻ പോകാറില്ല. പട്ടണത്തിൽവരുന്ന അപൂർവ്വസന്ദർഭങ്ങളിൽ അദ്ദേഹം എന്നേയും വന്നു കാണാറില്ല. ഒരു ദിവസം ഞാൻ അദ്ദേഹത്തെ വഴിക്കുവച്ച് കണ്ടുമുട്ടി. ഭാരിച്ച ഒരു രോമക്കോട്ടുമിട്ട് ഒരു പുരോഹിതന്റെ പ്രൗഢിയോടെ അദ്ദേഹം മന്ദം മന്ദം നടന്നുപോവുകയായിരുന്നു. ഞാൻ അഭിവാദ്യം ചെയ്തപ്പോൾ അദ്ദേഹം കൈപ്പടത്തിനടിയിലൂടെ എന്നെ നോക്കിയിട്ട് മറ്റെന്തോ ആലോചിച്ചുകൊണ്ടു പറഞ്ഞു:

"ഓ, നീയാണോ... നീയിപ്പോൾ രൂപംവരപ്പുകാരനാണ്, അല്ലേ, ശരി, പോ, പോ."

എന്നെ ഒരു വശത്തേക്കു തള്ളിമാറ്റിയിട്ട് അദ്ദേഹം മുമ്പത്തെപ്പോലെതന്നെ പ്രൗഢവും മന്ദവുമായി മുമ്പോട്ടു നടന്നു.

ഞാൻ മുത്തശ്ശിയെ വളരെ ദുർലഭമായിട്ടേ കാണാറുണ്ടായിരുന്നുള്ളൂ. പ്രായാധിക്യംകൊണ്ട് ബുദ്ധി മന്ദിച്ചുതുടങ്ങിയിരുന്ന മുത്തച്ഛനെ പുലർത്താനും മകന്റെ കുട്ടികളെ സഹായിക്കാനും വേണ്ടി അവർ അക്ഷീണം പണിയെടുത്തു. മിഹയിലിന്റെ സന്താനമായ സാഷ—ഒരു സ്വപ്നജീവിയും പുസ്തകപ്രേമിയുമായ ആ സുഭഗനായ ചെറുപ്പക്കാരൻ—മുത്തശ്ശിയുടെ ഉൽക്കണ്ഠയ്ക്കു വിശേഷിച്ചും കാരണമായി. തുണി ചായം മുക്കുന്ന പണിയാണ് അയാൾ ചെയ്തുകൊണ്ടിരുന്നത്. അയാൾ കൂടെക്കൂടെ ജോലിസ്ഥലം മാറും. ജോലിയില്ലാത്ത ഇടക്കാലങ്ങളിൽ മുത്തശ്ശിയുടെ കഴുത്തിൽ തൂങ്ങും. അവർ അയാൾക്കു പുതിയൊരു ജോലിസ്ഥലം കണ്ടുപിടിച്ചുകൊടുക്കുന്നതുവരെ അയാൾ സ്വസ്ഥമായി അവരുടെ ചെലവിൽ കഴിയും. സാഷയുടെ പെങ്ങളും മുത്തശ്ശിയ്ക്കൊരു ഭാരമായിരുന്നു. അവളുടെ വിവാഹം ഒരു പരാജയമായിരുന്നു. കുടിയനായ ഭർത്താവ് അവളെ തല്ലുകയും വീട്ടിൽനിന്ന് ആട്ടിപ്പുറത്താക്കുകയും ചെയ്തു.

മുത്തശ്ശിയെ കാണുന്ന ഓരോ സന്ദർഭത്തിലും ഞാൻ അവരുടെ ആത്മീയസൗന്ദര്യത്തെക്കുറിച്ച് മുമ്പെന്നത്തേക്കാളും ബോധവാനാകും. പക്ഷെ ആ സുന്ദരാത്മാവ് യക്ഷിക്കഥകളുടേതായ ഒരു ലോകത്തിലാണു ജീവിക്കുന്നതെന്നും അതുകൊണ്ട് ചുറ്റുപാടുമുള്ള കയ്പേറിയ

യാഥാർത്ഥ്യത്തെ കാണാനോ മനസ്സിലാക്കാനോ അവർ അശക്ത യാണെന്നും എനിക്കു തോന്നി. എന്നെ അലട്ടിയ ഭയാശങ്കകൾ അവരെ ഏശിയതേയില്ല.

ജീവിതത്തിന്റെ ബീഭത്സത, വിരസത, മനുഷ്യരുടെ ദുരിതങ്ങൾ, എന്നിങ്ങനെ എന്നിൽ പ്രതിഷേധമുണർത്തിയ സർവ്വതിനെക്കുറിച്ചും ഞാൻ വിവരിക്കുമ്പോൾ അവർ മറുപടിയായി ആകെ പറയുന്നത് ഇത്ര മാത്രമാണ്:

"നമ്മൾ സഹിക്കണം, അല്യോഷ."

എനിക്കു സഹനശക്തി കുറവാണ്. നാൽക്കാലികളുടേയും മരത്തി ന്റേയും കല്ലിന്റേയും ഈ വിശേഷഗുണം ഞാൻ വല്ലപ്പോഴും പ്രകടിപ്പി ച്ചാൽത്തന്നെ അത് ഒരു ആത്മപരീക്ഷണമെന്ന നിലയ്ക്കു മാത്രമാണ്. എന്റെ ശക്തി എത്രയുണ്ടെന്നും ഈ മണ്ണിൽ ഞാൻ എത്രകണ്ട് വേരുറച്ചുനിൽക്കുന്നുണ്ടെണ്ടന്നും പരീക്ഷിച്ചറിയാൻവേണ്ടി മാത്രമാണ്. ചിലപ്പോൾ ചില കൗമാരപ്രായക്കാർ അവരുടെ പ്രായത്തിന്റേതായ മഠയത്തരം കൊണ്ടോ മുതിർന്നവരോടുള്ള അസൂയകൊണ്ടോ തങ്ങളുടെ അസ്ഥികളേയും മാംസപേശികളേയും ക്രമാധികം ദണ്ഡിപ്പിച്ചുകൊണ്ട് വലിയ ഭാരക്കട്ടികൾ എടുത്തു പൊക്കാൻ ശ്രമിക്കും, പൊക്കിയെന്നുമി രിക്കും. പക്വതയുള്ള അഭ്യാസികളെപ്പോലെ അവർ അഹങ്കാരത്തോടെ രണ്ടു മന്നു വരുന്ന ഭാരക്കട്ടികൾകൊണ്ട് കുരിശുവരയ്ക്കാൻ ശ്രമിക്കും.

ഞാനും അങ്ങിനെ ചെയ്തിട്ടുണ്ട്—അക്ഷരാർത്ഥത്തിലും ആലങ്കാ രികമായും; കായികമായും ആത്മീയമായും. മാരകമായ പരുക്കോ ആയുഷ്ക്കാലത്തു വിട്ടുമാറാത്ത അംഗവൈകല്യമോ എനിക്കു സംഭ വിക്കാതിരുന്നത് എന്റെ ഭാഗ്യമെന്നു പറഞ്ഞാൽ മതി. കാരണം, സഹനശക്തിപോലെ, ബാഹ്യസാഹചര്യങ്ങളുടെ സമ്മർദ്ദത്തിനു വഴിപ്പെടുന്നതുപോലെ, ഇത്രയും ഭയങ്കരമായി മനുഷ്യനെ വികലാംഗ നാക്കുന്ന മറ്റൊന്നില്ല.

അവസാനം ഒരു വികലാംഗനായിട്ടാണ് ഞാൻ ഈ മണ്ണിലേക്കു മടങ്ങുന്നതെങ്കിൽ, എന്റെ ആത്മാവിനെ വികൃതമാക്കാൻ നല്ല മനുഷ്യർ നടത്തിയ വാശിയേറിയ ശ്രമങ്ങളെ നാല്പതുവർഷക്കാലത്തോളം ഞാൻ ദൃഢമായി ചെറുത്തുനിന്നുവെന്ന് എന്റെ അവസാനമണിക്കൂറിൽ എനിക്ക് അഭിമാനപൂർവ്വംതന്നെ പറയാൻ കഴിയും.

രസിക്കാനും മറ്റുള്ളവരെ രസിപ്പിക്കാനും ചിരിപ്പിക്കാനുമുള്ള അപ്രതിഹതമായ ആഗ്രഹം എന്നെ കൂടെക്കൂടെ ആവേശിച്ചു. ഞാൻ അതിൽ വിജയിക്കുകയും ചെയ്തു. താഴത്തങ്ങാടിയിലെ കച്ചവടക്കാരെ

വർണ്ണിക്കാനും അനുകരിക്കാനും എനിക്കു നല്ല വശമായിരുന്നു. നാട്ടുമ്പുറത്തുനിന്നു വരുന്ന കൃഷിക്കാരും അവരുടെ പെണ്ണുങ്ങളും വിശുദ്ധചിത്രങ്ങൾ വിൽക്കുന്നതും വാങ്ങുന്നതും വില്പനക്കാരൻ അവരെ സമർത്ഥമായി കബളിപ്പിക്കുന്നതും പഴയ വിശ്വാസികളായ മതസിദ്ധാന്തികൾ തർക്കിക്കുന്നതുമെല്ലാം ഞാൻ അഭിനയിച്ചു കാണിച്ചുകൊടുത്തു.

പണിശാലയിലുള്ളവർ ആർത്തുചിരിക്കും. പലപ്പോഴും അവർ പണിയെല്ലാം നിർത്തിവച്ച് എന്റെ കോപ്രായങ്ങൾ കണ്ടുകൊണ്ടിരിക്കും. പക്ഷെ അതുകഴിഞ്ഞ് ലരിയോനിച്ച് പറയും:

"നീ നിന്റെ അഭ്യാസങ്ങൾ അത്താഴം കഴിഞ്ഞ് കാണിച്ചാൽ മതി. ജോലി തടസ്സപ്പെടുത്തണ്ട."

അത്തരം "അഭ്യാസങ്ങൾ" ക്കുശേഷം എനിക്ക് എപ്പോഴും വലിയൊരു ഭാരം ഇറക്കിവച്ചതുമാതിരി ആശ്വാസം തോന്നി. കഷ്ടിച്ചൊരു മണിക്കൂർ നേരത്തേക്ക് തലയ്ക്കുള്ളിൽ സുഖകരമായൊരു ശൂന്യത അനുഭവപ്പെടും. പക്ഷെ വീണ്ടും തല നിറയെ കൂർത്ത കൊച്ചുകൊച്ച് മുള്ളാണികൾ കിരുകിരുക്കുകയാണെന്നും ചൂടുപിടിച്ചുവരികയാണെന്നും തോന്നും.

ചുറ്റിനും ഒരുതരം വൃത്തികെട്ട കുഴമ്പ് പതഞ്ഞുപൊങ്ങിക്കൊണ്ടിരുന്നു. ഞാൻ അതിൽ കിടന്ന് കുറേശ്ശെ വേവുകയാണെന്നു തോന്നി.

"എന്റെ ജീവിതം മുഴുവൻ ഇതുപോലായിരിക്കുമോ?" ഞാൻ ആലോചിച്ചു. "ഈ മനുഷ്യരെപ്പോലെ മെച്ചപ്പെട്ട യാതൊന്നും കാണാതെയും അറിയാതെയും എനിക്കു കഴിഞ്ഞുകൂടേണ്ടിവരുമോ?"

"നീ വലിയ ശുണ്ഠിക്കാരനായിട്ടുണ്ടല്ലോ, മക്സീമിച്ച്'," എന്നെ സാകൂതം നോക്കിക്കൊണ്ട് ഷീഹരെവ് പറഞ്ഞു.

"ഉം? എന്തുപററി? " സിത്താനൊവ് കൂടെക്കൂടെ ചോദിച്ചു.

എന്തു മറുപടി പറയണമെന്ന് എനിക്കുതന്നെ നിശ്ചയമില്ലായിരുന്നു.

നിർദ്ദയമായ നിർബ്ബന്ധബുദ്ധിയോടെ ജീവിതം അതിന്റെ ഏറ്റവും നല്ല മുദ്രകളെ എന്റെ ആത്മാവിൽനിന്നു തുടച്ചുമാറ്റുകയും പകരം നിഷ്പ്രയോജനമായ എന്തൊക്കെയോ പകയോടെ കുത്തിവരയ്ക്കുകയും ചെയ്തു. ഞാൻ വാശിയോടെ, രോഷത്തോടെ, അതിന്റെ അക്രമത്തെ ചെറുത്തു. മറ്റെല്ലാവരും ഒഴുകുന്ന അതേ ആറ്റിലൂടെയാണ് ഞാനും ഒഴുകിക്കൊണ്ടിരുന്നത്. പക്ഷെ എനിക്ക് അതിന്റെ വെള്ളത്തിൽ കൂടുതൽ തണുപ്പ് അനുഭവപ്പെട്ടു. മറ്റുള്ളവരെപ്പോലെ അനായാസമായി അതിൽ പൊങ്ങിക്കിടക്കാൻ കഴിഞ്ഞില്ലെന്നു മാത്രമല്ല, ഇടയ്ക്ക് അതിന്റെ നിലയില്ലാത്ത കയങ്ങളിലേക്ക് താണുപോവുകയാണെന്നുപോലും എനിക്കു തോന്നി.

പണിശാലയിലുള്ളവർ എന്നോട് കൂടുതൽ നന്നായി പെരുമാറാൻ തുടങ്ങി. പാവെലിനോടു ചെയ്യുന്നതുപോലെ അവർ എന്റെനേരെ ഒച്ച യെടുക്കാറില്ല, ആജ്ഞാപിക്കാറുമില്ല. എന്നു മാത്രമല്ല, എന്നോടുള്ള ബഹുമാനസൂചകമായി അവർ എന്നെ ഇരട്ടപ്പേരു ചേർത്ത് വിളിക്കാനും തുടങ്ങി. ഇതെല്ലാം നല്ല കാര്യങ്ങളായിരുന്നു. എന്നാലതേ സമയം തന്നെ പലരും വോഡ്ക്ക കുടിക്കുന്നതും വോഡ്ക്ക തലയ്ക്കുപിടിച്ചുകഴി ഞ്ഞാൽ അസഹ്യമായിത്തീരുന്നതും പെണ്ണുങ്ങളോട് അനാശാസ്യമായി പെരുമാറുന്നതും കണ്ടപ്പോൾ എന്റെ ഉള്ളുനീറി. ഈ ജീവിതത്തിലെ അവരുടെ ഏകാശ്വാസം മദ്യപാനവും സ്ത്രീസംസർഗ്ഗവുമാണെന്ന് എനി ക്കറിയാമായിരുന്നുവെന്നതു നേരുതന്നെ.

വിവരവും തന്റേടവുമുള്ള നതാലിയ കൊസ്ലോവ്സ്ക്കയപോലും പെണ്ണുങ്ങളെ കരുതിയത് ആശ്വാസത്തിനുള്ള ഒരു ഉപാധിയായിട്ടാ ണെന്ന് ഞാൻ കുണ്ഠിതത്തോടെ ഓർത്തു.

അപ്പോൾ മുത്തശ്ശിയോ? മാർഗൊ രാജ്ഞിയോ?

ഭീതിയോടടുത്ത ഒരു വികാരത്തോടെയാണ് ഞാൻ മാർഗൊരാ ജ്ഞിയെ അനുസ്മരിച്ചത്. അവരെ ഞാൻ കണ്ടത് സ്വപ്നത്തിലായിരു ന്നോയെന്നു തോന്നി. മറ്റെല്ലാവരിൽനിന്നും അത്രയേറെ വിഭിന്നയാ യിരുന്നു അവർ.

ഞാൻ സ്ത്രീകളെക്കുറിച്ച് വേണ്ടതിലേറെ ചിന്തിക്കാൻ തുടങ്ങി. അടുത്ത അവധിദിവസം മറ്റുള്ളവർ പോകുന്നിടത്ത് ഞാനുംകൂടി പോയാലെന്താണെന്ന് ഞാൻ ഗൗരവപൂർവ്വം ആലോചിച്ചു. അത് വെറും മാംസദാഹമായിരുന്നില്ല. നല്ല ആരോഗ്യവും എളുപ്പം തൃപ്തിപ്പെടാത്ത പ്രകൃതവുമുള്ള ഒരുത്തനായിരുന്നു ഞാൻ. എങ്കിലും എന്നെ മനസ്സിലാ ക്കാൻ കഴിവുള്ളവളും സ്നേഹശീലയുമായ ഒരുവളെ കെട്ടിപ്പിടിച്ച് എന്റെ ആത്മാവിന്റെ നൊമ്പരങ്ങളെപ്പറ്റി അമ്മയോടെന്നപോലെ തോരാതെ സംസാരിക്കാൻ ചിലപ്പോൾ എനിക്ക് അടക്കാനാവാത്ത ആഗ്രഹം തോന്നും.

എനിക്ക് പാവെലിനോട് അസൂയ തോന്നി. ഒരു രാത്രി ഉറങ്ങാൻ കിടക്കുമ്പോൾ അവൻ എതിർവീട്ടിലെ ജോലിക്കാരിയുമായുള്ള തന്റെ പ്രേമബന്ധത്തെപ്പറ്റി എന്നോടു പറഞ്ഞു.

"ഒന്നാലോചിച്ചുനോക്ക്. ഒരു മാസം മുമ്പുപോലും ഞാൻ അവളെ മഞ്ഞുരുട്ടി എറിയുമായിരുന്നു. എനിക്കവളെ പിടിച്ചില്ല. പക്ഷെ ഇപ്പോൾ അവൾ എന്നെ മുട്ടിയുരുമ്മിക്കൊണ്ട് ബഞ്ചിലിരിക്കുമ്പോൾ എനിക്ക് അവളേക്കാൾ പ്രിയപ്പെട്ടതായിട്ടൊന്നുമില്ല!"

"നിങ്ങൾ തമ്മിൽ എന്താണു സംസാരിക്കാറ്?"

"സർവ്വതിനെക്കുറിച്ചും. അവൾ അവളെപ്പറ്റി എന്നോടു പറയും. ഞാൻ എന്നെപ്പറ്റി അവളോടും. ഞങ്ങൾ ഉമ്മവയ്ക്കും. പക്ഷേ അവൾ നേരും നെറിയുമുള്ളവളാണ്... അവൾ എത്രമാത്രം നല്ലവളാണെന്നു നിനക്ക് ഊഹിക്കാൻ കഴിയില്ല!... അല്ല, ഇതെന്തൊരു പുകവലിയാണ്! നീ പട്ടാളക്കാരേയും കവച്ചുവയ്ക്കുമല്ലോ."

ഞാൻ കണ്ടമാനം പുകവലിക്കുമായിരുന്നു. പുകയില തലയ്ക്കു പിടിച്ച് എന്റെ മനോവ്യഥകളെ ശമിപ്പിച്ചു. ഭാഗ്യത്തിന് വോഡ്ക്കയുടെ രുചിയും മണവും എനിക്ക് അസഹ്യമായിരുന്നു. പാവെൽ ധാരാളം കുടിച്ചു. കുടിച്ച് മത്തുപിടിച്ച് ഇരിക്കുമ്പോൾ അവൻ വിലപിക്കും:

"എനിക്കു വീട്ടിൽപോണം! എന്നെ വീട്ടിലേക്കയയ്ക്കൂ!"

അവൻ അനാഥനായിരുന്നു. അച്ഛനും അമ്മയും പണ്ടേതന്നെ മരിച്ചുപോയി. സഹോദരന്മാരോ സഹോദരികളോ ഇല്ല. എട്ടാമത്തെ വയസ്സുതൊട്ട് അന്യരുടെ കൂടെ മാത്രമേ പൊറുത്തിട്ടുള്ളൂ.

വസന്തത്തിന്റെ വിളി എന്റെ അസംതൃപ്തിയും അസ്വാസ്ഥ്യവും വർദ്ധിപ്പിച്ചു. ഒരിക്കൽക്കൂടി കപ്പലിൽ പണിയെടുക്കാൻ ഞാൻ നിശ്ചയിച്ചു. അസ്ത്രഹാനിലെത്തിയാലുടൻ പേർഷ്യയ്ക്കു കടക്കണം.

എന്തുകൊണ്ട് പേർഷ്യ തിരഞ്ഞെടുത്തുവെന്നു ഞാനോർക്കുന്നില്ല. ഒരുപക്ഷെ നീഷ്നി നോവ്ഗൊറൊദിലെ മേളസമയത്ത് കണ്ട പേർഷ്യാക്കാരായ കച്ചവടക്കാർ എന്നെ വളരെയേറെ ആകർഷിച്ചതുകൊണ്ടാവാം. സ്വസ്ഥമായി ഹുക്കാ വലിച്ചുകൊണ്ട് അവർ വെയിലും കാഞ്ഞ് ശിലാപ്രതിമകളെപ്പോലെ ഇരിക്കുന്നതു കാണാം. അവരുടെ താടി ചായംപൂശിയതാണ്. ആ ഇരുണ്ട വലിയ കണ്ണുകൾ എല്ലാമറിയുന്നവയാണ്.

ഒരുപക്ഷെ ഞാൻ എങ്ങോട്ടെങ്കിലും ഓടിപ്പോയേനെ. പക്ഷെ ഈസ്റ്റർവാരത്തിൽ ജോലിക്കാരിൽ കുറേപ്പേർ അവരുടെ ഗ്രാമങ്ങളിലേക്കു പോവുകയും ബാക്കിയുള്ളവർ കുടിച്ചുമറിഞ്ഞുനടക്കുകയും ചെയ്ത സമയത്ത് മുത്തശ്ശിയുടെ അനന്തിരവനായ എന്റെ പഴയ യജമാനൻ ഒക്കാനദിയ്ക്കപ്പുറത്തുള്ള പാടത്ത് വെയിൽകാഞ്ഞുകൊണ്ട് ഉലാത്തുന്നത് ഞാൻ കണ്ടു. ചാരനിറത്തിലുള്ള കനംകുറഞ്ഞ കോട്ടാണു ധരിച്ചിരുന്നത്. കൈ രണ്ടും കാൽച്ചട്ടയുടെ കീശകളിൽ തിരുകിയിരിക്കുന്നു. പല്ലിനിടയിൽ ഒരു സിഗററ്റു കടിച്ചുപിടിച്ചിട്ടുണ്ട്. തൊപ്പി തലയുടെ പിന്നിലേക്ക് കൂസലില്ലായ്മയോടെ തള്ളിവച്ചിട്ടുണ്ട്. ഞാൻ അടുത്തു ചെന്നപ്പോൾ അയാൾ സ്നേഹപൂർവ്വം പുഞ്ചിരിച്ചു. യാതൊരു അല്ലലുമില്ലാത്ത ഒരു

ഉല്ലാസവാന്റെ ഹൃദയാവർജ്ജകമായ ഭാവമാണ് അയാളിലപ്പോൾ കണ്ടത്. ഞങ്ങൾ രണ്ടുപേരും പാടത്ത് തനിച്ചായിരുന്നു.

"ആ, പെഷ്ക്കോവ്, ക്രിസ്തു ഉയിർത്തെണീറ്റു!"

ഈസ്റ്റർ ചുംബനങ്ങൾ കൈമാറിയശേഷം അയാൾ എന്നോടു കുശലം ചോദിച്ചു. പണിശാലയും പട്ടണവുമെന്നല്ല സർവ്വതും എനിക്കു മടുത്തുകഴിഞ്ഞെന്നും ഞാൻ പേർഷ്യയിലേക്കു പോകാൻ നിശ്ചയിച്ചിരിക്കുകയാണെന്നും ഞാൻ തുറന്നു പറഞ്ഞു.

"അതു വേണ്ട," അയാൾ ഗൗരവസ്വരത്തിൽ പറഞ്ഞു. "ആ നശിച്ച പേർഷ്യയിൽ എന്തിരിക്കുന്നു? എനിക്കു മനസ്സിലാവുന്നുണ്ട്. അനിയാ. നിന്റെ പ്രായത്തിൽ ഞാനും വല്ല നശിച്ച ഇടത്തേക്കും ഓടിപ്പോകാൻ ആഗ്രഹിച്ചിട്ടുണ്ട്."

അയാളുടെ ഈ കൂസലില്ലാത്ത സംസാരരീതി എനിക്കിഷ്ടപ്പെട്ടു. വസന്തത്തിന്റേതായ, ഹൃദ്യമായ, എന്തോ ഒന്ന് അയാളിൽ തെളിഞ്ഞുകണ്ടു. അയാളുടെ രൂപത്തിലാകെത്തന്നെ ഒരു ഉശിരും ചുണയും ദൃശ്യമായിരുന്നു.

"ഒന്നു വലിക്കുന്നോ?" തടിച്ച സിഗരറ്റുകൾ നിറച്ചിരുന്ന ഒരു വെള്ളിക്കൂട് എന്റെ നേരെ നീട്ടിക്കൊണ്ട് അയാൾ ചോദിച്ചു.

അതോടെ ഞാൻ തീർത്തും അയാളുടെ പാട്ടിലായി.

"പെഷ്ക്കോവ്, ഞാനൊരു കാര്യം പറയട്ടെ. നീ വീണ്ടും എന്റെ അടുത്തേക്കു വരുന്നോ? ഇക്കൊല്ലം ഞാൻ മേളസ്ഥലത്ത് നാല്പതിനായിരത്തിനടുത്ത തുകയ്ക്ക് കൺട്രാക്റ്റു പിടിച്ചിട്ടുണ്ട്. ഞാൻ നിന്നെ മേളസ്ഥലത്തുതന്നെ നിർത്താം. നീ എന്റെ ഒരു കാര്യസ്ഥനെപ്പോലായിരിക്കും. പണിക്കുള്ള സാമഗ്രികൾ ഏറ്റുവാങ്ങുക, ഓരോരോ സാധനങ്ങൾ വേണ്ടിടത്ത് സമയത്തെത്തിക്കുക, പണിക്കാർ മോഷ്ടിക്കാതെ നോക്കുക—ഇതൊക്കെയായിരിക്കും നിന്റെ ജോലി. സമ്മതമാണോ? ശമ്പളം മാസം അഞ്ചു റൂബിൾ. ഉച്ചഭക്ഷണത്തിന് അഞ്ചു കോപ്പെക്കു വേറെയും. വീട്ടിലെ പെണ്ണുങ്ങൾ നിന്നെ ശല്യപ്പെടുത്തില്ല. നീ രാവിലെ വീട്ടിൽനിന്നിറങ്ങും. രാത്രി മടങ്ങിവരും. പെണ്ണുങ്ങൾ ഇടപെടുന്നേയില്ല. പക്ഷെ നമ്മൾ തമ്മിൽ കണ്ട കാര്യം നീ അവരോടു പറഞ്ഞേക്കരുത്. തോമാപുണ്യവാളന്റെ ദിവസമായ ഞായറാഴ്ച നീ വെറുതെ വീട്ടിലേക്കു വാ. അത്രയും മതി!"

ഞങ്ങൾ ഉറ്റചങ്ങാതികളായിട്ടാണ് പിരിഞ്ഞത്. പിരിയാൻ നേരത്ത് അയാൾ എനിക്കു കൈ തന്നെന്നുമാത്രമല്ല, അകലെനിന്ന് എന്റെനേരെ തൊപ്പി വീശുകപോലും ചെയ്തു.

ജോലി ഉപേക്ഷിച്ചുപോകുന്ന കാര്യം ഞാൻ പണിശാലയിലുള്ളവരെ അറിയിച്ചപ്പോൾ അവർ മിക്കവരും ഖേദം പ്രകടിപ്പിച്ചു. അതുകണ്ട് എനിക്ക് അഭിമാനം തോന്നി. പാവെൽ വിശേഷിച്ചും വ്യാകുലപ്പെട്ടു.

"നീ ഒന്നാലോചിച്ചുനോക്ക്," അവൻ പരിഭവസ്വരത്തിൽ പറഞ്ഞു. "ഇത്രയും കാലം ഞങ്ങളുടെ കൂടെ താമസിച്ചശേഷം നീ എങ്ങിനെ ആ നാട്ടുമ്പുറത്തുകാരുടെ കൂടെ കഴിയും? അതും എന്തെല്ലാം തരക്കാർ! മരപ്പണിക്കാർ! കുമ്മായം പൂശുകാർ!... ഛീ! ചെമ്മാച്ചൻ കപ്യാരാവുന്നതുപോലാണിത്!"

ഷീഹരെവ് പിറുപിറുത്തു:

"മീൻ ആഴം തേടി പോകുന്നു. ചെറുപ്പക്കാർ കുഴപ്പം തേടി പോകുന്നു."

പണിശാലയിലുള്ളവർ എനിക്കു തന്നെ യാത്രയയപ്പ് നിരുന്മേഷകരവും വിരസവുമായിരുന്നു.

"തീർച്ചയായും പലതരം ജോലികളും പരീക്ഷിച്ചുനോക്കണം." കുടിച്ച് മഞ്ഞളിച്ച മുഖത്തോടെ ഷീഹരെവ് പറഞ്ഞു. "പക്ഷെ ഏതെങ്കിലുമൊന്നിൽത്തന്നെ മുറുകെ പിടിച്ചുനിൽക്കുന്നതാണ് കൂടുതൽ നല്ലത്..."

"അതെ, ആയുഷ്ക്കാലം മുഴുവനും," ലരിയോനിച്ച് പതിഞ്ഞ സ്വരത്തിൽ കൂട്ടിച്ചേർത്തു.

പക്ഷെ അവരിതു സ്വമനസ്സാലെ പറയുന്നതല്ലെന്നും ഒരു കടമയെന്നനിലയ്ക്കു പറഞ്ഞുവയ്ക്കുകയാണെന്നും എനിക്കു തോന്നി. എന്നെ അവരോടു ബന്ധിച്ചിരുന്ന ചരട് എന്തുകൊണ്ടോ പെട്ടെന്നു ദ്രവിച്ച് അറ്റുപോയി.

കുടിച്ചു വെളിവില്ലാതെ മുകളിലത്തെ പലകത്തട്ടിൽ കിടന്നുരുണ്ടുകൊണ്ട് ഗോഗൊലെവ് പരുക്കൻസ്വരത്തിൽ പിറുപിറുത്തു:

"ഞാൻ വിചാരിച്ചാൽ നിങ്ങളെയെല്ലാറ്റിനേയും ജയിലിൽ കയറ്റാം. എനിക്കൊരു രഹസ്യമറിയാം. നിങ്ങളിലാർക്കുണ്ട് ദൈവവിശ്വാസം? ഹഹ!"

മുഖമില്ലാത്തതും പൂർത്തിയാക്കാത്തതുമായ വിശുദ്ധരൂപങ്ങൾ എപ്പോഴത്തേയുംപോലെ ചുമരിൽ ചാരിയിരിപ്പുണ്ട്. സ്ഫടികഗോളങ്ങൾ മച്ചിനോട് ഒട്ടിനില്പുണ്ട്. കുറെക്കാലമായി കൃത്രിമവെളിച്ചം കൂടാതെ പണിയെടുത്തുവരുന്നതുകൊണ്ട് സ്ഫടികഗോളങ്ങളുടെ ആവശ്യമില്ല. പൊടിയും കരിയും കലർന്ന ഒരു അട്ടി അവയിൽ ചാരനിറത്തിൽ പൊതിഞ്ഞുപിടിച്ചിരിക്കുന്നു. ആ പരിസരമാകെ എന്റെ ഓർമ്മയിൽ ആഴത്തിൽ പതിഞ്ഞുകിടപ്പുണ്ട്. കണ്ണടയ്ക്കുകയേ വേണ്ടു, ആ മുറിയും,

മേശകളും, ജനൽപ്പടികളിലിരിക്കുന്ന ചായട്ടിന്നുകളും, ബ്രഷുകളും വിശുദ്ധരൂപങ്ങളും, മൂലയ്ക്ക് അഗ്നിശമനജോലിക്കാരുടെ ലോഹത്തൊപ്പി പോലത്തെ പ്രക്ഷാളനപാത്രത്തിന്റെ ചുവട്ടിലിരിക്കുന്ന തൊട്ടിയും, ജഡത്തിന്റേതുപോലെ നീലനിറമാർന്ന് പലകത്തട്ടിന്റെ വക്കത്തു തൂങ്ങിക്കിടക്കുന്ന ഗോഗൊലെവിന്റെ നഗ്നമായ കാലുമെല്ലാം എനിക്കു വ്യക്തമായി കാണാം.

അവിടന്ന് വേഗം ഇറങ്ങിപ്പോകാൻ ഞാൻ ആഗ്രഹിച്ചു. പക്ഷെ വിഷാദവേളകൾ നീട്ടിക്കൊണ്ടുപോകാൻ റഷ്യാക്കാർക്ക് ഇഷ്ടമാണ്. യാത്രയയപ്പ് ശരിക്കുമൊരു ശവസംസ്കാരച്ചടങ്ങായി മാറുന്നു.

ഷീഹരെവ് നെറ്റിചുളിച്ചുകൊണ്ട് എന്നോടു പറഞ്ഞു:

"'പിശാച്,' എന്ന പുസ്തകമുണ്ടല്ലോ. അതു ഞാൻ നിനക്കു മടക്കിത്തരില്ല. വേണമെങ്കിൽ അതിന്റെ വിലയായി ഇരുപതു കോപ്പെക്ക് തരാം."

ആ പുസ്തകം എന്റെ സ്വന്തമായിരുന്നു. അഗ്നിശമനമേധാവി എനിക്കു സമ്മാനിച്ചതാണ് അത്. ലേർമൊന്തൊവിനെ വിട്ടുപിരിയുന്നത് എനിക്കു സങ്കടമായിരുന്നു. പക്ഷെ അല്പം അസഹിഷ്ണുതയോടെ ഞാൻ പണം നിരസിച്ചപ്പോൾ ഷീഹരെവ് യാതൊരു സങ്കോചവുമില്ലാതെ അത് പേഴ്സിൽ തിരിച്ചിട്ടിട്ട് എന്നോട് അക്ഷോഭ്യനായി പറഞ്ഞു:

"നിന്റെ ഇഷ്ടം പോലെ. പക്ഷെ പുസ്തകം ഞാൻ തരില്ല. അതു നിനക്കുള്ളതല്ല. അത്തരം പുസ്തകങ്ങൾ കയ്യിൽ വച്ചാൽ കുഴപ്പമാണ്."

"പക്ഷെ അത് കടയിൽ വിൽക്കുന്നുണ്ടല്ലോ. ഞാൻ കണ്ടതാണ്."

എങ്കിലും തികച്ചും ബോദ്ധ്യപ്പെടുത്തുന്ന സ്വരത്തിൽ അയാൾ പറഞ്ഞു:

"അതിൽ കാര്യമില്ല. കടയിൽ കൈത്തോക്കു വിൽക്കുന്നില്ലേ!"

അയാൾ ആ പുസ്തകം മടക്കിത്തന്നില്ല.

ഉടമസ്ഥയോടു യാത്രചോദിക്കാൻ മുകളിലേക്കു കയറുന്നവഴി വരാന്തയിൽ വച്ച് ഞാൻ അവരുടെ അനന്തിരവളെ കണ്ടു.

"നീ ഇവിടുന്നു പോവുകയാണെന്നു കേട്ടല്ലോ." അവൾ പറഞ്ഞു.

"അതെ പോവുകയാണ്."

"അതു നന്നായി. അല്ലെങ്കിൽ അവർ നിന്നെ പിരിച്ചുവിട്ടേനെ." അത്ര മര്യാദയ്ക്കല്ലെങ്കിലും ആത്മാർത്ഥമായി അവൾ പറഞ്ഞു.

കുടിച്ചു മത്തുപിടിച്ചിരുന്ന യജമാനത്തി പറഞ്ഞു:

“നീ പോയിവാ! ദൈവം നിന്നെ അനുഗ്രഹിക്കട്ടെ! നീയൊരു ചീത്ത ചെക്കനാണ്. ധിക്കാരിയും. നീ കുരുത്തക്കേട് കാട്ടുന്നത് ഞാൻ കണ്ടിട്ടില്ലെങ്കിലും നീ ചീത്തയാണെന്നാണ് എല്ലാവരും പറയുന്നത്.”

അത്രയും പറഞ്ഞിട്ട് അവർ പൊട്ടിക്കരഞ്ഞു. കണ്ണുനീരിനിടയിലൂടെ അവർ പറഞ്ഞു:

“എന്റെ ആ സാധുഭർത്താവ് ജീവിച്ചിരിപ്പുണ്ടായിരുന്നെങ്കിൽ! എത്ര തങ്കപ്പെട്ട മനുഷ്യനായിരുന്നു! അദ്ദേഹം നിന്റെ ചെവി പൊന്നാക്കുകയും തലയ്ക്കു കിഴുക്കുകയുമൊക്കെ ചെയ്യുമായിരുന്നെങ്കിലും നിന്നെ പറഞ്ഞുവിടുകയില്ലായിരുന്നു. ഇക്കാലത്ത് ഒന്നും പണ്ടത്തെപ്പോലെയല്ല. എന്തെങ്കിലുമൊന്നു പിടിച്ചില്ലെങ്കിൽ ഉടനെ ഇട്ടെറിഞ്ഞു പോവുകയായി! കഷ്ടം! നീ എങ്ങോട്ടാണ് എന്റെ കുട്ടി പോകുന്നത്? എന്താണ് നിനക്കിനി ഒരു തണലുള്ളത്?”

XVI

വസന്തത്തിലെ വെള്ളപ്പൊക്കത്തിൽ വെള്ളത്തിനടിയിലായ മേളസ്ഥലത്തെ നിരത്തുകളിലൂടെ യജമാനനും ഞാനുംകൂടി തോണിതുഴഞ്ഞുപോവുകയാണ്. കല്ലുകൊണ്ടു പണിത സ്റ്റാളുകളുടെ മുകളിലത്തെ നിലവരെ വെള്ളം കയറിയിട്ടുണ്ട്. ഞാനാണ് തണ്ടു വലിക്കുന്നത്. പങ്കായം വേണ്ടതിലേറെ വെള്ളത്തിൽ ആഴ്ത്തി അസമർത്ഥമായി ചുക്കാൻ പിടിച്ചുകൊണ്ട് യജമാനൻ അമരത്തിരിപ്പുണ്ട്. ശാന്തഗംഭീരമായും ധ്യാനനിരതമായും ഒഴുകിക്കൊണ്ടിരുന്ന കലക്കുവെള്ളത്തിന്റെ മീതേക്കൂടി തോണി ഒരു തെരുവിൽനിന്നു മറ്റൊരു തെരുവിലേക്കു ചന്തമില്ലാതെ നീങ്ങി.

"നാശം പിടിക്കാൻ എത്രയാണ് വെള്ളം പൊങ്ങിയിരിക്കുന്നത്! നമ്മുടെ പണി മുടങ്ങും," ഒരു ചുരുട്ട് കൊളുത്തി വലിച്ചുകൊണ്ട് യജമാനൻ പിറുപിറുത്തു. അതിന്റെ പുകയ്ക്ക് തുണി കരിയുന്ന മണമായിരുന്നു.

"ഹേ, സൂക്ഷിച്ച്!" അയാൾ പേടിച്ച് വിളിച്ചുപറഞ്ഞു. "ഇപ്പോൾ വിളക്കുകാലിൽ ചെന്നിടിക്കും."

തോണി നേരെയാക്കിയശേഷം അയാൾ പ്രാകി:

"കഴവേറികൾ നമുക്ക് തന്ന തോണി കണ്ടില്ലേ!'

വെള്ളമിറങ്ങിക്കഴിഞ്ഞാൽ സ്റ്റാളുകളുടെ അഴിച്ചുപണി തുടങ്ങേണ്ടത് എവിടുന്നാണെന്ന് അയാൾ ചൂണ്ടിക്കാണിച്ചു. വൃത്തിയായി വടിച്ച മുഖവും കത്രിച്ച മീശയും പല്ലിനിടയിലൊരു ചുരുട്ടുമായി ഇരിക്കുന്ന അയാളെ

കണ്ടാൽ ഒരു കൺട്രാക്ടറാണെന്ന് ആരും പറയില്ല. ഒരു തോൽജാക്കറ്റും മുട്ടുവരെയുള്ള ബൂട്സും ധരിച്ചിട്ടുണ്ട്. ഒരു നായാട്ടുസഞ്ചി തോളത്തു തൂങ്ങിക്കിടക്കുന്നു. വിലകൂടിയ ഒരു ഇരട്ടക്കുഴൽ തോക്ക് കാൽക്കലുണ്ട്. അയാൾ ഇടയ്ക്ക് തന്റെ തോൽത്തൊപ്പി അസ്വസ്ഥതയോടെ നെറ്റിയിലേക്ക് വലിച്ചുവച്ചിട്ട് ചുണ്ടു കൂർമ്പിച്ചുകൊണ്ട് ചുറ്റുപാടും ഉൽക്കണ്ഠയോടെ നോക്കുന്നതു കാണാം. മറ്റൊരു സമയത്ത് തൊപ്പി പുറകോട്ടു തള്ളിവയ്ക്കും. അപ്പോൾ അയാൾക്കു പെട്ടെന്നു പ്രായം കുറഞ്ഞതുപോലെ തോന്നും. സുഖകരമായ ഏതോ ചിന്ത ആ മീശയ്ക്കുള്ളിൽ ഒരു പുഞ്ചിരി വിടർത്തും. അയാൾ ജോലിത്തിരക്കുള്ളവനാണെന്നോ വെള്ളം വേഗം ഇറങ്ങാത്തതിൽ ഉൽക്കണ്ഠാകുലനാണെന്നോ അയാളെ കണ്ടാൽ തോന്നുകയില്ല. തന്റെ ജോലിയുമായി പ്രത്യക്ഷബന്ധമൊന്നുമില്ലാത്ത ഏതോ ചിന്താതരംഗത്തിൽ അയാൾ ഒഴുകിനടക്കുകയാണ്.

നേരേമറിച്ച് മൂകമായൊരു വിസ്മയം എന്റെ മനസ്സിടിച്ചു. കൊട്ടിയടച്ച ജനാലകളോടെ കെട്ടിടങ്ങൾ നിരനിരയായി നിൽക്കുന്ന ആ മൃതനഗരം വിചിത്രമായൊരു കാഴ്ചയായിരുന്നു. ജലനിമഗ്നമായ ആ നഗരമാകെ ഞങ്ങളുടെ തോണിയ്ക്കരികിലൂടെ ഒഴുകിപ്പോവുകയാണെന്നു തോന്നി.

ആകാശം ചാരനിറം പൂണ്ടിരുന്നു. മേഘങ്ങളുടെ വലക്കെട്ടിൽ കുടുങ്ങിക്കിടന്നിരുന്ന സൂര്യൻ വലിയൊരു തണുത്ത വെള്ളിത്തളികപോലെ വല്ലപ്പോഴുമൊന്ന് എത്തിനോക്കി.

വെള്ളത്തിനും ചാരനിറമായിരുന്നു, തണുപ്പായിരുന്നു. ഒഴുക്കില്ലായിരുന്നുവെന്നുതന്നെ പറയാം. ഒഴിഞ്ഞുകിടക്കുന്ന കെട്ടിടങ്ങൾക്കും മുഷിഞ്ഞുമഞ്ഞച്ചിരിക്കുന്ന പീടികനിരകൾക്കുമൊപ്പം വെള്ളവും ഉറഞ്ഞ് ഉറങ്ങുകയാണെന്നു തോന്നി. വെളുത്ത സൂര്യൻ മേഘങ്ങൾക്കിടയിലൂടെ എത്തിനോക്കിയപ്പോൾ പരിസരമാകെ അല്പമൊന്നു തെളിഞ്ഞു. ആകാശത്തിന്റെ നരച്ച പുടവ വെള്ളത്തിൽ പ്രതിഫലിച്ചു. ഞങ്ങളുടെ തോണി രണ്ട് ആകാശങ്ങളുടെ നടുവിൽ തൂങ്ങിക്കിടക്കുകയാണെന്നു തോന്നി. ശിലാനിർമ്മിതങ്ങളായ കെട്ടിടങ്ങളും ഉയർന്നുവന്ന് വോൾഗയുടേയും ഒക്കാനദിയുടേയും ദിശയിൽ മന്ദംമന്ദം ഒഴുകിക്കൊണ്ടിരുന്നു. പൊളിഞ്ഞ വീപ്പകളും പെട്ടികളും വട്ടികളും കമ്പുകളും വയ്ക്കോൽത്തുരുമ്പുകളും ജലപ്പരപ്പിൽ ചാഞ്ചാടി. തടികളും മുളകളും ചത്തുമലച്ച സർപ്പങ്ങളെപ്പോലെ ഒഴുകിപ്പോയി.

അങ്ങുമിങ്ങും ചില ജനാലകൾ തുറന്നിരുന്നു. ഒരു പീടികനിരയുടെ വരാന്തയുടെ മേൽക്കൂരയിൽ തുണികൾ നെടുനീളത്തിൽ ഉണക്കാൻ വിരിച്ചിട്ടിരുന്നു. ചില കമ്പിളിബൂട്ടുകൾ അഴികളുടെ ഇടയിലൂടെ തള്ളിനിന്നു. ചാരനിറമാർന്ന വെള്ളത്തിലേക്കു മിഴിച്ചുനോക്കിക്കൊണ്ട് ഒരു

സ്ത്രീ ജനാലയുടെ പിന്നിൽ ഇരിപ്പുണ്ട്. വരാന്തയുടെ ഒരു ഇരുമ്പുളുണിൽ ഒരു തോണി കെട്ടിയിരിക്കുന്നു. അതിന്റെ ചുവന്ന പള്ളകൾ കൊഴുപ്പു നിറഞ്ഞ മാംസം പോലെ വെള്ളത്തിൽ പ്രതിബിംബിച്ചു.

ജീവന്റെ ഈ ലക്ഷണങ്ങൾ നോക്കി തലയാട്ടിക്കൊണ്ട് യജമാനൻ പറഞ്ഞു:

"മേളസ്ഥലത്തിന്റെ കാവൽക്കാരൻ പാർക്കുന്നത് അവിടെയാണ്. ജനലിലൂടെ പുരപ്പുറത്തേയ്ക്കും അവിടന്ന് തോണിയിലേക്കും കയറും. തോണി തുഴഞ്ഞുനടന്ന് കള്ളന്മാരെ അന്വേഷിക്കും. ആരേയും കണ്ടില്ലെങ്കിൽ തന്നത്താൻ കക്കും."

അലസമായൊരു ശാന്തതയോടെയാണ് അയാൾ സംസാരിച്ചത്. മനസ്സ് മറ്റെവിടെയോ ആയിരുന്നു. ചുറ്റുപാടുള്ള സർവ്വതും നിശ്ചലമായും ശൂന്യമായും ഒരു സ്വപ്നംപോലെ അവിശ്വസനീയമായും ഇരുന്നിരുന്നു. വോൾഗയും ഒക്കായും സന്ധിച്ച് വലിയൊരു തടാകമായി. അകലെ, ഒരു പരുക്കൻ കുന്നിന്റെ മുകളിൽ, നാനാവർണ്ണങ്ങളണിഞ്ഞുനില്ക്കുന്ന പട്ടണം കാണാം. അതിനെ പൊതിഞ്ഞുനിൽക്കുന്ന പഴത്തോട്ടങ്ങൾ ഇപ്പോഴും ഇരുണ്ടാണിരിക്കുന്നതെങ്കിലും മരങ്ങൾ തളിരിട്ടുകഴിഞ്ഞതിനാൽ വീടുകളും പള്ളികളുമെല്ലാം ഒരു പച്ചപ്പുതപ്പിനടിയിലാണ്. ഈസ്റ്ററിന്റെ ആഴമേറിയ മണിനാദം ജലപ്പരപ്പിലൂടെ ഒഴുകി വന്നു. പട്ടണത്തിന്റെ ഇരമ്പം പോലും കേൾക്കാം. എന്നാലിവിടെയോ? സർവ്വതും ഒരു വിസ്മൃതശ്മശാനംപോലെ.

ഇരുവശത്തും ഇരുൾമൂടിനിന്നിരുന്ന വൃക്ഷനിരകൾക്കിടയിലൂടെ ഞങ്ങളുടെ തോണി പഴയ പള്ളിയിലേക്കുള്ള പ്രധാന വീഥിയിൽക്കൂടി വളഞ്ഞുപുളഞ്ഞുനീങ്ങി. കൂടെക്കൂടെ ചുരുട്ടിന്റെ പുക യജമാനന്റെ കണ്ണിൽ കയറിയതുകാരണം തോണി മരത്തടികളിൽ ചെന്ന് ഇടിച്ചുകൊണ്ടിരുന്നു. അവസാനം അയാൾ സഹികെട്ട് ആക്രോശിച്ചു:

"നശിച്ച തോണി!"

"ചുക്കാൻ പിടിക്കാതിരിക്കൂ."

"അതെങ്ങിനെ?" അയാൾ പിറുപിറുത്തു. "തോണിയിൽ രണ്ടു പേരുള്ളപ്പോൾ ഒരാൾ തണ്ടു വലിക്കണം, മറ്റേയാൾ ചുക്കാൻ പിടിക്കണം. അങ്ങോട്ടു നോക്ക്. അതാണ് ചീന അങ്ങാടി."

മേളസ്ഥലത്തിന്റെ ഓരോ മുക്കും മൂലയും എനിക്കറിയാം. വിചിത്രാകൃതിയിലുള്ള മേൽക്കൂരകളോടുകൂടിയ ആ അപഹാസ്യമായ അങ്ങാടി എനിക്കു നല്ല പരിചയമാണ്. കുത്തിയിരിക്കുന്ന ചീനക്കാരുടെ കുമ്മായപ്രതിമകൾ ആ മേൽക്കൂരകളുടെ മൂലകളിലുണ്ട്. ഞാനും കൂട്ടുകാരും

ഒരുകാലത്ത് അവയുടെനേരെ കല്ലെറിഞ്ഞിട്ടുണ്ട്. ചീനക്കാരിൽ ചിലരുടെ തലയും കയ്യും ഞാൻതന്നെ എറിഞ്ഞുപൊട്ടിച്ചുകളഞ്ഞിട്ടുണ്ട്. പക്ഷെ ഇപ്പോൾ എനിക്ക് അതിൽ അഭിമാനം തോന്നിയില്ല.

"വെറും ചെറ്റപ്പുരകൾ," ആ കെട്ടിടങ്ങളെ ചൂണ്ടിക്കൊണ്ട് യജമാനൻ പറഞ്ഞു. "അവ പണിയാൻ എന്നെ ഏല്പിച്ചിരുന്നെങ്കിൽ..."

ഒന്നു ചൂളമടിച്ചിട്ട് അയാൾ തൊപ്പി തലയുടെ പുറകോട്ട് തള്ളിവച്ചു.

എന്നാൽ എല്ലാ വസന്തത്തിലും ഇരുനദികളിലേയും വെള്ളത്തിനടിയിലാവുന്ന ഇതേ താണ സ്ഥലത്ത് ഇത്രതന്നെ വിരസമായിട്ടായിരിക്കും അയാളും ആ ശിലാനഗരം പണിയുന്നതെന്ന് എന്തുകൊണ്ടോ എനിക്കു തോന്നി. ചീന അങ്ങാടിയെപ്പോലെ ബീഭത്സമായ എന്തെങ്കിലുമൊന്ന് അയാളും പണിതുവച്ചേനെ.

ചുരുട്ട് വെള്ളത്തിലേക്കെറിഞ്ഞ് അറപ്പോടെ കാർക്കിച്ചു തുപ്പിയിട്ട് അയാൾ പറഞ്ഞു:

"മടുത്തു, പെഷ്ക്കോവ്, മടുത്തു! പഠിപ്പുള്ളവരായിട്ടാരുമില്ല. ഒന്നു വർത്തമാനം പറയാനായിട്ട് ഒരുത്തരുമില്ല. കുറച്ചൊന്നു വീമ്പടിക്കാമെന്നു വച്ചാൽ ആരോടു വീമ്പടിക്കാനാണ്? ആരുമില്ല. മരപ്പണിക്കാരും കല്ലാശാരിമാരും കൃഷിക്കാരും കള്ളന്മാരും മാത്രമേയുള്ളൂ..."

വലതുവശത്തൊരു കുന്നിൽ വെള്ളത്തിനടിയിൽനിന്നു ചന്തമായി ഉയർന്നുവന്ന ഒരു വെളുത്ത മുഹമ്മദീയപള്ളിയിലേക്കു കണ്ണെറിഞ്ഞുകൊണ്ട് അയാൾ മറന്നുകിടന്നിരുന്ന എന്തോ ഓർക്കുന്ന മട്ടിൽ സംസാരിച്ചുകൊണ്ടിരുന്നു:

"ഞാൻ ഇപ്പോൾ ജർമ്മൻകാരെപ്പോലെയാണ്. ബിയറു കുടിക്കും. ചുരുട്ടു വലിക്കും. ജർമ്മൻകാരുണ്ടല്ലോ, അനിയാ നല്ല ബിസിനസ്സുകാരാണ്. ഒന്നാന്തരം കാട്ടുകോഴികൾ! ബിയറു കുടിക്കുന്നതു രസമാണ്. പക്ഷെ ചുരുട്ടുമായിട്ട് ഇനിയും പഴകാൻ കഴിഞ്ഞിട്ടില്ല. ചുരുട്ടു വലിച്ചാലുടൻ ഭാര്യയുടെ പരാതിയായി. "എന്താ കുതിരക്കോപ്പുകാരന്റേതു പോലത്തെ ഒരു നാറ്റം?" അതെ, അനിയാ, എന്തൊക്കെ സൂത്രങ്ങൾ കാണിച്ചുവേണം ജീവിക്കാൻ!... ഒരു കാര്യം ചെയ്യ്, നീ തനിയെ തുഴഞ്ഞോ."

പങ്കായം തോണിയുടെ ഒരു വശത്ത് കിടത്തിവച്ചിട്ട് അയാൾ തോക്കെടുത്ത് മേൽക്കൂരകളിലുള്ള ചീനപ്രതിമകളിലൊന്നിന്റെനേരെ വെടിവച്ചു. ചീനക്കാരനു കുഴപ്പമൊന്നും സംഭവിച്ചില്ല. വെടിയുണ്ട മേൽക്കൂരയിലും ചുമരിലും തറച്ച് കുറെ പൊടിപടലം ഉയർത്തി.

"കൊണ്ടില്ല," തോക്ക വീണ്ടും നിറയ്ക്കുന്നതിനിടയിൽ അയാൾ അലക്ഷ്യമായി പറഞ്ഞു.

"നീ പെൺപിള്ളേരുമായിട്ടെങ്ങിനെയാണ്? ഉപവാസം മുടക്കിയോ? ഇല്ലെന്നോ? ഞാൻ പതിമൂന്നാമത്തെ വയസ്സിൽ പ്രേമിച്ചുതുടങ്ങിയതാണ്."

ഒരു സ്വപ്നം അയവിറക്കുന്നമട്ടിൽ അയാൾ തന്റെ ആദ്യത്തെ കാമുകിയെക്കുറിച്ച പറയാൻ തുടങ്ങി. അയാളെ ജോലി പഠിപ്പിച്ച വാസ്തുശില്പിയുടെ വീട്ടിൽ വേലയ്ക്ക നിന്നിരുന്ന ഒരു പെണ്ണായിരുന്നു അവൾ. അയാളും അവിടെത്തന്നെയായിരുന്ന താമസം. അയാളുടെ കഥയ്ക്ക ശ്രുതിയിട്ടുകൊണ്ട് കെട്ടിടങ്ങളുടെ കോണുകളിൽ വെള്ളം മെല്ലെ ഓളംതല്ലിക്കൊണ്ടിരുന്നു. പള്ളിയ്ക്കപ്പുറത്ത് വിശാലമായൊരു ജലപ്പരപ്പിന്റെ മങ്ങിയ തിളക്കം കണ്ടു. അതിൽനിന്ന് വില്ലോമരത്തിന്റെ കറുത്ത കൊമ്പുകൾ അങ്ങുമിങ്ങും തള്ളിനിന്നു.

വിശുദ്ധരൂപങ്ങളുടെ പണിശാലയിൽ ജോലിക്കാർ പലപ്പോഴും ഒരു വിദ്യാർത്ഥിഗാനം പാടാറുണ്ടായിരുന്നു:

കടലേ നീലക്കടലേ

കോളിളകും കടലേ...

ആ നീലക്കടൽ ദുസ്സഹമാംവണ്ണം വിരസമായ ഒന്നായിരുന്നിരിക്കണം!

"എനിക്ക രാത്രി ഉറക്കം വരില്ല," യജമാനൻ പറഞ്ഞു. "ഞാൻ മെത്തയിൽനിന്നെണീറ്റ് അവളുടെ വാതിൽക്കൽ ചെന്നു നിൽക്കും— പട്ടിക്കുട്ടിയെപ്പോലെ കിടുകിടാ വിറച്ചുകൊണ്ട്. ആ വീട്ടിനകത്ത് വല്ലാത്ത തണുപ്പായിരുന്നു. അവളുടെ യജമാനനും രാത്രിസമയത്ത് അവളുടെ അടുത്തു ചെല്ലാറുണ്ട്. അയാൾ എന്നെ പിടികൂടാൻ ഇടയുണ്ടായിരുന്നു. പക്ഷെ എനിക്ക് ഒട്ടും പേടി തോന്നിയില്ല."

അയാളുടെ സ്വരം ചിന്താധീനമായിരുന്നു. ഒരു പഴയ കോട്ടെടുത്ത് ഒരിക്കൽക്കൂടി ഇടാമോയെന്നു പരിശോധിക്കുന്ന ഒരു ഭാവമായിരുന്നു അയാൾക്ക്.

"അവൾക്ക് എന്നെ കാണുമ്പോൾ ദയ തോന്നും. കതകു തുറന്നിട്ട് അവൾ പറയും: 'അകത്തു കയറ്, വിഡ്ഢിച്ചെക്കാ!"

ഞാൻ ഇത്തരം കഥകൾ കേട്ടുകേട്ട് മടുത്തിരിക്കുന്നു. എങ്കിലും അവയ്ക്കെല്ലാം പൊതുവായിട്ട് ഒരു നല്ല ഗുണമുണ്ട്. ആളുകൾ അവരുടെ ആദ്യപ്രേമത്തെപ്പറ്റി എപ്പോഴും പറയുന്നത് വീമ്പടിക്കാതെയും അശ്ലീലച്ചുവയില്ലാതെയുമാണ്. പലപ്പോഴും അവരുടെ സ്വരത്തിലെ

സ്നേഹാർദ്രമായ വിഷാദം കാണുമ്പോൾ അവരുടെ ജീവിതത്തിലെ ഏറ്റവും പ്രിയപ്പെട്ട അനുഭവമായിരുന്ന അതെന്ന് എനിക്കു മനസ്സിലാകും. പലർക്കും നല്ലതെന്നു പറയാൻ അതൊന്നു മാത്രമേ ഉണ്ടായിരുന്നുള്ളുവെന്നു തോന്നി.

ചിരിച്ച് തലകുലുക്കിക്കൊണ്ട് യജമാനൻ അത്ഭുതംകലർന്ന സ്വരത്തിൽ പറഞ്ഞു:

"പക്ഷെ ഞാൻ ഈ കഥ ഭാര്യയോടു പറയില്ല. അയ്യോ ഇല്ല! അതിലൊന്നുമുണ്ടായിട്ടല്ല. എങ്കിലും പറയില്ല. അതാണു കാര്യം!"

അയാൾ ഈ കഥ പറയുന്നത് എന്നോടായിരുന്നില്ല. തന്നോടു തന്നെയായിരുന്നു. അയാൾ മിണ്ടാതിരുന്നെങ്കിൽ ഞാൻ സംസാരിച്ചേനെ. ആ നിശ്ശബ്ദതയിൽ, ആ ശൂന്യതയിൽ, സംസാരിക്കുകയും പാട്ടുപാടുകയും അക്കോർഡിയൺ വായിക്കുകയുമൊക്കെ ചെയ്തേപറ്റൂ. അല്ലെങ്കിൽ ആ മൃതനഗരത്തിൽ എന്നെന്നേക്കുമായി ഉറങ്ങിപ്പോകും, ആ തണുത്ത നരച്ച വെള്ളത്തിൽ ആണ്ടുപോകും.

"ഒന്നാമത്, നേരത്തെ കല്യാണം കഴിക്കരുത്!" അയാൾ എന്നെ ഗുണദോഷിച്ചു. "കല്യാണമെന്നു പറയുന്നതുണ്ടല്ലോ, അനിയാ, വളരെ പ്രധാനപ്പെട്ട സംഗതിയാണ്. നീ എവിടെ വേണമെങ്കിലും എങ്ങിനെ വേണമെങ്കിലും ജീവിച്ചോ. അതു നിന്റിഷ്ടം. പേർഷ്യയിൽപോയി മുഹമ്മദീയനായിട്ടോ മോസ്ക്കോയിൽപോയി പോലീസുകാരനായിട്ടോ പണിയെടുത്തോ മോഷണം നടത്തിയോ എങ്ങിനെ വേണമെങ്കിലും കഴിഞ്ഞോ. ഇതിൽ എന്തും ഇഷ്ടപ്പെട്ടില്ലെങ്കിൽ മാറ്റിയെടുക്കാം. പക്ഷെ ഭാര്യയുണ്ടല്ലോ. കാലാവസ്ഥപോലാണ്. തോന്നിയപോലെ മാറ്റിയെടുക്കാൻ പറ്റില്ല. തോന്നുമ്പോൾ വലിച്ചെറിയാവുന്ന ചെരിപ്പല്ല ഭാര്യ!"

അയാളുടെ മുഖഭാവം മാറി. ചാരനിറമാർന്ന വെള്ളത്തിലേക്ക് നെറ്റിചുളിച്ചു നോക്കിക്കൊണ്ട് തന്റെ വളഞ്ഞുകൂർത്ത മൂക്ക് തിരുമ്മുന്നതിനിടയിൽ അയാൾ പിറുപിറുത്തു:

"അതാണ് കാര്യം, അനിയാ... രണ്ടു കണ്ണും തുറന്നുപിടിച്ച് നോക്കണം. നാലുവശത്തുനിന്നു ഞെരുക്കിയാലും നീ നിവർന്നുതന്നെ നിൽക്കുന്നുവെന്നിരിക്കട്ടെ. എന്നാലും എല്ലാവരുടെ മുമ്പിലുമുണ്ട് എന്തെങ്കിലുമൊരു കെണി..."

ഇപ്പോൾ വോൾഗയുമായി ലയിച്ചുചേർന്നിരിക്കുന്ന മെഷ്ചെർസ്ക്കൊയെ തടാകത്തിലെ കുറ്റിക്കാടുകളുടെ ഇടയിലേക്ക് ഞങ്ങൾ തുഴഞ്ഞുകയറി.

“പതുക്കെ തുഴഞ്ഞാൽ മതി.” കുറ്റിക്കാടുകളുടെ നേരെ തോക്കു ചൂണ്ടിക്കൊണ്ട് യജമാനൻ മന്ത്രിച്ചു.

മെലിഞ്ഞുണങ്ങിയ ഏതാനും കാട്ടുകോഴികളെ വെടിവച്ചിട്ടശേഷം അയാൾ പറഞ്ഞു:

“കനാവിനൊയിലേയ്ക്കു തുഴയ്! ഞാൻ രാത്രിവരെ അവിടായിരിക്കും. ഞാനൊരു കൺട്രാക്റ്റുമൊന്നിച്ചിരിക്കുകയാണെന്ന് വീട്ടിൽ പറഞ്ഞാൽ മതി.”

ആ സെറ്റിൽമെന്റിലും വെള്ളം കയറിയിരുന്നു. അതിന്റെ തെരുവുകളിലൊന്നിൽ അയാളെ ഇറക്കിവിട്ടിട്ട് ഞാൻ മേളസ്ഥലത്തുകൂടി സ്ത്രെൽക്കയിലേക്കു മടങ്ങി. തോണി ഒരിടത്ത് കെട്ടിയിട്ടശേഷം ഞാൻ രണ്ടു പുഴകളുടേയും സംഗമസ്ഥാനവും നഗരവും കപ്പലുകളും ആകാശവും നോക്കി അതിലിരുന്നു. വെൺമേഘങ്ങൾകൊണ്ടു തുവലണിഞ്ഞിരുന്ന ആകാശം ഇപ്പോൾ ഒരു കൂറ്റൻ പറവയുടെ ചിറകിനെ അനുസ്മരിപ്പിച്ചു. അതിന്റെ നീലവിടവുകളിലൂടെ തങ്കക്കതിരവൻ എത്തിനോക്കി. പ്രപഞ്ചത്തെയാകെ രൂപാന്തരപ്പെടുത്താൻ അതിന്റെ ഒരൊറ്റ കടാക്ഷം മതി. ചുറ്റുപാടുള്ള സർവ്വതും ഉശിരോടെ ചലിച്ചുകൊണ്ടിരുന്നു. കെട്ടുമരങ്ങളുടെ അവസാനമില്ലാത്ത നിര ഒഴുക്കിലൂടെ അതിവേഗം നീങ്ങി. നീണ്ട തുഴകളനക്കി ഗതി നിയന്ത്രിച്ചുകൊണ്ട് അവയുടെ മീതെ നിന്നിരുന്ന അരോഗദൃഢഗാത്രരായ വള്ളമൂന്നുകാർ തമ്മിൽത്തമ്മിലും അടുത്തുകൂടി കടന്നുപോയ ആവിക്കപ്പലിലേക്കും എന്തൊക്കെയോ വിളിച്ചുപറയുന്നുണ്ട്. ആ കൊച്ചുകപ്പൽ ഒരു ഒഴിഞ്ഞ പത്തേമാരിയെവലിച്ചുകൊണ്ട് ഒഴുക്കിനെതിരെ നീങ്ങുകയാണ്. പുഴ അതിനെ അമ്മാനമാടിച്ചുകൊണ്ടിരുന്നു. ഒരു പൈക്കമത്സ്യത്തെപ്പോലെ അത് മുൻഭാഗം അങ്ങോട്ടുമിങ്ങോട്ടും വെട്ടിച്ചുകൊണ്ടിരുന്നു. കിതപ്പോടെ ഞരങ്ങിക്കൊണ്ട് അത് എതിരെനിന്ന് നിർദ്ദയം അലച്ചുവന്ന വെള്ളത്തിലൂടെ തുഴച്ചക്രങ്ങൾ വാശിയോടെ തള്ളിനീക്കി. കാല് വെള്ളത്തിലേക്ക് തൂക്കിയിട്ടുകൊണ്ട് നാലു പേർ പത്തേമാരിയിൽ തൊട്ടുതൊട്ട് ഇരിപ്പുണ്ട്. ഒരാൾ ചുവന്ന കുപ്പായമാണിട്ടിരിക്കുന്നത്. എല്ലാവരും പാട്ടു പാടുന്നുണ്ട്. വാക്കുകൾ തെളിഞ്ഞു കേട്ടില്ല. പക്ഷെ എനിക്കറിയാവുന്ന പാട്ടായിരുന്നു അത്.

ഇവിടെ, ഈ ജീവനുള്ള പുഴയിൽ, സർവ്വതും എനിക്കു പരിചയമുള്ളതും അടുപ്പമുള്ളതും മനസ്സിലാവുന്നതുമാണെന്നു തോന്നി. എന്റെ പിന്നിൽ ജലനിമഗ്നമായിക്കിടക്കുന്ന പട്ടണം ഒരു ദുസ്വപ്നമാണ്, യജമാനനെപ്പോലെതന്നെ ദുർഗ്രഹമായ അയാളുടെ ഒരു ‘ഭാവനാസൃഷ്ടിയാണ്.

ആ നദീദൃശ്യം മതിയാവോളം നുകർന്നശേഷം ഞാൻ വീട്ടിലേക്കു മടങ്ങി. ഞാനിപ്പോൾ എന്തു ജോലിയും ചെയ്യാൻ പോന്ന ഒരു മുതിർന്ന മനുഷ്യനായിക്കഴിഞ്ഞിരിക്കുന്നുവെന്ന് എനിക്കു തോന്നി. വഴിക്ക് ഞാൻ ക്രെംലിൻ കുന്നിൽനിന്ന് വോൾഗയിലേക്കൊന്നു കണ്ണയച്ചു. ആ കുന്നിൽനിന്നു നോക്കിയപ്പോൾ, 'ഭൂമി അനന്തവിശാലവും വാഗ്ദാനസമ്പൂർണ്ണവുമാണെന്നു തോന്നി.

വീട്ടിൽ എനിക്കു വായിക്കാൻ പുസ്തകങ്ങളുണ്ട്. മാർഗൊരാജ്ഞി താമസിച്ചിരുന്ന വീട്ടിൽ ഇപ്പോൾ പാർക്കുന്നത് വലിയൊരു കുടുംബമാണ്. സൗന്ദര്യത്തിൽ ഞാൻ മുമ്പെ, ഞാൻ മുമ്പെ, എന്ന മട്ടിൽ നിൽക്കുന്ന അഞ്ചു പെൺകുട്ടികളും ജിംനേഷ്യത്തിൽ പഠിക്കുന്ന രണ്ടു ആൺകുട്ടികളും അവർക്കുണ്ട്. ആ കുട്ടികളാണ് എനിക്കു പുസ്തകങ്ങൾ തന്നത്. തുർഗേനെവിന്റെ കൃതികൾ ഞാൻ ആർത്തിയോടെ വായിച്ചു. ശരൽക്കാലവായുവിന്റെ നൈർമ്മല്യമാർന്ന ലളിതസുന്ദരമായ ശൈലിയും കഥാപാത്രങ്ങളുടെ സ്വഭാവശുദ്ധിയും അദ്ദേഹം വിനീതമായി ഉയർത്തിപ്പിടിച്ച സർവ്വതിന്റേയും ഉൽകൃഷ്ടതയും എന്നെ വിസ്മയാധീനനാക്കി.

പൊമ്യലോവ്സ്ക്കിയുടെ "സെമിനാരി" വായിച്ചപ്പോഴും ഞാൻ അത്ഭുതപ്പെട്ടു. അത് വിശുദ്ധരൂപങ്ങളുടെ പണിശാലയിലെ ജീവിതവുമായിട്ട് വിചിത്രമാംവണ്ണം ഒത്തിരുന്നു. ദുസ്സഹമായ മടുപ്പ് ക്രൂരമായ വിനോദങ്ങളിൽ ആശ്വാസം തേടുന്നത് ഞാൻ എത്രയോ കണ്ടിരിക്കുന്നു!

റഷ്യൻ പുസ്തകങ്ങൾ വായിക്കാൻ സുഖം തോന്നി. സുപരിചിതമായൊരു ശോകാത്മകത ഞാൻ അവയിൽ എപ്പോഴും കണ്ടെത്തി. നൊയമ്പുകാലത്തെ മണിമുഴക്കം അവയുടെ താളുകൾക്കിടയിൽ മരവിച്ചുകിടപ്പുണ്ടെന്നും താളുകൾ തുറന്നാലുടൻ അതിന്റെ നേരിയ നാദം കേൾക്കാമെന്നും തോന്നി.

ഞാൻ മനസ്സില്ലാമനസ്സോടെയാണ് "മൃതാത്മാക്കൾ" വായിച്ചത്. "മൃതഗേഹത്തിൽനിന്നുള്ള കുറിപ്പുകൾ" വായിച്ചതും അങ്ങിനെതന്നെ. "മൃതാത്മാക്കൾ","മൃതഗേഹം", "മരണം","മൂന്നു മരണങ്ങൾ", "ജീവശ്ശവം"—ഈ തലക്കെട്ടുകളുടെ സാദൃശ്യം അറിയാതെതന്നെ മനസ്സിൽ പതിയുകയും അത്തരം പുസ്തകങ്ങളോട് അസ്പഷ്ടമായൊരു അപ്രീതി ഉണർത്തുകയും ചെയ്തു. "കാലത്തിന്റെ ലക്ഷണങ്ങൾ", "ചുവടുചുവടായി", "എന്തു ചെയ്യണം", "സ്മരിനെന്ന ഗ്രാമത്തിന്റെ കഥ", ' എന്നിങ്ങനെയുള്ള പുസ്തകങ്ങളും എനിക്കിഷ്ടപ്പെട്ടില്ല.

എന്നാൽ ഡിക്കൻസിന്റേയും വാൾട്ടർ സ്കോട്ടിന്റേയും കൃതികൾ എനിക്കു വളരെ ഇഷ്ടപ്പെട്ടു. ഞാൻ അങ്ങേയറ്റത്തെ ചാരിതാർത്ഥ്യത്തോടെ അവ രണ്ടും മൂന്നും ആവർത്തി വായിച്ചു. ഒരു

വിശിഷ്ടദേവാലയത്തിലെ പെരുന്നാൾകുർബാനയെയാണ് സ്കോട്ടിന്റെ പുസ്തകങ്ങൾ അനുസ്മരിപ്പിച്ചത്. അല്പം നീണ്ടുപോയെന്നിരിക്കും. ലേശം മടുപ്പു തോന്നുമായിരിക്കും. എങ്കിലും എപ്പോഴും അതിനൊരു പ്രൗഢിയും ഗാംഭീര്യവുമുണ്ടായിരിക്കും. ഞാൻ ഇന്നും അത്യന്തം വിലമതിക്കുന്ന ഒരെഴുത്തുകാരനാണ് ഡിക്കൻസ്. മനുഷ്യസ്നേഹമെന്ന ഏറ്റവും ദുഷ്ക്കരമായ കലയിൽ പ്രാവീണ്യം നേടിയ ആളാണ് അദ്ദേഹം.

സായംകാലങ്ങളിൽ ഞങ്ങൾ വലിയൊരു സംഘം പൂമുഖത്ത് ഒത്തുകൂടും: മാർഗൊരാജ്ഞി മുമ്പ് പാർത്തിരുന്നിടത്തെ സഹോദരൻമാർ, അവരുടെ പെങ്ങൻമാർ, വ്യചെസ്ലാവ് സെമാഷ്ക്കോ എന്ന കുറുമൂക്കൻ വിദ്യാർത്ഥി, കൂടാതെ വേറെ ചിലരും, പ്ത്തീസിൻ എന്നൊരു ഉദ്യോഗസ്ഥപ്രമുഖന്റെ മകളും ചിലപ്പോൾ വരാറുണ്ട്. പുസ്തകങ്ങളും കവിതകളും ഞങ്ങളുടെ സംസാരവിഷയമാകും. എനിക്കത് പ്രിയംകരവും സുഗ്രഹവുമാണ്. അവരിലാരേക്കാളും കൂടുതൽ പുസ്തകങ്ങൾ ഞാൻ വായിച്ചിട്ടുണ്ട്. പക്ഷെ അവർ പലപ്പോഴും സംസാരിക്കുന്നത് അവരുടെ സ്കൂളിനെക്കുറിച്ചായിരിക്കും.അവർ തങ്ങളുടെ അദ്ധ്യാപകരെപ്പറ്റി പരാതിപ്പെടും. അതെല്ലാം കേൾക്കുമ്പോൾ എനിക്ക് അവരേക്കാൾ സ്വാതന്ത്ര്യമുണ്ടല്ലോ എന്നു ഞാനോർത്തു. അവരുടെ സഹനശക്തി എന്നെ അത്ഭുതപ്പെടുത്തി. എന്നാലതേ സമയം തന്നെ എനിക്ക് അവരോട് അസൂയയും തോന്നി—അവർ പഠിക്കുകയല്ലേ!

എന്റെ കൂട്ടുകാർക്ക് എന്നേക്കാൾ മൂപ്പുണ്ട്. എങ്കിലും എനിക്കാണ് അവരേക്കാൾ പക്വതയും അനുഭവജ്ഞാനവുമുള്ളതെന്ന് എനിക്കു തോന്നി. ഇതെന്നെ കുറച്ചു വിഷമിപ്പിച്ചു. അവരോട് കുറേക്കൂടി അടുപ്പം തോന്നാൻ ഞാൻ ആഗ്രഹിച്ചു. അവരുടേതിൽനിന്നു സമൂലം വ്യത്യസ്തമായ വികാരാനുഭൂതികളിൽ കുതിർന്നായിരിക്കും ഞാൻ ചെളിയും പൊടിയും പറ്റി പാതിരായ്ക്ക് വീട്ടിൽ വന്നുകയറുന്നത്. അവരുടെ വികാരാനുഭൂതികൾ സാരാംശത്തിൽ ഏകപ്രകാരമായിരുന്നു. അവർ വലിയ വീടുകളിലെ പെൺകുട്ടികളെക്കുറിച്ച് ഒട്ടേറെ സംസാരിച്ചു, ആ പെൺകുട്ടികളെ മാറിമാറി പ്രേമിച്ചു. കവിതയെഴുതാൻ ശ്രമിച്ചു. അക്കാര്യത്തിൽ അവർ പലപ്പോഴും എന്റെ സഹായം തേടാറുണ്ടായിരുന്നു. ഞാൻ സസന്തോഷം കവിതയെഴുതിക്കൊടുത്തു. പ്രാസമൊപ്പിച്ചെഴുതാൻ എനിക്ക് ഒട്ടും വിഷമം തോന്നിയില്ല. എങ്കിലും എന്തുകൊണ്ടെന്നറിഞ്ഞില്ല. എന്റെ കവിതകൾക്കെപ്പോഴും ഒരു തമാശച്ചുവയുണ്ടായിരുന്നു. കവിതകൾ മിക്കപ്പോഴും സമർപ്പിക്കുന്നത് പ്ത്തീസിന്റെ മകൾക്കാണ്. എന്റെ കവിതകളിൽ ഞാൻ എപ്പോഴും അവളെ ഏതെങ്കിലും സസ്യത്തോട് ഉപമിക്കും, ഉദാഹരണത്തിന് ഉള്ളിയോട്.

സെമാഷ്ക്കോ എന്നോടു പറഞ്ഞു:

“ഇതെന്തു കവിത? ഇത് ചെരിപ്പിലടിച്ചുകയററുന്ന മുള്ളാണികളാണ്.”

മററുള്ളവരുടെ പുറകിലാകരുതല്ലോ എന്നു കരുതി ഞാനും പ്ലീത്സിന്റെ മകളെ കയറി പ്രേമിച്ചു. ഞാൻ അത് അവളോട് എങ്ങിനെ പ്രകാശിപ്പിച്ചുവെന്ന് ഓർക്കുന്നില്ല. പക്ഷെ നിർഭാഗ്യകരമായിട്ടാണ് അതു കലാശിച്ചത്. സ്വെസ്ദിൻ കുളത്തിൽ കെട്ടിക്കിടന്നിരുന്ന വെള്ളത്തിലൂടെ ഒരു പലകയിലേറ്റി കൊണ്ടുപോകാമെന്ന് ഞാൻ ഒരു ദിവസം അവളോടു പറഞ്ഞു. അവൾ സമ്മതിച്ചു. ഞാൻ പലക കരയ്ക്കടുപ്പിച്ചിട്ട് അതിൽ കയറി നിന്നു. എന്റെ ഒരാളിന്റെ ഭാരം അത് ഭംഗിയായി താങ്ങി. എന്നാൽ ലേസും റിബണുമെല്ലാം അണിഞ്ഞ് ഒരുങ്ങിവന്ന അവൾ മറ്റേ അററത്ത് ചന്തമായി കാലെടുത്തു വച്ചപ്പോൾ ആ നശിച്ച പലക താഴുകയും അവൾ വെള്ളത്തിലേക്കു മറിഞ്ഞുവീഴുകയും ചെയ്തു. ഞാൻ ധൈര്യസമേതം വെള്ളത്തിലെടുത്തു ചാടി അവളെ വേഗം തന്നെ പിടിച്ചുകയറ്റി. എങ്കിലും ഭയവും പച്ചപ്പായലുംകൂടി അവളുടെ സൗന്ദര്യത്തെ നിഹനിച്ചുകളഞ്ഞു.

എന്റെനേരെ നനഞ്ഞ മുഷ്ടി ചുരുട്ടിക്കാട്ടിക്കൊണ്ട് അവൾ നിലവിളിച്ചു:

“നീ എന്നെ കരുതിക്കൂട്ടി മുക്കിയതാണ്!”

എന്റെ ക്ഷമായാചനങ്ങൾ അവൾ നിരസിച്ചു. അന്നുതൊട്ട് അവൾ എന്റെ ബദ്ധശത്രുവായിത്തീർന്നു.

ആകെക്കൂടി പട്ടണത്തിലെ ജീവിതം അത്ര രസകരമായിരുന്നില്ല. വൃദ്ധയായ യജമാനത്തിക്ക് എന്നോട് ഇപ്പോഴും വിരോധമായിരുന്നു. കൊച്ചെജമാനത്തി എന്നെ സംശയത്തോടെ നോക്കി. മുഖത്ത് മുമ്പത്തേക്കാൾ കൂടുതൽ തേമൽ പടർന്നുപിടിച്ചിരുന്ന വിക്തറാകട്ടെ, ആഴമേറിയ പക ഉള്ളിലൊതുക്കിക്കൊണ്ട് സകലരുടെനേരെയും ചീറി.

യജമാനനും അനുജനുംകൂടി വിചാരിച്ചിട്ടും വരപ്പുപണി തീരാതായപ്പോൾ എന്റെ രണ്ടാനച്ഛനെ സഹായത്തിനു വിളിച്ചു.

ഒരു ദിവസം, പതിവിലും നേരത്തെ മേളസ്ഥലത്തുനിന്നു മടങ്ങിവന്ന് തീന്മുറിയിലേക്കു കടക്കുമ്പോൾ ഞാൻ എന്നേ മറന്നുകഴിഞ്ഞിരുന്ന ആ മനുഷ്യൻ യജമാനന്റെ സമീപത്ത് മേശയ്ക്കരികിലിരിക്കുന്നതു കണ്ടു. അയാൾ എന്റെനേരെ കൈ നീട്ടിക്കൊണ്ട് കുശലം ചോദിച്ചു.

ഓർക്കാപ്പുറത്തുണ്ടായ ഈ കൂടിക്കാഴ്ച എന്നെ സ്തബ്ധനാക്കി. എന്റെ ഹൃദയത്തെ ചുട്ടുപൊള്ളിച്ചുകൊണ്ട് ഭൂതകാലം ഒരു തീജ്വാലപോലെ തൽക്ഷണം ആളിക്കത്തി.

"നീ പേടിച്ചുപോയോ!" യജമാനൻ പറഞ്ഞു.

ഭയാനകമാംവണ്ണം ശോഷിച്ച മുഖത്ത് ഒരു പുഞ്ചിരി വരുത്തിക്കൊണ്ട് രണ്ടാനച്ഛൻ എന്നെ നോക്കി. അയാളുടെ ഇരുണ്ട കണ്ണുകൾ കുറേക്കൂടി വലുതായിട്ടുണ്ട്. നിശ്ശേഷം ക്ഷയിച്ച തകർന്ന ഒരു രൂപമാണ് അയാൾ കാഴ്ചവച്ചത്. അയാളുടെ ചുട്ടുപൊള്ളുന്ന മെലിഞ്ഞ വിരലുകൾക്കുള്ളിൽ എന്റെ കൈ അമർന്നു.

"അങ്ങിനെ നമ്മൾ തമ്മിൽ വീണ്ടും കണ്ടു," അയാൾ ചുമച്ചുകൊണ്ട് പറഞ്ഞു.

അടിയേറ്റവനെപ്പോലെ അവശനായി ഞാൻ മുറിയിൽനിന്നിറങ്ങി.

കരുതലോടെയും തെല്ലൊരു അകൽച്ചയോടെയുമാണ് ഞങ്ങൾ പരസ്പരം പെരുമാറിയത്. അയാൾ എന്നെ ഇരട്ടപ്പേരു ചേർത്ത് വിളിക്കുകയും സമപ്രായക്കാരനോടെന്ന മട്ടിൽ എന്നോടു സംസാരിക്കുകയും ചെയ്തു.

"കടയിൽ പോകുമ്പോൾ ദയവുചെയ്ത് എനിക്ക് കാൽ റാത്തൽ ലാഫേം പുകയിലയും നൂറ് വിക്ടർസൺ സിഗററ്റുകടലാസും ഒരു റാത്തൽ പുഴുങ്ങിയ സോസേജും വാങ്ങിക്കൊണ്ടു വരൂ."

അയാൾ തന്ന പണത്തിന് എപ്പോഴും അസുഖകരമായൊരു ചൂടുണ്ടായിരുന്നു. ക്ഷയരോഗബാധിതനായ അയാൾ ഇനി അധികാലം ജീവിക്കില്ലെന്നു വ്യക്തമായിരുന്നു. അയാൾക്കുതന്നെ അക്കാര്യം അറിയാമായിരുന്നു. കറുത്ത ഊശാൻതാടിയുടെ അറ്റം പിരിച്ചുകൊണ്ട് അയാൾ ആഴമുള്ള ശാന്തസ്വരത്തിൽ പറയും:

"എന്റെ രോഗത്തിന് ചികിത്സയില്ലെന്നുതന്നെ പറയാം. ധാരാളം ഇറച്ചി തിന്നാൽ ചിലപ്പോൾ ഭേദപ്പെട്ടെന്നിരിക്കും. ഒരുപക്ഷെ എന്റെ സുഖക്കേടും ഭേദമാവുമായിരിക്കും."

അയാൾ കണക്കില്ലാതെ തിന്നുകയും പുക വലിക്കുകയും ചെയ്തു. ഭക്ഷണം കഴിക്കുമ്പോൾ മാത്രമാണ് അയാൾ സിഗററ്റ് വായിൽനിന്നെടുക്കുന്നത്. എല്ലാ ദിവസവും ഞാൻ അയാൾക്ക് സോസേജും ഹാമും മത്തിയും വാങ്ങി കൊണ്ടുപോയിക്കൊടുക്കും. എന്നാൽ മുത്തശ്ശിയുടെ സഹോദരി, എന്തുകൊണ്ടെണ്ടന്നറിഞ്ഞില്ല പകപൂണ്ട സംതൃപ്തിയോടെ, തീർത്തുപറഞ്ഞു:

"മരണത്തിന് അതുമിതും തിന്നാനിട്ടുകൊടുത്തിട്ട് പ്രയോജനമില്ല. മരണത്തെ അങ്ങിനെ കളിപ്പിക്കാൻ നോക്കണ്ട!"

പെണ്ണുങ്ങൾ അമിതമായ ശുഷ്കാന്തി പ്രകടിപ്പിച്ച് എന്റെ രണ്ടാനച്ഛനെ ശല്യപ്പെടുത്തി. പുതിയ മരുന്നെന്തെങ്കിലും

വാങ്ങിക്കഴിക്കണമെന്നു പറഞ്ഞ് അവർ അയാളെ സദാ അലട്ടിക്കൊണ്ടിരുന്നു. എന്നാൽ അയാൾ കേൾക്കാതെ അവർ അയാളെ കളിയാക്കുകയും ചെയ്തു.

"ഒരു പ്രഭുവിനെ കണ്ടില്ലേ!" കൊച്ചെജമാനത്തി പറഞ്ഞു. "മേശപ്പുറത്തുനിന്ന് വേഗം എച്ചിലെടുത്തു മാറ്റണം പോലും. എച്ചിൽ കിടന്നാൽ ഈച്ച വരുമത്രെ!"

"നല്ല പ്രഭുവാണ്!" വൃദ്ധ പുച്ഛത്തോടെ പറഞ്ഞു. "അയാളുടെ കോട്ട് പിഞ്ഞിയിരിക്കുന്നതു കണ്ടില്ലേ. എന്നാലും ബ്രഷുചെയ്യാതിരിക്കില്ല. ഒരു തരി പൊടിപോലും കണ്ടുപോകരുത്. അത്ര വലിയ കണിശക്കാരനാണ്!"

"കുറച്ചൊന്നു ക്ഷമിക്കിൻ, കാട്ടുകോഴികളേ! അയാൾ അടുത്തുതന്നെ ചത്തോളും," യജമാനൻ ആശ്വസിപ്പിച്ചു.

കുലീനരോടുള്ള ഇടത്തരക്കാരുടെ ഈ അർത്ഥമില്ലാത്ത വിദ്വേഷം കണ്ടപ്പോൾ അറിയാതെതന്നെ എനിക്ക് രണ്ടാനച്ഛനോട് കുറെക്കൂടി അടുപ്പം തോന്നി. വിഷക്കൂണ് അപകടകാരിയാണെങ്കിലും അഴകുള്ളതാണ്.

ഈ മനുഷ്യരുടെ ഇടയിൽ കിടന്ന് വീർപ്പുമുട്ടിയ രണ്ടാനച്ഛൻ കോഴിക്കൂട്ടിലകപ്പെട്ട മീനിനെപ്പോലായിരുന്നു. ഈ ഉപമയോളം തന്നെ അസംബന്ധമായിരുന്നു അവരുടെ ജീവിതം മുഴുവനും.

"നല്ല കാര്യ"ത്തിനുണ്ടായിരുന്ന പല ഗുണങ്ങളും ഞാൻ അയാളിലും കണ്ടുതുടങ്ങി. എനിക്ക് ഒരിക്കലും മറക്കാൻ കഴിയാത്ത ഒരു മനുഷ്യനായിരുന്നു "നല്ല കാര്യം." പുസ്തകങ്ങളിൽനിന്ന് മികവുറ്റതായിട്ടെന്തെല്ലാം കിട്ടിയോ അതെല്ലാം ചാർത്തി ഞാൻ അയാളേയും മാർഗൊരാജ്ഞിയേയും അലങ്കാരവിഭൂഷിതരാക്കി. വായന ഉണർത്തിവിട്ട എല്ലാ സുന്ദരഭാവനകളും ഞാൻ അവരിലർപ്പിച്ചു. "നല്ല കാര്യ"ത്തെപ്പോലെ തന്നെ സ്നേഹശൂന്യവും അന്യനോടെന്നവണ്ണവുമുള്ള പെരുമാറ്റമാണ് എന്റെ രണ്ടാനച്ഛനും ലഭിച്ചത്. അയാളാകട്ടെ, വീട്ടിലുള്ള സകലരോടും ഒരുപോലെ പെരുമാറി. അങ്ങോട്ടു കയറി ഒന്നും പറയാറില്ല. എല്ലാ ചോദ്യങ്ങൾക്കും പ്രകടമായ മര്യാദയോടെ ചുരുക്കം വാക്കുകളിൽ മറുപടി പറയും. യജമാനനെ അയാൾ പഠിപ്പിക്കുന്നതു കേൾക്കാൻ വിശേഷിച്ചും സുഖം തോന്നി. മേശയ്ക്കരികിൽ വളഞ്ഞുകുത്തിനിന്ന് കൈവിരലിലെ നീണ്ട നഖംവച്ച് തടിച്ച കടലാസിൽ മുട്ടിക്കൊണ്ട് അയാൾ ശാന്തസ്വരത്തിൽ പറഞ്ഞുകൊടുക്കും:

"ഉത്തരത്തിന്റെ ഈ സ്ഥാനത്ത് ഒരു ചേർപ്പ വയ്ക്കണം. ചുമരിന്മേലു ള്ള മർദ്ദം കുറയ്ക്കാൻ അത് ആവശ്യമാണ്. അല്ലെങ്കിൽ ഉത്തരത്തിന്റെ മർദ്ദംകൊണ്ട് ചുമരിടിയും."

"അതു നേരാണല്ലോ. എന്തൊരു നാശം!" യജമാനൻ പിറുപിറുക്കും. രണ്ടാനച്ഛൻ പൊയ്ക്കഴിഞ്ഞാലുടൻ കൊച്ചെജമാനത്തി പറയും:

"നിങ്ങളെ പഠിപ്പിക്കാൻ വരുന്നതു കണ്ടില്ലേ! എന്തിനാണ് സമ്മ തിച്ചുകൊടുക്കുന്നത്?"

അത്താഴത്തിനുശേഷം രണ്ടാനച്ഛൻ പല്ലു തേയ്ക്കുന്നതും കണ്ഠമുഴ തള്ളിനിൽക്കുമാറ് തല പുറകോട്ടുപിടിച്ച് കവിൾക്കൊള്ളുന്നതും എന്തു കൊണ്ടോ അവരെ വിശേഷിച്ചും ഈർഷ്യപ്പെടുത്തി.

"തല ഇങ്ങനെ മലർത്തിപ്പിടിക്കുന്നത് നിങ്ങൾക്കു നല്ലതല്ല. യെവ്ഗേനി വസീല്യെവിച്ച്," അവർ ഒരു ദിവസം അപ്രീതിയോടെ പറഞ്ഞു.

സൗമ്യമായൊരു പുഞ്ചിരിയോടെ അയാൾ ചോദിച്ചു:

"അതെന്താ?"

"അതങ്ങിനെയാണ്."

ചെറിയൊരു എല്ലിൻകഷണമെടുത്ത് അയാൾ, കുറേശ്ശെ നീലനിറ മുള്ള തന്റെ നഖങ്ങൾ വൃത്തിയാക്കാൻ തുടങ്ങി.

"ഇതു കണ്ടോ! നഖം വൃത്തിയാക്കുന്നു!" യജമാനത്തി ക്ഷോഭിച്ചു പറഞ്ഞു. "കുഴിയിലേക്കു കാൽനീട്ടിയിരിക്കുകയാണ്, എന്നിട്ടും..."

"കഷ്ടം!" യജമാനൻ നെടുവീർപ്പിട്ടു. "നിങ്ങൾ എത്ര വിഡ്ഢികളാണ്, കാട്ടുകോഴികളേ!"

"എന്തിനാണ് അങ്ങിനെ പറയുന്നത്?" ഭാര്യ എതിർത്തു. രാത്രിയിൽ വൃദ്ധ ദൈവത്തോടു പരാതിപ്പെട്ടു.

"കർത്താവേ, ഈ അളിഞ്ഞ സാധനത്തിനെ എന്റെ പിടലിക്കു വച്ചു കെട്ടിയിരിക്കുന്നത് കണ്ടില്ലേ! വിക്തറെ വീണ്ടും പുറകോട്ടു തള്ളിയിരി ക്കുകയാണ്."

വിക്തർ രണ്ടാനച്ഛന്റെ നടപ്പും ഭാവവും അനുകരിക്കാൻ തുടങ്ങി. രണ്ടാനച്ഛന്റെ മന്ദമായ പദവിന്യാസം, ആ കുലീനകരങ്ങളുടെ സങ്കോ ചംതീണ്ടാത്ത ചലനങ്ങൾ, ടൈ കെട്ടുന്നതിലുള്ള പ്രത്യേകസാമർത്ഥ്യം, ചുണ്ടുകൾ നൊട്ടിനുണയ്ക്കാതെ തിന്നാനുള്ള കഴിവ്—എല്ലാം അയാൾ അനുകരിച്ചു. അയാൾ എപ്പോഴും രണ്ടാനച്ഛനോട് നിർമ്മര്യാദമായി ചോദിക്കും:

“മക്സീമൊവ്, കാൽമുട്ടിന് ഫ്രഞ്ചിൽ എന്തു പറയും?”

“എന്റെ പേര് യെവ്ഗേനി വസീല്യെവിച്ച് എന്നാണ്,” രണ്ടാനച്ഛൻ ഒട്ടും ക്ഷോഭിക്കാതെ ഓർമ്മിപ്പിക്കും.

“ശരി, സമ്മതിച്ചു, മുലയ്ക്ക് എന്തു പറയും?”

അത്താഴത്തിനിരിക്കുമ്പോൾ വിക്തർ അമ്മയോട് കല്പിക്കും:

“മാ മേർ, ദൊന്നേ മ്വാസൻകോർ (അമ്മേ, കുറച്ചുകൂടി) ഇറച്ചി.”

“ഒരു ഫ്രഞ്ചുകാരൻ വന്നിരിക്കുന്നു.” അമ്മ വാത്സല്യപൂർവ്വം പറയും.

നാവും കാതുമില്ലെന്ന മട്ടിൽ, യാതൊരു കുലുക്കവുമില്ലാതെ, ആരേയും നോക്കാതെ, രണ്ടാനച്ഛൻ ഇറച്ചി ചവച്ചുകൊണ്ടിരിക്കും.

ഒരുദിവസം ജ്യേഷ്ഠൻ അനുജനോടു പറഞ്ഞു:

“വിക്തർ, നീ ഫ്രഞ്ച് സംസാരിക്കാൻ പഠിച്ച സ്ഥിതിക്ക് നിനക്കൊരു വെപ്പാട്ടികൂടി വേണം.”

രണ്ടാനച്ഛൻ നിശ്ശബ്ദം മന്ദഹസിക്കുന്നത് ഞാൻ കണ്ടതായി ഓർക്കുന്ന ഒരേയൊരു സന്ദർഭം അതായിരുന്നു.

എന്നാൽ യജമാനന്റെ ഭാര്യ കോപിച്ച് കരണ്ടി താഴെയിട്ടിട്ട് ഭർത്താവിന്റെനേരെ തട്ടിക്കയറി:

“എന്റെ മുമ്പിൽവച്ച് ഇങ്ങനെയൊക്കെ പറയാൻ നാണമില്ലല്ലൊ!”

വല്ലപ്പോഴും രണ്ടാനച്ഛൻ പുറകുവശത്തെ വരാന്തയിൽ ഞാനിരിക്കുന്നിടത്ത് വരും. അവിടെ തട്ടുമ്പുറത്തേയ്ക്കുള്ള കോണിയുടെ ചുവട്ടിലാണ് എന്റെ ഉറക്കം. ജനാലയ്ക്ക് പുറംതിരിഞ്ഞ് കോണിപ്പടിയിലിരുന്നാണ് ഞാൻ പുസ്തകം വായിക്കാറ്.

“വായിക്കുകയാണോ?” പുക അകത്തേക്ക് ആഞ്ഞുവലിച്ചുകൊണ്ട് അയാൾ ഒരിക്കൽ എന്നോടു ചോദിച്ചു. അടുപ്പിലെ വിറകുകമ്പുകൾ പൊട്ടിച്ചീറുന്നതുപോലുള്ള ചില ശബ്ദങ്ങൾ അയാളുടെ നെഞ്ചിനകത്തു നിന്നു കേട്ടു. “എന്തു പുസ്തകമാണ് വായിക്കുന്നത്?”

ഞാൻ കാണിച്ചുകൊടുത്തു

“ഉം.” തലക്കെട്ട് നോക്കിയിട്ട് അയാൾ പറഞ്ഞു. “ഞാനിതു വായിച്ചിട്ടുണ്ടെന്നു തോന്നുന്നു. ഒന്നു വലിക്കുന്നോ?”

ഞങ്ങൾ പുകവലിച്ചുകൊണ്ട് ജനാലയിലൂടെ അഴുക്കുപിടിച്ചുകിടക്കുന്ന മുറ്റത്തേക്കു നോക്കി ഇരുന്നു.

“നിനക്കു പഠിക്കാനൊക്കാത്തത് കഷ്ടമായി,” അയാൾ പറഞ്ഞു. “നിനക്കതിനുള്ള കഴിവുണ്ടെന്നാണ് തോന്നുന്നത്.”

"ഞാൻ പഠിക്കുന്നുണ്ടല്ലോ. വായിക്കുന്നുണ്ട്..."

"അതുകൊണ്ടായില്ല. സ്കൂളിൽ പോകണം. ചിട്ട വേണം."

എനിക്ക് അയാളോടു പറയണമെന്നുണ്ടായിരുന്നു.

"ഹേ മാന്യപുരുഷാ, നിങ്ങൾക്ക് സ്കൂളിലെ പഠിപ്പും ചിട്ടയുമൊക്കെ ഉണ്ടായിരുന്നല്ലോ. എന്നിട്ടോ?"

എന്റെ മനസ്സിലുള്ളത് ഊഹിച്ചറിഞ്ഞ മട്ടിൽ അയാൾ തുടർന്നു:

"സ്വഭാവബലമുണ്ടെങ്കിൽ സ്കൂളിലെ പഠിത്തം നല്ലൊരു പരിശീലനമാണ്. നല്ല പഠിപ്പുള്ളവർക്കു മാത്രമേ ജീവിതത്തെ ചലിപ്പിക്കാൻ കഴിയൂ."

അയാൾ ഒന്നിലധികം തവണ എന്നെ ഗുണദോഷിച്ചു:

"ഇവിടുന്നു പോവുന്നതാണ് നല്ലത്. നീ ഇവിടെ നിൽക്കുന്നതിൽ എന്തെങ്കിലും അർത്ഥമോ പ്രയോജനമോ ഉള്ളതായിട്ട് എനിക്കു തോന്നുന്നില്ല."

"പക്ഷെ എനിക്കു തൊഴിലാളികളെ ഇഷ്ടമാണ്."

"എന്തു കാര്യത്തിന്?"

"അവർ കൂടെയുള്ളപ്പോൾ രസമാണ്."

"ആയിരിക്കാം."

ഒരിക്കൽ അയാൾ എന്നോടു പറഞ്ഞു:

"ആലോചിച്ചു നോക്കിയാൽ, നമ്മുടെ യജമാനന്മാർ വെറും ചെറ്റകളല്ലേ, ചെറ്റകൾ!"

അമ്മ അതേ വാക്കുപയോഗിച്ച സന്ദർഭവും സാഹചര്യവും ഓർത്ത് ഞാൻ അറിയാതെതന്നെ അകന്നുമാറി ഇരുന്നു.

"എന്താ, നീ യോജിക്കുന്നില്ലേ?"

"ഉണ്ട്."

"നീ യോജിക്കാതിരിക്കില്ലെന്ന് എനിക്കറിയാം."

"എങ്കിലും യജമാനനെ എനിക്കിഷ്ടമാണ്."

"ശരിയാണ്, അയാളൊരു നല്ല നാട്ടുമ്പുറത്തുകാരനാണെന്നു പറയാം. എങ്കിലും വല്ലാത്തൊരുത്തൻ."

പുസ്തകങ്ങളെപ്പറ്റി അയാളോടു സംസാരിക്കാൻ ഞാൻ ആഗ്രഹിച്ചു. പക്ഷെ അയാൾക്കു പുസ്തകങ്ങൾ ഇഷ്ടമല്ലെന്നു തോന്നി. അയാൾ എന്നെ ഒന്നിലധികം തവണ ഗുണദോഷിച്ചു:

“നീ പുസ്തകങ്ങളിൽ ഭ്രമിച്ചുവശാവരുത്. അവയിൽ പറയുന്നതെല്ലാം അതിശയോക്തിയാണ്. ഒരു വഴിക്കല്ലെങ്കിൽ മറ്റൊരു വഴിക്ക് വളച്ചൊടിച്ചതാണ്. പുസ്തകമെഴുത്തുകാർ മിക്കവരും നമ്മുടെ യജമാനനെപ്പോലാണ്—ക്ഷുദ്രജീവികൾ.”

ഇത്തരം അഭിപ്രായങ്ങൾ സുധീരമാണെന്ന് എനിക്കു തോന്നി. എനിക്ക് അയാളോടുള്ള മതിപ്പ് അതോടെ വർദ്ധിച്ചു.

“ഗൊഞ്ചറോവിന്റെ ഏതെങ്കിലും പുസ്തകം വായിച്ചിട്ടുണ്ടോ?” ഒരു ദിവസം അയാൾ എന്നോടു ചോദിച്ചു.

“പല്ലാദ പടക്കപ്പൽ’,” ഞാൻ പറഞ്ഞു.

“ ‘പല്ലാദ’ ഒട്ടും രസമില്ലാത്ത പുസ്തകമാണ്. എങ്കിലും പൊതുവിൽ പറഞ്ഞാൽ ഗൊഞ്ചറോവാണ് റഷ്യയിലെ ഏറ്റവും വിവരമുള്ള എഴുത്തുകാരൻ. നീ അദ്ദേഹത്തിന്റെ ‘ഒബ്ലോമൊവ്’ എന്ന നോവൽ വായിക്കണം, അദ്ദേഹം എഴുതിയിട്ടുള്ളതിൽവച്ച് ഏറ്റവും നിർഭയവും സത്യസന്ധവുമായ പുസ്തകമാണത്. പൊതുവിൽ റഷ്യൻസാഹിത്യത്തിലെത്തന്നെ ഏറ്റവും മികച്ച കൃതിയാണത്.”

ഡിക്കൻസിനെപ്പററി അയാൾ പറഞ്ഞു:

“വെറും അസംബന്ധം, ഞാൻ തീർത്തു പറയുകയാണ്. പക്ഷെ ‘നവയുഗം’ പത്രത്തിന്റെ അനുബന്ധമായിട്ട് വളരെയേറെ രസകരമായ ഒന്ന് പ്രസിദ്ധീകരിച്ചുവരുന്നുണ്ട്: ‘അന്തോണി പുണ്യവാളന്റെ നേർക്കുള്ള പ്രലോഭനം’. നീ അതു വായിക്കണം. നിനക്കു പള്ളിയും പള്ളിയെ സംബന്ധിച്ച കാര്യങ്ങളും ഇഷ്ടമാണല്ലൊ. ‘പ്രലോഭനം’ വായിക്കുന്നതു പ്രയോജനപ്പെടും.”

അനുബന്ധങ്ങളുടെ ഒരു കെട്ട് അയാൾ തന്നെ എനിക്കു കൊണ്ടു തന്നു. ഫ്ളോബെറുടെ പ്രതിഭാസമ്പന്നമായ ആ കൃതി ഞാൻ വായിച്ചു. ഞാൻ വായിച്ചിട്ടുള്ള നിരവധി പുണ്യവാളന്മാരുടെ ജീവചരിത്രങ്ങളേയും മതസിദ്ധാന്തികൾ പറഞ്ഞ ചില കഥകളേയും അത് അനുസ്മരിപ്പിച്ചു. എങ്കിലും അത് എന്റെ മനസ്സിൽ അത്രയ്ക്കൊന്നും ആഴത്തിൽ പതിഞ്ഞില്ല. അതേ അനുബന്ധത്തിൽ പ്രസിദ്ധീകരിച്ച “മൃഗപരിശീലകനായ ഉപിലിയൊ ഫൈമാലിയുടെ ഓർമ്മക്കുറിപ്പുകൾ” എനിക്ക് അതിലേറെ ഇഷ്ടപ്പെട്ടു.

ഞാൻ ഇക്കാര്യം രണ്ടാനച്ഛനോടു തുറന്നുപറഞ്ഞപ്പോൾ അയാൾ ശാന്തമായി അഭിപ്രായപ്പെട്ടു:

“എന്നുവച്ചാൽ നിനക്ക് ആവക കാര്യങ്ങൾ വായിക്കാൻ ഇനിയും പ്രായമായിട്ടില്ലെന്നർത്ഥം. എങ്കിലും ആ പുസ്തകത്തിന്റെ കാര്യം മറക്കരുത്.”

ചിലപ്പോൾ അയാൾ ഒരക്ഷരം മിണ്ടാതെ വെറുതെ ചുമച്ചുകൊണ്ടും പുകപടലങ്ങൾ ഊതിവിട്ടുകൊണ്ടും എന്റെ ഒപ്പം വളരെനേരം ഇരിക്കും. അയാളുടെ സുന്ദരമായ കണ്ണുകൾക്ക് ഭീതിദമായ ഒരു തിളക്കമുണ്ടായിരിക്കും. സ്വസ്ഥമായി അയാളെ നോക്കിക്കൊണ്ട് അവിടെ ഇരിക്കുമ്പോൾ, യാതൊരു പരാതിയും പരിഭവവുമില്ലാതെ നിഷ്കപടമായി മരണത്തെ സമീപിക്കുന്ന ഈ മനുഷ്യൻ ഒരുകാലത്ത് എന്റെ അമ്മയുമായി ഉറ്റ ബന്ധമുണ്ടായിരുന്നവനും അവരെ ദ്രോഹിച്ചവനുമാണെന്ന കാര്യം ഞാൻ വിസ്മരിക്കും. ഇപ്പോൾ അയാൾക്ക് ഏതോ തയ്യൽക്കാരിയുമായി വേഴ്ചയുണ്ടെണ്ടന്ന് എനിക്കറിയാം. എനിക്ക് അവരെ ഓർത്ത് അത്ഭുതവും അനുകമ്പയും തോന്നി. ഈ നീണ്ട അസ്ഥിപഞ്ജരത്തെ ആശ്ലേഷിക്കാൻ, ജീർണ്ണത ഉച്ഛ്വസിക്കുന്ന ഈ വായിൽ ചുംബിക്കാൻ, അവരെക്കൊണ്ട് എങ്ങിനെ കഴിയും?

"നല്ല കാര്യ"ത്തെപ്പോലെ രണ്ടാനച്ഛനും തികച്ചും പുതുമയാർന്ന അഭിപ്രായങ്ങൾ അപ്രതീക്ഷിതമായി പ്രകടിപ്പിക്കാറുണ്ട്.

"എനിക്കു വേട്ടപ്പട്ടികളെ ഇഷ്ടമാണ്. അവയ്ക്കു ബുദ്ധിയില്ല. എങ്കിലും എനിക്കവയെ ഇഷ്ടമാണ്. കാണാൻ നല്ല ചന്തമുണ്ട്. ചന്തമുള്ള പെണ്ണുങ്ങൾക്കു പലപ്പോഴും ബുദ്ധി കുറവാണ്."

തെല്ലൊരഭിമാനത്തോടെ ഞാൻ ആലോചിച്ചു:

"നിങ്ങൾ മാർഗൊരാജ്ഞിയെ അറിഞ്ഞിരുന്നെങ്കിൽ!"

"ഒരേ വീട്ടിൽ വളരെക്കാലം ഒന്നിച്ചു കഴിയുന്നവർക്ക് ക്രമേണ ഒരേ മുഖച്ഛായ വന്നുതുടങ്ങും," അയാൾ ഒരു ദിവസം പറഞ്ഞു. ഞാൻ അത് എന്റെ നോട്ടുപുസ്തകത്തിൽ കുറിച്ചിട്ടു.

ഞാൻ അയാളുടെ സൂക്തങ്ങളെ തിരുവചനങ്ങളെന്ന മട്ടിൽ കാത്തിരുന്നു. പഴകിത്തേഞ്ഞതും ഒരേ പ്രകാരത്തിലുള്ളതുമായ രൂപങ്ങളിൽ മരവിച്ചുപോയ നിറമില്ലാത്ത ഭാഷ എല്ലാവരും സംസാരിക്കുന്ന ഒരു വീട്ടിൽ പുതുമയാർന്ന പ്രയോഗങ്ങൾ കേൾക്കുന്നത് ആനന്ദപ്രദമാണ്.

രണ്ടാനച്ഛൻ എന്നോടൊരിക്കലും അമ്മയെപ്പറ്റി സംസാരിച്ചില്ല. അമ്മയുടെ പേരുപോലും അയാൾ എപ്പോഴെങ്കിലും ഉച്ചരിച്ചതായി ഞാൻ ഓർക്കുന്നില്ല. അതെന്നെ അതീവസന്തുഷ്ടനാക്കുകയും അയാളോട് ഒട്ടൊരു ബഹുമാനം എന്നിൽ ഉദ്ദീപിപ്പിക്കുകയും ചെയ്തു.

ഒരു ദിവസം—സന്ദർഭമേതെന്ന് ഓർക്കുന്നില്ല—ഞാൻ അയാളോട് ദൈവത്തെക്കുറിച്ചു ചോദിച്ചു. എന്റെനേരെ ഒന്നു കണ്ണയച്ചിട്ട് അയാൾ തികച്ചും ശാന്തമായി മറുപടി പറഞ്ഞു:

"എനിക്കറിഞ്ഞുകൂടാ. ഞാൻ ദൈവത്തിൽ വിശ്വസിക്കുന്നില്ല."

എനിക്കപ്പോൾ സിത്താനൊവിനെ ഓർമ്മ വന്നു. ഞാൻ അയാളെപ്പറ്റി രണ്ടാനച്ഛനെ വിവരിച്ചു കേൾപ്പിച്ചു. എനിക്കു പറയാനുള്ളത് മുഴുവനും ശ്രദ്ധിച്ചു കേട്ടശേഷം അയാൾ ശാന്തത വിടാതെ പറഞ്ഞു:

"അയാൾ യുക്തിപൂർവ്വം ചിന്തിക്കുന്നവനാണ്. യുക്തിപൂർവ്വം ചിന്തിക്കുന്നവർക്ക് എപ്പോഴും എന്തെങ്കിലുമൊന്നിൽ വിശ്വാസം കാണും. എനിക്ക് ഒന്നിലും വിശ്വാസമില്ല."

"അതു സാദ്ധ്യമാണോ?"

"എന്തുകൊണ്ടു വയ്യ? നിനക്കുതന്നെ കാണാമല്ലോ. എനിക്കൊന്നിലും വിശ്വാസമില്ല."

ഞാൻ ഒന്നു മാത്രമേ കണ്ടുള്ളൂ: അയാൾ മരിക്കുകയാണ്. എനിക്ക് അയാളോട് അനുകമ്പ തോന്നിയെന്നു പറയാൻ വയ്യ. എങ്കിലും അടുപ്പമുള്ള ഒരാളിന്റെ മരണം—മരണത്തിന്റെ നിഗൂഢത—എന്നെ അഗാധമായി സ്പർശിക്കുന്നത് ഇതാദ്യമായിട്ടായിരുന്നു.

കാൽമുട്ട് എന്റെ കാൽമുട്ടിൽ തൊടീച്ചുകൊണ്ട്, തപ്തനായി, ചിന്താധീനനായി, ഇതാ ഈ മനുഷ്യൻ എന്റെ അരികിൽ ഇരിക്കുന്നു, തന്നോടുള്ള അടുപ്പവും അകൽച്ചയും നോക്കി അയാൾ സങ്കോചലേശമെന്യേ ഓരോരുത്തർക്കും ഓരോ സ്ഥാനം കല്പിക്കുന്നു. വിചാരണ ചെയ്യാനും തീർപ്പുകല്പിക്കാനും അധികാരമുള്ളവനെന്ന നിലയ്ക്ക് സർവ്വതിനെക്കുറിച്ചും അഭിപ്രായം പറയുന്നു. എനിക്കാവശ്യമായ—അഥവാ എനിക്കാവശ്യമില്ലാത്തത് തട്ടിക്കിഴിക്കുന്ന—എന്തോ ഒന്ന് അയാളിലുണ്ട്. പറഞ്ഞറിയിക്കാനാവാത്തത്ര സങ്കീർണ്ണമായ ഒരു സൃഷ്ടിയാണയാൾ. ചിന്തകൾ നീറിപ്പുകഞ്ഞുകൊണ്ടിരിക്കുന്ന ഒരു അഗ്നിപർവ്വതം. ഞാൻ അയാളെപ്പറ്റി എന്തുതന്നെ വിചാരിച്ചാലും ശരി, അയാൾ എന്റെതന്നെ ഒരു ഭാഗമാണ്, എന്റെ ഉള്ളിൽ എവിടെയോ കുടികൊള്ളുന്നവനാണ്. ഞാൻ അയാളെപ്പറ്റി ചിന്തിക്കുന്നു. എന്റെ ആത്മാവിൽ അയാളുടെ ആത്മാവിന്റെ നിഴൽ വീഴുന്നു. നാളെ അയാൾ പാടേ അപ്രത്യക്ഷനാകും. അയാളുടെ തലച്ചോറിലും ഹൃദയത്തിലും മറഞ്ഞുകിടക്കുന്ന സർവ്വതുമായി, ആ ഭംഗിയുള്ള കണ്ണുകളിൽ എനിക്കു വായിക്കാൻ കഴിയുന്നുണ്ടെണ്ടന്നു ഞാൻ വിശ്വസിക്കുന്ന സർവ്വതുമായി, അയാൾ അപ്രത്യക്ഷനാകും. അയാൾ മറയുമ്പോൾ എന്നെ ഈ ലോകത്തോടു ബന്ധിച്ചിട്ടുള്ള ചരടുകളിലൊന്നു മുറിയും. ശേഷിക്കുന്നത് വെറും ഓർമ്മയാണ്. എങ്കിലും ആ ഓർമ്മ സമ്പൂർണ്ണമായി, മാറ്റമില്ലാതെ, എന്റെ ഉള്ളിൽത്തന്നെ കുടികൊള്ളും. ജീവനുള്ള, മാറ്റമുള്ള, മനുഷ്യൻ പോയി മറഞ്ഞിരിക്കും...

എന്നാൽ ഇവയെല്ലാം കേവലം ചിന്തകളാണ്. വാക്കുകളിൽ നിർവ്വചിക്കാനാവാത്ത എന്തോ ഒന്ന്, ചിന്തകളെ മുളപ്പിക്കുകയും പോഷിപ്പിക്കുകയും ചെയ്യുന്ന എന്തോ ഒന്ന്, അവയുടെ പിന്നിലുണ്ട്. ജീവിതപ്രതിഭാസങ്ങളെ സശ്രദ്ധം നോക്കിക്കാണാനും അവയോരോന്നിൽനിന്നും "എന്തിന്?" എന്ന ചോദ്യത്തിന് ഉത്തരം തേടാനും നമ്മോട് ആജ്ഞാപിക്കുന്ന ഒന്നാണത്.

"ഞാൻ അടുത്തുതന്നെ കിടപ്പാവുമെന്നു തോന്നുന്നു," ഒരു മഴദിവസം രണ്ടാനച്ഛൻ പറഞ്ഞു. "എന്തൊരു ക്ഷീണം! വെറും വിഡ്ഢിത്തം. ഒന്നും ചെയ്യാൻ തോന്നുന്നില്ല."

പിറ്റേന്ന് വൈകീട്ട് ചായകുടിക്കാൻ നേരത്ത് അയാൾ പതിവിൽ കവിഞ്ഞ ശ്രദ്ധയോടെ മേശപ്പുറത്തുനിന്നും തന്റെ കാൽമുട്ടുകളിൽനിന്നും റൊട്ടിത്തരികൾ തട്ടിക്കളയുന്നതു കണ്ടു. അദൃശ്യമായ എന്തോ ഒന്നിനെ അയാൾ കൈയാട്ടിയകറ്റുകയാണെന്നു തോന്നി. അയാളെ ഇടക്കണ്ണിട്ടു നോക്കിയ വൃദ്ധ മരുമകളോടു കുശുകുശുത്തു:

"നോക്ക്! അയാൾ ചിറകെല്ലാം കൊത്തിമിനുക്കി ഒരുങ്ങുന്നതു കണ്ടില്ലേ."

രണ്ടുദിവസം കഴിഞ്ഞ് അയാൾ ജോലിക്കു വന്നില്ല. പിന്നീട് വലിയൊരു വെളുത്ത കൂട് എന്നെ ഏല്പിച്ചുകൊണ്ട് വൃദ്ധ പറഞ്ഞു:

"ഇത് ഇന്നലെ ഉച്ചയ്ക്ക് ഒരു പെണ്ണ് കൊണ്ടുത്തന്നതാണ്. ഞാൻ നിനക്കു തരാൻ മറന്നുപോയി. ഒരു പീക്കിരിപ്പെണ്ണ്. അവൾ നിനക്ക് എങ്ങിനെ ചേരുമെന്ന് നേരുപറഞ്ഞാൽ എനിക്കറിഞ്ഞുകൂടാ!"

കൂടിനുള്ളിൽ ആസ്പത്രിയുടെ പേരുവച്ച ഒരു താളിൽ വലിയ അക്ഷരത്തിൽ ഇത്രയും എഴുതിയിരുന്നു:

"ഒഴിവു കിട്ടിയാൽ എന്നെ വന്നു കാണൂ. ഞാൻ മർത്തീനൊവ്സ്ക്കയ ആശുപത്രിയിലാണ്. വൈ.എം."

പിറ്റേന്നു രാവിലെ ഞാൻ ആശുപത്രിയിലെ മുറിയിൽ രണ്ടാനച്ഛന്റെ കട്ടിലിന്റെ കാൽക്കൽ ഇരിക്കുകയായിരുന്നു. അയാൾക്ക് കട്ടിലിനേക്കാൾ നീളമുണ്ടായിരുന്നു. ചാരനിറമുള്ള പിഞ്ഞിയ കാലുറകളണിഞ്ഞിരുന്ന പാദങ്ങൾ കട്ടിലിന്റെ അഴികൾക്കിടയിലൂടെ തള്ളിനിന്നു. മഞ്ഞച്ചുമരുകളിലൂടെ അലഞ്ഞുതിരിഞ്ഞശേഷം അയാളുടെ ഭംഗിയുള്ള കണ്ണുകൾ എന്റെ മുഖത്തും കട്ടിലിന്റെ തലയ്ക്കലുള്ള സ്റ്റൂളിലിരിക്കുന്ന പെൺകുട്ടിയുടെ കൊച്ചുകൈകളിലും ഊന്നിനിന്നു. അവൾ തലയിണയിൽ കൈകൾ വച്ചപ്പോൾ രണ്ടാനച്ഛൻ വാ തുറന്നു പിടിച്ചുകൊണ്ട് അവയിൽ കവിളുരുമ്മി. പെൺകുട്ടി അവളുടെ കൊഴുത്ത

ദേഹത്തിലണിഞ്ഞിരുന്നത് അനാർഭാടമായ, ഇരുണ്ട നിറത്തിലുള്ള ഒരു ഉടുപ്പാണ്. അണ്ഡാകൃതിയിലുള്ള മുഖത്തുകൂടി കണ്ണുനീർ മെല്ലെ ഒലിച്ചിറങ്ങി. ഈറനണിഞ്ഞ നീലക്കണ്ണുകൾ രണ്ടാനച്ഛന്റെ മുഖത്ത്—അയാളുടെ ഉന്തിയ കവിളെല്ലുകളിലും കൂർത്ത മൂക്കിലും കരുവാളിച്ച വായിലും—തറച്ചുനിന്നു.

"ഒരു അച്ചനെ വരുത്തിയിരുന്നെങ്കിൽ," അവൾ മന്ത്രിച്ചു. "പക്ഷെ ഇദ്ദേഹം സമ്മതിക്കില്ല. ഇദ്ദേഹത്തിന് ഒന്നും മനസ്സിലാവുന്നില്ല..."

തലയിണയുടെ പുറത്തുനിന്ന് കൈകൾ വലിച്ചെടുത്ത് പ്രാർത്ഥിക്കുന്ന മട്ടിൽ അവൾ അവ മാറത്ത് ചേർത്തുപിടിച്ചു.

അല്പസമയത്തേക്ക് രണ്ടാനച്ഛന് ബോധം തെളിഞ്ഞു. എന്തോ ഓർക്കാൻ ശ്രമിക്കുന്നതുപോലെ അയാൾ നെറ്റിചുളിച്ച് മച്ചിലേക്കു നോക്കി. പിന്നീട് ഒരു ശോഷിച്ച കൈ എന്റെനേരെ നീട്ടി.

"നീ വന്നോ? നന്ദി, ഇതു കണ്ടില്ലേ... എനിക്കു വല്ലാത്തൊരു മൗഢ്യം തോന്നുന്നു..."

അത്രയും പറഞ്ഞുകഴിഞ്ഞപ്പോൾ അയാൾ ക്ഷീണിച്ച് കണ്ണടച്ചു. കുറേശ്ശെ നീലനിറമുള്ള നഖങ്ങളോടുകൂടിയ അയാളുടെ തണുത്ത നീണ്ട വിരലുകൾ ഞാൻ തടവി. പെൺകുട്ടി പതിഞ്ഞ സ്വരത്തിൽ യാചിച്ചു:

"യെവ്ഗേനി വസീല്യെവിച്ച്, ഒന്നു സമ്മതിക്കൂ!"

"നീ ഇവളെ പരിചയപ്പെടണം," കണ്ണുകൊണ്ട് പെൺകുട്ടിയെ ചൂണ്ടിക്കാട്ടിയിട്ട് അയാൾ പറഞ്ഞു. "സ്നേഹമുള്ളവളാണ്..."

അയാൾ മൗനംപൂണ്ടു. വാ പൊളിച്ച് പെട്ടെന്ന് കാക്ക കരയുംപോലെ കർക്കശസ്വരത്തിൽ നിലവിളിച്ചു. പുതപ്പ് വലിച്ചുമാറ്റിയിട്ട് കിടക്കയിൽ അള്ളിപ്പിടിച്ചുകൊണ്ട് അയാൾ കട്ടിലിൽ കിടന്ന് ഉരുണ്ടുപിരണ്ടു. പെൺകുട്ടിയും നിലവിളിച്ചുകൊണ്ട് ആ ദണ്ഡിതമായ തലയിണയിൽ ശിരസ്സമർത്തി.

രണ്ടാനച്ഛൻ വേഗം മരിച്ചു. തൽക്ഷണം തന്നെ അയാളുടെ മുഖത്തിന് ശാന്തഗംഭീരമായ ഒരു സൗന്ദര്യം കൈവന്നു.

പെൺകുട്ടിയേയും താങ്ങിപ്പിടിച്ചുകൊണ്ട് ഞാൻ ആശുപത്രിയിൽ നിന്നിറങ്ങി. കണ്ണീർ വാർത്തുകൊണ്ട് അവൾ സുഖമില്ലാത്തവളെപ്പോലെ വേച്ചുവേച്ചു നടന്നു. കയ്യിൽ പിടിച്ചിരുന്ന തുവാല ചുരുട്ടിക്കൂട്ടിയിട്ട് അവൾ അതുവച്ച് കണ്ണുകൾ ഒപ്പി. അവൾ തുവാല മുറുക്കി പിരിക്കുകയും തന്റെ ഏറ്റവും വിലപ്പെട്ട അവസാനനിധിയെന്നവണ്ണം അതിനെ ഉറ്റുനോക്കുകയും ചെയ്തു.

പെട്ടെന്ന് അവൾ നടപ്പ നിർത്തി എന്നോട് ഒട്ടിനിന്നിട്ട് പരിഭവസ്വരത്തിൽ പറഞ്ഞു:

"ശൈത്യകാലംവരെപ്പോലും ജീവിച്ചില്ല... അയ്യോ! കർത്താവേ! എന്തെല്ലാം അനുഭവിക്കണം!"

പിന്നീട് അവൾ കണ്ണുനീരിൽ കുതിർന്ന കൈ എന്റെനേരെ നീട്ടി.

"നമുക്കു പിരിയാം. അദ്ദേഹം നിങ്ങളെപ്പറ്റി എപ്പോഴും സ്തുതിച്ചുപറയുമായിരുന്നു. ശവസംസ്ക്കാരം... നാളെയാണ്."

"ഞാൻ വീടുവരെ കൊണ്ടാക്കട്ടെ?"

അവൾ ചുറ്റും നോക്കി.

"എന്തിന്? ഇപ്പോൾ പകലല്ലേ. രാത്രിയല്ലല്ലോ."

അവൾ നടന്നുപോകുന്നതും നോക്കി ഞാൻ തെരുവിന്റെ മൂലയ്ക്കു നിന്നു. ജീവിതത്തിൽ എല്ലാ താല്പര്യവും നശിച്ചവളെപ്പോലെ ധൃതികൂട്ടാതെയാണ് അവൾ നടന്നത്.

അത് ആഗസ്റ്റ് മാസമായിരുന്നു. ഇലകൾ കൊഴിഞ്ഞുവീണുകൊണ്ടിരുന്നു.

രണ്ടാനച്ഛന്റെ ശവസംസ്കാരത്തിനുപോകാൻ എനിക്കു തരപ്പെട്ടില്ല. ആ പെൺകുട്ടിയെ ഞാൻ പിന്നീട് ഒരിക്കലും കണ്ടിട്ടില്ല..

XVII

എന്നും രാവിലെ ആറു മണിക്ക് ഞാൻ മേളസ്ഥലത്ത് പണിക്കു പോകും. അവിടെ ഞാൻ ശ്രദ്ധേയരായ പലരേയും കണ്ടുമുട്ടും. തല നരച്ച് നിക്കൊലായ് പുണ്യവാളനെപ്പോലിരിക്കുന്ന, നാവിനു മൂർച്ചയുള്ള സമർത്ഥനായ മരയാശാരി ഓസിപ്; മേൽക്കൂരകെട്ടുകാരനായ കൂനൻ യെഫീമുഷ്ക്ക; ഒരു പുണ്യവാളന്റെ ഛായയുള്ള, 'ഭക്തനും ചിന്താശീലനുമായ കല്ലാശാരി പ്യോത്തർ; സൗമ്യമായ സൽപ്രകൃതം സദാദ്യോതിപ്പിക്കുന്ന, ഇളം തവിട്ടുതാടിയും നീലക്കണ്ണുകളുമുള്ള, സുഭഗനായ കുമ്മായപ്പണിക്കാരൻ ഗ്രിഗോരി ഷിഷ്ലിൻ—ഇവരൊക്കെയാണ് അവർ.

ഡ്രാഫ്റ്റ്സ്മാന്റെ കുടുംബത്തിൽ രണ്ടാമത്തെ പ്രാവശ്യം വേലയ്ക്കു നിൽക്കുമ്പോൾത്തന്നെ എനിക്ക് ഇവരെയെല്ലാവരേയും പരിചയമുണ്ടായിരുന്നു. എല്ലാ ഞായറാഴ്ചയും അവർ ഗൗരവത്തോടെ, പ്രൗഢിയോടെ, അടുക്കളയിൽ ഹാജരാവും. അവരുടെ ഇമ്പമുള്ള വർത്തമാനം, ഞാൻ കേൾക്കാത്ത പല സ്വാദിഷ്ടപദങ്ങളെക്കൊണ്ടു നിറഞ്ഞിരിക്കും. ഈ കനമുള്ള നാട്ടുമ്പുറത്തുകാർ വളരെ നല്ല മനുഷ്യരായിട്ടാണ് എനിക്ക് അന്നു തോന്നിയത്. ഓരോരുത്തരും അവരുടെ വഴിക്കു ശ്രദ്ധാർഹരായിരുന്നു. കുനാവിനൊയിലെ അല്പന്മാരും മദ്യപാനികളും തട്ടിപ്പുകാരുമായ കച്ചവടക്കാരേക്കാൾ ഭേദപ്പെട്ടവരായിരുന്നു ഇവരെല്ലാവരും.

അന്നെനിക്ക് കൂട്ടത്തിൽ ഏറ്റവും ഇഷ്ടപ്പെട്ടത് കുമ്മായം തേപ്പുകാരനായ ഷിഷ്ലിനെയാണ്. അയാളുടെ കീഴിൽ ജോലി പഠിക്കാൻ എന്നെക്കൂടി എടുക്കണമെന്ന് ഞാൻ അയാളോട് അപേക്ഷിക്കുകപോലും

ചെയ്തു. പക്ഷെ അയാൾ വളരെ സൗമ്യമായി എന്റെ അപേക്ഷ നിരസിച്ചു. സ്വർണ്ണനിറത്തിലുള്ള പുരികം വെളുത്ത വിരലുകൾകൊണ്ട് ചൊറിഞ്ഞിട്ട് അയാൾ പറഞ്ഞു:

"നിനക്ക് അതിന് ഇനിയും പ്രായമായിട്ടില്ല. ഞങ്ങളുടെ ജോലി അത്ര എളുപ്പമുള്ളതല്ല. ഒന്നുരണ്ടു വർഷംകൂടി ക്ഷമിക്ക്."

ചന്തമുള്ള തല പുറകോട്ടു പിടിച്ചിട്ട് അയാൾ ചോദിച്ചു:

"എന്താ, ജീവിക്കാൻ ബുദ്ധിമുട്ടു തോന്നുന്നുണ്ടോ? സാരമില്ല, അതൊക്കെ കുറച്ചു സഹിച്ചേ പറ്റൂ. തന്നത്താൻ കടിഞ്ഞാണിട്ടു പിടിച്ചാൽ മതി. പിന്നെല്ലാം നേരെയായിക്കൊള്ളും."

ആ സദുപദേശം എനിക്ക് എത്രമാത്രം പ്രയോജനപ്പെട്ടുവെന്ന് അറിഞ്ഞുകൂടാ. എന്തായാലും ഞാനത് കൃതജ്ഞതയോടെ ഓർത്തു.

ഇപ്പോഴും അവർ എല്ലാ ഞായറാഴ്ചയും രാവിലെ യജമാനനെ വന്നു കാണും. അടുക്കളയിലെ മേശയ്ക്കു ചുറ്റുമുള്ള ബെഞ്ചുകളിൽ ഇരിപ്പു പിടിക്കും. യജമാനൻ വരുന്നതുവരെ രസകരമായ ഓരോരോ കാര്യങ്ങൾ പറഞ്ഞ് സമയം പോക്കും. യജമാനൻ ശബ്ദായമാനമായ ആഹ്ലാദപ്രകടനത്തോടെ അവരെ സ്വാഗതം ചെയ്യും. അവരുടെ ബലിഷ്ഠഹസ്തങ്ങൾ പിടിച്ചുകുലുക്കിയശേഷം അയാൾ പ്രാർത്ഥനാകോണിൽ ഉപവിഷ്ടനാകും. പണവും രശീതുകളും പുറത്തുവരികയായി. പണിക്കാർ അവരുടെ ബില്ലുകളും കീറിപ്പറഞ്ഞ കണക്കുപുസ്തകങ്ങളും മേശപ്പുറത്തു വയ്ക്കും. ആഴ്ചയിലെ കണക്കുതീർക്കുന്ന ജോലി ആരംഭിക്കുകയായി.

നേരമ്പോക്കുകളുടേയും പൊട്ടിച്ചിരികളുടേയും ഇടയിൽ യജമാനൻ അവരേയും അവർ അയാളേയും പറ്റിക്കാൻ നോക്കും. ചിലപ്പോൾ കാര്യമായ വഴക്കുതന്നെ നടക്കും. പക്ഷെ മിക്കപ്പോഴും അവർ രമ്യമായി ചിരിച്ചൊതുക്കുകയാണ് പതിവ്.

"ചങ്ങാതി, താൻ ജനിച്ചതുതന്നെ തട്ടിപ്പുകാരനായിട്ടാണ്," പണിക്കാർ യജമാനനോടു പറയും.

അയാൾ ഒരു ഇളിഭ്യച്ചിരി ചിരിച്ചുകൊണ്ടു പറയും:

"ഹേ കാട്ടുകോഴികളേ!തട്ടിപ്പു കാട്ടുന്നതിൽ നിങ്ങളും അത്ര മോശക്കാരല്ല."

"അത് അങ്ങനല്ലാതെ വരുമോ?" യെഫീമുഷ്ക്ക സമ്മതിക്കും. എന്നാൽ ഗൗരവക്കാരനായ പ്യോത്തർ പറയും:

"മോഷ്ടിച്ചു കിട്ടുന്നതുകൊണ്ടു വേണം ജീവിക്കാൻ. പണിയെടുത്തു കിട്ടുന്നത് ദൈവത്തിനും രാജാവിനും കൊടുക്കാനേ തികയൂ."

“അതുകൊണ്ടല്ലേ നിങ്ങളുടെയടുത്തുനിന്ന് അല്പസ്വല്പം ചുരണ്ടിയെടുക്കുന്നതിൽ എനിക്കു വിരോധമില്ലാത്തത്?” യജമാനൻ ചിരിച്ചുകൊണ്ടു പറഞ്ഞു.

അവർ സൗമനസ്യത്തോടെ യോജിച്ചു:

“എന്നുവച്ചാൽ, തൊലിയുരിക്കുക—അല്ലേ?”

“പറ്റിക്കുക—അല്ലേ?”

നെഞ്ചത്തേക്ക് ഇടതൂർന്നു വീണുകിടന്നിരുന്ന താടിയിൽ പിടിച്ചുകൊണ്ടു ഗ്രിഗോരി ഷിഷ്‌ലിൻ നീട്ടിവലിച്ച സ്വരത്തിൽ ചോദിച്ചു:

“നമുക്ക് തട്ടിപ്പു കൂടാതെ കാര്യം നടത്തിയാലെന്താ? നേരും നെറിയുമായി ജീവിക്കാം. അപ്പോൾ എന്തു സുഖമായിരിക്കും, എന്തു സ്വൈര്യമായിരിക്കും! നല്ല മനുഷ്യരേ, നിങ്ങളെന്തു പറയുന്നു?”

അയാളുടെ നീലക്കണ്ണുകൾ ഇരുണ്ട് ആർദ്രമായിത്തീർന്നു. ആ സമയത്ത് അത്ഭുതകരമായൊരു തേജസ്സ് അയാളിൽനിന്നു പ്രസരിച്ചു. അയാളുടെ അപേക്ഷ കേട്ട് എല്ലാവരും അല്പമൊന്നു പരുങ്ങിയതുപോലെ തോന്നി. അവർ ജാള്യതയോടെ മുഖംതിരിച്ചു.

“ഒരു പണിക്കാരന് അത്രയ്ക്കൊന്നും പററിക്കാൻ കഴിയില്ല.” പണിക്കാരനോടു സഹതപിക്കുന്ന മട്ടിൽ സുന്ദരനായ ഓസിപ് പറഞ്ഞു.

ഇരുണ്ട നിറമുള്ള കല്ലാശാരി മേശപ്പുറത്തേക്കു കുനിയിരുന്നുകൊണ്ട് ആഴമുള്ള ശബ്ദത്തിൽ പറഞ്ഞു:

“പാപമെന്നു പറയുന്നത് ചതുപ്പനിലം പോലാണ്. അങ്ങോട്ടങ്ങോട്ടു ചെല്ലുന്തോറും താഴോട്ടു താഴോട്ടു പോകും.”

അവരുടെ സ്വരത്തെ അനുകരിച്ചുകൊണ്ട് യജമാനൻ പറഞ്ഞു:

“ഞാനെന്താ ചെയ്യുന്നത്? നിങ്ങൾ ഏതു സ്വരത്തിൽ വിളിക്കുന്നോ, അതേ സ്വരത്തിൽത്തന്നെ വിളി കേൾക്കുന്നു.”

അവർ കുറെ നേരം ഇങ്ങനെ വേദാന്തം പറഞ്ഞുകൊണ്ടിരിക്കും. വീണ്ടും പരസ്പരം പറ്റിക്കാൻ ശ്രമിക്കും. അവസാനം കണക്കെല്ലാം തീർത്ത്, ആയാസത്തിന്റെ ആധിക്യത്താൽ ക്ഷീണിച്ച് വിയർത്തൊലിച്ചുകൊണ്ട് എഴുന്നേൽക്കും. ചായകുടിക്കാൻ നേരെ മദ്യശാലയിലേക്കു നടക്കും. യജമാനനേയും ക്ഷണിക്കും.

ഇവർ ആണിയും ഇഷ്ടികയും തടിയും മോഷ്ടിക്കാതെ നോക്കുകയെന്നതായിരുന്നു മേലസ്ഥലത്തെ എന്റെ ജോലി. യജമാനന്റെ പണിക്കുപുറമെ അവരോരോരുത്തർക്കും സ്വന്തമായ കൺട്രാക്ടു പണിയുമുണ്ടായിരുന്നു. അതിനുവേണ്ടി സാധനങ്ങൾ കടത്തിക്കൊണ്ടു പോകാൻ അവർ ശ്രമിച്ചു.

അവർ എന്നെ സ്നേഹപൂർവ്വം സ്വാഗതം ചെയ്തു. ഷിഷ്ലിൻ പറഞ്ഞു:

"നിന്നെ എന്റെ കീഴിൽ ജോലി പഠിക്കാനെടുക്കണമെന്നു പറഞ്ഞത് ഓർമ്മയുണ്ടോ? എന്നിട്ടിപ്പോഴോ? നീ എന്റെ മേലധികാരിയായി. കണ്ടോ?"

"നടക്കട്ടെ, നടക്കട്ടെ," ഓസിപ് തമാശ പറഞ്ഞു. "കക്കാതെ നോക്ക്! ദൈവം നിന്നെ കാക്കും!"

പ്യോത്തർ അപ്രീതിയോടെ പറഞ്ഞു:

"വയസ്സൻ എലികളെ പിടിക്കാൻ കൊച്ചു പൂച്ചക്കുഞ്ഞിനെ വിട്ടതെന്തിനാ?"

എന്റെ ചുമതലകൾ ക്രൂരമായ ഒരു 'ഭാരമായി എനിക്കു തോന്നി. അവരുടെ മുമ്പിൽ നിൽക്കാൻ ഞാൻ ലജ്ജിച്ചു. അവർക്കോരോരുത്തർക്കും മറ്റാർക്കും അറിഞ്ഞുകൂടാത്ത എന്തൊക്കെയോ നല്ല കാര്യങ്ങൾ അറിയാമെന്നു തോന്നി. എന്നിട്ട് കള്ളന്മാരും തട്ടിപ്പുകാരുമാണെന്ന മട്ടിൽ അവരെ സൂക്ഷിക്കുകയാണ് എന്റെ ജോലി. ആദ്യത്തെ കുറെ ദിവസങ്ങൾ വിശേഷിച്ചും വിഷമകരമായിരുന്നു. അതു മനസ്സിലാക്കിയിട്ട് ഓസിപ് എന്റെ മുഖത്തു നോക്കി പറഞ്ഞു:

"കുട്ടി, നീ ഇങ്ങനെ സങ്കടപ്പെട്ടു നടന്നിട്ട് ഒരു കാര്യവുമില്ല. മനസ്സിലായോ?"

എനിക്കു ഒന്നും മനസ്സിലായില്ലെന്നു പറയേണ്ടതില്ലല്ലോ. എങ്കിലും ഞാൻ അകപ്പെട്ടിരിക്കുന്ന ദുസ്ഥിതി മൂപ്പീന്നിനു മനസ്സിലായെന്നു തോന്നി. പരസ്പരം ഒന്നും ഒളിച്ചുവയ്ക്കാത്ത ഒരു ബന്ധം ഞങ്ങൾതമ്മിൽ അതിവേഗം ഉടലെടുത്തു.

വല്ല മൂലയിലേക്കും വിളിച്ചുകൊണ്ടു പോയിട്ട് അയാൾ എന്നെ ഗുണദോഷിക്കും:

"ഞങ്ങളുടെ കൂട്ടത്തിലെ പ്രധാന കള്ളൻ ആരാണെന്ന് അറിഞ്ഞേ തീരൂഎന്നുണ്ടെങ്കിൽ പറയാം. കല്ലാശാരി പ്യോത്തർ. വലിയൊരു കുടുംബത്തെ പോറ്റേണ്ടവനാണ് അയാൾ. ആർത്തിക്കാരനാണ്. അയാളുടെ മേൽ കണ്ണുവേണം. അയാൾക്കു വേണ്ടാത്തതായിട്ട് ഒന്നുമില്ല. അയാൾ എന്തും എടുക്കും. ചിലപ്പോൾ ഒരു റാത്തൽ ആണിയായിരിക്കും. അല്ലെങ്കിൽ ഒരു ഡസൻ ഇഷ്ടിക. അല്ലെങ്കിൽ ഒരു ചാക്ക് കരിങ്കല്ല്. ആള് നല്ലവനാണ്. ദൈവഭക്തനും കണിശക്കാരനും അക്ഷരാഭ്യാസമുള്ളവനുമെല്ലാമാണ്. പക്ഷെ എന്തു ചെയ്യാം! കക്കാൻ ഇഷ്ടമാണ്! ഇനി യെഫീമുഷ്ക്കയെ എടുക്കാം. അയാൾ ജീവിക്കുന്നതുതന്നെ പെണ്ണുങ്ങൾക്കുവേണ്ടിയാണ്. ആള് സാധുവും

നിന്നെ സംബന്ധിച്ചിടത്തോളം നിരുപദ്രവിയുമാണ്. നല്ല മൂളയുണ്ട്. കുനന്മാരെല്ലാം മൂളയുള്ളവരാണ്. ഗ്രിഗോരി ഷിഷ്‌ലിന്റെ കാര്യമാണെങ്കിൽ, ആളൊരു മണ്ണുണ്ണിയാണ്. കയ്യിലുള്ളതുതന്നെ സൂക്ഷിക്കാനുള്ള കഴിവില്ല. പിന്നല്ലേ മറ്റുള്ളവരുടേത് എടുക്കുന്നത്! ആർക്കും അയാളെ പറ്റിക്കാം. പക്ഷെ അയാൾക്ക് അതിനുള്ള ത്രാണിയില്ല. അയാൾ മേൽനോട്ടം വഹിക്കുന്നതും മൂള ചെലുത്തിയിട്ടല്ല."

"ആള് നല്ലവനാണോ?"

ദൂരെനിന്നു നോക്കുന്നതുപോലെ എന്റെ മുഖത്ത് തറച്ചുനോക്കിയിട്ട് ഓസിപ് സ്മരണീയമായ കുറെ വാക്കുകൾ പറഞ്ഞു:

"അതെ, നല്ലവൻതന്നെ! കുടിയൻമാർക്കു നല്ലവരാകാൻ ഏറ്റവും എളുപ്പമാണ്. കുഞ്ഞേ, നല്ലവനാകാൻ മൂള വേണ്ട."

"അപ്പോൾ നിങ്ങളോ?" ഞാൻ ഓസിപ്പിനോടു ചോദിച്ചു.

അയാൾ ഒരു ചെറുചിരിയോടെ മറുപടി പറഞ്ഞു:

"ഞാനൊരു പെൺകുട്ടിയെപ്പോലെയാണ്. മുത്തശ്ശിയാവുമ്പോൾ ഞാൻ എന്നെപ്പറ്റി പറയാം. അതുവരെ നീ ക്ഷമിച്ചിരിക്ക്. അതല്ലെങ്കിൽ ഞാൻ എങ്ങനത്തവനാണെന് സ്വന്തം മൂള ഉപയോഗിച്ച് കണ്ടുപിടിക്ക്, കാണട്ടെ!"

അയാളെപ്പറ്റിയും അയാളുടെ കൂട്ടുകാരെപ്പറ്റിയും എനിക്കുണ്ടായിരുന്ന എല്ലാ ധാരണകളേയും അയാൾ തകിടംമറിച്ചു. അയാൾ പറഞ്ഞതു മുഴുവനും സത്യമാണെന്ന കാര്യത്തിൽ എനിക്കു സംശയമില്ലായിരുന്നു. യെഫീമുഷ്ക്കയും പ്യോത്തറും ഗ്രിഗോരിയും ഈ സുഭഗനായ വൃദ്ധനെ കരുതിവന്നത് തങ്ങളേക്കാൾ വിവരവും പ്രായോഗികജ്ഞാനവുമുള്ള ഒരാളായിട്ടാണെന്ന് എനിക്കു കാണാൻ കഴിഞ്ഞു. അവർ എല്ലാ കാര്യങ്ങളിലും അയാളുടെ ഉപദേശം തേടി, അയാൾ പറയുന്നതു സശ്രദ്ധം കേട്ടു, എല്ലാവിധത്തിലും അയാളോട് ബഹുമാനം കാട്ടി.

"ദയവുചെയ്ത് ഞങ്ങൾക്കു പറഞ്ഞുതരൂ." അവർ അയാളോട് അപേക്ഷിക്കും. പക്ഷെ ഒരിക്കൽ, അതുപോലൊരു അപേക്ഷ കഴിഞ്ഞ് ഓസിപ്പ് ഇല്ലാത്ത സമയം നോക്കി കല്ലാശാരി ഗ്രിഗോരിയോട് അടക്കിപ്പറയുന്നതു കേട്ടു:

"ദൈവവിരോധി!"

"കോമാളി!" ഒരു പരിഹാസച്ചിരിയോടെ ഗ്രിഗോരി കൂട്ടിച്ചേർത്തു.

കുമ്മായം തേപ്പുകാരൻ എനിക്കു സ്നേഹപൂർവ്വം മുന്നറിയിപ്പു തന്നു:

"ആ കിളവനെ സൂക്ഷിക്കണം. മക്സീമിച്ച്. കരുതലോടെ ഇരിക്കണം. അല്ലെങ്കിൽ ഒരൊറ്റ മണിക്കൂറുകൊണ്ട് അയാൾ നിന്നെ

ചെറുവിരലിലിട്ട് ചുറ്റിച്ചുകളയും. എപ്പോഴും ചവച്ചുകൊണ്ടു നടക്കുന്ന ഈ കിളവന്മാരുണ്ടല്ലോ. അവർ വരുത്തിവയ്ക്കുന്ന ദ്രോഹം എന്തൊക്കെയാണെന്ന് ദൈവത്തിനറിയാം!"

എനിക്ക് അയാൾ പറഞ്ഞതിന്റെ വാലും തലയും മനസ്സിലായില്ല.

അക്കൂട്ടത്തിൽ ഏറ്റവും സത്യസന്ധനും നല്ലവനും കല്ലാശാരിയായ പ്യോത്തറാണെന്ന് എനിക്കു തോന്നി. ഉള്ളിൽത്തട്ടുന്ന ചുരുക്കം ചില വാക്കുകളിൽ അയാൾ അഭിപ്രായം പറയും. ദൈവം, നരകം, മരണം എന്നിങ്ങനെയുള്ള കാര്യങ്ങളിലേക്കാണ് അയാളുടെ ചിന്തകൾ ഏറ്റവും സുലഭമായി തിരിയുന്നത്.

"സഹോദരന്മാരേ! എത്രയൊക്കെ ശ്രമിച്ചാലും എന്തെല്ലാം ആശിച്ചാലും അവസാനം ചെന്നെത്തുന്നത് ശവപ്പെട്ടിയിലും കുഴിമാടത്തിലും തന്നെ."

അയാളൊരു ഉദരരോഗിയായിരുന്നു. ചില ദിവസങ്ങളിൽ അയാൾക്കു യാതൊന്നും കഴിക്കാൻ പറ്റില്ല. ചെറിയൊരു കഷണം റൊട്ടി തിന്നാൽപോലും അയാൾ വേദനകൊണ്ട് ഞെളിഞ്ഞുപിരിയുകയും ഓക്കാനിക്കുകയും ചെയ്യും.

കൂനൻ യെഫീമുഷ്ക്കയും കണ്ടിട്ട് നല്ലവനും സത്യസന്ധനുമാണെന്നു തോന്നി. പക്ഷെ അപഹാസ്യനായ ഒരു മനുഷ്യൻ, ചില സമയങ്ങളിൽ അയാൾ കഥയില്ലാത്തവൻ മാത്രമല്ല അരക്കിറുക്കനാണെന്നുപോലും തോന്നിപ്പോകും. അയാൾക്ക് പ്രേമമൊഴിഞ്ഞ നേരമില്ല. താൻ പ്രേമിക്കുന്ന എല്ലാ പെണ്ണുങ്ങളേയും അയാൾ വർണ്ണിക്കുന്നത് ഒരേ വാക്കുകളിലാണ്:

"നേരെ പറയാമല്ലോ—അവൾ പെണ്ണല്ല. പാൽക്കുഴമ്പിൽ വിടർന്ന പൂവാണ്."

കുനാവിനൊയിലെ തന്റേടിപ്പെണ്ണുങ്ങൾ സ്റ്റാളുകളുടെ തറ കഴുകാൻ വരുമ്പോൾ യെഫീമുഷ്ക്ക മേൽക്കൂരയിൽനിന്ന് ഇറങ്ങിവന്ന് വല്ല മൂലയ്ക്കും പോയി നിൽക്കും. തിളങ്ങുന്ന ചാരക്കണ്ണുകൾ ചെറുതാക്കി വായ് ഇളിച്ചുകൊണ്ട് അയാൾ നിന്ന് കുറുങ്ങും.

"നല്ല തേൻകനിപോലത്തെ ഒരു പെണ്ണിനെയാണ് കർത്താവ് ഇന്നെനിക്കു കൊണ്ടുത്തന്നത്. ആഹാ! എന്തൊരു സുഖം! പാൽക്കുഴമ്പിൽ വിടർന്ന ആ പൂവൊന്നു കാണൂ! ഇതുപോലൊരു സമ്മാനം തന്നതിന് ഞാൻ വിധിയോട് എങ്ങിനെ നന്ദി പറയും? ഈ സൗന്ദര്യം എന്നെ ദഹിപ്പിച്ചുകളയില്ലേ?"

ആദ്യമൊക്കെ പെണ്ണുങ്ങൾ അയാളെ കളിയാക്കി ചിരിക്കും. അവർ പരസ്പരം വിളിച്ചു പറഞ്ഞു:

"കൂനൻ ഇപ്പോൾ ഉരുകിപ്പോകുമല്ലോ. എന്റെ കർത്താവെ!"

ഇതു കേട്ടാലൊന്നും മേൽക്കുരകെട്ടുകാരൻ കുലുങ്ങുകയില്ല. ഉന്തിയ കവിളെല്ലുകളോടുകൂടിയ അയാളുടെ മുഖത്ത് ക്രമേണ നിദ്രയുടെ ലാഞ്ഛനകൾ കണ്ടുതുടങ്ങി. ജ്വരോന്മാദം പിടിപെട്ടവനെപ്പോലെ അയാൾ ഓരോന്നു പറഞ്ഞുകൊണ്ടിരുന്നു. അയാളുടെ നാവിൽനിന്നൊഴുകുന്ന മധുരപദങ്ങളുടെ ലഹരി പെണ്ണുങ്ങളുടെ തലയ്ക്കു പിടിച്ചെന്നു സ്പഷ്ടമായിരുന്നു. അവസാനം അവരുടെ കൂട്ടത്തിൽ പ്രായംകൂടിയ ഒരുവൾ അത്ഭുതത്തോടെ പറഞ്ഞു:

"ഇയാൾ പെടുന്ന പാടു കണ്ടാൽ ആള് ചെറുപ്പമാണെന്നു തോന്നുമല്ലോ."

"പാടുന്നതു കേട്ടില്ലെ, പക്ഷികളെപ്പോലെ."

"അല്ല, പള്ളിനടയിലെ പിച്ചക്കാരനെപ്പോലെ," പ്രായംചെന്ന സ്ത്രീ കർക്കശമായി പറഞ്ഞു.

എന്നാൽ യെഫീമുഷ്ക്കയ്ക്ക് പിച്ചക്കാരന്റെ യാതൊരു ഛായയുമുണ്ടായിരുന്നില്ല. ഒരു പരുക്കൻ മരക്കുറ്റികണക്കെ അയാൾ നിലത്ത് ഉറച്ചുനിന്നു. അയാളുടെ ശബ്ദം കൂടുതൽ വശ്യവും വാക്കുകൾ കൂടുതൽ പ്രലോഭനീയവുമായിത്തീർന്നു. പെണ്ണുങ്ങൾ അവ നിശ്ശബ്ദം ശ്രദ്ധിച്ചു. സ്നേഹാർദ്രമായ ആ മാസ്മരമൊഴികളിൽ അയാൾ ശരിക്കും അലിഞ്ഞലിഞ്ഞില്ലാതാവുകയാണെന്നു തോന്നി.

ഇതിന്റെയെല്ലാം പരിണതഫലം അന്ന് അത്താഴത്തിനോ രാവിലെയോ അയാൾ കയറിവരുമ്പോൾ അറിയാം. സമചതുരാകൃതിയിലുള്ള വലിയ തല കുലുക്കിക്കൊണ്ട് അയാൾ അത്ഭുതം കലർന്ന സ്വരത്തിൽ തന്റെ കൂട്ടുകാരോടു വിവരിക്കും:

"ആഹാ! തങ്കംപോലത്തെ പെണ്ണ്! ഇതുപോലൊരുത്തിയെ ഞാൻ അനുഭവിക്കുന്നത് ഇതാദ്യമായിട്ടാണ്!"

തന്റെ വിജയങ്ങൾ വർണ്ണിക്കുമ്പോൾ യെഫീമുഷ്ക്ക ഒരിക്കലും മറ്റുള്ളവരെപ്പോലെ വീരവാദം മുഴക്കുകയോ പെണ്ണുങ്ങളെ പരിഹസിക്കുകയോ ചെയ്യാറില്ല. സന്തുഷ്ടവും കൃതജ്ഞതാനിർഭരവുമായൊരു മന്ദഹാസം അയാളുടെ ചുണ്ടുകളിൽ തത്തിക്കളിക്കുന്നുണ്ടാവും. ചാരനിറമാർന്ന കണ്ണുകൾ വിസ്മയംപൂണ്ട് വിടർന്നിരിക്കും.

തലകുലുക്കിക്കൊണ്ട് ഓസിപ് പറയും:

“താനൊരു ഗുണംപിടിക്കാത്ത ആണുതന്നെ! തനിക്ക് എത്ര വയസ്സായെന്നാണു പറഞ്ഞത്?”

“നാല്പത്തിനാല്. പക്ഷെ അതിൽ കാര്യമില്ല. ഇന്നെനിക്ക് അഞ്ചു വയസ്സ് പ്രായം കുറഞ്ഞു. ജീവനുള്ള വെള്ളത്തിൽ കുളിച്ചുകയറിയതോടെ ആകെയൊരു ഉന്മേഷം. ഹൃദയത്തിനൊരു സ്വസ്ഥത. ഹാ! എന്തെല്ലാം തരം പെണ്ണുങ്ങളാണ്!”

കല്ലാശാരി അയാളെ ഗൗരവസ്വരത്തിൽ താക്കീതു ചെയ്തു:

“താൻ സൂക്ഷിച്ചോ! താനിങ്ങനെ അഴിഞ്ഞുനടന്നാൽ വയസ്സ് അമ്പതു കഴിയുമ്പോഴേക്ക് ദുഃഖിക്കേണ്ടിവരും.”

“താനൊരു നാണംകെട്ടവനാണ്, യെഫീമുഷ്ക്ക.” ഗ്രിഗോരി ഷിഷ്‌ലിൻ ദീർഘനിശ്വാസത്തോടെ പറഞ്ഞു.

പക്ഷെ പെണ്ണുങ്ങളെ പാട്ടിലാക്കുന്നതിൽ സദാ വിജയിക്കുന്ന കൂനനോട് ആ യുവകോമളന് അസൂയയാണെന്ന് എനിക്കു തോന്നി.

വെള്ളിനിറത്തിൽ വളഞ്ഞുപിരിഞ്ഞിരിക്കുന്ന പുരികങ്ങൾക്കിടയിലൂടെ എല്ലാവരുടെ നേർക്കും കണ്ണയച്ചുകൊണ്ട് ഓസിപ് ഒരു ഫലിതം പൊട്ടിച്ചു:

“പെണ്ണുങ്ങൾ പലതരക്കാരാണ്. ഒരുത്തിക്കു കമ്പം പണ്ടത്തിലാണെങ്കിൽ മറ്റൊരുത്തിക്കു വേഷത്തിലാണ്. എന്നാലും എല്ലാ അച്ചിമാരും മുത്തശ്ശിമാരാവുമെന്ന് ഓർമ്മവേണം.”

ഗ്രിഗോരി വിവാഹിതനായിരുന്നു. പക്ഷെ ഭാര്യ ഗ്രാമത്തിൽത്തന്നെ താമസിച്ചു. നിലമുരച്ചുകഴുകുന്ന പെണ്ണുങ്ങളെ അയാളും കൊതിയോടെ നോക്കാറുണ്ട്. അവരെ ആരെവേണമെങ്കിലും അയാൾക്കു കിട്ടും. ചെറിയൊരു “പുറംവരുമാനം” ഉണ്ടാക്കാൻ അവർക്ക് എല്ലാവർക്കും ഉത്സാഹമാണ്. പട്ടിണിയിൽ കഴിയുന്ന ഈ ഗ്രാമത്തിൽ മറ്റേതു തൊഴിലും പോലെതന്നെയാണ് അതും കരുതിവന്നത്. പക്ഷെ ഈ സുമുഖനായ പണിക്കാരൻ സ്ത്രീകളെ സ്പർശിച്ചില്ല. അവരോടോ അതോ തന്നോടുതന്നെയോ സഹതപിക്കുന്ന മട്ടിൽ ഒരു പ്രത്യേകഭാവത്തോടെ അവരെ ദൂരെനിന്നു നോക്കുകയേയുള്ളൂ. അവർതന്നെ മുൻകയ്യെടുത്ത് അയാളുടെയടുത്തുചെന്ന് കൊഞ്ചിക്കുഴയാൻ തുടങ്ങിയപ്പോൾ അയാൾ പരുങ്ങലോടെ ചിരിച്ചുകൊണ്ട് മാറിക്കളഞ്ഞു.

“തനിക്കു കിറുക്കുണ്ടോ?” വിശ്വാസം വരാതെ യെഫീമുഷ്ക്ക ചോദിച്ചു. “ഇതുപോലൊരു അവസരം എങ്ങിനെ വെറുതെ കളയാൻ തോന്നും?”

“ഞാൻ പെണ്ണുകെട്ടിയവനാണ്,” ഗ്രിഗോരി അയാളെ ഓർമ്മിപ്പിച്ചു.

“തന്റെ ഭാര്യ എങ്ങിനെ അറിയാനാണ്?”

“ഭർത്താവ് നെറികേട്ട കാട്ടിയാൽ ‘ഭാര്യ അറിയാതിരിക്കില്ല. ‘ഭാര്യയെ പറ്റിക്കാമെന്നു വിചാരിക്കണ്ട, ചങ്ങാതി!”

“അവൾ എങ്ങിനെ അറിയുമെന്നാണു പറയുന്നത്?”

“അതെനിക്കറിഞ്ഞുകൂടാ. പക്ഷെ അവൾതന്നെ നേരും നെറിയുമായിട്ടാണ് ജീവിക്കുന്നതെങ്കിൽ അവൾ അറിയാതിരിക്കില്ല. ഞാൻ നേരും നെറിയുമായും അവൾ പാപംചെയ്തുമാണ് ജീവിക്കുന്നതെന്നിരിക്കട്ടെ. ഞാനത് അറിയാതിരിക്കില്ല.”

“എങ്ങിനെ അറിയാൻ?” യെഫീമുഷ്ക്ക ചോദിച്ചു. പക്ഷെ ഗ്രിഗോരി ശാന്തമായി ആവർത്തിച്ചു:

“അതെനിക്കറിഞ്ഞുകൂടാ.”

മേൽക്കുരകെട്ടുകാരൻ സഹികെട്ട് കൈ വീശി പറഞ്ഞു:

“ഇതു നല്ല കാര്യം! ‘നേരും നെറിയുമായി ജീവിക്കണം’ പോലും! ‘അറിഞ്ഞുകൂടാ’ പോലും! തന്റെ തലയ്ക്കകത്തെന്താ?”

ഗ്രിഗോരിയുടെ കീഴിൽ ഏഴുപേർ പണിയെടുക്കുന്നുണ്ട്. അവർക്ക് അയാളെ ഒരു വകയുമില്ല. അയാൾ കേൾക്കാതെ അവർ അയാളെ വിളിക്കുന്നത് ‘പശുക്കിടാവ്! എന്നാണ്. ജോലിസ്ഥലത്ത് വരുമ്പോൾ അവർ മടിപിടിച്ചിരിക്കുന്നതു കണ്ടാൽ അയാൾതന്നെ കുമ്മായക്കരണ്ടി കയ്യിലെടുക്കും. ചാതുര്യത്തോടെ കുമ്മായം തേക്കുന്നതിനിടയിൽ അയാൾ സ്നേഹപൂർവ്വം വിളിച്ചുപറയും:

“വരിൻ കൂട്ടുകാരേ! നമുക്ക് ഒത്തു പിടിക്കാം!”

ക്ഷമനശിച്ച യജമാനന്റെ കല്പനയനുസരിച്ച് ഒരു ദിവസം ഞാൻ ഗ്രിഗോരിയോടു പറഞ്ഞു:

“നിങ്ങളുടെ ജോലിക്കാർ ഗുണമില്ലല്ലൊ.”

അപ്പറഞ്ഞത് അയാളെ അത്ഭുതപ്പെടുത്തിയതുപോലെ തോന്നി.

“വാസ്തവം?”

“ഈ ജോലി ഇന്നലെ ഉച്ചയ്ക്കു തീരേണ്ടതാണ്. ഇക്കണക്കിന് ഇന്നുപോലും തീരില്ല.”

“ശരിയാണ്, അവർ ഇന്നു തീർക്കില്ല,” അയാൾ യോജിച്ചു.

പക്ഷെ തെല്ലിടനേരത്തെ മൗനത്തിനുശേഷം അയാൾ വൈമനസ്യത്തോടെ തുടർന്നു:

“ഞാൻ എല്ലാം കാണുന്നുണ്ട്. എങ്കിലും അവരെക്കൊണ്ടു നിർബ്ബന്ധിച്ചു ജോലി ചെയ്യിക്കാൻ എനിക്കു മടിയാണ്. അവരൊക്കെ

എന്റെ ഗ്രാമത്തിൽനിന്നുള്ള കുട്ടികളാണ്. വിയർപ്പുണ്ടാക്കിയ അപ്പമാണു തിന്നേണ്ടതെന്നാണ് കർത്താവിന്റെ കല്പന. അതു നമുക്കും ബാധകമാണ്, അല്ലേ? പക്ഷെ നീയും ഞാനും അവരോളം പണിയെടുക്കുന്നില്ല. അതുകൊണ്ടാണ് അവരെക്കൊണ്ടു നിർബ്ബന്ധിച്ചു ജോലി ചെയ്യിക്കാൻ എനിക്കു മടി."

എപ്പോഴും ഓരോന്നു ചിന്തിച്ചുകൊണ്ടിരിക്കുന്ന പ്രകൃതമാണ് അയാളുടേത്. ചിലപ്പോൾ അയാൾ മേളസ്ഥലത്തെ ഒഴിഞ്ഞ നിരത്തുകളിലൂടെ നടന്ന് ഒബ് വോദ്നി തോട്ടിനു കുറുക്കെയുള്ള പാലത്തിന്റെ മുകളിൽ വന്നു നിൽക്കും. കൈവരിയിൽ പിടിച്ചുകൊണ്ട് അയാൾ വെള്ളത്തിലേക്കും ആകാശത്തിലേക്കും ഒക്കാനദിയ്ക്കപ്പുറത്തുള്ള വിദൂരതകളിലേക്കും വളരെ നേരം നോക്കിനിൽക്കും. അതുവഴി കടന്നുപോകുന്ന ആരെങ്കിലും "എന്തു ചെയ്യുന്നു?" എന്നു ചോദിച്ചാൽ അയാൾ ഒന്നു ഞെട്ടി, ജാള്യതപൂണ്ട ഒരു പുഞ്ചിരിയോടെ പറയും:

"ഓ വിശേഷിച്ചൊന്നുമില്ല. കുറെ സമയം വെറുതെ നോക്കിനിൽക്കാമെന്നു വിചാരിച്ചു."

"ദൈവം എല്ലാം വേണ്ടതുപോലെയാണ് പണിതുവച്ചിരിക്കുന്നത്," അയാൾ കൂടെക്കൂടെ പറയും. "ആകാശമുണ്ട്. ഭൂമിയുണ്ട്. പുഴയൊഴുകുന്നുണ്ട്. കപ്പലോടുന്നുണ്ട്. കപ്പലിൽ കയറി എവിടെ വേണമെങ്കിലും പോകാം—റിയസാനിലോ റിബിൻസ്ക്കിലോ പേർമിലോ, എന്തിന്, അങ്ങ് അസ്ത്രഹാൻവരെ പോകാം. ഞാൻ റിയസാനിൽ ഒരിക്കൽ പോയിട്ടുണ്ട്. പട്ടണം മോശമല്ല. പക്ഷെ ഒരു രസവുമില്ലാത്ത സ്ഥലം. നീഷ്നി നോവ്ഗൊറൊദിന്റത്രയൊന്നും രസമില്ല. നമ്മുടെ നീഷ്നി ഒരു തകർപ്പൻ സ്ഥലമാണ്. അസ്ത്രഹാനിലും വല്ലാത്ത മടുപ്പു തോന്നും. ധാരാളം കൽമീക്കുകാരുണ്ടെന്നതാണ് അസ്ത്രഹാനിലെ വിശേഷം. എനിക്കവരെ ഇഷ്ടമല്ല. മൊർദോവിയക്കാർ, കൽമീക്കുകാർ, പേർഷ്യക്കാർ, ജർമ്മൻകാർ എന്നിങ്ങനെയുള്ള അന്യനാട്ടുകാരെ എനിക്കിഷ്ടമല്ല."

അയാൾ സാവധാനത്തിലാണു സംസാരിക്കുന്നത്. അയാളുടെ നാവിൽനിന്നു വീഴുന്ന വാക്കുകൾ അയാളോടു യോജിപ്പുള്ള ഒരു ശ്രോതാവിനെ കരുതലോടെ തിരയുന്നുണ്ടാവും. കല്ലാശാരി പ്യോത്തർ അത്തരത്തിലുള്ള ഒരു ശ്രോതാവാണ്.

"അവർ അന്യനാട്ടുകാരല്ല, അന്യജാതിക്കാരാണ്," പ്യോത്തർ രോഷപൂർവ്വം തറപ്പിച്ചുപറഞ്ഞു.

"അവർ ജനിച്ചതും ജീവിക്കുന്നതുമെല്ലാം ക്രിസ്തുമതത്തിനു പുറത്താണ്."

ഗ്രിഗോരിക്ക് ബഹുസന്തോഷമായി.

"നിങ്ങൾ എന്തു വേണമെങ്കിലും പറഞ്ഞോ. എനിക്ക്, എന്റെ ചങ്ങാതിമാരേ, കണ്ണിനു ചെരിവില്ലാത്ത ശുദ്ധറഷ്യാക്കാരെ മതി. ജൂതന്മാരേയും എനിക്കിഷ്ടമല്ല. ദൈവത്തിന് എന്തിനാണ് ഈ അന്യ നാട്ടുകാരെന്ന് എത്ര ആലോചിച്ചിട്ടും മനസ്സിലാവുന്നില്ല. ദൈവത്തിന്റെ ബുദ്ധി അപാരംതന്നെ."

കല്ലാശാരി നിരുന്മേഷനായി കൂട്ടിച്ചേർത്തു:

"അപാരമായിരിക്കാം. എന്തായാലും ഈ ലോകത്തിൽ പലതും അധികപ്പറ്റാണ്."

അവരുടെ സംസാരം കേട്ടുകൊണ്ടു നിൽക്കുന്ന ഓസിപ് പരിഹാസസ്വരത്തിൽ തട്ടിവിടും:

"ശരിയാണ്, പലതും അധികപ്പറ്റാണ്. ഉദാഹരണത്തിന് നിങ്ങളുടെ ഈ വർത്തമാനംതന്നെ. എപ്പോഴും തർക്കമാണ്. നിങ്ങൾക്കു കിട്ടേണ്ടത് വീക്കാണ്."

ഓസിപ് എപ്പോഴും അകന്നുമാറി നിൽക്കുകയേയുള്ളൂ. ആരുടെ അഭിപ്രായത്തോടാണ് അയാൾ യോജിക്കുന്നതെന്നോ ആരോടാണ് അയാൾ തർക്കിക്കാൻ പോകുന്നതെന്നോ നമുക്ക് ഊഹിക്കാനാവില്ല. അയാൾക്ക് എല്ലാവരോടും അവർ പറയുന്ന എല്ലാറ്റിനോടും യോജിപ്പാണുള്ളതെന്ന് ചിലപ്പോൾ തോന്നും. എന്നാൽ അയാൾക്ക് ഇതെല്ലാം കേട്ടു മടുത്തിരിക്കുന്നുവെന്നും വിഡ്ഢികളായിട്ടാണ് അയാൾ സകലരേയും വീക്ഷിക്കുന്നതെന്നും പലപ്പോഴും കാണാൻ കഴിയും

"നിങ്ങൾ വെറും പന്നിക്കുട്ടികളാണ്!" അയാൾ പ്യോത്തറോടും ഗ്രിഗോറിയോടും യെഫീമുഷ്ക്കയോടും പറയും.

വലിയ ഉത്സാഹമൊന്നുമില്ലാതെയും മനസ്സില്ലാമനസ്സോടെയുമാണെങ്കിലും അവർ അതു കേട്ടു ചിരിക്കും.

യജമാനൻ എനിക്ക് ഭക്ഷണത്തിന് ദിവസം അഞ്ചു കോപ്പെക്കാണു തരുന്നത്. അതു മതിയാകാറില്ല. പലപ്പോഴും എനിക്കു വിശപ്പു മാറുകയില്ല. അതു മനസ്സിലാക്കി പണിക്കാർ എന്നെ ഉച്ചഭക്ഷണത്തിനോ അത്താഴത്തിനോ ക്ഷണിക്കും. ചിലപ്പോൾ കൺട്രാക്ടർമാർ ചായ കുടിക്കാൻ മദ്യശാലയിലേക്കു പോകുമ്പോൾ എന്നേയും വിളിക്കും. ഞാൻ അവരുടെ ക്ഷണം സസന്തോഷം സ്വീകരിക്കും. അവരുടെ മന്ദഭാഷണവും വിചിത്രകഥകളും കേട്ടുകൊണ്ട് അവരുടെ കൂടെ ഇരിക്കാൻ നല്ല രസമാണ്. എന്റെ മതഗ്രന്ഥപരിജ്ഞാനം അവരേയും സന്തുഷ്ടരാക്കി.

“നീ പുസ്തകങ്ങൾ തൊണ്ണവരെ അരച്ചുകലക്കി കുടിച്ചിട്ടുണ്ടല്ലോ,” എന്നെ തറച്ചുനോക്കിക്കൊണ്ട് ഓസിപ് പറഞ്ഞു. ആ നീലക്കണ്ണുകളിലെ ഭാവം അപഗ്രഥിക്കാൻ വിഷമമായിരുന്നു. മിഴിപടലം കണ്ണിന്റെ വെള്ളയിൽ അലിഞ്ഞുചേരുകയാണെന്നു തോന്നി.

“നീ നിന്റെ അറിവ് കാത്തുസൂക്ഷിക്ക്. ശേഖരിച്ചുവയ്ക്ക്. എന്നെങ്കിലും അതുകൊണ്ട് ഗുണമുണ്ടാവും. വളർന്നു വലുതാവുമ്പോൾ നിനക്ക് വേണമെങ്കിൽ ഒരു സന്യാസിയാവാം. നല്ല വാക്കു പറഞ്ഞ് ആളുകളെ ആശ്വസിപ്പിക്കാം. അതല്ലെങ്കിൽ ഒരു മതപ്രവൃത്യാരാകാം.”

“പ്രവൃത്യാരല്ല, പ്രവാചകൻ,” എന്തുകൊണ്ടോ പരിഭവം മുറ്റിയ സ്വരത്തിൽ കല്ലാശാരി തിരുത്തിക്കൊടുത്തു.

“എന്താ?” ഓസിപ് ചോദിച്ചു.

“അവരെ പ്രവാചകന്മാരെന്നാണു വിളിക്കുന്നത്, മനസ്സിലായോ? താൻ ചെവിപൊട്ടനല്ലല്ലോ.”

“ശരി, പ്രവാചകനാവാം—അവിശ്വാസികളോട് തർക്കിക്കാം. നിനക്ക് അവിശ്വാസികളുടെ കൂട്ടത്തിലും വേണമെങ്കിൽ ചേരാം. അവരും ചെലവിനു തരും. മൂളയുണ്ടെങ്കിൽ അവിശ്വാസികളുടെ കൂടെ നടന്നാലും സുഖമായി ജീവിക്കാം.”

ഗ്രിഗോറി വല്ലായ്മയോടെ ചിരിച്ചു. പ്യോത്തറിന്റെ താടിയ്ക്കുള്ളിൽ നിന്നും ഒരു പിറുപിറുപ്പു കേട്ടു:

“ക്ഷുദ്രക്കാരത്തികളും മോശമായിട്ടല്ല ജീവിക്കുന്നത്. ദൈവവിശ്വാസമില്ലാത്ത വേറെ എത്രയോ കൂട്ടരുണ്ട്.”

“ക്ഷുദ്രക്കാരത്തികൾക്കു പഠിപ്പില്ല. അവർക്ക് പുസ്തകജ്ഞാനത്തിന്റെ ആവശ്യമില്ല,” ഓസിപ് എതിർത്തു. എന്റെനേരെ തിരിഞ്ഞുകൊണ്ട് അയാൾ തുടർന്നു: “ഇതു കേൾക്ക്. ഒരിക്കൽ ഞങ്ങളുടെ വോലൊസ്റ്റിൽ ആരോരുമില്ലാത്ത ഒരുത്തനുണ്ടായിരുന്നു. തുഷ്നിക്കൊവ് എന്നായിരുന്നു പേര്. ഒന്നിനും കൊള്ളാത്ത ഒരു സാധു. അപ്പൂപ്പൻതാടിപോലെയാണ് കഴിഞ്ഞുവന്നത്. കാറ്റ് എങ്ങോട്ടു വീശുന്നോ അങ്ങോട്ടു പറക്കും. പണിക്കാരനുമല്ല, പണിയില്ലാത്തവനുമല്ല! അങ്ങനത്തെ ഒരുത്തൻ. ഒരു ദിവസം വേറൊന്നും കാണാഞ്ഞ് അയാൾ തീർത്ഥാടനത്തിനു പുറപ്പെട്ടു. രണ്ടു വർഷത്തേക്ക് അയാളെ കണ്ടില്ല. ഒരു സുപ്രഭാതത്തിൽ അയാൾ മടങ്ങിവന്നു. പഴയ വേഷമൊന്നുമല്ല. തോളുവരെ നീണ്ടുകിടക്കുന്ന തലമുടി. തലയിലൊരു വട്ടത്തൊപ്പി. തുരുമ്പുനിറത്തിലുള്ള ഒരു ളോഹ. ദഹിപ്പിക്കുന്ന നോട്ടത്തോടെ അയാൾ ആളുകളോട് കല്പിക്കും: “ശപിക്കപ്പെട്ടവരേ, നിങ്ങൾ പശ്ചാത്തപിക്കിൻ!’ ആളുകൾ എങ്ങിനെ

പശ്ചാത്തപിക്കാതിരിക്കും, പ്രത്യേകിച്ച് പെണ്ണുങ്ങളുള്ളപ്പോൾ? അയാൾക്കു നല്ല കോളായിരുന്നു. ഭക്ഷണത്തിനു ഭക്ഷണം. മദ്യത്തിനു മദ്യം. പെണ്ണിനു പെണ്ണ്..."

"ഭക്ഷണത്തിലും മദ്യത്തിലും കാര്യമില്ല," കല്ലാശാരി കോപത്തോടെ ഇടയ്ക്കു കയറിപ്പറഞ്ഞു.

"പിന്നെന്തിലാണ് കാര്യം?"

"നാവിൽനിന്നു വീഴുന്ന വാക്കിലാണ് കാര്യം കിടക്കുന്നത്."

"അയാളുടെ നാവിൽനിന്നു വീണ വാക്ക് ഞാൻ ഗൗനിച്ചില്ല. വാക്കുകൾ എനിക്കു വേണ്ടതിലേറെയുണ്ട്."

"ആ തുഷ്നിക്കൊവിനെ ഞങ്ങൾക്കറിയാം. ദ്മിത്രി വസില്യെവിച്ച് എന്നാണ് അയാളുടെ മുഴുവൻ പേര്," പ്യോത്തർ പരിഭവസ്വരത്തിൽ പറഞ്ഞു. ഗ്രിഗോരി കണ്ണു താഴ്ത്തി തന്റെ ഗ്ലാസിലേക്കു നിശ്ശബ്ദം നോക്കി ഇരുന്നു.

"ഞാൻ തർക്കിക്കുന്നില്ല." ഓസിപ് രമ്യമായി പറഞ്ഞു. "കാലക്ഷേപ ത്തിനുള്ള പല വഴികൾ മക്സീമിച്ചിനു കാട്ടിക്കൊടുത്തുവെന്നേയുള്ളൂ."

"ആ വഴികളിൽ ചിലത് നേരെ ജയിലിൽകൊണ്ടെത്തിക്കും."

"ചിലതല്ല, പലതും," ഓസിപ് യോജിച്ചു. "അപൂർവ്വം ചിലതു മാത്രമേ പാതിരിപ്പട്ടംവരെ കൊണ്ടെത്തിക്കൂ. എവിടെവച്ച് തിരിയണമെന്ന് അറിഞ്ഞിരിക്കണം."

കുമ്മായം തേപ്പുകാരനേയും കല്ലാശാരിയേയും പോലുള്ള 'ഭക്ത ന്മാരോട് എപ്പോഴും നേരിയൊരു പരിഹാസത്തോടെയാണ് അയാൾ പെരുമാറിയത്. ഒരുപക്ഷെ അയാൾക്ക് അവരോട് ഇഷ്ടമില്ലായിരു ന്നെന്നു തന്നെ വരാം. എങ്കിലും അയാൾ അത് അല്പംപോലും പുറ ത്തുകാട്ടിയില്ല. പൊതുവിൽ മറ്റുള്ളവരോടുള്ള അയാളുടെ മനോഭാവം മനസ്സിലാക്കാൻ വിഷമമായിരുന്നു.

യെഫീമുഷ്ക്കയോട് അയാൾ കുറേക്കൂടി സൗമ്യമായും സ്നേഹമായു മാണ് പെരുമാറിയതെന്നു പറയാം. ദൈവം, നീതി, മതവിഭാഗങ്ങൾ, മനുഷ്യജീവിതത്തിലെ ദുരിതങ്ങൾ, എന്നിങ്ങനെ തന്റെ കൂട്ടുകാർക്കിഷ്ട പ്പെട്ട വിഷയങ്ങളെക്കുറിച്ചുള്ള ചർച്ചകളിൽ യെഫീമുഷ്ക്ക പങ്കെടുക്കാ റില്ല. ചാരുപലക തന്റെ കൂനിന്മേൽ ഉരയാതെ കസേര വശംചെരിച്ചു വച്ച് അതിലിരുന്നുകൊണ്ട് അയാൾ ശാന്തമായി ചായകുടിച്ചുകൊണ്ടി രിക്കും. ഗ്ലാസുകൾ ഒന്നിനു പുറകെ ഒന്നായി കാലിയാക്കും. പെട്ടെന്ന് ജാഗരൂകനായി അയാൾ പുകനിറഞ്ഞ മുറിയിലൂടെ കണ്ണോടിക്കും.

ആ ശബ്ദസമ്മിശ്രത്തിൽ ചെവിയോർക്കും. അവസാനം ചാടിയെണീറ്റ് അയാൾ അപ്രത്യക്ഷനാവും. അയാളുടെ പത്തോ പന്ത്രണ്ടോ ഉത്തമർണ്ണന്മാരിൽ ആരോ മദ്യശാലയിൽ പ്രവേശിച്ചിട്ടുണ്ടെന്നാണ് അതിനർത്ഥം. അവരിൽ ചിലർ അയാളെ കണ്ടാൽ കൈവയ്ക്കും. അതു പേടിച്ചാണ് അയാൾ ഓടിപ്പോകുന്നത്.

"വല്ലാത്ത മനുഷ്യർതന്നെ! എന്തിനിങ്ങനെ കോപിക്കുന്നു?" അയാൾ അത്ഭുതത്തോടെ പറയും. "കയ്യിൽ കാശുണ്ടെങ്കിൽ ഞാൻ കൊടുക്കില്ലേ?"

"ഛീ! കൊള്ളരുതാത്തവൻ!" ഓസിപ് പുറകെ വിളിച്ചുപറയും...

ചിലപ്പോൾ യെഫീമുഷ്ക്ക, യാതൊന്നും കാണാതെ, യാതൊന്നും കേൾക്കാതെ, ചിന്താധീനനായി ഇരിക്കുന്നതു കാണാം. അയാളുടെ ശോഷിച്ച മുഖത്തെ മാംസപേശികൾ അയഞ്ഞിരിക്കും. അയാളുടെ കണ്ണുകൾ പൂർവ്വാധികം കരുണാർദ്രമായിരിക്കും.

"എന്താണ്, ചങ്ങാതി, ഇത്ര ആലോചന ?"എന്ന് ആരെങ്കിലും ചോദിച്ചാൽ അയാൾ പറയും:

"ഞാൻ ആലോചിക്കുകയായിരുന്നു. ഞാനൊരു പണക്കാരനായിരുന്നെങ്കിൽ ശരിക്കും ഒരു പ്രഭുകുമാരിയെത്തന്നെ കല്യാണം കഴിച്ചേനെ. ഉദാഹരണത്തിന് ഒരു കേണലിന്റെ മോളെ, കർത്താവേ, ഞാൻ അവളെ എങ്ങിനെ സ്നേഹിക്കുമായിരുന്നു! ഞാൻ അവളുടെ അടുത്തിരുന്ന് ദഹിച്ചുപോയേനെ! കാര്യമെന്താണെന്നോ. ഒരിക്കൽ ഞാൻ ഒരു കേണലിന്റെ വേനൽക്കാലവസതിയ്ക്ക് പുതിയ മേൽക്കുര കെട്ടുകയായിരുന്നു..."

"അയാൾക്കൊരു വിധവയായ മോളുണ്ടായിരുന്നു. ഞങ്ങൾ ഈ കഥ കേട്ടിരിക്കുന്നു," പ്യോത്തർ നീരസത്തോടെ ഇടയ്ക്കുകയറി പറഞ്ഞു.

പക്ഷെ കാൽമുട്ടുകൾ തിരുമ്മിക്കൊണ്ടും മുമ്പോട്ടും പിമ്പോട്ടും ആടി തന്റെ കൂനിനാൽ വായുവിനെ പിളർന്നുകൊണ്ടും യെഫീമുഷ്ക്ക സംസാരം തുടർന്നു:

"അവൾ തോട്ടത്തിലേക്ക് ഇറങ്ങിവരുമായിരുന്നു. അവളുടെ വെളുത്ത സുന്ദരരൂപം ഞാൻ പുരപ്പുറത്തുനിന്നു നോക്കിനിൽക്കും. ഞാൻ അപ്പോൾ ആലോചിക്കും: എനിക്കു സൂര്യനെന്തിന്? ഭൂമിയെന്തിന്? ഒരു പ്രാവിനെപ്പോലെ അവളുടെ കാൽക്കൽ പറന്നുവീഴാൻ കഴിഞ്ഞെങ്കിൽ! അവൾ പാൽക്കുഴമ്പിൽ വിടർന്ന ശംഖുപുഷ്പമായിരുന്നു! അതുപോലൊരു മഹിളാമണി കൂടെയുണ്ടെങ്കിൽ ജീവിതം മുഴുവനും ഒരൊറ്റ നീണ്ട രാത്രിയായിരിക്കണം!"

“താനപ്പോൾ എങ്ങിനെ വയർ നിറയ്ക്കും?” പ്യോത്തർ കർക്കശസ്വരത്തിൽ ചോദിച്ചു. പക്ഷെ അതു കേട്ടിട്ടൊന്നും യെഫീമുഷ്ക്ക കുലുങ്ങിയില്ല.

“കർത്താവേ!” അയാൾ ഉൽഘോഷിച്ചു. “അതിനും മാത്രം വല്ലതും വേണോ? പണക്കാരിയായ അവൾ അടുത്തിരിപ്പില്ലേ?”

ഓസിപ് ചിരിച്ചു.

“എടോ യെഫീമുഷ്ക്കാ, മുടിയാ! താൻ ഇങ്ങനെ പോയാൽ താൻ തന്നെ മുടിയും!”

യെഫീമുഷ്ക്ക പെണ്ണുങ്ങളെക്കുറിച്ചല്ലാതെ മറ്റൊന്നിനെക്കുറിച്ചും സംസാരിക്കാറില്ല. ചിട്ടയായി പണിയെടുക്കുകയുമില്ല. ചില സമയത്ത് വേഗത്തിലും വളരെ ഭംഗിയായും പണിയെടുക്കും. വേറെ സമയത്ത് പണി നീങ്ങുകയില്ല. അശ്രദ്ധമായി കൊട്ടുവടി മുട്ടിക്കൊണ്ടിരിക്കും. ചേർപ്പുകളിൽ വിടവു വരും. അയാളെ എപ്പോഴും തിമിംഗലനെയ്യ് മണക്കും. കൂടാതെ അയാൾക്കു തനതായിട്ടൊരു ഗന്ധമുണ്ട്. പുതുതായി കീറിയ വിറകിന്റേതുപോലെ സുഖകരവും ആരോഗ്യകരവുമായ ഒരു ഗന്ധമാണത്.

മരയാശാരിയോട് എന്തിനെക്കുറിച്ചു സംസാരിക്കുന്നതും താല്പര്യപ്രദമാണ്. എന്നാൽ അത്ര സുഖകരമായിരിക്കില്ല. അയാളുടെ വാക്കുകൾ എപ്പോഴും സ്തോഭജനകമാണ്. അയാൾ പറയുന്നത് കാര്യമാണോ കളിയാണോ എന്നു മനസ്സിലാക്കാൻ പലപ്പോഴും വിഷമിക്കും.

ഗ്രിഗോരിക്ക് ഏറ്റവും പ്രിയപ്പെട്ട സംഭാഷണവിഷയം ദൈവമാണ്. ഒരു ഉറച്ച ദൈവവിശ്വാസിയാണ് അയാൾ.

“ഗ്രിഗോരി,” ഞാൻ ഒരിക്കൽ ചോദിച്ചു. “ദൈവത്തിൽ വിശ്വസിക്കാത്ത ആളുകളുണ്ടെന്ന് അറിയാമോ?”

അയാൾ ചെറുതായിട്ടൊന്നു ചിരിച്ചു.

“അതെങ്ങിനെ?”

“ദൈവമില്ലെന്നാണ് അവർ പറയുന്നത്.”

“ഓ, അതോ. അതെനിക്കറിയാം.”

അദൃശ്യമായൊരു ഈച്ചയെ ആട്ടിയോടിച്ചിട്ട് അയാൾ തുടർന്നു:

“ദാവീദുരാജാവു പറഞ്ഞത് ഓർമ്മയുണ്ടോ? “ദൈവമില്ലെന്നു മായൻ മനസ്സിൽ പറയുന്നു.” ക്യേണ്ടാ എത്രയോ കാലം മുമ്പ് അത്തരം വിഡ്ഢികളെപ്പറ്റി തീർപ്പുകല്പിച്ചിട്ടുണ്ട്. ദൈവത്തെക്കൂടാതെ ജീവിക്കാൻ സാദ്ധ്യമല്ല.”

അയാളോടു യോജിക്കുന്ന മട്ടിൽ ഓസിപ് പറഞ്ഞു:

"പ്യോത്തറുടെ ദൈവവിശ്വാസം ഒന്ന് ഇല്ലാതാക്കാൻ നോക്ക്. അപ്പോൾ കാണാം!"

ഗ്രിഗോരിയുടെ സുന്ദരമുഖത്ത് ഗൗരവം നിഴലിച്ചു. നഖങ്ങളിൽ കുമ്മായം ഉണങ്ങിപ്പിടിച്ച വിരലുകളാൽ താടിയിൽ പിടിച്ചുകൊണ്ട് അയാൾ നിഗൂഢസ്വരത്തിൽ പറഞ്ഞു:

"ദൈവം ഓരോരുത്തരുടേയും മാംസത്തിൽ കുടികൊള്ളുന്നുണ്ട്. നമ്മുടെ മനസ്സാക്ഷിയും അന്തസ്സത്തയും നമുക്ക് കിട്ടിയിട്ടുള്ളത് ദൈവത്തിൽനിന്നാണ്."

"പാപമോ?"

"പാപം മാംസത്തിന്റെ സന്തതിയാണ്, സാത്താന്റെ സന്തതിയാണ്. വസൂരിക്കലകളെപ്പോലെ പാപമിരിക്കുന്നത് പുറമെയാണ്. അത്രയ്ക്കേയുള്ളൂ. പാപത്തെക്കുറിച്ച് ഏറെ ചിന്തിക്കുന്നവനാണ് ഏററവും കൂടുതൽ പാപം ചെയ്യുന്നത്. പാപത്തെക്കുറിച്ചു ചിന്തിക്കാതിരുന്നാൽ പാപം ചെയ്യില്ല. മാംസത്തെ ഭരിക്കുന്ന സാത്താനാണ് പാപചിന്തകൾ വിതയ്ക്കുന്നത്."

"എന്തോ, അങ്ങിനെയാണോയെന്ന് എനിക്കു സംശയമുണ്ട്,' കല്ലാശാരി പറഞ്ഞു.

"അങ്ങിനെതന്നെയാണ്. ദൈവം പാപരഹിതനാണ്. ദൈവത്തിന്റെ പ്രതിരൂപവും പ്രതിച്ഛായയുമാണ് മനുഷ്യൻ. പ്രതിരൂപമായ മാംസമാണ് പാപം ചെയ്യുന്നത്. പ്രതിച്ഛായക്കു പാപം ചെയ്യാൻ സാദ്ധ്യമല്ല. പ്രതിച്ഛായയെന്നു പറയുന്നത് ആത്മാവാണ്."

അയാൾ വിജയഭാവത്തിൽ പുഞ്ചിരിച്ചു. പക്ഷെ പ്യോത്തർ പിറുപിറുത്തു:

"അത് തീർത്തും അങ്ങിനെയാണെന്നു തോന്നുന്നില്ല."

ഓസിപ് കല്ലാശാരിയോടു പറഞ്ഞു: "തന്റെ അഭിപ്രായത്തിൽ പാപമില്ലെങ്കിൽ പശ്ചാത്താപമില്ല, പശ്ചാത്തപമില്ലെങ്കിൽ മോക്ഷമില്ല. അല്ലേ?"

"അതുതന്നെ. പഴമക്കാർ പറയുംപോലെ, "ചെകുത്താനെ മറന്നാൽ ദൈവത്തെ സ്നേഹിക്കാതാവും.""

മദ്യപാനിയല്ലാത്ത ഗ്രിഗോരിക്ക് രണ്ട് ഗ്ലാസ് വീഞ്ഞു കുടിക്കുമ്പോഴേക്ക് മത്തു പിടിക്കും. അയാളുടെ മുഖം റോസുനിറമാകും. കണ്ണുകൾ കുഞ്ഞുങ്ങളുടേതുപോലാകും. ശബ്ദം പാട്ടുപാടുന്നതുപോലാകും.

"ഹാ! കൂട്ടുകാരേ! നാം എത്ര സുഖമായിട്ടാണു ജീവിക്കുന്നത്! അല്പ സ്വല്പം പണിയെടുക്കുന്നു. മൂക്കറ്റം തിന്നുന്നു. കർത്താവിന്റെ കൃപകൊണ്ട് പരമസുഖം!"

അയാൾ കരഞ്ഞു. കവിൾത്തടങ്ങളിലൂടെ ഒലിച്ചിറങ്ങിയ കണ്ണുനീർ നനത്ത താടിരോമങ്ങളിൽ മുത്തുപോലെ തിളങ്ങി.

അയാൾ കൂടെക്കൂടെ ഇങ്ങനെ ജീവിതത്തെ സ്തുതിക്കുന്നതും സ്ഫടികക്കണ്ണുനീർ പൊഴിക്കുന്നതും എനിക്ക് അരോചകമായിത്തോന്നി. മുത്തശ്ശി ജീവിതത്തെ സ്തുതിച്ചത് കുറേക്കൂടി ബോദ്ധ്യപ്പെടുത്തുന്ന വിധത്തിലായിരുന്നു. കുറേക്കൂടി ലളിതമായിട്ടായിരുന്നു. ഇതുപോലെ ദുർവാശിയോടെയല്ലായിരുന്നു.

ഈ സംസാരങ്ങൾ എന്നിൽ വിട്ടുമാറാത്തൊരു പിരിമുറുക്കവും അവ്യക്തഭീതികളും ഉളവാക്കി. നാട്ടുമ്പുറത്തുകാരായ പണിക്കാരെപ്പറ്റി പല കഥകളും ഞാൻ വായിച്ചുകഴിഞ്ഞിരുന്നു. പുസ്തകങ്ങളിലെ നാട്ടുമ്പുറത്തുകാരനും ശരിക്കുള്ള നാട്ടുമ്പുറത്തുകാരനും തമ്മിൽ എത്ര വമ്പിച്ച അന്തരമാണുള്ളതെന്നു ഞാൻ കണ്ടു. പുസ്തകങ്ങളിലെ നാട്ടുമ്പുറത്തുകാരെല്ലാം 'ഭാഗ്യഹീനരാണ്. നല്ല മനുഷ്യരോ ചീത്ത മനുഷ്യരോ ആയിക്കൊള്ളട്ടെ, അവരെല്ലാവരും യഥാർത്ഥജീവിതത്തിലുള്ളവരേക്കാൾ വാക്കിലും ചിന്തയിലും ദരിദ്രരാണ്. പുസ്തകത്തിലെ നാട്ടുമ്പുറത്തുകാരൻ ദൈവത്തേയും മതവിഭാഗങ്ങളേയും പള്ളിയേയും പറ്റി അധികം സംസാരിക്കാറില്ല. മേലധികാരികളെക്കുറിച്ചും ഭൂമിയെക്കുറിച്ചും നീതിയെക്കുറിച്ചും ജീവിതക്ലേശങ്ങളെക്കുറിച്ചുമാണ് അയാൾ കൂടുതൽ പറയുന്നത്. പെണ്ണുങ്ങളെക്കുറിച്ചുള്ള സംസാരവും കുറവാണ്. അവരോടു പെരുമാറുന്നത് കുറേക്കൂടി മയമായിട്ടും സ്നേഹമായിട്ടുമാണ്. എന്നാൽ യഥാർത്ഥനാട്ടുമ്പുറത്തുകാരന്റെ കണ്ണിൽ പെണ്ണ് ഒരു സുഖഭോഗവസ്തുവാണ്—അപകടംപിടിച്ച ഒരു സുഖഭോഗവസ്തു. അവളോട് കൗശലപൂർവ്വം പെരുമാറണം. അല്ലെങ്കിൽ അവൾ തന്നെ പാട്ടിലാക്കും, തന്റെ ജീവിതം തുലയ്ക്കും. പുസ്തകത്തിലെ നാട്ടുമ്പുറത്തുകാരൻ ഒന്നുകിൽ നല്ലവനാണ്, അല്ലെങ്കിൽ ചീത്തയാണ്. രണ്ടായാലും അവൻ മുഴുവനോടെ പുസ്തകത്തിലുണ്ട്. എന്നാൽ യഥാർത്ഥ നാട്ടുമ്പുറത്തുകാർ നല്ലവരുമല്ല ചീത്തകളുമല്ല. അങ്ങേയറ്റം താല്പര്യമുണർത്തുന്ന ഒരു കൂട്ടരാണവർ. യഥാർത്ഥ നാട്ടുമ്പുറത്തുകാരൻ എത്ര വലിയ സംസാരപ്രിയനാണെങ്കിലും അയാൾ എന്തോ ചിലതു പറയാതെ വിട്ടുകളഞ്ഞെന്നു നമുക്കെപ്പോഴും തോന്നും. ആ വിട്ടുകളഞ്ഞത് അയാളുടെ മനസ്സിൽ മാത്രം സൂക്ഷിക്കാനുള്ളതാണ്. ഒരുപക്ഷെ അങ്ങിനെ പറയാതെ വിട്ടുകളഞ്ഞതിലായിരിക്കും ഏറ്റവും കാതലായത് അടങ്ങിയിരിക്കുന്നത്.

പുസ്തകങ്ങളിലെ നാട്ടുമ്പുറത്തുകാരിൽവച്ച് എനിക്കേറ്റവും ഇഷ്ടപ്പെട്ടത് "മരയാശാരിസംഘം" എന്ന കഥയിലെ പ്യോത്തറെയാണ്. ആ കഥ കൂട്ടുകാരെ വായിച്ചുകേൾപ്പിക്കണമെന്ന ഉദ്ദേശത്തോടെ ഞാൻ ആ പുസ്തകം മേളസ്ഥലത്തുകൊണ്ടുപോയി. പലപ്പോഴും ഞാൻ ഏതെങ്കിലുമൊരു പണിസംഘത്തിന്റെകൂടെ രാത്രി കഴിച്ചുകൂട്ടാറുണ്ട്. ചിലപ്പോൾ പകലത്തെ പണി കഴിയുമ്പോഴേക്കും ക്ഷീണം കാരണം വീടുവരെ പോകാനുള്ള ശേഷി കാണില്ല.

മരയാശാരിമാരെക്കുറിച്ചുള്ള ഒരു പുസ്തകം എന്റെ കയ്യിലുണ്ടെന്നു ഞാൻ പറഞ്ഞപ്പോൾ അവരെല്ലാവരും വലിയ താല്പര്യം കാണിച്ചു. വിശേഷിച്ച് ഓസിപ്. അയാൾ എന്റെ കയ്യിൽനിന്നു പുസ്തകം വാങ്ങി, വിശുദ്ധരൂപത്തിലെപ്പോലിരിക്കുന്ന തല അവിശ്വാസത്തോടെ ആട്ടിക്കൊണ്ട് താളുകൾ മറിച്ചുനോക്കി.

"ഇതു നമ്മളെപ്പറ്റിയാണെന്നാണു പറയുന്നത്! നല്ല കൂത്ത്! ആരാണെഴുതിയത്? ഒരു മാന്യനോ? അതുന്നെയാണ് ഞാനും വിചാരിച്ചത്. ഈ മാന്യന്മാർക്കും ഉദ്യോഗസ്ഥന്മാർക്കും ഇന്നതേ ചെയ്യാവൂ എന്നില്ല. ദൈവം വിട്ടുകളഞ്ഞത് ഉദ്യോഗസ്ഥൻ ഊഹിച്ചെടുക്കും. അവര് ജീവിക്കുന്നതുതന്നെ അതിനാണ്."

"താൻ ദൈവത്തെക്കുറിച്ച് വലിയ ബഹുമാനമില്ലാതെയാണല്ലോ സംസാരിക്കുന്നത്." പ്യോത്തർ ചൂണ്ടിക്കാട്ടി.

"സാരമില്ല. ഒരു മഞ്ഞുതരിയോ മഴത്തുള്ളിയോ എന്റെ കഷണ്ടിത്തലയിൽ വീണാൽ എനിക്കെന്താ? അത്രപോലും കാര്യമായി ദൈവം എന്റെ വാക്കുകളെ എടുക്കില്ല. താൻ വിഷമിക്കണ്ട. നമുക്കു രണ്ടുപേർക്കും ദൈവത്തെ കയ്യെത്തിത്തൊടാൻ പറ്റില്ല."

പെട്ടെന്ന് അയാൾ ചൂടായി. കത്തി ചാണയ്ക്കു വയ്ക്കുമ്പോൾ ഉതിരുന്ന തീപ്പൊരികളെപ്പോലെ നാവിൽനിന്ന് അടർന്നുവീണ മൂർച്ചയേറിയ വാക്കുകൾ തന്റെ വിദ്വേഷത്തിനു പാത്രമായ സർവ്വതിനുമെതിരായി അയാൾ തിരിച്ചുവിട്ടു. ആ ദിവസം ഒന്നിലധികം തവണ അയാൾ എന്നോടു ചോദിച്ചു:

"ഇന്നു വായിക്കുമോ, മക്സീമിച്ച്?' കൊള്ളാം! നല്ലൊരു ബുദ്ധി തന്നെ!"

അന്നത്തെ ജോലി അവസാനിച്ചപ്പോൾ ഞങ്ങൾ അയാളുടെ പണിസ്ഥലത്ത് അത്താഴം കഴിക്കാൻ പോയി. അത്താഴത്തിനു ശേഷം പ്യോത്തർ അയാളുടെ ജോലിക്കാരനായ അർദല്യോനേയും കൂട്ടി എത്തി. ഫൊമ എന്നൊരു ചെറുപ്പക്കാരനോടൊപ്പം ഗ്രിഗോരിയും വന്നു.

പണിക്കാർ ഉറങ്ങുന്ന പുരയിൽ വിളക്കു കൊളുത്തി. ഞാൻ വായന തുടങ്ങി. അനങ്ങുകയോ ഒരക്ഷരം ഉരിയാടുകയോ ചെയ്യാതെ അവർ അതു കേട്ടു. അവസാനം അർദല്യോൻ ദേഷ്യപ്പെട്ട് പറഞ്ഞു:

"എനിക്കു മതിയായി."

അയാൾ ഇറങ്ങിപ്പോയി. ഗ്രിഗോരിയണ് ആദ്യം ഉറക്കം പിടിച്ചത്. അത്ഭുതംകൊണ്ടു തുറന്നിരുന്ന വായ് തുങ്ങിക്കിടന്നു. മരയാശാരിമാരും താമസിയാതെ ഉറക്കമായി. എന്നാൽ പ്യോത്തറും ഓസിപ്പും ഫൊമയും എന്നോടു ചേർന്നിരുന്ന് ദത്തശ്രദ്ധരായി വായന കേട്ടു.

ഞാൻ വായിച്ചു തീർന്നയുടനെ ഓസിപ് വിളക്കു കെടുത്തി. നക്ഷത്രങ്ങളെ നോക്കിയപ്പോൾ നേരം പാതിരയോടടുത്തെന്നു മനസ്സിലായി.

പ്യോത്തർ ഇരുട്ടത്തു ചോദിച്ചു:

"ഇതുപോലൊരു പുസ്തകം എന്തിനെഴുതി? ആർക്കെതിരായിട്ട്?"

"കിടന്നുറങ്ങ്!" കാലിലെ ബൂട്ടുകൾ അഴിച്ചുകൊണ്ട് ഓസിപ് പറഞ്ഞു.

ഫൊമ ഒന്നും മിണ്ടാതെ ഒരു വശത്തേക്ക് ഒതുങ്ങി.

"ആർക്കെതിരായിട്ടാണ് അത് എഴുതിയിരിക്കുന്നത് എന്നാണു ഞാൻ ചോദിക്കുന്നത്," പ്യോത്തർ നിർബ്ബന്ധപൂർവ്വം വീണ്ടും പറഞ്ഞു.

"അതെല്ലാം അവർക്കറിയാം," ചുറ്റും കെട്ടിവച്ചിരിക്കുന്ന പലകകളിലൊന്നിന്റെ പുറത്ത് ഉറങ്ങാൻ സൗകര്യമുണ്ടാക്കിക്കൊണ്ട് ഓസിപ് പറഞ്ഞു.

"രണ്ടാനമ്മമാർക്കെതിരായിട്ടാണ് എഴുതിയിരിക്കുന്നതെങ്കിൽ അതു വെറുതെയാണ്. ഈയൊരു പുസ്തകമെഴുതിയെന്നുവച്ച് അവർ നന്നാവാൻ പോകുന്നില്ല. കല്ലാശാരി ശാഠ്യത്തോടെ പറഞ്ഞു. "പ്യോത്തർക്കെതിരായിട്ടാണെന്നു വച്ചാൽ അതിലും അർത്ഥമില്ല. അയാൾ പാപം ചെയ്തു. അയാൾതന്നെ ഉത്തരം പറയണം. കൊലപാതകം ചെയ്തവന് സൈബീരിയ, വേറൊന്നുമില്ല! പുസ്തകത്തിന് ഒന്നും ചെയ്യാൻ പറ്റില്ല. പറ്റുമോ? കേൾക്കട്ടെ."

ഓസിപ് മറുപടി പറയാത്തതുകൊണ്ട് കല്ലാശാരി തുടർന്നു:

"ഈ എഴുത്തുകാർക്ക് വേറെ പണിയില്ല. അതുകൊണ്ടാണ് മറ്റുള്ളവരുടെ കാര്യത്തിൽ തലയിടുന്നത്. കൂട്ടംകൂടിയിരുന്ന് സൊള്ളുന്ന പെണ്ണുങ്ങളെപ്പോലെ! ശരി, ഞാൻ പോകുന്നു. ഉറങ്ങാൻ നേരമായി."

തുറന്നുകിടന്ന വാതിലിന്റെ നീലച്ചതുരത്തിൽ ഒരു നിമിഷം നിന്നിട്ട് അയാൾ ചോദിച്ചു:

“തനിക്കെന്തു തോന്നുന്നു, ഓസിപ്?”

“എന്തോന്ന്?” ഉറക്കം തൂങ്ങുന്ന സ്വരത്തിൽ ഓസിപ് പറഞ്ഞു.

“ശരി, ഉറങ്ങിക്കൊ...”

ഇരുന്നിരുന്ന നിലത്തുതന്നെ ഗ്രിഗോരി നിവർന്നുകിടന്നു. ഫൊമ എന്റെ അരികിൽ കച്ചിപ്പുറത്ത് കിടന്നു. ആ സെറ്റിൽമെന്റാകെ ഉറങ്ങുകയാണ്. തീവണ്ടികളുടെ ചൂളംവിളിയും ഇരുമ്പുചക്രങ്ങളുടെ കനത്ത കടകടശബ്ദവും വണ്ടികൾ മെല്ലെ സന്ധിപ്പിക്കുമ്പോഴത്തെ കിലുക്കവും ദൂരെനിന്നു കേട്ടു. ആ ഷെഡ്ഡിനകം പല സ്ഥായികളിലുള്ള കൂർക്കംവലികൾകൊണ്ട് മുഖരിതമായിരുന്നു. എനിക്കു നിരാശ തോന്നി. ഒരു ചർച്ച നടക്കുമെന്നാണ് ഞാൻ കരുതിയത്. പക്ഷെ ഒന്നും നടന്നില്ല.

പെട്ടെന്ന് ശാന്തമായും സ്പഷ്ടമായും ഓസിപ് പറഞ്ഞു.

“ഇക്കേട്ടതൊന്നും കാര്യമായെടുക്കരുത്, കുട്ടികളെ. നിങ്ങൾക്കു ചെറുപ്പമാണ്. നീണ്ടൊരു ജീവിതം മുമ്പിലുണ്ട്. സ്വന്തം ബുദ്ധി സൂക്ഷിച്ചുവയ്ക്കുക. അവനവന്റെ ഒരു ബുദ്ധി മറ്റൊരുത്തന്റെ രണ്ടു ബുദ്ധിക്കു സമമാണ്. നീ ഉറങ്ങിയോ, ഫൊമ?”

“ഇല്ല,” ഫൊമ ഉത്സാഹപൂർവ്വം പറഞ്ഞു

“നിങ്ങൾ രണ്ടുപേരും എഴുത്തും വായനും അറിയാവുന്നവരാണ്. അതുകൊണ്ട് വായിച്ചോ. പക്ഷെ അതെല്ലാം വിശ്വസിച്ചുകളയരുത്. അവർക്ക് എന്തുവേണമെങ്കിലും അച്ചടിച്ചു വിടാം. അധികാരം അവരുടെ കയ്യിലല്ലേ!”

പലകയുടെ താഴോട്ട് കാലുകൾ തൂക്കിയിട്ട് വക്കത്തു പിടിച്ച് ഞങ്ങളുടെനേരെ കുനിഞ്ഞുകൊണ്ട് അയാൾ തുടർന്നു:

“പുസ്തകം, പുസ്തകം, എന്നുവച്ചാൽ എന്താണ്? ഒരു ഒറ്റുകാരൻ, അതു പറയുന്നു: ഇതാ നോക്കു, ഒരു സാധാരണക്കാരൻ എങ്ങനത്തവനാണെന്ന്. അതൊരു മരയാശാരിയോ അതുപോലത്തെ മറ്റു വല്ലവരുമോ ആയിരിക്കും. എന്നിട്ട് മാന്യന്മാരെ ചൂണ്ടിക്കാട്ടി പറയുന്നു: ഇതാ ഇവരെ നോക്കു! അതുകേട്ടാൽ തോന്നും, അവർ തികച്ചും മറ്റൊരു ജാതിയാണെന്ന്! ഉദ്ദേശമൊന്നുമില്ലാതല്ല, ആരെയെങ്കിലും രക്ഷിക്കാൻ വേണ്ടിയായിരിക്കും പുസ്തകമെഴുതുന്നത്.”

“പ്യോത്തർ ആ കൺട്രാക്റ്ററെ കൊന്നത് ന്യായമാണ്,” ഫൊമ പരുഷമായി പറഞ്ഞു.

“അങ്ങനെ പറയരുത്. ഒരുത്തനെ കൊല്ലുന്നത് ഒരിക്കലും ന്യായമാവില്ല. നിനക്ക് ഗ്രിഗോരിയെ ഇഷ്ടമല്ലെന്ന് എനിക്കറിയാം. പക്ഷെ

അത്തരം വിചാരമൊക്കെ അങ്ങ് കളഞ്ഞേരെ. നമ്മളാരും പണക്കാരല്ല. ഇന്നു ഞാൻ മേലാളനാണെങ്കിൽ നാളെ വീണ്ടും പണിക്കാരനാവും."

"ഞാൻ നിങ്ങളെ ഉദ്ദേശിച്ചല്ല പറഞ്ഞത്, ഓസിപ്പമ്മാവാ."

"ആരെ ഉദ്ദേശിച്ചായാലും ശരി."

"നിങ്ങൾ ന്യായം കാണുന്നവനാണ്."

"വരട്ടെ. ആ പുസ്തകത്തിന്റെ സാരമെന്താണെന്നു ഞാൻപറയാം." ഫൊമയുടെ ഈർഷ്യപൂണ്ട വാക്കുകളെ വിഘ്നപ്പെടുത്തിക്കൊണ്ട് ഓസിപ് പറഞ്ഞു. "വളരെയധികം സൂത്രമടങ്ങിയിട്ടുള്ള ഒരു പുസ്തകമാണിത്. ഇതാ കൃഷിക്കാരനില്ലാത്ത ഒരു പ്രഭു. അതാ പ്രഭുവില്ലാത്ത ഒരു കൃഷിക്കാരൻ. ഇനി നോക്ക്: പ്രഭുവിന്റെ സ്ഥിതി കഷ്ടത്തിലാണ്. കൃഷിക്കാരന്റെ സ്ഥിതിയും മെച്ചമല്ല. പ്രഭു മന്ദബുദ്ധിയും ചുണകെട്ടവനുമായിത്തീരുന്നു.കൃഷിക്കാരനോ—ഉള്ളിൽ പകയും കൊണ്ടു നടക്കുന്ന കുടിയനും വായാടിയുമായിത്തീരുന്നു. ഇതാണ് കഥ. പ്രഭുവിന്റെ കീഴിൽ അടിയാനായി കഴിഞ്ഞിരുന്ന കാലത്ത് ഇതിലും ഭേദമായിരുന്നുവത്രെ. പ്രഭു കൃഷിക്കാരന്റെ പിന്നിൽ ഒളിച്ചിരുന്നു. കൃഷിക്കാരൻ പ്രഭുവിന്റെ പിന്നിൽ ഒളിച്ചിരുന്നു. മൂക്കറ്റം തിന്ന്, സംതൃപ്തരായി രണ്ടുപേരും വട്ടംചുറ്റിക്കൊണ്ടിരുന്നു. ഞാൻ തർക്കിക്കുന്നില്ല. തമ്പുരാക്കൻമാരുടെ കീഴിൽ ജീവിതം കുറേക്കൂടി സ്വസ്ഥമായിരുന്നുവെന്നു ഞാൻ സമ്മതിക്കുന്നു. കൃഷിക്കാരൻ പട്ടിണിയായതുകൊണ്ടു തമ്പുരാക്കന്മാർക്ക് ഒരു ഗുണവുമില്ല. കൃഷിക്കാരൻ സുഖമായിക്കഴിയുന്നവനും, ബുദ്ധിയില്ലാത്തവനുമായിരുന്നാലാണ് അവർക്കു ഗുണം. എനിക്ക് ഇത് നേരിട്ടറിയാം. ഞാൻ തമ്പുരാക്കൻമാരുടെ അടിയാനായി നാല്പതു വർഷത്തോളം കഴിഞ്ഞവനാണ്. എന്റെ തൊലിയിൽചമ്മട്ടികൊണ്ട് ധാരാളം എഴുതിവച്ചിട്ടുണ്ട്."

കഴുത്തറുത്തു ചത്ത ചുമട്ടുവണ്ടിക്കാരൻ പ്യോത്തറും തമ്പുരാക്കന്മാരെപ്പറ്റി ഇതേ വിധത്തിലാണു സംസാരിച്ചിരുന്നതെന്ന് ഞാൻ ഓർത്തു. ഓസിപ്പും ദുഷ്ടനായ ആ കിളവനും ഒരേ രീതിയിൽ ചിന്തിച്ചത് എനിക്കിഷ്ടപ്പെട്ടില്ല.

എന്റെ കാലിൽ കൈ വച്ചുകൊണ്ട് ഓസിപ് തുടർന്നു:

"പുസ്തകത്തിലും മറ്റും എഴുതിവച്ചിട്ടുള്ളതിന്റെ അർത്ഥം മനസ്സിലാക്കണം. എന്തെങ്കിലും ഉദ്ദേശമില്ലാതെ ആരും ഒന്നും ചെയ്യില്ല. ചിലർ അത് മറച്ചുവയ്ക്കാൻ ശ്രമിക്കുമായിരിക്കും പുസ്തകമെഴുതുന്നതിന് ഒരു ഉദ്ദേശമുണ്ട്. ബുദ്ധി കലക്കുകയെന്നതാണത്. എന്തു ചെയ്യാനും ബുദ്ധി വേണം. വിറകുകീറാനും ചെരിപ്പു കുത്താനുമെല്ലാം വേണം ബുദ്ധി..."

അയാൾ വളരെ നേരം സംസാരിച്ചുകൊണ്ടിരുന്നു. ഇടയ്ക്ക് പലകയിൽ കിടക്കും. ഇടയ്ക്ക് ചാടിയെണീറ്റിരുന്നുകൊണ്ട് അടുക്കിയടുക്കിപ്പറയുന്ന സുഭാഷിതങ്ങളെ ഇരുട്ടിലേക്കും നിശ്ശബ്ദതയിലേക്കും മെല്ലെ വിതറും:

"തമ്പുരാനും കൃഷിക്കാരനും തമ്മിൽ വലിയ വ്യത്യാസമുണ്ടെന്നാണു പറയുന്നത്. അതു ശരിയല്ല. നമ്മളും തമ്പുരാനെപ്പോലെതന്നെയാണ്. അയാൾ നമ്മുടെ മുകളിലാണെന്നുമാത്രം. പ്രഭു പുസ്തകം വായിച്ചു പഠിക്കുന്നു. ഞാൻ മുറിവും ചതവുമേറ്റ് പഠിക്കുന്നു. അയാളുടെ പുറം എന്റെ പുറത്തേക്കാൾ വെളുത്തതാണെന്നതൊഴിച്ചാൽ വേറെ വ്യത്യാസമൊന്നുമില്ല. ഇല്ല, കുഞ്ഞേ, ഈ ലോകത്ത് പുതിയൊരു വിധത്തിൽ ജീവിച്ചുതുടങ്ങാൻ സമയമായിരിക്കുന്നു. പുസ്തകങ്ങളൊക്കെ വലിച്ചെറിയ്, ഓരോരുത്തരും അവനവനോട് ചോദിക്കണം: ഞാൻ ആരാണ്? മനുഷ്യൻ. അയാളാരാണ്? അയാളും മനുഷ്യൻ. പിന്നെന്താണ് വ്യത്യാസം? ദൈവം അയാളോട് അഞ്ചു കോപ്പെക്ക് കൂടുതൽ ചോദിക്കുമെന്നാണോ? ഇല്ല, കൊടുക്കുന്ന കാര്യം വരുമ്പോൾ ദൈവത്തിന്റെ കണ്ണിൽ നമ്മളെല്ലാം ഒന്നാണ്..."

അവസാനം, പുലരി നക്ഷത്രങ്ങളെ അണച്ചപ്പോൾ ഓസിപ് എന്നോടു പറഞ്ഞു:

"എനിക്കു വർത്തമാനം പറയാൻ കഴിയുമെന്ന് ഇപ്പോൾ മനസ്സിലായോ? ഞാൻ ഇതേവരെ ആലോചിച്ചിട്ടില്ലാത്ത പലതും ഇന്നു രാത്രി പറഞ്ഞു. നിങ്ങളതൊന്നും കാര്യമായെടുക്കണ്ട, കുട്ടികളെ. ഉറക്കം വരാത്തതുകൊണ്ട് എന്തൊക്കെയോ പറഞ്ഞതാണ്. കാര്യമായി പറഞ്ഞതല്ല. കണ്ണും തുറന്ന് വെറുതെ കിടക്കുമ്പോൾ ഒരു രസത്തിനു വേണ്ടി ഓരോന്ന് കെട്ടിച്ചമയ്ക്കും. ഒരിടത്തൊരിടത്ത് ഒരു കാക്കയുണ്ടായിരുന്നു. അതു പാടത്തുനിന്നു മലയിലേക്കു പറന്നു. രാജ്യമായ രാജ്യം മുഴുവൻ പറന്നു. അവസാനം ദീനം പിടിച്ച് അഴുകിച്ചത്തു. ഇതുപോലൊരു കഥയിൽ എന്തെങ്കിലും അർത്ഥമുണ്ടോ, യാതൊരു അർത്ഥവുമില്ല. നമുക്കിനി കിടന്നുറങ്ങാം. നേരം വെളുക്കാൻ ഇനി അധികം സമയമില്ല."

XVIII

ഒരു കാലത്ത് യാക്കൊവിനെപ്പോലെ ഓസിപ്പും എന്റെ കണ്ണിൽ വളർന്നുവളർന്ന് അവസാനം മറ്റെല്ലാവരേയും എന്റെ കാഴ്ച യിൽനിന്നു മറച്ചു. ചില കാര്യങ്ങളിൽ അയാൾക്ക് തീമൂട്ടുകാരനോട് സാമ്യമുണ്ടായിരുന്നു. അതേസമയം അയാൾ എന്റെ മുത്തച്ഛനേയും മതസിദ്ധാന്തി പ്യോത്തർ വസീല്യെവിച്ചിനേയും പാചകക്കാരൻ സ്മൂറിയേയും അനുസ്മരിപ്പിച്ചു. എന്റെ ഓർമ്മയിൽ ഗാഢമായി പതിഞ്ഞു കിടക്കുന്ന ഇവരെയെല്ലാം അനുസ്മരിപ്പിക്കുമ്പോൾത്തന്നെ അയാൾ പിച്ചളയിൽ തുളച്ചിറങ്ങുന്ന അമ്ലത്തെപ്പോലെ സ്വന്തം മുദ്ര ആഴത്തിൽ പതിപ്പിച്ചു. അയാൾ രണ്ടുവിധത്തിൽ ചിന്തിച്ചിരുന്നുവെന്നു ഞാൻ കണ്ടു. പകൽ സമയത്ത് പണിക്കിടയിൽ അയാൾ പ്രകടിപ്പിച്ച ലളിതവും ഊർജ്ജസ്വലവുമായ പ്രായോഗികബുദ്ധി കൂടുതൽ സുഗ്രഹമായിരു ന്നു. എന്നാൽ ഒഴിവുസമയത്തും പട്ടണത്തിൽ പാർക്കുന്ന അയാളുടെ തലതൊട്ടമ്മയായ അപ്പക്കച്ചവടക്കാരിയുടെ അടുത്തേക്ക് വൈകീട്ട് ഞങ്ങൾ രണ്ടുപേരും കൂടി നടന്നുപോകുമ്പോഴും രാത്രി ഉറക്കംവരാതെ കിടക്കുമ്പോഴും അയാൾ പ്രകാശിപ്പിച്ച ചിന്തകൾ മനസ്സിലാക്കാൻ ഞാൻ വിഷമിച്ചു. അയാളുടെ നിശാചിന്തകൾ ഒരു പ്രത്യേകതരത്തിലു ള്ളതായിരുന്നു. റാന്തൽവെളിച്ചത്തെപ്പോലെ അവ നാനാഭാഗത്തേക്കും ചിതറി. അവയ്ക്കു നല്ല പ്രകാശമുണ്ടായിരുന്നെങ്കിലും ഏതാണ് ശരിയായ വശമെന്നോ ഏതിനോടാണ് അയാൾക്കു കൂടുതൽ ആഭിമുഖ്യമെന്നോ എനിക്കു മനസ്സിലായില്ല.

ഞാൻ കണ്ടിട്ടുള്ള മറ്റാരേക്കാളും വളരെയേറെ ബുദ്ധിമാനാണയാളെന്ന് എനിക്കു തോന്നി. പണ്ട് യാക്കൊവിനെ ചുറ്റിപ്പറ്റി നിന്നതുപോലെ തന്നെ ഞാൻ ഇപ്പോൾ അസ്വസ്ഥനായി ഓസിപ്പിനെ ചുറ്റിനടന്നു. ആ മനുഷ്യനെ അടുത്തറിയാനും മനസ്സിലാക്കാനും ഞാൻ വെമ്പൽകൊണ്ടു. പക്ഷെ അയാൾ വളഞ്ഞുപിരിഞ്ഞ് വഴുതിമാറിക്കളഞ്ഞു. അയാളെസ്സംബന്ധിച്ച സത്യം എവിടെയാണ് ഒളിഞ്ഞുകിടക്കുന്നത്? അയാളുടെ ഏതു വശമാണ് വിശ്വസിക്കേണ്ടത്?

അയാൾ എന്നോടു പറഞ്ഞ വാക്കുകൾ ഞാൻ ഓർത്തു:

"മൂള ഉപയോഗിച്ച് എന്നെപ്പറ്റി കണ്ടുപിടിക്ക്. കാണട്ടെ."

എന്റെ അഭിമാനത്തിനു ക്ഷതമേറ്റു. എന്നാൽ അഭിമാനത്തിൽ കവിഞ്ഞ ഒന്നിനുകൂടി ക്ഷതമേൽക്കുകയുണ്ടായി. വൃദ്ധനെ മനസ്സിലാക്കുകയെന്നത് എന്നെ സംബന്ധിച്ചിടത്തോളം ജീവൽപ്രധാനമായിത്തീർന്നു.

എത്രയൊക്കെ വഴുതിമാറിയാലും ആള് ഉറപ്പുള്ളവനായിരുന്നു. ഇനിയൊരു നൂറു വർഷംകൂടി ജീവിച്ചാലും അയാൾ ഇതേപടി ഇരിക്കുമെന്നും പ്രകടമായിത്തന്നെ യാതൊരു സ്ഥിരതയുമില്ലാത്ത മനുഷ്യരുടെ നടുവിൽ മാറ്റമില്ലാതെ നിലകൊള്ളുമെന്നും തോന്നി. മതസിദ്ധാന്തിയും സ്ഥിരതയുടെ ഇതേ പ്രതീതി ഉളവാക്കിയെങ്കിലും അയാളിൽ അത് അരോചകമായി എനിക്കുതോന്നി. എന്നാൽ ഓസിപ്പിന്റെ സ്ഥിരത മറ്റൊരു തരത്തിലുള്ളതായിരുന്നു. കൂടുതൽ അഭികാമ്യമായിരുന്നു.

മനുഷ്യരുടെ അസ്ഥിരത എനിക്ക് നിരന്തരം അനുഭവപ്പെട്ടുകൊണ്ടിരുന്നു. ഒരു സ്ഥാനത്തുനിന്നു മറ്റൊന്നിലേക്കുള്ള അപ്രതീക്ഷിതമായ കുതിച്ചുചാട്ടങ്ങൾ എന്നെ അടിതെറ്റിച്ചു. ഈ ദുർഗ്രഹമായ കുതിച്ചുചാട്ടങ്ങൾ കണ്ട് അമ്പരന്ന് ഞാൻ മടുത്തുകഴിഞ്ഞിരുന്നു. ആളുകളിൽ എനിക്കുണ്ടായിരുന്ന താല്പര്യത്തെ അവ കുറേശ്ശെക്കുറേശ്ശെ മന്ദീഭവിപ്പിച്ചു. അവരോടുള്ള എന്റെ സ്നേഹത്തെ ഉലച്ചു.

ജൂലൈമാസാരംഭത്തിലൊരു ദിവസം ഒരു പഴഞ്ചൻ കുതിരവണ്ടി ആടിയാടി നേരെ ഞങ്ങളുടെ പണിസ്ഥലത്തു വന്നു നിന്നു. കുടിച്ചു ലക്കില്ലാത്ത വണ്ടിക്കാരൻ തൊപ്പിയിടാതെ ചുണ്ടുപൊട്ടി ചോരയൊലിപ്പിച്ചുകൊണ്ടും തന്റെ താടിക്കുള്ളിലേക്ക് മ്ലാനമായി എക്കിളിട്ടുകൊണ്ടും മുമ്പിലിരിപ്പുണ്ട്. കുടിച്ചുവെളിവില്ലാത്ത ഗ്രിഗോരി ഷിഷ്ലിൻ പുറകിലത്തെ സീറ്റിൽ ആടിയാടി ഇരിപ്പുണ്ട്. ചുവന്നുതുടുത്ത കവിളുള്ള ഒരു തടിച്ചിപ്പെണ്ണ് അയാളെ ഒരു കൈകൊണ്ടു താങ്ങി അരികത്തിരിക്കുന്നു. ചുവന്ന നാടകളും ചെറിപ്പഴങ്ങളുടെ ആകൃതിയിലുള്ള സ്ഫടികമുത്തുകളും

വക്കത്തു തുന്നിപ്പിടിപ്പിച്ച ഒരു വയ്ക്കോൽത്തൊപ്പി അവൾ ധരിച്ചിട്ടുണ്ട്. കാലുറയിടാത്ത പാദങ്ങളിൽ റബ്ബർഷൂസിട്ടിരിക്കുന്നു. വണ്ടിയ്ക്കൊപ്പം കുടുങ്ങിക്കൊണ്ടിരുന്ന അവൾ മറ്റേക്കയ്യിൽ ചെറിയൊരു കുട പിടിച്ചിട്ടുണ്ട്. അത് വീശി പൊട്ടിച്ചിരിച്ചുകൊണ്ട് അവൾ വിളിച്ചു പറഞ്ഞു:

"ഹേ ചെകുത്താന്മാരേ! മേള തുടങ്ങിയിട്ടില്ല! മേളയൊന്നുമില്ല1 എന്നിട്ടിതാ എന്നെ മേള കാണാൻ കൂട്ടിക്കൊണ്ടു വന്നിരിക്കുന്നു!"

ഉലഞ്ഞുടഞ്ഞ വേഷവുമായി പപ്രശ്ശനായിരുന്ന ഗ്രിഗോരി വണ്ടിയ്ക്കകത്തുനിന്ന് നിരങ്ങിയിറങ്ങി നിലത്തു ചടഞ്ഞിരുന്നു. വെള്ളമൂറുന്ന കണ്ണുകളോടെ അയാൾ പറഞ്ഞു:

"ഇതാ ഞാൻ മുട്ടുകുത്തി നിൽക്കുന്നു. ഞാനൊരു മഹാപാപിയാണ്! അറിഞ്ഞുകൊണ്ടു ചെയ്ത പാപമാണ്. യെഫീമുഷ്ക്ക പറഞ്ഞു: ഗ്രീഷ, ഗ്രീഷ... അയാൾ പറയുന്നതിൽ കാര്യമുണ്ട്. പക്ഷെ നിങ്ങൾ എനിക്കു മാപ്പു തരണം. നിങ്ങളെ എല്ലാവരേയും സൽക്കരിക്കണമെന്ന് എനിക്കുണ്ട്. അയാൾ പറയുന്നതും നേരാണ്: നമ്മൾ ഒരിക്കലേ ജീവിക്കൂ. ഒന്നിൽക്കൂടുതൽ പാടില്ല..."

കൂടെയുള്ള പെണ്ണ് ഉല്ലാസപൂർവ്വം ചിരിച്ചു. വണ്ടിക്കകത്ത് തുള്ളിച്ചാടി നടക്കുന്നവഴി റബ്ബർഷൂസ് ഊരിപ്പോയി. വണ്ടിക്കാരൻ വിളിച്ചുപറഞ്ഞു:

"വരിൻ നമുക്കു പോകാം! വേഗമാവട്ടെ! കുതിര അടങ്ങിനില്ക്കില്ല!"

വായിൽ നുരയും പതയും ഒലിപ്പിച്ചുകൊണ്ടു നിന്ന ചാവാലിക്കുതിര വേരുറച്ചുപോയതുപോലെ നില്പുണ്ട്. ആ രംഗമാകെ പറഞ്ഞറിയിക്കാനാവാത്തവണ്ണം അപഹാസ്യമായിരുന്നു. തങ്ങളുടെ മേസ്തിരിയേയും അണിഞ്ഞൊരുങ്ങിയ കൂട്ടുകാരിയേയും മത്തുപിടിച്ച വണ്ടിക്കാരനേയും നോക്കി ഗ്രിഗോരിയുടെ പണിക്കാർ ആർത്തുചിരിച്ചു.

ഫൊമമാത്രം ചിരിച്ചില്ല. കടയുടെ വാതിൽക്കൽ എന്റെ അടുത്ത് നിന്നിരുന്ന അയാൾ പിറുപിറുത്തു:

"പന്നി അവസാനം പുറത്തുചാടി! ഭാര്യ അങ്ങ് നാട്ടിലുണ്ട്. നല്ല കിളിപോലത്തെ പെണ്ണ്!"

വണ്ടിക്കാരൻ അവരെ പുറപ്പെടാൻ നിർബ്ബന്ധിച്ചുകൊണ്ടിരുന്നു. അവസാനം പെണ്ണ് ഇറങ്ങിവന്ന് ഗ്രിഗോരിയെ വണ്ടിയിലേക്കു വലിച്ചുകയറ്റി. അയാൾ അവളുടെ കാൽക്കൽ കിടന്നു. കുട വീശിക്കൊണ്ട് അവൾ വിളിച്ചുപറഞ്ഞു:

"ഞങ്ങൾ പോകുന്നു!"

തങ്ങളുടെ മേസ്തിരിയെ ദ്രോഹബുദ്ധി കൂടാതെ കളിയാക്കിക്കൊണ്ടും അയാളോട് അസൂയപ്പെട്ടുകൊണ്ടും നിന്നിരുന്ന പണിക്കാർ ഫൊമയുടെ

കല്പനകേട്ട് വീണ്ടും ജോലി തുടങ്ങി. ഗ്രിഗോരി ഇങ്ങനെ വിഡ്ഢിവേഷം കെട്ടുന്നതു കണ്ടുനിൽക്കാൻ അയാൾക്കു വിഷമമുള്ളതുപോലെ തോന്നി.

“മേസ്തിരിയാണെന്നു പറഞ്ഞു നടക്കുന്നു!” ഫൊമ പിറുപിറുത്തു. “പണി തീർന്ന് നാട്ടിലേക്കു മടങ്ങാൻ ഒരു മാസം തികച്ചില്ല. പക്ഷെ അത്ര ദിവസംകൂടി കാത്തിരിക്കാൻ ക്ഷമയില്ല.”

എനിക്കും ഗ്രിഗോരിയോട് അപ്രീതി തോന്നി. ആ ചെറിമുത്തുകാരിയും അയാളും ഒപ്പമിരിക്കുന്നത് തികച്ചും അപഹാസ്യമായൊരു കാഴ്ചയായിരുന്നു.

ഗ്രിഗോരി ഷിഷ്‌ലിൻ മേസ്തിരിയും ഫൊമ തുച്ക്കോവ് വെറുമൊരു പണിക്കാരനുമായത് എന്തുകൊണ്ടാണെന്ന് ഞാൻ പലപ്പോഴും അത്ഭുതപ്പെട്ടിട്ടുണ്ട്.

ഉറച്ച ദേഹവും വെളുത്തു ചുരുണ്ട മുടിയും കഴുകച്ചുണ്ടുപോലത്തെ മൂക്കും ബുദ്ധി സ്ഫുരിക്കുന്ന ചാരക്കണ്ണുകളും വട്ടമുഖവുമുള്ള ഒരു ചെറുപ്പക്കാരനായിരുന്നു അയാൾ. കണ്ടാൽ നാട്ടുമ്പുറത്തുകാരനാണെന്നു തോന്നില്ല. നല്ല വേഷം ധരിച്ചു നിന്നാൽ കൊള്ളാവുന്നൊരു കുടുംബത്തിൽപ്പെട്ട കച്ചവടക്കാരന്റെ മകനാണെന്നു തോന്നും. അയാൾ അപ്രസന്നനും ഗൗരവക്കാരനും കാര്യമാത്രപ്രസക്തനുമായിരുന്നു. അക്ഷരാഭ്യാസമുള്ളതുകൊണ്ട് കൺട്രാക്ടറുടെ കണക്കുകൾ സൂക്ഷിക്കുന്നതും എസ്റ്റിമേറ്റുകൾ തയ്യാറാക്കുന്നതും അയാളാണ്. കൂടെയുള്ളവരെക്കൊണ്ട് പണിയെടുപ്പിക്കാൻ അയാൾക്കറിയാം. എന്നാൽ അയാൾതന്നെ പണിയെടുക്കാൻ വലിയ ഉത്സാഹം കാണിച്ചില്ല.

“എല്ലാ ജോലിയുംകൂടി ചെയ്തുതീർക്കാൻ ഒരുത്തരെക്കൊണ്ടും കഴിയില്ല.” അയാൾ ശാന്തമായി പറയും. പുസ്തകങ്ങളോട് അയാൾക്കു പുച്ഛമാണ്. “എന്തും അച്ചടിച്ചുവയ്ക്കാം. ഞാൻ വേണമെങ്കിൽ ഇപ്പോൾ ഒരു കഥയുണ്ടാക്കിപ്പറയാം. എത്രയോ എളുപ്പമാണത്.”

എങ്കിലും അയാൾ എല്ലാം ശ്രദ്ധിച്ചു കേൾക്കും. എന്തെങ്കിലുമൊന്നിൽ താല്പര്യം തോന്നിയാൽ അയാൾ അതെപ്പറ്റി വിശദമായി ചോദിച്ചു മനസ്സിലാക്കും. എപ്പോഴും സ്വന്തം നിഗമനങ്ങളിൽ എത്തിച്ചേരും. സർവ്വതും സ്വന്തം അളവുകോൽവച്ച് അളന്നുനോക്കും.

അയാളൊരു കൺട്രാക്ടറാവുകയാണു വേണ്ടതെന്നു ഒരിക്കൽ ഞാൻ ഫൊമയോടു പറഞ്ഞു. അയാൾ അലസമായി ഇങ്ങനെ മറുപടി പറഞ്ഞു:

“ഒറ്റയടിക്ക് ആയിരക്കണക്കിനു റൂബിൾ കയ്യിൽ വരുമെങ്കിൽ മോശമില്ല. പക്ഷെ വെറും നക്കാപ്പിച്ചയ്ക്കുവേണ്ടി ആളുകളെക്കൊണ്ടു

പണിയെടുപ്പിക്കാൻ മിനക്കെടുന്നതിൽ വല്ല കാര്യവുമുണ്ടോ? ഇല്ല, ഞാൻ കാത്തിരിക്കും. എന്നിട്ട് ഒരാൻകയിലെ മഠത്തിൽ ചേരും. ഞാൻ കരുത്തനാണ്, സുന്ദരനാണ്. പണക്കാരനായ വല്ല കച്ചവടക്കാരന്റേയും വിധവയ്ക്ക് എന്നെ ഇഷ്ടപ്പെടാൻ മതി. അങ്ങനെയൊക്കെ നടക്കാറുണ്ട്. സെർഗാച്ചിക്കാരൻ ഒരുത്തൻ രണ്ടുവർഷംകൊണ്ട് ഭാഗ്യവാനായി. അതും പട്ടണക്കാരിയായ ഒരുത്തിയെയാണ് ഭാര്യയായി കിട്ടിയത്. അയാൾ വീടു തോറും വിശുദ്ധരൂപം ചുമന്നു നടക്കുമ്പോഴാണ് അവൾ അയാളെ കണ്ടുമുട്ടിയത്...”

അതായിരുന്നു അയാളുടെ ലക്ഷ്യം. ആദ്യം മഠത്തിൽ ചേരുകയും പിന്നീട് കശാലായി ജീവിക്കുകയും ചെയ്ത പലരുടേയും കഥകൾ അയാൾ കേട്ടിരിക്കുന്നു. അത്തരം കഥകളോടും ഫൊമയുടെ ചിന്താഗതിയോടും എനിക്കും അറപ്പുതോന്നി. എങ്കിലും അയാൾ മഠത്തിൽ ചേരുമെന്ന് എനിക്കു തീർച്ചയുണ്ടായിരുന്നു.

എന്നാൽ മേള തുടങ്ങിയപ്പോൾ ആരും പ്രതീക്ഷിച്ചിരിക്കാതെ ഫൊമ ഒരു മദ്യശാലയിൽ വിളമ്പുകാരനായി ജോലിക്കു ചേർന്നു. അയാളുടെ കൂട്ടുകാരെ അത് അത്ഭുതപ്പെടുത്തിയെന്നു ഞാൻ പറയുന്നില്ല. പക്ഷെ അവർ അയാളെ പരിഹസിക്കാൻ തുടങ്ങി. ഞായറാഴ്ചയോ മറ്റ് ഒഴിവുദിവസങ്ങളിലോ ചായകുടിക്കാൻ ഇറങ്ങുമ്പോൾ അവർ ചിരിച്ചുകൊണ്ടു പറയും:

“നമുക്കിന്ന് ഫൊമയ്ക്ക് സ്വല്പം കോളു കൊടുക്കാം.”

മദ്യശാലയിൽ കയറിയാൽ അവർ ഗമയോടെ വിളിച്ചുപറയും:

“ഹേ, വെയിറ്റർ! ചുരുണ്ടമുടിക്കാരനോടാണു പറഞ്ഞത്—ഇവിടെ വാ!”

അയാൾ അടുത്തുവന്ന് തല ലേശം പൊക്കിപ്പിടിച്ചുകൊണ്ട് ചോദിക്കും:

“എന്താണു കൊണ്ടുവരേണ്ടത്?”

“പഴയ പരിചയക്കാരെ മറന്നോ?”

“ഓർക്കാൻ സമയമില്ല.”

തന്റെ കൂട്ടുകാർക്ക് തന്നോട് അവജ്ഞയാണെന്നും തന്നെ പരിഹസിക്കുകയാണ് അവരുടെ ഉദ്ദേശമെന്നും അയാൾക്ക് അറിയാം. അവരുടെ പരിഹാസം വിരക്തിയോടെ സഹിക്കാൻ തയ്യാറായ മട്ടിൽ അയാൾ അവരെ നോക്കും. “വാരാനാണ് ഉദ്ദേശമെങ്കിൽ ഒന്നു വേഗമാവട്ടെ!” എന്ന ഭാവമാണ് അയാളുടെ മുഖത്ത്.

“കൈമടക്കു വേണമായിരിക്കും.” എന്നു പറഞ്ഞ് അവർ വളരെ സമയമെടുത്ത് പേഴ്സ് തുറക്കും. എന്നിട്ട് ഒരു കോപ്പെക്കുപോലും കൊടുക്കാതെ ഇറങ്ങിപ്പോവുകയും ചെയ്യും.

സന്ന്യാസിയാവാൻ ഉദ്ദേശിച്ചിരുന്ന അയാൾ എന്തിനാണ് വിളമ്പുകാരനായതെന്ന് ഞാൻ ഫൊമയോടു ചോദിച്ചു.

“സന്ന്യാസിയാവാൻ എനിക്ക് ഒരിക്കലും ഉദ്ദേശമുണ്ടായിരുന്നില്ല.” അയാൾ പറഞ്ഞു “വിളമ്പുകാരനായും ഞാൻ അധികകാലം നിൽക്കില്ല.”

നാലു വർഷത്തിനുശേഷം അയാളെ ത്സരീത്സിനിൽവച്ചു കണ്ടപ്പോഴും അയാൾ ഒരു മദ്യശാലയിലെ വിളമ്പുകാരനായിരുന്നു. ‘ഭവനഭേദനം നടത്താൻ ശ്രമിച്ചതിന് ഫൊമ തുച്ക്കോവിനെ അറസ്റ്റുചെയ്ത വാർത്ത ഞാൻ പിന്നീടൊരിക്കൽ പത്രത്തിൽ വായിച്ചു.

കല്ലാശാരി അർദല്യോന്റെ ജീവചരിത്രം എന്നെ വിശേഷിച്ചും ആകർഷിച്ചു. പ്യോത്തറിന്റെ സംഘത്തിലെ ഏറ്റവും പഴക്കംചെന്ന, ഏറ്റവും നല്ല തൊഴിലാളിയായിരുന്നു അയാൾ. കറുത്ത താടിക്കാരനും ഉല്ലാസപ്രിയനും നാല്പതുകാരനുമായ ആ നാട്ടുമ്പുറത്തുകാരനു പകരം എന്തുകൊണ്ടാണ് പ്യോത്തർ സംഘത്തലവനായതെന്ന് ഞാൻ അത്ഭുതപ്പെട്ടു. അയാൾ വല്ലപ്പോഴും മാത്രമേ കുടിക്കൂ. കുടിച്ചാൽത്തന്നെ ഒരിക്കലും വെളിവു കെടാറില്ലെന്നു പറയാം. ജോലിയിൽ സമർത്ഥനായ അയാൾ ഉത്സാഹത്തോടെ പണിയെടുക്കും. അയാളുടെ കൈകളിൽ ഇഷ്ടികകൾ ചുവന്ന പ്രാവുകളെപ്പോലെ പറക്കും. അയാളുടെ അടുത്തു നില്ക്കുമ്പോൾ രോഗിയും ദുർമ്മുഖനുമായ പ്യോത്തർ തീർത്തും അധികപ്പറ്റാണെന്നു തോന്നി. പ്യോത്തർ കൂടെക്കൂടെ പറയും:

“മരംകൊണ്ടുള്ള ശവപ്പെട്ടി എനിക്കുവേണ്ടി പണിയാനാണ് ഞാൻ കല്ലുകൊണ്ടുള്ള വീടുകൾ മറ്റുള്ളവർക്കുവേണ്ടി പണിയുന്നത്.”

ഉല്ലാസഭരിതമായ ഉത്സാഹത്തോടെ ഇഷ്ടികകൾ നിരത്തിവയ്ക്കുന്നതിനിടയിൽ അർദല്യോൻ വിളിച്ചുപറയും:

“കൂട്ടുകാരേ, ദൈവത്തെ വാഴ്ത്താൻ ഉഷാറോടെ പണിയെടുക്കിൻ!”

അടുത്തവർഷം വസന്തത്തിൽ താൻ തോംസ്ക്കിലേക്കു പോകാനുദ്ദേശിക്കുകയാണെന്നും അവിടെ തന്റെ അളിയന് ഒരു പള്ളി പണിയാനുള്ള കൺട്രാക്ടു കിട്ടിയിട്ടുണ്ടെണ്ടെന്നും തനിക്കു മേസ്തിരിജോലി വാഗ്ദാനം ചെയ്തിട്ടുണ്ടെണ്ടെന്നും അയാൾ അവരോടു പറഞ്ഞു.

“ഞാൻ എല്ലാം നിശ്ചയിച്ചുകഴിഞ്ഞു. പള്ളിപണിയൽ എനിക്ക് ഇഷ്ടപ്പെട്ട ജോലിയാണ്.” അയാൾ പറഞ്ഞു. എന്റെനേരെ തിരിഞ്ഞ് അയാൾ പറഞ്ഞു:

“നീയും കൂടെ വന്നോ. എഴുത്തും വായനും അറിയാവുന്നവനു സൈബീരിയയിൽ കശാലായി കഴിയാം. അവിടെ പഠിപ്പിന് പൊന്നുവിലയാണ്.”

കൂടെ പോകാമെന്നു ഞാൻ സമ്മതിച്ചു. അർദല്യോൻ വിജയഹ്ലാദത്തോടെ വിളിച്ചുപറഞ്ഞു:

“ഭേഷ്! പക്ഷെ ഇതു കാര്യമാണ്. കളിയല്ല.”

മുതിർന്നവർ കുട്ടികളോടെന്നപോലെ സൗമനസ്യംപൂണ്ട ഒരു സൗജന്യഭാവമാണ് അയാൾ പ്യോത്തറോടും ഗ്രിഗോരിയോടും കാട്ടിയത്. അയാൾ ഓസിപ്പിനോടു പറഞ്ഞു:

“പൊങ്ങച്ചക്കാർ! തലയിലുള്ളതു മുഴുവനും കയ്യിലെ ചീട്ടുപോലെ തമ്മിൽത്തമ്മിൽ കാണിച്ചുകൊടുക്കും. ഒരുത്തൻ പറയും: എന്തൊരു നല്ല കയ്യാണ് എന്റേതെന്നു കണ്ടോ. അപ്പോൾ മറ്റേയാൾ പറയും: എന്റെ കയ്യിലെ തുറുപ്പുകളൊന്നു നോക്ക്!”

ഓസിപ്പ് എങ്ങും തൊടാതെ പറഞ്ഞു:

“അതുകൊണ്ടെണ്ടന്താ? പൊങ്ങച്ചം പറച്ചിൽ മനുഷ്യസ്വഭാവമാണ്. എല്ലാ പെൺപിള്ളേരും മുല മുമ്പിലാക്കിയല്ലെ നടപ്പ്.”

“അവർ മിണ്ടുമ്പൊഴേക്കും ദൈവത്തിന്റെ കാര്യം പറയും. പക്ഷെ പണം കരുതിവയ്ക്കുന്നുണ്ട്.” അർദല്യോൻ വിട്ടുകൊടുത്തില്ല.

“ഗ്രിഗോരി ഒന്നും കരുതിവയ്ക്കുന്നില്ല.”

“ഞാൻ എന്റെ മേസ്തിരിയെപ്പറ്റിയാണു പറഞ്ഞത്. അയാൾക്കു വല്ല കാട്ടിലോ മരുഭൂമിയിലോ പോയി ദൈവവുമൊത്ത് കഴിഞ്ഞൂടേ? എനിക്ക് ഇതൊക്കെ കണ്ടും കേട്ടും മടുത്തു! ഞാൻ ഈ വസന്തത്തിൽ സൈബീരിയയ്ക്കു പോവുകയാണ്.”

അർദല്യോനോട് അസൂയ തോന്നിയ മറ്റു തൊഴിലാളികൾ പറഞ്ഞു:

“തനിക്ക് തന്റെ അളിയനുള്ളതുപോലെ, കടിച്ചുതൂങ്ങാൻ വല്ലവരുമുണ്ടായിരുന്നെങ്കിൽ സൈബീരിയയിൽ പോകാൻ ഞങ്ങളും പേടിക്കില്ലായിരുന്നു.”

അങ്ങനെയിരിക്കെ ഒരു ദിവസം പെട്ടെന്ന് അർദല്യോനെ കാണാതായി. ഞായറാഴ്ച അയാൾ പണിശാലയിൽനിന്നു പോയതാണ്. അയാൾക്ക് എന്തുപറ്റിയെന്ന് മൂന്ന് ദിവസത്തേക്ക് ആർക്കും അറിഞ്ഞുകൂടായിരുന്നു.'

അവർ ഉൽക്കണ്ഠയോടെ ഓരോരോ ഊഹാപോഹങ്ങൾ നടത്തി.

“ആരെങ്കിലും തട്ടിക്കാണും.”

"അതോ കുളിക്കാൻ പോയപ്പോൾ മുങ്ങിച്ചത്തതോ?"

അവസാനം യെഫീമുഷ്ക്ക വന്ന് തെല്ലൊരു ജാള്യതയോടെ അറിയിച്ചു:

"അർദല്യോൻ കുറച്ചൊന്നു മിന്നാൻ പോയിരിക്കയാണ്."

"നുണ!" വിശ്വാസം വരാതെ പ്യോത്തർ പറഞ്ഞു.

"അതെ, മിന്നാൻ പോയിരിക്കയാണ്. കുടിച്ചുമറിഞ്ഞു കിടക്കുകയണ്. കച്ചിക്കു തീപിടിച്ചതുപോലത്തെ പരുവമായി. ഭാര്യ ചത്തുപോയെന്ന് ആരും വിചാരിച്ചുപോകും..."

"അയാളുടെ ഭാര്യ ചത്തിട്ട് എത്രയോ കാലമായി. എവിടെ അയാൾ?"

അർദല്യോനെ രക്ഷപ്പെടുത്താൻ കുപിതനായി പുറപ്പെട്ട പ്യോത്തർ അയാളുടെ കയ്യിൽനിന്ന് അടിയും മേടിച്ച് മടങ്ങിവന്നു.

അപ്പോഴാണ് ഓസിപ് ചുണ്ട് അമർത്തിപ്പിടിച്ച്, കൈ കീശയിലോട്ട് ആഴത്തിൽ തിരുകി എല്ലാവരോടുമായി പറഞ്ഞത്:

"ഞാനൊന്നു പോയിനോക്കട്ടെ. കാരണമെന്താണെന്ന് അറിയണ്ടേ. അയാൾ നല്ലൊരുത്തനാണ്."

ഞാനും കൂടെപ്പോയി.

"എന്തൊരു മനുഷ്യൻ," വഴിക്ക് ഓസിപ് പറഞ്ഞു. "മാനമായി ഇത്രയും കാലം ജീവിച്ചു. എന്നിട്ടിതാ പെട്ടെന്ന് വാലും പൊക്കി കപ്പ ക്കുണ്ടിലേക്കൊരു പോക്ക്. മക്സീമിച്ച്, ഇതെല്ലാം കണ്ടു പഠിക്ക്!"

"കുനാവിനൊ എന്ന ഉല്ലാസപട്ടണ"ത്തിലെ ഏറ്റവും ചെലവു കുറഞ്ഞ വേശ്യാലയങ്ങളിലൊന്നിൽ ഞങ്ങൾ ചെന്നു. കള്ളിയാണെന്ന് ഒറ്റ നോട്ടത്തിൽ തോന്നിയ ഒരു കിളവി ഞങ്ങളെ സ്വീകരിച്ചു. ഓസിപ് അവരുടെ കാതിൽ എന്തോ കുശുകുശുത്തപ്പോൾ അവർ ഞങ്ങളെ ഒഴിഞ്ഞുകിടന്നിരുന്ന ചെറിയൊരു മുറിയിലേക്കു കൂട്ടിക്കൊണ്ടു പോയി. അത് കാലിത്തൊഴുത്തു പോലെ ഇരുളടഞ്ഞ് മലീമസമായിരുന്നു. കട്ടിലിൽ ഉറങ്ങിക്കിടന്നിരുന്ന ഒരു തടിച്ചി ഉറക്കത്തിൽ തിരിയുകയും മറിയുകയും ചെയ്യുന്നതുകണ്ടു. കിളവി പള്ളയ്ക്കൊരു പിച്ചുകൊടുത്തിട്ട് അവരോടു പറഞ്ഞു:

"ഇറങ്ങിപ്പോ! പോകാനാണു പറഞ്ഞത്, മാക്രി!"

തടിച്ചി പേടിച്ച് ചാടിയെണീറ്റു. മുഖത്ത് കയ്യോടിച്ചുകൊണ്ട് അവർ ചോദിച്ചു:

"കർത്താവേ!ഇതാരാ? കാര്യമെന്താ?"

"സി.ഐ.ഡികൾ വന്നിരിക്കുന്നു," ഓസിപ് ഗൗരവസ്വരത്തിൽ പറഞ്ഞു. പേടിച്ച് ശ്വാസം വലിച്ചുകൊണ്ട് തടിച്ചി ഇറങ്ങിപ്പോയി. ഓസിപ് അവരുടെ പുറകെ കാർക്കിച്ചുതുപ്പി.

"അവറ്റയ്ക്ക് സി.ഐ.ഡി എന്നു കേട്ടാൽ ചെകുത്താനേക്കാൾ പേടിയാണ്," അയാൾ പറഞ്ഞുതന്നു.

കിളവി ചുമരിൽനിന്ന് ചെറിയൊരു കണ്ണാടി എടുത്തുമാററി ചുമർക്കടലാസിന്റെ ഒരു തുണ്ട് പൊക്കിപ്പിടിച്ചു.

"നോക്ക്, അതാണോ പുള്ളി?"

"അതെ. ആളതുതന്നെ. പെണ്ണിനെ ഇറക്കിവിട്."

ഞാനും എത്തിനോക്കി. ഞങ്ങൾ നിൽക്കുന്ന മുറിയോളംതന്നെ ശോചനീയമായ ഒരു മുറിയിലെ അമർത്തിയടച്ച ജന്നലിന്റെ പടിയിൽ ഒരു വിളക്കെരിയുന്നുണ്ട്. വിളക്കിനു സമീപം കോങ്കണ്ണുള്ള ഒരു തത്താറുകാരിപ്പെൺകുട്ടി നൂൽബന്ധമില്ലാതെ നിന്ന് അവളുടെ അടിക്കുപ്പായം തുന്നുകയാണ്. രണ്ട് തലയിണകളിൽ തല ചായ്ച്ചുകിടക്കുന്ന അർദല്യോന്റെ വീർത്ത മുഖം പുറകിൽ കാണാം. മയമില്ലാത്ത കറുത്ത താടിരോമങ്ങൾ നാലുപാടും ചിതറിക്കിടപ്പുണ്ട്. ഞങ്ങളെ കണ്ടു ഞെട്ടിയ തത്താറുകാരിപ്പെണ്ണ് കുപ്പായം ധരിച്ച് കട്ടിലിനരികത്തുകൂടി നടന്ന് പെട്ടെന്ന് ഞങ്ങളുടെ മുറിയിൽ പ്രത്യക്ഷപ്പെട്ടു.

ഓസിപ് അവളെ ഒന്നു നോക്കിയിട്ട് വീണ്ടും നിലത്തു തുപ്പി:

"ഛീ! നാണംകെട്ടവൾ!"

"താനൊരു വിഡ്ഢി കിളവനാണ്!" അവൾ ചിരിച്ചുകൊണ്ട് തിരിച്ചടിച്ചു.

ഓസിപ്പും ഒപ്പം ചിരിച്ചു. അയാൾ അവളുടെ നേരെ വിരലാട്ടി.

ഞങ്ങൾ തത്താറുകാരിയുടെ മാളത്തിൽ പ്രവേശിച്ചു. വൃദ്ധൻ അർദല്യോന്റെ കാൽക്കൽ ഇരുന്നു. അയാളെ വിളിച്ചുണർത്താൻ വളരെനേരം ശ്രമിച്ചിട്ടും ഫലമുണ്ടായില്ല. അയാൾ പിറുപിറുത്തുകൊണ്ടിരുന്നു:

"ശരി, ഇതാ ഇപ്പോൾ എണീക്കാം... ഒരു നിമിഷം..."

അവസാനം അയാൾ എണീറ്റിരുന്നു. ഓസിപ്പിനേയും എന്നേയും ഉന്മാദംപൂണ്ട് തുറിച്ചുനോക്കി. ചുവന്നുവീർത്ത കണ്ണുകൾ അടച്ചുകൊണ്ട് അയാൾ പിറുപിറുത്തു:

"ഉം? എന്താ?"

"എന്തുപറ്റി?" ശകാരം തീണ്ടാത്ത ശാന്തസ്വരത്തിലും എന്നാൽ ഉന്മേഷമില്ലാതെയും ഓസിപ് ചോദിച്ചു.

“തല തിരിഞ്ഞുപോയി,” ഇടറിയ ശബ്ദത്തിൽ ചുമച്ചുകൊണ്ട് അർദ ല്യോൻ പറഞ്ഞു:

“അതെങ്ങിനെ?”

“അങ്ങിനെയങ്ങ് പറ്റി.”

“അതത്ര നല്ലതല്ലല്ലൊ.”

“അതു പിന്നെ എനിക്കറിഞ്ഞുകൂടേ.”

മേശപ്പുറത്ത് തുറന്നിരുന്നിരുന്ന വോഡ്ക്കക്കുപ്പി കയ്യിലെടുത്ത് കുപ്പി യിൽനിന്നുതന്നെ കുറെ കുടിച്ചശേഷം അർദല്യോൻ അത് ഓസിപ്പിനു നീട്ടി.

“വേണോ? തിന്നാനും വല്ലതും കാണും.”

വൃദ്ധൻ ഒരിറക്കു കുടിച്ചു. മുഖം ചുളിച്ചു. ഒരു കഷണം റൊട്ടിയെടുത്ത് ശ്രദ്ധയോടെ ചവച്ചുതുടങ്ങി. അർദല്യോൻ ഇഴഞ്ഞ സ്വരത്തിൽ പറഞ്ഞു:

“തത്താറുകാരി ഒരുത്തിയെ കയ്യിൽ കിട്ടി. ഒക്കെ ആ യെഫീമുഷ്ക്ക യുടെ പണിയാണ്. അയാൾ പറഞ്ഞു. അവൾ ചെറുപ്പമാണ്, തന്തയും തള്ളയുമില്ലാത്ത കസീമൊവുകാരിയാണ്, മേള കാണാൻ വന്നതാണ്. എന്നൊക്കെ.”

മുറിഞ്ഞ റഷ്യനിൽ പറഞ്ഞ കൂസലില്ലാത്ത വാക്കുകൾ ഭിത്തിയ്ക്കുപ്പു റത്തുനിന്നു കേട്ടു:

“തത്താറുകാരി കൂട്ടത്തിലേറ്റവും നല്ലത്. കോഴിക്കുഞ്ഞുപോലെ യാണ്. കിളവനെ ഓടിക്ക്. അയാൾ നിങ്ങടെ തന്തയല്ലല്ലൊ.”

“അതാണു പെണ്ണ്,” ഭിത്തിയുടെ നേരെ മ്ലാനമായി മിഴിച്ചുനോക്കി ക്കൊണ്ട് അർദല്യോൻ പിറുപിറുത്തു.

“ഞങ്ങൾ കണ്ടു.” ഓസിപ് പറഞ്ഞു.

അർദല്യോൻ എന്നോടായി പറഞ്ഞു:

“ഞാൻ ചെയ്തത് എന്താണെന്നു കണ്ടോ, അനിയാ.”

ഓസിപ് അർദല്യോനെ ശാസിക്കുകയും ഗുണദോഷിക്കുകയും നാണംകെടുത്തുകയുമൊക്കെ ചെയ്യുമെന്നു ഞാൻ പ്രതീക്ഷിച്ചു. പക്ഷെ അങ്ങിനെയൊന്നും ഉണ്ടായില്ല. ശാന്തമായി ചുരുക്കം ചില വാക്കുകൾ കൈമാറിക്കൊണ്ട് അവർ തോളുരുമ്മി ഇരുന്നു. ആ ഇരുൾമൂടിയ വൃത്തി കെട്ട മാളത്തിൽ അവർ അങ്ങിനെ ഇരിക്കുന്നതു കണ്ടപ്പോൾ സങ്കടം തോന്നി. തത്താറുകാരി 'ഭിത്തിയിലെ ദ്വാരത്തിലൂടെ മുറിറഷ്യനിൽ സംസാരിച്ചുകൊണ്ടിരുന്നു. പക്ഷെ അവർ കേട്ട 'ഭാവം വച്ചില്ല. ഓസിപ് മേശപ്പുറത്തുനിന്ന് ഒരു ഉണക്കമീൻ എടുത്ത് തന്റെ ബൂട്ടിലടിച്ചിട്ട് അതിന്റെ തൊലിയുരിക്കാൻ തുടങ്ങി.

“പണം മുഴുവനും തീർന്നോ?”

“പ്യോത്തർ കുറച്ചു പണം തരാനുണ്ട്.”

“അടുത്തുതന്നെ തോംസ്ക്കിൽ പോകണ്ടേ. അത് പറ്റുമോ?”

“തോംസ്ക്കിൽ പോയിട്ടെന്തു കാര്യം...”

“അപ്പോൾ താൻ മനസ്സു മാററിയോ?”

“വിളിക്കുന്നത് ബന്ധുക്കളല്ലായിരുന്നെങ്കിൽ...”

“എന്നുവച്ചാൽ?”

“പെങ്ങളും അളിയനുമാവുമ്പോൾ...”

“അതുകൊണ്ടെന്താ?”

“ബന്ധുക്കൾക്കുവേണ്ടി പണിയെടുക്കാൻ അത്ര രസമില്ല.”

“ബന്ധുവായാലെന്താ, അല്ലെങ്കിലെന്താ, മുതലാളി എപ്പോഴും മുതലാളിതന്നെ.”

“എന്നാലും...”

അവരങ്ങിനെ ഗൗരവമായി, രമ്യമായി, സംസാരിച്ചുകൊണ്ട് ഇരിക്കുന്നതു കണ്ടപ്പോൾ തത്താറുകാരി കൂടുതൽ ശല്യം ചെയ്തില്ല. മുറിയിൽ വീണ്ടും കടന്നുചെന്ന് ആണിയിൽ തൂക്കിയിരുന്ന ഉടുപ്പെടുത്തുകൊണ്ട് അവൾ ഇറങ്ങിപ്പോയി.

“കൊച്ചുപെണ്ണാണല്ലോ,” ഓസിപ് പറഞ്ഞു.

അർദല്യോൻ അയാളെ നോക്കി ഈർഷ്യ കൂടാതെ പറഞ്ഞു:

“ഒക്കെ ആ യെഫീമുഷ്ക്കയുടെ പണിയാണ്. അയാൾക്ക് പെണ്ണുങ്ങളെപ്പറ്റി മാത്രമേ വിചാരമുള്ളൂ... തത്താറുകാരി ആളൊരു രസികത്തിയാണ്. എപ്പോഴും ഓരോ വിഡ്ഢിത്തം പറഞ്ഞുകൊണ്ടിരിക്കും.”

“താൻ സൂക്ഷിച്ചോ. അല്ലെങ്കിൽ ഇവിടെത്തന്നെ കൂടിക്കളയും,” ഓസിപ് താക്കീതുചെയ്തു. ഉണക്കമീൻ ഒരു കഷണംകൂടി കടിച്ചുചവച്ചുകൊണ്ട് അയാൾ എണീറ്റ് യാത്രപറഞ്ഞു.

മടങ്ങുന്ന വഴിക്ക് ഞാൻ അയാളോടു ചോദിച്ചു:

“എന്തിനാണ് അയാളെ കാണാൻ പോയത്?”

“കാര്യമെന്താണെന്ന് നേരിൽകണ്ടു മനസ്സിലാക്കാൻ. അയാൾ വേണ്ടപ്പെട്ടവനാണ്. ഇത്തരം സംഭവങ്ങൾ ഞാൻ പലതും കണ്ടിട്ടുണ്ട്. അങ്ങിനെ കഴിയുന്നതിനിടയിൽ പെട്ടെന്നൊരു ദിവസം... ജയിലുചാട്ടം പോലെ ഒരെടുത്തുചാട്ടമാണ്.” നേരത്തെ പറഞ്ഞതുതന്നെ അയാൾ ആവർത്തിച്ചു. “വോഡ്ക്ക തൊട്ടുപോകരുത്!”

ഏതാനും നിമിഷം കഴിഞ്ഞ് അയാൾ കൂട്ടിച്ചേർത്തു:

"പക്ഷെ അതില്ലെങ്കിൽ ഒരു രസവുമില്ല."

"വോഡ്ക്ക ഇല്ലെങ്കിലോ?"

"അതെ. ഒന്നു മോന്തിയാൽ മതി. മറ്റൊരു ലോകത്തിലാണെന്നു തോന്നും."

അർദല്യോൻ മടങ്ങിവന്നില്ല. കുറെ ദിവസം കഴിഞ്ഞ് അയാൾ പണിക്കുവന്നു. പക്ഷെ താമസിയാതെ വീണ്ടും അപ്രത്യക്ഷനായി. വസന്തത്തിലൊരു ദിവസം ഞാൻ അയാളെ കുറെ തെണ്ടിപ്പിള്ളേരുടെ കൂടെ കണ്ടു. ആറ്റിൽ കിടന്നിരുന്ന ഒരു പത്തേമാരിയുടെ ചുറ്റുമുള്ള ഐസ് അവർ വെട്ടിമാറ്റുകയായിരുന്നു. തമ്മിൽ കണ്ടുമുട്ടിയതിൽ ഞങ്ങൾക്കു രണ്ടു പേർക്കും സന്തോഷം തോന്നി. ചായ കുടിക്കാൻ ഞങ്ങൾ ഒരു മദ്യശാലയിലേക്കു കയറി.

"ഞാൻ എത്തരം പണിക്കാരനായിരുന്നുവെന്ന് ഓർമ്മയുണ്ടോ?" ചായ കുടിക്കുന്നതിനിടയിൽ അയാൾ വീമ്പടിച്ചു. "തുറന്നു പറയാമല്ലൊ, എന്റെ ജോലിയിൽ ഞാനൊരു ചെപ്പടിവിദ്യക്കാരനായിരുന്നു. എനിക്കു നൂറുകണക്കിനു റൂബിൾ സമ്പാദിക്കാമായിരുന്നു."

"പക്ഷെ സമ്പാദിച്ചില്ലല്ലൊ."

"ഇല്ല. സംശയമെന്താ," അയാൾ അഭിമാനപൂർവ്വം പറഞ്ഞു. "ജോലി എനിക്കു പുല്ലാണ്!"

കൈ വീശിക്കൊണ്ടുള്ള കൂസലില്ലാത്ത അയാളുടെ സംസാരം മദ്യശാലയിലുള്ളവർ ശ്രദ്ധിച്ചു.

"പ്യോത്തറുണ്ടല്ലൊ, പമ്മിനടക്കുന്ന ആ കള്ളൻ. അയാൾ ജോലിയെപ്പറ്റി പറഞ്ഞത് ഓർമ്മയുണ്ടോ? ആളുകൾക്കുവേണ്ടി കല്ലുകൊണ്ടുള്ള വീട്. തനിക്കുവേണ്ടി മരംകൊണ്ടുള്ള ശവപ്പെട്ടി. ജോലിയെന്നു പറഞ്ഞാൽ അത്രയേയുള്ളൂ."

"പ്യോത്തർ സുഖക്കേടുകാരനാണ്. അയാൾക്കു ചാവാൻ പേടിയാണ്," ഞാൻ പറഞ്ഞു.

"ഞാനും സുഖക്കേടുകാരനാണ്," അർദല്യോൻ ഉറക്കെപ്പറഞ്ഞു.

"എന്റെ ആത്മാവ് അതിന്റെ സ്ഥാനത്ത് ഇല്ലെന്നു വച്ചോ!"

ഞായറാഴ്ച ദിവസങ്ങളിൽ ഞാൻ പലപ്പോഴും പട്ടണമദ്ധ്യം വിട്ട്, തെണ്ടികൾ താമസിക്കുന്ന "കുബേര"ത്തെരുവിൽ പോകും. എത്ര വേഗമാണ് അർദല്യോൻ ആ സമുദായഭ്രഷ്ടരിലൊരാളായി മാറിക്കൊണ്ടിരിക്കുന്നതെന്നു ഞാൻ കണ്ടു. കേവലം ഒരു വർഷം മുമ്പ് അയാൾ

നല്ല പ്രസരിപ്പും കാര്യഗൗരവവുമുള്ള ഒരു പണിക്കാരനായിരുന്നു. മയമില്ലാത്ത പെരുമാറ്റവും ആടിയാടിയുള്ള നടത്തവും സകലരേയും പോരിനു വിളിക്കുന്ന മട്ടിലുള്ള ഔദ്ധത്യം പൂണ്ട നോട്ടവുമാണ് ഇപ്പോൾ അയാൾക്കു കിട്ടിയിരിക്കുന്നത്.

"ആളുകൾ ഞാൻ പറയുന്നത് ശ്രദ്ധിച്ചു കേൾക്കുന്നതു കണ്ടോ. ഞാൻ ഇവിടെ ഒരു നേതാവാണ്," അയാൾ വീമ്പടിച്ചു.

കിട്ടുന്ന പണം മുഴുവനും തെണ്ടികളെ സൽക്കരിക്കാൻവേണ്ടി ചെലവാക്കുന്നതിൽ അയാൾക്കു യാതൊരു മടിയുമുണ്ടായിരുന്നില്ല. എവിടെ അടികലശൽ നടന്നാലും തോൽക്കുന്നവന്റെ ഭാഗത്ത് അയാളുണ്ട്. പലപ്പോഴും അയാൾ വിളിച്ചുപറയുന്നതു കേൾക്കാം:

"അതു ന്യായമല്ല! നിങ്ങൾ ന്യായമായി പെരുമാറണം!"

അങ്ങിനെ അയാൾക്ക് "ന്യായക്കാരൻ" എന്ന വട്ടപ്പേരു കിട്ടി. അയാൾക്ക് അതിൽ ബഹുസന്തോഷമായി.

അഴുക്കുനിറഞ്ഞ ആ പഴഞ്ചൻതെരുവിൽ, കല്ലുകൊണ്ടുണ്ടാക്കിയ ആ പഴഞ്ചാക്കിൽ, കുത്തിനിറച്ചിരുന്ന മനുഷ്യരെ മനസ്സിലാക്കാൻ ഞാൻ ശ്രമിച്ചു. ജീവിതത്തിന്റെ മുഖ്യധാരയിൽനിന്നു വിട്ടുപോന്നവരായിരുന്നു അവരെല്ലാവരും. എങ്കിലും മറ്റുള്ളവരെ ആശ്രയിക്കാത്ത ഒരു ഉല്ലാസജീവിതം അവർ സ്വന്തമായി കരുപ്പിടിപ്പിച്ചിട്ടുള്ളതുപോലെ തോന്നി. അല്ലലില്ലാതെ നിർഭയം ജീവിക്കുന്ന ഇക്കൂട്ടരെ കണ്ടപ്പോൾ കൊള്ളക്കാരോ സന്യാസിമാരോ ആയി നിഷ്പ്രയാസം മാറുന്ന വള്ളംവലിക്കാരെപ്പറ്റി മുത്തച്ഛൻ പറഞ്ഞിട്ടുള്ള കഥകൾ ഞാൻ ഓർത്തു. ജോലി കിട്ടാത്ത സമയത്ത് ചരക്കുവള്ളങ്ങളിൽനിന്നും കപ്പലുകളിൽനിന്നും കൊച്ചുകൊച്ചു മോഷണങ്ങൾ നടത്താൻ അവർക്കു യാതൊരു മടിയുമില്ലായിരുന്നു. പക്ഷെ അതെന്നെ തെല്ലും ഞെട്ടിക്കിയില്ല. ചാരനിറമുള്ള നൂലുകൊണ്ട് ഇഴയിട്ട പഴയ കോട്ടുപോലെ മോഷണംകൊണ്ട് ഇഴയിട്ട ജീവിതമാണ് ഞാൻ എവിടെയും കണ്ടത്. എന്നാൽ ചില സമയത്ത്—ഉദാഹരണത്തിന് ഒരു തീപിടുത്തമുണ്ടാകുമ്പോഴോ ആറ്റിലെ ഐസ് പൊട്ടിക്കേണ്ടിവരുമ്പോഴോ അടിയന്തിരമായി ചരക്കു കയറ്റാനുള്ളപ്പോഴോ—അവർ അങ്ങേയറ്റത്തെ ഉത്സാഹത്തോടെ സർവ്വശക്തിയുമെടുത്ത് പണിയെടുക്കുന്നതു ഞാൻ കണ്ടിട്ടുണ്ട്. ആകെക്കൂടിയെടുത്താൽ മറ്റുള്ളവരേക്കാൾ ഉല്ലാസമായിട്ടാണ് അവർ കഴിഞ്ഞത്.

എന്നാൽ അർദ്ധല്യോനുമായിട്ടുള്ള എന്റെ ചങ്ങാത്തം കണ്ടപ്പോൾ ഓസിപ് ഒരു അച്ഛനെപ്പോലെ എന്നെ ഗുണദോഷിച്ചു:

"എന്റെ കുഞ്ഞേ, നീ ആ കുബേരത്തെരുവിലുള്ളവരോട് കൂട്ടുകൂടുന്നതെന്തിനാ? നീ കുഴപ്പത്തിൽ ചാടാതെ സൂക്ഷിച്ചോ."

പണിയൊന്നും ചെയ്യാതെ ഉല്ലാസമായി ജീവിക്കുന്ന ആ മനുഷ്യരെ എനിക്കിഷ്ടപ്പെട്ടെന്ന് ഞാൻ ആവുംവിധം അയാളെ പറഞ്ഞു മനസ്സിലാക്കി.

"ആകാശത്തിലെ പറവകളുടെ മാതിരി, അല്ലേ!"പൊട്ടിച്ചിരിച്ചുകൊണ്ട് അയാൾ ഇടയ്ക്കുകയറിപ്പറഞ്ഞു. "അവന്മാര് കാശിനുകൊള്ളാത്ത മടിയന്മാരായതുകൊണ്ടാണ് അങ്ങിനെ. പണിയെടുക്കുന്നത് അവർക്ക് ധർമ്മസങ്കടമാണ്."

"പണിയെടുക്കാൻ ആർക്കാണിഷ്ടം? "നെറിയൊടെ വേലയെടുത്ത് ആരും മാളിക പണിതിട്ടില്ല' എന്നൊരു ചൊല്ലുതന്നെയില്ലേ?" ഞാൻ നിശ്ശങ്കം തട്ടിവിട്ടു. ഞാൻ പലപ്പോഴും കേട്ടിട്ടുള്ള ആ ചൊല്ല് തികച്ചും വാസ്തവമാണെന്നു തോന്നി. പക്ഷെ ഓസിപ് കോപിച്ച് അട്ടഹസിച്ചു:

"ആരാണ് അങ്ങിനെ പറയുന്നതെന്നറിയാമോ? മണ്ടന്മാരും മടിയന്മാരും. നീ അതൊന്നും കേൾക്കണ്ട, എന്റെ പട്ടിക്കുട്ടി! കുശുമ്പുള്ളവരും മേൽഗതിയില്ലാത്തവരുമാണ് അത്തരം അസംബന്ധം പറഞ്ഞുനടക്കുന്നത്. നിനക്ക് ആദ്യം ചിറകു മുളയ്ക്കട്ടെ. എന്നിട്ടാവാം പറക്കാൻ ശ്രമിക്കുന്നത്. നിന്റെ ഇപ്പോഴത്തെ കൂട്ടുകെട്ടിനെപ്പറ്റി ഞാൻ മുതലാളിയോടു പറയുന്നുണ്ട്. നീ എന്നോടു പരിഭവിക്കരുത്."

അയാൾ പറഞ്ഞപ്രകാരം ചെയ്തു. ഓസിപ്പിന്റെ മുമ്പിൽ വച്ച് യജമാനൻ എന്നോടു പറഞ്ഞു:

"നീ കുബേരത്തെരുവിൽ പോകരുത്, പെഷ്ക്കോവ്. കള്ളന്മാരും തേവിടിശ്ശികളുമാണ് അവിടെ താമസിക്കുന്നത്. ആ വഴിയെ പോയാൽ ചെന്നെത്തുന്നത് ജയിലിലോ ആശുപത്രിയിലോ ആയിരിക്കും. നീയത് വിട്ടുകള!"

അതിൽപിന്നീട് ഞാൻ കുബേരത്തെരുവിൽ ഒളിച്ചുപോകാൻ തുടങ്ങി. പക്ഷെ അധികം താമസിയാതെ എനിക്ക് ആ പോക്ക് അവസാനിപ്പിക്കേണ്ടിവന്നു.

ഒരുദിവസം അർദല്യോനും "കൊച്ചുകുഞ്ഞും" ഞാനുംകൂടി ഒരു സത്രത്തിന്റെ മുറ്റത്തെ വിറകുപുരയുടെ മേൽക്കൂരയിൽ ഇരിക്കുകയായിരുന്നു. ദോൻ നദീതീരത്തുള്ള റൊസ്തോവിൽനിന്ന് താൻ കാൽനടയായി മോസ്ക്കോയിൽ എത്തിച്ചേർന്ന കഥ "കൊച്ചുകുഞ്ഞ്" സരസമായി വിവരിക്കുകയായിരുന്നു. എഞ്ചിനീയർവിഭാഗത്തിൽ സേവനമനുഷ്ഠിച്ച് സെന്റ് ജോർജ്ജ് ക്രോസ് കീർത്തിമുദ്ര വാങ്ങിയിട്ടുള്ള ഒരു മുൻപട്ടാളക്കാരനാണ് അയാൾ. തുർക്കികളുമായുള്ള യുദ്ധത്തിൽ കാൽമുട്ടിനേറ്റ മുറിവ് അയാളെ ജീവിതകാലം മുഴുവൻ ഒരു മുടന്തനാക്കി. ഉയരം

കുറഞ്ഞ ആ ദൃഢകായന് അസാമാന്യമായ കൈയൂക്കുണ്ടായിരുന്നു. പക്ഷെ അത് പ്രയോജനമില്ലാതെ പോയി. മുടന്തു കാരണം അയാൾക്കു പണിയെടുക്കാൻ നിവൃത്തിയില്ലായിരുന്നു. എന്തോ രോഗം വന്ന് മുടിയും താടിമീശയും കൊഴിഞ്ഞുപോയതുകൊണ്ട് പെറ്റുവീണ കുഞ്ഞിന്റേതു പോലെ രോമവിഹീനമാണ് അയാളുടെ തല.

പളുങ്കുകണ്ണുകളിൽ ഒരു തിളക്കത്തോടെ അയാൾ പറഞ്ഞു:

"അങ്ങിനെ ഞാൻ സെർപ്പഹോവിലെത്തി. അവിടെ ഒരു കത്തനാര് അയാളുടെ വീടിന്റെ പിൻമുറ്റത്തിരിക്കുന്നതുകണ്ടു. ഞാൻ അടുത്തു ചെന്ന് ചോദിച്ചു: 'തുർക്കിയുദ്ധത്തിലെ വീരനു വല്ലതും തരാമോ?"

അർദല്യോൻ തല കുലുക്കിക്കൊണ്ടു പറഞ്ഞു:

"അതു കള്ളം!"

"ഞാനെന്തിനു കള്ളം പറയണം?" പരിഭവംകൂടാതെ "കൊച്ചുകുഞ്ഞ് " ചോദിച്ചു. പക്ഷെ എന്റെ സ്നേഹിതൻ അലസമായി അയാളെ ഗുണദോഷിച്ചു:

"താൻ ഈ കാണിക്കുന്നത് ന്യായമല്ല. താനൊരു രാത്രിപാറാവുകാരനായി ജോലിനോക്കണം. ഞൊണ്ടികൾ എപ്പോഴും ചെയ്യുന്ന പണിയാണത്. അതിനുപകരം താൻ നുണയും പറഞ്ഞ് വെറുതെ കറങ്ങി നടക്കുകയാണ്."

"അത് ആളുകളെ ചിരിപ്പിക്കാൻവേണ്ടിയല്ലെ. ഒരു രസത്തിനു വേണ്ടി നുണ പറയുന്നുവെന്നേയുള്ളൂ."

"താൻ തന്നത്താൻ കളിയാക്കി ചിരിക്കുകയാണു വേണ്ടത്."

തെളിഞ്ഞ ദിവസമായിട്ടും ഇരുണ്ട് അഴുക്കുപിടിച്ചുകിടന്നിരുന്ന മുറ്റത്തേക്ക് ഒരു സ്ത്രീ കയറിവന്നു. തലയ്ക്കു മീതെ എന്തോ വീശിക്കൊണ്ട് അവർ വിളിച്ചുപറഞ്ഞു:

"ഹേ കുട്ടികാരികളേ, പാവാട വേണോ, പാവാട?"

വീടുകളുടെ വിടവുകളിലൂടെ ഇഴഞ്ഞിറങ്ങിയ പെണ്ണുങ്ങൾ വില്പനക്കാരിയുടെ ചുറ്റും കൂടി. അലക്കുകാരിയായ നതാല്യയാണതെന്ന് ഞാൻ തൽക്ഷണം തിരിച്ചറിഞ്ഞു. ഞാൻ വിറകുപുരയുടെ പുറത്തുനിന്ന് ചാടിയിറങ്ങിച്ചെന്നപ്പോഴേക്ക് അവർ ആദ്യം വിലപറഞ്ഞവൾക്ക് പാവാട വിറ്റിട്ട് മുറ്റത്തുനിന്ന് ഇറങ്ങിക്കഴിഞ്ഞു.

പടിക്കൽവച്ച് ഒപ്പമെത്തിക്കൊണ്ട് ഞാൻ ആഹ്ലാദപൂർവ്വം അവരെ അഭിവാദ്യം ചെയ്തു.

“വേറൊന്നും പറയാനില്ലേ?” ‘എന്നെ കടക്കണ്ണിലൂടെ നോക്കി അവർ ചോദിച്ചു. പെട്ടെന്ന് നടപ്പനിർത്തി അവർ കുപിതയായി പറഞ്ഞു:

“കർത്താവെ! നിനക്കിവിടെ എന്തു കാര്യം?”

അവരുടെ ഭയചകിതമായ മുറവിളി എന്റെ ഉള്ളിൽത്തട്ടി. അതോടൊപ്പം ഞാൻ കുറച്ചൊന്നു സംഭ്രമിക്കുകയും ചെയ്തു. ബുദ്ധി സ്ഫുരിക്കുന്ന ആ മുഖത്ത് ഭയവും അത്ഭുതവും വ്യക്തമായി നിഴലിച്ചു. അവർ എന്നെ ഓർത്താണ് ഭയപ്പെട്ടതെന്ന് എനിക്കു മനസ്സിലായി. ഞാൻ ആ തെരുവിലല്ല താമസമെന്നും വെറുതെ നോക്കാൻ വല്ലപ്പോഴും അവിടെ വരുന്നുവെന്നേയുള്ളൂവെന്നും ഞാൻ ധൃതിയിൽ പറഞ്ഞു.

“നോക്കാനോ?” പരിഹാസം പൂണ്ട കാർക്കശ്യത്തോടെ അവർ ചോദിച്ചു. “എവിടെ നോക്കാൻ? വഴിപോക്കരുടെ കീശയിലോ? അതോ പെണ്ണുങ്ങളുടെ ബ്ലൗസിന്റെ ഉള്ളിലോ?”

അവരുടെ മുഖം വല്ലാതെ ക്ഷീണിച്ചിരുന്നു. കൺതടങ്ങളിൽ കറുത്ത വളയങ്ങൾ കണ്ടു. ചുണ്ട് അയഞ്ഞുകിടന്നു.

ഒരു മദ്യശാലയുടെ വാതിൽക്കലെത്തിയപ്പോൾ അവർ പറഞ്ഞു:

“വാ ചായ കുടിക്കാം. നിന്റെ വേഷം വൃത്തിയുള്ളതാണ്. ഇവിടുത്തുകാരുടേതുപോലല്ല. പക്ഷെ നീ പറഞ്ഞത് എനിക്ക് എന്തുകൊണ്ടോ വിശ്വസിക്കാൻ തോന്നുന്നില്ല.”

എങ്കിലും അകത്തു കയറിയതിനുശേഷം അവർക്ക് എന്നിൽ വിശ്വാസം വന്നതുപോലെതോന്നി. ചായ പകർന്നതിനുശേഷം അവർ നിരുന്മേഷമായി സംസാരിക്കാൻ തുടങ്ങി. ഉറക്കമുണർന്നിട്ട് ഒരു മണിക്കൂറേ ആയുള്ളൂവെന്നും ഇതേവരെ ഒന്നും കഴിച്ചില്ലെന്നും അവർ പറഞ്ഞു.

“ഇന്നലെ രാത്രി ഞാൻ കണ്ടമാനം കുടിച്ചു. തീരെ വെളിവില്ലായിരുന്നു. പക്ഷെ കുടിച്ചത് എവിടെവെച്ചാണെന്നോ ആരുടെകൂടെയാണെന്നോ യാതൊരു ഓർമ്മയുമില്ല.’

എനിക്ക് അവരോട് സഹതാപവും അവരുടെ അടുത്ത് ഇരിക്കാൻ വിഷമവും തോന്നി.എനിക്ക് അവരുടെ മകളെപ്പറ്റി ചോദിക്കണമെന്നുണ്ടായിരുന്നു. കുറെ ചായയും വോഡ്ക്കയും അകത്തു ചെന്നപ്പോൾ അവർ പതിവുള്ള ചുറുചുറുക്കോടെയും തെരുവുവേശ്യകൾക്കു സഹജമായ പരുക്കൻ മട്ടിലും സംസാരിക്കാൻ തുടങ്ങി. പക്ഷെ അവരുടെ മകളെപ്പറ്റി ചോദിച്ച നിമിഷത്തിൽത്തന്നെ അവർ സുബോധം വീണ്ടെടുത്തു.

“നിനക്ക് അതറിഞ്ഞിട്ട് എന്തു കാര്യം?” അവർ ചോദിച്ചു. “ഇല്ല. എന്റെ പൊന്നേ. നിനക്ക് എന്റെ മോളെ ഈ ജന്മത്ത് കിട്ടില്ല. തീർച്ച!”

ഒരിറക്കുകൂടി കുടിച്ചിട്ട് അവർ തുടർന്നു:

"മോൾക്ക് ഞാനുമായി യാതൊരു ബന്ധവുമില്ല. ഞാനാരാ? അലക്കുകാരി. അവൾക്കു വേണ്ടത് ഇത്തരം അമ്മയാണോ? അവൾക്ക് പഠിപ്പുണ്ട്, അറിവുണ്ട്. മനസ്സിലായോ. അതുകൊണ്ട് അവൾ എന്നെ വിട്ട് കാശുകാരിയായ ഏതോ കൂട്ടുകാരിയുടെ അടുത്തേക്കു പോയി. ടീച്ചറാവാനാണ് ഉദ്ദേശമെന്നു തോന്നുന്നു..."

തെല്ലിട മൗനം പൂണ്ടിട്ട് അവർ പതിഞ്ഞ ശബ്ദത്തിൽ പറഞ്ഞു:

"അതാണ് കാര്യം. അലക്കുകാരിയെ ആർക്കു വേണം? പക്ഷെ തേവിടിശ്ശിയാണെങ്കിലോ?"

അവർ തേവിടിശ്ശിയാണെന്ന് അവരെ കണ്ടപ്പോഴെ ഞാൻ ഊഹിച്ചിരുന്നു. ആ തെരുവിലുള്ള സകല പെണ്ണുങ്ങളും തേവിടിശ്ശികളായിരുന്നു. പക്ഷെ ഇവരുടെ നാവിൽനിന്നുതന്നെ അതു കേട്ടപ്പോൾ ലജ്ജയും സഹതാപവും കൊണ്ട് എന്റെ കണ്ണുനിറഞ്ഞു. നതാല്യ ഇങ്ങനെ തുറന്നു പറഞ്ഞത് വിശേഷിച്ചും ബീഭത്സമായിത്തോന്നി. കുറച്ചുകാലം മുമ്പുവരെ എത്ര ചുണയും തന്റേടവും ബുദ്ധിയുമുള്ള ഒരു സ്ത്രീയായിരുന്നു അവർ!

"നീയൊരു മണ്ടനാണ്," എന്നെ നോക്കി നെടുവീർപ്പിട്ടുകൊണ്ട് അവർ പറഞ്ഞു. "നീ വേഗം സ്ഥലം വിട്! ഞാൻ നിന്നോട് കാര്യമായി പറയുകയാണ്, കെഞ്ചിപ്പറയുകയാണ്—ഒരിക്കലും ഇങ്ങോട്ട് തിരിച്ചുവരരുത്. വന്നാൽ തീർന്നു!"

മേശയുടെനേരെ കുനിഞ്ഞ് തട്ടത്തിൽ വിരലോടിച്ചുകൊണ്ട് അവർ ആത്മഗതം ചെയ്യുന്ന മട്ടിൽ സ്വരംതാഴ്ത്തി പരസ്പരബന്ധമില്ലാതെ ഓരോന്നു പറയാൻ തുടങ്ങി:

"പക്ഷെ എന്റെ അപേക്ഷ നീ അനുസരിക്കുമോ? സ്വന്തം മോളുപോലും അനുസരിക്കുന്നില്ല... ഞാൻ അവളോടു ചോദിച്ചു: നീ നിന്റെ പെറ്റമ്മയെ കളഞ്ഞിട്ടു പോവുകയാണോ? അവളപ്പോൾ പറയുകയാണ്: എന്നാൽ ഞാൻ തൂങ്ങിച്ചാവും! എന്ന്. അവൾ കസാനിലേക്കു പോയി. വയറ്റാട്ടിയാവാനാണ് ആഗ്രഹം. നല്ലതുതന്നെ. വളരെ നല്ലത്. പക്ഷെ എന്റെ കാര്യമോ? കണ്ടില്ലേ, ഇതാണ് എന്റെ സ്ഥിതി. തുണയ്ക്കുവേണ്ടി ഞാൻ ആരുടെയടുത്തു ചെല്ലണം? ഈ വഴിപോക്കരുടെ അടുത്തോ?..."

ഏതോ ഗാഢമായ ചിന്തയിൽ മുഴുകി അവർ മൗനമായി അവിടെ ഇരുന്നു. അവരുടെ ചുണ്ട് നിശ്ശബ്ദം അനങ്ങിക്കൊണ്ടിരുന്നു. ഞാൻ അവിടെ ഉള്ള കാര്യം തന്നെ അവർ മറന്നുപോയെന്നു തോന്നി. ചുണ്ടുകളുടെ ഇരുകോണുകളും താഴോട്ടു തൂങ്ങിയപ്പോൾ വായ്

ചന്ദ്രക്കലപോലായി. ചുണ്ടിലെ തൊലി കോച്ചിവലിയുന്നതും മുഖത്തെ ചുളിവുകൾ ഏതോ മൂകസന്ദേശത്തോടെ വിറക്കൊള്ളുന്നതും നോക്കിയിരിക്കാൻ വിഷമം തോന്നി. കൊച്ചുകുഞ്ഞുങ്ങളുടേതുപോലെ ഇരുന്നിരുന്ന ആ മുഖത്ത് പരിഭവം നിഴലിച്ചു. തലവഴി ഇട്ടിരുന്ന ഷാളിനടിയിൽനിന്ന് കവിളത്തേക്ക് ഊർന്നുവീണ ഒരു മുടിച്ചുരുൾ അവരുടെ കൊച്ചുകാതിന്റെ പിന്നിലേക്ക് ഒരു തുള്ളി കണ്ണുനീർ വീണു. അതു കണ്ട് അവർ ഗ്ലാസ് നീക്കിവച്ചു. കണ്ണ് ഇറുക്കിയടച്ചപ്പോൾ രണ്ടു തുള്ളികൾ കൂടി വീണു. ഷാളിന്റെ അറ്റംകൊണ്ട് അവർ മുഖം തുടച്ചു.

അവരുടെ അടുത്ത് കൂടുതൽ ഇരിക്കാനുള്ള ക്ഷമയില്ലാതെ ഞാൻ മെല്ലെ എണീറ്റു.

"ഞാൻ ഇറങ്ങുകയാണ്."

"ഉം? എന്താ? പൊക്കോ! പോയി തുലയ്!" തലപൊക്കി നോക്കാതെ കൈവീശിക്കൊണ്ട് അവർ പറഞ്ഞു. ഒരുപക്ഷെ ഞാൻ ആരാണെന്നു തന്നെ അവർ മറന്നിരിക്കും.

അർദല്യോനെ തിരക്കി ഞാൻ സത്രത്തിന്റെ മുറ്റത്തു തിരിച്ചുവന്നു. എന്നേയും കൂട്ടി മീൻ പിടിക്കാൻ പോകാൻ അയാൾ ഉദ്ദേശിച്ചിരുന്നതാണ്. നതാല്യയെപ്പറ്റി അയാളോടു പറയണമെന്നായിരുന്നു എന്റെ ഉദ്ദേശം. പക്ഷെ അയാളേയും "കൊച്ചുകുഞ്ഞി" നേയും വിറകുപുരയുടെ മേൽക്കൂരയിൽ കണ്ടില്ല. താറുമാറായി കിടന്നിരുന്ന മുറ്റത്ത് അവരെ അന്വേഷിച്ചു നടക്കുന്നതിനിടയിൽ തെരുവിൽ ഒരു ബഹളം കേട്ടു. അവിടെ അതു പതിവാണ്.

ഞാൻ പടിയിറങ്ങിയതും നതാല്യയുടെ ദേഹത്തു മുട്ടിയതും ഒന്നിച്ചായിരുന്നു. അടിയേറ്റ മുഖം ഷാളെടുത്ത് തുടച്ചുകൊണ്ടും ചിടപിടിച്ച മുടി മറ്റേ കയ്യാൽ ഒതുക്കിമാറ്റിക്കൊണ്ടും അവർ വിതുമ്മിക്കരഞ്ഞുകൊണ്ട് നടപ്പാതയിലൂടെ കണ്ണുകാണാത്തവളെപ്പോലെ നടക്കുകയാണ്. അർദല്യോനും "കൊച്ചുകുഞ്ഞും" പുറകെയുണ്ട്.

"അവൾക്കിട്ട് ഒന്നുകൂടി കൊടുക്ക്", "'കൊച്ചുകുഞ്ഞ്'" വിളിച്ചു പറഞ്ഞു.

അർദല്യോൻ ഓടി ഒപ്പമെത്തി അവരുടെ നേരെ മുഷ്ടിചുരുട്ടി വീശി. അവർ തിരിഞ്ഞുനിന്നു. മുഖം ബീഭത്സമായിരുന്നു. കണ്ണുകൾ വിദ്വേഷം കൊണ്ടു ജ്വലിച്ചു.

"അടിയെടാ എന്നെ!" അവർ വിളിച്ചുകൂവി.

ഞാൻ അർദല്യോന്റെ കയ്യിൽ കടന്നുപിടിച്ചു. അയാൾ എന്നെ അത്ഭുതത്തോടെ നോക്കി.

"നിനക്കെന്തു പറ്റി?"

"അവരെ തൊട്ടുപോകരുത്!"എനിക്ക് അത്രയേ പറയാൻ കഴിഞ്ഞുള്ളൂ.

അയാൾ പൊട്ടിച്ചിരിച്ചു.

"ഇവളാരാ നിന്റെ? കാമുകിയാണോ? എടീ നതാഷേ! നീ ഒരു സന്ന്യാസിയെ മയക്കിയെടുത്തല്ലോടീ!"

"കൊച്ചുകുഞ്ഞും" തുടയിലടിച്ചുകൊണ്ട് ആർത്തുചിരിച്ചു. പിന്നീട് രണ്ടാളുംകൂടി തെറിയുടെ ഒരു പൂരംതന്നെ എന്റെനേരെ നടത്തി. അതുകേട്ട് എന്റെ തൊലി പൊള്ളി. ഏതായാലും ആ സമയംകൊണ്ടു നതാല്യ സ്ഥലം വിട്ടു. ഞാൻ അവസാനം സഹികെട്ട് തലകൊണ്ടു "കൊച്ചുകുഞ്ഞി"ന്റെ നെഞ്ചത്ത് ഒരു ഇടിവച്ചുകൊടുത്തിട്ട് ഓടിപ്പോയി.

അതിൽ പിന്നീട് വളരെക്കാലത്തേക്ക് ഞാൻ "കുബേര"ത്തെരുവിന്റെ ഭാഗത്തേക്കു പോയില്ല. എങ്കിലും അർദല്യോനെ ഒരിക്കൽകൂടി കണ്ടുമുട്ടി. ഇത്തവണ ഒരു കടത്തുവഞ്ചിയിൽ വച്ചായിരുന്നു.

"ആരിത്?"അയാൾ ആഹ്ലാദത്തോടെ പറഞ്ഞു. "നിന്നെ കാണാറേയില്ലല്ലോ!"

അയാൾ നതാല്യയെ അടിച്ചതും എന്നെ തെറിപറഞ്ഞതും എനിക്കും സഹിക്കാനാവാത്ത കാര്യങ്ങളായിരുന്നുവെന്നു ഞാൻ പറഞ്ഞപ്പോൾ അയാൾ സൗമനസ്യത്തോടെ പൊട്ടിച്ചിരിച്ചു.

"ഞങ്ങളത് കാര്യമായി പറഞ്ഞതാണോ? നിന്നെ കുറച്ചൊന്നു വാരാൻ ഒരു രസം തോന്നി. അത്രയേയുള്ളൂ. അവളെ തല്ലിയ കാര്യമാണെങ്കിൽ, എന്തുകൊണ്ടു തല്ലിക്കൂടാ? അവൾ വെറും തേവിടിശ്ശിയല്ലേ. കെട്ടിയോളെ തല്ലുന്നു. പിന്നെയാണ് ഇവറ്റ! പക്ഷെ അതൊക്കെ വെറുമൊരു നേരമ്പോക്കിനുവേണ്ടി ചെയ്തതായിരുന്നു. ആരേയും അടിച്ചു നന്നാക്കാൻ പറ്റില്ലെന്ന് എനിക്കു ഭംഗിയായിട്ടറിയാം."

"അവരെ നന്നാക്കാൻ താനാരാ? താൻ അവരേക്കാൾ മെച്ചമാണോ?"

എന്നെ തോളത്തു പിടിച്ച് കുലുക്കിയിട്ട് അയാൾ പരിഹാസസ്വരത്തിൽ പറഞ്ഞു:

"അതുതന്നെയാണ് കുഴപ്പം. ആരും ആരേക്കാളും മെച്ചമല്ല. അനിയാ, എനിക്ക് അതെല്ലാം ഭംഗിയായിട്ടറിയാം, അകംപുറം അറിയാം. ഞാൻ വെറും മലമൂടനല്ല."

മദ്യലഹരിയിൽ ഉല്ലാസവാനായിരുന്ന അയാൾ ഒരു മണ്ടൻകുട്ടിക്കു പറഞ്ഞുകൊടുക്കുന്ന ദയാശാലിയായ അദ്ധ്യാപകന്റെ സ്നേഹാർദ്രമായ

സഹിഷ്ണുതയോടെ എന്നെ നോക്കി...

...വല്ലപ്പോഴും ഞാൻ പാവെൽ ഒദിൻത്സോവിനെ കണ്ടുമുട്ടാറുണ്ടായിരുന്നു. അവന് ഇപ്പോൾ മുമ്പത്തേക്കാൾ പ്രസരിപ്പുണ്ട്. പച്ചപ്പരിഷ്ക്കാരിയെപ്പോലെ അണിഞ്ഞൊരുങ്ങിയാണ് നടപ്പ്. ദാക്ഷണ്യഭാവത്തിലാണ് എന്നോടു സംസാരിക്കുന്നത്. ഒരിക്കൽ അവൻ എന്നോട് ശാസനാസ്വരത്തിൽ പറഞ്ഞു:

"നീ എന്തു കാര്യത്തിനാ ഈ പണിക്കു പോയത്? നീ നശിക്കുകയേയുള്ളൂ. അവരൊക്കെ വെറും നാട്ടുമ്പുറത്തുകാരല്ലേ!"

പിന്നീട് അവൻ പണിശാലയിലെ വിശേഷങ്ങൾ സങ്കടത്തോടെ പറഞ്ഞു:

"ഷീഹരെവിന് ഇപ്പോഴും ആ പശുവുമായിട്ടാണ് കൂട്ട്. സിത്താനൊവിന് എന്തോ സങ്കടമുണ്ടെണ്ടന്നു തോന്നുന്നു. കണ്ടമാനം കുടിക്കുന്നുണ്ട്. ഗോഗൊലെവിനെ ചെന്നായ്ക്കൾ ശാപ്പിട്ടു. ക്രിസ്തുമസ്സ് ഒഴിവിന് വീട്ടിൽ പോയ സമയത്ത് അയാൾ കുടിച്ചു വെളിവുകെട്ടു. ചെന്നായ്ക്കൾ അയാളെ കടിച്ചുകീറി തിന്നുകയും ചെയ്തു."

ആഹ്ലാദത്തോടെ പൊട്ടിച്ചിരിച്ചുകൊണ്ട് പാവെൽ അവന്റെ ഭാവനാവിലാസത്തെ കെട്ടഴിച്ചുവിട്ടു:

"അയാളെ ശാപ്പിട്ടപ്പോൾ ആ ചെന്നായ്ക്കൾക്കും മത്തുപിടിച്ചു. സർക്കസ് നായ്ക്കളെപ്പോലെ കാട്ടിലൂടെ അവർ പിൻകാലുകളിൽ തത്തി നടന്നു. ഉല്ലാസത്തോടെ ഓരിയിട്ടു. പക്ഷെ പിറ്റേന്ന് അവറ്റയൊക്കെ ചത്തുവീണു!"

അവന്റെ വർത്തമാനം കേട്ട് എനിക്കും ചിരി വന്നു. പക്ഷെ ആ പണിശാലയും അവിടത്തെ ജീവിതവും എന്നിൽനിന്ന് ബഹുദൂരം അകന്നുകഴിഞ്ഞിരിക്കുന്നുവെന്ന് ഉള്ളിന്റെ ഉള്ളിൽ എനിക്കനുഭവപ്പെട്ടു. അത് എന്നെ അല്പം വിഷാദം കൊള്ളിക്കാതിരുന്നില്ല.

XIX

ശൈത്യകാലത്ത് മേളസ്ഥലത്ത് പറയത്തക്ക പണിയൊന്നുമുണ്ടായിരുന്നില്ല. പകൽസമയം മുഴുവൻ ഞാൻ പണ്ടത്തെപ്പോലെ പലതരം വീട്ടുവേലകളിൽ മുഴുകി. എങ്കിലും സായാഹ്നങ്ങളിൽ ഒഴിവു കിട്ടി. അങ്ങിനെ വീണ്ടും ഞാൻ "നിവാ"യിൽന്നും "മോസ്ക്കോ പത്രിക" യിൽനിന്നുമുള്ള നോവലുകൾ യജമാനന്റെ വീട്ടുകാരെ വായിച്ചുകേൾപ്പിക്കാൻ തുടങ്ങി. എനിക്ക് ആ പ്രസിദ്ധീകരണങ്ങൾ തീരെ ഇഷ്ടപ്പെട്ടില്ല. രാത്രിയിൽ ഞാൻ നല്ല പുസ്തകങ്ങൾ വായിക്കുകയും കവിതയെഴുതാൻ ശ്രമിക്കുകയും ചെയ്തു.

ഒരു ദിവസം യജമാനത്തിമാർ പള്ളിയിൽ പോയ സമയത്ത്, സുഖമില്ലാതെ വീട്ടിലിരുന്നിരുന്ന യജമാനൻ എന്നോടു പറഞ്ഞു:

"പെഷ്ക്കോവ്, നീ കവിതയെഴുതുകയാണെന്നു പറഞ്ഞ് വിക്തർ നിന്നെ കളിയാക്കാറുണ്ടല്ലോ. അതിൽ വല്ല വാസ്തവവുമുണ്ടോ? എങ്കിൽ കേൾക്കട്ടെ."

അയാളുടെ അപേക്ഷ നിരസിക്കാൻ മടിച്ച് ഞാൻ എന്റെ ചില കവിതകൾ അയാളെ വായിച്ചുകേൾപ്പിച്ചു. അയാൾക്ക് അവ ഇഷ്ടപ്പെട്ടതായി തോന്നിയില്ല. എങ്കിലും അയാൾ പറഞ്ഞു:

"എഴുത്, എഴുത്! നീ മറ്റൊരു പുഷ്ക്കിനാവില്ലെന്ന് ആരു കണ്ടു!പുഷ്ക്കിന്റെ വല്ലതും വായിച്ചിട്ടുണ്ടോ?

കുട്ടിച്ചാത്തൻ മരിക്കുമോ
ക്ഷുദ്രക്കാരി വേൾക്കുമോ?

അന്നത്തെ കാലത്ത് ആളുകൾക്ക് കുട്ടിച്ചാത്തനിൽ വിശ്വാസമുണ്ടായിരുന്നു. പക്ഷെ അദ്ദേഹം വിശ്വസിച്ചെന്നു തോന്നുന്നില്ല. വെറുതെ തമാശയ്ക്ക് എഴുതിയതാണ്."

"നിന്നെ പള്ളിക്കൂടത്തിലയച്ച് പഠിപ്പിക്കേണ്ടതായിരുന്നു, അനിയാ," അയാൾ ചിന്താമഗ്നനായി പറഞ്ഞു. "പക്ഷെ ഇനിയിപ്പോൾ വൈകിപ്പോയി. നീ എങ്ങിനെയാണ് ജീവിക്കാൻ പോകുന്നതെന്നു ചെകുത്താനറിയാം. നിന്റെ ആ നോട്ടുപുസ്തകം ഇവിടുത്തെ പെണ്ണുങ്ങൾ കാണാതെ ഒളിച്ചുവച്ചോ. അല്ലെങ്കിൽ അവർ നിന്നെ നിലത്തു നിർത്തില്ല. പെണ്ണുങ്ങൾക്കുണ്ടല്ലോ, അനിയാ നേരെ ചങ്കിൽത്തന്നെ കുത്താനാണ് ഇഷ്ടം."

അടുത്ത കാലത്തായി യജമാനൻ ശാന്തനും ചിന്താനിരതനുമായിട്ടുണ്ട്. കൂടെക്കൂടെ ജാഗ്രതയോടെ ചുറ്റും കണ്ണോടിക്കുന്നതു കാണാം. ഓരോ തവണ കതകിൽ മണിയടിക്കുമ്പോഴും ഞെട്ടും. ചിലപ്പോൾ ഏറ്റവും ചെറിയ കാര്യത്തിനുപോലും ശുണ്ഠിപിടിക്കും. സകലരുടെനേരെയും തട്ടിക്കയറി വീട്ടിൽനിന്ന് ഇറങ്ങിപ്പോകും. രാത്രി അസമയത്ത് കുടിച്ചുമത്തുപിടിച്ച നിലയിലാണ് മടങ്ങിവരുന്നത്.. അയാളൊഴിച്ച് മറ്റാർക്കും അറിഞ്ഞുകൂടാത്ത എന്തോ ഒന്ന് അയാളെ മഥിക്കുന്നുണ്ടെന്ന് എനിക്കു തോന്നി. ഇപ്പോൾ അയാൾക്ക് മുമ്പത്തെ ആത്മവിശ്വാസമില്ല. ശീലത്തിന്റെ ബലംകൊണ്ട് എങ്ങിനെയോ ജീവിക്കുന്നുവെന്നേയുള്ളു.

ഞായറാഴ്ചദിവസങ്ങളിൽ ഞാൻ ഉച്ചഭക്ഷണം കഴിഞ്ഞ് കാറ്റുകൊള്ളാനിറങ്ങും. രാത്രി ഒമ്പതു മണിവരെ നടക്കും. പിന്നീട് യാംസ്ക്കയതെരുവിലെ മദ്യശാലയിൽ പോകും. എപ്പോഴും വിയർത്തൊലിച്ചുകൊണ്ടിരിക്കുന്ന ഒരു പൊണ്ണത്തടിയനാണ് അതിന്റെ ഉടമസ്ഥൻ. അയാൾക്കു പാട്ടെന്നു വച്ചാൽ ജീവനാണ്. അതറിഞ്ഞ് ആ പ്രദേശത്തുള്ള എല്ലാ പള്ളിപ്പാട്ടുകാരും അവിടെ എത്തും. അവരുടെ പാട്ടുകൾക്കുപകരമായി അയാൾ അവരെ വോഡ്ക്കയും ബിയറും ചായയും കൊടുത്തു സൽക്കരിക്കും. പള്ളിപ്പാട്ടുകാർ മദ്യപാനികളും വിരസന്മാരുമാണ്. പ്രതിഫലമോർത്തു മാത്രം അവർ വൈമനസ്യത്തോടെ വല്ലതും പാടും. പള്ളിപ്പാട്ടൊഴിച്ച് മറ്റെന്തെങ്കിലും പാടുന്നത് അപൂർവ്വമാണ്. ഇത്തരം പാട്ടുകൾ പാടാനുള്ള സ്ഥലം മദ്യശാലയല്ലെന്നു പറഞ്ഞ് മതഭക്തന്മാരായ കുടിയൻമാർ പ്രതിഷേധിച്ചാൽ ഉടമസ്ഥൻ പാട്ടുകാരെ തന്റെ സ്വകാര്യമുറിയിലേക്കു കൂട്ടിക്കൊണ്ടു പോകും. കതകിനടുത്ത് ചെവിയോർത്തു നിന്നാൽ മാത്രമേ എനിക്ക് പാട്ടു കേൾക്കാൻ കഴിയൂ.

പക്ഷെ ഗ്രാമങ്ങളിൽ നിന്നു കൃഷിക്കാരും കൈവേലക്കാരും അവിടെ വന്നു പാടുന്നത് ദുർലഭമല്ല. മദ്യശാലയുടമസ്ഥൻതന്നെ പട്ടണമാകെ

പാട്ടുകാരെ തിരയാറുണ്ട്. ചന്തദിവസം അവിടെ എത്തുന്ന കൃഷിക്കാരുടെ കൂട്ടത്തിൽ വല്ല പാട്ടുകാരേയും കണ്ടെത്തിയാൽ മദ്യശാലയിലേക്കു ക്ഷണിക്കുകയായി.

മദ്യമെടുത്തു കൊടുക്കുന്ന ബാറിനോടു ചേർത്ത് വോഡ്ക്കവീപ്പയുടെ മുമ്പിലിട്ടിരിക്കുന്ന ഒരു സ്റ്റൂളാണ് പാട്ടുകാരന്റെ ഇരിപ്പിടം. വീപ്പയുടെ അടിവശം അയാളുടെ തലയ്ക്കു ചുറ്റും വൃത്താകൃതിയിലുള്ള ചട്ടം ചമയ്ക്കും.

കൂട്ടത്തിൽ ഏറ്റവും നന്നായി പാടുന്നതും വിശേഷിച്ചും നല്ല പാട്ടുകൾ എപ്പോഴും പാടുന്നത് കുതിരക്കോപ്പുകാരൻ ക്ലെഷ്ചോവാണ്. ചടച്ചുണങ്ങിയ ഒരു ചെറിയ മനുഷ്യൻ. ദേഹമാസകലം ചെമ്പൻമുടികൊണ്ടു മൂടിയ ഒരു പപ്രശ്ശരൂപം. ജഡത്തിന്റേതുപോലെ തിളങ്ങുന്ന മൂക്ക്. സ്വപ്നം മയങ്ങുന്ന കൊച്ചുകണ്ണുകൾ നിശ്ചലമാണ്.

ചിലപ്പോൾ അയാൾ കണ്ണടച്ച്, തല വീപ്പയിൽ ചായച്ച്, നെഞ്ച് മുമ്പോട്ടു തള്ളിപ്പിടിച്ചുകൊണ്ട് ശാന്തമായും എന്നാൽ അപ്രതിഹതമായ വശ്യതയോടെയും മേൽസ്ഥായിയിൽ പാടിത്തുടങ്ങും:

പാടത്തിൻ വിരിമാറിൽ പരന്ന മൂടൽമഞ്ഞ്

ദൂരത്തു കിടക്കുന്ന പാതയെ മറച്ചല്ലൊ...

പിന്നീടയാൾ എണീറ്റ് ബാറിൽ ചാരിനിന്ന് മച്ചിലേക്കു മുഖമുയർത്തിക്കൊണ്ട് മനസ്സിൽത്തട്ടി പാടും:

ചൊല്ലൂ, ഞാനെന്തു ചെയ്യും? പോകുവാനിടമേത്?

മുന്നിലെ വിശാലമാം പാതയെങ്ങെവിടെപ്പോയ്?

നേർത്തതെങ്കിലും തളരാത്തതായിരുന്നു അയാളുടെ ശബ്ദം. മദ്യശാലയിലെ ഇരുണ്ട് വിരസമായ ശബ്ദാരവത്തിലൂടെ അയാൾ കസവുനൂലിഴകൾ ഓടിച്ചുകൊണ്ടിരുന്നു. ആ പാട്ടിന്റെ ശോകപദങ്ങളും വിലാപരാഗവും അവിടെ കൂടിയിരുന്ന സകലരേയും കീഴടക്കി. കുടിച്ചു ലക്കുകെട്ടവർ പോലും അത്ഭുതപ്പെട്ട് ഗൗരവം പൂണ്ടു. അവർ മുമ്പിലുള്ള മേശയിൽ നിശ്ശബ്ദം തുറിച്ചുനോക്കി. നല്ല സംഗീതം ആത്മാവിന്റെ അഗാധതലങ്ങളിൽ സ്പർശിക്കുമ്പോൾ എപ്പോഴും അനുഭവപ്പെടാറുള്ള വികാരത്തള്ളലാൽ എന്റെ ഹൃദയം വിങ്ങിപ്പൊട്ടാറായതുപോലെ തോന്നി.

മദ്യശാല ഒരു പള്ളിക്കകംപോലെ നിശ്ശബ്ദമായി. പാട്ടുകാരൻ ദയാനിധിയായ പുരോഹിതനുമായി. അയാൾ മതപ്രസംഗമൊന്നും നടത്തിയില്ലെങ്കിലും മനുഷ്യരാശിക്കൊട്ടാകെവേണ്ടി ഉള്ളുനീറി പ്രാർത്ഥിച്ചു. ഈ ദയനീയമായ മനുഷ്യജീവിതത്തിലെ എല്ലാ കെടുതികൾക്കും പ്രകാശനം നൽകി. താടിനീട്ടിയ മനുഷ്യർ നാലുഭാഗത്തുനിന്നും അയാളെ മിഴിച്ചുനോക്കി. ശിശുസഹജമായ കണ്ണുകൾ അവരുടെ

മൃഗമുഞ്ഞികളിൽ ചിന്താഭാരത്തോടെ ചിമ്മിക്കൊണ്ടിരുന്നു. വല്ലപ്പോഴും അവരിലാരെങ്കിലും നെടുവീർപ്പിടും. പാട്ടിന്റെ അജയ്യശക്തിക്കുള്ള ഏറ്റവും നല്ല സാക്ഷ്യപത്രമാണത്. കപടവും കൃത്രിമവുമായ ജീവിതമാണ് എല്ലാ മനുഷ്യരും നയിക്കുന്നതെന്ന് അത്തരം നിമിഷങ്ങളിൽ എനിക്കു തോന്നി. യഥാർത്ഥജീവിതമുള്ളത് ഇതാ ഇവിടെയാണ്!

വീർത്ത മുഖവുമായി ലിസുഹ ഒരു മൂലയ്ക്കിരിപ്പുണ്ട്. നാണവും മാനവുമില്ലാത്ത ഒരു തെരുവുവേശ്യയാണവർ. മേദസ്സു നിറഞ്ഞ ചുമലുകൾക്കിടയിലേക്കു തല കുനിച്ചുകൊണ്ട് അവർ കരഞ്ഞു. കണ്ണുനീർ ആ ക്ലേശമില്ലാത്ത കണ്ണുകളെ കഴുകി. പള്ളിപ്പാട്ടുകാരൻ മിത്രൊപ്പോൽസ്ക്കി അല്പം മാറി ഒരു മേശപ്പുറത്തേക്കു കമഴ്ന്നുകിടക്കുന്നുണ്ട്. ദുർമ്മുഖനായ ആ 'ഭീമന്റെ ദേഹമാസകലം രോമാവൃതമാണ്. ളോഹ അഴിപ്പിച്ചുവച്ച ചെമ്മാച്ചനാണെന്ന് കണ്ടാൽ തോന്നും. മദോന്മത്തമായ മുഖത്ത് വലിയ കണ്ണുകൾ തള്ളിനിൽക്കുന്നു. മുമ്പിൽ മേശപ്പുറത്ത് ഗ്ലാസിൽ പകർന്നുവച്ചിരിക്കുന്ന വോഡ്ക്കയിൽ തുറിച്ചുനോക്കിയശേഷം അയാൾ ഗ്ലാസ് കയ്യിലെടുത്തു ചുണ്ടോടടുപ്പിച്ചു. പക്ഷെ കുടിച്ചില്ല. വളരെ സൂക്ഷിച്ച്, ഒച്ച കേൾപ്പിക്കാതെ അതു മേശപ്പുറത്തു തിരിച്ചുവച്ചു. എന്തുകൊണ്ടോ അയാൾക്ക് അതു കുടിക്കാൻ കഴിഞ്ഞില്ല.

വളരെക്കാലമായി മറന്നുകിടന്നിരുന്നതും തങ്ങൾക്ക് അത്യന്തം വിലപ്പെട്ടതും പ്രിയപ്പെട്ടതുമായ എന്തോ ഒന്നു കേൾക്കുന്ന മട്ടിൽ മദ്യശാലയിലുണ്ടായിരുന്ന സകലരും അനങ്ങാതെ ഇരുന്നു.

പാട്ടു പാടിക്കഴിഞ്ഞ് വിനീതനായി സ്റ്റൂളിലിരുന്ന ക്ലെഷ്ചോവിന് ഒരു ഗ്ലാസ് വോഡ്ക്ക കൊടുത്തിട്ട് മദ്യശാലയുടമസ്ഥൻ സംതൃപ്തിപൂണ്ട പുഞ്ചിരിയോടെ പറഞ്ഞു:

"ഭേഷായി! താൻ പാട്ടു പാടുന്നതിനേക്കാൾ ശ്ലോകം ചൊല്ലുകയാണു ചെയ്തതെന്നു പറയാം. എങ്കിലും താൻ അക്കാര്യത്തിൽ ഒരു വിരുതൻ തന്നെ. സമ്മതിച്ചു. ആർക്കും അതു നിഷേധിക്കാനാവില്ല!"

തിടുക്കം കൂട്ടാതെ വോഡ്ക്ക കുടിച്ചതിനുശേഷം കണ്ഠശുദ്ധി വരുത്തിയിട്ട് ക്ലെഷ്ചോവ് പറഞ്ഞു:

"ശബ്ദമുണ്ടെങ്കിൽ ആർക്കാണു പാട്ടുപാടാൻ വയ്യാത്തത്? പക്ഷെ പാട്ടിന്റെ ആത്മാവ് എടുത്തുകാട്ടാൻ എനിക്കു മാത്രമേ കഴിയൂ."

"താൻ വലിയ പൊങ്ങച്ചമൊന്നും പറയണ്ട."

"പൊങ്ങച്ചം പറയാനുള്ള വക കയ്യിലില്ലാത്തവരാണ് പൊങ്ങച്ചം പറയാത്തത്," സമചിത്തത വിടാതെയും എന്നാൽ തെല്ലും വഴങ്ങിക്കൊടുക്കാതെയും പാട്ടുകാരൻ പറഞ്ഞു.

"താനങ്ങു കേറി പൊങ്ങുകയാണല്ലോ, ക്ലെഷ്ചോവ്," മദ്യശാലയു ടമസ്ഥൻ ഈർഷ്യയോടെ പറഞ്ഞു.

"എന്റെ ആത്മാവോളം മാത്രമേ പൊങ്ങൂ. അതിനു മേലോട്ടില്ല!" തന്റെ കോണിൽനിന്ന് മിത്രൊപ്പോൽസ്ക്കി അലറി:

"പുഴുക്കളേ! ഇഴജന്തുക്കളെ! നിങ്ങൾക്ക് ഈ വിരൂപിയായ മാലാഖയുടെ പാട്ടിനെപ്പറ്റി എന്തറിയാം?"

അയാൾ സകലരോടും തർക്കിക്കും, വഴക്കിടും, സകലരേയും കുറ്റം പറയും. ഏതാണ്ടെല്ലാ ഞായറാഴ്ചയും ആരെങ്കിലും അയാളെ കൈവയ്ക്കാ റുണ്ട്. ഒന്നുകിൽ പാട്ടുകാരായിരിക്കും. അല്ലെങ്കിൽ അയാളെ തല്ലാൻ നോക്കിയിരിക്കുന്നവരും തല്ലാൻ കഴിവുള്ളവരുമായ മറ്റു വല്ലവരുമായി രിക്കും.

മദ്യശാലയുടമസ്ഥന് ക്ലെഷ്ചോവിന്റെ പാട്ടുകൾ ഇഷ്ടമായിരു ന്നെങ്കിലും പാട്ടുകാരനോടു വെറുപ്പായിരുന്നു. അയാൾ സകലരോടും ക്ലെഷ്ചോവിനെപ്പറ്റി പരാതിപറഞ്ഞു. അയാളെ അധിക്ഷേപിക്കാനും പരിഹസിക്കാനും തക്കം നോക്കി ഇരുന്നു. മദ്യശാലയിൽ വരുന്ന എല്ലാവർക്കും ക്ലെഷ്ചോവിനുതന്നെയും ഇക്കാര്യം അറിയാമായിരുന്നു.

"നല്ല പാട്ടുകാരനാണ്, പക്ഷെ ഇങ്ങനെയുണ്ടോ ഒരു തലക്കനം! അയാളെ നിലയ്ക്കു നിർത്തണം," മദ്യശാലയുടമസ്ഥൻ പറയും. പതിവു കാരിൽ ചിലർ അയാളോടു യോജിക്കും.

"അപ്പറഞ്ഞതു ശരിയാണ്. ആളൊരു അഹങ്കാരിയാണ്."

"അഹങ്കരിക്കാൻ എന്തിരിക്കുന്നു? ശബ്ദം കൊടുത്തത് ദൈവമാണ്, തന്നത്താൻ ഉണ്ടാക്കിയതല്ലല്ലോ. ശബ്ദം അത്ര കേമമൊന്നുമല്ല താനും." മദ്യശാലയുടമസ്ഥൻ ശഠിക്കും.

"ശരിയാണ്", " കേട്ടിരിക്കുന്നവർ യോജിക്കും. "ശബ്ദത്തിലല്ല, അത് ഉപയോഗിക്കുന്നതിലാണ് അയാളുടെ മിടുക്ക്."

ഒരു ദിവസം പാട്ടുകാരൻ പാട്ടെല്ലാം കഴിഞ്ഞ് ഇറങ്ങിപ്പോയപ്പോൾ മദ്യശാലയുടമസ്ഥൻ ലിസൂഹയെ കുത്തിപ്പൊക്കാൻ തുടങ്ങി:

"നീ ആ ക്ലെഷ്ചോവിനെ ഒന്നു വലവീശാൻ നോക്ക്, മരീയയെ വ്ദൊക്കീമൊവ്ന! അയാളെ കുറച്ചൊന്നു കശക്കിവിട്. നീ വിചാരിച്ചാൽ എളുപ്പമാണ്."

"എനിക്ക് ചെറുപ്പമായിരുന്നെങ്കിൽ ഒരു കൈ നോക്കാമായിരുന്നു." സ്ത്രീ ചെറുചിരിയോടെ പറഞ്ഞു.

“ചെറുപ്പക്കാരികളെക്കൊണ്ട് എന്തിനു കൊള്ളാം!” അയാൾ നിർബ്ബന്ധിച്ചു. “നീയാണ് പററിയവൾ. അയാൾ നിന്റെ പുറകെ തുപ്പലുമൊലിപ്പിച്ചു നടക്കുന്നതു കാണാൻ ഞാൻ കൊതിക്കുകയാണ്. അയാളുടെ ചങ്ക് നോവണം. അപ്പോഴായിരിക്കും അയാൾ ശരിക്കും ഉള്ളിൽത്തട്ടി പാടുന്നത്. ഒരു കൈ നോക്ക്. യെവ്ദൊക്കീമൊവ്ന. ഞാൻ എന്നും നിന്നോട് നന്ദിയുള്ളവനായിരിക്കും.”

പക്ഷെ അവർ വഴങ്ങിയില്ല. ആ ബൃഹത്തായ സ്ഥൂലരൂപം കണ്ണു മടച്ച് ഷാളിന്റെ തലപ്പ് തെരുപ്പിടിച്ചുകൊണ്ട് ഇരുന്നതേയുള്ളു. ഒരേ സ്വരത്തിൽ അവർ നിസ്സംഗയായി പറഞ്ഞു:

“ഇവിടെ വേണ്ടത് ചെറുപ്പക്കാരിയെയാണ്. എനിക്കും ചെറുപ്പമായിരുന്നെങ്കിൽ ഒരു കൈ നോക്കാമായിരുന്നു.”

മദ്യശാലയുടമസ്ഥൻ ക്ലെഷ്ചോവിനെ കുടിപ്പിച്ച് ലക്കുകെടുത്താൻ നോക്കി. പക്ഷെ അയാൾ രണ്ടോ മൂന്നോ പാട്ടു പാടും. ഓരോ പാട്ടുകഴിയുമ്പോഴും ഒരു ഗ്ലാസ് വോഡ്ക്ക കുടിക്കും. അത്രതന്നെ. പാട്ടുപാടിക്കഴിഞ്ഞ്, കമ്പിളിനൂലുകൊണ്ടു തുന്നിയ ഒരു സ്കാർഫ് ശ്രദ്ധയോടെ കഴുത്തിൽച്ചുറ്റി, പപ്രശ്ശമായിക്കിടക്കുന്ന മുടിയുടെ മീതെ ഒരു തൊപ്പി ഇറക്കിവച്ച് അയാൾ ഇറങ്ങിപ്പോകും.

മദ്യശാലയുടമസ്ഥൻ ക്ലെഷ്ചോവിനോടു മത്സരിക്കാൻ വേറേ പാട്ടുകാരെ കൂട്ടിക്കൊണ്ടു വരുന്നത് ദുർല്ലഭമല്ല. കുതിരക്കോപ്പുകാരൻ പാടിനിർത്തുമ്പോൾ മദ്യശാലയുടമസ്ഥൻ അയാളെ പ്രശംസിച്ചശേഷം ഉദ്വേഗത്തോടെ പറയും:

“ഇവിടെ ഇന്ന് വേറൊരു പാട്ടുകാരൻകൂടി വന്നിട്ടുണ്ട്. ദയവുചെയ്ത് ഇങ്ങെണീറ്റുവരൂ, സ്നേഹിതാ.”

നവാഗതന് ചിലപ്പോൾ നല്ല ശബ്ദമായിരിക്കും. പക്ഷെ ക്ലെഷ്ചോവിന്റെ പ്രതിയോഗികളിലാരും അയാളോളം ലളിതസുന്ദരമായും ഉള്ളിൽത്തട്ടിയും പാടുന്നത് ഞാൻ കേട്ടിട്ടില്ല.

“ഉം കൊള്ളാം, “ തെല്ലൊരു ഖേദത്തോടെ മദ്യശാലയുടമസ്ഥൻ പറയും, “നന്നായിരിക്കുന്നു.നല്ല ശബ്ദം. പക്ഷെ ആത്മാവുണ്ടല്ലൊ...”

മദ്യശാലയിലുള്ളവർ ചിരിക്കും.

“കുതിരക്കോപ്പുകാരനെ തോല്പിക്കാൻ പറ്റുമെന്നു തോന്നുന്നില്ല!”

എഴുന്നുനിൽക്കുന്ന ചുവന്ന പുരികങ്ങൾക്കടിയിലൂടെ എല്ലാവരുടെ നേരെയും കണ്ണയച്ചശേഷം അയാൾ തികച്ചും അക്ഷോഭ്യനായി മദ്യശാലയുടമസ്ഥനോട് മര്യാദയോടെ പറയും:

"നിങ്ങൾ എത്ര ശ്രമിച്ചാലും എന്നെപ്പോലൊരു പാട്ടുകാരനെ കണ്ടു കിട്ടില്ല. കാരണം, എന്റെ കഴിവ് ദൈവം തന്നതാണ്."

"നമ്മളെല്ലാവരും ദൈവത്തിന്റെ സൃഷ്ടികളാണ്."

"എത്ര വോഡ്ക്ക കൊടുത്താലും നിങ്ങൾക്കു കണ്ടുകിട്ടില്ല."

മദ്യശാലയുടമസ്ഥന്റെ മുഖം ചുവന്നു. അയാൾ പിറുപിറുത്തു:

"നമുക്ക് നോക്കാം. നമുക്ക് നോക്കാം."

പക്ഷെ ക്ലെഷ്ചോവ് വിട്ടുകൊടുത്തില്ല:

"പാട്ടുപാടുന്നത് നിങ്ങളുടെ കോഴിപ്പോരുപോലല്ലെന്നു മനസ്സിലാക്കണം."

"താൻ ആരെയാണ് പഠിപ്പിക്കാൻ വരുന്നത്?"

"ഞാൻ ആരേയും പഠിപ്പിക്കാൻ വരികയല്ല. കാണിച്ചുതരികയാണ്. ആത്മാവിനെ സുഖിപ്പിക്കാനുള്ളതാണ് പാട്ട്."

"അങ്ങിനെയെങ്കിൽ അങ്ങിനെ. താൻ വർത്തമാനം നിർത്തി ഒരു പാട്ടു പാട്."

"പാടാൻ ഞാൻ എപ്പോഴും തയ്യാറാണ്, ഉറക്കത്തിൽപോലും," ക്ലെഷ്ചോവ് പറഞ്ഞു. ചെറുതായിട്ടൊന്നു ചുമച്ച് കണ്ഠശുദ്ധി വരുത്തിയശേഷം അയാൾ പാടാൻ തുടങ്ങി.

ക്ഷുദ്രമായി, വാക്കുകളുടേയും ഉദ്ദേശങ്ങളുടേയും കീടനായി. ആഭാസകരമായി, മദ്യശാലയ്ക്കു സഹജമായി, എന്തെല്ലാമുണ്ടായിരുന്നോ അതു മുഴുവനും പുകപടലംപോലെ അത്ഭുതകരമാംവണ്ണം അപ്രത്യക്ഷമായി. നിർമ്മലവും ചിന്താനിരതവും സ്നേഹനിർഭരവും വിഷാദപൂർണ്ണവുമായ മറ്റൊരുതരം ജീവിതത്തിന്റെ കുളിർമ്മ അവിടെക്കൂടിയിരുന്ന സകലർക്കും അനുഭവപ്പെട്ടു.

എനിക്ക് ആ മനുഷ്യനോട് അസൂയ തോന്നി. അയാളുടെ പാടവവും ആളുകളുടെ മേലുള്ള സ്വാധീനശകതിയും കണ്ട് ഞാൻ അസൂയപ്പെട്ടു. എത്ര മനോഹരമായിട്ടാണ് അയാൾ ആ സ്വാധീനശക്തി പ്രയോഗിക്കുന്നത്! കുതിരക്കോപ്പുകാരനുമായി പരിചയപ്പെടാനും അയാളോട് ദീർഘമായി സംസാരിക്കാനും ഞാൻ കൊതിച്ചു. പക്ഷെ എനിക്ക് അയാളെ സമീപിക്കാനുള്ള ധൈര്യം വന്നില്ല. അത്ര വിചിത്രമായിരുന്നു ആ വിളറിയ കണ്ണുകളുടെ നോട്ടം. അവ ആരേയും കാണുന്നില്ലെന്നു തോന്നി. മാത്രമല്ല, എനിക്ക് അപ്രീതികരമായ എന്തോ ഒന്ന് അയാളിലുണ്ടായിരുന്നു. അയാളോട് അടുപ്പം തോന്നാതിരിക്കാൻ അതുമൊരു കാരണമായിരുന്നു. എന്നാൽ പാട്ടുപാടാതിരിക്കുമ്പോഴും ആ മനുഷ്യനെ

സ്സേഹിക്കാൻ ഞാൻ ആഗ്രഹിച്ചു. വൃദ്ധന്മാരെപ്പോലെ അയാൾ തൊപ്പി വലിച്ചുവയ്ക്കുന്നതും "ഇത് എന്റെ ഒരു കൂട്ടുകാരി തുന്നിത്തന്നതാണ്." എന്നും പറഞ്ഞ് ചുവന്ന സ്കാർഫെടുത്ത് എല്ലാവരേയും കാണിച്ചു കൊണ്ട് കഴുത്തിൽ ചുറ്റുന്നതും എനിക്ക് ഇഷ്ടപ്പെട്ടില്ല.

പാട്ടു പാടാത്തപ്പോൾ അയാൾ ഹിമദംശമേറ്റ മൂക്ക് തടവിക്കൊണ്ട് വലിയ ഗമയോടെ ഞെളിഞ്ഞിരിക്കും. എന്തെങ്കിലും ചോദിച്ചാൽ മനസ്സില്ലാമനസ്സോടെ മുക്കിമൂളി ഉത്തരം പറയും. ഒരു ദിവസം ഞാൻ അടുത്തുചെന്ന് ഇരുന്ന് എന്തോ ചോദിച്ചപ്പോൾ അയാൾ എന്നെ ഒന്നു നോക്കുകപോലും ചെയ്യാതെ പറഞ്ഞു:

"എണീറ്റു പോ, ചെറുക്കാ!"

അയാളേക്കാൾ വളരെയേറെ എനിക്ക് ഇഷ്ടപ്പെട്ടത് മിത്രൊപ്പോൽസ്കിയെയാണ്. മദ്യശാലയിൽ പ്രവേശിച്ചാൽ, ചുമലിൽ വലിയൊരു ഭാരമിരിക്കുന്ന മട്ടിൽ വേച്ചുവേച്ച് അയാൾ ഒരു മൂലയിലേക്കു നടക്കും. ഒരു കസേര കാലുകൊണ്ട് തോണ്ടി വലിച്ചിട്ട് അതിലേക്കു വീഴും. കൈമുട്ടുകൾ രണ്ടും മേശപ്പുറത്തു കുത്തി അയാൾ മുടിയുലഞ്ഞുകിടക്കുന്ന ആ വലിയ തല കൈപ്പത്തികൾകൊണ്ട് താങ്ങിപ്പിടിക്കും. ഒരക്ഷരം മിണ്ടാതെ രണ്ടോ മൂന്നോ ഗ്ലാസ് വോഡ്ക്ക മോന്തിക്കുടിക്കും. അയാൾ ചുണ്ട് നൊട്ടിനുണയുന്ന ശബ്ദം കേട്ട് ആളുകൾ ഞെട്ടിത്തിരിഞ്ഞു നോക്കും. താടിക്കു കയ്യും കൊടുത്ത് ഇരിക്കുന്ന അയാൾ വെല്ലുവിളിക്കുന്ന മട്ടിൽ അങ്ങോട്ടും നോക്കും. കെട്ടിപ്പിണഞ്ഞ തലമുടി അയാളുടെ ചുവന്നുവീർത്ത മുഖത്ത് ചിതറിവീണുകിടപ്പുണ്ടാവും.

"എന്താ തുറിച്ചുനോക്കുന്നത്? എന്നിട്ടെന്തു കണ്ടു?" അയാൾ പെട്ടെന്ന് പൊട്ടിത്തെറിക്കും.

"ചെകുത്താനെ കണ്ടു!" ചിലപ്പോൾ അവർ പറഞ്ഞെന്നിരിക്കും.

ചില സായാഹ്നങ്ങളിൽ അയാൾ നിശ്ശബ്ദം കുടിച്ചിട്ട് കനംതൂങ്ങുന്ന പാദങ്ങൾ വലിച്ചിഴച്ചുകൊണ്ട് അത്രതന്നെ നിശ്ശബ്ദമായി ഇറങ്ങിപ്പോകും. എന്നാൽ ഒന്നിലധികം തവണ അയാൾ ഒരു പ്രവാചകന്റെ മട്ടിൽ ആളുകളെ അധിക്ഷേപിക്കുന്നത് ഞാൻ കേട്ടിട്ടുണ്ട്:

"കോഴകൊടുത്ത് പാട്ടിലാക്കാൻ കഴിയാത്ത ദൈവദാസനാണ് ഞാൻ. ആ നിലയ്ക്ക് പണ്ടത്തെ ഇസയ്യായെപ്പോലെ ഞാൻ നിങ്ങൾക്കു ശിക്ഷ കല്പിക്കുന്നു. കള്ളന്മാരും സകലവിധ ആഭാസന്മാരും വിഷയലമ്പടത്വത്തിന്റെ മാലിന്യത്തിൽ ജീവിക്കുന്ന അറിയേൽപട്ടണത്തെ ഞാൻ ശപിക്കുന്നു! അഴുക്കും പേറി പ്രപഞ്ചത്തിന്റെ ജലപ്പരപ്പുകളിലൂടെ സഞ്ചരിക്കുന്ന ഭൂമിയുടെ യാനപാത്രത്തെ ഞാൻ ശപിക്കുന്നു!

കുടിയന്മാരും തീറ്റിക്കൊതിയന്മാരുമായ നിങ്ങളാണ്, നികൃഷ്ടകീടങ്ങളായ നിങ്ങളാണ്, ആ അഴുക്ക്. ഹേ! ശപിക്കപ്പെട്ടവരേ! നിങ്ങൾ അസംഖ്യമാണ്. എങ്കിലും ഭൂമിയുടെ വക്ഷസ്സിൽ നിങ്ങൾക്ക് ഇടമില്ല!"

അയാളുടെ ശബ്ദത്തിന്റെ മുഴക്കത്താൽ ജനാലച്ചില്ലുകൾ വിറച്ചു. അതു ശ്രോതാക്കളെ വളരെയേറെ സന്തോഷിപ്പിച്ചു. അവർ അയാളെ പുകഴ്ത്തി.

"ചിടയന്റെ പ്രാക്ക് കസറുന്നുണ്ട്!"

അയാളുടെ പരിചയം നേടാൻ ഒരു വിഷമവുമില്ല. ഒന്നു സൽക്കരിക്കുകയേ വേണ്ടൂ. അയാൾ ഒരു കുപ്പി വോഡ്ക്കയും മുളകു ചേർത്ത് തയ്യാറാക്കിയ ഒരു പ്ലേറ്റ് കരളും കൊണ്ടുവരാൻ പറയും. വായും വയറും പൊള്ളിക്കുന്ന ആ ഉപദംശം അയാളുടെ ഇഷ്ടഭോജ്യമാണ്. ഏതു പുസ്തകങ്ങളാണു വായിക്കേണ്ടതെന്നു ഞാൻ അയാളോടു ചോദിച്ചപ്പോൾ അയാൾ നിഷ്ക്കരുണം തിരിച്ചടിച്ചു:

"വായിച്ചിട്ടെന്തു കാര്യം?"

"എന്റെ സംഭ്രമം കണ്ടിട്ട് അയാൾ കുറേക്കൂടി മയത്തിൽ ചോദിച്ചു:

"സഭാപ്രസംഗപ്പുസ്തകം വായിച്ചിട്ടുണ്ടോ?"

"ഉണ്ട്."

"സഭാപ്രസംഗപ്പുസ്തകം വായിക്ക്! മറ്റൊന്നും വായിക്കണ്ട! ലോകത്തുള്ള വിജ്ഞാനം മുഴുവനും അതിലുണ്ട്. ചതുരത്തലയന്മാരായ മാന്യന്മാർ അതു മനസ്സിലാക്കിയിട്ടില്ലെന്നേയുള്ളൂ. ആരും അതു മനസ്സിലാക്കിയിട്ടില്ല. നീയാരാ ? പാട്ടുകാരനാണോ?"

"അല്ല."

"അതെന്താ? പാടണം, ഏറ്റവും ബുദ്ധികെട്ട തൊഴിലാണത്."

അടുത്ത മേശയ്ക്കു പിന്നിൽ ഇരുന്നിരുന്ന ആരോ പറഞ്ഞു:

"അപ്പോൾ താനോ? താൻ പാട്ടുകാരനല്ലേ?"

"എനിക്ക് ഒരു തൊഴിലുമില്ല. അതുകൊണ്ടെണ്ടന്താ?"

"ഒന്നുമില്ല."

"അതുതന്നെ. തന്റെ തലയ്ക്കകത്തു ഒന്നുമില്ലെന്ന് എല്ലാവർക്കുമറിയാം. ഒന്നുമൊട്ടൊണ്ടാവുകയുമില്ല. ആമേൻ!"

ഈ സ്വരത്തിലാണ് അയാൾ എല്ലാവരോടും സംസാരിക്കുന്നത്. ഞാനും അതിൽ പെടുമെന്നു പറയേണ്ടതില്ലല്ലൊ. എങ്കിലും ഞാൻ അയാളെ രണ്ടുമൂന്നു തവണ സൽക്കരിച്ചതോടെ അയാൾക്കെന്നോട് കുറച്ചു അലിവുതോന്നി.

ഒരിക്കൽ അയാൾ തെല്ലൊരു അത്ഭുതത്തോടെ ഇങ്ങനെ പറയു കപോലും ചെയ്തു: "നിന്നെ നോക്കുമ്പോൾ നീ ആരാണ്, എന്താണ്, എന്തിനാണ്,എന്നൊന്നും എനിക്കു മനസ്സിലാവുന്നില്ല. പക്ഷേ നീ പോയിതുലഞ്ഞാലും എനിക്കൊരു ചുക്കുമില്ല."

ക്ലെഷ്ചോവിനോടുള്ള അയാളുടെ മനോഭാവം എനിക്കു മനസ്സി ലായില്ല. ക്ലെഷ്ചോവിന്റെ പാട്ടുകൾ അയാൾ പ്രകടമായ സന്തോഷ ത്തോടെ കേൾക്കും. ചിലപ്പോൾ സ്നേഹാർദ്രമായൊരു പുഞ്ചിരിപോലും ആ മുഖത്തു കാണാം. പക്ഷേ ആ പാട്ടുകാരനുമായി പരിചയപ്പെടാൻ അയാൾ ഒരിക്കലും ശ്രമിച്ചില്ല. എന്നു തന്നെയല്ല, അയാളെപ്പറ്റി അവജ്ഞയോടെയാണു സംസാരിക്കാറ്.

"അയാളൊരു കോമാളിയാണ്! അയാൾക്കു ശ്വാസംവിടാനറിയാം. അർത്ഥം മനസ്സിലാക്കിയാണ് പാടുന്നത്. എന്നിരുന്നാലും അയാളൊരു കഴുതയാണ്."

"അതെന്താ?"

"അയാൾ ജന്മനാതന്നെ അങ്ങിനെ ആയതുകൊണ്ട്."

അയാൾക്കു സുബോധമുള്ള സമയത്ത് അയാളോടു സംസാരിച്ചാൽ കൊള്ളാമെന്ന് എനിക്കുണ്ടായിരുന്നു. പക്ഷേ അപ്പോഴെല്ലാം അയാൾ വിഷാദംപൂണ്ട കലങ്ങിയ കണ്ണുകളോടെ ചുറ്റും നോക്കി വെറുതെ മൂളുകയേയുള്ളൂ. മദ്യമില്ലാതെ ജീവിക്കാൻ വയ്യാത്ത ഈ മനുഷ്യൻ ഒരു കാലത്ത് കസാൻ അക്കാഡമിയിൽ പഠിച്ചിരുന്നുവെന്നും ഒരു പുരോഹിതനാകേണ്ടതായിരുന്നുവെന്നും ആരോ എന്നോടു പറഞ്ഞു. ആദ്യം ഞാനതു വിശ്വസിച്ചില്ല. എന്നാൽ ഒരു ദിവസം അയാളോടു സംസാരിക്കുന്നതിനിടയിൽ ഞാൻ ഹ്രിസാൻഫ്ബിഷപ്പിന്റെ പേരു പറയാനിടയായി.

"ഹ്രിനാൻഫോ?" തലയൊന്നു കുടഞ്ഞിട്ട് മിത്രൊപ്പോൽസ്കി പറഞ്ഞു. "എനിക്ക് അദ്ദേഹത്തെ അറിയാം. അദ്ദേഹം എന്റെ ഗുരു നാഥനായിരുന്നു. എനിക്ക് വളരെയേറെ ഉപകാരം ചെയ്തിട്ടുള്ള ഒരു മനുഷ്യൻ. കസാനിലെ അക്കാഡമിയിൽ വച്ചായിരുന്നു. എനിക്കോർമ്മ യുണ്ട്. പാംവ ബെറീന്ദ പറഞ്ഞിട്ടുള്ളതുപോലെ ക്രിസാൻഫ് എന്നാൽ സ്വർണ്ണപുഷ്പം എന്നാണർത്ഥം. ക്രിസാൻഫ് സത്യത്തിൽ തനിത്തങ്ക മായിരുന്നു!"

"ആരാണീ പാംവ ബെറീന്ദ?" എന്നു ചോദിച്ചപ്പോൾ മിത്രൊപ്പോൽ സ്കി പരുഷമായി പറഞ്ഞു:

"അതു നീയറിയണ്ട!"

വീട്ടിലെത്തിയ ഉടനെ ഞാൻ എന്റെ നോട്ടുപുസ്തകത്തിൽ കുറിച്ചിട്ടു. "പാംവ ബെറീന്ദ'യുടെ പുസ്തകം തീർച്ചയായും വായിക്കണം. "എന്റെ ആത്മാവിനെ അലട്ടിക്കൊണ്ടിരിക്കുന്ന എല്ലാ ചോദ്യങ്ങൾക്കും ബെറീന്ദ ഉത്തരം നൽകുമെന്ന് എന്തുകൊണ്ടോ എനിക്കു തോന്നി.

വിചിത്രനാമങ്ങളും അസാധാരണപദസങ്കലനങ്ങളും എടുത്തു വിളമ്പാൻ മിത്രൊപ്പോൽസ്കിക്ക് ഇഷ്ടമായിരുന്നു. അതിൽ എനിക്ക് ഈർഷ്യ തോന്നി.

"ജീവിതം അനീസീയ അല്ല!" ഒരിക്കൽ അയാൾ പറഞ്ഞു.

"ആരാണ് ഈ അനീസിയ?" ഞാൻ ചോദിച്ചു.

"വേദന ശമിപ്പിക്കുന്ന ഒരു മരുന്ന്, എന്റെ അമ്പരപ്പ കണ്ടു രസിച്ചു കൊണ്ട് അയാൾ പറഞ്ഞു.

ഇത്തരം വാക്കുകളും അയാൾ അക്കാഡമിയിൽ പഠിച്ചിട്ടുണ്ടെണ്ടന്ന വസ്തുതയും കൂടിയായപ്പോൾ അയാൾ വളരെയേറെ അറിവുള്ള ഒരാളാണെന്നു ഞാൻ തീർച്ചപ്പെടുത്തി. അയാൾ ഇത്ര വൈമനസ്യത്തോടെയും ദുർഗ്രഹമായും എന്നോടു സംസാരിച്ചത് എന്നെ നോവിച്ചു. ഒരുപക്ഷെ അയാളെ എങ്ങിനെ സമീപിക്കണമെന്ന് എനിക്ക് അറിഞ്ഞുകൂടാത്തതാവുമോ?

എന്തായാലും അയാൾ എന്റെ ആത്മാവിൽ മുദ്രപതിപ്പിക്കുകതന്നെ ചെയ്തു. പ്രവാചകനായ ഇസയ്യായുടെ മട്ടിൽ അയാൾ നടത്തിയ അധിക്ഷേപങ്ങളിലെ മദോന്മത്തമായ കൂസലില്ലായ്മ എനിക്ക് ഇഷ്ടപ്പെട്ടു.

"ഭൂമിയിലെ അഴുക്കും വാടയുമായ ഹേ മനുഷ്യരേ!" അയാൾ ഗർജ്ജിക്കും. "നിങ്ങൾ നീചന്മാരെ വാഴ്ത്തുകയും ഉത്തമന്മാരെ ചവുട്ടിത്താഴ്ത്തുകയുമാണ്. പക്ഷെ വിധിയെഴുത്തുദിവസം അകലെയല്ല. അന്നു നിങ്ങൾ ദുഃഖിച്ചിട്ട് കാര്യമില്ല!"

ആ രോദനം കേൾക്കുമ്പോൾ ഞാൻ "നല്ല കാര്യ"ത്തേയും വേദനാകരമായി നാശത്തിലേക്കു വഴുതിവീണുകഴിഞ്ഞ അലക്കുകാരി നതാല്യയേയും വൃത്തികെട്ട അപവാദങ്ങളുടെ പുകപടലങ്ങൾ പൊതിഞ്ഞ മാർഗൊരാജ്ഞിയേയും ഓർത്തുപോകും. ഇപ്പോൾത്തന്നെ എനിക്ക് ഓർക്കാൻ ചിലതൊക്കെയുണ്ട്!

ആ മനുഷ്യനുമായുള്ള ചുരുങ്ങിയ കാലത്തെ പരിചയം വിചിത്രമായ രീതിയിലാണ് കലാശിച്ചത്.

വസന്തത്തിൽ ഒരു ദിവസം ഞാൻ അയാളെ ഒരു പട്ടാളപ്പാളയത്തിനടുത്തുള്ള പാടത്തു വച്ച് കണ്ടുമുട്ടി. ഒട്ടകത്തെപ്പോലെ തലയാട്ടിക്കൊണ്ട് അയാളുടെ ചീർത്ത രൂപം ഒറ്റയ്ക്കു നടന്നുവരികയായിരുന്നു.

“കാറ്റുകൊള്ളാൻ ഇറങ്ങിയതാണോ?” അയാൾ ഇടറിയ ശബ്ദത്തിൽ എന്നോടു ചോദിച്ചു. “നമുക്ക് ഒരുമിച്ചാവാം. ഞാനും കാറ്റുകൊള്ളാനിറങ്ങിയതാണ്. ഞാനൊരു രോഗിയാണ്, ചങ്ങാതി. അതെ, രോഗിയാണ്...”

ഞങ്ങൾ കുറേനേരം മൗനമായി നടന്നു. പെട്ടെന്ന് ചെറിയൊരു കുഴിയുടെ അടിയിൽ ഒരു മനുഷ്യനെ കണ്ടു. ഒരു വശത്തോട്ട് അല്പം ചെരിഞ്ഞ് ഭിത്തിയിൽ ചാരി ഇരിക്കുകയാണ്. കോട്ടിന്റെ ഒരറ്റം ചെവിയുടെ മുകളിലേക്കു വലിച്ചുകയറ്റിയിട്ടുണ്ട്. അയാൾ അത് ഊരിമാറ്റാൻ ശ്രമിച്ചതാണെന്നു കണ്ടിട്ട് തോന്നി.

“കുടിയൻ,” നടപ്പു നിർത്തി അയാളെ നോക്കിയിട്ട് പാട്ടുകാരൻ പറഞ്ഞു.

പക്ഷെ അയാളുടെ കയ്യടുത്ത് ഇളംപുല്ലിൽ ഒരു കൈത്തോക്കും കുറച്ചു മാറി അയാളുടെ തൊപ്പിയും കുടിച്ചുതീർക്കാത്ത ഒരു വോഡ്ക്കക്കുപ്പിയും കിടന്നിരുന്നു. കുപ്പിയുടെ കഴുത്ത് പച്ചപ്പുല്ലുകൊണ്ട് മൂടിയിരുന്നിരുന്നു. ആ മനുഷ്യൻ അപമാനഭാരത്താലെന്നവണ്ണം മുഖം കുനിച്ചുപിടിച്ചിരുന്നു.

ഏതാനും നിമിഷം ഞങ്ങൾ അവിടെ നിശ്ശബ്ദം നിന്നു. പിന്നീട് കാലുകുത്തി നിന്നുകൊണ്ട് മിത്രോപ്പോൽസ്കി പറഞ്ഞു:

“തന്നത്താൻ വെടിവച്ചു ചത്തു.”

അയാൾ കുടിച്ചു വെളിവില്ലാതെ ഇരിക്കുകയല്ലെന്നും മരിച്ചിരിക്കുകയാണെന്നും എനിക്കു കണ്ടപ്പോഴേ മനസ്സിലായി. പക്ഷെ തികച്ചും അപ്രതീക്ഷിതമായതുകൊണ്ട് ഞാനതു വിശ്വസിക്കാൻ ആഗ്രഹിച്ചില്ല. കോട്ടിന്റെ കോളറിനു മുകളിലേക്കു ഉന്തിനിന്ന മിനുസമുള്ള വലിയ തലയോട്ടിയും കരുവാളിച്ച ചെവിയും കണ്ടപ്പോൾ എനിക്കു ഭയമോ സഹതാപമോ തോന്നിയില്ലെന്നു ഞാനോർക്കുന്നു. ഇത്രയും പ്രസന്നമായ ഒരു വസന്തദിനത്തിൽ ഒരാൾക്ക് ആത്മഹത്യചെയ്യാൻ കഴിയുമെന്നു വിശ്വസിക്കാൻ വിഷമം തോന്നി.

മുഖംവടിക്കാത്ത കവിളത്ത് തണുത്തിട്ടെന്നവണ്ണം അമർത്തി കൈ ഉരച്ചുകൊണ്ട് മിത്രൊപ്പോൽസ്കി കർക്കശസ്വരത്തിൽ പറഞ്ഞു:

“പ്രായം കുറച്ചുണ്ട്. ഒന്നുകിൽ ഭാര്യ ഉപേക്ഷിച്ചുപോയി. അതല്ലെങ്കിൽ പണം തിരിമറി ചെയ്തു.”

പോലീസിൽ വിവരമറിയിക്കാൻ എന്നെ പറഞ്ഞയച്ചശേഷം അയാൾ തന്റെ പഴഞ്ചൻകോട്ട് കുറേക്കൂടി വലിച്ചിട്ടുകൊണ്ട് കാലുകൾ തൂക്കിയിട്ട് കുഴിയുടെ വക്കത്ത് ഇരുന്നു. പോലീസിൽ വിവരമറിയിച്ചശേഷം ഞാൻ അപ്പോൾത്തന്നെ ഓടി മടങ്ങിയെത്തി. പക്ഷെ

പള്ളിപ്പാട്ടുകാരൻ അതിനകം കുപ്പിയിലുണ്ടായിരുന്ന ബാക്കി വോഡ്ക്ക അകത്താക്കിക്കഴിഞ്ഞിരുന്നു. എന്നെ കണ്ടപ്പോൾ അയാൾ കാലിക്കുപ്പി പൊക്കിപ്പിടിച്ച് വീശി.

"ഇതാണ് അയാളെ തുലച്ചത്!" എന്നു ചീറിക്കൊണ്ട് അയാൾ ആ കുപ്പി നിലത്തെറിഞ്ഞു. അതു തകർന്നു തരിപ്പണമായി.

എന്റെ തൊട്ടുപിന്നാലെതന്നെ ഓടിവന്ന പോലീസുകാരൻ കുഴിയിലേക്കു നോക്കി. തൊപ്പിയൂരി സങ്കോചത്തോടെ കുരിശുവരച്ചശേഷം അയാൾ പാട്ടുകാരന്റെ നേരെ തിരിഞ്ഞു:

"താനാരാ?"

"അറിഞ്ഞിട്ടെന്തു വേണം?"

അല്പമൊന്നാലോചിച്ചിട്ട് പോലീസുകാരൻ കുറേക്കൂടി മര്യാദയോടെ പറഞ്ഞു:

"ഇതെന്താണിങ്ങനെ? ഒരാൾ മരിച്ചുകിടക്കുന്നു. നിങ്ങളാണെങ്കിൽ കുടിച്ചിട്ടുമുണ്ട്..."

"ഞാൻ കഴിഞ്ഞ ഇരുപതു കൊല്ലമായി കുടിക്കുകയാണ്!" അഭിമാനത്തോടെ നെഞ്ചത്തടിച്ചുകൊണ്ട് പാട്ടുകാരൻ പറഞ്ഞു.

വോഡ്ക്ക കുടിച്ചതിന് അയാളെ അറസ്റ്റു ചെയ്യുമെന്ന് എനിക്ക് തീർച്ചയുണ്ടായിരുന്നു. പട്ടണത്തിൽനിന്ന് ആളുകൾ ഓടിക്കൂടി. കർക്കശമുഖഭാവത്തോടു കൂടിയ ഒരു പോലീസുദ്യോഗസ്ഥൻ കുതിരവണ്ടിയിൽ വന്നിറങ്ങി. കുഴിയിലേക്കിറങ്ങി മരിച്ചുകിടക്കുന്നയാളിന്റെ കോട്ടു പൊക്കിമാറ്റി അയാളുടെ മുഖത്തു നോക്കി.

"ആരാണ് ആദ്യം കണ്ടത്?"

"ഞാനാണ്," മിത്രൊപ്പോൽസ്ക്കി പറഞ്ഞു.

പോലീസുദ്യോഗസ്ഥൻ അയാളുടെ നേരെ ഒന്നു കണ്ണെറിഞ്ഞിട്ട് 'ഭീഷണി ധ്വനിക്കുന്ന സ്വരത്തിൽ ഇഴച്ചുപറഞ്ഞു:

"കണ്ടതിൽ സന്തോഷം മാന്യസുഹൃത്തേ!"

കാഴ്ചക്കാർ പത്തുപതിനഞ്ചു പേർ ചുറ്റും കൂടി. ഓടിക്കിതച്ചുവന്ന അവർ ഉദ്വേഗപൂർവ്വം കുഴിയിലേക്കു തുറിച്ചുനോക്കുകയും കുഴിയുടെ വക്കത്ത് ചുറ്റിനടക്കുകയും ചെയ്തു. ആരോ വിളിച്ചുപറഞ്ഞു:

"എനിക്ക് ആളെ മനസ്സിലായി. ഞങ്ങളുടെ തെരുവിൽ താമസിക്കുന്ന ഒരു ഗുമസ്തനാണ്."

തൊപ്പി കയ്യിൽ പിടിച്ചുകൊണ്ട് പോലീസുദ്യോഗസ്ഥന്റെ മുമ്പിൽ ആടിയാടി നിന്ന പള്ളിപ്പാട്ടുകാരൻ നാവുകുഴഞ്ഞ് അസ്പഷ്ടമായി

അയാളോട്ട തർക്കിക്കുകയും ചെകിട്ടപൊട്ടന്മാരെപ്പോലെ എന്തൊക്കെയോ ഉറക്കെ വിളിച്ചുപറയുകയും ചെയ്തു. പോലീസുദ്യോഗസ്ഥൻ നെഞ്ചത്ത് ഒരു തള്ള കൊടുത്തപ്പോൾ അയാൾ കാലിടറി നിലത്ത് കുത്തിയിരുന്നു. ആദ്യം വന്ന പോലീസുകാരൻ തിരക്കുകൂട്ടാതെ കീശയിൽനിന്ന് ഒരു കയറെടുത്ത്, പാട്ടുകാരൻ അനുസരണയോടെ പുറകിൽ പിടിച്ചിരുന്ന കൈകൾ കൂട്ടിക്കെട്ടി. പോലീസുദ്യോഗസ്ഥൻ ആൾക്കൂട്ടത്തിനു നേരെ ആക്രോശിച്ചു:

"പോകിനെടാ ഇവിടന്ന്, അലവലാതികളേ!"

വേറൊരു പോലീസുകാരൻ അവിടെ ഓടിക്കിതച്ചെത്തി. അയാളുടെ കണ്ണുകൾ നനഞ്ഞ് ചുവന്നിരുന്നു. വായ് തുറന്നിരുന്നു. പാട്ടുകാരന്റെ കൈകൾ കൂട്ടിക്കെട്ടിയിരുന്ന കയറിന്റെ രണ്ടറ്റവും പിടിച്ചുകൊണ്ട് അയാൾ ആ മനുഷ്യനെ പട്ടണത്തിലേക്കു നടത്തി.

അങ്ങേയററം മനസ്സിടിഞ്ഞ് ഞാനും പാടത്തുനിന്നു പോയി. കാക്കയുടെ പരുഷമായ കരച്ചിൽ പോലെ അയാളുടെ വാക്കുകൾ എന്റെ സ്മരണയിൽ മാറ്റൊലിക്കൊണ്ടു:

"അറിയേൽ പട്ടണത്തെ ഞാൻ ശപിക്കുന്നു!"

പോലീസുകാരൻ തിരക്കുകൂട്ടാതെ കീശയിൽനിന്നു കയർ വലിച്ചെടുക്കുകയും ഭീഷണമുഖത്തോടുകൂടിയ പ്രവാചകൻ ചിരപരിചിതമായ ഒരു കാര്യം ചെയ്യുന്ന മട്ടിൽ രോമാവൃതമായ ചുവന്ന കൈകൾ അനുസരണയോടെ പുറകിലേക്കു നീട്ടിപ്പിടിക്കുകയും ചെയ്ത ആ വിഷാദരംഗവും എനിക്ക് മനസ്സിൽ നിന്നു മായ്ച്ചുകളയാൻ കഴിഞ്ഞില്ല.

പ്രവാചകനെ നാടുകടത്തിയതായി പിന്നീടു ഞാനറിഞ്ഞു. അധികം താമസിയാതെ ക്ലെഷ്ചോവും അപ്രത്യക്ഷനായി. ലാഭകരമായ ഒരു കല്യാണം കഴിച്ചശേഷം അയാൾ നാട്ടുമ്പുറത്തു പോയി ഒരു ജീനിവില്പനശാല തുറന്നു...

എന്നാൽ അയാൾ പോകുന്നതിനുമുമ്പ് യജമാനൻ എന്നോടു പറഞ്ഞു:

"എനിക്കൊരു ദിവസം മദ്യശാലയിൽപോയി അയാളുടെ പാട്ടുകേൾക്കണം."

കുതിരക്കോപ്പുകാരന്റെ പാട്ടിനെപ്പറ്റി ഞാൻ പലപ്പോഴും യജമാനനോട് സ്തുതിച്ചു പറയാറുണ്ടായിരുന്നു.

അങ്ങിനെ ഒരു ദിവസം യജമാനൻ മദ്യശാലയിലെ ഒരു മേശയ്ക്കു പിന്നിൽ, അത്ഭുതത്താൽ വിടർന്ന കണ്ണുകളും ഉയർത്തിപ്പിടിച്ച പുരികങ്ങളുമായി എനിക്കഭിമുഖമായി ഇരുന്നു.

മദ്യശാലയിലേക്കുള്ള വഴി മുഴുവനും അയാൾ എന്നെ കളിയാക്കിക്കൊണ്ടിരുന്നു. അതിനകത്തു കയറിയശേഷവും, ഞാനും മറ്റു പതിവുകാരും അവിടത്തെ വീർപ്പുമുട്ടിക്കുന്ന ഗന്ധങ്ങളും അയാളുടെ പരിഹാസത്തിനു പാത്രമായി. കുതിരക്കോപ്പുകാരൻ പാടാൻ തുടങ്ങിയപ്പോൾ അയാൾ അവജ്ഞയാർന്ന ഒരു പുഞ്ചിരിയോടെ തന്റെ ഗ്ലാസിലേക്കു ബിയർ പകരാൻ തുടങ്ങി. എന്നാൽ പകുതി പകർന്നിട്ട് അയാൾ പെട്ടെന്നു നിർത്തി. അയാളിൽനിന്ന് ഒരു ആശ്ചര്യശബ്ദം കേട്ടു:

"എന്ത്!... നാശം!"

വിറയ്ക്കുന്ന കയ്യോടെ വളരെ സൂക്ഷിച്ച് കുപ്പി മേശപ്പുറത്തു വച്ചിട്ട് അയാൾ പാട്ടു കേൾക്കാൻ തുടങ്ങി.

"നീ പറഞ്ഞത് ശരിയാണ്, അനിയാ," ക്ലെഷ്ചോവ് പാടിത്തീർന്നപ്പോൾ യജമാനൻ നെടുവീർപ്പോടെ പറഞ്ഞു. "അയാൾ ശരിക്കും പാടുന്നുണ്ട്, നാശം പിടിക്കാൻ ഞാനതു കേട്ട് വിയർത്തുപോയി."

തല പുറകോട്ടു മലർത്തിപ്പിടിച്ച്, മച്ചിൽ കണ്ണൂന്നിക്കൊണ്ട് കുതിരക്കോപ്പുകാരൻ വീണ്ടും പാടാൻ തുടങ്ങി:

സമ്പന്നഭവനങ്ങൾ നിരങ്ങിത്തളർന്നവൾ

പാടത്തിൻ വരമ്പത്തൂടേകയായ് നടക്കവെ...

"പാടുന്നതു കേട്ടോ?" ചെറിയൊരു ചിരിയോടെ തലയിളക്കിക്കൊണ്ട് യജമാനൻ പിറുപിറുത്തു.

ഓടക്കുഴലിന്റെ നേർത്ത സ്വരത്തിൽ ക്ലെഷ്ചോവ് തുടർന്നു:

സുന്ദരിയവൾ ചൊല്ലി ചോദ്യത്തിന്നുത്തരമായ്:

സാധുവീയനാഥയെ വേണ്ടവരാരുമില്ല!

"എത്ര സുന്ദരമായിരിക്കുന്നു!" ചുവന്നുകുഴിഞ്ഞ കണ്ണുകൾ ചിമ്മിക്കൊണ്ട് യജമാനൻ മന്ത്രിച്ചു. "നാശം പിടിക്കാൻ, എന്തൊരു സുഖം!"

അയാളെ നോക്കിയപ്പോൾ എനിക്കു സന്തോഷം തോന്നി. ഈ സമയത്തെല്ലാം മദ്യശാലയിലെ ശബ്ദാരവത്തെ അടിച്ചു തമർത്തിക്കൊണ്ട് പാട്ടിന്റെ തേങ്ങുന്ന ശീലുകൾ പൂർവ്വാധികം ഊറ്റമായി, സുന്ദരമായി, ഹൃദയസ്പർശിയായി, മുഴങ്ങിക്കൊണ്ടിരുന്നു:

ഗ്രാമത്തിലൊരിടത്തും മിത്രമില്ലൊരാൾപോലും
സായാഹ്നനൃത്തങ്ങൾക്കുമെനിക്കു ക്ഷണമില്ല
നല്ലൊരു യുവാവിനും ചേരുകില്ലത്രെയിവൾ
ചന്തമുള്ളാടയൊന്നും പാവമാമെനിക്കില്ല.
വൃദ്ധനാം വിഭാര്യന്റെ ദാസിയായ് വേലകിട്ടും
ജീവിതമതു വേണ്ട, മൃത്യുവാണതിൽ ഭേദം!

യജമാനൻ നിർലജ്ജം കരഞ്ഞു. തല കുനിച്ചുപിടിച്ച് ഉറക്കെ വിതുമ്മിക്കൊണ്ട് അയാൾ അവിടിരുന്നു. കണ്ണുനീർ കാൽമുട്ടുകളിലേക്ക് ഇററിറ്റുവീണു.

മൂന്നാമത്തെ പാട്ട് പാടിക്കഴിഞ്ഞപ്പോൾ അയാൾ വികാരതരളിതനായി പറഞ്ഞു:

"എനിക്കിനി ഇവിടെ ഇരിക്കാൻ വയ്യ. ശ്വാസം മുട്ടുന്നു. എന്തൊരു നശിച്ച മണങ്ങളാണ്! വാ നമുക്കു വീട്ടിൽ പോകാം!"

പക്ഷെ പുറത്തിറങ്ങിയപ്പോൾ അയാളുടെ മനസ്സു മാറി.

"എന്തൊരു നാശമാണിത്, പെഷ്ക്കോവ്! നമുക്ക് ഹോട്ടലിൽ പോയി വല്ലതും കഴിക്കാം. എനിക്കു വീട്ടിൽ പോകാൻ തോന്നുന്നില്ല."

വിലപേശലൊന്നും നടത്താതെ അയാൾ ഒരു ഹിമശകടത്തിൽ കയറിയിരുന്നു. ഹോട്ടലിലെത്തുന്നതുവരെ ഒന്നും മിണ്ടിയില്ല. ഹോട്ടലിൽ ഒരു മൂലയ്ക്കു കിടന്നിരുന്ന മേശയ്ക്കരികിൽ ഇരിപ്പു പിടിച്ച ക്ഷണത്തിൽത്തന്നെ അയാൾ ചുറ്റും കണ്ണോടിച്ചുകൊണ്ട് ഹൃദയവേദന തട്ടിയുണർത്തിയ കോപത്തോടെ ശബ്ദമടക്കി പറഞ്ഞുതുടങ്ങി:

"ആ മുട്ടനാട് എന്നെ ഇടിച്ച് വല്ലാതെ നോവിച്ചു. ഇതിനു മുമ്പൊരിക്കലും ഞാൻ ഇത്രയധികം സങ്കടപ്പെട്ടിട്ടില്ല. നീ ധാരാളം വായിക്കുന്നവനും കാര്യങ്ങളെപ്പറ്റി ആലോചിക്കുന്നവനുമാണല്ലോ. നീയൊന്നു പറഞ്ഞുതാ. ഞാനിതാ ഓരോ വർഷവും തള്ളിനീക്കി ജീവിക്കാൻ തുടങ്ങിയിട്ട് വർഷം നാല്പതായി. ഭാര്യയുണ്ട്, മക്കളുണ്ട്. പക്ഷെ ഒന്നു മിണ്ടാൻ ആരുമില്ല. ഉള്ളിലുള്ളതു മുഴുവനും ആരോടെങ്കിലുമൊന്ന് തുറന്നുപറയാൻ ഞാൻ ചിലപ്പോൾ കൊതിക്കാറുണ്ട്. പക്ഷെ ആരോടുപറയാൻ? ഭാര്യയോടു പറഞ്ഞിട്ടു കാര്യമില്ല. അവളുടെ തലയിൽ കേറുകയില്ല. എങ്ങിനെ കേറാനാണ് ? അവൾക്കു അവളുടെ മക്കളായി, വീടായി, ഓരോരോ ജോലിയായി. അവൾ എന്റെ ആത്മാവിനു വെളിയിലാണ്. ആദ്യത്തെ കുഞ്ഞുണ്ടാവുന്നതുവരെ ഭാര്യയെ സുഹൃത്തായി കരുതാം. അതാണ് കാര്യം. പിന്നെ, ഞങ്ങൾ തമ്മിലുള്ള ഇരുപ്പ് എങ്ങിനെയാണെന്നു നീതന്നെ കാണുന്നുണ്ടല്ലോ. ഒരു രസവുമില്ല. വെറുമൊരു മാംസപിണ്ഡം! നാശംപിടിക്കാൻ, എന്തൊരു ധർമ്മസങ്കടമാണ്, അനിയാ!"

ഒരു ഞെട്ടലോടെ അയാൾ കയ്പുള്ള തണുത്ത ബിയർ കുടിച്ചിട്ട് നീണ്ട മുടി ഉലച്ചുകൊണ്ട് മൗനമായി ഇരുന്നു. അല്പസമയം കഴിഞ്ഞ് അയാൾ വീണ്ടും സംസാരം തുടങ്ങി.

"ആകെക്കൂടിയെടുത്താൽ ആളുകൾ നായിന്റെ മക്കളാണ്. നീ ആ പണിക്കാരോട് അതുമിതുമൊക്കെ പറയാറുണ്ടല്ലോ. അന്യായമായിട്ടും കൊള്ളരുതാത്തതായിട്ടും പലതുമുണ്ടെണ്ടന്ന് എനിക്കറിയാം. നേരാണ്, അനിയാ. അവന്മാരൊക്കെ കള്ളന്മാരാണ്. നിന്റെ വാക്കുകൾ അവരുടെ ഉള്ളിൽ തട്ടുന്നുണ്ടെണ്ടന്നാണോ വിചാരം? ഒരു തരിപോലുമില്ല. ആ പ്യോത്തറും ഓസിപ്പുമുണ്ടല്ലോ, തനി തട്ടിപ്പുകാരാണ്. നീ പറയുന്നതത്രയും, എന്നെപ്പറ്റി പറയുന്നതുപോലും, അവർ അതേപടി എന്നോടു വന്നു പറയാറുണ്ട്. എന്തു പറയുന്നു?"

ഞാൻ അത്ഭുതസ്തബ്ധനായി വാപൂട്ടി ഇരുന്നു.

"ഇപ്പോൾ മനസ്സിലായോ?" ചെറുചിരിയോടെ യജമാനൻ പറഞ്ഞു. "പേർഷ്യയിൽ പോകാൻ നീ ആലോചിച്ചതു നന്നായി. ഒന്നുമില്ലെങ്കിലും അവിടത്തുകാർ പറയുന്നതെന്താണെന്നു നിനക്കു മനസ്സിലാവില്ല. അന്യഭാഷയാണല്ലോ. പക്ഷെ സ്വന്തം ഭാഷയിൽ നീചത്തമല്ലാതെ മറ്റൊന്നും കേൾക്കില്ല."

"ഓസിപ്പും ഞാൻ പറയുന്നതു വന്ന് പറയാറുണ്ടോ?" ഞാൻ ചോദിച്ചു.

"പിന്നില്ലേ! നീ എന്തു വിചാരിച്ചു? വായാടിയായതുകൊണ്ട് അയാൾ ബാക്കിയുള്ളവരേക്കാൾ കൂടുതൽ പറയാറുണ്ട്. അയാളൊരു കുറുക്കനാണ്, അനിയാ. ഇല്ല. പെഷ്ക്കോവ്, വാക്കുകൾ ആളുകളുടെ ഉള്ളിൽ തട്ടുകയില്ല. സത്യമോ? ഏതു ചെകുത്താനാണ് സത്യമറിയേണ്ടത്. ശരൽക്കാലത്തു പെയ്യുന്ന മഞ്ഞുപോലാണത്. ചളിയിൽവീണ് ഉരുകുന്നു. ചളിയല്ലാതെ ഒന്നും ശേഷിക്കുന്നില്ല. വാ തുറക്കാതിരിക്കുന്നതാണ് നിനക്കു നല്ലത്."

ഈ സമയം മുഴുവനും അയാൾ ബിയർ കുടിച്ചുകൊണ്ടിരുന്നു. ഗ്ലാസ് പലതവണ നിറയ്ക്കുകയും കാലിയാക്കുകയും ചെയ്തു. മത്തുപിടിക്കാതെ തന്നെ അയാൾ കൂടുതൽ വേഗത്തിലും ദേഷ്യത്തിലും സംസാരിക്കാൻ തുടങ്ങി:

"'ആയിരം വാക്ക് അരപ്പലം തൂങ്ങാ" എന്നൊരു ചൊല്ലില്ലേ. എന്തു ചെയ്യാം, അനിയാ. ആകെ സങ്കടം തന്നെ! അയാൾ ആ പാടിയത് എത്ര ശരിയാണ്: "ഗ്രാമത്തിലൊരിടത്തും മിത്രമില്ലൊരാൾപോലും!"

ചുറ്റുമൊന്നു കണ്ണോടിച്ചിട്ട് അയാൾ സ്വരം താഴ്ത്തി തുടർന്നു:

"കുറച്ചു കാലം മുമ്പ് എനിക്ക് ഒരു ആപ്തമിത്രത്തെ കിട്ടി. ഇവിടെവച്ച് ഒരു സ്ത്രീയെ കണ്ടുമുട്ടി. വിധവയാണ്. എന്നുവച്ചാൽ കള്ളനാണയമടിച്ചതിന് ഭർത്താവിനെ സൈബീരിയയിലേക്കു നാടുകടത്താൻ ശിക്ഷിച്ചിരിക്കയാണ്. അയാൾ ഇവിടുത്തെ ജയിലിൽ കിടക്കുന്നുണ്ട്. ഞാൻ

അവളെ പരിചയപ്പെട്ടു. അവളുടെ കയ്യിൽ ഒരു കൊച്ചുകോപ്പെക്കില്ല. അതുകൊണ്ട് അവൾ... നിനക്കു മനസ്സിലായല്ലോ. ഒരു ഇടനിലക്കാരനാണ് അവളെ പരിചയപ്പെടുത്തിത്തന്നത്. ഞാൻ അവളെ ഒരൊററ നോട്ടം നോക്കിയതേയുള്ളൂ. എന്തൊരു ഓമനത്തം! എന്തൊരു സൗന്ദര്യം! എത്ര ചെറുപ്പം! ഞാൻ അവളുടെ അടുത്ത് പോയിത്തുടങ്ങി. ഒന്നുരണ്ടു തവണ പോയിക്കഴിഞ്ഞപ്പോൾ ഞാൻ അവളോടു പറഞ്ഞു: "നിന്റെ ഭർത്താവ് ഒരു തട്ടിപ്പുകാരനാണ്. നീയും നേർവഴിക്കല്ല ജീവിക്കുന്നത്. നീ പിന്നെന്തിനാണ് അയാളുടെകൂടെ സൈബീരിയയ്ക്കു പോകുന്നത്?"അയാളെ സൈബീരിയയിലേക്കയയ്ക്കുമ്പോൾ അവളും കൂടെപ്പോകാൻ നിശ്ചയിച്ചിരുന്നു... അവൾ എന്നോടു പറയുകയാണ്:"അദ്ദേഹം ആരുമായിക്കൊള്ളട്ടെ. ഞാൻ അദ്ദേഹത്തെ സ്നേഹിക്കുന്നു. എന്റെ കണ്ണിൽ അദ്ദേഹം നല്ലവനാണ്. ഒരുപക്ഷെ എനിക്കുവേണ്ടിയാണെങ്കിലോ അദ്ദേഹം കുറ്റം ചെയ്തത് ? ഞാനിപ്പോൾ നിങ്ങളുമായി പാപം ചെയ്യുന്നത് അദ്ദേഹത്തിനു വേണ്ടിയാണ്. അദ്ദേഹത്തിനു പണത്തിന്റെ ആവശ്യമുണ്ട്. അദ്ദേഹം ഒരു മാന്യകുടുംബത്തിൽപ്പെട്ടവനാണ്. അന്തസ്സായി ജീവിച്ചു ശീലിച്ചവനാണ്. ഞാനൊറ്റയായിരുന്നെങ്കിൽ ഞാൻ നേരായിത്തന്നെ ജീവിച്ചേനെ. നിങ്ങളും നല്ലവനാണ്. എനിക്കു നിങ്ങളെ വളരെ ഇഷ്ടപ്പെട്ടു. പക്ഷെ ഇക്കാര്യത്തെപ്പറ്റി മാത്രം എന്നോട് ഒന്നും പറയരുത്..." നാശം പിടിക്കാൻ, എന്റെ കയ്യിലുണ്ടായിരുന്നതു മുഴുവനും ഞാൻ അവൾക്കെടുത്തു കൊടുത്തു. എൺപതിൽ ചില്വാനം റൂബിളുണ്ടായിരുന്നു. ഞാൻ അവളോടു പറഞ്ഞു:"എനിക്കു മാപ്പുതരൂ. മേലിൽ ഞാൻ നിന്റെ അടുത്തു വരില്ല. എന്നെക്കൊണ്ടാവില്ല.' അത്രയും പറഞ്ഞ് ഞാൻ ഇറങ്ങി നടന്നു..."

അല്പനേരം മൗനം ഭജിച്ചിട്ട് പെട്ടെന്ന് മത്തുപിടിച്ച് കുഴഞ്ഞുവീഴാൻ 'ഭാവിച്ചുകൊണ്ട് അയാൾ മന്ത്രിച്ചു:

"ഞാൻ ആറു തവണ അവളുടെ അടുത്തു പോയി... അത് എന്തൊരു അനുഭവമായിരുന്നുവെന്ന് നിനക്കു മനസ്സിലാവില്ല. ഞാൻ ഒരാറുതവണ കൂടി അവളുടെ വീടുവരെ പോയിക്കാണും. പക്ഷെ അകത്തുകടക്കാൻ ധൈര്യം വന്നില്ല. മനസ്സു വന്നില്ല. ഇപ്പോഴിതാ അവൾ പൊയ്ക്കഴിഞ്ഞു..."

മേശപ്പുറത്ത് കൈ വച്ചിട്ട് അയാൾ താളംപിടിച്ചുതുടങ്ങി.

"അവളെ ഇനി ഒരിക്കലും കണ്ടുമുട്ടരുതെന്നാണ് എന്റെ ഒരേയൊരു പ്രാർത്ഥന," അയാൾ മന്ത്രിച്ചു. "ദൈവം അതിന് ഇടവരുത്തരുതേ! കണ്ടുമുട്ടിയാൽ തീർന്നു! വാ! നമുക്കു വീട്ടിൽ പോകാം!"

ഞങ്ങൾ പുറത്തിറങ്ങി. വേച്ചുവേച്ചു വീഴാൻ ഭാവിച്ചുകൊണ്ട് അയാൾ പിറുപിറുത്തു:

"അതാണ കാര്യം, അനിയാ!"

അയാൾ പറഞ്ഞ കാര്യങ്ങൾ എന്നെ അത്ഭുതപ്പെടുത്തിയില്ല. അസാധാരണമായ എന്തോ ഒന്ന് അയാൾക്കു സംഭവിച്ചുകൊണ്ടിരിക്കുകയാണെന്ന് കുറെ കാലമായി എനിക്കു തോന്നിയിരുന്നു.

എങ്കിലും ജീവിതത്തെക്കുറിച്ചുള്ള അയാളുടെ വീക്ഷണം—വിശേഷിച്ച് ഓസിപ്പിനെപ്പറ്റി അയാൾ പറഞ്ഞ വാക്കുകൾ—എന്നെ കൊടുംനൈരാശ്യത്തിലാഴ്ത്തി.

കല്ലുകൊണ്ട് കെട്ടിയുണ്ടാക്കിയ കോലംകെട്ട സ്റ്റാളുകൾ പണിക്കാർ ശരൽക്കാലത്ത് പൊളിച്ചുകളയുന്നതും വസന്തത്തിൽ വീണ്ടും കെട്ടിപ്പൊക്കുന്നതും നോക്കിക്കൊണ്ട് ഞാൻ ആ ജീവനില്ലാത്ത പട്ടണത്തിൽ, ആ ഒഴിഞ്ഞുകിടക്കുന്ന കെട്ടിടങ്ങളുടെ നടുവിൽ, ഒരു "മേൽനോട്ടക്കാര"നായി മൂന്നുവർഷം ചെലവഴിച്ചു.

എന്റെ ശമ്പളമായ അഞ്ചു റൂബിൾ ഞാൻ പണിയെടുത്തുതന്നെ സമ്പാദിക്കണമെന്ന കാര്യത്തിൽ യജമാനനു വലിയ നിർബ്ബന്ധമായിരുന്നു. ഏതെങ്കിലും സ്റ്റാളിൽ തറ പൊളിച്ചുപണിയണമെങ്കിൽ അത്രയുമിടത്തുനിന്ന് രണ്ടടി ആഴത്തിൽ മണ്ണു കിളച്ചുമാറ്റേണ്ടത് എന്റെ ജോലിയാണ്. അവിദഗ്ധതൊഴിലാളികൾക്ക് ആ പണിക്ക് ഒരു റൂബിൾ കൂലി കൊടുക്കും. എനിക്കു യാതൊന്നും തന്നില്ല. എന്നാൽ ഈ പണി ചെയ്തുകൊണ്ടിരിക്കുമ്പോൾ മരപ്പണിക്കാരെ ശ്രദ്ധിക്കാൻ എനിക്കു കഴിയുകയില്ല. ആ തക്കം നോക്കി അവർ വാതിലുകളിൽനിന്ന് പൂട്ടുകളും പിടികളും അഴിച്ചെടുക്കുകയും മറ്റു ചില്ലറ മോഷണങ്ങൾ നടത്തുകയും ചെയ്യും.

തൊഴിലാളികളും കൺട്രാക്ടർമാരും എന്നെ എല്ലാവിധത്തിലും പറ്റിക്കാൻ നോക്കി. ഏതോ അടിയന്തിരാവശ്യത്തിന്റെ നിർബ്ബന്ധത്താലെന്നപോലെ അവർ ഒട്ടുമുക്കാലും പരസ്യമായിത്തന്നെയാണ് മോഷണം നടത്തിയത്. ഞാനവരെ കയ്യോടെ പിടിക്കുമ്പോൾ അവർ ഒരിക്കലും കോപിക്കാറില്ലെങ്കിലും അത്ഭുതത്തോടെ പറയും:

"നീ പെടുന്ന പാടു കണ്ടാൽ നിനക്കു കിട്ടുന്നത് അഞ്ചല്ല ഇരുപതു റൂബിളാണെന്നു തോന്നുമല്ലോ! നല്ല കൂത്തുതന്നെ!"

എന്നെക്കൊണ്ട് മണ്ണു ചുമപ്പിച്ച് ഒരു റൂബിൾ ലാഭിക്കുമ്പോൾ അയാൾക്ക് അതിനേക്കാൾ എത്രയോ കൂടുതൽ നഷ്ടമാണുണ്ടാകുന്നതെന്ന് ഞാൻ യജമാനന് ചൂണ്ടിക്കാണിച്ചുകൊടുത്തു. പക്ഷെ അയാൾ കണ്ണിറുക്കിക്കാട്ടി പറഞ്ഞതിതാണ്:

"നീ എന്നെ പറ്റിക്കാൻ നോക്കണ്ട!"

ഞാൻ ആ കള്ളന്മാരോട് ഒത്തുകളിക്കുന്നതായി അയാൾ സംശയിക്കുന്നുണ്ടെണ്ടന്ന് എനിക്കു മനസ്സിലായി. എനിക്ക് അയാളോട് അവജ്ഞ തോന്നിയെങ്കിലും മനോവൈഷമ്യമൊന്നും തോന്നിയില്ല. കാരണം, അതായിരുന്നു അവിടത്തെ പതിവ്. സകലരും മോഷ്ടിച്ചു. യജമാനനുപോലും അന്യരുടെ വകയിൽ കൈവയ്ക്കാൻ യാതൊരു സങ്കോചവുമുണ്ടായിരുന്നില്ല.

മേള കഴിയുമ്പോൾ എന്തെല്ലാം അറ്റകുറ്റപ്പണികളാണ് ആവശ്യമെന്നു നോക്കാൻവേണ്ടി അയാൾ സ്റ്റാളുകൾ പരിശോധിക്കാറുണ്ട്. സമോവാറുകൾ, പാത്രങ്ങൾ, കംബളങ്ങൾ, കത്തിരകൾ, എന്നു വേണ്ട, ചിലപ്പോൾ ചരക്കുപെട്ടികളും ഭാണ്ഡങ്ങളും അങ്ങിനെതന്നെ മറന്നുവച്ചുപോയിട്ടുള്ളത് യജമാനന്റെ കണ്ണിൽപെടും. അയാൾ ഒരു ചെറുചിരിയോടെ പറയും:

"ഇതിന്റെയൊക്കെ ഒരു പട്ടിക തയ്യാറാക്കി സാധനങ്ങൾ സ്റ്റോറിലിട്."

സ്റ്റോറിൽ നിന്ന് ചിലതെല്ലാം അയാൾ വീട്ടിലേക്കു കൊടുത്തയച്ചിട്ട് ആ സാധനങ്ങൾ കഴിച്ചുള്ള പുതിയ പട്ടിക എഴുതിയുണ്ടാക്കാൻ എന്നോടു പറയും.

എനിക്കു സ്വത്തിൽ യാതൊരു ഭ്രമവുമില്ല. സ്വന്തമായിട്ടെന്തെങ്കിലും വേണമെന്ന ആഗ്രഹവുമില്ല. പുസ്തകങ്ങൾപോലും എനിക്കൊരു ഭാരമാണ്. ബെറഞ്ചേയുടെ ചെറിയൊരു പുസ്തകവും ഹെയ്നെയുടെ പുസ്തകങ്ങളുമൊഴിച്ച് യാതൊന്നും തന്നെ എനിക്ക് സ്വന്തമായിട്ടുണ്ടായിരുന്നില്ല. പുഷ്ക്കിന്റെ കൃതികൾ വാങ്ങണമെന്നുണ്ടായിരുന്നു. പക്ഷെ ആ പട്ടണത്തിൽ പഴയ പുസ്തകങ്ങൾ വിലയ്ക്കെടുക്കുകയും കൊടുക്കുകയും ചെയ്യുന്ന ഒരൊറ്റ പുസ്തകക്കടക്കാരനേയുള്ളൂ. ദുഷ്ടനായ ആ കിളവൻ വലിയ വില ചോദിച്ചു. യജമാനന്റെ വീട്ടിൽ തിക്കിനിറച്ചിരുന്ന മരസ്സാമാനങ്ങളും കംബളങ്ങളും കണ്ണാടികളും മറ്റും എനിക്ക് ഇഷ്ടപ്പെട്ടില്ല. അവയുടെ ഒതുക്കമില്ലായ്മയും അവയിൽനിന്നുതിർത്ത ചായത്തിന്റേയും വാർണീഷിന്റേയും ഗന്ധവും അരോചകമായിരുന്നു. അല്ലെങ്കിൽത്തന്നെ എനിക്കു യജമാനന്റെ വീട്ടിലെ മുറികൾ ഇഷ്ടപ്പെട്ടില്ല. ആവശ്യമില്ലാത്ത ലൊട്ടുലൊടുക്കുകൾ കുത്തിനിറച്ച കാൽപ്പെട്ടികളെയാണ് അവ അനുസ്മരിപ്പിച്ചത്. ഇപ്പോൾത്തന്നെ അധികപ്പറ്റായതിന്റെകൂടെ യജമാനൻ സ്റ്റോറിൽനിന്ന് അന്യരുടെ സാധനങ്ങൾ കൂടി കൊണ്ടിട്ടപ്പോൾ എനിക്കു വല്ലാത്ത അറപ്പുതോന്നി. മാർഗൊരാജ്ഞിയുടെ വീടും മരസ്സാമാനങ്ങൾ കൊണ്ടു നിറഞ്ഞിരുന്നെങ്കിലും അവ ചന്തമുള്ളവയായിരുന്നു.

പൊതുവിൽ ജീവിതം തന്നെ കുത്തഴിഞ്ഞ് വികൃതമായിക്കിടക്കുക യാണെന്ന് എനിക്കു തോന്നി. സ്പഷ്ടമായും നിരർത്ഥകമായ ഒട്ടേറെ കാര്യങ്ങൾ അതിലുണ്ട്. ഇപ്പോൾത്തന്നെ ഞങ്ങൾ സ്റ്റാളുകളുടെ കേടു പാടുകൾ തീർക്കുകയാണ്. വസന്തമാകുമ്പോൾ അവ വെള്ളത്തിനടിയി ലാകും. തറകൾ മേലോട്ടു തള്ളിവരും. കതകുകൾ ഇളകിപ്പോകും. വെള്ള മിറങ്ങുമ്പോൾ കഴുക്കോലുകൾ ദ്രവിക്കും. ആണ്ടുതോറും മേളസ്ഥലത്ത് വെള്ളം പൊങ്ങലും കെട്ടിടങ്ങൾക്കും നടപ്പാതകൾക്കും താറുമാറുകൾ സംഭവിക്കലും പതിറ്റാണ്ടുകളായി നടന്നുവരുന്നതാണ്. വെള്ളപ്പൊക്കം ഓരോ വർഷവും വമ്പിച്ച നാശനഷ്ടങ്ങളാണു വരുത്തിവച്ചത്. അവ തനിയെ ഇല്ലാതാവുകയില്ലെന്ന് എല്ലാവർക്കുമറിയുകയും ചെയ്യാം.

ഓരോ വസന്തത്തിലും പുഴയുടെ മീതെയുള്ള ഐസ് പൊട്ടുമ്പോൾ കെട്ടുവള്ളങ്ങളും ഡസൻകണക്കിനു ചെറുതോണികളും ഒഴുകിപ്പോകാ റുണ്ട്. ആളുകൾ നെടുവീർപ്പിടുകയും നിലവിളിക്കുകയും ചെയ്യും. പുതിയ തോണികൾ പണിയും. അടുത്ത വസന്തത്തിൽ പുഴയിലെ ഐസ് പൊട്ടുമ്പോൾ അവ വീണ്ടും ഒലിച്ചുപോകും. ഇതുപോലൊരു വിഷമവൃത്ത ത്തിൽ ചുറ്റിത്തിരിഞ്ഞുകൊണ്ടിരിക്കാൻ ആളുകൾക്കെങ്ങിനെ കഴിയും!

ഓസിപ്പിനോട് ഞാൻ ഇതെപ്പറ്റി ചോദിച്ചപ്പോൾ അയാൾ ആശ്ച ര്യപ്പെട്ട് പൊട്ടിച്ചിരിച്ചു.

"ഛെടാ കാക്കേ! നീ കേറി കൊത്തുന്ന കൊത്തു കണ്ടില്ലേ! നിനക്ക് ഇതിലൊക്കെ എന്തു കാര്യം? എന്തു ചേതം?"

പിന്നീട് അയാൾ കുറേക്കൂടി ഗൗരവത്തിൽ സംസാരിക്കാൻ തുടങ്ങി. എങ്കിലും വാർദ്ധക്യത്തിന്റെ ലാഞ്ഛനയില്ലാത്ത ആ തെളിഞ്ഞ നീല ക്കണ്ണുകളിൽ പരിഹാസത്തിന്റെ ചെറിയൊരു തീപ്പൊരി അപ്പോഴും മിന്നുന്നുണ്ടായിരുന്നു.

"നീ വളരെ സമർത്ഥമായി ആവക സംഗതികൾ ശ്രദ്ധിച്ചല്ലോ. ഒരുപക്ഷെ നിനക്കതിൽ കാര്യമില്ലായിരിക്കാം. അതല്ല, എന്നെങ്കിലു മൊരിക്കൽ അതുകൊണ്ട് ഗുണമുണ്ടായെന്നും വരാം. നീ ശ്രദ്ധിക്കേണ്ട മറ്റൊരു കാര്യം പറയാം..."

പഴഞ്ചൊല്ലുകളും അപ്രതീക്ഷിതമായ ഉപമകളും പലതരം ചതു രോക്തികളും ഇടയ്ക്കിടെ വിതറിക്കൊണ്ട് അയാൾ വരണ്ട വാക്കുകൾ വിളമ്പാൻ തുടങ്ങി:

"ഒരു കൂട്ടർ പറയും: ഭൂമി തീരെ കുറവാണ്. എല്ലാ വസന്തത്തിലും വോൾഗ കരയെ കടന്നാക്രമിച്ച് മണ്ണ് വാരിക്കൊണ്ടുപോയി ആഴം കുറഞ്ഞയിടത്ത് കുമിച്ചുകൂട്ടുകയാണെന്നാണ് അവരുടെ പരാതി.

വേറൊരു കൂട്ടർ പറയും: വോൾഗയിലെ ആഴം കുറഞ്ഞുവരുന്നു. വസന്തത്തിലെ അരുവികളും വേനലിലെ മഴയും ചാലുകീറി മണ്ണ് പിന്നെയും പുഴയിലേക്കൊഴുക്കുന്നുവെന്നാണ് അവരുടെ പരാതി."

പരിഭവമോ പരാതിയോ കൂടാതെയാണ് അയാൾ സംസാരിച്ചത്. ജീവിതത്തിനെതിരായ ആവലാതികളെക്കുറിച്ചുള്ള തന്റെ അറിവിൽ അയാൾ ആനന്ദംകൊള്ളുന്നതുപോലെ തോന്നി. അയാളുടെ വാക്കുകൾ എന്റെ ചിന്തകളെത്തന്നെയാണു പ്രകാശിപ്പിച്ചതെങ്കിലും അവ കേൾക്കാൻ വിഷമം തോന്നി.

"തീപിടുത്തമാണ് ശ്രദ്ധിക്കേണ്ട മറ്റൊരു കാര്യം."

വോൾഗാനദിയ്ക്കപ്പുറത്തുള്ള കാടിനു തീ പിടിക്കാതെ ഒരൊറ്റ വേനലും കടന്നുപോകാറില്ലെന്ന് എനിക്കറിയാമായിരുന്നു. എല്ലാ വർഷവും ജൂലൈമാസത്തിൽ ആകാശം മഞ്ഞപ്പുകകൊണ്ടു മൂടിയിരിക്കും. കിരണങ്ങൾ നഷ്ടപ്പെട്ട് കോപംകൊണ്ട് ചുവന്ന് ഭൂമിയെ തുറിച്ചുനോക്കുന്ന സൂര്യൻ ദീനംപിടിച്ച കണ്ണുപോലിരിക്കും.

"കാടിലെന്തിരിക്കുന്നു," ഓസിപ് പറഞ്ഞു. "കാട് ഒന്നുകിൽ തമ്പുരാക്കന്മാരുടെ വകയാണ്, അല്ലെങ്കിൽ സാർചക്രവർത്തിയുടെ വകയാണ്. സാധാരണക്കാർക്ക് കാടൊന്നുമില്ല. ഇനി പട്ടണങ്ങൾ കത്തിപ്പോയാലും വലിയ ദോഷം വരാനില്ല. പട്ടണങ്ങളിൽ പാർക്കുന്നത് പണക്കാരാണ്. പണക്കാരോട് സഹതാപം തോന്നേണ്ട കാര്യമില്ല. പക്ഷെ നീ ഗ്രാമങ്ങളേയും ഉൾനാടൻ പട്ടണങ്ങളേയും എടുത്തുനോക്ക്. എത്രയെണ്ണമാണ് ഓരോ വേനലിലും കത്തിയെരിഞ്ഞുപോകുന്നത്! ചുരുങ്ങിയത് നൂറെങ്കിലും വരും. അത് വലിയൊരു നഷ്ടംതന്നെയാണ്."

അയാൾ പതുക്കെയൊന്നു ചിരിച്ചു.

"മേളയുണ്ട്, പക്ഷെ മൂളയില്ല. മനുഷ്യൻ പണിയെടുക്കുന്നത് തനിക്കുവേണ്ടിയോ ഭൂമിക്കുവേണ്ടിയോ, അല്ല, തീയ്ക്കും വെള്ളത്തിനും കൊടുക്കാനാണെന്നു തോന്നും."

"നിങ്ങൾ എന്തിനാണു ചിരിക്കുന്നത്?"

"ചിരിച്ചാലെന്താ? കണ്ണുനീരുകൊണ്ട് തീകെടുത്താനാവില്ല. വെള്ളപ്പൊക്കമുണ്ടാക്കാനേ കഴിയൂ.'

ഈ സുഭഗനായ വൃദ്ധൻ ഞാൻ കണ്ടിട്ടുള്ളവരിൽവച്ച് ഏറ്റവും വിവേകശാലിയാണെന്ന് എനിക്കറിയാമായിരുന്നു. പക്ഷെ അയാളുടെ ഇഷ്ടാനിഷ്ടങ്ങൾ മനസ്സിലാക്കാൻ എനിക്കു കഴിഞ്ഞില്ല.

ഞാൻ അതെപ്പറ്റി ചിന്തിച്ചുകൊണ്ടിരുന്നപ്പോൾ അയാൾ എന്റെ തീക്കുണ്ഡത്തിലേക്ക് വരണ്ട വാക്കുകളുടെ പൂളുകൾ എറിഞ്ഞുകൊണ്ടിരുന്നു:

"ആളുകൾ അവരവരുടേയും മറ്റുള്ളവരുടേയും ശക്തി എത്രമാത്രമാണ് പാഴാക്കിക്കളയുന്നതെന്നു നോക്ക്. മുതലാളി നിന്നെ ഇട്ട് കഷ്ടപ്പെടുത്തുന്നതിന് കണക്കുണ്ടോ? വോഡ്ക്ക വരുത്തിവയ്ക്കുന്ന ദ്രോഹം ചില്ലറയാണോ? അതു കണക്കാക്കാൻ ആരെക്കൊണ്ടുമാവില്ല. പണ്ഡിതന്മാർ വിചാരിച്ചാൽപോലും പറ്റാത്ത കാര്യമാണത്. ഒരു പുര കത്തിപ്പോയാൽ മറ്റൊന്ന് കെട്ടിയുണ്ടാക്കാം. പക്ഷെ നല്ലൊരുത്തൻ നശിച്ചാൽ നശിച്ചതുതന്നെ. അർദല്യോനെ എടുത്തുനോക്ക്. അല്ലെങ്കിൽ ഗ്രിഗോരിയെ. നീ കണ്ടില്ലേ—ശ്ശൂ എന്നൊരു കത്തൽ! മൂള വലുതായിട്ടില്ലെങ്കിലും ഗ്രിഗോരി നല്ലൊരു ആത്മാവുള്ളവനാണ്. പക്ഷെ പറഞ്ഞിട്ടെന്തു കാര്യം! വയ്ക്കോൽത്തുറുപോലെയല്ലേ കത്തിപ്പോയത്! ശവത്തിൽ പുഴക്കൽ അരിച്ചുകേറുമ്പോലെയല്ലേ പെണ്ണുങ്ങൾ അയാളുടെ മേത്ത് ചാടിവീണത്!"

പരിഭവമില്ലാതെ, അറിയാനുള്ള കൗതുകമൊന്നുകൊണ്ടു മാത്രം ഞാൻ അയാളോടു ചോദിച്ചു:

"ഞാൻ പറയുന്നതൊക്കെ അതേപടി മുതലാളിയോടു പോയി പറയുന്നതെന്തിനാ?"

അയാൾ ശാന്തമായി, സ്നേഹമായിട്ടെന്നുതന്നെ പറയാം. വിശദമാക്കി:

"എത്ര അപകടംപിടിച്ച വിചാരങ്ങളാണ് നിന്റെ മനസ്സിലുള്ളതെന്ന് അയാൾ അറിഞ്ഞിരിക്കാൻ വേണ്ടി. അയാൾ വേണമെങ്കിൽ നിന്നെ ഗുണദോഷിക്കട്ടെ. യജമാനനല്ലാതെ വേറെ ആരുണ്ട് നിന്നെ ഗുണദോഷിക്കാൻ? നിന്നോട് പക തോന്നിയിട്ടല്ല, സഹതാപം തോന്നിയിട്ടാണ് ഞാൻ അയാളോടു പോയിപ്പറയുന്നത്. നീ മണ്ടനല്ല. പക്ഷെ നിന്റെ തലമണ്ടയ്ക്കകത്ത് ഒരു ചെകുത്താൻ കടന്നുകൂടിയിട്ടുണ്ട്.അതാണ് ഒക്കെ കുത്തിപ്പൊക്കുന്നത്. നീ മോഷ്ടിച്ചാൽ ഞാൻ ഒരക്ഷരം മിണ്ടില്ല. പെണ്ണുപിടിച്ചാൽ ഞാൻ മിണ്ടില്ല. കുടിച്ചു വെളിവില്ലാതായാലും ഞാൻ ഒന്നും പറയില്ല. പക്ഷെ നിന്റെ ആ തലതിരിഞ്ഞ വിചാരങ്ങളുണ്ടല്ലോ, അതെല്ലാം ഞാൻ അതേപടി മുതലാളിയെ അറിയിക്കും. നീ അത് ഓർത്തോ."

"ഞാൻ തന്നോട് മേലാൽ മിണ്ടില്ല!"

കൈവെള്ളയിൽ പറ്റിപ്പിടിച്ചിരുന്ന മരക്കറ അടർത്തിക്കളഞ്ഞുകൊണ്ട് അയാൾ കുറച്ചു സമയം മൗനം ദീക്ഷിച്ചു. പിന്നീട് എന്നെ വാത്സല്യപൂർവ്വം നോക്കിയിട്ട് അയാൾ പറഞ്ഞു:

“നീ നുണ പറയുകയാണ്. നീ മിണ്ടും. വേറെ ആരോടു മിണ്ടാൻ? ആരുമില്ല.”

വെടിപ്പും ചിട്ടയുമുള്ള ഓസിപ് സകലരോടും നിസ്സംഗത പാലിച്ചുപോന്ന തീമൂട്ടുകാരൻ യാക്കൊവിനെപ്പോലെയാണെന്ന് പെട്ടെന്നെനിക്കു തോന്നി.

അയാൾ ചില സമയത്ത് മതസിദ്ധാന്തിയായ പ്യോത്തർ വസീല്യെവിച്ചിനേയും ചിലപ്പോൾ പട്ടാളപരിചാരകനായ പ്യോത്തറെയും അനുസ്മരിപ്പിച്ചു. ചില കാര്യങ്ങളിൽ അയാൾ എന്റെ മുത്തച്ഛനെപ്പോലാണെന്ന് വേറെ സമയത്ത് തോന്നും. എനിക്കറിയാവുന്ന എല്ലാ വൃദ്ധന്മാരുമായിട്ടും അയാൾക്ക് ഒരു തരത്തിലല്ലെങ്കിൽ മറ്റൊരു തരത്തിൽ സാമ്യമുണ്ടായിരുന്നു. അവരെല്ലാവരുംതന്നെ അത്ഭുതകരമാംവണ്ണം താല്പര്യമുണർത്തുന്ന വൃദ്ധന്മാരായിരുന്നു. പക്ഷെ അവരൊന്നിച്ചു ജീവിക്കുന്നതിനെപറ്റി എനിക്ക് സ്മരിക്കാൻ കഴിഞ്ഞില്ല. അത്രയ്ക്ക് ദുസ്സഹവും ജുഗുപ്സാവഹവുമായിരിക്കും അത്. അവർ ആത്മാവിനെ കരണ്ടുതിന്നുകൊണ്ടിരിക്കും. അവരുടെ വിവേകപൂർവ്വമായ സൂക്തികൾ ഹൃദയത്തെ തുരുമ്പെടുപ്പിക്കും. ഓസിപ്പ് നല്ല മനുഷ്യനായിരുന്നോ? അല്ല. ചീത്ത മനുഷ്യനായിരുന്നോ? അല്ല. അയാൾ ബുദ്ധിമാനാണെന്ന കാര്യത്തിൽ എനിക്ക് സംശയമില്ലായിരുന്നു. എന്നാൽ എന്നെ അത്ഭുതാധീനനാക്കുന്നതോടൊപ്പം മരവിപ്പിക്കുകകൂടി ചെയ്യുന്ന ഒന്നായിരുന്നു അയാളുടെ ബുദ്ധികൂർമ്മത. അത് എല്ലാവിധത്തിലും എന്റെ ചിന്താഗതിക്ക് കടകവിരുദ്ധമാണെന്ന് എനിക്ക് മനസ്സിലായി.

ഇരുണ്ട ചിന്തകൾ എന്റെ ഉള്ളിൽ തിളച്ചു മറിഞ്ഞു:

“സ്നേഹപൂർവ്വം വർത്തമാനം പറയുകയും ചിരിച്ചുകാണിക്കുകയുമൊക്കെ ചെയ്യുമെങ്കിലും സകല മനുഷ്യരും പരസ്പരം അന്യരാണ്. ഈ ലോകത്ത് സർവ്വരും അന്യരാണ്. ഊറ്റമുള്ള സ്നേഹംകൊണ്ട് ആരും അതിനോട് ബന്ധിക്കപ്പെട്ടിട്ടില്ല. ജീവിതത്തെ ഇഷ്ടപ്പെടുന്ന, എല്ലാ മനുഷ്യരേയും ഇഷ്ടപ്പെടുന്ന, ഒരേയൊരാൾ മുത്തശ്ശിയാണ്. മുത്തശ്ശിയും മാർഗൊരാജ്ഞിയെന്ന സ്ത്രീരത്നവും.”

ചിലപ്പോൾ ഇത്തരം ചിന്തകൾ ഇരുണ്ട പടലങ്ങളായി ഒത്തുകൂടി ജീവിതത്തെ വീർപ്പുമുട്ടിക്കും. ദുസ്സഹമാക്കും. പക്ഷെ വേറെ എങ്ങിനെ ജീവിക്കാൻ? എവിടെ പോകാൻ? ഒന്നു മിണ്ടാൻപോലും ഓസിപ്പല്ലാതെ ആരുമില്ല. ഞാൻ കൂടെക്കൂടെ അയാളുമായി സംസാരിക്കും.

എന്റെ വികാരതപ്തമായ വാഗ്ധാര മുഴുവൻ അയാൾ അതീവതാല്പ ര്യത്തോടെ കേൾക്കും. കാര്യങ്ങൾ മനസ്സിലാക്കാൻവേണ്ടി ചോദ്യങ്ങൾ ചോദിക്കും. എന്നിട്ട് ശാന്തമായി പറയും:

"മരംകൊത്തിയുണ്ടല്ലോ, വലിയ വാശിക്കാരനാണ്. പക്ഷെ ഭീകരനല്ല. ആർക്കും അതിനെ പേടിയില്ല. ഞാൻ ആത്മാർത്ഥമായി പറയുകയാണ്. നീ ഒരു മഠത്തിൽ പോ. പ്രായപൂർത്തിയാവുന്നതുവരെ നിനക്ക് അവിടെ താമസിക്കാം. മധുരമായി സംസാരിച്ച് ഭക്തന്മാരെ ആശ്വസിപ്പിക്കാം. നിനക്കു മനസ്സമാധാനം കിട്ടും. ഞാനിത് കാര്യമായി പറയുകയാണ്. ലൗകിക കാര്യങ്ങൾക്കു പറ്റിയവനല്ല നീയെന്നാണ് കണ്ടിട്ടു തോന്നുന്നത്."

മഠത്തിൽ ചേരാൻ ഞാൻ തെല്ലും ആഗ്രഹിച്ചില്ല. ദുർഗ്രഹതയുടെ ചുഴിയിൽപ്പെട്ട് നട്ടം തിരിയുകയാണു ഞാനെന്ന് എനിക്കു തോന്നി. ഞാൻ ദുഃഖിച്ചു. കൂണെല്ലാം തീർന്ന ശരൽക്കാലവനം പോലെയാ യിരുന്നു ജീവിതം. എനിക്കു അകംപുറം അറിയാവുന്ന ആ ശൂന്യമായ വനത്തിൽ ചെയ്യാനൊന്നുമില്ല.

ഞാൻ വോഡ്ക്ക കുടിക്കുകയോ പെൺകുട്ടികളുമായി ഇടപെടു കയോ ചെയ്തില്ല. ആത്മാവിനെ ലഹരിപിടിപ്പിക്കുന്ന ആ രണ്ടു മാർഗ്ഗ ങ്ങൾക്കും പകരം ഞാൻ ആശ്രയിച്ചത് പുസ്തകങ്ങളെയാണ്. എന്നാൽ കൂടുതൽ വായിക്കുന്തോറും, കഴമ്പില്ലാത്ത, അർത്ഥമില്ലാത്ത, ഈ ജീവിതം തുടരാൻ കൂടുതൽ വിഷമം തോന്നി. മറ്റുള്ളവർ നയിക്കുന്ന ജീവിതം അത്തരത്തിലുള്ളതാണെന്നാണ് എനിക്കു തോന്നിയത്.

എനിക്ക് വയസ്സു പതിനഞ്ചായതേയുള്ളൂ. എങ്കിലും പ്രായമായിക്ക ഴിഞ്ഞെന്നൊരു തോന്നൽ ഇടയ്ക്കുണ്ടാവാറുണ്ട്. ഞാൻ ഇത്രയും കാലം അനുഭവിക്കുകയും വായിക്കുകയും അസ്വസ്ഥമായി ചിന്തിക്കുകയും ചെയ്ത സർവ്വതുംകൊണ്ട് എന്റെ ഉള്ള് വിങ്ങിവീർത്ത് ഭാരംവച്ചതുപോലെ തോന്നും. എന്റെ ചിത്താനുഭവങ്ങളുടെ ഭാജനം പലതരം സാധന ങ്ങൾ കുത്തിനിറച്ചിട്ടുള്ള ഒരു ഇരുണ്ട കലവറപോലാണ്. അവയെ ചികഞ്ഞുനോക്കാനുള്ള കരുത്തോ പ്രാപ്തിയോ എനിക്കില്ല.

ഈ ചിത്താനുഭവങ്ങൾ ബഹുലമായിരുന്നിട്ടും അവയുടെ ഭാരം എന്നെ ഉറപ്പിച്ചുനിർത്തുന്നതിനു പകരം ഇളക്കമുള്ള പാത്രത്തിലെ വെള്ളത്തെപ്പോലെ എന്നെ ആട്ടിയുലച്ചുകൊണ്ടിരുന്നു.

കഷ്ടപ്പാടുകളും കൊള്ളരുതായ്മകളും പരാതിപറച്ചിലും എന്നിൽ വെറുപ്പുളവാക്കി. ക്രൂരത എവിടെ കണ്ടാലും—ചോരയും അടികലശലു മെന്നല്ല, വാക്കാലുള്ള അധിക്ഷേപമായാലും ശരി—എനിക്കു നൈസർ ഗ്ഗികമായിത്തന്നെ അറപ്പു തോന്നും. അത് വളരെ എളുപ്പം രോഷമായി

മാറ്റും. ഞാനൊരു വന്യമൃഗത്തെപ്പോലെ പൊരുതും. പശ്ചാത്താപത്തിന്റെ ക്രൂരമായ കുത്തലുകൾ പിന്നീട് അനുഭവിക്കുകയും ചെയ്യും.

വല്ലവരേയും പീഡിപ്പിക്കുന്നത് കാണുമ്പോൾ ആ പീഡകനെ വകവരുത്താനുള്ള വെമ്പലോടെ ഞാൻ ചിലപ്പോൾ ആ അടികലശലിൽ കണ്ണുമടച്ച് എടുത്തുചാടും. നിർവീര്യതയിൽനിന്നുടലെടുത്ത അത്തരം നിരാശാവേശങ്ങളെപ്പറ്റി ഓർക്കുമ്പോൾ എനിക്ക് ഇന്നുപോലും സങ്കടവും ലജ്ജയും തോന്നുന്നു.

എന്റെ ഉള്ളിൽ രണ്ടു വ്യക്തികൾ കുടികൊണ്ടിരുന്നു: അഴുക്കും വൃത്തികേടും ക്രമത്തിലധികം കണ്ടു തഴമ്പിച്ചവനായിരുന്നു ഒരാൾ. ജീവിതത്തിന്റെ ഭയാനകമായ ഏകപ്രകാരത അവനെ ഒരു അവിശ്വാസിയും സംശയാലുവുമാക്കി മാറ്റിക്കഴിഞ്ഞു. നിസ്സഹായമായ സഹാനുഭൂതിയോടെയാണ് അവൻ താനുൾപ്പെടെ സകലരേയും നോക്കിക്കണ്ടത്. മനുഷ്യരുടെ സംസർഗ്ഗമില്ലാതെ താനും തന്റെ പുസ്തകങ്ങളും മാത്രമായി സ്വസ്ഥമായൊരു ഏകാന്തജീവിതം നയിക്കണമെന്നായിരുന്നു അവന്റെ മോഹം. വല്ല മഠത്തിലോ വനംസൂക്ഷിപ്പുകാരന്റെ കുടിലിലോ റെയിൽപ്പാളം കാവൽക്കാരന്റെ ചൗക്കയിലോ കഴിയുന്നതിനെക്കുറിച്ചും പേർഷ്യയിലേക്കു പോകുന്നതിനെക്കുറിച്ചും പട്ടണപ്രാന്തത്തിലെ വിടെങ്കിലും രാത്രിപാറാവുകാരനായി ജോലി നോക്കുന്നതിനെക്കുറിച്ചും അവൻ സ്വപ്നം കണ്ടു. ആളെത്ര കുറവാണോ, അവരിൽനിന്ന് എത്ര അകലെയാണോ, അത്രയും നന്ന്.

വിജ്ഞാനപ്രദവും സത്യസന്ധവുമായ പുസ്തകങ്ങളുടെ പുണ്യതീർത്ഥത്തിൽ ജ്ഞാനസ്നാനം ചെയ്യപ്പെട്ട വ്യക്തിയായിരുന്നു മറ്റേത്. ഭയാനകമായ ഏകപ്രകാരതയുടെ ഊറ്റം കണ്ടപ്പോൾ അത് തന്റെ തല വീശാനും തന്റെ ഹൃദയത്തെ അഴുക്കുപുരണ്ട കാൽച്ചുവട്ടിലിട്ട് ചവുട്ടിയരയ്ക്കാനുമിടയുണ്ടെന്ന് അവനു തോന്നി. അതുകൊണ്ട് അവൻ ആത്മരക്ഷാർത്ഥം അവന്റെ മുഴുവൻ ശക്തിയും സംഭരിച്ചു. മുഷ്ടിചുരുട്ടി പല്ലിളിച്ചുകാട്ടിക്കൊണ്ട് അവൻ അടികലശലിനും വാക്കുതർക്കത്തിനും സദാ സന്നദ്ധനായി നിന്നു. അവന്റെ സ്നേഹവും സഹാനുഭൂതിയും പ്രവൃത്തിയിലൂടെ പ്രകടമായി. ഫ്രഞ്ച് നോവലിലെ വീരകഥാനായകനെപ്പോലെ അവൻ രണ്ടാംവാക്കിനു കയറിയടിക്കാൻ തയ്യാറായി വാളൂരിപ്പിടിച്ചു നിന്നു...

എനിക്ക് അക്കാലത്ത് ഒരു ബദ്ധവിരോധിയുണ്ടായിരുന്നു. മാലയ പൊക്രോവ്സ്ക്കയ തെരുവിലുള്ള ഒരു വേശ്യാലയത്തിലെ കാവൽക്കാരനായിരുന്നു അയാൾ. ഒരു ദിവസം രാവിലെ മേളസ്ഥലത്തേക്കു പോകുന്ന വഴിക്കാണ് ഞാൻ അയാളുമായി പരിചയപ്പെടാനിടവന്നത്.

കുടിച്ചു ബോധമില്ലാത്ത ഒരു പെണ്ണിനെ അയാൾ വണ്ടിയ്ക്കകത്തുനിന്ന് ഇറക്കുന്നത് ഞാൻ കണ്ടു. കാലുറകൾ ഊർന്നുപോയി അരയ്ക്കു താഴോട്ടു നഗ്നയായിരുന്ന അവളുടെ കാലുകളിൽ ആഭാസമായി പിടിച്ചുവലിച്ചുകൊണ്ട് അയാൾ മുരളുകയും ചിരിക്കുകയും അവളുടെ ദേഹത്ത് തുപ്പുകയും ചെയ്തു. കണ്ണു കാണാതെ വായും പൊളിച്ചിരുന്നിരുന്ന അവളുടെ പപ്രശ്ശരൂപം വണ്ടിയ്ക്കകത്തുനിന്ന് തട്ടിയും മുട്ടിയും ഊർന്നിറങ്ങിക്കൊണ്ടിരുന്നു. കുഴതെറ്റിയതുപോലെ തളർന്നുകിടന്നിരുന്ന കൈകൾ തലയുടെ പുറകെ ഇഴഞ്ഞുനീങ്ങി. തല ആദ്യം വണ്ടിയുടെ സീററിലും പിന്നീട് പടിയിലും അവസാനം നടപ്പാതയിലും ചെന്നിടിച്ചു.

വണ്ടിക്കാരൻ കുതിരയെ ചാട്ടയ്ക്കടിച്ച് വണ്ടിയോടിച്ചുപോയി. ശവം വലിക്കുംപോലെ അവളെ കാലിൽ പിടിച്ച് നടപ്പാതയിലൂടെ വലിച്ചിഴച്ചുകൊണ്ട് കാവൽക്കാരൻ പുറകോട്ടു നടന്നു. ഞാൻ കോപാന്ധനായി അയാളുടെ നേരെ പാഞ്ഞുചെന്നു. വെള്ളത്തിന്റെ ആഴമളക്കാനുള്ള അളവുകോൽ എന്റെ കയ്യിലുണ്ടായിരുന്നത് ഞാൻ വലിച്ചെറിയുകയോ ഓടുന്നവഴിക്കു വീണുപോവുകയോ ചെയ്തത് ഭാഗ്യമായി. അല്ലെങ്കിൽ ഞങ്ങളെ രണ്ടുപേരെ സംബന്ധിച്ചും ഭവിഷ്യത്തുകൾ ഗുരുതരമായേനെ. ഓടുന്ന വഴിക്കുതന്നെ അയാളെ അടിച്ചു താഴെയിട്ടുകൊണ്ടു ഞാൻ വരാന്തയിലേക്കുചാടിക്കയറി വാതിലിനു പുറത്തു തൂങ്ങിക്കിടന്നിരുന്ന മണിയുടെ ചരടിൽ പിടിച്ചുവലിച്ചു. കാട്ടുമനുഷ്യരെപ്പോലെ തോന്നിച്ച ചിലർ ഓടിയെത്തി. അവരോട് എന്തെങ്കിലും പറയാൻ അശക്തനായി. ഞാൻ അളവുകോലുമെടുത്ത് അവിടന്ന് ഓടിപ്പോയി.

വഴിക്ക് വണ്ടിക്കാരന്റെ ഒപ്പമെത്തി. തന്റെ ഉയർന്ന ഇരിപ്പിടത്തിൽ നിന്ന് എന്റെ നേരെ നോക്കിയിട്ട് അയാൾ സസന്തോഷം പറഞ്ഞു:

“നീ അയാൾക്കു കണക്കിനു കൊടുത്തു!”

ഇത്ര നിർലജ്ജമായി ആ പെണ്ണിനോടു പെരുമാറാൻ കാവൽക്കാരനെ അനുവദിച്ചതെന്തിനാണെന്ന് ഞാൻ അയാളോട് രോഷപൂർവ്വം ചോദിച്ചു.

“അവള് പോയി തുലയട്ടെ,” ശാന്തമായി അയാൾ തന്റെ അവജ്ഞ അറിയിച്ചു. “അവളെ വണ്ടിയിൽ കയറ്റിയ മാന്യന്മാർ എനിക്കു വണ്ടിക്കൂലി തന്നു. എനിക്കതു മതി.”

“അയാൾ അവളെ കൊന്നെങ്കിലോ?”

“അവളുടെ തരക്കാരെ കൊല്ലാൻ അത്ര എളുപ്പമല്ല.” കുടിച്ചു ബോധംകെട്ട വേശ്യകളെ കൊല്ലാൻ ഒന്നിലധികം തവണ ശ്രമിച്ചു നോക്കിയിട്ടുള്ള മട്ടിൽ അയാൾ പറഞ്ഞു.

അന്നത്തേതിനുശേഷം ഞാൻ ഏതാണ്ടെണ്ടല്ലാ ദിവസവും കാവൽക്കാരനെ കണ്ടുമുട്ടാറുണ്ട്. ഞാൻ തെരുവിലൂടെ നടന്നുവരുമ്പോൾ അയാൾ ഒന്നുകിൽ നടപ്പാത ത്തൂത്തുവാരുകയായിരിക്കും. അല്ലെങ്കിൽ എന്നെ കാത്തിരിക്കുന്ന മട്ടിൽ പടിക്കെട്ടിൽ കുത്തിയിരിക്കുന്നുണ്ടാവും. ഞാൻ അടുത്തെത്തുമ്പോൾ അയാൾ എണീറ്റ് കുപ്പായക്കൈ തെറുത്തുകയറ്റി എന്നെ താക്കീതുചെയ്യും:

"നിന്റെ മോന്ത ഞാൻ അടിച്ചു പരത്തും!"

അയാൾക്കു പ്രായം നാല്പതിൽ കവിയും. വളഞ്ഞകാലുകളും ഗർഭിണികളുടേതുപോലെ ഉന്തിനിൽക്കുന്ന വയറുമുള്ള ഒരു ചെറിയ മനുഷ്യനാണ് അയാൾ. എന്നെ നോക്കി ചിരിച്ചുകൊണ്ട് അയാളങ്ങിനെ നിൽക്കുമ്പോൾ അയാളുടെ കണ്ണുകളിൽ നിഴലിച്ച സ്നേഹാർദ്രതയും ഉല്ലാസവും എന്നെ അന്ധാളിപ്പിക്കും. അയാൾക്ക് മല്ലുപിടിക്കാനുള്ള കഴിവില്ല. കൈകൾക്ക് എന്റെ കൈകളോളം നീളമില്ല. രണ്ടുമൂന്നു പിടുത്തങ്ങൾ കഴിയുമ്പോഴേക്ക് അയാൾ കീഴടങ്ങും. ഗേറ്റിൽ പുറംചേർത്തു നിന്നുകൊണ്ട് അയാൾ അത്ഭുതത്തോടെ പറയും:

"വരട്ടെ, കാട്ടുപൂച്ചേ!"

എനിക്ക് ഈ മൽപ്പിടുത്തങ്ങൾ മടുത്തു. ഒരു ദിവസം ഞാൻ അയാളോടു പറഞ്ഞു:

"എടോ വിഡ്ഢി, താൻ എന്നെ എന്റെ പാട്ടിനു വിടാമോ?"

"നീ എന്തിനാണ് എന്റെ അടുത്ത് വഴക്കിനു വന്നത്?" കുറ്റപ്പെടുത്തുന്ന മട്ടിൽ അയാൾ ചോദിച്ചു.

അയാൾ പെണ്ണിനെ അപമാനിച്ചതെന്തിനാണെന്ന് ഞാൻ അങ്ങോട്ടും ചോദിച്ചു.

"അതിനു നിനക്കെന്താ? അവളോട് സഹതാപം തോന്നുന്നുണ്ടോ?"

"തോന്നുന്നുണ്ട്, സംശയമെന്താ."

അല്പസമയം മിണ്ടാതിരുന്നിട്ട് ചുണ്ടു തുടച്ചുകൊണ്ട് അയാൾ പറഞ്ഞു:

"നിനക്ക് പൂച്ചകളോടും സഹതാപമുണ്ടോ?"

"പൂച്ചകളോടും സഹതാപമുണ്ട്."

അപ്പോൾ അയാൾ പറഞ്ഞു:

"നീയൊരു വിഡ്ഢിയും നുണയനുമാണ്. ഞാൻ നിനക്കു കാണിച്ചുതരുന്നുണ്ട്."

പണിസ്ഥലത്തേക്കു പോകാനുള്ള കുറുക്കുവഴിയായതുകൊണ്ട് എനിക്ക് ആ തെരുവിലൂടെ പോകാതെ നിവൃത്തിയില്ലായിരുന്നു.

അയാളെ കാണാതിരിക്കാൻവേണ്ടി ഞാൻ കുറേക്കൂടി നേരത്തെ ഉണർന്നെണീക്കാൻ തുടങ്ങി. എന്നിട്ടും ഏതാനും ദിവസത്തിനുശേഷം അയാൾ ചാരനിറത്തിലുള്ള ഒരു പൂച്ചയേയും മടിയിലിരുത്തി തടവിക്കൊണ്ട് വരാന്തയുടെ ചവിട്ടുപടിയിൽ ഇരിക്കുന്നതു കണ്ടു. ഞാൻ മൂന്നാലു ചുവട് അടുത്തെത്തിയപ്പോൾ അയാൾ ചാടിയെണീറ്റ് പൂച്ചയെ പിൻകാലുകളിൽ പിടിച്ച് വീശിക്കൊണ്ട് അതിന്റെ തല ഒരു കൽത്തൂണിലടിച്ചു. ചൂടുചോര എന്റെ ദേഹത്ത് തെറിച്ചു. തൂണിലടിച്ചശേഷം പൂച്ചയെ എന്റെ കാൽക്കലേക്കു വലിച്ചെറിഞ്ഞിട്ട് അയാൾ ഗേറ്റിൽ നില്പായി.

"ഇപ്പോഴെന്തു പറയുന്നു?" അയാൾ ചോദിച്ചു.

ഞാനെന്തു ചെയ്യും? രണ്ടു നായ്ക്കളെപ്പോലെ ഞങ്ങൾ ആ മുറ്റത്ത് കെട്ടിമറിഞ്ഞു. ഉൽക്കടമായ മനോവേദനകൊണ്ട് സ്തംഭിച്ചുപോയ ഞാൻ വഴിയരികിൽ നിന്നിരുന്ന കുറെ കാട്ടുചെടികളിലേക്കു കമഴ്ന്നടിച്ചു വീണു. പൊട്ടിക്കരയാതിരിക്കാൻ, ഉറക്കെ നിലവിളിക്കാതിരിക്കാൻ, ഞാൻ ചുണ്ടു കടിച്ചു. ആ സംഭവം ഓർക്കുമ്പോൾത്തന്നെ അറപ്പു സഹിക്കവയ്യാതെ എന്റെ ദേഹം കിടുകിടുക്കുന്നു. അന്ന് എന്തുകൊണ്ട് എനിക്കു ഭ്രാന്തു പിടിച്ചില്ല, എന്തുകൊണ്ട് ഞാൻ കൊലപാതകം നടത്തിയില്ല, എന്ന് ഞാൻ അത്ഭുതപ്പെടുകയാണ്.

ഞാൻ എന്തിന് ഈ മാലിന്യം മുഴുവൻ തോണ്ടിപ്പുറത്തിടുന്നുവെന്നു ചോദിച്ചേക്കാം. അത് പണ്ടെങ്ങോ നടന്ന ഒരു സംഭവമല്ലെന്ന്, മാന്യവായനക്കാരേ, നിങ്ങൾ അറിഞ്ഞിരിക്കാൻ വേണ്ടിത്തന്നെ! കെട്ടിച്ചമച്ച 'ഭീകരതകൾ നിങ്ങൾ ആസ്വദിക്കാറുണ്ട്. സുന്ദരമായെഴുതിയ ഘോരകഥകൾ വായിച്ച് നിങ്ങൾ ആനന്ദിക്കാറുണ്ട്. 'ഭയാനകങ്ങളായ 'ഭാവനാവിലാസങ്ങൾ നിങ്ങളുടെ മനസ്സിനെ സുഖകരമായി ഉലച്ച് കിക്കിളിപ്പെടുത്താറുണ്ട്. എന്നാൽ ദൈനംദിനജീവിതത്തിൽ അനുഭവപ്പെടുന്ന യഥാർത്ഥഭീകരതകൾ എനിക്കറിയാം. അവയെ വിവരിച്ചുകൊണ്ട് നിങ്ങളുടെ മനസ്സിനെ അസുഖകരമായിട്ട് ഉലയ്ക്കാൻ എനിക്ക് അവകാശമുണ്ട്. നിങ്ങൾ എങ്ങിനെ ജീവിക്കുന്നു, എവിടെ ജീവിക്കുന്നു, എന്ന് നിങ്ങൾ ഓർക്കേണ്ടതാവശ്യമാണ്.

നീചവും മലീമസവുമായ ഒരു ജീവിതമാണ് നാമെല്ലാവരും നയിക്കുന്നത്. ആർക്കും അത് നിഷേധിക്കാനാവില്ല.

ഞാൻ മനുഷ്യരെ നിസ്സീമമായി സ്നേഹിക്കുന്നു. ആരേയും നോവിക്കാൻ ഞാൻ ആഗ്രഹിക്കുന്നില്ല. എന്നുവച്ച് വൈകാരികത്വം പാടില്ല. പകിട്ടേറിയ പടുവാക്കുകൾകൊണ്ടും സുന്ദരമായ കള്ളങ്ങൾകൊണ്ടും ക്രൂരമായ സത്യത്തെ മറച്ചുവയ്ക്കരുത്. നാം ജീവിതത്തോട് കൂടുതൽകൂടുതൽ ഒട്ടിച്ചേരണം. നമ്മുടെ ഹൃദയത്തിലും മനസ്സിലുമുള്ള

എല്ലാ നന്മയും മനുഷ്യത്വവും നാം അതിലേക്ക് കോരിച്ചൊരിയണം.

സ്ത്രീകളോടുള്ള ആളുകളുടെ മനോഭാവം എന്നെ വിശേഷിച്ചും അമർഷംകൊള്ളിച്ചു. സ്ത്രീയോളം ശ്രേഷ്ഠമോ അർത്ഥപൂർണ്ണമോ ആയി ജീവിതത്തിൽ മറ്റൊന്നില്ലെന്നാണ് വായിച്ച എല്ലാ നോവലുകളിൽ നിന്നും ഞാൻ മനസ്സിലാക്കിയത്. മുത്തശ്ശിയും കന്യാമറിയത്തേയും ബുദ്ധിമതിയായ വസിലീസയേയും കുറിച്ചുള്ള അവരുടെ കഥകളും 'ഭാഗ്യഹീനയായ അലക്കുകാരി നതാല്യയും അതു സ്ഥിരീകരിച്ചു. ജീവിതത്തിന്റെ അമ്മമാരായ സ്ത്രീകൾ സ്നേഹദരിദ്രവും ആനന്ദരഹിതവുമായ ആ ജീവിതത്തെ സുന്ദരമാക്കാൻവേണ്ടി തൂകിയ ആയിരമായിരം മന്ദഹാസങ്ങളും കടാക്ഷങ്ങളും അത് സ്ഥിരീകരിച്ചു.

തുർഗേനെവിന്റെ പുസ്തകങ്ങൾ സ്ത്രീകൾക്ക് അപദാനങ്ങൾ പാടി. സ്ത്രീകളെക്കുറിച്ചു ഞാൻ മനസ്സിലാക്കിയ എല്ലാ നല്ല കാര്യങ്ങളുടേയും മൂർത്തീകരണമായി ഞാൻ മാർഗൊരാജ്ഞിയെ എന്റെ സ്മരണയിൽ അവരോധിച്ചു. എന്റെ ഈ അറിവിനു മുതൽക്കൂട്ടാൻ ഹൈനെയും തുർഗേനെയും നൽകിയിട്ടുള്ള അമൂല്യസംഭാവനകൾ വിശേഷിച്ചും വലുതാണ്.

മേളസ്ഥലത്തുനിന്നു വീട്ടിലേക്കു മടങ്ങുന്ന വഴി ഞാൻ പലപ്പോഴും കുന്നിൻപുറത്തെ കോട്ടമതിലിനടുത്തുനിന്ന് സൂര്യാസ്തമനം നോക്കിനിൽക്കാറുണ്ട്. ആകാശത്ത് തീപ്പുഴകൾ ഒഴുക്കിക്കൊണ്ട് സൂര്യൻ വോൾഗയിലേക്കു താഴുമ്പോൾ ഭൂമിയിലെ എന്റെ പ്രിയപ്പെട്ട പുഴ ഇരുണ്ട് ധൂമ്രവർണ്ണമാകും. അത്തരം നിമിഷങ്ങളിൽ ചിലപ്പോൾ എനിക്കു തോന്നും, തടവുകാരേയും വഹിച്ചുകൊണ്ടുപോകുന്ന ഒരു കൂറ്റൻ പത്തേമാരിയാണ് ഭൂമിയെന്ന്. അദൃശ്യവടമിട്ട് എങ്ങോട്ടോ കെട്ടിവലിച്ചുകൊണ്ടുപോകുന്ന ഒരു പന്നിയെപ്പോലിരിക്കും അത്.

എന്നാൽ ഞാൻ കൂടുതലും ചിന്തിച്ചത് ഭൂമിയുടെ വൈപുല്യത്തെക്കുറിച്ചാണ്, ഞാൻ പുസ്തകങ്ങളിലൂടെ പരിചയപ്പെട്ടിട്ടുള്ള നഗരങ്ങളെക്കുറിച്ചും മനുഷ്യർ വിഭിന്നമായി ജീവിക്കുന്ന അന്യനാടുകളെക്കുറിച്ചുമാണ്. വൈവിധ്യരഹിതമായി എനിക്കു ചുറ്റും സാവധാനം ചുറ്റിത്തിരിഞ്ഞുകൊണ്ടിരുന്ന ജീവിതത്തേക്കാൾ ശുചിത്വമാർന്നതും ആശാസ്യകരവും അത്രത്തോളം ക്ലേശകരമല്ലാത്തതുമായ ഒരു ജീവിതമാണ് വിദേശങ്ങളിലെ എഴുത്തുകാരുടെ പുസ്തകങ്ങളിൽ ചിത്രീകരിച്ചിരുന്നത്. ഇത് എന്റെ ഭയാശങ്കകളെ ശമിപ്പിക്കുകയും മറ്റൊരു ജീവിതം സാദ്ധ്യമാണെന്ന പ്രതീക്ഷ എന്നിൽ നിർബ്ബന്ധപൂർവ്വം തട്ടിയുണർത്തുകയും ചെയ്തു.

വിവേകശാലിയായ ഒരു സാധുമനുഷ്യനെ ഞാൻ എന്നെങ്കിലുമൊരിക്കൽ കണ്ടുമുട്ടുമെന്നും അയാൾ എന്നെ തെളിഞ്ഞുകിടക്കുന്ന

വിശാലപാതയിലേക്ക് കൂട്ടിക്കൊണ്ടുപോകുമെന്നും ഞാൻ എപ്പോഴും വിശ്വസിച്ചു.

ഒരു ദിവസം, കോട്ടമതിലിനരികിൽ കിടന്നിരുന്ന ഒരു ബഞ്ചിൽ ഞാൻ ഇരിക്കുമ്പോൾ യാക്കൊവ് അമ്മാവനും അവിടെ വരാനിടയായി. അദ്ദേഹം നടന്നുവരുന്നതു ഞാൻ കണ്ടില്ല. പെട്ടെന്ന് അദ്ദേഹത്തെ തിരിച്ചറിഞ്ഞതുമില്ല. ഞങ്ങൾ കുറെ കൊല്ലമായി ഒരേ പട്ടണത്തിലായിരുന്നു താമസമെങ്കിലും ഞങ്ങൾ തമ്മിൽ കണ്ടുമുട്ടുന്നത് അപൂർവ്വമായിരുന്നു. കണ്ടുമുട്ടിയെങ്കിൽത്തന്നെ അതു യാദൃച്ഛികമായും അല്പസമയത്തേക്കു മാത്രവുമായിരുന്നു.

“നീ കേറിയങ്ങ് വളർന്നല്ലൊ,” എന്നെ ചെറുതായിട്ടൊന്നു തള്ളിക്കൊണ്ട് അദ്ദേഹം തമാശയായി പറഞ്ഞു. ബന്ധുക്കളെപ്പോലെയല്ല, രണ്ടു പഴയ പരിചയക്കാരെപ്പോലെയാണ് ഞങ്ങൾ സംസാരിച്ചത്.

യാക്കൊവ് അമ്മാവൻ സർവ്വതും മുടിച്ചെന്നു മുത്തശ്ശി പറഞ്ഞ് ഞാൻ അറിഞ്ഞിരുന്നു. കുറെക്കാലം അദ്ദേഹം തടവുകാരുടെ ഒരു കോളനിയിൽ വാർഡറുടെ സഹായിയായി ജോലിനോക്കി. പക്ഷെ അത് അനർത്ഥത്തിലാണു കലാശിച്ചത്. വാർഡർ രോഗശയ്യയിലായിരുന്ന സമയത്ത് യാക്കൊവ് അമ്മാവൻ തടവുകാർക്കുവേണ്ടി തന്റെ വീട്ടിൽ ഉല്ലാസകരമായ വിരുന്നുകൾ നടത്താൻ തുടങ്ങി. ഇതു പുറത്തായപ്പോൾ അദ്ദേഹത്തെ പിരിച്ചുവിടുകയും രാത്രികാലങ്ങളിൽ തടവുകാരെ തുറന്നുവിടുന്നുവെന്ന കുറ്റം ചുമത്തി അദ്ദേഹത്തിന്റെ പേരിൽ കേസെടുക്കുകയും ചെയ്തു. തടവുകാരിൽ ആരും ഓടിപ്പോയില്ല. ഒരാൾമാത്രം ഏതോ ചെമ്മാച്ചനെ കഴുത്തുഞെക്കിക്കൊല്ലാൻ ശ്രമിക്കുന്നതിനിടയിൽ പിടികൂടപ്പെട്ടു. അന്വേഷണം നീണ്ടുനീണ്ടുപോയെങ്കിലും കോടതിവരെ എത്തിയില്ല. ആ അപമാനത്തിൽനിന്ന് എന്റെ വിശാലഹൃദയനായ അമ്മാവനെ രക്ഷിക്കാൻ തടവുകാർക്കും ജയിൽകാവൽക്കാർക്കും കഴിഞ്ഞു. ഇപ്പോൾ അദ്ദേഹത്തിന് തൊഴിലൊന്നുമില്ല. റുക്കവിഷ്നിക്കോവിന്റെ നേതൃത്വത്തിലുള്ള പ്രസിദ്ധമായൊരു പള്ളിഗായകസംഘത്തിൽ പാടുന്ന മകന്റെ ചെലവിൽ കഴിയുന്നു. അദ്ദേഹം മകനെപ്പറ്റി പറഞ്ഞത് എനിക്ക് വളരെ വിചിത്രമായിത്തോന്നി:

“ഈയിടയായി അവൻ വലിയ ഗൗരവത്തിലും ഗമയിലുമാണ് എന്നോടു പെരുമാറുന്നത്. പ്രധാനഗായകനാണ്. സമോവാർ തിളപ്പിക്കാനോ കോട്ട് ബ്രഷ്ചെയ്യാനോ ഞാനല്പം വൈകിയാൽ തട്ടിക്കയറും. വലിയ ചിട്ടക്കാരനാണ്. എല്ലാം വൃത്തിയായും വെടിപ്പായുമിരിക്കണമെന്നു നിർബ്ബന്ധമാണ്.”

അമ്മാവനു വളരെയേറെ പ്രായംവച്ചതുപോലെ തോന്നി.. ആ രൂപമാകെ അഴുക്കുപുരണ്ട് പപ്രശ്ശമായും പതുപതുത്തും ഇരുന്നിരുന്നു. ഉന്മേഷപൂർവ്വം ചുരുണ്ടുകിടന്നിരുന്ന മുടി നേർത്തുപോയി. ചെവികൾ ഉന്തിനിന്നു. കണ്ണിന്റെ വെള്ളയിലും മുഖംവടിച്ച് പട്ടുപോലെ നനുത്തിരുന്ന കവിളത്തെ തൊലിയിലും ചുവന്ന രക്തധമനികൾ വലകെട്ടി. അദ്ദേഹം കളിയായിട്ടാണ് സംസാരിച്ചതെങ്കിലും നാവിന് എന്തോ ഒരു തടസ്സമനുഭവപ്പെടുന്നതുപോലെ തോന്നി. എന്നാൽ പല്ലൊന്നും പോയിരുന്നില്ല.

ജീവിതം ആസ്വദിക്കാൻ അറിയാവുന്ന, പലതും കണ്ടിട്ടുള്ള, പലതും അറിഞ്ഞിരിക്കാനിടയുള്ള, ഒരാളുമായി സംസാരിക്കാൻ അവസരം കിട്ടിയതിൽ ഞാൻ സന്തോഷിച്ചു. അദ്ദേഹത്തിന്റെ ക്രൂസലില്ലാത്ത തമാശപ്പാട്ടുകളും മുത്തച്ഛൻ അദ്ദേഹത്തെപ്പറ്റി പറഞ്ഞതും ഞാനോർത്തു:

"പാട്ടിന്റെ കാര്യത്തിൽ ദാവീദുരാജാവും പണിയുടെ കാര്യത്തിൽ അബ്സൊലോമും."

ശുചിയായി വസ്ത്രങ്ങളണിഞ്ഞ പട്ടണവാസികൾ നടക്കാവിലൂടെ ഞങ്ങളെ കടന്നുപോയി. ഓഫീസർമാരും ഉദ്യോഗസ്ഥന്മാരും പൂമ്പാറ്റകളെപ്പോലുള്ള പ്രഭുകുമാരികളും അക്കൂട്ടത്തിലുണ്ടായിരുന്നു. ഒരു പഴഞ്ചൻ കോട്ടും കീറത്തൊപ്പിയും തുരുമ്പുപിടിച്ചതുപോലെ ഇരുന്നിരുന്ന ബൂട്സുമാണ് അമ്മാവൻ ധരിച്ചിരുന്നത്. തന്റെ വേഷത്തിൽ അദ്ദേഹം ലജ്ജിക്കുന്നതുപോലെ തോന്നി. ഞങ്ങൾ പൊച്ചായിൻസ്ക്കി ഇടുക്കിന്റെ മുകളിലുള്ള ഒരു മദ്യശാലയിലേക്കു നടന്നു. അവിടെ, ചന്തയുടെ നേരെ തുറന്നുകിടന്നിരുന്ന ഒരു ജനാലയ്ക്കരികിൽ ഞങ്ങൾ സ്ഥലം പിടിച്ചു.

"അമ്മാവൻ പണ്ടു പാടിയത് ഓർക്കുന്നുണ്ടോ:
സാധുവൊരുത്തൻ തുണി തോരയിട്ടത്
മറ്റൊരു സാധുവോ കട്ടെടുത്തു...:"

ആ പാട്ടിലെ വാക്കുകൾ ഉരുവിട്ടപ്പോൾ അവയിൽ ഒളിഞ്ഞുകിടന്നിരുന്ന പരിഹാസം എനിക്ക് ആദ്യമായി അനുഭവപ്പെട്ടു. പുറമേയ്ക്ക് ഉല്ലാസവാനായി കാണപ്പെട്ട എന്റെ അമ്മാവന്റെ ഉള്ള് നീറിപ്പുകയുകയാണെന്നു തോന്നി.

ഒരു ഗ്ലാസിലേക്കു വോഡ്ക്ക പകർന്നുകൊണ്ട് അദ്ദേഹം സംസാരിച്ചത് ചിന്താഭാരത്തോടെയാണ്:

"ശരിയാണ്, ഞാൻ കുറെ രസിച്ചു. പക്ഷെ എനിക്കു മതിയായില്ല. ആ പാട്ട് എന്റെ സ്വന്തമല്ല. സെമിനാരിയിലെ അദ്ധ്യാപകരിലൊരാൾ എഴുതിയതാണ്. എന്തായിരുന്നു അയാളുടെ പേര്? ഓ, മറന്നുപോയി.

ഞങ്ങൾ വലിയ ചങ്ങാതികളായിരുന്നു. അദ്ദേഹത്തിന് ഭാര്യയും മക്കളുമൊന്നുമുണ്ടായിരുന്നില്ല. കുടിച്ചു ലക്കില്ലാതെ തണുപ്പത്തുകിടന്ന് മരവിച്ചു ചത്തു. എനിക്കറിയാവുന്ന എത്രയെത്ര പേരാണ് കുടിച്ചുചത്തിരിക്കുന്നത്! കണക്കില്ല! നീ കുടിക്കുമോ? കുടിക്കരുത്, കുറേക്കൂടി കഴിഞ്ഞിട്ടു മതി. നീ മുത്തച്ഛനെ കാണാറുണ്ടോ? മൂപ്പീന്ന് ഇപ്പോൾ ഏതു സമയവും മുഖം വീർപ്പിച്ചാണു നടപ്പ്. തലയ്ക്കു സ്ഥിരമില്ലാതായിട്ടുണ്ടെന്നും തോന്നുന്നു."

മദ്യം അകത്തു ചെന്നതോടെ അദ്ദേഹം ഉന്മേഷവാനായി. തോളു വിരിച്ച് നിവർന്നിരുന്നു. ഇപ്പോൾ കുറേക്കൂടി ചെറുപ്പം തോന്നിച്ചു. അദ്ദേഹം കൂടുതൽ ഉഷാറോടെ സംസാരിക്കാൻ തുടങ്ങി.

തടവുകാരുടെ സംഭവത്തെപ്പറ്റി ഞാൻഅദ്ദേഹത്തോടു തിരക്കി.

"അതു നിന്റെ ചെവിയിലുമെത്തിയോ?" അദ്ദേഹം ചോദിച്ചു.

ചുറ്റും കണ്ണോടിച്ചശേഷം സ്വരം താഴ്ത്തിക്കൊണ്ട് അദ്ദേഹം പറഞ്ഞു:

"അവർ തടവുകാരണെന്നുവച്ച്? ഞാൻ അവരുടെ ന്യായാധിപനല്ല. നമ്മളെപ്പോലെതന്നെയുള്ള മനുഷ്യരായിട്ടാണ് ഞാൻ അവരെ കണ്ടത്. ഞാൻ അവരോടു പറഞ്ഞു: നമുക്കൊന്നിച്ച് സ്നേഹമായി കഴിയാം, ഉല്ലാസമായി കഴിയാം. അങ്ങിനെയൊരു പാട്ടുണ്ടല്ലോ:

> വിധിയെന്നതു തെല്ലും മോദത്തിന്നുടക്കല്ല
> അതിനെ ധിക്കരിക്കാൻ നമുക്കു മടിയില്ല
> ചിരിച്ചുരസിച്ചങ്ങു കഴിയാം നമുക്കെല്ലാം
> ദുഃഖിച്ചു ജീവിക്കുന്നോർ വിഡ്ഢികൾതന്നെ നിജം.

പൊട്ടിച്ചിരിച്ചുകൊണ്ട് അദ്ദേഹം ജനാലയിലൂടെ ഇരുൾപരക്കുന്ന ഇടുക്കിലേക്കും അതിന്റെ ചുവട്ടിലെ പീടികനിരകളിലേക്കും കണ്ണയച്ചു.

"അവർക്കു സന്തോഷമായെന്നു പറയേണ്ടതില്ലല്ലോ," മീശ തടവിക്കൊണ്ട് അദ്ദേഹം തുടർന്നു "ജയിലിൽ കിടന്ന് അവർ മുഷിഞ്ഞിരിക്കുകയായിരുന്നു. ഹാജരെടുത്തു കഴിഞ്ഞാൽ അവർ എന്റെ വീട്ടിൽ വരും. വോഡ്ക്കയുണ്ടായിരിക്കും. കൂടെ തിന്നാനും വല്ലതും കാണും. ചിലപ്പോൾ എന്റെ വക. ചിലപ്പോൾ അവരുടെ വക. അങ്ങിനെ റഷ്യാമാതാവ് രസിച്ചുതകർക്കും. എനിക്കു പാട്ടും നൃത്തവും ഇഷ്ടമാണ്. അവരുടെ കൂട്ടത്തിൽ നല്ല കുറെ പാട്ടുകാരും നർത്തകരുമുണ്ടായിരുന്നു. പറഞ്ഞാൽ വിശ്വസിക്കില്ല. അത്ര സമർത്ഥൻമാർ! പകുതിപ്പേരുടേയും കാലിൽ ചങ്ങലയുണ്ട്. അതുമിട്ട് നൃത്തംചെയ്യാനാവില്ല. അതുകൊണ്ട് ചങ്ങല ഊരിക്കോളാൻ ഞാൻ അനുവാദം കൊടുത്തു. ഇതാണ് സത്യം. കൊല്ലന്റെ സഹായമില്ലാതെ അവർക്കുതന്നെ ഊരാവുന്നതേയുള്ളൂ

അത്. അവർ ബഹുസമർത്ഥന്മാരാണ്. പക്ഷെ ഞാൻ അവരെ പട്ടണത്തിൽ മോഷണം നടത്താൻവേണ്ടി തുറന്നുവിട്ടുവെന്നു പറയുന്നത് അസംബന്ധമാണ്. ആരു വിചാരിച്ചാലും അതു തെളിയിക്കാൻ പറ്റുകയില്ല."

അദ്ദേഹം സംസാരം നിർത്തി ഇടുക്കിലേക്കു നോക്കി. അവിടെ പഴഞ്ചരക്കുകച്ചവടക്കാർ കടയടയ്ക്കുകയാണ്. താഴുകളുടെ കിലുക്കവും ഓടാമ്പലുകളുടെ കിറുകിറുപ്പും പലകകൾ വീണടയുന്നതിന്റെ മുഴക്കവും കേൾക്കാം. ഉല്ലാസത്തോടെ എന്റെനേരെ കണ്ണിറുക്കിക്കാട്ടിക്കൊണ്ട് അദ്ദേഹം പതിഞ്ഞ ശബ്ദത്തിൽ തുടർന്നു:

"നേരു പറഞ്ഞാൽ ഒരുത്തൻ രാത്രി പുറത്തു പോകാറുണ്ടായിരുന്നു. പക്ഷെ ചങ്ങലയ്ക്കിട്ട പുള്ളിയായിരുന്നില്ല അയാൾ. നീഷ്നിനോവ് ഗൊറൊദുകാരനായ വെറുമൊരു കള്ളനായിരുന്നു. അടുത്ത്, പിച്ചോർക്കാപുഴയുടെ കരയിൽ അയാളുടെ പെണ്ണ് താമസമുണ്ടായിരുന്നു. ചെമ്മാച്ചനുമായുള്ള കുഴപ്പം അബദ്ധത്തിൽ പറ്റിയതാണ്. ചെമ്മാച്ചനെ കണ്ടിട്ട് കച്ചവടക്കാരനാണെന്നു വിചാരിച്ചു. ശൈത്യകാലത്താണ് സംഭവം നടന്നത്. രാത്രിസമയം, കൊടുങ്കാറ്റും. എല്ലാവരും രോമക്കോട്ട് ഇട്ടിട്ടുണ്ട്. ചെമ്മാച്ചനേത്, കച്ചവടക്കാരനേത്, എന്ന് എങ്ങിനെ തിരിച്ചറിയും?"

എനിക്കതു കേട്ട് ചിരിവന്നു. അദ്ദേഹവും കൂടെചിരിച്ചു.

"ചെകുത്താനേ അതു പറ്റൂ." അദ്ദേഹം പറഞ്ഞു.

പെട്ടെന്ന്, തികച്ചും അപ്രതീക്ഷിതമായി, അദ്ദേഹം കോപാകുലനായി. ഇത്ര നിഷ്പ്രയാസം അദ്ദേഹത്തിന്റെ 'ഭാവം മാറിയത് എനിക്കു വളരെ വിചിത്രമായിത്തോന്നി. പിഞ്ഞാണം തള്ളിമാററി. മുഖം ചുളിച്ച്, ഒരു സിഗററു കത്തിച്ചുവലിച്ചുകൊണ്ട് അദ്ദേഹം പിറുപിറുത്തു:

"ഒരു കള്ളൻ മറ്റൊരു കള്ളനെ പിടികൂടുന്നു, ജയിലിലിലടയ്ക്കുന്നു, സൈബീരിയയിലേക്ക് കഠിനതടവിന് അയയ്ക്കുന്നു. അതിൽ എനിക്കെന്തു കാര്യം? മണ്ണാങ്കട്ട! എനിക്ക് എന്റെ ആത്മാവിനെ നോക്കണം."

തീമൂട്ടുകാരന്റെ രോമാവൃതരൂപം എന്റെ കൺമുമ്പിൽ ഉയർന്നുവന്നു. അയാളും കൂടെക്കൂടെ പറയുമായിരുന്നു. "മണ്ണാങ്കട്ട!" എന്ന്. അയാളുടെ പേരും യാക്കൊവ് എന്നായിരുന്നു.

"നീ എന്താണ് ആലോചിക്കുന്നത്?" അമ്മാവൻ സൗമ്യമായി ചോദിച്ചു.

"അമ്മാവന് ആ തടവുകാരോട് സഹതാപം തോന്നിയോ?"

“അവരോട് ആർക്കും സഹതാപം തോന്നിപ്പോകും. അത്ര മിടുക്കന്മാർ. മിടുമിടുക്കൻമാർ! ചിലപ്പോൾ അവരെ നോക്കുമ്പോൾ എനിക്കു തോന്നും. എനിക്ക് അവരുടെ ചെരിപ്പു തുടയ്ക്കാനുള്ള യോഗ്യതയില്ല. അങ്ങിനെയുള്ള ഞാൻ അവരുടെ മേലാവിയായി. നല്ല വിവരമുള്ള, ചുറുചുറുക്കുള്ള മനുഷ്യർ.”

മദ്യവും ഓർമ്മകളും അദ്ദേഹത്തെ വീണ്ടും സുഖകരമായി ഉത്തേജിപ്പിച്ചു. കൈമുട്ട് ജനാലപ്പടിയിൽ കുത്തി, വിരലുകൾക്കിടയിൽ സിഗററ്റു പിടിച്ചിരുന്ന മഞ്ഞച്ച കൈവീശിക്കൊണ്ട് അദ്ദേഹം പ്രസരിപ്പോടെ സംസാരിച്ചു:

“അതിലൊരുത്തന്റെ സംസാരം നീ കേട്ടിരുന്നെങ്കിൽ കൊത്തുപണിക്കാരനും വാച്ചുപണിക്കാരനുമായ ഒരു ഒറ്റക്കണ്ണൻ. കള്ളനാണയമടിച്ചതിനു പിടിച്ച് അകത്താക്കി. അവിടന്ന് ഓടിപ്പോകാൻ നോക്കിയവനാണ്. അയാളുടെ ഒരു വർത്തമാനം ആളിക്കത്തുന്ന തീപോലെയാണ്. ഒന്നാംതരമായി പാടും. അയാളെന്നോടു ചോദിക്കും: ‘എനിക്ക് ഒന്നു പറഞ്ഞുതരാമോ? കമ്മട്ടത്തിന് നാണയമടിക്കാമെങ്കിൽ എനിക്ക് എന്തുകൊണ്ട് പാടില്ല. ഒന്നു പറഞ്ഞുതരൂ!’ പറഞ്ഞുകൊടുക്കാൻ ആരെക്കൊണ്ടു കഴിയും ആർക്കുമാവില്ല. എനിക്കുമാവില്ല. എന്നിട്ടും ഞാൻ അവരുടെ മേലാവിയാണ്! വേറൊരുത്തനുണ്ടായിരുന്നു. മോസ്ക്കോക്കാരനായ ഒരു പേരെടുത്ത കള്ളൻ. അടക്കവും ഒതുക്കവുമുള്ളവൻ. ഒരു സുന്ദരവിഡ്ഢി. വലിയ വൃത്തിക്കാരനാണ്. എപ്പോഴും സംസാരിക്കുന്നത് വളരെ മര്യാദയായിട്ടാണ്. “തളർന്നുവീഴുന്നതുവരെ ആളുകൾ പണിയെടുക്കുന്നു.” അയാൾ പറയുകയാണ്. ‘എനിക്ക് അങ്ങിനെ ചെയ്യാൻ ആഗ്രഹമില്ല. ഒരിക്കൽ പരീക്ഷിച്ചുനോക്കിയതാണ്. പണിയെടുത്ത് പണിയെടുത്ത് വശംകെട്ടു. എന്നിട്ടു കിട്ടിയതോ? വെറും നക്കാപ്പിച്ച. ഒന്നു മോന്തുന്നു. ചീട്ടുകളിയിൽ ഒന്നു തോൽക്കുന്നു. പെണ്ണുമൊത്ത് സുഖിക്കാൻ നാലു കാശു മുടക്കുന്നു. തീർന്നു! വീണ്ടും പട്ടിണി. ഇല്ല,” അയാൾ പറയുകയാണ്, “ഈ കളി എനിക്കു പറ്റില്ല.”’

യാക്കൊവമ്മാവന്റെ തലമുടിയുടെ കടവരെ ചുവന്നു. ഉദ്വേഗത്താൽ ആ കൊച്ചുചെവികൾപോലും വിറച്ചു. മുന്നോട്ടു കുനിഞ്ഞുകൊണ്ട് അദ്ദേഹം തുടർന്നു:

“അവർ മണ്ടന്മാരല്ല, കുഞ്ഞേ. അവർ കാര്യങ്ങൾ നേരാംവണ്ണം തന്നെയാണു കാണുന്നത്. അക്കാര്യം പോയി തുലയട്ടെ! എന്തിന് അതും പറഞ്ഞ് സമയം കളയുന്നു? എന്റെ കാര്യം തന്നെ എടുക്ക്. ഞാൻ എങ്ങിനെയാണു ജീവിച്ചത്? ഓർക്കാൻതന്നെ നാണിക്കുന്നു. നല്ലതെന്തെങ്കിലും കിട്ടിയിട്ടുള്ളത് വല്ലപ്പോഴും മാത്രമാണ്. അതും ഗോപ്യമായിട്ട്.

ദുഃഖം ഞാൻ സമ്പാദിച്ചതും സന്തോഷം ഞാൻ കട്ടെടുത്തതുമായിരുന്നു. അച്ഛൻ വിളിച്ചുകൂവും: അതു പാടില്ല! ഭാര്യ വിളിച്ചുകൂവും: ഇതു പാടില്ല! ഒരു റൂബിളിനുവേണ്ടി പിടലിയൊടിക്കേണ്ടി വരുമോയെന്നു ഞാൻ ഭയന്നിട്ടുണ്ട്. അങ്ങിനെ കഴിഞ്ഞ ഞാൻ ഈ വയസ്സുകാലത്ത് എന്റെ മകന്റെ വാല്യക്കാരനായിരിക്കുകയാണ്. എന്തിന് ഒളിച്ചുവയ്ക്കണം? കുഞ്ഞേ, ഞാൻ അവനെ എളിമയോടെ സേവിക്കുന്നു. അവൻ ഒരു തനി തമ്പുരാന്റെ മട്ടിൽ എന്റെനേരെ ഒച്ചയെടുക്കുന്നു. അച്ഛനെന്നാണു വിളിക്കുന്നത്. പക്ഷെ ഞാൻ കേൾക്കുന്നത് അടിമയെന്നാണ്. ഇതിനു വേണ്ടിയാണോ ഞാൻ ജനിച്ചത്? മകന്റെ വാല്യക്കാരനാവാനാണോ ഞാൻ ഈ പാടെല്ലാം പെട്ടത്? ഇങ്ങനെയൊന്നുമല്ലെന്നിരിക്കട്ടെ. ഞാൻ എന്തിനു ജീവിച്ചു. ജീവിതത്തിൽനിന്ന് എനിക്ക് എന്തു സുഖം കിട്ടി?"

ഞാൻ അമ്മാവന്റെ സംസാരം ശ്രദ്ധിക്കുകയായിരുന്നില്ല. മറുപടി പറയണമെന്ന ഉദ്ദേശമില്ലാതെ ഞാൻ മനസ്സില്ലാമനസ്സോടെ ഇത്രയും പറഞ്ഞു:

"എങ്ങിനെ ജീവിക്കണമെന്ന് എനിക്കും അറിഞ്ഞുകൂടാ."

അദ്ദേഹം പരിഹാസത്തോടെ ചുണ്ടുകോട്ടി.

"ജീവിക്കാൻ അറിയാവുന്നവർ ആരുണ്ട്? ഞാൻ ആരേയും കണ്ടിട്ടില്ല. ആളുകൾ ശീലംകൊണ്ട് എങ്ങിനെയോ ജീവിച്ചുപോകുന്നു..."

കോപത്തിന്റേയും പരിഭവത്തിന്റേയും ധ്വനി ഞാൻ വീണ്ടും അദ്ദേഹത്തിന്റെ ശബ്ദത്തിൽ കേട്ടു:

"ഒര്യോളുകാരനായ വേറൊരുത്തനുണ്ടായിരുന്നു. ബലാൽസംഗത്തിന് ശിക്ഷിച്ചയച്ചതാണ്. ഏതോ പ്രഭുകുടുംബത്തിൽ പെട്ടവനാണ്. ഒന്നാന്തരമായി നൃത്തം ചെയ്യും. വാൻകയെക്കുറിച്ചുള്ള അയാളുടെ പാട്ടുകേട്ട് സകലരും ചിരിക്കും:

ശവപ്പറമ്പിൽ കാറ്റുംകൊണ്ട്
വാൻകക്കുട്ടി ഉലാത്തുന്നു
അയ്യേ, വാൻകേ, ചുറ്റിനടക്കാൻ
വേറേ ഇടമില്ലേ?

"പക്ഷെ ആ പാട്ടിൽ ചിരിക്കാനൊന്നുമില്ലെന്നാണ് എന്റെ അഭിപ്രായം. അതിൽ പറയുന്നത് സത്യമാണ്! എങ്ങിനെയൊക്കെ ഞെളിഞ്ഞുപിരിഞ്ഞാലും അവസാനം ചെന്നെത്തുന്നത് ശവപ്പറമ്പിലാണ്. എന്നാൽപിന്നെ ഞാൻ ആരായാലെന്താ? ജയിൽപ്പുള്ളിയോ ജയിലറോ ആരുമായിക്കൊള്ളട്ടെ.'

സംസാരിച്ച ക്ഷീണിച്ച് അദ്ദേഹം ബാക്കിയുണ്ടായിരുന്ന വോഡ്ക്ക കൂടി കുടിച്ചുതീർത്തിട്ട് ഒഴിഞ്ഞ ഗ്ലാസിലേക്ക് പക്ഷിയെപ്പോലെ പാളിനോക്കി. ഒരു സിഗററ്റുകൂടി എടുത്തു കത്തിച്ചുവലിച്ചുകൊണ്ട് അദ്ദേഹം മീശരോമങ്ങൾക്കിടയിലൂടെ പുക വിട്ടു.

യാക്കൊവ് അമ്മാവനുമായി ഒരുതരത്തിലും സാമ്യമില്ലാതിരുന്ന കല്ലാശാരി പ്യോത്തർ കൂടെക്കൂടെ പറയുമായിരുന്നു:

"എത്രയൊക്കെ ശ്രമിച്ചാലും എന്തെല്ലാം ആശിച്ചാലും അവസാനം ചെന്നെത്തുന്നത് ശവപ്പെട്ടിയിലും കുഴിമാടത്തിലുംതന്നെ." ഇതേ അർത്ഥം വരുന്ന എത്രയെത്ര പഴഞ്ചൊല്ലുകൾ എനിക്കറിയാമായിരുന്നു!

അമ്മാവനോട് കൂടുതലെന്തെങ്കിലും ചോദിക്കാൻ ഞാൻ ആഗ്രഹിച്ചില്ല. അദ്ദേഹത്തിന്റെ സാമീപ്യം എന്നെ വിഷാദം കൊള്ളിച്ചു. എനിക്ക് അദ്ദേഹത്തോട് സഹതാപം തോന്നി. അദ്ദേഹത്തിന്റെ ഉല്ലാസഗാനങ്ങളും ഗിത്താറിന്റെ നാദവും വിഷാദത്തിന്റെ വലക്കെട്ടിൽ ആഹ്ലാദത്തിന്റെ ഇഴകൾ നെയ്തുചേർക്കുന്നത് എനിക്ക് ഓർക്കാതിരിക്കാൻ കഴിഞ്ഞില്ല. ഉല്ലാസപ്രിയനായ ത്സിഗനോക്കിനേയും ഞാൻ മറന്നിട്ടില്ല. ഇല്ല. ഞാൻ അയാളെ മറന്നിട്ടില്ല. യാക്കൊവ് അമ്മാവന്റെ വിവശരൂപത്തിലേക്കു നോക്കിയപ്പോൾ ത്സിഗനോക്കിനെ കുരിശിനടിയിലിട്ടു ചതച്ചുകൊന്നത് അദ്ദേഹം ഓർക്കുന്നുണ്ടോ എന്നു ഞാൻ അറിയാതെ ആലോചിച്ചുപോയി.

എങ്കിലും ഞാൻ അദ്ദേഹത്തോട് അതെപ്പറ്റി ചോദിച്ചില്ല.

ആഗസ്റ്റ്മാസത്തിലെ മൂടൽമഞ്ഞിൽ മുങ്ങിക്കിടക്കുന്ന ഇടുക്കിലേക്കു ഞാൻ കണ്ണയച്ചു. ആപ്പിളുകളുടേയും തണ്ണിമത്തന്റേയും പരിമളം അതിനടിയിൽനിന്ന് ഉയർന്നുവന്നു. പട്ടണത്തിലേക്കുള്ള ഇടുക്കുവഴിയിൽ റാന്തലുകൾ മിന്നി. എത്രയോ സുപരിചിതമാണ് സർവ്വതും! അതാ റിബിൻസ്ക്കിലേക്കു പോകുന്ന കപ്പൽ ചൂളം വിളിക്കുന്നു. മറ്റേ കപ്പൽ പേർമിലേക്കു പോകുന്നതാണ്...'

"ശരി, നമുക്കിറങ്ങാം." അമ്മാവൻ പറഞ്ഞു.

മദ്യശാലയുടെ വാതിൽക്കൽ വച്ച് അദ്ദേഹം എനിക്കു കൈ തന്നിട്ട് തമാശയായി പറഞ്ഞു:

"നീ മുഖം വീർപ്പിച്ചു നടക്കരുത്. കണ്ടിട്ട് അങ്ങിനെ തോന്നുന്നു. ഉഷാറായി നടക്ക്! നിനക്കു ചെറുപ്പമാണ്. ഒന്നോർക്കണം: "വിധിയെന്നതു തെല്ലും മോദത്തിന്നുടക്കല്ലേ!" ശരി, നമുക്കു പിരിയാം. ഞാൻ ഉസ്പെൻസ്ക്കയ പള്ളി വഴിയാണ് പോകുന്നത്."

എന്നെ പൂർവ്വാധികം ചിന്താക്കുഴപ്പത്തിലാഴ്ത്തിക്കൊണ്ട് ഉല്ലാസപ്രിയനായ അമ്മാവൻ നടന്നുപോയി.

പട്ടണത്തിലേക്കുള്ള കയറ്റം കയറി ഞാൻ പാടങ്ങളിലൂടെ നടന്നു. പൗർണ്ണമിചന്ദ്രൻ ഉദിച്ചുകഴിഞ്ഞിരുന്നു. എന്റെ നിഴലിനെ മായ്ച്ചുകളഞ്ഞുകൊണ്ട് ആകാശത്ത് കാർമേഘങ്ങൾ നീങ്ങി. പാടത്തുകൂടി പട്ടണത്തിനൊരു വലംവച്ച് ഞാൻ ഒത്ക്കോസ് എന്ന ഇടമായപ്പോൾ വോൾഗയുടെ കരയിലെത്തിച്ചേർന്നു. പൊടിപിടിച്ച പുല്ലിൽ കിടന്നുകൊണ്ട് ഞാൻ പുഴയിലേക്കും പുൽപ്പരപ്പുകളിലേക്കും നിശ്ചലമായി നിൽക്കുന്ന ഭൂമിയിലേക്കും ദീർഘനേരം നോക്കി. മേഘങ്ങളുടെ നിഴലുകൾ വോൾഗയിലൂടെ മെല്ലെ ഒഴുകിപ്പോയി. പുൽപ്പരപ്പുകളിലെത്തിയപ്പോൾ, വെള്ളത്തിൽ കഴുകിയെടുത്തതുപോലെ, ആ മേഘങ്ങൾക്കു കുറേക്കൂടി തെളിച്ചംവച്ചു. ചുറ്റുമുള്ള സർവ്വതും തളർന്നുമയങ്ങിക്കിടക്കുകയാണ്. അങ്ങേയറ്റത്തെ വൈമനസ്യത്തോടെയാണ് സർവ്വതും നീങ്ങുന്നത്. ചലനത്തോടും ജീവിതത്തോടുമുള്ള ആവേശമല്ല. ആവശ്യത്തിന്റെ നിർബ്ബന്ധമാണ് അവയെ തള്ളിവിടുന്നത്.

ആ ഭൂമിക്കും എനിക്കുതന്നെയും നല്ലൊരു തൊഴിവച്ചുകൊടുക്കാൻ എനിക്കു തോന്നി. ഞാനുൾപ്പെടെ സർവ്വതും ഉല്ലാസത്തിമിർപ്പോടെ ചുറ്റിത്തിരിയട്ടെ. പരസ്പരം സ്നേഹിക്കുന്നവരും കൂടുതൽ സുന്ദരവും ധീരവും സത്യസന്ധവുമായ മറ്റൊരു ജീവിതത്തിനുവേണ്ടി രൂപമെടുത്തിട്ടുള്ള ഈ ജീവിതത്തെ സ്നേഹിക്കുന്നവരുമായ മനുഷ്യർ ആനന്ദനൃത്തം ചെയ്യട്ടെ.

ഞാൻ മനസ്സിൽ പറഞ്ഞു: എന്തെങ്കിലുമൊന്നു ചെയ്തില്ലെങ്കിൽ ഞാൻ നശിച്ചതുതന്നെ.

സൂര്യനെ കാണുന്നതുപോയിട്ട് അനുഭവപ്പെടുകപോലും ചെയ്യാത്ത, സൂര്യനുള്ള കാര്യംതന്നെ മറന്നുപോകുന്ന, മ്ലാനമായ ശരൽക്കാലദിനങ്ങളിൽ കാട്ടിലൂടെ അലഞ്ഞുനടക്കുമ്പോൾ എനിക്ക് ഒന്നിലധികം തവണ വഴിതെറ്റിയിട്ടുണ്ട്. തിരിച്ചുപോകാനുള്ള വഴിയന്വേഷിച്ച് തളർന്ന് ഞാൻ പല്ലും കടിച്ചുപിടിച്ച് നേരെ കാട്ടിന്റെ ഉള്ളിലേക്ക് വച്ചടിക്കും. ഇടതൂർന്ന മുൾച്ചെടികളും അപകടകരങ്ങളായ ചതുപ്പുനിലങ്ങളുമെല്ലാം താണ്ടി അവസാനം ഞാൻ എപ്പോഴും റോഡിൽത്തന്നെ എത്തിച്ചേരും.

അങ്ങിനെ ഞാൻ ഒരു തീരുമാനത്തിലെത്തി.

ആ വർഷം ശരൽക്കാലത്ത് ഞാൻ കസാനിലേക്കു തിരിച്ചു. അവിടെച്ചെന്നാൽ പഠിക്കാൻ എന്തെങ്കിലുമൊരു വഴി കണ്ടെത്തുമെന്ന പ്രതീക്ഷ ഉള്ളിലുണ്ടായിരുന്നു.

●

www.ingramcontent.com/pod-product-compliance
Ingram Content Group UK Ltd.
Pitfield, Milton Keynes, MK11 3LW, UK
UKHW041829031026
15587UKWH00002B/652

9 789355 171856